प्राचीन भारताचा
राजकीय इतिहास
(Political History of Ancient India)

लेखक
श्री. हेमचंद्र रायचौधुरी

अनुवादिका
डॉ. सदाशिव आठवले
डॉ. मधुसूदन बोपर्डीकर

डायमंड पब्लिकेशन्स

प्राचीन भारताचा राजकीय इतिहास

हेमचंद्र रायचौधुरी, अनुवादक : डॉ. सदाशिव आठवले, डॉ. मधुसूदन बोपर्डीकर

Political History of Ancient India

Hemchandra Raychowdhari

Trans. Dr. Sadashiv Aathawale, Dr. Madhusadan Bopardikar

© भारतीय इतिहास अनुसंधान परिषद, दिल्ली.

© (Indian Council of Historical Research, Delhi)

ISBN 81-89724-04-5

अक्षरजुळणी : अमित भागवत, पुणे -३०

मुखपृष्ठ : शाम भालेकर

प्रकाशक

डायमंड पब्लिकेशन्स

२६४/३ शनिवार पेठ, ३०२ अनुग्रह अपार्टमेंट

ओंकारेश्वर मंदिराजवळ, पुणे-४११ ०३०

☎ ०२०-२४४५२३८७, २४४६६६४२

info@diamondbookspune.com

ऑनलाईन पुस्तक खरेदीसाठी भेट द्या
www.diamondbookspune.com

प्रमुख वितरक

डायमंड बुक डेपो

६६१ नारायण पेठ, अप्पा बळवंत चौक

पुणे-४११ ०३० ☎ ०२०-२४४८०६७७

मूळ अर्पणपत्रिका

सर आशुतोष मुकर्जी ह्यांस त्यांच्याबद्दलचा
कृतज्ञतापूर्वक आदर आणि बहुमान यांस्तव समर्पण

प्रकाशकाचे निवेदन

सदर ग्रंथ वाचकांच्या हाती देत असताना '**डायमंड प्रकाशन**' ला विशेष आनंद होत आहे. इंडियन कौन्सिल ऑफ हिस्टॉरिकल रिसर्च आणि **डायमंड प्रकाशन** यांच्या संयुक्त विद्यमाने मराठीत प्रथमच एवढ्या मोठ्या प्रमाणावर हा प्रकल्प अस्तित्वात येऊ शकला. अत्यंत चांगले संदर्भग्रंथ अभ्यासकांच्या हाती उपलब्ध करून देण्याची संधी आम्हाला मिळाली. याबद्दल कृतज्ञता आणि आनंद सुद्धा!

इतिहास विषयाचे प्रमाणभूत संदर्भग्रंथ मराठीत आणणे हे एक आव्हानच होते. परंतु सर्वांच्या सहाकार्याने आम्ही हा ११ पुस्तकांचा प्रकल्प पूर्णत्वास नेत आहोत ही गोष्ट मराठी सारस्वताला ललामभूत आहे. 'याचसाठी केला होता अट्टाहास...' अशीच आमची भावना आहे.

या निमित्ताने अधिकाधिक अनुवाद मराठीत आणण्याचा आम्ही प्रयत्न करीत आहोत.

सदर प्रकल्प भारतीय इतिहास अनुसंधान परिषदेच्या प्रकाशन विभागाचे अध्यक्ष डी.एन्.त्रिपाठी, सेक्रेटरी डॉ. प्रभातकुमार शुक्ला, डेप्युटी डायरेक्टर इंदिरा गुप्ता यांच्या सहकार्यानेच अस्तित्वात येऊ शकला. या कामी इतिहासतज्ज्ञ प्रा. अ. रा. कुलकर्णी (माजी कुलगुरु, टिळक महाराष्ट्र विद्यापीठ, सुप्रतिष्ठ प्राध्यापक इतिहास विभाग, पुणे विद्यापीठ) यांचे मार्गदर्शन मोलाचे ठरले व त्यांच्याच पुढाकारामुळे हे काम घडून आले. डॉ. राजा दीक्षित यांचीही मदत मोलाची ठरली. त्यांचेही विशेषत्वाने आभार. आमचे समन्वयक श्री. अनिल किणीकर, या संपूर्ण प्रकल्पाचे संपादक प्रा. गणेश द. राऊत यांनी आपलेपणाने अतिशय परिश्रमपूर्वक जबाबदारी सांभळली. या प्रकल्पासाठी त्यांनी बहुमोल वेळ दिला. तसेच प्रेसोग्राफचे श्रीयुत प्रविण जोशी यांनी सर्व ग्रंथाचे कार्य अतिशय तत्परतेने व वेळेत पूर्ण करून दिले. त्याबद्दल या सर्वांचे मनःपूर्वक आभार.

– डायमंड पब्लिकेशन्स

Preface

The Council with the view to provide adequate historical material in different Indian languages for students, teachers, research scholars, etc., had initiated a programme of translating core books of History into regional languages. The basic idea was to reach out to scholars in their mother tongue. The selection of the titles was made after applying two principles, namely (i) to what extent the historian has used the modern historical and scientific methodology; and (ii) to what extent the work was an authentic piece of research.

We are really proud to present the work of H. Raychaudhary entitled 'Political History of Ancient India'

We are extremely grateful to Professor. A. R. Kulkarni who has made this publication possible. I also would like to extend my thanks to the publisher, Shri Pashte Dattatraya G.. for making an attempt to publish this important work into Marathi.

D.N. Tripathi
(Chairman)
Indian Council of
Historical Reasearch
New Delhi

प्राचीन भारताचा राजकीय इतिहास

परिक्षिताच्या राज्यारोहणापासून गुप्त राजवंशाच्या अस्तापर्यंत

लेखक
हेमचंद्र रायचौधुरी, अेम्. अे., जीअेच्.डी., अेफ्. आर. अे.अेस्.बी.,
पूर्वाश्रमीचे कलकत्ता विद्यापीठातील कारमायकेल प्राध्यापक आणि इतिहास
व प्राचीन भारतीय इतिहास आणि संस्कृत ह्या विभागांचे प्रमुख.

सातवी आवृत्ती
कलकत्ता विद्यापीत, १९७२

मराठी भाषांतर

प्राचार्य सदाशिव आठवले
डॉ. मधुसूदन बोपर्डीकर

भाषांतर योजनेविषयी थोडेसे

'भारताचा इतिहास' या विषयाच्या, संशोधन, अध्ययन आणि अध्यापन यांना उत्तेजन देण्याच्या उद्देशाने तत्कालीन शिक्षणमंत्री प्रा. नुरुल हसन यांच्या प्रयत्नामुळे 'भारतीय इतिहास अनुसंधान परिषदेची' स्थापना २७ मार्च १९७२ रोजी झाली. या परिषदेने आपल्या कार्यक्रमपत्रिकेत, भारतातील ज्येष्ठ इतिहासकारांनी इंग्रजीत लिहिलेल्या इतिहासावरील काही मूलभूत ग्रंथांचा परिचय प्रादेशिक भाषांतून इतिहासाच्या अभ्यासकांना प्रादेशिक भाषेत होणे आवश्यक आहे, असा विचार करुन भारताच्या इतिहासावर विविध कालखंडातील राजवटींवर लिहिलेल्या ग्रंथांचे भाषांतर करण्याचा धोरणात्मक निर्णय घेतला. त्यानुसर काही प्रसिद्ध निवडक इतिहासग्रंथांची एक प्राथमिक यादी तयार केली. त्यात प्रामुख्याने डी. डी. कोसंबी, सुशोभन सरकार, रजनी पाम दत्त, जदुनाथ सरकार, रामशरण शर्मा, एस्. गोपाल, एच्. सी. रायचौधरी, डब्ल्यू. एच. मूरलँड, डी. सी. सरकार, रोमिला थापर, एन. ए. सिद्दिकी इत्यादी सिद्धहस्त इतिहासकारांच्या ग्रंथांची निवड करुन, भारतातील प्रमुख विद्यापीठांच्या सहकार्याने ही योजना कार्यान्वित करण्याचे ठरविले.

या योजनेनुसार परिषदेचे पहिले अध्यक्ष प्रा. रामशरण शर्मा आणि मानद सचिव श्रीमती दोरायस्वामी यांनी, मराठी भाषांतराचे काम पुणे विद्यापीठाकडे सोपविले. भारतीय इतिहास अनुसंधान परिषदेचा महाराष्ट्राचा प्रतिनिधी, सदस्य आणि पुणे विद्यापीठाचा इतिहास विभागप्रमुख या दुहेरी नात्याने ही कामगिरी माझ्याकडे आली. तज्ज्ञांच्या सहकार्याने ग्रंथाची आणि अनुवादकांची निवड करण्यात आली आणि तीनचार वर्षांच्या कालावधीत काही भाषांतरे मान्यवर व्यक्तींकडून तयार करून घेण्यात आली.

परंतु या कामास मराठी प्रकाशकांकडून योग्य तो प्रतिसाद न मिळाल्याने ज्या हेतूने हे अत्यंत जिकिरीचे आणि कष्टाचे काम करुन घेण्यात आले होते, तो हेतू सफल झाला नाही.

तथापि, भारतीय इतिहास अनुसंधान परिषदेचे सचिव डॉ. प्रभातकुमार शुक्ला आणि प्रकाशन विभागप्रमुख श्रीमती इंदिरा गुप्ता यांनी रेंगाळत पडलेल्या योजनेचे पुनरुज्जीवन करण्याचे ठरविले. पुण्यातील डायमंड पब्लिकेशन्स या प्रकाशन संस्थेच्या

श्री. दत्तात्रय गं. पाष्टे यांनी विशेष पुढाकार घेऊन आम्हांला मदत करण्याचे ठरविले आणि पुस्तकांच्या प्रकाशनाची मोठी जबाबदारी स्वीकारली. पुण्यातील इतर मान्यवर प्रकाशकांनीही मदतीचा हात पुढे केला आणि या सर्वांच्या सहकार्यांमुळे पंधरा महत्त्वाचे इंग्रजी भाषेतील ग्रंथ मराठीत लवकरच उपलब्ध होणार आहेत आणि मराठी माध्यमातून अध्ययन, अध्यापन करणाऱ्या महाविद्यालयीन विद्यार्थी, प्राध्यापक यांची एक महत्त्वाची गरज पूर्ण होईल अशी उमेद आहे.

पुणे

२६ जानेवारी २००६

अ. रा. कुलकर्णी
सुप्रतिष्ठ प्राध्यापक
पुणे विद्यापीठ

हेमचंद्र रायचौधुरी (१८९२–१९५७)

दि. ४ मे १९५७ रोजी सायंकाळी कलकत्यात हेमचंद्र रायचौधुरी ह्यांचे देहावसन झाले. त्या थोर विद्वानाच्या दुःखद निधनाने जी हानी झाली, तिचे स्वरूप फारच थोड्या भारतीयांना समजले असेल. पण जे त्यांना व्यक्तिशः किंवा त्यांच्या अमोल ग्रंथांवरुन ओळखीत होते, त्यांना मात्र ते दीर्घकाल रोगपीडित होते आणि त्यांतून बरे होण्याची आशा जवळजवळ नव्हतीच, हे माहीत असूनही ही वार्ता म्हणजे एक विलक्षण धक्काच होता. त्यांना हेमचंद्र रायचौधुरींचे महाप्रयाण जाणवणे अटळच होते. कारण रुग्णशय्येवर पडलेले असतानाही ते इतिहासाच्या प्रामाणिक अभयासकांना सतत स्फूर्ती देत राहिले होते.

कलकत्ता विद्यापीठाने प्रसिद्ध केलेल्या त्यांच्या 'Political History of Ancient India' ह्या ग्रंथराजाच्या प्रारंभीच "कुणा थुसिडिडीस वा टॅसिटसने पुढील पिढ्यांसाठी प्राचीन भारताचा अस्सल इतिहास मागे ठेवलेला नाही," असे म्हणून हेमचंद्र रायचौधुरींनी स्वतःच कामगिरी हाती घेतली. स्मिथच्या गौरवपात्र ठरलेल्या 'Early History of India' मधील सुरुवातीच्या भागापेक्षा अधिक तपशीलवारपणे ह्या हरवलेल्या इतिहासाची पुनर्रचना करण्याचे त्यांनी अंगिकारले. स्मिथने इ.स. पूर्व ६०० पासूनच्या काळावर काही पृष्ठे खर्ची घातली असली, तर प्रत्यक्षात इ.स. पूर्व ३२७ इ.स. पू. ३२४ मधील अलेक्झांडरच्या स्वारीपासूनचा पुढचा इतिहास सांगणे असाच त्याचा प्रयत्न आहे. परंतु रायचौधुरींनी इतिहासकालाचा प्रारंभ इ.स. पूर्व नववे शतक इतका मागे नेला. त्यांनी मांडलेल्या कालगणनेप्रमाणे ह्याच शतकात परिक्षित हा थोर कुरुनृपति होऊन गेला.

प्राचीन भारतीय साहित्यातील परंपरेत अस्सल इतिहास मुळी नाहीच असे नाही, हे दाखवून आणि त्या साहित्याचे काळजीपूर्वक विश्लेषण करुन रायचौधुरींनी आपल्या महान कृतीच्या पहिल्या भागात बिंबिसारपूर्वकाळाचा आढावा घेतला आहे. हे काही सोपे काम नव्हते. वेदवेदांग, महाकाव्ये, पुराणे आणि त्याचप्रमाणे संस्कृतातील व प्राकृतातील आणखी कित्येक ग्रंथ व बौद्ध जैनांचे धर्मसूत्र ग्रंथ यांचेही त्यांना परिशीलन करावे लागले. तथापि अशा तऱ्हेने जमविलेल्या प्रचंड माहितीचा योग्य उपयोग करणे हे अधिक कठीण आहे. त्यासाठी काही विशेष अशी कुशाग्रबुद्धी पाहिजे. ह्या कार्याला रायचौधुरी अत्यंत पात्र होते. १९२३ मध्ये प्रसिद्ध झाल्यापासून आतापर्यंत त्याच्या सहा आवृत्या निघाल्या, ह्या वरून त्यांचा Political History of Ancient India (From the accession of Parikshit to the extinction of the Gupta Dynastry) ह्या ग्रंथाची महान लोकप्रियता स्पष्ट होते.

बकरगंज जिल्ह्यातील पोनाबालिया ह्या खेडेगावात दि. ८ एप्रिल १८९२ रोजी हेमचंद्र रायचौधुरी ह्यांचा जन्म झाला. पोनाबालियाचे जमीनदार मनोरंजन रायचौधुरी आणि तरंगिणी ह्यांच्या ह्या पुत्राला व्रजमोहन संस्थेत प्राथमिक शिक्षण मिळाले. अश्विनीकुमार दत्त ह्यांनी बॉरिसाल येथे स्थापन केलेले हे त्या काळातले एक उत्कृष्ट विद्यालय होते. १९०७ मध्ये कलकत्ता विद्यापीठाची प्रवेशपरीक्षा ते पास झाले आणि ती ते त्यावेळच्या पूर्वबंगाल आणि आसाम ह्या प्रांतांतील सर्व विद्यार्थ्यांत पहिले आले. त्यानंतर ते कलकत्याला आले आणि प्रथम जनरल असेंब्लीज इन्स्टिट्यूट (नंतरचे स्कॉटिश चर्चेस कॉलेज) येथे अभ्यास केल्यावर मग प्रेसिडेन्सी कॉलेजमधूनच १९११ मध्ये ग्रॅज्युएट झाले. त्या वर्षी कलकत्ता विद्यापीठाच्या सर्व ऑनर्स ग्रॅज्युएटमध्ये सर्वप्रथम येऊन त्यांनी एशन शिष्यवृत्ती मिळविली.

१९१३ मध्ये ते इतिहास विषयात पहिले आले. पुढे १९१९ मध्ये त्यांना ग्रिफिथ पारितोषिक मिळाले आणि १९२१ मध्ये ते कलकत्ता विद्यापीठाचे पीअेच्.डी. ही झाले.

अेम्. अे. झाल्यावर ताबडतोब रायचौधुरींनी अल्पकाल (१९१३-१४) कलकत्याच्या वंगवासी कॉलेजात अधिव्याख्याता म्हणून नोकरी केली. नंतर ते बंगाल एज्युकेशन सर्व्हिसमध्ये शिरले व प्रथम कलकत्त्याच्याच प्रेसिडेन्सी कॉलेजात त्यांनी तीन वर्षे (१९१४-१९१७) काम केले. १९१६ मध्ये त्यांची चितगावच्या सरकारी महाविद्यालयात बदली झाली.ह्याच सुमारास त्यांची पत्नी आजारी झाली व लवकरच तिचा अंत झाल. ह्याने त्यांच्या मनावर फारच ताण आला आणि बदलीमुळे त्रासात आणखीनच भर पडली. सुदैवाने त्या वेळी कलकत्ता विद्यापीठात नव्याने सुरू झालेल्या प्राचीन भारतीय इतिहास व संस्कृती ह्या विषयासाठी सर आशुतोष मुकर्जी ह्यांना बुद्धिमान तरुणांची गरज होती. त्यांनी रायचौधुरींना अधिव्याख्यात्याचे पद देऊ केले आणि रायचौधुरींनी तत्काळ बंगाल एज्युकेशन सर्व्हिसमधील आपल्या पदाचा राजीनामा देऊन १९१७ मध्ये कलकत्ता विद्यापीठात ते अधिव्याख्याते म्हणून रुजू झाले. १९३६ मध्ये डी. आर. भांडारकर निवृत्त झाल्यावर त्यांच्या जागी कारमायकेल प्राध्यापक व प्राचीन भारतीय इतिहास व संस्कृती ह्या विभागाचे प्रमुख म्हणून रायचौधुरी

आले. जून १९५२ पर्यंत ते ह्या स्थानावर होते. ह्या नेमणुकीपूर्वी १९२८ मध्ये त्यांनी ढाका विद्यापीठात प्रपाठक आणि इतिहास विभागप्रमुख म्हणून काम केले होते.

माणूस म्हणून रायचौधुरी अतिशय प्रेमळ आणि हळुवार स्वभावाचे होते. त्यांच्याशी संबंध आलेला कुणीही माणूस त्यांच्या स्नेहशील वागणुकीने भारावून जाई. पण ते बरेचसे एकलेपणाचेच जीवन जगले. तथापि ज्ञानलालसेमुळे त्यांना विश्रांती अशी कधी लाभली नाही. त्यांनी आपला सर्व वेळ व सर्व शक्ती अभ्यासातच व्यतीत केली. हेमचंद्रांना पुस्तकापलीकडे काही माहीतच नव्हते, अशा शब्दांत डॉ. आर. सी. मुजुमदार ह्यांनी त्यांना श्रद्धांजली वाहिली आहे.

रायचौधरींची विद्वत्ता जगन्मान्य झाली होती. ऐतिहासिक विषय विवेचिण्यात त्यांची स्वतंत्र बुद्धी, निर्णय घेण्याचा योग्य पद्धती आणि विद्वत्ता ही निश्चित दिसून येतात. पण काही नाविन्यपूर्ण सिद्धांताच्या नादाने त्यांनी आपला सावध, चिकित्सक दृष्टिकोन मात्र कधीच सोडला नाही. खरोखरी रायचौधरींचे नाव म्हणजे ज्यावर भरवसा ठेवावा, अशा कृतीची शाश्वतीच. १९४६ मध्ये त्यांना 'एशियाटिक सोसायटी ऑफ बेंगॉलचे, फेलो करण्यात आले आणि त्यांना प्राचीन भारतीय इतिहास आणि संस्कृती यांच्या अभ्यासाच्या क्षेत्रात केलेल्या कामगिरीबद्दल १९५१ मध्ये संस्थेचे 'बी.सी.लॉ.' सुवर्णपदक देण्यात आले. १९४१ मध्ये हैदराबाद येथे 'इंडियन हिस्टरी काँग्रेस'च्या एका विभागाचे ते अध्यक्ष झाले आणि पुढे १९५० मधील त्या काँग्रेसच्या नागपूर येथील संपूर्ण अधिवेशनाचे अध्यक्ष म्हणून ते निवडून गेले.

रायचौधरींनी अगदी अपवादात्मक ठरवे, इतके विपुल लेखन काही केलेले नाही, हे लक्षात येते. पण भाराभर लेखनापेक्षा कसदार लेखनावर त्यांचा कटाक्ष होता, हे ह्याचे कारण होय. 'Materials for the Study of the Early History of Vaishnava Sect य हा त्यांचा दुसरा ग्रंथ कलकत्ता विद्यापीठाने प्रसिद्ध केला व त्याच्या दोन आवृत्या (१९२० आणि १९३६) निघाल्या. वैष्णवपंथाचा सांगोपांग अभ्यास करणाऱ्या सर्वांनी हा ग्रंथ म्हणजे अशिय उपयुक्त असा साधनग्रंथ मानला आहे. रायचौधुरींनी संशोधनात्मक नियतकालिकांतून पुष्कळ स्फुट लेखनही केले. ते सर्व लेख ' Studies in Indian Antiquities (1932 & 1958) त्यामध्ये समाविष्ट करण्यात आलेले आहेत. कलकत्ता विद्यापीठानेच प्रसिद्ध केलेल्या ह्या पुस्तकाची दुसरी आवृत्ती त्यांच्या निधनानंतर एक वर्षाने निघाली. ह्या ग्रंथातील निबंधांवरून त्यांच्या सुस्पष्ट विचारांची आणि व्यापक व्यासंगाची चांगली कल्पना येते. ढाका

विद्यापीठाच्या History of Bengal, Vol. I' (१९४२) अशासारख्या ग्रंथांतूनही त्यांनी काही प्रकरणे लिहिली. अंथरुणाला खिळलेले असतानाही त्यांनी जी यझदानी ह्यानी संपादिलेल्या 'Early History of Deccan' ह्या ग्रथासाठी एक महत्त्वाचे प्रकरण लिहिले. 'Advanced History of India' हे पाठ्यपुस्तक (बी.ए.च्या विद्यार्थ्यांसाठी) त्यांनी आर. सी. मजुमदार आणि के. के. दत्त यांच्या समवेत लिहिले.

'प्राच्यविद्यातरंगिणी' (प्रा. डी.सी. सरकार संपदित कलकत्ता विद्यापीठाच्या प्राचीन भारतीय इतिहास व संस्कृती विभागाच्या सुवर्ण महोत्सवी ग्रंथ १९६९, पृष्ठे ३०१-३०४) यावरून शिवाय, पहा. 'Journal of Ancient Indian History, Vol. I 1967-68' पृ.१ पासून पुढे.

संक्षेप

ABBREVIATIONS

(सर्व संक्षेपांचे मूळ इंग्रजी आहे तसेच ठेवले आहेत. फक्त मूळ संस्कृत व प्राकृत ग्रंथांची नावे पुढे कंसात देवनागरीतही दर्शविली आहे. त्याचे कारण भाषांतरकर्त्यांनी आपल्या निवेदनात स्पष्ट केलेले आहे.)

A.B.	: After the Buddha.
A.G.I.	: Ancient Geography of India,
A.H.D.	: Ancient History of Deccan.
A.I.H.T.	: Ancient Indian Historical Tradition
A.I.U.	: The Age of Imperial Unity (Bharatiya Vidya Bhavana)
Ait. Br.	: Aitareya Brahmana (अैतरेय ब्राह्मण)
Alex.	: Plutarchís Life of Alexander.
A.N.M.	: Age of the Nandas and Mauryas Pub. Motilal Banarasi Dass for the Bharatiya Itihasa Parishad.
Ang. ...	: Anguttara Nikaya (अंगुत्तर निकाय)
Ann. Bhand. Ins	: Annals of the Bhandarkar oriental Research Institute.
Apas. Sr. Sutra.	: Apastambiya Srauta Sutra. (आपस्तम्ब श्रौतसूत्र)
App.	: Appendix
Arch. Rep.	: Archaeological Survey Report.
A.R.	: Annual Report
A.R.I.	: Aryan Rule in India.
A.S.I.	: Archaeological Survey of India.
A.S.R. (Arch. Sur. Rep.)	: Reports of the Archaeological Survey of India.

A.S.W.I.	:	Archaeological Survey of Western India.
A.V. ...	:	Atharva - Veda. (अथर्ववेद)
Baudh. Sr. Sutra.	:	Bodhayana Srauta Sutra. (बौद्धायन श्रौतसूत्र)
Bau. Sutra.	:	Bodhayana Dharma Sutra. (बौद्धायन श्रौतसूत्र)
Bhand. Com. Vol.	:	Bhandarkar Commemoration Volume
B.K.S.	:	Book of Kindred Sayings.
Bomb. Gaz.	:	Bombay Gazetteer.
Br.	:	Brahmana. (ब्राह्मण)
Brih. S.	:	Brihat Samhita (बृहत्संहिता)
Brih. Up.	:	Brihadaranyaka Upanishad (बृहदारण्यकोपनिषशद्)
Bud. Ind.	:	Buddhist India
C.	:	Central.
C.A.H.	:	Cambridge Ancient History.
Cal. Rev.	:	Calcutta Review.
Camb. Ed.	:	Cambridge Edition.
Camb.Hist.(Ind) (C.H.I.)	:	Cambridge History of India (Vol. I)
Camb. Short Hist.	:	(The) Cambridge Shorter History of India.
Carm. Lee.	:	Carmichael Lectures. 1918
Ch.	:	Chapter.
Chap.		
Chh. Up.	:	Chhandogya Upanishad (छांदोग्योपनिषद्)

C.I.C.A.I.	:	Catalogue of Indian Coins, Ancient India
C.I.I.	:	Corpus Inscription Indicarum
Corpus.		
Com. Vol.	:	Commemoration Volume.
Cunn.	:	Cunningham
D.	:	Digha Nikaya (दीर्घनिकाय)
Dialogues.	:	Dialogues of the Buddha.
D.P.P.N.	:	Dictionary of Pali Proper Names. (Malalasekera.)
D.K.A.	:	Dynasties of Kali Age.
D.U.	:	Dacca University.
Ed.	:	Edition.
E.H.D.	:	Early History of the Dekkan.
E.H.I.	:	Early History of India.
E.H.V.S.	:	Early History of the Vaishnava Sect.
Ep. Ind.	:	Epigraphia Indica.
Gandhara (Foucher)	:	Notes on the Ancient Geography of Gandhara.
Gaz.	:	Gazetteer.
G.B.I.	:	The Greeks in Bactria & India.
GE.	:	Gupta Era.
G.E.I.	:	(The) Great Epic of India.
Gop. Br.	:	Gopatha Brahmana. (गोपथब्राह्मण)
G.O.S.	:	Gaekwar Oriental Series.
Greeks.	:	The Greeks in Bactria and India.
Hariv.	:	Harivamsa.
H. and F.	:	Hamilton and Falconerís Translationof Straboís Geography.

H.C.I.P.	:	The History of Culture of the Indian People (Bharatiya Vidya Bhavana)
H.F.A.I.C.	:	History of Fine Art in India and Ceylon.
Hist. N. E. Ind.	:	History of North Eastern India.
Hist. Sans. Lit.	:	(A) History of Sanskrit Literature
H.O.S.	:	Harward Oriental Series.
Hyd. Hist. Cong.	:	Proceddings of the Indian History Congress, Hyderabad (1941)
I.H.Q.	:	Indian Historical Quarterly.
Ind. Ant. (LA.)	:	Indian Antiquary
Ind. Lit.	:	History of Indian Literature.
Imp. Gaz.	:	Imperial Gazetteer.
Inv. Alex.	:	Invasion of Alexander.
Ins.	:	Inscriptions.
J.	:	Jataka. (जातक)
LA. .. (Journ. AS.)	:	Journal Asiatique.
J.A.H.S.	:	Journal of the Andhra Historical Society.
J.A.S.B.	:	Journal and Proceedings of the Asiatic Society of Bengal.
J.A.O.S.	:	Journal of the American Oriental Society.
J.B.Br. R.A.S. ...	:	Journal of the Bombay Branch of the Royal Asiatic Society.
J.B.O.R.S.	:	Journal of the Bihar and Orissa Re search Society.
J.I.H.	:	Journal of Indian History.

J.N.S.I.	:	Journal of Numismatic Society of India.
J.R.A.S.	:	Journal of the Royal Asiatic Society (Great Britain)
J.R.N.S.	:	Journal of the Royal Numismatic Society and the Numismatic Chronicle
J.U.P.H.S.	:	Journal of the United Provinces Historical Society.
Kaush. Up.	:	Kaushitaki Upanishad (कौषीतकि-उपनिषद्)
Kaut.	:	Arthasastra of Kautilya, Mysore. 1919 (कौटिलीय अर्थशास्त्र)
Kishk.	:	Kishkindha Kanda of the Ramayana (रामायणाचे किष्किन्धाकांड)
Life.	:	(The) Life of Hiuen Tsang.
M.	:	Majjhima Nikaya. मजिझमनिकाय.
M.A.S.I.	:	Memoirs of the Archaeological Survey of India.
Mat.	:	Matsya Purana. (मत्स्यपुराण)
Meb. Hind. Ind. Mbh	:	Mahabharata. (महाभारत)
-do-	:	Medieval Hindu India
Mod. Rev.	:	Modern Review.
M.R.	:	Minor Rock Edicts.
N.	:	Nikaya. (निकाय)
N.H.I.P.	:	The New History of the Indian People (Vo. VI)

N. Ins.	:	(A) List of Inscriptions of North India.
Num. Chron. ...	:	Numismatic Chronicle.
O.S. (Penzer) ...	:	The Ocean of Story.
P.	:	Purana. (पुराण)
P.A.O.S.	:	Proceedings of the American Oriental Society.
Pratijna	:	Pratijna Yaugandharayana. (प्रतिज्ञायौगन्धरायण)
Pro. Or. Conf. ...	:	Proceedings of the All-India Oriental Conference.
Pt. (Pat.)	:	Patanjali (पतंजलि)
Ram.	:	Ramayana. (रामायण)
R.D.B.	:	Rakhal Das Banerji.
R.P.V.U.	:	Religion and Philosophy of the Veda and Upanishads.
R.V.	:	Rig- Veda, (ऋग्वेद)
Sankh. Sr. Sutra.	:	Sankhayana Srauta Sutra. (शांखायन श्रौतसूत्र)
Sans. Lit.	:	Sanskrit Literature.
Santi..	:	Santiparaya of the Mahabharata. (महाभारतातील शांतिपर्व)
Sat. Br.	:	Satapatha Brahmana. (शतपथब्राह्मण)
S.B.E	:	Sacred Books of the East.
S.E.	:	Saka. Era.
Sec.	:	Section.
S.I.I.	:	South Indian Inscriptions.
S.Ins.	:	(A) List of Inscriptions of Southern India.

दहा

S.P. Patrika.	:	Vangiya Sahitya-Parishat Patrika
Svapna.	:	Svapnavasavadatta. (स्वप्नवासवदत्त)
Tr.	:	Translation.
Up. Br.	:	Upanishad Brahmana. (उपनिषदब्राह्मण)
V.	:	Veda.
Vaj. Sam.	:	Vajasaneyi - Samhita. (वाजसनेयिसंहिता)
Ved. Ind.	:	Vedic Index.
Vish.	:	Vishnu Puran. (विष्णुपुराण)
Vizag. Dist. Gaz.	:	Vizagapatam District Gazetteer.
Vogel Volume.	:	A Volume of Oriental Studies Presented to Jean Philippe Vogel (1947)
Z.D.M.G.	:	Zeitschrift der Deutschen Morgenlandischen Gesellschaft.

संक्षेप

अ.वे.	अथर्ववेद
ॲन्. भांडा. इन्स्.	ॲनल्स ऑफ दि भांडारकर ओरिएंटल रिसर्च इन्स्टीट्यूट.
ॲप्.	ॲपेन्डिक्स.
ॲलेक्स.	प्लुटार्कर्स लाईफ ऑफ ॲलेक्झांडर.
आपस्. श्रौ.सू.	आपस्तम्ब श्रौत सूत्र.
आय्. ए.	इंडियन ॲंटिक्वेरी.
आय्. एच्. क्यू.	इंडियन हिस्टॉरिकल क्वार्टर्ली.
आर्क. रि.	ऑर्किऑलॉजिकल सर्व्हे रिपोर्ट.
आर्. डी. बी.	राखलदास बानर्जी.
आर्. पी. व्ही. यू.	रिलिजन ॲन्ड फिलॉसॉफी ऑफ दि वे ॲन्ड उपनिषद्स.
इ.एच्. आय्.	अर्ली हिस्ट्री ऑफ इंडिया.
इ.एच्. डी .	अर्ली हिस्ट्री ऑफ दि डेक्कन.
इ.एच्. व्ही. एस्.	अर्ली हिस्ट्री ऑफ दि वैष्णव सेक्ट.
इडी.	एडिशन.
इंड. ॲंट्.	इंडियन ॲंटिक्वेरी.
इंड. लिट्.	इंडियन लिटरेचर.
इनव्ह. ॲलेक्स.	इन्व्हेजन ऑफ ॲलेक्झांडर.
इन्स.	इन्क्रिपशन्स.
इम्प. गॅझ.	इम्पेरियल गॅझेटियर.
उप. ब्रा.	उपनिषद् ब्राह्मण.
ऋ.वे.	ऋग्वेद.
ए.आय् एच्. टी.	एशंट इंडियन हिस्टॉरिकल ट्रॅडिशन.
ए. आय्. यू.	दि एज ऑ दि इंपोरियल युनिटी (भारतीय विद्याभवन.)

ए.आर.	ॲन्युअल रिपोर्ट.
ए. आर. आय्.	आर्यन रुल इन् इंडिया.
ए. एच्. डी.	एन्शंट हिस्ट्री ऑफ दि डेक्कन.
ए. एन्. एम्.	एज् ऑफ दि नंदाज् ॲन्ड मौर्याज्, भारतीय इतिहास परिषदेसाठी मोतीलाल बनारसी दास ह्यांचे प्रकाशन.
ए.एस्. आय्.	ऑर्किऑलॉजिकल सर्व्हे ऑफ इंडिया.
ए.एस्. आर्. (आर्क. सर्व्हे. रि)	रिपोर्टस ऑफ दि ऑर्किऑलॉजिकल सर्व्हे ऑफ इंडिया.
ए.एस्. डब्ल्यू. आय्.	ऑर्किऑलॉजिकल सर्व्हे ऑफ वेस्टर्न इंडिया.
ए. जी. आय्.	एन्शंट जिऑग्रफी ऑफ इंडिया.
एच्. ॲन्ड एफ्.	हॅमिल्टन ॲन्ड फाल्कनर्स ट्रान्स्लेशन ऑफ स्ट्रॅबोज् जिऑग्रफी.
एच्. एफ. ए. आय्. सी.	हिस्ट्री ऑफ आर्ा इन् इंडिया ॲन्ड सिलॉन.
एच्. ओ. एस्.	हार्वर्ड ओरिएंटल सेरीज.
एच्. सी. आय्. पी.	दि हिस्ट्री ॲन्ड कल्चर ऑफ दि इंडियन पीपल (भारतीय विद्या भवन)
एन्. इन्स.	(ए) लिस्ट ऑफ इस्क्रिप्शन्स ऑफ नॉर्थ इंडिया.
एन्. एच्. आय्. पी.	दि न्यू हिस्ट्री ऑफ दि इंडियन पीपल. (खंड सहावा)
एपि. इं.	एपिग्रफिया इंडिका.
एम् आर.	मायनर रॉक एडिक्टस्.
एम्. ए. एस्. आय्.	मेम्वार्स ऑफ दि आर्किऑलॉजिकल सर्व्हे ऑफ इंडिया.
एस्. आय्. आय्.	साऊथ इंडियन इंस्क्रिप्शनस.
एस्. आय्.आय्.	(ए) लिस्ट ऑफ इंस्क्रिप्शन्स ऑफ सर्दन इंडिया.

एस्. बी. इ.	सेक्रेड बुक्स ऑफ दि ईस्ट.
ऐ. ब्रा.	ऐतरेय ब्राह्मण.
ओ. एस्. (पेंझर)	दि ओशन ऑफ स्टोरी.
अंग.	अंगुत्तर निकाय.
कन्.	कनिंगहॅम.
कॅल्. रि.	कॅलकत्ता रिव्ह्यू.
कार्म. लेक्.	कार्मिकेल लेक्चर्स, १९१८
कॉर्पस.	कॉर्पस इंस्क्रिप्शन इंडिकेरम.
कॉम्. व्हॉल्.	कॉमेमोरेशन व्हॉल्यूम.
किष्क.	किष्किंधा कांड ऑफ दि रामायण.
केंम्ब. एड्.	केंब्रिज एडिशन.
केंब. शॉर्ट हिस्ट्.	(दि) केंब्रिज शॉर्टर हिस्ट्री ऑफ इंडिया.
केंब. हिस्ट्. (इंड.) (सी.एच्. आय्.)	केंब्रिज हिस्ट्री ऑफ इंडिया. (व्हॉल्यूम फर्स्ट)
कौ.	कौटिलीय अर्थशास्त्र, महैसूर. १९१९.
कौष. उप.	कौषीतकि उपनिषद्.
गॅझ्.	गॅझेटियर.
गो. ब्रा.	गोपथ ब्राह्मण.
गंधार (फाउचर)	नोटस् ऑन दि एशंट जिऑग्रफी ऑफ गंधार.
ग्रीक्स.	दि ग्रीक्स इन् बॅक्ट्रिया ॲन्ड इंडिया.
चॅप् (सीएच्)	चॅप्टर.
छां. उप.	छांदोग्य उपनिषद्.
जर्न. ए. (जे.ए.)	जर्नल एशियाटिक.
जा.	जातक.
जी. इ.	गुप्त इरा.
जी. इ. आय्.	(दि) ग्रेट एपिक ऑफ इंडिया.
जी. ओ. एस्.	गायकवाड ओरिएंटल सेरिज.
जी. बी.आय्.	दि ग्रीक्स इन् बॅक्ट्रिया ॲन्ड इंडिया.

जे. आय्. एच्.	जर्नल ऑफ इंडियन हिस्ट्री.
जे. आर. ए. एस्.	जर्नल ऑफ दि रॉयल एशियाटिक सोसायटी (ग्रेट ब्रिटन)
जे. आर. एन्. एस्.	जर्नल ऑफ दि रॉयल न्युमिस्मॉटिक सोसायटी अ‍ॅन्ड दि न्युमिस्मॅटिक क्रॉनिकल.
जे. ए. एच्. एस्.	जर्नल ऑफ दि आंध्र हिस्टॉरिकल सोसायटी.
जे. ए. एस्. बी.	जर्नल अ‍ॅन्ड प्रोसिडिंग ऑफ दि एशियाटिक सोसायटी ऑफ बेंगॉल.
जे. ए. ओ. एस्.	जर्नल ऑफ दि अमेरिकन ओरिएंटल सोसायटी.
जे. एन्. एस्. आय्.	जर्नल ऑफ दि न्युमिस्मॅटिक सोसायटी ऑफ इंडिया
जे. एस. एस्. आय.	जर्नल ऑफ दि न्युमिस्मॅटिक सोसायटी ऑफ इंडिया.
जे. बी. ओ. आर. एस.	जर्नल ऑफ दि बिहार अ‍ॅन्ड ओरिसा रिसर्च सोसायटी.
जे. बी. बी. आर. आर. अे. एस.	जर्नल ऑफ दि बाँबे ब्रँच ऑफ दि रॉयल ऐशियाटिक सोसायटी.
जे. यू. पी. एच. एस.	जर्नल ऑफ दि युनायटेड प्रॉव्हिन्सेस, हिस्टॉरिकल सोसायटी.
झेड. डी.एम.जी.	झेत्सछ्रिफत देर द्यूतश्चेन मोर्गेग्लांदिश्चेन गेसेल्सछाफत
टीआर.	ट्रान्स्लेशन.
डायलॉग्ज.	डायलॉग्ज ऑफ दि बुद्ध.
डी.के.ए.	डायनॅस्टिज् ऑफ दि कलि ऐज.
डी.पी.पी.एन.	डिक्शनरी आफ पालि प्रॉपर नेम्स (मललसेकर)
डी.यू.	डाक्का युनिव्हर्सिटी.
दी.	दीघ निकाय.

नि.	निकाय.
न्युम्. क्रान्.	न्युमिस्मॅटिक क्रॉनिकल.
पत् (पीटी.)	पतंजली.
पी.अे.ओ.एस्.	प्रोसिंडिंगज् ऑफ दि ऑल इंडिया ओरिएंटल कॉन्फरन्स.
बॉम्ब. गॅझ्.	बॉम्बे गॅझेटियर.
बी.के.एस.	बुक ऑफ किंड्रेड सेइंगूज.
बु. इं.	बुद्धिधस्ट इंडिया.
बृह.उप.	बृहदारण्यक उपनिषद.
बृ.सं.	बृहत्संहिता.
बौधा. श्री.सू.	बौधायन श्रौत सूत्र.
ब्रा.	ब्राह्मण.
भांड.कॉम्.व्हॉल्.	भांडारकर कॉमेमोरिशन व्हॉल्यूम.
म.	मज्झिम निकाय.
मत्स्य.	मत्स्य पुराण.
म. भा.	महाभारत.
मॉड. रि.	मॉडर्न रिव्हूय.
मेड्. हिं.इं.	मेडिइव्हल हिंदू इंडिया.
राम.	रामायण.
लाईफ.	(दि) लाईफ ऑफ ह्यूऐन् त्संग.
वाज.सं.	वाजसनेयि संहिता. विझ्.डि.गॅझ्. विझगापट्टम् डिस्ट्रिक्ट गॅझेटियर.
विष्णु.	विष्णु पुराण.
वे.	वेद.
वे.इं.	वेदिक इंडेक्स.
व्होगेल व्हॉल्यूम.	ए. व्हॉल्यूम ऑफ ओरिएंटल स्टडीज प्रेझेन्टेड टू जीन फिलिप व्होगेल (१९४७)
श.इ.	शक इरा.

शत.ब्रा.	शतपथ ब्राह्मण
शांख.श्री.सू.	शांखायन श्रौत सूत्र.
शांति.	महाभारताचे शांतिपर्व.
सा.प.पत्रिका.	वंगीय साहित्य परिषत् पत्रिका.
सी.	सेंट्रल.
सी.आय्.आय्.	कॉर्पस इन्स्क्रिप्शन इंडिकेरम्.
सी.आय्.सी.ए.आय्.	कॅटलॉग ऑफ इंडियन कॉइन्स, एन्शंट इंडिया.
सी.ए.एच्.	केंब्रिज इंडियन हिस्ट्री.
सेक्.	सेक्शन.
सं.लिट्.	संस्कृत लिटरेचन.
स्वप्न.	स्वप्नवासवदत्त.
हरि.	हरिवंश.
हिस्ट्.एन.इ.इं.	हिस्ट्री ऑफ नॉर्थ ईस्टर्न इंडिया.
हिस्ट्.सं.लिट्.	हिस्ट्री ऑफ संस्कृत लिटरेचर.
हैद. हिस्ट कॉ.	प्रोसिडिंगज् ऑफ द इंडियन हिस्ट्री काँग्रेस हैदराबाद (१९४१)

अनुक्रमणिका

भाग एक
परिक्षिताच्या राज्यारोहणापासून बिंबिसासराच्या राज्याभिषेकापर्यंत

प्रकरण पहिले : विषय प्रवेश	पृष्ठ
विभाग १ : प्रास्ताविक	१
विभाग २ : साधने	१

प्रकरण दुसरे : कुरु आणि विदेह गण

विभाग १ : परिक्षिताचा काल	१२
विभाग २ : श्रेष्ठ जनकाचा काल	३५
विभाग ३ : मिथिलेचे उत्तरकालीन वैदेहजन	५४
विभाग ४ : उत्तरकालीन वैदेहांच्या काळी असलेला दख्खन	५७

प्रकरण तिसरे : महाजनपदे व राजपद

विभाग १ : सोळा महाजनपदे	९२
विभाग २ : महाजनपदांची महाभारतातील माहिती	१२४
विभाग ३ : काशीचा अस्त आणि कोसलाचा उदय.	१२५
विभाग ४ : राजत्व	१२७

भाग दोन
बिंबिसाराच्या राज्याभिषेकापासून गुप्तवंशाच्या अस्तापर्यंत

प्रकरण पहिले : प्रस्तावना

विभाग १ : उपोद्घात	१७५
विभाग २ : स्थानिक स्वायत्तता व साम्राज्यान्तर्गत ऐक्य	१७८

प्रकरण दुसरे : मगधाचा उदय

विभाग १ : इ.स. पूर्व ५४४ ते इ.स.पू. ३२४ ह्या कालखंडाचे सर्वसाधारण स्वरुप	१८१
विभाग २ : बिंबिसाराच्या काळातील गणराज्ये	१८५
विभाग ३ : छोटी मांडलिक राज्ये व मोठी राज्ये	१८९
विभाग ४ : मगधाची चंद्रकोर बिंबिसार	१९४
विभाग ५ : मगधाचा योद्धा कूणिकअजातशत्रू	१९७
विभाग ६ : अजातशत्रूचे बारस राजधानीचे स्थलांतर व अवंतीचा पाडाव	२०१

विभाग ७ :	हर्यकशैशुनाग राजांचा कालानुक्रम	२०६
विभाग ८ :	नंद राज्यकर्ते	२०९
	प्रकरण तिसरे : पर्शिया व मॅसेडोनियाची आक्रमणे	
विभाग १ :	पर्शियाची सिंधूकडे आगेकूच	२३३
विभाग २ :	शेवटचे अकेमेनिड राज्यकर्ते व अलेक्झांडर	२३७
	प्रकरण चौथे : मौर्य साम्राज्य दिग्विजयाचा शुभारंभ	
विभाग १ :	चंद्रगुप्त मौर्याची कारकीर्द	२५९
विभाग २ :	बिंदुसाराची राजवट	२७८
विभाग ३ :	अशोकाची प्रारंभिक वर्षे	२८१
	प्रकरण पाचवे : मौर्य साम्राज्या धर्मविजयाचे युग व ऱ्हास	
विभाग १ :	कलिंगयुद्धोत्तर अशोक	३१६
विभाग २ :	उत्तरकालीन मौर्य राजे व त्यांच्या सत्तेचा अंत	३३१
	प्रकरण सहावे : बैंबिक शुंग साम्राज्य व बॅक्ट्रियन ग्रीक	
विभाग १ :	पुष्यमित्राची कारकीर्द	३५९
विभाग २ :	अग्निमित्र व त्याचे वारस	३७३
विभाग ३ :	भारतीय इतिहास बैंबिकशुंगकालाचे महत्त्व	३७६
	प्रकरण सातवे : मगध आणि इंडोग्रीक सत्तांचा ऱ्हास	
विभाग १ :	काण्व, उत्तरकालीन शुंग व उत्तरकालीन मित्र राजे	३८९
विभाग २ :	सातवाहन व चेत राजे	३९१
विभाग ३ :	वायव्यभारतातील ग्रीक सत्तेचा अंत	४००
	प्रकरण आठवे : उत्तरभारतातील सिथियन सत्ता	
विभाग १ :	शक राज्यकर्ते	४२२
विभाग २ :	पह्‌व किंवा पार्थियन राजे	४३४
विभाग ३ :	थोर कुषाण राजे	४३८
विभाग ४ :	नाग व नंतरचे कुषाण राज्यकर्ते	४५०
	प्रकरण नववे : दक्षिण व पश्चिम भारतातील सिथियन सत्ता	
विभाग १ :	क्षहरात राज्यकर्ते	४७६
विभाग २ :	सातवाहन साम्राज्याचे पुनरुज्जीवन	४८१
विभाग ३ :	उज्जैन व काठेवाडचे शक	४८८
विभाग ४ :	सिथियन कालखंडातील शासनयंत्रणा	४९४

प्रकरण दहावे : गुप्त साम्राज्य : गुप्तसत्तेचा उदय

विभाग १ : गुप्त राजवंशाची स्थापना ५१८
विभाग २ : प्रथम चंद्रगुप्त ५१९
विभाग ३ : समुद्रगुप्त पराक्रमांक ५२०

प्रकरण अकरावे : गुप्त साम्राज्य (पुढे चालू) विक्रमादित्यांचा काल

विभाग १ : द्वितीय चंद्रगुप्त विक्रमादित्य ५४४
विभाग २ : प्रथम कुमारगुप्त महेन्द्रादित्य ५५०
विभाग ३ : स्कंदगुप्त विक्रमादित्य ५५२

प्रकरण बारावे : गुप्तसाम्राज्य (पुढे चालू) उत्तरकालीन गुप्त राजे

विभाग १ : स्कंदगुप्तानंतरचे गुप्तसत्तेचे अवशेष ५७३
विभाग २ : पुरुगुप्त व नरसिंहगुप्त बालादित्य ५७४
विभाग ३ : दुसरा कुमारगुप्त व विष्णुगुप्त ५७६
विभाग ४ : बुधगुप्त ५७७
विभाग ५ : बुधगुप्ताचे वारस ५७८
विभाग ६ : कृष्णगुप्ताचे घराणे ५८१

वंशावळी व समकालीन घटनांचे तक्ते **पृष्ठ**

पारिक्षित कुलाचा वंशवृक्ष ३४
काही वैदिक आचार्यांची नामावली ३७
(बिंबिसारशुंगाकालाचा अभिप्रेत असलेला कालानुक्रमाचा तक्ता) २०८
प्रद्योतांची परंपरागत वंशावळ २२५
मौर्य घराण्याची वंशावळ ३४३
पूर्वकालीन सातवाहन राजे ३९८
मथुरेचे सत्रप ४३१
पह्लव किंवा पार्थियन राजे ४३४
उज्जैनच्या शकांची वंशावळ ४९३
वाकाटकांची वंशावळ ५६४
पूर्वकालीन सार्वभौम गुप्त राज्यकर्ते ५८०
अगदी अलीकडचे गुप्त राजे ५८८

परिशिष्ट (अ) अशोकाच्या प्रचाराचे पश्चिम आशियात झालेले परिणाम ६०३

(ब) कनिष्क आणि प्रथम रुद्रदामन ह्यांच्यातील कालात्मक
संबंधावरील एक टिप्पणी ६०८

(क) उत्तरकालीन गुप्तांसंबंधी एक टिप्पणी ६१३

(ड) पूर्वकालीन गुप्तसाम्राज्याची अवनती ६१६

(इ) विंध्यापलीकडील राज्ये, जमाती आणि
राजवंश ह्यांची कालानुक्रमणिका ६२७

एकवीस

प्रकरण पहिले

प्राचीन भारताचा राजकीय इतिहास

परिक्षिताच्या राज्यारोहणापासून बिंबिसाराच्या राज्याभिषेकापर्यंत

विभाग १ : प्रास्ताविक

कुणा थ्युसिडिडीजने जसा ग्रीकांचा, किंवा टॅसिटसने जसा रोमनांचा इतिहास पुढील पिढ्यांसाठी लिहून ठेवला आहे, तसा कोणी प्राचीन इतिहासकाराने भारताचा अस्सल इतिहास लिहून ठेवलेला नाही. मात्र कित्येक अभ्यासकांच्या आणि पुरातत्त्ववेत्त्यांच्या अविरत संशोधनाने आपल्या देशाच्या प्राचीन इतिहासाच्या पुनर्मांडणीसाठी विपुल साधनसामग्री मात्र हाती आलेली आहे. ह्या ''सतत वाढत असलेल्या ज्ञानसंचयाची विभागणी आणि मांडणी'' करण्याचा पहिला उल्लेखनीय प्रयत्न केला, तो परकीय संशोधक व्हिन्सेन्ट स्मिथने. पण भाटादिकांच्या कथांतून विश्वसनीय इतिहास मिळविण्यात अयशस्वी झाल्याने ह्या श्रेष्ठ इतिहासकाराने ''यमुनेच्या काठावरील कुरुंच्या आणि पांडूच्या पुत्रांतील प्रसिद्ध महाभारत संग्रामानंतर,'' लगेच सुरू होणारा कालखंड सरळ सोडून देऊन एकदम इ.स. पूर्वीच्या सातव्या शतकाचा मध्य हाच आपला आरंभबिंदू धरला. या महाभारतयुद्धोत्तर दुर्लक्षित कालखंडासह प्राचीन भारताच्या राजवंशाच्या इतिहासाची रूपरेषा द्यावयाची, हे माझे उद्दिष्ट आहे. आर्ष महाकाव्याच्या आणि पुराणांच्या परंपरेप्रमाणे भारतीय युद्धानंतर लवकरच सत्तेवर आलेल्या परिक्षिताचे राज्यारोहण हा येथे प्रारंभ काल धरण्यात येत आहे.

वेबर, लासेन, ऐगेलिंग, कलांड, ओल्डेनबर्ग, याकोबी, हॉपकिन्स, मॅक्डोनेल, कीथ, ऱ्हीस डेव्हिस, फिक्, पार्गिटर, आणि भारतीय संशोधकान भांडारकर आणि इतर नामांकित विद्वान यांनी परिक्षितकाल आणि परिक्षितोत्तरकाल ह्याविषयी बहुमोल अशी माहिती दिली आहे. परंतु ब्राह्मणी तसेच अब्राह्मणी वाङ्मयातून मिळणाऱ्या तपशिलाआधारे परिक्षितापासून बिंबिसारापर्यंतच्या वाङ्मयातून राजकीय इतिहासाचा आराखडा काढण्याचा प्रयत्न, मला वाटते खालील पृष्ठांतून प्रथमच होत आहे.

विभाग २ : साधने

जो खात्रीलायकपणे परिक्षितोत्तर आणि बिंबिसारपूर्व काळाचा प्रतिनिधी मानता येईल, असा एखादाही शिलालेख किंवा एखादेही नाणे दुर्दैवाने शोधले गेलेले

नाही. जनमेजयाच्या कारकिर्दीतील म्हणून उल्लेखिले गेलेले दक्षिण भारतीय कोरीव लेख बनावट असल्याचे सिद्ध झाले आहे[१] तेव्हा आता आपल्याला प्रामुख्याने वाङ्मयीन पुराव्यावरच भरवसा ठेवावयाचा आहे. हा पुरावाही, दुर्भाग्याने, मुख्यतः भारतीयच आहे. त्यास पुष्टी देण्यास महत्त्वाचे उल्लेख परकीय साहित्यातून मिळत नाहीत. मोहेनजोदारो आणि हरप्पा येथे ज्या वस्तू सापडल्या, त्यामुळे आतापर्यंतच्या निव्वळ वाङमयीन पुराव्यात स्वागतार्ह आणि बहुमोल अशी भर पडली आहे, ह्यात शंका नाही. पण उजेडात आलेली ही संस्कृती बहुधा परिक्षितपूर्व कालातील सौवीरांची किंवा सेवीरांची (सोफिर, ओफिर)[२] असावी. शिवाय, उत्खननात मिळालेल्या अवशेषांतून, "राजकीय इतिहासाच्या सामग्रीत" विशेषतः मध्यप्रदेश किंवा गंगेच्या वरच्या भागातील खोऱ्याच्या राजकीय इतिहासाच्या बाबतीत प्रत्यक्ष स्वरूपात जवळजवळ काहीच भर पडत नाही.

परिक्षितोत्तर आणि बिंबिसारपूर्व काळाच्या इतिहासकारास उपयुक्त अशा भारतीय साहित्याचे खालीलप्रमाणे पाच प्रकारात वर्गीकरण करता येईल.

(१) परिक्षितोत्तर – बिंबिसारपूर्व काळातील ब्राह्मणी वाङ्मय : – ह्या वर्गातील साहित्यात प्राचीनतम अशा राजवंशांविषयी स्वाभाविकच फार मौल्यवान अशी माहिती आहे. ह्यात समाविष्ट असलेले साहित्य असे :

(अ) अथर्ववेदाचे शेवटचे मंडल

(आ) अैतरेय, शतपथ, पंचविश आणि इतर प्राचीन 'ब्राह्मणग्रंथ'[३]

(इ) बृहदारण्यकाचा बहुतांश भाग आणि छांदोग्य व इतर अभिजात उपनिषदे.

परिक्षित, त्याचा मुलगा जनमेजय, जनमेजयाचा वारस अभिप्रतारिन आणि ज्याच्या दरबारात जमलेल्या ऋषिमुनींनी परिक्षितवंशीयांच्या भवितव्याची चर्चा केली, तो विदेहाचा जनक ह्यांच्या पुन्हा पुन्हा आलेल्या उल्लेखावरून वरील ग्रंथ परिक्षितोत्तरकालीन आहेत, हे सिद्ध होते. हे ग्रंथ मुख्यतः बुद्धपूर्व आणि म्हणून बिंबिसारपूर्वही आहेत हे डॉ. राजेन्द्रलाल मित्र[४], प्रा. मॅकडोनेल[५] आणि इतर सर्व टीकाकार यांनी सिद्ध केलेलेच आहे.

(२) दुसऱ्या वर्गात मोडणाऱ्या ब्राह्मणी साहित्यकृतींचा निश्चित काळ ठरविता येणार नाही. तथापि विद्वानांच्या मते त्यातील बरेचसे भाग बिंबिसारोत्तरकालीनच आहेत. रामायण, महाभारत आणि पुराणे ह्या वर्गात मोडतात. सध्याचे रामायण २४००० श्लोकांचे आहे.[६] परंतु कात्यायनीपुत्राच्या ज्ञानप्रस्थावरील महाविभाषानामक बौद्ध टीकाग्रंथात दर्शविल्याप्रमाणे इ.स. च्या पहिल्या किंवा दुसऱ्या शतकातही ह्या महाकाव्याचे १२०००च श्लोक

असावेत.[७] त्यात फक्त बुद्ध तथागताचाच[८] नव्हे, तर यवन (ग्रीक) आणि शक (सिथियन) यांच्या संमिश्र टोळयांशी ('शकान यवनमिश्रितान्')[९] हिंदूंच्या झालेल्या संघर्षाचेही उल्लेख आहेत. किष्किंधाकांडात[१०] सुग्रीव यवनांचे प्रदेश आणि शकांची नगरे ही कुरु आणि मद्र ह्यांचे प्रदेश व हिमालयाच्या रांगा यांच्यामध्ये असल्याचे सांगतो. यावरून त्याकाळी ग्रीक सिथियनांनी पंजाबचे भाग व्यापले होते, असे दिसते. मंदार किंवा गोवर्धन पर्वत उचलण्याच्या पौराणिक कथेचा लंकाकांडात[११] उल्लेख येतो, हेही सहज लक्षात येण्यासारखे आहे. (''परिगृह्य गिरिं दामैयाँ वपुर्विष्णोर्विडम्बयन्'[१२])

सध्याच्या महाभारताविषयी हॉपकिन्स म्हणतो[१३], ''देवांच्या मंदिराच्या जागा घेणाऱ्या एडूकांचे (बौद्ध विहार) जे तुच्छतेने उल्लेख आहेत, त्यातून बौद्ध वर्चस्वाचा ऱ्हास चालू झाला असल्याचे सूचित होते (ते एडूतांना मानू लागतील, ते देवांकडे दुर्लक्ष करतील. ३-१९०-६५ पृथ्वी एडूकांनी भरुन जाईल. ती देवालयांनी सुशोभित होणार नाही, कित्ता : ६७, ह्या उल्लेखांशी बाराव्या भागातील चातुर्महाराजिक (३३९-४०) ह्या संपूर्णतया बौद्ध गुणविशेषणाची व त्याच ठिकाणी आलेल्या बौद्ध तत्त्वज्ञानाच्या विवरणाची तुलना करून पाहण्यासारखी आहे. ग्रीकांचे पाश्चात्त्य असे वर्णन केलेले असून त्यांच्या पाडावाचा निर्देश आहे. रोमनांचा किंवा 'रोमकांचा' उल्लेख येतो, पण तो एकदाच आणि संभाव्य अशा सर्व जमातींची औपचारिक स्वरूपाची जी जंत्री आहे (२-५१-१७), त्यातील एक इतकाच. ह्यामुळे ते ग्रीक, पर्शियन, पहलव इत्यादी सतत उल्लेखिलेल्या लोकसमूहाहून वेगळे उठून दिसतात. ''सिथियन ग्रीक आणि बॅक्ट्रियन हे आगामी कलियुगात अनिर्बंधपणे राज्य करतील, ही जी स्पष्ट भविष्यवाणी आहे (३-१८८-३५), ती दुर्लक्षून किंवा कशी तरी विवेचून चालणार नाही.''

आदिपर्वात[१४] राजा अशोक हा 'महासुरां'चा म्हणजे प्रचंड राक्षसाचा[१५] अवतार म्हणून दाखविला असून त्याचे 'महावीर्योऽपराजितः' (प्रबल वीर्यवान आणि अजिंक्य) असे वर्णन येते. सौवीरांचा यवनाधिप[१६] म्हणून एक सत्ताधीश आणि दत्तामित्र (डिमिटियस-१) हा त्याचा देशबांधव ह्यांचेही उल्लेख आपल्याला मिळतात. मालिनी शहर मगधांच्या शासनाखाली अंगदेशात असल्याचे शांतिपर्वात[१७] गृहीतच धरलेले आहे. ह्या पर्वात निरुक्तकर्ता[१८] यास्क, बहुधा इ.स. च्या चौथ्या किंवा पाचव्या[१९] शतकात होऊन गेलेला सांख्य दार्शनिक वार्षगण्य[२०] याचा उल्लेख येतो. सुप्रसिद्ध कौटिल्याचा शिष्य

ठरविता येईल असा धर्मशास्त्र आणि अर्थशास्त्र यांचा श्रेष्ठ अधिकारी ग्रंथकार कामंदक[२१] याचाही निर्देश आहे. अल्बेरुणि[२२] (इ.स.१०००), राजशेखर (इ.स.९००) ह्या दोघांना अठरा पुराणे निश्चित माहीत होती. बाणाने (इ.स.६००) आणि त्याच्या पूर्वीच्या इतर काही लेखकांनी काही पुराणे उल्लेखिली आहेत. परंतु कलियुगातील राजवंशाच्या हकिकती देणाऱ्या ज्या उपलब्ध पुराणावृत्त्या आहेत, त्यांचा काळ हा त्यातील तथोक्त आंध्र आणि आंध्रोत्तरसुद्धा राजांचे निर्देश हे पाहता इ.स. च्या तिसऱ्या किंवा चौथ्या शतकामागे नेता येत नाही.

'महावंश' आणि 'अशोकावदान' ह्यांतील कथा श्रेष्ठ मौर्यराजांच्या गाथा म्हणूनच रचल्या गेल्या आहेत. त्याचा बिंबिसारपूर्व कालाच्या इतिहासासाठी उपयोग होण्यासारखा नाही. त्याचप्रमाणे सध्याच्या काळातील महाकाव्ये आणि पुराणे ह्याही पुढच्या काळातीलच कृती असल्यामुळे त्यातून काहीही अधिक मिळण्यासारखे नाही, हे आता स्पष्ट आहे. परंतु ह्यातील पुष्कळसा भाग जुना आणि अमोल असा आहे, आणि म्हणून त्यातील पुरावा एकदम संपूर्णपणे त्याज्य ठरविणेही न्यायाचे होणार नाही. मात्र डॉ. स्मिथ ह्याने सिलोनी पाली गाथा चिकित्सकपणे पारखून घेण्याचा जो इशारा दिला आहे, तो संस्कृत महाकाव्यांना आणि पुराणांनाही तेवढाच लागू केला पाहिजे.

डॉ. कीथने आपल्या अलीकडच्या एका ग्रंथात वर उल्लेखिलेल्या प्राचीन ग्रंथातून मिळणाऱ्या इतिहाससंबंधी 'संशयवाद्याची' भूमिका घेतली आहे. जिचा वेदात निःसंदिग्ध उल्लेख नाही, अशी भारतीय युद्धासारखी कोणतीही घटना ऐतिहासिक आहे, असे मानणाऱ्या 'भोळसटपणाचे' आणि 'भाबडेपणाचे' त्याला आश्चर्य वाटते. सध्याच्या स्वरूपातील महाकाव्यात आणि पुराणांत अविश्वासार्ह असे पुष्कळच आहे, हे नाकारता येणार नाही. परंतु "कल्पिताने सत्याचा संपूर्ण लोप केला आहे असे समजणेही असमंजसपणाचे होईल" असे जे म्हटले आहे, तेही बरोबरच आहे. डॉ. स्मिथ म्हणतो, "आधुनिक युरोपीय संशोधकांत पुराणातील वंशावळींचा अधिक्षेप करण्याची अयोग्य अशी प्रवृत्ती आहे. अधिक बारकाईने अभ्यास केल्यास त्यात बारीक, अस्सल व अमोल अशी ऐतिहासिक परंपरा आढळून येते. शातवाहन, आभीर, वाकाटक, नाग, गुप्त यांच्या आणि इतर कित्येक राजवंशांच्या कोरीव लेखांवरून आणि नाण्यांवरून स्मिथच्या ह्या म्हणण्यातील सत्यता स्पष्ट दिसू लागते. भारतीय युद्धाच्या घटनेच्या बाबतीत तत्कालीन

शिलालेखांच्या अभावी आपणांस त्या स्वरूपातील पुष्टी मिळत नाही, हे खरे. तथापि एका प्रचंड संग्रामाची ती कथा म्हणजे केवळ काल्पनिक गोष्ट नाही, हे वैदिक साहित्यातून पुष्कळ ठिकाणी निर्देशित झाले आहे, हे पुढील एका प्रकरणी दाखविले जाणारच आहे. बाहलीक प्रातिपेय[२३] (बाह्लीक प्रातिपीय) धृतराष्ट्र, वैचित्रवीर्य, कृष्ण, देवकीपुत्र आणि कदाचित शिखंडिन, याज्ञसेन अशी कुरुक्षेत्राच्या कथेतील कित्येक पात्रे प्राचीन वैदिक ग्रंथांतून[२४] उल्लेखिली गेली आहेत. शतपथ ब्राह्मणातही कुरुपुत्र आणि संजय ह्यांच्यातील शत्रुत्वाचा सुस्पष्ट असा निर्देश आपल्याला सापडतो.[२५] महाकाव्यात वर्णिलेले ते महायुद्ध म्हणजे ह्या दोन जमातींनी परस्परांच्या सामर्थ्याची घेतलेली परीक्षाच, असे हे त्याचे स्वरूपही ह्या संदर्भात लक्षात ठेवले पाहिजे.("कुरुणा सृञ्जयानां च जिगीषूणां परस्परम")[२६]. जैमिनीय उपनिषद ब्राह्मणांत कुरु भारतीय युद्धप्रसंगी कुरुचे एक प्रमुख वैरी पांचाल ह्यांच्याशी संबंधित असलेल्या दाल्भ्यांचा धिक्कार करीत असलेले आढळतात. कुरुंच्या मुक्ततेसाठी धावलेल्या घोडीची छांदोग्योपनिषदातील गुणगानाची 'गाथा' प्रसिद्धच आहे. ज्या अर्थी वैशंपायन आणि त्याची महाभारताची आवृत्ती आश्वलायन आणि पाणिनी ह्यांना चांगली ठाऊक आहे, त्या अर्थी कुरु आणि संजय यांच्यातील संघर्षाची समरगीते इ.स. पूर्वीच्या पाचव्या शतकाइतक्या पूर्वीपासून प्रचलित असावीत. पुढे वैदिक साहित्याची छाननी करून भारतीय युद्ध इ.स. पूर्वी नवव्या शतकात किंवा त्या सुमारास झाले, असे सुचविले आहे. ते बरोबर असेल, तर त्या संगराच्या कथेची सर्वसाधारण रूपरेखा तयार होण्यास इ.पूर्व पाचव्या शतकाहून अधिक उशीर झाला नसावा, हे विधान अगदीच अप्रमाण म्हणून झिडकारले जाऊ नये.

डॉ. कीथहून निराळ्या दृष्टीने पाहणाऱ्या पार्गिटरचा वैदिक साहित्यातील पुराव्यापेक्षा पुराणांतील परंपरेलाच अधिक महत्त्व देण्याकडे कल आहे आणि डॉ. बार्नेटने त्याचे निष्कर्ष सामान्यतः मान्य केले आहेत, असे दिसते.[२७] वैदिक साहित्य "इतिहासदृष्टीला पारखे आहे, आणि म्हणून त्यावर हमखास विश्वास ठेवला जाऊ नये, अशी आपली भूमिका पार्गिटरने प्रभावीपणे मांडली आहे.[२८] पण शाक्य ही एक व्यक्ती मानणाऱ्या राजांच्या वंशावळीत अभिमन्यू आणि सिद्धार्थ ह्यांचीही नावे गोवणाऱ्या तसेच प्रसेनजिताला राहुल नंतरचा लगेचचा वारस समजणाऱ्या अशोकाची एका वाक्यात संभावना करणाऱ्या, शातवाह हे वंशनाम न देणाऱ्या आणि नाण्यांच्या[२९] निर्विवाद पुराव्याने ज्याचे अस्तित्व

प्रस्थापित झाले आहे, अशा सिरिकुंभ (श्रीकुंभ) शातकर्णी यासारख्या राजांची नावे मात्र तथोक्त 'आंध्र' नृपतींच्या यादीतून वगळणाऱ्या पुराणांना मोठी स्पृहणीय अशी ऐतिहासिक दृष्टी आहे, असे धरून सर्वत्र विश्वासार्ह मानायचे की काय? जेव्हा काही विशिष्ट सिद्धांतांना बाधा येते, तेव्हा पुष्कळदा स्वतः पार्गिटरही महाकाव्यांची आणि पुराणांची साक्ष अमान्य करतो.[३०] ह्या संदर्भात व्ही गॉर्डन चाइल्डचे उद्‌गार उद्‌धृत करणे अस्थानी होणार नाही. 'क्षत्रिय परंपरा' (म्हणजेच महाकाव्य-पुराण-परंपरा) म्हणजे अगदी विशुद्ध असे इतिहाससाधन मानता येणार नाही. जुने मत हे काही पुरोहिती परंपरेतील फापटपसारा यावर आधारलेले नाही. त्याला प्रत्यक्ष वेदग्रंथांचा अंतर्गत पुरावा आहे. वैदिक ऋचांतील ऐतिहासिक आणि भौगोलिक माहितीचे निर्देश हे केवळ आनुषंगिक असल्याने आणि अगदी निर्हेतुकपणे येत असल्यामुळे त्यांच्याबद्दल खात्री देता येते. पण शतकानुशतकांची कल्पित कथांची परंपरा पाठीशी घेऊन बऱ्याच पुढच्या काळात आकारलेल्या (कदाचित इ.स. २०० इतक्या उशिरा) आणि राजवंशांचे हितसंबंध सांभाळू पाहाणाऱ्या, क्षत्रिय परंपरेविषयी मात्र असे म्हणता येणार नाही[३१] प्राचीनत्व आणि तौलनिकदृष्ट्या अधिक शुद्धता हे वेदांच्या बाजूने दोन भरभक्कम असे मुद्दे आहेत.

(३) तिसऱ्या वर्गात ज्यांना निश्चित कालखंड देता येतील, असे बिंबिसारोत्तर काळातील ब्राह्मणग्रंथ येतात. कौटिलीय अर्थशास्त्र इ.स. पूर्व २४९ ते इ. स. १०० मधील[३२], तर पतंजलीचे 'महाभाष्य' इ.स.पूर्व १५० ते इ.स. १०० असे[३३] काळ दर्शविता येतील. ह्या महत्त्वपूर्ण ग्रंथांचे मोल मोजावे तेवढे थोडेच. "भारतीय इतिहासाच्या कालगणनेच्या खवळलेल्या दर्यात सापडलेल्याला हे 'आधाराचे नांगरच' वाटावेत." बिंबिसारपूर्व काळाच्या बाबतीत त्यांचा पुरावा ब्राह्मणोपनिषदांतील पुराव्यापेक्षा निश्चितच कमी ग्राह्य आहे. परंतु तरी त्यातील माहिती ज्ञात अशा कालखंडातील व्यक्तींकडून मिळत असल्यामुळे ती ज्यांच्या प्राचीनत्वाविषयी आणि सत्यतेविषयी नेहमीच शंका वाटावी, अशा महाकाव्य पुराणातील परंपरेपेक्षा अधिक मोलाची ठरते.

(४) चौथ्या वर्गात बौद्ध सूत्रे 'विनयग्रंथ' आणि 'जातके' मोडतात. इ.स.पूर्वीच्या दुसऱ्या किंवा पहिल्या शतकाचे म्हणता येतील, अशा भारहूत आणि सांची येथील नवसाच्या शिलालेखांतून बुद्धवचनग्रंथ उल्लेखिलेले आढळतील. ह्या काळातील स्तूपांच्या कठड्यांवरील आणि तोरणांवरील उठावाची शिल्पे जातकांतून घेतलेल्या कथा चित्रित करतात. पालीतील सूत्रग्रंथ इ.स. पूर्वीच्या

पहिल्या शतकातच अक्षरबद्ध करण्यात आले, असे म्हटले जाते. बिंबिसाराच्या राज्यारोहणाच्या अगदी लगतच्या मागच्या काळाविषयी त्यात खूप उपयुक्त माहिती मिळते. पुराणकथांची बौद्ध रूपांतरे त्यांनी रक्षण करून ठेवली, ही त्यांची आणखी एक कामगिरी होय. आणि ह्यामुळेच जेव्हा ब्राह्मण साधनांपासून मिळणारा प्रकाश मंदावू लागतो, तेव्हा तो ह्या बौद्ध ग्रंथांतून उजळू लागतो.

(५) पाचव्या वर्गात जैनांचे पवित्र ग्रंथ येतात. त्यापैकी काही इ. स. च्या दुसऱ्या शतकापूर्वीचेही असू शकतील. पण जैन धर्मोपदेश संपूर्णतया असा बहुधा इ. स. च्या पाचव्या किंवा सहाव्या शतकातच अक्षरबद्ध झाला असावा.[३४] त्यातून बिंबिसारपूर्व काळातील कित्येक राजांविषयी चित्तवेधक अशी माहिती मिळते. तथापि तौलनिक दृष्ट्या हे ग्रंथ उशिरानेच असल्यामुळे त्यांचा पुरावा नेहमीच विश्वसनीय असा धरता येत नाही.

संदर्भ सूची

१. Ep. Ind., VII, App.pp. 162-63: IA, III 268 IV 333

२. CF. I A; XIII 228, I- Kings, 9-28, 10-11

३. 'शतपथ ब्राह्मणा' च्या तेराव्या कांडातील आणि 'ऐतरेया'च्या आठव्या पंचिकेतील गाथा किंवा गाणी विशेष महत्त्वाची आहेत.

४. छांदोग्योपनिषदाचे (इंग्रजी) भाषांतर पृ. २३-२४

५. History of Sanskrit Literature, pp. 189, 202-03, 226

६. १.४.२ चतुर्विंशसहस्त्राणि श्लौकानामुक्तवान् ऋषिः

७. J.R.A.S., 1907, pp. 99 ff. C.F. Bunyiu Nanjio's Catalogue, No. 1263

८. २-१०९-३४

९ १-५४-२१

१० ४.४३.११.१२ दक्षिणेतील वैजयंतपूर (२-९-१२) द्रविड (कित्ता) १०-३७) मलय आणि दुर्दर (कित्ता ९१-२४)मुरचीपटून (Muziris Cranganore, 4.42.3)दक्षिणेतील लोकांचे आचार (२-९३-१३) यवद्वीपाचे 'सात समृद्ध' प्रदेश (जावा), सुवर्णद्वीप (सुमात्रा) (४-४०-३०) आणि किर्कटक लग्न (२-१५-३) ह्या उल्लेखांचीही दखल घ्यावी.

११. ६९-३२ ह्या शिवाय पहाः मत्स्यपुराण २४९.५३ भागवतपुराण १०-२५ आणि महाभारत ३-१०१-१५

१२. पुराणांतील आणखी काही उल्लेखांसाठी कलकत्ता रिव्ह्यू मार्च १९२२ पृ. ५००-५०२ पाहा. 'सती'च्या उल्लेखासाठी पहा Hopkins, J.A. O.S. 13.173 'साम्राज्या'चा उल्लेख रामायणात (२.१०-३६) पाहा.

१३. The Great Epic of India; pp- 391-93

१४. १-६७-१३, १४ शिवाय पाहा : १२-५-७ येथे अशोकाचा शतधन्व्याबरोबर निर्देश होतो.

१५. 'मार्कंडेय पुराणांतर्गत' (८८.५) 'देवीमहात्मा'त मौर्य हे नाव एक राक्षसवर्ग म्हणून येते, हेही ह्या संदर्भात मनोरंजक ठरावे. ''कालका दौर्हृता मौर्याः कालकेयास्तथासुराः /युध्दाय सज्ज़ा निर्यान्तु आज्ञया त्वरिता मम//'' माझी आज्ञा तत्परतेने पाळणारे कालक, दौहृत, मौर्य आणि कालकेय हे राक्षसगण युद्धास सज्ज होऊन पुढे कूच करीत. भागवतपुराणातील (१-३-२४) बुद्धाने

'फसविलेले' सरद्विषाम् (देवांचे शत्रु असुर) या उल्लेखाचीही दखल घ्यावी.

१६. महाभारतः १-१३९-२१-२३

१७. ५/१-६

१८. ३४२/७३

१९. J.R.A-s-, 1905, pp. 47-51; Keith, Samikhya System, pp. 62, 63, 69.

२०. ३१८/५९

२१. शांतिपर्व १२३/११

२२. अल्बेरुनि प्रकरण १२ 'प्रचंड पांडव' ed-by Car/ Cappeller, p.5. (अष्टादश पुराण-सार-संग्रह-कारिन्) महाभारत १८-६-९७ 'हर्षचरित' ३ (परसंपादित आवृत्ती १९१८ पृ. ८६) 'पवमानपोक्त' पुराण अर्थात 'वायुपुराण', शिवाय, ''सकलपुराण-राजर्षि-चरिताभिज्ञाः''(HI.87) आणि ''हररिव वृषविरोधीनि बालचरितानि'' (२-७७) हे E.H.V.S.Second ed., pp. 17, 70, 150 येथील उल्लेखही पाहा. सर्व अठरा पुराणांतील तथ्यांश (सारसंग्रह) गोळा करण्याच्या कार्याचे श्रेय राजशेखराने एका फार जुन्या काळातील ऋषीला दिले आहे. त्यावरून पुराणे इ.स. च्या नवव्या शतकाच्या बऱ्याच पूर्वी रचली गेली होती, अशी त्याची श्रद्धा असल्याचे सिद्ध होते. काही पुराणकृतींचे इ.स. च्या सहाव्या शतकातील आस्तित्व नेरूरच्या मंगलेख शिलालेखाने सूचित होते. (IA., VII.161) ''मानवपुराण-रामायण-भारतेतिहास कुशलः... वल्लभः'' (म्हणजेच पहिला पुलकेशी) अत्यंत प्राचीनांपैकी असा मानला गेलेला मत्स्यपुराणातील दिवसांच्या नावाचा उल्लेख (७०, ४६, ५६, ७२, २७ इत्यादि) हा पूर्व कालमर्यादा निश्चित करण्याच्या दृष्टीने फार महत्त्वाचा आहे.

२३. शतपथब्राह्मणात (५-४-३-७) अर्जुनाला 'इंद्र' म्हटले आहे. आश्वलायन श्रौतसूत्रांत (१२/१०) त्याला 'पार्थ' म्हटले आहे, हेही पाहावे. Vedic Index, I. 522

२४. Vedic Index, II, p-63 श.ब्रा. १२/९.३

२५. महाभारत ६/४५/२

२६. १-३८-१ (१२/४)

२७. कलकत्ता रिव्ह्यू फेब्रुवारी १९२४ पृ. २४९

२८. Ancient Indian Historical Tradition, pp. 9 ff.

२९. Mirashi in the Journal of the Numismatic Society of India, Vol.II

३०. Cf. A.I.H.t., pp.173, n. 1, 299, n.7

३१. The Aryans, p.32

३२. हा ग्रंथ सातव्या शतकातील 'कादंबरी कर्ता' बाणभट्टालाच नव्हे, तर नंदिसूत्र व पइण्ण ह्या जैन ग्रंथाच्या रचनाकारांनाही ठाऊक होता. हे ग्रंथ इ.स. च्या पहिल्या -दुसऱ्या शतकातील असण्याची शक्यता आहे. दिङ्नागाने आणि कदाचित वसुबंधूनेही (इं. ॲन्टी. १९१५ पृ.८२, १९१८ पृ. १८३) ह्यांनी ज्यावर टीका केली आहे, त्या वात्सायनाच्या 'न्यायभाष्यातही' बहुधा अर्थशास्त्राची दखल आहे. काही विद्वानांच्या मते अर्थशास्त्र साहित्य हे धर्मशास्त्रानंतरचे आहे आणि इ.स.च्या तिसऱ्या शतकापासूनच त्याचा प्रारंभ होतो. पण पहिल्या सद्रदामनूच्या जुनागडच्या शिलालेखावरून अर्थशास्त्राच्या अध्ययनाचा परिपाठ बराच जुना होता, हे सिद्ध होते आणि 'प्रणय', 'विष्टि, अशा पारिभाषिक संज्ञांवरून त्यावर प्रबंधही झालेले होते, असे दिसते. जुन्या अर्थशास्त्रीय साहित्याच्या संकलनाचे प्रस्थान ठेवणाऱ्या 'कौटिलीया'त 'प्रणय' या प्रकरणांत पूर्वाचार्यांची मते उद्धृत केलेली नाहीत (अधि ५ प्रकरण२), हे जरा विशेष आहे. तेव्हा आपण अर्थविद्येचे अध्ययन केले आहे, असे म्हणणाऱ्या पहिल्या रुद्रदामनूने ही संज्ञा कुठल्या कौटिल्यपूर्व प्रबंधातून नव्हे, तर 'कौटिलीया'तूनच घेतली असणे असंभवनीय नाही. ह्या संदर्भात जुनागडचे कोरीव लेख अर्थशास्त्राशी विशेष परिचय दर्शवितात, हेही लक्षात घ्यावयास हवे. उदाहारणार्थ, स्कंदगुप्ताच्या जुनागड शिलालेखांत अधिकाऱ्यांची 'उपधा' पद्धतीने परीक्षा घेण्यासंबंधीचा निर्देश येतो, ''सर्वोपधाभिश्च विशुध्दबुद्धिः' ('प्रामाणिकपणाच्या सर्व कसोटचा लावून शुद्ध मनाचा ठरलेला') ''न्यायार्जनेऽर्थस्य च कः समर्थः स्यादर्जितस्याप्यथ रक्षणेच/गोपायितस्यापि च वृध्दि हैतौ वृध्दस्य पात्रप्रतिपादनाय.' ('वैध रीतीने संपत्ती मिळविण्यास रक्षण्यात, तिचे वर्णन करण्यास आणि वर्धित धन योग्य ठिकाणी खर्च करण्यास समर्थ असलेला'- फ्लीट) हा श्लोक कौटिल्याच्या ''दण्डनितिः, अलब्धलाभार्था लब्धपरिराक्षणी, रक्षितविवर्धनी, वृध्दस्य तीर्थेषु प्रतिपादनी च. ('दण्डनीती हे अर्जताचे, अर्जिताच्या रक्षणाचे, अर्जित वाढविण्याचे आणि वाढविलेले सत्पात्री वाटण्याचे साधन होय.') - अर्थशास्त्र १-१ ह्या वचनाचे स्मरण करून देतो.

अश्वघोषाच्या आणि कौटिलीय अर्थशास्त्राच्या काळात फार अंतर पडलेले नाही आणि ते आर्यसूरच्या (हा विंटरनिट्झच्या मते इंडियन लिटरेचर भाग २/ २७६ इ.स. ४३४ मधे होऊन गेला.) 'जातकमाले'हून निश्चितपणे जुने आहे, असे Johnston J.R.A.S, 1929, 1 Jan, p-77 ff.दाखवून देतो. अधिकरण २, प्रकरण ११ व १९ ह्यांत देनारियसचा उल्लेख नाही. ह्यावरूनही बराच पूर्वीचा काळ सूचित होतो. पण चीन भूमी आणि चिनापट्ट ह्या उल्लेखांवरून इ.स.पू. तिसऱ्या शतकाच्या मध्याहून पूर्वीच्या काळाची शक्यता संपते. अतिपूर्वेच्या चीन ह्या विस्तीर्ण देशाचाच हा उल्लेख असला पाहिजे. (पहाः "China which produces silk, '... Kosmos Indikopleustes, Macrindle's Ancient India, p-162) तो भारताच्या सरहद्दीवरील एखाद्या अज्ञात जमातीचा असण्याची शक्यता नाही. प्राचीन अभिजात संस्कृत साहित्यात चीनचे रेशीम इतस्ततः खूपच पसरलेले दिसते. हा मोठा देश रेशीम-निर्माता देश (आणि कंबूही अर्थशास्त्र २/१३) प्रारंभीच्या मौर्यांच्या सत्ताक्षितिजांच्या पलीकडचा होता, हे अगदी स्वच्छ आहे. त्या प्रसिध्द भूमिला दिलेले 'चीन'हे नाव 'चिन' राजवंशाच्या पहिल्या सम्राटाच्या पूर्वकाळाचे (इ.स.पू. २४९ ते इ.स. पूर्व. २१०, Mogi and Redman, "The Problem of the Far East, ' p-15) असे दिसत नाही. अर्थशास्त्रातील (अ) राजसिंहासनाच्या संदर्भातील लाकडी तटांऐवजी विटांच्या भिंतीचा उल्लेख (२/३) आणि (आ) सचिवालयात संस्कृतचा उपयोग केला जात असल्याचा निर्देश (२/१०) ह्यांवरूनही त्याचा चंद्रगुप्तोत्तर काल सूचित होतो. खारवेलापूर्वीच्या शिलालेखांतून 'चक्रवर्ती' (९/१) हे सम्राटाचे बिरुदही कोठे आढळत नाही. 'समाहतृ' आणि 'सन्तिधातृ' ही पदनामे तर त्याहूनही पुढच्या काळातील कोरीव लेखांपर्यंत आल्याखेरीज सापडत नाहीत.

३३. पतंजलीच्या काळासंबंधीची अलीकडील एक चर्चा "Indian Cuture' ३ आणि "Proceedings of the Indian History Congress, III Session, pp-510-11 ," ह्या ठिकाणी पहा.

३४. जाकोबी Jacobi'परिशिष्ट पर्वन' p.VII; S.B.E. Vol, XXII p. xxxvii, XLV, p XI. cf. Winternits, A History of Indian Literature, English translation, Vol. II, p-432

❑

प्रकरण दुसरे

कुरु आणि विदेह गण

विभाग एक : परिक्षिताचा काल

''जनः स भद्रमेघति
राष्ट्रे राज्ञः परिक्षितः'' - अथर्ववेद

परिक्षिताचे राज्य हा आपण आरंभबिंदू म्हणून घेतलेला आहे. परंपरेनुसार भारतीय युद्धानंतर अल्पावधीतच परिक्षित राज्यावर बसला.

खरोखर परिक्षित या नावाचा राजा होऊन गेला काय? 'महाभारत' आणि पुराणांत त्याचा उल्लेख आहे, ही गोष्ट खरी आहे. परंतु अशा प्रकारच्या वाङ्मयात एखाद्या राजाचा नुसता उल्लेख असणे हा काही त्याच्या ऐतिहासिक अस्तित्वाचा निश्चित पुरावा नाही. त्यासाठी बाह्य सामग्रीमधून त्याला आधार देणारा पुरावा पाहिजे.

अथर्ववेदसंहितेच्या[१] विसाव्या अध्यायातील एका प्रसिद्ध सूक्तामध्ये परिक्षिताचा उल्लेख येतो. तेथे तो 'कौरव्य' (म्हणजे कुरुचा राजा) असल्याचे म्हटले आहे आणि त्याचे 'राष्ट्र' (म्हणजे 'राज्य') दुधामधाने भरून वाहत असल्याचा निर्देश आहे. हा वेचा असा–

''राज्ञो विश्वजनीनस्य यो देवो मर्त्याम् अति
वैश्वनरस्य सुष्टुतिमा सुनोता परिक्षितः
परिच्छिन्नः क्षेममकरोत् तम आसनमाचरन्
कुलायन् कृण्वन् कौरव्यः पतिर्वदति जायया
कतरत् त आ हराणि दधि मन्थां परि श्रुतम्
जायाः पतिं वि पृच्छति राष्ट्रे राज्ञः परिक्षितः
अमिवस्वः प्रजिहीते यवः पक्वः पथो बिलम्
जनः स भद्रमेघति राष्ट्रे राज्ञः परिक्षितः''

अर्थ – ''सर्वलोकांवर राज्य करणारा मर्त्यांच्या पलीकडे असणारा देव आणि सर्व लोकांच्या चिंतनाचा विषय असलेला[२] जो परिक्षित राजा त्याचे उत्तम स्तवन ऐका. सर्वश्रेष्ठ असा तो परिक्षित आपल्या आसनावर आरूढ झाला तेव्हा त्याने आम्हांसाठी सुरक्षित घर निर्माण केले. कुरुंच्या देशात राहणारा पती जेव्हा आपल्या कुटुंबाची स्थापना करतो, तेव्हा तो (अशा प्रकारे) आपल्या बायकोशी बोलतो–

''तुझ्यासाठी मी काय बरे आणू? दही की घुसळलेले एखादे पेय की मद्य?''

परिक्षित राजाच्या राज्यातील बायको आपल्या नवऱ्याला म्हणते की –"परिपक्व जव प्रकाशाप्रमाणे (भांड्यांच्या) तोंडामधून ओसंडून वाहत आहेत. परिक्षित राजाच्या राज्यामध्ये लोक आनंदी असून त्यांची भरभराट होत आहे."[३]

रोठ आणि ब्लूमफील्ड यांच्या मते, अथर्ववेदातील परिक्षित ही एक दिव्य व्यक्ती आहे. परंतु त्सिमर आणि ओल्डेनबेर्ग मात्र त्याला मानवी राजा मानतात. 'ऐतरेय' आणि 'शतपथ' या ब्राह्मणांमधील विख्यात जनमेजय-राजाचे 'पारिक्षित' (-परिक्षिताचा मुलगा) असे पैतृक नाव आहे, ही गोष्ट ह्या दृष्टिकोनाला पुष्टी देणारीच आहे. उदाहरणार्थ – 'ऐतरेय' – ब्राह्मणांत[४] असे म्हटलेले आहे की, तुर कावषेय या पुरोहिताने 'ऐन्द्र महाभिषेकानुसार जनमेजय पारिक्षिताला अभिषेक केला.' ("एतेन ह वा ऐन्द्रेण महाभिषेकेण तुरः कावषेयो जनमेजयं पारिक्षित- मभिषिषेच)"

परिक्षितासंबंधी मॅक्डोनेल आणि कीथ[५] यांनी असे म्हटले आहे की, "(महाभारत या) आर्ष महाकाव्यामधे परिक्षित हा प्रतिश्रवस(स्) याचा आजा आणि प्रतीप याचा पणजा आहे. "आता, खरोखर पाहता महाभारत आणि पुराणे यात दोन परिक्षित आहेत. त्यांतल्या एकाच्या पितृकुलासंबंधी एकवाक्यता नाही. कारण तो एकदा अवीक्षित (त्) तर एकदा अनश्वा, तर एकदा कुरु यांचा मुलगा तर पुढे त्याला प्रतिश्रवस् आणि प्रतीप यांचा पूर्वज, असेही अनेक प्रकारांनी म्हटले आहे. पण दुसरा परिक्षित मात्र प्रतीपाचा वंशज होता आणि तो अभिमन्यूचा मुलगा आहे असे म्हणतात. असे म्हणताना वंश परंपरेत बिलकूल फरक नाही.[६]

आपण या दोघांना अनुक्रमाने प्रथम आणि द्वितीय परिक्षित म्हणू या. पण 'वेदिक इंण्डेक्स'कर्ते सुचवितात त्याप्रमाणे महाभारत आणि पुराणे यांतला प्रथम परिक्षित आणि वैदिक परिक्षित हे दोघे एकच आहेत काय? अर्थात ह्या मताच्या पुष्टीसाठी असे म्हणता येईल की, 'शतपथ-ब्राह्मणानुसार'[७] जनमेजयाचा ऋत्विज आणि वैदिक परिक्षिताचा मुलगा इंद्रोत दैवाप शौनक याला अनेक पुराणांत[८] पहिल्या परिक्षिताच्या मुलाचा ऋत्विज म्हणून दाखविले आहे आणि हा परिक्षित भारतीय वीरांच्या पूर्वकालातील आहे. इन्द्रोताचा मुलगा दृती हा अभिप्रतारिन (न्) काक्षसेनि[९] (कक्षसेनाचा मुलगा) याचा समकालीन आहे. तसेच महाभारताच्या वंशावळीत कक्षसेनाचे नाव हे प्रथम परिक्षिताच्या मुलांमधले एक म्हणून साक्षातच येते.[१०] शिवाय, पुराणातल्या एका वेच्यानुसार वैदिक परिक्षिताप्रमाणे प्रथम परिक्षितालाही जनमेजय, श्रुतसेन, उग्रसेन आणि भीमसेन[११] असे चार मुलगे होते आणि त्यातल्या थोरल्याचे ब्राह्मणांशी वैमनस्य होते.

तथापि अन्य पुराव्यांच्या आधाराने अगदी उलट निष्कर्ष निघतात.

अथर्ववेदातील सूक्तामध्ये वैदिक परिक्षिताला 'विश्वजनीन राजा' (-सार्वभौम राजा) असे बिरुद असून तो 'मर्त्यांच्या पलीकडचा असा देव' असे म्हटले आहे. त्याच्या काळात 'कौरव्य' ही संज्ञा केवळ राजवंशवाचक राहिली नव्हती, तर कुरुंच्या प्रदेशातल्या सर्वसामान्य प्रजाननांनाही ती लावीत असत. कुरु हा संपूर्ण जातिगणाचा प्रतीकात्मक पूर्वज होऊन राहिला होता आणि अखेरीस लोक त्याच्या राज्यात आनंदी आणि भरभराटलेले होते. ('जनः स भद्रमेघति') हा सर्व तपशील काव्यपुराणातील वंशावळीतल्या धूसर अशा प्रथम परिक्षिताला मुळीच लागू पडत नाही. कारण तो कुरुंच्या स्वतःच्या काळाला फारच निकट असल्याचे म्हटले आहे.[१२] उलटपक्षी, अथर्वसूक्ताचा मेळ आशयाच्या आणि वर्णनाच्या अशा उभय दृष्टींने भागवतपुराणात (१ अध्याय १६ ते १८) सांगितलेल्या अभिमन्युपुत्र द्वितीय परिक्षिताच्या प्रसिद्ध आख्यानाशी उत्तम प्रकारे बसतो. येथे असे सांगितलेले आहे की, परिक्षिताने "दिग्विजय केला आणि त्या दिग्विजयात सर्व प्रदेश ('वर्षाणि') जिंकले. तो 'सर्वश्रेष्ठ देव' असून सर्वसामान्य मनुष्यासारखा तो समजता कामा नये" ("न वै नृभिर्नरदेवं पराख्यं संमातुमर्हसि"). त्याला पुढे 'सम्राट' ही उपाधी लावलेली आहे आणि त्याने संरक्षण केल्यामुळे प्रजाजनांची भरभराट झाली व त्यांना कोठूनही भय असे उरले नाही, असेही सांगितले आहे. ("विन्दन्ति भद्राण्यकुतोमयाः प्रजाः")

परिक्षितांचे एकत्व

ह्याच भागवतपुराणाच्या[१३] पुढील एका वेच्यात परिक्षितपुत्र जनमेजयाचा ऋत्विज म्हणून तुर कावषेयाचा उल्लेख केलेला आहे. त्यावरूनही अभिमन्युपुत्र परिक्षित हाच वेदात ज्याचा नामोल्लेख आहे तो परिक्षित आहे, असे सिद्ध होते –

कावषेयं पुरोधाय तुरं तुरगमेधराट्
सनन्तात पृथिवीं सर्वा जित्वा यक्षति चाध्वरैः

आपण यापूर्वी पाहिलेच आहे की, ह्याच ऋषीचा उल्लेख 'ऐतरेयब्राह्मणा'त परिक्षित जनमेजयाचा ऋत्विज म्हणून आलेला आहे.

'भागवत-पुराणा'ची रचना उत्तरकालीन आहे, यात शंकाच नाही. पण आधारासाठी त्यातलाच तेवढा पुरावा उपलब्ध आहे, असे मात्र नाही. वेदवाङ्मय आणि महाभारत यात आलेल्या परिक्षितपुत्रांच्या नावाची छाननी केली, म्हणजे हे पुढे स्पष्ट होईल. वैदिक परिक्षिताला चार मुलगे होते : जनमेजय, उग्रसेन, भीमसेन आणि श्रुतसेन[१४] . उलटपक्षी, महाभारतातल्या पहिल्या परिक्षिताला एकच मुलगा होता ('आदिपर्व' ९५.४२); तर ९४.५४-५५ यांत त्याला जनमेजय, कक्षसेन, उग्रसेन, चित्रसेन, इन्द्रसेन, सुषेण आणि भीमसेन असे सात मुलगे असल्याचे सांगितलेले आहे.

ह्या नावात श्रुतसेनाचे नाव नाही. यवद्वीपातल्या संहितेत[१५] तर ९५ व्या अध्यायात जनमेजयाचेही नाव गाळलेले आहे. चेळ्ळूर अथवा वीरचोळ याच्या काकिनाडा येथील दानपत्रात दिलेल्या कुरु-पांडू यांच्या वंशावळीतही पहिल्या परिक्षिताच्या लगोलग मागाहून त्या नावाचा राजा नाही. [१६] महाभारताचा रचनाकार आणि चोळाच्या कोरीव लेखाचा कोरक यांना परिक्षित हा जनमेजयाचा आणि श्रुतसेनाचा पिता होता की काय याची निश्चित माहिती नव्हती. कारण महाभारताच्या उपलब्ध अशा कितीतरी हस्तलिखितांपेक्षा हा चोळाचा कोरीव लेख खूप प्राचीन आहे. उलटपक्षी, महाभारत आणि पुराणे यांच्या एकमुखी पुराव्याप्रमाणे पाहता द्वितीय परिक्षिताला निश्चितपणे जनमेजय नावाचा मुलगा होता आणि तोच त्याच्या मागाहून सिंहासनावर बसला. अभिमन्युपुत्र द्वितीय परिक्षित याचा उल्लेख करताना महाभारतात म्हटले आहे.[१७]

''परिक्षित खलु माद्रवर्ती नामोपयेमे,
त्वन्मातरम् तस्या भवान् जनमेजयः ।।''

अर्थ : ''परिक्षिताने माद्रवतीशी विवाह केला. तीच तुझी आई. तिनेच तुला - जनमेजयाला जन्म दिला.''

'मत्स्यपुराणां' त [१८] अशी माहिती आहे-
''अभिमन्योः परिक्षित् तु पुत्रः परपुरञ्जयः
जनमेजयः परिक्षितः पुत्रः परमधार्मिकः ।।''

अर्थ- ''अभिमन्यूचा मुलगा परिक्षित -शत्रूंची नगरे जिंकणारा आणि परिक्षिताचा मुलगा अत्यंत धार्मिक जनमेजय.''

ह्या जनमेजयाला तिघे भाऊ होतेः श्रुतसेन, उग्रसेन आणि भीमसेन.

''जनमेजयः पारिक्षित्तः सह भ्रातृभिः कुरुक्षेत्रे दीर्घसत्रमुपास्ते
तस्य भ्रातरस्तयः श्रुतसेन उग्रसेनो भीमसेने इति।''[१९]

अर्थ - ''परिक्षिताचा मुलगा जनमेजय हा आपल्या भावांसह कुरुक्षेत्रात दीर्घसत्र करीत होता. त्याचे भाऊ तीन : श्रुतसेन, उग्रसेन आणि भीमसेन.''

वैदिक परिक्षिताचा मुलगा आणि वारस ह्याच्याविषयीचा तपशील आणि काव्य-पुराणांतील द्वितीय परिक्षिताचा मुलगा आणि वारसदार याची माहिती या दोहोंचा मेळ चांगला बसतो. वैदिक परिक्षिताचा मुलगा जो जनमेजय, त्याचा उल्लेख 'शतपथब्राह्मणा'त अश्वमेध यज्ञ करणारा म्हणून आलेला आहे. या प्रसिद्ध प्रसंगी त्याचा जो ऋत्विज होता, त्याचे नाव इन्द्रोत दैवाप शौनक असे होते. तर 'ऐतरेयब्राह्मणांत'त जरी त्याच्या ह्याच अश्वमेधाचा उल्लेख असला, तरी तेथे त्याच्या ऋत्विजाचे नाव तुर कावषेय असे सांगितलेले आहे. 'शतपथ' आणि 'ऐतरेय' या

दोन ब्राह्मणांतही ही विधाने वर वर पाहता परस्परविरोधी आहेत. त्यांचा मेळ घालावयाचा झाला, तर आपल्याला असे तरी मानावे लागेल की, एकाच नावाच्या आणि वंशाच्या दोन वेगवेगळ्या जनमेजयांचा येथे निर्देश आहे, किंवा एकाच जनमेजयाने दोन अश्वमेधयज्ञ केले. आता, कोणत्या जनमेजयाने प्रत्यक्षात असे केले? मौज अशी आहे की, या बाबतीत आपल्याला हवी असलेली माहिती पुराणे देतात. अभिमन्यूचा नातू आणि द्वितीय-परिक्षिताचा मुलगा असलेल्या जनमेजयाविषयी 'मत्स्यपुराणा'त असे म्हटले आहे :

''द्विरश्वमेधमाहृत्य महावाजसनेयकः
प्रवर्तयित्वा तं सर्वमृषिं वाजसेनेयकम्
विवादे ब्राह्मणेः सार्वमभिषप्तो वनं ययौ ।।''[२०]

वरील श्लोकाच्या शेवटच्या ओळीत ब्राह्मणांशी झालेल्या ज्या विवादाचा उल्लेख केलेला आहे, त्याचा निर्देश 'ऐतरेयब्राह्मणां'तही आहे.[२१] तदनुसार जनमेजयाचे विरोधी ऋत्विज हे कश्यप होते. पहिल्या -परिक्षिताच्या[२२] मुलाशी ज्या गार्ग्यांनी कलह केला, त्यांना ही संज्ञा लागू पडत नाही. कारण 'बोधायन श्रौतसूत्रां'मधे [२३] त्यांचा समावेश अंगिरस(स्) -गणांत केलेला आहे. उलट, दुसऱ्या परिक्षिताच्या विरोधकांचा नेता वैशंपायन हा निश्चितपणे कश्यप होता.[२४]

पहिल्या परिक्षितापेक्षा दुसरा परिक्षित हाच वैदिक परिक्षित होता, असे मानणे अधिक सयुक्तिक आहे. मात्र असे झालेले असणे शक्य आहे की, भाटचारणांच्या परंपरेमध्ये मूळच्या एकाच परिक्षिताचे पहिला आणि दुसरा असे दोन परिक्षित निर्माण झाले, आणि मग कुरुंच्या वंशावळीत कोणत्या परिक्षिताला स्थान होते, याची परंपरेत एकवाक्यता राहिली नाही. एका परिक्षिताच्या नावाचे एक सोडा, पण ह्या बहुतेक मुलांची नावेही दोन्ही परिक्षितांच्या संदर्भात दिलेली आहेत. ह्यानेही तोच निष्कर्ष निघतो. 'विष्णू' [२५] आणि 'ब्रह्म'[२५] ह्या पुराणांत तर सर्वच्या सर्व नावे तीच आहेत. या दोहोंतल्या प्रत्येक परिक्षिताचा मुलगा आणि वारस याच्या बाबतीत ब्राह्मणांशी झालेल्या संघर्षाची ठळक कथा सारखीच आहे, ही लक्षणीय गोष्ट आहे.[२६] आणखी एक लक्षात ठेवले पाहिजे ते हे की, पुराणवाङ्मयात परिक्षिताच्या (द्वितीय) मुलाचा पुरोहित तुर कावषेय सांगितलेला आहे, तर परिक्षिताच्या (प्रथम) मुलाचा पुरोहित इन्द्रोत दैवाप शौनक असा दिलेला आहे. असे असले, तरी वेदवाङ्मयावरून हे स्पष्ट होते की, दोघेही राजपुरोहित एकाच जनमेजय राजाच्या सेवेत होते. फरक इतकाच की, हा जनमेजय जनकापासून पाच-सहा पिढ्यांनी उत्तरकालीन होता आणि हा जनक उद्दालक, आरुणि, याज्ञवल्क्य आणि सोमशुष्म यांचा समकालीन होता. यामुळे दोन

परिक्षितांच्या अस्तित्वाविषयी शंका येणे रास्त आहे. कारण त्यांतल्या प्रत्येकाच्या मुलांची आणि वारसदारांची नावे तीच आहेत आणि समान कथांचे ते नायक आहेत. कुरुंच्या राजवंशात वस्तुतः एकच परिक्षित असून तोच तुर कावषेय आणि इन्द्रोत शौनक या दोघांच्याही आश्रयदात्याचा पिता होता, असाच संभव त्यामुळे बळावतो.

पण हा परिक्षित भारतीय युद्धाच्या अगोदर होऊन गेला की नंतर, भारतीय युद्धाच्या अखेरीस अभिमन्यूच्या मुलाला जे 'परिक्षित' असे नाव दिले आहे, त्यामुळे अशा स्पष्टीकरणाची आवश्यकता वाटते. तथापि ह्या स्पष्टीकरणाने कदाचित सूचित होते ते हे की, महाभारताच्या दहाव्या पर्वाची जेव्हा रचना झाली;[२७] तेव्हा प्राचीन काळच्या परिक्षित नावाच्या कुरुराजाची परंपरा अस्तित्वात आलेली नव्हती. बाराव्या पर्वाच्या १५१ व्या अध्यायात भीष्माने एक जुनी कथा म्हणून 'इन्द्रोत -पारिक्षित-संवाद' जो सांगितला त्यातला कालविपर्यय दूर करण्यासाठी बहुधा वंशावळींच्या लेखकांनी पहिल्या परिक्षिताची आपल्या कल्पनेमधून निर्मिती केली असावी. या संदर्भात तथाकथित पहिल्या परिक्षिताच्या पितृनामाबद्दल आणि वंशावळीतल्या त्याच्या स्थानाबद्दल जी अनेक मत-मतांतरे आहेत, तीही लक्षात घेतली पाहिजेत. ह्या बाबतीत कोणतीही स्पष्ट अशी परंपरा अस्तित्वात नव्हती, हेच यावरून दिसते. उलटपक्षी, तथाकथित दुसऱ्या परिक्षिताच्या पितृवंशाबद्दल आणि वंशावळीतल्या त्याच्या स्थानाबद्दल संपूर्ण एकवाक्यता आहे.[२८]

वैदिक सूक्तांमध्ये परिक्षिताच्या कौटुंबिक जीवनाविषयी किंवा त्याच्या राज्यकालासंबंधी फारच थोडे सांगितलेले आहे. महाभारतावरून आपल्याला कळते ते असे की, त्याने माद्रवतीशी (मद्र-देशाची राजकन्या) विवाह केला, चोवीस वर्षे राज्य केले आणि साठाव्या वर्षी तो मृत्यू पावला.[२९] अर्थात त्याच्या नावाभोवती ज्या भाटचारणांच्या कथा बिलगल्या आहेत, त्यांना विशेष असा अर्थ नाही. पण ऐतिहासिक सत्य म्हणून पुढील गोष्टी स्वीकारता येतील.

(१) तो कुरुंचा राजा होता. (२) त्याच्या राज्यात लोक भरभराटलेले होते.

(३) त्याला पुष्कळ मुलगे होते; आणि (४) त्यांतला सर्वात थोरला जनमेजय हा त्याच्यामागून सिंहासनावर आला.

कुरुराज्य

ज्यावर परिक्षिताने राज्य केले, त्या कुरुराज्यासंबंधी काही लिहिणे येथे अस्थानी होणार नाही. महाभारताच्या परंपरेनुसार हे राज्य सरस्वती नदीपासून गंगेपर्यंत पसरलेले होते. 'दिग्विजयपर्वा'त ते कुलिन्ददेशाच्या (सतलज, यमुना व गंगा यांच्या उगमाजवळ) सीमेपासून शूरसेन (मथुरेचा प्रदेश) आणि मत्स्य (वैराट प्रदेश) येथपर्यंत

आणि रोहीतकाच्या (पूर्व पंजाबचा रोहटक) सीमेपासून पांचालांच्या (रोहिलखंड) सीमेपर्यंत पसरले होते, असे सांगितले आहे. ते कुरुजांगल, ऐन कुरु आणि कुरुक्षेत्र या तीन प्रदेशांत विभागलेले होते.[३०] नावावरून असे दिसते की, कुरूजांगल हा कुरुराज्याचा जंगली प्रदेश असावा. हा प्रदेश सरस्वती तीरावरील काम्यक-वनापासून यमुनेजवळच्या ('समीपतः') खाण्डववनापर्यंत पसरला होता.[३१] परंतु काही स्थळी तो व्यापक अर्थाने संपूर्ण 'देशा'चा अथवा 'राष्ट्रा'चा वाचक म्हणून योजलेला आहे. ऐन कुरु हा देश बहुधा गंगाकाठच्या हस्तिनापुराच्या आसपास असलेला मेरठजवळचा प्रदेश असावा.[३२] कुरुक्षेत्राच्या सीमा या 'तैत्तिरीय-आरण्यका'च्या[३३] एका वेच्यात दिलेल्या आहेत. त्या अशा- दक्षिणेकडे खाण्डव, उत्तरेस तूर्घ्न आणि पश्चिमेस परीणाह[३४] (शब्दशः पृष्ठभाग, 'जघनार्ध'). महाभारतात कुरुक्षेत्राचे वर्णन असे केले आहे.[३५] 'सरस्वतीच्या दक्षिणेस आणि दृषद्वतीच्या उत्तरेस असलेल्या कुरुक्षेत्रात जो राहतो, तो खरोखर स्वर्गातच निवास करतो.' हा प्रदेश तरुन्तुक (अथवा अरन्तुक) - राम व मछक्रुक[३६] या सरोवरांमधला होय. हे कुरुक्षेत्र. यालाच 'समन्तपंचक' आणि 'ब्रह्मदेवाच्या यज्ञाची उत्तरवेदी' असे म्हणतात. ढोबळ मानाने सांगावयाचे तर, हे (कुरुक्षेत्र म्हणजे आजचे ठाणेसर, दिल्ली) गंगेच्या वरच्या दोआबातला मोठा भाग होय. ह्या कुरुक्षेत्रात पुढील नद्या होत्या[३७] : अरुणा (पेहोआजवळ सरस्वतीला मिळणारी), अंशुमती, हिरण्वती, आपया (आपगा किंवा ओघवती, चितांगची एक शाखा), कौशिकी (रक्षीची शाखा) आणि सरस्वती व दृषद्वती (रक्षी) येथेच सर्यणावत(त्) होते. 'वेदिक इण्डेक्सकर्ते'याला सरोवर मानतात. असेच एक सरोवर 'शतपथ-ब्राह्मणा'मधे 'अन्यतःप्लंक्ष' या नावाने निर्देशिलेले आहे.

'आसन्दीवत्' ही कुरुक्षेत्राची राजधानी होती, असे वेदवाङ्मयावरून दिसते.[३८] बहुधा हे नगर म्हणजेच नागसाह्वय किंवा हस्तिनपूर होते आणि ह्याचाच महाकाव्यांमध्ये आणि पुराणांमध्ये उल्लेख येतो. तथापि ते चितांगजवळचे आधुनिक आसन्ध असावे, हे अधिक संभवनीय आहे.[३९]

महाभारताच्या परंपरेनुसार कुरुक्षेत्राचे राजे हे पुरु-भरत-कुलातले होते. पौरव आणि कुरु यांचा संबंध एका ऋग्वेदसूक्तात[४०] सूचित केलेला आहे. त्यात एक प्रसिद्ध पुरुराजा त्रसदस्यूचा वंशज याचा 'कुरुश्रवण' (शब्दशः कुरुंची कीर्ती) असा उल्लेख आहे.[४१] भरतकुलातले राजे आणि कुरुंचा प्रदेश यांचा संबंध वेदवाङ्मयात वर्णन केलेला आहे. एका ऋग्वेदसूक्तामध्ये [४२] दृषद्वती, आपया आणि सरस्वती ह्या नद्यांच्या काठी असलेल्या प्रदेशांत देवश्रवस(स्) आणि देववात हे दोघे भरत यज्ञ करीत असल्याचा उल्लेख आलेला आहे. 'ब्राह्मणांच्या'[४३] काही प्रसिद्ध गाथांमधे आणि

महाभारतामधे यमुना, गंगा (यमुनाम् अनु गङ्गयाम्) आणि सरस्वती यांच्या तीरी भरत दौःषन्ति याने आहुती दिल्या, असे म्हटले आहे. प्रस्तुत स्तुतिपर गाथांमधे ज्या प्रदेशाचा उल्लेख आहे, तोच प्रदेश पुढे उत्तरकाली, 'कुरुक्षेत्र' म्हणून प्रसिद्धीस आला.

ओल्डेनबर्गच्या मते, "संहिताकालातील अगणित लहान गट एकत्रित झाले आणि ब्राह्मणकालात त्यांचे मोठे गण तयार झाले. भरतांच्या गणांना आता त्यांचे यथोचित स्थान मिळाले. हे स्थान त्यांना कदाचित त्यांच्या एके काळच्या जुन्या शत्रूंच्या -म्हणजे पुरुच्या-समवेत मिळालेले असणे शक्य आहे. पण आता आकार घेऊ पाहणाऱ्या संमिश्र गणांमध्ये कुरुमधे -ते मिळाले आणि त्यांची पावन भूमी आता 'कुरुक्षेत्र' म्हणून ओळखली जाऊ लागली."[४४]

महाभारतातील[४५] राजांच्या वंशावळीत परिक्षित राजाचे पूर्वज म्हणून ज्यांचा उल्लेख आहे, त्यातील पुढील राजांची नावे वैदिक वाङ्मयात येतात.

ऐल (पुरुर वस(स्))[४६], आयू[४७], 'ययाति नहुष्य[४८], पुरु[४९], भरत, दौःषन्ति, सौद्युम्नि[५०], अजमीढ[५१], ऋक्ष[५२], संवरण[५३], कुरु[५४], उच्चैःश्रवस(स्)[५५], प्रतीप प्रातिसत्वन किंवा प्रातिसुत्वन[५६], बाह्लीक प्रातिपीय[५७], शन्तनु[५८] आणि वैचित्रवीर्य[५९] धृतराष्ट्र .

वेदवाङ्मयात ही नावे जी येतात, त्यावरून त्यांचे ऐतिहासिकत्व[६०] संभवनीय वाटते. परंतु महाभारतात दर्शविलेले त्यांचे एकमेकांशी आणि परिक्षिताशी असलेले नाते, तशीच परंपरेने चालत आलेली वारसदारी कितपत विश्वसनीय आहे, ते सांगता येत नाही. त्यांतल्या काही राजांचा तर कुरुंशी अजिबात संबंध नसेल. मात्र उच्चैःश्रवस(स्) कौपयेय, बाह्लिक, प्रातिपीय आणि शन्तनु यांसारख्या राजांचा परिक्षिताप्रमाणेच कुरुवंशाशी ('कौरव्य') संबंध होता, यात शंका नाही.[६१]

वर दिलेल्या यादीतला पहिला राजा पुरुरवस (स्) ऐल हा मध्य-आशियाच्या बाह्ली या भागामधून मध्यभारतात आलेल्या एका राजाचा मुलगा होता, असे महाकाव्यांमध्ये सांगितलेले आहे.[६२] येथे हे लक्षात ठेवणे योग्य होईल की, 'पपचसूदनी' मधे कुरुचा उल्लेख हिमालयापलीकडच्या उत्तर कुरुप्रदेशातून येऊन वसाहती करणारे म्हणून आलेला आहे आणि महाभारत आणि पुराणे यांच्या मतानुसार कुरु ही ऐलांची सर्वात महत्त्वाची शाखा आहे.[६३] महाभारताच्या यादीमध्ये उल्लेखलेला दुसरा कुरु राजा भरत हा पुरुरवस् आणि पुरु यांचा वंशज म्हणून वर्णिलेला आहे. पण हे संशयास्पद आहे. कारण आपण यापूर्वी हे पाहिलेच आहे की, तो निश्चितपणाने 'ब्राह्मणां'च्या आणि महाभारताच्या गाथांमधे सरस्वती, गंगा व यमुना यांच्या काठांवरच्या प्रदेशाशी संबंधित आहे. तसाच, त्याने सातत्याने विजय मिळविल्याचेही तेथे म्हटले आहे. तो कुरुच्या राजवंशाचा पहिला पुरुष म्हणून महाभारताच्या परंपरेमधे जे सांगितले आहे,

ते आणि वेदांमधे त्याचा व त्याच्या जमातीतील देवश्रवस (स्) आणि देववात यांचा कुरुक्षेत्र म्हणून पुढे प्रसिद्धीस आलेल्या प्रदेशाशी जो संबंध सांगितला आहे तो, यांचा मेळ बसतो. 'उच्चैःश्रवस् कौपयेय' याचा पांचालांच्या राजवंशाशी विवाहसंबंध घडून आला होता. परंतु बाहलीक प्रातिपीय आणि सृंजयांचा अधिपती यांचे उघडउघड वैमनस्य होते. महाभारताच्या कथांमधे ह्याच सृंजयांच्या गणाचा पांचालांशी घनिष्ठ संबंध असल्याचे म्हटले आहे. बाह्लीक प्रातिपीय यातला 'बाह्लीक' हा शब्द वैयक्तिक संज्ञा वाटतो. अथर्ववेद आणि उत्तरकालीन वाङ्मय यांत ज्या बाह्लीक-गणाचा उल्लेख आहे, त्याच्याशी या बाहलीकाचा काही संबंध असावा, असे म्हणण्याला स्पष्ट असा पुरावा नाही. अर्थात 'मध्यदेशा'तील कुरु[६४] हे मुळात उत्तरेकडचे होते, याचे हा शब्द निदर्शक असावा. ही उपपत्ती संभवनीय वाटण्याला दोन कारणे आहेतः (१) कुरुंचे महावृषांशी[६५] असलेले साहचर्य आणि (२) ऐतरेयब्राह्मण आणि महाभारत यांच्या काळात कुरु-गणातले काही कुरु ह्या हिमालयाच्या पलीकडे राहत असत. हे कुरुंच्या राजवंशाचा इतिहास हा शन्तनुच्या काळापासून अधिक निश्चित होतो. शन्तनु हा परिक्षिताचा पाचवा पूर्वज. त्याच्या आणि परिक्षिताच्या राज्यातील घटनांसंबंधी आपल्याला तशी विश्वसनीय अशी थोडीच माहिती मिळते. आपल्याला माहीत आहे ते इतकेच की, शंतनुच्या काळात कुरु राज्यात दुष्काळाचा जो धोका उत्पन्न झाला, तो नाहीसा झाला आणि 'परिक्षिताच्या राज्यामधे लोक आनंदी आणि भरभराटलेले होते.'

परिक्षिताचा काळ

परिक्षिताचा काळ ही एक अशी गोष्ट आहे की, वेदवाङ्मयात त्याविषयी साक्षात् माहिती नाही. द्वितीय पुलकेशीचा स्तुतिकर्ता जो रविकीर्ती, त्याच्या ऐहोळे येथील शिलालेखात (काळ गतशक ५५६-इ.स. ६३४-६३५) असे म्हटलेले आहे की, भारतीय युद्धाला ३७३५ वर्षे लोटली :

''त्रिंशत्सु त्रिसहस्त्रेषु भारतादाहवादितः
सप्ताब्दशतयुक्तेषु गतेष्वदेषु पंच''[६६]

ह्या गणनेप्रमाणे आणि आर्यभट्टाच्या (इ.स. ४९९) पुराव्याप्रमाणे भारतीय युद्धाचा आणि परिक्षिताच्या जन्माचा काळ जवळजवळ एकच येतो. तो म्हणजे इ.स. पूर्वी ३१०२. कलियुग म्हणतात, त्याचा हा आरंभ. परंतु फ्लीटने[६७] दाखवून दिल्याप्रमाणे ही कालगणना वैदिक काळात प्रस्थापित झालेली नव्हती. ती मागाहून कल्पिलेली असून हिंदू गणितज्योतिर्विदांनी आणि कालगणनाकारांनी आपल्या गणनेसाठी ती मानली. आरंभबिंदू गृहीत करून त्यांनी ती ३५ शतकांनंतर सुरू केली.

वस्तुस्थिती अशी आहे की, वृद्धगर्ग, वराहमिहिर आणि कल्हण या ज्योतिर्विदांची आणि इतिहास तज्ज्ञांची दुसरी एक परंपरा होती, तिच्या अनुसार त्यांनी भारतीय वीरांचा काळ कलियुगानंतर ६५३ वर्षे म्हणजे शकपूर्व २५२६ वर्षे, अर्थात इ.स. पूर्वी २४४९ हा मानला.[६८] अर्थात आर्यभट्ट आणि रविकीर्ती यांनी मानलेल्या काळाइतकाच हाही काळ संशयास्पद आहे. वृद्ध गर्गपरंपरेचे वाङ्मय हे कुसुमपूरच्या महान ज्योतिर्विदाच्या रचनेपक्षा अधिक प्राचीनही नाही की जास्त विश्वसनीयही नाही. जी कालगणना त्याने (वृद्धगर्गाने) मानली आहे, ती ऐहोळे शिलालेखाच्या कर्त्याने-रविकीर्तीने स्वीकारलेली नाही. वृद्धगर्ग आणि वराहमिहिर यांची कालगणना मान्य करणाऱ्या एका नामांकित लेखकाने[६९] आपल्या ग्रंथात (पृ. ४०१) भारतातली तिची रूढता स्वीकारणारी फक्त दोनच उदाहरणे दिली आहेतः 'भागवतामृता'चे भाष्य आणि काही अलीकडची पंचांगे. तसेच, ह्या परंपरेचे समर्थन करण्यासाठी महाभारताच्या एकूण ज्या काही वेच्यांच्या आधाराने त्याने ज्योतिषशास्त्रीय गणिते केली आहेत, त्यांतही अडचणी आहेत. ज्याला हा लेखक 'पुराणा'चे किंवा 'महाभारता'चे कलियुग म्हणतो, त्याच्या आरंभबिंदूविषयी पुष्कळच अनिश्चिती आहे. पृ. ३९९ वर तो म्हणतो, "महाभारताचे कलियुग हे खरोखर इ.स. पूर्व २४५४ या साली सुरू झाले, असा फार दाट संभव आहे." पण त्याच्याच स्वतःच्या गणितानुसार भारतीय युद्धाचे वर्ष इ.स. पूर्व २४४९ हे येते. म्हणजे महाभारताचे कलियुग अगोदरच सुरू झाले होते आणि भारतीय युद्ध त्यानंतर पाच वर्षांनी झाले. पण त्यानेच स्वतः असेही दाखवून दिले आहे, (पृ.३९३) की, महाभारतानुसार कलि आणि द्वापर या युगांच्या संधिकालात ('अंतर' - वस्तुतः, 'अन्तर' म्हणजे दोहोंतला कालावधी) युद्ध घडून आले आणि ते कृष्णनिर्वाणवर्षाच्या (पृ. ३९९) अगोदर ३६ वर्षा पूर्वी झाले. हा कलियुगाचा खरा आरंभ. अशा प्रकारे कलियुगारंभाच्या काळाचा मेळ बसत नाही. ज्या पायावर कालक्रमाची ही इमारत उभी करावयाची, तो पायाच किती डळमळीत आहे हे या गैरमेळांवरून दिसून येईल. या संदर्भात हेही लक्षात ठेवावे की, कल्हण हा काश्मीरचा राजा पहिला गोनर्द याचा, आणि भारतीय युद्धाचा काळ इ.स. पूर्व २४४९-२४४८ हा मानतो. पण तोच कल्हण अशोकाचा काळ मात्र तिसऱ्या गोनर्दाच्याही पूर्वी (इ.स. पूर्व ११८२) नेतो. हा निष्कर्ष तर उघड उघड वास्तव इतिहासाचा अपलाप करणारा आहे. त्यावरून हेही सिद्ध होते की, भारतीय युद्ध हे इ.स. पूर्वी २४४९ साली घडले, हे गृहीत करणारा व त्यावरून आधारलेला कालानुक्रम विश्वासार्ह नाही. आर्यभट्ट आणि वृद्धगर्ग या दोन परस्परविरुद्ध परंपरांच्या काळांचा मेळ घालण्याचा प्रयत्न करणारे काही लेखक[७०] असे सूचित करतात की, वराहमिहिराचा शककाल हा खरोखर

शाक्यकाल (बुद्धाच्या निर्वाणाचा काल) आहे. परंतु हा तर्क वा युक्तिवाद कल्हणाच्या पुराव्याला विरोधी आहे, एवढेच नव्हे, तर भट्टोत्पलालाही हा मुळीच मान्य नाही. कारण 'बृहत्संहिते'च्या वेच्यातील 'शककाल' याचा अर्थ त्याने 'शकनृपकाल' असाच केला आहे.[७१]

खुद्द वराहमिहिराला 'शककाल' म्हणजे शकेन्द्रकाल किंवा 'शकभूपकाल' या व्यतिरिक्त दुसरा कोणताच काल ज्ञात नाही.[७२]

पुराणांच्या संकलकांनी आणखी एक तिसरी परंपरा नोंदविलेली आहे. ऐतिहासिक स्वरूपाच्या पुराणांमध्ये पाठांतरांनी युक्त का असेना पण एक विलक्षण श्लोक आलेला आहे. त्यात परिक्षिताचा जन्म हा पहिला मगधराज महापद्म नन्द याच्या पूर्वी १०५० वर्षे (किंवा काही हस्तलिखितांच्या अनुसार १०१५, १११५, १५०० इत्यादी) असा दिला आहे. हा श्लोक असा :

''महापद्माभिषेकात् तु यावज्जन्म परीक्षितः।
एवं वर्षसहस्त्रं तु ज्ञेयं पंचाशदुत्तरम्'' ।।[७३]

या श्लोकातील पंचाशदुत्तरम् (१०५०) हा पाठ जर मूळचा असेल, तर परिक्षिताचा जन्म ख्रिस्तशकापूर्वी चौदाव्या अथवा पंधराव्या शतकात झाला, असे म्हणावे लागेल. अर्थात ही सुद्धा परंपरा फार विश्वसनीय आहे, असे मानणे संशयित ठरेल. पहिली गोष्ट अशी की , वेगवेगळ्या हस्तलिखितातल्या पाठांतरांमुळे या दिलेल्या कालानुक्रमाचे महत्त्व काहीसे उणावते. दुसरी गोष्ट अशी की, भारतीय युद्ध आणि महापद्म नन्दाचा राज्याभिषेक या दोहोंमध्ये जे राजवंश होऊन गेले असे म्हणतात, त्यांच्याविषयीचा तपशील देतांना स्वतः पुराणांनी त्यांच्या राज्यकालांचे उल्लेख केलेले आहेत. पण त्यांची बेरीज केली, तर ती परंपरेशी जुळतही नाही, की १०५० या संख्येशी मेळही साधत नाही. बरे, 'मत्स्य', 'वायु' आणि 'ब्रह्माण्ड' या पुराणांच्या संहितामध्ये तर १०५० ह्याच आकड्याला सर्वमान्यता आहे.

अर्थात या गैरमेळांची निभावणी काही अंशी असा खुलासा करून करता येईल की, पुराणे जेव्हा राजवंशकाल देतात, तेव्हा समकालीन राजवंशही त्यात आणतात. उदाहरणार्थ, प्रतोद्यांचे आणि बिंबिसारांचे कुल हे ती लागोपाठ आल्याचे सांगतात. पण या संबंधात आणखी एक मुद्दा लक्षात ठेवण्यासारखा आहे. ज्या वेच्यामध्ये असे सांगितलेले आहे की, 'महापद्माच्या अभिषेकापासून परिक्षिताच्या जन्मापर्यंत जो काळ लोटला, तो खरोखर १०५० वर्षांचा आहे,' त्याच वेच्यात पुढे असे म्हटलेले आहे की, 'शेवटचा आन्ध्र राजा पुलोमावी यापासून महापद्मापर्यंतचा काळ ८३६ वर्षांचा आहे.' बहुतेक सर्व पुराणांची या बाबतीत एकवाक्यता आहे

की, महापद्म आणि त्याचे मुलगे यांनी १०० वर्षे राज्य केले. लगोलग चंद्रगुप्त मौर्य आला. अर्थात पुराणांच्या कालक्रमानुसार चंद्रगुप्त आणि पुलोमावी यांच्या मधला कालावधी ८३६-१००-७३६ इतक्या वर्षांचा होईल. पण चंद्रगुप्त हा इ.स. पूर्वी ३२६ च्या अगोदर काही खासच राज्यारुढ झाला नाही. तेव्हा पुराणांच्या कालविषयक मताप्रमाणे पुलोमावीचा काळ हा इ.स. ४१० याच्यापूर्वी नेता येत नाही. परंतु दक्षिणेच्या इतिहासाची पाचव्या शतकाच्या पूर्वार्धामधील आपल्याला जी माहिती आहे, तिच्याशी ह्या काळाचा मेळ घालणे शक्य नाही. तत्कालीन पुराव्यावरून असे सिद्ध होते की, पुलोमावी आणि त्याचे पूर्वज ह्यांचे शासन ज्या प्रदेशाने मान्य केले, त्या प्रदेशावर एक तर वाकाटकांचे तरी आधिपत्य होते किंवा तथाकथित 'आन्ध्रां'च्या किंवा शातवाहनांच्या साम्राज्याच्या विनाशामधून उदय पावलेल्या दुसऱ्या राजवंशाचे तरी आधिपत्य होते. पुराणे देत असलेल्या कालानुक्रमाच्या बाबतीत कशी जागरूकता बाळगावी लागते, हेच यावरून स्पष्ट होते.[७४]

अलीकडे दुसरा एक प्रयत्न परिक्षित आणि भारतीय युद्ध यांच्या पुराणांनी दिलेल्या कालाच्या समर्थनार्थ केला आहे. ह्या कालाचे गणित वैदिक वाङ्मयामध्ये आचार्य व शिष्य यांच्या येणाऱ्या पारंपरिक वंशावळींच्या हिशोबावर आधारलेले असून तो काल इ.स. पूर्व १४०० असा[७५] मानला जातो. या वंशावळींचे महत्त्व १९२३ सालीच आवर्जून सांगितलेले होते. परंतु तेथले आकडे आणि पुराणांच्या काही हस्तलिखितांतील आराखड्यांत असलेली कालानुक्रमाची योजना ही अनेक गृहीतांच्या आधाराने जुळती करून घेतली आहेत. अर्थात ही गृहीते काही बिनतोड युक्तिवादाने सिद्ध केलेली आहेत, असे नाही. उदाहरणार्थ, 'बृहदारण्यकोपनिषदा'च्या अखेरीस दिलेली वंशावळी ही 'वंशब्राह्मण' व 'जैमिनीयोपनिषद्ब्राह्मण' यातल्या वंशावळींना परिणामतः समकालीन असल्याचे मानले आहे. तसेच, या सर्व वंशावळी 'सुमारे इ.स. पूर्व ५५० या नंतरच्या काळातील खास नाहीतच, ' असेही मानले आहे. (तत्रैव पृ. ७०) पण काही पृष्ठानंतरच असे म्हटले आहे की, वंशब्राह्मणाचा काल हा 'सुमारे इ.स. पूर्व ५५०' हा आहे. (म्हणजे येथे 'नंतरच्या काळातील नाहीत' हे शब्द गाळले आहेत. बृहदारण्यकोपनिषद) आणि वेदवाङ्मयातील इतर ग्रंथ हे सर्वसाधारणपणे बुद्धपूर्वकालातील मानले जातात हे खरे, पण याचा अर्थ असा नव्हे की, या सर्वच्या सर्व साहित्यात दाखल केलेल्या गुरुशिष्यांच्या पूर्वी सर्वच्या सर्व वंशावळी तशाच बुद्धपूर्वकालातीलच आहेत. वेदवाङ्मयाचा इ.स. पूर्व ५०० पूर्वी हा काल देताना वेदपंडित अगदी स्पष्टपणे त्याचा 'उत्तरकालीन अवास्तव भरतीचा भाग' त्यातून वगळतात.[७६] पाणिनीदेखील त्याच्या दृष्टीने 'पुराणप्रोक्त' असलेले वेदग्रंथ

आणि उघडच तितके प्राचीन नसलेले इतर ग्रंथ यात फरक करतो.[७७] किंबहुना, 'सुमारे इ.स. पूर्व ५५०' हे शब्द 'नंतरच्या काळातील नाहीत' या मोघम शब्दांपेक्षा कमीच समर्थनीय आहेत.

आणखी असेही सांगितले जाते की, सुमारे इ.स. पूर्व ५५० या कालापासून जनमेजयाचे ऋत्विज हे ८०० वर्षांनी दूर आहेत. गुरु-शिष्य परंपरेतल्या प्रत्येक पिढीसाठी वीस वर्षे योजून व मधल्या पिढ्या चाळीस असे ढोबळपणाने मानून हा आकडा निष्पन्न झालेला आहे. मुळात ही हिशेबाची पद्धती मानीव आहे. त्यात पुन्हा 'बृहदारण्यकोपनिषदा'तले त्या काळातले गुरु ४० नसून प्रत्यक्षतः ४५ आहेत (पृष्ठ ७०) ही वस्तुस्थिती लक्षात घेतली, म्हणजे या हिशोबाचे मूल्य आणखी घटते. जैन आणि बौद्ध पुराव्यांच्या अनुसार पाहता अध्यात्मविद्येतील एका पिढीचे सरासरी आयुर्मान २० वर्षे येत नसून तिसाच्या जवळपास येते.[७८] शिवाय, हेही लक्षात ठेवले पाहिजे की, या हिशोबाला आधारभूत असलेल्या वंशावळींचा काळ जर खरोखर 'सुमारे इ.स. पूर्व ५५०-नंतरचा नाही' असे म्हणावयाचे असेल, तर सुमारे इ.स. पूर्व १३५० (५५० अधिक ८००) ही कालाची उत्तरमर्यादा मानावी लागेल. पूर्वमर्यादा तर अद्यापि ठरवायचीच आहे. सर्व कालानुक्रमाची उपपत्ती जी वर बसवावयाची, ती वंशावळींची कालनिश्चितीच अशी डळमळीत असल्याकारणाने उत्तरमर्यादादेखील आक्षेपार्ह होते.

'कथासरित्सासागरामध्ये' जी परंपरा नोंदविलेली आहे, तदनुसार परिक्षिताचा काल पुराणांनी आणि गुप्तकालीन ज्योतिर्विदांनी निश्चित केलेल्या कालापेक्षा पुष्कळच पुढचा आहे.[७९] ह्या परंपरेत कौशाम्बीचा राजा उदयन (सुमारे इ.स. पूर्व ५००) याचा उल्लेख असून तो परिक्षितापासून पाचव्या पिढीचा आहे, असे सांगितले आहे. हा पुरावा उत्तरकालीन आहे हे खरे. पण या संहितेत जी परंपरा नोंदविलेली आहे, ती गुणाढ्यापर्यंत जाऊन भिडते. या गुणाढ्याचा उल्लेख बाणभट्टाने (सुमारे ६०० इ.स.) केला आहे आणि तो शातवाहनकालातील मानतात.

'कथासरित्सागरातून' सूचित केलेला नसला, तरी उत्तरकालीन वेदवाङ्मयावरून काढलेला काहीसा उत्तरकालही सांगता येण्यासारखा आहे. पुढच्याच भागामध्ये आम्ही असे दाखवून देणार आहेत की, परिक्षिताचा मुलगा आणि वारस जनमेजय हा उपनिषदांमधला जनक आणि त्याचा समकालीन उद्दालक आरुणी (णि) यांच्या कालापासून पाचसहा पिढ्यांइतका दूर आहे. 'कोषीतकि' - अथवा 'शांखायन'- आरण्यकाच्या[८०] शेवटी गुरुशिष्यांची एक वंशावळ दिलेली आहे. ह्या आरण्यकातील विद्येची परंपरा पिढ्यानुपिढ्या कशी संक्रांत झाली, हे ती वंशावळ सुचवते. ह्या

वंशावळीचा आरंभ असा आहे–

"ओम।। आता वंशावळ सुरू होत आहे. ब्रह्माला वंदन. गुरूंना प्रणाम. आम्ही ही संहिता गुणाख्य शांखायना पासून शिकलो. गुणाख्य शांखायन कहोल कौषीतकीपासून आणि कुहोल कौषीतकी (कि) हा उद्दालक आरुणीपासून शिकला."[८१]

ह्या वेच्यावरून हे स्पष्ट आहे की, गुणाख्य शांखायन आणि उद्दालक आरुणी (णि) यांत दोन पिढ्यांचे अंतर आहे आणि त्याचे (उद्दालकाचे) जनमेजयापासून पाचसहा पिढ्यांचे अंतर आहे. अर्थात गुणाख्य हा परिक्षितानंतर सात–आठ पिढ्यांनी येतो. तो आश्वलायनाच्या फार नंतरचा नसावा. कारण आश्वलायन (बहुधा त्याचा शिष्यच) आपला गुरू जो कहोल याचा आदराने उल्लेख करतो.[८२] येथे हे लक्षात ठेवावे की, शांखायनाप्रमाणे आश्वलायनाचे व्यक्तिगत असे स्वतःचे नाव दिलेले नाही. बहुधा याचा अर्थ असा असावा की, वैदिक परंपरेमध्ये आश्वलायन हा एकमेव महान गुरू ज्ञात आहे. वैदिक आणि बौद्ध अशा उभय वाङ्मयांमध्ये हा विख्यात विद्वान कोसल (अयोध्येचा परिसर) प्रदेशाशीच संलग्न असल्याचे म्हटले आहे, हे लक्षणीय आहे. 'प्रश्नोपनिषदा'त असे म्हटले आहे की, आश्वलायन 'कौसल्य' (कोसलदेशीय) असून कबन्धी कात्यायनाचा समकालीन होता. या माहितीवरून आपल्याला असे ठरविता येते की, हाच आश्वलायन 'मज्झिमनिकाया'त[८३] वैदिक महापंडित[८४] म्हणून उल्लेखलेला कोसलदेशातल्या सावत्थीनगरीचा अस्सलायन आहे. तो गौतम बुद्धाचा आणि म्हणून ककुद[८५] (किंवा पकुध) कच्छायनाचाही समकालीन होता. गौतमाच्या ह्या समकालीनाचे 'केटुभ' म्हणजे 'कल्प' (यज्ञविधी) यांवर ज्या अर्थी प्रभुत्व होते, त्या अर्थी तो प्रसिद्ध 'गृह्यसूत्र'कार आश्वलायनच होता, हे अतिशयच संभाव्य ठरते. फलतः, तो ख्रिस्तशकापूर्वी सहाव्या शतकात होऊन गेला असला पाहिजे. गुणाख्य शांखायनाचा गुरु कहोल कौषीतकी (कि) त्याचा या विख्यात 'गृह्यसूत्रकारा'ने (आश्वलायनाने) आदराने उल्लेख केलेला आहे. अर्थात त्याचा काळ ख्रि.पू. सहाव्या शतकानंतर ठरविता येणार नाही. गुणाख्याच्या कालाची पूर्वमर्यादा ही उत्तरमर्यादेहून फार दुरावलेली नाही, ही गोष्ट प्रथमतः त्याच्या आरण्यकातील पौष्करसादी (दि) लौहित्य आणि मगधवासी नावाचा एक गुरू यांच्या उल्लेखाने सूचित होते. यातल्या पहिल्या दोहोंचा उल्लेख 'अम्बट्ठसुत्त' आणि 'लोहिच्छसुत्त' यांत गौतम बुद्धाचे समकालीन म्हणून आलेला आहे. या 'आरण्यकां'त मगधवासी गुरूचा जो सादर निर्देश केलेला आहे, यावरून'श्रौतसूत्रा'त प्रतिबिंबित झालेल्या समाजस्थितीपेक्षा ही नंतरची स्थिती आहे, असे सूचित होते. कारण मगधातल्या ब्राह्मण लोकांचा निर्देश

'श्रौतसूत्र' तुच्छतेने 'ब्राह्मबन्धु मगधदेशीय' असा करतात.[८६]

गोल्ड स्ट्युकरने असे दाखवून दिले आहे की,[८७] 'आरण्यक' हा शब्द पाणिनी 'अरण्यात राहणारा' एवढ्याच अर्थाने वापरतो. मात्र ख्रिस्तशकापूर्वी सुमारे चौथ्या शतकातल्या कात्यायनाने एका वार्त्तिकात असे म्हटले आहे की, हा 'आरण्यक' शब्द 'अरण्यात वाचावयाचा ग्रंथ' याही अर्थाने वापरतात. प्रस्तुत शब्दाच्या ह्या दुसऱ्या अर्थाविषयी पाणिनीने जी मुग्धता बाळगली आहे, तिची तुलना नंतरच्या वैय्याकरणांनी स्पष्टपणे दिलेल्या दुसऱ्या अर्थाशी केली. म्हणजे पाणिनीच्या काळी हा अर्थ ज्ञात नव्हता. पण इ.स. पूर्व चौथ्या शतकातल्या इतर लेखकांना 'आरण्यक' याचा 'अरण्यात वाचावयाचा ग्रंथ' हाही अर्थ परिचित होता, याविषयी शंकेला जागा राहात नाही. याच ठिकाणी हेही ध्यानात ठेवण्यासारखे आहे की, गुणाख्याचा गुरु असलेला जो कहोल त्याचा समकालीन असलेल्या याज्ञवल्क्याच्या कृतींचा पाणिनीने 'पुराणप्रोक्त' (म्हणजे प्राचीनतर) 'ब्राह्मणां'मध्ये समावेश केलेला नाही. पण कात्यायनाने तो केलेला आहे.[८८] गुणाख्यगुरु कहोल याचा दुसरा एक समकालीन श्वेतकेतू याचा 'आपस्तम्बधर्मसूत्रां'त[८९] एक 'अवर' विद्वान (म्हणजे –अलीकडचा विद्वान) असा उल्लेख आलेला आहे. पाणिनीने आपल्या सूत्रांत 'यवनानी'[९०] याचा उल्लेख केलेला आहे. त्याचप्रमाणे त्याने पाटलीपुत्रात नाव कमवले असल्याच्या एका परंपरेचा 'काव्यमीमांसे'त[९१] निर्देश आहे. आता, हे आपल्याला माहीत आहे की, पाटलीपुत्राची वसणूक उदायिन (न्) याच्या राज्यात गौतम बुद्धाच्या मृत्यूनंतर (सुमारे ख्रिस्तपूर्व ४८६) झाली. या सर्व गोष्टींवरून असे स्पष्ट दिसते की, पाणिनी हा शाक्यमुनीच्या कालापूर्वी होऊन गेलेला नाही. पाणिनीचे वेदवाङ्मयांचे ज्ञान अत्यंत सखोल होते, यात शंकाच नाही. तथापि 'आरण्यके' हा एक ग्रंथवर्ग म्हणून अस्तित्वात असल्याचे त्याला ज्ञात नाही, तेव्हा आरण्यकात निर्दिष्ट झालेल्या महान ऋषींच्या तो फार नंतर झालेला नसला पाहिजे. ह्याच आरण्यकनिर्दिष्ट ऋषींमध्ये गुणाख्याला मानाचे स्थान आहे. याचा अर्थ असा की, ह्या गुरूच्या कालाची पूर्वमर्यादा व उत्तरमर्यादा जवळपास एकच आहे. ख्रिस्तशकपूर्व सहावे शतक हा काल त्याला योजला, म्हणजे सर्व पुरावा दरोबस्त सुसूत्र जुळून जातो.

आता गुणाख्य आणि परिक्षित यांच्या कालांमधले अंतर काढण्याचा प्रयत्न करणे एवढेच काम राहिले आहे. प्रो. ऱ्हीस डेव्हिडज् याने आपल्या 'बौद्ध सूक्ते' या ग्रंथामध्ये उपाली (लि) ते महिन्द या पाच 'थेरां'ना एकूण १५० वर्षे दिलेली आहेत. जाकोबीदेखील आपल्याला असेच सांगतो की, प्रत्येक 'थेरा'चे सरासरी वय तीस वर्षाचे अंदाजता येईल. म्हणून परिक्षितापासून गुणाख्य शांखायनापर्यंतच्या आठ नऊ

पिढ्यांना आपल्याला २४० ते २७० वर्षे देता येतील आणि परिक्षिताचा काळ इ.स. पूर्व नववे शतक मानता येईल.

कुरुंच्या राज्यावर परिक्षिताच्या मागाहून त्याचा सर्वात थोरला मुलगा जनमेजय हा आला. जनमेजयाने केलेल्या सर्पसत्राचा महाभारतात उल्लेख आहे. या संदर्भात येथे असे म्हटले आहे की, जनमेजयाने तक्षशिला जिंकली.[१२] 'पंचविंशब्राह्मण'[१३] आणि 'बौधान श्रौतसूत्र'[१४] यावरून हे स्पष्ट होते की, 'महाभारता'तील जनमेजयाच्या सर्पसत्राला काही ऐतिहासिक आधार आहे, असे मानता येणे शक्य नाही. वेदांच्या संहितांमध्ये ज्या 'सत्रां'चा उल्लेख आलेला आहे, तो महाभारतात वर्णिलेल्या सुप्रसिद्ध सत्राचा नमुना आहे. या गोष्टीमध्ये विकासांचे तीन टप्पे दिसतात. मूळची गोष्ट ही पुराकथेच्या विधीसंबंधीची आहे. हा विधी सर्पानी केलेला होता आणि त्या सर्पांमधल्या एकाचे नाव जनमेजय होते. हा जनमेजय अध्वर्यु होता, आणि ह्या 'यज्ञविधीमुळे सर्पांनी मृत्यूवर विजय मिळविला' हा झाला पहिला टप्पा. दुसरा टप्पा 'बौधायन श्रौतसूत्रां' मध्ये मिळतो. तेथे सर्पांच्या राजामहाराजांमध्ये जनमेजय आहे. हे सर्प (कुरुदेशामधील) खाण्डवप्रस्थामध्ये मानवी रूपांनी यज्ञासाठी एकत्र येतात. या यज्ञाचा उद्देश विषप्राप्ती. हा दुसरा टप्पा. महाभारतामध्ये यज्ञाचा यजमान हा कुरूंचा राजा झालेला आहे आणि यज्ञाचा उद्देश हा सर्पांना अमरत्व प्राप्त करून देण्याचा अथवा विषप्राप्तीचाही नाही, तर सर्पांचा समूळ नायनाट हा आहे. सर्पांसारख्या विषारी प्राण्यांमध्ये एखादी ऐतिहासिक संघर्षाची कथा पाहू.[१५]

परंतु कुरूराजाने तक्षशिला जिंकली ही ऐतिहासिक घटना असावी. कारण 'ब्राह्मण' ग्रंथांमध्ये जनमेजय हा एक महान विजेता म्हणून सांगितलेला आहे. उदाहरणार्थ 'ऐतरेय-ब्राह्मणा'मध्ये असे म्हटले आहे.,[१६]

"जनमेजयः पारिक्षितः समन्तं सर्वतः पृथिवीं जयून परीयायाश्वेन च मेध्येनेजे तदेषा यज्ञगाथा गीयते-

आसन्दीवति धान्यादं रुक्मिणं करतिस्त्रजम्।
अश्वं बबन्ध सारङ्ग[१७] देवेभ्यौ जनमेजय इति॥'

अर्थ - "परिक्षिताचा मुलगा जनमेजय ह्याने सर्व बाजू जिंकित पृथ्वीवर संचार केला आणि मेघ्य (पवित्र) अश्वाने यज्ञ केला. या संबंधात ही गाथा गायली जाते"

आसन्दीवतामध्ये जनमेजयाने 'देवांप्रीत्यर्थ काळ्या ठिपक्यांच्या अंगाचा, धान्यभक्षक, सोन्याच्या अलंकाराने भूषित झालेला आणि पिवळ्या फुलमाळा घातलेला एक घोडा बांधला.'[१८]

'ऐतरेय ब्राह्मणा'च्याच दुसऱ्या एका वेच्यात[१९] असे विधान आहे की,

जनमेजयाला 'सर्वभूमि' (म्हणजे -सार्वभौम राजा) होण्याची कामना होती-

"एवंविदं हि वै मामेवंविदो याजयन्ति तस्मादहं जयाम्य मीत्वरीं सेनां जयाम्य मीत्वर्या सेनया न मा दिव्या न मानुष्या इषव ऋच्छन्त्येष्यामि सर्वमायुः सर्वभूमिर्भविष्यामीति"

अर्थ - (पारिक्षित जनमेजय असे म्हणत असे-) "ज्यांना असे ज्ञान आहे, ते असे ज्ञान असणाऱ्या माझ्याकडून यज्ञ करून घेतात, म्हणून आक्रमण करणाऱ्या सेनेनिशी मी आक्रमण करणाऱ्या सेनेवर विजय संपादन करतो. दिव्य अथवा मानुष बाण माझ्यापर्यंत येऊन पोहोचत नाहीत. मी संपूर्ण आयुष्य जगणार आहे. मी सर्व पृथ्वीचा राजा होणार आहे.

वायव्य सरसीमेकडील तक्षशिलेवरची अधिसत्ता याचा अर्थ मद्र (मध्य पंजाब) देशावरील म्हणजे जनमेजयाची आई माद्रवती हिच्या माहेरच्या प्रदेशावरचे जनमेजयाचे प्रभुत्व.[१००] या संबंधात हे लक्षात ठेवण्यासारखे आहे की, कुरूदेशाची पश्चिम सीमा ही एके काळी सिंधु नदीची एक उपनदी परिणह अथवा परेनोस येथपर्यंत गेलेली होती. पौरवकुलातील राजांचे राज्य थेट सिंकदरच्या काळापर्यंत जेहलम आणि रावी या नद्यांच्या अंतर्भागातील प्रदेशावर होते, तर टॉलेमी या भूगोलतज्ज्ञाने या विस्तृत प्रदेशाचा मुख्य भाग असलेल्या शाकलावर (म्हणजे सियालकोट वर) पांडूचे राज्य होते, असे ठामपणे म्हटले आहे.

असे अनुमान करता येते की, जनमेजयाच्या विजययात्रांनंतर त्याला 'पुनराभिषेक' आणि 'एंद्र महाभिषेक' झाला. त्याने दोन अश्वमेध यज्ञ केले आणि त्याचा वैशम्पायनाशी आणि ब्राह्मणांशी संघर्ष घडून आला. पार्गिटरच्या मते 'मत्स्यपुराण' हे सर्वात प्राचीन आहे. त्यातील कथेनुसार जनमेजयाने काही काळापर्यंत ब्राह्मणांशी चांगला लढा दिला, परंतु नंतर त्याने तो सोडून दिला व आपल्या मुलाला राज्यावर बसवून तो अरण्यवासाला गेला. पण 'वायुपुराणा'तील गोष्टीत असे म्हटले आहे की, जनमेजय मृत्यू पावला व ब्राह्मणांनी त्याच्या मुलाला गादीवर बसवले. पुराणांतील या स्थूल गोष्टी 'ब्राह्मणग्रंथा'तील पुराव्यांनी समर्थित होतात. 'शतपथब्राह्मणा'ने या दोहोंतल्या एका अश्वमेधाचा निर्देश करून असे म्हटले आहे की, हा यज्ञविधी जनमेजयासाठी इन्द्रोत दैवापि शौनक याने केला. 'ऐतरेयब्राह्मणा' ने दुसऱ्या अश्वमेधाचा निर्देश करून म्हटले आहे की, तुर कावषेय हा त्याचा ऋत्विज होता. त्यातच जी कथा आली आहे, तीत असे आहे की, एका यज्ञात त्याने काश्यपांची नियुक्ती न करिता भूतवीरांची केली. त्यामुळे असितमृग नावाच्या काश्यपांच्या एका कुलाने आहुति देण्याचे यज्ञीय कार्य भूतवीरांकडून जबरदस्तीने काढून घेतले.

जनमेजयाचा ब्राह्मणांशी जो संघर्ष झाल्याचे पुराणांनी वर्णिले आहे, त्याची बीजे आपल्याला बहुधा येथे सापडतात, असे वाटते. जनमेजयाच्या विरुद्ध असलेल्या ब्राह्मणकुलाचा नेता वैशम्पायन होता आणि तो काश्यपकुलातला होता, यात शंकाच नाही. ह्या सुप्रसिद्ध संघर्षाचा उल्लेख 'कौटिलीय अर्थशास्त्रा'तही आलेला आहे.[१०१]

'गोपथब्राह्मणां'त ब्रह्मचर्याचे महत्त्व आणि त्याला द्यावयाचा काळ सांगताना जनमेजय आणि दोन हंस यांची गोष्ट आलेली आहे. ही गोष्ट उघडच पुराकथात्मक आहे. पण त्या वरून हे सूचित होते की, 'गोपथब्राह्मणा'च्या काळातच जनमेजय हा पुराकथेतील वीर मानला जात होता.[१०२]

वर जी एक यज्ञगाथा दिलेली आहे, तदनुसार जनमेजयाची राजधानी आसन्दीवत्(त) होती. तिचा उल्लेख यापूर्वी केलाच आहे. राजवाडा आणि यज्ञशाला यांच्यातील जीवनाचे एक लक्षणीय चित्र 'शतपथब्राह्मणा'त आढळते. ते असे :

''समानात् सदमुक्षन्ति घ्यान् काष्ठभृतो यथा।
पूर्णान् परिस्त्रुत कुम्भाग्जुनमेजयसादन इति ॥''[१०३]

अर्थ – ''ज्याप्रमाणे लोक नेहमी समान जातीच्या व पारितोषिक जिंकणाऱ्या घोड्यावर सिंचन करतात, त्याप्रमाणे जनमेजयाच्या प्रासादात (किंवा यज्ञशालेत) ते जळजळीत मद्यद्रव्याने चषक भरतात.''

'दही, घुसळलेले पेय किंवा मद्य' ही परिक्षिताच्याकाळातच मुळी कुरूंची आवडती पेये होती.

महाभारतातील गोष्ट जर खरी मानावयाची असेल, तर जनमेजय हा कधीकधी आपला दरबार तक्षशिलेमध्ये भरवीत असे आणि कौरवपांडवांच्या[१०४] महान संघर्षाची इतिहासकथा वैशम्पायनाने त्याला तक्षशिलेतच सांगितली, असे म्हणतात. इतर अनेकांसमवेत सृंजय हे पांडवांचे त्यात साहाय्यकारी होते. प्रस्तुत महायुद्धाचा स्वतंत्र व साक्षात कोणताही पुरावा उपलब्ध नाही. परंतु इतिहासगाथांमध्ये महत्त्वाचे अंग म्हणून येणारे कुरुसृंजयांचे वैमनस्य आणि त्याचे उल्लेख हे 'शतपथब्राह्मणा' मध्ये येतात.[१०५] शिवाय हॉपकिन्सने ''छान्दोग्योपनिषदा''तल्या[१०६] एका गाथेचा आवर्जून निर्देश केलेला आहे. त्यात कुरूंचा जीव वाचविणाऱ्या एका घोडीचा उल्लेख आहे. तो असाः

''यतो यत आवर्तते तत् तद् गच्छति मानवः।
.... कुरुनश्वाभिरक्षति॥''

महाभारतात कुरूंवर कोसळलेल्या ज्या संकटाचा उल्लेख आहे ('कुरुणां वैशसम्')[१०७] त्याची येथे आठवण झाल्यावाचून राहात नाही.

कोणी असे म्हणेल की, वेदवाङ्मयात पांडवांचा उल्लेख नसल्याकारणाने ते अत्रस्थ नाहीत, परकीय आहेत आणि म्हणून कुरूंशी झालेला त्यांचा संघर्ष हा वेदोत्तरकालीन असला पाहिजे. पण असा निष्कर्ष चुकीचा ठरेल. कारण प्रथम म्हणजे अनिर्देशावर आधारलेला युक्तिवाद हा बहुधा कधीच काही निश्चयात्मक सांगू शकत नाही आणि दुसरी गोष्ट ही की, भारतीय परंपरेनुसार पांडव हा परकीय गण नाही, तर वस्तुतः ती कुरूंचीच एक वंशशाखा आहे. हॉपकिन्सचे जरी पाण्डव हे अज्ञात आणि गंगेच्या उत्तरेकडे राहणाऱ्या वन्य जमातींशी संबंध असलेले असे म्हटले आहे, हे जरी खरे,[१०८] तरी पतंजलीने[१०९] भीम, नकुल आणि सहदेव यांना कुरुच म्हटले आहे. कौरव ही जशी भरतांची शाखा होती, तशीच पांडव ही कुरूच शाखा असे प्रतिपादन करण्यात हिंदू परंपरेची एकवाक्यता आहे. 'महाभारत'[११०] हे नावच मुळी या संघर्षातील वीरप्रतिवीरांचा भारतांशी (म्हणजे कुरूंशी) संबंध दर्शविते. बौद्धवाङ्मयातील पुरावाही ह्याच निष्कर्षाचा वाचक आहे. 'दस-ब्राह्मण-जातका'मध्ये[१११] कुरूराज्यामध्ये व इन्दपत्तनगरामध्ये' राज्य करणाऱ्या व 'युद्धिट्ठिल कुलातल्या' एका राजाला अगदी स्पष्टपणेच 'कौरव्य म्हणजे कुरूकुलातला' असे म्हटले आहे. बरे, पाण्डवामधील अनेकपतिविवाहपद्धतही काही ते कुरू नसल्याचे दाखवितेच, असे नाही. मध्यदेशातील कुरूंमध्ये रुढ असलेली नियोगपध्दती आणि भावाभावांमधलीच अनेकपतिविवाहपद्धती[११२] ही काही एकमेकांपासून फार दूर नाहीत. उत्तरकुरूंनी मान्य केलेला विवाहधर्म हा निःसंशय शिथिलच होता.[११३]

'आश्वलायन गृह्यसूत्रां'च्याच[११४] काळी वैशम्पायन हा 'महाभारताचार्य' म्हणून प्रसिद्ध होता. 'तैत्तिरीय आरण्यक'[११५] आणि पाणिनीची 'अष्टाध्यायी'[११६] यांतही त्यांचा उल्लेख आहे. मूळच्या महाभारताचा पारंपरिक कथानिवेदक हा जनमेजयाचा साक्षात समकालीन होता की नाही, हे सध्यातरी ठरवता येत नाही. मात्र महाभारतीय परंपरेला विरोधी जाईल, असे खुद्द वैदिक वाङ्मयात आम्हाला काहीही आढळले नाही. प्राचीन वेदवाङ्मयात महाभारताचा निर्देश नाही हे खरे आहे पण त्यात 'इतिहासाचा'[११७] उल्लेख आहे. ही गोष्ट तर प्रसिद्ध आहे की, वैशम्पायनाने जनमेजयाला जी कथा सांगितल्याचे म्हटले आहे, तो प्रथम 'इतिहास' होता आणि त्याचे नाव 'जय'[११८] असे होते. 'जय' म्हणजे विजयगीत. विजय अर्थातच पांडवांचा, जनमेजयराजाच्या पूर्वजांचा :

''म्युच्यते सर्वपापभ्यो राहुणा चन्द्रमा यथा।
जयो नामेतिहासोऽयं श्रोतव्यो विजिगीषुणा''[११९]

अर्थ : ''राहूपासून जसा चन्द्र, तसा (ही कथा ऐकणारा) मनुष्य सर्व

पातकांपासून मुक्त होतो. ह्या 'इतिहासाचे' (कथेचे पुरावृत्ताचे) नाव 'जय' असे आहे. विजयाची इच्छा करणाऱ्याने तो ऐकावा."

जनमेजयांचे भाऊ भीमसेन, उग्रसेन आणि श्रुतसेन यांची नावे 'शतपथब्राह्मणां'त[१२०] आणि 'शाखायनश्रौतसूत्रा'त[१२१] अश्वमेधयाजी म्हणून येतात.[१२२] 'बृहदारण्य-कोपनिषदा'च्या काळी त्यांचे जीवन आणि अन्त याबद्दल लोकांत कुतूहल उत्पन्न झाले, आणि विद्वज्जनांच्या सभांमध्ये त्याची उत्सुकतेने चर्चा होऊ लागली. हे उघडच दिसते की, परिक्षतांचा सूर्य ह्या उपनिषदाच्या[१२३] काळापूर्वीच अस्ताला गेला होता. तसेच हेही उघड आहे की, त्यांनी काही तरी अपकृत्ये केलेली होती आणि अश्वमेधयज्ञाने त्यांची निष्कृती केली.

'शतपथब्राह्मणां' मध्ये पुढील एक गाथा आली आहे.

परिक्षिता यजमाना अश्वमेधैः परोऽवरम् ।
अजुहुः कर्मपापकं पुण्याः पुण्येन कर्मणा ॥[१२४]

अर्थ : "पुण्यशील परिक्षितांनी अश्वमेध यज्ञ करून आपल्या पुण्यकर्माने एकामागून एक आपले पापकर्म नष्ट केले."

येथे असे गृहीत धरावे की, त्या काळात ब्राह्मणांशी - भूदेवांशी - केलेल्या संघर्षाचे पातक त्यांनी अशा प्रकारे धुऊन काढले आणि तदूनंतर काही काळ कुरूराजे आणि पुरोहित कुरूदेशामध्ये सामंजस्याने राहू लागले. पुराणांत असे दिलेले आहे की, जनमेजयाच्या मागाहून शतानीक आला. शतानीकाचा मुलगा आणि वारस अश्वमेघदत्त. अश्वमेघदत्ताचा मुलगा अधिसीमकृष्ण, हा वायू आणि मत्स्य या पुराणांत प्रसिद्ध आहे. अधिसीमकृष्णाचा मुलगा निचक्षु (क्षू). ह्याच निचक्षूच्या राजवटीत हस्तिनापूर गंगेच्या महापुराने वाहून गेले, असे म्हणतात. नंतर निचक्षूने कौशाम्बी (अलाहाबाद जवळचे कोसम) ही राजधानी केली.[१२५]

वैदिक वाङ्मयात जनमेजयाच्या कोणाही वंशजांचा किंवा हस्तिनापूर नगराचा स्पष्टतया उल्लेख नाही. राजधानी म्हणून ते नगर महाभारतात आणि पुराणात येते. तथापि ह्या नगराचे प्राचीनत्व पाणिनीच्या पुराव्याने स्वच्छ सिद्ध होते.[१२६] इतर राजांविषयी बोलावयाचे, तर ऋग्वेदात अश्वमेघ[१२७] नावाच्या एका (भारत) राजाचा उल्लेख आहे खरे; पण हा अश्वमेघ अश्वमेघदत्त की काय, हे समजण्यास काही आधार नाही. 'ऐतरेयब्राह्मण' आणि 'शतपथब्राह्मणा'त शतानीक सात्रजित या बलिष्ठ राजाचा उल्लेख आहे. त्याने काशिराज धृतराष्ट्राचा पराभव करून त्याचा यज्ञीय अश्व हरून नेला. तोही बहुधा भरतकुलातला असावा.[१२८] परंतु सात्राजित ह्या त्याच्या कुलनावावरून असे बहुधा सूचित होत असावे की, जो जनमेजयाचा मुलगा शतानीक याच्याहून

वेगळा आहे. 'पंचविंशब्राह्मण', 'जैमिनीयोपनिषद्ब्राह्मण' आणि 'छान्दोग्योपनिषद' यात अभिप्रतारिन(न्) काक्षसेनी(नि) या नावाच्या एका कुरूराजाचा उल्लेख आहे. तो गिरीक्षित(त्) औच्छन्यव शौनक कापेय आणि हत्ती(ति) एंन्द्रोत यांचा समकालीन होता. हत्ती हा एंद्रोत देवाप (देवापि) याचा मुलगा आणि शिष्य होता. त्यामुळे जनमेजयाचा पुरोहित[१२९] शौनक कक्षसेनाचा मुलगा अभिप्रतारिन(न्) हा त्या महान राजाच्या लगोलगच्या वारसांपैकी एक होता, असे दिसते. आपण हे या पूर्वीच पाहिले आहे की, महाभारतात[१३०] कक्षसेन हे जनमेजयाच्या एका भावाचे नाव म्हणून येते.अर्थात अभिप्रतारिन हा जनमेजयाचा पुतण्या होता. 'ऐतरेयब्राह्मण' आणि 'शांखायनश्रौतसूत्रे'[१३१] यात वृध्दद्युम्न अभिप्रतारिन (न्) नावाच्या एका राजाचा उल्लेख आलेला आहे. हा बहुधा अभिप्रतारिन याचा मुलगा. 'ऐतरेयब्राह्मणा'त[१३२] रथगृत्साचा त्याचा पुरोहित शुचिवृक्ष गौपलायनासमवेत[१३३] उल्लेख आहे. यांतील रथगृत्स हा वृद्धद्युम्नाचा मुलगा असावा. 'शांखायन-श्रौतसूत्रा'त[१३४] अशी माहिती आहे की, वृद्धद्युम्नाच्या हातून यज्ञामध्ये प्रमाद घडला. त्यामुळे कुरूक्षेत्रातून कुरूराजे निर्वासित होतील, असा एका ब्राह्मणाने शाप दिला आणि ही गोष्ट अखेरीस साक्षात घडून आली.

जनमेजयाच्या काळातदेखील राजवंशाच्या वैभवावर यज्ञयागांचे मोठे प्रभावी परिणाम घडून येत असत. तो एक धोकाच होता. विदेहाच्या राजसभेमध्ये तत्त्वचर्चेला जसे महत्त्व होते, तसेच महत्त्व कुरूदेशामध्ये यथाचित लोकांनी योग्य प्रकारे करावयाच्या यज्ञातल्या यथावत कर्मकाण्डाला होते. इसवी सनापूर्वी चौथ्या शतकातदेखील महान राजा चन्द्रगुप्त मौर्य यालाही आपल्या युद्धविषयक आणि न्यायदानाच्या निकडीच्या कारभारातून वेळ काढून यज्ञयागात मन घालावे लागे. यज्ञयागामधला प्रमाद ही काही त्यावेळी क्षुल्लक गोष्ट नव्हती आणि विशेषकरून कुरूंच्या प्राचीन राज्यात तर मुळीच नव्हती. कारण ते राज्य म्हणजे ब्राह्मणी कर्मकाण्डाचा गड्डा होते. धार्मिक अपप्रचार झाला की, अस्मानी सुलतानी येत असत आणि लोकांवर होणारा त्यांचा परिणाम भीषण असे. गंगेच्या पुराने जमीन धुपून जाऊन हस्तिनपुराचा सर्वनाश कसा झाला, त्या पुराणांतल्या परंपरेचा उल्लेख यापूर्वीच केला आहे. 'भटचीने, म्हणजे गारांनी किंवा टोळधाडीने कुरूदेशांत पिकांची जी नासाडी झाली, तिचा 'छान्दोग्योपनिषदा'त उल्लेख आलेला आहे. तिच्यामुळे उषस्ति चाक्रायणाच्या सर्व कुटुंबाला परागंदा होऊन शेजारच्या राजाच्या प्रदेशाजवळच्या एका थोर अथवा धनाढ्य माणसाच्या गावी येणे भाग पडले आणि सरतेशेवटी तो विदेहाचा राजा जनक याच्या दरबारी आला.[१३५] कुरूकुलाच्या 'अभिप्रतारिन्' शाखेचे राज्य असताना ज्यायोगे कुरूकुलाचा नाश

झाला, त्या घटनांचा आरंभ आपणाला 'पंश्चविंशब्राह्मणा'त[१३६] थोडा पडताळून पाहावयाला मिळतो. कक्षसेनपुत्र राजा अभिप्रतारिन याच्या बहुधा पुरोहिताने खाण्डववनामध्ये एक यज्ञ पूर्ण केला, अशी येथे आपल्याला माहिती मिळते.[१३७]

ह्याच ब्राह्मणामध्ये[१३८] 'अभिप्रतारिन हे त्याचे सर्व ज्ञातिबांधवांतले बलिष्ठ' असल्याचा निर्देश आहे. हा वेचा मोठा साभिप्राय आहे. या वेच्यात असे सूचित केलेले आहे की, अभिप्रतारिन आणि त्याचे वंशज यांच्या काळी महाराज जनमेजय दिवंगत झाला होता. तसेच, अभिप्रतारिन यांची शाखा कुरू राजवंशाच्या इतर सर्व शाखांपेक्षा मोठ्या पदवीला पोहोचली होती. या वंशाच्या इतर भिन्न शाखोपशाखांचे अस्तित्व परंपरेमध्ये स्पष्टपणे गर्भित आहे. त्यांतली एक शाखा हस्तिनपुरावर आधिपत्य गाजवीत होती आणि नंतर तिने कौशाम्बीस स्थलांतर केले. ह्याच शाखेचा पुराणांतरी निर्देश आहे. दुसऱ्या शाखेचे राज्य इषुकार येथे होते.[१३९] तिसरी शाखा सर्वात 'बलिष्ठ' हे आपण पाहिलेच आहे. तिचा सुप्रसिद्ध खांडवाशी संबंध होता. महाभारताच्या मते, येथे इन्द्रप्रस्थाची भव्य वास्तू होती. आजच्या दिल्लीच्या परिसराला लागूनच ही विख्यात राजधानी नांदत होती आणि तिचा 'जातकां'मध्येही 'युधिट्ठिलगोत्राच्या' (म्हणजे युधिष्ठिराच्या बांधवांच्या) वंशाची प्रमुख राजधानी म्हणून ठळक निर्देश आहे.

अभिप्रतारिन याच्या कुळाची भरभराट चिरकालीन ठरली नाही. कुरूवर मोठमोठ्या आपत्ती आल्या आणि राज्याचे झपाट्याने विघटन झाले.[१४०] असे दिसते की, प्रजाजनांच्या मोठमोठ्या थव्यांना –ब्राह्मणांना आणि सरदारदरकदारांनाही– देश सोडून भारताच्या पूर्वेकडे जाऊन वस्ती करावी लागली. कुरूंच्या एका शाखेचे किंवा भरतकुलाचे अर्थात त्याच्या राजधानीचे कौशाम्बीला जे स्थलांतर झाले, त्याला भासाच्या काही नाटकांतही समर्थन मिळते. 'स्वप्नवासवदत्त'मध्ये कौशाम्बीचा राजा उदयन भरताचा अथवा भारतकुलाचा वंशज म्हणून वर्णिला आहे.[१४१]

"भारताना कुले जातो विनीतो ज्ञानवाञ्छुचिः ।
तन्नार्हसि बलाध्दर्तु राजधर्मस्य देशिकः ॥"

अर्थ : "तू भरतकुलात जन्माला आलेला आहेस. तू संयमी ज्ञानी आणि शुद्ध आहेस. तेव्हा राजधर्माचा आदर्श असलेल्या तू तिचे बलाने हरण करणे योग्य नाही."

पारिक्षित कुलाचा वंशवृक्ष

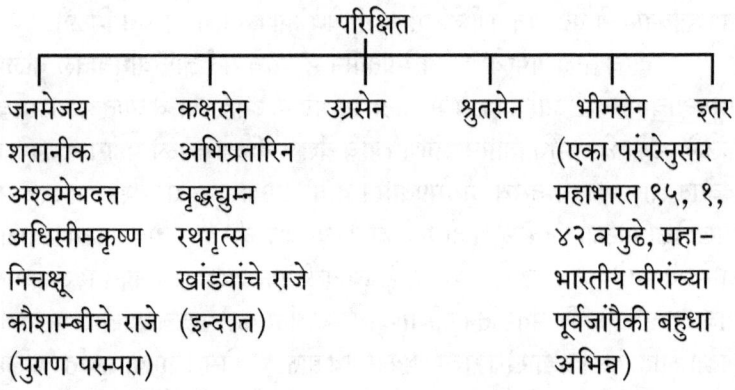

परिक्षित

जनमेजय	कक्षसेन	उग्रसेन	श्रुतसेन	भीमसेन	इतर
शतानीक	अभिप्रतारिन			(एका परंपरेनुसार	
अश्वमेघदत्त	वृद्धद्युम्न			महाभारत ९५, १,	
अधिसीमकृष्ण	रथगृत्स			४२ व पुढे, महा-	
निचक्षू	खांडवांचे राजे			भारतीय वीरांच्या	
कौशाम्बीचे राजे	(इन्दपत्त)			पूर्वजांपैकी बहुधा	
(पुराण परम्परा)				अभिन्न)	

श्रेष्ठ जनकाचा काल

"सर्वे राज्ञो मैथिलस्य मैनाकस्येव पर्वतः।
निकृष्टभूता राजाना ... ... ॥"

महाभारत[१४२]

आपण हे पाहिलेच आहे की कुरूंच्या देशावर एकामागून एक आपत्ती ओढवल्या आणि त्यांनी त्यांची दुर्दशा उडाली व ते दुर्बल झाले. राज्याची शकले उडाली; आणि त्यांच्या एका राजाला देश सोडून परागन्दा व्हावे लागले. त्यानंतरच्या युगात कुरुंना राजनीतीमध्ये फारच थोडे महत्त्व उरले.

त्यानंतरच्या काळातील सर्वात महत्त्वाची व्यक्ती म्हणजे वैदिक वाङ्मयात उल्लेखिलेला उद्दालक आरुणी(णि) आणि याज्ञवल्क्य यांचा समकालीन असा विदेह देशाचा महान तत्त्वज्ञ राजा जनक.कुरूंच्या सत्तेला उतरती कळा लागली होती, तर वैदेहांच्या सामर्थ्याची कमान चढती होती. काही ब्राह्मणग्रंथात[१४३] कुरूंच्या राजांना 'राजन्' असे म्हटलेले आहे, तर विदेहाचा राजा जनक याला 'सम्राट' संबोधलेले आहे, यावरून हे उघड होते. 'शतपथब्राह्मणां'त[१४४] 'राजन्' यापेक्षा 'सम्राट' याला अधिक प्रतिष्ठा असल्याचे विधान आहे.

जनक हा परिक्षितांच्या नंतरच्या कालातील आहे, यात शंकाच नाही. आम्ही पुढे दाखविणार आहोत की, (पुराणांची परंपरा जर मान्य करावयाची असेल, तर) जनक हा बहुधा निचक्षूचा समकालीन असावा आणि ज्याच्या काळी कुरूंचा नाश झाला, त्या उषस्त (अथवा-उषस्ती) चाक्रायणाचा समकालीन तर खासच होता. जनकाच्या काळात परिक्षितांच्या महान कार्याची आणि त्याच्या निगूढ नियतीची लोकांना अद्यापि चांगली आठवण होती आणि मिथिलेच्या राजसभेमध्ये सर्वांच्या कुतूहलाचा एक विषय म्हणून त्याची चर्चा होत होती. 'बृहदारण्यकोपनिषदा'त जनकसभेला ललामभूत असलेल्या याज्ञवल्क्याची परीक्षा घेण्यासाठी भूज्य लाह्यायनी(नि) एक प्रश्न विचारतो. त्याचे उत्तर देण्यापूर्वी याज्ञवल्क्याने एका मद्रकन्येच्याद्वारा अतिमानुषी शक्तीच्या व्यक्तीकडून ते उत्तर घेतल्याचे म्हटले आहे.

"क्व पारिक्षिता अभवत्?"[१४५] (अर्थ :"पारिक्षित कोठे गेले आहेत?")

याज्ञवल्क्य उत्तर करितात, "अश्वमेध यज्ञ करणारे जेथे जातात तेथे." यावरून पारिक्षित (परिक्षितांचे मुलगे) हे त्या वेळी इहलोकी नव्हते, हे स्पष्ट आहे. मात्र त्यांचे जीवन आणि त्यांचा अंत हा लोकांच्या चांगला आठवणीत होता. एवढेच नव्हे, तर

वेगवेगळ्या प्रदेशांतल्या स्त्रीपुरुषांना त्याविषयी उत्कट कुतूहलही होते.[१४६]

जनक आणि जनमेजय यांचा पौर्वापर्यसंबंध अचूकपणे सांगणे शक्य नाही. महाभारत आणि पुराणे यांच्या परंपरेनुसार पाहता ते समकालीन होते. उदाहरणार्थ, महाभारतात असे म्हटले आहे की, जनकसभेतील एक महत्त्वाची व्यक्ती उद्दालक आणि त्याचा मुलगा श्वेतकेतू(तु) हे जनमेजयाच्या सर्पसत्राला उपस्थित होते.-

"सदस्यश्चाभवद् व्यासः पुत्रशिष्यसहावयान्।
उद्दालकः प्रमकः श्वेतकेतुश्च पिंङ्लः ॥"[१४७]

अर्थ - "आपला पुत्र व शिष्य उद्दालक यांस साहाय्यास येऊन व्यास हे ऋत्विज झाले व प्रमतक, श्वेतकेतू, पिंगल हेही..."

'विष्णुपुराणा'त असे म्हटले आहे की, जनमेजयाचा मुलगा शतानीक हा याज्ञवल्क्यापासून वेद शिकला.[१४८]

महाभारत आणि पुराणे यांची परंपरा कशी अविश्वसनीय आहे, ते वैदिक पुराव्याच्या आधाराने सिद्ध होते. 'शतपथब्राह्मणा'[१४९] वरून आपल्याला हे कळून येते की, इन्द्रोत दैवाप (किंवा-दैवापि) हा जनमेजयाचा समकालीन होता. 'जैमिनी-योपषिदुब्राह्मण' आणि 'वंशब्राह्मण' यांच्या मते त्याचा शिष्य दृती ऐन्द्रांत (अथवा-ऐन्द्रांती-ति). दृतीचा शिष्य पुलुष प्राचीनयोग.[१५०] त्याचा शिष्य पुलुषी(षि) सत्ययज्ञ. 'छान्दोग्योपनिषद'वरून[१५१] आपल्याला असे कळते की, पुलुषि(षी) सत्ययज्ञ हा बुडिल आश्वतराश्वी आणि उद्दालक आरुणी यांचा समकालीन. हे दोघेही जनकसभेतल्या महत्त्वाच्या व्यक्ती होते.[१५२] अर्थात सत्ययज्ञ हा विदेहराजा जनकाचा खचितच समकालीन होता. तो ज्येष्ठ समकालीनही होता, कारण त्याचा शिष्य सोमशुष्म सात्ययज्ञी प्राचीनयोग याची आणि जनकाची भेट झाली होती, असे 'शतपथब्राह्मणा'त[१५३] म्हटले आहे. ज्या अर्थी सात्ययज्ञी हा इन्द्रोत दैवापी शौनक याच्या नंतर दीर्घकालाने होऊन गेला, त्या अर्थी त्याचा समकालीन जो जनक, हा इन्द्रोताचा समकालीन असलेल्या जनमेजयानंतर पुष्कळ वर्षांनी होऊन गेला असला पाहिजे.

हेही आपण लक्षात घेतले पाहिजे की, 'शतपथब्राह्मणा'च्या दहाव्या काण्डाच्याअखेरीस आणि 'बृहदारण्यकोपनिषदा'च्या सहाव्या अध्यायात आचार्यांच्या ज्या नामावली दिलेल्या आहेत, त्यात जनमेजयाचा ऋत्विज तुर कावषेय हा बुद्ध ऋषी म्हणून येतो. सांजीवीपुत्रापासून तो अगोदरचा दहावा. तर जनकाचे समकालीन असलेले याज्ञवल्क्य आणि उद्दालक आरुणी हे फक्त सांजीवीपुत्र याच आचार्यापासून चौथे आणि पाचवे होते. ह्या नामावली पुढे दिल्या आहेत-

जनमेजय	तुर कावषेय
यज्ञवचसस्	राजस्तम्भायन
कुश्री	कुश्री वाजश्रवस[१५४]
शाण्डिल्य	उपवेशी (शि)
वात्स्य	अरुण
वामकषायण	उद्दालक आरुणी (णि)
माहित्थी	याज्ञवल्क्य
कौत्स	आसुरी (रि)
माण्डव्य	आसुरायण
माण्डूक्यायनी (नि)	प्रश्नीपुत्र आसुरिवासिन्
सांजीवीपुत्र	सांजीवीपुत्र

वर दिलेल्या नामावलीवरून जनक हा जनमेजयाच्या कालापासून पाचसहा पिढ्या दूर होता, हे स्पष्ट आहे.[१५५] आचार्यांचे वा पिढीचे सरासरी आयुर्मान अध्ययन-परंपरेच्या बाबतीत अंदाज तीस वर्षांचे आहे. तेव्हा इन्द्रोतापासून सोमशुष्मापर्यंत आणि तुर कावषेयापासून उद्दालक आरुणी आणि जनक यांपर्यंत जे पाच अथवा सहा आचार्य[१५६] झाले, त्यांना १५० ते १८० वर्षांचा कालावधी देता येईल.[१५७] तेव्हा जनमेजयाच्या नंतर १५० ते १८० वर्षांनी आणि परिक्षितानंतर दोन शतकांनी जनकाचा काळ येतो, असे म्हणणे सयुक्तिक आहे. पुराणांच्या परंपरेचा अनुसार करून परिक्षिताचा काळ आपण इसवी सनापूर्वी चौदावे शतक मानला, तर जनकाचा काळ इ. सनापूर्वी बारावे शतक मानावा लागेल. दुसऱ्या पक्षी गुणाख्य शांखायनाचा ('शांखायन-आरण्यका'नुसार हा उद्दालकांचा प्रशिष्य होता.) काळ इसवी सनापूर्वी सहावे शतक मानला, तर परिक्षिताचा इ. सनापूर्वी नववे शतक आणि जनकाचा इसवी सनापूर्वी सातवे शतक मानावा लागेल.

जनक जेथे राज्य करीत होता, त्या विदेहाच्या राज्याचा उल्लेख यजुर्वेदाच्या संहितेत प्रथम आलेला आहे, असे दिसते.[१५८] हे राज्य आजच्या उत्तर बिहारमधील आधुनिक तिरहूतशी संवादी आहे.[१५९] कोसल आणि विदेह यांच्या सीमा सदानीरा नावाच्या नदीने विभक्त झाल्या होत्या. सदानीरा ही आजची गण्डक नदी मानतात. गण्डक नेपाळात उगम पावते आणि पटन्याच्या जवळ गंगेला मिळते.[१६०] मात्र ओल्डेनबर्गमतानुसार[१६१] महाभारतात गण्डकी आणि सदानीरा या दोन पृथक नद्या आहेत. :

''गण्डकीं च महाशोणं सदानीरां तथैव च।''

म्हणून पार्गिटर सदानीरा आणि राप्ती एकच मानतो,[१६२] 'सुरूची जातका'[१६३] वरून आपल्याला असे कळते की, संपूर्ण विदेहाचे राज्य १३५० योजने होते आणि त्यात १६००० खेडी होती.[१६४]

मिथिला ही विदेहाची राजधानी.तिचा वेदवाङ्मयात उल्लेख नाही. 'जातके' आणि 'पुराणे' यांत मात्र सारखा उल्लेख येतो. मुजफ्फरपूर आणि दरभंगा हे दोन जिल्हे जेथे मिळतात, तेथे नेपाळच्या सीमेच्या किंचित आत जनकपूर नावाचे जे गाव आहे, तिला प्राचीन 'मिथिला' असे म्हणतात. 'सुरुची(चि)' आणि 'गंधार'[१६५] या जातकांत असे म्हटले आहे की, मिथिलेचा विस्तार सात योजने होता. तिच्या चार वेशींना चार बाजारगांवे होती.[१६६] 'महाजनक जातका'त[१६७] मिथिलेचे पुढील वर्णन आलेले आहे–

''नियम-सुरेषित वास्तुज्ञानी
रुचिली मिथिला सुदर्शनी,
रेखित सज्जित बुरुजतटांनी,
प्रवासरथ्या अष्टदिशांनी,
संभृत झाली अश्वरथांनी, धेनुकुलांनी
तडागचिन्हित, उपवन खचिता,
विदेहधानी श्रुतविख्याता,
ध्वज विस्तारित शस्त्रे परजित,
वीरसुशोभित, शूरालंकृत,
काशीवस्त्रे विप्रसुमण्डित, चन्दनचर्चित, रत्नालंकृत,
प्रासादांनी सुदूर शोभित,
राज्ञीजनही वसनी राजित, मुकुटसुमण्डित.''[१६८]

रामायणात[१६९] असे म्हटले आहे की, मिथिलेचे राजकुल निमी(मि) नावाच्या राजाने प्रस्थापित केले. त्याचा पुत्र मिथी(थि). मिथीचा मुलगा पहिला जनक. नंतर रामायणात सीतेचा पिता द्वितीय जनक आणि त्याचा भाऊ व सांकाश्याचा राजा कुशध्वज यांचा वंश सुरू होतो. 'वायू'[१७०] आणि 'विष्णू'[१७१] ह्या पुराणांत निमी (निमि अथवा नेमि) हा इक्ष्वाकूचा मुलगा म्हणून दिलेला आहे आणि त्यालाच 'विदेह' अशी संज्ञा दिलेली आहे.[१७२] त्याचा मुलगा मिथी. हाच पुराणातला प्रथम-जनक. त्यानंतर सीरध्वजापर्यंत वंश जातो. ह्याला 'सीतेचा पिता' असे म्हटले आहे. अर्थात हाच रामायणातला द्वितीय जनक होय. नंतर सीरध्वजापासून पुराणे हा वंश अखेर पर्यंत देतात. त्यातला शेवटचा राजा कृती (ति) होय. ह्या कुळाला 'जनकवंश' असे म्हटले आहे–

''धृतेषु बहुलाश्वोऽभूद् बहुलाश्वसुतः कृतिः।
तस्मिन् संतिष्ठते वंशो जनकानां महात्मनाम् ॥''[१७३]

वैदिक संहितेमध्ये 'नमी साप्य' नावाच्या एका विदेहाच्या राजाचा उल्लेख येतो.[१७४] परंतु मिथिलेच्या वंशाचा प्रवर्तक म्हणून त्याचा कोठेच निर्देश नाही. उलट शतपथब्राह्मणातील एका कथेनुसार असे दिसते की, विदेहाचे राज्य हे सरस्वती नदीच्या तीरावरच्या विदेघ माथव नावाच्या कोणा एकाने स्थापिले.[१७५] आपल्याला अशीही माहिती मिळते की, पूर्वेकडच्या 'सरस्वती' नदीपासून अग्निदेवाने पृथ्वी जाळण्याला जी सुरुवात केली, ती थेट सदानीरा नदीपर्यंत. अग्नीच्या मागोमाग माथव आणि त्याचा पुरोहित गौतम राहुगण हे होते आणि ते सदानीरेपर्यंत आले. सदानीरेचा भाग काही त्याने जाळला नाही. ही सदानीरा नदी उत्तरेकडील (हिमालय) पर्वतातून उगम पावते. तोपर्यंत प्राचीन काळापासून कोणाही ब्राह्मणांनी सदानीरेचा प्रवाह ओलांडला नव्हता. कारण 'वैश्वानर (म्हणजे सर्वांसाठी प्रज्वलित होणाऱ्या) अग्नीने तो प्रदेश जाळला नव्हता.' त्या वेळी पूर्वेकडचा प्रदेश अगदी नापीक आणि दलदलीचा होता.[१७६] परंतु माथव तेथे आल्यानंतर मात्र अनेक ब्राह्मण तेथे आले आणि तो प्रदेश कृषियोग्य झाला. कारण ब्राह्मणांनी तेथे यज्ञ करून त्या यज्ञांच्याद्वारा अग्नीला भूमीचा स्वाद दिला. त्यानंतर विदेघ माथवाने अग्नीला म्हटले, 'मी कोठे वस्ती करु?' त्याने उत्तर केले, 'ह्या नदीच्या पूर्वेकडे तुझी वस्ती होईल.' येथे शतपथ ब्राह्मणाच्या कर्त्याने आणखी असे म्हटले आहे की, ''ह्या नदीचा प्रवाह ही कोसल आणि विदेह या देशांच्या राज्यांची सीमा आहे.'' महाभारत आणि पुराणे यांतील याद्यांमध्ये जे वैदेह मिथि हे नाव येते ते माथव विदेघ याचे स्मरण करून देणारे आहे.

मिथिलेच्या राजवंशाची प्रतिष्ठापना जर माथव विदेघ याने केलेली असेल, तर नमी साप्य याला तो अधिकार सांगता येणार नाही, हे उघड आहे. 'मज्झिमनिकाय'[१७७] आणि 'निमि-जातक' यात मखादेव हा मिथिलेच्या राजांचा मूळ प्रवर्तक असल्याचे आणि 'निमि' नावाचा कोणी 'राजर्षीच्या कुळात अखेरीस' जन्मला असल्याचे म्हटले आहे. अशा प्रकारे बौद्धांच्या पुराव्यावरून असे दिसते की, निमी हे नाव पहिल्या राजाचे नसून बहुधा उत्तरकालीन अशा एखाद्या राजाचे किंवा राजांचे असावे.[१७८]

सर्वच्या सर्व मैथिल-वंशातल्या राजांचा 'जनकवंशीय' 'वंशो जनकानां महात्मनाम्' (म्हणजे महात्मा जनकांचा राजवंश) असे वेदोत्तरकालीन वाङ्मयात म्हटलेले असल्यामुळे आणि 'जनक' हे नाव अनेकांनी धारण केलेले असल्यामुळे यांतील कोणता जनक हा आरुणी आणि याज्ञवल्क्य यांचा समकालीन असलेला वेदवाङ्मयातला थोर जनक, हे सांगणे कठीण आहे. परंतु पुराणांच्या यादीतील सीरध्वज

(अर्थात सीतेचा पिता) हाच तो जनक होय. याला अनुकूल असा एक पुरावा मात्र आहे. रामायणाच्या नायिकेचा पिता हा कैकय-देशाच्या राजाचा अश्वपतीचा (अर्थात भरताचा आईकडून आजा)[१७९] कनिष्ठ समकालीन होता. आणि वैदिक वाङ्मयातील जनक हाही अश्वपतीचा - कैकय राजाचा - समकालीन होता. कारण उद्दालक आरुणी आणि बुडिल आश्वतराश्वी हे या उभय राजांच्या सभांमध्ये येत असत.[१८०] परंतु अश्वपती हे नाव भरताच्या मामालाही दिल्याचे आढळून येते.[१८१] त्यामुळे असे वाटते की, ते बहुधा व्यक्तिनाम नसून दुय्यम नाव असावे किंवा 'जनक' या नावाप्रमाणे कुलनाम असावे.[१८२] या पक्षी वैदिक जनक हाच सीतेचा पिता होता, असे निश्चयाने सांगणे अशक्य आहे. भवभूतीने मात्र या दोन जनकांची एकात्मता मान्य केलेली आहे. भवभूतीने सीतेच्या पित्याला अनुलक्षून 'महावीरचरिता'त[१८३] म्हटले आहे.

''तेषामिदानी दायादो वृध्दः सीरध्वजो नृपः ।
याज्ञवल्क्यो मुनिर्यस्मै ब्रह्मपारायणं जगौ ॥''[१८४]

बौद्ध जातकामध्ये ज्या जनक नावाच्या राजाचा उल्लेख आलेला आहे, त्यातील एखाद्याशी या जनकाचे ऐकात्म्य प्रतिपादणेही असेच दुर्घट आहे. प्रोफसर ऱ्हीस डेव्हिडज्[१८५] याने ५३९ क्रमांकाच्या 'जातका'तील महाजनकाशी त्याचे ऐकात्म्य प्रतिपादल्याचे दिसते. या जातकातील महाजनकाचा पुढील उद्गार आपल्याला त्या महान तत्त्वज्ञ-राजाची आठवण करून देतो, यात शंका नाही.

''जळोत मिथिलेचे प्रासाद ।
त्याने माझे काहि न जळते ॥''

महाभारतात[१८६] हा उद्गार मिथिलेच्या जनक 'जनदेवा'च्या तोंडी घातलेला आहे, असे आढळते. परंतु जैनांच्या 'उत्तराध्ययनां'त तो नमीच्या तोंडी आहे.[१८७] ह्याबरोबरच 'विष्णुपुराणा'[१८८] त नेमीच्या बरोबरीने आलेल्या अरिष्टाचा उल्लेख हा लक्षात घेतला, म्हणजे असे सूचित होते की, नमी किंवा नेमी हाच द्वितीय महाजनक असावा. यालाच 'जातका'मध्ये अरिट्ठाचा पुत्र म्हटले आहे. द्वितीय महाजनक हाच जर नमी असेल, तर तो जनकाहून वेगळा असला पाहिजे. कारण हा जनक वैदिक वाङ्मयातील नमीहून पृथक आहे. वैदिक जनक आणि 'जातका'तील प्रथम महाजनक हे एकच असावेत, असे म्हणण्याचा कितीही मोह होत असला, तरी त्या बाबतीत पुराव्याचा अभाव आहे.

शतपथब्राह्मण, बृहदारण्यकोपनिषद् आणि महाभारत[१८९] यात जनकाला 'सम्राट' म्हटलेले आहे. यावरून हे उघड आहे की, तो नुसता 'राजन' नव्हता, तर त्यापेक्षा बराच मोठा होता. वैदिक वाङ्मयामध्ये 'सम्राज्' (म्हणजे राजराज) या

शब्दाच्या उपयोगाविषयी जरी स्पष्ट पुरावा नसला, तरी शतपथब्राह्मणामध्ये मात्र 'सम्राज्' याचे अधिपत्य 'राजन' याच्या अधिपत्यापेक्षा मोठे असल्याचे स्पष्टपणे म्हटले आहे. 'राजसूय यज्ञ केल्याने तो राजा होतो आणि वाजपेय यज्ञ केल्याने तो 'सम्राज्' होतो. राजाचे पद हे लहान आहे पण 'सम्राज्' याचे श्रेष्ठ आहे.'[११०] 'आश्वलायन श्रौतसूत्रां'मध्ये [१११] जनक हा मोठे यज्ञ करणारा म्हणून सांगितलेला आहे.

परंतु जनकाची कीर्ती ही राजा म्हणून त्याच्या राजवटीतल्या कर्तबगारीवर जितकी अवलंबून आहे, त्यापेक्षा तो संस्कृतीचा आणि तत्त्वज्ञानाचा आश्रयदाता म्हणून असलेल्या त्याच्या कार्यावर आहे. ह्या सम्राटाची राजसभा ही निरंतर कोसल, कुरूपंचाल आणि कदाचित मद्र या देशांमधून येणाऱ्या ब्राह्मणांनी गजबजून गेलेली असे. हे ब्राह्मण होते, अश्वल, जारत्कारच आर्तभाग, भुज्यु लाह्यानी उषस्त (स्ति) चाक्रायण, कहोड, कौषीतकेय, गार्गी वाचक्नवी, उद्दालक आरुणी (णि) आणि विदग्ध शाकल्य. विविध युक्तिवादांच्या या जनकसभेमध्ये ज्या चर्चा चालत, त्या बृहदारण्यकोपनिषदाच्या तिसऱ्या अध्यायाचे एक महत्त्वाचे वैशिष्ट्य होत. ह्या चर्चांचा नायक उद्दालक आरुणीचा शिष्य याज्ञवल्क्य वाजसनेय होता.[११२] जनकाचे कुरू-पांचालांच्या ब्राह्मणवर्गाशी जे संबंध होते त्याविषयी ओल्डेनबर्ग म्हणतो, [११३] "ॲथेन्सचे बुद्धिजीवी ज्याप्रमाणे मॅसिडोनियन राजांच्या दरबारात जमत असत, त्याचप्रमाणे संस्कृतीचा भोक्ता असलेला हा पूर्वेकडील राजा पश्चिमेकडील विख्यात व्यक्तींना आपल्या सभांमध्ये पाचारण करीत असे."

महान जनकाच्या या काळात उत्तर भारतातील राजकीय परिस्थितीविषयी आपल्याला ब्राह्मणग्रंथ आणि उपनिषदे यांमधून काही माहिती मिळू शकते. त्यामधून आपल्याला हे कळते की, विदेहाच्या व्यतिरिक्त बरेच महत्त्वाचे असे आणखी नऊ प्रान्त त्या वेळी होते. ते असे- (१) गांधार (२) कैकय (३) मद्र (४) उशीनर (५) मत्स्य (६) कुरू (७) पांचाल (८) काशी (९) कोसल.

या प्रान्ताच्या नेमक्या भौगोलिक मर्यादा कोणत्या, याविषयी वेदवाङ्मयात क्वचितच काही निश्चित सूचना मिळू शकतात. अर्थात यांतील बऱ्याच प्रदेशांच्या स्थलनिर्णयासाठी आपल्याला उत्तरकालीन साहित्यातील पुराव्यांकडेच वळावे लागते.

महाभारताच्या कर्त्याने गन्धार देशाच्या लोकांचा समावेश उत्तरापथातील म्हणजे हिंदुस्थानाच्या सर्वात उत्तरेकडील प्रदेशाच्या लोकांमध्ये केलेला आहे.-

"उत्तरापथजन्मानः कीर्तयिष्यामि तानपि ।
यौन-काम्बीज-गान्धाराः किराता बर्बरः सह ।।"[११४]

गाधार-देश हा सिंधुनदीच्या उभयतीरांवर वसलेला होता.[१९५] आणि त्यातच तक्षशिला आणि पुषकरावती ही दोन नगरे होती. पुराणकालातील तक्ष आणि पुष्कर या विख्यात वीरांनी ही नगरे वसविली होती, असे म्हणतात-

"गांधारविषये सिध्दे तयोः पुर्यौ महात्मनोः ।
तक्षस्य दिक्षु विख्यात रम्या तक्षशिला पुरी ।
पुषकरस्यापि वीरस्य विख्याता पुष्करावती ।।"[१९६]

ह्या ओळींत वर्णिलेला जो 'विषय' (प्रदेश)[१९७] आहे, त्यात पश्चिम पंजाबच्या रावळपिंडी जिल्ह्याचा आणि वायव्य सरसीमेवरील पेशावर जिल्ह्याचा समावेश होत असला पाहिजे. रावळपिंडीच्या वायव्येस काही मैलांवर आणि बनारसपासून २०,००० योजने अंतरावर ही सुविख्यात तक्षशिला (इंग्रजीत, टॅक्सिला) नगरी होती. रावळपिंडीच्या वायव्येस वीस मैलांवर 'सराई-कल' नावाचे एक रेल्वे जंक्शन आहे. त्याच्या तडक पूर्वेला आणि ईशान्येला ह्या महान नगरीचे अवशेष पडलेले आहेत. ज्या खोऱ्यात ते आहेत, त्यातून हारो नावाची नदी वाहते. याच खोऱ्यात एकमेकांपासून साडेतीन मैलांच्या अंतरामध्ये तीन वेगवेगळ्या नगरांचे अवशेष आहेत. यांतील सर्वात दक्षिणेकडील (आणि सर्वात प्राचीन) जे नगर, ते एका उंच पठारावर आहे आणि त्याचे तिथले स्थानिक नाव- 'भीरमाऊंड' असे आहे.[१९८]

स्वात नदीवरील पेशावरच्या सतरा मैल ईशान्येस जे आजचे प्रांग आणि छारसद्द आहे, तीच 'पुष्करावती' किंवा 'पुष्कलावती' (कमलानगरी) होय. तिचे प्राकृतरुप 'पुक्कलावती' (यावरूनच आरियनचे 'पेउकेलाओतिस्' हे रूप आलेले आहे.)[१९९]

ऋग्वेद आणि अथर्ववेद ह्यांत ज्या लोकांना 'गंधारी' असे म्हटलेले आहे, त्यांनाच 'गन्धार' हे उत्तरकालीन रूप योजलेले आहे. ऋग्वेदात[२००] ह्या जमातीच्या मेंढ्यांचा उत्तम लोकरीसाठी उल्लेख केलेला आहे. अथर्ववेदात[२०१] गन्धारीचा मूजवतांसमवेत उल्लेख आहे आणि तो हीन लोकांना अनुलक्षून असल्याचे दिसते. ब्राह्मणग्रंथांमध्ये 'नग्नजित्' हा गन्धारराजा आणि त्याचा मुलगा 'स्वर्जित्' यांचा उल्लेख आहे. नग्नजिताला ब्राह्मणग्रंथान्तर्गत अभिषेक झालेला आहे. पण तेथे कुलविधी केल्याचा उल्लेख तुच्छतेने केला आहे.[२०२] उत्तरकाली 'मध्यदेशा'तील (म्हणजे मध्यभारतातील) लोकांचा दृष्टिकोन पालटला आणि गन्धार हे पडितांचे माहेरघर झाले. ऋग्वेद आणि अठरा[२०३] विद्याशाखा यांच्या अध्ययनासाठी सर्व वर्गांतील विद्वान तेथे येऊ लागले.

'छान्दोग्योपनिषदा'च्या[२०४] एका लक्षणीय वेच्यामध्ये वैदिक जनकाचा

समकालीन असलेला उद्दालक आरुणी गन्धाराचा उल्लेख करतो. हा उल्लेख अधिकारी गुरूच्या इष्टतेच्या संदर्भात असून अशा गुरूपासून शिष्य हा 'आपला मार्ग शोधतो आणि सर्व ऐहिक बन्धनांपासून तो मुक्त होऊन सत्य अथवा मोक्ष संपादतो, ' असे म्हटले आहे. मोक्ष संपादणाऱ्या अशा पुरुषांची तुलना डोळे बांधलेल्या माणसाशी केलेली आहे आणि सरतेशेवटी तो गन्धार देशाला पोहोचतो, असे तेथे म्हटले आहे.

हा वेचा असा-

"यथा सोम्य पुरुषं गन्धारभ्योऽभिनध्दाक्षामानीय तं ततोऽतिजने विसृजेत् स यथा तत्र प्राङ् वा अधराङ् वा प्रत्यङ् वा प्रध्यायीत- अभिनद्धक्ष आनीतोऽभिनद्धक्षो विसृष्टः/तस्य यथाभिनहनं प्रमुच्य अब्रूयादेतां दिशं गन्धारा एता दिशं ब्रजेति/स ग्रामाद ग्रामं पृच्छन् पण्डितो मेधावी गन्धारा-नेवोपसंपद्येत एवमेवाचार्यवान् पुरुषो वेद/"

("बाळा, ज्याप्रमाणे एखाद्या माणसाचे डोळे बांधून त्याला गंधार देशातून आणून नंतर त्याला निर्जन ठिकाणी सोडावे, मग तो जसा तेथे पूर्वेला, उत्तरेला, दक्षिणेला अथवा पश्चिमेला जाऊन (ओरडून ती जागा दुमदुमून सोडतो की) "मला डोळे बांधून येथे आणले आहे, आणि डोळे बांधलेलेच सोडून दिले आहे." (नंतर) ज्याप्रमाणे एखाद्या कनवाळू माणसाने (त्याची डोळ्यांची) पट्टी सोडून सांगावे की, "ह्या दिशेला गन्धार आहे, ह्या दिशेला जा." (मग) तो एका गावाहून दुसऱ्या गावाला जाऊन मार्ग विचारीत, विचारीत हुशार असला तर माहिती मिळाल्यावर (शेवटी) गन्धारालाच जातो, त्याचप्रमाणे (अधिकारी) आचार्य ज्याला लाभला आहे, असा पुरुष ज्ञान संपादतो.")[२०५]

'उद्दालक-जातका'त[२०६] असे सांगितलेले आहे की, उद्दालक हा तक्षशिलेला(म्हणजे तक्कशिलेला) गेला आणि तेथे विश्वविख्यात गुरूपाशी अध्ययन केले, हे लक्षात ठेवले, म्हणजे ह्या वरील गोष्टीचे संपूर्ण गर्भित महत्त्व मनात ठसते. 'सेतुकेतु-जातकां'त[२०७] म्हटले आहे की, उद्दलकाचा मुलगा श्वेतकेतू हाही तक्षशिलेला गेला आणि सर्व कला शिकला. 'शतपथब्राह्मणा'त म्हटले आहे की, उद्दालक आरुणी हा उत्तरेकडल्या लोकांमध्ये प्रवास करून वावरत असे.[२०८] 'कौषीतकि-ब्राह्मणा'तही[२०९] सांगितले आहे की, ब्राह्मण लोक अध्ययनासाठी उत्तरेकडे जात असत. तक्षशिला ही विद्यापीठीय नगरी असल्याचे संदर्भ जातक-कथात ठायीठायी भरलेले आहेत. पाणिनी स्वतः गन्धाराचा रहिवासी होता आणि त्याने एका सूत्रामध्ये[२१०] तक्षशिला नगरीचा उल्लेख केलेला आहे. तक्षशिलेची आणखी एक पुराणप्रसिद्ध व्यक्ती म्हणजे बहुधा कौटिल्य होय.[२११]

कैकय लोकांची वसाहत पश्चिम पंजाबात गन्धार आणि बियास नदी यांच्या

मधल्या भागात झाली होती. रामायणामधून[२१२] आपल्याला असे कळते की, कैकय देश हा विपाशेच्या (म्हणजे बियासच्या) पलीकडे वसलेला असून 'गन्धर्व' किंवा 'गन्धार' विषयापर्यंत घुसलेला होता. महाभारताने[२१३] कैकयांचा मद्राशी संबंध जोडला आहे ('मद्राश्च सह कैकयः' आरियन्[२१४] हा 'कैकियन्' लोक किंवा 'सारंगेस' नदीवर वसल्याचे सांगतो. सारंगेस ही बहुधा हायड्राओटेस किंवा रावी यांची उपनदी दिसते."

वेदांमध्ये कैकयांच्या राजधानीचा उल्लेख नाही. पण रामायणात ती राजगृह किंवा गिरिव्रज असल्याचे सांगितले आहे.

"उभौ भरतशत्रुघ्नौ कैकयेषु परन्तपौ ।
पुरे राजगृहे रम्ये मातामहनिवेशने ॥"[२१५]

("शत्रुघातक असे दोघेही भरत आणि शत्रुघ्न कैकयांमध्ये (भरताच्या) मातामहाच्या निवासस्थानी राजगृहात राहत आहेत.")

"गिरिव्रजं पुरवरं शीघ्रमासेदुरञ्जसा ।"[२१६]

("(दूत) झपाट्याने नगरश्रेष्ठ अशा गिरिव्रजाला येऊन पोहोचले.")

अयोध्येहून कैकयाची राजधानी सुमारे ६५० मैल होती; आणि या प्रवासाला सात दिवस लागत असत. अयोध्येहून विदेहाला चौथ्या दिवशी माणूस पोहोचे. हे अन्तर सुमारे २०० मैल आहे. चांगले रस्ते नसल्यामुळे वेग कमी करावा लागे, असा पार्गिटरचा खुलासा आहे, तर कैकयाची राजधानी जेहलम्वरील आजचे 'गिरजक' किंवा 'जलालपूर' होती, असे कनिंगहॅमचे म्हणणे आहे.[२१७]

मगधामध्ये दुसरे एक राजगृह–गिरिव्रज होते, तर युआंगश्वांग हा पो–हो किंवा बल्ख यातील तिसऱ्या एका राजगृहाचा उल्लेख करतात.[२१८] कैकय देशातील आणि मगध देशातील या दोन राजगृहांमधील भेद दर्शविण्यासाठी दुसऱ्या राजगृहाला 'मगध–गिरिव्रज' असे म्हणत असत.[२१९]

पुराणांमधून[२२०] आपल्याला असे कळते की, मद्रक आणि उशीनर यांच्यासमवेत कैकय ह्या सर्व 'ययातिपुत्र अनू (नु) यांच्या कुलाच्या शाखा होत. ऋग्वेदात[२२१] अनू जमातीचा उल्लेख वारंवार येतो. ऋग्वेदाच्या आठव्या मंडलातल्या[२२२] एका सूक्तावरून असे दिसते की, अनू–जमातीचे वास्तव्य मध्य पंजाबात पुरुष्णीनदीच्या जवळ होते आणि ह्याच प्रदेशाचे अधिपत्य नंतर कैकय आणि मद्र यांच्याकडे गेले, असे आपल्याला आढळून येते.

वैदिक जनकाच्या काळी कैकयाच्या राजाचे नाव अश्वपती होते. हेच भरताच्या मामाचे आणि मातामहाचेही नाव होते.[२२३] 'शतपथब्राह्मण'[२२४] आणि 'छांदोग्योपनिषद्'[२२५] यात असे सूचित केलेले आहे की, कैकयांचा हा राजा स्वतः

विद्यावंत असून त्याने पुढील अनेक ब्राह्मणांना विद्या दिली. – अरुण औपवेशी गौतम , सत्ययज्ञ पौलुषी, महाशाला जाबाल, बुडिल आश्वतराश्वी, इन्द्रद्युम्न भाल्लवेय, जन शार्कराक्ष, प्राचीनशाल, औपमन्यव आणि उद्दालक आरुणी. त्यांत ज्या अरुण औपवेशीचा संदर्भ आहे, तो उद्दालकाच्या पूर्वीच्या पिढीतला होता, त्यावरून असे उघड होते की, अश्वपती हा विदेहाचा तत्त्वज्ञानी राजा जो जनक त्याचा ज्येष्ठ समकालीन होता.

जैन लेखक आपल्याला असे सांगतात की, कैकयांचे अर्धे राज्य आर्य होते. ते कैकयांच्या 'सेवविया' नावाच्या नगराचा उल्लेख करतात.[२२६] कैकयांची एक शाखा उत्तरकाली दक्षिण भारतात आली आणि तिने म्हैसूरच्या प्रदेशावर अधिपत्य प्रस्थापित केले.[२२७]

मद्र–लोकांचे उत्तरमद्र, पूर्वमद्र, दक्षिणमद्र (अथवा मूळचे मद्र) असे अनेक भाग होते. यांतल्या उत्तरमद्रांचा 'ऐतरेयब्राह्मणात' असा उल्लेख आलेला आहे की, ते उत्तरकुरूंच्या जवळ हिमवत्–पर्वताच्या रांगेपलीकडे वास्तव्य करून होते. त्सिमर आणि मॅक्डोनेल हे तर्क करतात, त्याप्रमाणे हा बहुधा कश्मीर प्रदेश असावा. पूर्वमद्र हे सियालकोटच्या पूर्वेस त्रिगर्त (म्हणजे कांगडा) याच्या जवळच्याच एखाद्या भागात राहत असावेत.[२२८] दक्षिणमद्र हे इरावती (म्हणजे रावी) नदीच्या पश्चिमेकडील मध्य–पंजाबाच्या भागात वसत होते.[२२९] फार पुढच्या काळात पूर्वेकडील सीमेत अमृतसरचा अंतर्भाव झाला.[२३०] ह्यांची जुनी राजधानी (अर्थात 'पुट–मेदन') शाकल अथवा सागल–नगर (म्हणजे आजचे सियालकोट) होती. 'महाभारता'त[२३१] आणि अनेक 'जातकां'त[२३२] या नगराचा उल्लेख आहे आणि जनकाच्या सभेमध्ये जो एक भूषणभूत असा 'शाकल्य' नावाचा वैदिक ऋषी होता, त्याच्या नावामध्ये ते सूचित आहे. दोन नद्यांच्या दुबेळक्याच्या प्रदेशात 'शाकलद्वीप'[२३३] नावाचा जो एक भाग होता, तेथे आपगानदीच्या[२३४] काठी ते होते. आज रेचना दोआबचा हा एक भाग आहे, हे उघड आहे.

मद्रांच्या जुन्या वेदोत्तरकालीन ग्रंथांत ते राजाच्या शासनामध्ये राहत असल्याचा उल्लेख आहे. जनकाच्या काळी त्यांच्या प्रदेशाच्या राज्यकर्त्याचे नाव काय होते, याची माहिती नाही. राजकीयदृष्ट्या त्यांच्या प्रदेशाला तसे विशेष महत्त्व नव्हते. परंतु वर वर्णन केलेल्या उत्तरेकडील भागांप्रमाणे मद्रांचा प्रदेशही ब्राह्मणकालातील विद्वानांचे आणि ऋषींचे माहेरघर होता. उदाहरणार्थ, मद्रगार शौङ्गायनी आणि उद्दालक आरुणी[२३५] यांचा एक गुरु असलेला काप्य पतंचल[२३६] याने जुन्या महाभारतात मद्रांचे राजकुल सद्गुणी असल्याचे म्हटले आहे.[२३७] पण नंतरच्या काळात मात्र मद्रांच्या

प्रदेशात दुराचारी रूढींच्या परकीय लोकांचा एक अड्डाच बनला होता आणि तशी त्याला कुप्रसिद्धीच मिळाली होती.[२३८]

उशीनरांचा देश हा 'मध्यदेशात' म्हणजे मध्य भारतात होता. 'ऐतरेयब्राह्मण'त[२३९] असे म्हटलेले आहे की,

'अस्या ध्रुवायां मध्यमायां प्रतिष्ठायां दिशि' (अर्थ- ह्या सुप्रतिष्ठित अशा मध्यम प्रदेशामध्ये) 'वश' आणि 'उशीनर' यांच्यासमवेत कुरूपंचाल नांदतात. 'कौषीतक्युपनिषदा'तहि उशीनरांचा मत्स्यांशी, कुरूपंचालांशी आणि वंशाशी संबंध असल्याचे म्हटले आहे. बहुधा ते 'मध्यदेशा'च्या अगदी उत्तरेकडच्या प्रदेशात राहत असावेत. कारण 'गोपथ-ब्राह्मणा' मध्ये उशीनर आणि वश यांचा उल्लेख उदीचांच्या (म्हणजे उत्तरेकडील लोकांच्या) लगोलग अगोदर आलेला आहे.[२४०] 'कुरूपञ्चालेषु अङ्गमगधेषु काशि-कौसल्येषु शाल्व-मत्स्येषु स वशउशीनरेपु उदीच्येषु'.

महाभारतात उशीनर लोक हे यमुनेजवळच्या दोन प्रवाहांपाशी यज्ञ करीत होते, असे म्हटले आहे.[२४१] 'कथासरित्सागरा'त उशीनर-गिरी हा कनखलाजवळ 'गंगा जेथे हिमालयातून प्रथम बाहेर पडते, त्या तीर्थस्थलाजवळ'[२४२] आहे, असे सांगितले आहे. निःसंशय उशीनर-गिरि हा 'दिव्यावदाना'[२४३]तील उशिर-गिरि होय आणि तोच 'विनय' संहितेतील 'उशिरध्वज' होय.[२४४] पाणिनीने उशीनर देशाचा कितीतरी सूत्रात उल्लेख केलेला आहे.[२४५] भोजनगर ही उशीनराची राजधानी होती.[२४६]

ऋग्वेदात[२४७] उशीनराणी या नावाच्या एका राणीचा उल्लेख येतो. महाभारत, 'अनुक्रमणी' आणि अनेक 'जातके'यांत उशीनर या नावाचा राजा आणि त्याचा मुलगा शिबी यांचा उल्लेख येतो. [२४८] आपल्याला जनकाच्या उशीनर समकालीनांचे नाव मात्र माहीत नाही. 'कौषीतक्युपनिषदा'त असे म्हटले आहे की, काशीचा अजातशत्रू आणि विदेहाचा जनक यांचा समकालीन जो गार्ग्यबालाकी तो काही काळ उशीनर देशात राहिला होता.

मत्स्य देशामध्ये प्रायः 'अलवारचे काही भाग, जयपूर आणि भरतपूर यांचा समावेश होतो.' हाच ''महाभारतातील विराट राजाचा देश असून त्याच्याच दरबारात पाच पांडव हे आपल्या वनवासाच्या शेवटच्या वर्षावधीत अज्ञातवासात राहिले होते.''[२४९] परंतु अलवार हा शेजारच्याच शाल्व या लोकांचा प्रदेश असावा, असे दिसते. [२५०] मत्स्यदेश हा दिल्ली प्रदेशाच्या कुरूंच्या दक्षिणेस आणि मथुरेच्या शूरसेनांच्या पश्चिमेस होता. दक्षिणेच्या बाजूने तो चंबळ नदीपर्यंत गेला असावा, आणि पश्चिमेस सरस्वतीपर्यंत पोहोचला असावा. महाभारतात अपर-मत्स्य नावाच्या एका लोकांचा उल्लेख येतो आणि पार्गिटरच्या मते ते चंबळच्या उत्तर तीरावरच्या डोंगरी भागात होते.

रामायणात सरस्वती आणि गंगा यांच्या संदर्भात वीरमत्स्य नावाच्या लोकांचा निर्देश येतो.[२५१] कनिंगहॅमचे[२५२] म्हणणे असे आहे की, मत्स्यांची राजधानी जयपूर प्रदेशातील बैराट ही होय, तर पार्गिटरच्या[२५३] मते ती उपप्लव्य होय. उलट, नीलकण्ठ शास्त्री या टीकाकाराचे असे म्हणणे आहे की, उपप्लव्य ही ''विराटनगर-समीपस्थ-नगरान्तरम्' होती. अर्थात ती त्याच्या जवळ पण वेगळी होती.[२५४]

मत्स्य लोकांचा निर्देश प्रथमतः ऋग्वेदात[२५५]येतो. तेथे महान ऋग्वेदीय विजेता जो सुदास् त्याच्या शत्रुपक्षासमवेत ते येतात. 'शतपथब्राह्मणा'त[२५६] ध्वसनद्वैतवन या नावाचा जो मत्स्यराज येतो, त्याने सरस्वती नदीच्या जवळ अश्वमेधयज्ञ केलेला होता. या ब्राह्मणात पुढील गाथा आलेली आहे.

''चतुर्दशो द्वैतवनो राजा संग्रामजिध्ययान्।
इन्द्राय वृत्रघ्नेऽबध्नात्झत्स्माद् द्वैतवनं सर (इति) ॥''

(''संग्रामविजयी द्वैतवन राजाने वृत्रविनाशक इन्द्रासाठी चौदा घोडे बांधले म्हणून (त्या) सरोवराला द्वैतवन म्हणतात.'')

महाभारतात या सरोवराचा आणि सरस्वती नदीच्या तीरावर पसरलेल्या 'द्वैतवन' नावाच्या अरण्याचा उल्लेख आहे.[२५७]

मत्स्यलोक हे 'गोपथब्राह्मणा'त[२५८] शाल्वाच्या बरोबर येतात. 'कौषीतक्युपनिषदा'त[२५९] गुरुपंचालांच्या समवेत येतात आणि महाभारतात जालन्दर दोआबातील त्रिगर्तांसह[२६०] आणि मध्यभारतातील चेदींच्यासहित[२६१] येतात. मनुस्मृतीत[२६२] कुरुक्षेत्र, पंचाल आणि शूरसेनक यांसमवेत मत्स्यदेश 'ब्रह्मर्षिदेश' (म्हणजे ब्रह्मर्षींचा पवित्र देश) गणला गेला आहे.

जनकाला समकालीन असलेल्या या देशाच्या राजाचे नाव आपल्याला माहीत नाही. पण 'कौषीतक्युपनिषदा'वरून आपल्याला हे मात्र कळते की, तत्त्वज्ञानी विदेहराजाच्या काळी या प्रदेशाला विशेष महत्त्व होते.

कुरूंच्या देशाने जनकाच्या काळी ब्राह्मण-संस्कृतीचे माहेरघर असल्याबद्दलची आपली कीर्ती टिकवून धरण्याचा पुष्कळ यत्न केला. परंतु आता येथून येणारे विद्वान कर्मकाण्डाचे अधिकारी पण्डित दिसत नाहीत, तर तत्त्वज्ञानाच्या प्राप्तीसाठी आसुसलेले विद्यार्थी झालेले आहेत. लोकांच्या सामाजिक जीवनामध्ये झालेल्या बदलाचे हे कदाचित चिन्ह असावे. परिक्षित आणि त्याच्या लगोलगचे वारसदार राजे यांच्या काळी जी समृध्दी होती, ती आता विलयाला गेली असावी; आणि 'छांदोग्योपनिषदा'त[२६३] सूचित केलेले आर्थिक संकट आता आले असावे. इतकेच नव्हे, तर पूर्वभारतात ज्या पाखंडी शिकवणी उदय पावल्या होत्या, त्याही रूजण्याचा

काळ तेथे लवकरच येणार होता. तूर्त तरी उषस्ती चाक्रायणासारखे कुरू-ब्राह्मण विदेहाच्या राजसभेमध्ये चालणाऱ्या ब्रह्म आणि आत्मा यांच्याविषयीच्या चर्चेमध्ये उत्साहाने लक्ष घालीत होते. कुरूंनी आणि कदाचित पंचालांनीसुद्धा या सुमारास देशांतर केल्यामुळे पूर्वराज्यातील बौद्धिक जीवनामध्ये मोठीच खळबळ माजली असली पाहिजे. अशाच प्रकाराने इसवी सनाच्या पंधराव्या शतकात कॉन्स्टॅन्टिनोपलहून बाहेर पडलेल्या विद्वानांनी पश्चिम युरोपच्या लोकांच्या जीवनामध्ये नव्या प्रबोधनाची संपन्नता आणल्याचे आपल्याला माहीत आहे.

पुराणांमध्ये दिलेली जनमेजयाच्या वंशजांची यादी ही ऐतिहासिक म्हणून जर स्वीकारार्ह असेल, तर असे दिसेल की,

जनकाच्या काळी निचक्षू हा बहुधा हस्तिनापुराचा कुरूवंशीय राजा असावा.

१. जनमेजय	१. इन्द्रोत दैवाप शौनक
२. शतानीक	२. दृति-ऐन्द्रोत (पुत्र आणि शिष्य)
३. अश्वमेघदत्त	३. पुलुष प्राचीनयोग्य (शिष्य)
४. अधिसीमकृष्ण	४. पुलुषी सत्ययज्ञ (शिष्य)
५. निचक्षू	५. सोमशुष्म सात्ययज्ञी (शिष्य) जनकाचा समकालीन

मौज अशी की, पुराणांच्या मतानुसार याच निचक्षूने राजधानी हस्तिनापुराहून कौशाम्बीला हलविली. आपल्याला असे दिसूनही येते की, या सुमारास कौशाम्बी नगरी ही खरोखर वसली होती.[२६४] 'शतपथब्राह्मणा'नुसार प्रोती(ति) कौशाम्बेय हा विदेह राजसभेतल्या उद्दालक आरुणीचा समकालीन होता. यावरून हे उघड आहे की, कौशाम्बेय हा जनकाचा समकालीन होता. 'शतपथब्राह्मणा'चा टीकाकार 'हरिस्वामिन्' ह्याने आपल्या टीकेत 'कौशाम्बेय' याचा अर्थ 'कौशाम्बी नगरीचा रहिवासी'[२६५] असा केला आहे. अर्थात कौशाम्बी ही जनकाच्या काळी आणि म्हणून निचक्षूच्याही काळी अस्तित्वात होती, हे मानणे सयुक्तिक आहे. तेव्हा या बाबतीतले पुराणांचे विधान मान्य करण्याला आक्षेप नाही. पुराणमतानुसार गंगेच्या प्रवाहाच्या आक्रमणामुळे राजधानी बदलावी लागली. याहीपेक्षा बलवत्तर असे दुसरे कारण मटचीकृत कुरूदेशाचा विध्वंस हे असावे. यज्ञीय कर्मकाण्डाशिवाय कुरूवंशाच्या अभिप्रतारिन् शाखेचे जे धोरण होते, तेही या देशान्तरगमनाला काहीसे कारणीभूत झाले. या काळापासून कुरूंचे स्वतःच्याच प्रदेशात असेलेले राजकीय महत्त्व हळूहळू संपुष्टात आल्याचे दिसते. त्यांची राजसत्ता ही दुय्यम दर्जाची झाली. परंतु भरतवंशाची स्मृती आणि वैभव हे मात्र 'शतपथब्राह्मणा'च्या काळापर्यंत टिकून राहिले.[२६६]

पंचाल म्हणजे बरेली, बदौन, फर्रुखाबाद आणि रोहिलखंडाचे लगतचे जिल्हे, तसेच आजच्या उत्तर प्रदेशातील मध्य-दोआबचा भाग. पूर्वेकडे गौतमी आणि दक्षिणेकडे चम्बळ या नद्या ही त्याची सीमा दिसते. पश्चिमेला यकृल्लोम आणि मथुरेचे शूरसेन लोक, गंगानदीपासून आणि वायव्येस कुरूराज्यापासून घनदाट अरण्य प्रदेशामुळे पंचाल विभक्त झाले होते.[२६७] 'महाभारत' आणि 'जातके' यांत पंचालाची जी 'उत्तर' आणि 'दक्षिण' अशी विभागणी येते, तिचा वेदवाङ्मयात काही स्पष्ट थांग लागत नाही. मात्र त्यात पंचालांच्या पूर्वेकडच्या भागाची माहिती आहे. कारण 'संहितोपनिषद्-ब्राह्मणा'त प्राच्या (म्हणजे पूर्व) पंचालांचा उल्लेख केलेला आहे.[२६८] पण परत दोन भागांच्या अस्तित्वाविषयीची सूचना वैदिक वाङ्मयात येणाऱ्या 'त्र्यनीक' (म्हणजे तिहेरी) या शब्दावरून आपल्याला मिळते, असे म्हणता येईल.[२६९] पंचालांच्या अनेकांपैकी एक राजधानी काम्पिल्य ही होती आणि बदौन व फर्रुखाबाद यांच्या मध्ये असलेल्या प्राचीन गंगेच्या तीरावर जे कम्पिल होते ते तेच.[२७०] परिवक्रा किंवा परिचक्रा नावाच्या आणखी एका पंचालनगराचा उल्लेख 'शतपथब्राह्मणा'त आहे.[२७१] वेबरच्या मते महाभारतातील एकचक्रा नगरी ती हीच.[२७२]

'पंचाल' या नावावरून असे कदाचित सूचित होते की, त्यात पुढील पाच गणांचा समावेश असावा- क्रिवि, तुर्नश, केशी, सृंजय आणि सोमक.[२७३] यातल्या गणांचा एका अथवा अधिक राजांशी संबंध असल्याचे वेदवाङमयात दिले आहे. क्रिवींचा क्रव्यपंचालांशी, तुर्वश किंवा तौर्वश यांचा शोन सात्रासहाशी, केशींचा केशि-दाल्भ्याशी, सृंजयांचा दैववात, प्रस्तोक, वीतहव्य, सुप्लन् किंवा सहदेव सार्ञ्जय आणि दुष्तरीतु यांशी आणि सोमकांचा सोमक साहदेव्याशी यातील राजांपैकी फक्त पहिल्या तिघांचाच पंचालांशी निश्चित असा संबंध आहे.

क्रिवि हे ऋग्वेदातील एका सूक्तात येतात आणि तेथेच सिंधु आणि असिक्नी (म्हणजे चिनाब) या नद्यांचा उल्लेख आहे. परंतु त्यांचे प्रत्यक्ष वास्तव्य कोठे आहे, हे मात्र कोठेच स्पष्टपणे सांगितलेले नाही. 'शतपथब्राह्मणा'त[२७४] ते पंचाल असल्याचे आणि परिवक्रा नगरीशी संबद्ध असल्याचे म्हटले आहे.

त्याच 'ब्राह्मणा'च्या[२७५] एका गाथेत असे म्हटले आहे की, जेव्हा सात्रासह (म्हणजे पंचालांचा राजा) अश्वमेध यज्ञात आहुती देतो, तेव्हा चिलखते घातलेले सहा हजार सहा आणि तीस तुर्वश उभे राहतात.

''सात्रासहे यजमानेऽश्वमेधेन तुर्वशाः ।
उदीरत त्रयस्त्रिंशाः षट्सहस्राणि वर्मिणाम् ॥''

यावरून पंचाल आणि तुर्वश यांचा कसा घनिष्ठ संबंध होता, ते कळून येते. या

दोन गणांचे एकीकरण असंभाव्यही वाटत नाही. कारण मथुरेचा तुर्वशू (तुर्वश, तौर्वश) हा गण पौरववंशाशी एकरुप झाला आणि पंचाल-गण ही पौरवांचीच[२७६] एक शाखा होय, असे सांगितलेले आहे. शोन हे ज्या राज्यकर्त्यांचे होते, ते उत्तरकाली (बरेली जिल्ह्यातील) अहिच्छत्राशी संबद्ध होते.[२७७]

पंचालांशी ज्यांचा संबंध होता असे वेदवाङ्मयात म्हटले आहे, ते केशिन[२७८] बहुधा गौतमीच्या तीरी राहत असावेत. वेदोत्तरकालीन परंपरेनुसार सृंजय[२७९] हे पंचालांशी संबंधित होते. महाभारतात[२८०] उत्तमौजा हा पंचाल आणि सृंजय असा दोन्ही म्हणून सांगितलेला आहे. बहुधा हा गण महाभारतकालात यमुनेच्या काठी राहत असावा.[२८१] सोमकांच्याबाबतीत सांगावयाचे झाले, तर त्यांचा पंचालांशी संबंध असल्याचे सबंध महाभारतात ठिकठिकाणी आलेले आहे.[२८२] त्यांचे अधिपत्य काम्पिल्य आणि त्याचा आसमंत यांवर होते.

भाटांच्या वीरगाथांच्या परंपरेमध्ये पंचालाचा राजवंश ही भरतकुलाची एक शाखा असल्याचे आहे.[२८३] या वंशात दिवोदास, सुदास(स्) आणि द्रुपद हे राजे आहेत. दिवोदास आणि सुदास हे ऋग्वेदात येतात आणि तेथे ते भरतांशी संबद्ध आहेत.[२८४] पण त्यांचा पंचालराजे म्हणून निर्देश नाही. महाभारतात द्रुपदाचे यज्ञसेन असेही नाव आहे. त्याच्याच पुत्रांपैकी एक शिखण्डी.[२८५] कोणा-एका याज्ञसेन शिखण्डीचा 'कौषीतकि -ब्राह्मणा'त निर्देश आहे.[२८६] मात्र तेथे त्याला राजा समजावे की पंचालांचा राजा जो कैशी दाल्भ्य याचा पुरोहित समजावे, हे स्पष्ट होत नाही.

पंचालांचा बाह्य इतिहास म्हणजे मुख्यत्वेकरून युद्धे आणि कुरूंचा पक्ष स्वीकारणे यांचा इतिहास आहे. या दोन महान गणांच्या युद्धाच्या परंपरा महाभारताने सांभाळल्या आहेत. आपल्याला महाभारतात असेही कळते की, कुरूंनी उत्तरपंचालांचा भाग पंचालांपासून छिनावून घेतला आणि तो आपल्या गुरुला दिला.[२८७] आश्चर्य असे की, 'सोमनस्स-जातका'त[२८८] उत्तर पंचालनगर हे कुरूरट्ठात आहे, असे म्हटले आहे. कुरू आणि पंचाल यांचे संबंध कधी कधी सौहार्दाचे असत आणि वैवाहिक संबंधांनीही ते एकमेकाशी जोडलेले होते. पंचालांचा राजा कैशी दाल्भ्य (किंवा दालभ्र्य) हा कुरूंचा राजा जो उच्चैःश्रवस्(स) याच्या बहिणीचा मुलगा होता.[२८९] महाभारतात पंचालांच्या राजकन्येचा पांडवांशी विवाह झालेला आणि पांडव हे कुरूकुलातले असल्याचे आपल्याला माहीतच आहे.

वेदवाङ्मयात ज्या प्रसिद्ध पंचालराजांचा निर्देश आलेला आहे, त्यांतला प्रवह जैवली हा निश्चितच जनकाचा समकालीन होता, हे ज्ञात आहे. उपनिषदांत तो आरुणी, श्वेतकेतू, शिलक शालावत्य आणि चाक्रायण दाल्भ्य यांच्याशी तत्त्वचर्चा करताना

दिसतो.[२९०] यांतील पहिल्या दोन गुरुंची आणि जनकाची भेट झाली होती.

काशीचे राज्य तीनशे योजनांच्या विस्तारावर पसरले होते.[२९१] त्याची राजधानी वाराणसी. तिला कैतुमती, सुरुन्धन, सुंदस्सन, ब्रह्मवद्धन, पुप्फवती, रम्म आणि मोलिनी अशीही नावे होती. [२९२] राजधानीचे नुसते प्राकारच बारा योजने गोलाकार होते.[२९३]

काशी(सी)च्या लोकांचा निर्देश प्रथम अथर्ववेदाच्या 'पैप्पलाद-संहिते'त येतो.[२९४] कौसलांशी आणि विदेहजनांशी त्यांचे निकटचे संबंध होते. 'शांखायन-श्रौतसूत्रा'त[२९५] जल-जातुकण्य याचा उल्लेख काशी, विदेह आणि कौसल या तीन प्रदेशांतल्या लोकांत पुरोहितपदाची त्याने प्राप्ती करून घेतली, म्हणून आलेला आहे. ही प्राप्ती त्याने जनकाचा समकालीन जो श्वेतकेतू त्याच्या हयातीतच करून घेतली. आश्चर्य हे की, 'सत्तुभस्तप-जातका'त[२९६] वाराणसी येथे कोणी जनक नावाचा राजा राज्य करीत होता, असे म्हटले आहे. हा अर्थातच उपनिषत्कालीन जनक असणे शक्य नाही. कारण आपल्याला त्या रचनांवरून हे माहीत आहे की, जनकाच्या काळी काशीच्या सिंहासनावर अजातशत्रू होता.

अजातशत्रूच्या पूर्वजांविषयी फारच थोडी माहिती उपलब्ध आहे. काशीच्या ज्या राजांचा पुराणांतरी उल्लेख येतो, त्यांत अजातशत्रूचे नाव नाही.[२९७] तसेच काशीराज धृतराष्ट्राचेही नाही. ह्याचा शतानीक सात्रजिताने पराभव केलेला होता आणि त्या काळापासून थेट 'शतपथब्राह्मणा' च्या काळापर्यंत काशीच्या लोकांनी यज्ञीय अग्नी प्रज्वलित करणे सोडून दिले होते. 'महागोविन्द-सुत्तन्ता'त[२९८] धृतराष्ट्राच्या राजवंशाविषयी खूण मिळते ती अशी की, 'धतरट्ठ' हा काशीचा राजा भरतकुलातला होता.पुराणांनुसार काशीचा राजवंश ही पुरुरवस् याची एक शाखा आहे आणि पुरुरवस् हा भरतांचा पारंपरिक पूर्वज होता. पुराणेतिहासात जे राजे उल्लिखित आहेत, त्यातल्या दोघांचीच नावे (दिवोदास आणि त्याचा मुलगा किंवा वंशज असलेला दैवोदासि प्रतर्दन) वैदिक वाङ्मयात मिळतात. पण उत्तरकालीन वाङ्मयात त्यांची नावे काशीशी संबद्ध नसून नैमिषीयांशी आहेत.[२९९]

अनेकदा 'जातकां' मध्ये वाराणसीला राजकुलाचा निर्वंश झाल्याचा उल्लेख करतात.('अपुत्तकं राजकुलम्') किंवा राजाला पदभ्रष्ट करून अन्य कुलातील कर्तृत्वशाली राजा राज्यावर बसविल्याचा निर्देश करतात. हे उघड आहे की, परंपरेनुसार काशीचे राजे एकाच राजवंशाचे नव्हते.काही राजे मगधातले होते, [३००] आणि इतर अनेक कदाचित विदेहवंशाचे असावेत. या गटातील अनेक राजांना 'ब्रह्मदत्त' असे टोपणनाव होते. श्री हारीतकृष्ण देव यांनी 'ब्रह्मदत्त' हे काही राजाचे व्यक्तिनाम नव्हे, असे मांडले होते.[३०१] मत्स्य आणि वायु या पुराणांत शंभर (अर्थात-पुष्कळ) ब्रह्मदत्त

असल्याचा उल्लेख आहे.

"शंत वै ब्रह्मदत्तानां
वीराणां कुरवः शतम् ।"[302]

'शंभर' ब्रह्मदत्तांचा उल्लेख महाभारतातही आहे.[303] 'दुम्मेधजातकां'त[304] हे नाव राज्यकर्त्या राजाने आणि त्याच्या मुलाने ('कुमाराने') अशा दोघांनीही धारण केल्याचे म्हटले आहे.[305] 'गंगमाला जातका'त[306] वाराणसीच्या उदय राजाला 'प्रच्चेकबुद्धा'ने 'ब्रह्मदत्त' असे संबोधले आहे आणि स्पष्टपणे ते 'कुलनाम' असल्याचे म्हटले आहे.

मात्र हे ब्रह्मदत्त सगळेच्या सगळे एका कुळातले नव्हते. 'दरीमुख-जातका'तील नियोजित राजा हा मूळचा मगधाचा राजकुमार होता. दुसरे काही ब्रह्मदत्त हे विदेहांच्या कुळातले होते. उदाहरणार्थ काशीच्या ब्रह्मदत्ताला अनुलक्षून 'मातिपोसक-जातका'त[307] पुढील ओळ आली आहे.

'मुत्तोम्हि कासिराजेन वेदेहेन यासस्सिना ति'

'सम्बुल-जातका' त[308] काशिराज ब्रह्मदत्ताचा मुलगा राजकुमार सोत्थिसेन याला 'वेदेहपुत्त' म्हटले आहे.

"यो पुत्तो कासिराजस्स सोत्थिसेनो ति तं विदू
तस्साहं सम्बुला भरिया एवं जानाहि दानव
वेदेहपुत्तो भद्दं ते वने वसति आतुरो ।"

जनकाचा समकालीन असलेला काशीच्या सिंहासनावरचा अजातशत्रू 'ब्रह्मदत्त' असणे शक्य आहे, पण त्यांचा वंश आपल्याला ज्ञात नाही. उपनिषदांच्या पुराव्यांनी असे दिसते की, तो उद्दालकाचा समकालीन होता. 'उद्दालक-जातका'त म्हटले आहे की उद्दालकाच्या काळी वाराणसीला राज्य करणारा राजा ब्रह्मदत्त होता.

उपनिषदांमध्ये अजातशत्रू हा गार्ग्य बालाकीशी तत्त्वचर्चेत गढलेला दिसतो. 'कौषीतकि-उपनिषदा'त त्याच्या ठिकाणी जनकाच्या विद्वान लोकांना आश्रय देण्याच्या कीर्तीमुळे असूया उत्पन्न झाल्याचे आहे. 'शतपथब्राह्मणा'त[309] उद्दालक आरुणीने मोह घातलेल्या कोणा भद्रसेन अजातशत्रवाचा निर्देश आहे. मॅक्डोनेल आणि कीथ त्याला काशीचा राजा म्हणतात. कदाचित तो अजातशत्रूचा मुलगा आणि वारस असेल.[310]

कोसलांचे[311] राज्य ढोबळ मानाने आजच्या अवध (म्हणजे अयोध्या) प्रांताचे होते. उत्तरेकडे ते नेपाळच्या डोंगरी प्रदेशाच्या पायथ्यापर्यंत विस्तारले होते. पूर्वेकडे ते विदेहापासून सदानीरा नदीने विभक्त झालेले होते. ही सदानीरा नदी म्हणजे काही

काळापर्यंत त्या दिशेची आर्यजगताची सरसीमा होती. त्याच्या पलीकडे मोठ्या विस्ताराचा एक दलदलीचा प्रदेश होता. येथे ब्राह्मण पाय ठेवीत नसत. पण माथव विदेहाने तो व्यापल्यानंतर मात्र त्याचे समृद्ध अशा विदेहामध्ये रुपांतर झाले. माथवाच्या या कथेवरून असे स्पष्ट दिसते की, कोसलजन हे ब्राह्मणी-संस्कृतीच्या छापेखाली सरस्वती नदीच्या तीरावरच्या लोकांच्या मागाहून पण विदेहजनांच्या अगोदर आले. दक्षिणेकडे कोसलांची मर्यादा सर्पिका (किंवा स्यन्दिका)[३१२] नदीने सिद्ध झाली होती आणि पश्चिमेकडे गोमतीने. ही गोमती सुप्रसिद्ध नैमिष-अरण्यातून वाहत-वाहत कोसल आणि पंचालासकट इतर किरकोळ जनगण यांना विभक्त करणारी मर्यादा झाली होती.[३१३] महाभारतात खुद्द कोसल हे उत्तरकोसल, वेन्वा(वैनगंगा) या नदीजवळचे कोसल आणि प्राक्-कोसल यांपेक्षा वेगळे आहेत. शेवटचे दोन कोसल हे उघडच दक्षिण भारतातले होते.[३१४] पूर्व-कोसल हे उघडच दक्खनच्या प्राक्-कौसलांहून भिन्न होते आणि सरयूनदी आणि मिथिला यांच्या दरम्यान वसले होते.[३१५]

वेदवाङ्मयात कोसलातील कोणत्याही नगराचा उल्लेख नाही. पण रामायण जर विश्वासार्ह मानले तर कोसलांची (कोसलपुराची) राजधानी ही जनककाली अयोध्या होती. ती सरयूचे तीरावर होती आणि तिचा विस्तार दहा योजने होता.[३१६]

ऋग्वेदात सरयूचा उल्लेख आहे. एवढेच नव्हे, तर तिच्या तीरांवरच्या आर्यांच्या वसाहतींचाही आहे.[३१७] यातील एका आर्य वसाहतकाराचे नाव चित्ररथ होते. ते रामायणातही आलेले आहे.[३१८] दशरथाचा समकालीन म्हणून ते तेथे आलेले आहे व दशरथ[३१९] नावाच्या एका राजाची ऋग्वेदाच्या एका सूक्तात स्तुती आहे. पण तो सीरध्वज जनकाचा समकालीन असलेला रामायणातील इक्ष्वाकु कुलातील दशरथच आहे, हे सांगण्याला तेथे आधार नाही. रामायणानुसार दशरथाचा ज्येष्ठ पुत्र राम याचा जनककन्या सीता हिच्याशी विवाह झाला. ऋग्वेदात[३२०] राम नावाच्या एका 'असुरा'चा (एका अत्यंत समर्थ व्यक्तीचा) उल्लेख आहे. पण त्याचा कोसलांशी तेथे संबंध नाही. 'दशरथ-जातका'त दशरथ आणि राम हे वाराणसीचे राजे आहेत, पण तेथे सीतेचे (आपल्याला माहीत असलेल्या) जनकाशी असलेले नाते नाकारले आहे.

बहुधा कोसलभूमी ही जनकाच्या अश्वल या होतृ-पुरोहिताची मातृभूमी असावी आणि बहुतकरून तो (अर्थात-अश्वल) 'प्रश्नोपनिषदा'त कोसलांचा राजा हिरण्यनाम याचा समकालीन असा आश्वलायन कौसल्याचा[३२१] पूर्वज असावा. कौसलांच्या इतिहासाच्या तपशिलाची चर्चा पुढील प्रकरणामध्ये करू.

मिथिलेचे उत्तरकालीन वैदेहजन
निमि आणि कराल

पुराणांमध्ये सीरध्वज जनकाच्या[३२२] वारसदारांच्या लांबलचक याद्या दिलेल्या आहेत. भवभूती ह्या जनकाला याज्ञवल्क्याचा समकालीन समजतो, [३२३] असे दिसते. या याद्यांतील एखाद–दुसरा अपवाद वगळता कोणत्याही राजाची एकात्मता ही वैदिक, बौद्ध आणि जैन वाङ्मयामध्ये ज्या विदेहराजांचा उल्लेख आहे, त्यांशी समाधानकारकरीत्या साधता येत नाही. त्यामुळे या याद्या कितपत विश्वासार्ह आहेत, ते सांगणे कठीण आहे. भाट–चारणांच्या इतिवृत्तामध्ये ज्या राजांची नावे येतात, त्यांतल्या कोणाचीही वैदिक जनकाशी एकात्मता सांगणे, हा एक पराकाष्ठेचा जटिल प्रश्न आहे. या बाबतीत भवभूतीचा जो दृष्टिकोन आहे, त्याचे समर्थन कोणत्या युक्तिवादाने करता येईल, ते आपण यापूर्वीच पाहिले आहे. पुराणांच्या याद्यांमध्ये सीरध्वजाचे नाव खूप वर येते, या केवळ कारणास्तव असे म्हणता येत नाही की, तो वंश कुंठित होण्यापूर्वी खूप पूर्वी होऊन गेला. या बाबतीत हे लक्षात ठेवले पाहिजे की, मगधराज बिम्बिसाराचा वस्तुतः समकालीन जो प्रद्योत तो पुराणांच्या याद्यांमध्ये किंवा त्यांच्या रचनाकारांनी त्या राजाच्या नऊ पिढ्या अगोदर ठेवून दिला आहे आणि कोसलांच्या प्रसेनजिताचा समकालीन जो इक्ष्वाकुवंशीय यादीतला सिद्धार्थ तो प्रसेनजिताचा आजा म्हणून सांगितला आहे. 'विष्णुपुराणा'तल्या[३२४] पुराव्यांनी असे सूचित होते की, कधीकधी एकाच वेळी राज्य करणाऱ्या जनकांचे अनेक राजवंश होऊन गेले. तेव्हा सीरध्वजाचा प्रश्न अजून तरी आहे, तसाच न सुटलेला म्हणून ठेवून दिला पाहिजे. ह्या राजाच्या एकात्मतेचा आणि वंशाच्या यादीतील त्याच्या स्थानाचा प्रश्न अशा रीतीने संशयित असल्याने, पुराणांच्या याद्यांतील विदेहराजांपैकी कोणता राजा हा आरुणी आणि याज्ञवल्क्य यांशी समकालीन असलेल्या (जनक) राजाच्या नंतर प्रत्यक्ष होऊन गेला, हे निश्चितपणाने सांगणे अतिशय अवघड होऊन बसते. 'जातकां'च्या पुराव्यांनी मात्र असे सूचित होते की, त्या महान जनकाच्या नंतर निमी नावाचा कोणी एक राजा राज्य करून गेला आणि त्या वंशातला तो शेवटून दुसरा राजा होता. पार्गिटरच्या[३२५] मते पुराणांच्या याद्यांतील थेट बहुलाश्वापर्यंतचे यच्चयावत सर्व राजे महाभारत युद्धाच्या अगोदर होऊन गेले. यावरून असे दिसते की, बहुलाश्वाचा पुत्र कृती हा त्याच्या मते 'महाभारता'तला [३२६] युधिष्ठिराचा समकालीन असा कृतकृष्ण होय, पण ज्या अर्थी युधिष्ठिराच्या नंतरही अनेक 'जनक' होऊन गेले आणि ज्याअर्थी दोन पुराणांचा असा निष्कर्ष आहे की, 'जनकांचा वंश हा कृतीबरोबर संपतो, '[३२७]

त्या अर्थी शेवटचा राजा कृती हा कृतकृष्ण होय, असे म्हणणे संभवनीय वाटत नाही.पुराणांत सांगितलेला हा कृती म्हणजे 'कराल-जनक' असे म्हणणे हेच अधिक तर्कसंगत होईल. आपण हे पुढे पाहूच की, तोच विदेहराजांमधला शेवटचा राजा होता. ह्या दृष्टिकोनाला एकच आक्षेप आहे. तो हा की, कराल हा निमीचा पुत्र म्हणून सांगितलेला आहे. तर कृती हा बहुलाश्वाचा मुलगा होता. परंतु निमी हे साधारण नाव अनेक राजांनी धारण केलेले असणे शक्य आहे आणि बहुलाश्व हा त्यांतला एक असेल. ह्याला एक पर्यायी उपपत्ती अशी की, कृती आणि कराल हे दोघेही एकाच वेळच्या दोन जनकवंशांचे शेवटचे राजे होते.

माथव आणि जनक यांच्या व्यतिरिक्त वैदिक वाङ्मयात आणखी दोन विदेहराजे येतात. नमी साप्य आणि पर आल्हार. मॅक्डोनेल आणि कीथ यांच्या मते पर आल्हार हाच कोसलराज पर आट्णार होय. पण त्याच्याविषयी आपण पुढच्या एका प्रकरणात चर्चा करु. नमी साप्य याचा उल्लेख'पंचविश' किंवा 'ताण्डय-ब्राह्मण'[३२८] यात एक नामांकित यज्ञयागकर्ता म्हणून येतो. पण नमी साप्य म्हणजे 'उत्तराध्ययनसूत्रां'तील[३२९]नमी होय, किंवा 'विष्णुपुराणा'तील नेमी होय, किंवा 'मज्झिमनिकाया' च्या 'मखादेवसुत्ता'तील किंवा 'कुम्मकार'[३३०] आणि 'निमि'[३३१] जातकातील निमि होय, असे सांगणे काहीसे संशयास्पदच आहे. यांतल्या 'निमिजातकांत' असे म्हटले आहे की, निमी हा मैथिलवंशाचा उपांत्य राजा होता. 'कुम्मकारजातक' आणि 'उत्तराध्ययनसूत्र' यांच्या अनुसारे तो पंचालांचा राजा दुम्मुख (म्हणजे द्विमुख) , गांधाराचा नग्गाजी(जि) (म्हणजे नगगति) आणि कलिंगाचा करण्डू (डु)(म्हणजे करकण्डु) यांचा समकालीन होता. हे समकालीन विषयवर्णन वैदिक पुराव्याशी मिळतेजुळते आहे. पंचालराजा दुर्मुख याचा बृहदुक्थ[३३२] नावाचा एक पुरोहित होता. तो वामदेवाचा मुलगा.[३३३] हा वामदेव सहदेवपुत्र[३३४] सोमक याचा समकालीन. सोमकांचे विदर्भराज भीमाशी आणि गांधारराज नग्नजिताशी निकटचे असे आध्यात्मिक नाते होते. [३३५] यावरून दुर्मुख हा नग्नजिताचा समकालीन होता, हे फारच संभाव्य ठरते आणि हेच आपल्याला 'कुम्भकारजातक' आणि 'उत्तराध्ययन-सूत्र' यात पाहावयाला मिळते.

'निमिजातका'त असे म्हटले आहे की, निमी हा 'रथचक्राच्या धावेप्रमाणे राजवंशाची समाप्ती करण्यास्तव जन्माला आला होता.' त्यांच्या पूर्वजाला उद्देशून भविष्यवाद्यांनी असे म्हटले होते-' महाराज, हा राजकुमार तुझ्या वंशाची समाप्ती करण्यास्तव जन्मला आहे. तुझा हा राजवंश यापुढे चालणार नाही.'

निमीचा मुलगा कलार जनक[३३६]याने खरोखरच वंशाची समाप्ती केली, असे

सांगतात. हा राजा 'महाभारता'तील कराल जनक होय. असे उघड दिसते.[३३७] कौटिलीय अर्थशास्त्रात असे विधान आहे की, ''दाण्डक्यनामक भोजाने कामवासनेने एका ब्राह्मणकन्येवर हात टाकण्याचा प्रयत्न केल्याने तो आपल्या राज्यासकट आणि ज्ञातिबांधवांसह नाश पावला.'' तसेच, कराल वैदेहाच्या बाबतीत घडले.[३३८] राज्य व ज्ञातिबांधव यांसह नाश पावलेला कराल वैदेह हाच कलार (कराल) होय. कारण 'निमि-जातका'त म्हटले आहे की, त्यानेच विदेहराजवंशाची समाप्ती केली. विदेहराजवंशाच्या ह्या विनाशाने अशाच प्रकारच्या अपकृत्यासाठी रोममधून ज्यांना घालवून दिले, त्या तार्क्विनांच्या दुर्दशेची आठवण होते. जसे रोममध्ये, तसेच विदेहामध्ये घडले. राजवंशाच्या विनाशानंतर विदेहामध्ये वज्जि-गणसंघाचा उदय झाला.

विदेहराजकुलाच्या नाशाला काशीचे लोक काही अंशी कारणीभूत असावेत, असे मानण्याला जागा आहे. महान जनकाच्या काळीच काशीचा राजा अजातशत्रू विदेहराजाच्या कीर्तीची असूया करीत होता, हे स्पष्ट दिसते. 'यथा काश्यो वा वैदेहो वा उग्रपुत्र उज्जयं धनुरधिज्यं कृत्वा द्वौ बाणवन्तौ सपत्नातिव्याधिनौ हस्ते कृत्वोपतिष्ठेत्'[३३९] या वेच्यामध्ये काशी आणि विदेह यांच्या वीरांमधल्या वारंवार होणाऱ्या संघर्षाचे प्रतिबिंब पडलेले दिसते, असे वाटते. रामायणानुसार[३४०] काशीचा राजा जो प्रतर्दन आणि मिथिलेचा राजा जनक यांच्यामध्ये झालेल्या महान युद्धाची एक जुनी कथा ('इतिहासं पुरातनम्') महाभारतात[३४१] आलेली आहे. 'परमत्थजोतिका'[३४२] या पालीमधल्या टीकेत असे सांगितले आहे की, जनकाच्या राजवंशानंतर उत्तर-बिहारमध्ये जो लिच्छवींचा गण ही प्रभावी राजकीय सत्ता अधिरूढ झाली आणि वज्ज-गणराज्याचा सर्वात महत्त्वाचा भाग बनली, तो लिच्छवींचा गण म्हणजे काशीच्या एका राणीचा वंशज होता. उत्तरकाली असा एक समज रूढ झाला की, काशीच्या राजवंशातले वीर विदेहांमध्ये अधिष्ठित झाले. या समजाचा या योगे उलगडा होतो.

उत्तरकालीन वैदेहांच्या काळी असलेला दख्खन

'दक्षिणापथ' ही संज्ञा ऋग्वेदामध्ये[३४३] येते; आणि तेथे तिचा अर्थ 'हद्दपार केलेला माणूस जेथे जातो, तो भाग, असा आहे. अनेक विद्वानांच्या मते या संज्ञेचा अर्थ आर्यजगताच्या ज्या मान्य झालेल्या सीमा त्यांच्या पलीकडचा 'दक्षिणदेश' एवढाच आहे. पाणिनीमध्ये 'दाक्षिणात्य' हा शब्द येतो.[३४४] बौधायनानेही 'सुराष्ट्र' याबरोबर 'दक्षिणापथ' हा शब्द योजला आहे.[३४५] अर्थात पाणिनी आणि बौधायन यांना 'दाक्षिणात्य' आणि 'दक्षिणापथ' यांनी नेमके काय म्हणावयाचे आहे, ते सांगणे कठीण आहे. प्राचीन पाली वाङ्मयात 'दक्षिणापथ' ही संज्ञा कधीकधी अवन्तीशी (म्हणजे माळव्याशी) संबद्ध आहे आणि एका संहितेत तर गोदावरीच्या वरच्या प्रवाहाच्या तीरावर तो असल्याचे म्हटले आहे. महाभारताच्या 'नलोपाख्याना'त 'दक्षिणापथ' हा अवन्ती आणि विंध्य यांच्या पलीकडे व विदर्भ आणि (दक्षिण) कोसल यांच्या दक्षिणेस आहे. कोसलजन हे वर्धा आणि महानदी यांच्या तीरावर राहत असत. 'दिग्विजय-पर्वा'त दक्षिणापथ हा (आजच्या) मद्रासच्या दक्षिणतम भागातील पांड्यांच्या राज्याहून वेगळा असल्याचे म्हटले आहे. गुप्तकालात दक्षिणापथ हा निश्चितपणे कोसलांच्या प्रदेशापासून कांचीच्या राज्यापर्यंत पसरलेला होता आणि उत्तरकाली त्याची व्याप्ती विंध्याच्या खालच्या संपूर्ण भारतभर होती, राम सेतुबंधापासून (अ‍ॅडॅम्स् ब्रिजपासून) नर्मदेपर्यंत.[३४६]

वर चर्चिलेल्या संज्ञांची निश्चित व्याप्ती प्राचीन काळी काही का असेना, एक मात्र निश्चित आहे की, नमी आणि कराल या उत्तरकालीन वैदेहांच्या काळातच मुळी आर्यांनी विंध्य ओलांडला आणि रेवा (अथवा नर्मदा) येथपासून गोदावरीपर्यंतच्या प्रदेशांमध्ये अनेक राज्ये स्थापली होती. यांतले एक विदर्भ. त्याची व्याप्ती अशी होती. आजचा वऱ्हाड, 'ऐन-इ-अकबरी'चा वरदातट आणि वर्धा (म्हणजे वरदा) आणि वैनगंगा या दोन नद्यांच्या मधला मध्यप्रदेशातला बराचसा भूभाग. उत्तरेस तो तापी नदीची उपनदी पयोष्णी येथपर्यंत.[३४७] निमीच्या काळी विदर्भ हे खचितच एक फार प्रसिद्ध राज्य होते. आपण हे यापूर्वी पहिलेच आहे की, 'कुम्भकारजातक' आणि 'उत्तराध्ययनसूत्र'यात नमी हा गंधारराज नग्नजित याचा समकालीन होता. 'ऐतरेयब्राह्मणा'वरून [३४८] आपल्याला असे समजते की, विदर्भाचा राजा भीम ज्या वेळी झाला, त्याच सुमारास नग्नजित होऊन गेला.

"एतमु हैव प्रोचतुः पर्वतनारदौ सोमकाय साहदेव्याय साञ्जयाय बभ्रवे दैवावृधाय भीमाय वैदर्भाय नग्नजिते गांधाराय।"

("पर्वत आणि नारद यांनी हे सहदेव सांजयाला, बभ्रू दैवावृधाला, भीम वैदर्भाला, सोमक साहदेव्याला (विदर्भाच्या) आणि नग्नजित गंधाराला सांगितले.")

अर्थात विदर्भाचे राज्य हे निमीच्या काळामध्ये स्वतंत्र राज्य म्हणून नांदत होते. यदुकुलाच्या पुराणांतल्या इतिवृत्तावरून असे दिसते की, विदर्भाचा वीरनायक हा यदुवंशातला होता.[३४९] विदर्भाचा उल्लेख 'जैमिनीयब्राह्मणा'त आलेला आहे.[३५०] 'माचल' नावाच्या कुत्र्याच्या एका विशिष्ट जातीसाठी विदर्भ प्रसिद्ध होता. हे 'माचल' कुत्रे वाघांनादेखील मारीत असत.[३५१] 'विदर्भेषु माचलाः सारमेया अपीह शार्दूलान् मारयन्ति ।' प्रश्नोपनिषदा'त [३५२] भार्गव या नावाच्या आश्वलायनाच्या एका समकालीन अशा विदर्भातल्या ऋषीचा उल्लेख आलेला आहे. 'बृहदारण्यकोपनिषदा'त[३५३] विदर्भी कौण्डिन्य नावाच्या दुसऱ्या एका ऋषीचा निर्देश आहे. कौण्डिन्य हे नाव उघडच विदर्भाची राजधानी कुंडिनपूर यावरून[३५४] साधले आहे, हे उघड दिसते. अमरावतीच्या चाण्डूर तालुक्यातील वर्धानदीच्या तीरावरील कौण्डिन्यपूर ते हेच.[३५५] विदर्भ आणि कुण्डिन यांच्या ह्या संबंधावरून हे स्पष्टपणे निष्पन्न होते की, वेदवाङ्मयात निर्दिष्ट असलेला विदर्भ दक्खनमध्येच होता, दुसऱ्या एका प्रसिद्ध लेखकाने[३५६] म्हटल्याप्रमाणे तो त्याच्या सीमांच्या बाहेर कोठल्या तरी आजवर अज्ञात असलेल्या भागात नव्हता.

'कुम्भकार-जातका'त नोंदलेल्या पुराव्याला जर काही महत्त्व असेल, तर त्यांत सांगितलेला विदेहराज निमी गंधारनृप नग्नजित आणि विदर्भपती भीम हे कलिंगाच्या करण्डूचे समकालीन मानले पाहिजेत. यावरून हेही निष्पन्न होते की, कलिंग देशाचे राज्यदेखील निमीच्या काळी आणि ब्राह्मणकालातील त्याच्या समकालीनांच्या वेळी अस्तित्वात होते. 'जातका'मधल्या पुराव्याला 'उत्तराध्ययनसूत्रा'तील निर्देशाने पुष्टी मिळते. 'महागोविन्द-जातका'त [३५७] कलिंगपती सत्तभू (भु) हा मिथिलेचा राजा रेणू (णु) आणि 'शतपथब्राह्मणां'त निर्देशलेला काशीचा नृपती धतरट्ठ (म्हणजे धृतराष्ट्र) याचा समकालीन म्हणून दिलेला आहे.[३५८] यावरून यात संशय नाही की ज्या काळाचा ब्राह्मणे उल्लेख करतात, त्या काळात कलिंग हे एक स्वतंत्र राज्य म्हणून अस्तित्वात होते. पाणिनी[३५९] आणि बौधायन[३६०] या दोघांनीही त्याचा उल्लेख केलेला आहे. यात बौधायन हा त्या देशाला अपवित्र समजतो, पण तेथे आर्यांची ये-जा मात्र उघडच पुष्कळ होती.[३६१] महाभारताच्या परंपरेनुसार कलिंग देश हा उडिसामधील वैतरणी नदीच्या[३६२] संपूर्ण समुद्रकिनाऱ्यापासून आंध्रप्रदेशांच्या हद्दीपर्यंत पसरला होता. 'जनपदा'ची दक्षिणसीमा मात्र फारशी आखीव-रेखीव नव्हती. ही सीमा विशाखापट्टणम् जिल्ह्यातील येल्लमंचिलि आणि चिपुरुपल्ले येथपर्यंत आणि कधीकधी गोदावरीच्या ईशान्येस पिष्टपुरापर्यंत (म्हणजे

पिठापुरम्पर्यंत) गेली होती. पण आंध्रामधून वाहणाऱ्या खुद्द गोदावरी नदीचा तीत समावेश नव्हता. पार्गिटर असे म्हणतो की, सुप्रतिष्ठित राज्य म्हणून कलिंगदेश 'पूर्वघाट' (म्हणजे महेंद्र पर्वत) आणि समुद्र यांच्या मधल्या सपाट प्रदेशांमध्ये होता. परंतु कलिंगाच्या राजांची अधिसत्ता मात्र अंतर्भागात राहणाऱ्या अरण्यवासी जाती-जमातींवरही होती. कारण जेथून नर्मदा नदी उगम पावते, ते अमरकण्टकाचे डोंगर हा कलिंगाचा पश्चिम प्रदेश होता, असे म्हटले आहे. त्याचे फार मोठमोठाले भाग रानावनांनी भरलेले होते, हे पालीवाङ्मयातील 'कलिंगारण्य' या वारंवार येणाऱ्या संदर्भात दिसते. कलिंग राजधानीच्या प्रासादांच्या खिडक्या या कालिदासाच्या काळात समुद्राच्या दिशेला होत्या आणि समुद्राच्या लाटांच्या घनगंभीर घोषामध्ये तूर्यध्वनी बुडून जात असत.[३६३] युआन च्वांगच्या दिवसांत मात्र कलिंगाचे क्षेत्र बरेच लहान झालेले होते. उत्तरेकडे ते क्षेत्र वु-तु (म्हणजे उडिसा) आणि कुंग-यु-त ओ (म्हणजे गंजम जिल्ह्यातील कोंगोडा) यांपासून भिन्न होते आणि दक्षिणेस आन-तो-लो (आंध्र किंवा वेंगी) यांहून वेगळे होते व गंजम आणि विशाखापट्टणम् या जिल्ह्यांचे काही भाग त्यांत होते. जातकांवरून आपल्याला अशी माहिती मिळते की, कलिंगाची एक प्राचीन राजधानी दंतपूर-नगर ही होती.[३६४] महाभारताने राजधानी म्हणून राजपुराचा उल्लेख केला आहे.[३६५] 'महावस्तू'[३६६] मध्ये सिंहपूर नावाच्या दुसऱ्याच एका नगराचा निर्देश आहे. जैन लेखक कंचणपूर नावाच्या एका चौथ्या नगराचा उल्लेख करतात.[३६७]

'महागोविंद-सुत्तन्ता'त गोदा(धा) वरील[३६८] अस्सक (म्हणजे अश्मक) या दुसऱ्या एका राज्यभागाचा उल्लेख आहे. रेणू आणि धतरट्ठ (म्हणजे धृतराष्ट्र) या राजांच्या वेळी तो भाग अस्तित्वात होता. त्यावर ब्रह्मदत्तराजाचे आधिपत्य होते आणि त्याची राजसभा पोतन येथे होती.

'ऐतरेयब्राह्मणा'त[३६९] दक्षिणेकडील राजांचा निर्देश 'भोज' असा करून त्यांची प्रजा 'सत्वत्' असल्याचे म्हटले आहे. ''दक्षिणस्यां दिशि ये के च सत्वतां राजानो भोज्यायैव तेऽभिषिच्यन्ते भोजेत्येनानभिषिक्तानाचक्षते ।''

''दक्षिणेस जे कोणी सत्वतांचे राजे आहेत, त्यांना भौज्यासाठी अभिषेक करण्यात येतो. त्यांना अभिषेक केल्यावर 'हे भोज हो' असे (देवतांच्या क्रियांनुसार)म्हणतात.'' 'शतपथब्राह्मण'त[३७०] भरताने सत्वतांचा केलेला पराभव आणि त्यांनी सिद्ध केलेला यज्ञातील अश्वमेधाचा अश्व हरण करून नेल्याचा उल्लेख आला आहे. हे सत्वत्(त) भरताच्या राज्याजवळ -अर्थात गंगा-यमुनांजवळ-राहत असले पाहिजेत.[३७१] परंतु 'ऐतरेयब्राह्मणा'च्या काळी ते बहुधा आणखी दक्षिणेकडे सरकले असावेत. त्यांचे स्थान 'नियत मध्यदेशा'च्या पलीकडे दक्षिण प्रदेशात ('दक्षिणा

दिश्') सांगितलेले आहे. हा प्रदेश कुरूपंचाल आणि त्यांच्या जवळच्या काही जाती-जमाती यांचा होता. महाभारताच्या म्हणण्याप्रमाणे पंचालांचा प्रदेश दक्षिणेस चम्बळ नदीपर्यंत होता.[३७२] तेव्हा 'ऐतरेयब्राह्मणा'तले 'दाक्षिणात्य' सत्वत् लोक फार करून त्या नदीच्या पलीकडे राहत होते. त्यांच्या राजांना 'भोज' ही संज्ञा होती. ब्राह्मणग्रंथांतल्या विधानावरून काढलेली सत्वत् आणि भोज यांची ही माहिती पुराणांतल्या पुराव्यांशी जुळून येते. कारण पुराणांतरी असे म्हटले आहे की, सात्वत आणि भोज ह्या यदुकुलाच्याच शाखा असून ते यमुनातीरी मथुरेस वसले होते.[३७३] त्याच पुराणांत पुढे असेही सांगितलेले आहे की, विदर्भाच्या दक्षिणराज्याचे ते संबंधी होते.[३७४] भोज आणि विदर्भाचे दक्षिणराज्य यांमध्ये अधिक निकटचा संबंध असल्याचा पुरावा आपणांस उपलब्ध होतो. महाभारतात[३७५] आणि 'हरिवंशा'त[३७६] अशा दोन्ही ठिकाणी भोजकट नावाचे एक स्थळ विदर्भात असल्याचे म्हटले आहे. वाकाटक राजा द्वितीय प्रवरसेन याच्या चम्मक दानपत्रावरून हे स्पष्ट होते की, भोजकट प्रदेशात वऱ्हाडातील एलिचपूर या विदर्भाच्या प्राचीन भागाचा समावेश होत होता.[३७७] डॉ. स्मिथ याने दाखवून दिल्याप्रमाणे ''भोजकट'' (म्हणजे भोजांचा किल्ला) या नावाने भोजांचे आधिपत्य व बलस्थान असलेला प्रदेश सूचित होतो आणि म्हणून असे नाव त्याला दिले. एक प्राचीन राज्य करणारा वंश म्हणून भोजांचा उल्लेख अशोकाच्या शिलालेखांत आलेला आहे.[३७८] 'रघुवंशा'त[३७९] कालिदासाने विदर्भाच्या राजाला 'भोज' असे म्हटले आहे.[३८०]

पण विदर्भ हे एवढे एकच काही भोजांचे राज्य नव्हते. 'ऐतरेयब्राह्मणां'त कितीतरी भोज-राजांचा उल्लेख आलेला आहे. भोजांच्या एका शाखेने दण्डकावर राज्य केले असले पाहिजे. 'कौटिलीय अर्थशास्त्रा'त[३८१] पुढील वेचा आलेला आहे-

'दाण्डक्यो नाम भोजः कामाद ब्राह्मणकन्यामभिमन्यमानः संबंधुराष्ट्रो विननाश।'

(''दाण्डक्य नावाच्या किंवा दण्डकाचा राजा असलेल्या)भोजाने एका ब्राह्मणकन्येवर कामवासनेने हात टाकल्यामुळे तो आपल्या ज्ञातिबांधवांसह आणि राज्यासह नाश पावला.'') 'शरभंगजातका'तून[३८२] आपल्याला अशी माहिती मिळते की, दण्डकीच्या (दण्डकाच्या) राज्याची राजधानी कुम्भवती येथे होती. रामायणानुसार[३८३] तिचे नाव मधुमन्त होते तर 'महावस्तू'मध्ये[३८४] ती गोवर्धनास (नासिक) होती.

वर जे सांगितलेले आहे, त्यावरून आणि 'ब्राह्मण' नावाच्या ग्रंथावरून हे स्पष्ट आहे की, उत्तरवैदेहांच्या काळात दक्षिणेकडे आर्य व अनार्य या दोहोंचीही राज्ये नांदत होती. भोजांची (त्यातलेच एक विदर्भाचे) आर्य राज्ये आणि बहुधा दुसरे दण्डकाचे, तसेच अश्मक आणि कलिंग यांचे राज्य. ही संघटित राज्ये सोडली, तर

विंध्यच्या खालचा सर्व भारत हा आंध्र, शबर, पुलिंद अशा अनार्य जातींनी ('दस्यूंनी') व्यापलेला होता. त्यांतच कदाचित मूतिबा हेही होते.[३८५]

डॉ. स्मिथ यांच्या मते, आंध्र हे द्राविड लोक असून आजमितीला तेच तेलगू बोलणारे विशाल जनसमूह होत. त्यावेळी ते गोदावरी आणि कृष्णा या नद्यांच्या मुखप्रदेशात राहत असत. श्री. पी.टी. श्रीनिवास आयंगार यांचा युक्तिवाद असा आहे की, मूळचे ते विंध्यातील एका जातीचे लोक होते. नंतर आंध्राची सत्ता पूर्वेपासून पश्चिमेपर्यंत आणि गोदावरी व कृष्णा यांच्या खोऱ्यापर्यंत पसरली.[३८६] डॉ. भांडारकर यांनी असे दाखवून दिले आहे की, 'सेरिवाणिज्-जातका'त अंधपुर (म्हणजे आंध्रांचे पुर राजधानी) तेलवाह नदीवर आहे. त्यांच्या मते ही तेलवाह नदी म्हणजे आजची तेल किंवा तेलिनगिरी.[३८७]

परंतु जर 'सेरि' किंवा 'श्री राज्य'[३८८] म्हैसूरच्या गंगराज्याचा निर्देश असेल, तर तेलवाह तुंगभद्रा-कृष्णा हिचेच दुसरे नाव असेल; आणि अन्धपूर म्हणजे विजयवाडा किंवा त्याच्याजवळचे एखादे गाव असेल.[३८९] प्राचीन पल्लवराजा शिवस्कन्दवर्मन् मयिडवोलु पट्टिकांवरून असे सिद्ध होत आहे की, आन्ध्रदेश (म्हणजे 'अन्ध्रापथ') म्हणजे कृष्णेचे खालचे खोरे होय आणि त्याचे केन्द्र कृष्णेच्या दक्षिण तीरावरील धञ्ञकड (म्हणजे विजयवाडा किंवा त्याच्या जवळचे एखादे नगर) होय.[३९०] युआन च्वांग हा एलोरजवळच्या पिंग-कि-लो (म्हणजे वेंगीपूर) यांच्या सभोवारच्या जिल्ह्याला आन्-तो-लो (म्हणजे आन्ध्र) असे नाव देतो. नंतरच्या काळात 'आन्ध्रखण्ड' हा गोदावरीपासून कलिंगाच्या सीमांपर्यंत विस्तारला ('आरम्य गौतमनदीतटम् आकलिंगम्') आणि त्यांत पिठापुरीचा (म्हणजे पिठापुरम्‌चा) अंतर्भाव होता.[३९१]

शबर आणि पुलिन्द हे 'मत्स्य' आणि 'वायू' या पुराणांमध्ये विदर्भ आणि दण्डक यांच्यासमवेत 'दक्षिणापथवासिनः' (म्हणजे दख्खनमध्ये राहणारे) म्हणून वर्णिले आहेत.

"तेषां परे जनपदा दक्षिणापथवासिनः ।
कारुषाश्च सहेषीका आटव्याः शबरास्तथा ।
पुलिन्दा विन्धय्-पुषिका (१) वैदर्भा दण्डकैः सह ॥[३९२]
आभीराः सह चैषीका आटव्याः शबराश्च ये ।
पुलिन्दा विन्ध्यमूलिका वैदर्भा दण्डकैः सह ॥[३९३]

महाभारतातदेखील आन्ध्र, पुलिन्द आणि शबर हे दख्खनमध्ये आहेत, असे म्हटले आहे.

"दक्षिणापथजन्मानः सर्वे नरवरान्ध्रकाः ।
गुहाः पुलिन्दाः शबराश्चुचुका मद्रकैः सह ॥[३९४]"

ब्राह्मणकालात शबर नेमके कोणत्या स्थळी होते आणि त्यांनी केवढ्या प्रदेशावर वस्ती केली होती, ते सांगता येत नाही. साधारणपणे त्यांचे प्लिनीच्या सुआरींशी आणि टॉलेमीच्या सबरे यांशी ऐक्य प्रतिपादतात. बहुधा ते विशाखापट्टणमूच्या डोंगरातले शबरलू किंवा सौर आणि ग्वाल्हेरच्या भागातील शबरी असावेत.[३९५]

पुलिन्दांची राजधानी (पुलिन्दनगर) बहुधा दशार्णांच्या आग्नेयेस असावी. हे दशार्ण[३९६] बुन्देलखण्डातील दसान (म्हणजे श्वसन) नदीच्या काठी राहत होते.[३९७]

मूतिब यांचा उल्लेख 'ऐतरेयब्राह्मणा'त आन्ध्र, पुलिन्द आणि शबर यांच्यासमवेत आलेला आहे. मूतिब ही आणखी एक दस्यूंची जात. पण त्यांचे स्थान आणि प्रदेश हा तितकासा निश्चित नाही. प्लिनीने 'मोदुबे' नावाच्या एका जमातीचा उल्लेख केलेला आहे आणि इतर लोकांसमवेत तो तिचे वास्तव्य 'मोदोगालिंगे' आणि अन्दारे (म्हणजे आन्ध्र)[३९८] यांच्यामध्ये असल्याचे सांगतो. मोदोगालिंगे हे गंगेमधल्या एका अतिशय मोठ्या बेटावर राहत होते. मोदुबे यांचा मोलिन्दे आणि उबेरे (कदाचित 'ऐतरेयब्राह्मणा'तील पुलिन्द आणि शबर यांशी समकक्ष) यांशी संबंध सांगितला जातो. 'शांखायन-श्रौतसूत्रा'त[३९९] मूतिबांना 'मूवीप' अथवा 'मूचीप' म्हटले आहे. यांतले शेवटचे नाव दक्खनमधील हैदराबाद जीवन आज वसलेले आहे, त्या मुसी नदीशी संबद्ध असणे हे काही अगदीच असंभाव्य नाही.[४००]

संदर्भ व स्पष्टीकरणात्मक टीपा

१.   अ.वे. २०.१२७, ७.१०.

२.   'वैश्वानर' याच्या अर्थासाठी पहा – 'बृहदेवता', २.६६

३.   ब्लूमफील्डसंपादित 'अथर्ववेद', पृ. १९७-१९८, किंचित सुधारणा करून.

४.   ८.२१.

५.   'वैदिक इण्डेक्स', खण्ड १, पृ. ४९४

६.   'महाभारत' आदिपर्व ५४, ५२ आणि ९५, ४१ प्रथम परिक्षितासंबंधी 'मत्स्यपुराणा'त (५०.२३) असे म्हटले आहे :

कुरोस्तु दयिताः पुत्रा सुधन्वा जन्दुरेव च ।

परिक्षिच्च महातेजाः प्रवरश्चारिमर्दनः ।।५०.२३

७.   'वेदिक इण्डेक्स' खण्ड १.७८

८.   पार्गिटर A.I.H.T १.७८.

९.   'वेदिक इण्डेक्स खण्ड १.३७३

१०.   महाभारत १.९४, ९५

११.   'विष्णुपुराण' ४.२०.१

१२.   'वायुपुराण' (९३.२१) आणि 'हरिवंश' (३०.९) यांत प्रथम परिक्षित हा कुरूच असल्याचे म्हटलेले दिसते. कारण त्याचा मुलगा 'पारिक्षित' ह्याला 'कुरोः पुत्रः' (म्हणजे कुरूचा मुलगा) म्हटले आहे.

१३.   स्कंध ९.२२.२५-३७

१४.   'वेदिक इण्डेक्स' खण्ड १, पृ.५२०

१५.   J.R.A.S.१९१३, पृ.६

१६.   हुल्ट्झ् Hultrsch, SII भाग १ पृ. ५७.

१७.   १.९५.८५

१८.   ५०, ५७

१९.   महाभारत१.३.१ महाभारतातल्या वेच्यांचे भाषांतर करताना राय आणि दत्त यांच्या अनुवादाचा आधार घेतला आहे. पार्गिटरने दिलेल्या पुराणांतले वेचेही पाहा– Dynasties of the Kali Age" पृ. ४, तळटीप ४. श्रुतसेन, उग्रसेन आणि भीमसेन हे जनमेजयाचे मुलगे होते (पहा– पार्गिटर, 'एन्शंट इंडियन हिस्टॉरिकल ट्रॅडिशन' पृ. ११३ व पुढे) हे मत महाभारत, अनेक पुराणे, तसेच 'हरिवंश'यांतल्या पुराव्यांना उघडच विरुद्ध जाते. उदाहरणार्थ, 'विष्णुपुराणा'त

(४.२१.१) अभिमन्युपुत्र परिक्षितासंबंधी असे म्हटले आहे. - 'यो यं साम्प्रतमवनिपतिस्तस्यापि जनमेजय-श्रुतसेन-उग्रसेन-भीमसेनाः पुत्रश्चत्वारो भविष्यन्ति ।'

२०. ५०, ६३-६४ पाहा. एन्. के. सिद्धान्त, 'द हिरोइक एज ऑफ इंडिया' पृ.४२.

२१. ७.२७

२२. पार्गिटर, 'एन्शंट इंडियन हिस्टॉरिकल ट्रॅडिशन,' ११४, वायुपुराण ९३.२२-२५

२३. भाग ३, पृ. ४३१ व पुढे.

२४. पृ. ४४९, तत्रैव.

२५. 'विष्णुपुराण' ४.२०, २१.१ 'ब्रह्मपुराण' १३.१०९,

२६. 'वायुपुराण' ९३.२२-२५. 'मत्स्यपुराण' ५०.६३-६४ इं.

२७. 'महाभारत' १०.१६.३

कुरूंचा वंश जेव्हा खंडित होईल (परिक्षीणेषु कुरुष) तेव्हा तुझ्या (अभिमन्यूची बायको उत्तरा हिच्या) पोटी मुलगा जन्माला येईल. ह्याच कारणास्तव त्याला 'परिक्षित' हे नाव मिळेल.'

२८. वैदिक परिक्षित आणि भारतीय युद्धानंतरचा अभिमन्युपुत्र परिक्षित ह्या दोन व्यक्तींचे एकत्व मानणे हे 'द आर्यनायझेशन ऑफ इंडिया' (पृ. ५५ व त्यापुढे) या ग्रंथाचे कर्ते डॉ. एन्. दत्त यांना संभवनीय वाटत नाही. कारण प्रथम म्हणजे असे करणे हे मॅक्डोनेल, कीथ आणि पार्गिटर यांच्या निष्कर्षांना विरोधी आहे. या पंडितांच्या मते, वैदिक परिक्षित हा पांडवांचा कोणीतरी पूर्वज होता. आता, या बाबतीत हे दाखवून दिले पाहिजे की, पांडवांच्या अगोदर होऊन गेलेल्या परिक्षिताचे (जनमेजयाच्या पित्याचे) अस्तित्व हे ज्या वंशावळी कीथने निरुपयोगी आणि अविश्वसनीय म्हणून झिडकारल्या, त्यांच्याच पुराव्यावर तर मुख्यतः आधारलेले आहे. (पहा- 'रिलिजन ॲण्ड फिलॉसॉफी ऑफ द वेद ॲण्ड उपनिषद्ज', २१.६१८) ह्यांमधले जनमेजयाचे नाव वंशावळीमध्ये आगन्तुकरीत्या आलेले आहे. हे महाभारत (अध्याय९५) यवद्वीपसंहिता चेळ्ळूर दानपत्र इत्यादिकांमध्ये ते गाळले आहे, यावरून स्पष्टच आहे.

डॉ. दत्तांचा यापुढचा युक्तिवाद असा की, 'विष्णुपुराणा'त जनमेजय, श्रुतसेन इ. चार भाऊ हे पहिल्या परिक्षिताचे मुलगे म्हणून सांगितलेले आहेत. पण दत्तांनी जर त्याच्यापुढचा वेचा (४.२१.१) पाहिला असता, तर त्यांच्या हे

लक्षात येऊन चुकले असते की, हे चार भाऊ दुसऱ्याही परिक्षितांचे मुलगे आहेत, असे 'विष्णुपुराणा'ला म्हणावयाचे आहे आणि ह्या उत्तरविधानाचा महाभारताशी (१.३.१) मेळ बसतो, पहिल्या विधानाचा नाही.

डॉ. दत्तांचे यापुढे असे म्हणणे आहे की, आचार्य ऋत्विजांची नावे परीक्षून त्यांच्या आधाराने राजांचे एकत्व प्रतिपादणे किंवा त्यांचा काळ सांगणे हे नेहमी धोक्याचे असते. पण प्रश्न असा की, जर ही नावे आणि वारसदारांचा क्रम खरा असेल, तर ते काय म्हणून धोक्याचे मानावे? उलट, अशा प्रकारचा पुरावा पुरेशी छाननी न करता झिडकारणे यातच खरा धोका आहे. या संदर्भात हेही ध्यानी घेतले पाहिजे की, वैदिक पारिक्षित जनमेजयाचे आणि महाभारतातल्या अभिमन्युपुत्र परिक्षिताचे एकत्व हे काही आचार्य-ऋत्विजांच्या नावावरच मुख्यत्वाने अवलंबून नाही; तर ते पुढील गोष्टींवर आधारलेले आहे. (१) यवद्वीपसंहिता, चोळ कोरीव लेख इत्यादींमधून गाळलेले प्राचीन पारिक्षित जनमेजयाचे नाव आणि म्हणून त्या दृष्टीने त्याच्या अस्तित्वासंबंधीच्या संगतवार पुराव्याचा अभाव आणि (२) वैदिक परिक्षित आणि जनमेजय यांच्या दिलेल्या तपशिलासंबंधीचा (उदाहरणार्थ : कुरूंच्या राज्यातली संपन्नता वर्णन करणारे शब्द, दोन अश्वमेघ केलेले असणे, कश्यपांशी संघर्ष) आणि परिक्षित व जनमेजय हे अभिमन्यूचे पुत्र-नातू असल्याची आपली माहिती या दोहोंचा मेळ. वैदिक परिक्षित आणि वैदिक जनक यांचा कालानुक्रम आणि संबंध यांचा प्रश्न हा या एकत्वाच्या दृष्टीने सर्वस्वी स्वतंत्र प्रश्न आहे. हा संबंध दोन विभिन्न पुराव्यांच्या आधारे ठरवता येतो. एकाला आवश्यक असलेली सामग्री ही वास्तविक 'ब्राह्मणां' मधल्या वंशावळीतून घेतलेली आहे. परंतु इन्द्रोतापासून सोमशुष्मापर्यंतची वारसदारी ही प्रत्यक्ष ब्राह्मणग्रंथांत आलेल्या अनुषंगिक माहितीवर बांधून काढलेली आहे आणि ही माहिती उत्तरकालीन असल्याचे आजवर कोणाही चिकित्सकाने म्हटलेले नाही.

डॉ. दत्त आणखी असेही म्हणतात की, नावाच्या एकत्वामुळे व्यक्तींचे एकत्व सूचित होतेच, असे नाही. आता, ही गोष्ट तर अगदी स्वयंप्रकाशितच आहे. वैचित्र्यवीर्य धृतराष्ट्र आणि काशिराज धृतराष्ट्र यांचे जे एकत्व प्रतिपादतात, त्यांनी हे फार तर लक्षात ठेवावे. पण वैदिक आणि महाभारतीय परिक्षित आणि जनमेजय यांचे एकत्व हे केवळ त्यांच्या नावाच्या एकत्वावर आजवर 'राजकीय इतिहासा'त कोणीच प्रतिपादलेले नाही.

डॉ. दत्तांचे यापुढचे असे म्हणणे- परस्परविरोधी कुळे आणि पीठिका यांच्याशी

संलग्न असलेल्या उत्तरकालीन कर्त्यांच्या बाबतीत एखादा आचार्य-ऋत्विक प्राचीन प्रसिद्ध राजाच्या पदरी असल्याचे दाखविणे सहज शक्य होते आणि तसे त्यांचे हेतूही असतील... इत्यादि. असे विधान करताना दत्तांच्या मनात कोणती घटना आहे, ते कळत नाही. इन्द्रोत आणि तुर यांचा जनमेजयाशी व उद्दालक आणि याज्ञवल्क्य यांचा जनकाशी असलेला संबंध हा 'शतपथ' आणि 'ऐतरेय' या ब्राह्मणांत व उपनिषदांत सांगितलेला आढळून येतो. असा संबंध ही मुद्दाम केलेली बनावट किंवा कल्पित वस्तू आहे, असे दत्तांना सुचवावयाचे आहे काय? पण असा आरोप सिद्ध करण्यासाठी त्यांनी तसूभरही पुरावा पुढे केला नाही. आर्ष महाकाव्यांत आणि पुराणांत पार्गिटर आणि इतर यांनी दाखवून दिल्याप्रमाणे चुकीची वर्णने आढळून येतात, यात शंकाच नाही. पण निश्चितपणे उत्तरकालीन असलेल्या पुराणांत गोंधळ दिसून येतो. या कारणास्तव 'ब्राह्मणे' आणि 'उपनिषदे' यांतही सहेतुक खोटेपणा आहे, असे म्हणणे सर्वथा अयुक्तिक आहे.

सरतेशेवटी वैदिक वाङ्मयातील वंशावळीवर पुढील कारणांसाठी आक्षेप घेतले आहेत.

१. भाष्यकारांचे मौन.

२. 'शतपथ- ब्राह्मणा'च्या दहाव्या आणि चौदाव्या अध्यायामध्ये ज्या वंशावळी जोडलेल्या आहेत त्यांतील विसंगती, 'शतपथ-ब्राह्मणा'च्या कर्तृत्वासंबंधीचे मतभेद आणि भिन्नभिन्न आचार्यांना देण्यात आलेले त्यांचे कर्तृत्व.

३. शिष्याने आचार्यांबद्दल दाखविलेला अनादर.

या आक्षेपांची उत्तरे अशी :

१. आचार्य-परंपरांचा निर्देश भाष्यकारांनी स्पष्टपणे केलेला आहे. त्यांनी तिचे सविस्तर विवेचन केले नसेल, पण त्याचे कारण ती परंपरा 'सुगम' आहे, 'स्पष्ट' आहे, हे होय.

२. 'बृहदारण्यकोपनिषद्' वगळता 'शतपथब्राह्मणा' च्या चौदाव्या अध्यायाच्या अखेरीस वंशावळी नाही. या उपनिषदाच्या अन्ती मात्र आचार्यपरंपरा दिलेली आहे, हे खरे आहे. सर्वच्यासर्व 'ब्राह्मण' आणि 'उपनिषद्' हे विविध याद्यांमध्ये एकाच पारंपरिक कर्तृत्वाला जोडलेले असले पाहिजे ही अपेक्षाच अवाच्यासवा आहे. वस्तुस्थिती अशी आहे की, 'ब्राह्मणां'च्या आणि उपनिषदांच्या संहिता या एककर्तृक नाहीत. त्यामुळे विसंगतीचा प्रश्न मुळी उत्पन्नच होत नाही. एखाद्या ग्रंथाचे किंवा विशिष्ट ग्रंथभागाचे कर्तृत्व परंपरेप्रमाणे भिन्नभिन्न झाले,

म्हणजे 'आचार्य-परंपरे'तच गोंधळ झाला, असेच काही म्हणता येणार नाही. कारण या आचार्य-परंपरेच्या बाबतीत आपल्याला ग्रंथांमध्ये मूलतः एकवाक्यता आढळून येते.

३. सर्वच्यासर्व शिष्यांच्या ठिकाणी आचार्यांविषयी प्राचीन काळी आदरभाव वसत होता, हे मानणे अवास्तव आहे. आजच्या काळातही ही अशीच स्थिती आहे. धृष्टद्युम्न हा द्रोणाचार्यांचा शिष्य नव्हता काय? पण तरी त्याने त्यांना ठार मारलेच ना?

२९. 'महाभारत' १.४९.१७-२६ टीकेसमवेत. 'बृहदारण्यकोपनिषदा'त (३.३.१) परिक्षितांचे कुल हे मद्रप्रदेशात उत्तम परिचित असल्याचे म्हटले.

३०. 'महाभारत' १.१०९.१, १४९.५-१५, २.२६-३२, ३.८३.२०४. टॉलेमी ७.१.४२

३१. ''ततः सरस्वतीकुले समेषु मरुधन्वषु / काम्यकं नाम ददृशुर्वनं मुनिजयप्रियम् ।।'' अर्थ - नंतर त्यांना सरस्वतीच्या तीरी सपाट व जंगली प्रदेशामध्ये मुनिजनांना आवडते असे 'काम्यक' वन दिसले. महाभारत ३.५.३. खाण्डववनाच्या निश्चित स्थळासाठी पाहा- १.२२२.१४, २२३.१

३२. स्मिथ 'ऑक्सफर्ड हिस्टरी' (१९१९) पृ. ३१ पहा - ''रामायण'' २.६८.१३ महाभारत - १.१२८.२९ व पुढे १३३.११ पार्गिटर ''डी. के. ए.'' ५.

३३. 'वेदिक इण्डेक्स' खण्ड १, पृ. १६९-१७०

३४. पहा - 'ओरियनी परेनोस' (''इण्डिका'' ४) सिंधूची उपनदी.

३५. ३.८३.४,९,१५, २५, ४०, ५२, २००, २०४-२०८.

३६. मछक्रुक, तरुन्तुक व मरन्तुक हे कुरूक्षेत्राच्या सीमांचे रक्षण करणारे 'यक्ष-द्वारपाल' होत.

३७. ह्या नद्यांपैकी काही नद्यांच्या ओळखीसाठी आणि त्यांच्या प्रदेशांसाठी पहा - 'महाभारत' ३.८३.९५.१५१, ५-१५१.७८ कनिंगहॅम RASI (१८७८-१८७९) JRAS १८८३ ३६३ (तळटीप) यांत अवतरण म्हणून घेतलेला स्मिथ, 'ऑक्सफर्ड हिस्टरी' ३९ 'सायन्स अॅण्ड कल्चर' १९४३ पृ. ४६८ व पुढे.

३८. 'वैदिक इण्डेक्स' खण्ड१ पृ. ७२.

३९. पाहा - स्मिथने 'ऑक्सफर्ड हिस्टरी' (पृ.२९) येथे दिलेला नकाशा. फ्लीटने आपल्या 'डायनॅस्टिज ऑफ द कॅनरीज डिस्ट्रिक्टस्' (बॉम्बे गॅझेटियर १.२ पृ. ४९२) यांत एका आसन्दि जिल्ह्याचा निर्देश केलेला आहे, पण त्याचा

कुरूप्रदेशाशी संबंध जोडण्याला काही कारण नाही.

४०. १०.३३.४

४१. ऋग्वेद ४.३८.१, ७.१९.३

४२. ऋग्वेद ३.२३ ओल्डेनवेर्ग 'बुद्ध' पृ. ४०९-४१०

४३. 'शतपथब्राह्मण' १३.५.४.११ 'ऐतरेयब्रा'. ८.२३, महाभारत ७.६६.८.

४४. भरताचे कुरूमध्ये झालेले एकीकरण हे 'कुरवो नाम भारताः' (महाभारत १२.३४९.४४) अशासारख्या वेच्यांनी सूचित होते. रामायणामध्ये (४.३३.११) भरत हे अद्यापि कुरूहून पृथक होते. चिं.वि.वैद्य यांसारख्या विद्वानांचे असे मत आहे की, ('हिस्टरी ऑफ मिडिव्हल हिंदू इंडिया' भाग २ पृ. २६८ व पुढे) ऋग्वेद- परंपरेतील भरत आणि कुरूंच्या राजवंशाचा पारंपरिक आरंभक दौःषन्ति भरत हे एक मानता येणार नाहीत, तर तो ऋग्वेद भरत (पहिल्या) स्वायम्भुव मनूचा वंशज जो ऋषभपुत्र भरत त्याशी एकरूप मानला पाहिजे. पण ऋषभपुत्र भरताची कथा उघडच मागाहूनची आहे, हे लक्षात ठेवले पाहिजे. ऋग्वेदपरंपरेतले भरत राजे आणि भरतगण हे अगदी उघड कुरूंच्या प्रदेशाशी संबद्ध आहेत. हा प्रदेश सरस्वती आणि दृषद्वती या नद्यांच्या पाण्याखालचा आहे आणि त्याच्या राजांची दिवोदास आणि सुदास(स्) ही पुराणराज वंशावळीत येतात. हे राजे स्वायंभुव मनूचे वंशज नसून वैवस्वत मनूचे मुलाकडून अथवा मुलीकडून वंशज आहेत.

वसिष्ठ आणि विश्वामित्र कौशिक हे जे भरतांचे पुरोहित त्यांचा प्राचीन वाङ्मयात स्वयंभुव मनूच्या नव्हे, तर वैवस्वत मनू आणि त्याची मुलगी यांच्या राजवंशजांशी संबंध आहे. वशिष्ठ आणि भरत दौःषन्ती यांचे वंशज यांच्या संबंधासाठी 'महाभारता'तील (१.९४ व १७१ व पुढे) संवरण आणि तपती यांची कथा पाहावी. विश्वामित्र - कौशिक आणि पुरू-भरतकुल यांचा संबंध तर प्रसिद्धच आहे. (महाभारत १.९४.३३). असा एक युक्तिवाद करता येईल की, 'ऐतरेय ब्राह्मणा'त ज्याला भरत-ऋषभ म्हटले आहे, तो विश्वामित्राचा पूर्वज भरत आणि विश्वामित्रकन्या शकुंतला हिचा मुलगा भरत हे वेगळे मानले पाहिजेत. परंतु विश्वामित्राच्या (मेनका या) अप्सरेशी असलेल्या संबंधांची गोष्ट ही भक्कम अशा इतिहासावर आधारलेली आहे, असे म्हणण्याला आधार नाही. ऋग्वेदीय विश्वामित्र हा कुशिककुलातला आहे आणि 'महाभारता'त (१.९४.३३) कुशिक हे स्पष्टपणे भरत दौःषन्तीचे वंशज म्हणून सांगितलेले आहेत.

४५. आदिपर्व, अध्याय ९४ व ९५.
४६. ऋग्वेद १०.९५, शतपथब्रा. ११.५.१.१.
४७. ऋग्वेद १.५३.१०, २.१४.७ इत्यादि.
४८. ऋग्वेद ५.१.३१, १०.६३.१.
४९. ऋग्वेद ५.७.८.४, १८.१३.
५०. शतपथब्रा. १३.५.४.११-१२ 'ऐ.ब्रा.' ८.२३.
५१. ऋग्वेद ५.४.४४.६.
५२. ऋग्वेद ५.८.६८.१५.
५३. ऋग्वेद ८.५१.१ (वैदिक इन्डेक्स खण्ड २, ४४२)
५४. ब्राह्मणवाङ्मयात वारंवार निर्दिष्ट पाहा - 'कुरुश्रवण' (ऋग्वेद १०.३३.४) परंतु टीप नं. ६० पहा.
५५. जैमिनीय उपनिषद् ब्राह्मण' ३.२९. १-३.
५६. अथर्ववेद २०.१२९.२
५७. शतपथब्रा १२.९.३.३
५८. ऋग्वेद १०.९८
५९. काठकसंहिता १०.६
६०. मात्र 'कुरु' या नावाचा एखादा राजा वेदवाङ्मयात सांगितलेला नाही. वेदात 'कुरु' हे एका जमातीचे नाव म्हणून येते.
६१. 'जैमिनीय - उप- ब्रा.' ३.२९.१ 'शतपथब्रा'. १२. ९.३ क्षेमराज श्रीकृष्ण दास श्रेष्ठी संपादित 'निरुक्त' पृ १३०, 'बृहदेवता' ७.१५५ - १५६, 'स्टडिज इन् इंडिया ॲण्टिक्विटीज' पृ. ७ -८
६२. 'रामायण' ७.१०३. २१ - २३. हा बाल्ही - भाग मध्यप्रदेशाच्या बाहेर होता हा निर्देश आणि त्याचा कार्मद राजाशी संबंध होता हा निर्देश उघडच ऑयक्झस खोऱ्यातील बल्ख वा बॅक्टिया या प्रदेशाचा आहे. त्याच्या एकरुपतेच्या चर्चेसाठी पहा - IHQ (१९३३) ३७ - ३९. 'मत्स्यपुराणा' तही (१२.१४ व पुढे) मध्य - आशियातील इलावृत्त - वर्ष याचा पुरुरवसाच्या पित्याचा प्रदेश म्हणून स्पष्ट उल्लेख आलेला आहे. पण 'महाभारता'त मात्र (३.९०. २२- २५) पुरुरवसाच्या जन्माचे स्थळ गंगेच्या उगमाजवळचा एक डोंगर म्हणून उक्त आहे.
६३. लॉ रचित 'एन्शंट मिड् - इंडियन क्षत्रिय ट्राईब्ज' पृ. १६. कुरुंचे महावृषाशी असलेले साहचर्य लक्षात घ्यावे ('वेदिक इण्डेक्स, ' खण्ड २ पृ. २७९)

तळटीप) तसेच बाल्हीकांशी असलेले साहचर्यही ध्यानी घ्यावे. (महाभारत २.६३. २-७) व महाभारतात (३.१४२. १८- १९) उत्तरकुरुंचा प्रदेश कैलासपर्वत आणि बदरी यांच्या जवळ असल्याचे सांगितलेले आहे. इतर ग्रंथामध्ये तो त्याहून खूपच उत्तरेकडे आहे. मध्यप्रदेशातील कुरुंना महाभारतात (१.१०९-१०) 'दक्षिणकुरु' अशी संज्ञा आहे.

६४. कुरुंच्या राजसभेतील प्रातिपेयांचे बाल्हीकांशी महाभारतात(२.६३. २-७. साहचर्य असल्याचे सांगितलेले आहे, ते पाहावे - 'प्रातिपेयाः शान्तन वा भीमसेनाः स बाल्हीकाः... त्रिणुध्वं काव्यां वाचं संसदि कौरवाणाम्।

६५. 'वैदिक इण्डेक्स' खण्ड २, पृ. २७९ तळटीप ५, शतपथब्रा. (काण्वसंहिता); बाल्हीक आणि महावृष यांसाठी आणखी पाहा - अथर्ववेद ५.२२.४ -८

६६. एंपिग्राफ्रिका इण्डिका' भाग ६, पृ. ११ - १२

६७. JRAS १९११ पृ. ४७९ व पुढे, ६७५ व पुढे.

६८. आसन् मघासु मुनयः शासति पृथ्वी युधिष्ठिरे नृपतौ। षड्द्विकपञ्चद्वियुतः शककालस्तस्य राज्ञश्च। 'बृहत्संहिता' १३.३. पाहा - 'राजतंरगिणी , १.४८ - ५६

६९. पी. सी. सेन गुप्त 'भारत बॅटल ट्रॅडिशन्स' JRASB, १९३८ क्रमांक ३ (सप्टेंबर १९३९ पृ. ३९३ - ४१३)

७०. IHQ १९३२, ८५ 'मॉर्डन रिव्ह्यू' जून १९३२, ६५० व पुढे.

७१. वराहमिहिररचित 'बृहत्संहिता' भट्टोत्पलाच्या भाष्यासह, संपादक सुधारक द्विवेदी. पृ. २८१.

७२. 'बृहत्संहिता' ८.२० -२१.

७३. 'डायनॅस्टिक्स् ऑफ द कलि एज' पृ. ५८, पार्गिटरकृत.

पार्गिटरने दिलेल्या वृत्तावरून असे दिसते की, 'पञ्चशतोत्तरम् (१५००) या पाठाला 'वायु' आणि 'ब्रह्मांड' या पुराणांच्या संहितात आधार नाही. 'शतं पञ्चदशोत्तरम्' (१११५) हे पाठान्तर फक्त 'भागवत पुराणा'च्या काही हस्तलिखितात आहे. पञ्चशोत्तरम् हे पाठान्तर मत्स्यपुराणात नाही. 'मत्स्यांच्या एका हस्तलिखितात 'शतो त्रयम्' आहे. लेखकांनी सर्वसाधारणपणाने स्वीकारलेला पाठ 'पंञ्चाशदुत्तरम्' (१०५०) हाच दिसतो. यातला सर्वात मोठा आकडा १५०० हा जो आला आहे, तो बहुधा मगधराजांच्या वंशावळीत अवन्तीच्या प्रद्योतांचा चुकीने केलेला अंतर्भाव आणि बार्हद्रथांचा सत्ताकाल ७२३ ऐवजी १००० वर्षे इतका धरणे यांमुळे सिद्ध झालेला दिसतो.

बार्हद्रयांसाठी १०००+ प्रद्योतांसाठी १५२+ शैशुनागांसाठी ३६० मिळून एकूण १५१२वर्षे .

७४. पहा – रायचौधुरीकृत 'दी अर्लि हिस्टरी ऑफ दी वैष्णव सेक्ट' दुसरी आवृत्ती, पृ. ६२ व पुढे.

७५. 'इंडियन हिस्टरी काँग्रेस' च्या प्राक्कालीन विभागाचे डॉ. अळतेकर यांचे अध्यक्षीय भाषण, 'प्रोसिडिंग्ज ऑफ दी थर्ड सेशन' १९३९, पृ. ६८ – ७७.

७६. विण्टरनिट्झकृत 'ए हिस्टरी ऑफ इंडिया लिटरेचर' पृ.२७.

७७. ४.३.१०५

७८. याकोबीकृत 'परिशिष्टपर्वन्' दुसरी आवृत्ती.

ऱ्हीस डेव्हिड्सकृत 'बुद्धिस्ट सुत्तज' प्रस्तावना.

७९. 'कथासरित्सागर' ९–६.७ व पुढे पेंझर १.९५.

८०. अध्याय १५.

८१. 'सेक्रेड बुयस ऑफ द ईस्ट' XXIX, पृ. ४.

८२. 'आश्वलायन – गृह्यसूत्र' ३.४.४

८३. २.१४७ व पुढे

८४. 'तिण्णम्'.

८५. 'कबन्धी' म्हणजेच 'ककुद'. यासाठी पहा – IHQ, १९३२ ६०३ व पुढे 'अथर्ववेद' (१०.२.३) यात 'कबन्ध' म्हणजे 'श्रोणी' आणि 'ऊरु' (नितम्ब व मांड्या) अमरकोशात 'ककुद्मती' याचाही मुळात तोच अर्थ आहे.

८६. 'वैदिक इण्डेक्स' खण्ड २, पृ. ११६ पौष्करसादीचे व इतरांचे विखुरलेले उल्लेख हे फार महत्त्वाचे नसावे. 'शांखायन आरण्यक' आणि त्याच्यासमवेत पाणिनी व आपस्तम्ब – सूत्रे यांमधील उल्लेखाच्या संकलित परिणामांचाच आपल्याला विचार करावयाचा आहे.

८७. 'पाणिनी, हिज प्लेस इन् संस्कृत लिटरेचर' १९१४, पृ. ९९.

८८. ४.३.१०५ : गोल्डस्ट्यूकरकृत 'पाणिनी ....' पृ. १०६तळटीप येथील टीका– 'याज्ञवल्ययादयो हि न चिरकाला इत्याख्यानेषु वार्ता ।'

८९. १.२.५.४ –६

९०. ४.१.४९

९१. पृ. ५५.

९२. 'महाभारत' १.३.२० तक्षशिलेच्या जुन्या संदर्भासाठी पहा – 'पाणिनी' सुद्धा ४.३.९३. 'विनयसंहिता' भाग २, पृ. १७४. मल्लसेखरकृत कोश भाग १, पृ.

९८२.

९३. XXV, १५ वैदिक इण्डेक्स खण्ड १, पृ. २७४.

९४. भाग २ पृ. २९८ XVII, १८

९५. डॉ. डब्ल्यु. कलांड याने भाषांतरित केलेले 'पंचविंशब्राह्मण' पृ. ६४१ पहा – JBBRAS १९२६ पृ. ७४ व पुढे . पार्गिटर (AIHT पृ. २८५) म्हणतो की – 'नागांनी द्वितीय परिक्षिताला ठार मारले, पण त्याचा मुलगा तृतीय जनमेजय याने त्यांचा पराभव केला; आणि नंतर शांति प्रस्थापित झाली.'

९६. ८.११

९७. पाठांतर 'अबध्नादश्वं सारङ्गम' – 'शतपथब्राह्मण' १३.५. ४.१–२.

९८. कीथकृत 'ऋग्वेद – ब्राह्मणे' पृ. ३३६ एगेलिंगकृत 'शपतथब्राह्मण' पृ. ५, पृ. ३९६.

९९. ८.११.

१००. उत्तरेची मुलगी ही जनमेजयाची आणि त्याच्या भावांची आई असून तिचे नाव इरावती होते असे 'भागवतपुराणा'त (१.१६.२) म्हटले आहे.

१०१. 'कोपात् जनमेजयो ब्राह्मणेषु विक्रान्तः।'

१०२. आर. एल. मित्र आणि हरचन्द्र विद्याभूषण यांनी संपादित केलेले 'गोपथब्राह्मण' पृ. २५ व पुढे (१.२.५) वर उल्लेखलेल्या पुराकथेच्या या सदंर्भात दन्ताबल धौम्र नावाच्या एका ऋषीचे नाव येते. 'जैमिनीय – ब्राह्मणा'तील दन्ताल धौम्य तो हाच, असे काही लेखकांचे म्हणणे आहे. पण ह्या अनुमानाला पुरावा नाही. 'बौधायन – श्रौतसूत्रां'त (भाग ३, पृ. ४४९. 'धूम्र, धूम्रायण आणि धौम्य' या सर्वांचे काश्यप गौत्रातील स्वतंत्र घटक म्हणून निर्देश केलेले आहेत.

१०३. 'शतपथब्राह्मण' ९.५.५.१३. एगेलिंग ५.९५.

१०४. 'महाभारत' १८.५.३४

१०५. कुरुक्षेत्रातील युद्धाचे वर्णन हे पुष्कळ वेळा कुरुसृंजयांमधले युद्ध म्हणून आलेले आहे. पहा – महाभारत ६.४५.२, ६०.२९, ७२.१५, ७३.४१, ७.२०.४१, १४९.४०, ८.४७.२३, ५७.१२, ५९.१, ९३.१, 'शतपथब्रह्मणा' त या दोन गटांमधले वैमनस्य स्पष्टपणे निर्देशलेले आहे; पहा – १२.९.३

१०६. वैदिक इण्डेक्स खण्ड २, पृ. ६३.

१०७. ४.१७.९–१०. दि ग्रेट एपिक ऑफ इंडिया' पृ. ३८५.

१०८. दि रिलिजन ऑफ इंडिया' पृ. ३८८.

१०९. ४.१.४

११०. इंडियन ॲन्टिरक्वेरी' १, पृ. ३५०

१११. जातक- क्रमांक ४९५.

११२. पाहा – आमचा ग्रंथ 'पोलिटिकल हिस्टरी' पृ.९५ – ९६. 'जर्नल ऑफ दी डिपार्टमेंट ऑफ लेटर्स' (कलकत्ता विद्यापीठ) Vol. IX;' अर्ली हिस्टरी ऑफ दि वैष्णव सेक्ट' दुसरी आवृत्ती पृ. ४३ – ४५. तसेच 'महाभारत' १.१०३, ९–१०, १०५. ३७ – ३८. विंटरनिट्झ JRAS १८९७, पृ. ७५५ व पुढे. आपस्तम्ब २.२७.३ बृहस्पती xxvi येथे हे लक्षात घेण्याजोगे आहे की, पाण्डूकुलामध्ये ही अनेकपति विवाहपद्धती रुढ असल्याचे म्हणत असले, तरी द्रौपदी वगळता पाण्डवांच्या दुसऱ्या कोणत्याही एका पत्नीने अन्य पाण्डवांशी विवाह केला नाही. तसेच, पाण्डवांच्या मुलांमध्येही अनेक पती विवाह झाले नाहीत. महाभारतामध्ये 'कुरु' आणि 'पाण्डू' यांचा पृथक निर्देश होतो हे खरे आहे, पण त्याचप्रमाणे इतिहासपंडित एकमेकांशी संबद्ध असताही प्लॅण्टाजेनेट, यॉर्क आणि लॅन्केस्टर; कापे, व्हाल्वा, बुर्वो आणि ओर्लिया; व चालुक्य आणि वाघेला यात फरक करतात.

११३. 'महाभारत' १.१२२.७.

११४. ३.४.

११५. १.७.५

११६. ४.३. १०४.

११७. 'अथर्ववेद' ५.६. ११– १२.

११८. पहा – महाभारत –ए क्रिटिसिझम' चिं. वि. वैद्यकृत, पृ. २ आणि ८. भांडारकर कॉमेमोरेशन व्हॉल्यूम' लेव्ही पृ. ९९ व पुढे.

११९. 'महाभारत' आदिपर्व, ६२.२० पहा – उद्योगपर्व, १३६.१८.

१२०. १३.५. ४.३.

१२१. १६.९.७

१२२. ह्या तिघा भावांनी जनमेजयाच्या यज्ञांमध्ये भाग घेतला काय? 'महाभारत' १.३.१ येथे असा भाग स्पष्ट सूचित होतो.

१२३. 'पारिक्षित कोठे गेले आहेत?' ह्या प्रश्नाने त्यांचा निर्वंश सूचित होत नाही. तर पार्गिटरने दर्शवून दिल्याप्रमाणे त्या प्रश्नाचे'अश्वमेधयज्ञ करणारे जातात तेथे' हे उत्तर त्याच्या विरुद्धच निष्कर्ष सुचविते . कारण अशा यज्ञांनी फार मोठे पुण्य प्राप्त होत होते. / AIHTपृ ११४/ जनमेजय हा महावैभवशाली अशा

पुण्याईचे धनी असलेल्या राजांच्यापैकी एक होता, असे रामायणातही (२.६४.४२) सांगितले आहे.

१२४. शतपथब्राह्मण १३.५.४.३. पहा – महाभारत १२.१५२.३८. महाभारतानुसार पाहता ज्येष्ठ पारिक्षिताने केलेली महापातके म्हणजे ब्रह्महत्या आणि भ्रूणहत्या ही होती. (महाभारत – १२.१५०.३ व ९) तसेच, पहा – शतपथब्राह्मण १३.५.४.१.

१२५. 'गंगयापहृते तस्मिन् नगरे नागसाह्वे। त्यायत्वा निचक्षुर्नगरं कौशाम्ब्यां स निकत्स्यति।।' (अर्थ – 'नागसाह्वय हे शहर जेव्हा गंगेच्या पुरामध्ये वाहून जाईल, तेव्हा निचक्षू ते सोडून देऊन कौशाम्बीमध्ये राहू लागले.')
Pargiter, `Dynasties of the Kali Age' , p.5.
रामायण (२.६८.१३), महाभारत (१.१२८) आणि महाभाष्य (अनुगंग हस्तिनपुरमऊ) यांवरून हे उघड आहे की, हस्तिनापूर हे गंगेच्या तीरी वसलेले होते.

१२६. ४.२. १०१

१२७. ५.२७.४–६.

१२८. शतपथब्राह्मण १३.५.४.१९–२३.

१२९. 'वंशब्राह्मण'. Vedic Index', Vol. I. pp. 27, 373.

१३०. १.९४.५४

१३१. १५.१६.१०–१३.

१३२. त्रिवेदीकृत भाषांतर पृ. ३२२–३२३.

१३३. गोपालायन हा कुरुंचा 'स्थपति' म्हणूनही महत्त्वाच्या अधिकारावर होता. (बौधायनश्रौतसूत्रे २०.२५; Vedic Index, ' I - 128.) मात्र शुचिवृक्षाचा आणि त्याचा संबंध काय , ते कळत नाही.

१३४. १४.१६.१०–१३.

१३५. 'छांदोग्योपनिषद्' १.१०.१ 'बृहदारण्यकोपनिषद्' ३.४ याच्या अगोदरच्या विधिघटनांसाठी पाहा : 'ऋग्वेद' १०.९८ (शान्तनूच्या काळातील दुष्काळ) . महाभारत १.९४ (संवरणाची कथा) . छांदोग्यांत म्हटले आहे की, 'मटचीहतेषु कुरुषु आतिक्या सह जायया उषस्तिर्ह चाक्रायण इभ्यग्रामे प्रद्राणक उवास।' (अर्थ – 'जेव्हा कुरुदेश गारांमुळे (अथवा टोळधाडीने) उजाड झाला, तेव्हा उषस्ति चाक्रायण आपल्या नवपरिणीत भार्येसह एका धनाढ्याच्या गावाला गेला आणि तेथे मोठ्या हालअपेष्टांत राहू लागला.') या ब्राह्मणाची

आणि त्याच्या बायकोची दुर्दशा व कौरव्याची आणि त्याच्या राणीची सुस्थिती – की 'ज्यांची परिक्षिताच्या राज्यांत आनंदी स्थितीत भरभराट होत होती' – यांतला फरक चरचरीत आहे. टीकाकारांनी 'मटची' या शब्दाचा अर्थ 'वज्रपात', 'गारा', 'एक लहान लाल पक्षी' अथवा 'टोळ' असा अनेक प्रकारांनी केला आहे. यातला शेवटचा अर्थ 'देवीभागवता'च्या (१०.१३.११०) पुराव्याशी जुळतो. ('मटचीयूथवत् तेषां समुदायास्तु निर्गता।') 'मिडिचे' या कन्नड शब्दाचा तोच अर्थ आहे. (पाहा : Kittel's Dictionary; Jacob, ` Scraps from Shaddars'ana'; Vedic Index, Vol, II, p. 119, Bhandarkar Carmichael Lectures, 1918, 26 - 27; IHQ, Bagchi, 1933, 253)

१३६. २५.३.६.

१३७. १४.१.१२

१३८. २.९.४ Caland's Ed. p.27

१३९. 'Sacred Books of the East', XIV. 62.

१४०. पहा – 'जैमिनीब्राह्मण' ३.१५६; JAOS, 26, 61. 'जेव्हा अभिप्रतारिण हा वृद्धापकाळामुळे दुबळा झाला, तेव्हा त्याच्या मुलांनी आपल्या वारशाच्या वाटण्या करून घेतल्या आणि त्यांविषयी भारी गर्गशा केला.'

१४१. गणपतिशास्त्रींची आवृत्ती पृ. १४०, भाषांतर व्ही. एस. सुकथनकर पृ. ७९ पहा – 'प्रतिज्ञायौगन्धरायण' 'वेदाक्षरसमवायप्रविष्टो भारतो वंशः' 'भरतकुलोपभुक्तं वीणारत्नम्' दुसरा अंक.
भारतानां कुले जातो
वत्सानामूर्जितः पतिः। चौथा अंक.

१४२. ३.१३४.५, 'जसे इतर सर्व पर्वत मैनाकापेक्षा कमी प्रतीचे, तसे मिथिलेच्या राजापेक्षा इतर राजे कमी प्रतिष्ठेचे.'

१४३. ऐतरेयब्राह्मण' ८.१४. 'पंचविशब्राह्मण' १४.१.१२. इत्यादी.

१४४. ५.१.१.१२-१३.

१४५. 'बृहदारण्यकोपनिषद्' ३.३.१, ई. रोअरसंपादित 'बृहदारण्यकोपनिषद' पृ. २०.

१४६. 'हिस्टरी ऑफ इंडियन लिटरेचर' पृ. १२६ व पुढे (वेबर) डॉ. एस. कृष्णस्वामी अयंगार आणि इतर यांनी संपादित केलेल्या 'जर्नल ऑफ इंडियन हिस्टरी' (एप्रिल १९३६) यात असा एक विस्मयजनक सूचित वादाडत्त आढळतो –

'वेबरचे विचार आणि भाषा त्याचा उल्लेख न करता श्री रायचौधुरी यांनी स्वतःची म्हणून दिली आहे.' पण 'पोलिटिकल हिस्टरी' या ग्रंथाच्या (पहिली आवृत्ती) शेवटी दिलेल्या 'बिब्लियोग्राफिकल इण्डेक्स' चे (पृ. ३१९, ३२८) आणि त्या ग्रंथाच्या पृ. २७ चे तसेच नंतरच्या आवृत्यांच्या प्रस्तावना इत्यादींचे अवलोकन केल्यास 'जर्नल ऑफ इंडियन हिस्टरी' च्या लेखकाच्या लेखामधील विधानात कितपत तथ्यांश आहे, ते कळून येण्यासारखे आहे.

१४७. 'महाभारत' आदिपर्व, ५३.७.

१४८. विष्णुपुराण' ४.२१.२

१४९. १३.५.४.१

१५०. Vedic Index, II, p.g.

१५१. ५.२.१.२

१५२. पहा – 'जनको वैदेही बुडिलश्वराश्विमुवाच।' 'बृहदारण्यकोपनिषद्' ५.१४.१८ आणि ३.७१

१५३. ११.६.२.१–३.

१५४. IC ३.७४७.

१५५. काही पंडितांच्या मते, जनमेजय हा 'जनकच्या', पिढीपासून एकच पिढी अगोदर मानला पाहिजे. याला आधार म्हणून ते 'क्व पारिक्षिता अभवन्?' ह्या प्रश्नवाक्यामधील 'अभवन्' याच्या 'भू' धातूच्या लङ्चा देतात. तसेच, 'गोपथब्राह्मणा' तील एका पुराणकथेनुसार जनमेजयाचा समकालीन मानला गेलेला दन्ताबल धौम्र हा आणि 'जैमिनीयब्राह्मणा'तील दन्ताल धौम्य हा ते एकच समजतात. दन्ताल धौम्य हा कदाचित जनककाली असेल. ते असेही सुचवतात की, एका ब्राह्मणग्रंथाच्या वेच्यामधील भाल्लवेय हा दुसरा – तिसरा कोणी नसून इन्द्रद्युम्नच आहे. (JIH एप्रिल १९३६, पृ. १५ व पुढे इ.) आता वेदवाङ्मयात लङ् आणि लिट् हे पर्यायाने कधीकधी एकार्थवाचक म्हणून योजले जातात. (पहा – पूर्वी ३७) हा मुद्दा सोडून दिला, तरी 'क्व पारिक्षिता अभवन्?' हा प्रश्न आणि त्याचे उत्तर ही काही जनकम सभेमध्ये प्रथमच उच्चारली नाहीत. ते एक 'मूर्धाभिषिक्त (म्हणजे पारंपरिक) उदाहरण' आहे आणि अतिमानवी ते व्यक्तीच्या मुखातले आहे. त्यामुळे जनमेजय पारिक्षित आणि विदेहजनक यांच्या समकालीनत्वाचा अथवा निकटकालत्वाचा पुरावा म्हणून ते मानता येणार नाही. आता दन्ताबलाच्या बाबतीत सांगावयाचे तर यापूर्वीच (इंग्रजी पुस्तक पृ.३९) हे दाखवून दिले

आहे की, 'बौधायनश्रौतसूत्रां'त 'धूम्र' आणि 'धौम्य' ही कश्यपगोत्रातील स्वतंत्र माणसे आहेत. जनमेजय हा दृती आणि अभिपतारिण यांच्या काळात मृत्यू पावला असावा. (पाहा – यापूर्वी पृ. ४६, तसेच IHQ वर्ष ८, १९३२, पृ. ६०० व पुढे) भाल्लवेयाबद्दल बोलावयाचे ते असे की, साक्षेपी अभ्यासकांनी ते 'आत्रेय', 'भारद्वाज' इ. याप्रमाणे ते कुलनाम आहे, हे ध्यानी ठेवावे. व्यक्तिनामाच्या अभावी प्रत्येक भाल्लवेयांचे इन्द्रद्युम्नाशी समीकरण करणे हे चिकित्सेचे आहे, असे म्हणता येणार नाही. सर्व आत्रेय हे उदमय नव्हेत किंवा प्रत्येक भारद्वाज हा द्रोण किंवा पिण्डोल नव्हे. तसेच हे आहे.

१५६. 'परिशिष्टपर्वन्' (द्वितीय आवृत्ती) १८ आणि `Buddhist Suttas', Introduction, p. x/vii.

१५७. काही पंडितांचे म्हणणे असे आहे की, शिष्य हे आचार्यांपेक्षा वयाने लहान असतातच, असे नाही. आता हे कबूल करू या की, शिष्य हा काही वेळा वयाने गुरुइतकाच किंवा गुरुपेक्षा थोडा अधिक असेल. पण म्हणून गुरु – शिष्यांची जेव्हा प्रदीर्घ नामावली येते, तेव्हा प्रत्येक वेळी – पिता हाच पुत्राचा गुरु असल्याचा अपवाद सोडता – शिष्य हा वयाने गुरुपेक्षा मोठाच होता, असे म्हणणे अतिरेकी होईल. काही शिष्य आपल्या गुरुपेक्षा वयाने जास्त असतीलही. तरी एका पिढीचे सरासरी आयुर्मान याकोबी आणि ऱ्हीस डेव्हिड्स् यांनी सुचविल्याप्रमाणे असण्याला त्यामुळे काहीच बाधा येत नाही.

१५८. Vedic Index, Vol. II, P. 298.

१५९. पार्गिटरच्या मते (JASB, १८९७, ८९) – 'विदेहाचे राज्य राप्ती नदीवरील गोरखपूरपासून दरभंगा येथपर्यंत होते. त्याच्या पश्चिमेकडे कोसल आणि पूर्वेस अंगदेश. उत्तरेकडे ते डोंगर पायथ्यापर्यंत होते आणि दक्षिणेस त्याची सीमा वैशालीच्या छोट्या राज्याने मर्यादित केलेली होती.'

१६०. Vedic Index Vol. IIp. 299

१६१. `Buddha', p. 398 n. cf. pargiter, JASB 1897, 87 'महाभारत' २.२०.२७.

१६२. वर दिलेली माहिती व महाभारतातील नदी, नावे जर भूगोलाच्या वस्तुस्थितीनुसार असतील (महाभारत : २.२०.२७ येथे आलेल्या 'क्रमेण' या पदावरून तसे सूचित होते) तर सदानीरा म्हणजे 'बुरी गण्डक' नदी असावी. बुरी गण्डक आणि गण्डक या भिन्न नद्या आहेत.

१६३. 'जातक' ४८९.

१६४. 'जातक' ४०६, हे आकडे सांकेतिक स्वरूपाचे आहेत.

१६५. 'जातक' ४८९ आणि ४०६.

१६६. 'जातक' ५४६.

१६७. 'जातक' ५३९ कॉवेलचे 'जातक', भाग ६. पृ. ३०.

१६८. मिथिलेच्या दुसऱ्या वर्णनासाठी 'महाभारत' ३.२०६. ६–९ पहा.

१६९. १.७१.३

१७०. ८८.७–८, ८९. ५–४.

१७१. ४.५.१

१७२. 'स शापेन वशिष्ठस्य विदेहः समपद्यत ।' वायुपुराण. कोणा एका विदेहराजाला वशिष्ठाचा शाप मिळाल्याचा उल्लेख 'बृहद्देवते' मध्ये (७, ५९) आला आहे.

१७३. वायुपुराण ८९.३२. 'जनक' ही वंशसंज्ञा असल्याबद्दलचे उल्लेख पहा – म. मा. ३.१३३. १७. रामायण १.६७.८ 'जनकानाम्' 'जनकेः' इ. जे बहुवचनी उल्लेख येतात, त्यांवरून असेच काही निश्चयाने समजण्याचे कारण नाही की, त्या वंशातल्या प्रत्येकाचेच व्यक्तिनाव 'जनक' असे होते. पहा – 'इक्ष्वाकूणाम्' (रामायण १.५.३) येथे 'इक्ष्वाकुवंशोत्पन्न' असा अर्थ आहे (१.१ व ८) 'रघूणामन्वयं वक्ष्ये' इत्यादी.

१७४. 'वैदिक इण्डेक्स' १.४३६.

१७५. मॅक्डोनेल 'संयुक्त लिटरेचर' पृ. २१४ – २१५. वैदिक इण्डेक्स २.२९८. शतपथ ब्रा. १.४.१ इ. ओल्डेनबर्गकृत 'बुद्ध' पृ. ३९८ –३९९, पार्गिटर J.A.S.B. 1897 पृ. ८६ व पुढे.

१७६. ह्याच प्रदेशाला महाभारतात 'जलोद्भव' असे म्हटले आहे. 'जलोद्भव' म्हणजे 'दलदल' हटवून तयार केलेला भाग. (म. भा. २.३०.४ पार्गिटर तत्रैव तळटीप पृ. ८८)

१७७. २.७४.८३

१७८. 'बृहद्देवते' च्या पुराव्यावरून (७.५९) असे सूचित होते की, विदेहराजांच्या त्यांच्या सरस्वतीनदीच्या तीरावरील प्राचीन वास्तव्याशी असलेला संबंध अबाधित होता. पहा – 'पंचविंशब्राह्मण' २५.१०.१६–१८ (नमी साप्याची कथा)

१७९. रामायण २.९. २२

१८०. 'वैदिक इण्डेक्स' २.६९. छांदोग्य उपनिषद ५.११.१.४, बृहदारण्यकोपनिषद् ३.७.

१८१. रामायण ७.११३.४
१८२. ‘अश्वपती हे त्या वंशातील सर्व कुटुंबीयांचे कुलनाम होते’ असा जो दृष्टिकोन आहे, त्याला विरोधी म्हणून असे सांगता येईल की, महाभारतात (७.१०४.७, १२३.५) कैकयांचा अधिपती बृहत्क्षत्र याला प्रस्तृत संज्ञा लाविलेली नाही.
१८३. अंक १, श्लोक १४.
१८४. पहा - अंक २ , श्लो ४३, उत्तररामचरित अंक ४, श्लोक ९. महाभारतात (३.१३३.४, उद्दालक आणि कहोड यांच्या समकालीन व्यक्तीला ऐन्द्रद्युम्नी’ असे म्हटले आहे. (पहा - A.I.H. T. ९६) महाभारतात (१२.३१०.४, ३.८.९५) याज्ञवल्क्याच्या समकालीनाला दैवराती (ति) अशी संज्ञा आहे. शतपथब्राह्मणाचा कर्ता याज्ञवल्क्य म्हणून सांगितला जातो. (तत्रैव १२.३१८.११ व पुढे) ऐन्द्रद्युम्नी आणि दैवराती ही दोन्ही नावे पैतृक असल्यामुळे प्रस्तुत राजाचे व्यक्तिनाम काय, याचा त्यावरून काही सुगावा लागत नाही.
१८५. ‘बुद्धिस्ट इंडिया’ पृ. २६.
१८६. १२.१७.१८-१९; २१९.५०.
‘मिथिलायां प्रदीप्तायां न मे दह्यति किञ्चन ।’
‘अपि च भवति मैथिलेन गीतं, नगरमुपाहितमग्निनाभिवीक्ष्य ।
न खलु मम हि दह्यतेऽत्र किञ्चित्, स्वयमिदमाह किल स्म भूमिपालइ ।।’
‘आपली नगरी अग्नीने भस्मसात् होत आहे, हे पाहून मिथिलेच्या राजाने पुराणे गीत गायले की, ‘यामध्ये माझे म्हणून काहीच जळत नाही.’
१८७. ‘सेक्रेड बुक्स ऑफ दि ईस्ट’ ४५-३७.
१८८. ४.५.१३.
१८९. ३.१३३.१७
१९०. श.ब्रा. ५.१.१.१२-१३, १२.३.४, १४.१.३.८,
१९१. १०.३.१४.
१९२. बृ. उप. ६.५.३.
१९३. `Buddha', p. 398.
१९४. महाभारत १२.२०७.४३.
१९५. रामायण ७.१११.११-११४.११. ‘सिन्धोरुभयतः पार्श्वे’ ‘जातक’ क्र. ४०६ याच्या अनुसार गन्धारराज्यात कश्मीराचा अन्तर्भाव होता. मिलेटसूच्या

हेकाटइओस्‌ने (इ.स. पूर्व ५४९-४८६) कस्पपायरोस्‌ नावाच्या एका गन्दरिक नगराचा उल्लेख केलेला आहे. स्टेनच्या मते (JASB १८९९ विशेषांक क्र. २.११) कस्पपायरोस ज्या ठिकाणी प्रथम नौकानयनाला योग्य होते, त्या प्रदेशात (अर्थात प्राचीन गांधारमध्ये हे नगर वसले असले पाहिजे. दरायसने सिंधुनदीच्या प्रवाहाचा शोध घेण्यासाठी स्कायलॅक्सच्या नेतृत्वाने पाठविलेली तुकडी जेथे नौकारुढ झाली, ते ठिकाण हेच कस्पटायरोस्‌ होय. असे एक मत आहे की, कस्पटायरोस्‌ म्हणजे संस्कृत 'कश्यपपूर' होय आणि यापासूनच 'कश्मीर' हे नाव साधलेले आहे. परंतु स्टेनने (पृ. १२-१३) हे मत अमान्य केले आहे. अल्ब्रेरुणीला (१२९८) कश्यपपूर हे स्थाननाव म्हणून असल्याचे ज्ञात आहे. परंतु ते मुलतानचे मूळचे नाव आहे, असे तो म्हणतो मात्र कश्यपाचा कश्मीरशी असलेला पारंपरिक संबंध हा 'राजतरंगिणी'वरून (१.२७) स्पष्ट होत आहे.

१९६. वायुपुराण ८८, १८९-९०. पहा - रामायण ७.११४.११.

१९७. तेलपत्त आणि सुसीम जातके, क्रमांक ९६, १६३.

१९८. Marshall, `A Guide to Taxila', pp. 1-4, AGI, 1924, 120, 128 f.

१९९. Schoff, `The Periplus of the Erythraean Sea, pp. 183-84, Foucher', `Notes on the Ancient Geography of Gandhara', p. 11. cf. V.A. Smith, JASB, 1889, 111; Cunningham, AGI, 1924. 57 f.

२००. १.१२६.७.

२०१. ५.२२.१४. पाहा - म.भा. ८.४४.४६, ४५.८ इत्यादि.

२०२. 'ऐतरेय ब्रा' ७.३४, 'शतपथ ब्रा' ८.१.४.१०, 'वैदिक इन्डेक्स', I-४३२.

२०३. Rhys Davids Stede, `Pali-English Dictionary', 76. (विजूज-ठानानि); 'वायुपुराण' ६१.७९, 'ब्रह्माण्डपुराण' ६७.८२, 'मिलिन्द' (१.९) यात १९ सिप्पांचा उल्लेख आहे. पाहा - ४.३.२६.

२०४. ६.१४

२०५. पहा - 'छान्दोग्योपनिषदा'चे डॉ.आर.एल्‌.मित्रकृत भाषांतर ५.११४.

२०६. क्रमांक ४८७.

२०७. क्रमांक ३७७.

२०८. 'शतपथब्राह्मण' ११.४.१.१ आणि पुढे 'उदीच्यान्वृतो धावायाश्चकार'

२०९. ७.६ 'वैदिक इण्डेक्स' २.२७९.

२१०. ४.३.९३. AGI (1924., 67.)

२११. Turnour, 'महावंसो' खण्ड १ (१८३७), पृ. ३९.

२१२. २.६८. १९-२२ / ७.११३-११४.

२१३. ६.६१-१२; ७.१९.७ 'मद्रकेकयाः'

२१४. `Indica', 4; `Ind' Ant.', 5.332; Macrindle : `Megasthenes and Arrian' (1926) p.163, 196.

२१५. रामायण २.६७.७.

२१६. रामायण २.६८.२२.

२१७. रामायण १.६७.७, २.७१.१८. AGI (१९२४) १८८, JASB (१८९५) २५० व पुढे.

२१८. Beal, `Si-yu-ki', Vol. I, p. 44.

२१९. S.B.E., XIII, p. 150.

२२०. 'मत्स्यपुराण' ४८.१०-२०. 'वायुपुराण' ९९.१२.२३.

२२१. १.१०८.८; ७.१८.१४; ८.१०.५.

२२२. ७४

२२३. रामायण २.९.२२, ७.११३.४.

२२४. १०.६.१.२.

२२५. ५.११.४ व पुढे.

२२६. `Ind. Ant.' (1891., p. 375.

२२७. `AHD', 88, 101.

२२८. पाणिनी ४.२.१०७-१०८. पाहा - मद्र - त्रिगेर्तांच्या संबंधासाठी महाभारत ६.६१.१२, १.१२१.३६ येथे मद्रांची संख्या चार अशी दिली आहे.

२२९. पाहा - महाभारत ८.४४.१७.

२३०. Malcolm, `Sketch of the Sikhs', p.55.

२३१. २.३२.१४ - 'ततः शाकलमभ्येत्य मद्राणां पुटमेदनम्'

२३२. उदाहरणार्थ - 'कालिंगबोधी जातक' क्र. ४७९ आणि 'कुस-जातक' क्र. ५३१.

२३३. महाभारत २.२६.५.

२३४. महाभारत ७.४४.१०. कनिंगहॅम AGI (१९२४) पृ.२११ व पुढे. कनिंगहॅमच्या मते ही आपगा नदी म्हणजे जम्मूच्या डोंगरांमध्ये उगम पावणारी

आणि चेनाब नदीला मिळणारी 'अयक' नावाची उपनदी होय.

२३५. 'बृहदारण्यकोपनिषद्' ३.७.१.

२३६. Weber, `History of Indian Literature', 126.

२३७. पाहा – अश्वपती आणि त्याची मुलगी सावित्री.

२३८. मद्रांच्या तपशीलवार वृत्तांतासाठी पाहा – डॉ.एस्.सी.राय JASB (१९२२) २५७ आणि Law, `Some Kshatriya Tribes of Ancient India', p. 214.

एस्.एन्.मित्र यांनी असे दाखवून दिले आहे की, 'थेरीगाथा' यावरील 'परमत्थदीपनी'मध्ये (पृ. १२७) सागल-नगर हे मगध-रट्ठात असल्याचे (चुकीने) म्हटलेले आहे. परंतु पृ. १३१ वरील 'अपदान' अवतरणांवरून असे निःसंदिग्धपणाने सिद्ध होते की, मद्र हेच नाव बरोबर असून त्याची राजधानी सागल (शाकल) ही होती.

२३९. ८.१४.

२४०. 'गोपथब्राह्मण' २.९

२४१. महाभारत ३.१३०.२१.

२४२. 'कथासरित्सागर' संपादक – पंडित दुर्गाप्रसाद आणि काशिनाथ पांडुरंग परब तृतीय आवृत्ती, पृ. ५ कनखल हे उत्तरप्रदेशाच्या सहाराणपूर जिल्ह्यातील हरद्वारजवळ आहे. तसेच, पाहा. म.भा. ५.१११.१६–२३.

२४३. पृ. २२.

२४४. भाग २ पृ. ३९. Cf. Hultrsch, `Ind. Ant.' (1905), p.179.

२४५. २.४.२०, ५.२.११८.

२४६. म.भा. ५.११८.२ उशीनरांचा 'आह्वर' नावाचा जो दुर्ग होता, त्यासाठी Cf. `Ind. Ant.' (1885., p. 322.)

२४७. १०.५९.१०

२४८. महाभारत १२.२९.३९. 'वैदिक इण्डेक्स' भाग १, पृ – १०३. 'महा – कन्ह – जातक' क्र. ४६९; 'निमिजातक' क्र ५४१; 'महा – नारद – कस्सप – जातक' क्रमांक ५४४ इत्यादी

२४९. Bhandarkar, Carmichael Lectures, p. 53.

२५०. Cf. `Ind' Ant.' (1919) N.L.Dey's `Geographical Dictionary', p. 2.

२५१. म.भा. ११.३१.२–७, ३.२४–२५, ४.५–४. रामायण २.७१.५. पार्गिटरने

असे दाखवून दिले आहे. (JASB (१८९५) २५० व पुढे) की, मत्स्यदेश हा खाण्डवप्रस्थाच्या (दिल्लीच्या प्रदेशाच्या) दक्षिणेस होता. त्याचे स्थान शूरसेनांच्या (मथुरा जिल्हा) पश्चिमेकडे होते. पांडवांनी विराटाच्या दरबाराकडे जाण्यासाठी जो प्रवास केला, त्याच्या वर्णनाने हे अगदी स्पष्ट होते. पाण्डवांनी यमुना नदी उतरून जाऊन दशार्णांच्या उत्तरेने आणि पंचालांच्या दक्षिणेने प्रदेशातून प्रवास केला आणि नंतर यकृल्लोम व शूरसेन या प्रदेशांतून जाऊन ते मत्स्यदेशास आले. उपप्लव्य हे मत्स्यांच्या राजधानीने उपनगर. तेथून महाभारत कालातील हस्तिनापूर ह्या राजधानीपर्यंत रथाच्या प्रवासाने गेले. तर दोन दिवसांच्या आत येत असे आणि वाटेत जे वृक्षस्थल होते, त्याला प्रवासी निघाल्यापासून पहिल्या दिवसाच्या सायंकाळीच पोहोचत असे.

२५२. AGI (१९२४) ३८७. I.A.V. १७९. दक्षिणभारतातील विराट नगरासाठी पहा – 'बॉम्बे गॅझेटियर' १.२.५५८.

२५३. JASB (१८९५) २५२.

२५४. म.भा. ४.७२.१४. पहा – 'इंडियन ॲण्टिक्वेरी' (१८८२) ३२७.

२५५. ७.१८.६.

२५६. १३.५.४.९.

२५७. म.भा. ३.२४–२५.

२५८. १.२.९.

२५९. ४.१.

२६०. म.भा. ४.३०.१–२, ३२.१–२.

२६१. ५.७४.१६.

२६२. २.१९.

२६३. १.१०.१–७.

२६४. Cf. Weber, `History of Indian Literature', p. 123, Vedic Index, Part I, p. 193.

२६५. 'कौशाम्बेय' चा अर्थ 'कुशाम्बाचा वंशज' असाही होतो, यात शंका नाही. कौशाम्बी या नगरीचा देखील संबंध त्या वंशाच्या मूळपुरुषापासून तोडता येणार नाही, क्वचितच नाकारता येईल. पाहा – 'क्रमदीश्वर' पृ.७९४ : 'कुशाम्बेन निर्वृत्ता कौशाम्बी–नगरी।'

२६६. १३.५.४.११–१४, २१–२३. 'महद्‌द्य भरताना न पूर्वे नापरे जनाः।
दिव्यं मर्त्य इव पक्षाभयां नोदापुः सप्तमानवाः (इति)।।'

२६७. 'ऋग्वेद' ५.६१.१७-१९, म.भा. १.१३८.७४, १५० व पुढे, १६६, ४.५.४, ९.४.१.

२६८. `Vedic Index', Ptolemy's `Prasiake' (vii 1-53) यात अदिस्तर (अहिच्छत्र) आणि कनगोरा (कनौज) या गावांचा समावेश होता.

२६९. 'वैदिक इण्डेक्स' भाग १, १८७.

२७०. 'वैदिक इण्डेक्स' भाग १, १४९; कनिंगहॅम JASB (१८६५) १७८; AGI (१९२४) ४१३.

२७१. १३.५.४.७.

२७२. 'वैदिक इण्डेक्स' भाग १, ४९४.

२७३. पुराणांच्या मते ('ब्रह्मपुराण' १३.९४ व पुढे पाहा - 'मत्स्यपुराण' ५०.३) पंचालांच्या 'जनपदा-चे' 'मुद्‌गल', 'सृंजय', 'बृहदिषु', 'यवीनर' आणि 'कृमिलाश्व' हे घटक होते.

२७४. १३.५.४.७. 'क्रियव इति ह वै पुरा पञ्चालानाचक्षते।' 'वेदिक इण्डेक्स' १.१९८. Kesten Ronnow याच्या मते (`Acta Orientalia' XVI. iii (1937) p. 165) क्रिवि हे नाव त्यांना त्यांच्या गणातील एका राक्षस दैवतावरून पडले.

२७५. Oldenberg, `Buddha', p.4; श.ब्रा. १३.५.४.१६.

एच्.के.देव (Vedic India and Mediterranean men, Veriag Otto Harrassowitr, Leiprig)

असे सूचित करतात की, तुर्वश हे तैरेश अथवा तुर्श होत आणि त्यांनी इजिप्तचा फाराहो (सुमारे ख्रिस्तपूर्व १२३४-२५) मेनेप्टाह किंवा मेमेप्टाह याशी लढाई केली होती. ब्रीस्टेड मात्र हे तेरेश म्हणजे टायर्सेनियन अथवा एट्रुस्कन लोक होत असे सांगतो. (`A History of Egypt', p. 467)

२७६. AIHT पृ.१०८. 'तुर्वसोः पौरवं वंशं, प्रविषेश पुरा किल।' वायुपुराण ९९.४.

२७७. `Cambridge History of India', I.p. 525.

२७८. 'वैदिक इण्डेक्स' भाग १, १८६-१८७. 'केशिन् दाल्भ्य' या नावाने असे सूचित होते की, केशिन् आणि दाल्भ्य परस्पर संबद्ध होते. ऋग्वेदात (५.६१.१७-१९) दाल्भ्य हे गौमतीच्या तीरावर राहत होते, असे आहे. महाभारतावरून (९.४१.१-३) हे स्पष्ट आहे की, दाल्भ्यांच्या कुलाशी अथवा गणाशी जोडली गेलेली गौमती नैमिषापासून आणि पंचाल देशापासून फार दूर असणे शक्य नाही. अर्थात ही गोमती सीतापूरजवळच्या निमसारपाशी

असणाऱ्या आजच्या गोमतीहून वेगळी नाही, हे खास.

२७९. पार्गिटर 'मार्कण्डेयपुराण' पृ. ३५३. म.भा. १.१३८.३७, ५.४८.४१. ब्रह्मपुराण १३.९४ व पुढे.

२८०. म.भा. ८.११.३१, ७५.९.

२८१. म.भा. ३.९०.७. टीकेसह.

२८२. पाहा - म.भा. १.१८५.३१, १९३.१, २.७७.१० 'धृष्टद्युम्नः सोमकानां प्रवर्हः' 'सोमकिर्यज्ञसेन इति'.

२८३. महाभारत १.९४.३३; 'मत्स्यपुराण' ५०.१.१६; 'वायुपुराण' ९९.१९४-२१०.

२८४. 'वैदिक इण्डेक्स' भाग १, पृ. ३६३; भाग २, पृ. ५९, ४५४.

२८५. म.भा. १.१६६.२४. भीष्मपर्व १९० व पुढे.

२८६. ७.४.

२८७. म.भा. १.१६६.

२८८. क्रमांक ५०५. कुरुपंचालाचे एकीकरण हे 'जैमिनीयोपनिषद् ब्राह्मणा'त (३.७.६) सूचित केलेले आहे.

२८९. 'वैदिक इण्डेक्स' भाग १, ८४, १८७, ४६८. महाभारतात (१.९४.५३) उच्चैश्रवस् हे कुरुच्या राजवंशातील एका राजाचे नाव म्हणून येते.

२९०. 'बृहदारण्यकोपनिषद्' ६.२ 'छांदोग्योपनिषद्' १.८.१, ५.३.१.

२९१. एक ठराविक वाक्य 'धजविहेठ-जातक' क्र. ३९१.

२९२. `Dialogues', III, p. 73; Carmichael Lectures (1918), pp. 50-51 वाराणसी हे नाव ते नगर ज्या दोन लहान नद्यांच्या दुबेळक्यात वसले आहे, त्यावरून पडले आहे. 'वरणायस्तथा च आस्या मध्ये वाराणसी पुरी।' ('पद्मपुराण' स्वर्गखण्ड १७.५०)

२९३. 'तण्डुलनाली-जातक' क्र. ५.

२९४. `Vedic Index', II 116 (note)

२९५. १६.२९.५.

२९६. क्रमांक ४०२.

२९७. 'वायुपुरण' ९९.२१-७४, विष्णुपुराण ४.८.२-९.

२९८. Rhys Davids `Dialogues of the Buddha', II, p. 270

२९९. 'कौषीतकि ब्राह्मण' २६.५.

३००. पाहा - 'जातक' ३७८, ४०१, ५२९.

३०१. हे म्हणणे डॉ.डी.आर.भांडारकरांनी मान्य केले आहे. पाहा – Carmichael Lectures, 1918, p. 56.

३०२. 'मत्स्यपुराण' २७३.७१, 'वायुपुराण' ९९.४५४.

३०३. २.८.२३.

३०४. क्रमांक ५०, भाग १, पृ. १२६.

३०५. तसेच, पहा – 'सुसीम-जातक' (४११), 'कुम्म-सपिण्ड-जातक' (४१५) 'अट्ठान-जातक' (४२५) 'लोमस-कस्सप-जातक' (४३३) इ.

३०६. क्र. ४२१.

३०७. क्र. ४५५.

३०८. क्र. ५१९.

३०९. ५.५.५.१४.

३१०. SBE, XLI, p. 141.

३११. 'कोशल' हे रुप 'गोपथब्राह्मणा'त (वैदिक इण्डेक्स भाग १, १९५) आणि नंतरच्या वाङ्मयात मिळते.

३१२. रामायण २.४९.११-१२, ५०.१. पाहा – 'सुन्दरिका' Kindred Sayings', I. 209.

३१३. रामायण २.६८.१३, ७१.१६-१८, ७.१०४.१५. (गोमतीवर यज्ञ करणारा कोसल राजा) पाहा – म.भा. १२.३५५.२९.४१.३. (पंचाल हे नैमिषापासून फार दूर नसावे, असे दिसते) ऋग्वेदात (५.६१.१७-१९) पंचालांपैकी एक असलेले दाल्भ्य हे गोमतीतीरावर असल्याचे म्हटले आहे.

३१४. महाभारत २.३०.२-३, ३१.१२-१३.

३१५. महाभारत २.२०.२८.

३१६. रामायण १.५५.७, अयोध्या, औंधच्या फैजाबाद जिल्ह्यात आहे. 'कोसलपूर' या नावासाठी पहा – रामायण, २.१८.३८.

३१७. ४.३०.१८.

३१८. २.३२.१७.

३१९. १.१२६.४.

३२०. १०.९३.१४.

३२१. 'अश्वलस्यापत्यम् आश्वलायनः' 'प्रश्नोपनिषद (१.१. यावरील शांकरभाष्य.

३२२. 'वायुपुराण' ८९.१८-२३; 'विष्णुपुराण' ४.५.१२-१३ (चौथी आवृत्ती पृ. ७७ व पुढे.

३२३. 'महावीरचरित' १ श्लोक ३४; २ श्लोक ४३; उत्तररामचरित ४, श्लोक ९.
३२४. ६.६.७ व पुढे. पाहा – रामायण १.७२.१८.
३२५. AIHT पृ. १४९.
३२६. २.४.२७.
३२७. AIHT, p. 96, 330.
३२८. २५.१०.१७–१८.
३२९. SBE, XLV p. 45.87.
३३०. क्रमांक ४०८.
३३१. क्रमांक ५४१.
३३२. `Vedic Index', I, 370.
३३३. तत्रैव (भाग २.७१)
३३४. ऋग्वेद ४.१५.७–१० (अनुक्रमणिकेसह)
३३५. 'ऐतरेयब्राह्मण' ७.३४.
३३६. 'मज्झिमनिकाया'चे 'मखादेवसुत्त' २.८२; निमि–जातक.
३३७. १२.३०२.७.
३३८. 'अर्थशास्त्रा'तील हा पुरावा 'अश्वघोषाच्या बुद्धचरिता'ने समर्थित होतो. (४.८०) आणि त्याचप्रमाणे कराल जनकाने जेव्हा ब्राह्मणकन्येचे अपहरण केले, तेव्हा त्यामुळे तो जातिभ्रष्ट झाला, पण त्याने आपले प्रेम सोडले नाही.
३३९. 'बृहदारण्यकोपनिषद्' ३.८.२ 'ज्याप्रमाणे काशीच्या अथवा विदेहाच्या उग्राचा पुत्र प्रत्यंचा सोडून दिलेल्या धनुष्याला प्रत्यंचा चढवून शत्रूचा आरपार भेद करणारे दोन बाण हातात घेऊन उभा ठाकतो.' (Winternitr, 'History of Indian Literature' Translation, I, 229 with Slight amendations)
३४०. ७.४८.१५.
३४१. १२.९९.१–२.
३४२. भाग १, पृ. १५८–१६५.
३४३. १०.६१.८.
३४४. ४.२.९८.
३४५. 'बौधायन–सूत्र' १.१.२९.
३४६. DPPN (मललसेखरकृत 'पालि–विशेषनामांचा कोश') १.१०५० महाभारत २.३१.१६–१७; ३.६१.२१–२३. समुद्रगुप्तकालीन अलाहाबादचा स्तंभलेख

Fleet, `Dynasties of Kanerese Districts', 341; 'पेरिप्लस' यात दचिनाबेदस (दक्षिणापथ) आणि दमिरिका (तामिळनाडू) यात भेद करतो.

३४७. महाभारत ३.६१.२२-२३, १२०-३१.

३४८. ७.३४.

३४९. मत्स्यपुराण ४४.३६; 'वायुपुराण' ९५.३५-३६.

३५०. २.४४०' `Vedic Index', II 297.

३५१. JAOS, 19, 100.

३५२. १.१; २.१

३५३. `Vedic Index', II 297

३५४. म.भा. ३.७३.१.२, ५.१५७.१४. 'हरिवंश' विष्पुपर्व ५९-६०

३५५. 'गॅझेटियर अमरावती' भाग एक, पृ. ४०६.

३५६. 'इण्डियन कल्चर' जुलै (१९३६) पृ. १२. आश्चर्य असे की, वेदवाङ्मयात निर्देशलेल्या जाती-जमातींचा पुराणातल्या आणि कोशामधल्या हवाल्यांशी जर विरोध येत नसेल, तर त्यांच्या स्थल निश्चितीची बाब तेवढ्यापुरती आणि त्या काळापुरती स्वीकारावी. या दृष्टिकोनाला अनैतिहासिक म्हणणारा लेखक 'ऐतरेय-ब्राह्मणा'तील सत्वतांचे यादवांशी बिनदिक्कतपणे ऐक्य कल्पितो आणि त्यांचे स्थान मथुरा आणि तिच्या लगतचा प्रदेश म्हणून सांगतो (तत्रैव १५) सत्वतांच्या ह्या ऐक्याच्या बाबतीत आणि त्या लेखकाने म्हटलेल्या विशिष्ट नगरीशी सत्वताचा संबंध सांगण्याच्या विषयात त्याने जो अंदाज लढवला आहे, त्यासाठी त्याने कोणत्याही वेदवाङ्मयाच्या संदर्भाचा हवाला दिलेला नाही.

३५७. `Dialogues of the Buddha', II. 270.

३५८. १३.५.४.२२.

३५९. ४.१.१७०

३६०. १.१.३०-३१

३६१. अशोकाच्या काळात कलिंगामध्ये बरीच मोठी अशी ब्राह्मणांची संख्या होती. पाहा - शिलालेख १३.

३६२. म. भा. १३.११४.४.

३६३. 'Ind. Ant.', (1923) 67; 'Ep. Ind.', 12.2; JASB, 1897, 98f 'कूर्मपुराण' भाग २, पृ. ३९.९; 'पाद्म' स्वर्गखंड ६.२२; 'वायुपुराण' ७७.४-१३; मललसेकर DPPN ५८४; 'रघुवंश' ६.५६.

३६४. 'Ep. Ind.', XIV, 14.p.361. 'दन्तपुरवासकात्'; 'इन्तकूर', म.भा. ५.४८.७६ दन्दगुल (Pliny, Macrindle, 'Magesthenes and Arrian', 1926, p.144) ह्या नगराचे नाव बहुतकरून गंजम जिल्ह्यातील चिकाकोलजवळच्या 'दन्तवक्र' या किल्ल्याच्या नावामध्ये शिल्लक राहिलेले दिसते. कलिंगाच्या दुसऱ्या पुष्कळ राजधान्या याच जिल्ह्यात होत्या. उदाहरणार्थ, चिकाकोलजवळील सिंहपूर (सिंगपुरम्) Dubreuil, AHD, p.94; कलिंगनगर (वंशधरावरील मुखलिंगम् – 'Ep. Ind.', IV. 187; 'Ind-Ant', 1887, 132) यात 'कलिंगपातम्' अधिक स्वीकार्य मानले आहे. (JBORS १९२९ पृ. ६२६ व पुढे) पण येथला युक्तिवाद सर्वच्या–सर्व पटण्यासारखा नाही.

३६५. १२.४.३.

३६६. सेनार्टची आवृत्ती पृ. ४३२.

३६७. 'Ind. Ant.', 1891, p. 375. 'पद्मपुराणा'चा भूमिखंड' (४७.९) यात श्रीपूर हे कलिंगातले एक नगर असल्याचे म्हटले आहे.

३६८. 'सुत्तनिपात' (९७७. S.B.E. १०, भाग २.१८४ पाहा. मध्ययुगीन काळातील लेखकांचे 'अस्मगी' ('बॉम्बे गॅझेटियर' १.१.पृ. ५३२; 'Megasthenes & Arrian', 1926, 145). पाणिनीनेही (४.१.१७३) अश्मकांचा उल्लेख केलेला आहे. या नावाचा अर्थ 'पाषणमय भूभाग' असा आहे. त्यामुळे 'केंब्रिज हिस्टरी ऑफ इंडिया' (भाग १) यात त्याचा जो 'अश्वक' याशी (वायव्येकडील अस्सकेनोई प्रदेश) संबंध सांगितला आहे, तो शक्य नाही. 'अश्वक' याचा पुढे तेथे संस्कृत 'अश्व' आणि इराणी 'अस्प' (घोडा) यांशी संबंध दाखवला आहे. भट्टस्वामी या टीकाकाराने अश्मक म्हणजे महाराष्ट्र असे म्हटले आहे. त्याची राजधानी पोतली(लि) किंवा पोतन होती ('चुल्लकालिंग–जातक' क्रमांक ३०१; 'अस्सक' (२०७) 'दीर्घनिकाय' २.२३५ 'परिशिष्टपर्वन्' १.९२ 'नगरे पोतनामिधे' 'बॉम्बे गॅझेटियर' १.१.५३५ Law, 'Heaven and Hell in Buddhist Perspective', 74; I (मॉन्युमेन्टस् पृ. ३६५) 'विसाखस पादाय(म्य)स') डॉ. सुकठणकरांनी असे दाखवून दिले आहे की, महाभारताच्या मुद्रित आवृत्यांमधील 'पोदन्य' हे उत्तरकालीन अपभ्रष्ट रुप आहे. जुन्या हस्तलिखितांत 'पोतून' किंवा 'पोदन' असे नाव आहे. ह्या नावावरून मंजिरा आणि गोदावरी या नद्यांच्या संगमाच्या दक्षिणेस असलेल्या (निजाम राज्यातील) बोधन याची आठवण होते. पोदन

हे नगर इक्ष्वाकुकुला मधील एका राजाने वसविले, असे म्हणतात आणि तो अश्मक प्रदेशाचा वीरपुरुष होता. 'मूलक' हे जे त्याच्याजवळचे लोक, तेही आपल्याला इक्ष्वाकुवंशीय म्हणवून घेत (वायुपुराण ८८.१७७-१७८).

३६९. ८.१४.

३७०. १३.५.४.३१.

३७१. शतपथब्राह्मण १३.५.४.११.

३७२. म.भा. १.१३८.७४ 'दक्षिणांश्चापि पाञ्चालान् यावच्चर्मण्वती नदी।'

३७३. 'मत्स्यपुराण' ४३.४८, ४४.४६-४८. 'वायुपुराण' ९४.५२, ९५.१८, ९६.१-२; 'विष्णुपुराण' ४.१३.१.६.

३७४. 'मत्स्यपुराण' ४४.३६. 'वायुपुराण' ९५.३५-३६.

३७५. ५.१५७.१५-१६.

३७६. 'विष्णुपर्व' ६०.३२.

३७७. JRAS (१९१४. पृ. ३२९.

३७८. 'Ind. Ant.', (1923) 262-263. यात भोजकट हे अमरावती जिल्ह्यातील 'भतकुली' होत, असे दाखविले आहे.

३७९. ५.३९-४०.

३८०. तसेच पहा - म.भा. ५.४८.७४; १५७.१७ 'हरिवंश' विष्णुपर्व ४७.५.

३८१. आवृत्ती (१९१९) पृ. ११.

३८२. क्रमांक ५२२.

३८३. ७.९२.१८.

३८४. सेनार्टची आवृत्ती पृ. ३६३.

३८५. 'ऐतरेयब्राह्मण' ७.१८.

३८६. Ind. Ant., (1913) pp. 276-278.

३८७. Ind. Ant., (1918) p. 71. दक्षिण भारतात तेर याही नावाची एक नदी आहे. 'एपिग्राफिया इण्डिका' २२.२९.

३८८. 'Mysore and Coorge from Inscriptions', 38; 'सेरि' याने श्री विजय किंवा श्री विषय (सुमात्रा) यांचाही निर्देश असू शकेल.

३८९. 'तेलवाह' म्हणजे तेल वाहून आणणारी या संज्ञेने पुढील वेच्याचे स्मरण होणे स्वाभाविक आहे; 'विख्यात-कृष्णा-वेर्णा (कृष्णा) तैल-स्नेहोपलब्ध-सरलत्व' (IA, 8-17; cf. 'Ep. Ind.', 12-153) 'प्रसिद्ध कृष्णा (नदी) मधून येणाऱ्या तिळाच्या तेलाच्या मार्दवाने आलेला सरळपणा-'

३९०. Hultrsch याने हे नगर म्हणजे अमरावती असे म्हटले. बर्जेस् याने सुचवले की, ते नगर कृष्णा नदीच्या उजव्या तीरावरील विजयवाड्याच्या पश्चिमेस सुमारे १८ मैलांवर असलेले धरणिकोट होय. फर्गसून, सिवेल आणि वाटर्स यांच्या मते ते खुद्द विजयवाडाच, युआन श्वांग २.२१६ या महान चिनी प्रवाशाच्या काळी आन्-तो-लो (आन्ध्र) याची राजधानी कृष्णा जिल्ह्यातील पिंग-कि-लो (वेंगीपूर) ही होती.

३९१. Watters : Part II, 209 ff; 'IA', xx.93, 'Ep. Ind.', IV.

३९२. 'मत्स्यपुराण' ११४.४६-४८.

३९३. 'वायुपुराण' ४५.१२६.

३९४. 'महाभारत' १२.२०७.४२.

३९५. 'Ind Ant.', (1879) p. 282; Cunningham, AGI, new ed., p. 583, 586; 'The Imperial Gar;' The andian Empire. I. 384. शबर हे पुढील भागातही येतात. रायपूर जिल्ह्यातील आग्नेय कोपरा (JASB, 1890, 289), संबळपूर, गंजम (तत्रैव १८९१, ३३), कटक जिल्ह्याचा पश्चिम भाग, तसाच विशाखापट्टमचा पश्चिम कोपरा (तत्रैप १८९७, ३२१).

३९६. महाभारत २.५.१०.

३९७. JASB, 1895, 253; कालिदास 'मेघदूता'त (२४-२५) दशार्ण हे विदिशेच्या (भिलसाच्या) प्रदेशात असल्याचे सांगतो.

३९८. MaCrindle, 'Magaethenes and Arrian', 1926, pp. 139-140.

३९९. १५.२६.६.

४००. पाहा - मूशिक, पर्गिटर 'मार्कण्डेय-पुराण' पृ. ३६६.

❑

प्रकरण तिसरे

महाजनपदे व राजपद

विभाग १ : सोळा महाजनपदे

विदेहराजवंशाच्या अस्तकालापासून (बहुधा हा खिस्त शतकापूर्वी सहाव्या शतकाचा आरंभकाल असेल) महाकोसलाच्या आधिपत्याखालच्या कोसलांच्या (बिंबिसाराच्या सासऱ्यापर्यंतच्या) उदयापर्यंत (सुमारे त्या शतकाचा मध्यकाल) जो कालावधी लोटला, त्याच्या राजकीय परिस्थितीविषयी वेदसंहितांमध्ये फारशी माहिती मिळत नाही. परंतु बौद्ध 'अंगुत्तर-निकाया'मध्ये आपल्याला अशी माहिती उपलब्ध होते की, या कालावधीमध्ये पुष्कळ मोठ्या विस्ताराचा आणि सत्तेची 'सोलस महाजनपद'[१] या नावाची सोळा राज्ये अस्तित्वात होती. ही राज्ये अशी -

(१) कासि (काशी)	(९) कुरू
(२) कोसल (कोशल)	(१०) पंचाल
(३) अंग	(११) मच्छ (मत्स्य)
(४) मगध	(१२) शूरसेन
(५) वजिज (वृजि)	(१३) अस्सक (अश्मक)
(६) मल्ल	(१४) अवन्ति
(७) चेतिय (चेदि)	(१५) गन्धार
(८) वंस (वत्स)	(१६) कम्बोज

ही 'महाजनपदे' कराल-जनकाच्या कालानंतर, पण महाकोसलाच्या कालापूर्वी उदयाला आली. कारण की, त्यातले एक वज्जि हे विदेहराज्याच्या अस्तानंतर सत्तेवर आले, तर दुसरे जे कासी त्याचे स्वातंत्र्य महाकोसलाच्या काळापूर्वी लोपले आणि मग ते इ.स.पूर्व सहाव्या शतकाच्या उत्तरार्धात कोसल साम्राज्याचा एक मुख्य भाग बनले, असे दिसते.

जैनांच्या 'भगवती-सूत्रांत'[२] सोळा 'महाजनपदा'ची यादी किंचित फरकाने दिली आहे -

(१) अंग	(९) लाढ (लाट किंवा राढ)
(२) बंग (वंग)	(१०) पाढ (पाण्ड्य किंवा पौण्ड)
(३) मगह (मगध)	(११) बजूजि (वजूजि)
(४) मलय	(१२) मौली (मल्ल)

(५) मालव (क) (१३) कासि (काशि)
(६) अच्छ (१४) कोसल
(७) वच्छ (वत्स) (१५) अवाह
(८) कोच्छ (कच्छ ?) (१६) संम्मुत्तर (सुम्होत्तर ?)

यात अंग, मगध, वत्स, वज्जि, कासि आणि कोसल ही दोन्ही याद्यांत समान आहेत, असे दिसेल. 'भगवती'मधील मालव हे बहुधा 'अंगुत्तरा'तील अवन्ति असावे. मोली हे बहुधा मल्ल याचे भ्रष्ट रूप असावे. 'भगवती'तील इतर राज्य मात्र नवीन दिसतात आणि त्यावरून भारताच्या पुष्कळच पूर्वेकडची आणि दक्षिणेकडची माहिती 'भगवती'ला आहे, हे सूचित होते. 'भगवती'च्या ह्या अधिक व्यापक अशा क्षेत्राने स्पष्ट दिसते की, त्यातली यादी ही बौद्ध 'अंगुत्तरा'तील यादीपेक्षा नंतरची आहे.[३] म्हणून बौद्धांची यादी ही जनकबुलाच्या अस्तानंतर भारताचे राजकीय चित्र बरोबर दाखविणारी यादी म्हणून स्वीकारू या.

सोळा 'महाजनपदां'पैकी कासीचे महाजनपद हे प्रथम बहुधा सर्वात जबरदस्त सत्ताशाली असावे. आपण हे यापूर्वीच पाहिले आहे की, विदेह राज्याचा अस्त घडवून आणण्याच्या बाबतीत कासीचा बहुधा फार मोठा हात असला पाहिजे. वाराणसी या राजधानीची इतर शहरांपेक्षा असलेली श्रेष्ठता आणि कासीच्या राज्यकर्त्यांची साम्राज्यवादी महत्त्वाकांक्षा याची ग्वाही आपल्याला अनेक 'जातकां'त मिळते. वाराणसी ही संपूर्ण भारतातली प्रमुख नगरी आहे, असे 'गुत्तिल-जातकां'त[४] म्हटले आहे. ती बारा योजने[५] क्षेत्रावर पसरली होती, तर मिथिला आणि इन्दपत्त या प्रत्येकी केवळ सातच योजने विस्ताराच्या होत्या.[६] अशी वर्णने आहेत की, कासीच्या अनेक राजांना राजाधिराजाची प्रतिष्ठा ('सब्बराजुनम् अग्गराज') प्राप्त करून घेण्याची आणि संपूर्ण भरतखण्डाचा ('सकल-जम्बुदीप') अधिपती होण्याची महत्त्वाकांक्षा होती.[७] 'महावर्गगा'तही असा उल्लेख आहे की, पूर्वीच्या काळी कासीचे राज्य हे एक महान, समृद्ध आणि प्रचंड साहित्यसामग्रीने भरलेले असे राज्य होते.

''भूतपुब्बं भिक्खवे बाराणसीयं ब्रह्मदत्तो नाम कासिराजा अहोसि अड्ढो महद्धनो महाभोगो महाबलो महावहनो महाविजितो परिपुण्णकोस-कोट्ठागारो''[८]

कासीच्या या महिम्माची ग्वाही जैन लेखकही देतात आणि वाराणसीचा राजा अश्वसेन हा आपल्या 'तीर्थंकर पार्श्वा'चा पिता म्हणून सांगतात. पार्श्व हा महावीरापूर्वी २५० वर्षे म्हणजे इ.स.पूर्वी ७७७ या वर्षी निर्वाण पावला.

'ब्राह्मण' काळातच मुळी धृतराष्ट्र नावाच्या कासीच्या एका राजाने अश्वमेधयज्ञ करण्याचा प्रयत्न केला, पण तो शतानीक सात्राजिताकडून पराभूत झाल्या कारणाने

थेट 'शतपथब्राह्मण'च्या काळापर्यंत कासीच्या लोकांनी अगन्याधान करणे सोडून दिले.[९] कासीचे दुसरे काही राजे अधिक भाग्यशाली होते. उदा. 'ब्रह्मछत्त-जातका'त[१०] वाराणसीच्या एका राजाने कोसलच्या राजावर मोठ्या सैन्यानिशी स्वारी केल्याचे म्हटले आहे. त्याने सावत्थीत प्रवेश केला, आणि राजाला बंदिवान केले. 'कोसाम्बी-जातक'[११], 'कुन्ताताल-जातक'[१२] आणि 'महावग्ग'[१३] यात असा निर्देश आहे की, कासीच्या ब्रह्मदत्ताने कोसलांचे राज्य हरण करून आपल्या राज्याला जोडले.[१४] 'अस्सक-जातका'त[१५] गोदावरीवरील अस्सकांची राजधानी पोतली (लि) हिचा उल्लेख कासीच्या राज्यातील एक नगरी असा आहे. यावरून उघड होते की, पोतलीचा राज्यकर्ता राजा हा कासीच्या सम्राटाचा मांडलिक होता. 'सोननन्द-जातकात'[१६] वाराणसीचा राजा मनोज याने कोसल, अंग आणि मगध यांच्या राजांना आपल्या आधिपत्याखाली आणल्याचे सांगितले आहे. महाभारतात[१७] कासीचा राजा प्रतर्दन याने वीतहव्य किंवा हैहय[१८] यांची सत्ता पादाक्रांत केल्याचे निवेदले आहे. पुष्टी देणारा पुरावा उपलब्ध नसल्याने ''जातक'' आणि महाभारत यात वर्णिलेले त्या-त्या राजांचे वैयक्तिक कर्तृत्व कितपत साधार आहे, ते सांगणे कठीण आहे, पण जातके आणि महाभारत यांतल्या संकलित पुराव्याने असे निःसंदिग्धपणे सिद्ध होते की, एके काळी कासीची अधिसत्ता मोठी साम्राज्याची होती. एवढेच काय, शेजारच्या कोसलांसकट अनेक राज्यांपेक्षा ती सामर्थ्यशाली होती.

'भौजाजानिय-जातका'वरून[१९] आपल्याला समजते की, ''भोवतालचे सर्व राजे वाराणसीच्या राज्याची असूया करीत होते.'' आपल्याला असेही सांगतात की, एका प्रसंगी सात राजांनी वाराणसीला वेढा दिला होता.[२०] या बाबतीत वाराणसीची तुलना प्राचीन बाबिलोन आणि मध्ययुगीन रोम यांशी होऊ शकते. शेजारच्या युयुत्सु पण कमी सुसंस्कृत राज्यांच्या भक्षस्थानी पडण्याचा धोका ही ती तुलना.

आपण हे पाहिलेच आहे की, कोसल राज्याची पश्चिम सीमा गोमती, दक्षिण सीमा सर्पिका किंवा स्यन्दिका (सई) नदी[२१], पूर्व सीमा ही विदेहाला विभक्त करणारी सदानीरा नदी आणि उत्तरेची हद्द नेपाळचे डोंगर. कोसलामधे केसपुत्ताच्या[२२] कालामांच्या प्रदेशाचा अन्तर्भाव होता. बहुधा तो गोमतीवर होता. तसाच त्यात कपिलवस्तूच्या नेपाळी तराईमधील शाक्यांचा प्रदेशही होता. 'सुत्तनिपाता'त[२३] बुद्ध म्हणतो, ''हिमवन्ताला लागूनच द्रव्याने सत्ताधीश बनलेले कोसलांचे प्रजानन राहतात.[२४] कुलदृष्ट्या ते 'आदिच्च'[२५] आणि जन्माने शाक्य आहेत. त्या कुळामधून मी इन्द्रियसुखांची वासना न ठेवता बाहेर पडलो आहे.'' 'मंज्झिमनिकाया'त[२६] ही बुद्ध हा 'कौसल्य' असल्याचे म्हटले आहे –

"भगवा पि कोसलकी अहं पि कोसलेका"

इ.स.पूर्वीच्या सहाव्या शतकाच्या उत्तरार्धात शाक्य हे राजकीयदृष्ट्या कोसल राजाच्या आधिपत्याखाली होते, हे 'अंगगञ्ञसुत्तन्त'[२७] आणि 'भद्दसालजातक'[२८] याचा प्रास्ताविक भाग यातील पुराव्यावरून स्पष्ट आहे.

कोसलाच्या मुख्य प्रदेशात तीन मोठी नगरे होती. अयोध्या, साकेत आणि सावत्थी किंवा श्रावस्ती. त्याव्यतिरिक्त सेतव्या[२९] आणि उक्कट्ठ[३०] यासारखी दुय्यम गावेही होती. अयोध्या (औध) ही सरयूच्या तीरावरची नगरी होती. आज ती फैझाबाद जिल्ह्यात आहे. साकेत हे पुष्कळदा अयोध्येचेच नाव मानिले जाते. पण प्रो.ऱ्हीस डेव्हिड्सने ही दोन्ही नगरे बुद्धाच्या काळात अस्तित्वात असल्याचा उल्लेख आहे, असे दाखवून दिले आहे. कदाचित ती लंडन आणि वेस्टमिन्स्टर याप्रमाणे लगतची असावी.[३१] सावत्थी ही मोठी नगरी आज उद्ध्वस्त दशेत अचिरवती किंवा राप्ती या नदीच्या दक्षिणतीरावर आहे. नाव साहेट-माहेट. हे उत्तर प्रदेशाच्या गोण्ड आणि बाहराइच जिल्ह्यांच्या सीमांवर आहे.[३२]

रामायणात आणि पुराणात कोसलांचा राजवंश हा इक्ष्वाकू (कु) नावाच्या राजापासून प्रवृत्त झाल्याचे म्हटले आहे. ह्या वंशाच्या शाखा कुसिनारा[३३] मिथिला[३४] आणि वीशाला किंवा वैशाली[३५] येथे राज्य करीत होत्या, असेही सांगितले आहे. ऋग्वेदात[३६] एके ठिकाणी इक्ष्वाकू या नावाच्या राजाचा उल्लेख येतो. अथर्ववेदात[३७] हा राजा किंवा ह्याचा वंश याचा एक प्राचीन वीर म्हणून उल्लेख येतो. पुराणे आपल्या याद्यांत एक्षक वंशातल्या राजांची नावे देताना इक्ष्वाकूपासून आरंभ करून बिंबिसाराचा समकालीन प्रसेनजित (त्) याच्यापर्यंत ती देतात. यातल्या राजांपैकी अनेकांची केवळ 'नावे' बहुधा वेदवाङ्मयात येतात. उदाहरणार्थ -

मान्धातृ सुवनाश्व[३८] 'गोपथब्राह्मणा'त[३९] पुरुकुत्स्य[४०] येतो, ऋग्वेदात[४१] 'शतपथब्राह्मणा'त[४२] त्यालाच ऐक्षवाक[४३] म्हटले आहे. त्रसदस्यूचाही[४४] उल्लेख ऋग्वेदात[४५] येतो. तसाच त्र्यरुणही[४६] त्याच वेदात.[४७] 'पंचविश-ब्राह्मणा'त[४८] त्यालाच अेक्षाकतिशंकू (कु)[४९] म्हटले आहे. तो 'तैत्तिरीयोपनिषदा'[५०] तही येतो.

हरिश्चंद्र[५१] हा 'अंतरेयब्राह्मणां'त[५२] येतो आणि तेथे त्याला 'अक्ष्वाक' म्हटले आहे. त्याच, ब्राह्मणात[५३] हरिश्चन्द्राचा[५४] मुलगा रोहित याचाही उल्लेख आहे. 'जेमिनीयोपनिषद्-ब्राह्मणा'त भगीरथ[५५] ठळकपणाने येतो. मात्र तेथे त्याचे नाव भगेरथ[५६] असे जरासे वेगळे आहे पण त्याला ऐक्ष्वाक आणि एकच्छती ('एकराट्')[५७] म्हटले आहे. बहुधा त्याचा निर्देश ऋग्वेदातच भगेरथ या नावाने आलेला आहे. त्याच वेदात[५८] अंबरीष[५९] आहे. 'बोधायनश्रौतसूत्रा'[६०] च्या एका ब्राह्मणसदृश वेच्यामध्ये

ऋतुपर्ण[६१] आहे. ऋग्वेदाला[६२] दशरथ आणि राम[६३] यांची नावे माहीत आहेत. पण या व्यक्ती आणि इतर काही व्यक्ती यांचा ऋग्वेदातला उल्लेख इक्ष्वाकु कुलाशी अथवा कोसलाशी संबद्ध नाही.

हिरण्यनाम कौसल्य[६४] याचा 'प्रश्नोपनिषदा'त 'राजपुत्र' म्हणून निर्देश आहे.[६५] त्याचा निश्चितपणेच कोसल-विदेहराजा पर आट्णार (आहलार) यांशी संबंध आहे. 'शतपथब्राह्मण'[६६] आणि 'शांखायन-श्रौतसूत्रे'[६७] यात येणाऱ्या एका गाथेत जैमिनीयोपनिषद[६८] ब्राह्मणाच्या एका वेच्यात त्या पर आट्णाराचा निर्देश आहे. 'शतपथ-ब्राह्मणा'तल्या गाथेमध्ये पर आट्णाराला 'हैरण्यानाम' असे पैतृक नाव दिले आहे, तर 'शांखायन-श्रौतसूत्रां'त पर हाच हिरण्यानाम म्हटला आहे. पर आटणार (आहलार) याची स्तुतिस्त्रोत्रे जीत आहेत, त्या गाथेच्या रचनाकारानेच 'हिरण्यनाम' हे नाव अथवा 'हैरण्यनाम' हे पैतृक नाव या विजेत्याला दिले की काय, ते सांगणे अवघड आहे. राजाचे विजय नोंदविणाऱ्या दोन ग्रंथांपैकी 'शतपथब्राह्मण' हे जास्त जुने आहे. त्यामुळे 'शांखायन-श्रौतसूत्रां'पेक्षा मूळची नोंद त्यातच असणे हे अधिक संभवनीय आहे. 'प्रश्नोपनिषदा'च्या अनुसार पाहता पिता हिरण्यानाभ हा सुकेशा भारद्वाजाचा[६९] समकालीन होता आणि हा सुकेशा भारद्वाज कौसल्य आश्वलायनाचा[७०] समकालीन होता. हे जर खरे असेल की, आश्वलायन कौसल्य हा 'मज्झिमनिकाया'त[७१] उल्लेखिलेला सावत्थीचा अस्सलायनच होता, (आणि हे संभवनीयही वाटते-) तर तो गौतम बुद्धाचा समकालीन असला पाहिजे; आणि म्हणून तो इ.स.पूर्वीच्या सहाव्या शतकात होऊन गेला असला पाहिजे. अर्थात मग हिरण्यानाम आणि त्याचा मुलगा हैरण्याम हे दोघेही त्याच शतकात होऊन गेले असले पाहिजेत.

पुराणातील याद्यांमध्ये जे राजे येतात त्यांच्यापैकी शाक्य, सुद्धोदन, सिद्धार्थ, राहुल आणि प्रसेनजित (त्) यांचा उल्लेख बौद्ध साहित्यात आहे. हिरण्यनाम (व हैरण्यनाम) इ.स.पूर्व सहाव्या शतकात. त्याच शतकात प्रसेनजितही होऊन गेला. पण त्यांचे नेमके नाते अज्ञात आहे. पौराणिक इतिवृत्तकारांच्या मते हिरण्यानाम हा प्रसेनजिताचा पूर्वज. पण त्याच्या वंशीय यादीमधील स्थानाविषयी त्यांना खात्री नाही.[७२] पुढे जाऊन प्रसेनजित हा राहुलचा मुलगा आणि वारसदार म्हणून ते सांगतात. अर्थात तो सिद्धार्थ बुद्धाचा नातू ठरतो. पण हे फारच चमत्कारिक आणि अशक्य आहे. कारण प्रसेनजित हा बुद्धाच्याच वयाचा होता आणि इक्ष्वाकुकुलाच्या दुसऱ्या एका शाखेतला होता. तिबेटी लोक त्याला ब्रह्मदत्ताचा मुलगा म्हणतात.[७३] यावरून हे स्पष्ट आहे की, प्रसेनजिताचा पितृवंश आणि त्या कुळातील हिरण्यनामाचे स्थान याविषयी एकवाक्यतेची परंपरा टिकून राहिलेली नाही. हिरण्यनामाने-अधिक बरोबर म्हणजे

त्याच्या मुलाने-अश्वमेधयज्ञ केला आणि तो उघडच एक महान विजेता होता. तर मग हा राज्यकर्ता बौद्ध परंपरेमधला 'महान कौसल्य' (महाकोसल) हाच होता काय? जर तो खरोखर इ.स.पूर्वी सहाव्या शतकात होऊन गेलेला असेल, तर तो बौद्ध साहित्यातील 'महाकोसल' असणे शक्य आहे.

पार्गिटर हे मान्य करितो की, अनेक पौराणिक वेच्यांमध्ये हिरण्यनाम (आणि म्हणून त्याचा मुलगाही) भारतीय युद्धानंतर होणारा एक भविष्यकालीन राजा म्हणून सांगितला आहे.[७४] वैदिक वाङ्मयात ज्याला कौसल्य आणि वैदेह असे उभयविध संबंधिलेले आहे, असा हा एकमेव प्राचीन राजा होता. हे वर्णन महाकोसलाच्या बाबतीत फारच सुरेख जुळते. कारण त्याची मुलगी – बौद्ध परंपरेनुसार अजातशत्रूची आई कोसलदेवी तशीच वेदेही (वैदेही) म्हणून वर्णिली आहे.

पुराणांतल्या याद्यांच्या महत्त्वाच्या बाबतीत येथे थोडे सांगणे उचित होईल. त्यांच्यामध्ये काही खऱ्या होऊन गेलेल्या राजांची आणि राजकुमारांची नावे येतात, यात शंका नाही. पण त्यात अनेक ढळढळीत दोषही आहे. जे लेखक ह्या पौराणिक याद्या प्राचीन भारतीय कालानुक्रम ठरवण्याला आधार म्हणून घेतात, त्यांनी ह्या दोषांकडे डोळेझाक करणे हे स्वाभाविक आहे.

(१) इक्ष्वाकुकुलाचे भिन्नभिन्न शाखांतले आणि कदाचित दुसऱ्याच गणातले राजे (उदाहरणार्थ पुरूंचा[७५] राजा त्रसदस्य शफालाचा राजा ऋतुपर्ण[७६] कपिलवस्तूचा शुद्धोदन आणि श्रावस्तीचा प्रसेनजित) ह्या सर्वांना अशा रीतीने एकवटून टाकलेले आहे की, ते एकाच अखण्डित वंशातले कायदेशीर वारसदार असलेले राजे वाटावे.

(२) समकालीन असे राजे वंशज म्हणून दाखविलेले आहेत, आणि समान्तर वंशांचे राजे एका वंशात जन्मलेले सांगितलेले आहेत. उदाहरणार्थ, श्रावस्तीचा प्रसेनजित हा सिद्धार्थ आणि राहूल यांच्या वंशातील वारसदार म्हणून दिला आहे. पण प्रत्यक्षात तो सिद्धार्थाच्या (बुद्धाच्या) समकालीन आणि इक्ष्वाकूंच्या वेगळ्याच कुळातला होता.

(३) काही व्यक्ती अजिबात गाळून टाकल्या आहेत. उदाहरणार्थ – हरिश्चन्द्राचा पिता किंवा पूर्वज वेधस(स्), पर आट्पार (जर तो हिरण्यनामच असेल तर) आणि महाकोसल.

(४) गणाचे नाव (उदाहरणार्थ – शाक्य) हे व्यक्तिनाव म्हणून दिले आहे, आणि सिद्धार्थ (बुद्ध) जो कधीच राज्यकर्ता नव्हता, तोही तसा दिलेला आहे. कोसलावर ज्यांनी प्रत्यक्ष राज्य केले, त्या (पौराणिक इतिवृत्तकारांनी दिलेल्या)

सर्वच्या सर्व राजांची माहिती काढणे सोपे नाही. पुरुकृत्स, त्रसदस्यू, हरिश्चन्द्र, रोहित ऋतुपर्ण आणि आणखी काही राजे हे रामायणात जे अयोध्येचे म्हणून राजे दिलेले आहेत, त्यांच्या यादीतून वगळले आहेत.[७७] वेदवाङ्मयावरून आपल्याला असे समजते की, सर्वच्या सर्व नसले, तरी यातल्या पुष्कळ राजांनी कोसलाच्या बाहेरच्या प्रदेशावर राज्य केलेले आहे. पुराणांच्या यादीमधील केवळ ज्या राजांनी वा राजपुत्रांनी कोसलावर अथवा त्याच्या बाहेरच्या काही प्रदेशावर राज्य केले आहे, असे आपल्याला वेदसाहित्यातून किंवा प्राचीन बौद्धसाहित्यातून कळते, ते राजे म्हणजे हिरण्यनाम[७८] प्रसेनजित आणि शुद्धोदन.

बौद्धसाहित्यामध्ये कोसलावर राज्य करणाऱ्या आणखी काही ज्या थोड्या राजांचा उल्लेख येतो, पण त्यांची नावे महाभारतात आणि पुराणांच्या वृत्तात येत नाहीत. यातल्या काही राजांची राजधानी अयोध्येस होती, दुसऱ्या काहींची साकेतास आणि उरलेल्यांची श्रावस्तीला. अयोध्येच्या राजांपैकी 'घट-जातका'त[७९] कालसेनाचा उल्लेख आहे. 'नन्दियमिग-जातका'त[८०] एका कोसलराजाचा साकेतास राज्य करणारा असा निर्देश आहे. वंक महाकोसल आणि इतर अनेक राजे[८१] यांची राजधानी सावत्थीला (श्रावस्तीला) होती. अयोध्या ही सर्वात जुनी आणि साकेत ही तिच्या लगेच नंतरची राजधानी दिसते. शेवटची राजधानी श्रावस्ती होती. बुद्धाच्या काळी अयोध्या ही एका गौण बिनमहत्त्वाच्या नगरीच्या दर्जाला गेली होती.[८२]

प्राचीन कोसलाच्या कालानुक्रमाची स्थिती ही कमालीच्या दुर्दशेची आहे. पुराणांवर विश्वास ठेवावयाचा झाला, तर दिवाकर नावाचा राजा अधिसीम कृष्णाच्या काळी सिंहासनावर होता. अधिसीम-कृष्ण हा परिक्षिताचा खापरपणतू. पण अगोदरच वर दाखवून दिल्याप्रमाणे ज्या राजांचा त्याच्या गादीचे वारस म्हणून उल्लेख आहे, ते त्याच प्रदेशावर राज्य करणारे अखण्डित वंशावळींचे राज्यकर्ते त्याचे वारस नव्हते. त्यामुळे केवळ वंशावळींच्या याद्यांच्या बळावर त्या राजाचे बुद्धापासून आणि बुद्धाच्या समकालीनापासून काळाचे अन्तर मोजणे, हा निरर्थक खटाटोप आहे. शिवाय, जुन्या राजधान्या कधी सोडल्या, आणि श्रावस्ती ही कधी राजधानी केली, तेही अज्ञात नाही. पण बुद्धाचा बिंबिसाराचा आणि कौशाम्बीच्या उदयनाचा (अधिसीम-कृष्णाचा वंशज मानिला गेलेला) समकालीन जो प्रसेनजित तो गादीवर येण्याच्या पूर्वी कधीतरी हे घडले असले पाहिजे.

'महावग्गा'वरून[८३] आपल्याला असे कळते की, कासीच्या प्राचीनंतर ब्रह्मदत्तांच्या काळी कोसलाचे राज्य हे एक लहान दरिद्री आणि फार मर्यादित साहित्यसाधनांचे राज्य होते; "दीघीति नाम कोसलराजा अहोसि दलिद्दो अप्पधनो

अप्पधोगो अप्पबला अप्पवाहनो अप्पविजितो अपरिपुण्णकोसकोट्ठागारो।''

पण इसवी सनापूर्वीच्या सहाव्या आणि पाचव्या शतकांत कोसल एक प्रबल राज्य होते. गंगेच्या वरच्या खोऱ्यावर आधिपत्य संपादण्यासाठी त्याने प्रथम कासीशी आणि नंतर मगधाशी संघर्ष केला. या संघर्षाचा इतिहास हा पुढील भागांमधील विवेचनासाठी राखून ठेवला आहे. मगधाशी असलेली त्याची स्पर्धा ते राज्य मगध साम्राज्यामध्ये विलीन झाल्यावरच समाप्त झाली.

अंग 'हा देश मगधाच्या पूर्वेस आणि राजमहाल टेकड्यांमध्ये राहणाऱ्या ('पर्वतवासिनः') सरदारांच्या पश्चिमेस होता. मोदागिरीचा (मोंघीरचा) समावेश असलेल्या मगधापासून तो चम्पा (बहुधा आजची चान्दन) नदीने विभक्त झाला होता.[८५] पण एकेकाळी अंगाच्या राज्यात मगधाचा अंतर्भाव होता व ते समुद्रकिनाऱ्यापर्यंत पसरलेले होते. 'विधर-पण्डित-जातका'त[८६] राजगृह ही नगरी अंगदेशाची असल्याचे म्हटले आहे. महाभारताच्या[८७] शांतिपर्वात विष्णुपद पर्वतावर (बहुधा गया) यज्ञ केलेल्या एका अंगराजाचा उल्लेख आहे. सभापर्वात[८८] अंग आणि वंग मिळून एक 'विषय' म्हणजे 'राज्य' असल्याचे म्हटले आहे. 'कथासरित्सागरा'त[८९] असे म्हटले आहे की, अंगातले एक नगर विटंकपूर हे समुद्रकिनाऱ्यावर वसले होते. अंगाचे साम्राज्यवैभव निःसंशय 'ऐतरेयब्राह्मणा'च्या[९०] गाथांमधे प्रतिबिंबित झालेले आहे. त्यामधे त्याच्या एका प्राचीन राजाच्या 'दिग्विजया'चे (समन्त सर्वतः पृथिवीं जयन्) वर्णन आहे. हा दिग्विजय चालू असताना खानदानी घराण्यामधल्या मुली ('आढ्य-दुहितृ') वेगवेगळ्या प्रदेशांमधून आणून त्याला अर्पण केल्या जात असत.

चम्पा ही अंगादेशची विख्यात राजधानी. ती चम्पा[९१] आणि गंगा[९२] ह्या नद्यांच्या संगमावर वसली होती. कनिंगहॅमने असे दाखवून दिले आहे की, आजही भागलपूरजवळ चम्पानगर आणि चम्पापूर या नावांची दोन खेडी आहेत. आणि बहुधा शंभर हिश्श्यांनी प्रत्यक्ष जुन्या राजधानीची हीच जागा असावी. महाभारतात, पुराणात आणि 'हरिवंशा'त असे एक विधान आहे की, चम्पेचे प्राचीन नाव मालिनी असे होते.[९३]

''चम्पस्य तु पुरी चम्पा या मालिन्यभवत् पुरा''

'जातक' कथांमध्ये या नगरीला कालचम्पा असेही म्हटले आहे. 'महाजनक जातका'त[९४] चम्पा ही मिथिलेपासून साठ योजने दूर असल्याचे विधान आहे. त्याच 'जातका'त चम्पेच्या वेशीचा, टेहेळणीच्या बुरुजांचा आणि प्राकारांचाही उल्लेख आहे. थेट गौतम बुद्धाच्या निर्वाणापर्यंत चम्पा ही भारतातील महान नगरीतली एक होती. उरलेल्या पाच अशा – राजगृह, श्रावस्ती, साकेत, कौशाम्बी आणि वाराणसी.[९५]

संपन्नता आणि व्यापारउदीम यासाठी चम्पा विख्यात होती आणि तेथील व्यापारी व्यापारासाठी गंगेच्या पलीकडच्या प्रदेशात 'सुवर्णभूमी'पर्यंत सफरी करीत असत.[९६] येथून भारताच्या बाहेर दक्षिण अनाम आणि कोचीन चायना येथे गेलेल्या हिंदूंनी आपल्या तेथल्या वसाहतींना ह्या प्रसिद्ध भारतीय नगरीचेच नाव दिले.[९७] अंगदेशातील महत्त्वाच्या अशा दुसऱ्या नगरांची नावे अस्सपुर (अश्वपुर) आणि भाईद्‌य (भद्रिक).[९८]

अंगाचा प्राचीनतम उल्लेख गन्धारी, मूजवत(त्) आणि मगध यांच्या संदर्भात 'अथर्ववेदा'मध्ये[९९] येतो. ह्या जनपदाच्या नावाविषयी रामायणात एक विलक्षणच गोष्ट आलेली आहे. त्या काव्यात असे सांगितले आहे की, कामदेव मदन किंवा अनंग यावर शिवाचा कोप झाल्याकारणाने त्याच्या आत्यंतिक क्रोधापासून आपला बचाव करण्यासाठी तो शिवाश्रमामधून पळाला आणि मग जेथे त्याने 'आपले अंग म्हणजे शरीर टाकून दिले', तो प्रदेश त्या वेळेपासून 'अनंग' म्हणून ओळखला जाऊ लागला.[१००] महाभारत आणि पुराणे यात या राज्याची स्थापना अंग नावाच्या एका राजाने केल्यामुळे त्याला ते नाव मिळाले, असे म्हटले आहे.[१०१]

ही परंपरा काहीशी प्राचीन असण्याचा संभव आहे, कारण 'अंतरेय-ब्राह्मणा'त दिलेल्या अभिषिक्त राजांच्या यादीमध्ये अंग वैरोचन येतो.[१०२] ह्या राजाचा 'ऐन्द्र महाभिषेक' नावाच्या आर्य धर्मविधीनुसार जो अभिषेक झाला, त्याचे काहीसे आश्चर्यच वाटते. कारण 'बौधायन-धर्मसूत्रा'नुसार अंगलोक हे संकर जातीचे आहेत. तसेच, महाभारतातही कर्णाहून वेगळा असलेला जो एक राजा जाता-जाता म्हणून सांगितला आहे, तो एखाद्या म्लेंच्छाप्रमाणे किंवा परदेशी रानट्याप्रमाणे व हत्तींना कह्यात आणण्यात कुशल होता, असे म्हटले आहे. 'मत्स्यपुराणा'त अंगाच्या अधिपतीचा पिता 'दानवर्षभ' (दानवात श्रेष्ठ) असे सांगितले आहे.[१०३]

अंगांच्या वंशीय इतिहासाविषयी आपल्याला फार कमी माहिती मिळते. 'महागोविन्द-सुत्तन्ता'त अंगांचा धतरठ्ठ नावाचा एक राजा येतो.[१०४] बौद्ध साहित्यात गग्गरा नावाच्या एका राणीने चम्पेमधल्या एका प्रसिद्ध सरोवराला आपले स्वतःचे नाव दिले, असा उल्लेख आहे. पुराणांमधे[१०५] ह्या देशाच्या प्राचीन राजांच्या नावांच्या याद्या येतात. यातल्या दधिवाहन नावाच्या एका राजाची माहिती जैनांच्या परम्परेत मिळते. पुराणे आणि 'हरिवंश'[१०६] यात तो अंगाचा मुलगा आणि लगोलग गादीवर येणारा वारस म्हणून सांगितला आहे. जैन परंपरेनुसार तो इ.स.पूर्व सहाव्या शतकातला आहे. त्याची मुलगी चन्दना किंवा चन्द्रबाला ही अशी पहिली स्त्री होती की, जिने महावीराने 'केवलित्त्व' संपादन केल्यानंतर थोड्याच दिवसात जैनधर्म स्वीकारला.[१०७] अलाहाबादजवळील कौशाम्बीच्या वत्सलोकांचा राजा शतानीक याने दधिवाहनाची

राजधानी चम्पा हिच्यावर स्वारी केल्याचे म्हणतात आणि त्यानंतरच्या गोंधळामध्ये चन्दना ही दरोडेखोरांच्या हाती पडली. पण शेवटपर्यंत आपल्या धर्मामधले व्रताचरण तिने सोडले नाही.

वत्स आणि अंग यांच्या राज्यांच्या मधल्या भागात मगध लोक राहत होते. मगध लोक हे तुलनेने दुर्बलच होते. ह्या राज्यामधे आणि पूर्वेकडच्या बलवान निकटवर्ती राज्यामधे खूप मोठा संघर्ष चालू होता.[१०८] 'विधुर-पण्डित-जातका'त[१०९] मगधाची राजधानी राजगृह ही अंगातील एक नगरी होती असे म्हटले आहे, तर महाभारतात एका अंगराजाने-बहुधा गयेस-यज्ञ केल्याचे म्हटले आहे. या तपशिलावरून असे सूचित होत असावे की, अंगाने मगधाचे राज्य आपल्यास जोडून घेण्यात यश संपादिले होते. अशा प्रकारे त्याच्या सीमा वत्स राज्याच्या सीमांजवळ आल्या होत्या. बहुधा यामुळे वत्सराजाला धक्का वाटून त्याने चम्पेवर हल्ला केला असावा. अंगराजाला मात्र बहुधा मगधसत्तेच्या पुनरुद्भवाचे भय वाटून त्यास कौशाम्बीशी सामोपचाराचेच संबंध ठेवावेसे वाटले. दृढवर्मन (न्) नावाच्या एका अंगराजाने आपली मुलगी शतानीकाचा[११०] मुलगा आणि गादीवर येणारा वारस जो उदयन त्याला देऊन आपले सिंहासन पुन्हा मिळविण्यासाठी त्याचे साहाय्य घेतले, असे श्रीहर्षाने म्हटले आहे.

पण अंगाचा हा विजय जास्त दिवस टिकला नाही. कारण इ.स. पूर्वी सहाव्या शतकाच्या मध्याच्या सुमारास मगधाचा युवराज बिंबिसार श्रेणिक याने प्राचीन अंगाचा शेवटचा स्वतंत्र राजा ब्रह्मदत्त याला ठार मारले, असे सांगतात. त्याने चम्पा काबीज केली आणि बापाचा राजप्रतिनिधी म्हणून तो तेथे राहू लागला.[१११] यापुढच्या काळात अंगाचे राज्य हा वाढत्या मगध साम्राज्याचा एक प्रमुख भाग बनला.

मगध म्हणजे ढोबळ मानाने दक्षिण बिहारमधले आजचे पटना आणि गया हे जे जिल्हे त्याशी समकक्ष असे दिसते की, त्याच्या उत्तरेकडे व पश्चिमेकडे गंगा आणि शोण या नद्यांच्या सीमा होत्या; दक्षिणेस विंध्याच्या रांगांची टोके घुसली होती आणि पूर्वेकडे अंग राजधानीच्या जवळ गंगेशी संगम पावणाऱ्या चम्पा नदीची सीमा होती.[११२] त्याची सर्वात जुनी राजधानी गिरिव्रज होती, डोंगरानी वेढलेली[११३] किंवा गयेजवळच्या डोंगरातील राजगीर किंवा जुने राजगृह. 'महावग्गा'त[११४] तिला त्याच नावाच्या इतर शहरांपासून उदाकैक्याच्या गिरिव्रजापासून वेगळे दाखविण्यासाठी 'मगधचि गिरिब्धज' म्हटले आहे. महाभारतातील तिला नुसते गिरिव्रजच नव्हे, तर राजगृह[११५], बृहद्रथपूर[११६] आणि मगधपूरही[११७] म्हटले आहे. तेथेच असेही आहे की, वैहार ('विपुलः शैलो' महान डोंगर) वहाह, वृषभ, ऋषिगिरी आणि चैत्यक[११८] अशा पाच डोंगरांच्या भरभक्कम देहांनी ('रक्षन्तीवाभिसंहत्य संहताङ्गागिरिव्रजम्') तिचे

संरक्षण केलेले असल्यामुळे ती नगरी जवळजवळ अजिंक्यच झाली होती. (''पुरं दुराघर्ष समन्ततः'') रामायणावरून आपल्याला असे समजते की, त्या राजधानीला वसुमती हे आणखी एक नाव होते.[११९] 'लाइफ ऑफ युआन च्यांग' या पुस्तकात 'कुशाग्रपूर' असे एक अधिक नाव आहे.[१२०] तर भारतीय बौद्ध लेखक बिम्बसारपुरी असे सातवे नाव देतात.[१२१]

ऋग्वेदाच्या[१२२] एका स्थळी प्रमगन्द नावाच्या सरदाराचे ज्यावर राज्य आहे, त्या कीकट नावाच्या एका प्रदेशाचा उल्लेख आहे. यास्क[१२३] असे म्हणतो की, कीकट हे अनार्य देशाचे नाव आहे. उत्तरकालीन साहित्यात मगधाचे दुसरे नाव कीकट आहे.[१२४]

यास्काप्रमाणेच 'बृहद्धर्मपुराणा'चा कर्ता कीकट हा देश अपवित्र मानतो, असे दिसते, मात्र त्यात काही थोडी पुण्यक्षेत्रे आहेत -

''कीकटे नाम देशेऽस्ति काककर्णाख्यको नृपः।
प्रजानां हितकृन्नित्यं ब्रह्मद्वेषकरस्तथा॥
तत्र देशे गया नाम पुण्यदेशोऽस्ति विश्रुतः।
नदी च कर्णादि नाम पितृणां स्वर्गदायिनी[१२५]
कीकटे च मृताऽप्येषा। पापभूमौ न संशयः[१२६]*।''*

या श्लोकांवरून हे स्पष्ट आहे की, कीकटात गया जिल्ह्याचा समावेश होता. पण त्याचा फार मोठा भाग अपवित्र प्रदेश ('पापभूमिः' - यास्काने सांगितलेला 'अनार्यानिवास') मानला जात होता. वरील श्लोकाच्या पहिल्या ओळीतील काककर्ण हा शैशुनागकुलातील काकवर्ण हाच असावा. मगध हे नाव प्रथम येते ते अथर्ववेदात.[१२७] त्या ठिकाणी ताप हा गंधारी मूजवत (त्) अंग आणि मगध या लोकांमधे निघून जावा, अशी इच्छा व्यक्त केली आहे. मगधांच्या भाटांचा उल्लेख जुन्यात जुना असा यजुर्वेदात येतो.[१२८] पहिल्या-पहिल्या वेदवाङ्मयात त्यांचा उल्लेख प्रायः नेहमी तुच्छतेने करतात. 'अथर्वसंहिते'च्या[१२९] 'व्रात्य' प्रकरणात (व्रात्य म्हणजे ब्राह्मणधर्माच्या क्षेत्राच्या बाहेर राहणारे भारतीय) 'पुंश्चली' (वेश्या) आणि 'मगध' जन यांचा संबंध अतिशय खास ठळकपणे दाखविला आहे. पूर्व दिशेला (प्राच्यां दिशि) श्रद्धा ही पुंश्चली आहे, मित्र त्याचा 'मागध' (भाट) आहे.[१३०] 'श्रौत-सूत्रा'मध्ये जेव्हा व्रात्य हा फिरून आर्य-ब्राह्मणधर्माच्या क्षेत्रामध्ये (विधिपूर्वक) घेतला जातो, त्या वेळची व्रात्यांना खास लागू पडणारी सामग्री दिलेली आहे, असे म्हटले आहे. अर्थात हे व्रात्य म्हणजे मगधामध्ये राहणारे तथाकथित ब्राह्मण ('ब्रह्मबन्धु मागध-देशीय') होत.[१३१] मगधातल्या ब्राह्मणांना अनुलक्षून येथे 'ब्रह्मबन्धु' अशी अप्रतिष्ठेची भाषा योजली आहे.[१३२] परंतु 'शांखायन-आरण्यका'मध्ये 'मगधवासी' ब्राह्मणाची मते

आदरपूर्वक दिली आहेत. मगधजनांविषयीची ही पूर्वीच्या काळातली वेदकालीन असंतुष्टता मगध लोक हे सर्वच्या सर्व ब्राह्मणधर्माच्या क्षेत्रामध्ये आलेले नसल्यामुळे उत्पन्न झालेली होती, असे ओल्डेनबर्गचे मत आहे.[१३३] पार्गिटर[१३४] असे सुचवितो की, मगधामध्ये आर्य लोकांचा पूर्व समुद्राकडून येणाऱ्या आक्रमणांच्या समूहाशी संपर्क आला आणि त्यामध्ये ते मिसळून गेले.

एका प्रमगन्दाचा अपवाद सोडला, तर मगधांच्या कोणत्याही राजाचा वेदवाङ्मयात उल्लेख आहे, असे दिसत नाही. महाभारत[१३५] आणि पुराणे यांच्या मते मगधांचा जो पहिला राजवंश प्रस्थापित केला, तो जरासन्धाचा पिता आणि वसू(सु) चैद्य-उपरिचर याचा मुलगा बृहद्रथ याने केला. रामायणात[१३६] वसू हाच गिरिव्रज किंवा वसुमती ही नगरी वसवणारा होता, असे आहे. कोणा बृहद्रथाचा ऋग्वेदात[१३७] दोनदा निर्देश आहे खरा, पण तो जरासन्धाचा पिता असलेला बृहद्रथच होता, हे सांगण्याला आधार नाही. पुराणांच्या याद्यांमध्ये जरासंधाचा मुलगा सहदेव यापासून रिपुंजयापर्यंत 'बृहद्रथ-राजे' दिलेले आहेत. असे दिसते की, त्यांनी सहदेवापासून सातवा वंशज जो सेनजित(त्) त्याला परिक्षित-कुलातील अधिसीमकृष्णाचे आणि इक्ष्वाकुकुलातील दिवाकराचे समकालीन केलेले आहे. परंतु दुसऱ्या बाह्य स्वतंत्र समर्थक पुराव्याच्या अभावी पुराणाला कालानुक्रम आणि राजे लोकांची वंशावळी व तिचा अनुक्रम विश्वासार्ह मानून स्वीकारणे हे साहसाचे ठरेल.[१३८] पुलिकाने (पुणिकाने) जेव्हा आपला मुलगा प्रद्योत याला अवन्ती (उज्जयिनीच्या प्रदेशाच्या) सिंहासनावर बसविले[१३९] त्या वेळी बृहद्रथराजे आणि मध्य भारतातले काही राजे मृत्यू पावले होते, असे म्हणतात. ज्या अर्थी प्रद्योत हा गौतम बुद्धाचा समकालीन होता आणि ज्या अर्थी 'बृहद्रथेष्वतीतेषु वीतिहोतेष्ववन्तिषु' (जेव्हा बृहद्रथ, वीतिहोत आणि अवन्ति किंवा अवन्तीमधले वीतिहोत हे मृत्यू पावले) हे पुराणवचन असे सूचित करते की, त्यात निर्देशिलेल्या घटना एककालिक होत्या, त्या अर्थी बृहद्रथांचे कुल इ.स.पूर्वी सहाव्या शतकात विराम पावले, असा निष्कर्ष काढणे सयुक्तिक आहे.

जैन लेखक राजगृहाच्या दोन प्राचीन राजांचा उल्लेख करतात. समुद्रविजय आणि त्याचा मुलगा गय.[१४०] जिनांनी शिकवण दिल्यामुळे गयाला केवलज्ञान प्राप्त झाल्याचेही ते सांगतात. परंतु अशा प्रकारच्या असमर्थित विधानांवर फारच थोडा विश्वास ठेवता येईल.

पुराणाचे जे त्यातल्या-त्यात कमी भ्रष्ट वेचे, तदनुसार पाहता मगधांचा द्वितीय राजवंश हा शिशुनाग नावाच्या राजाने सुरू केलेला शैशुनाग वंश. बुद्धाचा समकालीन बिंबिसार हा ह्याच कुळातला मानला जातो. परंतु एक प्राचीन प्रमाण लेखक[१४१]

अश्वघोष हा आपल्या 'बुद्धचरिता'त[१४२] बिंबिसाराचा श्रेष्ठ म्हणून निर्देश करताना तो शैशुनाथवंशातला न म्हणता हर्यंककुलातला म्हणून सांगतो. तसेच, 'महावंशा'त सुसुनाथ म्हणजेच शिशुनाग – बिंबिसाराच्या मागाहून गादीवर येणाऱ्या एका वेगळ्याच राजकर्त्यांचा वंश प्रस्थापित करणारा अस दिलेला आहे. खुद्द पुराणांत सांगितले आहे, की शिशुनाथ हा 'प्रद्योतकुलाचे ऐश्वर्य हिरावून घेईल' आणि आपल्याला हे अन्य ठिकाणच्या पुराव्यावरून ठाऊक आहे की प्रद्योतकुल हे बिंबिसाराचे समकालीन होते :–

"अष्टत्रिंशच्छतं भाव्याः प्रद्योताः पञ्च ते सुताः ।
हत्वा तेषां यशः कृत्स्नं शिशुनागो भविश्यति ॥"[१४३]

यातले विधान जर खरे असेल, तर पहिल्या प्रद्योतातून म्हणजेच चण्डप्रद्योत महासेनाहून शिशुनाथ उत्तरकालाचा असला पाहिजे. पाली वाङ्मयातल्या पुराव्यांनी हेही सिद्ध होते आणि महत्त्वाच्या तपशिलाच्या बाबतीत तो पुरावा प्राचीन संस्कृत कविजनांकडून व नाटककाराकडून[१४४] असा समर्थित होतो की, हा चण्डप्रद्योत बिंबिसाराचा आणि त्याच्या मुलाचा समकालीन होता. आता शेवटी दिलेल्या लेखकांच्या म्हणण्यानुसार शिशुनाग हा त्या राजांपेक्षा उत्तरकालीन असला पाहिजे, असा निष्कर्ष निघतो. परंतु आपण वर हे पाहिले आहे की, पुराणांमध्ये शिशुनाग हा बिंबिसारचा एक पूर्वज आणि वंशाचा आरंभक आहे. पुराणातल्या ह्या भागाला स्वतंत्र अशा बाह्य पुराव्याचा पाठिंबा मिळत नाही. [१४५] वाराणसी आणि वैशाली ही शहरे शिशुनागाच्या राज्यामध्ये समाविष्ट होती.[१४६] त्यावरून असे सिद्ध होते की, तो बिंबिसार आणि अजातशत्रू यांच्या नंतर झाला असला पाहिजे. कारण त्यांनीच मगधाचे राज्य प्रथम त्या प्रदेशामध्ये स्थापन केले. 'मालालंकारवत्थु' या नावाचे तसे अलीकडच्या काळातील पण बऱ्याच प्राचीन पुस्तकातील इतिवृत्तांताचा बिनचूक पाठपुरावा करणारे एक पाली वाङ्मयातले पुस्तक आहे. त्यात असे आहे की, शिशुनागाचा राजप्रासाद वैशालीला होता आणि शेवटी ती त्याची राजधानी झाली.[१४७] 'आपल्या आईचे कुळमूळ'[१४८] लक्षात घेऊन त्या राजाने (शिशुनागाने) वेशाली (वैशाली) नगरीची पुन:प्रतिष्ठापना केली आणि आपला राजनिवास तीतच ठेवला. त्यावेळेपासून राजगृहाची राजधानीची प्रतिष्ठा जी गेली, ती तिला पुन्हा कधीच प्राप्त झाली नाही. या शेवटच्या वाक्यावरून सूचित होते की, शिशुनाग हा राजगृहाच्या समृद्ध काळानंतर – म्हणजे बिंबिसार आणि अजातशत्रू यांच्या काळानंतर आला. यावर असा युक्तिवाद करता येईल की, पुराणानुसार वैशाली नव्हे, तर गिरिव्रज हीच शिशुनागाची राजधानी आहे. (वाराणस्यां सुतं स्थाप्य श्रयिष्यति गिरिव्रजम्) आणि ज्या अर्थी अजातशत्रूचा

मुलगा उदायिन(न्) यानेच प्रथम त्या भक्कम ठिकाणाहून राजधानी नवीन बांधलेल्या पाटलीपुत्राला नेली, त्या अर्थी शिशुनागाच्या जुन्या राजधानीमधील वास्तव्यावरून असे उघड दिसते की, त्याचा काळ हा या विख्यात राजधानीच्या संस्थापकापेक्षा जुना आहे. परंतु शिशुनागाचा मुलगा आणि वारसदार कालाशोक हा पाटलीपुत्रामध्ये राज्य करीत होता, यावरून असे उघड आहे की, पाटलीपुत्राचा संस्थापक उदायिन याच्या नंतर तो आला. आणखी एक वस्तुस्थिती अशी आहे की, त्याच्या राज्यातच राजधानीचा बदल झाला. (हा बदल अर्थातच दुसरा बदल मानला पाहिजे.[१४९]) यावरून असेही वाटते की, त्याच्या अगोदरचा राजा जो जुन्या बलिष्ठ राजधानीस परत गेला, तो अधिक चांगले संरक्षण मिळावे म्हणून गेला असावा. 'श्रयिष्यति गिरीव्रजम्' या शब्दांमध्ये ज्या घटनेचा निर्देश केलेला आहे, तीवरून असेच काही निश्चयाने सूचित होत नाही की, गिरिव्रज ही अगदी शिशुनागाच्या काळापर्यंत अखण्डितपणाने राजधानीच राहिली.

अश्वघोषाने ज्या हर्यकवंशाचा निर्देश केलेला आहे आणि बिंबिसार हा जो ह्या वंशातला होता असे म्हटले आहे, त्याचा उगम अज्ञातामधे गुरफटून गेलेला आहे. 'हरिवंश'[१५०] आणि पुराणे यात चम्पेच्या ज्या हर्यँगाचा निर्देश केलेला आहे, त्याचा प्रस्तुत वंशाच्या नावाशी संबंध जोडण्याला तसे सुसंगत कारण नाही. 'हयककुल' ही संज्ञा मन्दसौरच्या शिलालेखातल्या 'औलिकरलांछन-आत्मवंश' ह्या प्रयोगासारखी कदाचित कुळाचे एक वैशिष्ट्यपूर्ण प्रतीक अथवा खूण दाखविणारी असेल.[१५१] बिंबिसार हा त्या कुलाचा संस्थापक नाही. 'महावंशा'त असे विधान आहे की, बिंबिसार जेव्हा अवघा पंधरा वर्षांचा होता, तेव्हा त्याच्या पित्याने त्याला यौवराज्याचा अभिषेक केला.[१५२] अंगांनी त्याच्या पित्याचा[१५३] जो पराभव केला होता. त्याचा त्याने वचपा काढला आणि मगधराज्याच्या विजयाची आणि विस्ताराची त्याने सारखी चढती कमान ठेवली. ही चढती कमान अशोकाने कलिंगावर विजय मिळविल्यावर जेव्हा आपली तलवार म्यान केली, तेव्हाच थांबली.

वजजि (वृजि-जी) हा प्रदेश गंगेच्या उत्तरेस होता, आणि नेपाळच्या डोंगरापर्यंत त्याचा विस्तार होता. पश्चिमेकडे गण्डक नदीमुळे तो बहुधा मल्ल लोकांपासून आणि कदाचित कोसलांपासूनही विभक्त झालेला होता. पूर्वेस तो कौशी आणि महानन्दा या नद्यांच्या काठी अरण्यांच्या प्रदेशापर्यंत पसरला असावा. असे म्हणतात की, त्यात आठ संघटित गणांचा ('अट्ठकुल') अंतर्भाव होता. त्यातले विदेह, लिच्छवी, ज्ञातृक आणि खुद्द / वृजि (जी) हे सर्वांत महत्त्वाचे होते. या व्यतिरिक्त उरलेले गण नेमके कोणते होते, हे अनिश्चित आहे. मात्र हे लक्षात घेणे योग्य होईल की, 'सूतकृतांगा'

मधील एका वेच्यानुसार 'उग्र' 'भोग' 'ऐक्ष्वाक' आणि 'कौरव' यांचा 'ज्ञातृं'शी आणि 'लिच्छवीं'शी त्याच नावाच्या राज्यकर्त्याशी आणि त्याच सभेचे सभासद म्हणून प्रजाजन या नात्याने संबंध आहे.[१५४] 'अंगुत्तरनिकायात'[१५५] देखील 'उग्रा' चे 'वृजीं' च्या गणसंघाच्या राजधानीशी निकट संबंध निर्देशलेले आहेत.

पूर्वीच्या एका विभागात सांगितल्याप्रमाणे विदेहांच्या जुन्या प्रदेशाची राजधानी मिथिलेला होती. ही मिथिला म्हणजे नेपाळच्या सीमेच्या आत असलेले जनकपुर होय, हे निश्चित झालेले आहे. रामायणात वैशालीच्या भोवतालच्या प्रदेशापासून ती भिन्न असल्याचे स्पष्टपणे सांगितले आहे.[१५६] परंतु बौद्ध आणि जैन साहित्यात हा भेद नेहमीच सांभाळलेला आहे असे नाही, आणि विदेह ही संज्ञा व्यापकतर अर्थाने वैशाली भोवतालच्या प्रदेशाचाही अंतर्भाव करिते.[१५७]

'लिच्छवां'ची राजधानी निश्चितपणे वैशालीस होती. बिहारमधील मुझफ्फरपूर जिल्ह्यातील गण्डक नदीच्या पूर्वेस जे आजचे वेसार आहे, तीच वैशाली. बहुधा रामायणांत जी मनोहर विशाला-नगरी निर्दिष्ट आहे, तीच ती असावी.[१५८]

''विशालां नगरी रम्यां दिव्यां स्वर्गोपमां तदा।''

'एकपण्ण-जातका'च्या[१५९] प्रास्ताविक अंशावरून आपल्याला असे कळते की, या नगरीच्या संरक्षणार्थ तिच्या सभोवार तीन तट होते. प्रत्येक तट दुसऱ्यापासून एक योजन दूर होता आणि तिला तीन वेशी आणि (वेशींना) टेहेळणी बुरुज होते.

लिच्छवींचा प्रदेश हा उत्तरेकडे नेपाळपर्यंत पसरलेला असावा. इसवी सनाच्या सातव्या शतकात लिच्छवी येथे असल्याची माहिती आपल्याला मिळते.

ज्ञातृक ही सिद्धार्थ आणि त्याचा मुलगा महावीर जिन यांची जमात होती. त्यांची मुख्य ठाणी कुण्डपूर (किंवा कुण्डग्राम) आणि कोल्लाग येथे होती. ही वैशालीची उपनगरे. परंतु 'महापरिनिबान-सुत्तन्ता'त[१६०] नादीकांचे (याकोबीने नादीक हे नातिक किंवा ज्ञातृक होत, असे म्हटले आहे.)[१६१] ठाणे हे कोटिगाम (कुण्डग्राम) याहून भिन्न आहे, असे म्हटले आहे. महावीर आणि त्याच्या गणाचे अनुयायी जरी उपनगराच्या क्षेत्रामध्ये राहात असले, तरी ते 'वैसालिअे' (म्हणजे - वैशालीचे नागरिक) म्हणूनच ओळखले जात.[१६२]

मूळच्या वजींचा पाणिनीने अगोदरच उल्लेख केलेला आहे.[१६३] कौटिल्याच्या[१६४] मते ते 'लिच्छविकां'हून वेगळे आहेत. युआन च्वांगदेखील[१६५] फुलिचिह (वृजी) यांचा देश आणि फेइ-शे-लि (वैशाली) यात भेद करतो. असे वाटते की, वृजी हे नुसतेच गणराज्याचे नाव नव्हते, तर त्यांच्या एका घटकगणाचेही नाव होते. पण लिच्छवींच्याप्रमाणे वृजींचाही वैशाली नगरीशी (तिच्या उपनगरांसह) संबंध असल्याचे

वारंवार सांगितले आहे आणि वैशाली ही नुसती लिच्छविगणाचीच राजधानी होती असे नव्हे, तर ती संपूर्ण गणराज्याचीच राजधानी होती.[१६६] रॉकहिलने दिलेल्या एका बौद्ध परंपरेत[१६७] असे म्हटले आहे की, खुद्द त्या नगरीचे तीन भाग होते. बहुधा त्या तीन भागांमध्ये तीन वेगवेगळ्या गणांची ठाणी होती. त्या गणराज्यातले जे इतर जनसमूह उग्र, भोग, कौरव आणि ऐश्वाक हे उपनगरांमधे आणि हत्थिगंगा भोगनगर इ. यासारख्या लहान-लहान गावात राहात होते.[१६८]

आपण हे पाहिले आहे की, ब्राह्मणकालामध्ये विदेहामध्ये (मिथिलेत) राजपदाची घटना होती. रामायण[१६९] आणि पुराणे[१७०] यात असे म्हटलेले आहे की, विशालेसदेखील 'राजे'च राज्य करीत होते.

रामायणानुसार वैशालिक-वंशाचा संस्थापक इक्ष्वाकुचा मुलगा विशाल हा होता, तर पुराणांनुसार तो नेमागाचा वंशज आणि इक्ष्वाकुचा भाऊ होता. ह्या विशालाने आपलेच स्वतःचे नाव त्या नगरीला दिले. त्याच्या नंतर हेमचंद्र, सुचंद्र, धूम्राश्व, सृंजय, सहदेव, कुशाश्व, सोमदत्त, काकुत्स्थ आणि सुमती (ति) हे होऊन गेले, यांतल्या किती वैशालिक ''राजांनी'' (नृपाः) ''उत्तर-बिहारचे राजे'' म्हणून साक्षात राज्य केले आणि त्यातले किती ऐतिहासिक म्हणून आपण मान्य करावयाचे, हे आपल्याला माहिती नाही. ''शतपथ-ब्राह्मणा''त सहदेव सञ्चर्य नावाच्या एका राजाचा निर्देश आहे[१७१] ''ऐतरेयब्राह्मणा''त त्याचाच सोमक-साहदेव्य म्हणून उल्लेख आहे.[१७२] परंतु वैदिक वाङ्मयात यातल्या कोणाचाच वैशालीशी संबंध असल्याचे निर्दिष्ट नाही. महाभारतात (सृंजयाचा मुलगा) सहदेव हा गण्डकवर नव्हे, तर यमुनेवर[१७३] यज्ञ करीत असल्याचा उल्लेख आहे. ज्या वृजींची राजधानी वैशालीला होती, त्या वृजींचा एक घटक म्हणून इक्ष्वाकुशाची एक शाखा होती अस्तित्वात होती. अर्थात ''सूत्रकृतांगा''त हे सूचित केलेले आहे, हे आपण पाहिलेच आहे.

विदेहांचे राजवंश अस्ताला जाऊन नाहीसे झाल्यानंतर वृजींचे गणसंघराज्य संघटित झाले असले पाहिजे. अशा प्रकारे भारतातील राजकीय उत्क्रांती ही ग्रीसमधील प्राचीन नगरराज्यांच्या विकासाशी फारच तुलनीय आहे. कारण तेथेही वीरयुगातील राजपदानंतर अशीच अभिजात गणराज्य स्थापन झाली. ग्रीसमधील ह्या परिवर्तनाची संभाव्य कारणे बेरी याने अशी दिलेली आहेत ''काही राज्यांच्या बाबतीत राज्यातल्या अंदाधुंदीमुळे राजाला त्याच्या पदावरून बळेच खेचून काढावे लागले असेल, दुसऱ्या बाबतीत राजपदाचा वारसा जर बालकाकडे किंवा अप्रतिष्ठित व्यक्तीकडे आलेला असेल, तर खानदानी सरदारांनी स्वतःच राजपद नष्ट करण्याची जबाबदारी आपल्याकडे घेतली असेल; काही बाबतीमध्ये राजाने अतिरिक्त अधिकार बळकाविण्याचा प्रयत्न

केल्यामुळे राजाच्या अधिकारावर कडक मर्यादा आल्या असल्या पाहिजेत. आणि मग ह्या मर्यादा इतका काळ चालत आल्या की, शेवटी राजपद हे नाममात्रच राहून त्याला वास्तवात फक्त देखरेखनिसाचे रूप आले असले पाहिजे आणि खरी सत्ता कोठेतरी दुसरीकडेच गेली असली पाहिजे. राजसत्ता अशी नाममात्र राहिल्याचे उदाहरण आपल्याला स्पार्टाच्या संबंधात मिळते, आणि ती केवळ देखरेखनिसाच्या सारखी राहिल्याचे उदाहरण अथेन्सला आर्चन बेसिलेउसच्या बाबतीत मिळते.''

मिथिलेचे राजपद हे गणराज्यात परिवर्तित झाले, त्याचे कारण यापूर्वीच सांगितले; पण विशालेस परिवर्तन का झाले, ते मात्र समजत नाही.

अनेक विद्वानजनांनी असे सिद्ध करण्याचा प्रयत्न केला आहे की, वृजींच्या संघराज्यातील सर्वांत प्रसिद्ध असा लिच्छवींचा गण (''वज्जिरट्ठवाशि हि पसत्था''[१७४]) हा परदेशीय होता. स्मिथच्या मते त्यांची पाळेमुळे तिबेटात होती. त्यांची न्यायदानाची पद्धती आणि मृतांना हिंस्त्र श्वापदांपुढे टाकून त्यांची विल्हेवाट लावण्याची रीत यावरून त्याने हे अनुमान केलेले आहे.[१७५] पण्डित एस.सी.विद्याभूषण यांचे मत असे आहे की, ''लिच्छवी'' (मनूतील ''निच्छिवि'') हे नाव निसिबिस या इराणी नगरावरून साधलेले आहे.[१७६] असे अंदाज ज्या आधारावर केले जातात, त्याचा अपुरेपणा अनेक लेखकांनी दाखवून दिला आहे.[१७७] जुन्या भारतीय परंपरेप्रमाणे लिच्छवी हे क्षत्रिय आहेत, याविषयी एकवाक्यता आहे. ''महापरिनिब्बान-सुत्तन्ता''त असे म्हटले आहे :- ''आणि वेसालीच्या लिच्छवींनी अशी वार्ता ऐकली की, तो महापुरुष कुसिनार येथे मृत्यू पावला आणि वेसालीच्या लिच्छवींनी मल्लांकडे एक दूत पाठवून म्हटले की, तो महापुरुष क्षत्रिय होता, तसेच आम्हीही आहोत. त्या महापुरुषाच्या अवशेषांचा भाग घेण्यास आम्ही पात्र आहोत.'' जैन ''कल्पसूत्रां''त वेसालीच्या चेटकाची बहीण त्रिशला ही ''क्षत्रियाणी'' असल्याचे म्हटले आहे.[१७८]

लिच्छवी हे ''राजन्य'' अथवा ''क्षत्रिय'' आहेत, याविषयी मनूचेही दुमत नाही.[१७९]

''झल्ले मल्लश्च राजन्याद व्रात्यान् निच्छिविरेव च।
नटश्च करणश्चैव खसो द्राविड ऐव चा।''

यावर असा युक्तिवाद करिता येईल की, मनूच्या श्लोकात निर्देशिलेल्या द्राविडाप्रमाणे आणि मध्ययुगीन कालातल्या गुर्जरप्रतीहारांप्रमाणे लिच्छवी हे मुळात अनार्य अथवा परदेशीय असले, तरी त्यांचा वैदिक धर्मामध्ये अंतर्भाव झाल्यानंतर ते क्षत्रिय म्हणून गणिले जाऊ लागले. परंतु प्रतीहार आणि द्रविड यांना जशी आस्था होती, तशी सनातन हिंदुधर्माविषयी विशेष 'मैत्रीभावना लिच्छवींच्या ठिकाणी

असल्याचे कधीच दिसत नाही. उलट, जैनधर्म, बौद्धधर्म यांसारख्या अवैदिक प्रणालींच्या समर्थकांमध्येच ते अग्रभागी नेहमी दिसून येतात. मनू त्यांना "व्रात्य राजन्यां"ची अपत्ये म्हणतो, तेव्हा त्याचे अवैदिकत्वच तो समर्थित करितो. परदेशी लोकांच्या वंशामध्ये जन्मलेले असले, तरी मध्ययुगीन महान राजपूत कुलांविषयी अशा प्रकारची भाषा कधीच वापरली गेली नाही. उलट, श्रीराम, लक्ष्मण, यदू, अर्जुन इत्यादी पुराण वंशकर्त्यांची नावे त्यांना मिळवून देण्यात आली. वैदिक धर्माचे विधिनियम न पाळणाऱ्या एखाद्या परदेशी जनसमूहाला क्षत्रिय म्हणून स्वीकारणे हे जवळपास अशक्य होते. यावरून उघड निघणारा निष्कर्ष असा दिसतो की, लिच्छवी हे मूळचे येथलेच क्षत्रिय खरे, पण वैदिक धर्मनियमांकडे त्यांनी दुर्लक्ष केल्यावर आणि ते पाखंडी तत्त्वांकडे कल दर्शवू लागल्यावर त्यांची "व्रात्य" म्हणून अवनती झाली. आपण पूर्वी पाहिल्याप्रमाणे रामायणात वैशालिक राज्यकर्त्यांची गणना इक्ष्वाकु शाखेमध्ये करण्यात आली आहे. "परमत्थजोतिका"[१८०] या पाली टीकेमध्ये त्यांचे मूळ वाराणसीला आहे, असे म्हटले आहे. लिच्छवी आणि "तावतिंश देव्" यांची जी तुलना केली आहे, तिचा मेळ हिमालया पलीकडे राहाणाऱ्या चपट्या नाकांच्या ज्ञातिबांधवांशी जोडलेल्या उपपत्तीशी बसणे फार दुर्घट आहे.[१८१] एक श्रेष्ठ दर्जाची व्यक्ती म्हणजे की, "ज्यांनी 'तावतिंश्' देव कधीच पाहिलेले नाहीत त्या बांधवांनी लिच्छवींच्या या समूहाला डोळे भरून पाहावे, लिच्छवींच्या समुदायाकडे दृष्टी टाकावी, लिच्छवींच्या ह्या समाजाची 'तावतिंश' देवांशी तुलना करावी."

लिच्छवींची सत्ता कधी प्रस्थापित झाली ते ज्ञात नाही, परंतु हे निश्चित आहे की, ह्या गणाची सत्ता महावीराच्या आणि गौतमाच्या काळी इ.स.पूर्व सहाव्या शतकाच्या उत्तरार्धात प्रस्थापित झाली आणि पुढील शतकात ती उतरणीला लागली.

बौद्ध परंपरेमध्ये पुढील काही नामांकित लिच्छवींची नावे सांभाळून ठेविलेली आहेत - राजकुमार अभय, ओट्ठद्ध (महालि) सेनापती सीह आणि अजित, दुम्मुख आणि सुनक्खत्त[१८२] 'ऐकपण्ण'[१८३] आणि 'चुल्लकलिंग'[१८४] या जातकात असे विधान आहे की, राज्यकर्त्या कुलातील लिच्छवींची संख्या ७७०७ होती.[१८५] राज्यपाल, सेनापती आणि कोषाध्यक्षयांची ही एवढीच संख्या होती. पण या आकड्यांना अतिरिक्त महत्त्व देऊ नये. कारण ते केवळ पारंपरिक आहेत आणि गणातल्या 'महल्लकां'च्या[१८६] (जेष्ठांच्या) मोठ्या संख्येचे ते केवळ निदर्शक आहेत. शासनाची खरी सत्ता - विशेषतः परराष्ट्रसंबंधांची - ही नऊ गणराज्यांच्या किंवा प्रमुखांच्या एका लहानशा गटामध्ये केन्द्रित झालेली दिसते. 'जैन कल्पसूतां'त[१८७] नऊ लिच्छवींनी नऊ मल्लकींशी आणि काशी-कोशलांच्या अठरा गणमुख्यांशी संधान बांधून एक गट

बनविल्याचा निर्देश आहे.[१८८] 'निरयावली सूत्रा'त आपल्याला अशी माहिती मिळते की, या संधानगटातला एक महत्त्वाचा नेता चेटक हा होता. ह्याचीच बहीण त्रिशला किंवा विदेहदत्ता ही महावीराची आई आणि जैन लेखकांच्या म्हणण्याप्रमाणे तिची मुलगी चेलना किंवा वैदेही ही कूणिक-अजातशत्रूची आई.

ह्या संधान गटाचा रोख मगधाच्या विरुद्ध होता. परंपरेने अशी माहिती मिळते की, सुप्रसिद्ध बिंबिसाराच्यासुद्धा काळात वैशालीचे राज्यकर्ते गंगा उतरून आपल्या शेजारच्या राज्यावर आक्रमणे करण्याइतके उद्दाम झाले होते.[१८९] अजातशत्रूच्या राजवटीत मात्र ही परिस्थिती सर्वथा उलटली होती, आणि वैशालीचे गणसंघराज्य पार धुळीस मिळाले.[१९०]

मल्लप्रदेशाचे (महाभारतात[१९१] निर्दिष्ट प्राचीन 'मल्ल-रठ्ठ' मल्लराष्ट्र) दोन मुख्य भाग झालेले होते आणि त्यांच्या राजधान्या कुशावती (किंवा कुशिनारा) आणि पावा ही शहरे होती.[१९२] क्कुत्था नदी ही बहुधा त्यांची सीमारेषा होती.[१९३] ही क्कुत्था म्हणजे अभिजात लेखकांची क्कुत्थेस आणि आजची कुकू. महाभारतालासुद्धा मल्लांची ही विभागणी ज्ञात होती.[१९४] कारण त्यात मूळ मल्ल आणि दक्षिण किंवा दक्षिणमल्ल यांची विभागरेषा दिलेली आहे. कुशिनाराचे नेमके स्थान आज कोणते आहे, याविषयी विद्वानांत मतैक्य नाही. "महापरिनिब्बान-सुत्तन्ता"त असे विधान आहे की, कुशिनाराचे "उपवत्तन" (बाह्य परिसर किंवा उपनगर)[१९५] "मल्लांची शालवृद्धवीथिका" हिरण्यावती नदीच्या जवळ होती. स्मिथच्या मते हा नदीप्रवाह म्हणजे गण्डकच होय. तो आणखी म्हणतो की, कुशीनगराचे (कुशिनाराचे) स्थान नेपाळमध्ये (हिमालयाच्या) पहिल्या रांगेपलीकडे गण्डक आणि छोटी किंवा पूर्व-राप्ती यांचा जेथे संगम होतो तेथे होते.[१९६] मात्र तो हेही मान्य करीतो की, गोरखपूर जिल्ह्याच्या पूर्वेस छोट्या गण्डकवर कसियाच्या[१९७] जवळच्या "निर्वाण" मंदिराच्या मागे एका मोठ्या स्तूपात जो एका ताम्रपटाचा शोध लागला आहे, आणि त्यावर जी "(परिनिवणि-चैत्ये ताम्रपट इति)" अशी अक्षरे कोरलेली आहेत, त्यावरून विल्सनने प्रतिपादिलेल्या आणि कनिंगहॅमने मान्य केलेल्या जुन्या उपपत्तीला बळकटी येते - की कसियाजवळचे अवशेष हे कुशीनगराचे होत.

पावा हे कसियाच्या उत्तर वायव्येस बारा मैलावर असलेले बाधी नलाने (प्राचीन ककुत्थेन) कसियाहून विभागले गेलेले पदरौना नावाचे खेडेगाव होय, असे कनिंगहॅमचे[१९८] म्हणणे आहे. परंतु कार्लाइलच्या मते ते कसियाच्या आग्नेयेस दहा मैलावर असलेले आणि कसियाहून कुकूने विभक्त झालेले फाझिलपूर होय.[१९९] 'संगीति-सुत्तन्ता'त पावा मल्लांच्या उब्भटक नावाच्या 'सल्लागार-सभे'चा आपल्याला निर्देश

आढळतो.[२००]

लिच्छवीसमवेत मल्लांचा मनूने 'व्रात्य' क्षत्रियांच्या वर्गात अन्तर्भाव केलेला आहे. पूर्वेकडच्या त्यांच्या शेजाऱ्यांप्रमाणेच तेही बौद्धधर्माचे हिरिरीचे पुरस्कर्ते होते.

विदेहाप्रमाणे मल्लांचीही राज्यघटना आरंभी राजतन्त्रात्मक होती. 'कुशजातका'त ओक्काक (इक्ष्वाकु) नावाच्या एका मल्ल-राजाचा उल्लेख आहे. ह्या नावावरून असे सूचित होत असावे की, शाक्यांप्रमाणे[२०१] मल्ल राजेही आपण इक्ष्वाकु कुलाचे आहोत, असा अधिकार सांगत होते. आणि त्याला समर्थक पुरावा असा की, 'महापरिनिब्बान-सुत्तन्ता'त त्यांना कधीकधी 'वासेट्ठ' ("वसिष्ठगोती") म्हटलेले आहे.[२०२] 'महासुदस्सन-सुत्ता'त महासुदस्सन नावाचा आणखी एक राजा निर्दिष्ट आहे.[२०३] ओक्काक आणि महासुदस्सन हे राज्यकर्ते या ऐतिहासिक व्यक्ती असतील वा नसतील. पण त्यांच्या भोवती ज्या कथा गोळा झालेल्या आहेत, त्यावरून असे सूचित होते की, मल्लरट्ठावर आरंभी राजांचे राज्य होते. ह्या निष्कर्षाला महाभारतातल्या[२०४] पुराव्याने बळकटी येते, कारण त्यात मल्लांच्या एका 'अधिपा'चा निर्देश आहे. राजतंत्राच्या कालावधीत हे शहर अतिशय मोठे असून त्याचे नाव कुशावती असे होते. दुसरी महत्त्वाची शहरे अनुपिया आणि उद्वेलकप्प ही होती.[२०५]

बिंबिसाराच्या काळापूर्वीच राजतंत्रात्मक घटनेचे स्थान गणराज्यांनी घेतले,[२०६] आणि मुख्य शहराला 'जंगलांनी वेढलेल्या ओसाड गावा'ची कळा आली.[२०७] त्याला मग कुसिनारा हे नाव पडले.

मल्लांचे लिच्छवींशी संबंध कधीकधी शत्रुत्वाचे होते, तर कधी मैत्रीचे होते. 'मेद्दसाल-जातका'च्या[२०८] प्रास्ताविकात जी एक हकीकत आली आहे, त्यात मल्लीय बंधुल कोशलराजाचा सेनापती आणि लिच्छवींचे ५०० ज्येष्ठलोक यांचा संघर्ष आला आहे. पण जैनांच्या 'कल्पसूत्रां'त असा निर्देश आहे की, 'नऊ मल्लकींनी' कूणिक-अजातशत्रूच्या विरुद्ध लिच्छवींशी आणि कासी-कोशलाच्या श्रेष्ठींशी संधान बांधिले. कारण तो मॅसिडोनच्या फिलीपप्रमाणे शेजारचे गणराज्यांचे प्रदेश बळकावू पाहत होता. अखेरीस मल्लांचा प्रदेश मगधाला जोडला गेला. इ.स. पूर्वीच्या तिसऱ्या शतकात तो निश्चितच मौर्य-साम्राज्याचा एक भाग बनला होता.

चेदि हा कुरूंना वेढणाऱ्या देशांपैकी एक देश ('परितः कुरून्') असून तो यमुनेच्या संनिध होता.[२०९] त्याचा चम्बळच्या पलीकडचे मत्स्य, वाराणसीचे काशीजन आणि शोनच्या खोऱ्यातील कारूष[२१०] यांच्याशी निकटचा संबंध होता. धसनच्या तीरावरचे दशार्ण यांच्याहून तो वेगळा होता.[२११] प्राचीन काळी आजच्या बुंदेलखंडाचा पूर्वभाग आणि काही लगतचा प्रदेश यांशी तो स्थूलमानाने समकक्ष होता.[२१२] परंतु

मध्ययुगीन काळात चेदींच्या दक्षिणसीमा नर्मदेच्या ("मेकल-सुता") तीराला भिडल्या होत्या.

"नदीना मेकलसुता नृपाणां रणविग्रहइः।
कवीनां च सुरानन्दश्चेदिमण्डलमण्डनम॥"[२१३]

'चतिय-जातका'वरून[२१४] आपल्याला असे कळते की, (चेदीची) राजधानी सोत्थिवती-नगर ही होती. महाभारतात त्याचे संस्कृत नाव शुक्तिमती किंवा शुक्तिसाव्हय असे दिले आहे.[२१५] याच महाकाव्यात शुक्तिमती नावाच्या एका नदीचा उल्लेख आहे. ती 'चेदि-विषया'चा "राजा' उपरिचर याच्या राजधानी जवळून वाहते.[२१६] पार्गिटरच्या मते हा प्रवाह म्हणजे केन होय आणि शुक्तिमती नगरी बान्द्याच्या जवळपास[२१७]. लक्षात घेण्यासारखी दुसरी काही नगरे सहजाती(ति)[२१८] आणि त्रिपुरी[२१९] (जनपदाची मध्ययुगीन राजधानी).

चेदि-लोकांचा उल्लेख ऋग्वेदाइतका प्राचीन आहे. एका सूक्ताच्या शेवटी आलेल्या दानस्तुतीमध्ये (दान केल्याबद्दल स्तुती) चेदींचा कसूवेद्य याची स्तुती आलेली आहे[२२०]. रॅप्सने असे सुचविले आहे की, हा काव्यात निर्दिष्ट केलेला 'वसु(सू)' असे मानावा.

'चेतिय-जातका'त चैद्य राजांची काल्पनिक-पौराणिक वंशावळ दिली आहे. त्यांचा मूळपुरूष महासम्मत आणि मान्धात. या वंशातल्या एक राजाला पाच मुलगे होते. त्यांनी पुढील नगरे वसविली, असे म्हटले आहे. हत्थिपूर, अस्सपूर, सीहपूर उत्तरपंचाल आणि दद्दरपुर[२२१] बहुधा हा राजा महाभारतात निर्देशिलेला चेदींचा पौरव राजा उपरिचर वसू(सु) असावा.[२२२] त्याचे पाच मुलगेही पाच राजवंशांचे संस्थापक झाले.[२२३] परंतु महाभारतीय परंपरेनुसार वसुकुलाच्या वंशजांचा संबंध कौशाम्बी, महोदय (कनौज) आणि गिरिव्रज या नगरांशी आहे.[२२४]

महाभारतात आणखीही इतर चेदिराजांचा उल्लेख आहे - उदाहरणार्थ, दमघोष, त्याचा मुलगा शिशुपाल, सुनीथ आणि त्याचे मुलगे धृष्टकेतू(तु) आणि शरमे. भारतीय युद्धाच्या काळी हे राज्य करीत होते. परंतु 'जातके' आणि महाकाव्य यामधल्या चेदींच्या प्राचीन राजांचे वृत्तान्त मूलतः कल्पकथांच्या रूपाचे आहेत. अधिक विश्वसनीय पुराव्याच्या अभावी त्यांचा वास्तव इतिहास म्हणून स्वीकार करता येणार नाही.

'वेदब्भ-जातका'वरून[२२५] आपल्याला असे कळते की, काशीहून चेदीला जाणारा रस्ता हा त्यावर भटकणाऱ्या दरोडेखोरांच्या टोळ्यांमुळे सुरक्षित नव्हता.

वंश किंवा वत्स हा देश गंगेच्या दक्षिणेला[२२६] होता आणि अलाहाबादेजवळील

यमुनेवरची कौशाम्बी (आजचे कोसम) ही त्याची राजधानी.[२२७] ओल्डेनबर्गचा[२२८] कल वंश हे 'ऐतरेय-ब्राह्मणा'तील वंश होत, असे म्हणण्याकडे आहे. पण ह्या तर्काला पुरावा नाही. 'शतपथ-ब्राह्मणा'त प्रोती(ति) कौशाम्बेय[२२९] नावाच्या एका आचार्याचा निर्देश आहे. 'ब्राह्मणा'चा टीकाकार हरिस्वामिन(न्) त्याला कौशाम्बीचा रहिवासी मानतो.[२३०] महाभारतीय परंपरेनुसार ह्या प्रसिद्ध नगरीची वसणूक एका चेदिराजाने केली.[२३१] वत्सलोकांचे मूळ मात्र काशीच्या राजापासून सांगितले जाते.[२३२] पुराणात असे एक विधान येते की, जेव्हा हस्तिनपुरनगरी गंगेच्या महापुराने वाहून गेली, तेव्हा जनमेजयाचा खापरपणतू निचक्षू(क्षु) याने ती सोडून दिली, आणि आपले वास्तव्य कौशाम्बीस हलविले. आपण हे यापूर्वीच पाहिले आहे की, कौशाम्बीचे उत्तरकालीन राजे भारत किंवा कुरू यांच्या वंशाचे होते. या पुराणांच्या परंपरेला भासाच्या म्हणून मानिल्या गेलेल्या दोन नाटकांमध्ये कौशांम्बीचा आधार मिळतो. 'स्वप्नवासवदत्त' आणि 'प्रतिज्ञायौगन्धरायण'[२३३] या नाटकांमध्ये कौशाम्बीचा राजा उदयन हा भारतकुलाचा वंशज म्हणून सांगितला आहे.

पुराणांमध्ये निचक्षूच्या वारसदारांची थेट क्षेमकापर्यंत यादी दिलेली आहे. पुढील वंशावळीचा श्लोक त्या संदर्भात येतो –

"ब्रह्मक्षत्रियोर्योनिर्वंशो देवर्षिसत्कृतः[२३४]
क्षेमकं प्राप्य राजानं संस्था प्राप्स्यति वै कलौ ।।"

(ब्राह्मण आणि क्षत्रिय ज्याच्यापासून उत्पन्न झाले, किंवा ब्राह्मण आणि क्षत्रिय यांची प्रतिष्ठा ज्यांच्या ठिकाणी एकवटली आहे, असे देव आणि ऋषि यांनी पूजिलेले कुल खरोखर क्षेमकापर्यंत आल्यावर कलियुगामध्ये समाप्त होईल. (किंवा खण्डित होतील)")

इक्ष्वाकु आणि मगध या कुलांच्या राजांच्या यादीबाबत जी टीका प्रस्तुत ग्रंथामध्ये आली आहे, तीच पौरव-भारत-वंशालाही तितक्याच समर्थपणाने लागू पडते. येथेही आपल्याला अर्जुन आणि अभिमन्यू यांसारख्या राजांचा उल्लेख आढळतो. पण त्यांना अभिषिक्त राजे ('नृपाः') मानणे शक्य नाही. तसेच, हेही कोणत्याही कारणाने अशक्य नाही की, इक्ष्वाकु, मगध आणि अवन्ती यांच्या राजकुलांप्रमाणेच येथेही समकालीन राजे हे वारसदार म्हणून आणि समान्तर उद्भवलेले वंश हे वंशज म्हणून सांगितले जावे. शिवाय, उदयन हा कुलातील उत्तरकालीन राजांमधे सर्वात प्रसिद्ध असतानाही उदयनाच्या लगोलगच्या पूर्वजांच्या नावाच्या बाबतीतही एकवाक्यता नाही. कौशाम्बीच्या भारत कुलातील (राजांचा) कालानुक्रम आणि वारसांची क्रमवारी ठरविताना ह्या गोष्टी लक्षात ठेविल्या पाहिजेत. ज्याच्याविषयी

आपल्याला निश्चित माहिती आहे, असा ह्या वंशातला प्राचीनतम राजा म्हणजे पुराणांच्या याद्यातील द्वितीय शतानीक. पुराणांनुसार त्याच्या पित्याचे नाव वसुदान, तर भासाच्या मते ते सहस्तानीक. शतानीकालाच परन्तप अशीही संज्ञा होती.[२३५] त्याने एका विदेह राजकन्येशी विवाह केला. कारण त्याच्या मुलाला 'वैदेहीपुत्र' म्हटले आहे.[२३६] दधिवाहनाच्या राजवटीत त्याने अंगांची राजधानी चम्पा हिच्यावर स्वारी केली, [२३७] असे म्हटले आहे. त्याचाच मुलगा आणि वारस विख्यात उदयन हा. उदयन हा बुद्धाचा, अवन्तीच्या प्रद्योताचा आणि म्हणून बिंबिसाराचा व मगधाच्या अजातशत्रूचा समकालीन होता.

सुंसमारगिरीचे (सुसरीची टेकडी) भग्ग (भर्ग) राज्य हे वत्साचे माण्डलिक राज्य होते.[२३८] महाभारतात[२३९] आणि हरिवंशात[२४०] या दोन प्रदेशांच्या निकट संबंधाविषयीचे आणि एका निषादपतीच्या राज्याला लागून ते प्रदेश असल्याचे समर्थन मिळते; तर 'अपदाना'त भर्ग आणि कारूष याचे संबंध दाखविलेले आहेत.[२४१] या पुराव्यावरून असे सूचित होते की, सुंसुमारगिरीचे स्थान यमुना आणि शोणनदीचे खालचे खोरे या दोहोंच्या मधे होते.

कुरूराज्य हे 'महासुतसोम-जातका'त[२४२] सांगितल्याप्रमाणे तीनशे योजने विस्ताराचे होते. पाली-साहित्यानुसार राज्यकर्त्यांचा राजवंश युधिट्ठिल-गोत्राचा (युधिष्ठिरकुलाचा) होता.[२४३] राजधानी इन्द्रपत्त किंवा इन्दपत्तन म्हणजेच आजच्या दिल्लीजवळचे इंद्रप्रस्थ किंवा इन्द्रपत. तिचा विस्तार सात योजने होता.[२४४] हत्थिनीपुर[२४५] नावाची दुसरी एक नगरीही असल्याचे आपल्याला माहीत आहे. अर्थातच ही नगरी म्हणजे निःसंशय महाभारतातील हस्तिनापूर होय. राजधानी व्यतिरिक्त थुल्लकोट्ठित, कुम्मास्सदम्म, कुण्डि आणि वारणावत असे इतरही कितीतरी 'निगम' (लघुग्राम) आणि खेडी होती.[२४६]

''जातकां''मध्ये धनंजय कोरव्य[२४७] कोरव्य[२४८] आणि सुतसोम[२४९] नावाच्या कुरुराजांचा आणि राजपुत्रांचा उल्लेख येतो. अर्थात अन्य समर्थक पुराव्याच्या अभावी त्यांच्या ऐतिहासिक स्वरूपाच्या अस्तित्वाविषयी आपल्याला खात्रीलायकपणे काही सांगता येत नाही.

जैनांच्या 'उत्तराध्यनसूता'त इषुकार नावाचा एक राजा कुरूदेशात इषुकार नावाच्या नगरात राज्य करीत होता, असा उल्लेख आहे.[२५०] हे संभाव्य दिसते की, राजवंशाची ज्येष्ठ शाखा कौशाम्बीला हलविल्यानंतर आणि अभिप्रतारिणांचा अस्त झाल्यावर कुरूराज्याची लहान-लहान शकलराज्ये झाली आणि त्यातली इन्द्रपत्त आणि इषकार ही उघडच सर्वात महत्त्वाची होती. अगदी बुद्धाच्या काळाइतक्या उशिरापर्यंत[२५१]

'राजा'चा असा निर्देश येतो, त्या वेळी त्यातल्या एकाने शाक्यमुनीचे शिष्यत्व पत्करिलेल्या रट्ठपाल नावाच्या एका कुरुश्रेष्ठीच्या पुत्राला भेट दिली होती. नंतर-नंतर छोट्या-छोट्या राज्यकांच्या जागी एक 'संघ' आला. हा संघ म्हणजे गणतन्त्र संघ असावा, असे वाटते.[२५२]

पंचाल हा अगोदरच सांगितल्याप्रमाणे रोहिलखंड आणि मध्यवर्ती दोआबाचा एक भाग असा मिळून होता. महाभारत, 'जातके' आणि 'दिव्यावदान'[२५३] यांत या देशाचे उत्तर आणि दक्षिण असे दोन भाग असल्याचे म्हटले आहे. भागीरथी (गंगा) ही त्यांची सीमारेषा होती.[२५४] महाभारत या महाकाव्यानुसार उत्तरपंचालांची राजधानी अहिच्छत (किंवा छत्रवती) होती. हे बरेली जिल्ह्यातील औनलाजवळचे आजचे रामनगर होय. दक्षिण पंचालदेश गंगेपासून चम्बळपर्यंत पसरला होता, आणि त्याची राजधानी काम्पिल्य ही होती.[२५५] उत्तरपंचालाच्या आधिपत्यासाठी प्राचीन काळी कुरूपंचालांमध्ये फार मोठा संघर्ष झाला होता. कधीकधी उत्तरपंचालांचा समावेश कुरूरट्ठात (कुरुराष्ट्रात)[२५६] होत होता, आणि त्याची राजधानी हस्तिनापूर होती;[२५७] तर कधी कधी उत्तरपंचाल हा कम्पिलरट्ठाचा (काम्पिल्यराष्ट्राचा) भाग होता.[२५८] कधी कधी काम्पिल्यराष्ट्राच्या राजांचे न्यायालय उत्तर-पंचाल नगरात होते, तर कधी कधी उत्तर पंचालराजांचे न्यायालय काम्पिल्यास होते.[२५९]

प्रवाहण जैवल (किंवा-जैवलि) यांच्या मृत्यूपासून मगधाच्या बिंबिसाराच्या काळापर्यंत पंचालांचा इतिहास हा धूसरतेत गुरफटलेला आहे. ह्या कालावधीत जो होऊन गेला असे म्हणता येण्यासारखे आहे, तो एकच राजा म्हणजे दुर्मुख (दुम्मुख) होय. हा निमीचा[२६०] समकालीन. आणि निमी हा बहुधा मिथिलेचा उपान्त्य राजा. 'कुम्भकार-जातका'त असे विधान आहे की, दुर्मुखाच्या[२६१] राज्याला उत्तर-पंचाल-रट्ठ (राष्ट्र) अशी संज्ञा होती, आणि त्याची राजधानी अहिच्छत्र नसून कम्पिल्ल (काम्पिल्य) नगर ही होती. तो कलिंगांचा राजा करण्डू(ण्डु), गन्धारांचा राजा नग्गजि (नग्राजित) आणि विदेहांचा राजा निमी यांचा समकालीन होता, असे म्हटले आहे. 'अंतरेयब्राह्मणा'त[२६२] त्याने इतस्ततः विजय मिळविले, असा निर्देश असून बृहदुक्थ हा त्याचा ऋत्विज म्हणून दिला आहे :-

"ऐतं ह वा ऐन्द्रं महाभिषेकं बृहदुक्थ ऋषिर्दुर्मुखाय पंञ्चालाय प्रोवाच तस्मादु दुर्मुखः पंञ्चालो राजा सन् विद्यया समन्तं सर्वतः पृथिवीं जयन् परीयाय."

"बृहदुक्थ ऋषीने पंचाल दुर्मुखाला अनुलक्षून हा ऐन्द्र महाभिषेक घोषित केला. म्हणून दुर्मुख पंचाल हा राजा असता या ज्ञानामुळे संपूर्ण पृथ्वीच्या भोवती पृथ्वी जिंकित गेला.[२६३]

'महावग्ग-जातक'[२६४] 'उत्तराध्ययन-सूत्र'[२६५] 'स्वप्नवासवदत्त'[२६६] आणि रामायण[२६७] यात चुलनि ब्रह्मदत्त या नावाचा महान पंचाल-राजा निर्दिष्ट आहे. रामायणात त्याने कुशनाभाच्या मुलींशी ('कन्याः') विवाह केल्याचे आहे. या मुलींना वायुदेवाने 'कुब्ज' म्हणजे कुबड्या केलेले होते. 'जातका'मध्ये ब्रह्मदत्ताचा अमात्य केवत्त याने चूलनीला समग्र भारताचा राजा करण्याचा घाट घातला. आणि त्याच ठिकाणी राजाने मिथिलेला वेढा घातल्याचे म्हटले आहे. 'उत्तराध्ययना'त ब्रह्मदत्त हा एकच्छत्री सम्राट दाखविला आहे. परंतु ह्या राजाची ही कथा मुळात कल्पित कथा दिसते. त्यामुळे ती फारच थोड्या प्रमाणाने विश्वासार्ह मानता येईल. रामायणात ह्या राजाविषयी जी कथा आली आहे, ती एवढ्याच कारणासाठी महत्त्वाची आहे की, पहिल्या-पहिल्या पंचालांचा 'कान्यकुब्ज' (कनौज) या विख्यात नगरीशी संबंध दर्शविला आहे, आणि ह्या नगरीच्या नावाचा (कन्याकुब्ज[२६८] - कुबड्या कन्यांची नगरी) कथेमध्ये शापाशी संबंध जोडून समर्थन दिले आहे.

'उत्तराध्ययनसूत्रा'त काम्पिल्याचा संजय नावाचा एक राजा उल्लेखिलेला आहे. त्याने राजसत्तेचा त्याग करून जिनधर्माचा स्वीकार केला.[२६९] संजयाने सिंहासन सोडल्यावर पुढे त्याचे काय झाले ते आपल्याला माहीत नाही. परंतु विदेह, मल्ल आणि कुरू यांच्याप्रमाणे पंचालांनीही 'राजशब्दोपजीवी' नमुन्याचे एक संघराज्य स्थापन केले,[२७०] असे मानण्याला जागा आहे.

मत्स्य हा चम्बळ जवळील टेकड्या आणि सरस्वतीनदीच्या काठावरची अरण्ये या दोहोंच्या मधला एक विस्तृत प्रदेश होता. विराट-नगर (आजच्या जयपूर भागातील बैराट) हे त्याचे केन्द्र होते. ह्या राज्याच्या जुन्या इतिहासाचे निवेदन याच्या अगोदरच केलेले आहे. पण मगधाच्या बिंबिसाराच्या राजवटीच्या लगोलग अगोदरच्या कालावधीत त्यात काय-काय घडामोडी झाल्या, हे अज्ञात आहे.[२७१] 'कौटिलीय अर्थशास्त्रा'मध्ये राज्यांचा 'संघराज्य' किंवा राजपद नसलेले राज्य म्हणून उल्लेख व समावेश आहे, त्यात हे राज्य नाही. यावरून असा संभव दिसतो की, राजतन्त्रात्मक घटना तिचे स्वातंत्र्य जाईपर्यंत टिकून राहिली होती. कदाचित एके काळी ते शेजारच्या चेदिराज्याला जोडून टाकले असावे. महाभारतात[२७२] चेदि आणि मत्स्य या दोहोंहीवर राज्य करणाऱ्या सहज नावाच्या एका राजाचा उल्लेख आहे. सरतेशेवटी ते मगध साम्राज्यात एकरूप होऊन गेले. अशोकाच्या राज्यापैकी काही सर्वविख्यात राजाज्ञा बैराट येथे सापडलेल्या आहेत.

मत्स्यांचे एक कुल मध्ययुगीन काळात विशाखापट्टणम् भागात स्थायिक झाले होते.[२७३] आपल्याला अशीही माहिती मिळते की, उत्कलाचा अधिपती जयत्सेन याने

आपली मुलगी प्रभावती मत्स्यकुलातल्या सत्यमार्तंडाला दिली होती आणि ओड्डवादी(दि) देशावर राज्य करण्यासाठी त्याची नियुक्ती केली. तेवीस पिढ्यांनंतर १२६९ साली राज्य करणारा अर्जुन आला.

शूरसेन देशाची राजधानी मथुरा, कौशाम्बीप्रमाणेच तीही यमुनेवर होती. वैदिक वाङ्मयात ना या देशाचा उल्लेख, ना त्याच्या राजधानीचा. पण ग्रीक लेखकांनी सूरसेनोई आणि त्यातील मेथारा (मथुरा) व क्लेइसोबोरा या शहरांचा उल्लेख केलेला आहे. बौद्धधर्मी पंडित मथुरेमध्ये सोयी-सवलती नसल्याबद्दल तक्रार करतात. हे उघड झाले की, पघडम[२७४] किंवा पतंजली ज्यांचा 'महाभाष्या'त[२७५] निर्देश करतो ते 'शाटक'(छाट्या) आणि 'कार्षापण' (एक प्रकारची नाणी) यांची त्यांना गरज नव्हती. ह्या नगरीपासून एक राजमार्ग वेरंजा नावाच्या स्थळाला जोडला होता, आणि वेरंजा हे स्थळ श्रावस्तीला जोडले होते. तसेच तक्षशिलेपासून सोरेय्या (संकस्स) सांकाश्य, कण्णकुज्ज (कन्याकुब्ज-कनौज) आणि पयाग-पतिट्ठान (अलाहाबाद) यामधून जाणारा कारवानांचा मार्ग वाराणसीला जोडलेला होता.[२७६]

महाभारतात आणि पुराणात मथुरेचे राज्यकर्ते कुल हे यदू किंवा यादवकुल म्हणून म्हटले आहे. यादव हे वीतिहोत, सात्वत इ. अनेक जातीजमातींमध्ये विभागलेले होते.[२७७] आणि सात्वत हे दैवावृध, अन्धक, महाभोज आणि वृष्णं अशा शाखांमध्ये विभागलेले होते.[२७८]

यदू आणि त्याची जमात यांचा ऋग्वेदात वारंवार निर्देश येतो. यदूचा तुर्वशांशी निकट संबंध आहे, आणि एके ठिकाणी दुह्यू(हयु) अनू(नु) आणि पूरू (रु) यांशी संबंध आहे[२७९] हा संबंध महाभारतात आणि पौराणिक कथातही सूचित आहे. आणि तेथे असे म्हटले आहे की, यदू आणि तुर्वश हे एकाच आई-वडिलांचे मुलगे होते; तर दृह्यू, अनू आणि पुरू हे त्यांचे सावत्र भाऊ होते.

ऋग्वेदावरून[२८०] आपल्याला कळते की, यदू आणि तुर्वश हे दूरदेशांतून आलेले होते आणि यदूंचा तर पशूंशी (किंवा पर्शियनांशी) अगदी खास असा संबंध सांगितलेला आहे.[२८१] सात्वत किंवा सत्वत हे देखील वेदवाङ्मयात निर्दिष्ट दिसतात. 'शतपथब्राह्मणा'त[२८२] सत्वतांच्या भरताने केलेल्या पराभवाचा आणि अश्वमेध यज्ञासाठी त्यांनी सिद्ध केलेला अश्व भरताने हरण करून नेल्याचा उल्लेख आहे. भरताने सरस्वती, यमुना आणि गंगा या नद्यांच्या काठी यज्ञांमध्ये आहुती दिल्या. त्यावरून भरताच्या राज्याचे भौगोलिक स्थान स्पष्टपणे दिसून येते.[२८३] सत्वतांचा प्रदेश त्याला लागून कोठेतरी असला पाहिजे. त्यामुळे ते मथुरा जिल्ह्यामध्ये होते, अशी महाभारतात आणि पुराणांत जी परंपरा आहे, तिला भक्कम आधार मिळतो. परंतु उत्तरकाळी सत्वतांची

एक शाखा बरीच दक्षिणेकडे गेली असावी, असे दिसते. कारण 'ऐतरेयब्राह्मणा'त[२८४] सत्वत हे दक्षिणात्य लोक असल्याचा आणि ते कुरूपंचाल प्रदेशाच्या पलीकडे राहत असल्याचा, अर्थात चम्बळ नदीच्या पलीकडे व त्यांच्यावर भोज राजांचे राज्य असल्याचा उल्लेख आहे. पुराणांतदेखील सत्वतांच्या एका शाखेला 'भोज', अशी संज्ञा होती[२८५] असे आपणास आढळते.

"भजिन-भजमान-दिव्य-आन्ध-देवावृध-महाभोज-वृष्णि-संज्ञाः सात्वतस्य पुत्रा बभूवुः .... महाभोजस्तवति धर्मात्मा तस्यान्वये भोज-मार्तिकावता बभूः"

पुढे असेही विधान आहे की, माहिष्मती, विदर्भ इत्यादी अनेक दक्षिणेकडील राज्यांची स्थापना यदुवंशातल्या राजांनी केली.[२८६] केवळ भोजाचाच नव्हे, तर सात्वतांच्या देवावृध[२८७] शाखेचाही उल्लेख वेदवाङ्मयात येतो. 'ऐतरेयब्राह्मणा'त बभ्रू(भ्रु) दैवावृध[२८८] हा विदर्भराज भीमाचा आणि गन्धारराज नगनाजिताचा समकालीन असल्याचा उल्लेख आहे. अन्धक आणि वृष्णी(ष्णि) यांचा पाणिनीय अष्टाध्यायात उल्लेख आहे.[२८९] 'कौटिलीय अर्थशास्त्रा'त[२९०] वृष्णींचा 'संघ' म्हणजे गणराज्यसंघ आहे, असे म्हटले आहे. 'महाभारता'त देखील वृष्णी अन्धक आणि त्यांच्या सहचारी जाती या 'संघ'[२९१] आणि वृष्णींचा राजा वासुदेव हा 'संघमुख्य' असल्याचे म्हटले आहे. 'संघमुख्य' म्हणजे संघराज्यातील ज्येष्ठ किंवा वरिष्ठ. वृष्णि या गणाचे नाव हे एका वैशिष्ट्यपूर्ण नाण्यानेही चिरंजीव केलेले आहे.[२९२] 'महाभारत' आणि 'पुराण' यात असे सांगितलेले आहे की, (ग्रीकांच्या इतिहासातील पीसिस्ट्रेटस् आणि इतर यांच्याप्रमाणे) यादवांवर आक्रमण करून त्यांना आपल्या ताब्यात आणून कंसाने स्वतः मथुरेचे आधिपत्य मिळविले आणि वृष्णिकुलातील कृष्ण - वासुदेवाने त्याचा वध केला. कंसाच्या कृष्णाने केलेल्या वधाचा निर्देश पतंजलीनेही केलेला आहे. तो 'घटजातका'तही[२९३] आहे. 'घटजातका' मुळे कृष्ण-वासुदेवाच्या कुलाचा मथुरेशी (उत्तर-मथुरेशी) संबंध असल्याची हिंदूंची परंपरा सिद्ध होत आहे.[२९४]

वृष्णींचा सरतेशेवटी जो सर्वनाश झाला, त्याचे कारण म्हणून त्यांची ब्राह्मणांविषयीची तुच्छताबुद्धी दिलेली आहे.[२९५] या संदर्भात हे लक्षात ठेवण्यासारखे आहे की, महाभारताच्या द्रोणपर्वात[२९६] वृष्णी आणि अन्धक यांच्यावर 'व्रात्य' (पारंपरिक धर्मापासून भ्रष्ट झालेले) असा शिक्का आहे. हीही एक विशेषच गोष्ट आहे की, वृष्णि-अन्धक आणि लिच्छवी व मल्ल यांसारखे 'व्रात्य' गण हे ऐतिहासिक कालात कुरू-पंचाल आणि दुसरे दोन गण यांनी व्यापिलेल्या 'ध्रुवा मध्यमा दिश्' हिच्या दक्षिण आणि पूर्व सीमावरच आढळून येतात. यामुळे हे संभाव्य वाटते की, कुरू-पंचालांचा प्रवर्तक जो पुरू-भरत-गण त्याने दक्षिणेस आणि पूर्वेस रेटून दिलेला

हा पूर्वकालीन आर्यांचा समूह असावा. येथेच हेही लक्षात ठेवावे की, 'शतपथब्राह्मणा'त वृष्णि-अन्धकांचे प्रवर्तक जे सात्वत यांचा भरताने केलेल्या पराभवाचा साक्षात उल्लेख आहे आणि महाभारतात मगधाचा पुरुवंश आणि कदाचित कुरू यांनी जो रेटा आणला त्यामुळे मथुरेहून यादवांच्या झालेल्या निष्क्रमणाचा उल्लेख केलेला आहे.[२९७]

बौद्ध-साहित्यात महाकच्छानाच्या[२९८] काळी झालेल्या शूरसेनांच्या राजाचा-अवन्तिपुत्राचा-निर्देश आहे, हा अवन्तिपुत्र शाक्यमुनीच्या प्रमुख शिष्यातला एक होता आणि त्याच्याचमुळे बौद्धधर्माला मथुरेच्या प्रदेशात पाय रोवता आले. अवनतीच्या राजवंशाशी काहीतरी नाते असावे, असे ह्या राजाच्या नावावरून सूचित होते. कुविन्द या नावाच्या राजाचा 'काव्यमीमांसे'त उल्लेख आहे.[२९९] अगदी थेट मेगॅस्थिनीसच्या काळापर्यंत शूरसेन हे नामांकित लोक राहिले. परंतु त्यावेळी मगध साम्राज्याचा ते एक महत्त्वाचा भाग होऊन गेले असावेत.

अस्सक (अश्मक) हा देश गोदावरीच्या तीरांवर वसला होता.[३००] त्याची राजधानी पोतलि, किंवा पोतन किंवा पोदन[३०१] म्हणजे बहुधा हैदराबादमधील (आन्ध्रप्रदेशातील) बोधन असावे. मूलक (पैठण सभोवारचा प्रदेश) आणि कलिंग[३०२] यांच्या मधोमध ती असावी. याचा या स्थानाशी मेळ जुळतो. कारण पाली-साहित्यात त्याची साक्ष मिळते. 'सोन-नन्द-जातका'त अस्सक अवन्तीशी संबद्ध आहे, असे आपल्याला आढळते. यावरून हे सूचित होत असावे की, त्या वेळी अस्सकांत मूलकाचा आणि शेजारच्या काही भागांचा समावेश होता होता आणि अशा प्रकारे त्याचा प्रदेश अवन्तीच्या दक्षिणसीमेला लागला असावा.[३०३]

'वायुपुराणा'त[३०४] अश्म आणि मूलक हे इक्ष्वाकु कुलाचे वंशज होत, असे दिसते. आणि महाभारतात अश्मक नावाच्या राजर्षीने ('अश्मको नाम राजर्षिः') पोदन ही नगरी स्थापिली, असे म्हटले आहे. बहुधा यावरून असे दिसते की, ज्याप्रमाणे विदर्भ आणि दण्डक ही राज्ये यदु-(भौज) कुलातील राजांनी स्थापिली, त्याप्रमाणे अश्मक आणि मूलक यांची राज्ये ही इक्ष्वाकु राजांनी स्थापिली, अशी धारणा होती. 'महागोविन्दसुत्तन्ता'त अस्सकराज ब्रह्मदत्ताचा उल्लेख आहे तो कलिंगराज सततभु (भू) अवन्तिराज वेस्सभू(भु) सीवीरचा राजा भरत, विदेहाचा राजा रेणु(णू) अंगाचा राजा धतरट्ठ आणि काशीचा राजा धतरट्ठ यांचा समकालीन होता, असे म्हटले आहे.[३७५]

'अस्सक-जातका'वरून[३०६] आपल्याला असे दिसते की, एके काळी पोतली या नगरीचा काशीच्या राज्यामध्ये अन्तर्भाव होत होता. आणि त्यामुळे ओघाने त्याचा राजा अस्सक हा काशीच्या राजाचा मांडलिक होता. 'चुल्ल-कलिंग-जातका'त अरुण या नावाचा एक अस्सकाचा राजा आणि त्याचा अमात्य नन्दिसेन यांचा उल्लेख आहे.

आणि तेथे त्यांनी कलिंगाच्या राजावर जो विजय संपादिला, तोहि दिलेला आहे.

अवन्ती म्हणजे स्थूलमानाने उज्जैनचा प्रदेश होय. अर्थात उज्जैनच्या प्रदेशात ओन्कार-मांधात्यापासून महेश्वरापर्यंतचा नर्मदेच्या खोऱ्याचा भाग आणि काही लगतचे जिल्हे हे अन्तर्भूत करावे. उत्तरकालीन जैन लेखक हे त्याच्या सीमांमध्ये ऐरनच्या वायव्येस सुमारे पन्नास मैलावर असलेल्या मध्यप्रदेशाच्या गुणा जिल्ह्यातील तुम्बवन किंवा तुमेन याचाही अन्तर्भाव करतात.[३०७] या जनपदाचे विन्ध्याद्रीने दोन भाग केले होते. उत्तरभागात क्षिप्रा आणि इतर छोट्या नद्या वाहतात. त्याची राजधानी उज्जैन. आणि दक्षिण भागात नर्मदा. त्याचे केन्द्र माहिस्सती किंवा माहिष्मती.[३०८] माहिष्मती हे आजचे मान्धात्याचे खडकाळ बेट होय, असे साधारणतः मानतात.[३०९]

बौद्ध आणि जैन लेखक अवन्तीच्या दुसऱ्या कितीतरी नगरांचा उल्लेख करतात. उदाहरणार्थ, कुरूरघर 'टिटव्याचा निवास', मक्करकट आणि सुदर्शनपुर[३१०] महागोविन्द सुत्तन्तात माहिस्सती ही अवन्तीची राजधानी आणि वेस्सम् हा राजा म्हणून निर्दिष्ट आहे. परंतु महाभारतात मात्र अवन्ती आणि माहिष्मती यांच्या राज्यात भेद केलेला आहे. तथापि अवन्तीची विन्द आणि अनुविन्द ही स्थाने नर्मदेजवळ असल्याचे म्हटले आहे.[३११]

पुराणांमध्ये माहिष्मती, अवन्ती आणि विदर्भ यांची संस्थापना यदुकुलाच्या वंशजांनी केली, असे दिले आहे. पुराणामध्ये यदुकुलाचे शाखाभूत असलेले जे सत्वत आणि भोज त्यांचा संबंध 'ऐतरेयब्राह्मणा'त सुद्धा दक्षिणेकडील राज्यांशी दाखविलेला आहे.[३१२]

माहिष्मतीच्या पहिल्या राजवंशाला हैहय असे पुराणात नाव आहे.[३१३] 'कौटिलीय अर्थशास्त्रात'त[३१४] हे कुल अगोदरच आलेले आहे. आणि महाभारतात, 'षोडश-राजिक'त आणि इतर कथांतही आले आहे. हैहयांनी नागांना उलथून टाकल्याचे म्हटले आहे. हे नाग नर्मदेच्या प्रदेशातील आदिवासी असले पाहिजेत.[३१५] मत्स्यपुराणात हैहयांच्या पाच शाखा दिलेल्या आहेत. वीतिहोत्र, भोज, अवन्ती, कुण्डिकेरस (किंवा-तुण्डिकेरस्) आणि तालजंघ.[३१६] वीतिहोत्र आणि अवन्ती (किंवा अवन्तीमधले वीतिहोत्र) जेव्हा नष्ट झाले, तेव्हा पुलि(जि)क नावाच्या एका अमात्याने आपल्या राजाचा वध केला आणि क्षत्रियांच्या डोळ्यांदेखत आपल्या प्रद्योत नावाच्या मुलाला अभिषेक केला.[३१७] इ. स. पूर्व चौथ्या शतकात अवन्ती हा मगध साम्राज्याचा एक मुख्य भाग होता.

गन्धारांचे राज्य हे कश्मीरच्या खोऱ्याला आपल्या सीमांमध्ये अन्तर्भूत करून होते. तसेच त्यात तक्षशिला ही प्राचीन नगरी होती. तक्षशिला वाराणसीपासून २०००

योजने[३१८] असूनही दूरदूरच्या प्रदेशातून विद्यार्थी आणि चिकित्सक पण्डित तेथे येत असत, असे तिचे आकर्षण होते.

गन्धारांचे राजे हे दुह्यूचे वंशज होते, असे पुराणांतरी आहे.[३१९] हा राजा आणि त्याचे प्रजानन यांचा ऋग्वेदात अनेकदा उल्लेख आहे. आणि ते वायव्येकडचे होते,[३२०] हे उघड आहे. पुराणांच्या परंपरेची ही एक गवाहीच होय. एका जुन्या नग्नजित या राजाचा उल्लेख यापूर्वी केलेलाच आहे. हा विदेहराजा निमी, पंचालराज दुर्मुख, विदर्भराज भीम[३२१] आणि कलिंगराज 'करकण्डू' यांचा समकालीन होता. जैन लेखक आपल्याला असे सांगतात की ह्या राजांनी जैन धर्म स्वीकारला होता.[३२२] ज्या अर्थी पार्श्व (इ.स.पूर्व ७७७) हा बहुधा पहिला ऐतिहासिक जैन होऊन गेला, त्या अर्थी नग्नजित याने जर त्याचा जैनपंथ स्वीकारला असेल, तर त्याचा काळ इ.स.पूर्व ७७७ आणि सुमारे ५४४ (इ.स.पूर्व) यांच्या मधे मानला पाहिजे. कारण इ.स.पूर्व ५४४ हा बिंबिसाराचा गंधारदेशीय समकालीन जो पुक्कुसाती(ति) त्याचा काळ आहे. परंतु हे त्याचे जैन धर्मान्तर 'जातका'तील त्याच्या कथेशी जुळत नाही. कारण तीत तो आणि त्याचे धर्मग्नेति 'प्रच्चेकबुद्ध' या थोर पदाला पोहोचले, असे आहे; किंवा राजा किंवा त्याचा मुलगा सर्वजित(त्)[३२३] वैदिक धर्मविधीमध्ये आस्था दर्शवीत होता, असे आहे. मात्र येथे हेही लक्षात ठेविले पाहिजे की, असल्या विषयात कुटुंबाच्या विशिष्ट दृष्टिकोनाची फारशी फिकीर बाळगली जात नसे. भिन्न धर्मपंथीयांना आपापले जे हक्क सांगितले आहेत, त्यातले रहस्य बेतानेच घेतलेले बरे. यातून निष्कर्ष निघतो तो एवढाच की, त्या विशिष्ट कुलातल्या कुटुंबियांना धर्माविषयी आस्था होती, याची परंपरेला माहिती आहे. आणि त्यांचे दृष्टिकोन हे पारंपरिक वैदिक धर्माशी जुळते नव्हते, हेही ठाऊक होते.

इ.स.पूर्व सहाव्या शतकाच्या मध्यास गंधाराच्या राजसिंहासनावर पुक्कुसाती (पुष्करसारिन्) हा होता. त्याने मगधाचा राजा बिंबिसार याला एक दूतमंडळ आणि पत्र पाठविले, आणि अवन्तीच्या प्रद्योताला युद्ध करून पराभूत केले, असे सांगतात.[३२४] त्याचप्रमाणे असेही म्हटले आहे की, त्याच्या स्वतःच्याच राज्यात पांडवांनी त्याला धाकात धरिले आणि पंजाबचा एक भाग बळकाविलाही. हे टॉलेमीच्या काळात घडले, म्हणजे नंतरच्या काळात. इ.स.पूर्व सहाव्या शतकाच्या उत्तरार्धात पर्शियाच्या राजाने गंधार जिंकला. दरायस्च्या बहिस्तानच्या शिलालेखात (सुमारे इ.स.पूर्व ५२०-५१८) गन्धारदेशीय लोक ('गदरा') हे आकेमेनिदन किंवा आकेमेनियम साम्राज्याचे प्रजाजन असल्याचे आढळते.[३२५]

कम्बोज याचा वाङ्मयात आणि शिलालेखात सतत गन्धाराशी संबंध येतो.[३२६]

गन्धाराप्रमाणेच त्याचा अन्तर्भाव उत्तरापथात म्हणजे उत्तरभारतात केलेला आहे.[३२७] यास्तव गंगापार असलेल्या कम्बोडियाच्या द्वीपकल्पापेक्षा तो अस्पष्टपणे वेगळा मानिला पाहिजे आणि गन्धाराच्या शेजारी पाकिस्तानच्या वायव्येकडच्या कोठल्यातरी प्रदेशात त्याचे स्थान मानिले पाहिजे. महाभारतात त्याचा राजपूर नावाच्या एका ठिकाणाशी संबंध आला आहे.[३२८] 'कर्ण राजपुरं गत्वा कम्बोजा निर्जितास्त्वया'[३२९] कम्बोज आणि गंधार यांच्या या संबंधामुळे आपल्याला हे राजपूर म्हणजे युआन च्वांगने[३३०] उल्लेखिलेला त्याच नावाचा (अर्थात्–राजपूर) पूंछच्या दक्षिणेस किंवा आग्नेयेस असलेला भाग होय, हे सांगता येते. कम्बोजाच्या पश्चिम सीमा काफिरिस्तानला भिडल्या असल्या पाहिजेत. एल्फिन्स्टनला त्या प्रदेशात 'कॉमोजी' 'कमोझे' आणि 'कमोजे' या नावाच्या ज्या जाती आढळल्या त्यावरून कोणालाही कम्बोजाची आठवण होईल.[३३१]

उत्तरवैदिक काळी कम्बोज हे ब्राह्मणधर्माचे माहेर झालेले असणे शक्य आहे. 'वंशब्राह्मणा'त तर प्रत्यक्षातच काम्बोज औपमन्यव नावाच्या एका आचार्याचा उल्लेख येतो.[३३२] 'मझिमनिकाया'त आर्यांचे ('अयूयो') कम्बोजातील अस्तित्व मान्य केलेले आहे.[३३३] पण यापूर्वीच यास्काच्या काळी काम्बोज हे मध्यभारतीय आर्यांपेक्षा वेगळे लोक व वेगळी भाषा बोलणारे म्हणून म्हटले गेले होते.[३३४] उत्तरकाळी आणखीही बदल घडून आले आणि 'मूरिदत्त–जातका'त[३३५] कम्बोजांच्या चालीरीती ह्या 'अनार्य' म्हणजे रानटी होत्या, असे म्हटले आहे.

"एते हि धम्मा अनरियरूपा
कम्बोजकाना वितथा बहुननं ति"[३३६]

(कम्बोजांच्या टोळ्यांच्या ह्या चालीरीती बरोबर अनार्यरूपी आणि खोटारड्या आहेत.[३३७])

कम्बोजाचे हे वर्णन युआन च्वांगने राजपुराच्या आणि शेजारच्या देशांच्या दिलेल्या वर्णनाशी अगदी तंतोतंत जुळते : "लम्पापासून राजपुरापर्यंत राहणारे लोक व्यक्तिगत दिसण्यामध्ये रासवट आणि सरळ आहेत. त्यांची वृत्ती आडदांड आणि हिंसक आणि ...... ते काही मूळ भारताचे नव्हते. तर ते सीमेवर राहणारे खालच्या दर्जाचे (म्हणजे रानवटी) वंशाचे लोक आहेत."[३३८]

महाभारताच्या काळी कम्बोजाची राजधानी बहुधा राजपूर येथे होती. ऱ्हीस् डेव्हिड्सने अव्वल बौद्धकालात राजपूर ही राजधानी होती, असे जरी म्हटलेले असले आणि जरी ती एका रस्त्याने जोडलेली असली, तरी खरोखर ती या प्रदेशातच वसलेली नव्हती.[३३९] कम्बोजांची खरी नगरी म्हणजे ल्युडर्सच्या शिलालेखांत (क्रमांक १७६ आणि ४७२) उल्लेखिलेले नन्दिनगर होय.

वेदवाङ्मयात कम्बोजाच्या कोणत्याही राजाचा निर्देश नाही. परंतु पूर्वी दाखवून दिल्याप्रमाणे त्यात काम्बोज औपमन्यव या आचार्याचा निर्देश आहे. बहुधा त्याचा या भागाशी संबंध असावा. महाभारतात काम्बोज राजतंत्रीय घटनेच्या अनुसाराने राहत असल्याचे म्हटले आहे.[३४०] तेथेच चंद्रवर्मन् व सुदक्षिण हे त्यांचे राजे होते, असे दिलेले आहे. नंतरच्या काळात राजतंत्राची जागा संघराज्याने घेतली. 'कौटिलीय अर्थशास्त्रां'त[३४१] काम्बोज हे 'वार्ताशस्त्रोपजीवी' संघ म्हणून निर्देशिलेले आहेत. म्हणजे शेतकरी, मेंढपाळ, व्यापारी आणि क्षत्रिय असा त्यांचा महासंघ होता. महाभारतात काम्बोजाच्या स्वयंपूर्ण महासंघाचाही ('काम्बोजाना च ये गणाः') उल्लेख आहे.[३४२]

महाजनपदांची महाभारतातील माहिती

महाभारताच्या कर्णपर्वामध्ये वर वर्णिलेल्या प्रायः सर्व महाजनपदांच्या लोकांच्या वैशिष्ट्यांची उद्‌बोधक माहिती मिळते.[३४३]

कुरू, पंचाल, मत्स्य, कोसल, काशी, मगध , चेदी आणि शूरसेन या जनांची तेथे प्रशंसा केलेली आहे :-

''कुरवः सहपंञ्चलाः शाल्वा मत्स्याः सनैमिषाः ।[३४४]
कोसलाः काश्योऽखगाश्च कलिङ्गा मागधास्तथा ।।
चेदयश्य महाभागा धर्मं जानन्ति शाश्वतम् ।
ब्राह्मंहं पंञ्चलाः कौरव्यास्तु धर्मम्
सत्यं मत्स्याः शूरसेनाश्च यज्ञम् ।''

(''पंचालांसमवेत कौरव, शाल्व, मत्स्य, नैमिष, कोसल, काशीजन, अंग, कलिंग मगध आणि महाभाग चेदी यांना शाश्वत धर्म माहीत आहे. पंचाल वेदधर्मानुसार राहतात. कौरव धर्माप्रमाणे, मत्स्य सत्यानुसार आणि शूरसेन यज्ञधर्माप्रमाणे वागतात.'')

'इंगितज्ञाश्च मगधाः प्रेक्षितज्ञाश्च कोसलाः ।
अर्धोक्तिः कुरूपंञ्चालाः शाल्वाः कृत्स्नानुशासनाः ।''

(''मगधांना (नुसत्या) सूचना कळतात, कोसल दृष्टिक्षेप ओळखतात, कुरूपंचाल अर्धे उच्चारिलेले शब्दही जाणतात, शाल्वांना (मात्र) सर्वच्या सर्व सांगावे लागते.'')

''आतुराणा परित्यागः सदारसुतविक्रयः ।
अंगेषु वर्तते कर्ण येषामधिपतिर्भवान् ।।'

(''ज्यांचा तू राजा आहेस, त्या अंग लोकांमध्ये दुःखी (किंवा-रोगी) लोकांचा त्याग आणि बायकामुलांची विक्री रूढ आहे.'')

''मद्रकेषु च संसृष्टं शौचं गान्धारकेषु च ।
राजयाजक्याज्ये च नष्टं दत्तं हविर्मवेत् ।।

(''मद्रकलोकांमध्ये मित्रत्व आणि गान्धारजनांत पावित्र्य नष्ट होते. आणि राजा हा (स्वतःच) जेथे यजमान आणि ऋतित्वज आहे, तेथे दिलेली आहुती व्यर्थ जाते.'')

वर दिलेल्या श्लोकांवरून उत्तर-भारतातील महाजनपदांविषयी मध्यदेशाच्या पश्चिमेकडील मुख्यत्वेकरून कविजनांचे मत काय होते, याची बरीचशी कल्पना येते.

काशीचा अस्त आणि कोसलाचा उदय

'कोसलो नाम मुदितः स्फीतो जनपदो महान्।' – रामायण

सोळा महाजनपदांचा वैभवकाल हा ख्रिस्तशतकापूर्वीच्या सहाव्या आणि पाचव्या शतकात समाप्त झाला. ह्याच्या पुढच्या काळातील त्यांचा इतिहास म्हणजे अनेक बलवान राज्यांमध्ये आणि सरते शेवटी एकाच साम्राज्यामध्ये – अर्थात मगधाच्या साम्राज्यामध्ये – त्याचे जे विलीनीकरण झाले, त्याची कहाणी आहे.

सर्वात प्रथम अस्त झाला, तो बहुधा काशीच्या राज्याचा 'महावग्ग' आणि 'जातके' यात हे राज्य आणि शेजारची राज्ये – विशेषतः कोसल – यात कडोविकडीच्या संघर्षांचे निर्देश आहेत. या संघर्षाची कारणे व वस्तुस्थिती धूसर आहेत. काल्पनिक कथांमध्ये ती गुरफटून गेलेली असल्यामुळे त्यातून ती सोडविणे अशक्य आहे. प्रथम काशीचे लोक विजयी झाल्याप्रमाणे दिसतात, पण अखेरीस कोसलांनीच मात केली.

'महावग्ग'[३४५] आणि 'कोसम्बी-जातक'[३४६] यात काशीचा राजा ब्रह्मदत्त याने कोसलांचा राजा दीघती(ति) याचे राज्य घेऊन त्याला ठार मारिले, असे म्हटले आहे. 'कुनाल-जातका'त[३४७] म्हटले आहे की, काशिराज ब्रह्मदत्ताने जवळ सैन्य असल्याने कोसलदेश जिंकला, त्याच्या राजाला ठार मारले, पट्टराणीला वाराणसीला नेले आणि तेथे तिला अन्तःपुरात घातले. 'ब्रह्माछत्त'[३४८] आणि 'सौननन्द'[३४९] या जातकांतही काशीच्या राजांचा कोसलांवरचा विजय नोंदविलेला आहे.

काशीच्या लोकांचा विजय हा फार दिवस टिकला नाही.[३५०] ''महाशीलव-जातका''त[३५१] कोसलांच्या राजाने महाशीलव राजाचे राज्य हिरावून घेतल्याचे आले आहे. 'घट'[३५२] आणि 'एकराज'[३५३] या जातकात वंक आणि दब्दसेन या कोसलांच्या राजांनी काशीवर निर्णायक स्वरूपाचे आधिपत्य संपादिल्याचे म्हटले आहे. काशीवर अंतिम विजय मिळविला, तो बहुधा कंस ह्याने. कारण त्याच्या नावापुढे 'बरानसी-गगनो' (वाराणसी अथवा काशी यांचा विजेता) अशी एक चिर-उपाधि आहे.[३५४] कंसाने काशीवर मिळविलेला विजय आणि बौद्धधर्माचा उदय यामध्ये दीर्घ काळ लोटलेला नसला पाहिजे, कारण बुद्धाच्या काळात आणि नंतरदेखील – म्हणजे 'अंगुत्तर-निकाया'ची रचना झाल्यावर – काशीच्या स्वतंत्र राज्याची स्मृती ही लोकांच्या मनात ताजीतवानी होती.

महाकोसलाच्या काळात – ख्रिस्तशतकापूर्वी सहाव्या शतकात – काशी हा कोसलांच्या राजतंत्रात्मक राज्याचा एक प्रमुख भाग होता. जेव्हा महाकोसलने आपली

मुलगी देवी कोसलादेवी हिचे लग्न मगधाच्या बिम्बिसार राजाशी लावून दिले, तेव्हा स्नानविले पनद्रव्यासाठी त्याने एक सहस्र उत्पन्नाचे काशीचे एक गाव त्याला दिले.[३५५]

महाकोसलाचा मुलगा आणि वारस पसेनदी(दि) किंवा प्रसेनजित्(त) याच्या काळातसुद्धा काशी हा कोसल साम्राज्याचा एक मुख्य भाग होता. 'लोहिच्छसुत्ता'त[३५६] बुद्ध हा लोहिच्छ नावाच्या एका माणसाला असे विचारतो की, ''आता लोहिच्छा, तुला काय वाटते, ते सांग पाहू. कोसलाच्या पसेनदीच्या ताब्यात काशी आणि कोसल ही दोन्ही नाहीत काय?'' लोहिच्छ उत्तर देतो, ''होय गौतमा, हे खरे आहे.''[३५७] ''महावग्गावरून''[३५८] आपल्याला असे कळते की, पसेनदीचा एक भाऊ काशीचा राजप्रतिनिधी होता.

'संयुक्त-निकाया'त[३५९] पसेनदी हा पंचराजसमूहाचा प्रमुख म्हणून सांगितला आहे. यातला एक बहुधा त्याचा भाऊ काशीचा राजाप्रतिनिधी असावा. उरलेले राजे आणि प्रमुख यामध्ये आपल्याला 'पायासि-सुत्तन्ता'त[३६०] उल्लेखिलेला सेतव्याचा पायासि - राजन्स आणि केस पुत्राचा कालाम[३६१] यांचा समावेश करणे योग्य होईल.

या समुहातील आणखी एक राजा हा उघड कपिलवस्तूचा शाक्यप्रमुख असावा.कोसलराजांच्या संबंधात त्याचे राजकीयदृष्ट्या गौणत्व हे अनेक संहितांवरून स्पष्ट होते.[३६२] देवदहाचा राज्यकर्ता हा कोसलाचा आणखी एक प्रसिद्ध मांडलिक गणला असावा.[३६३]

बहुधा महाकोसलांच्या राजवटीतच बिंबिसाराला मगधाचा राज्याभिषेक झाला असावा. ह्या सुप्रसिद्ध राजाच्या सिंहासनारोहणाबरोबरच प्रस्तुत पुस्तकाच्या ह्या भागाची परिसमाप्ती होत आहे.

राजत्व

परिक्षिताच्या राज्यारोहणापासून बिंबिसाराच्या राज्याभिषेकापर्यंत उत्तर भारत आणि दखखनचा बराचसा भाग ज्या राजकीय स्थित्यंतरामधून गेला, त्यांची कहाणी आराखड्याच्या रूपाने देण्याचा आम्ही आतापर्यंत प्रयत्न केला आहे. आता त्या युगातील राजकीय संस्थांचे संक्षिप्त समालोचन करण्याचा प्रयत्न करू. कारण त्यावाचून कोणत्याही राजकीय इतिहासाला पूर्णत्वच येत नाही.

आपण हे पाहिलेच आहे, की ज्यांचे समालोचन आपण करीत आहोत, त्या युगाच्या बव्हंश भागामध्ये राज्यन्त्रात्मक शासन हीच प्रमुख राज्यव्यवस्था होती. भारताच्या वेगवेगळ्या भागांमध्ये जे राज्यकर्ते होऊन गेले, त्यांची श्रेणी, त्यांची सत्ता, त्यांचे सामाजिक स्थान, त्यांच्या निवडीची पद्धती आणि राज्यारोहण, त्यांच्या कुटुंबातील प्रमुख कुटुंबीय, मुलकी आणि सेनाविषयक व्यवस्था, राजसत्तेच्या मर्यादा आणि राज्यव्यवहारातील लोकांचा सहभाग, ही उत्तरकालीन वैदिक वाङ्मयामध्ये आणि त्याच्या उपांगभूत ग्रंथांमध्ये थोडीशी दिलेली आहेत. परंतु ह्या माहितीचे सर्व तुकडे गोळा करून एकत्र जोडले, तरी त्यातून तयार होणारे चित्र अंधुकच आहे. वैदिक मूलग्रंथातून वेचलेली ख्रिस्तशकापूर्वीच्या ५०० या वर्षांपूर्वीची म्हणून निश्चयाने घटितेच तेवढी सांगता येतील. आणि मगध साम्राज्याच्या उदय व वाढ यांच्यापूर्वीच्या वीर युगातील परंपरा आणि त्यात अंतर्भूत असलेल्या वेदोत्तरकालीन गोष्टी यांच्या आधाराने त्यांचा एक तर खुलासा करता येईल, किंवा त्यांना पुरवणी म्हणून देता येतील.

भारताच्या भिन्नभिन्न भागात जे वेगवेगळे राजसंस्थेचे प्रकार होते, त्यांचे 'ऐतरेयब्राह्मणा'त[३६४] आलेले वर्णन असे आहे :-

'ऐतस्यां प्राच्या दिशि ये के च प्राच्यानां राजानः साम्राज्यायैव तेऽभिषिच्यन्ते 'सम्राट' इत्येनान् अभिषिक्तान् आचक्षते ऐतामेव देवानां विहितिमनु ।'

'ऐतस्यां दक्षिणस्यां दिशि ये के च सत्वता राजानो भौज्यायैव तेऽभिषिच्यन्ते 'भोज्' इत्येनान् अभिषिक्तान् आचक्षते ऐतामेव देवांना विहितिमनु ।'

'ऐतस्या प्रतीच्या दिशि ये के च नीचानां राजानो येऽपाच्यानां स्वाराज्यायैव तेऽभिषिच्यन्ते 'स्वराट्' इत्येनान् अभिषिक्तान् आचक्षते ऐतामेव देवानां विहितिमनु ।'

'ऐतस्याम उदीच्यां दिशि ये के च परेण हिमवन्तं जनपदाः उत्तरकुरवः उत्तरमुद्राः इति वैराज्ययौव तेऽभिषिच्यन्ते 'विराट्' इत्येनान् अभिषिक्तान् आचक्षते ऐतामेव देवानां विहितिमनु ।'

'ऐतस्या ध्रुवायां मध्यमायां प्रतिष्ठायां दिशि ये के च कुरुपंञ्चालानां राजानः ते वशोशीनराणां राज्यायैव तेऽभिषिच्यन्ते 'राज' इत्येनान् अभिषिक्तान् आचक्षते ऐतामेव देवानां विहितिमनु।'

(अर्थ – ह्या पूर्वदिशेला पूर्वेकडील जे कोणी राजे असतात, त्यांना साम्राज्यासाठीच अभिषेक केला जातो; देवांच्या ह्याच विधीला अनुसरून त्यांना अभिषेक झाल्यावर ते त्यांना 'सम्राट' अशी संज्ञा देतात.

ह्या दक्षिण दिशेला जे कोणी सत्वतांचे राजे असतात, त्यांना भौज्यासाठीच (अधिसत्तेसाठीच) अभिषेक केला जातो; देवांच्या ह्याच विधिला अनुसरून त्यांना अभिषेक झाल्यावर ते त्यांना 'भोज' (अधिसत्ताधीश) अशी संज्ञा देतात.

ह्या पश्चिम दिशेला जे कोणी दक्षिणेचे आणि पश्चिमेचे राजे असतात, त्यांना स्वाराज्यासाठीच (स्वराज्यासाठीच) अभिषेक केला जातो; देवांच्या ह्याच विधीला अनुसरून त्यांना अभिषेक झाल्यावर ते त्यांना 'स्वराट्' (स्वराज्यकर्ता) अशी संज्ञा देतात.

ह्या उत्तर दिशेला हिमालयाच्या पलीकडे जे कोणी उत्तरकुरू, उत्तरमद्र यांचे प्रदेश आहेत, त्यांना त्यांच्या राजांना वैराज्यासाठीच (सर्वसत्तेसाठीच) अभिषेक केला जातो; देवांच्या ह्याच विधिला अनुसरून त्यांना अभिषेक झाल्यावर ते त्यांना 'विरा' (सर्वसत्ताधीश) अशी संज्ञा देतात.

ह्या स्थिर अशा मधल्या प्रतिष्ठित दिशेला जे कोणी कुरूपंचालांचे वश व उशीवर यांच्यासह राजे असतात, त्यांना राज्यासाठीच अभिषेक केला जातो; देवांच्या ह्याच विधिला अनुसरून त्यांना अभिषेक झाल्यावर ते त्यांना 'राजा' अशी संज्ञा देतात.[३६५])

अनेक विद्वानांचे मत असे आहे की, 'वैराज्य' म्हणजे राजावाचून असलेले राज्य, पण 'ऐतरेय-ब्राह्मणा'त[३६६] महान इन्द्रविलेपनाने पवित्र झालेल्या राजाला 'विराट्' म्हटलेले आहे. तो वैराज्याचा अधिकारी. जेव्हा एखाद्या राजाला 'पुनरभिषेक' होऊन तो पवित्र होत्याता 'आसन्दीवर' – आसनावर – आरोहण करतो, तेव्हा तो 'वैराज्य' आणि राजप्रतिष्ठेचे इतर प्रकार आपल्याला प्राप्त व्हावे, म्हणून प्रार्थना करतो. सायणाने 'वैराज्य' याचा अर्थ 'इतरेंमूयो भूपतिभ्यो वैशिष्ट्यम्' म्हणजे अन्य राजापेक्षा विशेष प्रतिष्ठा असा केलेला आहे. हाच अर्थ कीथनेही आपल्या भाषांतरात स्वीकारलेला आहे.

'शुक्रनीती'त[३६७] सुद्धा 'विराट्' याचा अर्थ 'श्रेष्ठ प्रकारचा राजा' असाच केलेला आहे. महाभारतातही कृष्णाची 'सम्राट' 'विराट', 'स्वराट्' आणि 'सुरराज' अशी

प्रशंसा केलेली आहे.[३६८] उत्तरकुरू आणि उत्तरमुद्र हे गणराज्ययुक्त मानावयाचे असतील, तर 'वैराज्य्' या संज्ञेमुळे नव्हे, तर त्यांच्या बाबतीत 'राजन्' याला नाही, तर 'जनपद' याला अधिसत्तेसाठी पवित्र म्हणून मानण्यात आले आहे. म्हणून मात्र एवढे लक्षात ठेवलेले बरे की, ब्राह्मणकाळीच उत्तरकुरूंचा देश हा 'देवक्षेत' अर्थात 'मानवाला अप्राप्य' असा झाला होता.[३६९]

'साम्राज्य', 'भौज्म', 'स्वाराज्य', 'वैराज्य' आणि 'राज्य' या सर्व निर्दिष्ट संज्ञांचा अर्थ मूलतः ब्राह्मणकालातील राजसत्तेकडून काही वेगळा आहे काय, त्याचा निर्णय करणे मात्र सोपे नाही. परंतु निदान 'साम्राज्य' आणि 'राज्य' ह्या दोन संज्ञांचा अर्थ तरी 'शतपथब्राह्मणा'च्या मते परस्परांपासून भिन्न आहे.

'राजा वे राजसूयेनेष्ट्वा भवति, सम्राट् वाजपेयेनावरं हि राज्य परं साम्राज्यम्/ कामयेत राजा भवितुम् अवरं हि राज्यं परं साम्राज्याम्'।[३७०]

अर्थ – राजसूय यज्ञ केल्याने तो राजा होतो आणि वाजपेय यज्ञ केल्याने तो सम्राट होतो. 'राजन' याचे पद खालचे आहे; किंवा 'सम्राज्' हे पद वरचे आहे. 'राजन' हा सम्राज होण्याची कामना करील. कारण 'राजन्' याचे पद खालचे आहे. आणि 'सम्राजय' हे पद वरचे आहे. पण 'सम्राट' हा 'राजन्' होण्याची कामना बाळगणार नाही. कारण 'राजन्' याचे पद खालचे आहे, आणि 'सम्राज्' हे पद वरचे आहे.

ऋग्वेदात[३७१] आणि नंतर पुराणांत भोज हे विशेषनाम म्हणून आले आहे. परंतु ब्राह्मग्रंथांनी मात्र ते एक राजाविषयीचे अधिकारपद मानले असून दक्षिण भागातील अभिषिक्त राजांना ते लावले जात असे.[३७२] अगदी ह्यासारखाच 'सीझर' हा शब्द आहे. मूळचे रोमन हुकूमशहाचे व त्याच्या कुटुंबातील नातलगांचे असलेले हे नाव नंतरच्या काळात रोमन आणि जर्मन सम्राटांचे अधिकारपद म्हणून वापरण्यात आले. स्वराज्याच्या बाबतीत असे म्हणता येईल की, कधी कधी अनियंत्रित राज्य असा त्याचा अर्थ करण्यात येतो आणि राज्यापेक्षा ते विरुद्ध स्वरूपाचे असते.[३७३]

नेहमीच जरी नव्हे तरी सामान्यतः राजा क्षत्रिय कुलातील असे. राजपदासाठी ब्राह्मण अयोग्य (अपात्र?) मानले जात असत. याबद्दल 'शतपथब्राह्मणात' पुढील विचार आलेले आहेत. निःसंशयपणे राजसूय हा राजाचाच (राजन्) असतो, कारण राजसूय यज्ञ केल्याने तो राजा होतो आणि राजपदासाठी ब्राह्मण अयोग्य असतात.[३७४]

राज ऐव राजसूयम् / राजा वे राजसूयेनेष्ट्वा भवति / न वै ब्राह्मणो राज्यायालम् अवरं वै राजसूयं परं वाजपेयम्।

'ऐतरेयब्राह्मणांच्या'[३७५] एका उताऱ्यात मात्र एका ब्राह्मण राजाचा आदरपूर्वक उल्लेख आला आहे. इतर वैदिक ग्रंथांत शुद्र, आयोगव, एवढेच नव्हे, तर आर्येतर

राजांचे उल्लेख येतात, 'छांदोग्य-उपनिषदा'त[३७६] जानश्रुति पौत्रायण हा शूद्र राजा असल्याचे म्हटले आहे. मरुत्त आविक्षिताचे 'आयोगव' असे वर्णन 'शतपथब्राह्मणा'त[३७७] आले आहे. धर्मशास्त्रानुसार 'आयोगव' शब्दाचा अर्थ संमिश्र जातीची व्यक्ती, वैश्य पत्नीपासून शुद्रास झालेली संतती असा होतो.[३७८] एका 'श्रौत-सूत्रात' आणि रामायणात निषाद स्थपतींचा (राजे, किंवा टोळीप्रमुख) निर्देश येतो. अनार्यसुद्धा राजपद संपादन करतो (प्राप्नोति), असे 'जेमिनीयोपनिषद्-ब्राह्मणा'त म्हटले आहे.[३७९] ह्यावरून अनार्य राजांचा किंवा अनार्यांना आर्य राज्यकर्त्यांच्या प्रदेशात प्रवेश देण्याविषयी बोध होतो. जातकात आणि महाभारतात ब्राह्मणांसह विविध जातीतील राजांचा उल्लेख येतो.[३८०]

जेथे राजांच्या वंशावळी सापडू शकतात, अशा कित्येक प्रकरणांवरून काही वेळा राजपद वंशपरंपरागत असल्याचे ध्यानात येते. ह्या संदर्भात पारिक्षितांचा आणि जनकाच्या घराण्यातील राजांचा निर्देश करता येईल. 'शतपथब्राह्मणा'त[३८१] आलेल्या 'दशपुरुषं राज्यम्' ('दहा पिढ्यांचे राज्य')[३८२] ह्या शब्दावरूनही राजपद वंशपरंपरागत असल्याचे सूचित होते. परंतु प्रातिनिधिक राजसत्ता अज्ञात नव्हती. काही वेळा लोक राजाची निवड करीत असत, तर प्रसंगविशेषी मंत्री ती करीत. सामान्यतः, राजघराण्यातील व्यक्तीतूनच निवड केली जात असे आणि ही गोष्ट यास्काने[३८३] दिलेल्या देवापि आणि शंतनू ह्या कुरूकुलातील बंधूंच्या आख्यायिकेवरून आणि 'संवर जातका'त[३८४] आलेल्या उपोसथ आणि संवर ह्या काशी-राजांच्या कथेवरून स्पष्ट होते. ह्या जातकात सत्तेवरील राजाला सदस्य विचारतात, ''स्वामी, आपण मृत्यू पावला असताना, शुभ्र छत्र आम्ही कोणास द्यावे?'' राजा म्हणाला, ''मित्रांनो, माझ्या सर्व पुत्रांना ह्या शुभ्र छताचा अधिकार आहे. परंतु तुमच्या पसंतीनुसार तुम्ही ते द्यावे.''

काही वेळा सत्ताधारी घराण्याशी संबंध नसणाऱ्या व्यक्तींची लोक निवड करीत असत. सृंजयांनी स्थपतीसह त्यांच्या वंशपरंपरागत राजाला हाकलून देण्याच्या बाबतीत असेच घडले असावे.[३८५] राजघराण्याबाहेरील व्यक्तींना लोकांनी अग्रहक्क दिल्याची ठळक उदाहरणे जातकात आलेली आहेत. उदा. 'पादंजलि-जातका'त[३८६] म्हटले आहे की, बनारसचा कोणी एक राजा मरण पावला असताना, पादंजलि नावाच्या त्याच्या अत्यंत आळशी व नादान मुलाला बाजूस सारून, आध्यात्मिक व ऐहिक बाबींचा प्रमुख असलेल्या त्याच्या मंत्र्यास राज्यावर बसवण्यात आले. 'सच्छंकिरजातका'त[३८७] सरदार, ब्राह्मण व सर्व थरातील व्यक्ती ह्यांनी आपल्या राजास ठार करून एका सामान्य नागरिकाला राज्याभिषेक कसा केला, ह्याबद्दल एक कथा

आली आहे. कधी कधी राज्याबाहेरील उमेदवाराचा उल्लेख येतो. बनारसचा वंशज अपयशी ठरला असताना, मगधाच्या राजपुत्राची राजा म्हणून निवड करण्यात आल्याचे 'दरीमुख'[३८८] व 'सौनक'[३८९] ही जातके सांगतात.

ब्राह्मणकालात राजाला चार राण्या असण्याची सामान्यतः मुभा होती. त्यांची नावे महिषी, परिवृक्ती, वावाता आणि पालागली. 'शतपथ-ब्राह्मणा'नुसार[३९०] सर्वात प्रथम विवाह झाल्याने महिषी ही प्रमुख पत्नी (पट्टराणी) होय. कदाचित पुत्र नसलेली, दुर्लक्षित, किंवा टाकून देण्यात आलेली पत्नी परिवृक्ती होय. वावाता ही लाडकी, तर पालागडी ही शेवटच्या न्यायाधिकाऱ्याची कन्या असे.[३९१] मात्र 'ऐतरैय-ब्राह्मणा'त[३९२] हरिश्चंद्र राजाच्या 'शंभर' बायकांचा उल्लेख येतो. जातक कालात कित्येक राजे मोठमोठे जनानखाने बाळगीत असत. ओक्काको(इक्ष्वाकु) राजाच्या अंतःपुरात सोळा हजार स्त्रिया असून त्यापैकी शीलवती प्रमुख (अग्गमहिशी) होती, असे 'कुस-जातका'त [३९३] म्हटले आहे. 'दसरथ-जातका'नुसार[३९४] बनारसच्या राजालासुद्धा तितक्याच बायका होत्या. 'सुरूचि-जातका'त[३९५] मिथिलेचा लोक राजा म्हणतो :- "आमचे राज्य मोठे आहे. मिथिला शहराचा विस्तार सात योजनांचा आहे. संपूर्ण राज्याचा विस्तार तीनशे योजनांइतका मोठा आहे. अशा राजाला किमान सोळासहस्त्र स्त्रिया असणे आवश्यकच आहे." सोळा सहस्त्र' हा प्रसिद्ध वाक्यप्रचार असल्याचे दिसते. ही संख्या उघडच अतिशयोक्तीपूर्ण आहे. परंतु ह्यावरून जातक - कालातील राजे बहुपत्नीकत्वाचे आत्यंतिक भोक्ते होते व अनेकदा ब्राह्मणपरंपरेत प्रचारात असलेली चार, एवढेच नव्हे, तर शंभर ही जी संख्या आहे, ती पेक्षा अधिक राण्या त्यांना असत, असे सूचित होते.

वारस म्हणून मान्यता मिळाल्यावर किंवा निवड झाल्यावर राजाला अभिषेक करण्यात येत असे. त्या वेळी करावयाच्या पूर्वनियोजित तपशीलवार विधींचे वर्णन कित्येक ब्राह्मणात आले असून योग्य ते मंत्र वैदिक संहितात दिले आहेत. राज्याभिषेकास मदत करणाऱ्यांना 'राजकर्त' किंवा 'राजकृत' म्हणजे राजकर्ता (King Maker) अशी संज्ञा होती. 'शतपथ - ब्राह्मणा'त[३९६] ह्या संदर्भात अपेक्षित असलेल्या व्यक्ती म्हणून सूत (भाट, बखरकार किंवा रथकार) आणि ग्रामणी, म्हणजे टोळीचा प्रमुख किंवा पाटील ह्यांचा आवर्जून निर्देश करण्यात आला आहे.[३९७] या बाबतीत प्रा. राधाकुमुद मुकर्जींनी केलेली समीक्षा याप्रमाणे आहे.[३९८] "राज्याभिषेकाच्या वेळी भाग घेणाऱ्या व्यक्तींच्या याद्यावरून हे स्पष्ट होते की, शासकीय आणि अशासकीय किंवा सामान्य जनातील अशा दोन्ही घटकांना ह्या समारंभात प्रतिनिधित्व मिळत असे." राज्यारोहणप्रसंगी वाजपेय, राजसूय, पुनरभिषेक आणि ऐन्द्र महाभिषेक हे

मुख्य समारंभ किंवा यज्ञ केले जात असत.

'वाजपेय' (शब्दशः सामर्थ्य देणारे पेय) केल्याने यजमानाला 'साम्राज्य' ही संज्ञा असलेले उच्च प्रकाराचे राजपद लाभत असे, तर 'राजसूय' किंवा राज्यारोहणविधी करणाऱ्याला केवळ सामान्य राजपदाचा मान मिळत असे. [३९९] पुनरभिषेक केल्यावर निवडलेला राजा राजपदाचे सर्व सम्मान मिळण्यास पात्र होत असे. जसे राज्य, साम्राज्य, भौज्य, स्वाराज्य, वैराज्य, पारमेष्ठ्य, माहाराज्य, आधिपत्य स्वावश्व आणि आतिष्ठत्व. [४००] ऐन्द्र महाभिषेकाचा (देवांच्या राज्याभिषेकाचा) उद्देश याप्रमाणे वर्णिला आहे.:

''स य इच्छेदेवंविक्षत्रियमयं सर्वा जितीजयेतायं सर्वांलोकान् विन्देतायं सर्वेषां राज्यं, माहाराज्यमाधिपत्यम्, अयं समन्त पर्यायी स्यात् सार्वभौमः सार्वायुष आऽन्तादा परार्धात् पृथिव्यै समुद्रपर्यन्ताया ऐकराट् इति तमतैतनैन्द्रेण महाभिषेकेण क्षत्रियं शापयित्वाऽभिषिंचेत्।''[४०१]

अर्थ ('हे ज्ञान असणाऱ्याने क्षत्रियाच्या बाबतीत अशी इच्छा करावी, त्याने सर्व विजय संपादन करावेत, सर्व लोक प्राप्त करावेत, सर्व राजांवर त्याला श्रेष्ठता व सार्वभौमसत्ता मिळावी; व तसेच साम्राज्य भौज्य, स्वाराज्य, वैराज्य, पारमेष्ठय, राज्य, माहाराज्य आणि आधिपत्य (ही पदे) त्यास प्राप्त होवोत, तो सर्वव्यापी असावा. सर्व भूमि त्याच्या ताब्यात असावी. तो दीर्घायुषी असावा, समुद्रवलयांकित पृथ्वीचा एकमेव राजा त्याने व्हावे. त्याला शपथ देववून नैन्द्रमहाभिषेकानुसार अभिषेक करावा.'[४०२])

वाजपेय विधींमध्ये [४०३] १७ रथांच्या शर्यतीचा समावेश होतो. त्या वेळी यजमानाने विजयचिन्ह न्यावयाचे असते. ऐगेलिंगच्या मते त्यावरून ह्या विधीला वाजपेय हे नाव कदाचित मिळाले असावे. यज्ञातील हा भाग म्हणजे भारतीय ऑलिम्पिक क्रीडामहोत्सवासारख्या प्राचीन राष्ट्रीय महोत्सवाचा अवशेष असावा असे प्रा. हिलेब्राप्ट मानतात. रथस्पर्धा झाल्यावर स्तंभावर आरुढ होण्याचा (स्तम्भारोहण) मनोरंजक भाग येतो. खांबाच्या वरील टोकाला गव्हाचे वेढे किंवा चक्र लावण्यात येते.[४०४] त्या खांबावर यजमान व त्याच्या पत्नीने चढून जाऊन तेथून पृथ्वीमातेला अभिवादन करावयाचे असते. 'शतपथ-ब्राह्मण' म्हणते, ''वायुमंडलात जो कोणी स्थान मिळवतो, त्याला खरोखरी इतरांच्या वरचे स्थान मिळते.'[४०५] खांबावरून उतरलेल्या यजमानाला बकऱ्याचे कातडे अंथरलेल्या सिंहासनावर बसविण्यात येते व त्याला उद्देशून अध्वर्यू पुढील शब्द उच्चारतो, ''तू शासक सत्ताधारी राजा आहेस ('यन्तू, यमन') – तू स्थिर आणि खंबीर आहेस (फ्रूंव, धरण') – (या ठिकाणी मी) तुला (शेतीच्या), मशागतीसाठी, शांततापूर्ण जीवनासाठी (क्षेम),

संपत्ती (रिय) व समृद्धीसाठी (पोष)म्हणजेच सर्वांच्या कल्याणासाठी व सुखासाठी (बसवीत आहे.)''[४०६]

राजसूयात यज्ञीय विधींची मोठी मालिका असे. फाल्गुन शुद्ध प्रतिपदेस सुरू झालेले हे विधी दोन वर्षाहून अधिक काळ चालत असत.[४०७] 'शतपथ-ब्राह्मणा'त [४०८] ह्या भागाचे सविस्तर वर्णन आले आहे. त्यात केवळ यज्ञीय कर्मकांडाखेरीज लौकिक समारंभाच्याही खुणा उमटल्या आहेत. राजसूयाची लौकिक वैशिष्ट्ये याप्रमाणे आहेत:-

१. 'रत्निना हवीषि्'[४०९] - रत्नधारी देवताना (किंवा रत्नांच्या आहुती असणाऱ्यांना) म्हणजे पट्टराणी व दरबारी अधिकाऱ्यांना भेटीच्या वस्तू देणे,
२. 'अभिषेच्नीय'[४१०] - प्रोक्षण - विधी
३. 'दिग्-व्यास्थापन'[४११] - राजाने विविध दिशांना सार्वभौम सत्तेचे निदर्शक असे प्रतीकात्मक स्वरूपात चालत जाणे :
४. व्याघ्रचर्मावर पाऊल ठेवणे[४१२] व त्याद्वारे वाघाचे सामर्थ्य व श्रेष्ठत्व संपादन करणे,
५. शुनःशेण-कथेचे (आख्यान) होतृ-पुरोहिताने केलेले कथन.[४१३]
६. एखाद्या नातेवाईकावर गाईचा लुटुपुटीचा हल्ला.[४१४] किंवा सत्ताधारी उमरावशाहीतील सदस्याशी ('राजन्य') लटकी लढाई.[४१५]
७. सिंहासनारोहण.[४१६]
८. द्यूतक्रीडेमध्ये[४१७] राजाला विजयी करण्यात येत असे.

रत्निन्‌च्या घरातील देवता म्हणजे राजकुलातील आणि राजाच्या सनदी व लष्करी नोकरीतील प्रमुख व्यक्ती ह्या 'रत्निनां हवींषि' नावाच्या यज्ञीय सन्मानाचे मानकरी असत :-

१. 'सेनानी'[४१८] (सैन्याचा सर्वप्रमुख अधिकारी)
२. 'पुरोहित' (राजगुरू)
३. 'महिषी' (पट्टराणी)
४. 'सूत' (सारथी किंवा भाट)[४१९]
५. 'ग्रामणी' (टोळीचा मुख्य किंवा गावचा पाटील)[४२०]
६. 'क्षत्री' (कुंचकी) - अंतर्वशिकाचा पूर्वावतार किंवा नंतरच्या काळातील अन्तःपुराचा प्रमुख.[४२१]
७. 'संगृहीत' (कोषाध्यक्ष) 'अर्थशास्त्रातील' 'संनिधातृचा' पूर्वावतार.
८. 'भागदुध' (राजाच्या हिश्शाचा म्हणजे करांचा वसुली-अधिकारी -

'समाहर्तृचा' पूर्वावतार.

९. 'अक्षावाप' (द्यूताधिकारी)[४२२]

१०. 'गो-विकर्तन' (शब्दश; गुरांना कापणारा, म्हणजे शिकारीच्या वेळी राजाचा सहचारी, सहकारी)

११. पालागल (जासूद) - दूताचा ('शासनहर' इत्यादी) पूर्वावतार.[४२३]

राजसूयाचा सर्वात आवश्यक भाग अभिषेक किंवा प्रोक्षणं हा होता. सवितृ, सत्यप्रसव, अग्नि, गृहपति, सोम-वनस्पति, बृहस्पति, वाक, इन्द्र, ज्येष्ठ, रुद्र-पशुपति, मित्र-सत्य आणि वरूण-धर्मपति ह्या देवतांना आहुती अर्पण करून अभिषेकाचा प्रारंभ होत असे. अभिषेकाचे जल (अभिषेचनीया आपः) सतरा प्रकारच्या द्रवातून तयार केले जात असे. त्यात सरस्वती नदी व समुद्रजल व तसेच पाण्याच्या भोवऱ्यातील सरोवरातील, विहिरीतील व दवबिंदूतील जलाचा समावेश होत असे. एक ब्राह्मण पुरोहित, नातलग किंवा नियोजित राजाचा भाऊ, मित्रत्वाचे संबंध असणारा 'राजन्य' आणि एखादा वैश्य हा अभिषेक-विधी करीत असत.

पुनरभिषेक आणि ऐन्द्र-महाभिषेक हे अभिषेकाचे सर्वात महत्त्वाचे असे दोन प्रकार होते.

पुनरभिषेकाचे किंवा नव्याने करावयाच्या अभिषेकाचे वर्णन 'ऐतरेय-ब्राह्मणा'त[४२४] आले आहे. हा विधी क्षत्रियांपैकी विजिगीषु राजांच्यासाठी होता. गादीवर किंवा 'आसंदी'वर राजाने आरूढ होणे हा ह्या समारंभाचा पहिला वैशिष्ट्यपूर्ण असा भाग होय. ही आसंदी उदंबर (उंबर) लाकडाची बनविण्यात येत असे. मात्र तिचा विणलेला भाग ('विवयन') मुंज गवताचा असे. ह्यानंतर अभिषेक-विधी होत असे. इतर मन्त्रोच्चारासह पुरोहित राजाला म्हणत असे : "ह्या ठिकाणी (ह्या जगात) तू राजाधिराज व्हावेस, महान लोकांचा तू महान व्हावेस, लोकांचा (किंवा शेतकऱ्यांचा) तू सर्वसत्ताधीश व्हावेस.[४२५] ("राजां त्वधिराज भवेह। महान्तं त्या महिनां साम्राज्यं चर्षणीनाम्."[४२६]) त्यानंतर राजाने गादीवरून खाली उतरून पवित्र सत्तेला ('ब्रह्म') अभिवादन करावयाचे असे :

"ब्राह्मण ऐव तत् क्षत्रं वशमेति तद् यत्र वै ब्रह्मणः क्षत्रं वशमेति तद् राष्ट्रं समृद्धं तद् वीरवदाहास्मिन वीरो जायते, "[४२७] ("खरोखर अशा प्रकारे क्षात्र सत्तेवर ('क्षत्र') ब्राह्म-सत्तेचा ('ब्रह्म'न्) प्रभाव पडतो. जेव्हा क्षात्र सत्तेवर ब्राह्म सत्तेचा प्रभाव असतो, तेव्हा ते राज्य भरभराटीचे व वीरपुरुषांनी समृद्ध होते. त्यात नेता किंवा वारस (वीर) जन्मास येतो.[४२८]) ह्यात राजाच्या एकाधिकाराला प्रतिबंध करणारी तरतूद आहे.

हे उघड आहे की, परिक्षिताचा पुत्र जनमेजय पुनरभिषेक-विधीनुसार अभिषिक्त

राजा झाला होता.[४२९]

ऐन्द्र-महाभिषेक[४३०] म्हणजे इन्द्राला उद्देशून केलेला महान अभिषेक. त्यात महत्त्वाचे पाच विधी केले जात असत. प्रारंभी नियोजित राजाला पुरोहित शपथ देववीत असे. ''माझ्याशी जर तू असत्याने वागलास, तर तुझ्या जन्मरात्रीपासून मृत्यूच्या रात्रीपर्यंतच्या कालावधीतील तसेच ह्या दोन अवस्थांमधील तुझा यज्ञ (किंवा त्याग) आणि तुझी दाने, तुझे स्थान, तुझी सत्कृत्ये, तुझे आयुष्य आणि तुझी संतती मला घेणे आहे''[४३१] ह्यानंतर 'आरोहण-विधी' करण्यात येतो. राजा गादीवर स्थानापन्न झाल्यावर आपण 'उत्क्रोशन'[४३२] किंवा राजांची द्वाही घोषित होते. राजकृत ह्यांनी असे म्हणावयाचे असते की, '' क्षत्रियाची द्वाही घोषित केली नाही, तर त्याला आपले सामर्थ्य दाखवता येत नाही. आपण त्याची स्तुती करू या.'' 'तथास्तु' (असे लोक उत्तर देतात.) नंतर राजकृत् त्याची स्तुती करताना म्हणतात :

''लोक हो ('जनाः') राजा आणि राजाचा पिता ह्या प्रकारे त्याचा उद्‌घोष करा... सर्व प्राणिमात्रांचा अधिपति ('विश्वस्त भूतस्य अधिपति') जन्मास आला आहे, लोकांचा 'भक्षक' ('विशामत्ता') जन्मास आला आहे. शत्रूंचा निर्दळक ('अमित्राणांहन्ता') जन्मास आला आहे. ब्राह्मणांचा प्रतिपालक ('ब्राह्मणाना गोप्ता') जन्मास आला आहे. धर्माचा पालनकर्ता ('धर्मस्य गोप्ता') जन्मास आला आहे.''

ह्या उताऱ्यात राजपदाचे महत्त्वाचे गुणधर्म आलेले आहेत. 'विश्वस्त भुवनस्य अधिपति' (सर्व प्राणिमात्रांचा अधिपति) ह्या शब्दांवरून राजाची सार्वभौमसत्ता सूचित होते. 'विशामत्ता' (लोकांचा भक्षक) हे शब्द त्याची कर-वसुलीची सत्ता दर्शवतात. 'अभित्राणांहन्ता' ह्या अर्थाने शत्रूंना निपटून काढण्याचा 'सर्वाधिकार' तो उपयोगात आणतो. 'ब्राह्मणाना गोप्ता' ही संज्ञा राजाच्या पुरोहित परंपरेशी असणाऱ्या खास संबंधाची द्योतक आहे; तर 'धर्मस्य गोप्ता' हे वर्णन सर्वांच्या सुखासाठी ('योगक्षेम') कायद्यांची जपणूक व त्यांचा योग्य प्रकारे वापर व्हावा म्हणून राजाने करावयाच्या कर्तव्याचे निदर्शक आहे.

राजाचा उद्‌घोष झाल्यावर 'अभिमन्त्रण-विधीनुसार' पुढील शब्द उच्चारण्यात येतात[४३३] :

''सुव्यवस्था टिकावी म्हणून .....
राजपदासाठी ज्ञानसंपन्न वरूणाने
त्याला खाली पाठविले आहे.''

त्यानंतर अभिषेक ('अभिषेक') करण्यात येतो.

ऐन्द्र-महाभिषेकानुसार राज्याभिषेक करण्यात आलेले राजे याप्रमाणे आहेत :

जनमेजय पारिक्षित, शार्यात मानव, शतानिक सात्राजित, आम्बाष्ठ्य, युद्धाश्रौष्टि औग्रसैन्य विश्वकर्मा भौवन, सुदास पैजवन, मारुत्त आविष्कित, अंग वैरोचन आणि भरत दौःष्यन्ति[४३४]. प्रारंभी उल्लेखिलेला राजा आणि कदाचित् तिसरा, चौथा, पाचवा आणि नववा हे राजेसुद्धा परिक्षिताचे उत्तरकालीन होते.[४३५] दुर्मुख पांचाल आणि अत्यराति जानन्तपि ह्यांना ह्या विधीच्या प्रभावाची जाणीव करून देण्यात आली होती. पहिल्या राजाने ह्या उपदेशाचा चांगला उपयोग करून घेतला. दुसऱ्याने मात्र पुरोहिताच्या म्हणण्याकडे दुर्लक्ष केले आणि ''मर्त्य मानव ज्यांना जिंकू शकत नाही'' अशा उत्तर-कुरूंवर विजय मिळवू पाहणाऱ्या त्याचा शिबींच्या राजाकडून विनाश झाला.

सऐन्द्र-महाभिषेकाशी निकटचा संबंधित असा दुसरा महत्त्वाचा समारंभ म्हणजे अश्वमेध होय. ऐन्द्र-महाभिषेकानुसार जे राजे खरोखरी अभिषिक्त झाले होते, ते सर्व 'पृथ्वी-प्रदक्षिणा' करून व सर्व बाजूंनी ती जिंकून यज्ञात अश्वाची आहुती देणारे होते असे 'ऐतरेय-ब्राह्मणा'त म्हटले आहे. ('समन्तं सर्वतः पृथिवीं जयन् परीयायाश्वेन च मेंध्येनेज) हा प्रसिद्ध विधी करणाऱ्या राजांच्या व राजपुत्रांच्या यादीमध्ये 'शतपथ-ब्राह्मणा'ने[४३६] पुढील नावांची भर घातली आहे. पारिक्षित (किंवा परिक्षितीय) राजे भीमसेन, उग्रसेन आणि श्रौतसेन; कोसल-राजा (कौशल्यराज) पर आट्णार हैरण्यानामः ऐक्ष्वाक राजा पुरुकृत्स दौर्गह; पांचाल राजे क्रैव्य क्रिवींचा श्रेष्ठ पुरुष ('क्रिवीणां अतिपुरुषः) आणि शोन सात्रासाहः मत्स्य राजा ध्वसन् द्वैतवन; तसेच श्विक्न राजा ऋषभ याज्ञातुर. सार्वभौम राजाने अश्वमेघ करावा, असे 'आपस्तम्ब श्रौतसत्रांत'[४३७] म्हटले आहे. विविध प्रकारच्या संरक्षणात्मक आणि आक्रमक शस्त्रांनी सुसज्ज असणारे शंभर राजपुत्र शंभर उमराव भाटांचे (किंवा सारथ्यांचे) आणि ग्रामणींचे शंभर पुत्र व तसेच योद्धांच्या व कोषाध्यक्षांच्या[४३८] (कुंचकींच्या) शंभर पुत्रांचे संरक्षण असलेला अश्व एक वर्षभर संचार करीत असे. ह्या वर्षाची यशस्वी सांगता झाल्यास अश्वाची आहुती देण्यात येत असे. ह्या विधीच्या वैशिष्ट्यांत यजमानाच्या, तसेच प्राचीन काळातील सत्प्रवृत्त राजांच्या स्तुतिस्तोत्रांचा समावेश होतो. ही स्तुतिपर गीते वीणावादक गात असत. गायकांपैकी एक राजन्य स्वरचित गीते वीणेच्या साथीबरोबर म्हणत असे, '' 'असे युद्ध तो लढला, अशी लढाई त्याने जिंकली.' ह्याशिवाय एक 'कथामालिका' (पारिप्लव आख्यान)[४३९] असे. दहा दिवसांची एक ह्याप्रमाणे संपूर्ण वर्षभर ही कथामालिका चालू राहत असे.

ब्राह्मणांच्या गीतात आणि कर्मकांडांत वर्णिलेले राजपद केवळ 'कुलप्रमुखाच्या अध्यक्षीय पदाच्या' स्वरूपाचे नव्हते. राजा हा केवळ प्रमुख श्रेष्ठ व्यक्ती, समान दर्जाच्या

व्यक्तितील पहिला किंवा 'बरोबरीचे सभासद असलेल्या संसदेचा अध्यक्ष' नव्हता. 'अथर्ववेदा'च्या एका प्रसिद्ध सूक्तात कुरूंच्या 'राजा'चे गुणगान 'देव' असे करण्यात आले म्हणून केवळ मर्त्यांवर मात करणारा असल्याचे म्हटले आहे. अभिषिक्त राजा सर्व प्राणिमात्रांचा अधिपती असतो. 'विश्वस्य भूतस्याधिपतिः' अशी त्यास संज्ञा असून पुढे लोकांचा भषक ('विशामत्ता')[४४०] असे त्याचे वर्णन आले आहे. "राजा त ऐकं मुखं तेन मुखेन विशोऽत्सि।"[४४१] शस्त्रसज्जज्ञातिबान्धव व आश्रित नोकर त्याच्या भोवती असतात.[४४२] "इच्छेनुसार ब्राह्मणांस हद्दपार करणे, वेश्यांस दंड ठोठावून जेरीस आणणे, शूद्राकडून काम करवून घेणे किंवा त्याला ठार मारणे" – हे राजा करू शकत असे[४४३]. त्याखेरीज आपले राज्य मर्जीनुसार कोणाच्याही हवाली करण्याचा अधिकार आपणास असल्याचे तो मानीत असे. बृहदारण्यकोपनिषदात जनक याज्ञवल्क्यास म्हणतो –

"सोऽहं भगवते विदेहान् ददामि मां चापि सह दास्यायेति।"[४४४]

व्यवहारात मात्र राजा अनियंत्रित हुकुमशहा नसे. पहिली गोष्ट अशी की, ब्राह्मणांचे त्याच्या सत्तेवर नियंत्रण असे. आपण पाहिले आहे की, सर्वश्रेष्ठ सार्वभौम राजांना–पुनरभिषेकानुसार अभिषिक्त झालेल्या राजांनासुद्धा आपल्या सत्तेवरून खाली येऊन त्या काळातील संस्कृतीचे व शिक्षणाचे भांडार असणाऱ्या "ब्राह्मणसत्तेला" (ब्रह्मन्) अभिवादन करावे लागले होते. जनमेजयासारख्या जबरदस्त राजालासुद्धा ब्राह्मणांनी वाकविले असल्याचे 'ऐतरेय–ब्राह्मण'[४४५] आणि 'काठिलीय अर्थशास्त्र'[४४६] यावरून समजते. ब्राह्मण महिलेविरुद्ध केलेल्या अपराधासाठी कराल जनकाला मृत्यूस सामोरे जावे लागले. ब्राह्मणांशी केलेल्या अशोभनीय वर्तनामुळे वृष्णींचा नाश झाला.[४४७] ह्यावरून, केवळ राजांनाच नव्हे, तर गणराज्यसंघांनासुद्धा ब्राह्मणांशी मित्रत्वाचे संबंध ठेवणे भाग होते, हे स्पष्ट आहे.

राजसत्तेवर दुसरे नियंत्रण व्यक्तिशः मंत्र्यांचे किंवा मंत्रिपरिषदेचे आणि राज्याभिषेकाच्या वेळी त्याला मदत करणाऱ्या ग्रामणींचे असे. महत्त्वाच्या प्रसंगी राजा ह्या ग्रामणींचा सल्ला घेत असे. वैदिक ग्रंथांत 'सूत' व ग्रामणींचा निर्देश 'राजकर्त' किंवा 'राजकृत्' असा येतो. "राजकृतः सूतग्रामण्यः"[४४८] हे अभिधानच त्यांचे राजकारणान्तर्गत महत्त्व सूचित करते. हे आणि इतर रत्नित् राज्यारोहणाच्या समारथात प्रामुख्याने उपस्थित असत.

वैदिक वाङ्मयात 'सभासदां'चे आणि विशेषतः मरुत्त आविक्षित राजाच्या संदर्भात जे उल्लेख येतात, त्यावरून राजसभेचे अस्तित्व सूचित होते.[४४९] रामायणात[४५०] उल्लेखिलेली 'सभा' ही स्पष्टपणे अशी घटनात्मक संस्था आहे की, ज्यामध्ये अमात्य

व 'राजपुरोहित' यासह राजकर्तृना स्थान होते. बिंबिसारापर्यंतच्या कालखंडाचा विचार करीत असताना पालीग्रंथांनी अमात्याचा आणि ग्रामणींचा राजाला सल्लामसलत देण्याचा हक्क मान्य केला आहे. महावर्गात म्हटले आहे, भिक्षूंनो, काशीच्या ब्रह्मदत्त राजाने बनारसला गेल्यावर अमात्यांची व परिषदेतील सदस्यांची सभा बोलाविली (आमचे पारिसजूजे संनिपाता पेत्वा)[४५१] व त्यांना तो म्हणाला : "माननीय सदस्यांनो, कोसलराज दीघीतीचा पुत्र युवराज दीघावू याविषयी विचार केला असता त्याच्याबद्दल तुमचा काय निर्णय आहे? 'महाअस्सारोह-जातका'त[४५२] नगरात नगारा वाजवून आपल्या अमात्यांना एकत्रित बोलावून घेणाऱ्या राजाचा उल्लेख आला आहे. 'चुल्लसुतसोम-जातका'त एका राजाच्या सेनापतीचे नेतृत्व असणाऱ्या ऐंशी हजार अमात्यांचा उल्लेख येतो.[४५३] ("सेनापति-प्रमुखानि असीति अमच्च-सहस्सानि") राजपुत्राला पदच्युत करून राजाची निवड करण्याचा अमात्यांचा अधिकार अनुक्रमे 'पादांजलि', 'संवर' आणि 'सोनक' जातकात मान्य करण्यात आला आहे. ग्रामणींच्या स्वतंत्र सभा अस्तित्वात असल्याविषयी पुरावा मिळतो- असे सांगण्यात येते की, "मगधचा राजा सेणिय बिंबिसार ह्याने ऐंशी हजार ग्रामिकांची (ग्रामप्रमुखांची) सभा आयोजित केली असता त्याने शोण कोलिविस ह्याच्याकडे निरोप पाठविला होता.[४५४]

राजसत्तेवर आणखी एक नियंत्रण लोकांच्या (जन, महाजन) सर्वसाधारण सभेचे असे. अमात्य आणि ग्रामणी किंवा ग्रामिक यांपेक्षा हे लोक निराळे असत, व 'उपनिषदात'[४५५] वर्णिलेल्या 'समिति' किंवा 'परिषद' ह्या सभेत ते एकत्र जमत असत. 'ऐतरैय-ब्राह्मणा'तील[४५६] 'उत्क्रोशना'चे वर्णन आलेल्या उताऱ्यात 'राजकर्तारः'पेक्षा हे लोक ('जनाः') स्पष्टपणे निराळे असल्याचे म्हटले आहे. 'शतपथ-ब्राह्मणानुसार'[४५७] त्यामध्ये 'सूत' व 'ग्रामणी'[४५८] यांचा समावेश केला जात असे. 'समिति' किंवा 'परिषद' ही सर्व लोकांची सभा होती, हे खालील उद्गारावरून उघड होते : "भूमिष्ठाः कुरू-पञ्चालास्सागता भवितारः ....."[४५९] "पेञ्चालानां समितिमेयाय" "पेञ्चालांना परिषदमाजगाम" "समग्गा शिवयो हुत्वा" 'छांदोग्य-उपनिषदा'त[४६०] पंचाल लोकांच्या प्रवाहण जैवालि राजाच्या अध्यक्षतेने 'समिती'चा उल्लेख होतो. 'श्वेकेतुर्ह आरूणेयः पंञ्चलाना समितिमेयाय, तं ह प्रावाहणो जैवालिरूवाच." 'बृहदारण्यक-उपनिषदात'[४६१] 'समिति'ऐवजी 'परिषद' ही संज्ञा येते. "श्वेतकेतुर्ह व आरूणेयः पञ्चालानां परिषदमाजगाम" बौद्ध-वाङ्मयात उल्लेखलेली लिच्छवी 'परिषा' आणि तिच्यासारख्या इतर सामा यांच्या सादृश्यावरून कुरूपंचालांच्या परिषदांचे कार्य अपरिहार्यपणे तत्त्वज्ञानाच्या चर्चेपुरतेच मर्यादित नव्हते, हे स्पष्ट होते. 'जेमिनीय-उपनिषद ब्राह्मणा'त[४६२] लोकसभेच्या संदर्भात वादविवादांचा (संवाद) आणि

साक्षीदारांचा (उपद्रष्ट) उल्लेख येत असून कुरूपंचालांची कार्यपद्धती शूद्रांच्या कार्यपद्धतीपेक्षा निराळी असल्याचे त्यात सांगितले आहे. राज्यारोहणाच्या समारंभात सामान्य लोक भाग घेत असत.[४६३] 'दुम्मेध-जातक'[४६४] अमात्य, ब्राह्मण, सन्मान्य निमंत्रित लोकांच्या इतर थरातील व्यक्तीं ह्यांच्या संयुक्त सभेचा उल्लेख करते.

'अथर्ववेदा'तील[४६५] उल्लेखावरून राजाच्या अनियंत्रित सत्तेवर लोकांचा प्रत्यक्षात दाब होता, हे सिद्ध होते. राजाच्या समृद्धीसाठी राजा व सभा ह्यांच्यात एकमत्य असणे आवश्यक असल्याचे त्यात म्हटले आहे. कधीकधी लोक राज्यकर्त्यांना हद्दपार करीत असत, किंवा जनमानसातून उतरलेल्या अधिकाऱ्यांसमवेत त्यांना देहांत शासन करीत असत, ह्याबद्दल पुरावा आढळतो. या संदर्भात 'शतपथ-ब्राह्मण'[४६६] म्हणते : "आता दहा पिढ्या चालत आलेल्या राज्यातून दुष्टऋतू पौसायनास, हद्दपार करण्यात आले आहे. तसेच सृंजयांनीसुद्धा रेवोत्तरस् पाटव चाक्र ह्या 'स्थपती'ला[४६७] हद्दपार केले. आपल्या राज्यातून ('राष्ट्रे') हद्दपार झालेल्या आणि पुनरभिषेकाने अभिक्षित झालेल्या क्षत्रियांच्या मदतीने आपली सत्ता परत मिळविण्यासाठी उत्सुक असणाऱ्या अनेक विख्यात व्यक्तींचा उल्लेख 'ऐतरेय-ब्राह्मणा'त[४६८] आला आहे. ह्या व्यक्ती फ्रान्समधील 'देशान्तरिता'सारख्या आहेत. Hapsburgs त्यांनीसुद्धा (हॅप्सबुर्ग) Hohenzollerns (होहेनझोलर्न) ह्यांच्या सैन्याच्या मदतीने राज्यक्रांतीत सापडलेल्या फ्रान्सवर पुनः हक्क प्रस्थापित करण्यासाठी प्रयत्न केले होते.[४६९] "लोकांच्या शब्दां"चा मान राखून शिवी (शिबीं)च्या राजाला वेस्संतर ह्या राजपुत्रास हद्दपार करणे भाग पडले होते, असे 'वेस्संतर-जातकावरून'[४७०] समजते. ("सिबीनं बचनत्थेन सम्हा रट्ठा निरज्जति।")

राजाला सांगितले :

"सभे त्वं न करिस्ससि सिवीनां वचनमिदं
मञ्जेतं सह पुत्तेन सिवीहत्थे करिस्सरेति॥"

सिवी लोकांच्या आज्ञेचे पालन करण्यास तू नकार दिलास, तर मला वाटते की, लोक तुझ्या पुत्राविरुद्ध व तुझ्याविरुद्ध कारवाई करतील.

राजाने उत्तर दिले :

"ऐसो चे सिवीनां छंदो छंदं न पनुदामसे।"

लोकांची इच्छा लक्षात घेऊन मी तिला नकार देणार नाही.

'पदकुसलमानव-जातका'त[४७१] एक कथा आली आहे. एका राज्यातील नागर व जानपद लोक एकत्र येऊन ('जानपदा नेगमा च समागता') त्यांनी सुखाला नव्हे, तर दुःखाला (शब्दशः, भीतीला 'येतो खेमं ततो भयं') कारणीभूत ठरलेल्या राजाला

व पुरोहिताला ठार केले आणि दुसऱ्या चांगल्या व्यक्तीस राजा केले, असे ही कथा सांगते. अशीच एक कथा 'संच्छंकिर-जातका'त आली आहे.[४७२] 'खंडहाल-जातकावरून'[४७३] असे समजते की, कोण्या एका राज्यातील लोकांनी अमात्यास ठार केले, राजाला पदच्युत करून जातिबहिष्कृत केले, व एका राजपुत्रास राज्याभिषेक केला. भूतपूर्व राजाला राजधानीत प्रवेश नाकारण्यात आला होता. आपल्या राज्यातील प्रजाजनांवर आपली सत्ता नसल्याचे तक्षशिलेचा एक राजा 'तेलपत्त-जातका'त सांगतो. ह्या गोष्टीकडे (फिक)[४७४] ने (Fick) लक्ष वेधले आहे.

वर उद्धृत केलेल्या[४७५] जनकाच्या उद्गारांच्या अगदी विरुद्ध अशी ही बाब आहे. हे स्पष्ट आहे की, जनकाच्या काळापासून निदान वायव्येकडील काही 'जनपदां'त राजसत्तेला मोठ्या प्रमाणात उतरती कळा लागली होती.[४७६]

संदर्भ आणि टीपा

१. PTSI २१३, ४ .२५२, २५६, २६०. 'महावस्तू'तही अशीच एक यादी दिलेली आहे पण तीत गन्धार आणि कम्बोज वगळले आहेत. त्यांच्याऐवजी शिबी(बि) आणि दशार्ण हे अनुक्रमाने पंजाबातले (किंवा राजस्थानातले) आणि मध्यप्रदेशातील भाग आहेत. हीपेक्षा एक अपूर्ण यादी 'जन-वसभ-सुत्तन्त' यात आढळते.

२. 'सय १५ उद्देस १' (होर्न्ले, 'उवासगदसाओ', २ परिशिष्ट) डब्ल्यू किर्फेल, Die Kosmographie .. Der Inder, 225

३. ई. जे. टॉमस् याने आपल्या 'हिस्टरी ऑफ बुधिस्ट थॉट' (पृ.६) या ग्रंथात असे सूचित केले आहे की, जैन लेखक हा उत्तरेकडील कम्बोजाचा आणि गन्धारांचा उल्लेख न करता दक्षिणेकडच्या मात्र अनेक लोकांचा आपल्या यादीमध्ये निर्देश करतो, याचे कारण असे की, ''तो दक्षिण भारतात आपले लेखन करतो आणि आपल्याला माहीत असलेल्या देशांमधूनच याद्या गोळा करतो.'' परंतु लेखक अशा प्रकारे जर खरोखरच बिनमाहीतगारीचा असेल, तर त्याचे मालवलोक पंजाबामध्ये निश्चित केले गेले नसते, आणि मग त्यांचे स्थान मध्यप्रदेशात असते. मग त्या पक्षी त्याची माहिती प्राचीन काळची आहे, असे मानणे जवळजवळ अशक्य आहे.

४. क्रमांक २४३.

५. 'द्वारस-योजनिकं सक्ल-बाराणसीनगरम्' - 'सम्भव-जातक' क्रमांक ५१५. 'सरेम-मिग-जातक' ४८३, 'भूरिदत्त-जातक' ५४३.

६. 'सुरूचि-जातक' ४८९; 'विधुर-पण्डित-जातक' ५४५.

७. 'मद्दसाल-जातक' ४६५; 'धोनसाख-जातक'३५४.

८. 'महावग्ग' - १०.२.३ 'विनय-पिटकम्' १.३४२.

९. 'शतपथ-ब्राह्मण' १३.५.४.१९

१०. क्रमांक ३३६,

११. क्रमांक ४२८

१२. क्रमांक ५३६.

१३. SBE, Vdl, XIII, pp. 294-299.

१४. महाभारतात (१.१०५.४७ व पुढे; १०६.२.१३, ११३.४३ व पुढे; १२६.१६; १२७.१४) कासीच्या राजकन्यांचा धृतराष्ट्र आणि पाण्डू यांच्या

मातांचा कौसल्या म्हणून उल्लेख आहे. त्यावरून संभवतः असे वाटते की, महाभारताचा हा भाग रचिला गेला, त्या वेळी कासिकोसल या राज्यांचे पारंपरिक ऐक्य सिद्ध झालेले होते. कासि-कौशल्य हा शब्द यापूर्वी अगोदरच 'गोपथ-ब्राह्मणा'त (वैदिक इण्डेक्स) भाग १, क्र.१९५) येऊन गेलेला आहे.

१५. क्रमांक २०७.

१६. क्रमांक ५३२.

१७. १३.२०

१८. डॉ. भांडारकारांनी असे दाखवून दिले आहे की, 'जातका'मध्ये येणाऱ्या किती तरी राजांचा पुराणातही उल्लेख आहे. उदाहरणार्थ : 'जातक' क्रमांक २६८ मधील विस्सेसन; 'जातक' क्रमांक ४५८ मधील उदय आणि 'जातक' क्रमांक ५०४ मधील मल्लारिय पुराणात यांचा उल्लेख विक्ष्वक्सेन, उदक्सेन आणि मल्लार असा आहे.

१९. क्रमांक २३.

२०. 'जातक' क्रमांक १८१.

२१. रामायण २.४८.११-१२, ५०.१, ७.१०४.१५

२२. 'अंगुत्तर-निकाय' १.१८८ (PTS); IC , भाग २. ८०८ ऋग्वेदात (५.६१) दाल्मय नावाचे एक कुल किंवा गण येतो. त्याचा 'केशिन्' यांशी निकटसंबंध आहे. ते गोमतीवर वसलेले होते आणि त्यांनीच कदाचित आपले नाव केसपुत्ताला दिले.

२३. SBE, X, Pt.2. 68-69

२४. 'कोसलेसु निकेतिनो' ऱ्हीस डेव्हिड्स आणि स्टेड यांनी हे दाखवून दिलेले आहे की, 'निकेतिन्' म्हणजे 'निवास असलेले' 'घर केलेले' 'राहणारे' पाहा. 'जातका' ३.४३२ - 'दुमसाखानिकेतिनी'

२५. आदित्य-कुलाचे. पाहा - ल्युडर्स इन्स्क्रिप्शन्स् ९२९ (१)

२६. २.१२४.

२७. 'दीघनिकाय' २(PTS) ८३; Dialogues, III-80

२८. क्रमांक ४६५; Fausboll, IV-145

२९. 'पायसि-सुत्तन्त'

३०. 'अम्बट्ठ-सुत्त'

३१. 'Buddhist India', p. 39

३२. Cunningham, 'Ancient Geography of India (1924 + 6.469;

Smith 'Early History of India', 3rd ed\ p-159 श्रावस्तीचा राजप्रासाद अचिरवती नदीवर होता (DPPN, 2, 170 n)

३३. 'कुश–जातक' क्रमांक ५३१ 'महावस्तू'त (३.१) एक इक्ष्वाकू राजा वाराणसीत असल्याचे म्हटले आहे :– अभूति राजा इष्वाकु वाराणस्यां महाबलो.''

३४. 'वायुपुराण' ८९.३

३५. रामायण १.४.११–१२

३६. १०.६.४

३७. १४.३९.९

३८. 'वायुपुराण' ८८.६७

३९. १.२.१० व पुढे

४०. 'वायुपुराण' ८८.८२

४१. १.६३.७, ११–७.१४, १७४.२, ६.२०.१०

४२. १३.५.४.५

४३. पाहा या संदर्भात ऋग्वेद ४.४२.८

४४. 'वायुपुराण' ८८.७४

४५. ४.३८.१, ७.१९.३ इत्यादी

४६. 'वायुपुराण' ८८.७७

४७. ५.२७

४८. १३.३.१२

४९. 'वायुपुराण' ८८.१०९

५०. १.१०.१

५१. 'वायुपुराण' ८८.११७

५२. ७.१३.१६

५३. ७.१४

५४. 'वायुपुराण' ८८.११९

५५. 'वायुपुराण' ८८.१६७

५६. ६.६.१ व पुढे

५७. १०.६०.२

५८. १.१००.१७

५९. 'वायुपुराण' ८८.१७१

६०. १८.१२ (भाग २ पृ. ३५७)

६१. 'वायुपुराण' ८८.१७३

६२. १.१२६.४, १०.९३.१४

६३. 'वायुपुराण' ८८.१८३.१८४

६४. 'वायुपुराण' ८८.२०७

६५. ६.१ 'जैमिनीयोपनिषद्-ब्राह्मणांत (२.६)
(पाहा - 'शांखायनश्रौतसूत्र' १६.९.१३) तो आणि त्याचा मुलगा यांना 'महाराज' म्हटले आहे. 'राजापासून' वेगळ्या अशा 'राजपुत्र' या संज्ञेचा फार काटेकोर अर्थ घेऊ नये. कारण महाभारतात (५.१६५.१८) हा कोसलाचा 'राजा' आहे. पण महाभारतातच नंतर (११.२५.१०) त्याला ''कोसलानामधिपतिं राजपुत्रं बृहद्बलम्'' असे म्हटले आहे.

''अट्णारस्य परः पुत्रोऽश्वं मेध्यमबन्ध्वंयत्।
हैरण्यनामः कौसल्यो दिशः पूर्णा अमंहत॥'' इति

६६. १३.५.४.४

६७. पूर्वोक्त

६८. २.६

६९. ६.१

७०. 'प्रश्नोपनिषद्' १.१

७१. २.१४७ व पुढे

७२. AIHT, 173

७३. 'Essay on Gunadhya, p. 173

७४. AIHT, 173

७५. ऋग्वेद ४.३८.१; ७.१९.३

७६. 'बौधायनश्रौतसूत्र' १८.१२ (भाग २, पृ.३५७) 'आपस्तम्बश्रौतसूत्र' (२१.२०.३) ऋतुपर्णाला स्पष्टपणे ऐक्ष्वाक म्हटलेले नाही, पण हे नाव इतके वेगळे व दुर्मीळ आहे की, त्यामुळे त्याच नावाचा महाभारतातला आणि पुराणातला राजा अभिप्रेत आहे, असा तर्क करणे योग्य आहे.

७७. १.७०

७८. 'शतपथब्राह्मण'त (१३.५.४ ४-५) हैरण्यनौम हा कौसल्यराज असल्याचे म्हटले आहे, पण तो 'ऐक्ष्वाक' असल्याचे म्हटले नाही. उलट, पुरकुत्स दैगिह हा 'ऐक्ष्वाकराजा' असल्याचे म्हटले आहे. पण तो ''कौसल्य'' नाही. जणू

काय 'कौसल्य' आणि 'ऐक्ष्वाक' यात भेद अभिप्रेत आहे. या दोन संज्ञा एकाच वंशातल्या राजांचा त्याच प्रदेशावर राज्य करणारे म्हणून निर्देश करतात, असे मानण्याचे कारण नाही. खरे म्हणजे त्रिसदस्यू हा पुरुंचा राजा असल्याचे प्रसिद्ध आहे. ''जैमिनीयोपनिषद् ब्राह्मणा''त (१.५.४) वार्ष्ण नावाचा वृष्णींशी (?) संबंध असलेला एक गौण इक्ष्वाक् उल्लेखिलेला आहे.

७९. क्रमांक ४५४

८०. क्रमांक ३८५

८१. उदाहरणार्थ, जातकातला (क्र.७५) कोसलराज; छत्त (क्र.३३६) सब्बमित्त (क्र.५१२) आणि प्रसेनजित.

८२. 'Buddhist India, p. 34'

८३. 'महापरिनिव्बान-सुत्त' SBE, 11, p.99

८४. SBE, 17, p.294

८५. पर्गिटरच्या मते (JASM, 1897, 95) अंगात आजच्या भागलपूर आणि मोंघीर या जिल्ह्यांचा समावेश होता आणि उत्तरेकडे तो कौशिकी किंवा कोशी नदीपर्यंत होता. त्यात पूर्णिया जिल्ह्याचा पश्चिमभागही अन्तर्भूत होता. कारण याच नदीवर काश्यप विमोण्डकाचा आश्रम होता. त्याचा मुलगा ऋष्यशृंग. याला अप्सरांनी मोहवून नौकेमधून नदीतून राजधानीला आणले. महाभारतात (२.३०. २०-२२) मात्र मोदागिरी (मोघीर) आणि कौशिकी-कच्छ यांचे राज्यकर्ते कर्णापेक्षा वेगळे म्हणून सांगितलेले आहेत. कर्णाचे (अंगदेशाचे) राज्य उघडच मगध आणि 'पर्वतवासिनः' म्हटलेल्या राजे ह्यांच्या मध्ये होते.

८६. क्रमांक ५४५

८७. २९.३५, JASB, 1897, 94

८८. ४४.९; पाहा, ६.१८.२८ 'अङ्गमः' आणि 'प्राच्याः'

८९. २५.३५; २६.१५; ८२.३-१६

९०. ऐतरेयब्रा. ८.२२

९१. 'जातक' क्रमांक ५०६

९२. महाभारत ३.८४, १६३. ३०७.२६ (''ज्ञायाः सूतविषयं चम्पामनु ययौ पुरीम्।') वाटर्सः 'युआर च्वांग' २.१८१; 'दशकुमारचरित' २.२

९३. 'मत्स्यपुराण' ४८.९७; 'वायुपुराण' ९९.१०५.१०६; 'हरिवंश' ३१.४९; महाभारत १२.५.६.७, १३.४२.१६.

९४. क्रमांक ५३९

९५. ‘महापरिनिबान-सुत्त’

९६. ‘जातक’ ५३९ फाडझबोलकृत आवृत्ती, ६. पृ. ३४.

९७. 'Ind. Ant, VI. 229, इत्सिंग ५८, ' ऱ्हीस डेव्हिड्स "Buddhist India p.35", नंदलाल दे: "Notes on Ancient Andia, "JASB, 1914 चम्पेमध्ये हिंदूनी केलेल्या वसाहतींसाठी पाहा - Eliat,
'Hinduism a Buddhism, ' 3, p.137 f.
आणि आर.सी. मजुमदारकृत ‘चम्पा’. काही विद्वानांच्या मते सर्वात प्राचीन शिलालेखाचा (वो-कान) इ. सनाच्या सुमारे तिसऱ्या शतकापासूनचा आहे. या शिलालेखात श्रीमहाराजाच्या कुलातील एका राजाचा उल्लेख आहे.

९८. मल्लसेकर DPPN, 16; ‘धम्मपद Commentory’ Harward Oriental series 29.59. पाहा : मेद्दीय (जैन लेखकांचे भद्रिक किंवा भद्रिका) बहुधा हे भागलपूरपासून दक्षिणेस आठ मैलांवरचे मेदरिया असावे. (JASB, 1914, 337)

९९. ५.२२.१४

१००. JASB, 1914, p.317 रामायण १.२३.१४

१०१. म.भा. १.१०४.५३-५४; ‘मत्स्यपुराण’ ४८.१९

१०२. ८.२२ पाहा - पर्गिटर, JASB, 1897, 97.
देणग्यांच्या संदर्भात अवचत्नुक नावाच्या एका गावाचा उल्लेख येतोः
‘‘दशनागसहस्त्राआणि दत्वात्रेयोऽवचत्नुके ।
श्रान्तः पारिकुटान् प्रैप्सद् दानेन ङ्गस्य ब्राह्मणः ॥’’
अंगराजाला दिलेल्या ‘वैरोचन’ या संज्ञेने कोणालाही ‘मत्स्यपुराणातल्या (४८, ५८) ‘वैरोचनी (नि)’ याची आठवण होईल.

१०३. ‘‘बौधायन-धर्मसूत्रे’ १.१.२९, म.भा. ८.२२.१८-१९, ‘मत्स्यपुराण’ ४८.६०. ‘वायुपुराणा’त (६२.१०७-१२३) अंगाचा निषादांशी संबंध असल्याचे म्हटले आहे. ते लक्षात घेण्यासारखे आहे. या पुराणात हा राजवंश ‘अतिवंशसमुत्पन्न’ म्हणून वर्णिला आहे. परंतु ‘ऐतरेयब्राह्मणा’त आत्रेय हा अंगराजाचा ऋत्विज आहे, असे दिसते. अंगांची उत्पत्ती आणि त्याशी संबंध असलेल्या जाती जमाती यांच्या चर्चेसाठी पाहा - एस.ले.व्ही. "pre-Aryen et Pre-Dravidien dans' l' Inde, ", J.A.Julliet - September, 1923.

१०४. 'Dialogues of the Buddha, ' 2.270.

१०५. 'मत्स्यपुराण' ४८.९१-१०८', वायुपुराण' ९९ : १००-११२.

१०६. ३२.४३.

१०७. JASB, 1914, p. 320 \-321 चंदनबालेच्या कथेसाठी पाहा – 'Indian Culture, II, p. 682 f.

१०८. 'चम्पेय्य-जातक'

१०९. कोवेल ६.१३३

११०. 'प्रियदर्शिका' अंक ४.

१११. Hardy, 'A manual of Buddhism, p. 163 u (तिबेटी 'दुल्वा'वर आधारलेला वृत्तांत) 'A Manual of Buddhism', p - 163 n

११२. महाभारत २.२०.२९; 'महापरिनिब्बान-सुत्तन्त' ('Dialogues', 2.94 आणि DPPN, I, 331 BE 331 यांत असे दर्शविले आहे की, वृज्जींची सीमा गंगेच्या उत्तरतीरापासून उक्कावेला किंवा उक्काचेला म्हणून सुरू होत होती आणि त्या राज्याच्या सीमांमध्ये तिचा अन्तर्भाव होत होता. 'चम्पेय्य-जातक' ५०६; Fleet, CII, 227; DPPN, 403. महाभारतकालात खुद्द मगधाची पूर्वसीमा चम्पानदीपर्यंत पोहोचली नसावी. कारण मोदागिरीचा (मोंधीरचा) एक स्वतंत्र राज्य म्हणून उल्लेख येतो.

११३. स्थूल मानाने JASB, 1872, 229 यात गिरिब्रज हे पंचन-नदीवरील गिर्येकच मानले जात होते. पंचननदी गयेपासून ईशान्येस ३६ मैलांवर आणि राजगीरच्या पूर्वेस ६ मैलांवर आहे.

११४. SBE 13, 150.

११५. म.भा. १.११३.२७; २०४.१७; २.२१.३४; ३.८४.१०४.

११६. २.२४.४४

११७. ''गोरथं गिरिमासाद्य ददृशर्मगधं पुरम्'' २.२०.३०; २१.१३.

११८. पालिसाहित्यात दिलेली नावे (DPPN, 2, 721) अशी आहेत : पाण्डव, गिज्झकूट, वेभार, इसिगिली (लि) आणि वेपुल्ल (किंवा वंकक) पालि-साहित्यातील पुराव्यावरून असे सूचित होत असावे की, महाभारतातील श्लोकातले 'विपुल' हे विशेषण नसून नाव आहे. त्या पक्षी डॉ.जे.वेंगर 'चैत्यकपंचम' (चैत्यक राज्याचा पाचवा याच्याऐवजी 'चैत्यकपंचक' (पांच शुभ चैत्यक) असे सुचवितो. कीथच्या टिपणासाठी पाहा – IHQ, 1939, 163, 164.

११९. १.३२.८.

१२०. पृ.११३. एका जुन्या मगधराजपुत्राच्या नावावरून हे नाव दिले असावे, असे दिसते. ('वायुपुराण' ९९.२२४, AIHT, 149.

१२१. लॉ. ''बुद्धघोष'' ८७ टीप.

१२२. ३.५३.१४.

१२३. निरुक्त ६.३२.

१२४. *''कीकटेषुगया पुण्या पुण्यं राजगृहं वनम्।*
च्यावनस्याश्रमं पुण्यं नदी पुण्या पुनः पुना॥'
पाहा – 'वायुपुराण' १०८.७३, १०५.२३; 'भागवत–पुराण' १.३.२४. 'बुद्धो नाम्नाञ्जनासुतः कीकटेषु भविष्याति।' तत्रैव, ७.१०.१९. श्रीधर : 'कीकटेषु मध्ये गयाप्रदेशे' अभिधानचिन्तामणीः 'कीकटा मगधाह्वायाः' कीकटाच्या शिलालेखविषयक संदर्भासाठी पाहा – 'एपिग्राफिया इण्डिका' २.२२२. तेथे त्या नावाचा एक राजा मौर्यकुलाशी संबंद्ध म्हणून सांगितला आहे. तसेच, पाहा – 'कीकटेयक' 'मॉन्युमेंटस् ऑफ साँची' १.३०२.

१२५. 'मध्यखंडम्' २६.२०.२२.

१२६. २६.४७; पाहा – 'वायुपुराण' ७८.२२; 'पाद्म पातालखण्ड' ११.४५.

१२७. ५.२२.१४.

१२८. 'वाजसनेयि–संहिता' ३०.५; 'वेदिक इण्डेक्स' भाग २, ११६. मागधांच्या मगधाशी असलेल्या संबंधासाठी पाहा – 'वायुपुराण' ६२.१४७.

१२९. १५.२.५ – 'श्रद्धा पुंश्चली मित्रो मागधो ... इत्यादि' – ग्रिफिथ २.१८६

१३०. पाहा – 'Weber, History of Indian Lit', p-112.

१३१. "Vedic Index", 1, 116.

१३२. पुराणांत मगधांच्या राजांना अनुलक्षून योजीलेला 'राजानः क्षत्रबन्धवः' हा शब्दप्रयोगही पाहा (पर्गिटर : 'Dynasties of the Kali Age', p-22)

१३३. 'बुद्ध' ४०० टीप.

१३४. JASB, 1897, 111; JRAS, 1908, p-851-853.
'बौधायन–धर्मसूत्रे' (१.१.२९) येथे अंग आणि मगध लोक यांचा 'संकीर्णयोनयः' (मिश्रजन्माचे) असा उल्लेख आहे.

१३५. १.६३.३०.

१३६. १.३२.७.

१३७. १.३६.१८, १०.४९.६.

१३८. पाहा – पूर्वी पृ. ८० व पुढे. १०४ उत्तरकालीन वैदेह आणि कोसल राजे

यांच्याविषयीची चर्चा 'भविष्यकाळात होणाऱ्या बृहद्रथराजांची' संख्या १६, २२ किंवा ३२ अशी दिलेली आहे आणि त्यांचा राज्य करण्याचा काळ ७२३ किंवा १००० वर्षे असा सांगितलेला आहे. ('Dynasties of the Kali Age', 17.68) शेवटचा राजा रिपुंजय किंवा अरिंजय (तत्रैव, १७, ९६) याने कोणालाही पालिवाङ्मय अरिन्दमाची आठवण होईल. (DPPN, 2.402)

१३९. 'Dynasties of the Kali Age', p-18, पाहा – IHQ, 1930, p-683. 'कथासरित्सागरा'च्या उत्तरकालीन लेखकांनी जरी म्हटले असले तरी त्यांच्या म्हणण्यानुसार आणि पुराणातील भ्रष्ट झालेली वचने उपलब्ध असली, तरी (IHQ, 1930, p-679, 691) आपल्याला यावर विश्वास ठेवण्याचे कारण नाही की, मगधाचा प्रद्योत आणि हा अवन्तीच्या महासेनाहून (की ज्याला अनेक जुने बौद्ध आणि ब्राह्मणधर्मीय लेखक प्रद्योत म्हणतात) वेगळा होता. पुराणांतला प्रद्योत आणि अवन्तीचा प्रद्योत हे दोन वेगवेगळे होते, अशा शंकेला मुळी अवसरच नाही. याची कारणे अशी :- (१) पुराणवचनांत 'अवन्तिषु' ('Dynasties of the Kali Age', 18 असा शब्दप्रयोग आहे. त्यावरून पुलिकाने राजवंशात जी क्रान्ती घडवून आणिली, तिचा निर्देश होतो. (२) पुराणांतील प्रद्योताच्या राजवंशातली नावे आणि महासेनाच्या अवन्तिवंशातली नावे ही एकच आहेत. (३) पुराणांत प्रद्योताचा जो निर्देश केलेला आहे, त्यांत 'प्रणमसामन्त' आणि 'नयवर्जित' अशी त्याला विशेषणे दिली आहेत. त्यावरून कोणालाही बौद्ध वाङ्मयात वर्णिलेल्या अवन्तीच्या चण्डप्रद्योत महासेनाची आठवण झाल्यावाचून मुळीच राहणार नाही.

१४०. 'SBE, 45, 86'. गय या नावाचा एक राजा महाभारतात (७.६४) निर्दिष्ट आहे. पण तेथे तो अमूर्तरयस् याचा मुलगा म्हणून सांगितला आहे.

१४१. अश्वघोष हा कनिष्काचा (सुमारे इ.स.१००) समकालीन होता. (Winternitr 'History of Indian Literatiere', II, 257) उलटपक्षी, पुराणांतल्या इतिवृत्तांनुसार गंगेच्या खोऱ्यात गुप्तांचे राज्य होते. ('Dynasties of the Kali Age' 53) सुमारे इ.स. ३२०.

१४२. ११.२ रायचौधुरी : IHQ, 1 (1925) p-87.

१४३. 'वायुपुराण' ९९.३१४.

१४४. 'इण्डियन कल्चर' ६.४११.

१४५. आपल्याला एक पाऊल पुढे जाऊन असेही म्हणता येईल की, पुराणातली

विधाने ही परस्परविरोधी आहेत. उदाहरणार्थ : (अ) वीतिहोत्रांच्या निर्याणानंतर प्रद्योताला राज्याभिषेक झाला, असे म्हटले आहे. (आ) शिशुनागाने प्रद्योताची अधिसत्ता झुगारून दिली आणि तो राजा झाला. असे असताही शैशुनाग राजे असतानाच वीस वीतिहोत्र-राजे (आणि इतरहि वंश) त्याच वेळी विद्यमान होते.

'एते सर्वे भविष्यन्ति एककालं महीक्षितः' - 'Dynasties of the Kali Age', 24.

१४६. 'Dynasties of the Kali Age', 21, (SBE) XI, p-16 (Introduct)

१४७. 'द्वात्रिंशत्पुत्तलिका' विश्वासार्ह मानावयाचे असेल, तर नन्दाच्या काळापर्यंत राजाचे वैशालीला वास्तव्य होते.

१४८. 'महावंशटीका' (त्यूर्नूर : 'महावंश' ३७ प्रस्तावना) याच्या अनुसार शिशुनाग वैशालीच्या एका लिच्छवी - 'राजा'चा मुलगा होता तो एका 'नगरशोभिनी'च्या उदरी जन्माला आला आणि राज्याच्या एका अधिकाऱ्याने त्याला वाढविले.

१४९. SBE, XI, p-16 (Introduction).

१५०. ३१.४९; 'वायुपुराण' ९९.१०८; जे.सी.घोष : ABORI, 1938 (29), p-1.82.

१५१. 'हरि' याचे पिवळा, घोडा, 'सिंह', सर्प इत्यादि अनेक अर्थ आहेत.

१५२. गायगरचे भाषांतर : पृ.१२ यावरून बिंबिसार हा या कुलाचा संस्थापक आणि सेनापती असून त्याने वज्जींच्या जिवावर आपले राज्य प्रस्थापित केले हा डॉ.डी.आर.भांडारकरांचा दृष्टिकोन ('कारमायकेल लेक्चर्स' १९१८) निरस्त होतो.

१५३. त्यूर्नर, एन.एल.दे आणि इतर विद्वान हे त्याच्या पित्याचे नाव भातिय किंवा भट्टिय असे देतात. उलटपक्षी, तिबेटी विद्वान त्याला 'महापद्म' म्हणतात. त्यूर्नूर : 'महावंश' १ पृ.१०; JASB, (1872) 1, 298, (1914) 321 'Eassy on Gunadhya', p-173. पुराणांमध्ये बिंबिसाराच्या पित्याचे नाव हेमजित(त्), क्षेमजित(त्) क्षेत्रोजा किंवा क्षेत्रौजा असे विविध रीतींनी दिले आहे. पुराणांमधले हे विधान जर बरोबर असेल, तर भातिय (किंवा-भट्टिय) हे त्याचे दुसरे नाव असेल किंवा बिंबिसारांची जशी 'सेनिय' आणि अजातशत्रूची जशी 'कूणिय', तशी ही त्याची संज्ञा असेल. परंतु पुराणांमधल्या असमर्थित अशा विधानावर विसंबून राहणे हे धोक्याचे आहे. विशेषतः

नावाच्या रुपाबद्दल जेव्हा फारशी एकवाक्यता नाही, तेव्हा तर अधिक धोक्याचे आहे.

१५४. SBE, XIV, 339.
पाहा – होयर्न्ल : 'अवासग-दसओ' II पृ.१३८, टीप ३०४.

१५५. १.२६; ३.४९; ४.२०८.

१५६. रामायण १.४७-४८.

१५७. उदाहरणार्थ, ''आचारांग-सूत्रा''त (२.१५, १७, SBE, XXII, Intro.) कुण्डग्रामाचा 'संनिवेश' विदेहातल्या वैशालीजवळ असल्याचे आहे. महावीर आणि अजातशत्रू यांच्या मातांना अनुक्रमे 'विदेह-दत्ता' आणि 'वेदेही' (वैदेही) असे म्हटलेले आहे.

१५८. रामायण १.४५.१०.

१५९. क्रमांक १४९.

१६०. प्रकरण २.

१६१. SBE, XXII, Intro.

१६२. होयर्न्ल् : 'उवासग-दसाओ' II पृ.४ टीप.

१६३. ४.२.१३१.

१६४. 'अर्थशास्त्र', मैसूर आवृत्ती (१९१९) पृ. ३७८.

१६५. वाटर्स : २.८१. तसेच पाहा : DPPn, 2, 814; 'Gradual Sayings', 3.62, 4.10. स्मिथच्या मतानुसार (वाटर्स २.३४०) वृजींचा प्रदेश हा स्थूल मानाने दरभंगा जिल्ह्याचा उत्तरभाग आणि त्याच्या जवळचा नेपाळचा तराई यांशी समान होता.

१६६. पाहा – 'मझिमनिकाय' २.१०१ 'The Book of the Kindred Sayings', I (संयुक्तनिकाय) - Rhys Davids, p-257.
''वज्जि गणाचा कोणी एक भाऊ एके काळी वेसालीजवळ एका अरण्यप्रदेशात राहत होता.''

१६७. 'Life of Budda', p-62.

१६८. 'अग्र' आणि 'भोग' यांच्या माहितीसाठी पाहा – होयर्न्ल : 'उवसंग-दसाओ' भाग II पृ. १३९ (२१०). 'बृहदारण्यकोपनिषद्' ३.८.२ 'SBE, XIV, 71n.' 'अंगुत्तर निकाया'त (१.२६) (निपात १.१४.६) 'उग्रां'चा वेसालीशी संबंध सांगितला आहे. (उग्गो गहपति वेसालिको) आणि ४.२१२ येथे तो हत्थिगामाशी सांगितला आहे. 'धम्मपदटीके'त (Harward Oriental)

उग्गांच्या एका शहराचा निर्देश आहे. होयर्न्ले याने 'उवासग-दसाओ'मध्ये (II परिशिष्ट ३.५७) 'भोगनगर' (म्हणजे भोगांचे नगर) नावाच्या एका स्थानाचा उल्लेख केला आहे. 'महापरिनिव्बान-सुत्तन्ता'त वेसालीपासून पावा पर्यंतच्या वाटेवर भण्डगाम, हत्थिगाम, अम्बगाम, जम्बुगाम आणि भोगनगर यांचा निर्देश आहे. तसेच, पाहा - 'सुत्तनिपात' १९४ वजूर्जींच्या एका गणाशी कौरवांच्या एका समूहाचा संबंध असावा, हे लक्षणीय आहे. उषस्ति चाक्रायणासारख्या कुरू ब्राह्मणांनी विदेह राजधानीमध्ये बौद्धधर्माच्या उदयाच्या पुष्कळ पूर्वीपासूनच वसती करण्यास आरंभ केला होता. वैशालीच्या 'ऐक्ष्वाकां'साठी पाहा-रामायण १.४७.११.

१६९. १.४७.११.१७.

१७०. वायुपुराण ८६.१६.२२; विष्णुपुराण ४.१.१८.

१७१. २.४.४.३-४.

१७२. ७.३४.९.

१७३. महाभारत (टीकेसह) ३.९०.७.

१७४. DPPN, 2, 814.

१७५. 'Ind. Ant'. (1903) p. 233f.

तिबेटात तीनच न्यायालये होती, तर लिच्छवींची खण्डन्यायपीठे सात होती. (१) विनिच्छय महमत्त (चौकशी करणारे न्यायाधिकारी) (२) 'वोहारिक' (न्यायाधीश) (३) 'सुत्तधर' (धर्मशास्त्रपंडित) (४) 'अट्ठकुलक' (आठ जमाती बहुधा संघन्यायपीठ) (५) 'सेनापति' (सेनाधिकारी) (६) 'उपराजट' (राज्यपाल किंवा नायब राज्यपाल) आणि (७) 'राजा' (राज्यकर्ता) हे सात घटक 'पवेणितोत्थका'नुसार (घडून गेलेल्या निदर्शकांच्या संग्रहानुसार) न्यायदान करीत. आणखी असे की, एस.सी.दास यांनी विवेचिल्याप्रमाणे सापेक्षतः तिबेटी न्यायदानपद्धती ही प्राचीन आहे की काय, याची आपल्याला फारच थोडी माहिती आहे. कदाचित ती 'अट्ठकथा' या प्रतिपादिलेल्या पद्धतीवरून सूचित झालेली असणे अगदी शक्य आहे. तिबेटी वृजी यांच्या (न्यायदान-पद्धतींच्या) परिपाठांची तुलना करताना हे नीटपणे लक्षात ठेवले पाहिजे. मृतांच्या विल्हेवाटीविषयी बोलावयाचे, तर 'सिन्धु-संस्कृती'च्या लोकांमधील प्राचीन रूढ पद्धतीकडे लक्ष देणे हे युक्त आहे. (Vats, 'Excavations at Harappa', I, Ch. VI) महाभारतातील गोष्ट पाहा - ४.५.२८-३३.

१७६. 'Ind. Ant.' (1902) 143 f, 1908, p. 78.
'निच्छिवी' आणि 'निसिबिस' या दोन नावांमधील कल्पित सादृश्यापलीकडे विद्याभूषणांच्या अंदाजामध्ये फारच थोडे ग्राह्य आहे. इ.स.पूर्वी सहाव्या अथवा सातव्या शतकात पूर्व भारतात कोणत्याही इराणी वसाहती झाल्यासंबंधी आकेमेनिड्‌सूच्या शिलालेखात काही पुरावा नाही. 'इराणमधील देवता अथवा प्रेषित' यासंबंधी लिच्छवी लोकांना जी आस्था होती, तीपेक्षा त्यांना यक्ष 'चैत्य' आणि महावीराची शिकवण, तशीच बुद्धाची शिकवण यामध्ये अधिक आस्था होती.

१७७. 'Modern Review' (1919) p. 50; Law 'Some Kshatriya tribes', 26 f.

१७८. SBE XXII 12 (Intro) 227

१७९. १०.१२

१८०. भाग १ पृ. १५८-१६५

१८१. SBE, X 32; DPPN, 2, 779.

१८२. 'अंगुत्तर-निकाय, ' निपात ३.७४ (PTS, Part I, p. 220 f) 'महालि-सुत्त' 'Dialogues of the Buddha' I, p. 198, III, p. 17 'महावग्ग' SBE XVII p. 180 'मज्झिमनिकाय' १.२३४.६८; २.२५२ 'The Book of the Kindred Sayings, ' I. 295 लिच्छवींविषयी तपशीलवार माहितीसाठी आता पाहा - Law, 'Some Kshtriya Tribes of Ancient India.'

१८३. क्रमांक १४९,

१८४. क्रमांक ३०१

१८५. दुसऱ्या एका परंपरेनुसार हा आकडा ६८, ००० आहे. (DPPN, 2, 781n) 'धम्मपद-टीकेत (H-Orien Series, 30, 168) राजे हे आळीपाळीने राज्य करीत, असे म्हटले आहे.

१८६. पाहा - 'दीघ' (२.७४) यात निर्देशिलेले वज्जी महल्लका. 'अंगुत्तर' ४.१९

१८७. १२८.

१८८. 'नव मल्लई' (मल्लती) नव लेच्छई (लेच्छती) काशी कोसतगा (पाठान्तरकोसलका) अट्ठारस व गणिरायानो'
भद्रबाहुकृत 'कल्पसूत' (संपादक - हेमनि याकोबी, १८७९) 'जिनचरित' पृ. ६५ (१२८) 'निरयावलिया सुत्तम्' (डॉ. एस. वॅरिन्) (१८७९) २६,

SBE, (1884) p. 266.
काशी आणि कोशल येथील अठरा गणराजे आणि नऊ लिच्छवी आणि नऊ मल्लकी हे एकच होत, असे मानण्याकडे डॉ. बारूआ यांचा कल आहे. या संदर्भात ते 'कल्पद्रुमकलिकाव्याख्ये'चा हवाला देतात. तीत मल्लकी हे काशीदेशाचे 'अधिप' (अधिपती) आणि 'लेच्छकी' हे कोशलदेशाचे 'अधिप' आहेत, असे म्हटले आहे व पुढे महावीराचा मामा, चेटक यांचे ते 'सामन्त' (माण्डलिक) म्हणून वर्णिले आहेत. ('Indian Culture, II, p-810') पण महावीराच्या काळात काशी आणि कोशल यांच्या राज्यांनी मल्ल आणि लिच्छवी यांची अधिसत्ता मान्य केलेली होती, आणि चेटक हा ज्या साम्राज्याचा अधिराज त्याचे ते भाग होते, ही माहिती भारतीय इतिहासाच्या विद्यार्थ्यांना अभिनव आणि विलक्षण म्हटली पाहिजे. स्वतः बारूआसुद्धा उत्तरकालीन जैन टीकाकारांचे भाष्य संपूर्णतया स्वीकारण्यास कां कू करतात आणि असे सुचवतात की, हे नऊ मल्ल आणि नऊ लिच्छवी यांचा मूळ संबंध काशी आणि कोसल येथील राजवंशांशी असल्याकारणाने त्यांच्या कुलाला प्रतिष्ठा लाभली. परंतु 'परमत्थ-जातिके'त (खुद्दकपाठ-टीका) लिच्छवींचा संबंध कोशलराजवंशाशी नसून काशीच्या राजवंशाशी आहे असे म्हटले आहे. ह्या उत्तरकालीन टीकाकारांचा पुरावा असा गैरमेळाचा असतो की, त्यांनी मूळची खरी परंपरा सांभाळून ठेवली, असे मानणे सयुक्तिक होणार नाही. लिच्छवी म्हणा, किंवा मल्ल म्हणा त्यांतल्या कोणीच काशी-कोशलांतील कोणत्याही 'ग्रामा'वर किंवा 'निगमा'वर साक्षात राज्य केल्याचे कोणत्याही बौद्ध अथवा जैन संहितेत सूचित केलेले नाही. (पाहा. 'Indian Culture,' II, 808) तेव्हा 'काशी-कोशलां'तील 'गणराजा'चा निर्देश उघडच कोसल-साम्राज्यामधील कालाम, शाक्य आणि इतर जमाती यांना अनुलक्षून आलेला दिसतो.

१८९. 'सि-यु-कि' पुस्तक ९.

१९०. DPPN, II 781-782

१९१. ६-९-३४

१९२. 'कुश-जातक' क्रमांक ५३१. 'महापरिनिब्बान-सुत्तन्त' 'Dialogues of the Buddha, ' II, p - 161-162.

१९३. AGI (1924) 724.

१९४. महाभारत २.३०.२ आणि १२.

१९५. JRAS, (1906) 659. 'दीर्घ' २.१३७

१९६. EHI, (3rd ed.) p. 159

१९७. ASI, AR, (1911-12), 17f, JRAS (1913) 152.
कसिया हे खेडे गोरखपूरच्या पूर्वेस सुमारे ३५ मैलांवर आहे. (AGI, 493)

१९८. AGI, (1924. 498.

१९९. ककुत्था AGI, (1924) 714

२००. DPPN, II, 194

२०१. पाहा – 'Dialogues, ' भाग २ पृ. ११४–११५.

२०२. 'Dialogues of the Buddha, II, p. 162, 179, 181.'
रामायणामध्ये वसिष्ठ हा इक्ष्वाकूंचा पुरोहित म्हणून येतो.

२०३. SBE, XI p. 248

२०४. २.३०.३

२०५. लॉ : 'Some Kshatriya Tribes, ' p. 149; 'Dialogues, ' III (1921) 7; 'Gradual Sayings, ' 4.293.
कपिलवस्तूच्या पूर्वेस तीस योजने असलेल्या अनोमा नदीच्या तीरावर अनुपिया वसली होती. भावी बुद्धाने तेथेच आपले केस कापले व सन्याशाची वस्त्रे धारण केली. (DPPN, 1.81, 102)

२०६. पाहा – SBE, XI p. 102.
'कौटिलीय अर्थशास्त्र' (१९१९) पृ. ३७८

२०७. 'खुद्द–नगरक, ' 'उज्जंगल–नगरक,' 'साखा नगरक.'

२०८. क्रमांक ४६५

२०९. पार्गिटर : JASB, (1895) 253 f
महाभारत १.६३.२–७८, ४.१.११ 'सन्ति रम्या जनपदा बह्वन्नाः परितः कुरून्।

पंञ्चालाश्चेदिमत्स्याश्च शूरसेना पटच्छराः ।।

दशार्णा नवराष्ट्राश्च मल्लाः साल्वा युगन्धराः ।

२१०. महाभारत ५–२२–२५; ७४.१६; १९८.२, ६.४७.४; ५४.८

२११. दशार्णाच्या राजकन्यांचे विवाह विदर्भाच्या भीमाशी आणि वेदींच्या वीरबाहूशी (अथवा – सुबाहुशी) झाले होते. (म. भा. ३.६९, १४–१५)

२१२. पार्गिटच्या मते (JASB, (1885) 253) चेदी हा यमुनेच्या दक्षिण तीरातीराने वायव्येस असलेल्या चम्बळपासून अग्नेयेस कार्वीपर्यंत होता. त्याच्या मते

त्याच्या दक्षिणेसीमा माळव्याचे पठार आणि बुन्देलखंडाच्या टेकड्या या होत्या.

२१३. कल्हणाच्या 'सूक्तिमुक्तावली'त हा श्लोक राजशेखराच्या नावावर आहे. 'EP. Ind.' 4.280. कौनी: 'कर्पूरमंजरी' पृ. १८२.

२१४. क्रमांक ४२२

२१५. ३.२०.५०; १५.८३.२; एन.एल. दे : Ind. Art. (1919) Geographical Dictionary, ' p-7.

२१६. १.६३.३५

२१७. JASB, (1895) 255) 'मार्कण्डेय पुराण' पृ. ३५९

२१८. 'अंगुत्तर' ३.३५५ (PTS) 'आयस्मा महाचुन्दो चेतिसु विहरति सहजातियम्''. सहजाती हे गंगाकाठी व्यापारी मार्गावर वसले होते. ('बुधिस्ट इण्डिया, पृ. १०३) पाहा – अलाहाबादेपासून दहा मैलांवर मिरा येथे सापडलेल्या भाजक्या मातीच्या रंगीत मुद्रिकेवरचे बोधवाक्य (Archaeilogical Exploration of India, (1909-10), Marshall, JRAs, (19111) 128 f) 'सहिजितिये निगमश' इ.स. पूर्व सुमारे तिसऱ्या शतकापूर्वीच्या अक्षरांत. तसेच, पाहा – JBORS, 19, (1933) 293.

२१९. आजच्या जबलपूरपासून फार दूर नसलेल्या नर्मदेजवळच त्रिपुरी होती. 'हैमकोशा'त तिला 'चेदिनगरी' म्हटले आहे. (JASB, 1895, 249) कोशलेबराबरच त्रिपुरीचाही उल्लेख महाभारतात (३.२५३.१०) आहे आणि तिचे रहिवासी 'त्रैपुर' यांचा तेथे (६.८७.९) मेकलांच्या आणि कुरूबिन्दांच्या बरोबरीने उल्लेख आहे.

२२०. ८.५, ३७–३९

२२१. हत्थिपुर हे कुरूदेशातील हत्थिपुर किंवा हस्तिनापुर असणे शक्य आहे. अस्सपुर हे अंगामधील त्याच नावाचे गाव आणि सीहपुर हे जेथून विजय लंकेला गेला ते लाल नावाचे गाव. पश्चिम पंजाबात दुसरे एक सिंहपूर होते. (वाटर्स १.२४८) उत्तरपंचाल हे रोहिलखंडातील अहिच्छत. दद्दरपूर हे हिमालयीन प्रदेशात वसलेले असणे संभाव्य आहे. (DPPN, I-1054)

२२२. १.६३.१–२

२२३. १.६३.३०

२२४. रामायण १.३२.६–९ म. भा. १.६३, ३०–३३.

२२५. क्रमांक ४८

२२६. रामायण २.५२.१०१

२२७. नीरमन्, जॅक्सन आणि ओग्डेन्: ‘प्रियदर्शिका’ पृ.७६ (प्रस्तावना) ‘बृहत्कथा सरित्सागरा’त (४.१४; पाहा ८.२१) अगदी स्पष्टपणे कोशाम्बी ही कालिन्दीवर किंवा यमुनेवर होती, असे विधान आहे. (मललसेकर DPPN,694) एका ग्रंथात कौशाम्बां ही गंगेवर असल्याचा जो उल्लेख आहे, तो बहुधा गंगायमुना संगमाच्या जवळपणामुळे तरी असावा, किंवा नकलाकाराच्या हस्तदोषामुळे तरी असावा.

२२८. ‘बुद्ध’ ३९३ टीप.

२२९. ‘शतपथब्राह्मण’ १२.२.२.१३

२३०. पूर्वी पृ.७५ पाहा.

२३१. रामायण १.३२.३-६; म.भा. १.६३.३१

२३२. हरिवंश २९.७३; म.भा. १२.४९.८०

२३३. 'Buddhist India', p. 3

२३४. ब्रह्मक्षत्रियकुल सेन राजांचा शिलालेख.

२३५. 'Buddhist India', p. 3

२३६. ‘स्वप्नवासवदत्त’ अंक ६, पृ. १२९

२३७. JASB, (1914) p. 321

२३८. ‘जातक’ क्रमांक ३५३. ‘कारमायकेल लेक्सस’ (१९१८) पृ. ६३

२३९. २.३०.१०-११

“वत्सभूमिं च कौन्तेयो विजिग्ये बलान्।
भगणिमधिपं चैव निषादाधिपतिं तथा॥”

(‘कुंतीच्या बलवान मुलाने - भीमसेनाने - सामर्थ्याने वत्सदेश आणि भगांचा अधिपती यांना आणि नंतर निषादाधिपतीला जिंकिले.’)

२४०. २९.७३

“प्रतर्दशनस्य पुत्रौ द्वौ वत्सभर्गौ बभूवतु:।”

(प्रतर्दनाला दोन पुत्र होते : वत्स आणि भर्ग.”)

२४१. DPPN, 2, 345

२४२. क्रमांक ५३७

२४३. ‘धूमकारि-जातक’ क्रमांक ४१३; ‘दस-ब्राह्मण-जातक’ क्रमांक ४९५.

२४४. ‘जातक’ क्रमांक ५३७, ५४५.

२४५. 'The Budhist Conception of Spirits, DPPN, 2, (1319..'

२४६. महाभारतात (५.३१.१९, ७२.१५ इ.) अविस्थल, वृकस्थल, माकन्दी

आणि वारणावत या चार ग्रामांचा उल्लेख आहे.

२४७. 'कुरुधम्मजातक' क्र.२७६; 'धूमकारि-जातक' क्र.४१३, 'संभव-जातक' क्र.५१५ 'विधुर-पंडित जातक' ए क्र.५४५, धनंजय हे अर्जुनाचे एक नाव आहे हे प्रसिद्ध आहे.

२४८. 'दस-ब्राह्मण-जातक' क्रमांक ४९५; 'महासुतसोम-जातक' क्रमांक ५३७.

२४९. 'महासुतसोमजातक', पाहा-महाभारत १.९५.७५ तेथे सुतसोम हे भीमाचे नाव दिसते.

२५०. SBE, DIV, 62.

२५१. DPPN 2, 706 f.

२५२. 'कौटिलीय अर्थशास्त्र' (१९९९. ३७८.

२५३. पृ. ४३५

२५४. महाभारत १.१३८.७०. वैदिक कालातील विभागणीसाठी पाहा –पूर्वी पृ. ७६

२५५. महाभारत १.१३८. ७३–७४.

२५६. 'सोमनस्स-जातक' क्रमांक ५०५; महाभारत १.१३८

२५७. 'दिव्यावदान' पृ.४३५

२५८. 'ब्रह्मदत्त-जातक' क्र.३२३; 'जयदिद्स-जातक' क्र.५१३ आणि 'गणतिन्दु-जातक' क्र. ५२०.

२५९. 'कुम्मकार-जातक' क्र. ४०८

२६०. 'जातक' क्र. ४०८

२६१. 'जातक' क्र. ५४१

२६२. ८.२३.

२६३. कीथः 'ऋग्वेद-ब्राह्मणे' (हार्वर्ड ओरिएन्टल सीरीज) खण्ड २५.

२६४. ५४६.

२६५. SBE, X L V 57-61

२६६. अंक ५.

२६७. १.३२.

२६८. पाहा – वाटर्सः 'युआन श्वांग' १.३४१-३४२. हा मुद्दा रतिलाल मेहता ('Pre-Buddhist India, '43n) यांच्या लक्षात आला नाही, असे दिसते. 'कन्याकुब्ज' अथवा 'कान्यकुब्ज' हे नाव याच्या अगोदरच महाभारतात (१.१७५.३, ५.११९.४) आलेले आहे. 'कान्यकुब्जी' हे 'महाभाष्या'त

(४.१.२-२३३) 'अहिच्छत्री' याच्यासमवेत आलेले आहे. पालि साहित्यात 'कण्णकुज्ज' येते (DPPN, 1498).

२६९. 'SBE, XLV, 80-82.'

२७०. 'कौटिलीय अर्थशास्त्र' (१९१९) पृ. ३७८ अशा प्रकारच्या स्वयंपूर्ण नमुन्याच्या राज्यातील किंवा गणराज्य संघातले ज्येष्ठ लोक 'राजा' ही पदवी घेत असत. यातलाच एक 'राजा' हा बुद्धाचा शिष्य विशाख पंचातीपुत्र याचा आईकडून आजा होता. (DPPN, 108.)

२७१. पाहा – पूर्वी पृ. ७१

२७२. ५.७४.१६. पाहा – ६-४७.६७; ५२.९.

२७३. दिब्बिद ताम्रपट 'एफिग्राफिया इंडिका' ५.१०८.

२७४. 'Gradual Sayings' 2.78, 3.188.

२७५. १.२.४८ (कीलहॉर्न १.१९)

२७६. 'Gradual Sayings' 27 p. 66, DPPN, 2, 438, 930, 1311.

२७७. 'मत्स्यपुराण' ४३-४४; 'वायुपुराण' ९४-९६.

२७८. 'विष्णुपुराण' ४.१३.१; 'वायुपुराण' ९६.१-२.

२७९. १.१०८.८

२८०. १.३६.१८; ६.४५.१.

२८१. ८.६.४६ शिलालेखांच्या पुराव्यावरून पश्चिम आशिया आणि हिंदुस्थान यात इ.स. पूर्व दुसऱ्या सहस्त्रकाच्या मध्यापासून घनिष्ठ संबंध असल्याचे आढळते. कसाईत आणि मितानी यांच्या नोंदीमध्ये सूर्च (शुरियस्), मरुत् (मरुत्तश्), इन्द्र, मित्र, वरुण, नासत्य या वैदिक देवता येतात. त्यात दक्ष (दक्ष तारका) (CAH, 1-553) हीसुद्धा येते.

२८२. *''शतानीकः समन्तासु मेध्यं सात्रजितो हयम्।*
आदत्त यज्ञं काशीनां भरतः सत्वतामिव ॥ १३.५.४.२१''
''मा सत्त्वानि विजीजहि'' (म.भा. ७.६६.७) यात वरील ब्राह्मणगाथेचे मर्म हरवलेले दिसते.

२८३. श.ब्रा. १३.५.४.११; ऐ.ब्रा. ८.२३; म.भा. ७.६६.८
''अष्टासप्तिं भरतो दौः षन्तिर्यमुनामनु।
गंङ्ग्यां वृत्रघ्नेऽबध्नात् पञ्चपञ्चाशतं ह्यान्॥
महाकर्म (पाठान्तर महदद्य) भरतस्य न पूर्वे नापरे जनाः।
दिव्यं मर्त्य इव हस्ताभ्यां (पाठान्तर-बाहुभ्यां) नोदापुः पञ्च मानवाः (इति)

सोऽश्वमेध शतेनेष्ट्वा यमुनामनु वीर्यवान्।
त्रिशताश्वान् सरस्वत्या गङ्गामनु चुःशतान्।।

२८४. ८.१४.३.

२८५. 'विष्णुपुराण' ४.१३.१-६. 'महाभारता'त (८.७.८) सात्वज-भोज हे आनर्तात म्हणजे गुजरातेत होते असे म्हटले आहे.

२८६. 'मत्स्यपुराण' ४३.१०-२९; ४४.३६. 'वायुपुराण' ९४.२६; ९५.३५.

२८७. ७.३४

२८८. 'वायुपुराण' ९६.१५. 'विष्णुपुराण' १.३-५.

२८९. ४.१.११४; ६.२.३४

२९०. पृष्ठ १२.

२९१. १२.८१.२५

२९२. मुजुमदार : 'Corporate Life in Ancient India, ' p.119; Allan, CCAI, p dvf. 281.

२९३. क्रमांक ४५४.

२९४. दक्षिण भारतातील 'मदुरा' यापासून भेद दर्शविण्यासाठी 'मथुरा' असे ह्या नगरीला म्हटले आहे. कृष्ण-वासुदेवाच्या ऐतिहासिक अस्तित्वाविषयीचा प्रश्न आमच्या 'Early History of the Vaisnava Sect', (1st ed.) pp. 26-35, (2nd ed.) pp. 51 ff. यात चर्चिलेला आहे.

महाभारत व पुराणे यांतील कृष्ण आणि 'छांदोग्योपनिषदा'तील (३.१७) ऐतिहासिक कृष्ण यांचे एकत्व अनेक विद्वान नाकारतात. पण या बाबतीत आपण हे लक्षात ठेविले पाहिजे की,

(१) दोन्ही कृष्णांचे आईकडून आलेले नाव 'देवकीपुत्र' असेच होते. प्राचीन काळी हे क्वचितच आढळते.

(२) उपनिषदातील कृष्णाचा आचार्य आंगिरस-कुलातील होता. हे कुल भोजांचे निकट-संबंधी होते (ऋग्वेद ३.५३.७) हे भोज महाभारतीय कृष्णाचे आप्त होते. (म.भा. २.१४.३२-३४)

(३) उपनिषदातील कृष्ण आणि त्याचा 'गुरू' घोर आंगिरस हे दोघेही सूर्यपूजक होते. 'शांतिपर्वा'त असे म्हटले आहे की (३३५.१९), महाभारतीय कृष्णाने शिकवलेला 'सात्वतविधी' हा ''प्राक्-सूर्य-मुख-निःसृत'' असा होता.

(४) कोणी आंगिरस हा औपनिषद-कृष्णाचा 'गुरू' होता. महाभारतीय कृष्णाने आंगिरसी श्रुती ही 'श्रुतीनामुत्तमा श्रुतिः' म्हणून म्हटली आहे. (म.भा.

८.६९.८५)

(५) औपनिषद-कृष्णाला सूर्यपूजा ही 'ज्योतिरुत्तममिति' (सर्वश्रेष्ठ प्रकाश) आणि 'तमसस्परि' (= सर्व अंधकाराच्या पार) म्हणून शिकविली आहे. गीतेमध्ये (१३.८) ह्याला संवादी वचन आढळते - 'ज्योतिषामपि तज्जयोतिस्तमसः पारमुच्यते।'

६) औपनिषद कृष्णाला जी शिकवण दिलेली आहे, ती ऐहिक फलाची नाही. ('दक्षिणा') तर 'तपोदानम्, आर्जवम्, अहिंसा, सत्यवचनम्' ह्या गुणांची आहे. गीतेमध्येदेखील ऐहिक फलाची आसक्ती ज्यात नाही अशा कर्माची स्तुती आहे. गीतेमध्ये (१६.१-२) उपनिषदांत सांगितलेल्या गुणांवरच भर दिलेला आहे.

हे खरे आहे की, पुराणांत घोर नव्हे, तर सान्दपनी (नि) हा कृष्णाचा आचार्य म्हणून सांगितला आहे. परंतु 'विष्णुपुराणा'त (५.२१.१९) कृष्ण हा सान्दीपनीकडे जो गेला, तो 'अस्त्रशिक्षे'साठी गेला असे आहे, हे आवर्जून लक्षात ठेविले पाहिजे.

''ततः सान्दीपनिं काश्यमवन्तीपुरवासिनम्।
अस्त्रार्थ जग्मतुर्वीरौ बलदेव-जनार्दनौ॥''

'हरिवंशा'तसुद्धा आपल्याला (विष्णुपुराण ३३.४ व पुढे) असेच आढळते की, कृष्ण हा अगोदरच 'श्रुतिधर' झाला होता. नंतर तो गुरू सांदीपनीकडे धनुर्विद्या शिकण्याच्या इच्छेने निवासार्थ गेला ('धनुर्वेदचिकीर्षार्थम्') ह्या आचार्याकडून ज्या वेदाचा त्याने अभ्यास केला तो 'अखिल वेद' किंवा 'त्रयी' नव्हता, तर नुसताच 'सांग वेद' (आनुषंगिक संहितांसह वेद) असा होता. फक्त 'धनुर्वेद' एवढ्याच वेदाचा ('त्रयी' नव्हे) त्याच्या चार विभागांसह ('चतुष्पाद) इ. स्पष्टपणे उल्लेख आहे. 'भागवत-' आणि 'ब्रह्मवैवर्त-' या पुराणांच्या (भागवत १०.४५.३१ व पुढे 'ब्रह्मवैवर्त जन्मखण्ड १०१-१०२) संकलकांनी वेद, उपनिषदे, धर्मशास्त्राचे ग्रंथ, तत्त्वज्ञान, अर्थशास्त्र इत्यादिकांचे ग्रंथ यांचा तपशील दिलेला आहे. पण 'विष्णुपुराणा'च्या प्रस्तुत वेच्यात त्यांचा उल्लेख नाही आणि बंकिमचंद्र चट्टोपाध्यायांसारख्या चिकित्सकांच्या मते ही जुनी आणि विश्वासार्ह अशी परंपरा आहे. तेव्हा कृष्णाचा सांदीपनीच्या आश्रमामधला निवास याचा त्याने धार्मिक व तात्त्विक दर्शनांच्या अभ्यासासाठी घोराचे शिष्यत्व घेतले, याशी कोणताच विरोध येत नाही. (पहा - EHVS, (2nd ed.) pp. 73-74) कृष्ण हा 'श्रुतिधर' (= वेदविद्या जाणणारा)

असल्याचे सान्दीपनीला अगोदरच माहीत होते. ('हरिवंश' 'विष्णुपुराण' ३३.६)

वेदांत आणि महाभारतात ज्या कथा येतात, त्यातील काही नावाच्या बाबतीत खरोखरच्या काही विसंगती आढळून येतात. उदाहरणार्थ : शुनःशेप कथा, पण तरीसुद्धा वैदिक आख्यान आणि त्याचा अनुसार करणारी महाभारतीय कथा त्यातल्या प्रमुख व्यक्तींच्या एकत्वाविषयी संशय घेण्याला हे पुरेसे कारण उपलब्ध होत नाही, असेच मानितात.

२९५. महाभारत मौसलपर्व १.१५-२२; २.१०. 'अर्थशास्त्र' (१९१९) पृ.१२२; 'जातके' (इंग्रजी भाषांतर) पृ. ५५-५६, V पृ. १३८. फाऊसबोयूल : IV ८७ व पुढे V २६७

२९६. १४१.१५.

२९७. पाहा - 'बहुकुरूचरा मथुरा' - पतंजली ४.१.१, GEI, p.395n.

२९८. 'मज्झिम-निकाय' २.८३, DPPN, 2-438.

२९९. तृतीय आवृत्ती, पृ. ५०, कठोर संयुक्त व्यंजनांच्या उपयोगाला त्याने बंदी केली.

३००. 'सुत्त-निपात' ९७७

३०१. 'चुल्ल-कलिंग-जातक' क्र. ३०१; 'दीघनिकाय'२.२३५; लॉ : `Heaven and Hell in Buddhist Perspective' 74 महाभारत, १.१७७.४७ सुकटणकरांनी दाखवून दिल्याप्रमाणे काही हस्तलिखितांत पोतन किंवा पोदन असे नाव आहे. -पौदन्य नाही. याचा 'महागोविन्द-सुत्तन्ता'तील (अस्सकानंच पोतनम्) आणि 'परिशिष्टपर्वा'तील (१.९२-'नगरे पोतानामिघे') पुराव्याशी मेळ बसतो.

३०२. 'सुत्त-निपात' ९७७; जातक क्रमांक ३०१.

३०३. पाहा - भांडारकर 'कारमायकेल लेक्चर्स' (१९१८) पृ. ५३-५४. 'महागोविन्द सुत्तन्ता'वरून असे दिसते की, एके काळी अवन्तीचा प्रदेश दक्षिणेकडे नर्मदेच्या खोऱ्यापर्यंत पसरलेला होता आणि त्या प्रसिद्ध नदीच्या तीरांवर वसलेल्या माहिष्मतीनगरीचा त्यात समावेश होत होता.

३०४. ८८.१७७-१७८; म.भा. ११७७४७.

३०५. `Dialogues of the Buddha' II p. 270

राजात शेवटचा राजा 'शतपथब्राह्मणा'त (१३.५.४.२२) उल्लेखित आहे.

३०६. क्रमांक २०७

३०७. *''इहैव जम्बुद्विपेऽपाग् भरतार्धविभूषणम्।*
अवन्तिरिति देशोऽस्ति स्वर्गदेशीय ऋद्धिभिः।
तत्र तुम्बवनमिति विद्यते संनिवेशनम्।''

– परिशिष्टपर्वन् १२.२–३.

तुम्बवनाच्या स्थाननिश्चितीसाठी पाहा–'एपिग्राफीका इण्डिका' २६.११५ व पुढे

३०८. JV, 133 (DPPN, I, 1050) येथे अवन्ति दक्षिणपथात असल्याचे सांगितलेले आहे. पण अवन्तिदक्षिणापथ' या शब्द प्रयोगात फक्त दक्षिणभाग एवढाच अर्थ असतो, असा जो दृष्टीकोन आहे, त्याशी याचा मुळीच मेळ बसत नाही. (भांडारकर : 'कारमायकेल लेक्चर्स' ५४)

३०९. 'मार्क पी.' मध्ये पार्गिटर : फ्लीट : JRAS, (1910) 444 f. वरील एकत्व स्वीकारण्यात एक अडचण आहे. मान्धाता परियात्र डोंगराच्या (पश्चिम विन्ध्याच्या) दक्षिणेस होते, तर नीलकण्ड या टीकाकाराच्या मते माहिष्मती विन्ध्य आणि ऋक्ष यांच्यामध्ये होती, अर्थात विन्ध्याच्या उत्तरेस आणि ऋक्षाच्या दक्षिणेस ('हरिवंश' २.३८.७–१९). महेश्वराच्या (एका काळच्या होळकरांच्या निवासाच्या) स्थाननिश्चयासाठी पाहा – `Ind. Ant', (1875 346 ff.) मान्धात्यासाठी पाहा – तत्रैव, (१८७६) ५३.

३१०. Luders' Ins. No. 469; Gradual Sayings', 5.31, Law `Ancient Mid-Indian Kshatriya Tribes, ' p. 158; DPPN, I 193; कथाकोश १८

३११. 'नर्मदामभितः' म. भा. २.३१.१०.

३१२. 'मत्सपुराण' ४३–४४; 'वायुपुराण' ९५–९६; 'ऐतरेयब्राह्मण' ८.१४

३१३. 'मत्यपुराण' ४३.८–२९; 'वायुपुराण' ९४.५.२६

३१४. 'अर्थशास्त्र' पृ. ११; म.भा. ७.६८.६, इत्यादी 'सौदरानंद' ८.४५

३१५. पाहा – नागपूर आणि `Ind. Ant., (1884) 85; `Bom. Gar.', 1.2.313 etc.

३१६. ४३.४८–४९

३१७. ह्या विधानावरून पुणिकाचे कुल हे समाजाच्या खालच्या स्तरातून (उदा. गुराखी) आले होते, असे समजावायाचे कारण नाही. पुराणाच्या इतिवृत्तातील मुद्दा असा की, राजवंशातील बदल हा एका मुलकी अधिकाऱ्याने (पुष्यमित्रासारख्या सेनापतीने नव्हे) घडवून आणला आणि क्षत्रिय (सैन्य)

नुसते पाहात राहीले. अर्थात त्यांना त्याबद्दल आस्था नव्हती किंवा त्याची त्याला मूक अनुमती होती. मेगॅस्थिनीसच्या काळात सैन्य (क्षत्रिय 'क्षत्तित्रयकुल') आणि सल्लागार ('अमात्य'-अमच्चकुल) हे समाजातील वर्ग स्पष्ट वेगवेगळे होते. (तसेच, पाहा – फिक्: प्रकरण ६) तिबेटी हे प्रद्योताचा पिता अनन्तनेमी होता, असे म्हणतात. (Essay on Gaunadhya', p. 173)

३१८. 'जातक' क्र. ४०६; 'तेलपत्त-जातक' क्र.९६; 'सुसीम-जातक' क्र. १०३.

३१९. 'मत्स्यपुराण' ४८.६; 'वायुपुराण' ९९.९

३२०. `Vedic Index', I 385.

३२१. 'कुंभकार-जातक'; 'ऐतरेयब्राह्मण' ७.३४; 'शतपथब्राह्मण' ८.१.४.१०. 'उत्तराध्यनसूत्र' कोणी एक नग्नजित महाभारतातही कृष्णाचा समकालीन असा गांधारदेशीय म्हणून येतो. (५.४८.७५). पण त्याच महाकाव्यात शकुनी(नि) हा गन्धाराचा राजा व कृष्ण आणि पाण्डव यांचा समकालीन म्हणून येतो.

३२२. SBE, XIV-87.

३२३. 'शतपथब्राह्मण' ८.१.४.१०; 'वैदिक इण्डेक्स' भाग १.४३२.

३२४. `Buddhist India', p. 28; DPPN, II, 215; `Essay on Gunadhya', p. 176

३२५. पाहा Ancient Persian Lexicon and the Texts of the Achaemenian Inscriptions" ñ Herbert Cushing Tolman, Vanderbilt Oriental Services, Vol. VI., `Old Persion Inscriptions, ' by Sukumar Sen, `Comb, Hist. Ind.', I 334, 338

३२६. म.भा. १२.२०७. ४३; 'अंगुत्तरनिकाय' P.T.S., I 213; 4.252; 256, 261; अशोकाची राजाज्ञा क्रमांक ५. गन्धाराशी असलेल्या त्याच्या संबंधाला सुसंगत असे कंबोजाचे 'कम्बलां' विषयीचे प्रेम आपल्याला दिसून येते. यास्काने याची साक्ष दिलेली आहे (११.२). गन्धार उत्तम लोकरीसाठी प्रसिद्ध होता. (ऋग्वेद ५.१.१२६.७). पाल प्रतीहारांच्या युगात ही कम्बले पेहोआ ('एपीग्राफीया इण्डिका' १.२४७) आणि बंगाल येथेही दिसून येतात.

३२७. पाहा – महाभारत १२.२०७.४३; 'राजतरंगिणी' ४.१६३–१६५. 'राजतरंगिणी'त कंबोज हा काश्मीरच्या उत्तरेकडे आहे, असे नाही. तो फक्त उत्तरपथात आहे आणि तुखारांच्या प्रदेशाहून आणखी (उत्तरेकडचा एक प्रदेश दिसतो) स्पष्टपणे भिन्न आहे.

३२८. महाभारत ७.४.५

३२९. 'राजपुराला जाऊन हे कर्णा, तू कम्बोजांना जिंकलेस.' या पंक्तीचा 'राजपुरामधून जाऊन' कर्णाने कम्बोजांना जिंकले, असा सूचितार्थ काढता येणे संभवनीय नाही. तसेच, राजपुराचा बॅक्ट्रियामधील राजगृहाशी काही संबंध होता. (प्रोसींडिंग्ज ॲण्ड ट्रॅन्झ (३२७ अ) 'कंबोज'च्या हिंदू वसाहतींसाठी पाहा –Eliot, Hindusim & Buddhism, III, pp. 100 ff.; बी. आर. चतर्जी, `Indian Culturel Influence in Cambodia' आर. सी. मुजुमदार, `Kambujades'a (Meyer Lectures) कलेक्शन्स ऑफ द सिक्स्थ ओरिएन्टल कॉन्फरन्स 'पटना पृ. १०९, येथे एकालेखकाने असे प्रतिपादन केले आहे.) असे सूचित करणे हे निरर्थक आहे. रामायण (१.६.२२) महाभारत (७.११९.१४.२६) आणि मुद्राराक्षस (अंक २) यांत कंबोज आणि बाल्हीक (बॅक्ट्रिया) हे स्पष्टपणे वेगळे सांगितले आहेत.

३३०. वाटर्स : 'युआन च्वांग' भाग १, पृ. २८४ कनिंगहॅम हा (AGI (1924) p. 148) राजापूर आणि राजौरी याचे अधिपत्य ही एकच समजतो. राजौरी हे काश्मीरच्या दक्षिणेस आहे. महाभारतात (२.२७) कम्बोज आणि अभिसार (हाच राजौरीचा मानतात.) यांचा स्वतंत्र उल्लेख आहे. एवढ्या एका गोष्टीवरून ते सर्वच काळी एकमेकांपासून अगदी पृथक् होते असे मानण्याचे कारण नाही. महाभारतात (२.३०.२४–२५) सुह्म आणि ताम्रलिप्ती यांत फरक केला नाही का? आणि तेवढ्याच आवेशाने 'दशकुमारचरिता'त दामलिप्त हे सुह्मात घातलेले नाही काय ? वस्तुस्थिती अशी आहे की, राजौरी हा कंबोजचा एक भाग होता आणि त्यात इतरही भाग येत होते. उत्तरकालात राजौरीचा राज्य करणारा वंश हा खशांचा होता.(Stein. In JASB, (1899) Extra No. 2-28)

३३१. Elphinstone, `An Account of the Kingdom of Kabul', Vol. II, pp. 375-77; `Bom. Gar', I 1.498 n, JRAS. (1843) 140; JASB, (1874) 260 n.

विल्सन्: 'विष्णुपुराण' ३.२९२ पालिसाहित्यात कम्बोजांच्या संदर्भात 'अस्सानरं आयतनम्' ('अश्वांशी भूमी') असा शब्दप्रयोग आलेला आहे. (DPPN, 1-526 पाहा – म.भा. ६.९०.३१) त्याच्याशी अभिजात लेखकांनी दिलेल्या 'अस्पसिओई' आणि 'अस्सकेनोई' या नावांची तुलना करण्यासारखी आहे. ॲलेक्झँडरच्या काळात अलिशांग आणि स्वात यांच्या

खोऱ्यात राहाणाऱ्या दणकट जातीच्या लोकांना अनुलक्षून ही नावे येतात. ('Camb. Hist. Ind.', I.352n).

३३२. 'Vedic Index' I, 127, 138; Yaska II. 2.

३३३. २.१४९.

३३४. 2.2 JRAS, (1911) 801 f.

३३५. क्रमांक ५४३

३३६. 'जातक' ६.२०८.

३३७. कॉवेल : 'जातक' ६.११०.

३३८. वाटर्स : १.२८४. कम्बोजांच्या माहितीसाठी आणखी पाहा - S. Levi, 'Pre-Aryan et Pre-Dravidien dans L' Inde, JA' (1923)

३३९. DPPN, I 526; cf. Law. 'The Buddhist conception of spirits' pp. 80-83.

३४०. पाहा - १.६७.३२, २.४.२२; ५.१६५.१-३स ७.९०.५९ इत्यादी

३४१. पृ. ३७८

३४२. ७.८९.३८

३४३. महाभारत ८.४०.२९; ४५.१४-१५; २८.३४.४०

३४४. नैमिष हे गोमतीनदीच्या डाव्या तीरावरील निमसार (सीतापूरपासून वीस मैल) येथे वस्ती करून होते. (अय्यर : 'Origin and Early History of Shaivism in South India', 91)

३४५. SBE, XVII 294.99.

३४६. क्रमांक ४२८

३४७. क्रमांक ५३६

३४८. क्रमांक ३३६

३४९. क्रमांक ५३२

३५०. क्रमांक ५३२

३५१. क्रमांक ५१

३५२. क्रमांक ३५५

३५३. क्रमांक ३०३

३५४. 'सैय्य-जातक' क्रमांक २८२; 'तेसकुन-जातक' क्रमांक ५२१. क्रमांक 'Buddhist India', p. 25.

३५५. 'हरित-मात-जातक' क्रमांक ३२९; 'वड्ढकि-सूरकर-जातक' क्रमांक

२८३.

३५६. 'Dialogues of Buddha', I 288-297.

३५७. पाहा - 'Gradual Sayings 5.40' ''जेवढ्या दूरवर काशीकोसलांचे राज्य पसरले आहे, जितक्या अंतरापर्यंत कोसालांचा राजा पसेनदी याचे राज्य आहे, तेवढ्यापर्यंत कोसलराजा पसेनदी याचे अधिपत्य मान्य आहे.''

३५८. SBE, XVII. 195.

३५९. The Book of the Kindred Sayings' ऱ्हीस डेव्हिड्सूचे भाषांतर, भाग १ पृ. १०६.

३६०. पाहा 'मिलिंद' ४.४.१४; 'विमानवत्थु-टीका'; Law, 'Heaven and Hell', 79-83. 'पयसि' हे सहित-महेताच्या शिलालेखात एका गावाचे नाव म्हणून येते. प्रस्तुत शिलालेख जेथे सापडला, त्याच्या अगदी जवळच हे गाव होते, असे निष्पन्न झालेले आहे. (राय : DHNI, I, p 521)

३६१. 'Indian Culture', II. 808; 'अंगुत्तर' १.१८८

३६२. पाहा वर - पृ. ९९.

३६३. कधीकधी कपिलवस्तू, देवदह आणि कोलिय या तिहींचा उल्लेख स्वतंत्र राज्ये म्हणून करण्यात येतो, (DPPN, I, 102 n) कोसलांच्या राजाच्या बाबतीत शाक्याचे गौणत्व हे ओघानेच कोसलराजाचे देवदेहावरील अधिपत्य सूचित करते. कारण त्याचा काही भाग तरी खास शाक्यनगराचा होता.

३६४. ८.१४.

३६५. 'ऋग्वेद-ब्राह्मण' भाषान्तर, ए.बी. कीथ - Harvard Oriental Series, Vol. 25.

३६६. ८.१७.

३६७. आर. के. सरकारकृत भाषान्तर : पृ. २४ परंतु कौटिल्याच्या मते (८.२) 'वैराज्य' याचा अर्थ वेगळा आहे. तो असा-पिळवणूक करण्यासाठी जेव्हा एखाद्या देशाच्या अधिकृत राजापासून बलाने तो देश हिरावला जातो, तेव्हा त्या वेळी अस्तित्त्वात येणारी राज्यपद्धती 'वैराज्य' होय.

३६८. १२.४३.१ पाहा. ६८.५४

३६९. 'ऐतरेय-ब्राह्मण' ८.२३; ऋग्वेद ५.१.२३८; २.२३.१; १०.३४.१२; ११२.९; 'शतपथब्राह्मण' १३.२.८.४ इत्यादी येथे 'गण' आणि 'गणज्येष्ठ' यांचे अस्तित्त्व सूचित होते.

३७०. ५.१.१.१२-१३; पाहा 'कात्यायन-श्रोतसूत्र' ५.१.१.२.

३७१. ३.५३.७

३७२. 'भोज' या शब्दाचा अर्थ लोकांना शासक, संरक्षक किंवा भक्षक ('विशामत्ता') असणारा राजा किंवा टोळी प्रमुख असा अर्थ असू शकेल. दक्षिण भारतातील कित्येक शिलालेखात शासकीय अधधिकार पद म्हणून हा शब्द येतो. ('इंडी. अँटी.' (१८७६)१७७, (१८७७) २५-२८) सार्वभौमत्त्वाच्या अनेक वैशिष्ट्यांपासून वंचित असणाऱ्या राजाला किंवा त्याच्या कुलाला उद्देशून हा शब्द महाभारतात (१.८४.२२) योजला आहे. (अरजा भोजशब्दं त्वं तत्र प्राप्स्यसि सान्वयः।)

३७३. काठक-संहिता १४.५; मैत्रायणी संहिता १.११.५; वगैरे; 'वैदिक इण्डेक्स'२.२२१'

३७४. ५.१.१.१२; SBE, XII; एगेलिंग, शतब्राह्मण भाग ३, पृ. ४.

३७५. ८.२३ (अत्यराति व वसिष्ठ सात्यहव्य यांची कथा)

३७६. ४.२.१-५; ह्या काळात शूद्र राजे अज्ञात नव्हते ते उघड आहे.

३७७. १३.५.४-६.

३७८. मनु-संहिता १०-१२.

३७९. 'वेदिक इंडेक्स' १.४५४; रामायण २.५०.३२; ८४.१; जैमिनीयोनिषद्-ब्राह्मण १.४.५

३८०. जातक क्र. ७३, ४३२; महाभारत १.१००.४९ व पुढे १३८.७०.

३८१. १२.९.३.१-३ त्याखेरीज राज्याच्या वारसाच्या जन्माबद्दलचा (ऐतरेयब्राह्मण ८.९) व राजपिता म्हणून राजाच्या (८.१७) उल्लेखासाठी हे संदर्भ पाहा.

३८२. या बाबतीत ऐतरेय-ब्राह्मणातील उतारे पाहावे. (उदा. ८.१२) ह्या उताऱ्यात दैवी राजाच्या निवडीबद्दल व राज्याभिषेकाचे वर्णन आले आहे. (घोषाल: A History of Hindu Political Theories, (1927)p. 20) तसेच, वेदोत्तर वाङ्मयात आधीच्या काळाच्या अनुरोधाने आलेले राजाच्या निवडीबद्दलचे, उल्लेख पाहावे. उदा. महाभारत १.९४.४९ - 'राजत्वे त्वं प्रजाः सर्वा धर्मज्ञा इति वव्रिरे'. रजाच्या निवडीच्या बाबतीत ग्रामणींसह सर्व अधिकाऱ्यांची महत्त्वाची भूमिका 'राजकृत्' 'राजकर्तृ'(ऐतरेयब्राह्मण ८.१७, शतपथब्राह्मण ३.४.१.७) ह्या शब्दांवरून सुचित होते. नैतिक गुणांनी संपन्न असणे ह्यावर वैदिक ग्रंथात (ऐतरेयब्राह्मण ८.१२) आणि महाकाव्यात भर देण्यात आला आहे. निवडलेला नेता 'ओजिष्ठ, बलिष्ठ, सहिष्ठ, सत्तमः, पारयिष्णुतम, धर्मज्ञ' असतो. इ.स.पू. चौथ्या शतकात एका प्रदेशात

(Onesikritos च्या मते पंजाबमधील कथाइया ह्या भागात) शारीरिक सौंदर्य हे विजयचिन्ह मानले जात असे.

३८३. निरूक्त २.१०, 'वेदिक इंडेक्स'२.२११

३८४. क्रमांक ४६२.

३८५. शतपथब्राह्मण १२.९.३.१ व नंतरचा भाग.

३८६. क्रमांक २४७.

३८७. क्रमांक ७३.

३८८. क्रमांक ३७८; क्र. ४०१.

३८९. क्रमांक ५२९.

३९०. 'वेदिक इंडेक्स' १.४७८

३९१. 'वेदिक इंडेक्स' मध्ये वेबर व पिशेल १.४८७

३९२. ७.१३

३९३. क्रमांक ५३१.

३९४. क्रमांक ४६१.

ह्या राजाला प्रमुख पत्नीखेरीज फक्त ७५० स्त्रिया असण्यास रामायणाची (२.३४.१३. संमती आहे.

३९५. क्रमांक ४८२.

३९६. ३.४.१.७; १३.२.१८.

३९७. सामान्यत: ग्रामणी हा वैश्य वर्णातील असे (वेदिक इंडेक्स १.२४७, २.३३४, Camb. Hist, 131; शतपथब्राह्मण ५.३.१.६)

३९८. 'The Fundamental Unity of india', p.83.

३९९. राज्य पाहा शतपथब्राह्मण ५.१.१.१२-१३ काही ग्रंथात वाजपेय हा सम्राट असल्याचे मान्य असले तरी, राजसूय हा वरूणसव असून तो वरूणाच्या नियंत्रण-शक्तीस अर्पण केला जातो, असे त्यात म्हटले आहे. तैत्तिरीय संहिता (५.६.२.१) आणि ब्राह्मण (२.७.६.१) शतपथब्राह्मण ५.४.३.२ कीथ : The Religion and Philosophy of the Veda and the Upanisnads' 340, महाभारत २.१२.११-१३, वगैरे.

४००. ऐतरेयब्राह्मण (८.६) ह्या संज्ञांच्या अर्थासाठी खाली उद्धृत केलेल कीथचे भाषांतर पाहा - काही संज्ञांचा (उदा. भोज्य, वैराज्य) कीथने दिलेला अर्थ मात्र तितकासा समाधानकारक नाही.

४०१. ऐतरेयब्राह्मण ८.१५.

४०२. कीथ, HOS, Vol. 25

४०३. शतपथब्राह्मण ५.१.१.५ व नंतरचा भाग. SBE, 41; 'Vedic Index' II, 281. Keith कृष्णयजुर्वेद, ८-१११, RPVU, 339 f.

४०४. गौधूमं च शालं, (गव्हापासून) तयार केलेले शिरस्त्राण (Eggeling, 'a wheel-shade garland of meal', SBE; 41, 31 Keith, RPVU, 339, शतपथब्राह्मण ५.२.१.६)

४०५. शतपथब्राह्मण ५.२.१.२२

४०६. शतपथब्राह्मण ५.२.१.२५; 'The Fundamental Unity of India', p. 80.

४०७. कीथ : कृष्ण - युजुस पृ. १११-११३, RPVU, 339; 'Vedic Index', 2.219 SBE 41, p. 26.

४०८. ५.२.३.९.(व पुढे) SBE, 41, 42-113.

४०९. शतपथब्राह्मण ५.३.१ लुई रनू म्हणतो, ''रत्नींना नव्हे, तर प्रत्येक रत्निन्‌च्या घरातील देवतांना उद्देशून आहुती अर्पण करण्यात आल्या आहेत.'(" Les offrandes nesont pas faites aux ratnin mais aux divinites dans les maisons de chaque ratin")

४१०. शतपथब्राह्मण ५.३.३.४

४११. शतपथब्राह्मण ५.४.१.३ कीथ. कृष्ण यजुर्वेद, पूर्वोक्त ग्रंथात.

४१२. शतपथब्राह्मण ५.४.१.११

४१३. ऐतरेयब्राह्मण ७.१३ व नंतरचा भाग कीथ : RPVU, 341 fn.

४१४. RPVU, 342; पाहा शतपथब्राह्मण ५.४.३.३ इत्यादी

४१५. तैत्तरिय संहिता रील सभाष्य १.८.१५; 'Vedic Index' 2/219; SBE, 41.100

४१६. शतपथब्राह्मण ५.४.४.१

४१७. शतपथब्राह्मण ५.४.४.६ कीथ : 'रिलिजन अँड फिलॉसॉफी ऑफ दि वेद' इत्यादी, पृ. ३४२.

४१८. ऐतरेयब्राह्मणातील (८.२३) 'सेनापती'.

४१९. ह्या अधिकारपदाचे महत्त्व सुमन्य व संजय यांच्या उदाहरणांवरून लक्षात येते. संजयास 'महामात्र' असे संबोधण्यात आले आहे. (महाभारत १५.१६.४)

४२०. प्रश्नोपनिषदात (३.४) उल्लेखलेले सम्राटाने ग्रामासाठी नेमलेले 'अधिकृत' हे

अधिकारी लक्षात घ्यावे.

४२१. कुरू-दरबारात विदुर हा क्षत्रिय होता. (महाभारत १.२००.१७, २.६६.१ वगैरे) निरनिराळ्या टीकाकारांच्या मतांसाठी पाहा : 'वेदिक इंडेक्स' १.२०१.

४२२. पाहा - मत्स्य-दरबारातील कंक (युधिष्ठिर) याचे स्थान.

४२३. आश्चर्याची गोष्ट अशी की, रत्निनूच्या ह्या यादीत स्थपतीचा समावेश झाला नाही. बहुधा हा स्थानिक शासक जमिनीच्या कुळांचा प्रमुख किंवा राजप्रतिनिधी असावा. मात्र शतपथब्राह्मण ५.४.४.१७ राजसूयाच्या अंतिम विधीच्या संदर्भात त्याचा उल्लेख आहे. पुरोहिताने राजास दिलेली यज्ञीय तलवार (स्फूय्) क्रमाक्रमाने राजाचा भाऊ सूत किंवा स्थपति, ग्रामणी व अखेरीस टोळीप्रमुखाच्या (सजात) यांच्या हाती देण्यात येते. गुप्त कालात स्थपतीच्या पदावर प्रांतांचे (युक्ती)मुख्य अधिकारी ('उपरिक') काम पाहातात. (फ्लीट; XII, p.120) तैत्तरिय-ग्रंथात रत्निन्या काहीश्या वेगळ्या याद्या पाहावयास मिळतात. आठ 'वीरां'चा निर्देश पंचविंश-ब्राह्मणात आला आहे. ('Camb. Hist. Ind. 1.131') शतपथब्राह्मण (१३.५.४.६) अश्वमेधाच्या संदर्भात परिवेष्ट' क्षत्तृ आणि सभासद यांचा उल्लेख येतो.

४२४. ८.५.११

४२५. कीथ : HOS, 25 (किंचित बदल करून.

४२६. ऐतरेय ब्राह्मण ८.७

४२७. कीथ:

४२८. ऐतरेयब्राह्मण ८.११ सिलोनचा राजा देवानांपिय तिस्स ह्याच्या दुसऱ्या राज्याभिषेकाचा उल्लेख पुराणांत येतो गायगरने केलेला 'महावंसा'चा अनुवाद पृ. ३२

४२९. महाभारत

४३०. ऐतरेयब्राह्मण ८.१२-२३

४३१. कीथ-ऐतरेय ब्राह्मण ८.१५

४३२. ऐतरेय ब्राह्मण ८.१७

४३३. तत्रैव ८.१८

४३४. तत्रैव ८.२१-२३

४३५. 'महागोविंद-सुत्तंतानुसार कलिंगचा सत्तेमु आणि अस्सक देशाचा ब्रह्मदत्त यांचा समकालीन असणाऱ्या काशीच्या धृतराष्ट्राचा शतानीकाने पराभव केला होता. परिक्षितपूर्व कालातीत ग्रंथात ज्या अर्थी दक्षिणेकडील राज्यांचा उल्लेख

येत नाही, त्याअर्थी शतानीक त्याचे समकालीन राजे परिक्षितानंतर होऊन गेले असावेत. आम्बाष्ठ्य आणि युधांश्रौष्टि हे पर्वत व नारद यांचे समकालीन होते. विदेहाचा निमि हा बहुधा उपान्त्य राजा असावा. त्याचा समकालीन असणाऱ्या नग्नजित ह्याच्या अगदी लगतच्या कालखंडात पर्वत आणि नारद होऊन गेले. जैन वाङ्मयातील पुराव्यावरून इ. स. पू. सहाव्या शतकात होऊन गेलेल्या दधिवाहनाच्या बहुधा लगेच पूर्वी अंग राजा सत्तेवर आला असावा.'

४३६. १३.५.४.१-२३

४३७. २०.१.१ संबंधित ग्रंथातील पाठभेद (उदा. अप्यसार्वभौम:') क्वचितच स्वीकारण्याजोगे आहे. पाहा : बौधायन २५.१ उशिरात उशिरा, म्हणजे भवभूतीच्या काळातसुद्धा (इ.स.चे आठवे शतक) अश्वमेध यज्ञ हा 'जगत्जेत्या' योद्ध्यांच्या पराक्रमाचा 'सर्वश्रेष्ठ निकष आणि सर्व क्षत्रियांवरील विजयाचा द्योतक' मानला जात असे. अश्वमेध इति विश्वविजयिना कत्रियाणामूर्जस्वल: सर्वक्षत्रियपरिभावी महानुत्कर्षनिष्कर्ष' (उत्तरराम चरित्र अंक ४: विनायक सदाशिव पटवर्धन यांनी भाषांतर केलले) पूर्वीच्या काळी हा यज्ञ पापकृत्याचे प्रायश्चित्त म्हणूनही केला जात असल्याचे दिसते. ह्या विख्यात विधीमध्ये वैष्णवपंथाला अनुसरून योग्य असा फेरबदलही करण्यात आला होता. कारण ह्या प्रसंगी प्राणिहत्या होत नसे. व आरण्यकात सांगितलेल्या नियामानुसार आहुती तयार करण्यात येत असत. महाभारताच्या शांतीपर्वात (अध्याय ३३५-३३९) (रायचौधरी, EHVS दुसरी आवृत्ती १३२) आलेली उपरिचर वसूची कथा ह्या संदर्भात पाहावी. अश्वमेधाच्या वैशिष्ट्यासाठी डी. सी. सरकार यांची टीप पहा. (इंडियन कल्चर१, पृ. ३११ व नंतरची २.७८९ व नंतरचा भाग)

४३८. शतपथब्राह्मण १३.४.२.५ ''तस्यैतै पुरस्ताद् रक्षितार उपाक्लृप्ता भवन्ति राजपुत्रा: कवचित: शतं राजन्या निषङ्गिण: शतै: सूतग्रामण्यां पुत्रा इषुपर्षिण: शतं क्षातसंग्रहीतृणां पुत्रा दण्डिन: शतमश्वशतं निरष्टं यस्मिनन्नेमपिसृज्य रक्षिन्ति।''

४३९. SBE, 44, पृ. २९८ व नंतर; शतपथब्राह्मणातील (१३.४.३.२) पारिप्लवाख्यान: कीथ, कृष्ण-यजुस् पृ. १३२ व नंतर; RPVU३४३ व नंतर Hopkins, GEI, 365, 386

४४०. ऐतरेयब्राह्मण ८.१७

४४१. कौषीतकि उपनिषद् २.६

४४२. ऐतरेयब्राह्मण ३.४८ 'चौसष्ट शस्त्रसज्ज योद्धे हे निश्चितपणे त्याचे (एका कुरूचे)पुत्र आणि पौत्र होते. पांचाल राजा आहुती देत असताना' ६०३३ चिलखतधारी योद्धे वर आले. शतपथब्राह्मण १३.५.४.१६; पाहा ४.२.५

४४३. ऐतरेयब्राह्मण ७.२९

४४४. बृहदारण्यकोपनिषद् ४.४.२३

४४५. ७.२७

४४६. १९१९ ची आवृत्ती पृ. ११

४४७. वैतहव्याच्या विनाशासाठी पाहा, 'केंब्रिज हिस्टरी ऑफ इंडीया' १.१२१

४४८. शतपथब्राह्मण ३.४.१.७, १३.२.२.१८ रामायणात (२.६७.२, ७९.१) राजकृत हे 'द्विजातीय:' असल्याचे म्हटले आहे.

४४९. ऐतरेय ब्राह्मण ८.२१, शतपथब्राह्मण १३.५.४.६

४५०. २.६७.२-४

४५१. SBE, XVII 304'विनयपिटकम्'(ओल्डेनबर्ग)(१८७९)

४५२. क्रमांक ३०२

४५३. कॉवेल-संपादित जातक ५ पृ. ९७ (क्र ५२५); ऐंशी हजार ही एक सांकेतिक संख्या असून तिचा अगदी शब्दश: अर्थ घेऊ नये.

४५४. 'महावग्'ग SBE१७ पृ. १

४५५. जैमिनीयोपनिषद्-ब्राह्मणात (२.११.४) 'परिषद', 'सभा' व 'संसद' यांचा उल्लेख येतो. ह्या संस्था वेगवेगळ्या आहेत काय? हे स्पष्ट होत नाही. अथर्ववेदात मात्र 'सभा' व 'समिति' वेगवेगळ्या स्वरूपात दर्शविण्यात आल्या आहेत.

४५६. ८.१७ पाहा शतपथब्राह्मण ५.३३.१२

४५७. ३.४.१.७; १३.२.२.१८

४५८. महाजन या संज्ञेसाठी पाहा जातक' (५२५) भाग ५ पृ. १८७; जातके (क्र. ५४२, ५४७) भाग ६ पृ. १५६, ४८९ वगैरे पाहा. शतपथब्राह्मण ५.३.३.१२

४५९. 'बहुसंख्य' कुरूपांचाल एकत्रित येतील', जैमिनीयोपनिषद् ब्राह्मण ३.७.४

४६०. ५.३.१

४६१. ६.१.२

४६२. ३.७.६

४६३. ऐतरेयब्राह्मण ८.१७

४६४. क्रमांक ५०; पाहा - वैस्सन्तर-जातक (क्र. ५४७) भाग ६. पृ. ४९० व पुढे सार्वजनिक महत्त्वाच्या बाबींवर चर्चा करण्यासाठी राजाला सल्ला देण्यासाठी व एका राजपुत्राला शिक्षा सुनविण्यासाठी शिबि राज्यातील सर्व लोक एकत्रित झाले.

४६५. ६.८८.३

४६६. १२.९.३.१ व पुढे ऐगेलिंग ५.२६९.

४६७. 'स्थपति' ह्या पदासाठी पृ.

४६८. ८.१०

४६९. पाहा - 'लॉज; मॉडर्न युरोप' पृ. ५१७.

४७०. क्र. ५४७; मूळ संहिता ६.४९०-५०२ ऐतरेयब्राह्मणात (८.२३. शिबींचा उल्लेख येतो.

४७१. क्र. ४३२

४७२. क्र. ७३

४७३. क्र ५४२

४७४. 'दि सोशल ऑर्गनायझेशन इन् नॉर्थ-ईस्ट इंडिया, ' डॉ. एस. के. मैत्रांचा अनुवाद पृ. ११३-११४ त्यांच्याशी डॉ. डी. आर. भांडारकर सहमत आहेत. ('कारमायकेल लेक्चर्स') (१९१८) १३४ व पुढे.

४७५. पृ. १७२. 'भगवते विदेहान् ददाभि।'

४७६. निवडून देण्यात आलेल्या राजांविषयीचे (उदा. कथैओईच्या पैकी) व तसेच इ.स.पू. चौथ्या शतकातील अॅलेक्झँडरच्या इतिहासकारांनी स्वायत्ता लोकांविषयी केलेल उल्लेख लक्षात घ्यावेत. ब्राह्मणकालात (एतरेयब्राह्मण ८.२१) अंबष्ठराज्यात सामर्थ्यशाली राजेशाही होती. अलेक्झँडरच्या काळात मात्र ('इन्वेहजन ऑफ अॅलेक्झँडर', २५२) लोकशाही स्वरूपाची घटना होती.

❑

प्राचीन भारताचा राजकीय इतिहास
भाग दुसरा
बिम्बिसाराच्या राज्याभिषेकापासून गुप्तवंशाच्या अस्तापर्यंत

प्रकरण पहिले

प्रस्तावना

विभाग पहिला : उपोद्‌घात

बिंबिसाराच्या काळापासून गुप्तकालापर्यंतच्या भारताच्या राजकीय इतिहासाचा विचार ह्यानंतरच्या भागात आला आहे. ह्या कालखंडाच्या अभ्यासासाठी ग्रंथाच्या पहिल्या भागात उल्लेखिलेल्या वाङ्मयीन परंपरेखेरीज इतर अनेक विश्वसनीय ऐतिहासिक साधने सुदैवाने आपणास उपलब्ध आहेत त्या सर्व साधनांचे मूलाधार मुख्यतः खालीलप्रमाणे आहेत :- शिलालेख, नाणी, परकीय निरीक्षकांची इतिवृत्ते आणि ज्यांचा काल व इतिहास ज्ञात आहे अशा भारतीय लेखकांचे ग्रंथ.

निःसंशयपणे कोरीव शिलालेख व ताम्रपट ही सर्वात विपुल प्रमाणात उपलब्ध होणारी व महत्त्वाची ऐतिहासिक साधने होत. इ.स.पू. दुसऱ्या व पहिल्या शतकातील काही घराण्यांच्या व गणराज्यात्मक समाजांच्या इतिहासाचा बव्हंशी एकमेव पुरावा असणारी नाणी हीही तितकीच महत्त्वाची म्हणावी लागतील. परकीयांची इतिवृत्ते, विशेषतः ग्रीक राजदूत व नाविक आणि तसेच चिनी वृत्तांतलेखक आणि यात्रेकरूंनी करून ठेवलेल्या नोंदी भारतीय कालगणनेच्या सतावणाऱ्या प्रश्नाबाबत विशेष मोलाच्या आहेत. ज्यांचा काल ज्ञात आहे अशा भारतीय लेखकांचे, प्रस्तुत कालखंडातील अंधार उजळून टाकणारे व राजकीय इतिहासाचे वैशिष्ट्यपूर्ण ओझरते दर्शन घडविणारे असे ग्रंथ अगदी विरळ असून त्यांमध्ये पतंजलीचे 'महाभाष्य', कुमारतालाची 'कल्पनामण्डितिका', परमार्थरचित 'वसुबंधु-चरित्र' आणि बाणभट्टाचे 'हर्षचरित' ह्या ग्रंथांचा समावेश होतो.

बिंबिसार ते अशोक ह्या कालखंडाचा इतिहास काही बाबतीत अगदी स्वतंत्रपणे लिहिला आहे, असा प्रस्तुत लेखकास दावा करता येणे शक्य नाही. ऱ्हीस डेव्हिड्स् व स्मिथ यांनी हा विषय घेतला असून विशिष्ट राजघराण्यांच्या इतिहासावर भांडारकर, रॅप्सन, जयस्वाल, मललसेकर, जॅक्सन Herzfeld, Hultzsch आणि

इतर यांनी नवा प्रकाशझोत टाकला आहे. त्यांच्या ग्रंथांतील माहितीचा काही बाबतीत उपयोग करण्यात आला असून, तीमध्ये मुख्यतः महाकाव्ये, जैन व बौद्ध ग्रंथ व अभिजात साहित्याच्या आधाराने नवीन भर घालण्यात आली आहे. उदाहरणदाखल म्हणून असे सांगता येईल की, अश्वघोषाने नमूद केलेल्या बिंबिसाराच्या कुलाच्या 'हर्यक' ह्या नावाकडे सर्वप्रथम ह्याच ग्रंथात लक्ष वेधण्यात आले आहे. शिशुनाग-वंशाची शोकांतिका व नंदांचा उदय ह्याबद्दलच्या हर्षचरित आणि जैनग्रंथातील परंपरेची ग्रीक व लॅटिन लेखकांनी उपलब्ध करून दिलेल्या पुराव्यांशी तुलना करण्यात आली आहे. मगध राज्याच्या उदयाचा आरंभ स्पष्ट करण्यासाठी त्या दृष्टीने अशोकाच्या शिलालेखात आढळणाऱ्या कम्बोज व पुलिंद्यांसारख्या टोळ्यांचा इतिहास निश्चित करण्यासाठी आणि 'स्त्र्यध्यक्ष, बिहारयात्रा अनुसंयान' इत्यादि शब्दांचे स्पष्टीकरण देण्याच्या हेतूने महाकाव्यातील साधनसामग्रीचा विपुल प्रमाणात उपयोग करून घेतला आहे. जुने साहित्यही अनेक बाबतीत नवीन पद्धतीने मांडले असून प्रस्तुत लेखकाचे निष्कर्ष अनेकदा जुन्या ग्रंथकारांच्या निष्कर्षापेक्षा निराळे आहेत.

उत्तरकालीन मौर्यांविषयीच्या प्रकरणात प्रस्तुत लेखकाने मौर्य साम्राज्याच्या विभाजनाची कारणमीमांसा केली असून गार्गी-संहिता the Hou Hanshu इत्यादींकडे विशेष लक्ष वेधले आहे. तसेच, "बहुतांशी ब्राह्मणांच्या प्रतिक्रियेमुळे मौर्यसत्तेचा अस्त झाला."[१] ह्या प्रचलित सिद्धांताचे फोलपण दर्शविण्याचा प्रयत्न केला आहे.'

प्रारंभिक मौर्योत्तर आणि सिथियन कालखंडाच्या इतिहासावरील ह्या ग्रंथातील विचार पूर्णतया स्वतंत्र नसले, तरी पूर्वलेखकांपेक्षा ते अनेक बाबतींत वेगळे आहेत. अनेक राजघराण्यांचा इतिहास व कालक्रम - विशेषतः आरंभीचे सातवाहन, शाकलचे ग्रीक राज्यकर्ते आणि उत्तरापथ किंवा वायव्य भारतातील शकपल्हव ह्यांचा इतिहास व पुष्यमित्राची वंशावळ यांच्या संबंधात प्रचलित दृष्टिकोन स्वीकारता येण्यासारखा नव्हता. अगदी पूर्वी, म्हणजे इ. स. १९२३ मध्येच प्रस्तुत लेखकाने यमुनेच्या खोऱ्यातील व पूर्व माळव्यातील नागांचे व तसेच भारशिवांचे कुशाणोत्तर कालाच्या इतिहासातील स्थान निश्चित केले होते. परंतु ही वस्तुस्थिती काही प्रसिद्ध ग्रंथांत दुर्लक्षिण्यात आली आहे.

गुप्तकालाचे विवेचन करीत असताना ब्युलर, फ्लीट, स्मिथ आणि ॲलन ह्यांचे ग्रंथ प्रकाशित झाल्यानंतर साचून राहिलेल्या मोठ्या प्रमाणावरील नव्या ऐतिहासिक साधनांचा उपयोग करून घेतला आहे. ह्या काळातील सर्व प्रसिद्ध राजघराण्यांविषयी पूर्वकालीन शिलालेखात व वाङ्मयात आलेल्या माहितीचा काही वेळा जिच्याकडे

दुर्लक्ष केले जाते, योग्य तो विचार करण्यात आला आहे. वाकाटकांसारख्या दक्षिणेकडील घराण्यांच्या संदर्भात ह्या माहितीची चर्चा करण्यात आली असून तथाकथित 'उत्तरकालीन गुप्तां'चा सुसंगत इतिहास लिहिण्याचा प्रयत्न केला आहे.[२]

स्थानिक स्वायत्तता व साम्राज्यान्तर्गत ऐक्य

बिंबिसारोत्तर कालातील राजकीय इतिहासाचे मुख्य वैशिष्ट्य म्हणून दोन शक्तींमधील रस्सीखेचीचा उल्लेख करावा लागेल. त्यांपैकी एक शक्ती होती केन्द्रोत्सारी, तर दुसरी होती केन्द्रगामी, म्हणजे स्थानिक ('जानपद') स्वायत्तेबद्दल ओढा प्रकट करणारी, साम्राज्यान्तर्गत ऐक्याची महत्वाकांक्षा बाळगणारी. ह्यांपैकी पहिली कल्पना मनूच्या शब्दांत उत्कृष्टपणे प्रकट झाली आहे. 'सर्व परवशं दुःखं सर्वमात्मवशं सुखम्'[३] ('परवशता दुःखमय असते, आत्मनिर्भरता सौख्याप्रत नेते') स्थानिक स्वायत्तवेबद्दल वाटणारी आवड अंशतः भौगोलिक परिस्थितीने पोसली होती. त्यांच्यातील भेदवृत्तीला अनंत प्रकारच्या स्थानिक परिस्थितीमुळे खतपाणी मिळाले होते. खोल दरडींमधून वाहणाऱ्या नद्या, नागमोडी पर्वतांच्या साखळ्या, त्यांच्याच बगलांना पसरलेला वैराण वाळवंटी प्रदेश, दुर्गम अरण्ये यांमुळे एक विभक्तवृत्ती जोपासली गेली आणि देशाचे लहान-लहान राजकीय भाग होऊन तुकडे पडले. परंतु हिमालयाच्या व सह्याद्रीच्या उत्तुंग शिखरांतून वाहणाऱ्या नद्यांमुळे हिरवागार व सुशोभित दिसणारा उत्तरेकडील नद्यांकाठचा विशाल मैदानांचा प्रदेश व दक्षिण द्वीपकल्पाच्या अन्तर्भागातील विस्तृत पठारी प्रदेश ह्यांमुळे दुसरी विरुद्ध प्रवृत्ती जोपासली गेली आणि ऐक्याकडे व समन्वयाकडे मनाचा कल झुकू लागला. सरस्वती नदीला शोषून टाकणारी वाळवंटे, लौहित्य (नगरीस) बुडवून टाकणारे महापूर. 'महाटवी'त अदृश्य स्वरूपात असणारी संकटे ह्या सर्व गोष्टी एकात्मतेच्या मार्गातील प्रभावी अडसर ठरल्या नाहीत. साम्राज्य विस्ताराच्या भावनेने प्रेरित झालेल्या विजयी वीरांना गिरिव्रज भागातील पाच टेकड्या नेहमीच विरोध करू शकल्या नाहीत. गंगेच्या खोऱ्यातील संस्कृती गोदावरी व ताम्रपर्णी नद्यांच्या तीरांवर नेणाऱ्या (अगस्त्य) ऋषीच्या समोर विंध्यपर्वत हा आदरभावनेने नतमस्तक झाला होता.

एका राजकीय सत्तेच्या नियंत्रणाखाली एकत्रित होण्याची इच्छा ब्राह्मणकालाइतक्या पूर्वी प्रकट झाली असून खाली उद्धृत केल्याप्रमाणे अनेक उताऱ्यांत ती व्यक्त झालेली आहे -

"तो (राजा) अधिपती सार्वभौम, सर्वायुष्यसंपन्न, समुद्रवलयांकित पृथ्वीचा एकराट् होवो."

ह्या आदर्शाची प्रस्तुत कालखंडात सातत्याने जपणूक झाली आहे. प्रतिभावंत कवींनी व राजकीय विचारवंतांनी ह्या आदर्शाचे वर्णन करताना सार्वभौम सम्राटाच्या एकछत्री अमलाखालील सार्थ राज्य ('चक्रवर्ती-क्षेत्र') म्हणून हिमालयांपासून

सागरापर्यंत हजारो योजने पसरलेल्या भूमीचा उल्लेख केला आहे. तसेच, मोत्यांच्या एकसराप्रमाणे असणाऱ्या गंगेमुळे शोभिवंत झालेला हिमालय आणि विंध्य ह्यांच्या दोन कर्णकुंडलांनी विभूषित आणि खळाळणाऱ्या सागररूपी हलत्या-डुलत्या कटिमेखलेने वेष्टित अशा भूमीचे रक्षण करणाऱ्या राजांचे त्यांनी गुणगान केले आहे.

साम्राज्यवादी आदर्शाला जानपदाच्या (प्रादेशिक व टोळ्यांच्या) स्वायत्ततावादी केन्द्रोत्सारी प्रवृत्तींशी झगडावे लागले. ह्या दोन प्रवृत्ती लागोपाठ येणाऱ्या युगांमध्ये जवळजवळ लंबकाच्या आंदोलनाइतक्या नियमितपणे कार्यशील होत्या. स्थानिक भेदसीमांना पार करून गेलेल्या ऐक्याच्या महत्त्वाकांक्षेला यश प्राप्त होण्याचे श्रेय भारतीय राजकारणातील दुसऱ्या एका घटकाला, म्हणजे परकीय आक्रमकांच्या भीतिदायक धोक्याला पुष्कळच प्रमाणात आहे. ज्या वेळी 'म्लेच्छांनी पृथ्वीस संत्रस्त' (म्लेच्छैरुद्वेज्यमाना) केले, त्याच वेळी तिने भारताचा पहिला महान ऐतिहासिक सम्राट असलेल्या व आपल्या साम्राज्याचा विस्तार निःसंशयपणे 'आर्यावर्ता'च्या सरहद्दीबाहेर वाढविणाऱ्या चंद्रगुप्त मौर्याच्या सामर्थ्यशाली बाहूंचा आश्रय घेतला. दक्षिणेकडील पूर्वीच्या साम्राज्य संस्थापकात असा एक राज्यकर्ता होता की, ज्याने त्या भागाची सिथियन, ग्रीक व पार्थियनापासून मुक्तता केली ('शक-यवन-पह्लच-निषूदन') इ.स.च्या चौथ्या व पाचव्या शतकांत गंगेच्या खोऱ्यातील प्रदेशात साम्राज्याच्या वैभवांचे पुनरुज्जीवन करणाऱ्या राजांमध्ये सिथियाच्या 'स्वर्गपुत्रा'चे गर्वहरण करणारे व शकराजाच्या क्रोधास खुद्द त्याच्याच राजधानीत आव्हान देणारे योद्धे होते. धार्मिक आख्यायिकांनुसार अनिश्चित कालपर्यंत विश्व प्रलयात सापडलेल्या पृथ्वीला विष्णूने वराहरूप धारण करून उद्धरले होते. वराहावतारी विष्णूची पूजा गुप्त चालुक्यकाळात अतिशय लोकप्रिय झाली होती. ही गोष्ट सूचक आहे. म्लेंच्छांनी उपद्रव दिला असता ज्याच्या बाहूंचा पृथ्वीने आश्रय घेतला होता व ज्याने आपल्या देशाच्या 'मानेवरील गुलामगिरीचे जू काढून टाकले', अशा एका पराक्रमी माणसाचे वराहशरीरधारी ('वाराही तनु') स्वयंभू सत्त्वाच्या स्वरूपात कवी विशाखदत्ताने प्रत्यक्षच वर्णन केले आहे. उत्तरेकडील व तसेच दक्षिणेकडील सामर्थ्यशाली सम्राट महान वराहाचे विक्रम स्मरत असत आणि शतकानुशतके अरबांना सागरकिनाऱ्यावर थोपवून धरणाऱ्या एका राजघराण्यातील सर्वांत बलवान राजाने तर स्वतःला खरोखरीच 'आदिवराह' हे बिरुद घेतले होते. अशा प्रकारे आपल्या सरहद्दीबाहेरील प्रदेशांतून येणाऱ्या आणि सार्वत्रिक प्रलयात आपला देश व संस्कृती पार बुडवून टाकण्याची भीती दाखविणाऱ्या प्रलयंकर महापुराशी भारतीयांनी जी यशस्वी झुंज दिली, तिचे प्रतीक म्हणून वराहावतार मानला जाऊ लागला.

स्पष्टीकरणात्मक टीपा

१. उत्तरकालीन मौर्यांवरील प्रकरण J.A.S.B मध्ये (१९२०, क्रमांक १८ पृष्ठे ३०५ व नंतरची) प्रकाशित करण्यात आले होते.

२. तथाकथित उत्तरकालीन गुप्तांवरील प्रकरण J.A.S.B मध्ये (१९२० क्र. १८ पृ. ३१३ व नंतरची) प्रकाशित केले होते.

३. मनुसंहिता ४.१६०.

❑

प्रकरण दुसरे

मगधचा उदय

सर्व मूर्धाभिषिक्तानामेष मूर्न्धि ज्वलिष्यति।
प्रभाहरोऽयं सर्वेषां ज्योतिषाभिव भास्करः ।।
एनमासाद्य राजानः समृद्धबलवाहनाः ।
विनाशमुपयास्यन्ति शलभा इव पावकम् ।। महाभारत १

विभाग पहिला : इ. स. पू. ५४४ ते इ. स. पू.३२४ ह्या कालखंडाचे सर्वसाधारण स्वरुप

बिंबिसाराच्या राज्याभिषेकापासून (इ.स.पू. ५४५-४४)[२] सुरू होऊन ॲलेक्झांडरच्या भारतातून निर्गमनाने आणि चंद्रगुप्त मौर्याच्या राज्यारोहणाने (इ. स. पू. ३२४) समाप्त होणाऱ्या कालावधीचे सर्वात लक्षणीय वैशिष्ट्य म्हणजे भारत-पाकिस्तान- उपखंडाच्या पूर्वभागात झालेल्या नव्या राजसत्तेचा उदय होय. ह्या वैशिष्ट्याची पूर्वसूचना पूर्वी उद्धृत केलल्या एका ब्राह्मण-वेच्यावरून[३] आपणास मिळते.

''ह्या पूर्व दिशेला ('प्राच्या दिशि') पूर्वभागातील लोकांचे जे राजे असतात, त्यांना श्रेष्ठ राजपदासाठी ('साम्राज्य') अभिषेक करण्यात येतो, राज्याभिषेक केल्यावर लोक त्याला 'हे श्रेष्ठ राजा' ('सम्राट') असे संबोधतात.''

दक्षिण, उत्तर व मध्य भागातील लोकांसारखे पूर्वेकडील लोकांचे (प्राच्य) वर्णन करण्यात आले नाही. परंतु ऐतरेय-ब्राह्मणात आलेली संज्ञा ग्रीक व रोमन लेखकांच्या 'प्रसी'चा (Prasii)पर्याय आहे, असे निश्चितपणे मानता येईल. ब्राह्मणोपनिषद्कालातील सर्वात प्रसिद्ध राष्ट्रे म्हणून काशी, कोसल व विदेह ह्यांचा उल्लेख करता येईल. परंतु एक नवीन तारा लवकरच उदयास येऊ लागला होता. नॉर्मनपूर्व इंग्लंडमध्ये बेसेक्सने आणि हाहेनझोलर्न जर्मनीत प्रशियाने जी भूमिका वठविली, नेमकी तीच भूमिका भारतीय राजकीय इतिहासात बिंबिसार व नंद ह्यांच्या घराण्यांतील सामर्थ्यशाली राजांच्या कारकिर्दीत मगधाने वठविली.

साम्राज्यसत्तेची महत्त्वाकांक्षा बाळगणाऱ्या नवीन व्यक्तीचे वर्चस्व प्रस्थापित होण्याच्या दृष्टीने अनेकविध परिस्थितीची मदत झाली. ती परिस्थिती अशी- उत्तर-भारतातील नद्यांच्या काठांवरील विशाल सपाट प्रदेशाच्या वरील आणि खालील भागांच्या मधोमध असणारे त्याचे (म्हणजे मगधाचे) मोक्याचे स्थान, पाच टेकड्यांच्या

परिसरात प्राय: अजिंक्य असलेले बलस्थान तसाच अनेक नद्यांच्या संगमापाशी असणारा दुसरा एक किल्ला, त्या काळात असलेले व्यापाराचे व नौकानयनाचे मार्ग, अत्यंत समृद्ध व सुपीक जमीन आणि अभिजात कवींवर व राजनीतीशास्त्राच्या लेखकांवर विशेष छाप पाडणाऱ्या गजदलाचा समावेश असणारी नैसर्गिक साधनसामग्री.

परंतु देशाचे मोक्याचे स्थान आणि त्याची ऐहिक समृद्धी ही काही त्याला महात्मता प्राप्त करून देण्यास पुरेशी ठरत नाहीत. बर्कने म्हटल्याप्रमाणे लोकांची गुणवत्ता आणि त्यांचे नैतिक धैर्य ह्यांतूनच 'त्यांना चैतन्य व कार्यक्षमता लाभत असते.' अनेक ॲटलँटिक भागांतील राष्ट्रांप्रमाणेच मगधामध्ये विविध जनसमूहांचे व संस्कृतींचे मिश्रण झालेले दिसते. मध्ययुगीन फ्रांस व काही जवळपासच्या प्रदेशांतील लॅटिन व ट्यूटन लोक यात जसे केल्टस् मिसळून गेले, तसेच इथे कीकट जमातीचे लोक भारताच्या वरील भागातून आलेल्या साहसी वृत्तीच्या वंशाशी एकरूप झाले. ह्या लोकांच्या वांशिक पोताप्रमाणेच सांस्कृतिक पोतामध्ये असणारे दोन धागे शोधणे अवघड नाही. ह्याच राष्ट्राने दुर्दम्य योद्धे आणि महाकाव्यकालीन जरासंध, तसेच अजातशत्रू, महापद्म, चंडाशोक (कलिंगाचा महाक्रूर विजेता) आणि कदाचित समुद्रगुप्त ह्यांसारखे अनेक राजांचे व वंशाचे उच्छेदक निर्माण केले आणि ह्याच राष्ट्राने त्याचवेळी मध्यम प्रातिबोधी पुत्र, वर्धमान महावीर आणि गौतमबुद्ध ह्यांच्या धार्मिक उपदेशाचे मन:पूर्वक श्रवण केले आणि प्राय: संपूर्ण भारतात साम्राज्य स्थापण्याच्या बाबतीत व त्याचप्रमाणे विश्वधर्माच्या प्रचारकार्यातही झळझळीत कामगिरी बजावली. अजातशत्रूचा जन्म व बुद्धाला झालेली संबोधीची प्राप्ती ह्या दोन घटना ह्याच एका देशात व एकाच काळात घडल्या; पाचवा चार्ल्स व मार्टिन ल्यूथर ह्यांची ज्याप्रमाणे वोर्म्स या ठिकाणी, भेट झाली त्याप्रमाणे राजगृह येथे त्यांची भेट झाली. आक्रमक साम्राज्यवादाचे प्रतीक आणि धर्माचा व नीतीचा उपदेश करणारे आणि ह्या खंडप्राय देशात भावी काळात निश्चितपणे खळबळ निर्माण करणारे नेते, हे अशा रीतीने एकमेकांच्या समोरासमोर उभे ठाकले. हे दोन आदर्श फार काळ विभक्त राहिले नाहीत. लवकरच त्यांच्यामध्ये सुसंवाद निर्माण झाला. हा चमत्कार घडवून आणणारा जादुगार होता धर्माशोक. त्याने आपल्या ठायी पूर्वजांच्या साम्राज्यवादी परंपरेचा आणि शाक्यमुनीच्या आध्यात्मिक वृत्तीचा समन्वय साधला होता.

सामाजिक वर्तनातील लवचिकता हे मगधामधील लोकांचे वैशिष्ट्य होते, त्याचा सरस्वती व दृषद्वती नद्यांच्या तीरावर निर्माण झालेल्या परंपरेत अभाव होता. ह्या (मगध) राज्यात ब्राह्मण व्रात्यांच्या संगतीत राहू शकत असत. राजन्य शूद्रकन्येला

आपल्या अंतःपुरात घेऊ शकत असत. वैश्यांनाच नव्हे, तर यवनांना सुद्धा खात्यात बढती मिळत असे. 'नगर-शोभिनी'च्या अपत्याला सत्तेवर येता यावे, म्हणून खानदानी कुलातील वंशपरंपरागत राजकर्त्यांची हकालपट्टी केली जात असे; आणि 'राजसिंहासन' हे एखाद्या नापिकताच्या आटोक्याबाहेरचे नव्हते.

मगधाचे राज्यकर्ते आणि वस्सकार ('वर्षकार') यांसारखे महाधिकारी व कौटिल्य हे आपल्या प्रशासन पद्धतीत आत्यंतिक पापभीरू नव्हते. राज्यांचा व गणराज्यांचा पुरा भेद करण्याच्या बाबतीत आणि जीवघेण्या विध्वंसक यंत्रणेचा शोध लावण्याच्या विषयात त्यांच्यापैकी काहींनी मॅकिअॅव्हेलीची मुत्सद्देगिरी अंगीकारल्याचे परंपरा सांगते. पण त्याचबरोबर राजपुत्र, अमात्य आणि खेड्यातील नेतृत्वाला योग्य ते स्थान देणारी प्रशासन पद्धती निर्माण करण्याचे चातुर्यही त्यांच्या ठिकाणी होते. इ.स.पू. चौथ्या शतकात व तसेच इ.स.च्या पाचव्या व सातव्या शतकात भारतात आलेले परकीय मुत्सद्दी आणि प्रवासी यात्रेकरू त्यांची न्यायप्रियता, त्यांनी उभारलेली रुग्णालये व धर्मादाय संस्था व त्यांनी केलेली लोकहिताची कार्ये यांचा उल्लेख करतात. राजकीय व तसेच आध्यात्मिक बंधनांनी एकरूप झालेल्या एकात्म जंबुद्वीपाचे (विशाल-भारत) स्वप्न साकार करण्याच्या उद्दिष्टाविषयी सतत प्रयत्नशील राहण्यावर त्यांची श्रद्धा होती. मगधाच्या भाटांमध्ये गिरिव्रज व पाटलीपुत्राच्या राज्यकर्त्यांच्या पदरी आपल्या मनातील उद्दिष्ट सफल करण्यासाठी लोकांची जिद्द जागृत करणारा निष्ठावंत माणसांचा एक गट होता. ह्या गायकांनी व बखरकारांनी प्राचीन इतिहासाच्या अभ्यासकांसाठी अमूल्य असा वारसा मागे ठेवला आहे.

मगधाचा उदय होत असतानाच आणि कदाचित त्यामुळेच मध्यदेशातील लोकांनी भारताच्या मुख्यतः पश्चिम आणि दक्षिण दिशांना असणाऱ्या बहिर्वर्ती प्रदेशांत स्थलांतर केले. प्राचीन काळातील यादवांच्या स्थलांतराची साक्ष आपल्याला महाकाव्य-परंपरेत मिळते. काठेवाडमधील द्वारकेचे वृष्णी, त्याच वंशातील अनेक कुले व दक्षिणेकडील कित्येक जमाती आपण यदुवंशाचे असल्याचा दावा करीत असत, हे प्रसिद्धच आहे. समीक्षेचा विषय असलेल्या ह्याच कालखंडात अनेक व्याकरणकारांचा व परकीय मुत्सद्द्यांचा भौगोलिक क्षितिजावर भारताच्या अतिदक्षिण भागात निश्चितपणे उदय झाला. ह्यापैकी काहीजण मगधराजाच्या दरबारात उपस्थितही होते. अखेरीस 'सप्तसिंधू' प्रदेश हा 'जम्बुद्वीप' ह्या स्वरूपात पूर्णपणे विकसित झाला आणि त्यावर संस्कृती व राजकारण ह्या बाबतीतील एकात्मतेचे शिक्कामोर्तब करण्यासाठी आवश्यक ते संस्मरणीय प्रयत्न करण्याची वेळ आता फार दूर राहिली नव्हती.

भारतीय उपखंडात सर्वत्र आपल्या विक्रमाची जाणीव निर्माण करण्यासाठी मगधाच्या महान व्यक्तींना सुरवातीस तीन समस्यांना तोंड द्यावे लागले. त्या म्हणजे मुख्यतः उत्तर सरहद्दीवरील गणराज्य, यमुना व चंबळ ह्या नद्यांच्या काठांवरील राजसत्ता आणि पंजाब व सिंध ह्यात जाणवू लागलेला परकीयांचा प्रभाव, ह्यातून निर्माण झालेल्या समस्या होत. यातील गणराज्यांकडे प्रथम आपण वळू या.

बिंबिसाराच्या काळातील गणराज्ये

बुद्ध व बिंबिसार यांच्या काळात राजसत्ताक राज्यांच्या बरोबरीने अनेक लहान उमरावसत्ताक गणराज्ये अस्तित्वात होती, ह्या गोष्टीकडे सर्वप्रथम ऱ्हीस डेव्हिडस्‌ने प्रभावी रीतीने लक्ष वेधले.[४] उत्तर बिहारमधील व्रज्जी आणि कुसिनारा (कुशीनगर) व पावा ह्या भागांतील मल्ल ही त्यांपैकी सर्वात महत्त्वाची राज्ये होती. ह्या दोन जमातींची माहिती ह्यापूर्वी देण्यात आली आहे.[५] तुलनेने लहान आकाराच्या गणराज्यांमध्ये कपिलवस्तूचे शाक्य, देवदह व रामगाम येथील कोलिय, सुंसुमार टेकड्यांमधील भग्ग (भर्ग), अल्लकप्पचे बुलि, केसपुत्ताचे कालाम आणि पिप्फलिवनचे मेरिय ह्यांचा निर्देश करण्यात येतो.

उत्तरेकडे हिमालय, पूर्वेकडे रोहिणी[६] नदी आणि पश्चिम दक्षिणेकडे राप्ती नदी[७] अशा सरहद्दी असलेल्या प्रदेशात शाक्य-गणराज्य वसले होते. त्यांची कपिलवस्तू ही राजधानी रोहिणीच्या पश्चिम किनाऱ्यालगत बुद्धाची जन्मभूमी असलेल्या विख्यात लुंबिनीवनापासून[८] पश्चिमेकडे सुमारे आठ मैलांवर होती. त्या स्थानाचा निदर्शक असा बुद्धाच्या एका श्रेष्ठ अनुयायाचा रुम्मिन्देई स्तंभ त्या ठिकाणी आहे.[९] ह्या नगरीचा महाभारताच्या[१०] 'तीर्थयात्रा' - भागात कपिलावट ह्या नावाने बहुधा उल्लेख आला आहे. कोसल व वृज्जीक यांच्या राजधान्यांशी ती वाहतुकीच्या मार्गांनी जोडली गेली होती व त्यांच्याद्वारे त्या काळातील इतर मोठ्या शहरांशी तिचा संबंध येत असे. शाक्यांचे देवदह नावाचे एक शहर होते. शाक्य व त्यांचे पूर्वेकडील शेजारी कोलिय ह्यांच्यात हे शहर सामायिक असल्याचे दिसते. कोसलराजाचे आधिपत्य त्यांनी मान्य केले होते व त्याच्याप्रमाणे आपण स्वतः आदित्यवंशाचे व इक्ष्वाकुकुलाचे असल्याचे ते मानीत असत.

आपण बनारसच्या राजघराण्यातील वंशज आहोत, असा कोलियांचा दावा होता, रामगाम आणि देवदह ह्या शहरांशी ते संबंधित असल्याचे परंपरेत आहे.[११] त्यांच्या व शाक्यांच्या राजधानीमधून रोहिणी नदी वाहत असे व दोन्ही जमातींच्या शेतीस पाणी-पुरवठ्यासाठी तिचे साहाय्य होत असे.[१२] 'कोणे एके काळी जेट्ठमूल महिन्यात जेव्हा पिके ढिली पडून मरगळू लागली, तेव्हा दोन्ही जमातींतील कामगार एकत्र जमा झाले.' त्यानंतर पाण्याची अटीतटी सुरू झाली. पण बुद्धाच्या मध्यस्थीमुळे रक्तपात टळला.[१३] त्यांच्यात परस्परांवर जे आरोप प्रत्यारोप करण्यात येत असत, त्यावरून शाक्यामध्ये आपल्या बहिणीशी विवाह करण्याची प्रथा होती, असे आपणास समजते. कोलिय देश कोहान आणि औमि (अनोमा) ह्या नद्यांच्या मधोमध असल्याचे

कनिंगहॅम म्हणतो. एकीकडे कोलिय आणि दुसरीकडे मल्ल व मोरिय ह्यांना विभक्त करणारी सीमारेषा अशा स्वरूपाची अनोमा नदी असल्याचे दिसते.

'ऐतरेय-ब्राह्मणात'[१४] आणि पाणिनीच्या 'अष्टाध्यायी'त[१५] भग्गांचा (भर्गांचा) निर्देश येतो. पहिल्या ग्रंथात भार्गायण कैऋषि सुत्वन् ह्याचा उल्लेख येतो. इ.स.पू. सहाव्या शतकाच्या उत्तरार्धात भग्ग हा देश वत्स-राजाचा मांडलिक होता. कारण वत्सराज उदयनाचा पुत्र बोधि सुंसुमार-गिरीमध्ये राहिला होता व कोकनद ह्या नावाचा राजप्रासाद त्याने बांधला होता असे 'धोनसाखजातका'च्या[१६] प्रस्तावनेवरून आपल्याला समजते. महाभारत व हरिवंशसुद्धा वत्स आणि भर्गांच्या (भग्गांच्या) निकट संबंधाची व त्या दोहोंच्या निषादांशी असणाऱ्या सान्निध्याची साक्ष देते. 'महाभारत' आणि 'अपदान' यांमधील पुराव्यावरून यमुना आणि शोण ह्या नद्यांच्या मधील विंध्य पर्वताच्या परिसरात त्यांचे राज्य असल्याचे दिसते.[१७]

बुलि आणि 'कालाम' ह्यांच्या संबंधी आपणास फारच अल्प माहिती उपलब्ध आहे. 'धम्मपद-भाष्य'[१८]त बुलि हा प्रदेश अल्लप्पाचे राज्य असून त्याची व्याप्ती फक्त दहा योजने होती, असा निर्देश आहे. येथील राजाचा वेठदीपक राजाशी असणारा निकट संबंध दर्शविणाऱ्या कथेवरून बौद्ध-धर्माच्या प्रारंभिक काळातील एका विख्यात ब्राह्मणाचे निवासस्थान असलेल्या वेठदीपापासून अल्लकप्प फार लांब नव्हते, असे मानता येईल. त्याने आपल्या जन्मग्रामी बुद्धाच्या अवशेषांवर एक मनोरा बांधला होता.[१९] तत्त्वचिंतक आलार ह्याची जमात म्हणजेच कालाम होय. गौतमाला संबोधी प्राप्त होण्यापूर्वी तो त्याचा गुरू होता.[२०] त्यांच्या 'निगमा'चे (शहराचे) केसपुत्त हे नाव केसिन ह्या जमातीची आठवण करून देते. त्यांचा निर्देश 'शतपथब्राह्मणा'त[२१] आणि कदाचित पाणिनीच्या 'अष्टाध्यायी'तही[२२] आला आहे. त्यांचा पांचाल आणि दाल्भ्य ह्यांच्याशी संबंध होता. गोमतीच्या तीरावर ते राहत असत, असा ह्या दोन जमातींविषयी ऋग्वेदात[२३] उल्लेख येतो. प्रत्यक्ष केसपुत्त कोसलराज्यात[२४] सामील झाल्याचे दिसते आणि त्या सामर्थ्यशाली राज्याच्या राजाचे आधिपत्य त्यांनी मान्य केले होते, यात संशय नाही.

मगधाला सर्वश्रेष्ठ राजघराणे प्राप्त करून देणारी 'मोरिय' (मौर्य) हीच जमात होय[२५] काही वेळा शाक्यापासून त्यांची उत्पत्ती झाल्याचे म्हटले जाते. परंतु ह्याबद्दल देण्यात येणारा पुरावा उत्तरकालीन आहे. पूर्वकालीन पुरावा दोन्ही जमाती वेगवेगळ्या असल्याचे दर्शविते.[२६] एका परंपरेत 'मोर' (मयूर) ह्या शब्दापासून मोरियची व्युत्पत्ती सुचविली आहे. ज्या भागात हे लोक राहत असत, तो भाग मोरांच्या केकारवाने सतत निनादत असल्याचे म्हटले जाते. मोरियांची राजधानी पिप्फलिवन आणि युआन च्वांगने

उल्लेखलेले 'न्यग्रोधवन' किंवा 'वटवृक्षांचे वन' ही उघडपणे एकच होत. त्याच ठिकाणी विख्यात चैत्य स्तूप[२७] होता. हा स्तूप अनोमा नदीच्या पूर्वेस चार योजनांवर आणि कुसिनाराच्या पश्चिमेस १२ योजनांवर (बहुधा अंदाजे ५४ मैलांवर) होता, असे फाहिएन म्हणतो.[२८]

गणराज्यांच्या अंतर्गत संघटनेविषयी थोडेसे विवेचन या ठिकाणी केल्यास ते कदाचित अस्थानी ठरणार नाही. मात्र ह्या विषयाच्या सविस्तर चर्चेसाठी जागेची अडचण आहे. त्यांचे मुख्यतः दोन वर्ग पडतात. ते असे – एकच संपूर्ण किंवा विभक्त कुलघटक असलेली. उदा. शाक्य, कोलिय कुसिनाराचे मल्ल, पावाचे मल्ल इत्यादी आणि अनेक कुलांचा समावेश असणारी वृज्जी (वज्जि) आणि यादव यांसारखी. राज्यावर संपूर्ण नियंत्रण असणाऱ्या एकच-एक वंशपरंपरागत राजाचा अभाव हे ह्या प्रकारच्या राज्याचे व्यवच्छेदक वैशिष्ट्य होय. वंश परंपरागत वारस जर अस्तित्वात असेल, तरच त्याचे स्थान केवळ हुद्द्यापुरते किंवा घटनेतील एक प्रतिष्ठेचा भाग म्हणूनच होते.[२९] कार्यक्षम घटकामध्ये एक अध्यक्ष (प्रमुख 'गणपति', 'गणज्येष्ठ', 'गणराज', 'संघमुख्य') आणि सत्ताधारी कुलातील 'सभासदां'ची परिषद समाविष्ट असे. नंतरच्या काळात वैशालीचा चेटक आणि न्यसचा अकौफिस् हे ह्या प्रकारचे अध्यक्ष होते आणि मरुद्‌गणांचा 'ज्येष्ठ' असा अधिकार असणाऱ्या इन्द्राचे ते पृथ्वीवरील प्रतिरूप होते.[३०] एका जैन परंपरेनुसार परराष्ट्रविषयक व लष्करविषयक व्यवहार पाहणाऱ्या सर्वोच्च कार्यकारी मंडळातील सभासदांची संख्या काही राज्यांत नऊ होती.[३१] न्यायदान आणि लष्करविषयक कामे पार पाडणारे 'उपराजा' आणि 'सेनापती' यांसारखे कार्याधिकारीही असत. हे सर्व ज्येष्ठ अधिकारी पालि-ग्रंथांतील 'महल्लक' व वायुपुराणातील[३२] 'महत्तर' यांसारखे प्रायः असून त्यांचा आदर करून त्यांना पाठिंबा देणे हे नागरिकांचे कर्तव्य असे.

बहुधा काही कुलांमध्ये अधिकाऱ्यांची क्रमानुसार परंपरा असलेली न्यायदानविषयक सुविहित पद्धती अस्तित्वात होती. इतर राज्यांत, मुख्यतः कोलिय-राज्यांत, पिळवणूक आणि हिंसाचार याबद्दल कुप्रसिद्ध असे आरक्षक दल होते.[३३] परंपरेबद्दलचा, विशेषतः परंपरागत धर्ममंदिरे आणि पुरोहित यांविषयीचा आदरभाव हे ह्या राज्यांचे एक वैशिष्ट्य होते व त्यावरून प्राचीन बाबिलोनिया व आधुनिक निप्पॉन यांमध्ये परंपरागत धर्माने वठविलेल्या भूमिकेचे स्मरण होते.

स्वतंत्र गणराज्यांत बहुधा सर्वात महत्त्वाची अशी 'परिषा' लोकसभा ही संस्था होती. तीमध्ये तरुण आणि वृद्ध लोक वारंवार सभा घेऊन आपले निर्णय करून एकमताने त्यांची कार्यवाही करीत असत. पालि-ग्रंथात ज्याला 'संथागार' म्हटले

आहे अशा 'सभागृहा'त लोकांना बोलावून आणण्यासाठी एक अधिकारी (महाभारतात ह्याला 'सभापाल' म्हटले आहे) नगाऱ्यांचा[३४] उपयोग करीत असे. कार्यपद्धतीचे स्वरूप 'जैमिनीय-उपनिषद-ब्राह्मणा'त निर्देशिलेल्या कुरू-पांचालांच्या परिषदेतील कार्यपद्धतीसारखे किंवा 'महागोविन्दसुत्तन्ता'त वर्णिलेल्या शक्राच्या स्वर्गातील विचार विनिमयासारखे किंवा 'विनयपिटका'त उल्लेखलेल्या बौद्धसंघातील भिक्षूंच्या औपचारिक सभांसारखे प्रायः होते. सभासद 'ठराविक क्रमाने स्थानापन्न होत असत. अध्यक्षाने सभेपुढे नियोजित कामकाजाचा प्रस्ताव मांडल्यावर इतर जण त्यावर बोलत आणि एकमताने करण्यात आलेल्या निर्णयाची दफ्तरदार नोंद ठेवीत.'[३५] जर काही वादविवाद ('संवाद') निर्माण झाला, तर ती बाब लवादांच्या समितीकडे विचारार्थ सोपविण्यात येई. 'आसन-परिज्ञापक' (= आसन दर्शविणारा), 'ञत्ति' (ज्ञप्ति = ठराव), 'शलाका-गाहापक' (= मतपत्रिका गोळा करणारा), 'गणपूरक' (= प्रतोद), 'उब्बाहिक' (= सार्वमत) ह्यांसारख्या बौद्धसंघांच्या नियमावलीत आढळणाऱ्या तांत्रिक संज्ञा स्वतंत्र जमातींच्या किंवा कुलांच्या परिषदांतील तशाच प्रकारच्या संज्ञांवरून घेण्यात आल्या असण्याची शक्यता आहे.

छोटी मांडलिक राज्ये व मोठ्या राजसत्ता

असंख्य लहान-लहान राजांचे अस्तित्व हे शतकानुशतकांच्या भारतीय इतिहासाचे एक महत्त्वाचे वैशिष्ट्य आहे. एखाद्या वनप्रदेशात, पर्वतमय प्रदेशात, राजकीय जीवनाच्या मुख्य प्रवाहांपासून दूर असणाऱ्या वाळवंटाच्या भागात किंवा नदीकिनाऱ्यावरील किंवा समुद्रकाठावरील विभागात हे राजे आपला दरबार भरवीत असत. ह्यांतील प्रत्येक राज्य आपल्या शेजारच्या राज्यापासून डोंगराची रांग, जलप्रवाह, अरण्य किंवा वालुकामय ओसाड सपाट प्रदेशांमुळे अलग झालेले असे. बिंबिसाराच्या काळात भरभराटीस आलेल्या व ऱ्हास पावलेल्या ह्या प्रकारच्या सर्वच छोट्या राज्यांचे वर्णन करणे अशक्य आहे. परंतु काहींचा विचार करणे योग्य ठरेल. त्यामध्ये अंभीचा दूरचा पूर्वज असलेल्या पौष्करसारिन् किंवा पुक्कुसाति ह्याची सत्ता असलेले गंधार, बिंबिसाराची पत्नी खेमा हिच्या पित्याचे नियंत्रण असलेले मद्र, रुद्रायणाच्या[३६] प्रभावाखालील (सौवीरमधील किंवा सिंधूच्या खालच्या खोऱ्यातील) रोरुक, (सुबाहूचा वारसदार किंवा खुद्द सुबाहु असणाऱ्या) अवंतीपुत्राची सत्ता असणारे शूरसेन आणि दृढवर्मन् व ब्रह्मदत्ताच्या सत्तेखाली असणारे अंग ह्या राज्यांचा उल्लेख करता येईल.

ह्या राजांच्या इतर देशांबद्दलच्या निष्ठेविषयी काहीही सांगणे अवघड आहे. मात्र त्यांच्या नावांच्या स्वरूपावरून ते स्वतः आर्य असल्याचे किंवा त्यांच्यावर आर्य संस्कृतीचा प्रभाव पडल्याचे सूचित होते. परंतु अशी काही मांडलिक राज्ये होती की ज्यांचा महाभारतात निषाद असा, तर पालिग्रंथात आलवक (यक्षांची वर्दळ असलेल्या भूमीतील वन्य लोक) असा निश्चितपणे उल्लेख येतो. त्यांचे मूळ निःसंशय आर्येतर होते.

त्यांपैकी आलवक[३७] ह्या राज्याचा वेगाने अदृश्य होऊ घातलेल्या भूतकाळाचा अवशेष ह्या दृष्टीने थोडाफार विचार करणे अगत्याचे आहे. ह्या छोट्या राज्याचे स्थान गंगानदीजवळ होते. हे राज्य आणि युआन च्वांगने (ह्यूअेन् त्संग) भेट दिलेला प्रदेश हा बहुधा एकच असावा. कनिंगहॅम आणि स्मिथ ते गाझीपूर भागाशी एकात्म असल्याचे मानतात.[३८] राजधानीच्या आलवी[३९] (संस्कृत अटवी पाहा-आटविक) यावरून हे नाव आले आहे किंवा मोठ्या अरण्याच्या निकट असलेल्या गालभिय[४०] ह्या नावावरून निःसंशय हे विशिष्ट नाव सूचित झाले आहे.[४१] 'अभिधानप्पदीपिके'त वीस विख्यात शहरांच्या यादीत आलवीचा उल्लेख येतो: वाराणसी, सावत्थी, वेसाली, मिथिला, आलवी, कोसंभी, उज्जेनी, तक्कसिला, चंपा, सागल, सुंसुमारगिर, राजगह, कपिलवत्थु, साकेत, इंदपट्ट, उक्कट्ठ,[४२] पाटलिपुत्तक, जेतुत्तर,[४३] संकस्स[४४] आणि

कुसिनारा. 'चुल्लवग्गा'त[४५] आलवी येथील अग्गालच्या मंदिराचा निर्देश आहे. कोसल व मगध यांच्या राजधान्यांना जोडणाऱ्या मार्गावर ते असल्याने बुद्धाने अनेक वेळा भेटी देऊन त्याचा गौरव केला होता. 'उवासग-दसाओ' यामध्ये आलभिया हिच्या राजाचे जियसत्तू (जितशत्रू = शत्रूंना जिंकणारा) असे नाव येते. परंतु नंतरच्या काळातील 'देवानांपिय'[४६] ह्या विशेषणाप्रमाणे 'जियसत्तू' हा अनेक राजांना लावण्यात येणारा सर्वसामान्य किताब असल्याचे दिसते.[४७] सावत्थी, कंपिल्ल, मिथिला, चंपा, वाणियगाम, वाराणसी आणि पोलसपूर येथील महावीराशी समकालीन असणाऱ्या सर्व राजांनासुद्धा उद्देशून हे नाव आले आहे.[४८] आलवकाखेरीज दुसऱ्या 'यक्ष' मांडलिक राज्यांचा बौद्ध ग्रंथकार उल्लेख करतात.[४९]

गणराज्ये किंवा अरण्यातील मांडलिक राज्ये नव्हेत, तर कोसल, वत्स, अवंति आणि मगध येथील चार विशाल राज्ये हे ह्या काळाच्या राजकीय इतिहासाचे सर्वात महत्त्वाचे घटक होत.

कोसलामध्ये महाकोसल राजानंतर त्याचा पुत्र प्रसेनदि किंवा प्रसेनजित् हा सत्तेवर आला. यापूर्वी सांगितल्याप्रमाणे कोसल राजसत्तेने आपले बाहू गोमतीपासून छोट्या गंडकपर्यंत आणि नेपाळच्या तराईपासून गंगेपर्यंत कदाचित पसरलेल्या व्यापक प्रदेशात, एवढेच नव्हे, तर बहुधा कैमूर रांगांच्या पूर्वभागातही पसरले होते. ह्या राज्याच्या मांडलिकांत निःसंशय काशी, शाक्य आणि कालाम ह्यांच्या राज्यकर्त्यांसह अनेक 'राजां'ची[५०] गणना होत असे. ह्या राज्याच्या अधिकाऱ्यात बंधुल आणि त्याचा पुतण्या दीर्घ चारायण[५१] हे दोन मल्ल-राज्यातील अधिकारी होते आणि छोट्या गंडक नदीपलीकडील आपल्या छोट्या राज्यावर प्रभाव पाडण्याच्या दृष्टीने राजाला त्यांचे साहाय्य झाले असले पाहिजे. जैन ग्रंथांत काशी-कोसल-राज्यकर्त्यांचा मित्रसंघ म्हणून 'नऊ मल्लदेशीयां'चा उल्लेख येतो. 'विसालिका लिच्छवी' आणि मगधाचा राजा सेनिय बिंबिसार[५२] ह्यांच्याशी करण्यात आलेले सख्य पूर्वभागात शांततापूर्ण रीतीने प्रवेश मिळविण्यास लाभदायक ठरले असले पाहिजे; आणि त्यामुळे राज्याची सुव्यवस्था लावून साकेत ते सावत्थी ह्या मार्गावर दहशत निर्माण करणाऱ्या आणि भिक्षूंच्या शांततापूर्ण जीवनात हस्तक्षेप करणाऱ्या लुटारू व रानटी लोकांविरुद्ध कठोर उपाययोजना करण्यास मोकळीक असली पाहिजे.[५३]

तक्षशिलेस शिक्षण घेतलेल्या व बुद्धाचा एक मित्र ह्या सख्यामुळे झालेल्या अशा ह्या काळातील प्रमुख व्यक्तींपैकी एक, अशा ह्या व्यक्तीच्या स्वभावाचा अभ्यास करणे अगत्याचे आहे. त्याचे उत्कृष्ट वर्णन ऱ्हीस डेव्हिड्स् यांनी पुढीलप्रमाणे केले आहे. ''स्त्रीविषयक वाटणारे आकर्षण व सद् 'गृहस्था'च्या ठिकाणी असणारे सद्गुण

व प्रेमळपणा, आहाराविषयी मनापासूनची आवड व शरीरसौष्ठव राखण्याबद्दल वाटणारा तसाच स्वाभाविक ओढा, कायदेशीर फसवणुकीबद्दल तिटकारा असूनही संपत्तीची व युद्धाची नुकसानभरपाई करून घेताना त्याला वाटणारा लोभ आणि संपत्तीच्या नाशामुळे वाटणारा घायकुतेपणा; जित शत्रूबद्दलचा धीरोदात्तपणा व यज्ञातील हिंसेविषयी व गुन्हेगाराना शिक्षा देताना प्रकट होणारा निर्ढावलेपणा ही सर्व वैशिष्ट्ये त्याच्या व्यक्तिमत्त्वात जगात सर्वत्र त्याच्या वर्गात मोडणाऱ्या इतर अनेकांप्रमाणेच एकवटलेली दिसतात. वास्तविक अत्याहारामुळे पडणाऱ्या स्वप्नांच्या अशुभ परिणामांविषयी त्याला अंधश्रद्धेमुळे वाटणारी भीती व त्याचप्रमाणे सर्व धर्मपंथांची, मग त्यांच्या खरेपणाबद्दल पुरावा असो वा नसो, चांगले संबंध राखण्याची त्याची राजकीय धूर्तता – ही दोन्ही खास त्याचीच वैशिष्ट्ये आहेत.''[५४]

ह्या राजाच्या कौटुंबिक जीवनाचा त्याच्या राज्यव्यवहारावर परिणाम झाला होता. त्याने मगध राजकन्येशी विवाह केला होता. ह्या वैवाहिक संबंधामुळे बिंबिसाराशी असलेली त्याची मैत्री बळकट झाली असली पाहिजे. बिंबिसारालाही कोसलदेशीय पत्नीचा लाभ झाला. शाक्यराजा महानामन् ह्याची एका दासीपासून झालेली कन्या विख्यात वासभक्खत्तिया ही पसेनदी (प्रसेनजित्) ह्याची दुसरी राणी होय.[५५] ह्या विवाहानंतर त्यास एक मुलगा व एक मुलगी झाली. विडूडथ (विदुरथ) हा मुलगा आपल्या वडिलांचा सेनापती[५६] आणि नंतर त्यांचा वारस झाला[५७] आणि वजिरा किंवा वजिरि–कुमरी[५८] ही कन्या बिंबिसारानंतर मगधाच्या गादीवर आलेल्या अजातशत्रूची राणी झाली. ह्या राजपुत्राचा व राजकन्येचा आयुष्यक्रम संस्मरणीय घटनांशी निगडित झालेला आहे. त्या अशा: कोसलाच्या राजाचे अजातशत्रूशी युद्ध, आपल्या पुत्राच्या बंडखोरीमुळे त्याला राज्य गमवावे लागणे, एका दासीला राजमाता होता यावे एवढ्यासाठी तिचे अपत्य कोसलांच्या अन्तःपुरात पाठविल्याबद्दल अजातशत्रूच्या पुत्राने शाक्यांवर उगवलेला भयंकर सूड.

मगधाच्या युद्धात राजाच्या सैन्यावर अनर्थ कोसळला असता त्याने प्रमुख मालाकाराच्या मल्लिका नावाच्या मुलीशी विवाह केला. आमरण तिने राजाच्या जीवनात सुगन्धमाधुर्य निर्माण केले व आपल्या परोपकारी कृत्यांनी ती प्रसिद्ध झाली. त्यांमध्ये 'मल्लिकाराम' नावाचे एक उद्यान असून धार्मिक विषयांच्या चर्चेसाठी ते राखून ठेवण्यात आले होते.[५९] जरी तिच्या पतीने मोठ्या चाणाक्षपणे ब्राह्मणांनासुद्धा राजाश्रय दिला होता, तरी तिच्या मनाचा कल मात्र बुद्धाकडे व त्याच्या संघाकडे होता.[६०] मल्लिका व राजभगिनी[६१] सुमना ह्या अशोक व हर्षाच्या काळात होऊन गेलेल्या औदार्य व बौद्ध शिकवणीबद्दल आसक्ती ह्या दृष्टीने प्रसिद्ध असलेल्या कारुवाकी आणि राज्यश्री ह्यांची

आपणास आठवण करून देतात.

कोसल-राज्याच्या अंतर्गत मांडणीत काही महत्त्वपूर्ण वैशिष्ट्ये दिसून येतात. केन्द्रात मंत्रिमंडळ असे, परंतु त्याचे राजाच्या लहरीवर नियंत्रण असे. परंपरेत मृगधर[६२] उग्ग, सिरि-वट्‌ढ, काल व जुन्ह यांचा खास उल्लेख येतो. सेनापतींमध्ये युवराजांचा व काही मल्ल-प्रमुखांचा समावेश झाला होता. मार्गावरील आरक्षकांची कर्तव्ये सैनिक बजावीत असत. राजाच्या अखत्यारीतील प्रदेशाचे भाग पोक्खरसादी ह्यांसारख्या ब्राह्मणांना जणू काही ते राजे होत, अशा भावनेने पण त्यावर नियंत्रण ठेवून देण्यात येत असत. ह्या पद्धतीतील दोष लवकरच उघड झाले व तीमुळे राजाचा विनिपात झाला. अधिक काटकसरीचे धोरण मान्य असणाऱ्यांपेक्षा सढळ हाताने दानधर्म करणाऱ्या मंत्र्यांना ह्या राज्यात मानाचे स्थान मिळाले व खास मर्जीतील एकाला सात दिवसांपर्यंत राज्यकारभार पाहण्याची खरोखरीच परवानगी देण्यात आल्याचे म्हटले जाते. दान घेणाऱ्या ब्राह्मणांना देण्यात आलेल्या व्यापक अधिकारांमुळे केन्द्रोत्सारी प्रवृत्तींना जोर चढला असला पाहिजे; तर राजपुत्रासह काही सेनापतींनी केलेल्या दगलबाजीमुळे व तो राजा झाला असताना मांडलिक घराण्यांतील लोकांना त्याने दिलेल्या क्रूर वागणुकीमुळे, ह्या राजसत्तेचा अंतिम विनिपात लवकर घडून आला असला पाहिजे.

कोसलाच्या दक्षिण सरहद्दीवर पसरलेल्या 'वत्स' राज्यात बहुधा ह्याच काळात शतानीक परंतपानंतर त्याचा पुत्र उदयन गादीवर आला. अनेक अद्‌भुत आख्यायिकांचा नायक म्हणून तो श्रीरामचंद्र, नल आणि पांडव यांच्या बरोबरीचा आहे.[६३] अवन्ती राज प्रद्योताची कन्या वासुलदत्ता किंवा वासवदत्ता कशा प्रकारे त्याची राणी झाली, हे सांगणारी कथा 'धम्मपदा'वरील टीकेत आली आहे. कुरुब्राह्मणाची कन्या मागन्दिया[६४] आणि कोषाध्यक्ष घोसकाची मानलेली मुलगी सामावती ह्या वत्सराजाच्या दुसऱ्या दोन पत्नींचाही वरील टीकेत निर्देश येतो. 'मिलिंदपन्हो' मध्ये गोपालमाता नावाच्या एका गोपस्त्रीचा उल्लेख आला असून तीही त्याची पत्नी होती.[६५] भासाचे म्हटलेले 'स्वप्नवासवदत्त' आणि इतर काही ग्रंथ यात मगधाचा राजा दर्शक ह्याची बहीण पद्‌मावती ह्या त्याच्या आणखी एका राणीचा उल्लेख येतो. अंग देशाच्या दृढवर्मन् राजाची कन्या आरण्यका हिच्याशी झालेल्या उदयनाच्या विवाहाचा उल्लेख 'प्रियदर्शिके'त येतो. वत्सराज आणि पट्टराणी वासवदत्तेची दासी सागरिका, ह्यांची प्रेमकथा श्रीहर्षाच्या 'रत्नावली'त आली आहे. कालिदासाच्या काळात अवंतीमध्ये उदयनविषयक कथा सार्वत्रिक स्वरूपात प्रचारात असल्याचे आपल्याला 'मेघदूता'वरून समजते. 'प्राप्यावन्तीनुदयनकथाकोविदग्रामवृद्धान्' ह्या राजाच्या

स्वभावाची काही अवांतर माहिती 'जातका'मध्ये आली आहे. 'मातंग' जातकाच्या प्रास्ताविकात दारू पिऊन आलेल्या झटक्यात क्रोधाने त्याने पिंडोल भारद्वाजाला काऊ-मुंग्यांचे जाळे बांधून सतावले असल्याचे म्हटले आहे. इ.स.च्या ११व्या शतकातील सोमदेवाच्या 'कथासरित्सागरा'मध्ये उदयनाच्या दिग्विजयाची सविस्तर प्रदीर्घ हकीकत आली आहे.[६६] कलिंगराजावर त्याने मिळविलेला विजय व आपला श्वशुर दृढवर्मन् ह्यांना परत मिळवून दिलेली अंगदेशाची सत्ता ह्यांचा निर्देश श्रीहर्षाच्या प्रियदर्शिकेत[६७] आला आहे. लौकिक दंतकथांच्या टरफलांतून ऐतिहासिक सत्याचा गाभा वेगळा काढणे अवघड आहे. असे दिसते की, उदयन हा एक महान राजा होता व त्याने खरोखरीच काही विजय संपादन केले होते; तसेच अवंति, अंग आणि मगध यांच्या राजघराण्यांशी वैवाहिक संबंध बांधून मैत्री प्रस्थापित केली होती. उदयनाचे कर्तृत्व हे विजेच्या झळाळीसाखे होते. आपल्या मागे त्याने योग्य वारस ठेवला नाही. पट्टराणीपासून झालेल्या त्याच्या बोधी ह्या पुत्राने साम्राज्यासाठी कराव्या लागणाऱ्या धाडसाच्या त्रासाऐवजी सुंसुमारगिरीच्या 'स्वर्गीय' वातावरणातील पऱ्यांच्या परिसरातले जीवन पसंत केले. अनेक युद्धांमुळे गांजलेल्या ह्या राज्यावर सरतेशेवटी अवंति ह्या नैर्ऋत्येकडील महत्त्वाकांक्षी अशा शेजारच्या राज्याचे आक्रमण आले आणि उज्जैनच्या राजघराण्यातील एक राजा तेथील राज्यकारभार पाहू लागला.[६८]

उदयनाच्या काळात अवंतीच्या गादीवर चंडप्रद्योत महासेनाची सत्ता होती व त्याची कन्या वासवदत्ता ही वत्सराजाची पट्टराणी झाली होती. प्रद्योत क्रूर होता, असे 'महावग्गा'त त्याच्या स्वभावाविषयी म्हटले आहे.[६९] तो 'नयवर्जित' म्हणजे चांगल्या प्रकारचे राजकीय धोरण नसलेला आहे, अशी पुराणे टीका करतात आणि 'खरोखर तो शेजारच्या राजांना नमवील' – 'स वै प्रणतसामन्तः' अशी पुस्ती जोडतात. एके प्रसंगी त्याने वत्सराजाला कैद केले होते व मथुरेच्या सत्तेशी त्याचे घनिष्ठ संबंध होते. शेजाऱ्यांवर त्याने जी जरब निर्माण केली होती, तिची कल्पना 'मज्झिमनिकाया'तील[७०] एका विधानावरून येते. आपल्या प्रदेशावर प्रद्योताचे आक्रमण होईल, ह्या भीतीने बिंबिसाराचा पुत्र अजातशत्रू ह्याने राजगृहाभोवती तटबंदी केली होती, असे त्यात म्हटले आहे. तक्षशिलेचा राजा पुष्करसारिन् ह्याच्या विरुद्ध त्याने युद्धही पुकारले होते.[७१]

मगधाची चंद्रकोर – बिंबिसार

बिंबिसाराच्या हयातीतसुद्धा राजगृहावर हल्ला करण्यासाठी प्रद्योत पुढे सरसावला होता, असे जैन आख्यायिका सांगते.[७२] ऐतिहासिक काळात मगधच्या साम्राज्यवादी सत्तेचा खऱ्या अर्थाने संस्थापक असलेला बिंबिसार हा दक्षिण बिहारमधील दुय्यम दर्जाच्या एका प्रमुखाचा पुत्र होता. त्या प्रमुखाचे नावही विसरले गेल्याचे दिसते. प्रायः एका काल्पनिक नावाच्या साहाय्याने ही उणीव भरून काढण्याचा परंपरेने प्रयत्न केला आहे.[७३] एका पूर्वकालीन पुराव्यानुसार बिंबिसाराच्या घराण्याचे नाव 'हर्यंककुल' असे होते. ह्यापूर्वी आपण पाहिलेच आहे की,[७४] पुराणांत आलेली प्रस्तुत उत्तरकालीन परंपरा ध्यानात घेता प्रस्तुत पुरावा नजरेआड करण्यास कोणतेच कारण दिसत नाही. सेणिय (श्रेणिक) हेही नाव धारण करणाऱ्या तरुण बिंबिसाराला तो केवळ पंधरा वर्षांचा असताना खुद्द त्याच्या वडिलांनी राज्याभिषेक करविला असल्याचे म्हटले जाते.[७५] ह्या संस्मरणीय घटनेवरून त्यानंतर सुमारे ९०० वर्षांनी झालेल्या एका हृदयंगम समारंभाची आठवण झाल्याविना राहणार नाही. त्या प्रसंगी दुसऱ्या एका मगधराजाने आपल्या लाडक्या मुलास भर सभेत राजपुत्र व अमात्यांच्या उपस्थितीत आपल्या बाहुपाशांत घेऊन 'ह्या सबंध राज्याचे तू रक्षण कर', असे उद्गार काढले होते.

आपल्या काळातील राजकीय परिस्थितीची स्पष्ट जाणीव ह्या नव्या राज्यकर्त्याला होती. उत्तरेकडे वृजि संघराज्याचे लष्करी सामर्थ्य चढते-वाढते होते. महत्त्वाकांक्षी राज्यकर्ते असणाऱ्या आक्रमक राजसत्ता श्रावस्ती व उज्जैन ह्या ठिकाणच्या त्यांच्या तळांवरून विस्ताराचे धोरण अवलंबत होत्या. उज्जैनचा क्रूर आणि बेताल राजा तक्षशिलेच्या पुष्करसारिनबरोबर युद्ध करण्यात गुंतला होता. टॉलेमीच्या काळात ज्यांच्याकडे पंजाबमधील शाकलाचा ताबा होता, त्या रहस्यमय स्वरूपाचा पांडवांसहित अनेक शत्रूंनी जेर केलेला तक्षशिलेचा राजा मदतीसाठी मगधराजाकडे वळला होता. त्याच्या वकिलाला भेटून आपल्या गंधार-देशीय मित्राला मदत करण्यासाठी जरी बिंबिसार तयार होता, तरी पूर्वभागातील चंपानदीच्या पलीकडील आपल्या शेजाऱ्याबरोबर प्रदीर्घ काळ चालू असलेला कलह त्याला संपुष्टात आणणे भाग होते, व त्यामुळे प्रद्योताचा किंवा इतर कोणाही सेनाप्रमुखांचा स्नेहसंबंध तोडण्याच्या मनःस्थितीत तो नव्हता.

अवंतीचा राजा काविळीने आजारी असता त्याने वैद्य जीवकाला पाठविले होते. युरोपमधील हॅप्सबर्ग्स् व बूर्बो (Hapsburgs and Bourbons) ह्यांच्याप्रमाणे राजघराण्यांशी होण्याऱ्या विवाहांचा त्याने पाठपुरावा केला आणि मद्र[७६],

कोसल[७७] व वैशाली येथील सत्ताधारी घराण्यांशी सख्य प्रस्थापित केले. ह्या उपाययोजना फार महत्त्वाच्या ठरल्या. त्यामुळे त्या काळातील सर्वात भयंकर लष्करशहा शांत झाले; एवढेच नव्हे, तर पश्चिम आणि पूर्व अशा दोन्ही बाजूंना राज्याचा विस्तार होण्याचा मार्ग कायमचा सुकर झाला. बिंबिसाराच्या कोसलदेशीय पत्नीने स्नानप्रसाधनासाठी स्वतःला आहेर म्हणून आलेले आणि एक लाखाचा महसूल देणारे काशी मधले एक गाव मिळवून दिले.[७८] वैशालीबरोबरच्या संबंधांमुळे नंतरच्या कारकिर्दीत फार महत्त्वाची फलप्राप्ती झाली.

बिंबिसाराच्या दूरांदेशी धोरणामुळे त्याला अंगराज्याबरोबरच्या असलेल्या संघर्षाकडे साकल्याने लक्ष देणे शक्य झाले व ब्रह्मदत्ताचा पराभव करून ते त्याने खालसा केले.[७९] बिंबिसाराने अंगराज्य खालसा केले, ही गोष्टी 'महावग्ग'[८०] व 'दीघनिकाय' ह्या मधील 'शोणदंडसुत्ता' मधील पुराव्यावरून सिद्ध होते. त्यामध्ये चंपानगरीच्या महसुलाची रक्कम बिंबिसार राजाने शोणदंड ह्या ब्राह्मणास बहाल केल्याचे म्हटले आहे. एक स्वतंत्र प्रांत म्हणून चंपा ह्या राजधानीच्या ठिकाणी मगधाच्या युवराजाच्या सत्तेखाली अंगदेशाचा राज्यकारभार पाहिला जात असल्याचे जैनांच्या आधारावरून समजते.[८१] स्वतः राजा राजगृह–गिरिव्रज[८२] येथे राहत असे. अशा प्रकारे युद्ध व मुत्सद्देगिरी ह्यांच्या साहाय्याने बिंबिसाराने मगधराज्यात अंग व काशीचा काही भाग ह्यांची भर घातली आणि मगधाच्या विजयशाली वैभवाच्या कारकिर्दीचा आरंभ केला. अर्थात तिचा शेवट कलिंगाच्या विजयानंतर अशोकाने आपली तलवार म्यान केल्यावरच झाला. बिंबिसाराच्या राज्याने ८०, ०००[८३] उपनगरे व्यापली असल्याचे 'महावग्गावरून' समजते.

बिंबिसाराच्या कारकिर्दीतील विजयांचे कारण बहुधा त्याचे उत्साहपूर्ण व कार्यक्षम प्रशासन हेच मुख्यतः असले पाहिजे. उच्च दर्जाच्या अधिकाऱ्यांवर[८४] त्याचे कडक नियंत्रण असे. चुकीचा सल्ला देणाऱ्यांना तो नोकरीवरून काढून टाकीत असे, तर ज्यांचा सल्ला त्याला मान्य होत असे, त्यांना पारितोषिके देत असे. ह्या 'शुद्धीकरणा'चा परिणाम म्हणून वस्सकार आणि सुनिथ ह्यांच्यासारखे त्याचे अधिकारी निर्माण झाले. उच्चाधिकाऱ्यांची ('राजभट') विविध गटांत विभागणी करण्यात आली होती – (१) 'सव्बत्थक' (सर्वसाधारण कारभार पाहणारा अधिकारी), (२) 'सेनानायक, महामत्त' (सेनापति) व ३ 'वौहारिक महामत्त' (न्यायाधीश)[८५]. ह्या 'महामात्रां'च्या कार्याविषयी व तसेच गुन्हेगारांना देण्यात येणाऱ्या ठराविक स्वरूपाच्या व स्थूल किंवा (उग्र) न्यायाविषयी काही माहिती आपल्याला ''विनयपिटका''वरून समजते. अशा प्रकारे तुरुंगात ('कारा') अटक करून ठेवणे ह्याखेरीज चाबकाचे

('कशा') फटके मारणे, तापलेल्या लोखंडाने डाग देणे, शिरच्छेद करणे, जीभ कापून टाकणे, बरगड्या मोडणे इत्यादि शिक्षांचे उल्लेख येतात. महामात्रांचा एक चौथा वर्ग अस्तित्वात असल्याचे दिसते व खेड्यातील एखाद्या सभासदाप्रमाणे किंवा ग्रामणी प्रमाणे ('ग्रामभोजक' वा 'ग्रामकुट') उत्पन्नाचा एक-दशांश महसूल वसूल करण्याची त्याच्यावर जबाबदारी असे.[८६]

प्रादेशिक प्रशासनात मोठ्या प्रमाणात स्वायत्तता देण्यात आली होती. चंपा येथील 'उपराजा'खेरीज प्रायः मध्ययुगीन युरोपीय राज्यव्यवस्थेतील सरदार उमरावांसारख्या 'मांडलिक राजां'चेही[८७] उल्लेख येतात. परंतु विल्यम द कॉंकररप्रमाणे ह्या पद्धतीतील केंद्रोत्सारी प्रवृत्तींना लगाम लावण्याचा बिंबिसाराने प्रयत्न केला. त्यासाठी ग्रामप्रमुखांचा एक मेळावा त्याने भरवला होता व त्यासाठी राज्यातील ८०,००० ग्रामिक उपस्थित राहिले असल्याचे सांगण्यात येते.

दळणवळणातील सुधारणा व नवीन राजनिवासाच्या स्थापनेसाठी उपाययोजना करण्यात आली होती. बिंबिसाराच्या रस्त्याचा व पुलावरील मार्गांचा उल्लेख युआन च्वांग (ह्यएन् त्संग) करतो. कुशाग्रपुरावर (जुने राजगृह) आगीचे संकट कोसळले असता राजाने स्मशानभूमीत जाऊन नवीन शहर बांधले, असेही तो सांगतो. फा हिएन मात्र नवीन राजगृहाच्या स्थापनेचे श्रेय अजातशत्रूस देतो. जीवकाला देण्यात आलेल्या राजाश्रयावरून वैद्यकीय व्यवस्थेकडे दुर्लक्ष झाले नसल्याचे स्पष्ट होते.

एका बाबतीत मात्र बिंबिसार दुर्दैवी होता. प्रसेनजित प्रमाणे युवराजाच्या द्वेषास बहुधा तो बळी पडला होता. चंपा[८८] येथे राजप्रतिनिधी म्हणून त्याने त्याची नेमणूक केली होती व स्वतःच्याच वडिलांचे उदाहरण लक्षात घेऊन राजपदासाठी सुद्धा कदाचित त्याची निवड केली होती.[८९] अजातशत्रू, कूणिक आणि अशोकचंद्र अशी विविध नावे असणाऱ्या ह्या कृतघ्न पुत्राने आपल्या वडिलांना ठार मारल्याचे म्हटले जाते.[९०] ह्या दुष्ट कृत्यामुळे मगध-कोसलांच्या संबंधांवर अतिशय अनिष्ट परिणाम झाला. पितृहत्येची ही कथा म्हणजे odium theologicum ची निर्मिती असल्याचे डॉ. स्मिथ मानतो आणि पालि-भाषेतील धर्मग्रंथांतील व पुराणांतील पुराव्याविषयी कमालीचा संशय व्यक्त करतो. परंतु ह्या ग्रंथांची सर्वसाधारण विश्वसनीयता ऱ्हीस डेव्हिडस्, गायगर ह्यांसारख्या विद्वानांनी मान्य केली आहे; कारण त्यांच्या निष्कर्षांना स्वतंत्र वृत्तीच्या अभिजात व जैन ग्रंथकारांच्या[९१] साक्षीमुळे प्रत्यक्ष किंवा अप्रत्यक्ष पुष्टी मिळाली आहे.

मगधाचा योद्धा : कूणिक अजातशत्रू

कूणिक अजातशत्रू कोणत्याही मार्गाने जरी गादीवर आलेला असला, तरी तो एक उत्साही राज्यकर्ता ठरला. राजगृहाभोवती तटबंदी उभारून आणि शोण व गंगा ह्यांच्या संगमाजवळ पाटलीग्राम येथे नवा किल्ला बांधून राज्याची सुरक्षितता बळकट करण्यात आली. प्रशियाच्या दुसऱ्या फ्रेडरिकप्रमाणे आपल्या वडिलांशी कोणत्याही प्रकारे प्रेमाचे संबंध नसूनही त्याने त्यांच्याच धोरणाची कार्यवाही केली. त्याची कारकीर्द म्हणजे हर्यंककुलाच्या सत्तेचा सर्वोच्च मानबिंदू होय. त्याने कोसलाला तर नमविलेच, काशीचा किंवा त्या राज्याचा काही भाग कायमचा खालसाही केला. एवढेच नव्हे, तर वैशाली राज्यसुद्धा विलीन करून घेतले. कोसलांशी झालेल्या त्याच्या झगड्याची परंपरागत हकीकत बौद्धग्रंथांत[९२] आली आहे. अजातशत्रूने बिंबिसाराचा, आपल्या पित्याचा, खून केल्यावर त्याच्यावरील प्रेमामुळे हाय खाऊन राणी कोसलादेवी मरण पावली, असे सांगण्यात येते. तिच्या मृत्यूनंतरही तिच्या स्नान प्रसाधनाप्रीत्यर्थ देण्यात आलेल्या पैशाच्या स्वरूपातील काशी ह्या गावाचा महसूल मगधराजाला मिळतच राहिला. परंतु कोसलाधिपती प्रसेनजित् ह्याने वंश परंपरेने आपल्या मालकीचे असलेले गाव कोणाही पितृघ्नास मिळता कामा नये, असा निर्धार केला. त्यानंतर युद्ध सुरू झाले. कधी कोसल राजाची, तर कधी त्याच्या प्रतिस्पर्ध्याची त्यात सरशी झाली. एके प्रसंगी पराभव झाल्याने प्रसेनजित् आपल्या श्रावस्ती ह्या राजधानीकडे पळून गेला. दुसऱ्या एका प्रसंगी अजातशत्रूस त्याने अटक केली, परंतु तो आपला भाचा असल्याचे जाणून त्यास त्याने जीवदान दिले. बंदिवान राजाचे सैन्य त्याने ताब्यात घेतले, परंतु आपली कन्या वजिरा ही त्याला देण्याची इच्छा दर्शवून त्याने त्याला संतुष्ट करण्याचा प्रयत्न केला. विवाद्य अशा काशी गावाच्या संदर्भात राजकन्येच्या स्नान प्रसाधनाप्रीत्यर्थ लागणाऱ्या संपत्तीच्या दृष्टिकोनातून तिची पाठवणी करण्यात आली. पण तिच्या वडिलांना शांततेची फळे तीन वर्षाहून अधिक काळ चाखता आली नाहीत.[९३] त्याच्या अनुपस्थितीत दीघ चारायण ह्या सेनापतीने राजपुत्र विड्डभाला राज्यावर बसविले.[९४] हा भूतपूर्व राजा राजगृहाकडे निघाला. आपल्याबरोबर अजातशत्रूस घेऊन विड्डभास कैद करण्याचे त्याने ठरविले. परंतु मगधाच्या राजधानीच्या प्रवेशद्वाराबाहेरच थंडी-वाऱ्याच्या उपद्रवामुळे तो मरण पावला.

वैशाली बरोबरच्या युद्धाची परंपरागत हकीकत जैन ग्रंथकारांनी अंशत: जतन केली आहे. सेणिय बिंबिसार राजाने वैशालीचा राजा चेटकाची कन्या चेल्लणा ह्या आपल्या पत्नीपासून झालेल्या हल्ल व वेहल्ल ह्या आपल्या धाकट्या मुलांना सेयगण (‘सेचनक’

= वृष्टी करणारा) हा प्रसिद्ध हत्ती व रत्नांचे अठरा सर असलेला एक मोठा हार देऊन टाकल्याचे सांगण्यात येते. ज्येष्ठ पुत्र कूणिय (अजातशत्रू) ह्याने आपल्या वडिलांची गादी बळकावल्यानंतर पऊमावई (पद्मावती)[९५] ह्या पत्नीच्या चिथावणीने दोन्ही आहेर आपले आपल्याला परत मिळावेत, अशी आपल्या धाकट्या भावांकडे मागणी केली. त्यांनी त्या वस्तू देण्याचे नाकारल्यावर आणि त्या वस्तूंसह ते दोघेजण वैशालीमधील आपल्या चेटक आजोबांच्याकडे पळून गेले असता सामोपचाराने त्यांना आपल्या ताब्यात घेणे शक्य न झाल्यामुळे चेटकाबरोबर त्याने युद्धास आरंभ केला[९६] बुद्धघोषाच्या 'सुमंगला विलासिनी' टीकेनुसार[९७] लिच्छाविंनी केलेला विश्वासघात हे या युद्धाचे कारण होते. गंगेवरील एका बंदराजवळ असणारी मूल्यवान रत्नांची किंवा कोणत्या तरी एका सुगंधी द्रव्याची खाण हे त्याचे मूळ कारण असून त्या खाणीवर अजातशत्रूचा व त्याच्या उत्तरेकडील शेजाऱ्यांचा सामायिक हक्क होता.

मगध आणि वैशाली यांमधील कलहाची पूर्वपीठिका अनेक पालि-ग्रंथात[९८] वर्णिलेली आहे. वज्जिंना (वृज्जिना) मागे हटविण्यासाठी पाटलिग्राम येथे मगधाचे दोन मंत्री सुनीध (थ) आणि वस्सकार - एक किल्ला बांधत होते, असे 'महावग्गा'त म्हटले आहे. 'महापरिनिव्बान-सुत्तंता'त म्हटले आहे, ''एकदा भदन्त राजगृहामध्ये गृध्रशैल नावाच्या टेकडीवर राहत होते. त्यावेळी मगधाचा राजा आजातसत्तु वेदेहिपुत्त वज्जींवर हल्ला करण्याचे मनसुबे रचित होता, तो स्वत:शी म्हणाला : ''ह्या वज्जींचा मी मूलोच्छेद करीन, ते सामर्थ्यशाली व बलवान असले, तरी ह्या वज्जींचा मी नायनाट करीन, ह्या वज्जींना मी पूर्ण विनाशाप्रत नेईन.''

हे सर्व त्याने मगधाचा महामात्य ब्राह्मण वस्सकार ह्यास सांगितले आणि तो म्हणाला, ''हे ब्राह्मणा, चल तर मग भदन्ताकडे तुला जायलाच हवे. 'मी वज्जींचा मूलोच्छेद करीन' असा निर्धार अजातसत्तूने केला असल्याचे त्याला सांग.'' राजाचे बोलणे वस्सकाराने लक्षपूर्वक ऐकले. (आणि राज्याच्या) आदेशानुसार तो निरोप त्याने बुद्धास सांगितला.

'निरयावली-सूत्रा'त (निरयावलिया-सुत्त) म्हटले आहे की, कूणिकाने (अजातशत्रू) वैशालीच्या चेटकावर हल्ला करण्याची तयारी केली असता चेटकाने काशी-कोसलांच्या अठरा 'गणराजां'ना[९९] व तसेच लिच्छवींना व मल्लकींना एकत्र बोलविले आणि 'तुम्ही कूणिकाच्या मागण्या पूर्ण कराल, की त्याच्याशी युद्ध कराल?' असा त्यांस सवाल केला. कोसल-वैशालीमध्ये असणाऱ्या सलोख्याच्या संबंधाचा उल्लेख 'मज्झिम - निकाया' त[१००] येतो. म्हणून एका बाजूस काशी-कोसल व दुसऱ्या बाजूस वैशाली ह्यांच्यातील स्नेहसंबंधाबद्दलच्या जैन परंपरेतील विधानाच्या

विश्वसनीयतेबाबत संशय घेण्यास कोणतेही कारण दिसत नाही. असे दिसते की, अजातशत्रूच्या काशी - कोशलांसह व वैशालीसह सर्व शत्रूंनी त्याला संयुक्तपणे प्रतिकार केला. कोसलांचे व वज्जींचे युद्ध ह्या बहुधा दोन अलग घटना नसाव्यात, तर मगध-साम्राज्याच्या स्थापनेविरूद्ध करण्यात आलेल्या सर्वसाधारण चळवळीचे ते भाग असावेत. ज्वाला एकमेकींत मिसळल्या व त्यातून मोठा वणवा भडकला.[१०१] रोमच्या उदयोन्मुख सत्तेविरूद्ध सॅम्नाईट्स्, एट्रुस्कॅनस् व गॉल्स् ह्यांच्या संघर्षाचे या वेळी स्मरण होते.

वैशालीबरोबर झालेल्या युद्धात कूणिक अजातशत्रूने "महासिलाकण्टग" व र(त) हमुसलाचा उपयोग केल्याचे सांगण्यात येते. ह्यांतील पहिले गोफणीसारखे मोठे दगड फेकून मारणारे युद्धातील एखादे यंत्र असावे, असे दिसते. दुसरे हत्यार म्हणजे गदा जोडलेला रथ होय. तो धावू लागताच मोठ्या प्रमाणावर माणसे मारली जात असत.[१०२] जागतिक महायुद्धातील रणगाड्यांशी र(त) हमुसलाची कदाचित तुलना होऊ शकेल.

हे युद्ध आजीविक-सांप्रदायाचा महान् प्रणेता गोसल मंखलिपुत्त ह्याच्या मृत्यूच्या सुमारास झाल्याचे म्हटले आहे. सोळा वर्षानंतरही महावीराच्या मृत्यूसमयी मगधविरोधी राष्ट्रमंडळ अस्तित्त्वात असल्याचे सांगण्यात येते. महावीराच्या मृत्यूनंतर त्या घटनेच्या[१०३] स्मरणार्थ 'निरयावली-सूत्रा'त उल्लेखिलेल्या राष्ट्रमंडळातील राजांनी त्याच्या स्मरणार्थ एक उत्सव सुरू केला होता, असे 'कल्पसूत्रां'वरून समजते. मगधाचा राजा व त्याच्या विरूद्ध व्यूह रचून उभ्या ठाकलेल्या सत्तांमधील संघर्ष अशा प्रकारे सोळा वर्षाहून अधिक काळ लांबल्यासारखा दिसतो. वैशालीमध्ये फाटाफूट निर्माण करून त्यांचा पाडाव करण्यासाठी वस्सकारांच्या नेतृत्त्वाने मगधाच्या मुत्सद्यांनी अंगीकारलेल्या मॅकिअॅवेलीसारख्या डावपेचांची[१०४] हकीकत 'अट्ठकथे'त आली आहे.[१०५]

कोसल व वज्जी ह्यांच्याशी झालेल्या युद्धाचा परिणाम म्हणून वैशाली व काशीचा निदान काही भाग हे मगधात विलीन झाले व बहुधा त्यामुळेच मगधाचा महत्त्वाकांक्षी राजा आणि अवंतीचा तितकाच महत्त्वाकांक्षी अधिपती एकमेकांच्या समोरासमोर उभे ठाकले. प्रद्योताचे आपल्या राज्यावर आक्रमण होईल, ह्या भीतीमुळे अजातशत्रू आपल्या राजधानी भोवती तटबंदी उभारीत होता, हे "मज्झिमनिकाया" मधील विधान आपण ह्यापूर्वीच पाहिले आहे. कधीकाळी असा हल्ला झाला होता की काय, याविषयी आपणास माहिती मिळत नाही. अवन्तीला नमविण्यात अजातशत्रूही यशस्वी झाल्याचे दिसत नाही. ते राज्य जिंकण्याचे कार्य त्याच्या वारसांसाठी राहिले.

अजातशत्रूच्या कारकिर्दीतच महावीर व गौतमबुद्ध हे अनुक्रमे जैन व बौद्ध धर्माचे महान प्रणेते निर्वाणपदाला गेल्याचे सांगितले जाते. गौतमाच्या मृत्यूनंतर लवकरच त्याच्या संघातील भिक्षूंनी सिद्धांताच्या (उपदेशाच्या) पठनासाठी व संकलनासाठी एक परिषद भरविली, असे म्हटले आहे.

अजातशत्रूचे वारस – राजधानीचे स्थलांतर व अवन्तीचा पाडाव

पुराणांनुसार अजातशत्रूनंतर दर्शक हा सत्तेवर आला. अजातशत्रूनंतर दर्शकाचा करण्यात आलेला समावेश चुकीचा असल्याचे गायगर (Geiger) मानतो. कारण उदायिभद्द हा अजातशत्रूचा पुत्र आणि कदाचित वारसही होता, असे बौद्ध वाङ्मयात नि:संदिग्धपणे सांगितले आहे. 'कथाकोष'[१०६] आणि 'परिशिष्टपर्वा'त[१०७] आलेल्या जैन परंपरेत सुद्धा उदय किंवा उदायिन् हा कूणिकाचा पद्मावती[१०८] ह्या पत्नीपासून झालेला पुत्र आणि त्याचा साक्षात वारस असल्याचे म्हटले आहे.

भासाच्या 'स्वप्नवासवदत्तम्'मधील उल्लेखांवरून जरी दर्शक हा मगधाचा राज्यकर्ता व उदयनाचा समकालीन असणे शक्य असले तरी, बौद्ध व जैन पुराव्यांवरून मगधाच्या साम्राज्य सत्तेवर अजातशत्रूचा साक्षात वारस म्हणून तो आला होता, असे ठामपणे विधान करणे शक्य नाही. विशाख पांचालीपुत्राच्या पित्याप्रमाणे अनेक 'मांडलिक राजां'पैकी तो एक असण्याची शक्यता आहे. मगधाच्या राज्यकर्त्यांमध्ये त्याचा करण्यात आलेला समावेश व इक्ष्वाकुवंशीय राजांच्या मुख्य यादीत शुद्धोधनाचा झालेला समावेश ह्यांच्यात तुलना होऊ शकेल. काही ग्रंथकार त्याची नाग–दासकाशी एकात्मता मानतात. श्रीलंकेतील पुराणात नाग–दासक हा बिंबिसाराच्या कुलातील अखेरचा राजा असल्याचे म्हटले आहे.[१०९] 'दिव्यावदाना'त [११०] मात्र बिंबिसारवंशीय राजांच्या यादीतून त्याचे नाव सर्वथा वगळले आहे. या प्रकारे बौद्ध धर्मीयांमध्ये सुद्धा या राजाच्या कुलाविषयी व स्थानाविषयी मतैक्य नव्हते.

उदयन सत्तेवर येण्यापूर्वी अजातशत्रूचा पुत्र उदयन किंवा उदायिभद्द ह्याने चंपा येथे आपल्या पित्याचा प्रतिनिधी म्हणून काम केले होते असे दिसते.[१११] गंगेच्या तीरावर त्याने नवी राजधानी स्थापन केल्याचे 'परिशिष्टपर्वा'वरून समजते. हीच पुढे पाटलीपुत्र म्हणून ओळखली जाऊ लागली.[११२] 'गार्गीसंहिता'[११३] व 'वायु–पुराणा'तील पुरावे यांमुळे ह्या जैन परंपरेला पुष्टी मिळते. आपल्या कारकिर्दीच्या चौथ्या वर्षी उदयन याने कुसुमपूर (पाटलीपुत्र) शहर वसविल्याचे ह्या ग्रंथात म्हटले आहे. आता उत्तर बिहारचा समावेश असलेल्या अशा राज्यातील प्राय: मध्यवर्ती स्थानामुळे ह्या जागेची निवड करण्यात आली असावी. शिवाय, गंगा व शोण ह्या मोठ्या नद्यांच्या संगमावर व इतर प्रवाहांच्या नजीक असलेली ही जागा व्यापार व लष्करी डावपेच यांच्या दृष्टीने महत्त्वाची होती. राज्याच्या, राजधानीची जागा नद्यांच्या संगमावर असावी, अशी शिफारस 'कोटिलीय अर्थशास्त्रा'त आहे, हे प्रस्तुत संदर्भात लक्षात घेणे महत्त्वाचे ठरेल.

उदयनचा शत्रू म्हणून अवंतीच्या राजाचा उल्लेख 'परिशिष्टपर्वा'त[११४] आहे. अवन्ति राज्याच्या सत्तेवर असलेल्या प्रद्योताच्या संभाव्य हल्ल्याच्या अपेक्षेने त्याच्या पित्याला आपल्या राजधानी भोवती तटबंदी उभारावी लागली होती, ह्या वस्तुस्थितीच्या संदर्भात ही गोष्ट असंभाव्य दिसत नाही. अंग व वैशाली यांचा पाडाव व कोसलांचा मनोभंग झाल्यावर अवंतीला मगध हाच एकमेव प्रतिस्पर्धी उरला होता. मगधाने पूर्व-भारतातील सर्व राज्ये व गणराज्ये समावून घेतली होती. याच्या उलट, 'कथासरित्सागर' व 'आवश्यक कथानके'[११५] ही विश्वसनीय मानली, तर कौशांबी-राज्य ह्यावेळी प्रद्योताचा पुत्र पालक ह्याच्या अवन्ति-राज्यात सामील झाले होते व त्याच्या कुलातील एका राजपुत्राचे तिथे प्रशासन होते, असे मानावे लागेल. मगध व अवन्ती ही दोन अशा प्रकारे राज्य परस्परांच्या समोरासमोर आली होती. यापूर्वी उल्लेखल्याप्रमाणे वर्चस्वासाठी दोहोंतील जोरदार मानसिक संघर्ष बहुधा अजातशत्रूच्या कारकिर्दीत सुरू झाला होता. उदायिनच्या कारकिर्दीत तो चालू राहिला असला पाहिजे.[११६] ह्या प्रश्नाचा अंतिम निर्णय शिशुनागाच्या किंवा जैन परंपरा सुचवू पाहते, त्याप्रमाणे नंदाच्या काळात लागला.[११७]

पुराणांनुसार नंदिवर्धन आणि महानंदिन् हे उदायिनचे वारस होत. जैन परंपरेनुसार त्याला कोणीही वारस नव्हता.[११८] श्रीलंकेतील बखरकार उदायिननंतरचे राजे म्हणून अनुरूद्ध, मुंड व नाग-दासक ह्या नावांचा उल्लेख करतात. 'अंगुत्तर-निकाया'त ह्या परंपरेला अंशतः पुष्टी आहे. कारण पाटलीपुत्राचा राजा असा मुंड म्हणून त्यात उल्लेख येतो.[११९] 'दिव्यावदाना'त सुद्धा मुंडाचा निर्देश आहे, परंतु अनुरूद्ध व नागदासक ही नावे नाहीत. मुंडाची राजधानी असा पाटलीपुत्राचा निर्देश 'अंगुत्तर-निकाया'त आला असून त्यावरून त्याच्या कारकिर्दीपूर्वी राजगृहाहून कुसुमपूर किंवा पाटलीपुत्र येथे झालेल्या मगध राजधानीच्या स्थलांतराविषयीच्या परंपरेस अप्रत्यक्षरीत्या पुष्टी मिळते.

अजातशत्रूपासून नागदासकांपर्यंतचे सर्व राजे पितृघातकी होते, असे श्रीलंकेतील विख्यात बखर ठामपणे सांगते.[१२०] लोकांनी चिडून ह्या कुलाची हकालपट्टी केली व एका 'अमात्या'स (अधिकाऱ्यास) गादीवर बसवले.

शुसुनाग किंवा शिशुनाग हा नवा राजा[१२१] बनारस येथे मगधाचा राजप्रतिनिधी म्हणून काम पाहात असावा, असे दिसते. 'अमात्यां'नी प्रांतांचे प्रशासक किंवा जिल्हा पातळीवरील अधिकारी म्हणून काम पाहाणे याबद्दल आश्चर्य वाटण्याचे कारण नाही. उशिरात उशिरा म्हणजे गौतमीपुत्र शातकर्णी व पहिला रूद्रदामन् ह्यांच्या काळापर्यंत ही प्रथा चालू राहिली. 'पुराणे' सांगतात की, "आपल्या मुलास बनारसला ठेवून तो गिरिव्रज येथील (किल्ल्यावर) जाईल", त्याची दुसरी एक राजवसती वैशालीस होती

व अखेरीस तीच त्याची राजधानी झाली.[१२२] "आपल्या मातेच्या कुलाची जाणीव असलेल्या[१२३] त्या राजाने (शिशुनागाने)वेसाली (= वैशाली) नगरीची नव्याने स्थापना करून तेथे राजप्रासाद बांधला. त्या काळापासून राजगृहाचा (राजगृह–गिरिव्रज) राजधानी हा दर्जा नष्ट झाला व त्यानंतर तो त्या शहराला परत कधीच मिळाला नाही.

अवंतीच्या प्रद्योत–घराण्याच्या 'वैभवा'चा नाश हे शिशुनागाचे सर्वात महत्त्वाचे कर्तृत्व असल्याचे दिसते. परंपरेनुसार ह्या घराण्याच्या प्रद्योत ह्या पहिल्या राजानंतर गोपाल व पालक हे त्याचे पुत्र व त्यांच्या नंतर विशाख व आर्यक सत्तेवर आले. विष्णुपुराणाच्या 'k' ह्या हस्तलिखितात पालकाच्याऐवजी गोपालाचा निर्देश येतो.[१२४] हा संभाव्य अपवाद सोडल्यास 'गोपाल' हे नाव पुराणात येत नाही. जैन हकिकतीनुसार पालकाचे राज्यारोहण व महावीराचा मृत्यू समसमयालाच झाले. जुलुमी राजा अशी त्याची ख्याती होती. विशाखभूप (बहुतेक पुराणात विशाख राजाचा विशाखभूप असा उल्लेख येतो) हा पालकाचा पुत्र असावा.[१२५] आतापर्यंत उपलब्ध असलेल्या पुराणेतर हकिकतींमधील ह्या राजाच्या अनुल्लेखावरून त्याची कोणत्या तरी बाह्य प्रदेशात (माहिष्मती) सत्ता होती किंवा पालकाच्या अस्तानंतर जवळजवळ लगेच सत्तेवर आलेल्या आर्यकासाठी लोकक्षोभामुळे त्याला दूर करण्यात आले, असे बहुधा सूचित होते. आर्यक किंवा अजक ह्यांच्या नंतरचा राजा म्हणून पुराणे नंदिवर्धन किंवा वर्तिवर्धनाचा निर्देश करतात; आणि प्रद्योताची प्रतिष्ठा नष्ट करून शिशुनाग राजा होईल, अशी पुस्ती जोडतात. अवन्ती–यादीमधील अजक आणि नंदिवर्धन म्हणजेच पुराणात आलेल्या शैशुनाग राजांच्या यादीतील अज–उदायिन व नंदिवर्धन होत, असे डॉ. जयस्वाल मानतात. याच्या उलट, आर्यक किंवा अजक हा पालकाचा ज्येष्ठ भाऊ गोपाल याचा मुलगा असल्याचे डॉ. डी. आर. भांडारकर सांगतात.[१२६] नंदिवर्धन आणि वर्तिवर्धन हे उघडच 'अवंतिवर्धन' ह्या शब्दांचे अपभ्रंश आहेत. अवंतिवर्धन हे 'कथासरित्सागरानुसार'[१२७] पालकांच्या मुलाचे किंवा नेपाळी 'बृहत्कथे'प्रमाणे[१२८] गोपालाच्या मुलाचे नाव असून 'आवश्यक कथानकां'नुसार[१२९] तो आणि पालकाचा नातू अवंतिसेन हे बहुधा एकच असावेत. अवंतिवर्धन राजाच्या काळात प्रद्योत–घराणे शिशुनागाने नमविले असले पाहिजे. आर्यकाच्या कुलाविषयी क्वचितच मतैक्य झाले असून त्याला उज्जयिनीच्या गादीवर आणण्यास कारणीभूत झालेल्या क्रांतीमुळे मगधाला अवंतीवर विजय मिळविणे निश्चितपणे सुलभ झाले होते.

शिशुनागानंतर[१३०] पुराणांनुसार त्याचा पुत्र 'काकवर्ण' आणि श्रीलंकेतील बखरींनुसार कालाशोक सत्तेवर आला. कालाशोक, 'कृष्णवर्णिय अशोक' व काकवर्ण 'कावळ्याच्या वर्णाचा' ही एकच व्यक्ती असल्याचे याकोबी, गायगर व भांडारकर

मान्य करतात. 'अशोकावदाना'त मुंडाच्यानंतर काकवर्णिनचा निर्देश येतो, आणि कालाशोकाचा उल्लेख येत नाही.[१३१] ह्या पुराव्याशी वरील निष्कर्ष जुळणारा आहे. नव्या राजाने राज्यकारभाराच्या कौशल्यातील उमेदवारी ह्यापूर्वी बहुधा बनारस आणि गया ह्या जिल्ह्यांत केली होती. वैशाली येथे भरलेली दुसरी बौद्ध-परिषद आणि पाटलीपुत्र येथे राजधानीचे अंतिम स्थलांतर ह्या त्याच्या कारकिर्दीतील सर्वात महत्त्वाच्या घटना आहेत.

बाण आपल्या 'हर्षचरिता'त[१३२] त्याच्या मृत्यूविषयी एक चमत्कारिक आख्यायिका देतो. त्याच्या नगरीच्या परिसरात त्याच्या घशात कट्यार घालण्यात आली होती, असे तेथे म्हटले आहे. ह्या राजाच्या शोकांतिकेला ग्रीक पुराव्यावरून पुष्टी मिळते, हे आपण नंतर पाहणारच आहोत.

कालाशोकाचे परंपरागत वारस त्याचे दहा पुत्र होते व त्यांनी एकाच वेळी राज्य केल्याचे मानले जाते. 'महाबोधिवंसा'नुसार त्यांची नावे : भद्रसेन, कोरंडवर्ण, मंगुर, सर्वज्ञह, जालिक, उभक, संजय, कोरव्य, नंदिवर्धन आणि पंचमक अशी होती.[१३३]

ह्या नावांपैकी एकट्या नंदिवर्धनाचे नाव पौराणिक याद्यांत येते.[१३४] अलीकडील वर्षांत ह्या राजाने काहीसे लक्ष वेधून घेतले होते. पटण्याच्या एका पुतळ्यावर[१३५] व खारवेलाच्या प्रसिद्ध हाथीगुंफा शिलालेखावर त्याचे नाव वाचले गेले होते. क्षेमेंद्राने पूर्वनंदाचा (ज्येष्ठनंदाचा) जो उल्लेख केला आहे, त्याच्या आधाराने तो आणि खारवेलच्या नोंदीमधील नंदराज एक आहेत, असे दाखविण्याचा प्रयत्न झाला होता. पण असे सांगण्यात येते की, पूर्वनंद हा नवनंदांच्या किंवा नवीन (उत्तरकालीन) नंदांच्यापेक्षा निराळा असल्याचे मान्य करून 'पुराणां'तील नंदीवर्धन व महानंदिन् ह्यांच्या गटातील एका राजाशी मिळताजुळता असल्याचे मानावयास हवे[१३६] क्षेमेंद्र व सोमदेव ह्यांच्या ग्रंथांत मात्र पूर्वनंद ('एकवचन') हा नवनंदांहून नव्हे, तर नंद राजाचे पुनरूज्जीवित कलेवर ह्या स्वरूपातील योगनंदनाहून (तथाकथित नंद) निराळा असल्याचे मानले आहे.[१३७] पुराणे व श्रीलंकेचे बखरकार एकच नंदवंश अस्तित्वात असल्याचे जाणतात आणि नव म्हणजे नऊ (नवीन नव्हे)[१३८] असे मानण्यात जैन परंपरेशी ते सहमत आहेत. शैशुनाग-घराण्यातील एक राजा म्हणून नंदिवर्धनाचा ते उल्लेख करतात. हे घराणे नंदापेक्षा पूर्णतया निराळे आहे. नंदिवर्धनाचा कलिंगाशी काही संबंध होता, हे दर्शविणारे पुराणात काहीही नाही.[१३९] उलटपक्षी. शैशुनाग व त्यांच्या पूर्वकालीन राजांची मगधामध्ये सत्ता असताना त्याच वेळी कलिंगामध्ये ३२ राजे होऊन गेले, असे स्पष्टपणे सांगण्यात येते. "नंदिवर्धनाने नव्हे, तर महापद्मनंदाने 'सर्वांना आपल्या अधिपत्याखाली'

आणल्याचे व 'सर्व क्षत्रियांचा मूलोच्छेद केल्याचे' म्हटले जाते. म्हणून कलिंगावर ज्याचा ताबा आहे तो हाथिगुंफा शिलालेखात उल्लेखलेला नंदराज म्हणजे सर्वविजयी महपद्म–नंद किंवा त्याच्या पुत्रांपैकी एक होय, असे आपण मानले पाहिजे.''

हर्यंक-शैशुनाग राजांचा कालानुक्रम

बिंबिसारवंशीय (किंवा हर्यंक) आणि शैशुनाग राजांच्या कालानुक्रमाविषयी पुराणे व श्रीलंकेतील बखरी ह्यांत बरेच मतभेद आहेत. पुराणांत दिलेले सर्व काल मानावयास स्मिथ व पार्गिटर सुद्धा तयार नाहीत. श्रीलंकेतील परंपरांनुसार[१४०] बिंबिसारने ५२ वर्षे, अजातशत्रूने ३२ वर्षे, उदायिनने १६ वर्षे, अनुरूद्ध व मुंड ह्यांनी ८ वर्षे, नागदासकाने २४ वर्षे, शिशुनागाने १८ वर्षे, कालाशोकाने २८ वर्षे व त्याच्या पुत्रांनी २२ वर्षे राज्य केले. अजातशत्रूच्या राज्याच्या आठव्या वर्षी[१४१] म्हणजे बिंबिसारच्या राज्यारोहणानंतर (५२अधिक८) सहाव्या वर्षी (म्हणजे ५९ वर्षापेक्षा थोड्या जास्त कालानंतर) गौतमबुद्धाचे निर्वाण झाले. श्रीलंकेतील एका गणनेनुसार ५४४ मध्ये तर चीनमध्ये संघभद्राने आणलेल्या 'टिंबाच्या नोंदी'वर आधारित असलेल्या इ.स.पू. ४८९ मधील कॅन्टनच्या परंपरेप्रमाणे इ.स.पू. ४८६ मध्ये ही घटना घडली. परंतु श्रीलंकेतील वृत्तांतात आलेल्या एका गाथेशी इ.स.पू. ५४४ हा काल क्वचितच जुळणारा आहे. बुद्धाला निर्वाण प्राप्त झाल्यानंतर २१८ वर्षांनी प्रियदर्शन (अशोक मौर्य) राज्यावर आल्याचे एका गाथेत म्हटले आहे.[१४२] ही वस्तुस्थिती व चीनमधील व चोळमधील समकालीन घटना लक्षात घेता गायगर व इतर काही विद्वान इ.स.पू. ५४४ हा काल म्हणजे तुलनेने अलीकडच्या काळात निर्माण झालेले थोतांड असून इ.स.पू. ४८३ हाच बुद्धाच्या मृत्यूचा खरा काळ होय,[१४३] असे मानतात; आणि हा निष्कर्ष कॅन्टनच्या परंपरेशी बराच जुळणाराही आहे. परंतु ह्या विद्वानांनी उल्लेखलेल्या चोळमधील समकालीन घटनांबद्दलही अडचणी आहेतच. तसेच श्रीलंकेचा राजा महानामन् ह्याने चिनी सम्राटाकडे इ.स. ४२८ मध्ये पाठविलेल्या शिष्टमंडळाबद्दलची चिनी वृत्तांतात आलेली हकीकत आपल्या सुधारित कालानुक्रमाला अनुकूल नसल्याचे स्वत: गायगरने निदर्शनास आणून दिले आहे. बुद्धोत्तर ५०० (सुमारे) हा मिनँडरचा परंपरागत काळ इ.स.पू. ४८३ किंवा ४८६ या पेक्षा इ.स.पू. ५४४ ह्या निर्वाणकाळाशी अधिक चांगल्या रीतीने जुळतो. मौर्य-कालाच्या बाबतीत मात्र श्रीलकेच्या परंपरागत कालगणनेच्या हिशोबाप्रमाणे चंद्रगुप्ताचे राज्यारोहण ५४४-१६२=३८२ (इ.स.पू.) व अशोक मौर्याचा राज्याभिषेक ५४४-२१८=३२६ (इ.स.पू) मध्ये झाल्याचे मानावे लागेल. ग्रीक लेखकांच्या व स्वत: अशोकाच्या शिलालेखातील पुराव्याशी हे निष्कर्ष जुळत नाहीत. ॲलेक्झांडर (इ.स.पू.३२६) व सेल्युक्सचा (इ.स.पू. ३१२) समकालीन अशा स्वरूपात अभिजात लेखक चंद्रगुप्ताचा निर्देश करतात. आपल्या तेराव्या शिलालेखात काही ग्रीक हेलेलीनी राजे जिवंत असल्याचे अशोक सांगतो. ज्या अर्थी

ह्यांपैकी निदान एकतरी राजा इ.स.पू. २५८ नंतर (काहींच्या मते इ.स.पू. २५०नंतर) मरण पावला नव्हता आणि ज्या अर्थी अशोकाला राज्याभिषेक झाल्यावर १२ वर्षांनी नीतिपर जाहीरनामे लिहिण्यास आरंभ झाला होता, त्या अर्थी त्याची राज्यावरील प्रतिष्ठापना इ.स.पू. २६९ (काहींच्या मते इ.स.पू.२६१) ह्या नंतर झाली असणे शक्य नाही. ही कालमर्यादा इ.स.पू. २७७ च्या मागे नेणे शक्य नाही. कारण त्याचा आजोबा चंद्रगुप्त इ.स.पू. ३२६ नंतर सत्तेवर आला असला पाहिजे. त्याच वर्षी एक सामान्य नागरिक म्हणून ॲलेक्झांडरला तो भेटला होता. चोवीस वर्षांच्या कारकिर्दीनंतर अशोकाचा पिता व त्याच्या लगेच आधीचा पूर्वाधिकारी बिंदुसार हा नंतरचा राजा इ.स.पू.३२६-४९=इ.स.पू. २७७ मध्ये सत्तेवर आला व त्याने निदान २५ वर्षे राज्य केले. म्हणून अशोकाचा राज्याभिषेक इ.स.पू. २७७ व २६१ ह्यांच्या दरम्यान झाला. श्रीलंकेतील वृत्तांतात आलेल्या जुन्या 'गाथेत' म्हटल्याप्रमाणे बुद्धाच्या 'परिनिर्वाणा'नंतर २१८ वर्षांनी ही घटना घडली असल्याने महापरिनिर्वाणाचा काल इ.स.पू. ४९५ व ४७९ यांच्या दरम्यान असला पाहिजे. हा निष्कर्ष परिनिर्वाणाच्या इ.स.पू. ५४४ ह्या श्रीलंकेतील कालाशी जुळत नाही. मात्र इ.स.पू. ४८६ ह्या कँटनच्या व इ.स.पू. ४८३ ह्या गायगरने दिलेल्या काळाशी जुळतो. मेघवर्ण राजाने समुद्रगुप्ताकडे 'किआ चे' (कस्सप) ह्या राजाने इ.स. ५२७ मध्ये चीनमध्ये पाठविलेल्या दूतांविषयीचा चिनी वृत्तांतदेखील महापरिनिर्वाणाच्या इ.स.पू.४८६ किंवा इ.स.पू. ४८३ ह्या कालाला अनुकूल असा आहे. गायगरने सुचविलेला काल मात्र विश्वसनीय परंपरेला मान्य नाही. एल. डी. स्वामी कन्नु पिळ्ळ[१४४] ह्यांना अभिप्रेत असलेल्या कालाविषयी (मंगळवार १ एप्रिल इ.स.पू.४७८) असेच म्हणावे लागते. म्हणून मगधाच्या पूर्वकालीन घराण्यांचा कालानुक्रम ठरविण्यासाठी कॅन्टन परंपरेतील कालनिर्णय कामचलाऊ गृहीतपक्ष म्हणून स्वीकारण्यास हरकत नाही. ह्या गणनेनुसार बिंबिसाराचे राज्यारोहण ४८६ अधिक ५९ म्हणजे इ.स.पू. ५४५ मधे किंवा त्या सुमारास झाल्याचे मानता येईल; आणि हा काल इ.स.पू. ५४४ ह्या श्रीलंकेच्या परंपरागत शकाच्या आरंभबिंदूच्या अगदी निकट येतो. "एखाद्या शकाचे प्रचलीत नाव म्हणजे त्याच्या मूलोत्पत्तीचा पुरावा नव्हे." श्रीलंकेतील बौद्ध कालगणना मुळात बिंबिसाराच्या राज्याभिषेकापासून सुरू झाली असणे आणि पुढील काळात महापरिनिर्वाण शकाशी तिचा गोंधळ होणे अगदीच अशक्य नाही.

बिंबिसाराच्या काळात पौष्करसरिन् (पुक्कुसाति) राजाची सत्ता असलेले गंधार हे एक स्वतंत्र राज्य होते. दरायसच्या शिलालेखांतील माहितीनुसार सर्वांत अलीकडे म्हणजे इ.स.पू. ५१९ मध्ये त्याचे स्वातंत्र्य जाऊन ते पर्शियाच्या अधीन गेले. या

प्रकारे पौष्करसारिन व त्याचा समकालीन बिंबिसार इ.स.पू. ५१९ पूर्वी होऊन गेले, हे स्पष्ट आहे. त्याचे राज्यारोहण व राज्याभिषेक इ.स.पू. ५४५-४४ मध्ये किंवा त्या सुमारास झाल्याचे दर्शविणाऱ्या कालगणनेशी हे जुळणारे आहे.

अभिप्रेत असलेला कालानुक्रमाचा तक्ता

(अंदाजावर आधारलेला कालनिर्देश)

वर्ष इ.स.पू.	घटना
५६५	बुद्धाचा जन्म
५६०	बिंबिसाराचा जन्म
५५८	सायरस दि अॅकॅमिनिडचे राज्यारोहण
५४५-४४	बिंबिसाराचे राज्यारोहण, श्रीलंकेतील एका कालगणनेचा आरंभ
५३६	(बुद्धाचे) महाभिनिष्क्रमण
५३०	संबोधि-प्राप्ती
५३०-२९	बुद्धाने घेतलेली बिंबिसाराची भेट
५२७	'महावीर-निर्वाणशका'चा परंपरागत आरंभ
५२२	पहिल्या दारियसचे राज्यारोहण
४९३	अजातशत्रूचे राज्यारोहण
४८६	बुद्ध परिनिर्वाणाचे कँटन परंपरेनुसार वर्ष, पहिल्या दारियसचा मृत्यू, राजगृह-परिषद
४६१	उदायिभद्रकाचे राज्यारोहण
४५७	पाटलीपुत्राची (कुसुमपुराची) स्थापना
४४५	अनिरूद्ध (अनुरूद्ध) व हुण्ड
४३७	नाग-दासक (दिव्यावदान व जैन ग्रंथांत वगळलेला)
४१३	शिशुनाग
३९५	कालाशोक (काकवर्ण)
३८६	वैशाली येथील परिषद.
३६७	कालाशोकाचे पुत्र आणि महापद्म नंदाची पदसिद्ध सत्ता
३४५	शैशुनाग घराण्याचा शेवट

नंद राज्यकर्ते

शैशुनाग घराण्यास पदच्युत करून त्या जागी नंद घराणे आले.[१४५] नवीन राजघराण्याच्या उदयाबरोबर आपण पूर्व भारताच्या इतिहासाच्या अशा अवस्थेप्रत येतो की, जेव्हा परंपरागत वाङ्मयीन आधारावरून मिळणाऱ्या माहितीस पूरक असा नि:संशय स्वरूपाचा शिलालेखीय पुरावा आपणास उपलब्ध होतो. सारवेलाच्या इ.स.पू. दुसऱ्या किंवा पहिल्या शतकातील विख्यात हाथिगुंफा–लेखात कलिंगाच्या संदर्भात नन्दराजाचा दोन वेळा निर्देश येतो.

पम्च चेदानि वसे नन्दराज–ति–वस–सत–ओघाटितं।

तनसुलिय–वाटा पनाडि(म्) नगरं पवेस (यति)....।

''आणि नंतर तीनशे वर्षापूर्वीपासून[१४६] तनसुलिय मार्गाने राजधानीत आणावयाच्या असलेल्या कालव्याचे (खारवेलने) पाचव्या वर्षी नंद राजाकरवी उद्‌घाटन केले.''

त्याशिवाय खारवेलाच्या कारकिर्दीच्या बाराव्या वर्षाच्या संदर्भात आपणास नंदराज–जित कलिन्ग जन–सं(न्)इ(वे)सम् (किंवा दुसऱ्या पाठानुसार नंदारजनीतं कलिन्ग जिन–संनिवेशम्)[१४७] म्हणजे कलिंगामध्ये नंदराजाने संपादन केलेले[१४८] स्थान किंवा छावणी किंवा जैन–मंदिर असा उल्लेख आढळतो.

मुख्यत: वाङ्मयावरून ज्ञात असलेल्या कुलाची पूर्वकालीन माहिती उपलब्ध करून देण्याच्या दृष्टीने हे शिलालेख मोलाचे असले, तरी समकालीन नाहीत. समकालीन इतिवृत्तांसाठी आपणास ग्रीक लेखकांकडे वळले पाहिजे. इ.स.पू.३५५ नंतर काही काळाने मरण पावलेल्या झेनोफोनच्या 'कायरोपेडिया'[१४९] मध्ये 'एका श्रीमंत भारतीय राजा'चा मनोरंजक उल्लेख येतो. ह्यावरून कोणासही नंदाची आठवण झाल्याविना राहणार नाही. ते अत्यंत वैभवशाली असल्याची साक्ष संस्कृत, तमीळ, सिलोनी व चिनी लेखकांनी एकमताने दिली आहे.[१५०] मगधाच्या सत्ताधिकारी राजघराण्याविषयी (सुमारे इ.स.पू.३२६) अधिक स्पष्ट माहिती ॲलेक्झांडरच्या समकालीनांकडून मिळते. त्यांच्या इतिवृत्तांवर कर्टिअस, डायडोरस व प्लुटार्क ह्यांनी आपली इतिवृत्ते आधारली आहेत. दुर्दैवाने अभिजात लेखक 'नंद' ह्या कुलनामाचा उल्लेख करीत नाहीत. जस्टिनच्या वृत्तांतात 'ॲलेक्झँड्रस'च्या जागी आलेला 'नंद्रम' हा पाठ अत्यंत असमर्थनीय आहे.

ह्या घराण्याच्या तपशीलवार माहितीसाठी आपणांस भारतीय परंपरेवर अवलंबून राहावे लागते. भारतीय ग्रंथकार प्राधान्येकरून अंशत: सामाजिक उत्थापनाच्या व

साम्राज्यांतर्गत ऐक्याच्या वाढीच्या आरंभाचे निदर्शक म्हणून व अशंत: जैन तीर्थंकरांच्या चरित्र-चित्रणाचे व चंद्रगुप्तकथेचे साधन म्हणून नंदकालाचा विचार करताना दिसतात. चंद्रगुप्त कथेचे अनेक पैलू 'मिलिंदपन्हो', 'महावंस', 'पौराणिक वृत्तांत 'बृहत्कथा' व तिची नंतरची रूपांतरे व यांखेरीज 'मुद्राराक्षस' व अर्थशास्त्रविषयक संक्षिप्त ग्रंथ यांमध्ये आले आहेत.

'पुराणां'नुसार महापद्म किंवा महापद्मपति[१५१] हा तर 'महाबोधिवंसा'नुसार उग्रसेन हा पहिला नंद होय. पूर्वीच्या घराण्यांतील 'क्षत्रबंधू' (तथाकथित क्षत्रिय) राजाचा शूद्र मातेपासून झालेला पुत्र (शूद्रागर्भोद्भव) असे त्याचे वर्णन पुराणे करतात. याउलट जैन 'परिशिष्टपर्वन'[१५२] यात नंदाचा उल्लेख एका नापितापासून वेश्येला झालेला पुत्र असा आहे. चंद्रगुप्त मौर्याचा पूर्वज व ॲलेक्झांडरच्या मगधामधील समकालीन असलेल्या लेखकाने लिहिलेल्या वंशावळीतील अभिजात वृत्तांत ह्या जैन परंपरेस आश्चर्यकारकरित्या दुजोरा देतो. ह्या राजाचा (ॲग्रामेस) उल्लेख करून[१५३] कार्टिअस म्हणतो, ''वास्तविक त्याचे वडील नापित होते आणि रोजच्या मिळकतीवर दुपारची वेळ भागविणे त्याला अवघड होते. परंतु दिसावयास तो सुरूप असल्याने त्याने राणीचे प्रेम संपादन केले होते व तिच्या प्रभावामुळे सत्ताधारी राजाचा विश्वास संपादन करण्याच्या दृष्टीने खूपच निकटवर्ती स्थानाला तो पोहचला होता. नंतर मात्र विश्वासघात करून राजाचा त्याने खून केला आणि नंतर राजघराण्यातील मुलांचा पालक असल्याच्या मिषाने त्याने सर्वाधिकार बळकावले व लहान राजपुत्रांना ठार करून सध्याच्या राजास जन्म दिला.''

अभिजात ग्रंथकारांनी नोंदवलेली ॲग्रामेसची नापित-कुलपरंपरा नंद कुलाच्या उच्छेदाबद्दलच्या जैन कथेशी अगदी जुळणारी आहे. ॲलेक्झांडरचा व तरूण चंद्रगुप्ताचा मगधदेशीय समकालीन एक नंद राजा होता, याबद्दल वाद नाही. पण तो कोण होता, हे ठरविण्यात खरी अडचण आहे. तो बहुधा खुद्द पहिला नंद असणे शक्य नाही. कर्टिअसच्या वर्णनात ॲग्रामेसच्या बाबतीत आलेले 'सध्याचा राजा' म्हणजे ॲलेक्झाँडरचा समकालीन हे शब्द प्रस्तुत मुद्दा स्पष्ट करतात. एका राणीचे प्रेम संपादन करून 'आधीच सर्वाधिकार बळकाविलेल्या' व्यक्तीपासून राजकुळात त्याचा (ॲग्रामेस) जन्म झाला होता, हे वर्णन राजवंशाच्या संस्थापकाला क्वचितच लागू पडणारे आहे. जैन पुराव्यानुसार एका नापितापासून सामान्य वेश्येला ('गणिका') झालेला तो पुत्र होता व आपातत: राज्याच्या सर्वश्रेष्ठ सत्तेवर त्याचा कसलाही सरळ अधिकार नव्हता.

ज्याचा खून झाला, तो अधिपती कालाशोक-काकवर्ण असल्याचे दिसते.

‘हर्षचरिता’त त्याच्या दु:खद भीषण अन्ताचा उल्लेख येतो. आपल्या राजधानीच्या परिसरात काकवर्ण शैशुनागाच्या घशात कट्यार खुपसण्यात आली होती, असे बाणभट्ट म्हणतो. कर्टिअसने उल्लेखिलेले तरूण राजपुत्र उघड कालाशोक–काकवर्णाचे पुत्र होते. ॲग्रामेस–घराण्याच्या उदयाची हकीकत शैशुनाग–वंशाचा अस्त व नंदाचा उदय सांगणाऱ्या श्रीलंकेतील वृत्तांताशी चांगल्याप्रकारे जुळते. परंतु पौराणिक कथेशी ती जुळत नाही. तीमध्ये पहिला नंद हा शेवटच्या शैशुनागाचा शूद्र स्त्रीपासून झालेला पुत्र असल्याचे म्हटले असून तरूण राजपुत्रांचा तीमध्ये निर्देश येत नाही. बहुधा ॲग्रामेस हे नाव संस्कृत औग्रसैन्याचे (उग्रसेनाचा पुत्र)[१५४] विपर्यस्त रूप असावे. आपण पूर्वी पाहिल्याप्रमाणे ‘महाबोधिवंसानुसार’ उग्रसेन हे पहिल्या नंदाचे नाव आहे. त्याच्या मुलाला औग्रसैन्य म्हणणे योग्य होईल. त्याचे ॲग्रामेस व नंतर झांड्रमेस[१५५] असे विकृतिकरण ग्रीकांनी केले.

‘पुराणे’ महापद्मास पहिला नंद म्हणतात. ‘सर्व क्षत्रियांचा विनाशक’ (सर्वक्षत्रान्तक), ‘निर्विवादपणे नियंत्रणाखाली असलेल्या पृथ्वीचा एकमेव प्रशासक’. (एकराट्) ह्या विशेषणांवरून शैशुनागाच्या काळी सत्तेवर असणाऱ्या इक्ष्वाकू, पांचाल, काशी, हैहय, कलिंग, अश्मक, कुरू, मैथिल, शूरसेन, वीतिहोत्र[१५६] इत्यादी राजवंशांना त्याने कायमचे उखडून टाकल्याचे सूचित केले होते. नंदाच्या व्यापक राज्याचा जैनसुद्धा उल्लेख करतात.[१५७] नंदाच्या राजदंडाखाली झालेल्या भारताच्या मोठ्या भागाच्या एकीकरणाबद्दल भारतीय वृत्तांतात अनेक अभिजात लेखक पुष्टी देतात. ॲलेक्झँडरच्या काळात (उघडपणे राजपुताना व त्याच्या नजीकच्या भागातील) ‘विस्तृत वाळंवटा’च्या पलीकडे राहणाऱ्या अत्यंत सामर्थ्यशाली लोकांचा ते उल्लेख करतात. अर्थात ते म्हणजे प्रसी (‘प्राच्य’) व गंगेच्या खालील खोऱ्यातील लोक (‘गंगरिडे’) होत. ते एका अधिपतीच्या सत्तेखाली होते व त्यांची राजधानी ‘पालिबोथ्र’ (पाटलीपुत्र)[१५८] येथे होती. अखिल भारतातील सर्व इतर राज्यांवर सत्ता व वैभव या बाबतीत प्रसींनी मात केल्याचे प्लिनी सांगतो.[१५९] त्यांच्या पालिबोथ्र (पाटलीपुत्र) राजधानीवरून काहीजण त्या सबंध राज्याचा, एवढेच नव्हे तर गंगेच्या सबंध पट्ट्याचा निर्देश पोलिबोथ्री असा करतात. बहुधा हा लेखक नंदांच्या नव्हे तर मौर्यांच्या काळातील परिस्थितीचा उल्लेख करीत आहे. परंतु मौर्यकाळात प्रसींना (म्हणजे मगधदेशीयांना व पूर्वेकडील काही लोकांना) जे महत्त्व लाभले, ते त्यांना त्यांच्या पूर्वजांच्या ॲलेक्झँडरच्या इतिहासकारांनी नोंदविलेल्या कार्यकर्तृत्वाविना क्वचितच लाभले असते. नंदांच्या राज्यात इक्ष्वाकुंच्या कोसल प्रदेशाचा झालेल्या समावेश ‘कथासरित्सागर’च्या[१६०] एका उताऱ्यात सूचित झालेला दिसतो. कारण त्यामध्ये अयोध्येतील नंदराजाच्या

छावणीचा उल्लेख आलेला आहे. मुंबई इलाख्याचा दक्षिण भाग व म्हैसूरचा उत्तरभाग समाविष्ट असलेल्या कुंतल-प्रांतावर नंदांची सत्ता असल्याचे म्हैसूरमधील कित्येक शिलालेखांवरून दिसते.[१६१] पण हे तुलनेने अलीकडच्या काळातील, बाराव्या शतकातील आहे; व त्यांतील विधानांवर फार अनुमाने काढणे शक्य नाही. हाथीगुंफा शिलालेखातील पुरावा अधिक महत्त्वाचा आहे. त्यात कलिंगामधील नंदराजाच्या विधायक कार्याचा व त्या देशातील काही भागावरील त्याच्या विजयाचा (किंवा पवित्र वस्तूच्या त्याने केलेल्या स्थलांतराचा) निर्देश आलेला आहे. कलिंगाच्या काही भागांवरील नंदाचे नियंत्रण लक्षात घेता त्यापुढील दक्षिणेकडील अश्मक आणि इतर प्रदेशांवरील त्याचा विजय अगदीच असंभवनीय वाटत नाही. गोदावरी तीरावरील 'नौ नन्द देहरा' (नंदेर)[१६२] ह्या नावाच्या शहराचे अस्तित्वही नंदांचे राज्य दक्षिणेकडील मोठ्या भागावर पसरले होते, असे सूचित करते.

पहिल्या नंदाच्या कारकिर्दीची ८८ वर्षे 'मत्स्य-पुराणा'ने धरली आहेत. परंतु २८ (अष्टाविंशति) च्याऐवजी ८८ (अष्टाशीति) ही संख्या बहुधा चुकीने देण्यात आली असावी. कारण 'वायुपुराण' ही संख्या फक्त २८ वर्षे सांगते. तारानाथांच्या मते नंदाने २९ वर्षे राज्य केले.[१६३] नंदांनी २२ वर्षे राज्य केल्याची माहिती श्रीलंकेतील वृत्तांतावरून समजते. 'पुराणा'तील २८ ह्या संख्येत बहुधा अंतिम स्वरूपात गादी बळकाविण्यापूर्वीच्या नंदाच्या मगधातील प्रत्यक्ष सत्तेचा कालही समाविष्ट असावा.

महापद्म-उग्रसेनाला आठ पुत्र होते. ते बहुधा क्रमश: राज्यावर आले. 'पुराणां' नुसार त्यांनी बारा वर्षे राज्य केले. ह्यापूर्वी उल्लेखिल्याप्रमाणे श्रीलंकेतील वृत्तांतात सर्वच्या सर्व नऊ नंदांच्या कारकिर्दीचा एकूण काल २२ वर्षांचा आहे. महापद्माच्या एका पुत्राचा सुकल्प[१६४] असा विशेष नामनिर्देश 'पुराणे' करतात. 'महाबोधिवंसा'त खालील नावे दिलेली आहेत. पंडुक, पंडुगति, भूतपाल, राष्ट्रपाल, गोविषाणक, दशसिद्धक, कैवर्त आणि धन. हा शेवटचा राजा व अभिजात लेखकांनी उल्लेखिलेला ॲग्रामेस किंवा क्झांड्रमेस हे बहुधा एकच असावेत. पूर्वी पाहिल्याप्रमाणे औग्रसैन्य ह्या संस्कृत पैतृकनामाचे अग्रामेस हे ग्रीकांनी केलेले विकृत रूप असावे.

आपल्या पुत्रांसाठी पहिल्या नंदाने केवळ विशाल साम्राज्यच नव्हे, तर मोठे सैन्यदल, आणि परंपरा विश्वसनीय मानली तर, पूर्ण भरलेला खजिना व मुलकी प्रशासनाची कार्यक्षम पद्धतीसुद्धा आपल्या पश्चात ठेवली. गंगेचे खोरे व प्रसी ह्या प्रदेशाचा राजा अग्रसेन ह्याने आपल्या देशाच्या प्रवेशमार्गाच्या रक्षणासाठी २०, ००० घोडदळ, २,००, ००० पायदळ, त्याशिवाय चार घोड्यांचे २००० रथ व सर्वात भयंकर सामर्थ्यशाली असे सुमारे ३००० इतके गजदल सज्ज ठेविले होते, असे कर्टिअस

सांगतो. डायडोरस व प्लुटार्क हेही अशीच माहिती देतात. परंतु हत्तींची संख्या अनुक्रमे ४००० व ६००० अशी ते वाढवून सांगतात. त्यांच्या सेनापतीपैकी एकाचे भद्दसाल हे नाव बौद्धपरंपरेत जपून ठेवले आहे.[१६५]

नंदांच्या प्रचंड संपत्तीचा उल्लेख ह्यापूर्वी केला आहे. कलिंगामधील जलपायनाच्या योजना व विशिष्ट प्रकारच्या मोजमापाचा ('नन्दोपक्रमाणि मानानि')[१६६] शोध ह्यांचे श्रेयही ह्या घराण्याकडे जाते. कार्यक्षम मंत्रिमंडळाच्या अस्तित्वाची साक्ष ब्राह्मण व जैन ह्या दोन्ही परंपरेत मिळते. परंतु नंदाच्या अस्ताशी व अधिक विख्यात राजघराण्याच्या उदयाशी ज्याचे नाव कायमचे जोडले गेले आहे, अशा दुसऱ्या एका परंपरागत व्यक्तीशी सरते शेवटी त्यांना कधीच बरोबरी करता आली नाही.

ह्या राजवंशांतर्गत महान क्रांतीची तपशीलवार माहिती अस्तित्वात नाही. नंद राजांनी संपत्तीच्या केलेल्या प्रचंड स्वरूपातील संचयावरून कदाचित मोठ्या प्रमाणावरील आर्थिक पिळवणूक सूचित होते. दुसरे असे की, अभिजात लेखक सांगतात तद्नुसार अग्रामेस (अलेक्झँडरचा समकालीन नंद) 'स्वसामर्थ्यावर नव्हे, तर आपल्या वडीलांच्या मुळे सत्तेवर आल्याने लोक त्याचा द्वेष करीत व त्याला कमी लेखत असत.''[१६७]

ह्या क्रांतीबद्दलचा 'पुराणा'तील[१६८] श्लोक खालीलप्रमाणे आहे :

'उध्दरिष्यति तान् सर्वान कौटिल्यो वे द्विजर्षभः।
कौटिल्यश्चन्द्रगुप्तं तु ततो राज्येऽभिषेक्ष्यति।।[१६९]

नंद व मौर्य ह्यांच्यातील महान संघर्षाच्या वेळी घडलेल्या एका प्रसंगाचा उल्लेख 'मिलिन्दपन्हो'मध्ये[१७०] येतो. नंदराजवंशाच्या सेवेत भद्ध्दसाल हा एक सैनिक होता व त्याने चंदगुप्तराज्याविरूद्ध युद्ध पुकारले. ह्या युद्धाच्या वेळी नागसेन, ८० 'प्रेत-नृत्ये' झाली. कारण असे म्हणतात की, एकदा मस्तकांची प्रचंड प्रलयंकारी कत्तल झाली असता (त्याचा अर्थ असा की, दहा हजार हत्ती, एक लाख घोडे, पाच हजार रथी व शंभर कोटी पायदळ ह्यांची हत्या) शिरोविहीत प्रेते उठून ताडकन उभी राहातात आणि रणांगणावर उन्मादाने नाचू लागतात.' ह्या उताऱ्यातील वर्णन पुष्कळच काल्पनिक आणि अलंकारीक आहे. परंतु त्यावरून आपणापुढे नंदाच्या व मौर्याच्या कडोविकडिने लढणाऱ्या सैन्यदलांच्या रूधिरलांछित संघर्षाचे भीषण चित्र उभे राहाते.[१७१]

स्पष्टीकरणात्मक टीपा

१. २.१९.१०-११

२. यानंतरचा विभाग ७ पहा.

३. पृ. १६६

४. 'बुद्धिस्ट इंडीया' पृ. १

५. पृष्ठ १२६.

६. राप्तीची एक उपनदी (ओल्डेनबर्ग : 'बुद्ध' पृ.९६) कनिंगहॅम (AGI, New Ed. 476) तिची कोबानशी एकात्मता मानतो.

७. Rapson, 'Ancient India', sp. 161; oldenberg, 'Buddha', pp.95-96.

८. AGI, (New Ed.) p. 476

९. कधीकधी कपिलवस्तूचे उत्तरेकडील किंवा बस्ती जिल्ह्यातील पिप्रावा किंवा तराईमधील पिप्रावाच्या वायव्येकडे सुमारे १० मैलांवरील तिलौर कोट आणि जवळपासचे अवशेषांशी एकात्म मानण्यात येते. (Smith, EHI, 3rd Ed. p. 159)

१०. ३.८४.३१

११. DPPN, 1.689 f. रोहिणीच्या पूर्व किनाऱ्यालगत कोलियांची राजधानी होती.

१२. कुनाल-जातक (प्रास्ताविक भाग)

१३. DPPN, 1.690, Cunningham, AGI (New ed.) 477, 491 f.

१४. ८.२८.

१५. ४.१.३.१७७

१६. क्र. ३५३

१७. महाभारत २.३०.१०-११; हरिवंश २९.७३; DPPN, 2.345.

१८. Harward Oriental Series, 28, p. 247.

१९. मुजुमदार शास्त्री वेठदीपाचा कसितशी संबंध जोडतात. (AGI, (1924) 714)पहा - JRAS मधील फ्लीट, (१९०६) पृ. ९०० टीप. वेठदीप हे बिहारच्या चंपारण्य जिल्ह्यातील बेत्तिया असल्याचे सुचवितो.

२०. बुद्धचरित १२.२

२१. 'Vedic Index' भाग १, पृ. १८६

२२. ६.४.१६५

२३. ५.६१

२४. अंगुत्तर (पी.टी.एस.१, १८८, निपात ३.६५).

२५. 'नंतर चानक्क ब्राह्मणाने मोरिय नावाच्या उच्च कुलात जन्मलेल्या चंदगुत्त नावाच्या कीर्तिशाली तरूणाला जम्बुद्वीपाचा राजा म्हणून अभिषेक केला.'(गायगर, p.27; DPPN, 2.673)

२६. 'महापिरनिव्बान-सुन्त.'

२७. Rhys Davids, 'Buddhist Suttas', p.135; Watters, Yuan Chwang, 2, pp. 23-24; Cunningham, AGI, New Ed. pp.491 ff.

२८. AGI (New ed.) p. 491; Legge, 'Fa Hain', p. 79; Watters, 1.141; See JRAS, 1903
कसिअ (कुसिनारा, कुशनगर)गोरखपूरच्या पूर्वेस ३५ मैलावंर असल्यामुळे (AGI, 493) मोरिय राजधानी गोरखपूरापासून फार अंतरावर असणे शक्य नाही. अनोमा नदीपलीकडील कोलिय व त्याच नदीवरील अनुपियाचे मल्ल ह्यांचेसुद्धा मोरिय निकटवर्ती शेजारी असल्याचे दिसते.

२९. पाहा- यादवांपैकी उग्रसेनाचे प्रकरण.

३०. ऋग्वेद१.२३.८; पाहा २.२३.१.

३१. नव मल्लई, नव लेच्छई यात नियंत्रक मंडळाचे ३०० सभासद होते. क्षुद्रकांनी ज्यांना तह करण्याचा हक्क दिला, त्या 'शहराच्या व प्रांताच्या प्रमुख व्यक्तींची' संख्या निश्चित स्वरूपात देण्यात आलेली नाही

३२. वायुपुराण ९६.३५

३३. DPPN, 1.690

३४. 'Kindred Sayings' 2.178 (दशार्हांच्या नगाऱ्याचा संदर्भ पाहा - महाभारत १.२२०.११)

३५. 'जैमि. उप. ब्राह्म' ३.७.६५; 'Camb. Hist. of India' 1.176 See Carm. Lec. (1918) 180f.

३६. 'दिव्यावदान' पृ. ५४५

३७. 'सुत्त-निपात' S.B.E. १०.२.२९-३०

३८. वाटर्स 'युआन च्वांग' २, पृ. ६१, ३४०

३९. सुत्त - निपात : 'The Book of Kindred Sayings', Vol. I, p, 275

४०. 'उवासगदसाओ' २, पृ. १०३; परिशिष्ट पृ. ५१-५३

४१. पाहा The Book of Kindred Sayings, Vol. I, p. 160.
ह्या देशाचे नाव अटवीपासून व्युत्पन्न झाल्याचे होर्न्लूने सुचविले असून 'अभिधानप्पदीपिकेतील संदर्भाचाही त्याने निर्देश केला आहे. शिवाय, अशोकाच्या व समुद्रगुप्ताच्या शिलालेखातील वन्य जमाती व वन्नराज्यांचे उल्लेख पाहा -

४२. कोसल-राज्यातील एक शहर ('Dialogues of the Buddha' 1.108)

४३. चितोडजवळ (एन. एल. दे)

४४. संस्कृतामधील सांकाश्य किंवा कपित्थिका- कनिंगहॅम फरूखाबाद जिल्ह्यातील (उ.प्र.) इक्षुमती नदीच्या तीरावरील संकिससशी हिवी एकात्मता मानतो (कनिंगहॅम AGI नवी आवृत्ती, पृ. ४२२ व नंतर ७०६)

४५. ६.१७ 'Gradual Sayings', 4.147; DPPN, 1.295.

४६. बाबिलोनमध्ये मात्र हम्मुरबीइतक्या प्राचीनकाळी 'Favourite of the Gods.' हे विशेषण आढळते. ('Cam. Indian History', I, p. 511; IC April-June, (1943) p. 241)

४७. ऐतरेय-ब्राह्मणातील 'अमित्राणां हन्ता' आलवीचा राजा म्हणून हत्थलवकाचा निर्देश असे 'ऑन गुणाढ्या' या मध्ये येतो. (१८९)

४८. होलि, 'उवासगदसाओ' २, पृ. ६, ६४, १००, १०३, १०६, ११८, १६६. 'आर्य मंजुश्री मूल कल्पा'मध्ये (जी शास्त्रींची आवृत्ती पृ. ६४५) एका गौडराजाचा उल्लेख 'जितशत्रू' असा येतो. होर्न्ले करतो, त्याप्रमाणे (पृ. १०३ टीप) जियसत्तू प्रसेनजित् व चेडक हे एकच होते, असे सुचविणे हास्यास्पद ठरेल. पाहा - 'इंडियन कल्चर'२.८०६.

४९. 'सुत्तनिपात' SBE, भाग १०, २ पृ. ४५.

५०. ह्या राजांच्या एकात्मतेसाठी पूर्वी भाग १

५१. 'मज्झिम-निकाय-२', पृ. ११८. राज्यशास्त्राचा लेखक म्हणून 'कोटलीय अर्थशास्त्रा'त व शिलालेखात उल्लेखिलेली ('नीतिविजितचाराण:' 'एपिग्रॅफिक इंडीया ३.२१०') व शृंगारशास्त्रावरील अधिकारी म्हणून वात्स्यायनाने उल्लेखिलेली ह्या नावाची व्यक्ती आणि प्रस्तुत दीर्घ चारायण बहुधा एकच असावेत..

५२. 'मज्झिम् - निकाय'२ पृ. १०१

५३. 'महावग्ग' SBE XIII पृ. २२०, २६१ ह्या लुटारूंमधे कुप्रसिद्ध अंगुलिमाल

हा एक होता.

५४. 'Sage & King in Kosal Samyutta', Bhand. Com. vol. p. 134. भांडारकर-स्मारक-ग्रंथ, पृ. १३४

५५. DPPN, 2.171; 857.

५६. सेनापती म्हणून युवराजांच्या नियुक्तीबद्दल पाहा : कौटिल्य (म्हैसूर आवृत्ती)(१९१९) पृ. ३४, पाहा - ३४६

५७. पुराणांच्या हस्तलिखितांत सामान्यतः विडूडभाचे नाव वगळण्यात आले आहे. मात्र पुराणे सुरथ नावाच्या राजाचा उल्लेख करतात. विष्णुपुराणाच्या एका हस्तलिखितात सुरथाऐवजी विदुरथ हे नाव आल्याचे पार्गिटर ('D.K.A.' १२, टीप ६३.) म्हणतो. परंतु हा राजा प्रसेनजित्चा पणतू असल्याचे मानले आहे. तसेच, पुराणात अजातशत्रूचा नातू म्हणून उदायिन्चा उल्लेख येतो. ह्या उदाहरणावरून पुराणातील सूचींच्या जास्त चिकित्सक अभ्यासाची गरज किती आहे, ते कळते.

५८. 'मज्झिम २' पृ. ११०

५९. DPNA, 2.455-7. ह्यापेक्षा अधिक प्रसिद्ध अशा जेतवन ह्या ठिकाणचे नाव प्रसेनजिताच्या एका मुलाच्या नावावरून आल्याचे सांगण्यात येते.

६०. 'Dialogues of the Buddha' I, pp. 108, 288.
पसेनदीने बुद्ध व त्याच्या अनुयायांना दिलेल्या देणग्यांच्या संदर्भात गग्गजातक क्र. १५५ पहा. महायज्ञाच्या तयारीच्या संदर्भात पाहा 'Kindred Sayings', 1.102.

६१. DPPN. २, १६८ व नंतर १७२, १२४५.

६२. होर्न्ल् 'उवासग दसाओ-२' परिशिष्ट, पृ. ५८; DPPN I, ३३२ ५७२, ९६०, II. ११४६.

६३. आख्यायिकांच्या तपशिलासाठी पाहा - प्रा. फेलिक्स लाकोटचे '"Essay on Gunadhya & The Brihatkatha"Rev. A. M. Tabard (Trans).
ॲनल्स् ऑफ दि भांडारकर इन्स्टिट्यूट' (१९२०-२१) गुणे 'प्रद्योत, उदयन अँड श्रेणिक' - ए जैन लेजंड; J. Sen; 'The Riddle of the Pradyot Dynasty' (IHQ, (1930) pp. 678-700); Nariman, Jackson & Ogden, Priyadarsika, lxii ff; 'Iyangar Com. Vol. 352 ff; Malalasekar : DPPN, I. 379-80; II, 316, 859.

६४. पाहा – अनुपमा : 'दिव्यावदान' ३६.

६५. ४.८.२५ ; DPPN १, ३७९-८०.

६६. टॉनीचे भाषांतर – भाग १, पृ. १४८ व पुढे.

६७. अंक ४.(६८) पाहा – 'आवश्यक कथानकां'तील मणप्रभाची कथा. याकोबी 'परिशिष्टवर्तन्' दुसरी आवृत्ती, १२; टॉनी : 'कथासरित्सागर – २' पृ. ४८४. भद्रेश्वराने आपल्या 'कथावली'त उद्धृत केलेल्या 'आवश्यक कथानक – ४' अनुसार प्रद्योताचा पणतू मणिप्रभ ह्याने कौशांबीस राज्य केले, तर त्याचा भाऊ अवंतिसेन ह्याची उज्जैन (अवंति) येथे सत्ता होती.

६९. S.B.E. - XVII. पृ. १८७. (७०) ३.७.

७१. ह्या युद्धात प्रद्योत अपयशी ठरला आणि पुष्कर सारिन् व पांडव यांमधील शत्रुत्वाच्या उद्रेकामुळे विनाशापासून बचावला. ('एसे ऑन गुणाढ्य' १७६)

७२. युवराज अभयच्या लबाडीमुळे त्याचा प्रयत्न सफल झाला नाही. (ॲनलस् ऑफ दी भांडारकर इन्स्टिट्यूट' (१९२०-२१) ३; DPPN १.१२८)

७३. विविध उत्तरकालीन लेखकांनी दिलेली नावे खालील प्रमाणे आहेत :- भातियो (भट्टिय, बोधिस), महापद्म, हेमजित्, क्षेमजित, क्षेत्रोजा किंवा क्षेत्रौज.

७४. पूर्वोक्त.

७५. 'महावंस'. (गायगरचे भाषांतर) पृ. १२.

७६. शाकल (मद्र) देशाची राजकन्या खेमा ही बिंबिसाराची पट्टराणी असल्याचे म्हटले जाते. टॉलेमीच्याही काळात शाकलात असणाऱ्या पांडवांशी तिचा संबंध होता काय ?

७७. धम्मपद टीकेनुसार (हार्वर्ड २९.६०; ३०, २५५) बिंबिसार व पसेनदि ह्यांचा परस्परांच्या बहिणींशी विवाह झाला होता व त्यांचा नात्याचा संबंध होता.

७८. जातक क्र. २३९, २८३, ४९२; 'थुस-जातक' (३३८) व 'मूषिक-जातक' यांच्या नुसार (३७३) कोसल-राजकन्या ही अजातशत्रूची आई होती. जातकाच्या प्रास्ताविकात म्हटले आहे, "अजातशत्रू उदरी असताना त्याच्या मातेच्या म्हणजे कोसल राजकन्येचा मनात बिंबिसार राजाच्या उजव्या गुडघ्यातील रक्त पिण्याची उत्कट इच्छा निर्माण झाली." 'संयुक्त-निकाया'मध्ये ('बुक ऑफ किंड्रेड सेइंग्ज' ११०) कोसलराज पसेनदि अजातशत्रूस आपल्याला पुतण्या म्हणतो. 'बुक ऑफ दि किंड्रेड सेइंग्ज'- भाग १, पृ. ३८ टीपेमध्ये अजातशत्रूच्या मातेचे नाव मुद्दा (मद्रा) असे येते.

एक तिबेटी ग्रंथकार तिला वासवी (DPPN, I. 34) असे संबोधतो. जैन ग्रंथकार वैशालीच्या चेटकाची कन्या वेल्लणा ही कूणिक अजातशत्रूची माता म्हणून दर्शवितात. निकायांमध्ये अजाशत्रूस विदेहिपुत्त (वैदेहीपुत्र) म्हणजे विदेहराजकन्येचा पुत्र असे संबोधले आहे. ह्यामुळे जैन-परंपरेला पुष्टी मिळते. कारण वैशाली विदेहात होती. मात्र बुद्धपोष 'वैदेहि' शब्दाची फोड 'वेद इह्' अशी 'वेदेन ईहति' किंवा बौद्धिक प्रयत्न (BKS भाग-१, पृ. १०९ टीप) ह्या अर्थाने करतो व त्यावरून "वेदेहिपुत्त" याचा 'गुणसंपन्न राजकन्येचा पुत्र' असा साधा अर्थ असल्याचे सूचित करतो, असे दिसते. तसेच, महाकाव्यात कोसलाधिपति तर आट्नार ह्याचे 'वैदेह' हे अभिधान आले असून कित्येक काशी-राजकन्यांना उद्देशून कौशल्या हे नाव योजण्यात आले आहे. हे ध्यानात घ्यावयास हवे. म्हणून 'वैदेहीपुत्र' हे नाव अजातशत्रूच्या मातेचे कोसलकुल असिद्ध करते असे नाही. एका आधारानुसार 'चेला'चा (चेल्लना) उल्लेख 'वैदेही' असा येतो कारण तिला विदेहातून आणले होते" (AIU २.२०)

७९. JASB, (1914) p. 321

८०. SBE, XVII p. 1

८१. हेमचंद्र, 'परिशिष्टपर्वन'चा (७.२२) लेखक, 'भगवतीसूत्र' व 'निरयावली-सूत्र' (वॉरेनची आवृत्ती, पृ. ३) सोणिया राजाच्या चेल्लनादेवीपासून झालेल्या कुणिय-राजाने (राया) जंबुद्वीपांतर्गत भारतवर्षातील चंपानगरीत राज्य केले.

८२. 'सुत्तानिपात', S.B.E.C.X. २.६७.

८३. संख्या सांकेतिक असल्याचे उघडच आहे.

८४. 'विनयपिटका'तील 'चुल्लवग्ग' VII ३.५ पाहा-'विनय' १.७३;७४ व पुढे २०७, २४०

८५. विनिच्छय - आमच्छ हा आणखी एक न्यायदान-विषयक अधिकारी पालि-ग्रंथात यतो. ('किंड्रेड सेइंग II. १७२)

८६. Camb. Hist. Of India', 1.199.

८७. DPPN II 898

८८. 'भगवती-सूत्र', 'निरयावली सूत्र', परिशिष्टपर्वन्' IV १-९;VI २२ व 'कथाकोश' पृ. १७८.

८९. 'चुल्लवग्ग' VII ३.५ प्रशासनकार्यासाठी बिंबिसाराने इतरही पुत्रांची मदत घेण्याचा प्रयत्न केलेला दिसतो. त्यांपैकी (उज्जैन-राजकन्या पद्मावतीचा

किंवा नंदाचा पुत्र) अभय ह्याने प्रद्योताचा कट हाणून पाडण्यात आपल्या वडिलांना मदत केली. परंपरेतील नोंदीनुसार त्याची इतर मुले पुढीलप्रमाणे होती – अंबपालीचा विमल कोंड, चेल्लनाचे हल्ल व वेहल्ल आणि इतर पत्नींचे काल, शीलवत्, जयसेन व कन्या चुंडी

९०. 'कथाकोश'; ओववाश्य-सुत्ताव 'देवानुपिय' असा याचा उल्लेख येतो. (IA (१८८१)१०८) इ.स.पू. तिसऱ्या शतकाच्या शिलालेखांतील 'देवानां पिय' ह्या बिरूदाशी ते प्रायः एकात्म असावे.

९१. पाहा – का कूणिचा सहेतुक पितृवधाचा कलंक पुसून टाकण्याचा जैनांचा प्रयत्न. (भद्रवाहु-विरचित 'कल्पसूत्रा'च्या आपल्या आवृत्तीत याकोबीने उल्लेखिलेले 'निरयावलि-सूत्र' (१८७९) पृ.५)

९२. 'The Book of the kindred Sayings', I pp. 109-110. 'संयुत्त-निकाय' आणि 'हरितमात' 'वड्ढकी-सूकर', 'कुम्मा सपिंड' 'तच्छ-सूकर' आणि 'भद्दसाल' ही जातके.

९३. DPPN, 2, 172.

९४. भद्दसाल-जातक.

९५. मगध-राजघराण्याच्या संदर्भात पद्मावती हे नाव इतके वारंवार येते की, व्यक्तीच्या नावाऐवजी ते एक विशेषण असल्याचे दिसते. परंपरेप्रमाणे युवराज अभयची माता, अजातशत्रूची राणी व दर्शकाची बहीण ह्या सर्वांचे हेच नाव होते. पाहा – शृंगार विषयक शास्त्रांत सर्वांत स्तुत्य प्रकारच्या स्त्रीला उद्देशून देण्यात आलेले 'पद्मिनी' हे नाव. हे नाव दन्तकथेच्या क्षेत्रातील असणेही असंभवनीय नाही.

९६. 'उवासग-दसाओ-२' परिशिष्ट, पृ.७ पाहा – टॉनी 'कथाकोश' पृ. १७६ व पुढे.

९७. ब्रह्मदेशीय आवृत्ती, भाग २, पृ. ९९; बी.सी.लॉ : 'बुद्धिस्टीक स्टडीज' पृ. १९९; DPPN, II. 781.

९८. S.B.E. XI पृ. १-५; XVII. १०१ 'ग्रॅज्युअल सेइंगूज' IV १४ इत्यादी.

९९. गणराज्यकुलाचे प्रमुख पहा.

१००. भाग २, पृ. १०१.

१०१. आपला मित्र बिंबिसार ह्याच्या मृत्यूचा सूड उगविण्यासाठी अवंतिराज प्रद्योतानेही तयारी केली असल्याचे सांगण्यात येते. (DPPN 1.24)

१०२. 'उवासक-दसाओ' भाग-२, परिशिष्ट, पृ.६०, 'कथाकोश' पृ. १७९

१०३. S.B.E. २२.२६६. (परिच्छेद १२८.) याकोबीने दर्शविल्याप्रमाणे (भद्रबाहूचे कल्पसूत्र ६ व पुढे) श्वेतांबर-परंपरेनुसार महावीराच्या निर्वाणाचा काल विक्रमपूर्व ४७० वर्षे (ख्रिस्तपूर्व ५८) आणि दिगंबर-परंपरेनुसार ६०५ वर्ष असा आहे. दिगंबरांना अभिप्रेत असलेला विक्रम शालिवाहनाचा (इ.स.७८) निदर्शक असल्याचे सुचविण्यात येते. हेमचंद्राने मात्र एक वेगळी परंपरा दिली असून महावीरांच्या मुक्तीनंतर १५५ वर्षांनी चंद्रगुप्त राज्यावर आला, असे म्हटले आहे.

''एवं च श्रीमहावीरमुक्तेर्वर्षशते गते ।
पञ्चाशदधिके चंद्रगुप्तेऽभवन्नृपः ।।''

चंद्रगुप्ताचे राज्यारोहण उघडच इ.स.पू. ३२६ ते ३१२ ह्या कालावधीत झाले असल्याने हेमचंद्राच्या परिशिष्टपर्वातील परंपरेनुसार महावीराच्या मृत्यूचा काल इ.स.पू.४८१ ते ४६७ ह्यांमधील ठरतो. मात्र पूर्वकालीन बौद्ध ग्रंथ ('संवाद' III पृ. १११, २०३; 'मज्झिम' II, २४३) हा विख्यात जैन धर्मोपदेश बुद्धापूर्वी मरण पावल्याचे मानितात. शाक्यमुनीच्या परिनिर्वाणाचा विश्वसनीय परंपरेने दिलेला अलीकडील काळ इ.स.पू. ४८६ हा आहे. (Contonese Tradition, Smith EHI, चौथी आवृत्ती, ४९) सिलोनी ग्रंथकारांनुसार अजातशत्रूच्या आठव्या वर्षी शाक्यमुनीला निर्वाण मिळाले. ('अजातसत्तुनो वस्से अट्ठमे मुनि निब्बुते', महावंस - प्रकरण २) बुद्धनिर्वाणाचा कँटनच्या परंपरेने सांगितलेला काल स्वीकारला, तर बिंबिसारपुत्राच्या राज्यारोहणाचा इ.स.पू. ४९३ हा काल मानावा लागेल. कूणिकाचे राज्यारोहण व आपल्या स्वामीचा मृत्यू ह्यामध्ये जैन ग्रंथकार सोळा व १० वर्षांचे अंतर मानितात. महावीर बुद्धापूर्वी मरण पावला असल्याने दोहोंतील अंतर आठ वर्षांपेक्षा कमी असावे, असे बौद्ध बखर मानितात. जैन व बौद्ध ग्रंथांतील वेगवेगळ्या संदर्भांचा मेळ याप्रमाणे घालता येईल व त्यासाठी चंपेचा राजा म्हणू कूणिकाच्या राज्या-रोहणाचा काल जैनांनी आरंभबिंदू मानला असून बौद्ध मात्र नंतरच्या, म्हणजे राजगृहाच्या सत्तेवर अजातशत्रूने येण्याच्या कालापासून आपली कालगणना सुरू करतात, असे आपणास गृहीत धरावे लागेल. बौद्ध-परंपरेप्रमाणे वृजिप्रसंगाच्या संदर्भात वस्सकाराने बुद्धाची भेट परिनिर्वाणापूर्वी एक वर्ष घेतली होती. वृजिसत्तेचा नाश त्यानंतर सुमारे तीन वर्षांनी (DPPN, I. 33-34) म्हणजे ख्रिस्तपूर्व ४८४-मध्ये झाला. मात्र परंपरागत कालगणनेवर फार विसंबून राहणे शक्य नाही.

१०४. मुत्सद्देगिरी ('उपलापन') व फाटाफूट ('मिथुभेद'), DPPN, II. 846; JRAS. (1931) See 'Gradual Sayings', 4.12.
"वृजूजींवर युद्धाने नव्हे, तर केवळ कपटाने, त्यांच्या मित्रांत भेद निर्माण करून मात करणे शक्य आहे."

१०५. 'मॉडर्न रिव्ह्यू' (जुलै १९१९) पृ. ५५-५६. 'आर्य-मंजुश्री-मूल-कल्पा'नुसार (भाग-१, गणपतिशास्त्री पृ. ६०३ व पुढे) अजातशत्रूच्या राज्याची व्याप्ती मगधाखेरीज उत्तरेकडे अंग, वाराणसी (बनारस) व वैशाली इतकी होती. डॉ. जयस्वालांच्या मते, परखम येथील पुतळा अजातशत्रूचा समकालीन व त्याचे हुबेहुब चित्रण करणारा आहे. परंतु परखम येथील कूणिक (ल्यूडर्स यादी क्र. १५०) हा उघडच राजा नव्हे.

१०६. पृ. १७७

१०७. पृ. ४२

१०८. बौद्ध-ग्रंथकार प्रसेनजितची कन्या वजिरा ही उदायीची माता असल्याचे मानतात.

१०९. उदा.: डॉ. भांडारकर आधीच्या आवृत्तीमध्ये ह्या बाबतीत सि-यु-कि या मधील एका उताऱ्याचा निर्देश करण्यात आला होता. (बीलचे भाषांतर II. पृ. १०२) "जुन्या संघारामाच्या नैऋत्येस सुमारे १०० योजनांवर ति-लो-शि-किआ-चा संघाराम आहे.... बिंबिसार-राजाच्या शेवटच्या वंशजाने तो बांधला होता." बिंबिसाराचा शेवटचा वंशज मानल्या गेलेल्या दर्शकाच्या नावाशी दुसऱ्या संघारामचे नाव संबंद्ध असल्याचे दाखविण्याचा प्रयत्न झाला होता. परंतु ह्या मठाचा दर्शकाच्या नावाशी असलेला संबंध अत्यंत शंकास्पद आहे, असे आता मला वाटते. पाहा - II १पृ. १०६ व पुढे.

११०. पृ. ३६९.

१११. याकोबी 'परिशिष्टपर्वन्' पृ. ४२

११२. ३.३४; १७५-१८०

११३. कर्न : 'बृहत्संहिता' ३६.

११४. पृ. ४५-४६. मूळ संहिता VI १९१
'अभूदसहनो नित्यमवन्तीशोऽप्युदायिनः ।'

११५. नंतरचा विभाग III पाहा.

११६. उदायिन् व अवन्तीराजामधील कलहाच्या पारंपरिक महितीसाठी पाहा - १९२९ IHQ (१९२९) ३९९ डॉ. जयस्वालांच्या मते, वाद चालू असताना, भारतीय

वस्तुसंग्रहालयाच्या ('इंड-अँटेक्वेरी', (१९२९) पृ. २९ व पुढे) भार्हूतच्या संग्रहालयात असलेला 'पटनाच्या पुतळ्यां'पैकी एक प्रसिद्ध पुतळा उदायिन्‌चा आहे. त्यांच्या मते पुतळ्यावर पुढील शब्द आहेत. 'भगे अचो छोनिधिशे.' भागवत-पुराणातील शैशुनाग राजांच्या यादीतील अज राजा व तसेच मत्स्य-वायु व ब्रह्मांड-पुराणांतील यादी मधील उदायिन राजा ह्यांच्याशी ते अचोचा याची एकात्मता मानतात. पण ह्या शिलालेखातील डॉ. जयस्वालांनी दिलेला पाठ व त्याचा अर्थ डॉ. बार्नेट, श्री. चंद व डॉ. आर. सी. मजुमदार ह्यांसह अनेक विद्वानांना स्वीकारला नाही. डॉ. स्मिथ यांस मात्र निश्चयपूर्वक असे वाटत नसले, तरी हा पुतळा मौर्यपूर्व असल्याचे मत देतात. मात्र आपल्या 'अशोक' ह्याच्या तिसऱ्या आवृत्तीत डॉ. जयस्वालांचा सिद्धांत संभाव्य असल्याचे ते मानतात. पुतळ्यावरील लहान लेखातील अक्षरे वाचणे इतके कठीण आहे की, त्यांवरून ठाम निष्कर्ष काढणे अगदी अशक्य आहे. सद्यःस्थितीत तरी प्रस्तुत समस्या अद्यापि अनिर्णीत आहे, असेच मानावयास हवे. यक्षाचा पुतळा अशा स्वरूपात कनिंगहॅमने ह्या पुतळ्याचे वर्णन केले आहे. ह्या मूर्तीवर ''यखे अचुसनिगिक'' हे शब्द असल्याचे तो मानतो. श्री. चंद असे वाचतात :- ''भ(?)ग अचच्छ निविक'' (अक्षय्य संपत्तीचा मालक, म्हणजे वैश्रवण) पाहा - 'इंडियन अँटिक्वेरी' (मार्च १९१४९) डॉ. मुजुमदार असे वाचतात - गते (यखे?) लच्छई (वि) ४०-४ ('इंडि.ॲन्टी १९१९)

११७. 'इंडियन ॲन्टिक्वेरी' II. १९१९

११८. 'परिशिष्टपर्वन्' VI. ३३६.

११९. 'अंगुत्तरनिकाय' III ५७. ''पूज्य नारद पाटलिपुत्तामधील कुक्कुटउद्यानाजवळ राहत होते. त्यावेळी मुंडराजाची प्रिय व लाडकी पत्नी भद्रा मरण पावली'' राजाला अनावर शोक झाला. राणीचे प्रेत एका तेलाने भरलेल्या लोखंडी पात्रात ठेवण्यात आले. कोषाध्यक्ष पियकाचाही उल्लेख येतो. ('Gradual Sayings', III. 48)

१२०. कूणिकाचा (अजातशत्रूचा) क्रूर रीतीने झालेला मृत्यू जैन परंपरेला ज्ञात आहे. (जाकोबी : 'परिशिष्टपर्वन्' द्वितीय आवृत्ती, पृ. १३)

१२१. ह्या राजाविषयी पुराणांत व श्रीलंकेच्या इतिवृत्तांत आलेल्या हकीकतीच्या सापेक्ष गुणवत्तेबद्दलचा व तसेच मगधाच्या पूर्वकालीन राजांच्या याद्यांमधील त्याच्या स्थानाबद्दलचा प्रश्न ह्यापूर्वी भाग १ यात चर्चिला आहे.

१२२. S.B.E. XI पृ. १६ 'द्वात्रिंशत्पुत्तलिका' विश्वसनीय मानली, तर वेसाली (वैशाली) ही नंदांच्या काळापर्यंत दुय्यम राजधानी होती, असे मानावे लागेल.

१२३. महावंस टीकेनुसार (महावंसाची व्युर्नूरची आवृत्ती, ३७) शिशुनाग हा वैशालीच्या लिच्छवीराजाचा पुत्र होता. एका नगरशोभिणीच्या उदरी तो जन्माला आला व राज्यातील एका अधिकाऱ्याने त्यास वाढविले.

१२४. 'एसे ऑन गुणाढ्य' ११५, 'बृहत्कथा', 'स्वप्नवासवदत्त', 'प्रतिज्ञायौगन्धरायण', 'मृच्छकटिक' इत्यादींमध्ये गोपाल व पालक ह्यांचा निर्देश येतो. 'हर्षचरितात युवराज कुमारसेनाचा उल्लेख येतो. नेपाळी 'बृहत्कथे' नुसार (पाहा – 'कथासारित्सागर' १९.५७) महासेनानंतर (प्रद्योत) गोपाल हा राज्याचा वारस असतो. परंतु आपला भाऊ पालक ह्याच्यासाठी तो दूर राहतो. गोपालाचा पुत्र अवंतिवर्धन ह्याच्या साठी पालक राजमुकुटाचा त्याग करतो. 'आवश्यक कथानकां'त (परिशिष्टपर्वन्–आवृत्ती २, १२) पालकाचा नातू म्हणून अवंतिसेनाचा निर्देश येतो.

१२५. D.K.A. १९, टीप २९, 'कल्कि–पुराणा'त (१.३.३२ व पुढे) प्राचीन अवंतीच्या दक्षिण सरहद्दीजवळील माहिष्मतीचा राजा विशाखयूप ह्याचा निर्देश येतो.

१२६. 'कारमायकेल लेक्चर्स' (१९१८) पृ. ६४ व पुढे; परंतु 'मृच्छकटिका'त आर्यक हा एक गुराख्याचा मुलगा म्हणून येतो; जुलुमी पालकाची सत्ता उलथल्यावर तो सत्तेवर आला, ही गोष्ट हे जे सेनने यथार्थतया दाखविली आहे. (IQH 1930, 699)

१२७. टॉनीचे भाषांतर II ४८५. पाहा – 'केंब्रिज हिस्टरी ऑफ इंडिया' १.३११.

१२८. 'एसे ऑन गुणाढ्य' ११५.

१२९. 'परिशिष्टपर्वन्', द्वितीय आवृत्ती, पृ. १२.

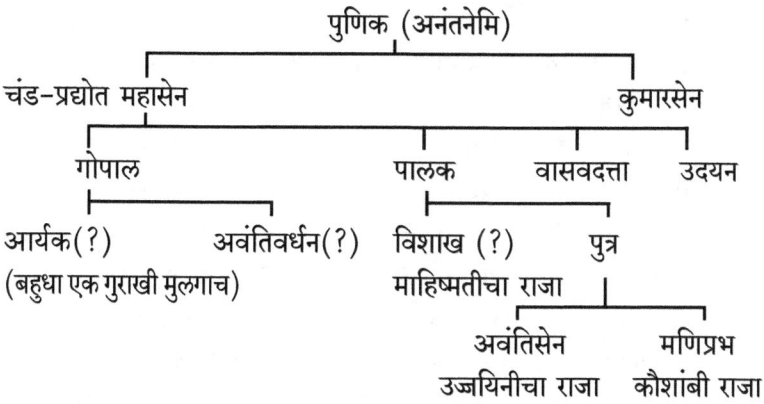

प्रद्योतांची परंपरागत वंशावळ

- पुणिक (अनंतनेमि)
  - चंड-प्रद्योत महासेन
    - गोपाल
      - आर्यक(?) (बहुधा एक गुराखी मुलगाच)
      - अवंतिवर्धन(?)
    - पालक
      - विशाख (?) माहिष्मतीचा राजा
      - पुत्र
        - अवंतिसेन उज्जयिनीचा राजा
        - मणिप्रभ कौशांबी राजा
    - वासवदत्ता
    - उदयन
  - कुमारसेन

१३०. 'काव्यमीमांसे'त (तृतीया आवृत्ती, पृ. ५०) ह्या राजाविषयी मनोरंजक माहिती आली असून त्याने आपल्या अतःपुरात मूधर्न्य व्यंजनांचा (ट् ठ् ड् ढ् ण्) ह्यांचा उच्चार करण्यास बंदी घातली होती, असे म्हटले आहे.

१३१. 'दिव्यावदान' ३६९; गायगर 'महासंस' पृ. ४१

१३२. के. पी. परब, चतुर्थ पृ. आवृत्ती, (१९१८) पृ. १९९.

१३३. 'दिव्यावदाना'त (पृ.३६९) काकवर्णिन् ह्याच्या वारसांची एक वेगळी यादी आली आहे. सहालिन् तुलकुचि महामंडळ व प्रसेनजित् ह्याच्या नंतर नंदाकडे सत्ता गेली.

१३४. भांडारकर, 'कारमायकेल लेक्चर्स' (१९१८), ८३.

१३५. डॉ. जयस्वालांनी असे मत व्यक्त केले की, त्यांच्या लेखनाच्या वेळी भारतीय वस्तुसंग्रहालयाच्या भारहूत संग्रहालयात असलेला मस्तकरहित असा 'पटन्याचा पुतळा' हा ह्या राजाचा होता. त्यांच्या मते पुतळ्यावरील कोरीव लेख ह्याप्रमाणे आहे :-

सप (किंवा सव) खते वट नंदि.

वट नंदि हा वर्तिवर्धन (वायुपुराणाच्या यादीतील नंदिवर्धनाचे नाव) व नंदिवर्धन ह्यांचा ते संक्षेप मानतात. वट नंदि ह्या पाठाबद्दल दोन मते असणे शक्य नाही, असे श्री. आर. डी. बॅनर्जी ह्यांनी 'जर्नल ऑफ बिहार ॲण्ड ओरिसा रिसर्च सोसायटी' (१९१९) च्या जूनच्या अंकात म्हटले आहे. श्री. चंद मात्र विवाद्य पुतळा यक्षाची प्रतिमा असल्याचे मानतात. व त्यावरील लेख ह्याप्रमाणे

वाचतात :-

यश स(?) र्वट नम्दि.

हे लेख खालीलप्रमाणे वाचावा, असे डॉ. मजुमदार म्हणतात.

यखे सं वज्जिनां ७०

त्यांनी हा शिलालेख इ.स.च्या दुसऱ्या शतकातील मानला असून कनिंगहॅमने सांगितलेल्या व श्री. चंद ह्यांची उचलून धरलेल्या यक्ष कल्पनेचा पाठपुरावा केला आहे. शैशुनाग राजाचे नाव असा ज्यांचा अर्थ लावता येईल, अशी काही अक्षरे प्रस्तुत शिलालेखात आली आहेत, ह्यावरून केवळ हा पुतळा शैशुनाग राजाचा आहे, असा निष्कर्ष काढणाऱ्या विद्वानांशी ते सहमत नाही. वट नंदि हे रूप दोन भिन्न विशेष नामांपासून (वर्तिवर्धन व नंदिवर्धन) निर्माण झाले आहे, ह्या डॉ. जयस्वालांच्या सूचनेचा उल्लेख करून डॉ. मुजुमदार म्हणतात :- दुसरा चंद्रगुप्तही देवगुप्त नावाने प्रसिद्ध होता. तसेच, विग्रहपालाला सूरपाल हे दुसरे नाव होते. पण चंद्र-देव किंवा देव-चंद्र-सूर-विग्रह किंवा विग्रह-सूर अशी जोडनावे कोणाच्या तरी ऐकिवात आहेत काय ?('इंडि. ॲन्टि.,' १९१९)

म.म. हर प्रसाद शास्त्री वट नम्दीचा अर्थ व्रात्य नम्दी असा घेतात. कात्यायनाने व्रात्य क्षत्रियांसाठी सांगितलेला बहुधा सर्व प्रकारचा पोषाख पुतळ्याच्या ठिकाणी असल्याचे ते सांगतात. पुराणांत शैशुनाग राजांचा उल्लेख 'क्षत्रबंधु' म्हणजे व्रात्य क्षत्रिय (बहुवचन) असा येतो. या प्रकारे हा पुतळा हुबेहूब शैशुनाग राजाचा आहे, ह्या डॉ. जयस्वालांच्या मताकडे महामहोपाध्यायांचा कल आहे. (JBORS. डिसेंबर १९१९)

श्री अर्धेंदु कुमार गांगुली ह्याच्या उलट हा पुतळा यक्षाचा असल्याचे मानतात. 'महामायूरी'तील सूची आणि 'नन्दीच वर्धनश्चैव नगरे नन्दिवर्धने' ह्या उताऱ्याकडे त्यांनी आपले लक्ष वेधले आहे. (मॉडर्न रिव्ह्यू, १९१९) वट नन्दि म्हणून वाचल्या जाणाऱ्या अशा चार अक्षरांनी शैशुनाग राजाच्या नावाचा निर्देश येतो, याबद्दल डॉ. बार्नेटचेही समाधान झालेले नाही. मात्र डॉ. स्मिथ 'अशोका'च्या आपल्या तिसऱ्या आवृत्तीत डॉ. जयस्वालांचे मत संभाव्य म्हणून मान्य करतात. अद्यापि ही समस्या सुटली नाही, असे आम्ही मानतो. 'पटन्याच्या पुतळ्या'वरील कोरीव लेखात शैशुनाग राजाचा निर्देश येतो, अशा निष्कर्षाप्रत येणे शक्य नाही. कारण उपलब्ध असलेली साधनसामग्री फारच तोकडी आहे. लिपी अलीकडची असल्याचे दिसते.

१३६. जयस्वाल (आर. डी. बॅनर्जीचा दुजोरा असलेले) 'दि ऑक्सफोर्ड हिस्टरी ऑफ इंडिया' ॲडिशन्स ॲण्ड करेक्शन्स JBORS (१९१८), ९१.

१३७. पाहा – 'कथासरित्सागर', दुर्गाप्रसाद व परब ह्यांची आवृत्ती पृ. १०.

१३८. याकोबी, 'परिशिष्टपर्वन्' ८.३ परिशिष्ट पृ. २ 'नम्दवसे नवमो नंदराया.'

१३९. चंद, 'मेवार्स् ऑफ दि आर्केऑलॉजिकल सर्व्हे ऑफ इंडिया' क्र. १ पृ. ११

१४०. मत्स्य पुराणात शिशुनागांना १६३ वर्षे दिली असल्याचे पार्गिटर (AIHT, पृ. २८६-८७) मानतो आणि नंतर प्रत्येक कारकिर्दीची सुमारे १४ कमी वर्षे धरून ही संख्या १४५ पर्यंत कमी करतो. इ.स.पू. ५६७ हा शिशुनागांचा (त्यांत बिंबिसारवंशीयच धरले आहेत) आरंभकाळ त्याने मानला असून बिंबिसार व त्याच्या पुत्राबद्दलचे परंपरागत काल तो अमान्य करतो (२८७ टीप). पाहा भांडारकर 'कारमायकेल लेक्चर्स' (१९१८) पृ. ६८. 'एकापाठोपाठ झालेल्या दहा कारकिर्दीचा ३६३ वर्षांचा काल 'म्हणजे प्रत्येक कारकीर्द ३६.३ वर्षांची हे अगदी वेडेपणा आहे.'

१४१. 'महावंस' प्रकरण २, (भाषांतर, पृ. १२)

१४२. *द्वे सतानि च वस्सानि अट्ठारस वस्सानि च।*
संबुद्धे परिनि बुते अभिसित्ते पियदस्सनो।।
तत्रैव, पृ. २३ (पहा – दीपवंस ६.१)

१४३. तत्रैव, गायगर भाषांतर, पृ. २८ JRAS (१९०९) पृ.१-३४.

१४४. 'ॲन इंडियन एफेमेरिस' भाग १, (१९२२) पृ. ४७१ व नंतर.

१४५. जैन परंपरेनुसार उदायिनाच्या खुनानंतर व महावीराच्या निर्वाणानंतर आठ वर्षांनी नंद हा राजा झाल्याचे उद्घोषित करण्यात आले. (परिशिष्टपर्व, ६.२४३) नंदांच्या इतिहासासाठी पाहा – 'एज ऑफ दि नंदज् ॲण्ड मौर्यज्', पृष्ठे ९-२६, एन्, शास्त्री, रायचौधुरी व इतर

१४६. 'तिवससत' हा अर्थ पुराणांत असलेल्या नंदांच्या व शातकर्णीच्या घराण्यातील कालावधीबद्दलच्या परंपरेशी पूर्णतया जुळतो. आपल्या कारकीर्दच्या दुसऱ्या वर्षी तो खारवेलशी समकालीन होता. (मौर्यांची १३७ वर्षे अधिक शुंगांची ११२ वर्षे अधिक कण्वांची ४५ वर्षे अशी एकंदर २९४ वर्षे) ह्या शब्दाचा अर्थ (काही विद्वानांनी सुचविल्याप्रमाणे) १०३ वर्षे असा घेतला, तर खारवेलाचे राज्यारोहण नंदराजानंतर १०३ उणे ५ म्हणजे ९८ वर्षांनी झाल्याचे मानावे लागेल. त्या संवत्सरापूर्वी ९ वर्षे म्हणजे नंदानंतर ९८ उणे ९ म्हणजे ८९ वर्षांनी त्याला युवराजपद मिळाले. त्याचा अर्थ ३२४ उणे ८९ =

इ.स.पू.२३५ नंतर हे घडले नव्हते. त्या वेळी खारवेलाचा राजसत्तेमधील ज्येष्ठ हिस्सेदार गादीवर होता आणि त्याच्यापूर्वी एक किंवा अनेक पूर्वाधिकारी होऊन गेले असावेत. परंतु अशोकाच्या शिलालेखांवरून त्यावेळी कलिंगावर अशोकाच्या आधिपत्याखालील एका मौर्य कुमाराची प्रत्यक्ष सत्ता होती (कलिंगाधिपतीची किंवा चक्रवर्तीची नव्हे), असे समजते. म्हणून 'तिवससत' ह्याचा अर्थ १०३ नव्हे तर ३०० वर्षे असाच घ्यावयास हवा. नंद आणि खारवेल ह्यांच्यातील कालावधींची नव्हे, तर पूर्वीपासून अस्तित्वात असलेल्या एखाद्या शकापासून मोजण्यात आलेल्या नंदांच्या कारकिर्दीतील संवत्सरांची निदर्शक अशी ही संख्या असल्याचे एस्. कोनौ ('आक्ता ओरिएंतालिया' I-२२-२६) मानतो. परंतु विशिष्ट देशात व युगात ह्या प्रकारच्या कोणत्याही शकाचा उपयोग झाल्याचे सिद्ध होत नाही. अशोकाप्रमाणे स्वतः खारवेलही कारकिर्दीची राज वर्षे धरतो. पौराणिक परंपरा सहमत आहे ही गोष्ट प्रस्तुत पृष्ठांत व्यक्त झालेल्या दृष्टिकोनाला उपकारक अशीच आहे.

१४७. वारुआ, 'हाथिगुंफा इन्स्क्रिप्शन ऑफ खारवेल' (IHQ १४, (१९३८) पृ. २५९ व नंतर) कोशांमध्ये संनिवेश ह्याचा अर्थ परिषद, स्थानक, आसन, शहराजवळची मोकळी जागा इ. देण्यात आली आहे. ('मोनियर विल्यम्स') 'काफिल्यांची किंवा मिरवणुकींची थांबण्याची जागा' असा अर्थ एक टीकाकार करतो. कुण्डग्राम हे विदेहातील एक 'संनिवेश' होते (S.B.E. XXII 'जैन सूत्रज' भाग १, प्रस्तावना) नंदराजाने कलिंगामधील एक जागा जिंकली किंवा पवित्र वस्तू हलविली, ह्या शिलालेखातील उल्लेखावरून तो स्थानिक अधिकारी होता, हे मत निकालात निघते ('केंब्रिज हिस्टरी', ५३८)

१४८. डॉ. बरुआ (पूर्वोक्त ग्रंथ, पृ. २७६ टीप) कलिंगाच्या कोणत्याही भागावरील नंदाचा विजय (किंवा वर्चस्व) ह्याबद्दल तो भाग अशोकाच्या राजवटीच्या सातव्या वर्षापर्यंत अजिंक्य (अविजित) राहिला होता, ह्या मुद्यावरून आक्षेप घेतात. परंतु मौर्य सचिवालयाचा दावा जहांगिरच्या 'एकाही उच्च दर्ज्याच्या सुलतानाने त्यावर (म्हणजे कांगडा, रॉजर्स, 'तूझुक', II १८४) विजय मिळविला नव्हता, ' ह्या बढाईसारखा आहे. 'सर्व क्षत्रान्तक' अशा नंदाच्या वर्चस्वाखालील शैशुनागांच्या समकालीनांमध्ये कलिंगांचा पुराणे उल्लेख करतात.

१४९. ३.२.२५ (वाल्टर मिल्लरचे भाषांतर)

१५०. पाहा – महापद्मपति व धन नंद ही नावे. 'मुद्राराक्षसा'त नंदाचा उल्लेख 'नवनवति

शतद्रव्यकोटीश्वराः' (अंक ३, श्लोक २७) आणि 'अर्थरुचि' (अंक १) असा आहे.

नंदराजाकडे ९९० दशलक्ष सुवर्णनाणी असल्याचे 'कथासरित्सागरा'तील एका उताऱ्यात आहे. टॉनीचे भाषांतर भाग १ पृ. २१

नंदांच्या संपत्तीविषयी एका तमिळ कवितेत आलेल्या मनोरंजक विधानांचा, डॉ. अय्यंगार निर्देश करतात. ''सुरुवातीस पाटलिमध्ये संचित झालेली संपत्ती गंगेच्या पुरात अदृश्य स्वरूपात राहिली.' 'बिगिनिंग्ज ऑफ साऊथ इंडियन हिस्टरी', पृ. ८९ नीलकण्ठ शास्त्रींच्या मतासाठी ANM पृ. २५३ व नंतर पाहा.

श्रीलंकेतील परंपरेनुसार (उग्रसेनाच्या पुत्रांपैकी) सर्वांत धाकटा भाऊ त्याच्या संपत्तीचा गुप्तपणे साठा करण्याच्या छंदावरून धननंद नावाने ओळखला जात असे. ऐंशी कोटी इतकी संपत्ती त्याने जमविली (गंगेच्या) पात्रातील एका खडकाची मोठ्या प्रमाणावर खोदाई करवून ती संपवी तिथे पुरून ठेवली. इतर वस्तूशिवाय कातडी, डिंक, झाडे व दगड ह्यांवरही कर आकारून त्याने ह्याहीपेक्षा अधिक संपत्ती मिळविली व त्याच पद्धतीने तिची व्यवस्था लावली. (ट्युर्नूर, 'महावंस' पृ. ३९)

'नंद राजाच्या सात मूल्यवान गोष्टींपैकी पाच निधींचा' चिनी प्रवासी युआन श्वांग उल्लेख करतो.

१५१. टीकाकाराच्या मते 'अगणित सैन्यांचा' किंवा 'अमाप संपत्तीचा अधिपती' (विल्सन, विष्णु पुराण, भाग ९, १८४ टीप) महापद्मपूर नावाच्या गंगेवरील शहरांचा निर्देश महाभारत १२.३५३.१ मध्ये येतो.

१५२. पृ. ४६, मूळ ग्रंथ, VI २३१-३२.

१५३. एम्.सी. क्रिंडल, 'दि इन्व्हेजन ऑफ इंडिया बाय ॲलेक्झांडर', पृ. २२२.

१५४. राजघराण्यातील एक पितृनाम म्हणून 'औग्रसेन्य' 'ऐतरेय-ब्राह्मणा'त (८.२१) येते.

१५५. ॲलेक्झांडरचा मगधामधील समकालीन असणारा झान्ड्रमस (संस्कृत 'चंद्रमस्' शी जुळणारे रूप) व चंद्रगुप्त याचे काही विद्वानांनी मानलेले तादात्म्य मुळीच मान्य होण्यासारखे नाही. प्लुटार्क ('लाईफ ऑफ ॲलेक्झँडर', प्रकरण ६२) दोहोंत स्पष्ट स्वरूपाचा फरक असल्याचे सांगतो; व जस्टिनच्या (वॅटसनचे भाषांतर पृ. १४२) वृत्तांताने त्यास दुजोरा मिळतो. झांड्रमस किंवा ॲग्रामेस हा सत्ता बळकविणाऱ्या पित्याचा तो प्रसीच्या राज्यावर आल्यावर झालेला

पुत्र होता, तर चंद्रगुप्त हा आपल्या घराण्याचा पहिला राजा व नव्या साम्राज्याचा स्वतः संस्थापक होता. झांड्रमसचा बाप एक? होता व त्याला कुलपरंपरा असणे शक्य नव्हते. या उलट ब्राह्मण व बौद्ध ग्रंथकार राजवंशाचा वारस म्हणून चंद्रगुप्ताचा एकमताने निर्देश करतात. अर्थात हा वंश नेमका कोणता असावा ह्याविषयी व त्याचा आपण शुद्ध क्षात्रवंशीय आहोत, ह्या दाव्याबद्दल त्यांच्यात मतभेद आहेत. सत्ता बळकावणारा नापित आणि नंदवंशाचा संस्थापक नापितकुमार किंवा नापितसू ('परिशिष्ट' ६.२३१ व २४४) हे एकच असल्याचे जैन पुराव्यात स्पष्टपणे सूचित आहे.

१५६. येथे निर्देशिलेल्या टोळ्यांनी व कुलांनी व्यापलेला काही प्रदेश पूर्वीच्या मगधराजांनी जिंकला, याचा अर्थ 'जुन्या सत्ताधारी घराण्यांचा पूर्ण बिमोड झाला', असा अगदी नव्हे, तर केवळ 'त्यांच्या अमलाला (यशः) धोका पोहोचला व विजेत्याच्या आधिपत्याचा विस्तार झाला', एवढाच मर्यादित आहे. महापद्म नंदाच्या व तसेच आर्यावर्तातील समुद्रगुप्ताच्या विजयाच्या बाबतीत जसे निश्चित विधान करण्यात येते, तसे काही असल्याविना बीमोड झाला, असे ठाम म्हणता येणार नाही. विजेत्या घराण्याचा राजप्रतिनिधी म्हणून युवराजाची नेमणूक करण्यानेही तो काही वेळा सूचित होऊ शकेल. मात्र ह्या बाबतीत मोठ्या प्रमाणातील अतिशयोक्तीला काही प्रमाणात वाव असावा. अजातशत्रूने वज्जींचा सुद्धा खऱ्या अर्थाने 'मूलोच्छेद' केलेला नव्हता. कारण लिच्छवी हा सर्वात महत्त्वाचा घटक गुप्तकालापर्यंत टिकून होता. इक्ष्वाकूंची एक शाखा दक्षिणेकडे पिटाळून लावण्यात आली असावी. कारण इ.स. च्या तिसऱ्या किंवा चौथ्या शतकात कृष्णेच्या खालच्या खोऱ्यात ते आढळतात. नंदाने पराभूत केलेले काशीचे राजे बनारसमध्ये शिशुनागाने नेमलेल्या युवराजाचे वंशज किंवा वारस असावेत. हैहय हे नर्मदेच्या खोऱ्याच्या एका भागात राहत असत. नंदाने कलिंगाचा एक भाग जिंकला असल्याचे हाथिगुंफाच्या नोंदीवरून व त्याने अश्मक व गोदावरी खोऱ्याचा एक भाग जिंकला असल्याचे 'नौ-नंद् देहरा' (नांदे, मॅकॉलिफ्, 'सिख रिलिजन' V पृ. २३६) ह्या नावाच्या शहरावरून सूचित होते. अवंतीच्या प्रद्योतांपूर्वी वीतिहोत्र आधिपत्य समाप्त झाले होते. परंतु 'पूर्वोक्त राजांच्या (शैशुनाग इत्यादि) समकाळीच वीतिहोत्र असतील, ' हे पुराणातील विधान प्रमाण मानले, तर अवन्तीच्या जुन्या घराण्यातील एखाद्या वंशजाला पुनः सत्तेवर येण्याचा मार्ग शैशुनागांनी मोकळा करून दिला होता, असे मानावे लागेल. पुराणांतील

पुराव्यावरून (वायु ९४.५१-५२) वीतिहोत्र हे हैहयांच्या पाच गणांपैकी एक होते, व हैहयांच्या अस्तित्वाला शिलालेखीय पुराव्याचा सबळ आधार आहे. अजातशत्रूने खालसा केलेल्या वज्जी राज्याच्या उत्तरेकडील छोटा प्रदेश मैथिलांनी आपाततः व्यापला होता. पांचाल, कुरू आणि शूरसेन ह्यांनी गंगेचा दुआब व मथुरा हा भाग व्यापला होता. मगधराजाचे (इ.स.पू. ३२६) त्यांच्या प्रदेशावरील नियंत्रण ग्रीक पुराव्याशी जुळते.

१५७. *समुद्रवसनेशेभ्य आसमुद्रमपि श्रियः।*
उपायहस्तैराकृष्य ततः सोऽकृत नन्दसात्।
परिशिष्टपर्वन्, ७.८१.

१५८. 'इन्व्हे. ऑफ अॅलेक्झ.', २२१, २८१; 'मेगॅस्थीनिस अॅन्ड ऑरियन' मॅक्क्रिंडल (१९२६) पृ. ६७१, १४१, १६१.

१५९. 'मेगॅस्थिनिस अॅन्ड ऑरिअन' (१९२६) पृ. १४१.

१६०. हॉनीचे भाषांतर, पृ. २१.

१६१. Rice, `Mysore & Coorge From the Inscriptions', p. 3; Fleet `Dynasties of the Kanarese Districts', 284, n-2.

१६२. मेकॉलिफ्चे 'सिख रिलिजन' पृ. २३६

१६३. 'इंडियन अॅन्टिक्वेरी', (१८७५) पृ. ३६२.

१६४. ह्या नावाचे अनेक पाठभेद आहेत. त्यांपैकी सहल्य हा एक आहे. प्रस्तुत राजा म्हणजे 'दिव्यावदानामधील सहलिन असावा, अशी योग्य वाटणारी सूचना डॉ. बारुआ करतात. (पृ. ३६९, पार्गिटर D. K. A., २५ टीप २४, बौद्धधर्म-कोष ४४) मात्र सहलिन व काकवर्ण ह्यांच्यातील संबंधाबद्दलचा त्या बौद्ध ग्रंथातील पुरावा मुळीच स्वीकारण्याजोगा नाही. ह्या बाबतीत हा ग्रंथ वारंवार चुका करतो. ह्या ग्रंथात पुष्यमित्राला अशोकाच्या कुळांतील वंशज म्हटले आहे. (पृ. ४३३)

१६५. मिलिन्दपञ्हो, S.B.E., ३६ पृ. १४७-८

१६६. पाणिनीच्या अष्टाध्यायीचे एस्. सी. वसुकृत भाषांतर सूत्र २.४.२१ चे स्पष्टीकरण करणारा नियम.

१६७. मॅक्क्रिंडल, 'दि इन्व्हेजन ऑफ इंडिया बाय अॅलेक्झांडर', पृ. २२२, त्याखेरीज पहा - नंदाचा द्रव्यलोभ व त्याचे कुल ह्याबद्दलचा संदर्भ - D.K.A. १२५; 'परिशिष्टपर्वन्', ६-२४४.
ततश्च केचित् सामन्ता मदेनान्धं भविष्णवः।

नन्दस्य न नतिं चक्रुरसौ नापितसूरिति॥

१६८. राजवंशातील ह्या बदलाचा उल्लेख 'कौटिल्यलीय अर्थशास्त्र', कामन्दकीय नीतिसार', 'मुद्राराक्षस', 'चण्ड कौशिक', श्रीलंकेतील वृत्तांत इत्यादींतही येतो.

१६९. काही हस्तलिखिते 'द्विजर्षभः' ह्यांच्या ऐवजी 'द्विरष्टभिः' असे वाचतात. 'विरष्ट्राभिः' असा बदल डॉ. जयस्वालांनी (इंडियन ॲन्टेक्वेरी' (१९१४), २४) सुचवला असून 'विरष्ट्रा'चा अर्थ 'अरट्ट' असा ते घेतात व कौटिल्याला अरट्टांची म्हणजे जस्टिन म्हणतो त्याप्रमाणे 'लुटारुंच्या टोळीची' मदत झाली असल्याचे पुढे ते म्हणतात. पाहा - कनिंगहॅम, भिल्सा टोपस्, पृ. ८८, ८९. परंतु 'द्विरष्टभिः' ह्याच्यापेक्षा 'द्विजर्षभः' ('द्विजांपैकी उत्कृष्ट म्हणजे ब्राह्मण) हा बरोबर पाठ असल्याचे पार्गिटर ('डायनॅस्टिज् ऑफ दि कलि एज', पृ. २६, ३५) सुचवतो.

१७०. ४.८.२६ पाहा S.B.E. XXXVI, पृ. १४७-८.

१७१. पाहा - 'इंडियन एन्टिक्वेरी', (१९१४) पृ. १२४ टीप.

❑

प्रकरण तिसरे

पर्शिया व मॅसेडोनियाची आक्रमणे

विभाग पहिला : पर्शियाची सिंधकडे आगेकूच

भारताच्या अंतर्भागातील राज्ये व गणराज्ये हळूहळू मगध-साम्राज्यात विलीन होत असताना (सध्याच्या पश्चिम पाकिस्तानासह) वायव्य भारतातील राज्ये व गणराज्ये ही एका वेगळ्या प्रकारच्या स्थित्यंतरातून जात होती. इ.स.पू. सहाव्या शतकाच्या पूर्वार्धात 'मध्यदेशा'च्या (मध्यभारत, स्थूलमानाने गंगा-यमुनांचा दुआब, औंध आणि जवळपासचा काही भाग) पलीकडील 'उत्तरापथ' (उत्तरेकडील प्रदेश) भारताच्या इतर भागांप्रमाणे अनेक लहान राज्यांत विभागलेला होता. कंबोज, गंधार व मद्र ही त्यांपैकी सर्वांत महत्त्वाची राज्ये होती. युद्धखोर जमातींना एकत्र आणू शकणारा पूर्वेकडील उग्रसेन महापद्मासारखा अधिपती भारताच्या ह्या भागात उदयास आला नाही. हा संपूर्ण भाग जसा समृद्ध होता, तसाच विस्कळीतही होता. स्वाभाविकपणे पर्शिया (इराण)मध्ये वाढीस लागलेल्या सामर्थ्यशाली ॲकॅमेनिअन राजेशाहीचा तो भक्ष झाला.

कुरूष किंवा सायरस (इ.स.पू. ५५८-५३०)[१] ह्या पर्शियाच्या साम्राज्य संस्थापकाने गेड्रोशियामधून भारतावर स्वारी केल्याचे सांगण्यात येते. परंतु त्याला हे धाडस सोडावे लागले व फक्त सात माणसांसह तो त्यातून वाचला.[२] परंतु काबूल खोऱ्यात तो अधिक यशस्वी ठरला. घोरबंद व पंजशिर ह्या नद्यांच्या संगमावरील व किंवा त्यांच्या जवळची कापिशी ही विख्यात नगरी त्याने उद्ध्वस्त केली, असे प्लिनी सांगतो, "सिंध नदीच्या पश्चिमेस कोफेन (काबूल) नदीपर्यंतच्या भागात ॲस्टॅसेनिअन (अष्टक)[३] व ॲसॅसेनिअन (अश्वक) ह्या भारतीय जमातींची वस्ती आहे. प्राचीन काळी त्या ॲसीरियनांच्या व नंतर मेडेसच्या अधीन होत्या, आणि अखेरीस पर्शियनांना शरण जाऊन आपल्या भूमीचा राज्यकर्ता म्हणून कॅम्बिसेसचा पुत्र सायरस ह्याला त्या खंडणी देऊ लागल्या", असे ॲरिअन[४] सांगतो. एके प्रसंगी भाडोत्री सैनिक म्हणून काम करण्यासाठी भारतातून (म्हणजे पंजाबमधून) हिड्रॅसेसना (क्षुद्रकांना) पर्शियनांनी बोलावून घेतले होते, असे स्ट्रॅबो सांगतो.

ॲकॅमेनिअन वंशातील तिसरा अधिपती दारयवौश किंवा पहिला डॅरिअस (इ.स.पू. ५२२-४८६) ह्याच्या बेहिस्तुन किंवा बहिस्तान शिलालेखात पर्शियन साम्राज्याच्या प्रजाजनांपैकी म्हणून गंधार (गदार) लोकांचा उल्लेख येतो. परंतु त्यांमध्ये

हिंदूंचा (सिंधूवरील हिंदूंचा किंवा सिंधू - खोऱ्यातील लोकांचा) उल्लेख येत नाही. हॅमॅडन शिलालेखात त्यांचा स्पष्टपेण उल्लेख आलेला आहे आणि पर्सेपोलिस येथील गच्चीवरील शिलालेखात व नक्ष-इ-रुस्तुम[५] येथील डॅरिअसच्या कबरीभोवती आलेल्या प्रजाजनांच्या याद्यांमध्ये गंधार वासीयांच्या बरोबर त्यांचा समावेश झाला आहे. ह्यावरून असे अनुमान काढण्यात आले आहे की, 'भारतीयांना' (हिंदूंना) इ.स.पू. ५१९ (बेहिस्तुन किंवा बहिस्तान शिलालेखाचे संभाव्य संवत्सर)[६] ते इ.स.पू.५१३[७] ह्या कालावधीत केव्हातरी जिंकले होते. ह्या विजयाच्या पूर्वतयारीचे वर्णन हेरोडेटसने केले आहे.[८] "सुसरी निर्माण करणारी दुसऱ्या क्रमांकाची सिंधू नदी समुद्राला कोणत्या भागात मिळते, हे जाणण्याच्या इच्छेने त्याने (डॅरिअस) गलबतातून इतर दोघांना व कॅरिअंडच्या सिलॅक्सलासुद्धा (Scylax of Caryanda) पाठविले. कारण त्यांच्याकडून त्याला खरी माहिती मिळणे शक्य होते. त्या प्रमाणे ते कॅस्पॅटिरस[९] (Caspatyrus) ह्या शहरातून व पॅक्टिक - (Paktyike)(पक्थ Pakthas ?)[१०] देशातून निघून पूर्वदिशेला अर्थात सूर्योदयाकडे नदीमार्गाने समुद्राकडे त्यांनी शिडे हाकारली. त्यानंतर समुद्रावर पश्चिमेकडे शिडे हाकारून तिसाव्या महिन्यात जेथून इजिप्तच्या राजाने फिनीशियनसूना लिबिया (Libya) भोवती जलपर्यटन करण्यास पाठविले होते, त्या जागी येऊन पोहोचले. ह्या व्यक्तींच्या जलप्रवासानंतर डॅरिअसने भारतीयांना जिंकले आणि नियमित समुद्रप्रवास सुरू केला."

"हिंदुस्तान" हा पर्शियन साम्राज्याचा विसाव्या क्रमांकाचा व सर्वांत दाट लोकवस्ती असलेला सत्रपी (Satrapy) असल्याचे हेरोडोटस सांगतो. तसेच, तुलनेने इतरांपेक्षा अधिक प्रमाणात, म्हणजे सोन्याची ३६० नाणी म्हणजे युद्धपूर्वकालीन १२९०००० पौंड इतकी खंडणी तो भरीत असल्याचेही पुढे त्याने म्हटले आहे. हे सर्व सोने बॅक्ट्रियातून किंवा सैबेरियातून आले, असे मानावयाचे कारण नाही. वायव्य सरहद्दीवरील कित्येक भागांत सोन्याचे साठे नव्हते, अशातला भाग नाही. नद्यांच्या प्रवाहातून वाहत येणाऱ्या गाळातून मोठ्या प्रमाणात सोने काढून घेण्यात येत असे. हा मूल्यवान धातू अल्प प्रमाणात तिबेटच्या डोंगराळ भागातून भोतिया (Bhotiya) हे व्यापारी लोक आयात करीत असत.[११] सुरुवातीस गंधारचा सातव्या सत्रपीत समावेश करण्यात आला होता. 'हिंदुस्थाना' विषयी हेरोडोटसने लिहून ठेवलेल्या तपशिलावरून हिंदुस्थानाने सिंधूचे खोरे व्यापले होते व पूर्वेकडे राजपुतान्याच्या वाळवंटापर्यंत त्याची व्याप्ती होती, याबद्दल संशयाला जागा राहत नाही.[१२] "उगवत्या सूर्याच्या दिशेकडील भारताचा भाग पूर्णपणे वालुकामय आहे; आपणांस परिचित असलेल्या लोकांपैकी भारतीय लोक पूर्वेकडे अर्थात उगवत्या सूर्याच्या दिशेला सर्वांत पुढे राहतात;

आशियाच्या सर्व रहिवाशांपैकी पूर्वेकडील भारतीयांचा देश वालुकामय असल्याने ओसाड आहे.'' बियासच्या (Beas) पलीकडील विस्तृत वाळवंटांचा उल्लेख कर्टिअस करतो.

सत्रपींच्या स्वरूपात साम्राज्याची करण्यात आलेली ही मांडणी नंतर आलेल्या अनेक राजघराण्यांना एक नमुना म्हणून उपयुक्त ठरली. इ.स. च्या लगेच आधीच्या व नंतरच्या शतकांत शक-कुषाणांनी ह्या पद्धतीची व्याप्ती अधिक प्रमाणात वाढविली होती. गुप्तकालीन 'देशगोप्तृ' हा पूर्वीच्या कालखंडातील सत्रपांचाच (क्षत्र-पावन) वंशपरंपरागत वारस होता.

पर्शियन विजेत्यांनी भौगोलिक शोधासाठी आणि व्यापारी हालचालींच्या वाढीसाठी बरेच प्रयत्न केले. त्याच वेळी ह्या देशातून विपुल प्रमाणात सोने, हस्तिदंत व लाकूड ह्यांसारख्या वस्तू त्यांनी नेल्या. एवढेच नव्हे मोठ्या प्रमाणावरील येथील मानवी शक्ती त्यांनी हिरावून नेली. कित्येक जमातींकडून लष्करी सेवा घेतली. पूर्व-पश्चिमेत अधिक निकटचा संपर्क प्रस्थापित झाला व सांस्कृतिक क्षेत्रात तो अत्यंत फलप्रद ठरला. ॲकेमेनिअन लोकांनी ज्याप्रमाणे भारतीय धनुर्धर व भालाईत हेलेनिक भूमीस आणले, त्याप्रमाणे त्यांनीच ग्रीस व मॅसेडोन ह्या मधील लोकांना विजयाचा व संस्कृती-विस्ताराचा मार्ग दाखविला.

पहिल्या डॅरिअसचा पुत्र आणि वारस क्षयोर्षा किंवा झर्क्सेस (Xerxes इ.स.पू. ४८६-४६५) ह्यांची भारतीय प्रांतावरील पकड कायम होती. हेलास विरुद्ध (Hellas) त्याने नेलेल्या मोठ्या सेनेत गंधार व 'हिंदुस्थान' ह्या दोहोंनी प्रतिनिधित्व केले होते. गांधार-सैनिकांजवळ बोरूची धनुष्ये व आखूड भाले असत, तर 'हिंदुस्तान' सैनिक कापसाची वस्त्रे घालून वेताची धनुष्ये व लोखंडी फळांचे बाण बाळगत असत, असे हेरोडोटसने वर्णन केले आहे. 'अहुरमझ्दाच्या इच्छेनुसार' झर्क्सेसने 'दैवांच्या (Daivas) काही मंदिरांचे पाये खणून काढले व ''दैवांची मुळीच पूजा केली जाणार नाही,'' असा आदेश दिला, अशी नोंद पर्सेपोलिस (Persepolis) येथे नव्याने सापडलेल्या एका लेखशिलेत[१३] आढळते. देवांच्या पूजेऐवजी हा राजा ऋतमूसह ('दैवी विश्वव्यवस्था') अहुरमझ्दाची पूजा करू लागला. इतर अनेक देशांप्रमाणेच 'हिंदुस्थाना'नेही ह्या पर्शियन राजाच्या धर्मविषयक उत्साहाचे परिणाम अनुभवले असावेत.

झर्क्सेसच्या मृत्युनंतर पर्शियन साम्राज्याचा झपाट्याने ऱ्हास झाला. दुसऱ्या आर्टाझर्क्सेस (Artaxerxes) (Mnemon. 405-358 B.C.) ह्याच्या दरबारात राहिलेल्या क्टेसिअसचे (Ktesias) म्हणणे ग्राह्य मानले, तर ह्या विख्यात राजाला

भारताकडून मूल्यवान नजराणे इ.स.पू. चौथ्या शतकातही[१४] मिळत असत, असे मानावे लागेल. आपाततः, अॅकॅमेनिअन राजाचे प्रजाजन म्हणून पर्शियन, मेडियन व सुसिअन ह्यांच्या बरोबरीचे सत्तगायडिअन (Sattagydians), गंधारदेशीय व हि(न्)दूंचा निर्देश पर्सेपोलिस येथील दक्षिण कबरीच्या शिलालेखात[१५] येतो. हा शिलालेख सामान्यतः द्वितीय आर्टाझर्क्सेसचा मानला जातो.

भारतातील पर्शियन राज्याच्या उद्‌बोधक अवशेषांपैकी इ.स.पू. चौथ्या किंवा पाचव्या शतकातील ॲमेइक अक्षरातील तक्षशिला-शिलालेखाचा कधीकधी निर्देश करण्यात येतो[१६] परंतु 'प्रियदर्शन' हे रूप लेखात आले असून त्याचा संबंध पर्शियन सत्तेच्या काळाशी नव्हे, तर अशोकाच्या कारकिर्दीशी असावयास हवा ह्याकडे हर्झफेल्डने (Herzfeld) लक्ष वेधले आहे.[१७] त्याखेरीज खरोष्ठी वर्णमालेचा आरंभ, तसेच अशोकाच्या शिलालेखात येणारा 'पर्सेपोलिटन राजधानी' चा आणि 'दिपि' (सरकारी हुकूम) 'निपिष्ट' (लिखित) ह्यांसारख्या शब्दांचा निर्देश पर्शियन प्रभावाचा निदर्शक आहे. अशोकाच्या शिलालेखांतील प्रास्ताविकावरसुद्धा पर्शियन प्रभाव दिसून येतो.

शेवटचे अॅकेमेनिड-राज्यकर्ते व अॅलेक्झांडर

इ.स.प.३५८ च्या सुमारास दुसरा आरटासर्क्सेस (Artaxerxes) मरण पावला. दुबळ्या प्रशासनाच्या व गोंधळाच्या काळानंतर तिसरा डॅरियस कोडोमॅन्नुस (Codomannus) कडे सत्ता गेली (इ.स.पू. ३३५-३३०). हाच तो राजा होय की, ज्याच्या विरुद्ध मॅसेडोनचा महान राजा अॅलेक्झँडरने आपला विख्यात सैन्यव्यूह (Phalanx) पाठविला होता. अनेक चकमकी होऊन त्यांत पर्शियनांना पुनः पुनः पराभव पत्करावा लागला व त्यानंतर मॅसडोनियाचा हा विजेता पराभूत शत्रूच्या प्रदेशावरून वाटचाल करून ब्यूमोडस (Bumodus) नदीच्या जलाखाली भिजणाऱ्या पठारावर येऊन पोहोचला.

पर्शियन राजाच्या ध्वजाखाली एकत्रित आलेले भारतीयांचे तीन वेगवेगळे गट हे विशेष प्रसिद्ध आहेत. बॅक्टिअनांप्रमाणेच उद्दिष्ट असणारे भारतीय स्वतः बॅक्टिअनूस व सॉगडिॲनिअनूस (Sogdianians) डॅरिअसच्या मदतीला आले. त्या सर्वांवर बॅक्टियाचा राजप्रतिनिधी बेसस् (Bessus) ह्याची हुकूमत होती. आशियात राहणाऱ्या सिथियन लोकांची सॅसिअन (Sacian) नावाची टोळी त्यांच्या नंतर आली. त्यांच्यावर बेससचे नियंत्रण नव्हते. पण डॅरिअसशी त्यांचे मैत्रीचे संबंध होते. अरकोटिआचा (Arachotia) राजप्रतिनिधी बर्सेन्टेस (Barsaentes) ह्याने अरकोटिअन व 'भारतीय पहाडी लोक' म्हणून ओळखल्या जाणाऱ्या लोकांचे नेतृत्व केले. 'सिंधू नदीच्या अलीकडील तीरावर राहणाऱ्या भारतीयांकडे' काही, म्हणजे सुमारे पंधरा हत्ती होते. ह्या सैन्यानिशी डॅरिअसने व्यूमोडस नदीजवळ आणि अरबेला (Arbela) शहरापासून सुमारे ६०० पावलांवर असलेल्या गौगमेल (Gaugamela) ह्या ठिकाणी छावणी टाकली होती.[१८] परंतु ह्या सुमारास सरहद्दीवरील विविध भागांतील भारतीयांवरील अॅकेमेनिअनूसची पकड फारच कमी झाली होती आणि संपूर्ण वायव्य भारताचे असंख्य राज्ये, अधिसत्ता व गणराज्ये ह्यांत विभाजन झालेले होते. त्यांपैकी विशेष महत्त्वाच्या राज्यांची यादी अशी :-

(१) ॲस्पॅसिअन प्रदेश :- (अलिशंग कूनर बजौर खोरे)

हा प्रदेश काबूल नदीच्या उत्तरेकडील अवघड डोंगराळ भागात असून खोजचा (Khoes) पाणीपुरवठा तेथे होत असे. हा भाग म्हणजे बहुधा आधुनिक अलिशंग आणि युॲस्प्ल (Euaspla), अर्थात उघडपणे कूनर असावा. ह्या लोकांचे इराणी नाव 'अस्प', म्हणजे संस्कृत अश्व (घोडा) किंवा अश्वकपासून आले आहे. अशा प्रकारे ॲस्पॅसिअन ही अश्वकांची

(अस्सकेनिअन्) ह्यांची पश्चिमेकडील शाखा होती.[१९] टोळीप्रमुख हायपर्क (Hyparch) युॲस्प्ल नदीकाठावरील किंवा त्या परिसरातील शहरात राहत असे. ही नदी म्हणजेच काबूलनदीची उपनदी असलेली कूनर होय, असे मानले जाते. अंदक व अरिगेअम (Arigaeum) ही ॲस्पॅसिअन प्रदेशातील इतर शहरे होत.[२०]

(२) गुरेइअनांचा (Guraeans) प्रदेश :–

ह्या भागाला गुरेइअस् (Guraeus) किंवा गौरी किंवा पंजकोर नदीचे पाणी मिळत असे व हा भाग ॲस्पॅसिअन व अस्सकेनिअन प्रदेशांच्या मधोमध होता.

(३) अस्सकेनासचे (Assakenos) राज्य स्वात (Swat) व बुनेरचा भाग :–

हा प्रदेश पूर्वेकडे सिंधूनदीपर्यंत पसरला होता व त्याची राजधानी मस्सग (Massaga) येथे होती. "हा एक मलकंद खिंडीच्या उत्तरेस फार अंतरावर नसलेला अजिंक्य किल्ला होता. परंतु अद्यापि त्याचे स्वरूप असंदिग्धपणे निश्चित झालेले नाही." अस्सकेनिअन हे नाव अश्मक "पाषाणांचा प्रदेश" ह्यावरून नव्हे, तर बहुधा संस्कृत अश्वक "अश्वांचा प्रदेश" ह्यावरून आले आहे. ह्या जमातीने व्यापलेला भाग निरनिराळ्या काळात सुवास्तु, उद्यान व काहींच्या मते ओड्डियान ह्या नावांनी ओळखला जात असे. पाणिनीने अश्वकांचा उल्लेख केल्याचे दिसत नाही. तसे मानायचे, तर दक्षिणेकडील अश्मकांपैकी[२१] ते आहेत, असे समजावे लागेल. पण तसे मानावयास वास्तव आधार नाही. 'मार्कंडेय-पुराणा'त व 'बृहत्संहिते'चा कर्ता त्यांचा प्रदेश वायव्येकडे असल्याचा निर्देश करतात. अस्सकेनिअन राजापाशी २०,००० घोडदळ, ३०,००० हून अधिक पायदळ व ३० हत्ती असे सामर्थ्यशाली सैन्य होते. ॲलेक्झांडरच्या स्वारीच्या वेळी सत्तेवर असलेल्या राजाचा निर्देश ग्रीकांनी अस्सकेनोस असा केला आहे. क्लेओफिस ही त्याची आई. अस्सकेनोसला एक भाऊ[२२] होता. त्याचा निर्देश कर्टिअस इरिक्स (Eryx) असा, तर डायडोरोस तो अफ्रिकेस (Aphrikes) असा, करतो.[२३] शरभ राजाशी ह्या व्यक्तींचा काही संबंध असावा, असे मानण्यास काहीही कारण दिसत नाही. शरभाच्या दुरन्ताचे वर्णन बाणाने केले असून तो गोदावरीच्या खोऱ्यातील अश्मकांच्या दक्षिणराज्यातील होता, असे दिसते.

(४) न्यास (Nyas) :-

मेरू (Meros) पर्वताच्या पायथ्याशी कोफेने किंवा काबूल व सिंधू ह्या नद्यांच्या मधोमध हे एक डोंगरी राज्य होते.[२४] त्याची घटना गणराज्याच्या स्वरूपाची होती. ॲलेक्झँडरच्या स्वारीपूर्वी[२५] कितीतरी अगोदर ग्रीक वसाहतकारांनी ह्या शहराची स्थापना केली होती, असे म्हणतात. ॲरिअन म्हणतो[२६] की, ''न्यसिअन हे भारतीय वंशाचे नव्हेत, तर डायोनिसस ह्याच्या बरोबर भारतात आलेल्या लोकांचे ते वंशज आहेत.'' आश्चर्य हे की, 'मज्झिम्‌बिकाया'[२७] गौतमबुद्ध व अस्सलायन ह्यांच्या काळात भरभराटीस आलेल्या 'योन' किंवा ग्रीक राज्याचा उल्लेख कम्बोजाच्या बरोबर येतो. 'योन कम्बोजेसु देव वण्णा अय्यो चेव दासो च ।(योन-कम्बोजांमध्ये दोनच सामाजिक वर्ग आहेत : ते म्हणजे आर्य व दास)''

होल्डिचच्या मते स्वात (Swat) देशातील कोहिमोरच्या खोऱ्यात व डोंगराळ प्रदेशात एकेकाळी न्यस हे प्राचीन शहर होते.[२८] ॲलेक्झँडरच्या स्वारीच्या वेळी अकौफिस (Akouphis) हा न्यसिअनांसा अध्यक्ष होता. त्यांचे ३०० सदस्यांचे असलेले एक नियामक मंडळ होते.[२९]

(५) (पेशावर जिल्ह्यातील) प्यूकेलाओटिस (Peukelaotis) :-

हा प्रदेश काबूल ते सिंध ह्या मार्गावर होता. प्यूकेलाओटिस ह्या प्रदेशात मॅलॅन्टस (Malantus) सोॲस्टस (Soastus) व गुरेअस (Guraeus) ह्यांसह काबूल नदी सिंधुनदीला मिळते, असे ॲरिअन सांगतो.[३०] संस्कृत पुष्करावतीवरून प्यूकेलाओटिस हे नाव आले आहे. जुन्या गंधारराज्याचा पश्चिम भाग म्हणजे हे राज्य होय. सभोवतीच्या प्रदेशातील लोकांचा इतिहासकार कधीकधी 'अस्तकेनोई' (Astakenoi) असा उल्लेख करतात. स्वात नदीवर असणारे पेशावरच्या वायव्येकडील सुमारे सतरा मैलांवरील आधुनिक मीर झियारत्‌ व चार्सद्द म्हणजे ॲरिअनने उल्लेखलेले सोॲस्टस व वैदिक वाङ्मयातील सुवास्तु राजधानीचे ठिकाण होय.

ॲलेक्झँडरच्या स्वारीच्या वेळी सत्तेवर असणारा टोळीप्रमुख अस्तेस[३१] (Astes) म्हणजेच हस्ती किंवा अष्टक होय. मॅसेडोनियाच्या राजाचा सेनापती हेफेस्टिन (Hephaestion) ह्याने त्याचा पराभव करून त्यास ठार केले.

(६) तक्षिला किंवा तक्षशिला (रावळपिंडी जिल्ह्यात) :-

स्ट्रॅबो म्हणतो[३२] ''सिंधू व हिडॅस्पेस (Hydaspes) ह्या नद्यांच्या मधोमध तक्षक्षिला हे एक मोठे शहर असून तेथे चांगल्या प्रकारच्या कायद्यांचे प्रशासन

होते. जवळचा प्रदेश दाट लोकवस्तीचा व अतिशय सुपीक आहे.'' जुन्या गंधारराज्याच्या पूर्वभागांत तक्षिला राज्य होते.

इ.स.पू. ३२७ मध्ये तक्षिलाच्या गादीवर एक टोळीप्रमुख होता. ग्रीक त्याला 'तक्षाइल्स' (Taxiles) असे म्हणत असत. मॅसेडोनचा ॲलेक्झँडर काबूल खोऱ्यात आला असताना आपल्याला येऊन भेटण्यासाठी बोलावणे करण्याकरिता तक्षिलाच्या राजाकडे त्याने एक दूत पाठविला होता. त्याप्रमाणे मौल्यवान भेटवस्तूंनिशी तक्षाइल्स विजेत्याला भेटण्यासाठी आला होता. त्याच्या मृत्यूनंतर मोफिस किंवा ओम्फिस (संस्कृत आंभि) सत्तेवर आला. आश्चर्याची गोष्ट अशी की, 'कौटिलीय अर्थशास्त्राचा' विख्यात लेखक आम्भीय ह्या राजकीय विचारवंतांच्या शाखेचा उल्लेख करतो. 'महावंस-टीके'नुसार स्वतः कौटिल्य हा तक्षिलेचा रहिवासी होता. डॉ. एफ्. डब्ल्यू. थॉमसही आंभीयांचा तक्षिलेशी संबंध असल्याचे मानतो.[३३]

(७) अर्साकेस (Arsakes) राज्य :-

ह्या मांडलिकराज्याचे नाव संस्कृत उरशा यावरून आले असून आधुनिक हझारा जिल्ह्याचा तो भाग होता. ते अबिसारेस (Abisares) राज्याच्या लगत होते. बहुधा त्या राज्याप्रमाणेच जुन्या कंबोज राज्यातून ते निर्माण झाले असावे. अनेक सरोष्ठी शिलालेखांत उरशाचा निर्देश येतो आणि भूगोलतज्ज्ञ टॉलेमीच्या काळात शेजारचे तक्षिला राज्य त्यात समाविष्ट होते.

(८) अभिसार :-

तक्षिला देशाच्या वरच्या भागातील डोंगराळ प्रदेशात हे राज्य वसले असल्याचे स्ट्रॅबो सांगतो.[३४] स्टेनने ह्या राज्याचे स्थान अचूकपणे सांगितले आहे. झेलम व चिनाब ह्यांमधील खालच्या व मधल्या डोंगरांचा सर्व प्रदेश 'दार्वाभिसार'[३५] राज्यात समाविष्ट असल्याचे त्याने निदर्शनास आणले आहे. स्थूल मानाने पूंच व त्याच्या लगतचे काश्मीरमधील काही जिल्हे व वायव्य सरहद्द प्रान्तातील निदान हझारा जिल्ह्याचा काही भाग ह्यांशी हा प्रदेश जुळणारा आहे. बहुधा जुन्या कम्बोज राज्यातून हे राज्य उदयास आले होते. ॲलेक्झँडरचा समकालीन ॲबिसारेस (Abisares) हा सार्डिनिआच्या (Sardinia) तिसऱ्या चार्ल्स इमॅन्युएलसारखा एक धूर्त राजकारणी होता. मॅसेडोनियाचा आक्रमक तक्षिलेस आला असताना आपण स्वतः आपल्या सत्तेखालील प्रदेशासह शरण येण्यास तयार असल्याचे त्याने त्यास कळविले होते आणि तरीसुद्धा ॲलेक्झँडर व

विख्यात पोरस (Poros) ह्यांचे युद्ध होण्यापूर्वी आपले सैन्य पोरसाच्या सैन्यांत सामील करण्याचा ॲबिसारेस ह्याचा हेतू होता.[३६]

(९) ज्येष्ठ पोरसाचे राज्य :-

हा प्रदेश झेलम व चिनाब ह्या नद्यांच्या मध्यावर असून सर्वसाधारणपणे गुझराट् व शाहपूर[३७] ह्या आधुनिक जिल्ह्यांच्या भागात तो होता. ३०० शहरांचा हा एक विशाल व सुपीक जिल्हा असल्याचे स्ट्रॅबो सांगतो.[३८] पोरोसच्या सैन्यात ५०,००० पदाती, सुमारे ३००० घोडे, १००० पेक्षा अधिक रथ व १३० हत्ती होते, असे डायोडोरस म्हणतो.[३९] त्याचे अभिसारचा राजा एम्बिसारस ह्याशी (Embisaras) समपक्षाचे संबंध होते.

पोरोस हे नाव बहुधा संस्कृत पूरू किंवा पौरस ह्या वरून आले असावे. सरस्वतीच्या तीरावरील रहिवासी असा पूरूंचा स्पष्ट निर्देश 'ऋग्वेदात' येतो. ॲलेक्झँडरच्या काळात मात्र ते हिडॅस्पेसच्या (Hydaspes) (झेलम) तीरावर असल्याचे दिसतात. बृहत्संहितेत[४०]सुद्धा 'पौरवां'चा 'मद्रक' व 'मालव'ह्यांशी संबंध दर्शविला होता. महाभारतही 'पुरं पौरवरक्षितम्' पौरवांनी रक्षिलेल्या शहराचा उल्लेख करते. काश्मीरपासून ते फार दूर नव्हते. एक तर हिडॅस्पेस हे पुरूंचे मूळ निवासस्थान असावे व तेथून पूर्वेकडे काहीजण निघून गेल्यावर काहीजण तेथे राहिले असावेत किंवा नंतरचे पुरू हे पूर्वेच्या पश्चिमेवरील यशस्वी जोरदार आक्रमणाचे निदर्शक असावेत, असे 'वेदिक इंडेक्स'मध्ये[४२] सुचविण्यात आले आहे.

(१०) ग्लोगॅनिकै[४३] (Glauganikai) ग्लौगॅनिशिअन् (Glauganicians) :-

म्हणजे ॲरिस्टॉब्युलसने व ग्लॉशियन् (Glausians) म्हणून टॉलेमीने उल्लेखिलेल्या लोकांचा प्रदेश :-

चिनाबच्या पश्चिमेस पोरोसच्या राज्याच्या लगत हा प्रदेश होता.[४४] त्यात किमान ३७ शहरे होती. सर्वांत लहान शहराची किमान ५००० लोकवस्ती होती, तर अनेक शहरांत १०००० हून अधिक लोक राहत होते.

(११) (रेच्ना दुआबातील) गंदारिस (Gandaris) :-

हे छोटे राज्य चिनाब व रावी ह्यांच्या मध्ये होते. (स्ट्रॅबोने ह्या प्रदेशाचे दिलेले नाव बरोबर असेल, तर) हे राज्य म्हणजे जुन्या गांधार महाजनपदाचा अतिपूर्वेकडील भाग असावा. [४५] कनिष्ठ पोरोसची ह्या भागात सत्ता होती. झेलम व चिनाब ह्यांमधीलच्या प्रदेशातील सत्ताधारी राजाचा तो पुतण्या होता.

(१२) (बरी दुआबातील) अद्रैस्तै[४६] (Adraistai)

हिड्रॅओटेस (Hydraotes) किंवा रावी हिच्या पूर्वेकडे हे लोक राहात असत; आणि पिम्प्रम हा त्याचा मुख्य किल्ला होता.

(१३) (कदाचित बरी दुआबातीलच) कथैओई किंवा कॅथेअन्स (Kathaioi or Cathaeans) :-

स्ट्रॅबोने म्हटले आहे[४७] कथैअ व सापैथेस ह्या (Sopeithes) टोळीप्रमुखाचा प्रदेश (हिडॅस्पेस व अॅसेसिनेस म्हणजे झेलम व चिनाब) ह्या नद्यांच्या मधील पट्ट्यांत असल्याचे काही लेखक म्हणतात. काहींच्या मते हा प्रदेश असेसिने व हायॅडॅरोटिस म्हणजे चिनाब व रावी नद्यांच्या दुसऱ्या बाजूस दुसऱ्या पोरोसच्या प्रदेशाच्या सरहद्दीवर होता. ॲलेक्झँडरने कैद केलेल्या पोरोसचा हा पुतण्या होय.' संस्कृत कठ काठक[४८], कन्थ[४९] किंवा क्राथ[५०] ह्या वरून बहुधा कथैओई आले असावे. संगल (साडकल) हे मुख्य केन्द्र असलेल्या भागातील स्वतंत्र जमातींपैकी हे लोक सर्वात प्रसिद्ध होते. फथगड (Fathgarh) ह्यापासून विशेष दूर नसलेले हे शहर बहुधा गुरुदासपूर जिल्ह्यात होते.[५१] अमृतसरच्या पूर्वकडील जंदिआल येथे ते असल्याचे ॲन्स्पॅक (Anspach) म्हणतो.[५२] युद्धकलेतील नैपुण्य व धैर्य ह्यांविषयी कथैअनांची विशेष ख्याती होती. कथैआत सर्वांत सौष्ठवशाली पुरूषाची राजा म्हणून निवड करण्यात येत असे, असे ओनेसिक्रिटॉस (Onesikritos) म्हणतो.

(१४) (बहुधा झेलमच्या किनाऱ्यावरील) सोफिटेसचे (Sophytes) (सौभूतींचे) राज्य :-

स्मिथच्या मते स्ट्रॅबोच्या पुढील उद्गारांवरून[५४] ह्या राज्याचे स्थान निश्चित झाले आहे. स्ट्रॅबो म्हणतो त्याप्रमाणे ह्या प्रदेशात अश्मीभूत (Fossil) क्षारांनी बनलेल्या पर्वतांचा समावेश झाला होता. सबंध भारताला पुरेसा क्षार येथे होता. म्हणून त्याच्या मतेत सॉफिटेस हा 'झेलमपासून सिंधूपर्यंत पसरलेल्या क्षारयुक्त पर्वतरांगांचा स्वामी होता.' परंतु सॉफिटेस प्रदेश झेलमच्या पूर्वेस होता, याबद्दल अभिजात लेखकांचे एकमत असल्याचे आपण ह्यापूर्वी पाहिले आहे. कॅर्टिअस म्हणतो की,[५५] 'रानटी लोकांच्या' मते सॉपिथेस (Sopeithes), सॉफिटेस(Sophytes) ह्याची सत्ता असलेले राष्ट्र बौद्धिकदृष्ट्या श्रेष्ठ व चांगल्या प्रकारच्या कायद्यांच्या व रुढींच्या नियंत्रणामध्ये होते. पालकांच्या इच्छेनुसार नव्हे, तर बालकांच्या वैद्यकीय तपासणीसाठी नेमलेल्या अधिकाऱ्यांच्या आदेशानुसार मुलांना मान्यता देऊन त्यांचे संगोपन

करण्यात येत असे. जर एखाद्या मुलाच्या अवयवात व्यंग किंवा दोष असल्याचे त्यांनी सांगितले, तर त्याला ठार मारण्याचा ते हुकूम देत असत. विवाहसंबंध जुळविताना उच्च कुल ते विचारात घेत नसत, तर या बाबतीत रूपावरून निवड करीत असत. कारण मुलांतील सौंदर्य विशेष मोलाचे मानण्यात येई. सोपेइथेस (सॉफिटेस) प्रदेशातील कुत्र्यांमध्ये लक्षणीय धैर्य असल्याचे म्हटले जाते, अशी माहिती स्ट्रॅबो देतो.[५६] सॉफिटेसची काही नाणी उपलब्ध असून त्यांच्या दर्शनी भागावर राजाच्या मस्तकाची, तर उलट बाजूवर कोंबड्याची आकृती कोरलेली आहे.[५७] स्मिथच्या मते अथेन्सच्या 'घुबडा'वरून ही शैली बहुधा सूचित झाली असावी. स्ट्रॅबो सोफिटेसला 'राज्यपाल' (Homarch) म्हणतो व त्यावरून तो स्वतंत्र अधिपती नव्हे, तर एखाद्या दुसऱ्या राजाचा तो केवळ राज्य प्रतिनिधी होता, असे सूचित होते.[५८]

(१५) (बरी दुआबातील) फेगेलस (Phegels) किंवा फेग्युंचे (Phegeus) राज्य :-

हे राज्य हिड्रोओटेस (रावी) व हिफॅसिस् (बियास) ह्या नद्यांच्या मध्ये होते.[५९] फेगेलस हे राजाचे नाव बहुधा संस्कृत 'भेगल' वरून आले असावे. क्षत्रियांच्या एका राजवंशाचे नाव म्हणून 'गणपाठा'त[६०] त्याचा निर्देश येतो.

(१६) (रेच्न-दुआबाच्या) खालील भागातील सिबोई (Siboi) :-

झेलम व चिनाब ह्यांच्या संगमाखालील भागातील झंग जिल्ह्याच्या शोर्कोट प्रदेशातील ते रहिवासी होते.[६१] ऋग्वेदाच्या[६२] एका वेच्यात उल्लेखलेले 'शिव' आणि हे लोक बहुधा एकच असावेत. तिथे अलिन, पक्थ, भलान व विषाणिन् ह्यांच्याबरोबर त्यांनाही सुदास्कडून[६३] पराभव पत्करावा लागला होता. 'जातकां'मध्ये सिविदेशाचा व त्यातील अरिट्ठपुर[६४] व जेतुत्तर[६५] ह्या शहरांचा निर्देश येतो. शिव, शिवि, शिबि व सिबोई ही सर्व एकच जमात असण्याची शक्यता आहे. पाणिनीचा टीकाकार उत्तरेकडील प्रदेशातील शिवपूर ह्या स्थानाचा उल्लेख करतो.[६६] शिवपुर व फोगेलेने संपादिलेल्या शोर्कोट शिलालेखात उल्लेखलेले शिबिपूर निःसंशयपणे एकच असावे. ह्या विद्वानाच्या मते शोर्कोट येथील टेकडी म्हणजे शिबींच्या ह्या शहराची जागा होय.[६७]

सिबोई वन्य पशूंच्या कातड्यांचा वेष धारण करीत असत व शस्त्र म्हणून दांडक्यांचा उपयोग करीत असत.

उशीनर राजाची सत्ता असलेल्या शिवींच्या राष्ट्राचा किंवा राज्याचा महाभारतात उल्लेख[६८] आहे. यमुनेपासून[६९] ते फार दूर नव्हते. उशीनर-देश[७०] एके काळी

शिवींचे वसतिस्थान असणे अगदीच अशक्य नाही. सिंध (Sind) तसेच राजपुतान्यातील चितोडजवळील[७१] मध्यमिका (तंबवती नगरी) येथेही ते आढळतात. 'दशकुमार-चरिता'नुसार ते कावेरीच्या[७२] किनाऱ्यावर होते.

(१७) अगलस्सोइ (Agalassoi) :-

ही जमात सिबोईजवळ राहत असे व त्यांच्या सैन्यात ४०,००० पदाती व ३००० घोडे होते.

(१८) सुद्रसे (Sudracae) किंवा ऑक्झिड्रकै(Oxydrakai) :-

कर्टिअस व डायोडोरसच्या वृत्तांतावरून[७३] असे समजते की, हे लोक सिबोइ व अगलसोईपासून फार दूर राहत नव्हते व त्यांनी झेलम व चिनाब ह्यांच्या संगमाखालील प्रदेशाचा काही भाग व्यापला होता. संगमाजवळ अॅलेक्झँडरने संरक्षणासाठी एक बालेकिल्ला उभारला होता व तेथून सुद्रशे व मल्ली यांच्या (मालवांच्या) राज्यात तो आला. झंग व ल्याल्लपुर जिल्ह्याच्या भागात सुद्रशे असावेत. सुद्रशे किंवा ऑक्झिद्रेक हे नाव संस्कृत क्षुद्रकावरून[७४] आले आहे. पंजाबमधील संख्येने मोठ्या व लढवय्या अशा भारतीय जमातींपैकी ते होते. एका उताऱ्यात ऑरिअन इतर प्रमुख व्यक्तींशिवाय 'त्यांच्या शहरातील ठळक व्यक्तींच्या व प्रादेशिक अधिकाऱ्यांचा' उल्लेख करतो. ह्या वर्णनावरून ह्या व ह्यासारख्या इतर जमातींच्या अंतर्गत परिस्थितीचे ओझरते दर्शन घडते.

(१९) मल्लोइ :-

खालील हिड्रॅओटेसच्या (रावी) उजव्या किनाऱ्यावर ते राहत असल्याचे दिसते. त्या नदीच्या मार्गाने ब्राह्मणांच्या एका शहराकडे ते जात असत, असा उल्लेख येतो. त्यांच्या प्रदेशात अकेसाइन्स (Akesines) (चिनाब) सिंधूला मिळत असल्याचे सांगण्यात येते.[७५] संस्कृत मालव ह्या वरून त्यांचे नाव आले आहे. वेबरच्या मते आपिशलीने (जयस्वालांच्या मते - कात्यायनाने) 'क्षौद्रकमालवाः' ह्या समासाचे स्पष्टीकरण दिले आहे. कुरूक्षेत्रयुद्धात कौरवसमूहाचा एक भाग म्हणून प्रस्तुत जमातीचा उल्लेख महाभारतात आला असल्याचे स्मिथ म्हणतो.[७६] सुद्रशेव व मल्ली यांच्या सैन्यात ९०,००० पायदळ १०,००० घोडदळ व ९०० रथ असल्याचे कर्टिअस सांगतो.[७७]

मालवांचा शस्त्रोपजीवी असा निर्देश पाणिनीने केला असल्याचे सर आर.जी. भांडारकर म्हणतात.[७८] नंतरच्या काळात ते राजपुताना अवंति व महीचे खोरे ह्यांत आढळतात.

(२०) ॲबस्तेनोइ (Abastanoi) :-

ह्या लोकांना डायोडोरस 'सम्बस्तै' (Sambastai) असे[७९], ॲरिअन 'ॲबस्तेनोई' असे, कर्टिअस 'सॅब्रसे' (Sabracae) असे आणि ओरोशियस 'सॅब्रगे' (Sabagrae) असे संबोधतो. ॲकेसाइन्च्या (चिनाबच्या) खालच्या भागात अर्थात उघडपणे मालवा देशाच्या खाली, परंतु चिनाब व सिंधू यांच्या संगमाच्या वरच्या भागात ते स्थायिक झाले होते. संस्कृत 'आम्बष्ठ' किंवा अम्बष्ठ ह्यावरून त्यांचे नाव आले आहे.[८०] अनेक संस्कृत व पालि ग्रंथांत अम्बष्ठांचा निर्देश येतो. एका आम्बष्ठ राजाचा निर्देश 'ऐतरेय-ब्राह्मणात'[८१] आला असून नारद हा त्याचा पुरोहित होता. शिवि, क्षुद्रक, मालव व इतर वायव्य भागातील जमाती ह्यांच्या समवेत महाभारतात[८२] अम्बष्ठांचा उल्लेख येतो. आनव क्षत्रिय व शिवींचे नातलग असे त्यांचे वर्णन पुराणांत येते.[८३] 'बार्हस्पत्यअर्थशास्त्रा'त[८४] सिंधच्या जोडीने आम्बष्ठ देशाचा असा निर्देश येतो.

'काश्मीर-हूनाम्बष्ठ-सिन्धवः'

'अंबट्ठ-सुत्ता'त[८५] एका अम्बट्ठास ब्राह्मण म्हटले आहे. ह्याच्या उलट स्मृत वाङ्मयात अम्बष्ठचा अर्थ ब्राह्मण व वैश्य ह्या वर्णाच्या आईबापांची व्यक्ती असा होतो. 'जातक' ४.३६३ मध्ये म्हटल्याप्रमाणे अम्बट्ठ हे शेतकरी होते. अशी शक्यता आहे की, अम्बष्ठ ही एक टोळी किंवा जमात असून सुरुवातीस मुख्यतः तो एक लढवय्या वंश होता; परंतु त्यापैकी काहीजण दुसरे व्यवसाय करू लागले, जसे - पौरोहित्य, शेती व स्मृतिकारांनुसार वैद्यकही ('अम्बष्ठानां चिकित्सितम्')[८६]

ॲलेक्झँडरच्या काळात अम्बष्ठ ही लोकशाही प्रशासन असलेली सामर्थ्यशाली जमात होती. त्यांच्या सैन्यात ६०,००० घोडदळ व ५०० रथ होते.[८७]

पुढील काळात अम्बष्ठ हे आग्नेय भारतात मेकल पर्वतरांगांजवळ, तसेच बिहारमध्येही व क्वचित बंगालमध्ये आढळतात.[८८]

(२१-२२) झात्रोई (Xatroi) व ओस्सदिओई (Ossadioi) :-

मॅक्क्रिंडलच्या[८९] मते झात्रोइ हे संस्कृत वाङ्मयातील क्षत्री असून संमिश्र जन्माचे असल्याने अपवित्र जमात म्हणून त्यांचा मनुस्मृतीत निर्देश येतो. ओस्सदिओई म्हणजे महाभारतात[९०] उल्लेखलेली वसाति ही जमात होय. ती शिबि आणि खालच्या सिंधु-खोऱ्यातील सिंधू-सौवीरांशी संबंधित होती, असे व्ही.डे. सेन्ट-मार्टिन सुचवितो.[९१] ॲव्स्टॅनोईप्रमाणे झात्रोई व औस्सदिओइ राज्यांनी खालच्या ॲकेसाइन्स (चिनाब) नदीच्या पाण्याखालील प्रदेश व्यापला

असल्याचे दिसते. ह्या नदीच्या अनुक्रमे रावी व सिंधू नद्यांशी असलेल्या संगमाच्या मधल्या भागात हे राज्य वसले होते.

(२३-२४) सोद्रेई (सोगदोई) (Sodrai, Sogdoi) व मस्सनोइ (Massanoi) :-

उत्तर सिंध, त्याच्या लगतचे पंजाबचे भाग (मिथनकोट प्रदेश) व पंजाबमधील नद्यांच्या संगमाखालील बहावलपूर राज्य इतका भाग त्यांनी व्यापला होता. ह्या दोन जमातींचे प्रदेश सिंधू नदीच्या काठांवर समोरासमोर होते. सोद्रेई म्हणजे संस्कृत वाङ्मयातील सुद्र जमात होय. सरस्वती नदीजवळ स्थायिक झालेल्या आभीरांशी त्यांचा सातत्याने संबंध जोडला जातो.[१२] सिंधु नदीच्या तीरावर त्यांची राजधानी (Basileion) होती. मॅसेडोनियाच्या विजेत्याने ह्याच ठिकाणी दुसऱ्या अलेक्झांड्रियाची स्थापना केली होती.

(२५) मौसिकनोसचे (Mousikanos)[१३] **राज्य :-**

आधुनिक सिंधचा बराच भाग ह्या प्रसिद्ध राज्यात समाविष्ट होता. सक्कर जिल्ह्यातील अलोर (Alor) ही ह्या राज्याची राजधानी होय. स्ट्रॅबोसला आढळलेली मौसिकनोसच्या राज्यातील रहिवाशांची वैशिष्ट्ये खाली देण्यात आली आहेत.[१४]

त्यांची वैशिष्ट्ये अशी आहेत : ''लॅसेडेमोनिअन (Lacedaemonian) प्रकाराच्या सामुदायिक भोजनाच्या वेळी सर्वांच्या समवेत उघड्यावर ते अन्नग्रहण करीत असत. शिकारीत जे काही मिळेल ते त्यांचे अन्न असे. सोन्याच्या व चांदीच्या खाणी असूनही ह्या धातूंचा ते उपयोग करीत नसत. क्रीटचे लोक जसे अफॅमिओट (Aphamiotae) यांना आणि लॅसेडेमोनिअनस जसे हेलॉट्स यांना, तसे हे लोक गुलामांच्याऐवजी ऐन तारूण्यातील युवकांना कामावर ठेवीत असत. वैद्यकशास्त्राखेरीज[१५] इतर कोणत्याही शास्त्राचा ते काळजीपूर्वक अभ्यास करीत नसत. कारण युद्धकला इत्यादीसारख्या काही कलांचा अतिरेकी अभ्यास करणे हे पापाचरण असल्याचे ते मानीत. खून व जुलूमजबरदस्ती ह्यांखेरीज इतर कोणतेही कायदेशीर खटले भरले जात नाहीत. कारण दोहोंपैकी कोणत्याही एकातून सुटका करणे हे व्यक्तीच्या स्वतःच्या सामर्थ्याबाहेर असते. परंतु सर्व करार प्रत्येक व्यक्तीवर अवलंबून असल्याने इतराने जर विश्वासघात केला, तर आपण अन्याय सहन केलाच पाहिजे. आपण ज्यावर विश्वास टाकतो, त्याबद्दल माणसाने सावध असावयास हवे आणि न्यायालयातील सततच्या भांडणांनी त्याने शहरातील शांततेचा भंग

करू नये."

ऑरिअनने दिलेल्या माहितीनुसार ह्या देशात 'ब्राष्मन' यांचा म्हणजेच ब्राह्मणांचा बराच प्रभाव होता. मॅसेडोनियाच्या विजेत्याविरुद्ध बंडखोरी करण्यास त्यांनी चिथावणी दिली होती.[९६]

(२६) ऑक्सिकेनोसचे (Oxykanos) मांडलिक राज्य :-

ऑक्सिकेनोसच्या प्रजाजनांना कर्टिअस प्रएस्ति (प्रोष्थ,[९७] Praesti, Proshthas) असे संबोधतो, स्ट्रॅबो व डायोडोरोस हे दोघेजण खुद्द ऑक्सिकेनोसचे पोर्टिकेनोस (Portikanos) असे वर्णन करतात. त्यांचा प्रदेश सिन्धूच्या पश्चिमेस लारखानाभोवतीच्या सपाट भागात असल्याचे कनिंगहॅम सांगतो.[९८]

(२७) सॅम्बोसचे[९९] मांडलिक राज्य :-

मौसिकेनोसच्या राज्याच्या लगत असलेल्या डोंगराळ प्रदेशात सॅम्बोमेसचे राज्य होते. मौसिकेनोसशी त्याचे हाडवैर होते. सिंदिमना ही त्यांची राजधानी, म्हणजेच सिंधुतीरावरील सेहवन (Sehwan) हे शहर 100 असल्याचे मानले जाते, पण तशी फारशी शक्यता नाही. डायोडोरोसच्या मते सॅम्बोसच्या विरुद्ध युद्धाच्या हालचाली चालू असताना 'एका ब्राह्मण-शहरावर' (ब्राह्मणवाट १) अचानक हल्ला झाला असला पाहिजे.[१०१]

(२८) पटलेन (Patalane) :-

हा भाग म्हणजे सिंधूनदीवरील त्रिभुजप्रदेश होय. पटल ह्या राजधानीच्या नावावरून देशाला नाव मिळाले असून पटल हे शहर बहुधा ब्राह्मणाबादजवळ असावे.

तौअलची (Taual - पटल) राज्यघटना अगदी स्पार्टासारखीच असल्याचे डायोडोरोस म्हणतो.[१०२] कारण ह्या जमातीत युद्धकाळातील सत्ता दोन वेगवेगळ्या घराण्यांतील वंशपरंपरागत राजांकडे सोपविली होती; तर वरिष्ठ सभा सर्वसत्ताधारी असून सबंध राज्याचे ती प्रशासन करीत असे. अलेक्झँडरच्या काळातील एक राजा मोरेस (Moeres) म्हणून ओळखला जात असे.[१०३]

वर वर्णन केलेल्या राज्यांमध्ये एकत्रित येण्याची वा जूट करण्याची वृत्ती नव्हती. तक्षिलेचा राजा आंभी याने अबिसारेसशी व पोरोसशी युद्ध पुकारले होते, असे कर्टिअस सांगतो.[१०४] पोरोसचे व ॲसिसारेसचे केवळ तक्सिलेशीच नव्हे, तर शेजारच्या स्वायत्त जमातींशीही वैर असल्याचे ॲरिअनने म्हटले आहे. एक प्रसंगी हे दोन राजे क्षुद्रक व मालव यांच्या विरुद्ध चाल करून गेले होते.[१०५] पोरोसचे व त्याच्या पुतण्याचे सख्य

नसल्याचे ॲरिअन पुढे सांगतो. सॅम्बोस व मौसिकेनोस ह्यांच्यातही शत्रुत्व होते. छोट्या राज्यांतील ह्या शत्रुत्वामुळे व भांडणांमुळे परकीय आक्रमणाला एकजुटीच्या प्रतिकाराची भीती उरली नव्हती आणि आपल्या शेजाऱ्यांबद्दल वाटणाऱ्या तिरस्कारामुळे स्थानिक टोळीप्रमुखांपैकी अनेकजण शस्त्रांनिशी आपले स्वागत करतील, अशी त्याला खात्री वाटणे शक्य होते.

मगधच्या नंदानी उत्तरापथातील (वायव्य भारतातील) ही राज्ये जिंकण्याचा प्रयत्न केलेला दिसत नाही. त्यांचा ऱ्हास करण्याची कामगिरी परकीय आक्रमकांसाठी म्हणजे मॅसेडोनच्या ॲलेक्झँडरसाठी राखून ठेवली होती. ॲलेक्झँडरच्या विजयाची हकीकत ॲरिअन, क्यू, कर्टिअस, रुफ्यूस (Rufus), डायोडोरोस, सिक्युलस, प्लुटार्क व जस्टिन ह्यांच्यासह अनेक इतिहासकारांनी सांगितली आहे. मॅसेडोनियाच्या सैन्यात सिथियन व डहे (Dahae) ह्यांनी नोकरी केल्याचे कर्टिअन सांगतो.[१०६] ॲलेक्झँडरच्या नेतृत्वाने झालेली ही मोहीम अशा प्रकारे शक-यवनांचे संयुक्त साहस होते. कूणिक-अजातशत्रूच्या विरुद्ध पूर्व भारतातील राज्यांतून निर्माण झालेल्या राष्ट्रसमूहासारख्या शक्तीला ह्या आक्रमकाला तोंड द्यावे लागले नाही. ह्याच्या उलट त्याला तक्षिलेचा आंभी, पुष्करावतीचा संजेअस (Sangaeus, संजय ?) (काबूल प्रदेशाचा ?) कोफेस किंवा कोफेअस (Kophaios or Cophaeus) ॲस्सगेटेस (Assagetes; अश्वजित्) आणि अस्सकेनिअन राज्याची सत्रपी ज्याला बक्षीस म्हणून मिळाली असा सिसिकोट्टोस (Sisikottos, शशिगुप्त) ह्यांसारख्या अनेक राज्यप्रमुखांची मदत मिळाली.[१०७] पोरोस व ॲबिसारेस तसेच मालव (मल्लोइ) क्षुद्रक (ऑक्सिद्रकै) व आसपासच्या स्वायत्त जमाती हेच असे राजे किंवा जमाती होत्या की, ज्यांनी आक्रमकांविरुद्ध एकत्रित येण्याचा विचार केला होता. मालव वगैरेंच्या बाबतीत सुद्धा वैयक्तिक द्वेषामुळे परिणामकारक फलनिष्पत्ती होऊ शकली नाही. मुख्यतः, अस्तेस (हस्ती किंवा अष्टक), अस्पेसिअन, अस्सकेनिअन, ज्येष्ठ पोरोस, कथैअन, मल्लोइ, ऑक्सिद्रकै ह्या राज्यांतील प्रमुख आणि जमाती यांकडून व्यक्तिशः स्वरूपात व मौसिकेनोस राज्यातील ब्राह्मणांकडून ॲलेक्झँडरला जोराचा प्रतिकार झाला. अस्सकेनिअनांच्या मस्सग ह्या किल्ल्यावर मोठ्या शर्थीने हल्ला चढविण्यात आला. हिडॅस्पेसच्या तीरांवर पोरोसचा पराभव करण्यात आला. (इ.स.पू.३२६) तसेच मल्लोइ व ऑक्सिद्रके यांनासुद्धा निःसंशयपणे चिरडून टाकण्यात आले. परंतु पर्शियाच्या बायकी सैन्यापेक्षा आपले भारतीय विरोधक वेगळे असल्याचे ॲलेक्झँडरच्या लक्षात आले. मस्सग ह्या ठिकाणी ॲलेक्झँडरने भाडोत्री सैनिकांची विश्वासघाताने हत्या केली असता "पडलेल्या सैनिकांची शस्त्रे घेऊन स्त्रिया पुरूषांच्या

बरोबरीने लढल्या,[१०८]" असे डायोडोरोस सांगतो. आपले बहुसंख्य सैनिक सैरावैरा धावत असल्याचे व हत्ती मरून पडले असल्याचे किंवा स्वाराविना धावत सुटल्याचे पोरोसने पाहिले. परंतु जसा डॅरिअस कोडोमन्नस (Darius Codomannus) दोन वेळा पळून गेला होता, तसा तो पळून गेला नाही, तर अति-उच्च हत्तीवर आरूढ होऊन तो लढतच राहिला. कैद होण्यापूर्वी त्याला नऊ जखमा झाल्या.[१०९] मॅसेडोनच्या राजाला ठार करण्यात मल्लोइ जवळजवळ यशस्वी ठरले होते. परंतु ह्या सर्व गोष्टींचा काहीही उपयोग झाला नाही. फाटाफूट झालेले राष्ट्र प्राचीन युरोपच्या सर्वश्रेष्ठ सेनापतीच्या नेतृत्वाच्या हेलेनिक जगतातील एकजुटीच्या सैन्यापुढे फार वेळ टिकाव धरू शकले नाही. पर्शियाचे गंधार व 'हिंदुस्तान' हे जुने प्रांत अलेक्झँडर जिंकू शकला. परंतु पूर्व भारतातील गंगेच्या खोऱ्याचा व प्रसीचा राजा ॲग्रामेस, म्हणजेच मगधचा शेवटचा नंदराजा ह्याचा व गंगेच्या खोऱ्यातील व इतर प्रांत यांचा शेवट करण्याचा प्रयत्न तो करू शकला नाही. पोरोसशी झालेल्या युद्धामुळे मॅसेडोनियनांचे नैतिक सामर्थ्य खच्ची होऊन भारतात पुढे जाण्यास त्यामुळे ते अधिकच निरुत्साही झाल्याचे प्लुटार्क सांगतो. शिवाय, 'गंगाप्रदेशातील व प्रसींच्या राज्या'ची त्यांना भीती वाटत होती. ही राज्ये ८०,००० अश्व, २,००,००० पायदळ, ८,००० युद्धरथ व ६,००० लढाऊ हत्ती असलेल्या सैन्यानिशी ॲलेक्झँडरची वाट पाहत असल्याचे म्हटले जात होते. वस्तुस्थिती अशी आहे की, कर्मानिआ (Karmania) मधून ॲलेक्झँडर परत जात असताना वरच्या सिंधप्रांताचा प्रांताधिप व त्याचा सत्रप फिलिप्पोस ह्याचा खून झाल्याची बातमी त्याला मिळाली होती. (इ.स.पू.३२४). त्यानंतर लवकरच मॅसेडोनियाच्या एक सैनिकी ठाण्यावर मात करण्यात आली. खालच्या सिंध सत्रपीच्या मॅसेडोनियन राज्यपालाची ह्यामुळे सिंधूच्या पलीकडच्या वायव्य सरहद्दीवर बदली करावी लागली; पण त्याच्या जागी कोणत्याही नव्या दमाच्या सत्रपाची नियुक्ती करता आली नाही. इसवी सनापूर्वी ३२१, ह्या वर्षी, त्रिपरदेहसोस-कराराच्या काळात, ॲलेक्झँडरच्या वारसदारांनी कळविले की, एखाद्या सुविख्यात पराक्रमी सेनापतीच्या आधिपत्याने आलेल्या खास राजसेनेपासून आपण पंजाबच्या हिंदू राजांना पदच्युत करण्यास असमर्थ आहोत. त्यातच खालच्या सिंध-सत्रपातील यूडेमॉस ह्या अधिकाऱ्याने एका राजाला, बहुधा पोरोसला, दगाबाजीने ठार केले. यूडेमॉसची माघार (सुमारे इ.स.पू. ३१७) ही भारतात साम्राज्य स्थापन करण्यासाठी झालेल्या यवनांच्या पहिल्या महत्त्वाच्या प्रयत्नांच्या अंतिम अपयशाची खूण आहे.

उत्तरापथात यवनांच्या अनेक वसाहती स्थापन होणे हाच एक ॲलेक्झँडरच्या आक्रमणाचा कायम स्वरूपाचा परिणाम दिसतो. त्यातील महत्त्वाच्या वसाहती

याप्रमाणे आहेत :

(१) परोपनिसदे (Paropanisadae) प्रदेशातील म्हणजे काबूल भागातील अॅलेक्झांड्रिया शहर (आधुनिक चरिकर किंवा ओपिअन?)[११०]

(२) बहुधा हिडॅस्पेसच्या (झेलम) पूर्वतीरावरील बौकेफल (Boukephala)[१११]

(३) पोरोस बरोबर जेथे युद्ध झाले ते निकैअ[११२]

(४) सौद्रेई किंवा सोगदोई व मस्सनोइ ह्या देशांच्या ईशान्येस चिनाब व सिंधू ह्यांच्या संगमावर किंवा त्याच्या जवळ अॅलेक्झांड्रिया[११३] आणि

(५) पंजाबमधील नद्यांच्या संगमाखालील सोगदिअन अॅलेक्झांड्रिया.[११४]

अशोकाने आपल्या साम्राज्याच्या वायव्य सरहद्दीवरील योन (यवन) वसाहतकारांना मान्यता दिली होती व त्यांच्यापैकी काही जणांची (उदा. यवनराज तुषास्फ)[११५] उच्च अधिकारपदावर नेमणूक केली होती. 'पेरिप्लस ऑफ दि इरिथ्रिअन सी'[११६] ह्याच्या काळापर्यंत बौकेफल अॅलेक्झांड्रियाची भरभराट होती. 'महावंसात'[११७] एका अॅलेक्झांड्रियाचा (अलसंद) निर्देश येतो.

अॅलेक्झँडरच्या आक्रमणाचा एक अप्रत्यक्ष परिणाम मात्र झाला. वायव्य भारतातील छोट्या राज्यांचे सामर्थ्य नष्ट झाल्याने भारतीय ऐक्य निर्माण होण्याच्या उद्दिष्टास त्यामुळे मदत झाली. डॅनिश आक्रमणामुळे नॉर्थम्ब्रियाचे व मर्सियाचे स्वातंत्र्य नष्ट झाले व त्यामुळे वेसेक्सच्या कारकिर्दीत इंग्लंडच्या ऐक्यास अशीच मदत झाली होती. चंद्रगुप्त मौर्याचा पूर्वेकडील अग्रदूत उग्रसेन-महापद्म होता, तर ह्या सम्राटाचा वायव्येकडील अग्रदूत अॅलेक्झँडर होता.

स्पष्टीकरणात्मक टीपा

१. 'A Survey of Parsian Art', (पृ. ६४) ह्याच्या अनुसार इ.स.पू. ५५०-५२९.

२. H. & F., स्ट्रॅबो, III पृ. ७४.

३. 'आष्टकं नाम धन्व' असा उल्लेख पतंजलीने (४.२.२) केला आहे. (पाहा - 'हष्टनगर' व 'अठकनगर', ल्यूडर्स, ३९०)

४. चिन्नोक : 'ॲरिअनचे ॲनॅबेसिस पृ. ३९९.

५. एच्.सी.टॉलमनलिखित 'एन्शण्ट पर्शियन लेक्सिकॉन ॲन्ड दि टेक्स्ट्स ऑफ दि ॲकेमेनिडन इन्स्क्रिप्शनूस्', रॅप्सन, 'एन्शण्ट इंडिया; हर्झफेल्ट, MASI, 34, p. 1 ff. मेडेस व भारत यांमधील संबंधांसाठी पाहा - 'इंडिया ॲंटिका' (१९४७) १८०.

६. जॅक्सनच्या मते ('केंब्रिज हिस्टरी ऑफ इंडिया' I ३३४) बहिस्तान प्रस्तरलेखाचा काळ बहुधा इ.स.पू. ५२० व २१८ ह्यांच्या दरम्यात मानावयास हवा. नंतरच्या ज्याची भर घातली त्या पाचव्या स्तंभाचा मात्र अपवाद करावा लागेल. ह्या विख्यात शिलालेखाचा इ.स.पू. ५१६ हा संभाव्य काळ रॅप्सन मानतो, तर हर्झफेल्ड इ.स.पू. ५१९ हे संवत्सर मान्य करतो. (MASI, 34, p. 2)

७. Olmstead, 'History of the Partian Empire', 145.
मात्र हर्झफेल्डचे मत असे आहे की, जुन्या पर्शियन शिलालेखांतील 'थॅटागॅश'च्या उल्लेखावरून गंधाराप्रमाणे पंजाबचा (काही भाग) सायरस दि ग्रेटच्या काळापासून पर्शियाचा होता. (हिंदूंची सत्रपी इ.स.पू. ५१३ पूर्वी अस्तित्वात आली होती. ओंल्मस्टेड 'हिस्टरी ऑफ दि पर्शियन एम्पायर' (पृ. १४५) स्कायलॅक्सच्या सिंधू नदीच्या शोधापूर्वी सिंध जिंकण्यात आला होता, असे काही विद्वानांचे मत आहे. 'इंडिया ॲंटिका', पृ. १८१)

८. McCrindle, 'Ancient India, as Described in Classical Literature', p. 4-5.

९. 'Cambridge History of India', I. 336.
हे शहर बहुधा प्राचीन गंधारामध्ये वसले असावे. हेरोडोटस ४.४४.

१०. तत्रैव, पृ. ८२, ३३९ पक्तिके हे उघडपणे भारतीय उपखंडाच्या वायव्य सरहद्दीवरील आधुनिक 'पठाण देशा'चे प्राचीन नाव आहे.

११. Crooke, 'The North - Western Provinces, of India,' (1897) p. 10; 'अमृतबझार पत्रिका', १९-७-३९, पृ. ६, वार्टस, 'युआन श्वांग १.२२५,२३९.

१२. डॅयरियसची भारतीय सत्रपी म्हणजे सिंध किंवा सिंधूच्या पश्चिमेकडील एखादा छोटा प्रदेश होय, असे मानवयास जागा नाही. तिसऱ्या हेरोडोटसच्या वृत्तांतातवरून (९४ - ९८) असे सूचित होते की, ही सपत्री पूर्वेकडे बियासच्या पलीकडे सरस्वीनदीपर्यंत पसरली होती. महाभारत कालात सरस्वती - नदी (पाहा - २२ टीप) २ ante बियासच्या पलीकडील वाळवंट ANM पृ. १६) मरूधन्वन्च्या जवळून वाहत होती, पण अखेरीस राजपुतान्याच्या वाळंवटात ती अदृश्य झाली. ''हिंदुस्थानाच्या पूर्वेकडे पूर्णपणे वालुकामय प्रदेश आहे. पूर्वेच्या अर्थात उगवत्या सूर्याच्या अगदी जवळ भारतीय लोक राहतात. ह्यांच्यापलीकडे संपूर्ण देश वालुकामय असल्याने ओसाड आहे.'' सत्तगिडिअन्स, गन्दारिअन्स, डॅडिके, (Dadicae) व अपरिटे (Aparytae) हे सर्व मिळून सातवी, तर हिंदुस्तान्यांची विसावी सत्रपी होती. (हेरोडोअस ३.९१-९४)

१३. 'The Illustrated London News,' (Feb,22, 1936) p. 328; Sen,'Old persian Inscription,' 152.

१४. 'Ind. Ant,' 10 (1881), pp. 304- 310.

१५. S. Sen, 'Old Persian Inscription,' 172 f

१६. JRAS (1915), I, pp. 340 - 347.

१७. 'Ep. Ind,' XIX 253.

१८. Chinnock, 'Arrian's Anabysis,' pp. 142 - 43.

१९. 'Comb. Hist. of India,' 352, n.3. पाहा - 'अस्सानं आयतनं१४९.

२०. Chinnock's Arrian', pp. 230 - 231.

२१. ४.१.१७३

२२. 'Inv. of Alex', p. 378.

२३. ग्रीकांच्या विरुद्ध लढणाऱ्या प्रसिद्ध ऑरनोस् (Aoronos) किल्ल्याचे संरक्षक पळून जात असताना त्याने त्यांचे नेतृत्त्व केले. ('Camb. Hist. of India' 1.356) ऑरनोस म्हणजे स्वात व सिंधू या नद्यांमधील उनचे (Una) टेकाड होय, असे सर ऑरेल स्टेन मानतो. ('Alexander's Campaing, on the Frontier', Benaras Hindu Uni. Magazine, (Jan, 1927)

ह्या किल्ल्याच्या दक्षिण बाजूस सिंधू प्रवाह होता. ('Formasion of Alexander' 271)

२४. तत्रैव, 79, 193.

२५. मॅक्‌क्रिंडल, तत्रैव p. 79; Hamilton & Falconer, 'Strabo vol. III, p. 76.

इ.स. १९१९ इतक्या पूर्वी दिलेल्या एका व्याख्यानात आपण न्यसिअन इंडोग्रीकांचा उल्लेख केल्याचे डॉ. के. पी. जयस्वालांनी मला कळविले होते.

२६. चिन्नोक्स, 'ॲरिअन' पृ. ३९९.

२७. २.१४९

२८. स्मिथ, EHI, चौथी आवृत्ती पृ. ५७; Camb. Hist. of India,' I p. 353.

२९. ' Provasion of Alexander', 81.

३०. Chinnock's Arrian's Anabasis of Alexander and Indica', p. 403.

३१. चिन्नोक, 'ॲरिअन' पृ. २२८

३२. H & F चे भाषांतर III, पृ. ९०.

३३. 'बार्हस्पत्य अर्थशास्त्र,' प्रस्तावना, पृ. १५.

३४. H & F चे भाषांतर III, पृ. ९०.

३५. पाहा - महाभारत, ७.९१.४३.

३६. चिन्नोक, 'ॲरिअन', पृ. २७६ 'Inv. of Alex' 112

३७. त्यामध्ये उघडपणे कैकयांच्या जुना प्रदेश समाविष्ट होता.

३८. H & F चे भाषांतर, III पृ. ९१

३९. 'Provasion of Alexander', 247.

४०. १४.२७

४१. २.२७.१५-१७.

४२. भाग २, पृ. १२-१३.

४३. ह्या शब्दातील 'ॲनीक' (म्हणजे सैन्य) ह्या दुसऱ्या भागाशी गुप्तकालातील 'सनकानीक' यामधील अनीकशी तुलना करावी. IA, २ (१८७३) पृ. १४७ ह्या ठिकाणी डॉ. जयस्वाल निःसंशय वेबरचे अनुकरण करतात व ह्या नावातील 'ग्लौचुकायनक' ही त्याची सुधारणा मान्य करतात. परंतु वरील वस्तुस्थिती लक्षात घेत नाहीत, हे उघड दिसते.

४४. चिन्नॉकस, 'ॲरिअन' पृ. २७६. Provasion of Alexander', 112.

परिणामतः , हा देश प्रशासनासाठी ज्येष्ठ पोरोसच्या स्वाधीन करण्यात आला.

४५. परंतु पाहा. - 'Camb. Hist. of India.' I 370, टीप ४. मात्र प्राचीन काळी या देशाचे नाव मद्र होते.

४६. अद्रिसज्? महाभारत, ७.२५९.५ 'यौधेयान् अद्रिजान् राजून् मद्रकान् मालवान् अपि।'

४७. H &F चे भाषांतर, III पृ. 92

४८. Idlly, S.B.E. VII. 15; Ep. Ind.' III 8.

४९. पाहा – पाणिनी २.४.२०.

५०. महाभारत ८.८५.१६.

५१. JRAS (1003), p. 687

५२. 'Camb. Hist. Of India', 1.371.

५३. Macrindle, 'Ancient India as described in Classical Literature', p. 38.

५४. H & F चे भाषांतर ३ पृ. ९३.

५५. Inv. of Indian of Alexander p. 219.

५६. H & F चे भाषांतर III पृ. ९३.

५७. सॉफिटेस व सौभूती यांची एकात्मता व्हाइटहेडने नाकारली आहे. ('Num. Cron.' (1943), p. 60-72) " सौभूति ही भाषाशास्त्रज्ञांची निर्मिती आहे. सौभूतीच्या अस्तित्वाबद्दल ऐतिहासिक पुरावा नाही." असे त्याचे मत आहे. (पृ. ६३). सुभूति (ज्यापासून सौभूती उघडपणे व्युत्पन्न झाले आहे.) हे भारतीय वाङ्मयात येणारे प्रसिद्ध सामान्यनाम आहे. (The Questions of King Milind, pt. II, S.B.E., XXXVI, p. 315, 323. 'महावंस, भाषांतर, १५१– टीप, २७५) एखाद्या हिंदू राजाने आपल्या नावाचे ग्रीक पद्धतीचे रुपांतर असलेले नाणे पाडणे अगदीच अशक्य नाही. नंतरच्या काळात हिंदू झालेल्या सिथियन राजांनी असेच केले होते.

५८. हा पश्चिम आशियाचा विख्यात राजा होता? किंवा कोणी भारतीय राजा होता? इतर राज्यपालांपैकी (Nomarchs) ज्येष्ठ पोरोसचा पुतण्या व आपाततः मांडलिक (Uassal) असलेल्या स्पिटेसेसचा निर्देश करता येईल. (Camb. Hist. of India', 36, 365, 367)

५९. 'Inv. Alex.' p. 281, 401.

६०. तत्रैव, पृ. ४०१; पाहा – 'क्रमदीश्वर' ७६९.

६१. 'Inv. Alex.' p. 232

६२. VII.१८.७.

६३. 'वेदिक इंडेक्स', भाग २, पृ. .३८१ –३८२. 'ऐतरेय –ब्राह्मणांत' एका 'शैव्या'चा निर्देश येतो (८.३३) 'वेदिक इंडेक्स'I. ३१.

६४. उम्मदंति – जातक, क्र. ५२७. त्याशिवाय पाहा – पाणिनी VI 2.100

६५. वेस्सतर – जातक, क्र. ५४७. त्याशिवाय पाहा –

६६. 'पतंजली', ४.२.२; 'वेदिक इंडेक्स' II पृ. ३८२; IHQ (१९२६), ७५८.

६७. 'एपिग्राफिआ इंडिका' , (१९२१) पृ. १६.

६८. III. १३० – १३१.

६९. पाहा – सिब (कनिंगहॅम, 'AGI' सुधारित आवृत्ती, पृ. १६० – १६१)

७०. पूर्वीचे पान

७१. वैद्य महाभारत I, पृ. १६२; 'कार्मायकेल लेक्चर्स' (१९१८), पृ. १७३; Allan, 'Coins of Anc. Ind'. (xxiii).

७२. दक्षिणेकडील शिवांची बहुधा चोळाच्या, सत्ताधारी घराण्याशी एकात्मता मानता येईल. (कीलहॉर्न यList of Southern Inscriptions' No. 685)

७३. 'Inv. of Alex'., 233 - 4, 286 - 7.

७४. महाभारत, २.५२.१५; ७.६८.९.

७५. 'मेगॅस्थेनीस ॲन्ड ऑरिअन' (द्वितीय आवृत्ती) पृ. १९६.
ह्या विधानाच्या अचूकतेबद्दल शंका घेता येईल. मल्लोइ प्रदेशात दक्षिण ल्याल्लपुर, पश्चिम मॉन्टगोमेरी व कदाचित उत्तर मुलतानच्या काही भागाखेरीज झंग जिल्ह्याचा भागही समाविष्ट असल्याचे दिसते.

७६. EMI, (१९१४), पृ. ९४ टीप ; महाभारत. ६.५९.१३५.

७७. 'Inv, of Alex', 234,

७८. 'Ind. Ant.' (1913), p. 200.

७९. 'Inv. of Alex.' p. 292.

८०. डॉ. सूर्यकान्त 'आम्बष्ठ' व 'अन्बष्ठ' यांमध्ये फरक करतात. आम्बष्ठ हे स्थलनाम, तर अम्बष्ठ हे विशिष्ट वर्गाचे ('माहूत, क्षत्रिय, संमिश्र जात') नाव असल्याचे ते मानतात. (बी. सी लॉ, भाग २, पृ. १२७) आपल्या दृष्टीने दोहोंतील फरक भाषाशास्त्रीय अनुमानावर आधारित असल्याचे दिसते.

८१. ८.२१.

८२. २.५२.१४–१५.

८३. पार्गिटरः AIHT, पृ. १०८ – १०९.

८४. एफ्. डब्ल्यू. थॉम्स आवृत्ती, पृ.२१.

८५. 'Dialogues of the Buddha', pt. I, p.109.

८६. मनुस्मृति, १०.४७ डॉ. सूर्यकान्त (लॉ, व्हॉल्यूम २.१३४) 'च हास्तिनम्' हा पाठ सुचवितात. आपल्या प्रबंधामध्ये अम्बष्ठ हे ''शेतकरी, जमीन कसणारा' ह्या अर्थाच्या एखाद्या केल्टिक शब्दाचे संस्कृत रूप असण्याची शक्यता ते सांगतात. हा शब्द 'महामात्र' शब्दाचे नेमके प्रतिरूप असण्याची शक्यताही त्यांनी दर्शविली आहे. कारण 'अम्भस्' चा अर्थ 'मोठ्या आकाराचा', 'हत्ती' असा असल्याने 'अम्बष्ठ' याचा, अर्थ 'हत्तीवर बसणारा' म्हणजे 'माहूत, रखवालदार, सामन्त किंवा क्षत्रिय' असा होतो. युद्ध व्यवसायात बहुधा गजारोहक आणि पताकाधारक म्हणून ते उपजीविका करीत असावेत. 'अम्बष्ठ' व 'आम्बष्ठ' ह्यांत फरक करण्यात आला आहे. आम्ब ह्या वनस्पतिनामावर आधारित 'आम्बष्ठ' हे स्थलनाम मानले जाते. ह्या विषयावरील इतर स्पष्टीकरणासाठी पाहा – बी. एस्. प्रबासी, १३५१; JUPHS १.२०६ (जुलै – डिसेंबर १९४५) पृ. १४८.

८७. 'Inv. of Alex.' p. 252.

८८. पाहा – टॉलेमी, 'इंडियन अँटिक्वेरी' १३.३६१; 'बृहत्संहिता' १४.७; मार्कंडेय पुराणातील (५८. १४) 'मेखला मुष्ट' हे 'मेकल – आम्बष्ठ' चे विकृत रुप आहे. त्याखेरीज पाहा – बिहारमधील अम्बष्ठ कायस्थ, अकबराच्या काळातील 'सुरजन – चरिता' मधील (DHNI II. १०६१ टीप ४) गौड अम्बष्ठ, आणि भरत मल्लिक ज्यांना 'अम्बष्ठ' म्हणतो, असे बंगालमधील 'वैद्य'. भरताने व काही पुराणांनी सांगितलेली परंपरा विश्वसनीय आहे की नाही, याबद्दल चर्चा करण्याचे हे स्थळ नव्हे. बंगालमधील वैद्य किंवा इतर जाती यांच्या उत्पत्तीचा प्रश्न जटिल असून त्यासाठी स्वतंत्र अभ्यासाची गरज आहे. अबस्तनोइ (Abastanoi) विषयी पूर्वकालीन किंवा उत्तरकालीन उपलब्ध पुरावा सादर करणे हे प्रस्तुत ग्रंथकाराचे ह्या ग्रंथात उद्दिष्ट आहे. काही अम्बष्ठ व ब्राह्मणसुद्धा वैद्यकीय व्यवसाय करीत असत, ही गोष्ट मनु, अत्रि (संहिता ३७८) व बोपदेव ह्यांनी दिलेल्या पुराव्यावरून स्पष्ट आहे. अलीकडच्या काही संशोधनात करण्यात आलेल्या प्रयत्नांनी वैद्य – समस्या सुटणे शक्य नाही, हे तितकेच स्पष्ट आहे. मेगॅस्थेनीस व तसेच चालुक्य, पाण्डय व इतर काही पूर्वकालीन शिलालेख जसे तलमंची ताम्रपत्रे

(‘एपिग्राफिआ इंडिका’ ९.१०१; भांडारकरांची यादी १३७१, २०६१ वगैरे) ह्यांच्याशी संबंधित अशा ऐतिहासिक पुराव्याची योग्य ती दखल घेणे आवश्यक आहे.

८९. 'Inv.of Alex.' p. 156 n.

९०. ७.१९.११; ८९.३७ ; ८.४४.९९.

९१. *“अंहिषाहः शूरसेनाः शिवयोऽथ वशातयः।”*

महाभारत ६.१०६ – ८.

“वशाति सिंधु - सौवीरा इति प्रायोऽतिकुस्तिताः।”

“ गन्धाराः सिन्धु - सौवीराः शिवयोऽथ वशातयः”

महाभारत ६.५१.१४

९२. पतंजलि १.२.३; महाभारत ७.१९.६; ९.३७.१.

९३. 'Camb. Hist. of India', (p.377) ह्यामध्ये बेव्हन लासेनच्या मतानुसार ('Inv. of Alex,' 157 n) ह्या नावात ‘मूषिक’ अशी सुधारणा सुचवितो. आपल्या ‘हिंदू पॉलिटि’ ग्रंथात डॉ. जयस्वाल ‘मुचुकर्ण’ सुचवितात. पाहा – ‘मौषिकार’ (पतंजलि ४.१.४)

९४. H & F, III.पृ. ९६

९५. अम्बष्ठांमध्येही हीच प्रवृत्ती दिसून येते. पाहा – मनुस्मृती १०४७

९६. चिन्नोक, ‘ऑरियन’, पृ. ३१९; पाहा – स्ट्रॅबो, १५.१.६६ “ राज्यव्यवहारात लक्ष घालून सल्लागार म्हणून राजाला ब्राह्मण मदत करीत असत, असे निर्कोस (Nearchos) म्हणतो.”

९७. महाभारत ६.९.६१.

९८. 'Inv. of Alex.,' p. 158; AGI (सुधारित आवृत्ती), ३००.

९९. बेव्हनच्या मते ‘शम्भु’ (Camb. Hist. of India, 377). शाम्ब हा एक संभाव्य पर्याय आहे.

१००. मॅक्क्रिंडल, ‘ Inv. of Alex. p. 404; AGI, (सुधारित आवृत्ती) ३०२ f.

१०१. ओडोरोस १७.१०३.१; पाहा – अल्बरुणी (१.३१६, २.२६२).

१०२. 'Inv. of Alex.' p. 296.

१०३. तत्रैव, पृ. २५६, पाहा – मौर्य

१०४. तत्रैव, पृ. २०२. (१०५) चिन्नोक, ‘ऑरिअन’ पृ. २९७.

१०६. 'Inv. of Alex.' p. 208.

१०७. तत्रैव.पृ.२७०. .

१०८. तत्रैव, पृ. ११२.

१०९. पाहा – बेरी, 'हिस्टरी ऑफ ग्रीस फॉर बिगिनर्स' पृ. ४२८ – २९.

११०. टार्नच्या मते (२७८'The Greeks in Bactria & India' (पहिली आवृत्ती) ४६२) संयुक्त पंजशिर – घोरबंद नद्यांच्या पश्चिम किनाऱ्यारवर, पूर्वकिनाऱ्यावरील कापिशच्या समोर संगमाजवळ अलेक्झांड्रिया होते. ॲलेक्झांड्रिया म्हणजेच आधुनिक बेग्रम होय.

१११. निकैअ व बौकेकल झेलमच्या एकेका काठावर होते. झेलमच्या पूर्वकिनाऱ्यावर बौकैफल तर पश्चिम किनाऱ्यावर निकैअ होते, असे टार्न मानतो. ('Alexander The Great, Sources & Studies', p. 236 - 238)

११२. निकैअच्या पूर्णतेविषयी टार्न साशंक आहे. ('Alexander the Great', II. 238)

११३. सिंधू व ॲकेसाइन्स ह्यांचा संगम ही वरील व खालील सिंध सत्रपींची सरहद्द ठरविण्यात आली होती.

११४. 'Inv. of Alex'. pp. 293, 354' Bury, 'Hist. of Greece for Beginners', p. 433; 'Camb. Hist. of India', 1.376 f.

११५. तुषास्फाचे राष्ट्रीयत्व व 'यवन' ही संज्ञा ह्यांच्या वैशिष्ट्यासाठी पाहा – रायचौधुरी: 'अर्ली हिस्टरी ऑफ दि वैष्णव सेक्ट.' द्वितीय आवृत्ती पृ. २८ पुढे, ३१४ पुढे.

११६. शोफचे भाषांतर, पृ. ४१.

११७. गायगरचे भाषांतर पृ. १९४.

❑

प्रकरण चौथे

मौर्य – साम्राज्य : दिग्विजयाचा शुभारंभ

विभाग पहिला : चंद्रगुप्त मौर्याची कारकीर्द

म्लेच्छैरुद्वेज्यमाना भुजयुगमधुना संश्रिता राजमूर्तेः
सा श्रीमद्बन्धुभृत्यश्चिरमवतु महीं पार्थिवश्चन्द्रगुप्तः ।।

– मुद्राराक्षस

इ. स. पू. ३२६ मध्ये मॅसेडोनियाच्या आक्रमणाच्या महापुरात पंजाबमधील भारतीय राज्य बुडून गेली होती; आणि तो पूर 'मध्यदेशा'त घुसण्याचे भय उत्पन्न झाले होते. व्हॅरसने रोमन ईगल (Roman Eagle) निशाण ट्यूटोबर्ग अरण्यात नेले असताना ऑरिमिनसला किंवा सॅरेसेनन्सनी टूर्सच्या क्षेत्रात क्रेसेंट (Crescent) नेले असताना चार्ल्स मार्टेलला ज्या प्रकारच्या संकटास तोंड द्यावे लागले, त्याच प्रकारचे संकट अग्रामेसच्या पुढे उभे राहिले होते. भारत हा ग्रीक होणार की नाही. या प्रश्नाची तड लागावयाची होती.

ॲलेक्झँडरच्या हल्ल्यापासून अग्रामेस वाचला, हे त्याचे भाग्यच होय. परंतु तसा प्रसंग उद्भवला असता, तर एखाद्या ऑरिमिनसची किंवा चार्ल्स मार्टेलची भूमिका वठविण्याची कुवत किंवा मनाचा कदाचित कल त्याच्या ठिकाणी होता काय, याची शंकाच वाटते. परंतु ह्या वेळी वेगळ्या ताकदीचा दुसरा एक भारतीय होता. हाच चंद्रगुप्त होय. अभिजात लेखक त्याचा निर्देश 'संड्रोकोष्टोस' 'संन्ड्रोकोट्टोस' इ. असा करतात. चंद्रगुप्ताच्या उदयाचे वर्णन जस्टिनने असे केले आहेः[१]

''ॲलेक्झँडरच्या मृत्यूनंतर भारताने आपल्या मानेवरील गुलामगिरीचे जू जणूकाही झुगारुन दिले व त्याच्या प्रांताधिकाऱ्यांना ठार केले. ह्या युक्तीचा प्रणेता सँड्रोकोट्टस होता. त्याचा जन्म हलक्या कुळात झाला होता. परंतु त्याला लाभलेल्या अद्भुत प्रकारच्या प्रोत्साहनामुळे त्याच्या ठिकाणी राजसत्तेची महत्त्वाकांक्षा निर्माण झाली होती. आपल्या स्पष्टवक्तेपणामुळे त्याने ॲलेक्झँडरचा[२] अपमान केला असताना त्याला ठार मारण्याचे हुकूम करण्यात आले होते. परंतु त्या वेळी आपल्या वेगवान हालचालींमुळे त्याने स्वतःचा बचाव केला. दमला असताना तो झोपी गेला, त्या वेळी त्याच्यापाशी एक भलामोठा सिंह येऊन त्याच्या अंगावरील घाम आपल्या जिभेने चाटू लागला; आणि हळूवारपणे त्याला जागे करून निघून गेला. ह्या चमत्कारामुळे राजपदाची आशा त्याच्या मनात निर्माण झाल्यावर त्याने लुटारुचां

एक गट [३] जमा केला व आपल्या नवीन आधिपत्याला पाठिंबा देण्याचे त्याने भारतीयांना आवाहन केले.[४] त्यानंतर काही काळाने ॲलेक्झँडरच्या सेनापतींशी लढण्यासाठी तो जात असताना एक पिसाळलेला अवाढव्य हत्ती आपण होऊन त्याच्या पुढे येऊन उभा ठाकला, आणि जणू काही माणसाळल्याप्रमाणे शांत होऊन त्याला आपल्या पाठीवर घेऊन युद्धात त्याचा मार्गदर्शक झाला व रणांगणावर लक्ष वेधून घेणारा ठरला. सेल्युकस आपल्या भावी श्रेष्ठत्वाची पायाभरणी करीत असताना अशा प्रकारे संड्रोकोट्टसने राजसत्ता संपादन केली."

वरील हकिकतीमधील अद्‌भुताचा भाग वगळल्यास त्याचे तात्पर्य असे आहे की, राजपदाचा दर्जा नसलेल्या चंद्रगुप्ताने मॅसेडोनियाच्या जोखडाखाली चेपून गेलेल्या भारतीयांचे नेतेपद मिळविले आणि ॲलेक्झँडरच्या मृत्यूनंतर त्याच्या सेनापतींचा पराभव करून भारताच्या 'मानेवरील गुलामगिरीचे जू त्याने दूर केले.' हिडॅस्पसने दिलेला कौल अशा प्रकारे रद्दबातल झाला.[५]

चंद्रगुप्ताची कुल परंपरा निश्चित स्वरूपात ज्ञात नाही. भारतीय वाङ्मयीन परंपरा त्याचा संबंध मगधाच्या नंदघराण्याशी जोडते.[६] मध्ययुगीन शिलालेखांतील परंपरेनुसार ज्यात तो जन्माला ते मौर्य - घराणे सूर्यवंशीय असल्याचे दिसते.[७] त्या वंशातील मान्धातृ ह्या राजापासून मौर्य - घराणे उदयास आले. मोरिस (मौर्य) ह्यांचे 'राजपुताना गॅझेटिअर' मध्ये[८] एक राजपूत वंश असे वर्णन आले आहे. 'परिशिष्टपर्वन्' मध्ये [९] आलेल्या जैन परंपरेप्रमाणे चंद्रगुप्त हा मोर पाळणाऱ्यांच्या ('मयूरपोषक')[१०] एका ग्रामप्रमुखाच्या कन्येचा मुलगा होता. मोरिया (मौर्य) नावाच्या 'खत्तिय' - वंशाचा जो वंशज असल्याचे 'महावंसा' त[११] आहे. 'दिव्यावदाना'त[१२] चंद्रगुप्ताचा पुत्र बिंदुसार हा आपण अभिषिक्त 'क्षत्रिय', 'मूर्धाभिषिक्त क्षत्रिय' असल्याचा दावा करतो. त्याच ग्रंथात [१३] बिंदुसाराचा पुत्र अशोक स्वतःस 'क्षत्रिय' म्हणवितो. 'महापरिनिव्बान सुत्ता' मध्ये [१४] मौरियांचा उल्लेख पिप्फलिवनातील सत्ताधारी वंश व क्षत्रिय वर्णाचे म्हणून आला आहे. वर उल्लेखलेल्या ग्रंथांपेक्षा 'महापरिनिव्बान - सुत्त' हा ग्रंथ सर्वात प्राचीन असल्यामुळे व पूर्वकालीन बौद्धवाङ्मयापैकी तो असल्यामुळे नंतरच्या रचनांपेक्षा त्यांतील पुरावा ग्राह्य मानला पाहिजे. म्हणून चंद्रगुप्त हा क्षत्रिय जमातीमधील म्हणजे मोरिय - (मौर्य) वंशीय होता, हे जवळजवळ निश्चित आहे.

इ.स.पू. सहाव्या शतकात पिप्फलिवन ह्या छोट्या गणराज्यात मोरिय हा सत्ताधारी वंश होता. हा भाग बहुधा नेपाळ तराईमधील रुम्मिंदेइ व गोरखपूर जिल्ह्यांतील कशिया ह्या नद्यांच्या मधोमध होता. पूर्व भारतातील इतर राज्यांबरोबर मोरियही मगध - साम्राज्यात विलीन झाले असले पाहिजेत. इ.स.पू. चौथ्या शतकात ते मोठ्या

संकटात सापडले होते आणि छोटा चंद्रगुप्त विंध्य – अरण्यातील मोर पाळणारे लोक, गुराखी व शिकारी ह्यांच्यात राहून लहानाचा मोठा झाला, असे परंपरेत ठामपणे उपलब्ध आहे. सिंह व हत्ती यांबरोबर झालेल्या त्याच्या सामन्याचे अभिजात उल्लेख त्या निर्जन भागातील रानटी लोकांच्या सहवासातील त्याच्या कालक्रमणेशी जुळणारे आहेत. ॲग्रामेसच्या वैभवहीन कारकिर्दीत त्याच्या प्रजाजनांत सार्वत्रिक असंतोष असताना बहुधा चंद्रगुप्ताच्या नेतृत्वाने मोरियांना महत्त्व प्राप्त झाले, हे उघडच आहे. मोरिय गटाचे लोक आतापर्यंत कधीच सत्तेवर नव्हते. ते मगधराज्याचे केवळ प्रजाजन होते. म्हणून चंद्रगुप्ताला जस्टिन हलक्या कुळातील म्हणतो, ह्यात काहीच आश्चर्य नाही. चंद्रगुप्ताने ॲलेक्झँडरची भेट घेतल्याचे प्लुटार्क तसाच जस्टिनही सांगतो. प्लुटार्क म्हणतोः 'त्यावेळी तरूण असलेल्या ॲन्ड्रोकोट्टसने आपण होऊन प्रत्यक्ष ॲलेक्झँडरची भेट घेतली. संपूर्ण देश ॲलेक्झँडरने हा हा म्हणता जिंकला असता, कारण तत्कालीन राजाच्या क्षुद्र व दुष्ट स्वभावामुळे प्रजानन त्याचा तिरस्कार करीत असत, असे त्यानंतर तो म्हणत असे.' ह्या वेच्यावरून मगधाच्या हुकुमशहाची सत्ता नष्ट करण्यासाठी ॲलेक्झँडरचे मन वळविण्याच्या उद्देशाने चंद्रगुप्ताने ह्या विजेत्याची भेट घेतली होती, असा तर्क करणे अयुक्तिक होणार नाही. त्याच्या वर्तनाची इब्राहीम लूदीची राज्यव्यवस्था संपुष्टात आणण्यासाठी बाबुरला बोलावून घेणाऱ्या राणा संग्रामसिंहाच्या वर्तनाशी तुलना होऊ शकेल.[१६] ॲग्रामेसप्रमाणेच ॲलेक्झँडरही कठोर राज्यकर्ता असल्याचे चंद्रगुप्ताला आढळले, हे उघडच आहे. कारण त्याच्या स्पष्टवक्तेपणाबद्दल ह्या निर्भय वृत्तीच्या भारतीय तरुणाला ठार मारण्याचे आदेश देण्यास मॅसेडोनियाच्या राजाने मागे – पुढे पाहिले नाही, असे जस्टिन म्हणतो.[१७] आपाततः, मॅसेडोनियन व भारतीय जुलमी राज्यकर्ते यांच्या हातून आपला देश मुक्त करण्याचे ह्या मौर्य युवकाने योजले होते. तक्षशिलेतल्या एका ब्राह्मणाचा पुत्र कौटिल्य उर्फ चाणक्य किंवा विष्णुगुप्त ह्याच्या साहाय्याने त्याने कुप्रसिद्ध नंदाला उखडून टाकल्याचे सांगण्यात येते. चंद्रगुप्त व शेवटचा नन्द यांमधील संघर्षाच्या हकिकती 'मिलिंदपन्हो', 'पुराणे', 'मुद्राराक्षस', 'महावंस – टीका' आणि 'परिशिष्टपर्व' यांत आल्या आहेत. नंदाच्या सैन्याचे नेतृत्व बुद्धसालाने केल्याचे मिलिंदपन्हो[१८] त आले आहे. नंद – सैन्य मोठ्या प्रमाणात हत्याकांड, झाल्यावर पराजित करण्यात आले, हे उघड आहे. त्याचे अतिशयोक्त वर्णन 'मिलिंदपन्हो' आले आहे.

आधिपत्य संपादन केल्यावर 'काही काळानंतर' ॲलेक्झँडरच्या अधिकाऱ्यांशी किंवा सेनापतींशी[१९] युद्ध करुन चंद्रगुप्ताने त्यांची सत्ता उखडून टाकली.

नंदांचा निष्पात व पंजाबची मुक्तता एवढीच केवळ ह्या महान मौर्याची कर्तबगारी

नव्हती. ६,००,००० सैन्यानिशी त्याने सबंध भारत पादाक्रांत केला व जिंकून घेतला, असे प्लुटार्क सांगतो.[२०] 'भारत त्याच्या स्वाधीन' असल्याचे जस्टिनही म्हणतो. तिनेवेल्ली (तिरुनेलवेल्ली) जिल्ह्यातील पोदियिल टेकडीपर्यंत भूतकाळात मौर्यांनी मोठ्या सैन्यानिशी प्रवेश केला असल्याचा उल्लेख मामुलनार हा प्राचीन तामिळ ग्रंथकार वारंवार करतो, असे डॉ. एस्. कृष्णस्वामी अय्यंगार आपल्या 'बिगिनिंग्ज ऑफ साऊथ इंडियन हिस्टरी'[२१] मध्ये म्हणतात. या लेखकाच्या विधानांना परणर् किंवा पर्म कोड्डनार व कल्लिल् आत्तिरैयनार ह्यांनी दुजोरा दिल्याचे सांगण्यात येते. हल्ल्याच्या आघाडीच्या सैन्यात कोशर्[२२] नावाचे लढवय्ये लोक होते. आक्रमक कोकणातून पुढे गेले व कन्नरोनरच्या उत्तरेस सुमारे १६ मैलांवर एलिलमलै डोंगर पार करून काँगू जिल्ह्यांत (कोइम्बत्तूर) त्यांनी प्रवेश केला. व अखेरीस पोदियिल टेकडी (मलय) पर्यंत ते गेले. दुदैवाने ह्या मौर्य नेत्याचे नाव दिले नाही. परंतु 'वंम्ब मोरियर' किंवा मौर्यांचे नवे नेतृत्त्व[२३] (Upstarts) ह्या शब्दावरून पहिला मौर्य म्हणजे चंद्रगुप्त आणि त्याचे समर्थक ह्या ठिकाणी अभिप्रेत असल्याचे सूचित होते.[२४]

उत्तर म्हैसूरमधील चंद्रगुप्ताच्या सत्तेचा उल्लेख काही म्हैसूर - शिलालेखांत येतो. उदाहरणार्थ, 'प्रमुख क्षत्रियांच्या वहिवाटीचे ठिकाण' असलेल्या शिकारपूर तालुक्यातील नगरखंडाचे रक्षण बुद्धिमान चंद्रगुप्ताने केले होते, असे एका शिलालेखात म्हटले आहे.[२५] हा लेख चौदाव्या शतकातील असून त्यावर विश्वास ठेवणे शक्य नाही. परंतु प्लुटार्क, जस्टिन, मामुलनार ह्यांची विधाने व राइसने उल्लेखिलेले म्हैसूर शिलालेख एकत्र वाचले असता, विंध्यापलीकडील भारताचा बराचसा भाग पहिल्या मौर्याने निश्चितपणे जिंकला होता, असे त्यावरून सूचित होते.

दक्षिण - भारताशी असलेल्या चंद्रगुप्ताच्या संबंधाविषयी आपण काहीही मानले, तरी पश्चिम - भारतात सुराष्ट्रापर्यंत तो विजय मिळवीत गेला होता, याबद्दल शंका नाही. 'महाक्षत्रप' रुद्रदामनच्या जुनागड शिलालेखात त्याच्या पुष्यगुप्त ह्या 'राष्ट्रीय' किंवा उच्चायुक्ताचा उल्लेख येतो. तो वैश्य असून त्याने सुविख्यात सुदर्शन नावाचा तलाव बांधला होता.[२६]

तक्सिलेच्या एका अरेमिक शिलालेखाचा उल्लेख यापूर्वी केला होता. त्यामध्ये अशोक मौर्याच्या 'प्रियदर्शन' ह्या प्रसिद्ध बिरुदाचा निर्देश येतो. परंतु 'मुद्राराक्षसा'त[२७] 'पिअदंसन' हे विशेषण 'चंदसिरि' किंवा चंद्रगुप्त याला उद्देशून आले आहे, हे ध्यानात घेणे योग्य होईल. तसेच अशोकाच्या आठव्या शिलालेखात त्याच्याप्रमाणेच त्याच्या पूर्वजांचाही उल्लेख 'देवानां प्रिय' असाच येतो. म्हणून आपल्या विख्यात पौत्राप्रमाणे चंद्रगुप्तसुद्धा 'देवांना पिय पियदसि' (किंवा 'प्रियदर्शन') म्हणून ओळखला जात

होता, असा निष्कर्ष काढणे अयुक्तिक ठरणार नाही. तसेच 'प्रियदर्शन' चा निर्देश करणारे सर्वच शिलालेख त्यांतील वर्ण्यविषय काहीही असला, तरी महान अशोकाचे आहेत, असे मानणे नेहमीच खात्रीदायक ठरणार नाही.

सेल्युक्सबरोबरचे युद्ध

ज्या वेळी भारतात चंद्रगुप्ताने सत्ता संपादन केली, त्याच वेळी ॲलेक्झांडरचा सेनापती सेल्युक्स (सेल्युकोस) आपल्या भावी श्रेष्ठत्वाचा पाया रचित होता, असे जस्टिन[२८] सांगतो. मॅसेडोनच्या फिलिपचा विख्यात सेनापती अँटिओकोस व त्याची पत्नी लॅओडीक (Laodike) ह्यांचा तो पुत्र होता. मॅसेडोनियाच्या साम्राज्यांचे ॲलेक्झँडरच्या अनुयायांत विभाजन झाल्यावर त्याने पूर्वभागात अनेक युद्धे केली. प्रथम त्याने बाबिलोन[२९] काबीज केले व ह्या यशाने त्याचे सामर्थ्य वाढले असताना त्याने बॅक्ट्रियनांना नमविले. त्यानंतर त्याने भारतावर स्वारी केली. त्याने सिंधूनदी ओलांडून त्या भागात राहाणाऱ्या भारतीयांच्या चंद्रगुप्त ह्या राजाशी युद्ध पुकारले; अनेकांशी मैत्री केली व त्यांच्याशी वैवाहिक संबंध[३०] जोडले, असे अप्पिअनस[३१] सांगतो. चंद्रगुप्ताशी सख्य प्रस्थापित करून व पूर्वेकडील आपले व्यवहार मिटवून सेल्युकोस अँटिगोनासेच्या विरुद्ध चालू असलेल्या युद्धात भाग घेण्यासाठी रवाना झाला (इ.स.पू. ३०१), असे ही जस्टिन म्हणतो. चंद्रगुप्ताने सेल्युकोसला ५०० हत्तींची भेट दिल्याची माहिती प्लुटार्क पुरवितो. अधिक महत्त्वाचे तपशील देताना स्ट्रॅबो म्हणतो.[३२]

''पूर्वी पर्शियनांच्या ताब्यात असलेले सिंधुनदीच्या तीरावरील काही देश भारतीयांनी (अंशतः) व्यापिले होते. ॲलेक्झँडरने अरिअनी हा (Ariani) हा भाग त्यांच्याकडून घेतला व तेथे आपल्या स्वतःच्या वसाहती (किंवा प्रांत) स्थापन केले. परंतु सेल्युकस निकेटरने विवाहातील करारानुसार त्या सॅन्ड्रोकोट्टसला दिल्या; व त्याऐवजी त्याला ५०० हत्ती मिळाले.'' ''भारतीयांना मॅसेडोनियनांकडून ॲरिअनचा (Ariani) बराचसा भाग मिळाला होता व तो त्यांनी व्यापून टाकला.''[३३]

सेल्युकोस व चंद्रगुप्त ह्यांमधील प्रत्यक्ष संघर्षाची काहीही तपशीलवार माहिती अभिजात लेखक देत नाहीत, हे कोणाच्याही लक्षात येईल. ते फक्त परिणामांविषयी बोलतात. ह्या आक्रमकाला फारशी प्रगती करता आली नाही, याबद्दल शंका नाही आणि म्हणूनच सरतेशेवटी त्याला मैत्री करावी लागून विवाह कराराने त्याला ती पक्की करावी लागली. सीरियाच्या राजाने 'आपली मुलगी चंद्रगुप्ताला विवाहात दिली होती,' ही प्रचलित समजून पुराव्याशी न जुळणारी आहे. त्यावरून केवळ 'वैवाहिक

संबंधांवर आधारित असलेले सख्य' सिद्ध होते,असे आपल्या 'अशोक' ह्या ग्रंथात स्मिथ म्हणतो. परंतु epigaima चे फलित म्हणून 'मुलूख तोडून देणे' हा एक प्रकारे वराला दिलेला हुंडा होय, असे सार्थपणे मानता येईल. पूर्वी पर्शियनांच्या मालकीचे असलेले सिंधू तीरावरील काही प्रांत भारतीय सम्राटाला मिळाले. तोडून देण्यात आलेल्या मुलुखात प्रत्यक्ष 'ॲरिअनचा मोठा भाग' होता व ह्या वस्तुस्थितीकडे टार्नने दुर्लक्ष केले आहे. मौर्यराजाने ह्याबदली '५०० हत्तींची' तुलनेने अल्प अशी भरपाई दिली. सीरियाच्या राजाने तोडून दिलेल्या प्रदेशात अरिआ, अरकोशिआ (Arachosia), गेद्रोसिआ व पॅरोपनिसदै (Paropanisadai) म्हणजेच हेरात, कंदाहार, मक्रान व काबूल ह्या चार सत्रपींचा समावेश होता, असे मानले जाते. टार्नसह अनेक विद्वानांनी ह्या बाबतीतील शंका उपस्थित केल्या आहेत. मात्र चंद्रगुप्ताचा नातू अशोक ह्याच्या शिलालेखांवरून[३५] मौर्यसाम्राज्यातील काबूल खोऱ्याचा समावेश सिद्ध होतो. त्यात साम्राज्याचे आश्रित म्हणून योन व गंधार ह्यांचा उल्लेख येतो. तसेच स्ट्रॅबोने दिलेल्या पुराव्यांवरून सेल्युकोसने सिंधु नदीच्या तीरावरील प्रदेशाखेरीज इराणी पठाराचाही बराच भाग तोडून दिला होता, असे बहुधा दिसते.

मेगॅस्थेनीस

युद्धानंतर सीरियन व भारतीय सम्राट मैत्रीच्या वातावरणात राहू लागल्याचे अभिजात ग्रंथकारांकडून आपणास समजते. सीरियन राजाकडे चंद्रगुप्ताने अनेक भेटीच्या वस्तू पाठविल्या होत्या व त्यांत काही काममोहिनी स्त्रियांचा समावेश होता असे अथेनेओस (Athenaios) सांगतो.[३६] मौर्यांच्या दरबारात सेल्युकोसने एक वकील पाठविला होता व त्याचे नाव होते मेगॅस्थेनीस. मूलतः, मेगॅस्थेनीस अरकोशियाचा सत्रप सिबिर्टिओस (Sibyrtios) च्या समवेत राहिला होता, असे ॲरिअन[३७] म्हणतो.तेथून त्याला पाटलीपुत्र येथे पाठविण्यात आले. तेथे तो मौर्य सम्राटास वारंवार भेटत असे आणि त्याने भारतीय राजकारणाविषयी एक इतिवृत्त लिहिले. मेगॅस्थेनीसचा मूळ ग्रंथ आज नष्ट झाला आहे. पण नंतरच्या काळातील स्ट्रॅबो, ॲरिअन डियोडोरोस व इतर लेखक ह्यांनी घेतलेल्या अवतरणांच्या स्वरूपात उपलब्ध असलेल्या काही भागांचे संकलन श्वान्बेक (Schwanbeck) ह्याने केले असून त्याचे मॅक्क्रिंडलने इंग्रजीत भाषांतर केले आहे. प्राध्यापक ऱ्हीस डेव्हिडसूच्या मते, मेगॅन्थेनीसच्या ठिकाणी चिकित्सक बुद्धी फारच अल्प प्रमाणात होती. त्यामुळे इतरांकडून मिळालेल्या चुकीच्या माहितीने त्याची अनेकदा दिशाभूल झालेली आहे. परंतु त्याच्या वैयक्तिक निरीक्षणावर आधारित असेलल्या गोष्टीचा मात्र तो एक खरा खरा विश्वासार्ह साक्षीदार आहे.

ऱ्हीस डेव्हिडस्‌ने दर्शविल्याप्रमाणे त्याने पुरविलेली, सर्वात महत्त्वपूर्ण माहिती त्याच्या पाटलीपुत्र वर्णनात आली आहे. आपल्या 'इंडिका' च्या दहाव्या प्रकरणात ॲरिअनने ते उद्‌धृत केले आहेः

'पलिंबोथ्र' (Palimbothra) नावाचे भारतातील सर्वात मोठे शहर प्रशियनांच्या राज्यात असून त्या ठिकाणी एरॅन्नोबओस [३८] (Erannobaos) व गंगा यांचा सर्वात मोठा संगम आहे. एरॅन्नोबओस ही भारतातील तिसऱ्या क्रमांकाची नदी होय... मेगॅस्थेनीस म्हणतोः ज्या बाजूला ही नदी सर्वांत लांब वाहते, त्या बाजूला ह्या शहराची लांबी ८० 'स्टेइ' (साडेनऊ मैल) असून तिची रुंदी १५ 'स्टेड' (पावणेदोन मैल) आहे. ६ 'प्लेथ्र' (६०६ फूट) रुंद व ३० क्युबिटस्‌ खोल खंदक ह्या शहराभोवती असून तटबंदीला ५७० बुरुज, ६४ द्वारे आहेत.''[३९]

पाटलीपुत्राखेरीज इतर अनेक शहरे ह्या साम्राज्यात होती. ॲरिअन म्हणतो, ''शहरांच्या संख्याधिक्यामुळे त्यांची नक्की संख्या सांगणे शक्य नाही. नद्या किंवा समुद्र ह्यांच्या निकट वसलेली शहरे लाकडांनी बांधलेली आहेत. कारण जर ती विटांनी बांधली असती, तर पावसामुळे फार काळ टिकली नसती. तसेच, दुथडी भरून वाहणाऱ्या नद्या सपाट प्रदेश जलमय करीत असत. परंतु मोक्याच्या जागी व सभोवतालच्या प्रदेशापेक्षा उंचावर असणारी शहरे विटांत व चुन्यात बांधलेली आहेत.'' चंद्रगुप्ताच्या साम्राज्याच्या राजधानी खेरीज तक्षिला, उज्जैन, कौशांबी व बहुधा पुंडनगर[४०] ही सर्वांत महत्त्वाची शहरे होत.

चंद्रगुप्ताच्या राजप्रासादाचे वर्णन एलिअन (Aelian) असे करतोः ''सर्वश्रेष्ठ राजाचा निवास असलेल्या भारताच्या ह्या राजप्रासादात [४१] कौतुकास्पद अशा इतर अनेक बाबींशिवाय इतरही अनेक आश्चर्ये आहेत. त्यांच्याशी सुसा (Susa) किंवा एक्बतन (Ekbatana) स्पर्धा करू शकणार नाही. (कारण पर्शियनांच्या प्रसिद्ध बढाईखोर वृत्तीतूनच ह्या प्रकारची तुलना होऊ शकेल, असे मला वाटते.) तेथील उद्यानांत पाळीव मोर व सुंदर पिसारा असणारे माणसाळलेले तित्तिरपक्षी ठेण्यात आले आहेत. अनेक दाट सावलीच्या वनराई आणि हिरवळी असून तिथे कारागिरांनी कलात्मक चातुर्याने एकमेकांत गुंफलेली झाडे व त्यांच्या फांद्या आहेत. काही झाडे तेथील जमिनीत वाढणारी आहेत, तर काही इतर भागांतून आणलेली आहेत. त्यांच्या सौंदर्याने तेथील सृष्टीचा देखावा अधिकच नयनरम्य दिसतो. पोपट येथलेच रहिवासी आहेत व ते राजाभोवती सतत घिरट्या घालत असतात. त्यांची संख्या अफाट असली तरी कोणीही भारतीय कधीही पोपट खात नाही. इतर पक्षांपेक्षा ब्रॅचमन्स (Brachmans) ह्यांना विशेष मानतात, कारण पोपटच केवळ मानवी वाणीचे

अनुकरण करू शकतो. प्रासादातील प्रांगणात कृत्रिम जलाशय असून त्यात प्रचंड आकाराचे परंतु अगदी माणसाळलेले मासे सोडण्यात आले आहेत. ह्या ठिकाणी मासे मारण्याची परवानगी कोणालाही नसते. फक्त राजपुत्रांचा व तोही त्यांच्या बालपणात – ह्या बाबतीत अपवाद आहे. शांत जलाशयात मच्छीमारी करून व नावा चालविण्याचे धडे गिरवून ही मुले स्वतःची करमणूक करतात.'[४३]

हा राजप्रासाद बहुधा कुम्रहार ह्या आधुनिक खेड्यापाशी होता.[४४] कुम्रहाराजवळील मौर्यांच्या खांबांच्या दालनाच्या व राजवाड्याच्या अवशेषांच्या शोधामुळे मौर्य हे झोरोॲस्टिअन होते,[४५] असा सिद्धांत डॉ. स्पूनरने मांडला. कारण पर्सेपोलिस येथील डॅरिअसचा सिंहासनकक्ष व राजवाड्याचा नमुना यांच्यानुसार त्यांचे बांधकाम करण्यात आल्याचे सांगण्यात येते. मौर्यांच्या इमारती व पर्सेपोलिस येथील पर्शियन राजवाडा ह्यांतील साम्य निश्चितपणे प्रस्थापित झाले नव्हते, असे डॉ. स्मिथने मानले आहे. दुसरे असे की, प्राध्यापक चंद म्हणतात त्याप्रमाणे "मानववंशशास्त्रज्ञ उच्च दर्जाचे वास्तुशिल्प हे वंश ठरविण्याचे गमक मानीत नाहीत. तसेच तज्ज्ञांच्या मते पर्सेपोलिस येथील डॅरिअस व झर्क्सेस (Xerxes) ह्यांच्या इमारती पर्शियन शैलीच्या नाहीत, तर मुख्यतः बाबिलोनियातील नमुन्यावर आधारित असून त्यावर ग्रीस, इजिप्त व आशिया मायनर येथील परिणामाच्या खुणा आढळतात."

सर्वसाधारणपणे राजा राजवाड्यात स्त्री – आरक्षकाच्या[४६] संरक्षणात राहत असे, स्ट्रॅबो[४७] म्हणतो. (पाहा – 'स्त्री – गणैर्धन्विभिः', –अर्थशास्त्र) फक्त चार प्रसंगी म्हणजे युद्धाच्या वेळी, न्यायाधीश म्हणून राजा दरबारात बसला असताना, यज्ञाच्या वेळी व शिकारीस जात असताना तो लोकांत मिसळत असे.

चंद्रगुप्ताची राज्ययंत्रणा

चंद्रगुप्त हा केवळ मोठा योद्धा व विजेता नव्हता, तर महान प्रशासकही होता. त्याच्या दरबारातील मेगॅस्थेनीस ह्या ग्रीक वकिलाने त्याच्या राज्यपद्धतीविषयी तपशीलवार माहिती दिली आहे. त्याचा नातू अशोक ह्याचे कोरीव लेख व त्याचा अमात्य कौटिल्य ह्याचे 'अर्थशास्त्र' ह्या विख्यात राजदूताने दिलेल्या साम्राज्याच्या रचनेच्या तपशिलाविषयी अनेक बाबतीत दुजोरा देतात. बाण (इ.स.चे सातवे शतक) व जैनांच्या 'नंदिसूत्रा' च्या (इ.स.च्या पाचव्या शतकानंतर नव्हे) आधी 'अर्थशास्त्र' निश्चितपणे अस्तित्वात होते. परंतु सध्याच्या स्वरूपातील 'अर्थशास्त्र' पहिल्या मौर्या – इतके प्राचीन आहे की काय, याबद्दल शंका आहे. [४८] त्यातील 'चिनपट्टाचा' चिनी रेशमाचा उल्लेख ते नंतरच्या काळातील असल्याचे दर्शवतो. त्याचा उल्लेख अभिजात

संस्कृत वाङ्मयात वारंवार येतो, हे ध्यानात घ्यावयास हवे. तसेच, प्रारंभिक मौर्यांच्या क्षितिजाबाहेर चीन असल्याचे उघडच आहे आणि 'नागार्जुनिकोंड – शिलालेखापूर्वी' त्याचा उल्लेख कोणत्याही भारतीय शिलालेखात आलेला नाही. संस्कृतचा राजभाषा म्हणून केला जाणारा उपयोगही तितकाच महत्त्वाचा आहे. अर्थात हे मौर्यकाळाचे खास वैशिष्ट्य नव्हते. मात्र 'अर्थशास्त्रा' चा काळ गुप्तकाळाइतका नंतरचा आहे, असेही मानता येत नाही. कारण वजने नाण्यांविषयीच्या विभागात दिनारांचा (Denarius) उल्लेख आढळत नाही. लेखनिबद्ध करण्यात आलेल्या गुप्तकालीन जैन धर्मग्रंथातील अर्थशास्त्राचा उल्लेख ह्या दृष्टिकोनाशी अगदी जुळणारा आहे. इ.स.पू. दुसऱ्या शतकापूर्वी 'अर्थशास्त्र' बहुधा अस्तित्वात होते, याबद्दलचे मुद्दे यापूर्वीच आम्ही दिले आहेत.[४९] जरी हा ग्रंथ तुलनेने उत्तरकालीन असला तरी पूर्वकालीन साधनांवरून मिळणाऱ्या माहितीचा पुष्टी व जोड मिळण्याच्या दृष्टीने रुद्रदामनूच्या जुनागढ शिलालेखाप्रमाणे त्याचा उपयोग करता येईल.

सर्वोच्च प्रशासनाचे मुख्यतः दोन भाग होते :

(१) राजा व

(२) महामात्र (Councillors) व अमात्य किंवा सचिव (Assessors)

सार्वभौम राजा हा राज्याचा प्रमुख असे. देवांचा लाडका व कृपालाभ झालेला असला, तरी तो केवळ एक मानव मानिला जात असे.[५०] विशाल साम्राज्यातील भौतिक साधनसामग्रीची मालकी व मोठ्या प्रमाणातील खड्या सैन्यावरील नियंत्रण ह्यांमुळे त्याच्या ठायी खरीखुरी सत्ता एकवटली होती. परंतु काही प्राचीन नियम, 'पोराणा पकिती' अस्तित्वात होते व राजा कितीही प्रभावी आणि जुलमी असला, तरी त्यांचा मान तो राखीत असे. प्रजानन हा राज्याचा एक महत्त्वाचा घटक होता. त्यांना लेकरे मानण्यात येई व त्यांच्या कल्याणाची जबाबदारी राज्यप्रमुखाकडे असे. राजा त्यांचा ऋणी असे व चांगल्या प्रशासनाद्वारेच त्याला त्यातून मुक्त होता येत असे. मुख्यतः स्थानिक प्रशासनाच्या क्षेत्रात काही प्रमाणात विकेन्द्रीकरण केले जाई. तसेच राजधानीच्या ठिकाणी आणि प्रांतिक प्रशासनाच्या प्रमुख केन्द्रात सामान्यतः मंत्रिमंडळ असे आणि विशेषतः आणीबाणीच्या काळात त्यांच्याकडून सल्ला घेणे हा त्यांचा हक्क मानला जात असे. तरीही राजाचे अधिकार खूपच व्यापक होते. त्याला लष्कर , न्यायदान, कायदे करणे व त्यांची कार्यवाही ह्याबद्दलची कामे करावी लागत असत. युद्धाच्या [५१] निमित्ताने तो राजप्रासादातून बाहेर पडत असे, हे यापूर्वी आपण पाहिले आहे. लष्करी हालचालींबद्दलच्या योजनेसंबंधी तो सेनापतीशी[५२] विचारविनियम करीत असे.

ह्याशिवाय, न्यायदानासाठी तो दरबारात बसत असे. ''सबंध दिवसभर हे काम करीत तो तेथे बसून राहतो आणि वैयक्तिक गोष्टींकडे लक्ष देण्याची वेळ येऊन ठेपली असतानासुद्धा त्यांतील व्यत्ययाची तो खंत बाळगीत नाही. वैयक्तिक सेवेच्या वेळी लाकडाचे तुकडे घासण्यात येत असत आणि त्याच्या भोवती असणाऱ्या चार सेवकांकडून घर्षण केले जात असताना तो कामकाजाकडे लक्ष देत असतो.''[५३] 'कौटिलीय अर्थशास्त्रात' म्हटले आहे.[५४]: 'दरबारात असताना त्याने (राजाने) अर्जदारांना दाराशी कधीही तिष्ठत ठेवू नये. कारण ज्या वेळी राजा आपल्या प्रजाजनांना सहजपणे भेटू शकत नाही आणि आपले काम तो निकटवर्ती अधिकाऱ्यांवर सोपवितो, त्या वेळी कार्यात तो निश्चितपणे गोंधळ निर्माण करीत असतो. त्यातून सार्वत्रिक असंतोष उद्भवतो आणि तो स्वतः भक्ष्यस्थानी पडतो. म्हणून त्याने देवता, पाखंडी, वेदवेत्ते ब्राह्मण, गुरे, तीर्थक्षेत्रे, तसेच अल्पवयीन, वयोवृद्ध, दुःखीकष्टी, अनाथ व्यक्ती आणि स्त्रीविषयक कामकाज ह्यांत (वर सांगितलेल्या) क्रमानुसार किंवा कामकाजाची तातडी व महत्त्व लक्षात घेऊन वैयक्तिक लक्ष पुरवावे. तातडीची सर्व गाऱ्हाणी त्याने त्वरित ऐकावीत.'

राजाच्या कायदेविषयक कर्तव्याच्या दृष्टिकोनातून त्याला 'कौटिलीय अर्थशास्त्रा'त[५५] 'धर्मप्रवर्तक' असे संबोधले असून कायद्याच्या मूलाधारात राजशासनाचा समावेश करण्यात आला आहे, हे आपण लक्षात घ्यावयास हवे. राजाचे 'शासन' किंवा सरकारी हुकुमांची उदाहरणे म्हणून चंद्रगुप्ताचा विख्यात नातू अशोक ह्याच्या कोरीव लेखांचा निर्देश करता येईल.

राजाच्या कार्यवाहीविषयक कर्तव्याच्या संदर्भात आधारभूत ग्रंथांत पुढील गोष्टींचा निर्देश आहे. टेहेळणी अधिकाऱ्यांची नेमणूक करणे, जमाखर्चाच्या नोंदी पाहणे, मंत्री, पुरोहित व अधीक्षक यांची नियुक्ती करणे, मंत्रिपरिषदेशी पत्रव्यवहार करणे, गुप्तचरांनी मिळविलेल्या गुप्त माहितीचे संकलन करणे, राजदूतांचे स्वागत करणे इत्यादी.[५६]

धोरण विषयक स्थूल रूपरेषा राजाच आखीत असे आणि आपल्या अधिकाऱ्यांच्या व लोकांच्या मार्गदर्शनासाठी जाहीरनामे काढीत असे. अतिदूरच्या अधिकाऱ्यांवर गुप्त बातमीदार व निरीक्षक यांच्याद्वारे नियंत्रण ठेवण्यात येई, तर चंद्रगुप्ताच्या पौत्राच्या (अशोकाच्या) काळात हे काम फिरते न्यायाधीश करीत. अनेक मार्गांद्वारे त्यांच्याशी संपर्क साधला जाई व लष्करीदृष्ट्या महत्त्वाच्या जागी सैन्य ठेवण्यात येई.

केवळ साहाय्यानेच राजत्व (सार्वभौमत्व) साध्य होऊ शकते, असे कौटिल्य

मानतो.[५७] एकच चाक कधीच पुढे जाणे शक्य नाही. म्हणून राजाने 'सचिवां'ची नेमणूक करून त्यांचे मत ऐकावे. कौटिल्याने उल्लेखलेले सचिव किंवा अमात्य मेगॅस्थेनीसच्या 'सातव्या गटा' सारखे आहेत. सार्वजनिक बाबींच्या चर्चेमध्ये तो राजाला मदत करीत असे. हा गट संख्येने लहान असला, तरी विद्वत्ता व न्याय ह्यांच्या बाबतीत इतरांहून तो श्रेष्ठ होता.[५८]

'सचिव' किंवा 'अमात्य' ह्यामध्ये मंत्री किंवा ज्येष्ठ मंत्री हे नि :संशय सर्वात महत्त्वाचे होते. अशोकाच्या सहाव्या शिलालेखातील महामात्र किंवा डियोडोरोसने[५९] उल्लेखिलेले 'राज्याचे सल्लागार' यांसारखेच बहुधा ते होते.सर्व प्रक ारची आमिषे दाखवून ज्यांच्या चारित्र्याची पारख करण्यात आली आहे,[६०] अशा 'अमात्यां' तून त्यांची निवड करण्यात येई.त्यांना सर्वात अधिकच म्हणजे दरवर्षी ४८,००० 'पण' इतके वेतन देण्यात येत असे.[६१] सामान्य खात्यात नेमलेल्या अमात्यांच्या चारित्र्याची परीक्षा घेण्याच्या कामी ते राजाला मदत करीत असत.[६२] सर्व प्रकारची प्रशासकीय कार्यवाही करण्यापूर्वी त्यांच्यापैकी तिघांचा किंवा चौघांचा सल्ला घेण्यात येई.[६३] आणीबाणीचे कार्य उद्‌भवले असता ('आत्ययिके कार्ये') मंत्रिपरिषदेबरोबर त्यांनाही बोलाविण्यात येत असे.[६४] राजपुत्रांवर त्यांचे काही प्रमाणात नियंत्रण असे.[६५] रणांगणावर राजासमवेत ते जात असत आणि सैन्याला धीर देत असत.[६६] उघडच कौटिल्य हा अशा त्या मंत्र्यांपैकी एक होता. जटिल संप्रदायातील (a Jatilian) मनियतप्पो हा उघडच दुसरा मंत्री (किंवा 'प्रदेष्टृ') होता. 'काट्यांप्रमाणे असणाऱ्या लुटारूंचा नायनाट करून देशाला शांतिप्रद आशीर्वाद देण्याच्या कामी'[६७] राजाला तो मदत करीत असे. काही वेळा एकाहून अधिक मंत्री होते, हे 'मन्त्रिणः' ह्या बहुवचनी रूपावरून सिद्ध होते.

मंत्र्यांखेरीज मंत्रिपरिषद किंवा मंत्रिमंडळही होते. मौर्य राज्यघटनेचा एक महत्त्वाचा घटक म्हणून परिषदेचे अस्तित्व अशोकाच्या तिसऱ्या व सहाव्या शिलालेखावरून सिद्ध होते.[६८] मंत्री आणि मंत्रिपरिषदेचे सभासद एकच नव्हते. 'कौटिलीय अर्थशास्त्रा'च्या कित्येक उताऱ्यांत मंत्रिपरिषदेहून मंत्री वेगळे असल्याचे काटेकोरपणे म्हटले आहे.[६९] मंत्रिपरिषदेचे स्थान दुय्यम असल्याचे स्पष्टचे आहे. परिषदेतील सभासदांचा १२,००० पण पगार, तर मंत्र्यांचा पगार ४८,००० पण होता. दैनंदिन कामकाजाच्या बाबतीत त्यांचा सल्ला घेतल्याचे दिसत नाही. परंतु 'आत्ययिक कार्या'च्या[७०] म्हणजे आणीबाणीच्या कामकाजाच्या कार्यवाहीच्या वेळी मंत्र्यांसमवेत त्यांना बोलाविण्यात येत असे. बहुमताचा ('भूयिष्ठाः') निर्णय राजाला मार्गदर्शक ठरत असे. तसेच, राजदूतांच्या स्वागतप्रसंगी ते राजासमवेत उपस्थित असत.[७१] 'मन्त्रिपरिषदं द्वादशामात्यान् कुर्वीता' 'मंत्रिपरिषदेत बारा अमात्य असावेत'

ह्या वाक्यावरून परिषदेत सर्व प्रकारच्या अमात्यांमधून (केवळ मंत्र्यांमधूनच नव्हे) नियुक्ती करण्यात येत असे, असे दिसते. 'क्षुद्रपरिषद'[७२] 'लहान परिषद असलेला राजा' अशा शब्दांत ('क्षुद्रपरिषद') कौटिल्याने राजाची निंदा केली आहे. मानव, बार्हस्पत्य व औशनस ह्यांची मते त्याने झिडकारली आहेत. ''अक्षुद्रपरिषद'' म्हणजे आकाराने लहान नसलेल्या परिषदेला तो प्राधान्य देतो व हजार ऋषी असलेल्या इंद्राच्या परिषदेचा त्याने उल्लेख केला आहे. ह्यावरून वाढत्या साम्राज्याच्या गरजांची तरतूद करण्याचा त्याचा विचार होता, असे मानता येईल. ह्या प्रकारचे साम्राज्य खचितच चंद्रगुप्ताचे होते आणि त्याच्या सल्लागारांनी बऱ्याच व्यापक स्वरूपाची परिषद असण्याबद्दल त्याच्याकडे आग्रह धरला असावा.[७३]

मंत्री आणि मंत्रिपरिषद यांखेरीज अमात्यांचा दुसरा एक वर्ग होता. ते प्रशासकीय व न्यायविषयक महत्त्वाच्या अधिकारपदांवर होते.[७४] 'कौटिलीय अर्थशास्त्रा'त म्हटले आहे :[७५] 'धर्मोपंधाशुद्ध' म्हणजे धार्मिक चाचणीस उतरलेल्या अमात्यांची मुलकी[७६] व फौजदारी[७७] न्यायालयात नेमणूक करावी. 'अर्थोपधाशुद्ध' म्हणजे अर्थविषयक चाचणीत उतरलेल्या अमात्यांची 'समाहर्तृ' (कोषविषयक सल्लागार व अंतः-पुराचा मंत्री) व 'सन्निधातृ' (प्रमुख खजिनदार व भांडारपाल)[७८] म्हणून नियुक्ती करावी. ''कामोपधाशुद्ध'' म्हणजे प्रेमविषयक चाचणीत उतरलेल्या अमात्यांची आनंदोद्यानावर देखदेख करण्यासाठी नेमणूक करावी. तर ''भयोपधाशुद्ध'' म्हणजे भयकारक चाचणीत उत्तीर्ण झालेल्यांना त्वरित लक्ष घालण्याची आवश्यकता असणाऱ्या कामावर ('आसन्नकार्य') नेमावे. परंतु चाचणीत न उतरलेल्यांना खाणी, लाकडाची व हत्तींची जंगले[७९] व कारखाने ह्यात नेमावे. ज्यांची चाचणी घेण्यात आली नसेल, अशा अमात्यांना सर्वसाधारण व कमी महत्त्वाच्या खात्यांत ('सामान्य अधिकरण') नेमावयाचे असे. अमात्यास आवश्यक ती गुणवत्ता असणाऱ्या ('अमात्यसंपदोपेत') व्यक्तींची 'निसृष्टार्थ' म्हणजे पूर्णाधिकार असलेला राजदूत, लेखक, म्हणजे पत्रव्यवहारविषयक मंत्री आणि अध्यक्ष किंवा अधीक्षक म्हणून नेमणूक करण्यात येई.

अमात्यांची राज्यातील कार्यवाहीच्या व न्यायदानविषयक प्रमुख अधिकारपदांवर अमात्यांची नेमणूक करण्याबद्दलच्या 'कौटिलीय अर्थशास्त्रा'तील विधानांना अभिजात लेखकांनी दुजोरा दिला आहे. उदाहरणार्थ, स्ट्रॅबो म्हणतो[८०], ''सातव्या वर्गात राजाचे सल्लागार आणि करविषयक अधिकारी (Symbouloi and Synedroi) असत. ह्या व्यक्तींकडे राज्याची अधिकारपदे, न्यायसभा व संपूर्ण प्रशासन असे.'' ॲरिअनसुद्धा म्हणतो की, ''त्यांच्यातून प्रशासक, प्रांतप्रमुख, दुय्यम

अधिकारी, कोषाध्यक्ष, सेनापती, आरमारातील अधिकारी, खर्चविषयक नियंत्रण व कृषी-अधीक्षक ह्यांची निवड करण्यात येत असे."

कौटिलीय प्रशासनात प्रमुख स्थान असलेल्या अध्यक्षांचा स्पष्ट उल्लेख स्ट्रॅबोचे अनुवादक खालील उताऱ्यात 'मॅजिस्ट्रेट' असा करतात :[८१]

ह्या मॅजिस्ट्रेटांपैकी काहीजण बाजारपेठेचे[८२] काहीजण शहरांचे आणि इतर काहीजण सैन्याचे[८३] प्रमुख असतात. इजिप्तप्रमाणे काहीजणांकडे[८४] नद्यांची देखभाल, जमिनीची मोजणी ही जबाबदारी असे व ते कालव्याद्वारे ज्यातून पाण्याचे वाटप होत असे अशा बंदिस्त जलाशयांची पाहणी करीत असत व अशा प्रकारे सर्वांना पाण्याचा समप्रमाणात उपयोग करता येत असे. शिकाऱ्यांवरही त्यांचे नियंत्रण असे व त्यांचे गुणदोष लक्षात घेऊन त्यांना बक्षीस देण्याचा किंवा शिक्षा करण्याचा अधिकार असे. करवसुली व तसेच जंगलतोड, सुतारकी, धातुकाम व खाणकाम अशा जमिनविषयक व्यवसायांवर ते देखरेख करीत असत. सार्वजनिक रस्त्यांवर देखरेख करून प्रत्येक दहा स्टॅडिआंवर (Stadia) उपरस्ते व अंतर दर्शविणारे खांब उभारत असत. शहराचे नियंत्रण करणाऱ्यांची प्रत्येकी (astrymomoi)पाच सभासद असलेली सहा मंडळे असत. शहर नियंत्रकाखेरीज लष्करविषयक कामे पाहाणाऱ्या अधिकाऱ्यांचे एक तिसरे मंडळ असे. पाच सभासदांचा एक[८६] अशा सहा गटांत त्याचेही विभाजन करण्यात येई.

प्रस्तुत शहराचे प्रमुख अधिकारी व लष्करप्रमुख म्हणजेच उघडपणे 'अर्थशास्त्रा'तील'[८७] नगराध्यक्ष व बलाध्यक्ष होत. डॉ. स्मिथ म्हणतो,[८८] "मेगॅस्थेनिसने वर्णिलेली नगर विषयक व लष्करविषयक मंडळे लेखकास (कौटिल्यास) ज्ञात नाहीत. ह्या प्रकारची प्रत्येक जबाबदारी ही एकाच व्यक्तीचे कर्तव्य आहे, असे त्याला अभिप्रेत होते. मंडळाची निर्मिती करून स्वत: चंद्रगुप्ताने नवा पायंडा पाडला असावा." परंतु ह्या इतिहासकाराने कौटिल्याच्या पुढील स्पष्ट उद्गारांकडे दुर्लक्ष केले आहे:

"बहुमुख्यम् अनित्यं चाधिकरणं स्थापयेत।" प्रत्येक खात्याचे अनेक तात्पुरते प्रमुख असतील.[८९]

"अध्यक्षा: संख्याक-लेखक-रूपदर्शक-
नीवीग्राहकोत्तराध्यक्षसखा:- कर्माणि कुर्यु:।"

"हिशोबतपासनीस, कारकून, नाणी-परिक्षक, वस्तूंची मोजदाद करणारे आधिकारी व अतिरिक्त गुप्त निरीक्षक ह्यांच्या साहाय्याने अधीक्षक आपली कार्ये पार पाडतील."

डॉ. स्मिथ केवळ 'अध्यक्ष' विचारात घेतो परंतु 'उत्तराध्यक्ष' व इतरांचे

अस्तित्व ह्यांकडे दुर्लक्ष करतो. 'अर्थशास्त्रा'च्या संदर्भात डॉ. स्मिथ ज्याप्रमाणे केवळ अध्यक्ष विचारात घेतो त्याप्रमाणे अभिजात वृत्तांताच्या बाबतीत तो केवळ 'मंडळे' विचारात घेतो, पण पुढील दोन उताऱ्यांत स्पष्टपणे उल्लेखिलेल्या प्रमुखांकडे दुर्लक्ष करतो ते उतारे असे :[१०]

"एक विभाग 'प्रमुख आरमारी अधिक्षकां' संबंधी असून' 'दुसरा (विभाग) वृषभसंघांच्या प्रमुख अधिकाऱ्यांबद्दलचा आहे." प्रमुख आरमारी अधीक्षक व वृषभ संघांचा अधिकारी निश्चितपणे 'अर्थशास्त्रा'तील 'नावाध्यक्ष' व 'गोऽध्यक्ष' ह्यासारखेच आहेत. प्राचीन हिंदू काळातील नावाध्यक्ष हा पूर्णपणे नागरी अधिकारी होता, हा समज चुकीचा आहे. कारण 'हिंस्त्रिकां'चा (समुद्रावरील चाचांच्या नावा ?) विनाश करणे ही त्याची जबाबदारी होती. तसेच, आरमार हा सरकारी सैन्याचा एक अवयव (अंग) असल्याचा महाभारतात[११] स्पष्ट उल्लेख येतो. नावाध्यक्षाची नागरी कर्तव्ये मेगॅस्थेनिसने उल्लेखलेल्या आरमारप्रमुखाच्या कर्तव्यांसारखीच असून त्यात उतारू व व्यापारी माल ह्यांच्या ने-आणी साठी नावा भाड्याने देण्याचा समावेश होतो.[१२]

लिच्छवी, मल्ल, शाक्य व इतर 'संघ' ह्यांत असलेल्या मध्यवर्ती लोकसभांना मौर्य राज्यघटनेत स्थान नव्हते. ग्रामिक किंवा ग्रामप्रमुखांची महासभा बोलाविण्याची प्रथा सुद्धा प्रचारात नसल्याचे दिसते. हळूहळू राजसभेला उमरावशाही पद्धतीच्या कार्यकारणीचे स्वरूप आले व तीमध्ये केवळ सरदार व श्रीमंत लोक उपस्थित असत.[१३]

न्यायव्यवस्था

स्वत: राजा न्यायखात्याचा प्रमुख असे. राजदरबाराखेरीज शहरात (नगर) आणि ग्रामीण भागात (जनपद) स्वतंत्र न्यायमंडळे असत. त्यांच्या अध्यक्षपदी अनुक्रमे "व्यावहारिक महामात्र" व "राजूक" असत. परकीयांच्या खटल्यांचा न्यायनिवाडा करणाऱ्या न्यायाधीशांचा ग्रीक लेखक उल्लेख करतात. खेड्यातील किरकोळ खटल्यांचा निर्णय नि:संशयपणे ग्रामप्रमुख व ग्रामवृद्ध करत असत. शिक्षाविषयक कायदे कठोर असल्याबद्दल सर्व आधारग्रंथ साक्ष देतात. चंद्रगुप्ताचा नातू अशोक ह्याने मात्र न्यायव्यवस्थेतील किचकटपणा दूर करण्याचा प्रयत्न केला. सर्वांना त्याने समान न्याय दिला व बहिर्वर्ती प्रांतांतील गैरकारभारावर नियंत्रण ठेवण्यासाठी त्याने फिरत्या महामात्रांची नेमणूक केली. परंतु 'राजुकांना' बऱ्याच प्रमाणात तारतम्याने निर्णय घेण्याची मुभा देण्यात आली होती. भारतीयांमध्ये 'चोरी' ही फारच क्वचित घडणारी बाब होती, असे ग्रीक लेखक सांगतात. ह्याबद्दल ते आश्चर्य व्यक्त करतात, कारण त्यांना असे आढळून आले की, ह्या लोकांपाशी 'लिखित

कायदे नाहीत'. एवढेच नव्हे, तर त्यांना लिहिता येत नाही व ते स्मरणाद्वारे सर्व व्यवहार चालवितात'. भारतीयांच्या लेखनाबद्दलच्या अज्ञानाविषयीचे विधान क्वचितच बरोबर असू शकेल. भारतीय लोक लिहिण्यासाठी दाट विणलेल्या तागाच्या कापडाचे व झाडांच्या पातळ सालींचे तुकडे उपयोगात आणीत अशी नोंद निर्कुस(Nearchus) व कर्टिअुस करतो. एखादा तत्त्वज्ञानी आपणास द्यावीशी वाटणारी उपयुक्त सूचना लिहून काढतो, असे स्ट्रॅबो सांगतो. मौर्य काळातील आडरस्ते व आंतर दर्शविणाऱ्या खुणा असणारे खांबही ध्यानात घ्यावयास हवेत.[९४]

प्रांतिक सरकार

हे साम्राज्य अनेक प्रांतांमध्ये विभागले होते व प्रांतांचेही 'आहार' व 'विषय' असे पोटभाग करण्यात आले होते, ''कोणाही एका प्रशासकाला दुर्वह (Atlantean) भार पेलणे शक्य नव्हते. चंद्रगुप्ताच्या काळातील प्रांतांची नक्की संख्या ज्ञात नाही. त्याच्या पौत्राच्या म्हणजे अशोकाच्या काळात निदान पाच प्रांत होते, ते असे;

१) उत्तरापथ[९५]	राजधानी तक्षशिला
२) अवंतिरट्ठ	राजधानी उज्जयिनी
३) दक्षिणापथ	सुवर्णगिरी (?)
४) कलिंग	राजधानी तोसली
५) प्राच्य, प्राचीन (प्रसी)[९७]	राजधानी पाटलीपुत्र

ह्यां पैकी पहिले दोन व शेवटचा एक हे प्रांत चंद्रगुप्ताच्या साम्राज्याचे भाग होते, असे अगदी निश्चितपणे म्हणता येईल. परंतु दक्षिणापथ हा सुद्धा चंद्रगुप्ताच्या साम्राज्यातील एक प्रांत होता, हे सर्वस्वी असंभाव्य नाही. सरहद्दीवरील प्रांतांची सत्ता राजवंशातील राजपुत्राकडे असे व सामान्यतः त्यांना 'कुमार' म्हणण्यात येत असे. 'कुमारा'चा वार्षिक पगार १२,००० पण असल्याचे 'कौटीलीय अर्थशास्त्रा'वरून[९८] समजते.

अंतर्गत प्रांतांवर म्हणजे प्राच्य व मध्यदेश (पूर्वभारत व मध्यभारत) ह्यांवर प्रत्यक्ष सम्राटाचे प्रशासन असे. पाटलीपुत्र, कौशांबी वगैरे महत्त्वाच्या शहरी असणाऱ्या महामात्रांचे व वरिष्ठ अधिकाऱ्यांचे त्यास साहाय्य होत असे.

साम्राज्यांतर्गत प्रांतांखेरीज मौर्यकालीन भारतात काही प्रमाणात स्वायत्तता असणारे अनेक प्रदेश होते. स्वायत्त राज्य व लोकशाही प्रशासन असणारी शहरे ह्यांचा ऑरिअन उल्लेख करतो.[९९] 'कौटीलीय अर्थशास्त्रात'[१००] अनेक संघांचा म्हणजे आर्थिक, लष्करी व राजकीय संघटनांचा किंवा काही बाबतीत आपातत: स्वायत्तता

असणाऱ्या संघराज्यांचा उल्लेख आहे. उदा. कंबोज, सुराष्ट्र इ. एक घटक म्हणून कंबोजांचा ठळक निर्देश अशोकाच्या तेराव्या शिलालेखात येतो. 'पश्चिम सरहद्दी'वरील ('अपराता') मुद्दाम नावाने उल्लेखलेल्या राज्यांखेरीज इतर अनेक राष्ट्रांचा व जमातींचा पाचव्या शिलालेखात उल्लेख येतो.[१०१] ह्या राष्ट्रांमध्ये सुराष्ट्राचा समावेश झाला असणे असंभवनीय नाही. येथील स्थानिक राज्यकर्त्यांच्या उपाधीवरून त्याला बऱ्याच प्रमाणात स्वायत्तता लाभली होती. 'पेतवत्थु'वरील टीकेत अशोकाच्या समकालीन 'पिंगल'[१०२] नावाच्या एका स्थानिक 'राजा'चा उल्लेख आहे. रूद्रदामनूच्या जुनागढ शिलालेखात 'यवनराज तुषास्फ' ह्या दुसऱ्या समकालीनाचा[१०३] निर्देश येतो. हा यवनराज बहुधा वायव्य भागातील एक प्रमुख ग्रीक अधिकारी असावा. ज्याप्रमाणे अंबेरच्या राजा मानसिंगाची बंगालच्या सुभेदार म्हणून अकबराने नेमणूक केली होती, त्याप्रमाणे सुराष्ट्राचा कारभार पाहाण्यासाठी ह्या यवनराजाची अशोकाने नियुक्ती केली होती. तसेच, अशोकाची त्याच्या असणाऱ्या संबंधांशी शाक्यराज व पसेनदी ह्यांच्यातील संबंधांशी तुलना होऊ शकेल. पहिल्या मौर्यांच्या काळात सुराष्ट्रात पुष्यगुप्त नावाचा अधिकारी होता. तो वैश्य होता व चंद्रगुप्ताचा 'राष्ट्रीय' असे त्याचे वर्णन करण्यात आले आहे. 'बॉंबे गॅझेटिअर'मध्ये[१०४] 'राष्ट्रीय' या शब्दाचा अर्थ 'मेहुणा' असा करण्यात आला आहे. 'एपिग्रफिआ इंडीका'मध्ये [१०५] कीलहॉर्न मात्र त्याचा अर्थ 'प्रांताचा प्रमुख अधिकारी' असा घेतो. हा अर्थ अगदी सर्वथा बरोबर असल्याचे दिसत नाही. कारण ह्यापूर्वीच आपण पाहिल्याप्रमाणे मौर्यकाळात सुराष्ट्रात तेथील राजांचा गट बहुधा होता व त्यामुळे सुराष्ट्र हा सर्व नोकरशाहीतील सर्वसाधारण स्वरूपाच्या राज्यपालाच्या नियंत्रणाखालील साम्राज्यांतर्गत प्रांत होता, असे मानणे शक्य होणार नाही. शिलालेखातील राष्ट्रीय हा एक प्रकारचा साम्राज्यातील उच्चायुक्त (High Commissioner)[१०६] असल्याचे दिसते आणि सुराष्ट्रातील पुष्यगुप्ताचा दर्जा बहुधा इजिप्तमधील क्रोमरसारखा असावा 'अर्थशास्त्र' किंवा अशोकाचे शिलालेख 'राष्ट्रीय' नावाच्या कोणत्याही अधिकारी वर्गाचा स्पष्टपणे निर्देश करीत नाहीत.[१०७] मात्र राष्ट्रीय व राष्ट्रपाल एकच असण्याची शक्यता असून, त्याचा पगार 'कुमार' किंवा राजपुत्र ह्यांच्या इतकाच होता.[१०८]

मौर्यकाळाच्या प्रारंभी निदान सुराष्ट्र–भागात तरी वंशपरंपरागत नोकरशाही अस्तित्वात आल्याचे दिसत नाही. स्थानिक राज्यकर्त्यांनी धारण केलेली 'राजा' ही उपाधी व अशोकाच्या काळात 'राजुकांना' देण्यात आलेली स्वायत्तता ह्यांमुळे अखेरीस केंद्रोत्सारी शक्ती मोकळ्या सुटल्या व त्यामुळे साम्राज्यातून बाहेर पडण्यास त्यांना मदत झाली असली पाहिजे.

निरीक्षक व गुप्तहेर

निरीक्षक (Overseer) (Episkopoi) ह्या नावाने ओळखल्या जाणाऱ्या अधिकारीवर्गाचा अभिजात लेखक उल्लेख करतात. ''त्यांचे संबंध देशात आणि शहरात घडणाऱ्या घटनांवर लक्ष असे. राजाच्या सत्तेखाली असणाऱ्या भारतीयांबद्दल राजाकडे व लोकशाही प्रशासन असणाऱ्या लोकांबद्दल न्यायाधिकाऱ्याकडे ते आपला अभिप्राय कळवित असत.''[१०९] ह्या प्रकारच्या अधिकाऱ्यांना स्ट्रॅबो 'एफोरी' (Ephori) किंवा तपासनीस असे संबोधतो. तो म्हणतो: 'जे काही घडत असेल, त्यावर देखरेख करण्याची त्यांची जबाबदारी असते. गुप्तपणे त्याबद्दल राजाकडे कळविणे हे त्यांचे कर्तव्य आहे... तपासनीसाच्या जागेवर सर्वोत्कृष्ट व विश्वासू माणसे नेमण्यात येत असत.''[११०] ॲरिअनचे 'निरीक्षक' व स्ट्रॅबोचे 'तपासनीस' हे जुनागढ शिलालेखातील 'राष्ट्रीय' किंवा 'अर्थशास्त्रा'तील 'प्रदेष्ट्' 'गूढपुरूष' ह्यांसारखेच (गुप्तहेर) असावेत. प्र-दिश् म्हणजे 'निर्देश करणे' 'कळविणे' ह्यापासून 'प्रदेष्ट्' शब्दाची व्युत्पती सांगता येईल.[१११]

तपासनीसांचे वेगवेगळे वर्ग स्ट्रॅबो सांगतो. शहर-तपासनीस आपल्या मदतीसाठी शहरातील वारांगनांची व छावणींचे तपासनीस तेथे येणाऱ्या स्त्रियांची नेमणूक करीत असत, असे तो सांगतो. सर्वसाधारण गुणांनी युक्त अशा स्त्रियांच्या गुप्तहेर म्हणून नेमणुकीबद्दल 'कौटीलीय अर्थशास्त्रा'तही उल्लेख येतो. ह्या ग्रंथात गुप्तहेरांचे दोन गट सांगण्यात आले आहेत. ते असे -

(१) संस्था : किंवा स्थायिक गुप्तहेर. त्यांमध्ये कापटिक, उदास्थित, गृहपतिक, वैदेहक व तापस म्हणजे कपटी अनुयायी, संन्यासी, गृहस्थ, व्यापारी आणि तपस्वी ह्यागुप्त प्रतिनिधींचा समावेश असे.

(२) 'संचार:' किंवा फिरते गुप्तहेर[११२] त्यांत सत्रि, तीक्ष व रसद म्हणजे वर्गमित्र, साहसीव्यक्ती व विषप्रयोग करणारे ह्या प्रकारच्या गुप्तचरांचा व तसेच भिक्षुकी, परिव्राजिका (फिरत्या भिक्षुणी), मुण्ड(मुंडन केलेल्या) व वृषली ह्या प्रकारच्या स्त्रियांचा समावेश होत असे. वृषली ह्या शेवटच्या वर्गाचाच स्ट्रॅबो उघडपणे उल्लेख करतो.[११३] 'अर्थशास्त्रा'तही[११४] वारांगना(पुश्चली, वेश्या, रूपाजीवा) गुप्तहेर असल्याचे उल्लेख स्पष्ट आढळतात.

परकीयांची देखभाल

मौर्य शासन परकीयांची विशेष काळजी घेत असल्याचे डायोडोरस[११५] व स्ट्रॅबो[११६] ह्यांच्या वृत्तांतावरून स्पष्ट होते. ''भारतात परकीयांसाठी सुद्धा अधिकारी नेमण्यात आले आहेत. कोणीही परकीयांवर अन्याय होणार नाही, याची काळजी घेणे हे त्यांचे कर्तव्य असे. त्यांपैकी कोणीही आजारी पडला, तर त्याच्या शुश्रुषेसाठी ते वैद्य पाठवत व त्याची काळजी घेत असत. तो मरण पावला, तर त्याचे दफन करून त्याच्या नातेवाईकांसाठी ठेवलेली मालमत्ता त्यांच्याकडे पाठवीत असत. न्यायाधीशसुद्धा परकीयांशी संबंधित खटल्यांचा निकाल अत्यंत काळजीपूर्वक करीत असत व त्यांचा भलतासलता फायदा घेणाऱ्यांची कठोरपणे खरडपट्टी काढीत असत.[११७]

ग्राम-प्रशासन

प्राचीन भारतात खेड्यांचा प्रशासकीय व न्यायविषयक कारभार 'ग्रामिक'[११८] 'ग्रामभोजक' किंवा 'आयुक्त' पाहत असत. अर्थात त्यांना ग्रामवृद्धांची[११९] मदत असे. 'अर्थशास्त्रा'त [१२०] देण्यात आलेल्या पगारी अधिकाऱ्यांच्या यादीतून ग्रामिक वगळण्यात आला आहे हे सूचक आहे. बहुधा त्यावरून असे सूचित होते की, ग्रंथकाराच्या काळात ग्रामिक हा राजाचा पगारी नोकर नव्हता, तर बहुधा निवडून देण्यात आलेला[१२१] असा खेड्यांतील लोकांचा अधिकारी होता. 'ग्रामभृतक'[१२२] किंवा 'ग्रामभोजक'[१२३] हा खेड्यातील राजाने नेमलेला नोकर होता. ग्रामिकापेक्षा वरच्या दर्जाचा अधिकारी 'गोप'[१२४] असल्याचे 'अर्थशास्त्र' सांगते. तो ५ किंवा १० खेड्यांचा कारभार पाहात असे. तसेच 'स्थानिक' हा अधिकारी जनपद किंवा जिल्ह्याच्या १/४ भागाचे नियंत्रण करीत असे. ह्या ग्रंथातील उल्लेखानुसार प्रस्तुत अधिकाऱ्यांच्या कामावर 'समाहर्तृ' प्रदेष्ट्रच्या मदतीने देखरेख करीत असे.[१२५] ग्रामीण प्रशासन अत्यंत कार्यक्षम असल्याचे दिसते. जमीन कसणाऱ्यांना सर्व प्रकारच्या नुकसानीबद्दल योग्य प्रकारची भरपाई मिळत असे व आपला सर्व वेळ ते मशागत करण्यात घालवीत असत, असे ग्रीक निरीक्षक सांगतात.

महसूल व खर्च

केंद्रामध्येही मुलकी व लष्करी प्रशासनाचा खर्च प्रचंड प्रमाणात होत असावा. 'भाग' व 'बलि' ही खेड्यातील महसूलाची मुख्य साधने होती. जमिनीच्या उत्पन्नातील

राजाचा हिस्सा म्हणजे 'भाग' होय, सामान्यत: तो १/६ ठरविण्यात आलेला असे. परंतु खास बाबतीत तो १/४ इतका वाढविण्यात येई किंवा १/८ इतका कमी करण्यात येई. 'बलि' हा एक प्रकारचा जादा कर असल्याचे दिसते. हा कर न भरण्याची काही भागांना सवलत असे. ग्रीक लेखकांनी म्हटल्याप्रमाणे शेतकरी जमिनीतील उत्पन्नाच्या चौथ्या हिश्श्याखेरीज एक प्रकारची जमिनविषयक खंडणी भरीत असत. कारण 'सबंध भारत ही राजाची मालमत्ता असून कोणाही खासगी व्यक्तीला जमीन धारण करण्याची परवानगी नाही' अशी त्यांची श्रद्धा होती. जमिनीची मोजमापे घेऊन पाणीपुरवठ्याच्या कार्यावर देखरेख करणारे Agronomoi हे अधिकारी जमिनविषयक कर गोळा करीत असत. इतर सरकारी करात व्यावसायिकांकडून घेण्यात येणारी खंडणी व निश्चित स्वरूपाची सेवा व गुराख्याकडून घेण्यात येणारी गुरे ह्यांचा समावेश होतो. शहरी भागात जन्म-मृत्यूविषयक कर, दंडांची रक्कम व विक्रीवरील दल वा हिस्सा ही महसुलाची मुख्य साधने होती. मौर्यांना वाटणाऱ्या सोन्याबद्दलच्या प्रेमाविषयी पतंजलीच्या महाभाष्यात एक मनोरंजक उल्लेख आला असून त्यासाठी देवांच्या मूर्तीबद्दलही त्यांनी व्यवहार केले होते. ग्रामीण व तटबंदीने मजबूत करण्यात आलेला भाग ह्यांतील करवसुलीमधील फरक 'अर्थशास्त्रा'त केलेला असून त्यांत,'समाहर्तृ' व 'सन्निधातृ' ह्या नावाच्या काही वरिष्ठ महसूल अधिकाऱ्यांचा उल्लेख येतो. मौर्यकालीन शिलालेखात मात्र ह्या प्रकारच्या अधिकाऱ्यांचा उल्लेख येत नाही. ह्याच्या उलट 'राज्याचे कोषाध्यक्ष' किंवा 'कोषाचे अधीक्षक' ह्यांचा उल्लेख ग्रीक लेखक करतात.

महसुलाचा बराचसा भाग सैन्यावर खर्चला जाई. कारागिरांनासुद्धा साम्राज्याच्या खजिन्यातून निर्वाहवेतन मिळत असे. धनगरांना व शिकाऱ्यांना वन्य पशू व पाखरे मारण्याबद्दल धान्याच्या स्वरूपात भत्ता मिळत असे. तत्त्वज्ञानी लोकांनाही सरकारी मदतीचा लाभ होत असे व त्यात ब्राह्मण व तसेच श्रमण किंवा तपस्वी ह्यांचा समावेश होई. चंद्रगुप्ताच्या पौत्राच्या काळात पाणीपुरवठा, रस्त्यांचे बांधकाम, इमारती व तटबंदीची उभारणी व दवाखान्यांची व्यवस्था, ह्यांसाठी मोठ्या प्रमाणात रक्कम खर्ची टाकण्यात येत असे.

चंद्रगुप्ताचे अखेरचे दिवस

'राजावलीकथा'[१२६] ह्यात आलेल्या जैन परंपरेनुसार चंद्रगुप्त हा जैन होता आणि एकदा मोठा दुष्काळ पडला असताना सिंहसेन ह्याच्यासाठी राजत्याग करून तो म्हैसूर कडे गेला व तेथे मरण पावला. सुमारे इ.स. ९०० मधील सेरिंगपट्टम

जवळील कावेरीच्या उत्तर किनाऱ्यावरील दोन शिलालेखात कलबप्पूगिरीवर म्हणजे चंद्रगिरीच्या शिखरावर भद्रबाहू व चंद्रगुप्त मुनिपती ह्यांच्या पावलांचे ठसे उमटले असल्याचे वर्णन आहे.[१२७] "जैन परंपरेची या बाबतीत मक्तेदारी असून कोणतीही पर्यायी हकीकत अस्तित्वात नाही," असे डॉ. स्मिथ म्हणतो.[१२८] चोवीस वर्षांच्या कारकिर्दीनंतर सुमारे इ.स.पू. ३०० मध्ये चंद्रगुप्त मरण पावला.[१२९]

हेमचंद्राचे 'परिशिष्टतर्वन'[१३०] विश्वसनीय मानल्यास चंद्रगुप्ताला दुर्धरा नावाची पत्नी होती. तिने बिंदुसाराला जन्म दिला व चंद्रगुप्तानंतर तो गादीवर आला. परंतु समर्थक पुराव्याच्या अभावी राणीचे प्रस्तुत नाव खरे असल्याचे मानता येत नाही.

बिंदुसाराची राजवट

चंद्रगुप्त मौर्यानंतर इ.स.पू. ३०० मध्ये किंवा त्या सुमारास त्याचा पुत्र बिंदुसार अमित्रघात सत्तेवर आला. अमित्रघात (शत्रूंना ठार करणारा) हे नाव किंवा उपाधी म्हणजे अथेनेओसने उल्लेखिलेल्या अमिट्रेकेटस् व स्ट्रॅबोने उल्लेखिलेल्या अल्लिस्ट्रोकेडेस ह्या नावाचा मूळ संस्कृत प्रतिशब्द होय.[१३१] तो स्यांड्रोकोट्टसचा मुलगा असल्याचे सांगितले आहे. अमित्रखाद किंवा 'शत्रूंना भक्षण करणारा' हा पाठ फ्लीट पसंत करतो. इंद्राचे विशेषण म्हणून ते आले असल्याचे सांगितले जाते.[१३२] 'राजावलीकथे'मध्ये चंद्रगुप्ताच्या मुलाचे व वारसाचे सिंहासन हे नाव येते. बहुधा बिंदुसार व तसेच अशोकाचे इतर पूर्वज 'देवांना पिय' हे विशेषण वापरीत असल्याचे अशोकाच्या आठव्या शिलालेखावरून (उदा. काल्सी संहिता) दिसते.

'आर्य-मंजुश्री-मूलकल्पा'चे लेखक हेमचंद्र व तारानाथ हे विश्वसनीय मानले तर बिंदुसाराच्या राज्यारोहणानंतर काही काळापर्यंत कौटिल्य किंवा चाणक्य अमात्य म्हणून सेवेत राहिला होता, असे मानता येईल[१३३]. तारानाथ म्हणतात : "चाणक्य ह्या त्याच्या (बिंदुसाराच्या) एका महात्म्याने सोळा शहरांच्या[१३४] सरदारांचा व राजांचा विनाश केला व राजाला पूर्व व पश्चिम सागरांमधील प्रदेशाचा स्वामी केले." पूर्व व पश्चिम सागरांमधील भूमीवरील विजयाचा संदर्भ काही विद्वानांनी दख्खन आपल्या राज्यास जोडणे असा घेतला आहे.[१३५] परंतु ह्यापूर्वी चंद्रगुप्ताच्या काळात मौर्य-साम्राज्य सुराष्ट्रापासून बंगालपर्यंत (Gangaridae) म्हणजे पश्चिम सागरापासून पूर्वसागरापर्यंत पसरले होते हे विसरता कामा नये. तारानाथाच्या विधानाचा अर्थ सार्वत्रिक क्रांतीचे शमन एवढा मात्र जरूर घेता येईल. दख्खन विजयाशी बिंदुसाराच्या नावाचा संबंध असल्याचे कोणतीही पूर्वपरंपरा स्पष्टपणे सांगत नाही.[१३६] सोळा शहरांवर ताबा मिळविल्याची कथा खरी असो वा नसो, 'दिव्यावदना'त [१३७] मात्र असे आहे

की, प्रसिद्ध अशा निदान एका शहराने म्हणजे तक्षशिलेने बिंदुसाराच्या कारकिर्दीत बंड केले होते. राजाने अशोकाला तिकडे पाठविल्याचे सांगण्यात येते. आपल्या सैन्यानिशी राजपुत्र तक्षशिलेपाशी पोहचला असता त्याच्या भेटीसाठी लोक बाहेर आले व म्हणाले : ''आम्ही राजपुत्राच्या किंवा बिंदुसार राजाच्याही विरूद्ध नाही. मात्र दुष्ट अमात्य ('दुष्टामात्या:') आमचा अपमान करतात.'' सरहद्दीवरील प्रांतातील मौर्य अधिकाऱ्यांच्या उद्दामपणाचा उल्लेख कलिंगाच्या शिलालेखात[१३८] स्वत: अशोकाने केला आहे. आपल्या महामात्रांना उद्देशून सम्राट म्हणतो :

''सर्व लोक ही माझी मुले आहेत आणि ज्याप्रमाणे माझ्या मुलांना इह व परलोकांत सर्व प्रकारची समृद्धी व सुख लाभावे असे मला वाटते, तशीच इच्छा मी सर्व माणसांसाठी करतो. तुम्हाला मात्र ह्या सत्याचे पूर्णपणे आकलन झालेले नाही.[१३९] एखादी व्यक्ती कदाचित एखाद्या बाबतीत पूर्णांशाने नव्हे, तर अशंत: लक्ष घालीत असते, म्हणून ह्या गोष्टीकडे लक्ष द्या. कारण शासनांचे धोरण निश्चित स्वरूपात प्रस्थापित झाले आहे. तसेच काही वेळा असे घडते की, एखाद्या व्यक्तीला तुरूंगात टाकण्यात येते, किंवा त्रास देण्यात येतो आणि परिणामत: ज्यावेळी योग्य कारणाविना त्याला तुरूंगवास भोगावा लागतो तेव्हा इतर अनेक लोकांना त्याचे अत्यंत दु:ख होते. अशा बाबतीत तुम्ही न्याय देण्यास उत्सुक असले पाहिजे.[१४०].... आणि ह्या उद्देशाने धर्मनिष्ठेच्या कायद्यानुसार दर पाच वर्षांनी क्रमाक्रमाने शांत आणि सौम्य स्वभावाच्या व जीवनाच्या पावित्र्याविषयी आदरभाव असणाऱ्या अशा व्यक्ती ('महामात्र') मी पाठविन आणि त्या माझा उद्देश ध्यानी घेऊन माझ्या सूचनांची परिपूर्ती करतील.[१४१] मात्र उज्जयिनीहून ह्याच उद्देशाने राजपुत्र ह्याच प्रकारच्या अधिकाऱ्यांचे मंडळ पाठवील व ते तीन वर्षांहून अधिक काळ राहणार नाही. त्याच पद्धतीने तक्षशिलेहून व्यवस्था करण्यात येईल.''

तक्षशिला अशोकास शरण आली. मौर्य राजपुत्राने त्यानंतर 'स्वशराज्यात' (बर्नोफनुसार खश)[१४२] प्रवेश केल्याचे सांगण्यात येते.

परराष्ट्र संबंध

ग्रीक सत्तेबरोबरच्या आपल्या संबंधात बिंदुसाराने शांततापूर्ण धोरणाचा पाठपुरावा केला होता. सीरीयाच्या राजाने त्याच्या दरबारी डिमेकोस (Deimachos) नावाचा एक वकील पाठविला असल्याचे अभिजात लेखक[१४३] सांगतात. 'प्लिनी'[१४४] सांगतो की, (दुसरा टॉलेमी) इजिप्तच्या फिलॅडेलफोस राजाने (इ.स.पू. २८५-२४७) डायोनिसिऑस (Dionysios)नावाचा राजदूत पाठविला होता. डायोनिसिऑसने

आपली शिफारसपत्रे बिंदुसाराकडे की त्याचा पुत्र व वारस असलेल्या अशोकाकडे सादर केली, हे अनिश्चित असल्याचे डॉ. स्मिथ निदर्शनास आणतो. मात्र ग्रीक व लॅटीन लेखक चंद्रगुप्ताचा व अमित्रघाताचा जसा उल्लेख करतात, तसा अशोकाचा निर्देश करीत नाहीत, ही गोष्ट सूचक आहे. ज्या राजदूताच्या वृत्तांताचा नंतरच्या लेखकांनी उपयोग केला होता, त्याने तिसऱ्या मौर्याची खरोखरी भेट घेतली होती काय, ह्याचे स्पष्टीकरण देणे काहीसे अवघड आहे. सेल्युकोस व त्याच्या मुलाच्या सेवेत असणाऱ्या पेट्रोक्लेस[१४५] ह्यांनी भारतीय सागरात नौका हाकारून बरीच भौगोलिक माहिती गोळा केली. तिचा स्ट्रॅबोने व प्लिनीने आनंदाने उपयोग करून घेतला. सीरीयाचा राजा ॲंटिओकोस (I. Store) व बिंदुसार ह्यांच्यातील खासगी मैत्रीपूर्ण पत्रव्यवहाराविषयी अथेनेइऑस एक आख्यायिका सांगतो. तीवरून भारतीय सम्राट आपल्या ग्रीक समकालीनांशी बरोबरीच्या व मैत्रीच्या पातळीवर संपर्क साधीत असल्याचे सूचित होते. हेगेसँडर हा आधारभूत मानून सांगण्यात येते की, भारतीयांचा राजा ॲमिट्रोकेर्टेसने (बिंदुसार) ॲंटिओकोसला पत्र लिहून गोड मदिरा, सुकी अंजिरे व एक सोफीस्ट तत्त्वज्ञानी खरेदी करून पाठवून देण्याविषयी विनंती केली होती आणि त्यावर ॲंटिओकोसने उत्तर दिले : "आम्ही तुम्हाला मदिरा पाठवू, अंजिरे पाठवू, परंतु ग्रीसमध्ये तत्त्वज्ञान्यांची खरेदी विक्री करण्यास कायद्याने बंदी आहे.[१४६] ग्रीक तत्त्ववेत्यांच्या मागणीच्या संदर्भात डायोडोरोसचे विधान लक्षात घेणे मनोरंजक ठरेल. त्यात एका काव्यशास्त्रज्ञास (?) (Lamboulos) पालिब्रोथ्रच्या (पाटलीपुत्र) राजाकडे नेण्यात आले असल्याचे व तो अग्रेनेइसॉस Graecians चा विशेष भोक्ता असल्याचे म्हटले आहे. होमरच्या काव्याचे भारतीयांनी गायन केले असून आपल्या स्वतःच्या भाषेत व वर्णनशैलीत त्याचे त्यांनी भाषांतर केले आहे, असे डिऑन त्रिसोस्तोम सांगतो.[१४७] ग्रीकांच्या खगोलशास्त्राच्या ज्ञानाबद्दल त्यांच्या विषयी वाटणाऱ्या आदराची साक्ष नंतरच्या काळात गर्ग व वराहमिहीर देतात.[१४८]

बिंदुसाराचे कुटुंबीय

अशोकाखेरीज बिंदुसारला अनेक मुले होती. त्याच्यानंतर अशोक गादीवर आला. अशोकाला अनेक भाऊ व बहिणी असल्याचे धर्ममहामात्रांची[१४९] कर्तव्ये नमूद करणाऱ्या त्याच्या पाचव्या शिलालेखांवरून समजते. 'दिव्यावंदना'त ह्यांपैकी दोघांचा म्हणजे सुसीम व विगतशोक ह्यांचा निर्देश येतो.[१५०] सिलोनी वृत्तांतातसुद्धा ह्या दोन राजपुत्रांचा अर्थात वेगळ्या नावाने उल्लेख आलेला दिसतो. पहिल्याचे 'सुमन' व दुसऱ्याचे 'तिष्म' असे नाव त्यात येते. सुसीम– सुमन हा बिंदुसाराचा ज्येष्ठ पुत्र व

अशोकाचा सावत्र भाऊ असल्याचे सांगण्यात येते, तर विगतशोक – तिष्य हा बिंदुसाराचा कनिष्ठ पुत्र व अशोकाचा एकक्षेत्री (Co-uterine) भाऊ असल्याचे प्रसिद्ध आहे. चंपा येथील एका ब्राह्मण मुलीचा तो पुत्र होता.[१५१] अशोकाच्या महेन्द्र नावाच्या भावाचा निर्देश युआन च्वांग करतो. सिलोनी परंपरा मात्र तो अशोकाचा पुत्र असल्याचे सांगते. विगतशोकाच्या कथेची महेन्द्राच्या कथेशी चिनी यात्रेकरूने गफलत केली असण्याची शक्यता आहे.[१५२]

पुराणांनुसार २५ वर्षांच्या व बौद्ध परंपरेनुसार २७ व २८ वर्षांच्या कारकिर्दीनंतर बिंदुसार मरण पावला.[१५३] ह्या ग्रंथात गृहीत धरलेल्या कालगणनेनुसार त्याची कारकीर्द सुमारे इ.स.पू. २७३ मध्ये समाप्त झाली.[१५४]

अशोकाची प्रारंभिक वर्षे

बिंदुसाराच्या मृत्यूनंतर भावांचे हत्याकांड करणारा संघर्ष झाला होता याबद्दल दिव्यावदानाचे व तसेच सिलोनी वृत्तांताचे मतैक्य आहे. अशोकाने आपल्या ज्येष्ठ सावत्र भावाला राधागुप्ताच्या मदतीने हुसकावून लावले असल्याचे व त्याला आपला अग्रमात्य (मुख्यमंत्री) केल्याचे सांगितले जाते. डॉ. स्मिथ म्हणतो,[१५५] "त्याची औपचारिक प्रतिष्ठापना किंवा राज्याभिषेक जवळ जवळ चार वर्षांनी[१५६] इ.स.पू. २६९ पर्यंत[१५७] लांबविण्यात आला होता. ह्या वस्तुस्थितीवरून त्याच्या वारसाहक्काला विरोध झाला होता, ह्या गोष्टीला पुष्टी मिळते. तसेच, त्याचा थोरला भाऊ सुसीम हा त्याचा प्रतिस्पर्धी होता, हे खरे असण्याची शक्यता आहे." काही महिन्यांनंतर प्रकाशित झालेल्या आपल्या 'अशोक'[१५८] ह्या ग्रंथात तो म्हणतो, 'मोठ्या प्रमाणात रक्तपातास करणीभूत होणारा वारसाहक्काबद्दलचा वाद हे प्रदीर्घ विलंबनाचे कारण असावे. परंतु ह्या प्रकारच्या संघर्षाबद्दल स्वतंत्र पुरावा उपलब्ध नाही." अशोकाच्या राज्याभिषेकाला झालेल्या विलंबाचे पुढील स्पष्टीकरण डॉ. जयस्वाल[१५९] देतात, "त्या काळात राज्याभिषेकासाठी[१६०] २५ वर्षे ही वयोमर्यादेची पूर्वापार चालत आलेली अट असल्याचे दिसते. ह्यावरून राज्यारोहणानंतर तीन किंवा चार वर्षेपर्यंत अशोकाला राज्याभिषेक का झाला नाही, याचे स्पष्टीकरण व्हावे." हा मुद्दा मान्य होण्यासारखा नाही. उदाहरणार्थ, विचित्रवीर्याला यौवनावस्था प्राप्त झाली नसताना केवळ बालवयात राज्याभिषेक करण्यात आला होता. असे महाभारतात म्हटले आहे :

विचित्रवीर्यं च तदा बालमप्राप्तयौवनम्।
कुरूराज्ये महाबाहुरभ्याषिञ्चदनंतरम्।।[१६१]

अशोकाने आपल्या अनेक भावांना ठार केले, असे सांगणाऱ्या सिलोनी

परंपरेतील कथा मूर्खपणाच्या आहेत, असे डॉ. स्मिथ[१६२] म्हणतो. कारण अशोकाच्या कारकिर्दीच्या सतराव्या व अठराव्या वर्षात त्याचे भाऊ व बहिणी निश्चितपणे जिवंत होत्या व त्यांच्या कुटुंबाची तो आस्थेने काळजी घेत असे. परंतु पाचव्या शिलालेखात केवळ त्याच्या भावांचीच कुटुंबे ('ओलोधनेसु मातिनं') अस्तित्वात असल्याचा उल्लेख येतो, हे आपण ध्यानात घ्यावयास हवे. ह्यावरून त्याचे खुद्द भाऊ जिवंतच होते, असे सूचित होत नाही. ह्याउलट त्याचे भाऊ मरण पावले होते, हे दर्शविणारा काहीही पुरावा नाही, हे मात्र आपण मान्य करावयास हवे. सिलोनी परंपरा विश्वसनीय किंवा अविश्वसनीय आहे, ह्याविषयी आमच्या मते पाचवा शिलालेख ठामपणे काहीही सांगत नाही. स्वतः अशोक चौथ्या शिलालेखात नातलगांच्या वाढत्या अशोभनीय वर्तनाचा व प्राण्यांच्या हत्येचा जाहीरपणे निर्देश करतो.

पहिल्या चार वर्षांची अशोकाची कारकीर्द म्हणजे वेगळ्या संदर्भात आलेले डॉ. स्मिथचे उद्‍गार उद्‍धृत करून सांगावयाचे झाले तर, "भारतीय इतिहासाच्या वर्णपटातील (spectrum) एक धूसर पट्टा आहे; ताडून पाहिलेल्या वस्तुस्थितीच्या हितकारक मर्यादांचे नियंत्रण नसणारी मोघम तर्कपद्धत, फार सांगावयाचे तर निरर्थक असते."

आपल्या पूर्वजांप्रमाणे[१६३] अशोकाने 'देवानां पिय' हे बिरुद धारण केले. सामान्यतः तो स्वतःला 'देवानां पिय पियदसि'[१६४] म्हणवीत असे. अशोक हे नाव केवळ साहित्यात व दोन प्राचीन शिलालेखांत आढळते. ते असे :- स्वतः अशोकाचा मास्कि/ शिलालेख व महाक्षत्रप पहिल्या रुद्रदामन्‌चा जुनागड शिलालेख. एका मध्ययुगीन शिलालेखात म्हणजे कुमारदेवीच्या सारनाथ शिलालेखात 'धर्माशोक' हे नाव आढळते.[१६५]

आपल्या कारकिर्दीच्या पहिल्या तेरा वर्षात अशोकाने मौर्यपरंपरेत चालत आलेले भारतान्तर्गत विस्ताराचे व सेल्युकोसबरोबरच्या युद्धानंतर रुढ झालेले परकीय सत्तांबरोबरचे मैत्रीपूर्ण सहकार्याचे धोरण पुढे चालू ठेवल्याचे दिसते. चंद्रगुप्त व बिंदुसार ह्यांप्रमाणे तो आपल्या देशात आक्रमक वृत्तीचा, तर परदेशाच्या बाबतीत शांतिप्रिय होता. वकिलातींची देवाण - घेवाण व तुषास्फसारख्या यवन अधिकाऱ्यांच्या नेमणुकीवरून[१६६] अ - भारतीय सत्तांबद्दलचा त्याचा मैत्रीपूर्ण दृष्टिकोन सिद्ध होतो. भारतामध्ये मात्र त्याने जेत्याची भूमिका वठविली. राजपुत्र असताना त्याने केलेल्या तक्षशिलेमधील बंडाच्या बीमोडाचे व स्वश (खश?) देशावर त्याने मिळविलेल्या विजयाचे श्रेय दिव्यावदानात त्याला दिले आहे. आपल्या कारकिर्दीच्या तेराव्या वर्षी (प्रतिष्ठापनेनंतर आठ वर्षांनी) त्याने कलिंगावर विजय मिळवला. अशोकाच्या

काळातील ह्या राज्याच्या नक्की सीमा आपणांस ज्ञात नाहीत. पण संस्कृत महाकाव्ये व पुराणे ग्राह्य मानली, तर हे राज्य उत्तरेस[१६७] वैतरणी नदीपर्यंत, पश्चिमेकडे[१६८] अमरकंटक टेकड्यांपर्यंत व दक्षिणेकडे[१६९] महेन्द्रगिरीपर्यंत पसरले होते, असे मानता येईल.

कलिंगयुद्ध व त्याच्या परिणामाची माहिती आठव्या शिलालेखात देण्यात आली आहे. नंदांच्या काळात कलिंगमधील काही भाग मगधराज्यात समाविष्ट असल्याचे ह्यापूर्वी आपण पाहिले आहे. अशोकाने हा देश पुन्हा जिंकण्याची आवश्यकता का होती? ह्या प्रश्नाचे केवळ एकच उत्तर आहे आणि ते म्हणजे नंदांच्या अस्तानंतर ह्या देशाने मगधांबरोबरचे संबंध तोडले होते हे. बिंदुसाराच्या काळातील सार्वत्रिक बंडखोरीची हकीकत खरी असेल, तर त्या राजाच्या कारकिर्दीत तक्षशिलेप्रमाणेच कलिंगानेही मगधबद्दलची निष्ठा धुडकावून लावली असणे अशक्य नाही. मात्र मेगॅस्थेनीसच्या 'इंडिका' वर बहुधा आधारित असलेल्या प्लिनीच्या म्हणण्यानुसार चंद्रगुप्ताच्या काळात आधीपासूनच कलिंग हे एक स्वतंत्र राज्य असल्याचे दिसते. तसे असेल तर बिंदुसाराच्या काळातील बंडखोरीचा काहीही प्रश्न उद्भवत नाही. पिनी म्हणतो. (Calingae) नावाची जमात समुद्राच्या अगदी जवळ राहते... कलिंगाच्या राजधानीचे नाव पार्थलिस आहे. आपल्या राजावर युद्धसज्ज असे (Procient of war) ६०,००० पायदळ, १००० अश्वस्वार व ७०० हत्ती पहारा करतात.''[१७१]

मेगॅस्थेनीसपासून अशोकापर्यंतच्या काळात कलिंगराजांनी आपले सैन्य बहुधा मोठ्या प्रमाणांत वाढविले असावे, कारण अशोकाशी झालेल्या युद्धात २,५०,००० पेक्षा अधिक प्राणहानी झालेली होती. मात्र ह्या प्रचंड संख्येत केवळ सैनिकांचाच नव्हे, तर सैनिक नसलेल्यांचाही समावेश असण्याची शक्यता आहे. आपल्या सरहद्दीच्या इतक्या जवळ 'युद्धसज्ज' अशा प्रचंड सैन्याने युक्त असे सामर्थ्यशाली राज्य असणे ह्या गोष्टीबद्दल मगधराजांनी उदासीन राहणे शक्य नव्हते. खारवेलच्या काळात सामर्थ्यशाली कलिंग म्हणजे काय चीज आहे, हे स्वतः नुकसान सोसून मगध शिकला होता.

अशोकाने कलिंगाशी युद्ध करून ते राज्य आपल्या साम्राज्यास जोडल्याचे तेराव्या शिलालेखावरून समजते. ''१,५०,००० व्यक्तींना पकडून नेण्यात आले, १,००,००० व्यक्तींना ठार करण्यात आले; व त्याच्या कितीतरी पट माणसे मरण पावली, हिंसा, हत्या व आपल्या प्रियजनांचा विरह सहन करण्याचा प्रसंग केवळ सैनिकांवरच नव्हे, तर ब्राह्मण तपस्वी व कुटुंबवत्सल लोकांवरही गुदरला.''

जिंकलेला मुलुख राजप्रतिनिधींच्या नियंत्रणाखालील प्रदेश मानण्यात येऊन राजपुत्राकडे त्याची जबाबदारी होती. आपाततः पुरी जिल्ह्यात असलेल्या तोसली[१७२] ह्या ठिकाणी तो राहत असे. सम्राटाने स्थानिक रहिवासी व तसेच हद्दीवरील टोळ्या ह्यांना कोणत्या तत्त्वांच्या आधारे वागवावे, हे सांगणारे दोन खास शिलालेख प्रसृत केले होते. सध्या धौलि[१७३] व जौगड[१७४] म्हणून ओळखल्या जाणाऱ्या दोन ठिकाणी हे दोन शिलालेख जतन करून ठेवले आहेत. तोसली व समापा येथील 'महामात्रां'ना किंवा वरिष्ठ अधिकाऱ्यांना उद्देशून ते काढण्यात आले आहेत.[१७५] "सर्व प्रजाजन माझी मुले आहेत." ही विख्यात घोषणा सम्राटाने ह्या दस्तऐवजात केली असून लोकांना न्यायाची वागणूक देण्याबद्दल तत्पर राहण्याविषयी आवाहन केले आहे.

कलिंगावरील विजय ही मगधाच्या व भारताच्या इतिहासातील अत्यंत महत्त्वाची घटना होय. ह्या घटनेबरोबरच बिंबिसाराने अंग देश खालसा करून सुरू केलेली विजयाची व भरभराटीची दौड थांबली. ह्याच वेळी एका नव्या युगाचा आरंभ झाला. हे युग होते शांततेचे, सामाजिक प्रगतीचे, धर्मप्रचाराचे आणि त्याचवेळी राजकीय गतिहीनतेचे व कदाचित लष्करी अकार्यक्षमतेचे. ह्या काळात मगधसाम्राज्याची क्षात्रवृत्ती उपयोगात आणली न गेल्याने लोप पावू लागली होती. लष्करी विजयाचे किंवा दिग्विजयाचे[१७६] युग समाप्त झाले होते व आध्यात्मिक विजयाच्या किंवा 'धर्मविजया'च्या युगाचा लवकरच आरंभ होणार होता.

नवीन धोरणाचा अवलंब करण्यापूर्वी अशोकाच्या राज्याची व्याप्ती किती होती व त्याच्या प्रशासनाची पद्धती कोणत्या प्रकारची होती, ह्याविषयी माहिती मिळविण्यासाठी आपण इथे थांबले पाहिजे.

आपल्या सत्तेखाली असलेले प्रदेश म्हणून अशोक हा मगध, पाटलीपुत्र, खलतिकपवत (बराबर टेकड्या) कोसंबी, लुम्मिनि-गाम (तोसली, समापा व खपिंगलपवत किंवा जोगड पर्वत ह्यांच्यासह) कलिंग अटवी (मध्य-भारतातील जंगलाचा भाग-कदाचित बौद्ध ग्रंथातील 'आलवी'शी एकात्म असलेला) सुवर्णगिरी, इसिल, उज्जयिनी व तक्षशिला ह्यांचा स्पष्ट निर्देश करतो. तक्षशिलेपलीकडे हे साम्राज्य 'अंतियको योनराजा'च्या राज्याच्या सरहद्दीपर्यंत पसरले होते. हा राजा म्हणजेच सीरियाचा द्वितीय अँटिओकोस थेओस (इ.स.पू. २६१-२४६) होय, असे सामान्यतः मानले जाते. तसेच, ह्या साम्राज्यात योन, कंबोज व गंधार ह्यांची वस्ती असलेल्या शाहबाझगऱ्हि[१७७] मानसहर्[१७८] ह्यांच्या भोवतीच्या व्यापक प्रदेशाचा समावेश होत असे. ह्या योन-प्रदेशाचे नक्की स्थान अद्यापि निश्चित झालेले नाही. त्याचा व तेथील अलसंद ह्या प्रमुख शहराचा 'महावंसा'त स्पष्टपणे निर्देश आहे. हे शहर म्हणजेच

काबूलजवळ मॅसेडोनियन विजेत्याने वसविलेले ॲलेक्झांड्रिया (कापिशच्या पश्चिमेकडील बेग्रम) शहर होय, असे कनिंगहॅम व गायगर मानतात.[१७९] पूर्वी पाहिल्याप्रमाणे कंबोज म्हणजे काश्मीरमधील पुंचजवळील राजपूर किंवा रजौर व काफिरिस्तानसह जवळचा काही भाग होय. ह्या काळात गंधार हा टोळ्यांचा प्रदेश बहुधा सिंधूनदीच्या पश्चिमेस होता व तक्षशिलेचा त्यात आपाततः समावेश नव्हता. तेथे राजप्रतिनिधी म्हणून राजपुत्राची सत्ता होती व उत्तरापथ-प्रांताची ती राजधानी होती.[१८०] भारताबाहेरील गंधाराची पुष्करावती ही राजधानी होती. ही नगरी म्हणजे स्वात् व काबूल ह्या नद्यांच्या संगमावरील मीर झीयारत किंवा बला हिसार ह्या नावाने ओळखली जाणारी जागा होय, असे कुमारस्वामी मानतात.[१८१]

युआन-च्वांगच्या इतिवृत्तातील[१८२] व कल्हणाच्या 'राजतरंगिणी'[१८३] मधील पुराव्यांवरून अशोकाच्या साम्राज्यातील कश्मीरचा समावेश सिद्ध होतो. कल्हण म्हणतो, ''सत्यप्रिय अशोकाने पृथ्वीचे राज्य केले. स्वतःस पापमुक्त करून 'जिना'चे तत्त्व अंगिकारणाऱ्या ह्या राजाने शुष्कलेत्र व वितस्तात्र ह्या शहरांना अनेक स्तूपांनी झाकळून टाकले होते. वितस्तात्र शहरातील धार्मरण्य-विहाराच्या परिसरात त्याने एक चैत्य उभारला होता. त्याच्या उंचीपर्यंत नजर पोहोचत नसे. ह्या विख्यात राजाने श्रीनगरी हे शहर बांधले. ह्या निष्पाप राजाने विजयेश्वर मंदिराचे जुने गिलावात बांधलेले आवार पाडून त्याच्या जागी नवे दगडी आवार बांधले. त्याने विजयेशच्या आवारात व त्याजवळ दोन मंदिरे उभारली. ती अशोकेश्वर म्हणून ओखली जात असत.'' जिनाचा म्हणजे बुद्धाचा अनुयायी व अनेक स्तूपांचा निर्माता ह्या अशोकाच्या वर्णनावरून ह्या ठिकाणी महान मौर्यसम्राट अभिप्रेत आहे, त्याबद्दल शंका घेण्यास जागा राहत नाही. वरीलपैकी बऱ्याच माहितीसाठी आपण छविल्लाकर नावाच्या पूर्वकालीन इतिहासकाराचे ऋणी असल्याचे खुद्द कल्हणाने सांगितले आहे.

अशोकाच्या साम्राज्याच्या हद्दीत डेहराडून जिल्हा व तराई येत असल्याचे काल्सीजवळचे व रुम्मिंदेई येथील शिलालेख व निगालिसागर स्तंभ दर्शवितात; तर ललितपातन् व रामपुर्वा येथील स्मारके त्याचा नेपाळच्या खोऱ्यावर चंपारन् जिल्ह्यावर ताबा असल्याची साक्ष देतात. तसेच, हिमालयाच्या परिसरातील प्रदेशाच्या अशोकाच्या साम्राज्यातील समावेशाबद्दलचा पुरावा बहुधा तेराव्या शिलालेखात मिळतो. त्यामध्ये नाभकाच्या नाभपंतिस् ह्या स्थानाचा उल्लेख येतो. फाहिएनने[१८४] उल्लेखिलेले ना-पै-कि (Na-pei-kea) हेच असावे. कपिलवस्तूच्या दक्षिणेकडे किंवा नैऋत्येकडे सुमारे १० मैलांवर असणारे क्रकुच्छंद हे बहुधा बुद्धाचे जन्मस्थान असावे.[१८५]

ब्युह्लरच्या मते तेराव्या शिलालेखात विश (पेरिप्लसने उल्लेखिलेला बिसेते ?) व व्रजि (व्रजिक ?) ह्या दोन आश्रित टोळ्यांचा उल्लेख आला आहे. अर्वाचीन लेखक ब्युह्लरचा पाठ स्वीकारत नाहीत आणि त्याच्या जागी '(राज) विसयंहि' '(राजाच्या) प्रदेशात' असा बदल करतात. अशा प्रकारे अशोकाच्या शिलालेखात वृजिक किंवा 'बेसेत' ह्यांचा निर्विवाद उल्लेख येत नाही.

शेवटचा नंद राजा अग्रामेस[१८६] ह्याच्या काळाइतक्या पूर्वकाळात गंगेच्या मुखाजवळचा (Gangaridae ?) देश म्हणजे बंगाल[१८७] हा प्रसी म्हणजे मगध राज्याचा एक भाग होता, असे अभिजात लेखक सांगतात. गंगेच्या तीरावरील संपूर्ण प्रदेशावर "पालिबोथ्रि" म्हणजे पाटलीपुत्राच्या राज्यकर्त्याची अधिसत्ता होती, असे प्लिनीच्या एका उताऱ्यावरून स्पष्टपणे सूचित होते.[१८८] अशोकाच्या काळापर्यंत मगधराजांचे बंगालवर वर्चस्व टिकून होते, ह्याची साक्ष 'दिव्यावदान'[१८९] व युआन च्वांग देतात. त्याने त्या राजाचे अनेक स्तूप (पश्चिम बंगालमध्ये) ताम्रलिप्ति व कर्णसुवर्णा ह्यांजवळ (पूर्वबंगालमधील) समतट येथे, तसेच (उत्तरबंगालमध्ये) पुण्ड्रवर्धन ह्या ठिकाणी पाहिले होते. कामरूप (आसाम) हे साम्राज्याच्या बाहेर राहिल्याचे दिसते. ह्या भागात चिनी यात्रेकरूंना अशोकाचे एकही स्मारक आढळले नाही.

दक्षिणेकडे मौर्यसत्ता एके काळी तिन्नेवेल्ली जिल्ह्यातील पोदियिल टेकडीपर्यंत[१९०] बहुधा पोहोचली होती, हे आपण पाहिलेच आहे. अशोकाच्या काळात मौर्यांची हद्द नेल्लोरजवळ पेन्नार नदीपर्यंत बहुधा मागे आली होती. कारण तामिळ राज्यांचा "प्रचंत" किंवा सीमावर्ती राज्ये असा उल्लेख आला असून ही राज्ये दक्षिणेकडे म्हैसूरमधील चितलद्रुग जिल्ह्यापर्यंत पसरलेल्या साम्राज्यान्तर्गत राज्यापेक्षा (विजित किंवा राजविषय) उघडपणे निराळी असल्याचे सांगण्यात येते. दक्षिणेच्या मोठ्या भागावर सुवर्णगिरी[१९१] व तोसलि येथील सम्राटाचे प्रतिनिधित्व करणाऱ्या राजपुत्रांची इसिल व समापा येथील महामात्रांची व अटवि याची किंवा वन्य देशातील प्रभारी अधिकाऱ्याची सत्ता होती.[१९२] परंतु नेरबुद्द, गोदावरी व वरची महानदी ह्यांच्या दोन्ही बाजूंकडील भूमीच्या पट्ट्यांत तांत्रिकदृष्ट्या प्रत्यक्ष साम्राज्याच्या कक्षेबाहेर असलेले काही प्रदेश संभवतः होते. साम्राज्यान्तर्गत राज्यातील (विजित) वन्य व स्थायी जमाती व सरहद्दीवरील (अन्ता अविजिता) लोक ह्यांच्यात अशोकाने स्पष्टपणे फरक केला असून त्यांच्या हितासाठी त्याने काही खास हुकूम काढले होते. काही आश्रित जमातींचा आवर्जून उल्लेख करण्यात आला आहे. उदा. आन्ध्र, पलिद, (पालद, पारिंद), भोज आणि रठिक (रिष्टिक, राष्ट्रिक ?) त्यांना प्रत्यक्ष प्रांतातील रहिवासी व सरहद्दीवरील

न जिंकलेल्या जमाती ह्यांच्या मधला दर्जा मिळाला होता. डॉ. डी. आर. भांडारकरांच्या व इतर काही विद्वानांच्या मते पाचव्या व तेराव्या शिलालेखांतील पेतेनिक किंवा पितिनिक हा शब्द स्वतंत्र नाव म्हणून, तर रिष्टिक (पाचवा शिलालेख) व भोज (तेरावा शिलालेख) ह्यांचे विशेषण म्हणून वाचावा. अंगुत्तरनिकाया[१९३] मधील एका उताऱ्याकडे त्यांनी आपले लक्ष वेधले आहे. त्यात 'पेत्तनिक' हा शब्द वडिलार्जित संपत्तीचा उपभोग घेणारा ह्या अर्थाने आला आहे.[१९४] परंतु पितिजिक हे रठिक (रिष्टिक) किंवा भोज ह्यांचे विशेषण आहे, हे मत डॉ. बारुआंना मान्य नाही. ते म्हणतात, ''पालि उताऱ्यावरून व तसेच बुद्धघोषाने दिलेल्या स्पष्टीकरणावरून 'रट्ठिक' व 'पेत्तनिक' ही दोन वेगवेगळी नावे असल्याचे स्पष्ट आहे.''

'ऐतरेयब्राह्मणा'च्या एका उताऱ्यात आन्ध्रांचा निर्देश आल्याचे यापूर्वी आपण पाहिलेच आहे. दक्षिणेकडील राज्यकर्ते म्हणून भोजांचांही त्यात निर्देश येतो.[१९५] बहुधा मेगॅस्थेनीसच्या ग्रंथातून उद्‌धृत करून प्लिनी सांगतो की, आंद्रांच्या (Andarae) (आन्ध्र) ताब्यात अनेक खेडी व तटबंदीने व बुरुजांनी सुरक्षित अशी तीस शहरे होती व त्यांनी आपल्या राजाला १,००,००० पायदळ २००० घोडदळ व १००० हत्ती पुरविले होते.[१९६] सर्वांत पूर्वीची आन्ध्र-राजधानी (अंधपूर) तेलवाह नदीच्या काठी होती. डॉ. डी. आर. भांडारकरांच्या मते ही नदी म्हणजेच सध्याची तेल् किंवा तेलिंगिरि नदी होय. ह्या दोन्ही नद्या मद्रास इलाखा व मध्यप्रांताची सरहद्द ह्यांच्या जवळून वाहणाऱ्या आहेत. परंतु हे स्पष्टीकरण कोणत्याही प्रकारे निश्चित स्वरूपाचे नाही.[१९७] ब्युहलरने पलिंदांची पुलिंदांशी[१९८] एकात्मता मानली आहे. पुलिंदांचा नेर्बुद्द (रेवा) व विन्धय् ह्या प्रदेशांशी नेहमीच संबंध जोडला जातो.

पुलिंदराज - सुन्दरी नाभिमण्डल-निपीत-सलिला (रेवा)[१९९]
पुलिन्दा विन्ध्य-पुषिका (?) वैदर्भा दन्दकैःसह[२००]
पुलिन्दा विन्ध्यमूलिका वैदर्भा दन्दकैः सह[२०१]

त्यांची पुलिंदनगर ही राजधानी भिलसापासून फार दूर नव्हती व पहिल्या गौण शिलालेखाच्या एका आवृत्तीच्या संशोधनापासून निष्पन्न झालेल्या रूपनाथ ह्याशी ती एकात्म असावी.[२०२]

हुल्टझ् (Hultrsch) मात्र शाहबाझगिऱ्हिच्या 'पलिंदा'च्या पुलिंदाबरोबरच्या एकात्मतेविषयी साशंक आहे. कारण काल्सी व गिरिनार येथील संहितेत पालद व पारिंद असे पाठभेद आढळतात. ह्या नावांवरून आपणांस 'वायुपुराण'[२०३] 'हरिवंश'[२०४] व 'बृहत्संहिता[२०५] ह्यांतील पारदांची आठवण होते. त्या ग्रंथात प्रस्तुत लोकांचा निर्देश रानटी टोळ्यांच्या यादीत शक, यवन, कंबोज, पह्लव, खश, माहिषिक, चोल, केरल

इत्यादींच्या समवेत येतो. 'मुक्तकेश' (केश मोकळे सोडलेले) असे त्याचे वर्णन करण्यात आले आहे. ह्या यादीत उल्लेखलेल्या जमातींपैकी काही उत्तरेकडील, तर इतर दक्षिणेकडील आहे. अशोकाच्या शिलालेखांतील आंध्रांशी त्यांच्या असलेल्या साहचर्यावरून मौर्यकाळात ते दक्षिणेत असावेत, असे सूचित होते. परंतु ही बाब अनिर्णित अशीच मानावयास हवी. ह्या संदर्भात एका नासिक शिलालेखातील पारदा नदीचा (सुरत जिल्ह्यातील पारडी किंवा पद् ह्या नदीशी एकात्म मानण्यात आलेल्या) उल्लेख ध्यानात घेणे उद्‌बोधक ठरेल.[२०६]

भोज व रठिक (रिष्टिक) हे उघडपणे सातवाहनकालातील महाभोज व महारठिकांचे पूर्वज होते.[२०७] भोज हे आपाततः वऱ्हाडात[२०८] व रठिक (रिष्टिक) हे महाराष्ट्रात किंवा लगतच्या काही भागात राहत असत.[२०९] भोजांचा नंतरच्या काळात कानडी मुलुखातील सरदारांशी वैवाहिक संबंध आला.

अशोकाचे साम्राज्य पश्चिमेकडे अरबी सागरापर्यंत भिडले होते व सर्व अपरांत[२१०] देश त्याने व्यापले होते. त्यात सुराष्ट्राच्या आश्रित राज्याचा (किंवा राज्यसंघांचा) निश्चितपणे समावेश होता. त्याठिकाणचा कारभार तुषास्फ हा 'यवन-राज' गिरिनगर (गिरनार) राजधानीतून पाहत असे. हा 'यवन-राज' पर्शियन असला पाहिजे, हे त्याच्या नावाच्या रूपावरून स्पष्ट असल्याचे डॉ. स्मिथ म्हणतो. परंतु ह्या स्पष्टीकरणानुसार यवन-धम्मदेव शक उषवदात (ऋषभदत्त) पार्थियन सुविशाख व कुशान वासुदेव भारतातील एतद्देशीय हिंदू असावयास पाहिजेत. जर ग्रीकांनी व इतर परकीयांनी भारतीय नावे स्वीकारली असतील, तर त्यांच्यापैकी काहीजणांनी इराणी नावांचा अंगीकार करण्यात काहीच आश्चर्य नाही. म्हणून तुषास्फ हा ग्रीक नव्हता, तर तो पर्शियन होता, असे मानावयास कोणतेही सयुक्तिक कारण दिसत नाही.[२११]

गंधार, कम्बोज, यवन, रिष्टिक, भोज, पेतेनिक, पालद व आन्ध्र ह्या जमाती अशोकाच्या साम्राज्याबाहेर होत्या आणि जरी त्याच्या प्रभावाच्या टप्प्यात त्या येत असल्याचे मानण्यात येत असले, तरी त्या त्याच्या प्रजाजन नव्हत्या असे रॅप्सनचे[२१२] मत दिसते. परंतु हा तर्क मान्य होण्यासारखा नाही. कारण त्यांच्या प्रदेशात अशोकाच्या 'धर्ममहामांत्रां'ची 'कैदेची (शिक्षा देण्याबद्दल) किंवा तिच्या कार्यवाही बद्दल पुनर्विचारासाठी दण्डाची रक्कम कमी करण्यासाठी किंवा मुक्ततेसाठी' (पाचवा शिलालेख)[२१३] नेमणूक करण्यात आली होती. तेराव्या शिलालेखात त्यांचा राज-विषयात किंवा राजाच्या सत्तेखालील प्रदेशात समावेश करण्यात आलेला दिसतो. तसेच, खऱ्या अर्थाने सरहद्दीवरील लोकांपेक्षा म्हणजे अँटिओकोसच्या राज्यातील ग्रीक व दक्षिणेतील (नीच) तामिळ लोक ह्यांच्यापेक्षा ते निराळे असल्याचे दर्शविले

आहे. परंतु रॅप्सनची मते ज्याप्रमाणे आपण स्वीकारू शकत नाही, त्याचप्रमाणे डॉ. डी. आर. भांडारकरांच्या[२१४] दृष्टीकोनाशी सहमत होणे हेही आपणांस तितकेच अवघड आहे. डॉ. भांडारकरांना योन व इतर जमातींचे अशोकाच्या राज्यातील मांडलिक राज्यकर्ते म्हणून अस्तित्व मान्य नाही. ह्या प्रकारच्या आश्रित राज्यकर्त्यांचे अस्तित्व यवन–राज तुषास्फाच्या उदाहरणावरून स्पष्टपणे सिद्ध होते. ह्या जमातींना धर्ममहामात्रांसारख्या खास राजप्रतिनिधींच्या हुकुमतीखाली राहून का होईना, पण काही प्रमाणात निश्चितपणे स्वायत्तता लाभली होती.

अशोकाच्या साम्राज्याच्या व्याप्तीचे विवेचन केल्यावर त्याच्या राज्यपद्धतीविषयी थोडक्यात माहिती पाहू या. आपल्या पूर्वजांनी सुरू केलेले मंत्रिमंडळयुक्त शासन अशोकाने पुढे चालू ठेवले. तिसऱ्या व सहाव्या शिलालेखात सम्राटाने 'परिषा' किंवा 'परिष' ह्यांबरोबर केलेल्या व्यवहारांचे उल्लेख आले आहेत. 'परिषद'चा सेनार्तने 'संघ' असा अर्थ घेतला असून, परिषद म्हणजे जात किंवा संप्रदायविषयक 'समिती' असे ब्युह्लर मानतो. परंतु शिलालेखातील 'परिषा' म्हणजेच 'अर्थशास्त्रा'तील[२१५] मंत्रिपरिषद असल्याचा निर्देश डॉ. के. पी. जयस्वालांनी केला आहे. आपल्या पूर्वजांच्या काळात प्रचारात असलेले प्रांतिक शासनही अशोकाने कायम राखल्याचे शिलालेखांवरून सिद्ध होते. तोसली, सुवर्णगिरी, उज्जयिनी व तक्षशिला हे भाग नात्यातील राजपुत्रांच्या (कुमाल किंवा अयपुत) हुकुमतीखाली होते.[२१६]

सम्राटाला व राजपुत्रांना अधिकाऱ्यांच्या मंडळांचे (निकाय) साहाय्य होत असे. त्यांचे खालील गट होते :–

(१) महामात्र[२१७] व इतर मुख्य (अधिकारी)

(२) व (३) राजुक व रठिक

(४) प्रदेशिक किंवा प्रादेशिक

(५) युत[२१८]

(६) पुलिसा

(७) पटिवेदका

(८) वचभूमिका

(९) लिपिकार

(१०) दूत

(११) आयुक्त व कारनक

साम्राज्यातील प्रत्येक मोठ्या शहरात व जिल्ह्यात महामात्रांचे एक मंडळ

असे.[२१९] पाटलीपुत्र, कौशांबी, तोसली, समापा, सुवर्णगिरि व इसिला ह्यांच्या महामात्रांचा निर्देश शिलालेख करतात.[२२०] कलिंग शिलालेखात 'नगलक' व 'नगल वियोहालक' ह्या नावांनी ओळखले जाणारे काही महामात्र आढळतात. शिलालेखांतील नगलक व नगल वियोहालक 'अर्थशास्त्रा'तील[२२१] 'नागरक' व 'पौर-व्यावहारिक' यांसारखेच असून ते शहरात निःसंशयपणे न्यायदानाचे काम करीत असत.[२२२] पहिल्या स्तंभालेखात 'अंत महामात्रां'चा किंवा हद्दीवरील सुरक्षाधिकाऱ्यांचा निर्देश येतो. 'अर्थशास्त्रा'तील[२२३] 'अन्तपाल' व स्कंदगुप्ताच्या काळातील 'गोप्त' यांसारखेच ते आहेत. 'अन्तपाला'चा पगार, 'कुमार', 'पौरव्यावहारिक', 'मंत्रिपरिषदेचा सभासद' किंवा 'राष्ट्रपाल' ह्यांच्या पगाराइतकाच असल्याचे 'कौटलीय अर्थशास्त्र' सांगते.[२२४] बाराव्या शिलालेखात 'इथीझक महामात्रां'चा निर्देश आला असून ते निश्चितपणे महाकाव्यातील[२२५] स्त्री-अध्यक्षा (स्त्री-संरक्षक अधिकारी) प्रमाणेच आहेत.

'राजुका'च्या संदर्भात सांगायचे झाले, तर डॉ. स्मिथ ह्या शब्दाचा अर्थ 'कुमारा'च्या खालच्या दर्जाचा अधिकारी असा घेतो.[२२६] अशोकाच्या शिलालेखातील 'राजुक' व 'जातकां'तील 'रज्जुक' किंवा 'रज्जुगाहक अमच्च' दोरी घेऊन माप घेणारा, शेतांची मोजमापे घेणारा सर्वेक्षक (Surveyer)' हे दोन्ही एकच असल्याचे ब्युहलर मानतो.[२२७] चौथा स्तंभलेख राजुकांचा 'अनेक १००००० लोकांवर नेमलेले' अधिकारी ह्या अर्थाने उल्लेख करतो. त्यांच्याकडे जानपदांच्या कल्याणासाठी प्रयत्नशील राहण्याची जबाबदारी सोपवण्यात आली होती. सन्मान करण्याच्या किंवा शिक्षा फर्माविण्याच्या बाबतीत अशोकाने त्यांना स्वातंत्र्य दिले होते. शिक्षा देण्याच्या (दण्ड) उल्लेखावरून 'राजुकां'ना न्यायदानविषयक कामे करावी लागत असत, असे बहुधा सूचित होते. तिसऱ्या शिलालेखात व तसेच चौथ्या स्तंभालेखात त्यांचा 'युत' अधिकाऱ्यांशी तर येर्रगुडि शिलालेखात 'रठिकां'शी संबंध असल्याचे दर्शविले आहे.[२२८] स्टॅबोने[२२९] एका अधिकारी वर्गाचा (Agronomoi) उल्लेख केला असून ते "नद्यांची देखभाल करीत असत व इजिप्तमधील पद्धतीप्रमाणे जमिनीची मोजणी करीत असत. शिकाऱ्यांवर त्यांचीच देखरेख असे व गुणदोषांनुसार बक्षीस देण्याचा किंवा शिक्षा फर्मावण्याचा त्यांना अधिकार असे." जमिनीची मोजणी हे काम ह्या अधिकाऱ्यांचा संबंध 'जातकां'तील[२३०] 'रज्जुगाहक आमच्चां'शी तर बक्षिसे व शिक्षा देण्याचा अधिकार अशोकाच्या 'राजकां'शी संबंध असल्याचे दर्शवितो. म्हणून स्ट्रॅबोने उल्लेखिलेले ॲग्रोनोमोई (Agronomoi) हे 'राजकां'शी व 'रज्जुगाहक आमच्चां'शी बहुधा एकात्म असावेत. 'चोर रज्जुक' ह्या अधिकारीवर्गाचा 'अर्थशास्त्रा'त[२३१] उल्लेख

येतो. जरी 'चोर-रज्जु' अशा संयुक्त स्वरूपात पृ. ६० वर 'रज्जु' शब्द आलेला असला, तरी प्रत्यक्ष रज्जुकांचा मात्र ह्या ग्रंथात उल्लेख आला नाही.

'प्रदेशिक' व 'प्रादेशिक' ह्यांच्या बाबतींत सेनार्त, केर्न (Kern) व ब्युहलर ह्या संज्ञेचा अर्थ स्थानिक 'राज्यपाल' किंवा स्थानिक प्रमुख अधिकारी असा घेतात. स्मिथ जिल्हा-अधिकारी असा त्याचा अर्थ करतो. हुल्टझ्रश् (Hultrsch) त्याची तुलना कल्हणाच्या 'राजतरंगिणी'तील[२३२] 'प्रादेशिकेश्वरा'शी करतो. हा शब्द केवळ तिसऱ्या शिलालेखात येतो व तेथे प्रस्तुत अधिकाऱ्यांचा राजुकाच्या व युतांच्या समवेत 'अनुसंयान' (Circuit) विषयक कायद्यात समावेश करण्यात आला आहे. थॉमस ह्या शब्दाची व्युत्पत्ती 'प्रदेश' ह्यापासून देतो. त्याचा अर्थ अहवाल (Report),[२३३] असा असून थॉमस शिलालेखातील 'प्रादेशिक' किंवा 'प्रदेशिक' आणि 'अर्थशास्त्रा'तील 'प्रदेष्ट्' हे अधिकारी एकच असल्याचे मानतो.[२३४] 'प्रदेष्ट्'ची सर्वांत महत्त्वाची कामे ह्याप्रमाणे आहे :- 'बलिप्रग्रह' (कर वसुली किंवा कामचुकार प्रमुखांवर दडपण आणणे), 'कण्टकशोधन' (फौजदारी गुन्ह्यांचा न्यायनिवाडा), 'चोरमार्गण' (चोरांचा शोध लावणे) व अध्यक्षाणाम् अध्यक्ष-पुरूषाणां च नियमनम् (अधीक्षक व त्यांच्या अधिकाऱ्यांवर नियंत्रण ठेवणे.) एकीकडे 'समाहर्तृ व दुसरीकडे 'गोप' 'स्थानिक' व 'अध्यक्ष' ह्या अधिकाऱ्यांना जोडणारा दुवा म्हणून ते काम करीत असत.[२३५] प्रादेशिकांना वार्ताहरांच्यासारखे मानणे कितपत योग्य होईल, याबद्दल मात्र शंका आहे. ते दुय्यम राज्यापालांप्रमाणे किंवा ग्रीक राज्यातील nomarchs, hyparchs व meridachs यांप्रमाणे आहेत, हे मत अधिक संभाव्य वाटते.

'युत' किंवा 'युक्त' यांचे 'प्रनष्टाधिगत' (हरवलेल्या व नंतर सापडलेल्या) द्रव्याचे संरक्षण असे वर्णन मनूने[२३६] केले आहे. 'समुदय' किंवा राष्ट्रीय निधीच्या[२३७] संदर्भात 'अर्थशास्त्रा'तही त्यांचा निर्देश आहे. त्यांनी ह्या निधीचा गैरवापर केल्याचे म्हटले आहे. राजाच्या आदेशांना कायदेशीर स्वरूप देणारे महामात्रांच्या कार्यालयातील ते 'चिटणीस' असल्याचे हुल्टझ्रश् सुचवितो. 'पुलिसा' किंवा प्रतिनिधी (Agents) म्हणजेच उघडपणे 'अर्थशास्त्रा'तील[२३८] पुरूष किंवा राजपुरूष होत. हुल्टझ्रश् त्यांना 'गूढपुरूषां'समान मानणे पसंत करतो आणि त्यांची वर्गवारी उच्च, नीच व मध्यम ह्या प्रकारात केल्याचे स्पष्ट करतो.[२३९] अनेक लोकांवर त्यांचा अधिकार चाले[२४०] आणि 'राजुकां'चे ते नियंत्रण करीत असत. पटिवेदका किंवा वार्ताहर म्हणजे निःसंशय पणे 'अर्थशास्त्रा'च्या[२४१] सोळाव्या प्रकरणात निर्देशलेले 'चार' होत. तर 'वचभूमिक' किंवा ''गोठ्यांचे तपासनीस'' ह्यांच्याकडे चोविसाव्या प्रकरणात[२४२] उल्लेखिलेल्या 'व्रजांग'ची देखरेख करण्याची जबाबदारी सोपवली होती, हे उघड आहे. लिपिकार हे

राजाचे लेखनिक असून त्यांच्यापैकी एकाचा, 'चपड' ह्या नावाने निर्देश दुसऱ्या गौण शिलालेखात आला आहे. दूत किंवा राजदूत ह्यांचा तेराव्या शिलालेखात उल्लेख येतो. कौटिल्याचे म्हणणे ग्राह्य मानले, तर त्यांची तीन प्रकारांत विभागणी करण्यात आली होती. ते असे – 'निसृष्टार्थाः' किंवा पूर्ण अधिकार असलेला वकील, 'परिमितार्थ' किंवा मर्यादित अधिकार असणारा वकील (Charges d'Affairs) व 'शासनहर' किंवा राजांचा संदेशवाहक[२४३] आयुक्तांच्या कलिंग–शिलालेखात बहुधा निर्देश आलेला आहे. पूर्वकालीन मौर्योत्तर व सिथियन काळात खेड्यातील अधिकारी म्हणून आयुक्त आढळतात.[२४४] विषय किंवा जिल्हा ह्यांचे प्रमुख अधिकारी,[२४५] तसेच जित राजांच्या संपत्तीची भरपाई करण्यासाठी नेमलेले अधिकारी ह्या स्वरूपात त्यांचा गुप्तकालीन निर्देश येतो. प्रस्तुत अधिकाऱ्यांचे पूर्ण नाव 'आयुक्त–पुरूष' असे होते.[२४६] वर उल्लेखलेल्या 'पुलिसा' ह्या सर्वसाधारण नावाने त्यांचा अंतर्भाव करण्यात आला असावा. अशोकाच्या गौण शिलालेखाच्या येर्रगुडिप्रतीत आलेले कारणक बहुधा न्यायविषयक अधिकारी, शिक्षक किंवा लेखनिक असावेत.[२४७]

स्पष्टीकरणात्मक टीपा

१. वॉट्सनचा अनुवाद, पृ. १४२, काही फेरबदलासह.

२. 'ॲलेक्झांड्रम्'च्या ऐवजी 'नंद्रम्' (नंद) असा पाठ घ्यावा, असे काही आधुनिक विद्वान सुचवितात. आधुनिक संपादकांनी केलेल्या ह्या प्रकारच्या काल्पनिक फेरबदलामुळे अनेकदा मूळ आधारग्रंथ उपलब्ध होऊ न शकणाऱ्या विद्यार्थ्यांची दिशाभूल होत असते. तसेच, चंद्रगुप्ताच्या पूर्वकालीन आयुष्यक्रमाबद्दलच्या गोंधळात अधिकच भर पडते. (पाहा – 'इंडियन कल्चर' भाग २, क्र. ३, पृ. ५५८ ''स्पष्टवक्तेपणा'' बद्दल पाहा ग्रोटे (Grote) १२.१४१ क्लेइटसचे उदाहरण आणि पृ. १४७ कल्लिस्थेनीसचे उदाहरण) आपल्या विजयानंतर त्याने (सँट्रेकोट्टसने) जुलुमी वृत्तीने सर्व संपत्ती एका स्वातंत्र्यविजेत्याच्या नावे केली. कारण परकीय गुलामगिरीतून त्याने ज्यांना मुक्त केले होते, त्यांनाच गुलाम करून तो त्यांचे शोषण करू लागला. – जस्टिन. दुष्टमात्यांची जुलुमी वृत्ती भारतीय साहित्यास ज्ञात आहे. परंतु प्रारंभिक मौर्य काळात स्वतः राजा मात्र न्यायप्रियतेविषयी प्रसिद्ध आहे.

३. जस्टिनने वापरलेल्या मूळ शब्दाचा अर्थ 'भाडोत्री सैनिक' व तसेच 'लुटारू' असा होतो. त्यांतील आधीचा अर्थ 'परिशिष्टपर्वन्'मध्ये हेमचंद्राने नोंदविलेल्या भारतीय परंपरेशी जुळणारा आहे. (८.२५३.५४)

धातुवादोपार्जितेन द्रविणेन चणिप्रसूः।
चक्रेपत्त्यादि सामग्रीं नन्दमुच्छेत्तुमुद्यतः॥

म्हणजे नंदाचा उच्छेद करण्याच्या उद्देशाने चंद्रगुप्तासाठी चाणक्याने पैशाच्या सहाय्याने सैन्य गोळा केले. हा पैसा त्याला जमिनीतून (शब्दशः, खनिजशास्त्रवेत्त्यांच्या मदतीने) मिळाला होता.

४. Hultrschने स्वीकारलेल्या अर्थाप्रमाणे – ''प्रचलित सरकार उलथून टाकण्यासाठी भारतीयांना चिथावणी दिली.''

५. मॅसिडोनियाविरुद्ध चंद्रगुप्ताच्या नेतृत्वाने त्याच्या सहकार्याने केलेली चळवळ बहुधा सिंधमध्ये सुरू झाली. त्या प्रांताच्या मॅसेडोननियन सत्रपाने इ.स.पू. ३२१ पूर्वी माधार घेतली. इ.स.पू. ३२१ च्या Triparadeisos – करारानंतर काही काळापर्यंत पश्चिम व मध्य पंजाबचे भाग व काही लगतचे प्रदेश आंभीच्या पौरवाच्या ताब्यात होते.

६. त्याला 'मुद्राराक्षसा'त केवळ 'मौर्यपुत्र' (अंक २, श्लोक) असेच नव्हे, तर

'नन्दान्वय' (अंक ४) असेही संबोधले आहे. क्षेमेंद्र व सोमदेव त्याचा योगनंदापेक्षा निराळा असा पूर्वनंदसुत, मूळ नंदाचा पुत्र असा उल्लेख करतात. चंद्रगुप्त हा नंदाचा मुरा नावाच्या पत्नीपासून झालेला पुत्र होता व त्यावरून तो व त्याच्या वंशजांना मौर्य म्हटले जाऊ लागले, असे विष्णुपुराणाचा टीकाकार म्हणतो. (४.२४ विल्सन, ९.१८७) ह्याउलट नंद राजा सर्वार्थसिद्धी व एका वृषलाची (शूद्राची) कन्या असलेली त्याची पत्नी मुरा ह्यांचा पुत्र मौर्य असून त्याचा चंद्रगुप्त हा थोरला मुलगा असल्याचे मुद्राराक्षसाचा टीकाकार धुंढिराज सांगतो.

७. 'एपिग्राफिआ इंडिका' २.२२२; महावंसटीकासुद्धा मौर्यांचा शाक्यांशी संबंध असल्याचे सांगते. आपण आदित्य (सूर्य) वंशाचे असल्याचे शाक्यही मानतात, हे प्रसिद्ध आहे. त्याखेरीज पाहा – 'अवदानकल्पलता', क्रमांक ५९.

८. '२ ए मेवार रेसिडेन्सी' मेजर के. डी. एर्स्काइन–संपादित (पृ. १४).

९. पृ. ९, ८.२२९

१०. मोरिय (मौर्य) व मोर किंवा मयूर ह्या शब्दांतील संभाव्य संबंधाला बौद्धपरंपराही मान्यता देते. पाहा त्युर्नूर, महावंस ३९; पाटलीपुत्र येथील मौर्य राजवाड्यातील उद्यानात पाळीव मोर ठेवण्यात आले असल्याचे ॲलिअन (Aelian) म्हणतो. सांची येथील पूर्वद्वारावरील शिल्पाच्या पुढे आलेल्या काही टोकांच्या नक्षीकामासाठी मोरांच्या आकृतींचा उपयोग करण्यात आला असल्याचे सर जॉन मार्शलने दर्शविले आहे. ('ए गाईड टू सांची', पृ. ४४, ६२) हे पक्षी म्हणजे मौर्य घराण्याचे एक प्रकारचे कलते चिन्ह आहेत असे फाऊचर ('मॉन्यूमेंटस् ऑफ सांची', २३१) मानीत नाही. त्यांचा 'मोर जातका'शी संभाव्य संबंध असावा, अशी कल्पना करणे तो आपाततः पसंत करतो.

११. गायगरचा अनुवाद पृ. २७ 'मोरियानं खत्तियानं वंसे जात'

१२. कॉवेल व नेल यांची आवृत्ती, पृ. ३७०.

१३. पृ. ४०९

१४. S.B.E. ११ पृ. १३४–१३५.

१५. 'लाईफ ॲलेक्झांडर', ६२.

१६. संग्रामसिंहाच्या वर्तनासाठी पाहा – टॉड, 'राजस्थान' भाग १, पृ. २४०, टीप (२) 'ॲन सुसन्नह् बेव्हेरिज् बाबुर्–नाम (इंग्रजीत), भाग २, पृ. ५२९.

१७. पूर्वी सांगितल्याप्रमाणे ॲलेक्झांडरच्या जागी 'नंद'घेणे मान्य होण्यासारखे नाही.

१८. S.B.E., भाग ३६ पृ. १४७.

१९. पाहा – स्मिथ 'अशोक' तिसरी आवृत्ती, पृ. १४ टीप; आधिपत्य-प्राप्ती व सेनापतींशी युद्ध ह्या घटनांच्या सापेक्ष संवत्सरासाठी पाहा – 'इंडियन कल्चर', II क्रमांक ३, पृ. ५५९ – 'एच ऑफ दि नंदज् ॲन्ड मौर्यज्', पृ. १३७.

२०. ॲलेक्झांडर, ५२

२१. प्रकरण २ पहा. JRAS, 1924, 666.

२२. कोशरसाठी पाहा 'इंडियन कल्चर' I, पृ. ९७ पाहा – कोशकार ANM २५१.

२३. "Beginnings of South Indian History', p - 89.
पहा – 'मौर्य नवे राजनि'। (मुद्राराक्षस अंक ४)

२४. 'वंब मोरियर' किंवा 'अनौरस मौर्य' ही बहुधा कोंकणी मौर्यांची शाखा होती असे बर्नेट सुचवितो ('केंब्रिज हिस्टरी ऑफ इंडिया' १.५९६). परंतु कोंकणी मौर्यांच्या तामिळ प्रदेशातील अतिदक्षिणेकडील प्रवेशाबद्दल कोणतीही अस्सल ऐतिहासिक नोंद क्वचितच आढळते. इतर सूचनांसाठी पाहा – JRAS, १९२३, पृ. ९३-९६ "मोरियरांना तामिलकं मधे प्रवेश करण्यास परवानगी देण्यात आली नव्हती आणि वेंकटगिरीपर्यंतच ते पोहोचले होते." असे काही तामिळ विद्वान मानतात. (IHQ, 1928, p.-145) कोशरबद्दलचे डॉ. अय्यंगारांचे विधानही त्यांना मान्य नाही. परंतु चंद्रगुप्ताचे सैनिक मोत्यांची व रत्नांची समृद्धी असणाऱ्या भारताच्या अतिदक्षिणेकडील पांड्य – देशापर्यंत बहुधा पोहोचले होते, ह्या मताला 'मुद्राराक्षस' अंक ३, श्लोक १९ ह्यावरून काही प्रमाणांत दुजोरा मिळतो. पहिल्या मौर्यांची अधिसत्ता स्पष्टपणे "पर्वतराजापासून (हिमालय) त्याच्या कडेकपाऱ्यांत खळाळणाऱ्या स्वर्गीय प्रवाहाच्या (गंगेच्या) शिडकाव्याच्या वृष्टींनी थंड होत विविध रंगाच्या रत्नांच्या तेजाने उजळलेल्या दक्षिण सागराच्या (दक्षिणार्णव) किनाऱ्यापर्यंत पोहोचली होती." असे त्यांत सुचविले आहे. मात्र हे वर्णन पूर्णपणे सांकेतिक असण्याची शक्यता आहे. तमिळ ग्रंथातील माहितीचा प्रा. एन. शास्त्रींनी चिकित्सकपणे विचार केला आहे. (ANM, p - 253)

२५. राइस-'मायसोर ॲन्ड कुर्ग फ्रॉम दि इन्स्क्रिप्शनूस' पृ. १०; फ्लीट मात्र जैन परंपरेविषयी साशंक आहे. (Ind. Ant., 1982, 156)
शिवाय, पाहा – JRAS, 1911, 814-17

२६. हिमालयापासून समुद्रापर्यंतच्या संपूर्ण उत्तरभारतावरील (उदीची) ताबा परंपरेने चंद्रगुप्ताच्या मंत्र्याचा म्हणून मानण्यात आलेल्या 'कौटिलीय अर्थशास्त्रा'तील

(९.१) पुढील उताऱ्यावरून बहुधा सूचित होतो. "देशः पृथ्वि, तस्यां हिमवऽसमुद्रान्तरमुदीचिनं योजनसहपरीमाणम् अतिर्यक् चक्रवतिक्षेत्रम् ।।" पाहा – मुद्राराक्षस, अंक ३, श्लोक १९.

२७. अंक ४.

२८. वॉटसनचा अनुवाद, पृ. १४३

२९. सेल्युकोसला त्रिपर देइसॉसच्या करारानंतर (इ.स.पू. ३२१) प्रथम आणि त्यानंतर इ.स.पू. ३१२ मध्ये बाबिलोनची सत्रपी मिळाली व त्या वर्षापासून त्याच्या कारकिर्दीचा आरंभ मानला जातो. इ.स.पू. ३०६ मध्ये तो स्वतःला राजा म्हणवू लागला. ("Cambridge Ancient History', VII, 161; "Cambridge History of India', 1, 433)

३०. ॲपिअनस केडोस (Kedos) (विवाहसंबंध) ही स्पष्ट संज्ञा वापरतो आणि स्टॅबोने (१५) 'Epigamia' हीच फक्त संज्ञा दिली आहे. 'विवाहसंबंधाचा परिपाक म्हणून' मुलुख तोडून देण्यात आला होता, यावरून विवाह निश्चितपणे झाल्याचे स्पष्टपणे सूचित होते.

३१. Syr. 55, Ind. Ant. VI, p-114, Hultrsch, 34

३२. H. and F., 3 p. 125

३३. तत्रैव पृ. ७८ टार्न, 'Greeks in Bacrtia and India', p. 100.

३४. तिसरी आवृत्ती, पृ. १५

३५. डॉ. जी. सी. रायचौधुरींनी लॅघमन (प्राचीन लंपाक, BSOAS, भाग १३ विभाग १, १९४९, ८०–) येथे सापडलेल्या 'देवानां पिय'च्या एका आर्मेइक शिलालेखाकडे माझे लक्ष वेधले आहे. ह्यावरून आरंभीच्या मौर्यांच्या राज्यात काबूल व नजीकचा भाग ह्यांचा समावेश झाला होता, याबद्दलच्या ग्रीक पुराव्याला पुष्टी मिळते.

३६. 'Invasion of Alexandrer' P. 405 - पाहा – स्मिथ, EHI, चौथी आवृत्ती, पृ.१५३, चंद्रगुप्त व सेल्युकोस यांच्यातील तहामुळे ग्रीक संस्कृती बद्दलचे आकर्षण वाटण्यास आरंभ झाला व त्याचे परिणाम नंतरच्या कारकीर्दीत दिसू लागले. बिंदुसाराच्या व अशोकाच्या काळात पश्चिमेच्या ग्रीक सत्तेबरोबर वकीलातींची केवळ देवाणघेवाण झाली असे नव्हे, तर ग्रीक तत्त्वज्ञ व प्रशासक ह्यांचे साहाय्य मिळविण्याचा ह्या साम्राज्यसत्तेने मनापासून प्रयत्न केला होता.

३७. चिन्नॉकचा अनुवाद. पृ. २५४.

३८. एरन्नोबाओस हिरण्यवाह म्हणजे शोण (हर्षचरित परब आवृत्ती, १९१८, पृ.

१९ पाहा अनुशोणं पाटलिपुत्र (पतंजलि २.१.२) पाटलिपुत्र मूइन तामिळ क्लासिक'' ह्याच्या उल्लेखासाठी पाहा – 'अय्यंगार कमेमोरशन व्हॉल्यूम' ३५५

३९. पतंजलि, ४.३.२ ''पाटलिपुत्रकाः प्रासादाः पाटलिपुत्रका प्राकारा इति''

४०. पुण्डनगर म्हणजे बंगालच्या बोग्रा जिल्ह्यातील महास्थानगड होय. महास्थान येथे सापडलेल्या पूर्वकालीन मौर्य ब्राह्मी अक्षरांत लिहिलेल्या एका शिलालेखात ह्या एकात्मतेला पुष्टी मिळते. ह्या नोंदीत पुण्डनगल आणि गण्डक काकनिक वगैरे नावाच्या नाण्यांनी भरलेल्या तेथील भांडाराचा व तसेच सड्वर्गिक नावाच्या लोकांचा उल्लेख आहे. (बारुआ, IHQ, 1934, March, 57, डी.आर.भांडारकर, 'Ep. Ind.' April, 1931, 83 f.; P.C.Sen 'IHQ', 1933, 722 f.)

'सड्वर्गिक'च्या ऐवजी डॉ. भांडारकर 'स(मृ) व (मृ)गीय' असा पाठ घेतात व तो डॉ.बारुआंनी अधिक चांगल्या प्रकारे सुचविला आहे. खरोखरीच ही नोंद प्रारंभिक मौर्यकाळातील असेल, तर नाण्यांचा उल्लेख उद्‌बोधक मानावा लागेल. मौर्यकालीन नाण्यांवर ओळखता येण्याजोगी काही चिन्हे असतात, असे डॉ.के.पी.जयस्वाल मानतात. (पहा – JRAS, 1936, 437 f)

४१. 'सुगांग' राजवाडा हे चंद्रगुप्ताचे आवडते निवासस्थान होते. (JRAS, 1923, 587)

४२. मौर्य वास्तुशास्त्रावर पर्शियन प्रभावाच्या खुणा आहेत, असे मानणाऱ्या आधुनिक लेखकांनी प्रस्तुत विधान ध्यानात घ्यावे.

४३. McCrindle, 'Ancient India, as described in Classical Lit.' pp. 141-142.

४४. स्मिथ 'The Oxford History of India', p. 77, Macphail, 'Asoka', pp. 23-25.

४५. JRAS, 1915, pp. 63 ff, 405 ff.

४६. ह्या स्त्रिया त्यांच्या पालकाकडून 'विकत घेतल्या' असल्याचे तोच लेखक सांगतो. कोणाही भारतीयाने गुलामांना नोकरीस ठेवले नव्हते, हे मेगॅस्थेनीसचे उद्‌गार उद्‌धृत केले जातात, ही गोष्ट प्रस्तुत विधानाच्या संदर्भात, काहीशी आश्चर्याची आहे. अँटिओकोस सॉटरकडे एक प्राध्यापक 'विकत घेऊन' आपणांकडे पाठविण्याबद्दल ॲमिट्रोकेटेसने (म्हणजे बिंदुसाराने) केलेली याचना सांगणारी ॲथेनेओसने सांगितलेली गोष्ट लक्षात घ्यावी (मोनॅहम 'The Early History of Bengal' p. 164, 176, 179)

४७. एच व एफ चा अनुवाद, भाग ३, पृ. १०६; पाहा स्मिथ EHI, तिसरी आवृत्ती, पृ. १२३.

४८. अर्थशास्त्राच्या कालनिर्णयासाठी पाहा – रायचौधुरी 'The History & Culture of the Indian People' Part II, आर.सी.मुजुमदार – संपादित, पृ. २८५–८७.

४९. पूर्वोक्त

५०. पाहा – अर्थशास्त्र

५१. पाहा – स्ट्रॅबो १५.१ व 'कौटिल्य', पुस्तक X.

५२. कौटिल्य, पृ. ३८; मौर्य साम्राज्याच्या अखेरच्या काळात सेनापतीने राजाला मागे टाकल्याचे व सैन्याची राजनिष्ठा आपणाकडे वळविल्याचे आपणास दिसते.

५३. एच व एफ, स्ट्रँबो, III, पृ. १०६–१०७.

५४. शामशास्त्रींचा अनुवाद पृ. ४३.

५५. पुस्तक III, प्रकरण १.

५६. कौटिल्य पुस्तक I, प्रकरणे १६ व १७; पुस्तक VIII, प्रकरण १ पाहा – अशोकाचे शिलालेख, क्र. ३, (अल्पव्ययता विषयक व अल्पमाण्डताविषयक नियम) ५ (वरिष्ठ अधिकाऱ्यांची नेमणूक), ६ (परिषदेबरोबरचे संबंध आणि पटिवेदकाकडून माहिती मिळविणे) आणि १३ (परकीय सत्तांशी राजनैतिक संबंध)

५७. पाहा – मनु. ७.५५.

५८. चिनॉक, ॲरिअन, पृ. ४१३.

५९. २.४१

६०. सर्वोपधिशुद्धान् मन्त्रिणः कुर्यात् / 'अर्थशास्त्र', १९१९, पृ. १७ 'उपधा' ह्यासाठी स्कंदगुप्ताच्या जुनागड शिलालेख पहा.

६१. कौटिल्य, पृ. २४७; स्मिथच्या मते (EHI, चौथी आवृत्ती, पृ. १४९) चांदीच्या ''पणा''ची किंमत एका शिलिंगाहून फारशी वेगळी नसावी.

६२. तत्रैव, पृ. १६.

६३. तत्रैव, पृ. २६–२८.

६४. तत्रैव, पृ. २९. पाहा – अशोकाचा सहावा शिलालेख.

६५. तत्रैव, पृ. ३३३.

६६. तत्रैव, पृ. ३६८. पाहा – शाब ह्याचा उदयगिरि – शिलालेख.

६७. टर्नर-संपादित 'महावंस' पृ. XIII. हा पुरावा उत्तरकालीन आहे.

६८. राजाबरोबर दरबारात बसणारे सरदार व श्रीमंत भारतीय ह्यांविषयीचा प्लिनीचा उल्लेखही विचारात घ्यावा. (Monahan, 'The Early History of Bengal', 148); पाहा - महाभारत ३.१२७.९ 'अमात्यपरिषद्'; १२.३२०.१३९ 'अमात्यसमिति'.

६९. पाहा - पृ. २०, २९,२४७

७०. 'अर्थशास्त्र' २९; पाहा - महाभारत ४.३०.८; अशोकाचा सहावा शिलालेख.

७१. 'अर्थशास्त्र' पृ. ४५.

७२. पृ. २५९.

७३. चंद्रगुप्ताचा पुत्र व वारस बिंदुसार ह्यांच्या बाबतीत पाचशे अमात्यांचा ('पञ्चामात्यशतानि') उल्लेख 'दिव्यावदाना'त (पृ. ३७२) आहे. पतंजलीने चंद्रगुप्त सभेचा उल्लेख केला आहे. परंतु तिच्या स्वरूपाविषयी आपणास माहिती मिळत नाही.

७४. पाहा - पहिल्या रुद्रदामनूच्या जुनागड शिलालेखातील कर्मसचिवांचा निर्देश.

७५. पृ. १७ पाहा - मॅक्रिन्डल, 'मेगॅस्थेनीस अॅण्ड ऑरिअन' १९२६, ४१, ४२.

७६. ''संग्रहण शहरात (दहा खेड्यांच्या गटाच्या मधोमध) मुलकी ('धर्मस्थीय') न्यायालये, (चारशे खेड्यांच्या मध्यवर्ती ठिकाणी) 'द्रोणमुख', (आठशे खेडयांच्या केन्द्रस्थानी) व जिल्ह्यांच्या ठिकाणच्या सरहद्दभागात ('जनपदसंधि' ? जिल्ह्यांचे जोड) स्थानीय न्यायालयांची स्थापना करण्यात आली होती; व तिथे तीन 'धर्मस्थ' (पवित्र कायद्यात निष्णात न्यायाधीश) व तीन अमात्य असत.''

७७. फौजदारी ('कण्टकशोधन'). न्यायालयात तीन अमात्य किंवा तीन प्रदेष्टृ असत. प्रदेष्टृंची कर्तव्ये नंतर सांगण्यात येतील.

७८. ह्या अधिकाऱ्यांच्या कर्तव्यासाठी पाहा - 'कौटिलीय अर्थशास्त्र' पुस्तक २, ५-६, ३५; पुस्तक ४.४; पुस्तक ५.२; मौर्यकालीन महसूलपद्धतीसाठी पाहा - घोषाल 'हिन्दू रेव्हेन्यू सिस्टिम' पृ. १६५.

७९. पाचव्या स्तंभालेखातील नागवन पाहा.

८०. 'एच् अॅन्ड एफ्', भाग ३, पृ. १०३; पाहा डायोडोरोस, २.४१.

८१. स्त्रीविषयक अध्यक्षांच्या एका वर्गाचा उल्लेख अशोकाच्या शिलालेखात 'महामात्र' असा येतो.

८२. 'केंब्रिज हिस्टरी ऑफ इंडिया', १.४१७ अनुसार ''जिल्हा''.

८३. पाहा - दुर्ग-राष्ट्र-दण्ड-मुख्य 'कौटिल्य', पुस्तक १३, प्रकरण ३ व ५.

८४. म्हणजे जिल्हाअधिकारी (अॅग्रोनोमोई - Agronomoi)

८५. प्रत्येक मंडळाकडे खालीलपैकी एका खात्याची जबाबदारी असे :
(१) यांत्रिकी कला (२) परकीय रहिवासी (३) जन्म-मृत्यूंची नोंद (४) व्यवसाय, व्यापार, वजने व मापे (५) निर्माण केलेल्या वस्तूंवर देखरेख व त्यांची विक्री आणि (६) विक्रीचा दशमांश गोळा करणे.
सार्वजनिक इमारती, बाजार, बंदरे व मंदिरांची देखभाल करणे हीही त्यांची सामुदायिक जबाबदारी असे. ते भावनियंत्रण करीत असत.

८६. प्रत्येक विभाग किंवा मंडळ खालीलपैकी एका खात्याची जबाबदारी स्वीकारित असे. आरमार, दळणवळण व सैन्य ह्यांसाठी, अन्नधान्य-पुरवठा (पाहा - कौटिल्य पुस्तक १०, प्रकरण ४ मधील 'विष्टिकर्माणि'), पायदळ, घोडदळ, रथ व हत्ती. महाभारताच्या शांतिपर्वात हे विभाग सहा (१०३.३८) किंवा आठ (५९.४१-४२) असल्याचे म्हटले आहे.
रथा नागा ह्याश्चैव पादाताश्चैव पाण्डव।
विष्टिनागाश्चराश्चैव देशिका इति चाष्टमम्।।
व्युङ्गान्येतानि कौरव्य प्रकाशानि बलस्य तु।
'रथ, हत्ती, घोडे, पायदळ, ओझे वाहणारे, नावा, गुप्तहेर व आठवे स्थानिक मार्गदर्शक - हे कुरूवंशजा, लढाऊ सैन्याचे हे उघड 'अवयव' आहेत.'
रघुवंशात (४.२६) 'षड्विधं बलम्'चा उल्लेख आहे. पाहा - महाभारत ५.९६.१६.

८७. म्हैसूर आवृत्ती, १९१९, पृ.५५ 'नगर-धान्य-व्यावहारिककार्मान्तिक-बलाध्यक्षाः'
पाहा - 'बलप्रधानाः' व 'निगमप्रधानाः' - महाभारत ५.२.६.

८८. EHJ., १९१४ पृ. १४१ पाहा - Monahan, Early History of Bengal, pp. 154-64, Stein Megasthenes and Kautilya, pp. 233 ff.

८९. 'अर्थशास्त्र', १९१९, पृ. ६०; पृष्ठ ५७ वर पुढील उतारा आला आहे. 'हस्त्यश्व-रथ-पदातमनेक-मुख्यमवस्थापयेत्।' म्हणजे हत्ती, घोडदळ, रथ व पायदळ ह्यांपैकी प्रत्येकावर अनेक प्रमुखांचे नियंत्रण असावे.

९०. 'एच्. अॅण्ड एफ्.' स्ट्रॅबो, ३, पृ. १०४.

९१. १२.५९, ४१-४२.

९२. स्ट्रॅबो, १५.१.४६.

९३. मॉनहनच्या 'Early History of Bengal', p. 148 येथे उद्‌धृत केलेला प्लिनी.

९४. Monhan, 'Early History of Bengal', p.143, 157, 167 f.

९५. 'दिव्यावदान' पृ. ४०७.

९६. 'The Questions of King Milinda', III, p. 250 n. 'महावंस', प्रकरण १३; महाबोधिवंस पृ. ९८.

९७. पाहा – 'The Questions of King Milinda', 250 n.

९८. पृ. २४७.

९९. Monhan, 'Early History of Bengal', 150; Chinnock, Arrian, 413.

१००. पृ. ३७८.

१०१. IHQ, १९३१, ६३१.

१०२. Law, 'Buddhist Conception of Spirits', 47 f.

१०३. अलीकडच्या काळात तुषास्फाला अशोकोत्तरकालीन मानण्याचे जे प्रयत्न झाले आहेत, ते सयुक्तिक वाटत नाहीत. जुनागड-शिलालेखात सम्राटांच्या नावासमवेत स्थानिक प्रशासकाचे किंवा अधिकाऱ्याचे नाव नेहमीच येत असते. चंद्रगुप्त व पुष्यगुप्त किंवा रुद्रदामन् व सुविशाख ह्यांच्यातील संबंधांपेक्षा निराळे असे संबंध अशोक व तुषास्फ ह्यांच्यात होते, असे मानावयास जागा नाही.

१०४. भाग १, उपविभाग १, पृ. १३.

१०५. भाग ८ पृ. ४६.

१०६. पाहा – पहिल्या जागतिक युद्धानंतर लगतच्या पूर्वेमध्ये असलेला अधिकाऱ्यांचा प्रकार. सम्राटाच्याऐवजी खराखुरा (de facto) अधिकारी म्हणून हा उच्चायुक्त (High Commissioner) काम पाहत असे. त्याच्या पदावरून स्थानिक राज्यकर्त्यांची किंवा राजकर्त्यांच्या अस्तित्वाची शक्यता नाकारता येत नाही. इजिप्तमधील ब्रिटिशांच्या 'राजदूतां'विषयीचे वेन्डेल विल्कीचे मतही पाहा. ('One World', पृ. १३) ''व्यवहारतः, तो त्याचा प्रत्यक्ष प्रशासक असतो.''

१०७. अशोकाच्या शिलालेखात मात्र रठिकांचा निर्देश करतात. ऱ्हीस डेव्हिड्स व स्टेड संपादित 'पालि इंग्लीश डिक्शनरी'मध्ये रहठिकांची 'राष्ट्रिया'बरोबर तुलना

केलेली आहे.

१०८. 'अर्थशास्त्र' पृ.२४७ 'राष्ट्रिय'साठी त्याखेरीज पाहा – महाभारत १२.८५.१२; ८७.९. अमरकोशानुसार (५.१४) राष्ट्रिय हा राजश्याल (राजाचा मेहुणा) आहे. परंतु क्षीरस्वामिन् आपल्या टीकेत म्हणतो की, नाटकाखेरीज इतरत्र राष्ट्रीय हा राष्ट्राधिकृत म्हणजे राष्ट्राचे, राज्यांचे किंवा प्रांताचे व्यवहार पाहाण्यासाठी व त्यावर देखरेख करण्यासाठी नेमलेला एक अधिकारी असतो. पाहा – मॅसेडोनियातील 'एपिस्कोपोस'. पंजाबमधील भारतीय राजांच्या व इ.स. दहाव्या शतकातील प्रतिहार तंत्रपालांच्या संदर्भात यूडेमॉसची स्थिती नोंद करण्यासारखी आहे. राजाच्या मिरवणुकीच्या वेळी राष्ट्रियांना महामात्राच्या व विजयानंदाचा उद्घोष करणाऱ्या ब्राह्मणांच्या अगदी मधोमध स्थान देण्यात येत असल्याबद्दलच्या बुद्धघोषाच्या विधानाखेरीज इतर अनेक उताऱ्यांकडे डॉ. बरुआंनी लक्ष वेधले आहे. (IC, १०.१९४४, पृ. ८८ व नंतर) ते स्वतः हातात तलवार वगैरे घेऊन रंगीबेरंगी वेष धारण करीत असत. हे अतिशय खरे असण्याची शक्यता आहे. परंतु चंद्रगुप्ताच्या काळात राष्ट्रिक किंवा राष्ट्रीय हा पतपेढीचे संचालक, व्यवसायातील प्रतिष्ठित व्यक्ती वगैरेंपैकी प्रमुख होता व तो महापौर, शेरिफ व सन्मान्य नागरिकांची (जे.पी.) भूमिका वठवीत होता, हे सिद्ध करण्याच्या दृष्टीने त्याने उद्धृत केलेले उतारे पुरेसे सयुक्तिक नाहीत. त्याच शिलालेखात तुषास्फ व सुविशाख ह्यांच्याशी दर्शविण्यात आलेल्या साम्यावरून राष्ट्रिय हा अधिक उच्चपदस्थ अधिकारी असल्याचे व तसेच क्षीरस्वामींनी दिलेला पुरावा सहजपणे नाकारता येणार नाही, हे सूचित होते.

१०९. चिन्नॉक 'ॲरिअन' पृ. ४१३.

११०. 'एच् ॲण्ड एफ्', स्ट्रॅबो, ३ पृ. १०३.

१११. पाहा – थॉमस, JRAS, १९१५, पृ. ९७.

११२. ल्यूडर्स, शिलालेख क्र. १२००.

११३. 'भगवदज्जुकीयम्'च्या (पृ. ९४) लेखकाने वृषलीचा अर्थ गणिका किंवा वेश्या असा घेतला आहे.

११४. 'अर्थशास्त्र' (१९१९) पृ. २२४, ३१६.

११५. २.४२.

११६. १५.१.५०.

११७. मॅकक्रिंडल, 'मेगॅस्थेनिस ॲन्ड ॲरियन', १९२६, पृ. ४२.

११८. फिक्, 'सोशल आर्गनायझेशन' १६२, 'अर्थशास्त्र' पृ. १५७, १७२. पाहा

– ल्यूडर्स शिलालेख क्र. ४८, ६९ (अ) राजप्रतिनिधींच्या / पदावर असणाऱ्या युवराजांना व महामात्रांना राजाच्या धोरणाची कार्यवाही करण्यासाठी मदत करणाऱ्या आयुक्तांचा कलिंगशिलालेख उल्लेख करतात. प्रारंभिक मौर्येत्तर व सिथियन काळात त्यांचा ग्रामाधिकारी म्हणून स्पष्ट निर्देश येतो. (ल्यूडर्स, यादी क्र. १३४७.) गुप्तकाळात ही संज्ञा जिल्हाधिकाऱ्यासह अनेक अधिकाऱ्यांना लावण्यात आली आहे.

११९. 'ग्रामवृद्ध' 'अर्थशास्त्र', पृ. ४८, १६१, १६९, १७८ पाहा – ल्यूडर्स, शिलालेख क्र १३२७ पाचवा व आठवा शिलालेख महालकाचा व वृद्धांचा उल्लेख करतात.

१२०. पुस्तक ५, प्रकरण ३.

१२१. प्राचीन काळी सार्वभौम राजांनी खेड्यांमध्ये अधिकृतांची नेमणूक केली असल्याबद्दल मात्र पुरावा आहे. ('प्रश्नोपनिषद' ३–४)

१२२. 'अर्थशास्त्र', पृ. १७५, २४८.

१२३. जातकातील ग्रामभोजक हा राजाचा एक अमात्य होता. (फिक, 'सोशल ऑर्गनायझेशन इन् नॉर्थ. इंडिया' पृ.१६०)

१२४. प्रारंभिक शिलालेखात खुद्द गोपांचा उल्लेख येत नाही. परंतु ल्यूडर्सच्या शिलालेखात (क्र. १२६६) ''सेनागोपां''चा निर्देश आहे.

१२५. 'अर्थशास्त्र' पृ. १४२, २१७ ह्या ग्रंथात वर्णिलेली राज्यशास्त्राविषयक पद्धती मौर्यकाळात कितपत लागू पडते, हे आपण सांगू शकत नाही. अशोकाच्या काळात देखरेखीचे काम मुख्यतः खास प्रकारच्या महामात्रांकडे असे. (पहा – पाचवा शिलालेख व कलिंग–शिलालेख) पुलिसा (प्रतिनिधी) व राजुक (चौथा स्तंभालेख)

१२६. इंडियन अॅन्टक्वेरी १८९२, १५७

१२७. राइस 'मैसोर अॅन्ड कुर्ग फ्रॉम दि इन्स्क्रिप्शन्स', पृ. ३–४.

१२८. 'द ऑक्सफर्ड हिस्टरी ऑफ इंडिया' पृ. ७६.

जैन परंपरेविषयी फ्लीट साशंक असल्याचे पूर्वी सांगितले आहे. ('इंडियन अॅटिक्वेरी', १८९२, १५६). ग्रीक पुराव्यानुसार चंद्रगुप्त यज्ञ–धर्माचा अनुयायी होता. 'मुद्राराक्षसा'त त्याला लावण्यात आलेल्या वृषल ह्या विशेषणावरून काही बाबतींत त्याने सनातन परंपरेचा निश्चितपणे त्याग केला होता, असे सूचित होते. ('इंडियन कल्चर' ॥ क्र. ३ पृ. ५३८ – त्याखेरीज पाहा सी.जे.शहा 'जैनिझम् इन् नॉर्दर्न इंडिया' १३५, टीप १३८)

१२९. चंद्रगुप्ताच्या कालनिर्णयासाठी पाहा – 'इंडियन कल्चर' भाग II, क्र. ३, पृ. ५६०. सिलोनची बौद्ध परंपरा त्याचा काल बुद्धाच्या परिनिर्वाणानंतर १६२ वर्षांनी नंतरचा मानते. त्याचा अर्थ असा की, महानिर्वाणाचा काल इ.स.पू.५४४ घेतला, तर त्याचा काल इ.स.पू. ३८२ होय. बुद्धाच्या निर्वाणाचा कँटनच्या परंपरेनुसार इ.स.पू. ४८६ घेतला, तर चंद्रगुप्ताचा काल इ.स.पू. ३२४ हा मानावा लागेल. ह्याच्या आधीचा काल ग्रीक पुराव्याशी जुळत नाही. इ.स.पू. ३२४ हा काल ग्रीक लेखकांच्या पुराव्याशी जुळतो. चंद्रगुप्ताच्या राज्यारोहणाचा इ.स.पू. ३१३ हा जैन परंपरेत सांगितलेला काळ जर ऐतिहासिक परंपरेवर आधारित असेल, तर तो त्याने माळव्यातील अवंती जिंकण्याशी संबंधित असावा. कारण कालगणनेबद्दलचा आधार एका श्लोकात आला असून त्या श्लोकात अवंतिराज पालकाच्या वारसदारांच्या यादीत मौर्यराजाचा निर्देश येतो. पाहा – IHQ, १९२९, पृ. ४०२. उत्तरकालीन जैन परंपरा मान्य करणाऱ्या फिलिओझाने (Filliozat) ('मान्युएल डेझेत्यूद अँदियेन' I, 212-19) व इतर विद्वानांनी बऱ्याच आधीच्या सिलॉनी पुराव्याकडे दुर्लक्ष केले आहे. पाहा – रायचौधुरी HCIP, AIU भाग २, ९२; ANM, १३६; तसेच तेराव्या शिलालेखात उल्लेखिलेले काही ग्रीक राजे व अशोक ह्यांच्या समकालीनतेविषयी जी काही माहिती मिळते तिच्याशी इ.स.पू. ३१३ हा काळ जुळत नाही. विशेषतः सिरीनच्या मगस्च्या (Magas) बाबतीत हे स्पष्ट आहे. त्याचा समकालीन कवि कल्लिमाकस (Callimachus) हा तो तिसऱ्या टॉलेमीच्या सिरियन युद्धाच्या (इ.स.पू. २४७–६) बऱ्याच आधी होऊन गेल्याचे म्हणतो. Tarn in Cary.
'ग्रीक वर्ल्ड' ३९३.

१३०. ८.४३९–४४३; दुसऱ्या परंपरेसाठी 'बिगंडेट' २.१२८ पाहा.

१३१. पाहा – वेबर IA, २ (१८७३) पृ. १४८ लासेन व कनिंगहम (मिल्सा टोपस् पृ. ९२) 'अमित्रघात' ही संज्ञा पतंजलीच्या महाभाष्यात, (३.२.२) येते. त्या खेरीज पाहा – महाभारत ३०.१९, ६२.८ त्या ठिकाणी 'अमितघातिन' हे राजपुत्राचे व योद्धयांचे विशेषण म्हणून आले आहे. डॉ. यार्ल शार्पांतिये (Jart Charpentier) (कलकत्ता रिव्हू मे–जून १९२६ पृ. ३९९ वर उद्धृत केलेल्या 'Le Monde Oriental' मध्ये) म्हणतो : "बिंदुसाराचा समानार्थी असलेला अमिट्रेकेटस् (Amitrachates) हा ग्रीक शब्द 'अमित्रघात'

असाच घ्यावयास हवा, हे केवळ महाभाष्यावरूनच नव्हे, तर ऐतरेय-ब्राह्मणातील 'अमित्राणां हन्ता' ह्या स्वरूपातील राजाच्या विशेषणावरूनही स्पष्ट झाले आहे.'' JRAS, १९२८ जानेवारीमध्ये मात्र अमिट्रेकेसचा मूळ शब्द 'अमित्रखाद' घेणे तो पसंत करतो. (पृ. १३५) पाहा - ऋग्वेद, १०.१५२.१.

१३२. JRAS (१९०९) पृ. २४

१३३. जाकोबी, 'परिशिष्टपर्वन्' पृ.६३; VIII ४४६, 'इंडियन अ‍ॅटिक्वेरी' (१८७५) वगैरे बिंदुसार व चाणक्य ह्यांच्या 'वासवदत्ता नाट्यधारा' ह्या ग्रंथाचा लेखक असलेल्या सुबंधू ह्या दुसऱ्या एका मंत्र्याशी संबंध असल्याचे जे सांगण्यात येते, त्या संदर्भात पाहा - 'प्रोसिडिंगज् ऑफ दि सेकंड ओरिएंटल कॉन्फरन्स' २०८-११ व 'परिशिष्ट' ८.४४७. बिंदुसाराचा अग्रामात्य किंवा मुख्यमंत्री म्हणून खल्लाटकाचा निर्देश 'दिव्यावदाना'त आला आहे. (पृ. ३७२)

१३४. सोळा महाजनपदांचा ह्या राजधान्या होत्या काय ?

१३५. पाहा - स्मिथ 'AHI' तिसरी आवृत्ती पृ. १४९; JRAS (१९१९), ५९८; जयस्वाल 'दि एम्पायर ऑफ बिंदुसार', JRAS, २.७९,

१३६. परंतु पाहा - सुब्रमण्यम् JRAS, १९२३, पृ. ९६ ''चंद्रगुप्ताच्या पुत्राने तुळुनाडची स्थापना केली होती, असे संगम् ग्रंथावरील आपल्या टीकेत माझ्या गुरूच्या गुरूने लिहिले आहे'' कदाचित् तुलियन् (तुलि = बिंदु)

१३७. कॉवेल व नेल ह्यांची आवृत्ती, पृ. ३७१.

१३८. स्मिथ, 'अशोक' तिसरी आवृत्ती पृ. १९४-१९५.

१३९. ''हे (माझे) उद्दिष्ट कितपत साध्य होईल हे तुम्हास समजत नाही.'' Hultrsch, 'Inscriptions of Asoka, p. 95.

१४०. ''(न्याय) व्यवस्थेत काही वेळा असे होते की, एखाद्या माणसाला कैदेचा किंवा कठोर वागणुकीचा त्रास सहन करावा लागतो. ह्या बाबतीत कैद रद्द करण्याचा (आदेश) तो योगायोगाने मिळवितो. मात्र इतर (अनेक) व्यक्तींना त्रास सहन करीत राहावे लागते. अशा प्रकरणात तुम्ही (त्या सर्वांशी) निःष्पक्षपातीपणे वागण्याचा प्रयत्न करावयास हवा. (हुल्ट्झ्श् पृ. ९६).

१४१. ''प्रत्येक पाच वर्षांनी मी (एक महामात्र) पाठवीन तो कठोरही नसेल, क्रूरही नसेल, (तर) सौम्य प्रकृतीचा असेल. (म्हणजे) ह्या उद्दिष्टांकडे लक्ष देणारे (न्यायाधिकारी) माझ्या सूचनेचे पालन करतात की कसे (ह्याची शहानिशा

करण्यासाठी) (हुल्ट्झ्श् पृ. ९७)

१४२. 'दिव्यावदान', पृ. ३७२; तारानाथांनी दिलेल्या पुराव्यामुळे 'खश' ह्याबदलाला पुष्टी मिळते. ('IHQ' 1930, 334) खशांच्या अधिक माहितीसाठी पाहा 'JASB' - (अधिकांक क्र. २, १८९९)

१४३. उदाहरणार्थ, स्ट्रॅबी

१४४. मॅक्क्रिंडल : 'Ancient India as described in classical Literature, p. 108'

१४५. स्मिथ, 'अशोक' तिसरी आवृत्ती पृ. १९

१४६. मॅक्क्रिंडल : 'Invasion of Alexander, p. 409.' हुल्टझ्श् 'अशोक' पृ. ३५ आजीव परिव्राजकांच्या साहचर्यामुळेसुद्धा बिंदुसाराची तत्त्वज्ञानविषयक आवड सिद्ध होते. 'दिव्यावदान्' ३७० व पुढे पाहा. सातव्या स्तंभालेखाच्या आरंभीच्या ओळी.

१४७. McCrindle, Ancient India, p.177. (Grote) (XII) पृ. १६९ हिडॅस्पसूच्या वर ग्रीक नाटकाचा संभवतः झालेला प्रयोग.

१४८. 'बृहत्संहिता' २.१४, इ.स.पू. चौथ्या शतकाइतक्या प्राचीन काळी अथेन्समध्ये भारतीय होते व ते सॉक्रेटिसबरोबर तत्त्वज्ञानाची चर्चा करीत असत, असा उल्लेख ॲरिस्टाक्झेनस व यूसेबिअस करतात. ('अमृतबझार पत्रिका' २२.११.३६, पृ. १७ वर उद्धृत करण्यात आलेली रॉलिन्सनची टीप.)

१४९. 'कर्तव्यधर्माच्या संस्थापनेसाठी व प्रचारासाठी नेमलेले वरिष्ठ अधिकारी.'

१५०. पृ. ३६९-७३; स्मिथ, 'अशोक' तिसरी आवृत्ती, पृ. २४७.

१५१. आर. एल. मित्र (संस्कृत बुद्धिस्ट लिटरेचर ऑफ नेपाल ८) व स्मिथ ह्यांच्या मते सुभद्रांगी हे अशोकाच्या मातेचे नाव होते बिगंडेट (२.१२८) अशोक व तिस्स ह्यांची माता धम्मा असल्याचे सांगतो.

१५२. स्मिथ, 'अशोक' तिसरी आवृत्ती, पृ. २५७.

१५३. बिंदुसाराची कारकीर्द २७ वर्षांची होती असे ब्रह्मदेशाची परंपरा सांगते. तर ती २८ वर्षांची होती, असे मानण्याला 'महावंसाशी' बुद्धघोषाची संमत-पासादिका सहमत आहे असा हुल्ट्झ्श् निर्देश करितो (पृ. ३२).

१५४. स्मिथ, 'अशोक' पृ. ७३.

१५५. 'The Oxford History of India, p. 93.

१५६. 'महावंश', गायगरचा अनुवाद पृ. २८.

१५७. अशोकाच्या काळासाठी पाहा – 'The History & Culture of Indian People II, 92 f.' ऐग्गरमेंटच्या मतांसाठी 'ॲक्टा ओरिएंटालिया' (१९४०) १०३; फिलिओझाच्या मतांसाठी पाहा – 'Mannuel des etudes indiennes.' Pt. I.

सिलोनी वृत्तांतातील पुराव्याकडेच नाही, तर मौर्य सत्ता मगध किंवा सिंधूच्या खोऱ्यात नव्हे तर अवंतीमध्ये उदयास आल्याचे जैन परंपरेतील श्लोक जे सांगतात, त्या वस्तुस्थितीकडेसुद्धा दुर्लक्ष करून फिलिओझा चंद्रगुप्त मौर्याच्या राज्यारोहणाचा इ.स.पू. ३१३ हा काळ पसंत करतो. मगस्च्या काळासाठी त्याखेरीज पाहा – कॅरि (Cary) 'A History of the Greek World, 393 f.'

१५८. तिसरी आवृत्ती.

१५९. 'JBORS,' (1917), p. 438.

१६०. महाकाव्यात व कौटिल्यात (अनुवाद पृ. ३७७, ३९१) आलेल्या माहितीनुसार अभिषेकाचे इतरही प्रकार होते. उदा. युवराज, कुमार, सेनापती ह्यांना करण्यात येणारे अभिषेक.

१६१. महाभारत, १.१०१.१२; आदिपर्व ज्याअर्थी दत्तामित्राचा व खालच्या सिंधु-खोऱ्यातील यवन अंमलाचा उल्लेख करते, त्याअर्थी त्याचा (विचित्रवीर्याचा अभिषेकाचा) काळ अशोकाच्या व खारवेलच्या काळापेक्षा फार दूरचा असणे शक्य नाही. त्याखेरीज 'परिशिष्टपर्वन्' ९.५२ मधील संप्रतीचे व द्वितीय अम्म, पूर्वेकडील चालुक्य ही उदाहरणे पाहा. संप्रतीला कडेवर घेण्याचे वय असूनही अभिषेक करण्यात आला होता.

१६२. 'EHI' तिसरी आवृत्ती, पृ. १५५.

१६३. पाहा – आठवा शिलालेख, काल्सा शाहबाझगऱ्ही व मानस आवृत्ती.

१६४. 'पियदंसन' हे विशेषण कधीकधी चंद्रगुप्तालाही लावण्यात आल्याचे आपण पूर्वी पाहिलेच आहे. (भांडारकर, अशोक, पृ.५, हुल्टझ्श् CII भाग, पृ.३०)

१६५. 'धर्माशोकनराधिपस्य' समये श्रीधर्मचक्रो जिनो यादृक् तन्नयरक्षितः पुनरयसंचक्रे ततोः प्यद्भुतम् ।'

१६६. धम्मरक्खित नावाच्या योनाची कामगिरीही लक्षात घ्यावी. ('महावंस,' अनुवाद पृ. ८२)

१६७. महाभारत, ३.११४.४

१६८. कूर्मपुराण, २.३९.९रु वायुपुराण, ७७.४.१३.

१६९. रघुवंश, ४.३८-४३; ६,५३-६४.

१७०. Ind. Ant.,í (1877), p.328.

१७१. तशी शक्यताही आहे. कलिंगमध्ये जवळच्या अश्मक देशाचा जर समावेश असेल तर, पर्थलिस म्हणजेच 'पोतलि' असावे. कलिंग व त्याच्या दंतकूर व तोसलि ह्या प्राचीन राजधानीविषयीच्या मनोरंजक हकिगतीसाठी पाहा - सिल्व्हॅलेवी 'Pre-Aryan et Dravidien dans L'Inde,' J.A., Julliet, September, 1929; व 'इंडीयन अँटिक्वेरी' (१९२६) (मे) पृ. ९४, ९८ " मलय जगतातील सर्व भारतीयांना लावण्यात आलेल्या कलिंग ह्या संज्ञेवरून हिंदुसंस्कृतीच्या प्रसारकार्यात कलिंगच्या लोकांनी केलेल्या उत्कृष्ट कामगिरीची साक्ष मिळते." सर्वात प्राचीन राजधानीपासून (पलोर-दंतपूर-दंतकूर) अगदी जवळच अॅफेटेरिअन (apheterion) होते. "सुवर्णद्वीपकल्पाकडे निघालेली जहाजे तिथे किनाऱ्यावर न थांबता मुक्त सागराकडे (Open Sea) हाकारण्यात येत असत." ह्या बाबतीत 'जावा'ला उद्देशून चिनी लोकांनी लावलेले हो-लिंग (पो लिंग, कलिंग) हे नाव लक्षणीय आहे. (तककुसु, इत्सिंग पृ. ४७.) जावा हे बेट त्याच्या संस्कृत नावाने टॉलेमी (इ.स.१५०), एवढेच नव्हे तर रामायणासही (किष्किंधा ४०,३०) ज्ञात होते. प्राचीन कलिंगाच्या सिलोनबरोबरच्या संबंधासाठी पाहा IA., ८.२.२२५

१७२. तोसली (पाठभेद तोसल) हे देशाचे व तसेच शहराचेही नाव होते. गंडव्यूह ह्या नावाने दक्षिणपथातील अमित-तोसलाच्या देशाचा (जनपद) बोध होतो, असे लेवीने (Levi) दर्शविले आहे व 'तिथे तोसल नावाचे शहर आहे' ब्राह्मण - वाङ्मयात तोसलाची नेहेमी (दक्षिण) कोसलाशी संबंध येतो. व कधीकधी कलिंगापेक्षा ते निराळे मानण्यात येते. (Tosalei, हे रूप टॉलेमीच्या भूगोलात येते. काही मध्ययुगीन शिलालेख ('Ep. Ind' IX. 268 XV 13)दक्षिण व उत्तर तोसलांचा उल्लेख करतात.

१७३. पुरीमध्ये

१७४. गंजम्‌मध्ये.

१७५. समापाच्या स्थाननिश्चितीसाठी पाहा - Ind. Ant., (1923., pp. 66ff)

१७६. पाहा - सरसके विजये (Buhler, cited in Hultzsch'a Inscriptions of Ashok p.25)

१७७. पेशावर जिल्ह्यात

१७८. हझार जिल्ह्यात.

१७९. Cunn. 'AGI', 18; गायरनचा 'महावंस'१९४ रू. हा योन प्रदेश म्हणजे बहुदा संपूर्ण parapamisadae प्रांत किंवा त्याचा भाग असावा.

१८०. पाहा - कलिंग-शिलालेख, 'दिव्यावदान' पृ. ४०७ राज्ञोऽशोकस्यात्तरापथे तक्षशिला-नगरम्' इत्यादी.

१८१. 'कारमायकेल लेक्चर्स' (1918), p. 54, 'Indian and Indonesian Art,' 55

१८२. Watterrs, I pp. 267, 71.

१८३. १.१०२.०६

१८४. Legge, 64

१८५. "नाभिकपूर उत्तरकुरूंच्या प्रदेशात असल्याचे बह्म (वेवर्त १) पुराणात म्हटले आहे." (Hultzsch, CII, Vol. I. p. xxxix n.) श्री. एम. गोविंद पै ('Aiyangar Com. Vol. I 36' टीप) मात्र नमकाननांकडे लक्ष वेधतात. उघडपणे महाभारत ६.९.५९ मध्ये उल्लेखलेले हे दाक्षिणात्य लोक आहेत. मौर्य साम्राज्याच्या उत्तर सरहद्दीच्या संदर्भात 'दिव्यावदना'तील (पृ. ३७२) अशोकाच्या स्वश (खश) देशावरील अधिपत्याबद्दलच्या विधानाकडेही लक्ष देणे आवश्यक आहे. चिनी यात्रेकरुंनी सांगितलेल्या आख्यायिकेनुसार (Watters, Yuan Chwang II, 295)अशोकाच्या काळात तक्षशिलेहून हद्दपार झालेले लोक खोतानच्या (khoten) पूर्वेकडील प्रदेशात स्थायिक झाले होते;

१८६. McCrindle, Inv. Alex' pp. 221, 281

१८७. वंगाच्या प्राचीन उल्लेखासाठी पाहा Levi 'Pre-Area et Pre-Dravedian dans, L'Inde.' त्याच्या अर्थासाठी पाहा 'मानसी' 'ओमर्मवाणी' श्रावण १३३६ ऐतरेय -आरण्यकात त्याचा निर्देश आल्याचे अनेक विद्वान मानतात. परंतु हे शंकास्पद आहे. अपवित्र देश असे बोधायन त्याचे वर्णन करतो व पतंजलीसुद्धा आर्यावर्तातून त्यास वगळतो. परंतु 'मनुसंहिता' व जैन 'प्रज्ञपना' ह्या ग्रंथापूर्वी ह्या देशाचे आर्यीकरण झाले होते. कारण पहिल्या ग्रंथात आर्यावर्ताच्या पूर्वसीमा सागरापर्यंत असल्याचे म्हटले असून 'प्रज्ञापनेत' अंगाचा व वंगाचा आर्यांच्या पहिल्या गटात समावेश केलेला आहे. वंगाचा

सर्वात प्राचीन शिलालेखात उल्लेख बहुधा नागार्जुनीकोंडा शिलालेखात आलेला असावा.

१८८. Ind. Ant., (1877) 339; Megashense and Arrian' (1926) pp. 141-142.'

१८९. पृ. ४२७ पाहा - स्मिथ्, 'अशोक' तृतीय आवृत्ती, पृ. २५५ सामान्यत: मौर्यकालीन मानण्यात आलेल्या महास्थान - शिलालेखात अशोकाचा उल्लेख येत नाही.

१९०. वेकंट टेकडीपर्यंत मौर्य पोहोचले होते, असे एस. एस. देशीकर मानतात. ('IHQ' 1928, p. 154) तामिळ ग्रंथातील वृतान्ताच्या पुराकथांच्या स्वरूपावर प्रा. एन. शास्त्रींनी जोर दिला आहे. (ANM, pp. 253 ff.)

१९१. या शहराच्या स्थानाविषयीचा धागादोरा कोंकण व खानदेशमधील उत्तरकालीन मौर्यांच्या शिलालेखांमध्ये बहुधा सापडतो. आपातत:, हे मौर्य दक्षिणेकडील राजप्रतिनिधीचे वंशज होते. ('Ep. Ind. III, 136) हे उत्तरकालीन मौर्य शिलालेख ठाणे जिल्ह्याच्या उत्तरभागातील वाद ('Bom. Gaz' Vol. I., part II, p. 14) व खानदेशातील वाघली येथे सापडले असल्याने (तत्रैव, 284) त्या भागाच्या जवळपास सुवर्णगिरी वसले असणे अशक्य नाही. आश्चर्य असे की, प्रत्यक्ष खानदेशात सोनगीर नावाचे स्थान आहे. हुल्टझ्श्च्या मते (CII, p.xxxviii) सुवर्णगिरी व हैदराबाद राज्यातील मस्कीच्या दक्षिणेस व विजयनगरच्या अवशेषांच्या उत्तरेस असलेले कनकगिरी बहुधा एकच असावे. इसिल हे सिद्दापूरचे प्राचीन नाव असण्याचे शक्यता आहे.

१९२. तेरावा शिलालेख

१९३. ३.७३ ७८ व ३०० (P.T.S.)

१९४. 'Ind. Ant. (1919), p. 80 ef. Hultzsch, 'Asoka', 10; 'IHQ (1925). 387. काही विद्वान मात्र पितिनिक म्हणजे पैठानक किंवा पैठणवासीय होत असे मानतात, आणि काहीजणांची ते पैठणच्या सातवाहन राजांचे पूर्वज आहेत असे सुचविण्यापर्यंत मजल जाते. पाहा वुल्नर 'Asoka, Text and Glossary,' II, 113, also 'JRAS,' (1923), 92. Cf. Barua, 'Old Brahmi Ins., p. 211.

१९५. भोज शब्दाच्या इतर अर्थासाठी पाहा - महाभारत, आदिपर्व ८४.२२. 'IA',

V. 177; Vi, 25-28; VII.26, 254.

१९६. 'Ind. Ant.' (1877) p. 339.

१९७. p. 92 ante. ऐतिहासिक काळात आंध्रांच्या ताब्यात कृष्णा व गोण्टूर जिल्हे असल्याचे मयिदवोलू ताम्रपटावरून व इतर नोंदीवरून समजते. शिलालेखानुसार आन्ध्रप्रदेशाची किंवा 'आन्ध्रापथा'ची सर्वात आधीची राजधानी उघडपणे अमरावती किंवा बेझवाड जवळ किंवा धंजाकड ही होती. भटिप्रोलु शिलालेखात (इ. स. पू. २००) उल्लेखिलेला कुबिरक हा सर्वांत प्राचीन ज्ञात राजा होय. अशोकाच्या शिलालेखांची ब्राह्मी लिपीतील एक आवृत्ती नुकतीच कुर्नूल जिल्ह्यांत सापडली आहे. 'IHQ' (1928), 791; (1931) 817ff; (1933) 113 ff; 'IA' Feb. (1932). p. 39. हा भाग मद्रास इलाख्याच्या 'आन्ध्र' भागात येतो. अलीकडे सापडलेल्या अशोकाच्या शिलालेखात येर्रगुडी शिलालेखाखेरीज (कुर्नूल जिल्हा) हैदराबाद राज्याच्या नैऋत्य भागातील कोप्बल येथील नव्या दोन शिलालेखांचा समावेश होतो. कोप्बल – शिलालेख गवीमठ व पाल्किगुंडु टेकड्यांवर सापडले आहेत. त्यांचा गौण शिलालेखांच्या प्रकारात समावेश होतो.

१९८. Hultzsch, 'Ashok', 48 (n. 14..

१९९. सुबन्धुरचित 'वासवदत्ता'.

२००. मत्स्यपुराण, ११४.४८

२०१. वायुपुराण, ५५.१२६.

२०२. १९८ संवत्सरातील (इ. स. ५१७) महाराज हस्तिन् ह्यांच्या नवग्राम दानपत्रात पुलिंद-राज-राष्ट्राचा उल्लेख येतो. ते परिव्राजक राजांच्या प्रदेशात म्हणजे आधुनिक मध्यप्रदेशात उत्तरभागातील दब्बाला भागात ते होते. ('Ep. Ind.', xxi, 126)

२०३. अध्याय ८८.१२८.Cf. Paradene in Gedrolic (McCrindle, 'Ptolemy-1927) 320.

२०४. १.१४

२०५. १३.९

२०६. Rapson 'Andhra Coins' 1 vi पारद वायव्येकडील असल्याचे पार्गिटर म्हणतो. 'AIHT', p.268, cf. Rapson 'Andhra Coins' 1 vi

Paradene, Gedrosia Ptolemy, ed. 1927) 320 and Paraitakai, Ind. Allex, 44.

२०७. स्मिथ्, 'अशोक' तिसरी आवृत्ती, पृ. १६८-७०

२०८. पाहा - भोजकत अमरावती मधील भातूकुलि.

२०९. रामायणात (४.४१.१०) रिष्टिक हे (वऱ्हाड) मधील विदर्भाच्या व नेर्बुद्द खोऱ्यातील किंवा म्हैसूरमधील माहिषकांच्या मधोमध असल्याचे म्हटले आहे. रठिक हीसुद्धा अधिकृत संज्ञा म्हणून वापरली जाते. आणि त्याच अर्थाने हा शब्द येर्रगुडि शिलालेखात वापरलेला दिसतो. (Ind. Culture, 'I, 310, 'Aiyangar Com. Vol.' 35; 'IHQ', 1933 117)

२१०. मार्कण्डेय - पुराण पृ. ५७, ४९, ५२ ह्यांच्या अनुसार शूर्परिक, नासिक वगैरे.

२११. Cf. 'IA', 1919, 145. 'EHVS', 2nd Ed. 18-29.

२१२. 'CHI', pp. 514-515.

२१३. कैद्यांना (पैसे देऊन) निर्वाहास आधार देणे, (त्यांच्या) बेड्या काढून घेण्यास मदत करणे, व त्यांना मुक्त करणे ह्या कामात ते व्यग्र आहेत. (Hultzsch, 'Asoka', p.33)

२१४. 'Asoka', 28.

२१५. 'महावस्तु' (Senart, Vol. III, pp. 363, 392) ह्यामधील 'सराजिका परिषा'विषयी आलेले संदर्भ तुलनेसाठी पाहा. 'परिषा'च्या वेगवेगळ्या प्रकारांसाठी पाहा - अंगत्तुर १.७०.

२१६. 'अयपुत' किंवा 'आर्यपुत्र' म्हणजे सत्ताधारी जमातीच्या घराण्यातील एक व्यक्ती होय. हा अर्थ भासाच्या म्हणून मानलेल्या 'बालचरित्र'मधील पुराव्यावरून संभाव्य वाटतो. त्यात एका भटाने वसुदेवास 'आर्यपुत्र' असे संबोधिले आहे. 'स्वप्नवासवदत्तात' नाटकामध्ये वासवदत्तेच्या वडिलांच्या कंचुकीने उदयनराजाला उद्देशून आदरदर्शक संज्ञा म्हणून 'आर्यपुत्र' ही संज्ञा वापरली असल्याचे पंडित टी. गणपतीशास्त्रींनी निदर्शनास आणले आहे. ('प्रतिमा' नाटकाची प्रस्तावना. पृ. ३२) यवन - राज्यपाल किंवा episkopos ची नेमणूक हे अशोकाच्या राज्यव्यवस्थेचे एक मनोरंजक वैशिष्ट्य असून त्याचा उल्लेख ह्यापूर्वी करण्यात आला आहे.

२१७. त्याखेरीज पाहा - 'अर्थशास्त्र' पृ. १६, २०, ५८, ६४, २१५, २३७-३९.

राजशेखर 'काव्यमीमांसा' XLV, 53.

२१८. 'अर्थशास्त्र' पृ. ५९, ६५, १९९, रामायण ६.२१७.३४ महाभारत २.५६.१८; मनुस्मृति ८.३४ ह्यातील 'युक्तां'चे उल्लेख. पाहा – 'शांतिपर्व' ८२.९.१५ ह्यामधील राजयुक्तांचा उल्लेख.

२१९. पूर्वी सांगितल्याप्रमाणे हे साम्राज्य अनेक प्रांतात (दिशा देश वगैरे) विभागले होते. तसेच प्रत्येक प्रांताचे नियमित मुलकी प्रशासन असलेले आहाल किंवा जिल्हे व कोट्ट–विषय किंवा किल्ल्यांनी वेढलेले मुलूख असे पोटविभाग होते. (हुल्टझ्श् पृ. ११) प्रत्येक मुलकी प्रशासकीय विभागात एक पूर किंवा नगर (शहर) आणि ग्राम किंवा खेडी असलेला जनपद नावाचा ग्रामीण भाग असे. प्रत्येक जनपदात 'राजूक' हा एक महत्त्वाचा अधिकारी असे. प्रादेशिक व रठिक ह्या अधिकारपदावरून प्रदेश आणि रट्ठ किंवा राष्ट्र ह्या नावाच्या प्रादेशिक विभागांचे अस्तित्व बहुधा सूचित होते.

२२०. श्रावस्तीच्या महामात्रांचा काही विद्वानांच्या मते गोरखपूरपासून फार दूर नसलेल्या राप्तीवरील एका खेड्यात सापडलेल्या सोहगौर ताम्रपटात निर्देश आला आहे. परंतु ह्या नोंदीचा नक्की काळ माहीत नाही. (Hoernle, 'JASB', (1894), 841 Fleet 'JRAS', (1907), 523 ff Barua, 'Ann. Bhand, Or. Res. Inst. xi, i (1930) 32 ffl 'IHQ', (1934), 54ff; Jayaswal, 'Ep. Ind.' xxii, 2)

२२१. पृ. २९, १४३ f पाहा. Antigonid कारकिर्दीमधील राजाचा 'epistates' किंवा शहर–नियंत्रक (Tarn. 'GBI', 24)

२२२. त्याखेरीज पाहा – नगर–धान्य–व्यावहारिक (पृ.५५) अर्थशास्त्रातील पुराव्यात (प.प्र.३६) सूचित झाल्यानुसार नगलकाला कार्यवाहीचेही अधिकार असले पाहिजेत.

२२३. पृ. २०, २४७

२२४. पृ. २४७

२२५. रामायण (२.१६.३) 'वृद्धान वेत्रपाणीन.... स्त्यध्यक्षान्;' महाभारत ९.२९.६८, ९० रु १५.२२.२०; २३.१२ पाहा – 'अर्थशास्त्रा'तील 'अन्तवंशिक'.

२२६. 'Asoka' p. 94. तिसरी आवृत्ती.

२२७. 'The Social Organisation in North-East India.' by Fick, translated by S. Maitra, pp. 148-51.

२२८. 'IHQ', (1933) 117 गौण शिलालेखाच्या येर्रगुडि-प्रतिमधील 'जानपद' व रठिक ह्या शब्दांचा अनुक्रमे 'जिल्ह्याचे लोक' व 'वंशपरंपरागत टोळ्यांच्या राज्यांचे नागरिक' असा अर्थ बारूआ ह्यांनी घेतला आहे. परंतु बहुधा ह्या नोंदींतील 'रठिक' हा रुद्रदामनूच्या जुनागड शिलालेखातील राष्ट्रीयसारखा असून त्यानुसार 'जानपद' व 'रठिक' ह्या शब्दांचा अर्थ 'ग्रामीण भागातील लोक' व जिल्ह्याचे अधिकारी' असा होतो. पाहा - 'बृहत्संहितेमधील (१५.११) 'रठिक महामात्र'.

२२९. 'H & F,' Vol. III, p. 103.

२३०. पाहा मैत्र Fick,. pp. 148 - 49

२३१. पृ. २३४

२३२. ४.१२६

२३३. 'JRAS,' (1915) p. 97. 'अर्थशास्त्र' (पृ. १११); विष्णुपुराण (५.२६.३) येथे 'प्रदेशा'चा अर्थ उघडपणे सल्ला, सूचना असा आहे. प्रादेशिक हे प्रांतिक सरकारचे तर राजूक हे केंद्रीय सरकारचे महामात्र होते, असे एस.मित्र सुचवतात. ('Indian Culture', I. p. 310)

२३४. पाहा - संघमुख्याच्या व इतरांच्या समवेत प्रदेष्टंचा निर्देश असलेली इर्द सनद.

२३५. पाहा - 'अर्थशास्त्र' पृ. १४२, २००, २१७, २२२ ह्यावर सांगितल्याप्रमाणे इर्द सनदेतही प्रदेष्ट येतात. 'Ep. Indi.' XXII, 150 ff.

२३६. ८.३४

२३७. त्याखेरीज पाहा - महाभारत २.५.७२ 'कच्चिच्चाय व्यये (व्याये?) युक्तः सर्व गणकलेखकाः ।

२३८. पृ. ५९, ७५

२३९. 'पुरुषांचे तीन प्रकार महाभारतासही ज्ञात आहेत. महाभारत २.५.७४.

२४०. सातवा स्तंभालेख.

२४१. पृ. ३८.

२४२. पृ. ५९-६०

२४३. शासनहरांशी 'हर्षचरित' (उच्छ्वास २) पृ. ५२ मधील लेख - हारकांची तुलना करावी.

२४४. Luder's List No. 1347.

२४५. 'Ep. Ind.' XV No. 7, 138.

२४६. 'Fleet' CII, pp. 8, 14.

२४७. पाहा – 'करणिक' – कागदपत्रे किंवा हिशेबांचा प्रमुख अधिकारी (IHO, 1935 586) इ.स.च्या सातव्या शतकातील शिलालेखात 'करण' हा शब्द 'अधिकरणा' ऐवजीच्या (विभागीय किंवा जिल्ह्याचे सचिवालय) येतो. प्रबासी १३५० बी.एस. श्रावण २९४, महाभारत २.५.३४ मध्ये टीकेत म्हटल्याप्रमाणे 'कारणिक' ह्यांचा 'शिक्षक' असा अर्थ आहे. प्रत्यक्ष ग्रंथात प्रस्तुत अधिकारी कुमारांना शिकवीत असून त्यांनी 'धर्मे सर्वशास्त्रेषु कोविदाः' असण्याची अपेक्षा आहे. त्यावरून त्यांच्या कर्तव्यांमध्ये इतर गोष्टींखेरीज धर्मविषयक (कायदा न्याय) कर्तव्यांचा समावेश होत असे, असे सूचित होते.

❑

प्रकरण पाचवे

मौर्य साम्राज्य : धर्मविजयांचे युग व ऱ्हास

विभाग १ : कलिंगयुद्धोत्तर अशोक

चक्कवती अहुं रजा जम्बुसण्डस्स इस्सरो
मुद्धामिसित्तौ खत्तियो मनुस्साधिपती अहुं
अदण्डेन असत्थेन विजेय्य पठविं इमं
असाहसेन धम्मेन समेनमनुसासिया
धम्मेन रज्जं कारेत्वा अस्मिं पठविमण्डले

\- *अंगुत्तरनिकाय*

कलिंगयुद्धामुळे मगधाच्या व भारताच्या इतिहासात एक नवे युग सुरू झाल्याचे ह्यापूर्वी आपण पाहिले आहे. आपल्या कारकिर्दीच्या पहिल्या तेरा वर्षांच्या काळात बिंबिसार, महापद्म व चंद्रगुप्त ह्यांच्या धोरणाचा वारसा लाभलेला अशोक राज्ये जिंकणारा, बंडखोरी दडपून टाकणारा व मुलूख खालसा करणारा असा खास मगधदेशीय सम्राट होता. कलिंगयुद्धानंतर हे सर्व पालटले. परंपरेने वस्सकार व कौटिल्य ह्या नावाशी निगडित असलेले जुने राजकीय तत्त्वज्ञान शाक्यमुनीच्या उपदेशातून प्रेरणा लाभलेल्या नव्या राजनीतीच्या संदर्भात मागे पडले. ह्या लक्षणीय परिवर्तनाविषयी विवेचन करण्यास आरंभ करण्यापूर्वी ह्या महान युगप्रवर्तकाच्या कारकिर्दीतील भारतातील धार्मिक संप्रदाय व समाजस्थितीविषयी चार शब्द सांगणे आवश्यक आहे.

अशोकाच्या काळात भारतीय लोकांत अनेक प्रकारचे सांप्रदायिक भेद होते. त्यापैकी सर्वांत महत्त्वाचे संप्रदाय याप्रमाणे आहेत :-

(१) सनातनी देव-पूजक[१]
(२) आजीविक किंवा गोसाल मंखलिपुत्ताचे अनुयायी[२]
(३) निर्ग्रन्थ किंवा जैन, म्हणजेच महावीर किंवा वर्धमान म्हणून नेहमी ओळखल्या जाणाऱ्या निगन्थ नाथपुत्ताचे अनुयायी
(४) गौतम बुद्ध शाक्यमुनीचे अनुयायी.
(५) सातव्या स्तंभालेखात उल्लेखिलेले इतर संप्रदाय.

चौथ्या स्तंभालेखात प्रचलित समाजस्थितीविषयी आपणास खालील माहिती मिळते. ''प्रदीर्घ गतकालात, एवढेच नव्हे, तर गेली कित्येक शतकेपर्यंत सजीव

प्राण्यांची यज्ञीय हिंसा, जिवंत प्राण्यांची हत्या व नातलग, ब्राह्मण व श्रमण ह्यांशी अशोभनीय वर्तन ह्यात वाढ झाली आहे.''[३] राजेलोक तथाकथित विहारयात्रा[४] करीत असत आणि तीमध्ये शिकार व तत्सदृश इतर करमणुकीचे प्रकार चालत असत.[५] आजारपण, मुलांचे विवाह[६], मुलींचे विवाह, अपत्यजन्म, प्रवासांचे प्रस्थान अशा प्रसंगी लोक निरनिराळे समारंभ (मंगल)[७], साजरे करीत असत. स्त्रीवर्ग नानाप्रकारचे अनेक क्षुल्लक व निरर्थक विधी करीत असत.[८]

कोरीव लेखातील ब्राह्मण, (केवट 'भोगाच') कैवर्त व श्रमण व तसेच भिक्षुसंघ व भिक्षुणी संघ ह्यांच्या उल्लेखावरून वर्ण (सामाजिक श्रेणी) व आश्रम (सामाजिक व धार्मिक शिस्तीबद्दलचे टप्पे) ह्या प्रतिष्ठित संस्था असल्याचा निष्कर्ष काढता येईल. गुलाम व सर्वसाधारण श्रमजीवी गरीब ह्यांची (दास, भतक) स्थिती काही बाबतीत कोणत्याही प्रकारे स्पृहणीय नव्हती. अंत:पुरातील स्त्रियांना खास संरक्षण असे (सत्यधूयकक्ष) सामाजिक प्रश्नांच्या बाबतीत अशोकाचे धोरण मुख्यत: नरमाईचे असून काही प्रकारच्या 'समाजां'चा व विविध अनिष्ट प्रथांचा अपवाद वगळल्यास मूलग्राही सुधारणा करण्याचे त्याचे धोरण नव्हते, असे ह्यानंतरच्या विवेचनावरून लक्षात येईल.

अशोकाचे धर्मान्तर

अशोकाला नि:संशयपणे हिंदू राजांच्या देवब्राह्मणांविषयीच्या परंपरागत भक्तीचा वारसा लाभला होता. आणि कल्हणाची काश्मीर – बखर विश्वसनीय मानली, तर शिव हे त्याचे प्रिय दैवत होते. माणसांच्या व पशूंच्या हत्येविषयी त्याला कसलीही दिक्कत वाटत नसे: ''ह्या धर्माधिराज परम कृपावंत राजाच्या स्वयंपाक घरात कढी तयार करण्यासाठी प्रत्येक दिवशी लक्षावधी जिवंत प्राण्यांची हत्या करण्यात येई.'' कलिंगयुद्धाच्या वेळी हजारो स्त्री–पुरुषांच्या नशिबी आलेल्या सार्वत्रिक कत्तलींचा निर्देश ह्यापूर्वी करण्यात आला आहे. त्या रक्तरंजित मोहिमेतील दु:खाचा व रक्तपाताच्या दृश्याचा त्याच्यावर खोलवर परिणाम होऊन त्याच्या अंत:करणात 'अनुसोचना'ची भावना 'खेद, तीव्र शोक व पश्चात्ताप' निर्माण झाला. ह्या सुमारास बौद्ध शिकवणीचा त्याच्यावर प्रभाव पडला. 'त्यानंतर आता कलिंगदेश खालसा झाल्यावर त्या महाराजाधिराजाच्या उत्साहपूर्ण धर्माचरणास (ध्रमशीलन), धर्मप्रेमास (ध्रमकमत) व धर्मोपदेशास (ध्रमनुशस्ति) प्रारंभ झाला', असे तेराव्या शिलालेखात आपण वाचतो.[९]

जरी अशोक बौद्ध[१०] झाला, तरी तो देवांचा किंवा ब्राह्मणांचा शत्रू नव्हता.

अखेरपर्यंत स्वत:ला 'देवानां पिय' (देवांचा लाडका[११]) म्हणविण्यात त्याला अभिमान वाटत असे. ब्राह्मणांशी अशोभनीय वर्तन त्यास दोषास्पद वाटत असे,[१२] व त्या वर्गाला उदार वागणूक देण्याचा तो आग्रहपूर्वक उपदेश करी. तो अत्यंत सहिष्णू होता. ''राजा सर्वपंथातील लोकांचा आदर करतो.''[१३] 'परपासंड-गरहा' म्हणजे परपंथाला तुच्छ लेखीत असता 'आत्मपासंड-पूजा' म्हणजे स्वपंथाचा अभिमान बाळगणे ह्याबद्दल तो नापसंती व्यक्त करी. दिलेल्या आश्वासनांची तो प्रामाणिकपणे पूर्तता करीत असे, हे आजीविक भिक्षूंना 'बराबर' लेण्याच्या त्याने दिलेल्या दानावरून सिद्ध होते. त्याचे वैर मुख्यत: देवांशी किंवा ब्राह्मणांशी एवढेच नव्हे तर वर्णाश्रमाशीही नव्हते. मात्र युद्धात व 'समाजा'त (महोत्सवात) होणारी मानवहत्या, मित्र व परिचित, सहकारी व नातलग, दास व नोकर ह्यांना वाईट वागणूक देणे, यज्ञातील प्राणिहत्या आणि गलिच्छ निरुपयोगी व संतापजनक विधींचे आचरण ह्याच्या विरूद्ध त्याने युद्ध पुकारले होते.

परराष्ट्रधोरणातील बदल

धर्मान्तराचा परिणाम परराष्ट्र धोरणावर त्वरित जाणवला. सम्राटाने उद्घोषित केले की, ''कलिंगामध्ये जितक्या लोकांची हत्या झाली, ज्यांना ठार करण्यात आले किंवा कैद करून नेण्यात आले, त्याच्या शतांश किंवा सहस्रांश लोकांना इत:पर तेच दु:ख भोगावे लागणार असेल, तर ही गोष्ट धर्माधिराजाला खेददायक ठरेल. तसेच, जर एखाद्याने धर्माधिराजाशी दुर्वर्तन केले, तर तेही त्याने सहन करावयास हवे. कारण ते सहन करणे त्याला संभवत: शक्य व्हावे.'' पहिल्या कलिंग-शिलालेखात सम्राटाने आपली इच्छा व्यक्त केली आहे. तो म्हणतो, ''साम्राज्याच्या सरहद्दीवरील जिंकण्यात न आलेल्या लोकांनी (अन्ता अविजिता) त्याला मुळीच घाबरू नये. त्याच्यावर विश्वास ठेवून त्याच्याकडून सुख मिळवावे. दु:ख नव्हे.'' सम्राटाच्या मते धर्मविजय हा सर्वश्रेष्ठ विजय होय. चौथ्या शिलालेखात तो आनंदातिरेकाने म्हणतो: ''युद्धनौबतीच्या प्रतिध्वनीची (भैरिघोसो) जागा धर्मघोषाच्या (धम्मघोसो) प्रतिध्वनीने घेतली आहे.'' स्वत: जे काही केले, त्यावर समाधान न मानता त्याने आपल्या पुत्रांना व प्रपौतांनाही नवीन विजयापासून दूर राहण्यास सांगितले. 'पुत्र व प्रपौत मे असु नवं विजयं म विजेतविय' ह्या ठिकाणी लष्करी विजयाच्या किंवा दिग्‌विजयाच्या जुन्या धोरणाचा पूर्ण त्याग व नव्या धोरणाची म्हणजे 'धम्मविजयाची[१४] प्रतिज्ञा केल्याचे आपणांस जाणवते. धोरणविषयक ह्या परिवर्तनाचे सर्वांगीण परिणाम अशोकाच्या मृत्यूनंतरच व कदाचित त्याच्या राज्यप्रतिष्ठापनेच्या

सत्ताविसाव्या वर्षानंतरही दिसू लागले. बिंबिसाराच्या काळापासून कलिंगयुद्धापर्यंतचा भारताचा इतिहास म्हणजे मगधाच्या विस्ताराची दक्षिण बिहारमधील एका छोट्या राज्याचे, हिंदुकुशाच्या पायथ्यापासून तमिळदेशाच्या सरहद्दीपर्यंत पसरलेले आवाढव्य साम्राज्य कसे झाले, हे सांगणारी कथा होय. कलिंगयुद्धानंतर स्थितिशीलतेचा काळ सुरू झाला व त्याच्या अखेरीस विरूद्ध प्रक्रियेस आरंभ झाला. हळूहळू साम्राज्याचा विस्तार कमी झाला व अखेरीस बिंबिसाराने व त्याच्या वारसांनी ज्या अवस्थेतून ते वर आणले होते तेथपर्यंत त्याची स्थिती खालावली.

आपल्या तत्त्वनिष्ठेनुसार अशोकाने सरहद्दीवरील (प्रचंत अंत, सामंत्त, सामीप) राज्य म्हणजे चोळ, पाण्डय, सतियपुत्र, केरलपुत्र, तम्बपंम्नि (सिलॉन) व अन्तियको योनराज ह्यांचा मुलूख खालसा करण्याचा प्रयत्न केला नाही. हा राजा सामान्यत: सीरियाचा व पश्चिम आशियाचा राजा दुसरा अँटिओकोस थेओस ह्याच्याशी एकात्म मानला जातो. याउलट त्यांच्याशी त्याने मैत्रीचे संबंध राखले.

चोळ देशात कावेरी नदीच्या पाटांचे जाळे होते व त्यात त्रिचिनापल्ली व तंजावूर जिल्ह्याचा अंतर्भाव होत असे. एका दक्षिण भारतीय शिलालेखात[१५] सांगण्यात आले आहे की, हराने म्हणजे शिवदेवतेने, गुणभर (पहिला महेन्द्रवर्मन् पल्लव) ह्यास विचारले : ''पृथ्वीवरील एका मंदिरात उभे राहून चोळांचे किंवा कावेरी नदीचे महान सामर्थ्य मला पाहता येणे कसे शक्य होते?'' ''दुसऱ्या पुलकेशिन् चालुक्याने चोळांना जिंकण्याचा जोरदार प्रयत्न केला असता.'' कावेरीचा प्रवाह त्याच्या हत्तीच्या द्वारे रचलेल्या बांधाने थोपविण्यात आला होता.'' उरैयूर (संस्कृत उरगपूर) किंवा जुने 'त्रिचनापल्ली' ही चोळांची राजधानी होती.[१६] कावेरीच्या उत्तर-किनाऱ्यावरील काविरिपट्टिनम् किंवा पुगार या ठिकाणी मुख्य बंदर होते.

<u>पाण्डय-देश</u> कदाचित रामनद व त्रावणकोर-कोचीन राज्याच्या दक्षिण भागासमवेत मदुरा व तिन्नेवल्ली जिल्ह्यांशी जुळणारा होता. त्याच्या राजधान्या कोल्कई व मदुरा (दक्षिण मथुरा) ह्या ठिकाणी होत्या. त्यामधून ताम्रपर्णी, कृतमाला किंवा वैगइ ह्या नद्या वाहत असत. कात्यायन हा पाण्ड्याची पाण्डूपासून व्युत्पत्ती देतो. महाभारतात व कित्येक जातकांत[१८] पाण्डूंचा इन्द्रप्रस्थाचा सत्ताधारी वंश म्हणून निर्देश येतो. पंजाबमधील पण्डूउओइ (Pandoouoi) देशाचा टॉलेमीने (इ. स. १५०) निर्देश केला आहे. पाण्डू हे उत्तरभारतातील एका ऐतिहासिक टोळीचे किंवा जमातीचे नाव होते, याविषयी कसलाही संशय नाही. पाण्ड्यांचा पांडुंशी असलेल्या संबंधाबद्दलच्या कात्यायनाच्या विधानाला काही प्रमाणात पुष्टी मिळते. कारण पाण्ड्य-राजधानीचे (मदुरा) हे नाव शूरसेन देशातील मथुरा ह्या विख्यात शहराच्या

नावाशी एकात्म होते, ह्या वस्तुस्थितीचा त्याला आधार आहे. महाकाव्य-परंपरेनुसार मथुरा हे इंद्रप्रस्थाच्या पांडूंशी मैत्री व विवाहसंबंध ह्यांनी निगडित असलेल्या एका घराण्याचे केंद्र होते. पांडू शूरसेन व पाण्ड्य ह्यांच्यातील संबंधाचा उल्लेख हेराक्लीस (Herakles) व पण्डेअ (Pandaia) यांच्याबद्दल मेगस्थेनीसने सांगितलेल्या कथांत आल्यासारखा दिसतो.[१९]

सतियपुत्र म्हणजेच सत्य-व्रत-क्षेत्र किंवा कांचीपूर होय, असे श्री. व्यंकटेश्वरयर[२०] मानतात. परंतु सत्यव्रत-क्षेत्र ही संज्ञा कांची ह्या शहराला किंवा त्याच्या भागाला उद्देशून वापरण्यात येत असे, त्यावर आधारित देशाला उद्देशून नव्हे, असे डॉ. अय्यंगार दर्शवितात. 'व्रत'चे 'पुत' होऊ शकेल काय, हाही त्याखेरीज मुद्दा आहे. भांडारकरांनी सत्पुतेशी मानलेल्या एकात्मतेचा डॉ. अय्यंगार पाठपुरावा करतात. ते सतियपुत्र हे मलबारमधील तुळू व नायर ह्यासारख्या विविध मातृसत्ताक समाजाचे समुदायवाचक नाम असल्याचे मानतात.[२१] डॉ. स्मिथच्या[२२] मते सतियपुत्र हे कोइंबतोरच्या सत्यमंगलम् तालुक्याचे मूळ नाव आहे. त्याऐवजी आपल्या सत्यप्रियतेविषयी प्रसिद्ध असलेल्या कोशर लोकांच्या सत्तेखालील कोगुनाडू श्री. टी. एन्. सुब्रह्मनियम्[२३] पसंत करतात. सतियपुत्र व अतियमान् समानार्थी असल्याचे श्री. के. जी. शेष अय्यर[२४] मानतात. अतियमान् हा कुतिरैमलैचा प्रमुख असून त्याचे मुख्य कार्यालय सध्या म्हैसूरमध्ये असलेल्या तकडूर इथे होते. केरलोल्पत्ति या मधील 'सत्यभूमि'शी त्याची एकात्मता मानण्याविषयी श्री. पी. जे. थोम (Thome) मात्र अनेक कारणे देतात. हा प्रदेश 'दक्षिण कॅनराच्या कासरगोड तालुक्याच्या काही भागासह उत्तर मलबार' ह्या भागाशी साधारणपणे जुळणारा आहे.[२५]

केरलपुत्र[२६] (केतलपुतो किंवा चेर) हा 'कूपक (किंवा सत्य) ह्याच्या दक्षिणेस मध्य-त्रावणकोरमधील (करूनगपल्लि तालुका) कन्नेटीपर्यंत पसरलेला देश आहे. त्याच्या दक्षिणेस मूषिक हा राज्य-भाग होता.' त्याला पेरियर नदीचे पाणी मिळत असे. कदाचित 'अर्थशास्त्रा'तील[२७] चूर्णी नदीशी ती एकात्म असावी. (कोचीन जवळील) वंजि ही त्याची राजधानी ह्या नदीच्या तीरावर होती व तिच्या मुखाशी मुझिरिस (क्रंगनूर) हे सागरी बंदर होते.

प्राचीन काळी सिलॉन हे पारसमुद्र[२८] व तसेच ताम्रपर्णी (ग्रीक तप्रोबेन Taprobane)[२९] म्हणून ओळखले जाई. तंबपंम्निचा म्हणजे ताम्रपर्णीचा निर्देश अशोकाच्या दुसऱ्या तेराव्या शिलालेखात येतो. अलीकडे[३०] डॉ. स्मिथने ह्या शब्दाचा सिलोन असा नव्हे, तर तिन्नेवल्लीमधील ताम्रपर्णी नदी असा अर्थ स्वीकारला आहे. गिरनार (शिलालेखातील) 'आ तंबपम्नि' ह्या शब्दांचा त्याने हवाला दिला असून

त्यावरून त्याच्या मते बेट नव्हे, तर नदी अभिप्रेत आहे. आता दुसऱ्या शिलालेखात 'आतंबपंम्नि' हा वाक्यांश 'केतलपुतो' नंतर येतो, 'पाडा' ह्यानंतर नव्हे. 'ताम्रपर्णी (नदी) पर्यंतचे केतलपुतो' हा वाक्यांश क्वचितच जुळणारा आहे. कारण ताम्रपर्णी ही पाण्ड्य देशातील नदी आहे.[३१] म्हणून ताम्रपर्णीचा सिलॉन असाच अर्थ आम्ही ग्राह्य मानतो. देवानां पिय तिस्स हा अशोकाचा सिलॉनमधील समकालीन होता. इ.स.पू.२५० किंवा २४७ हे त्याच्या राज्यरोहणाचे संवत्सर असावे.

अशोकाचे केवळ दक्षिणेतील तमिळ सत्तांशीच नव्हे, तर त्याच्या ग्रीक स्पर्धकांशी, सीरियाचा व पश्चिम आशियाचा राजा दुसरा अँटिओकोस थेओस ह्यांच्या बरोबरही त्याचे मैत्रीचे संबंध होते. त्याखेरीज अँटिओकोसचे शेजारी राजे म्हणजे दुसरा टॉलेमी, इजिप्तचा राजा फिलॅडेल्फोस (इ.स.पू. २८५-२४७), उत्तर-आफ्रिकेतील सिरीनचा राजा मगस् (जो बहुधा इ.स.पू. २५८ नंतर मरण पावला नसावा)[३२], मॅसेडोनियाचा राजा ॲन्टिगोनोस गोनॅटस् (इ.स.पू. २७७ किंवा २७६-२३९) आणि नॉरिस, वेस्टरगार्ड, लासेन, सेनार्ट, स्मिथ व मार्शल[३३] ह्यांच्या मते एपिरसवर राज्य करणारा ॲलेक्झांडर (इ.स.पू. २७२-२५५) ह्यांच्याशीही त्याचे मैत्रीपूर्ण संबंध होते. तेराव्या शिलालेखातील अलिकसुदर हा तुलनेने गौण महत्त्वाचा राजा असून तो म्हणजे क्रेटेरसचा पुत्र व कॉरिंथचा राजा ॲलेक्झांडर (इ.स.पू. २५२-२४४) होय, पिऱ्हसचा पुत्र व एपिरसचा ॲलेक्झांडर (इ.स.पू. २७२-२५५) नव्हे, असे बेलोच (Beloch) व हुल्ट्झ्श् (Hultzch) सुचवितात.[३४]

शेजारच्या राज्यातील मुलुखांची जरी अशोकाने अभिलाषा बाळगली नव्हती, तरी वेळप्रसंगी तो त्यांना उपदेश करीत असे व त्यांच्या राज्यांत त्याने लोककल्याणकारी संस्था स्थापन केल्या होत्या, ह्याला पुरावा मिळतो. दुसऱ्या शब्दांत त्यांना धर्मविजयाने जिंकणे हे त्याचे उद्दिष्ट होते.

"माझ्या शेजाऱ्यांनीही हा उपदेश ग्रहण करावा."[३५]

"त्याला सामोऱ्या आलेल्या (Frontagers) राज्यांपैकी चोळ पाण्डय, सत्यपुत्र, ताम्रपर्णीपर्यंत पोहोचलेले केतलपुत्र ग्रीक राजा अँटिओकोस व त्याच्या शेजारचे राजेही - सर्वत्र धर्माधिराज परमकृपावंत राजाला अभिप्रेत असलेली कल्याणकारी (healing) व्यवस्था निर्माण करण्यात आली आहे."

तेराव्या शिलालेखात अशोक जाहीर करतो, "सहाशे योजनांपर्यंत असलेल्या राजांवर धर्माधिराजाने धर्मविजय मिळविला आहे. तिथे ॲन्टिओकोस नावाचा ग्रीक राजा राहतो. त्याच्या (राज्याच्या) पलीकडे वेगवेगळे चार राजे (राजाना) म्हणजे टॉलेमी (तुरमायो), ॲन्टीगोनोस (अन्तेकिन), मगस् (मग किंवा मक) व ॲलेक्झांडर

(अलिकसुदरो) (राहतात), (तसेच) दक्षिणेकडील (मिच) ताम्रपर्णीपर्यंत चोळ व पाण्डय (राहतात)..... जेथे धर्माधिराजाचे दूत प्रवेश करू शकत नाहीत,[३६] तेथील लोकसुद्धा धार्मिक शिकवणीवर आधारित धर्माधिराजाचे आदेश ऐकून धर्माचे पालन करतात व करतील.''[३७] बौद्धधर्माने पश्चिम आशियात निःसंशयपणे काही प्रमाणात प्रगती केली होती व नंतरच्या Manicharans ह्यांसारख्या संप्रदायांवर प्रभाव पाडला होता. परंतु अहिंसा शिकवणीचा ग्रीकांवर आपाततः फारसा परिणाम झाला नव्हता. 'पश्चात्ताप वाटत असूनही शिक्षा करण्याची कुवत असलेला' अशोकाचा सामर्थ्यशाली बाहू जेव्हा मागे घेण्यात आला, तेव्हा पुन्हा एकदा यवन काबूल-खोरे, पंजाब व मध्यदेशात घुसले व त्यांनी तिथे सर्वत्र गोंधळ निर्माण केला. दक्षिणेकडील मोहिमा अधिक यशस्वी ठरल्या. आश्चर्य असे की, सिलॉनी वृत्तान्तांनी स्वतंत्र तामिळ व ग्रीक राज्यांत[३८] पाठविलेल्या दूतांचा उल्लेख केलेला दिसत नाही. परंतु त्यांत सिलॉनला सुवण्णभूमीला (ब्रह्मदेशाचा खालील भाग व सुमात्रा) पाठविलेल्या प्रचारकांचा नामनिर्देश आहे. सिलॉनमधील प्रचार-मोहिमेचे नेतृत्व युवराज महेन्द्राने केले होते. त्याने देवानां पिय तिस्स ह्याला व त्याच्या इतर लोकांना धर्मान्तराची दीक्षा दिली. आत्तापर्यंत सापडलेल्या शिलालेखात सुवण्णभूमीचा प्रत्यक्ष उल्लेख येत नाही.

अंतर्गत धोरणातील बदल

कलिंगयुद्धानंतर अशोकाने केलेल्या धर्मान्तराचे परिणाम परराष्ट्रधोरणावरच नव्हे, तर अन्तर्गत व्यवहारांवरसुद्धा जाणवू लागले. चौथा शिलालेख व कलिंगशिलालेख ह्यांच्या अनुसार त्याच्या तक्रारीचा रोख मुख्यतः खालील गोष्टींवर होता :-

(१) सजीव प्राण्यांची यज्ञीय हिंसा (आरम्भो)
(२) जिवंत प्राण्यांची हत्या (विहिंसा)
(३) नातलगांशी (ज्ञाती) अशोभनीय वर्तन (असंप्रतिपति)
(४) ब्राह्मणांशी व श्रमणांशी वाईट वर्तन
(५) प्रांतातील गैरकारभार

पहिल्या शिलालेखानुसार केवळ पशूंच्या यज्ञीय हिंसेमध्ये नव्हे तर, काही 'समाजा'त किंवा महोत्सवी मेळाव्यातही गुन्हेगारी असते, असे अशोक मानीत असे. अशा मेळाव्यांच्या प्रसंगी राजे व सम्राट[३९] उपस्थित असल्याचे 'कौटिलीय अर्थशास्त्रा'वरून[४०] समजते. 'समाज' दोन प्रकारचे असल्याचे स्मिथ म्हणतो. प्राण्यांच्या झुंजी, मोठ्या प्रमाणावरील मद्यपान व साभिष जेवणावळी होत असणाऱ्या

सार्वजनिक प्रकारचे उत्सव ह्यांची अशोकाने जरूर निंदाच केली आहे. कारण ते त्याच्या तत्त्वाशी विसंगत होते. दुसऱ्या प्रकारचे प्रेक्षागारात किंवा कधीकधी विद्येची देवता असलेल्या सरस्वतीच्या मंदिरात केले जाणारे निम धार्मिक स्वरूपाचे कार्यक्रम मात्र उघडपणे संतापजनक 'समाजात' मोडले जात असत. संमत नसणाऱ्या 'समाजांचे' वर्णन थॉमस[४१] ''सभोवती प्रेक्षकांना (प्रेक्षा) बसण्याची सोय असलेल्या (मंच) आखाड्यात किंवा रंगमंचावर केले जाणारे 'क्रीडांचे किंवा स्पर्धांचे कार्यक्रम', असे करतो. महाभारताच्या विराट्पर्वातील खालील ओळींत ह्या प्रकारच्या ('समाजाचा') स्पष्टपणे उल्लेख केला आहे.

ये च केचिन्नियोत्स्यन्ति समाजेषु नियोधकाः।[४२]

'' 'समाजा'तील मल्लयुद्धांत जे स्पर्धक भाग घेतील....''

तत्र मल्लाः समापेतुर्दिग्भ्यो राजन् सहस्त्रशः।

समाजे ब्राह्मणो राजन् तथा पशुपतेरपि॥

महाकायाः महावीर्याः कालकञ्जा इवासुराः॥''[४३]

'हे राजा, ब्रह्मन् व पशुपती (शिव) ह्यांच्या सन्मानार्थ झालेल्या महोत्सवाच्या वेळी सर्व दिशांतून हजारो मल्ल आले होते. कालकंजसंज्ञक असुरांसारखे त्यांचे प्रचंड देह व अपार सामर्थ्य होते.'

निर्धोक समाजांचे उदाहरण म्हणून वात्सायनाच्या कामशास्त्रात उल्लेखलेल्या सरस्वती–मंदिरातील उत्सवाचा निर्देश करता येईल. (पक्षस्य मासस्य वा प्रज्ञातेऽहनि सरस्वत्या भवने नियुक्तानां नित्यं समाजाः।) हुल्ट्झ्श्च्या मतानुसार निरुपद्रवी 'समाज' हे उद्बोधक कार्यक्रमांचे निदर्शक आहेत.[४४]

वर उल्लेखलेले प्रकार अशोकास संमत नसल्याने ते बंद करण्याचा त्याचा निर्धार होता. त्याच वेळी 'देवांनी माणसांच्या सहवासात यावे'[४५] इतक्या प्रमाणात लोकांची नैतिक व भौतिक परिस्थिती सुधारावी म्हणून त्याने प्रयत्न केला. (आपणांवर असलेले) प्राणिसृष्टीचे ऋण परत करावे. 'इह(लोकात) त्यांना सुखी करावे व पर (लोकात) त्यांना स्वर्ग मिळावा' ह्या उद्देशाने त्याने हे सर्व केले.

हे उद्दिष्ट साध्य करण्यासाठी योजलेल्या उपायांची चार गटांत वर्गवारी करता येईल :–

(१) प्रशासकीय सुधारणा

(२) धम्माच्या (दया, कर्तव्य, धर्म) उपदेशाचा प्रसार करणे

(३) परोपकाराची कार्ये, मनुष्य व पशूंच्या कल्याणाची काळजी घेणे

(४) धर्मसहिष्णुता व बौद्ध संघातील फाटाफुटीस प्रतिबंध

प्रशासकीय सुधारणा

पहिली गोष्ट अशी की, अशोकाने युत, राजूक, प्रादेशिक व महामात्र ह्यांचे पंचवार्षिक व त्रैवार्षिक 'अनुसंयान' किंवा मंडल स्थापन केले. राजूक व प्रादेशिक ह्यांपासून युतांपर्यंतचा सर्व प्रशासकीय सेवकवर्ग दर पाच वर्षांनी एकदम क्रमशः बदलला जाणे बहुधा शक्य नव्हते, असे जयस्वाल व स्मिथ यांचे[४६] मत होते. एका ठिकाणाहून दुसऱ्या ठिकाणी करण्यात येणाऱ्या बदल्यांविषयीची एक स्थायी पद्धती असा (अनुसंयान) ह्या संज्ञेचा त्यांनी अर्थ केला आहे. परंतु सर्वच्या सर्वच अधिकारी एकाच वेळी आळीपाळीने बदलले जात असत हे दर्शविणारे मूळ उताऱ्यात काहीही नाही. युत, राजूक व प्रादेशिक ह्यांचे अनुसंयान पंचवार्षिक स्वरूपाचे असून ते मुख्यतः प्रचारकार्यासाठी होते. महामात्रांचे अनुसंयान बहिर्वर्ती प्रांतातील (कलिंग व उज्जयिनी व तक्षशिला हे भाग) न्यायाचा दुरूपयोग, विनाकारण कैद व शिक्षा ह्यांवर नियंत्रण ठेवण्यासाठी मुख्यतः स्थापन करण्यात आले होते.

दुसरे असे की, अशोकाने अनेक नवीन अधिकारपदे निर्माण केली. उदाहरणार्थ, धर्ममहामात्र व संभवतः धर्मयुत.[४७] धर्ममहामात्रांकडे ब्राह्मण, निर्ग्रन्थ किंवा जैन ह्या संप्रदायांतील व तसेच यवन, कम्बोज, गन्धार, रिष्टिक आणि अपरान्त ह्या भागांतील सर्व लोकांच्या संरक्षणाची जबाबदारी असे. ''सेवक आणि स्वामी, ब्राह्मण व श्रीमंत (इभ्य)[४८], अनाथ व वृद्ध ह्या सर्वांना लौकिक चिंतांपासून मुक्त करण्यासाठी त्यांच्या धर्मविषयक (खात्यातील) सहायकाची नेमणूक करण्यात आली आहे. कैदेच्या व देहदंडाच्या (शिक्षेचा) पुनर्विचार करणे, दण्ड कमी करणे, उद्देश, लहान मुले, चिथावणी, वाढते वय ह्या गोष्टी विचारात घेऊन सवलत (देणे), ह्याही कामावर त्यांची नेमणूक करण्यात येई. पाटलीपुत्रात व तसेच प्रांतिक (बाहिर) शहरात राजाचे भाऊ, बहिणी व तसेच इतर नातलग ह्यांच्या निवासस्थानी सर्वत्र त्यांना नेमण्यात येई.'' तसेच धर्ममहामात्राची साम्राज्यात (विजित) सर्वत्र किंवा खरोखर मौर्यांना ज्ञात असलेल्या संपूर्ण जगात (पृथ्वी) 'धर्मविषयक बाबी, धर्माची प्रतिष्ठापना व धर्मादाय कामे' ह्या संदर्भात धर्मयुतांमध्ये नियुक्ती करण्यात आली होती. सरहद्दीवरील प्रदेश (देश) आवुतिकांच्या खास देखरेखीखाली असत.[४९]

साहजिकच सर्व सार्वजनिक बाबींविषयी विशेषतः महामात्रांच्या कामगिरीविषयी, कारण त्यांच्यावरच आपल्या उद्दिष्टांचे यश मुख्यतः अवलंबून असल्यामुळे आपणांस सर्व माहिती विनाविलंब मिळाली पाहिजे, ह्या विषयी सम्राट उत्सुक असे. म्हणून महामात्रांच्या संदर्भात एखादी तातडीची बाब निर्माण होऊन

तीवर परिषदेत चर्चा झाल्यावर मतभेदाचा किंवा 'निझती'[५०]चा (तहकुबी) प्रसंग उद्भवला असता आपणांस हे त्वरित कळविणे आवश्यक आहे, अशा खास सूचना त्याने प्रतिवेदकांना किंवा वार्ताहरांना दिल्या होत्या.

विशेषतः शहरात न्यायदानाचे काम करणाऱ्या महामात्रांवर अशोकाची दक्षतापूर्ण नजर असल्याचे कलिंग-शिलालेखांवरून व सहाव्या शिलालेखावरून स्पष्ट आहे. मात्र राजूकांच्या बुद्धिमत्तेविषयी त्याला आपाततः विशेष आदर वाटत असे व त्यामुळे त्यांच्यावर त्याची अधिक कृपादृष्टी असे. 'लक्षावधी लोकांवर' नेमलेल्या राजूकांना पारितोषिके व शिक्षा देण्याच्या अधिकारात सम्राटाने स्वातंत्र्य दिले होते. आपली कर्तव्ये आत्मविश्वासाने व निर्भयपणे ह्या अधिकाऱ्यानी पार पाडावीत, हा त्याचा हेतू होता. शिक्षेत व तसेच न्यायपद्धतीत सारखेपणा असावा, ह्यावर मात्र त्याचा कटाक्ष असे. त्यासाठी त्याने खालील नियम जारी केला :-

''मृत्युदंडाची शिक्षा देण्यात आलेल्या तुरुंगातील गुन्हेगारांना (शिक्षेच्या अंमलबजावणीत) तीन दिवसांनी तहकुबी देण्यात आली आहे.''[५१]

शेवटचा मुद्दा असा की, अशोकाने पशूंची हत्या व अवयवांची कापाकापी करणे ह्यांवर बन्धने घालणारे काही नियम प्रसृत केले आणि आपल्या राज्याभिषेकाच्या सत्ताविसाव्या वर्षापर्यंत पंचवीस वेळा गुन्हेगारांना कैदेतून मुक्त केले. हुल्ट्झ्श् ह्याने दर्शविल्याप्रमाणे ह्यावरून आपल्या राज्याभिषेकाच्या जवळजवळ प्रत्येक वर्धापनदिनी हा सम्राट राजकीय गुन्हेगारांना सरसकट माफी जाहीर करीत असे, असे सूचित होते.

धर्मोपदेशाच्या प्रचारासाठी केलेली उपाययोजना

बौद्ध तीर्थक्षेत्रांच्या पूजेचे महत्त्व, बौद्ध त्रिरत्नांवर श्रद्धा व्यक्त करण्याची आवश्यकता, बौद्ध भिक्षूंच्या संघांशी निकटचा संपर्क ठेवून त्यांतील शिस्त व त्याची एकात्मता राखणे ह्या बुद्धाच्या शिकवणीच्या सत्तेची स्वतःस जाणीव झाली असूनही अशोकाने आपली पूर्णतया सांप्रदायिक श्रद्धा इतरांवर लादण्याचा बहुधा प्रयत्न केला नाही. मात्र नीतीच्या मूलभूत तत्त्वांशी विरोधी वाटलेल्या आचारांचा व संस्थांचा नाश करण्याचा त्याने प्रयत्न केला. नीती किंवा सदाचार हेच त्याच्या मते सर्व धर्मांचे सार होते. संबोधि (किंवा निर्वाण) नव्हे, तर स्वर्ग व देवांमध्ये मिसळणे हा ध्येयवाद त्याने सर्व लोकांपुढे मांडला होता. सर्व लोकांना, मग ते उच्च असोत की नीच, स्वर्ग प्राप्त करता येईल व त्यांना देवांप्रत जाता येईल, मात्र त्यासाठी त्यांनी 'पराक्रम', उत्कटता दाखविली पाहिजे. सांप्रदायिक सिद्धांतावर किंवा निष्फळ कर्मकांडाच्या आचरणावर (मंगल) निष्ठा ठेवून नव्हे तर, प्राचीन व्रताची (पोराणा पकिती) सर्व

संप्रदायांतील भारतीयांच्या सामायिक वारशाची कास धरण्यानेच हा 'पराक्रम' शक्य आहे. तो वारसा असा : "आई-वडील व वडीलधारी ह्या विषयी आज्ञाधारकच राहिले पाहिजे. सजीव प्राण्याबद्दल (दयाबुद्धीचा) ठामपणाच दर्शविला पाहिजे, सत्यच बोलले पाहिजे. ह्याच सर्व नैतिक सद्गुणांचे आचरण करावयास हवे. त्याचप्रमाणे विद्यार्थ्याने शिक्षकाचा आदर करणे अगत्याचे असून नातलगांविषयी योग्य ते सौजन्य दाखविणे आवश्यक आहे." तेराव्या शिलालेखात ह्या प्रकारचा उपदेश आला आहे. वरिष्ठांकडे लक्ष देणे, आईवडिलांचे ऐकणे, गुरूचे (किंवा वडीलधाऱ्या) लक्षपूर्वक ऐकणे आणि मित्र, परिचित, सहकारी, नातलग, गुलाम व सेवक ह्यांशी निश्चल निष्ठेने यथायोग्य वर्तन करणे. 'सातव्या शिलालेखात' इंद्रियसंयम, मनाची शुद्धता, कृतज्ञता व स्थिरनिष्ठा यांवर भर दिला आहे. दुसऱ्या स्तंभालेखात 'अपासिनवे, बहुकयाने, दया दाने, सचे सोचये' म्हणजे 'अश्रद्धा नसणे, अनेक सत्कृत्ये, दया, औदार्य, सत्यप्रियता, शुचिता' - ह्यांतच 'धर्म' सामावला असल्याचे म्हटले आहे.

तसेच स्तंभालेखात आत्म-परीक्षणाला व आध्यात्मिक दृष्टीला प्राधान्य देण्यात आले आहे. नीती-नियमांपेक्षा चिंतन व ध्यान अधिक उपकारक असल्याची जाणीव अशोकाला आयुष्याच्या अखेरीस झालेली दिसते. परंतु आपल्या कारकिर्दीच्या आरंभीच्या वर्षात ह्या प्रकारच्या नियमांची गरज त्याला तीव्रतेने वाटली होती.

अडीच वर्षांहून अधिक काळ अशोक सामान्य अनुयायी (उपासक) असल्याचे पहिल्या गौण शिलालेखावरून समजते. पहिल्या वर्षात त्याने स्वतः परिश्रमपूर्वक प्रयत्न केले नाहीत. त्यानंतर काही काळाने त्याने 'संघात प्रवेश करून[५२]' उत्साहाने प्रयत्न करण्यास आरंभ केलेला दिसतो.[५३] 'लहान-थोरांनी स्वतः परिश्रम करावेत' हा प्रसिद्ध जाहीरनामा काढला आणि आपल्या राज्यात सर्वत्र असलेल्या शिलांवर व दगडी स्तंभांवर आपल्या उद्दिष्टांची चिरजीवी नोंद असलेला हा जाहीरनामा त्याने कोरवून घेतला.

अशोकाने सुरूवातीस धर्मप्रचारासाठी प्रचलित प्रशासकीय यंत्रणा राबविली.[५४] 'युत'-संज्ञक कनिष्ठ अधिकाऱ्यांमध्ये धर्माचा प्रसार करण्याचा त्याने परिषदेला आदेश दिला. तसेच, फिरतीवर असताना (अनुसंयान) धर्माचा प्रचार करण्याचा हुकूम त्याने वरील अधिकाऱ्यांना व 'राजूक' आणि 'प्रादेशिक' ह्या नावांच्या वरिष्ठ अधिकाऱ्यांनाही दिला. ते ज्या धर्माचा प्रचार करणार होते त्याचे स्वरूप असे स्पष्ट करण्यात आले होते. "पित्याच्या व मातेच्या म्हणण्याकडे लक्ष देणे ही उत्कृष्ट गोष्ट होय.[५५] मित्र, परिचित, नातलग, ब्राह्मण व तपस्वी ह्यांशी औदार्याने वागणे श्रेयस्कर

असते. सजीव प्राण्यांची हत्या न करणे उत्तम होय. अल्प संचय करून कमी खर्च करणे श्रेयाचे असते.''

त्याच्या राज्यावरील प्रतिष्ठापनेला तेरा वर्षे झाली असता धर्म-महामात्र नावाचे नवे अधिकारी त्याने नेमले. त्यांच्याकडे खासकरून 'धम्माधिथान' व 'धम्मवधि' म्हणजे धर्मस्थापना व धर्मप्रचार ही कामे सोपविली होती.

नवीन उपदेशाचा प्रचार करण्यामध्ये त्याचे अधिकारी गर्क असताना स्वतः सम्राट गप्प बसला नाही. आधीच त्याने आपल्या कारकिर्दीच्या अकराव्या वर्षी संबोधीप्रत जाणाऱ्या 'मार्गावर वाटचाल सुरू केली होती' (अयाय संबोधिम्)[५६] आणि पूर्वीच्या विहारयात्रांच्या ऐवजी धर्म-यात्रा (धम्मयाता) सुरू केल्या होत्या. धर्मयात्रामध्ये त्याचा नित्यक्रम असा असे - दानधर्म करण्याच्या उद्देशाने तपस्व्यांची व ब्राह्मणांची भेट घेणे, धर्माचा उपदेश व त्याविषयी चर्चा करण्याच्या उद्देशाने देशातील किंवा कदाचित ग्रामीण भागातील (जनपद) लोकांच्या गाठीभेटी घेणे. कारकिर्दीच्या एकविसाव्या वर्षातील [५७] (स्मिथच्या मते इ.स.पू. २४९) अशोकाच्या एका धर्मयात्रेची स्मृती नेपाळ तराईमधील रुम्मिंदेई व नगालि सागर कोरीव लेखांत जतन करण्यांत आली आहे. ह्या नोंदीवरून अशोकाने गौतमाच्या जन्मस्थानास भेट दिल्याचे व कोनाकमन ह्या एका पूर्व-बुद्धाला[५८] श्रद्धांजली अर्पण केल्याचे सिद्ध होते.

डॉ. स्मिथच्या मते इ.स.पू.२४२ मध्ये अशोकाने सात स्तंभालेख प्रसृत केले. त्यांमध्ये इतर गोष्टींखेरीज 'धर्म प्रसाराच्या व नैतिक जबाबदारीची शिकवण देण्याच्या' उद्देशाने आपल्या कारकीर्दीत कोणती उपाययोजना करण्यात आली होती, ह्याचे सिंहावलोकन करण्यात आले आहे.

परोपकाराची कार्ये, मनुष्यांच्या व पशूंच्या कल्याणाचा पुरस्कार

अशोकाने पशूंची यज्ञीय हिंसा, अन्याय्य 'समाज' व राजेशाही स्वयंपाकगृहात कढी बनविण्यासाठी करण्यात येणारी जिवंत प्राण्यांची हत्या बंद केली. आठव्या शिलालेखात बिहार-यात्रा किंवा मनोविनोदनांच्या सफरी बंद केल्याचा उल्लेख आला आहे. त्यांत शिकार व तत्सदृश करमणुकींचे प्रकार केले जात असत. पाचव्या स्तंभालेखात प्राण्यांची हत्या व कापाकापीवर बंधने घालणारी नियमावली[५९] आली आहे. ह्या कोरीत लेखात प्राणिहत्येविरुद्ध करण्यात आलेली प्रतिबंधक उपाययोजना 'अर्थशास्त्राता'तील तशाच प्रकारच्या उपाययोजनेशी मोठ्या प्रमाणात जुळणारी असल्याचे डॉ. स्मिथने दृष्टोत्पत्तीस आणून दिले आहे.

माणसांसाठी व पशूंसाठी अशी दोन प्रकारची आरोग्यकेंद्रे सम्राटाने स्थापन केली होती. माणसांसाठी व जनावरांसाठी उपयुक्त औषधी वनस्पती जेथे उपलब्ध नसतील, तेथे बाहेरून आणून लावण्यात येत असत. ज्या ठिकाणी मुळे व फळे[६०] उपलब्ध नसतील. त्या ठिकाणी बाहेरून आणून त्यांची पैदास करण्यात येई. मार्गावर बहुधा आठ कोसांच्या अंतरावर विहिरी खणण्यात आल्या होत्या. पाण्यात उतरण्यासाठी घाट बांधण्यात आले होते; तसेच, माणसांच्या व जनावरांच्या सुखासाठी वटवृक्ष व आम्रवने लावण्यात आली होती.

सातव्या स्तंभालेखात, स्वतः सम्राटाच्या, तसेच राण्यांच्या व राजपुत्रांच्या दानाचे वाटप करण्यासाठी वरिष्ठ अधिकाऱ्यांची ('मुख्य') नेमणूक केल्याचा उल्लेख येतो. एका गौण स्तंभालेखात दुसरी राणी व तीवर ह्याची माता कारूवाकी[६१] हिने दिलेल्या देणग्यांचा उल्लेख आहे. ''ह्या ठिकाणी द्वितीय राणीने जी काही देणगी दिली आहे - मग ती आमराई, विहार-वन ('आराम') किंवा दानगृह किंवा इतर काही असो, त्या राणीनेच हे दिले असल्याचे मानले जाते.''

स्वतः सम्राटाने करात दिलेल्या सवलतींचाही निर्देश करणे जरूर आहे. उदा.: लुम्मिनिगामात (त्याने सवलती दिल्या होत्या) व वृद्ध व्यक्तींना आर्थिक देणग्या ('हिरन्नपतिविधान') तो देत असे. जनपदातील ('जिल्ह्या'तील) लोकांना, त्यांत निःसंशयपणे 'ग्रामां'चाही[६२] समावेश आहे, स्वायत्तता देऊन आणि शिक्षेत व प्रशासनात सारखेपणा आणून ('दण्डसमता' व 'व्यावहारसमता'), तसेच नैतिक शिकवणीचा प्रसार करून (ध्रमनुसस्त्रि) फायदा करून देण्याचा प्रयत्न करण्यात आला.

धार्मिक सहिष्णुता व बौद्ध संघातील फाटाफुटीस प्रतिबंध

बाराव्या शिलालेखात सम्राट म्हणतो - ''सर्व संप्रदायांतील, लोकांचा ('पासण्डानि') देणग्या देऊन व इतर पद्धतींनी मी आदर करतो ('पूजा'). मग ते तपस्वी ('पवजितानि') किंवा गृहस्थ ('घरस्तानि') असोत.'' बौद्धांपेक्षा जैनांशी घनिष्ठ संबंध असलेल्या आजीविक परिव्राजकांना त्याने 'बराबर' ही गुहा अर्पण केली होती. ह्यावरून तो आपल्या कर्तव्याचरणात प्रामाणिक असल्याचे सिद्ध होते.

'संप्रदायातील सत्त्वाची वाढ ('सर-वढि') कशी होईल,' ह्याची केवळ तो काळजी घेत असे. तो म्हणतो ''आपल्या पंथावरील आसक्तीमुळे इतर पंथांना तुच्छ लेखून आपल्या स्वतःच्या पंथाचा प्रभाव वाढावा, ह्या उद्देशाने जो कोणी स्वपंथाविषयी पूज्यभाव बाळगतो; तो खरोखरी ह्या प्रकारच्या वर्तनाने आपल्याच पंथावर तीव्र आघात करीत असतो.'' समन्वयाचा (किंवा एकतेचा 'समवायो')

त्याने प्रशंसनीय म्हणून गौरव केला आहे. ('समवाय एव साधु')

ज्याप्रमाणे अशोकाने विविध पंथांत समन्वय साधण्याचा प्रयत्न केला, त्याप्रमाणे बौद्धसंघात फाटाफूट होऊ नये, असेही त्यास वाटत असे. आपल्या कारकिर्दीच्या सतराव्या वर्षी त्याने पाटलीपुत्र इथे पाखंडमताचा बीमोड करून मूळ बौद्ध सिद्धांतांचे ('सद्धम्मसंघ') संकलन करण्याच्या उद्देशाने एक बौद्धपरिषद बोलाविली असल्याचे परंपरा सांगते. ह्या परिषदेचा ठराव कदाचित सारनाथाच्या कोरीव लेखात व त्याच्या पाठभेदात अन्तर्भूत झाला असावा, असे मानता येईल.[६३]

वास्तु-शिल्पकार अशोक

आजीवक भिक्षूंना देण्यात आलेल्या गुहा-गृहांच्या देणगीवरून अशोकाच्या कर्तृत्वाची दुसरी बाजू कळून येते. इ.स.च्या पाचव्या शतकाइतक्यानंतरच्या काळात ह्या सम्राटाची स्थापत्यशास्त्रातील कामगिरीची भव्यता पाहून पाटलिपुत्रातील प्रवासी आश्चर्यचकित झाले होते. अनेक स्तूप, विहार व मंदिरे ह्यांखेरीज एक शोभिवंत राजप्रासाद उभारण्याचे श्रेय परंपरेनुसार त्याला आहे. एक 'पूर्व-बुद्ध' व शाक्यमुनीचा पूर्वसूरी कोनाकमन ह्याचा स्तूप त्याने मोठ्या स्वरूपात प्रत्यक्षात बांधल्याचे म्हटले जाते. त्याखेरीज त्याने 'सदाचरणाची शिकवण देणारे स्तंभ' धर्म-स्तंभ उभारले. त्याच्या स्तंभांच्या चकचकीत पृष्ठभागाचे व त्यांच्यावरील भागाच्या नक्षीकामातील सुंदर कारागिरीचे आधुनिक टीकाकार मुक्तकंठाने गुणगान करतात.[६४]

अशोकाचे चारित्र्य - त्याचे यश व अपयश

अशोक हे भारताच्या इतिहासातील सर्वांत मनोवेधक व्यक्तिमत्त्वांपैकी एक आहे. त्याच्या ठिकाणी चंद्रगुप्ताचा उत्साह, समुद्रगुप्ताचा अष्टपैलूपणा व अकबराचा उदारमतवाद होता. परिश्रम घेण्यास न थकणारा व जिद्दीच्या बाबतीत न डगमगणारा असा तो होता व हे सर्व आपली मुले मानलेल्या प्रजाजनांच्या आध्यात्मिक व भौतिक कल्याणासाठी होते. त्याच्या सुप्रसिद्ध आजोबांना अंगमर्दनाच्या विलासात मग्न असतानाही खटले निकालात काढण्याची सवय होती. त्याचप्रमाणे "खात असताना, अंतःपुरात, अन्तर्गृहात, गोठ्यात, पालखीत किंवा उद्यानात असतानाही" अशोक प्रजाजनांच्या प्रकरणांचे वृत्तान्त लक्षपूर्वक ऐकत असे. सातत्याने विजयी ठरलेल्या आजोबांनीही न जिंकलेला विशाल मुलूख आपल्या सत्तेखाली आणणारा हा महान योद्धा त्याच वेळी विद्वान भिक्षु संघाबरोबर धर्मतत्त्वाच्या व सदाचरणाच्या विषयासंबंधी वादविवाद करीत असे. जो मुत्सद्दी लक्षावधी व्यक्तींच्या मृत्यूस व हद्दपारीस कारणीभूत

ठरलेल्या युद्धाच्या धामधुमीच्या काळात साम्राज्याचे नेतृत्व करू शकला, त्याच्या ठिकाणी त्याच वेळी तीन खंडांपर्यंत कर्तृत्वाची व्याप्ती असलेले धर्मप्रसारकार्य संघटित करण्याचे व गंगेच्या खोऱ्यातील एका स्थानिक संप्रदायाचे एका महान विश्वधर्मात परिवर्तन घडवून आणण्याचे सामर्थ्य होते. बुमनोवेध बुद्धांच्या जन्मस्थानास श्रद्धांजली वाहण्यासाठी ज्या माणसाने नेपाळ तराईतील अरण्यात प्रवेश केला, त्याने आपल्या मनात त्यांच्या ब्राह्मण व जैन विरोधकांच्या वंशजांविषयी वाईट इच्छा बाळगली नाही आणि प्रतिस्पर्धी पंथांच्या अनुयायांना गुहा-गृहांची देणगी दिली. ब्राह्मणांना व श्रमणांना सुवर्ण रूपात पारितोषिके देण्याच्या उद्देशाने यात्रा करणाऱ्या राजाने ज्यांच्या देशात ब्राह्मणही नव्हते व श्रमणही नव्हते, अशा 'यवनां'ना प्रशासनात प्रवेश दिला. त्याने ऐक्य व सहिष्णुता ह्या सद्‌गुणांचा अशा काळात उपदेश केला की, जेव्हा धार्मिक भावना पराकोटीस पोहोचली होती व जेव्हा जैन आणि बुद्ध ह्या संघांमध्ये फुटीर प्रवृत्ती आपला प्रभाव दाखवू लागल्या होत्या. युद्धप्रसंगी धार्मिक कर्मकाण्डात राजविलास म्हणून व उत्सवाच्या मेळाव्याच्या वेळी सर्रास हिंसा होत असताना, त्याने अहिंसेचा उपदेश केला. पराभवानंतर नव्हे, तर विजयानंतर त्याने लष्करी विजयांचा त्याग केला, आणि सामर्थ्यशाली साम्राज्याची साधनसामग्री स्वाधीन असूनही त्याने शांततेच्या व सौजन्याच्या धोरणाचा पाठपुरावा केला. ह्या सामर्थ्यशाली माणसाचा संयम त्याच्या केवळ सत्यप्रियतेच्याच बरोबरीचा होता व एका दुर्दैवी प्रांताला आपणांमुळे भोगावयास लागलेल्या भयंकर दुःखाचे वर्णन त्याने अशा काही ज्वलंत शब्दांनी केले आहे की, ज्यात कलिंगाच्या कोणाही देशभक्ताला सुधारणा करणे शक्य नव्हते. धर्माशोकच्या - ह्या धर्मशील राजाच्या आदर्शाचा भावी पिढ्यांवर उदात्त प्रभाव पडला. इ.स.च्या दुसऱ्या शतकात राणी गौतमी बलश्रीला आपला मुलगा 'अपराधी शत्रूच्या बाबतीतसुद्धा हिंसा करण्यास तयार नव्हता,' (कितापराधे पि सतुजने अपानहिसारूचि') ह्याचा अभिमान वाटतो. इ.स.च्या पाचव्या शतकातही मगधामधील विश्रामगृहे व विनामूल्य रुग्णालये ही परकीयांना आश्चर्याची व कौतुकाची बाब वाटत असे. धर्माशोकाची ही परोपकारी कृत्ये गाहडवाल - घराण्यातील गोविन्दचन्द्रौच्या काळाइतक्या अलीकडच्या काळातील राज्यकर्त्यांचे स्फूर्तिस्थान ठरली.

ह्या महान मौर्य राज्यकर्त्याचे प्रारंभिक वर्षांतील राजकीय कर्तृत्व उज्वल असल्याचे ह्यापूर्वीच आपण पाहिले आहे. बिंबिसाराच्या काळापासून कार्यप्रवण झालेल्या केन्द्रगामी शक्तींचा अंतिम विजय त्याच्या कारकिर्दीत झाला. कलिंगाच्या विजयामुळे मगधाच्या नेतृत्वाने तमिळेतर भारताचे ऐक्य पूर्ण झाले. अखंड जम्बुद्वीपाचे

स्वप्न जवळजवळ साकार झाले.

परंतु ज्या उद्दिष्टासाठी बिंबिसारापासून बिंदुसारापर्यंत होऊन गेलेल्या समर्थ सम्राटांच्या प्रदीर्घ परंपरेने झगडा केला, ते उद्दिष्ट कलिंग-युद्धानंतर त्याने आखलेल्या 'धम्मविजया'च्या धोरणाने साध्य होण्यासारखे नव्हते. सरकारी अधिकाऱ्यांना धर्मप्रचारकांची जागा देणाऱ्या ह्या मुत्सद्द्याने शिकार व सशस्त्र द्वंद्वयुद्धे बंद केली. वायव्य सीमाभागातील व दक्षिणेकडील अरण्यांतील क्रूर रानटी लोकांना 'धर्मनिरीक्षकांच्या' हळूवार देखरेखीखाली ठेवले व युद्धाच्या नौबतींचा घोष पूर्णपणे शांत होईपर्यंत त्याने विश्रांती घेतली नाही व नीतिपद उपदेशाचाच केवळ उद्घोष तो कानी टाकीत राहिला. त्याने अवलंबलेल्या ह्या धोरणाकडे चंद्रगुप्त मौर्याने संशयित मनाने पाहिले असते. वायव्य क्षितिजावर दूरवरून कृष्णमेघ अस्पष्टपणे दिसू लागले होते. यवनांच्या भयावह आक्रमणापासून संरक्षणाची हमी मिळविण्यासाठी पुरूच्या व चंद्रगुप्ताच्या दर्जाच्या माणसांची भारताला गरज होती. मात्र त्याला मिळाला एक स्वप्नद्रष्टा. कलिंग-युद्धानंतर मगधाने धर्मक्रांतीच्या प्रयत्नांत आपले जयशाली सामर्थ्य वाया घालविले. इख्नेटनच्या मार्गदर्शनाने इजिप्तमध्येही असेच घडले होते. राजकीयदृष्ट्या अनर्थक परिणाम झाल्याचे पुढील भागांत दर्शविण्यात येईल. युद्ध संपुष्टात आणण्याच्या अशोकाच्या प्रयत्नांच्या वाट्याला, तशाच प्रकारच्या अध्यक्ष विल्सनच्या प्रयत्नांप्रमाणे, दुर्दैव आले.

डॉ. स्मिथच्या कालगणनेनुसार सुमारे चाळीस वर्षांच्या कारकिर्दीनंतर इ.स.पू. २३२ मध्ये अशोक मरण पावला. ह्या महान सम्राटाचे तक्षशिलेला निधन झाले, असे एका तिबेटी परंपरेत म्हटल्याचे सांगितले जाते.[६५]

उत्तरकालीन मौर्य राजे व त्यांच्या सत्तेचा अंत

अशोकाच्या सत्तेखालील मगध-साम्राज्य हिंदुकुशाच्या पायथ्यापासून तमिळ देशाच्या सरहद्दीपर्यंत पसरले होते. परंतु पियदसीच्या सामर्थ्यशाली बाहूंची माघार ही ह्या समर्थ राजेशाहीच्या विभाजनाची कदाचित पूर्वसूचना होती. "त्याचा राजदण्ड हा दुसऱ्या कोणत्याही दुर्बल हातांना न पेलण्याजोग्या युलिसिसच्या धनुष्यासारखा ठरला." एका मागोमाग एकेक प्रांत पडत गेले. परकीय रानटी लोक साम्राज्याच्या वायव्य मार्गांतून घुसू लागले व पाटलिपुत्र, राजगृह (व माळवाय) ह्यांच्या स्वाभिमानी राजांना 'आंध्रांच्या' व कलिंगाच्या तुच्छ प्रांताधिकाऱ्यांपुढे आपले गुडघे टेकावे लागावेत, असा काळ आला.

दुर्दैवाने कोणाही मेगॅस्थेनीसने किंवा कौटिल्याने नंतरच्या मौर्यांविषयी हकिगत

लिहून ठेवली नाही. एक किंवा दोन शिलालेखांतील आणि काही ब्राह्मण, जैन व बौद्ध ग्रंथांतील अपुऱ्या माहितीच्या आधारे अशोकाच्या वारसांच्या तपशीलवार इतिहासाची पुनर्रचना करणे अशक्य आहे.

अशोकाला अनेक मुले होती. सातव्या स्तंभालेखात आपल्या सर्व मुलांना दिलेल्या धर्मादाय देणग्यांकडे आणि विशेषतः 'युवराजांनी, राण्यांच्या पुत्रांनी' केलेल्या दानधर्माकडे त्याने आपले लक्ष वेधले आहे. नंतर उल्लेखलेल्या प्रकारातच काही 'कुमारांचा' समावेश होतो. त्यांनी तक्षशिला, उज्जयिनी व तोसली येथे राजप्रतिनिधी म्हणून काम केले. ज्याचा शिलालेखात केवळ नामनिर्देश आला आहे, असा राणी कारूवाकीचा पुत्र तीवर[६६] राजसत्तेवर आरुढ झाल्याचे दिसत नाही. महेन्द्र कुनाल (धर्म-विवर्धन, सुयश?) व जलौक ह्या इतर तीन मुलांचा वाङ्मयात उल्लेख येतो. महेन्द्र हा अशोकाचा की त्याच्या भावाचा मुलगा होता, हे मात्र अनिश्चित आहे.

अशोकाच्या मृत्यूनंतर त्याचा पुत्र कुनाल याने आठ वर्षे राज्य केल्याचे 'वायु-पुराणा'त म्हटले आहे. बन्धुपालित हा कुनालाचा पुत्र व वारस होता, तर इन्द्रपालित हा बंधुपालिताचा दायाद किंवा वारस होता. इन्द्रपालितानंतर देववर्मन, सतधनुस् व बृहद्रथ हे सत्तेवर आले.

अशोकाच्या वारसांची खालील यादी 'मत्स्य-पुराणा'त आहे. दशरथ, संप्रति, शतधन्वन् व बृहद्रथ.

'विष्णु-पुराणा'त खालील नावे येतात : सुयशस्, दशरथ, संगत, शालिशूक, सोमशर्मन्, शतधन्वन् व बृहद्रथ

'दिव्यावदाना'त[६७] खालील सूची येते : संपदि, बृहस्पति, वृषसेन, पुष्यधर्मन् व पुष्यमित्र.

बलभद्र नावाच्या राजगृहाच्या मौर्य राजाचा जैन लेखक उल्लेख करतात.[६८]

'राजतरंगिणी'त अशोकाचा कश्मीरमधील वारस म्हणून जलौक ह्याचा निर्देश आला असून तारानाथ गंधारामध्ये राज्य करणाऱ्या वीरसेन ह्या दुसऱ्या वारसाचा निर्देश करतात. डॉ. थॉमसने सुचविल्याप्रमाणे तो पोलिबिअसचा सुभागसन ह्याचा बहुधा पूर्वज असावा.[६९]

निरनिराळ्या आधारग्रंथातील विभिन्न हकिकतींची संगती लावणे हे सोपे काम नव्हे. पौराणिक व बौद्ध ग्रंथातील एकत्रित पुराव्यांवरून, तसेच हेमचंद्र व जिनप्रभसूरि ह्या विख्यात जैनप लेखकांच्या साक्षीवरून कुनालाच्या अस्तित्वाची सत्यता प्रस्थापित होते. (बौद्ध ग्रंथांत संपदीचा पिता म्हणून त्याचा उल्लेख येतो.) 'दिव्यावदाना'त फा हैनच्या नोंदीत येणारे धर्म-विवर्धन व 'विष्णू' आणि भागवत ह्या पुराणांत येणारी

सुयशस् ही नावे ह्या राजाची बहुधा बिरुदे असावीत.

कुनालाच्या राज्यारोहणाविषयी परंपरेत एकवाक्यता नाही. तो आंधळा असल्याचे प्रसिद्ध आहे. म्हणून त्याची स्थिती महाभारतातील धृतराष्ट्रासारखी बहुधा होती. तो नाममात्र सम्राट मानला जात असला, तरी शासनाची कामे करण्यास तो शारीरिकदृष्ट्या अपात्र होता. त्याने आपला लाडका पुत्र संप्रति ह्याच्याकडे हे काम बहुधा सोपविले होते. जैन व बौद्ध ग्रंथकारांनी त्याचे अशोकानंतर लगेच सत्तेवर आलेला वारस असे वर्णन केले आहे.

'वायु-पुराणा'नुसार बंधुपालित हा कुनालाचा पुत्र होता. 'दिव्यावदान'व जिनप्रभसूरीच्या पाटलिपुत्रकल्प ह्यांच्या अनुसार[७०] संपदी (सम्प्रति) तर तारानाथांच्या[७१] मते विगतशोक हा कुनालाचा पुत्र होता. एक तर ही नावे असलेला एकच राजपुत्र असावा किंवा ते भाऊ असावेत. नंतरचे मत बरोबर आले, तर बंधुपालित व दशरथ हे एकच असले पाहिजेत. दशरथाची ऐतिहासिकता त्याने आजीविकांना अर्पण केलेल्या नागार्जुन-टेकड्यांवरील गुहा-गृहांच्या भिंतीवरील संक्षिप्त समर्पणात्मक शिलालेखांवरून प्रस्थापित झाली आहे. शिलालेखात 'देवानां प्रिय' असे बिरुद लाभलेला दशरथ मत्स्य व वायुपुराण ह्यांच्या अनुसार अशोकाचा नातू, तर त्याच ग्रंथानुसार संप्रतीचा (पाठभेद संगत) पूर्वज होता.

ज्याप्रमाणे आपण बंधुपालिताची दशरथाशी किंवा संप्रतीशी एकात्मता मानतो, त्याचप्रमाणे इंद्रपालिताची संप्रति किंवा शालिशूक ह्याशी एकात्मता मानली पाहिजे. "धर्मप्रचाराच्या बाबतीत बौद्धग्रंथ ज्याप्रमाणे अशोकाची स्तुती करतात, त्याप्रमाणे जैन शिकवणीच्या प्रचाराच्या संदर्भात जैन ग्रंथ संप्रतीचे गुणगान करतात." जिनप्रभसूरीच्या 'पाटलीपुत्रकल्पात"[७२] म्हटले आहे. "त्रिखंड भारताचा स्वामी कुनालपुत्र, महान राजा संप्रति हा पाटलीपुत्र इथे होऊन गेला ('त्रिखण्डं भरतक्षेत्रं जिनायतनमण्डितम्') ह्या महान अर्हन्ताने आर्येतर देशातही 'श्रमणांसाठी विहार स्थापन केले."

संप्रतीच्या राज्यात अवंती व पश्चिम भारत यांचा विश्वसनीयरीत्या समावेश झाला होता हे दर्शविणारी सयुक्तिक कारणमीमांसा डॉ. स्मिथने केली आहे.[७३] अशोकाला दोन नातू होते. त्यांपैकी (दशरथ) त्याच्यानंतर त्याच्या पूर्वेकडील राज्याचा व दुसरा (संप्रति) पश्चिम राज्याचा, वारस झाला. हा गृहीत सिद्धांत केवळ तर्क[७४] असल्याचे त्याने आपल्या 'अशोक'[७५] ह्या ग्रंथात मान्य केले आहे. पाटलीपुत्र व उज्जयिनी येथे संप्रतीची सत्ता असल्याचे जैन लेखक सांगतात. अशोकाच्या मगध येथील वारसांच्या पुराणांतील यादीत त्याच्या नावाचा निर्देश येतो.

शालिशूकाची ऐतिहासिकता केवळ 'विष्णुपुराणा'तील पुराव्यावरूनच नव्हे तर 'गार्गी संहिते'तील[७६] व पार्गिटरने उल्लेखलेल्या 'वायु पुराणा'च्या हस्तलिखितातील पुराव्यावरूनही सिद्ध होते. जर प्रतीचा मुलगा बृहस्पति हा राजघराण्याच्या वेगळ्या शाखेतील मानला नाही, तर शालिशूक व तो एकच असण्याची शक्यता 'दिव्यावदाना'त आहे.

देववर्मन् व सोमशर्मन् ही एकाच नावाची वेगवेगळी रूपे आहेत. शतधनुस्[७७] व शतधन्वन् ह्यांची गोष्ट तशीच आहे. वृषसेन व पुष्यधर्मन् कोण होते, हे ठरविणे सोपे नाही. देववर्मन व शतधन्वन ह्यांची ती केवळ 'बिरुदे' किंवा दुय्यम नावे असावीत. परंतु ते मौर्य घराण्याच्या वेगळ्या शाखेतील असण्याची शक्यता पूर्णपणे बाजूस सारण्यात आलेली नाही.

मगधाच्या मौर्य-सम्राटांपैकी शेवटच्या बृहद्रथाचा निर्देश केवळ पुराणांतच नव्हे, तर बाणाच्या 'हर्षचरिता'तही येतो. पुष्यमित्र ह्या त्याच्या सेनापतीने त्याला चिरडून ठार केले. हा पुष्यमित्र मौर्यवंशीय असल्याची बहुधा चुकीची अशी माहिती 'दिव्यावदाना'त आली आहे. एका मौर्य-मंत्र्याला राजवध करणाऱ्या राजघराण्याने कैद केल्याचे म्हटले जाते.

ह्या राजघराण्याच्या शेवटानंतर दीर्घ काळापर्यंत पश्चिम भारतात, तसेच मगधात लहान-लहान मौर्य राजे राज्य करीत होते. मौर्य वंशाच्या धवल नावाच्या राजाचा उल्लेख इ. स. ७३८ मधील कणस्व शिलालेखात येतो.[७८] धनिकाचा अधिपती धवलप्पदेव ह्याच्याशी त्याची एकात्मता डॉ. डी. आर. भांडारकर मानतात. इ.स. ७२५ मधील दबोक -(मेवाड)- शिलालेखात त्याचा निर्देश येतो.[७९] प्राचीन चालुक्य व यादव कोरीव लेखांत कोकणातील व खानदेशातील मौर्य अधिकाऱ्यांचा उल्लेख येतो.[८०] मगधाच्या पूर्णवर्मन नावाच्या एका मौर्य राजाचा युआन् च्वांगने निर्देश केला आहे.

उत्तरकालीन मौर्यांच्या अधिराज्यात मगध साम्राज्य हळूहळू ऱ्हास पावू लागले, ह्यात कसलीही शंका नाही. इ.स.पू. २३२ मध्ये किंवा त्या सुमारास अशोक मरण पावला. त्याच्या मृत्यूनंतर पाव शतकाच्या आत एका ग्रीक सेनेने हिंदुकुश ओलांडला. चंद्रगुप्ताच्या व त्याच्या नातवाच्या काळात ही मौर्यांची सरहद्द होती. शालिशूकाच्या कारकिर्दीनंतर मध्य प्रदेशात झालेल्या मौर्य-सत्तेच्या ऱ्हासाची साक्ष 'गार्गी संहिते'च्या युगपुराण विभागात मिळते.

ततः साकेतमाक्रम्य पाञ्चालान् मथुरांस्तथा।
यवनाः दुष्टविक्रान्ताः प्राप्स्यन्ति कुसुमध्वजम्॥
ततः पुष्पपुरे[८१] प्राप्ते कर्दमे प्रथिते हिते।
आकुला विषयाः सर्वे भविष्यन्ति न संशयः॥[८२]

"त्यानंतर दुष्टवृत्तीने पराक्रम गाजविणारे ग्रीक (औंधमधील) साकेत, पांचाल-देश व मथुरा जिंकून कुसुमध्वजापर्यंत येतील (किंवा ते घेतील). पुष्पपुरास (पाटलीपुत्रास) पोहोचले असता... निःसंशयपणे सर्व प्रांतात गोंधळ माजेल."

ॲलेक्झँडरच्या सेनापतींना हाकलवून लावणारे व सेल्युकोसच्या पलटणींना परतवून लावणारे सामर्थ्य आता कोठे गेले?

महोपाध्याय हरप्रसाद शास्त्रींच्या मते[८३] ब्राह्मणांनी पुरस्कारलेल्या प्रतिक्रियेमुळे मौर्य सत्तेच्या पायाला सुरुंग लागून साम्राज्य खिळखिळे झाले होते.

ब्राह्मणांना वाटणाऱ्या दुराव्याच्या कारणांमध्ये अशोकाच्या पशुयज्ञाविरोधी आज्ञापत्राला पहिले स्थान दिले जाते. पंडित शास्त्रींच्या मते ह्या कोरीव लेखाचा निश्चितपणे ब्राह्मण-वर्गाविरूद्ध रोख होता व एका शूद्र प्रशासकाने तो प्रसिद्ध केला असल्याने विशेषच तिटकारा उत्पन्न करणारा होता. पहिल्या मुद्याच्या बाबतीत आपण असे लक्षात घेतले पाहिजे की, पशुयागावरील बंदी म्हणजे ब्राह्मणांशी वैर असा अर्थ मुळीच सूचित होत नाही व अशोकापूर्वी कितीतरी आधी ज्यांच्या शिकवणीला ब्राह्मणांच्या पवित्रतम वाङ्मयात, पवित्र श्रुतींत स्थान मिळाले आहे, अशा ब्राह्मण ऋषींनी अगदी असंदिग्ध शब्दांत आपण यज्ञविरोधी व अहिंसावादी असल्याचे म्हटले आहे. 'मुण्डकोपनिषदा'त[८४] आपल्याला खालील श्लोक आढळतो.

प्लवा ह्येतऽदृढा यज्ञरूपा
अष्टादशोक्तमवरं येषुकर्म।
एतच्छ्रेयो ये ऽ भिनन्दन्ति मूढा
जरामृत्युं ते पुनरेवापि यन्ति॥

"यज्ञ स्वरूपातील ह्या नौका खरोखरी कमकुवत असून त्यांत अठरा प्रकारचे हलक्या प्रतीचे कर्मकांड सांगण्यात आले आहे. जे मूर्ख लोक ह्यांचे सर्वश्रेष्ठ असे गुणगान करतात, त्यांना पुनः पुनः वार्धक्य व मरण प्राप्त होते." 'छान्दोग्य-उपनिषदा'त घोर अंगिरसाने[८५] अहिंसेवर विशेष भर दिला आहे.

दुसऱ्या विधानाच्या बाबतीत आपण हे लक्षात घ्यावयास हवे की, मौर्यांना जन्माने 'शूद्र' मानण्याच्या बाबतीत परंपरेत एकवाक्यता नाही. काही पुराणांत निःसंशयपणे महापद्मानंतर शूद्रकालीन राजे येतील, असे म्हटले आहे.[८६] परंतु ह्या

विधानाचा अर्थ महापद्मानंतरचे सर्वच्या सर्व राजे शूद्र होते, असा घेता येणार नाही. तसे केले, तर शुंग व कण्व राजांनाही शूद्र वर्गात टाकावे लागेल.[८७] चंद्रगुप्त शूद्र होता, हे सिद्ध करण्यासाठी 'मुद्राराक्षसा'चा आधार घेण्यात येतो.[८८] परंतु हा ग्रंथ उत्तरकालीन असून त्यातील पुरावा आधीच्या आधारग्रंथांशी जुळत नाही. ह्यापूर्वी निर्देशिल्याप्रमाणे[८९] 'महापरिनिव्बनत्ता' मोरीय (मौर्य) हे क्षत्रियवर्णीय असल्याचे म्हटले आहे. मोरियांचा क्षत्रिय जमात असा उल्लेख 'महावंसा'त[९०] आला असून चंद्रगुप्त ह्या जमातीतील वंशज असल्याचे त्यात म्हटले आहे. 'दिव्यावदाना'त[९१] चंद्रगुप्ताचा पुत्र बिंदुसार एका मुलीला म्हणाला, ''तवं नापिनी अहं राजा क्षत्रियो मूर्धाभिक्षित: कथं मया सार्धं समागमो भविष्ति''? ''तू एक नापिताची मुलगी आहेस मी एक मूर्धाभिषिक्त क्षत्रिय राजा आहे. माझ्याशी तुला कसे एकरूप होता येईल?' त्याच ग्रंथात अशोक[९२] आपल्या एका राणीला (तिष्यरक्षिता) म्हणतो, ''देवि, अहं क्षत्रिय: कथं पलाण्डुं परिभक्षयामि?'' ''राणी, मी क्षत्रिय आहे. मला कांदा कसा खाता येईल?''

म्हैसूरमधील एका शिलालेखात चंद्रगुप्ताचे वर्णन 'विख्यात क्षत्रियांच्या आचरणाचा आदर्श' असे आले आहे.[९३] कौटिल्याने 'अभिजात' राजाला दिलेल्या प्राधान्यावरूनही ह्या प्रसिद्ध ग्रंथकाराचा सम्राट श्रेष्ठकुलीन असल्याचे सूचित होते.[९४]

पशुयागावरील बंदीचा उल्लेख केल्यावर पंडित शास्त्री पुढे म्हणतात, 'त्यानंतर आणखी एक आज्ञापत्र आहे. त्यामध्ये पृथ्वीवरील देव म्हणून जे प्रसिद्ध होते, त्यांना आपण खोट्या स्वरूपातील देव ठरविले असल्याची अशोकाने प्रौढी मिरविली आहे. ह्याला काही अर्थ असेल, तर तो असा की, भूदेव किंवा पृथ्वीवरील देव म्हणून प्रसिद्ध असणाऱ्यांची लबाडी त्याने उघडकीस आणली आहे.'

वर उल्लेखलेला मूळ उतारा असा आहे.

य्(इ) इमाय कालाय जम्बुदिपसि अमिसा देवा हुसु ते दानि म् (इ) स्कटा.

सेनार्टने लावलेला अर्थ पंडित शास्त्रींनी ग्राह्य मानला आहे. परंतु संस्कृत 'अमृषा' ह्याच्या जागी 'अमिसा' हा शब्द येणे शक्य नाही, असे सिल्व्हँलेव्हिने[९५] दर्शविले आहे. कारण भाब्रू आज्ञापत्रात संस्कृत 'मृषा'च्या (खोट्या स्वरूपातील, किंवा खोटा) ऐवजी 'मुसा' हे रूप येते 'मिसा' नव्हे. नुकत्याच सापडलेल्या मास्कि-आवृत्तीत 'मिसंकटा'च्या ऐवजी 'मिसिभूता' हे रूप येते; व त्यावरून मूळचे रूप मिश्रिमूता असल्याचे समजते. संस्कृत 'मृषा'पासून 'मिसिभूता' हे रूप तयार करणे व्याकरणदृष्ट्या चुकीचे होईल. 'मिश्र' शब्दाचा अर्थ 'एकत्रित मिसळलेले' असा आहे. 'मिश्रिभूता'चा अर्थ 'एकत्रित केलेले', किंवा 'सहवासात, संगतीत आणलेला'

असा होतो. सबंध उताऱ्याचा अर्थ असा होतो. 'त्या काळात देवांच्या सहवासात नसलेले भारतीय लोक त्यांच्या सहवासात आले.'[१६] अशा प्रकारे कोणाची 'लबाडी उघडकीस आणण्याचा' प्रश्न येथे येत नाही.[१७]

धर्ममहामात्र किंवा धर्म-निरीक्षक ह्यांची अशोकाने केलेली नेमणूक हे ब्राह्मणांच्या हक्कावर व विशेषाधिकारावर सरळ आक्रमण असल्याचे पुढे पंडित शास्त्री म्हणतात. धर्ममहामात्रांच्या कर्तव्यात धर्माची प्रतिष्ठापना (ज्यात ब्राह्मणांना उदार देणग्या देण्याचा समावेश होतो.) यवन, कंबोज, गंधार, रिष्टिक, ब्राह्मण व इतर ह्यांच्या कल्याणासाठी झटणे, कैदेच्या किंवा देहदंडाच्या शिक्षांचा पुनर्विचार करणे, सम्राटाच्या भावांच्या व इतर नातलगांच्या कुटुंबीयांवर देखरेख करणे व दानधर्माचे व्यवस्थापन करणे ह्यांसारख्या बाबी येत असताना, त्यांना केवळ 'धर्म निरीक्षक' म्हणणे क्वचितच योग्य होईल.[१८] ही कर्तव्ये खास करून केवळ धर्म-निरीक्षकांची होती, असे म्हणता येणार नाही. त्यामुळे ब्राह्मणांच्या हक्कावर व विशेषाधिकारावर साक्षात आक्रमण झाले असे नव्हे. तसेच मुख्यत: ब्राह्मणेतरातून धर्ममहामात्रांची भरती करण्यात आली होती, त्याला काहीच आधार नाही.

यानंतर 'दण्डसमता' व 'व्यवहारसमता' ह्या तत्त्वांचे आपल्या अधिकाऱ्यांनी काटेकोर पालन करावे, असा आग्रह अशोकाने एका उताऱ्यात धरला असून त्याकडे आपले लक्ष वेधण्यात आले आहे. जात, वर्ण व पंथ ह्यांचा विचार न करता 'समानतेने शिक्षा करणे व 'समानतेने खटले भरणे' असा पंडित शास्त्रींनी ह्या शब्दांचा अर्थ घेतला असून हा आदेश देहदंडाच्या माफीसह अनेक विशेषाधिकारांचा दावा करणाऱ्या ब्राह्मणांना अतिशय अपमानकारक असल्याचे ते पुढे म्हणतात.

'दण्डसमता' व 'व्यवहारसमता' हे शब्द आलेला उतारा त्याच्या संदर्भापासून विभक्त करून जणू काही तो एक स्वतंत्र शासकीय आदेश आहे, अशा स्वरूपात त्याचा अर्थ लावणे हे योग्य होणार नाही. प्रस्तुत उतारा त्याच्या संदर्भासह आम्ही उद्धृत करीत आहोत.

"लक्षावधी लोकांवर नेमलेल्या माझ्या राजूकांना पारितोषिके व शिक्षा देण्याच्या बाबतीत मी स्वातंत्र्य (किंवा तारतम्याची मोकळीक) दिले आहे. परंतु न्यायपद्धतीत व शिक्षांमध्ये समानता ('व्यवहारसमता' व दण्डसमता)असणे आवश्यक असल्याने इत:पर माझा नियम ह्या प्रकारचा आहे" देहदंडाची शिक्षा होऊन तुरूंगात असलेल्या गुन्हेगारांना मी तीन दिवसांची सूट देत आहे."

वर उद्धृत केलेल्या उताऱ्यावरून व्यवहारसमता व दण्डसमता ह्या विषयीचा आदेश अशोक सम्राटाने सुरू केलेल्या विकेन्द्रिकरणाच्या सर्वसाधारण धोरणाच्या

संदर्भात समजावून घेणे आवश्यक आहे, हे स्पष्ट होते. अशोकाने 'राजूकां'ना शिक्षा देण्याच्या बाबतीत तारतम्य वापरण्याची मुभा दिली होती. परंतु एका राजूकाच्या अधिकार क्षेत्रातील दण्ड व व्यवहार इतरांच्या अधिकारक्षेत्रात प्रचलित असलेल्या दण्ड व व्यवहार ह्यापेक्षा पूर्णतया वेगळा असावा, हे त्यास पसंत नव्हते.[९९] दण्ड वतसेच व्यवहार (न्यायपद्धती) ह्यात काही एक प्रकारचा सारखेपणा (समता) त्याला आणावयाचा होता. उदाहरण म्हणून अपराध्यांना तीन दिवसांची सूट देण्याविषयीच्या नियमाचा तो उल्लेख करतो. त्याने अमलात आणलेल्या समतेमुळे राजूकांची स्वायत्तता कमी झाली. तीमुळे ब्राह्मणांना मिळणाऱ्या निश्चित स्वरूपातील माफीचे अपरिहार्यपणे उल्लंघन झाले होते, असे नाही. परंतु प्राचीन भारतात ब्राह्मणांना सर्व परिस्थितीत देहदंडाची माफी खरोखरी मिळत असे काय? आपल्या यजमानाची फसवणूक केल्याबद्दल पुरोहिताला देहान्ताची शिक्षा करावी, असा विचार 'पंचविंश-ब्राह्मणा'त[१००] आला आहे. राजद्रोहाचा अपराध करणाऱ्या ब्राह्मणाला बुडवून मारावे, असे कौटिलीय अर्थशास्त्रात[१०१] म्हटले आहे. माण्डव्य व लिखित ह्यांना देण्यात आलेल्या शिक्षांच्या कथा महाभारताच्या वाचकांच्या परिचयाच्या आहेत.[१०२] प्राचीन भारतात ब्राह्मणांचे जीवन मध्ययुगीन व आधुनिक भारताइतके अत्यादरणीय मानले जात नसे. इक्ष्वाकु-कुलातील हरिश्चंद्र राजा यज्ञात एका ब्राह्मण मुलाला बळी देऊ पाहण्यास कचरत नसल्याचे ऐतरेय-ब्राह्मणांवरून समजते.

अशोकाच्या ब्राह्मणविरोधी धोरणाबद्दलच्या कल्पना कशा चुकीच्या आहेत, हे दर्शविणारा काही शिलालेखांचा खात्रीलायक पुरावा उपलब्ध होतो व त्यावरून ब्राह्मणांच्या कल्याणाबद्दलची सम्राटाची तळमळ सिद्ध होते. उदाहरणार्थ, तिसऱ्या शिलालेखात ब्राह्मणांना दाने देण्याविषयी तो आग्रहाने सांगतो. चौथ्या शिलालेखात त्याच वर्गाशी करावयाच्या अशोभनीय वर्तनाविषयी तो नापसंतीदर्शक उद्‌गार काढतो. पाचव्या शिलालेखात ब्राह्मणांच्या कल्याणासाठी व सुखासाठी करण्यात आलेल्या धर्ममहामात्रांच्या नेमणुकीचा उल्लेख करतो.

अशोकाचा सामर्थ्यशाली हात दूर होताच त्याच्या वारसांविरूद्ध ब्राह्मण उभे राहिल्याचे दिसते, असे पुढे पंडित शास्त्री म्हणतात. अशोकाची मुले व ब्राह्मण ह्यातील ह्या प्रकारच्या संघर्षाबद्दल आपणांस कोणताही पुरावा उपलब्ध नाही. याच्या उलट कश्मीरचा ब्राह्मण इतिहासकार विश्वसनीय मानला, तर अशोकाचा एक पुत्र व वारस जलौक व ब्राह्मण हिंदू ह्यांच्यामधील संबंध अत्यंत मित्रत्वाचे असल्याचे मानावे लागेल.[१०३]

मगधाच्या शेवटच्या मौर्य-सम्राटाचा पुष्यमित्र शुंगाने केलेल्या खुनाचा शेवटी

पंडित शास्त्री उल्लेख करतात व म्हणतात, 'ही महान क्रांती घडवून आणण्यात ब्राह्मणांचा हात असल्याचे आपणांस स्पष्ट दिसते.' परंतु 'शुंगाच्या सार्वभौमत्वाच्या काळात उभारलेले 'भार्हुत येथील बौद्ध अवशेष शुंगांना ब्राह्मणधर्माचे कडवे नेते मानणाऱ्या सिद्धान्ताचे समर्थन करीत नाहीत. 'दिव्यावदाना'चा संकलनकार किंवा कदाचित तारानाथ ह्यांच्यासारख्या उत्तरकालीन लेखकांच्या निराधार लेखनावरून काढलेली अनुमाने समकालीन स्मारकांच्या स्पष्ट पुराव्याऐवजी ग्राह्य मानावयाची काय? पुष्यमित्र कट्टर ब्राह्मणधर्मीय होता असे मान्य केले, तरी मौर्य-साम्राज्याचा ऱ्हास व विघटन मुख्यत: त्याच्यामुळे व त्याच्या ब्राह्मणधर्मीय अनुयायांमुळे कसे झाले, हे आपणास समजत नाही. इ.स.पू. १८७ मधील पुष्यमित्राच्या राज्यक्रांतीपूर्वी कितीतरी आधी ह्या साम्राज्याचा सुरकुतलेला असा नि:सत्त्व सांगाडा झाला होता. अशोकाच्या मृत्यूनंतर लगेच जलौक हा त्याचा एक पुत्र (कश्मीरचा) स्वतंत्र झाला व त्याने कनोजसह पठारी भाग जिंकला, असे 'राजतरंगिणी' वरून समजते. तारानाथांचे म्हणणे ग्राह्य मानले, तर पाटलीपुत्राच्या थोर मौर्याच्या दुबळ्या वारसाच्या हातून वीरसेन ह्या दुसऱ्या युवराजाने गंधार उघडपणे हिसकावून घेतला, असे मानता येईल. विदर्भाच्या किंवा वऱ्हाडच्या विभक्तीकरणाची वस्तुस्थिती कालिदासाच्या 'मालविकाग्निमित्र'वरून समजते. उत्तरेकडील प्रांत हातातून गेले होते, ह्याची निश्चिती ग्रीक पुराव्यावरून होते. तेथे इ.स.पू. २०६ च्या सुमारास सोफगसेनस् सुभागसेन-बहुधा वीरसेनाचा एक वारस सत्तेवर होता, असे पॉलिबिअस कडून (Polybius)समजते. ह्या राजाचा उल्लेख असलेला उतारा आम्ही उद्धृत करीत आहोत.

"त्याने (थोर अँटिओकोस) कॉकेशस (हिंदुकुश) ओलांडून भारतात प्रवेश केला; भारतीयांचा राजा सोफगयसेनस् ह्याच्याबरोबरच्या मैत्रीला उजाळा दिला; त्याला अधिक हत्ती मिळाले व त्याच्याकडे हत्तींची एकूण संख्या १५० झाली; आणि पुन्हा एकदा आपले सैन्य सज्ज करून स्वत: तो पुन: सैन्यानिशी बाहेर पडला. ह्या राजाने कबूल केलेली संपत्ती आपल्या राज्यात नेण्याची जबाबदारी त्याने शिझिकुसच्या अँड्रोस्थेनीस (Androsthenes of Cyzicus) कडे सोपविली होती.

डॉ. स्मिथ म्हणतो त्या प्रमाणे सुभागसेन हा काबूल खोऱ्याचा लहान अधिकारी नव्हता, तर तो एक राजा होता, असे आपल्या ध्यानात येईल. त्याला भारतीयांचा राजा असे संबोधण्यात आले आहे. अभिजात लेखकांनी हे बिरूद चंद्रगुप्त व डेमेट्रिआस ह्यासारख्या थोर राजांना लावले होते, हे दर्शविणारे पॉलिबिअसच्या वृत्तांतात काहीही

नाही. ह्याच्या उलट अँटिओगोसने 'भारतीयांचा राजा सोफगसेनस् बरोबर असलेल्या मैत्रीला (किंवा मैत्रीपूर्ण संबंधाला) उजाळा दिला.' ह्या विधानावरुन ह्या दोन्ही राजांची समान पातळीवर भेट झाली होती, व त्यांच्यात मित्रत्वाचे संबंध प्रस्थापित झाले होते, असे सिद्ध होते. ग्रीक राजाने मैत्रीला दिलेला उजाळा व त्याच्या भारतीय भावाने (मित्राने) देऊन टाकलेले हत्ती ह्यावरून चंद्रगुप्त व सेल्युकोस, ह्यांच्यातील संबंधाची मात्र आपणाला आठवण होते. 'अँटिओकोस सोफगसेनस् ह्यांच्या कराराचा रोख सुद्धा पाटलिपुत्राच्या मौर्य राजघराण्याच्या विरूद्ध असावा.' ग्रीकांच्या हल्ल्यापूर्वी ह्या साम्राज्याचे विघटन होण्यात ग्रीक कारस्थानाने महत्त्वाचे कार्य केले असावे. तसेच 'मैत्रीला उजाळा देणे' हे उद्‌गार सुभागसेनाचे अँटिओकोसशी ह्यापूर्वी संबंध होते असे सुचविणारे आहेत, असे दिसते. परिणामत: तो इ.स.पू. २०६ पूर्वी केव्हातरी सत्तेवर आला असला पाहिजे. इ.स.पू. २०६ पूर्वी वायव्य भागात एक स्वतंत्र राज्य अस्तित्वात होते, ह्या गोष्टीवरून पुष्यमित्राने सत्ता बळकावण्यापूर्वी जवळजवळ पाव शतके आधीपासून मौर्य साम्राज्याची मोडतोड सुरू झाल्याचे स्पष्ट होते.

मौर्य-साम्राज्याचा ऱ्हास व विघटन ब्राह्मण क्रांतीचे नेतृत्त्व करणाऱ्या पुष्यमित्रामुळे झाले, हा सिद्धांत पृथक्करणानंतर टिकू शकत नाही, हे आपण पाहिलेच आहे. मौर्यांचे विघटन मुख्यत: ग्रीक आक्रमणांमुळे झाले काय? अशोका नंतर सर्वांत आधी झालेले ग्रीक आक्रमण थोर अँटिओकोसने केले असून ते सुमारे इ.स.पू. २०६ मध्ये झाले व ग्रीक सम्राटाचा हल्ला होण्यापूर्वी कितीतरी अगोदर ह्या साम्राज्याच्या विघटनाला प्रारंभ झाला होता, हे कल्हण व पोलिबिसच्या एकत्रित पुराव्यावरून नि:संशयपणे स्पष्ट होत असल्याचे आपण ह्यापूर्वी पाहिलेच आहे.

तर मग, ह्या सामर्थ्यशाली साम्राज्याच्या विघटनाची प्राथमिक कारणे तरी कोणती होती? बहिर्वर्ती प्रांतातील राजप्रतिनिधींचे प्रशासन जुलमी होते, असे मानण्यास अनेक खात्रीशीर पुरावे देता येतात. ह्यापूर्वी बिंदुसाराच्या काळात मंत्र्यांच्या जुलूमजबरदस्तीमुळे तक्षशिलेच्या लोकांना संतप्त होऊन बंड पुकारावे लागले होते. 'दिव्यावदाना'त म्हटले आहे.[१०४]

"अथ राज्ञो बिन्दुसारस्य तक्षशिला नाम नगरं विरूद्धम्/तत्र राज्ञा बिन्दुसारेणाशोको विसर्जित:/... यावत् कुमारश्चतुरङ्गेन बलकायेन तक्षशिलां गत:, श्रुत्वा तक्षशिलानिवासिन: पौरा:... प्रत्युद्म्य च कथयन्ति" न वयं कुमारस्य विरूद्धा: नापि राज्ञो बिन्दुसारस्य, अपि तु दुष्टामात्माअस्माकं परिभवं कुर्वन्ति।"

"त्यानंतर तक्षशिला ह्या बिंदुसाराच्या नगरीने बंड पुकारले. तेथे बिंदुसाराने अशोकाला पाठविले. चतुरंग सैन्यासह तक्षशिलेच्या जवळ हा युवराज जात असताना

(सैन्याचा आवाज) ऐकून तक्षशिलेचे पौर (नागरिक) त्याला भेटण्यासाठी बाहेर आले व म्हणाले ''आम्ही युवराजाच्या किंवा बिंदुसार राजाच्या विरूद्ध नाही, तर हे दुष्ट अमात्य मात्र आमचा अपमान करतात...''

अशोकाच्या कारकिर्दीत पुन्हा एकदा तक्षशिलेने बंड केले व त्याचेही कारण अमात्यांचा जुलूम हेच होते. ''राज्ञौऽ शोकस्योत्तरापथे तक्षशिलानंतर विरुद्धम...[१०५] त्या नगरप्रशासनात युवराज कुनाल ह्यास पाठविण्यात आले होते. युवराज तेथे गेला असता लोक त्याला म्हणाले, ''न वयं कुमारस्य विरूद्धा न राज्ञोऽशोकस्यापि तु दुष्टात्मानोःऽमात्या आगत्यास्माकमपमानं कुर्वन्ति।''

'दिव्यावदान' हा निःसंशय एक उत्तरकालीन ग्रंथ आहे. पण त्यात उल्लेखलेल्या मंत्र्यांच्या जुलूमजबरदस्तीच्या वस्तुस्थितीचा स्वतः अशोकाने कलिंग शिलालेखांमध्ये उच्चार केला आहे. तोसलीच्या अधिपत्याखालील वरील वरिष्ठ अधिकाऱ्यांना ('महामात्र') उद्देशून तो म्हणतो: '' सर्व प्रजाजन माझी लेकरे आहेत; व ज्याप्रमाणे मी आपल्या मुलांना सर्वप्रकारची समृद्धी व सौख्य इह व परलोकात उपभोगावयास मिळावे अशी इच्छा करतो, तशाच प्रकारची इच्छा मी सर्व माणसांसाठी करतो.'' तुम्हाला मात्र ह्या तत्त्वांचे सर्वांगीण स्वरूपात आकलन झालेले नाही. एखादी व्यक्ती योगायोगाने लक्ष देते, पण ते एखाद्या भागाकडेच, त्याच्या पूर्ण स्वरूपाकडे नव्हे, तर मग इकडे लक्ष द्या. कारण प्रशासनाचे तत्त्व सुप्रतिष्ठित झाले आहे. तसेच, अनेकदा असे होते की, एखाद्या व्यक्तीच्या वाट्यास कैद किंवा त्रास येतो, आणि जेव्हा परिणामतः त्याची कैद योग्य कारणाविना असते, तेव्हा इतर अनेक लोकांना अतिशय दुःख वाटते...वाईट प्रकारच्या कर्तव्यपालनाला माझा कधीच आशीर्वाद लाभणार नाही...योग्य कारणाविना नागरिकांना कैद किंवा शिक्षा केली जाऊ नये आणि ह्या हेतूसाठी धर्मतत्त्वानुसार शांत व सौम्य प्रकृतीची व जीवनाच्या पावित्र्यावर श्रद्धा असलेली माणसे दर पाच वर्षांनी मी आळीपाळीने पाठवीन.... मात्र उज्जैनहून, ह्या उद्देशाने युवराज त्याच प्रकारच्या अधिकाऱ्यांचा गट पाठवील व तीन वर्षांहून अधिक काळ ते तेथे असणार नाहीत. तीच गोष्ट तक्षशिलेची.''[१०६]

ह्या आदेशातील शेवटच्या शब्दांवरून अधिकाऱ्यांचा गैरकारभार कलिंग प्रांतापुरताच मर्यादित नसल्याचे दिसते. उज्जैन व तक्षशिलेचीही परिस्थिती तशीच होती. अशा प्रकारे इ.स.पू. १८७ मधील पुष्यमित्राच्या[१०७] राज्यक्रांतीच्या व इ.स.पू. २०६ मधील ग्रीक आक्रमणाच्या कितीतरी आधी मंत्र्यांच्या जुलमामुळे प्रांतांतील लोकांची निष्ठा हळूहळू कमी होत गेली होती, हे स्पष्ट दिसते. ही दुःस्थिती नियंत्रित करण्याचा अशोकाने कसून प्रयत्न केला. परंतु त्याच्या अधिकाऱ्यांनी त्याला योग्य

साथ दिली नाही. मौर्य-साम्राज्यातून बाहेर पडणाऱ्यांमध्ये पहिला क्रमांक वायव्य प्रांतातील लोकांचा आहे, हे सूचक आहे. फार पूर्वी, म्हणजे बिंदुसाराच्या कारकिर्दीत ह्याच लोकांनी दुष्टामात्यांच्या जुलमांविरुद्ध तक्रार केली होती.

अशोकाच्या मगधामधील वारसांच्या ठिकाणी विघटनाची प्रक्रिया थांबविण्याची शक्ती नव्हती,व कदाचित इच्छाही नव्हती.[१०८] कलिंगाच्या रणांगणांत उमटलेल्या शेवटच्या आर्त किंकाळीबरोबरच मगध-साम्राज्यातील क्षात्र तेज नष्ट झाले होते. अशोकाने आपल्या पूर्वजांच्या आक्रमक युद्धवादाचा त्याग करून धम्म-विजयाचे धोरण आरंभिले होते. त्यामुळेच त्याच्या साम्राज्याच्या लष्करी कार्यक्षमतेची भयंकर हानी झाली असली पाहिजे.[१०९] त्याने आपल्या पुत्रांना व प्रपौत्रांनाही नवीन विजयांचा त्याग करण्याविषयी, रक्तपात टाळण्याविषयी व यथाशक्ती शांत व संयमशील वृत्तीत रस घेण्याविषयी आवाहन केले. त्याच्या पुत्र-प्रपौत्रांनी भेरि-घोषापेक्षा धम्म-घोषच अधिक ऐकला. म्हणून पाटलीपुत्राच्या साम्राज्यसत्तेवर आलेले 'दुबळे-राज्यकर्ते' चंद्रगुप्ताच्या व त्याच्या अमात्याच्या दूरदृष्टीतून उभारण्यात आलेल्या (साम्राज्याच्या) बळकट वास्तुची एकात्मता टिकविण्यात अपुरे पडले, ह्यात मुळीच आश्चर्य वाटावयास नको.

इ.स.पू. २०६ मध्ये सुरू झालेले विघटन 'गार्गी संहिता' व पतंजलीचे 'महाभाष्य, ह्यात उल्लेखलेल्या यवन नेतृत्वाच्या आक्रमणांमुळे त्वरेने घडले. शेवटचा मरणघाव बैंबिक राजा पुष्यमित्र ह्याने घातला.

मौर्य घराण्याची वंशावळ

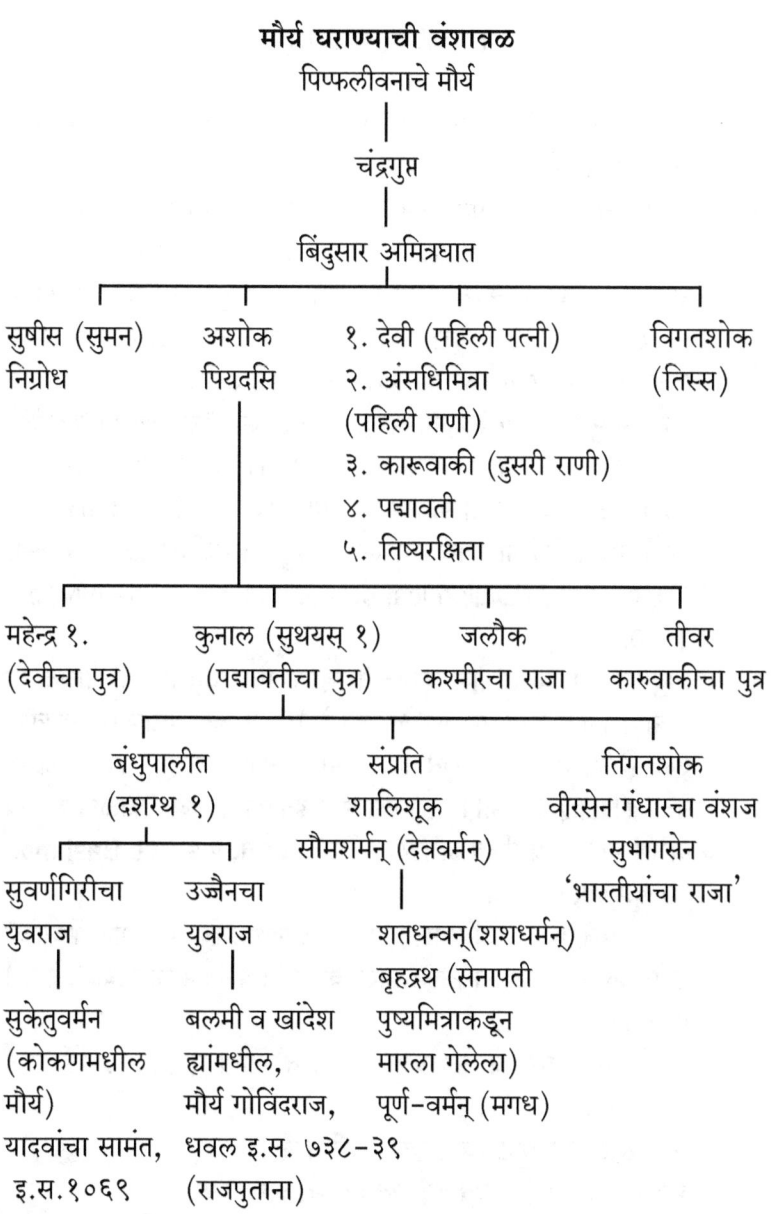

पिप्फलीवनाचे मौर्य

|

चंद्रगुप्त

|

बिंदुसार अमित्रघात

- सुषीस (सुमन) निग्रोध
- अशोक पियदसि
- १. देवी (पहिली पत्नी)
२. अंसधिमित्रा (पहिली राणी)
३. कारूवाकी (दुसरी राणी)
४. पद्मावती
५. तिष्यरक्षिता
- विगतशोक (तिस्स)

अशोक पियदसि:

- महेन्द्र १. (देवीचा पुत्र)
- कुनाल (सुथयस् १) (पद्मावतीचा पुत्र)
- जलौक कश्मीरचा राजा
- तीवर कारुवाकीचा पुत्र

कुनाल (सुथयस् १):

- बंधुपालीत (दशरथ १)
- संप्रति शालिशूक सौमशर्मन् (देववर्मन्)
- तिगतशोक वीरसेन गंधारचा वंशज सुभागसेन 'भारतीयांचा राजा'

बंधुपालीत (दशरथ १):

- सुवर्णगिरीचा युवराज
|
सुकेतुवर्मन (कोकणमधील मौर्य) यादवांचा सामंत, इ.स.१०६९
- उज्जैनचा युवराज
|
बलमी व खांदेश ह्यांमधील, मौर्य गोविंदराज, धवल इ.स. ७३८-३९ (राजपुताना)

सौमशर्मन् (देववर्मन्)
|
शतधन्वन्(शशधर्मन्)
बृहद्रथ (सेनापती पुष्यमित्राकडून मारला गेलेला)
पूर्ण-वर्मन् (मगध)

स्पष्टीकरणात्मक टीपा

१. मौर्यकाळात पूजिल्या जाणाऱ्या देवांमध्ये पतंजली हा शिव ,स्कंद व विशाख ह्यांचा खास उल्लेख करतो.

२. हा उपदेशक बहुदा सावत्थी किंवा श्रीवस्ती ह्याच्या जवळ असलेल्या सरवन येथे जन्मला होता.हलक्या कुळातील व गर्हणीय चारित्र्याचा माणूस असे जैन ग्रंथकार त्याचे वर्णन करतात. बौद्ध लेखकांचाही दृष्टिकोन सलोख्याचा नाही. वस्तुत: इ.स.पू. सहाव्या शतकातील तो एक प्रमुख विचारवंत असून एकेकाळी महावीराचा तो जवळचा सहचारी होता. 'सामग्ज – फल– सुत्तात' स्पष्ट केलेल्या आजिविक श्रद्धेनुसार ''ठराविक परिस्थितीची किंवा स्वभावाची प्राप्ती मानवी प्रयत्नावर (पुरिसकारे) अवलंबून नसते. सामर्थ्य किंवा शक्ती किंवा मानवी सामर्थ्य अगर मानवी शक्ती (पुरिसपरक्कमो) म्हणून काही नसते. सर्व प्राणिमात्र आपल्या देवामुळे (निर्याति) ह्या किंवा त्या, बाजूस वळतात. ('Dialogues, pt. I p.71, Barua, The Ajivikas, 1920, p.9')

बिंदुसाराच्या दरबारातील ज्योतिषी म्हणून एका आजीव परिव्राजकाचा दिव्यावदानात उल्लेख (पृ. ३७० व पुढे) येतो. इ.स. च्या बाराव्या शतकातील एका शिलालेखात 'आजीवकां'वर आकारण्यात येणाऱ्या कराचा उल्लेख येतो. (Hultzch, SII,I.88) त्यावरून इतक्या नंतरच्या काळात हा पंथ दक्षिण भारतात प्रचलित असल्याचे दिसते. तसेच, पाहा A.L.Bashman 'The Ajvikas'

३. पाहा– अजातशत्रूने बिंबिसारला दिलेली वागणूक, बिड्डभ ह्याने शाक्यांची केलेली कत्तल, उदयानाचे पिंडोलाशी क्रूर वर्तन व नंदाने चाणक्याशी केलेले मगरूरीचे वर्तन.

४. मनोविनोदनासाठी केलेले प्रवास पाहा कौटिल्य पृ. ३३२, महाभारत १५.१.१८

विहारयात्रासु पुन: कुरुराजो युधिष्ठीर: ।
सर्वान् कामान् महातेजा: प्रददावम्बिकासुते ।।

५. आठवा शिलालेख.

६. आवाह व विवाह ह्यासाठी त्याखेरीज पाहा – महाभारत ५.१४१.१४; कौटिल्य ७.१५

७. ‘मंगल’ ह्यासाठी त्याखेरीज पाहा – ‘जातक’ क्र.८७, क्र. १६३(हत्थी-मंगल) व ‘हर्षचरित’२ (परबह्याच्या आवृत्तीतील पृ. २७, १९१८)

८. नववा शिलालेख

९. कलिंग-युद्धापूर्वी अशोकाने धर्मांतर केले, हे काही प्रसिद्ध ग्रंथकारांचे मत ‘महावंस’ (प्रकरण ५) मधील पुराव्यावर व काही गृहीतावर आधारलेले आहे. ती गृहीते अशी : कलिंगयुद्धानंतर लगेच (मध्य अवकाश नसल्यामुळे) अशोकाचे ‘ध्रमकमत’ तीव्र झाले. उपासकत्वाच्या काळात (तो ज्यावेळी केवळ सामान्य अनुयायी होता) अशोक उदासीनवृत्तीचा होता व म्हणून हे कलिंगयुद्धापूर्वी घडले असले पाहिजे व त्या नंतर लगेच त्याची भक्ती ‘तीव्र’ झाली. परंतु तथाकथित उदासीनवृत्ती किंवा निष्क्रीयता ही केवळ सापेक्ष आहे. ह्याच्या उलट, नुकत्याच बौद्ध-धर्मात आलेल्या व्यक्तीने असंख्य श्रमणांच्या मृत्यूस कारणीभूत झालेल्या रक्तरंजित संघर्षात का भाग घ्यावा, ह्याचे स्पष्टीकरण नवा सिद्धान्त उचलून धरणाऱ्यांनी दिले पाहिजे. तसेच, अधिक तीव्र हालचालींची नांदी किंवा कारण म्हणून गौण शिलालेख कलिंग-युद्धाशी नव्हे तर ‘संघा’शी आलेल्या संबंधाचा उल्लेख का करतात? उपासक्तव कालातील प्रयत्नांचेही ‘पराक्रम’ असेच वर्णन आले असल्याचे ध्यानात घ्यावयास हवे. अर्थात बौद्ध संघाशी संपर्क आल्यावर त्या काळातील वाढत्या सामर्थ्यामुळे त्या ‘पराक्रमा’वर मात करण्यात आली. युद्धानंतर ‘काही काळाने’ (ततो पच्छा अधुना) झालेल्या कलिंगाच्या सामिलीकरणाचा परिणाम म्हणून ‘ध्रमकमता’चा जो स्पष्ट उल्लेख आला आहे. तोही लक्षात घ्यावा. ‘ततोपच्छा’ व ‘अधुना’ ह्या शब्दांच्या उपभोगावरून युद्ध व अशोकाच्या ‘ध्रमशिलन व ध्रमकमत’ ह्यांच्या तीव्रतेच्या दरम्यान कालावधी असल्याचे सूचित होते. तसेच अशोक ‘उपासक’ झाल्यावर अडीच वर्षाहून थोड्या अधिक काळानंतर आणि त्याच्या राज्याभिषेकानंतर बारा वर्षांनी धार्मिक आदेश काढण्यास सुरवात झाल्याचे गौण शिलालेखांवरून व सहाव्या स्तंभलेखावरून आपणास समजते. ह्यावरून त्याचे धर्मांतर अभिषेकानंतर साडेनऊ वर्षांपेक्षा थोडेसे अगोदर, म्हणजेच कलिंग युद्धानंतर दीड वर्षाहून थोडेसे अगोदर झाले असले पाहिजे.

१०. शाक्य (रूपनाथ), बुद्धशाक्य(मस्कि), उपासक (सहस्त्रनाम); पाहा Hultzsch, CII, p.Xliv.

त्याखेरीज पाहा– कल्हण ‘राजतरंगिणी’ १.१०२ अशोक निश्चितपणे बौद्ध

झाला होता याबद्दल कसलीही शंका नाही. भाब्रू शिलालेखात बुद्ध-धर्म (सिद्धांत) व संघ (भिक्षुंचा संघ) ह्यावरील आपल्या श्रद्धेची ती उघडपणे कबुली देतो. बुद्धास तो 'भगवत' म्हणत असे. परमपूज्य बुद्धाच्या जन्माच्या व ज्ञानप्राप्तीच्या ठिकाणी तो तीर्थयात्रेसाठी गेला होता व त्याच्या जन्मग्रामी त्याने बुद्धाची पूजा केली. बुद्धाने जे काही सांगितले होते, ते सर्व चांगले व हितकर असल्याचे त्याने उद्घोषित केले. त्याचा 'पूर्व-बुद्धांच्या' पूजापद्धतीवरही विश्वास होता. बौद्ध-सिद्धांत चिरकाल टिकावा, ह्या उद्देशाने त्याच्या प्रसारकार्यात त्याने खूप रस घेतला. 'संघा'च्या बाबतीत असे म्हणता येईल की, धर्मांतर केल्यावर सुमारे एक वर्षानंतर त्याने संघास दिलेल्या संस्मरणीय भेटीपासून संघाशी त्याने सततचा संपर्क ठेवला होता. सत्यस्वरूपातील सिद्धांताच्या योग्य प्रचाराची गरज त्याने भिक्षूच्या मनावर बिंबवली व संघाच्या व्यवहारात लक्ष घालणाऱ्या खास अधिकाऱ्यांची नेमणूक केली. तसेच, 'विनय-समुत्कर्षा'वर त्याने भर दिला. संघाची एकात्मता टिकावी व त्यात भेद निर्माण होऊ नयेत, ह्या दृष्टीने त्याने पावले उचलली होती.

११. हे बिरूद हम्मुरबीच्या काळाची आठवण करून देणारे आहे, 'केंब्रिज एन्शण्ट हिस्टरी' भाग १ पृ. ५५१.

१२. चौथा शिलालेख

१३. बारावा शिलालेख

१४. अशोकाची 'धम्मविजया'ची कल्पना 'चक्कवत्ति – सिंहनाद-सुत्ता'त वर्णन केल्यानुसार होती. 'चाबकाने नव्हे, तलवारीने नव्हे, तर धर्माने विजय' (Dialogues of the Buddha' Part III, p. 59) 'हरिवंश' (१.१४-२१) 'कौटिल्य'(पृ.३८२) व 'रघुवंश' (४.४३) 'महाभारत'(१२.५९.३८-३९) मध्ये उदाहरणे देऊन स्पष्ट केलेल्या हिंदू कल्पनेपेक्षा तो निराळा होता. याबाबत आरिअनच्या एका विधानाकडे लक्ष वेधणे आवश्यक आहे. ते असे : "न्यायप्रियतेमुळे कोणाही भारतीय राजाला भारतीय सरहद्दीपलीकडे विजय मिळविण्याचा प्रयत्न करता आला नाही." (Camb. Hist. Ind. I 321); M'Crindle, Ancient India described by Megasthenes and Arrian, 209;)

जाता जाता उल्लेखनीय गोष्ट अशी की, सारनाथ येथील चक्र व त्यावरील सिंहांनी, युक्त अशा प्रसिद्ध प्रतीकाचे योग्य स्वरूप जाणण्याच्या दृष्टीने

'चक्कवति सिंहनाद' (धर्माने विजय मिळविणाऱ्या चक्रवर्तीची किंवा सम्राटाची सिंहगर्जना) नावाच्या प्रवचनात बहुधा धागादोरा मिळू शकतो. त्याखेरीज पाहा-रामायण २.१०.३६ 'यावदावर्तते चक्रं तावती ते वसुंधरा' IC, XV, 1.4 p. 179f, अशोकचक्रासाठी पाहा - IC, XV, (1948-49) pp. 179 ff.

१५. Hultzsch, SII, Vol. I.p.34.

१६. परंतु अेलिअन (Aelian) सारस (चोळ) राज्य व त्यातील प्रमुख शहरांविषयी खालील उल्लेख करतो : "एक शहर असून तिथे बॅक्ट्रियावरील युक्रेटाइटस् ह्याच्या अमलाच्या काळात सोरस नावाच्या राजकुलातील एका व्यक्तीची सत्ता होती. त्या शहराचे पेरिमुड (पेरूमल्) असे नाव आहे. तिथे मत्स्य-भक्षक वंशातील लोकांची वसती असून ते जाळी घेऊन गोगलगाईसारखे शिंपल्यातील प्राणी पकडण्यासाठी बाहेर पडतात." चोलिक विषयातील उग्रपुरासाठी पाहा Ep. Ind. X, 103

१७. चोळ व इतर तामिळ राज्ये ह्यांच्या प्राचीन इतिहासासाठी पाहा.
CHI, Vol. I Ch 24; Smith HFI, Ch XVI; Kanankasabhai Pilley, Tamils Eightrrn Hundred Years Age; Krishnnaswami Aiyangar, Beginning of South Indian History and Ancient India; K.A. Nilaknata Sastri, The Pandyan Kingdom, The Cholas, etc.

१८. कुरु देशातील इंद्रप्रस्थ येथे सत्तेवर असलेला या 'युधिष्ठीर वंशाचा' पांडूच्या थोरल्या मुलाशी कसलाही संबंध नाही.' ह्या डॉ. बरूआंच्या मताशी (Inscriptions of Ashoka, Part II (1943) p. 232) मला सहजासहजी सहमत होता येत नाही.

१९. Ind. Ant. (1877) p. 249

२०. JRAS, 1918, pp. 541-42

२१. JRAS, 1919, pp. 581-84

२२. Ashoka, Thirs Ed. p. 161

२३. JRAS, 1922, 86

२४. 'Cera' Kings o0f the Sangam Period,' 17-18, Cf now, N Sastri. ANM, 25.

२५. JRAS, (1923).P.412 मात्र केरलोपत्तीचा पुरावा कमी महत्वाचा

मानण्याकडे बी. ए. सालेटोर ह्यांचा कल दिसतो. (ëIndian Cultureí I,66) परंतु महाभारताच्या जम्बुखण्ड-विभागात (पुस्तक सहावे) दक्षिणेकडील जनपदांच्या यादीत मूषकांसमवेत सतीयचा (पाठभेद-सतीर्थ, सनीप) निर्देश आल्याचे किर्फेलने दर्शविले आहे. (ëDie Cosmographie Der Inder, (1920 पृ.७८)í इतर मतांसाठी पाहा m - 'Ind.Cult.,í Vol. II, 549, ff; Aiyangar Vo. 45-47. मार्कंडेय पुराण ५८.३७ ह्यामधील व बृसत्संहिता १४.२७ ह्या मधील 'शान्तिक' प्रमाणेच 'सतिय' असल्याचे श्री. एम. जी. पै. सुचवितात. See Setae of Pliny, (Bom.Gaz. Gujarat, 533)

२६. JRAS (1923) p.413.

२७. पृ. ७५ ए पाहा– शुकसंदेस (Aiyar, ëCera Kiingsí,94)

२८. Greek Palesimundu, पहा– रायचौधुरी ëInd.Antí (1919) pp.195-96; कौटिल्य' प्रकरण ११–वरील टीका; रामायण ६.३.२१ (स्थिता ''पारे समुद्रस्य'' असे लंकेचे वर्णन आले आहे.)
     लॉ यांचा ëAncient Hundu Polityí(p.87n)
     हा ग्रंथ वाचला असता ही एकात्मता श्री. एन. एल. डे यांनीही सुचवली असल्याचे मला आढळले. पारसमुद्र – Palaesimundu हे समीकरण सातवाहन – शालिवाहन, कंताह = कडारम् = किडारम् = कन्तोलि ह्या समीकरणांपेक्षा कमी सयुक्तिक नाही. (डॉ. मुजुमदारांच्या परवानगीने 'सुवर्णद्वीप ५६.७९.१६८)

२९. सिलोनच्या इतर नावासाठी पाहा ìMegasthenes and Arrianî Published by Chuckerverty and Chatterjee (1926) p.60n. ह्या बेटाच्या संक्षिप्त इतिहासासाठी पाहम ñ Camb. His. Ind. Ch.XXV, and IHQ,II.Ip.1ff दीपवंस व महावंसत ह्यांत नोंदविलेल्या परंपरेनुसार पहिल्या आर्य वसाहतकारांचे नेतृत्व लालचा युवराज विजय ह्याने केले होते. तो वंगाच्या राजकन्येचा नातू असल्याचे वृत्तांत म्हणतात. लालचे स्थान मात्र विवाद्य असून काहीजण ते गुजराथमध्ये असल्याचे म्हणतात. इतर त्याची राढशी किंवा पश्चिम बंगालशी एकात्मता मानतात. विजयच्या कथेत देशान्तराच्या दोन वेगवेगळ्या प्रवाहांविषयीची परंपरा एकत्रित झाली होती, हा बार्नेटचा विचार योग्य असावा.

३०.   See Also IHQ, (1933) 742 ff 'Asoka' 3rd Ed. p. 162

३१.   ह्या उताऱ्यात ताम्रपर्णी नदीच्या खोऱ्यातील एका राज्याचा उल्लेख आहे, असे

मानणाऱ्यांनासुद्धा 'पाडा' व तप्रोबने ह्यांखेरीज या प्रकारचे निराळे राज्य मौर्य काळात निश्चितपणे अस्तित्वात होते, हे सिद्ध करावे लागेल व तसेच दुसऱ्या शिलालेखात ते कोणत्यारीतीने निर्देशिले आहे, हेही स्पष्ट करावे लागेल.

३२. Tarn, 'Antigonos, Gonata, P. 449 f.

३३. 'Monuments of Sanchi.' 28n.

३४. JRAS (1914) pp. 943 ff; 'Ins. of Asoka, xxxi.

३५. पहिला गौण शिलालेख.

३६. महावंसानुसार ज्या ठिकाणी धर्मप्रचारक पाठविण्यात आले होते, अशा देशांच्या यादीत नामनिर्देश असलेल्या सुवण्णभूमीसारख्या देशांचा ह्या ठिकाणी उल्लेख आला आहे काय ?

३७. 'Buddism in Western Asia' ह्या ग्रंथातून (पहा Beal) Si-yu-ki, II. 378; and 'Alberuni', p. 21; JRAS (1913) 76; M'Crindle, 'Ancient India as described in Classical Literature,' p. 185; Eliot, 'Hinduism and Budhism,' Trans. 'Dhammapada Commenatary' Introduction.

३८. कश्मीर व गंधार व हिमालय यांच्या समवेत 'यौन देशाचा मात्र निर्देश करण्यात आला आहे. (गायगर, 82) हा यौन प्रदेश काबूल खोऱ्यातील त्याच नावाच्या प्रदेशाशी कदाचित एकात्म मानता येईल. अशोकाच्या शिलालेखात त्याचे कंबोजशी व गंधाराशी साहचर्य आढळते. परंतु भूमध्य-समुद्राच्या पूर्वेकडील प्रदेशाचा (Levantine World) आलेला मोघम उल्लेख पूर्णपणे खोडून काढण्यात आलेला नाही. अशोककालीन परंपरागत धर्मप्रसारकार्याच्या संदर्भात उल्लेखलेल्या दक्षिणेकडील प्रदेशात महिषमंडल (कर्नाटक भागातील) 'वनवास' (पश्चिम समुद्र किनाऱ्यावरील') 'अपरान्तक' व गोदावरीच्या वरील खोऱ्यातील 'महारठ्ठ (महाराष्ट्र) ह्या भागांचा समावेश होतो.

३९. मगधात व जवळपासच्या देशात भरणाऱ्या 'समाजा'साठी पाहा - विनय ४.२६७ 'महावस्तू' ३.५७ व ३८६.

४०. पृ. ४५.

४१. JRAS (1914. pp. 392 ff.)

४२. 'विराट' २.७

४३. 'विराट' १३ए १५.१६.

४४. See also IHQ 1928 March 112 ff.

४५. पहिला गौण शिलालेख पाहा – हरिवंशातील समृद्ध राज्याचे वर्णन, तेथे (राज्ये महादये) देव व माणसे एकत्र रहात असत. (भविष्यपर्व ३२.१) ''देवतांना ममुष्यानां सहवासोऽभवदत्ता।'' मात्र Hultzsch,(xiv) देवांची चौथ्या शिलालेखातील 'दिव्यानिरूपाणि त्यांशी तुलना करतो.'

४६. 'Asoka, 3rd Ed. p 164 श्री. ए. के. बोस (IHQ (1933) 811) 'अनुसंयान'चा अर्थ 'न्यायसभा' किंवा 'बालेकिल्ला' असा घेतात. परंतु महाकाव्यातील पुण्यतीर्थानुसंयानम् (महाभारतात १.२. १२३) पवित्र तीर्थक्षेत्रांची यात्रा करणे – ह्या उल्लेखाचा केन व ब्युलर यांनी सुचविलेला अर्थ 'संवतिकमी' हरकत घेण्याजोगा असल्याचे सूचित होते. तसेच पाहा – बारूआ, Asoka Edicts in New Lights, 83 ff.

४७. 'धम्मयुत' हे अधिकारपद नसावे. 'धम्माच्या ठिकाणी निष्ठा असणारच.' (सदाचरण, सात्त्विकवृत्ती) असा त्याचा साधा अर्थ असावा. Cf. Bhandarkar, 'Asoka', 2nd ed. pp. 311, 343.

४८. ह्या ठिकाणी ब्राह्मण, क्षत्रिय किंवा उमराव (इभ्य) वैश्य (अर्थ किंवा आर्य १) व शूद्र (भट) ह्या प्रकारच्या समाजाच्या चतुर्विध विभागणीचा संदर्भ बहुधा आला आहे.

४९. Hultzosh, 'Ashoka'. 100n. 7.

५०. परिषदेतील वादविवादांच्या पद्धतीसाठी त्याखेरीज पाहा – 'जैमिनीय–उपनिषद् ब्राह्मण' ३.७.६. 'निझती' ह्याने ब्राह्मण उताऱ्यात सूचित झालेल्या उपद्रष्ट्यांचा उल्लेख अभिप्रेत आहे काय? वादप्रसंगी समाधानकारक मतैक्य किंवा सलोखा घडून यावा म्हणून कुरूपांचाल उपद्रष्ट्यांचे साहाय्य घेत असत. (Cf. Also Barua. 'Asoka Edicts in New Light,' p. 78)

५१. मौर्यकालीन भारतातील गुलामगिरीच्या प्रश्नाबाबत पाहा – Monahan, 'Early History of Bengal;' pp. 164-65.
ज्याप्रमाणे अशोकाने जातिसंस्था किंवा पडदापद्धती नाहीशी केली नाही, त्याप्रमाणे त्याने गुलामगिरीही नष्ट केली नाही, हे लक्षात घ्यावे. प्रचलित समाजव्यवस्थेतील कडवेपणा दूर करावा, एवढेच त्याचे धोरण होते.

५२. 'भेट दिली' Hultzsch ह्याच्या मतानुसार त्याने संघाला दिलेल्या भेटीनंतरचा ('प्रवेशा'नंतरचा नव्हे) काळ उपासकत्वाच्या अडीच वर्षाच्या काळात समाविष्ट आहे. मात्र अशोकाने पवित्र बौद्ध संघात प्रवेश केला होता ह्या मतास इ–त्सिंगाने दुजोरा दिला असून बौद्ध भिक्षूच्या वेशातील अशोकाच्या

एका प्रतिमेचा तो निर्देश करतो (Takakusu, I-tsing, 73) प्रारंभीच्या काळातसुद्धा राजांना व राजनीतिज्ञांना भिक्षू होता येत असे हे ल्युडर्सच्या ('Ind. No. 1144') ह्यावरून संभवनीय दिसते. त्यामध्ये आधीचा सातवाहन राजा कृष्ण ह्याच्या काळातील नासिकच्या एका 'श्रमण महामात्रा'चा उल्लेख येतो ५ पाहा – 'मिलिंद ४.६.४९ (एका श्रमण राजाचा उल्लेख) Geiger, Trans; 'महावंस' २४० (कुटकण्ण तिस्स)

५३. विद्वानांनी चौथ्या शिलालेखाचा अर्थ याप्रमाणे लावला आहे – त्यानुसार बौद्ध सिद्धान्ताच्या आचरणाचा प्रसार व्हावा यासाठी प्रयत्न करीत असता त्याने विमाने (विमानदसना), हत्ती (हस्तिदसना), आगीचे लोट (अगिखन्धानि) व इतर दिव्य स्वरूपे (भौतिक नव्हे) त्यांचे दर्शन देखाव्यांच्या प्रदेशनाद्वारे घडविले. डॉ. भांडारकर ('Ind. Ant. (1912) p. 26) पालि 'विमानवत्थु'चा उल्लेख करितात. त्यामध्ये वेगवेगळ्या स्वर्गीय स्थानांच्या ('विमान') तेजाचे वर्णन आले आहे. श्रोत्यांनी व प्रेक्षकांनी चांगले व निर्दोष जीवन जगावे, व त्याद्वारे ही स्थाने त्यांनी प्राप्त करावीत, ह्या उद्देशाने हे वर्णन आले आहे. अशोकाने ह्या विमानांची प्रदर्शने भरवून घेऊन ती निरनिराळ्या जागी मिरवून आणली असल्याचे म्हटले जाते. डॉ. भांडारकरांच्या मते 'हस्ति' 'श्वेतो हस्ति' म्हणजे स्वतः बुद्ध असून त्याचे 'गजतम' म्हणजे 'गजोत्तम' म्हणजे हत्ती असेही वर्णन येते. अगिकंधाच्या (अग्निस्कन्ध) बाबतीत डॉ. भांडारकर जातक क्र. ४० कडे आपले लक्ष वेधतात. त्यात माराने निर्माण केलेल्या भडकलेल्या अग्निखंदकाचा उल्लेख असून त्याच्या पृष्ठभागावरून चालत जाऊन बोधिसत्त्वाने क्षुधित केलेल्यांचा 'प्रच्चेक बुद्धा'ला एक कटोरा दिला आणि दानधर्माची स्तुती केली. 'हस्ति'चा संबंध चार 'महाराजा'च्या (लोकपाल किंवा दिशांचे रक्षक) वाहनांकडे असावा असे हुल्टझश् सुचवितो. 'अगिखंद' म्हणजे 'परलोकातील तेजस्वी जीव' असा त्याने अर्थ केला असून यार्ल शापीतिये (IHQ, (1933) 87) ह्याच्या मते (नरकातील) 'अग्नीच्या राशी' असा त्याचा अर्थ आहे. हुल्टझश्ने लावलेला अर्थ रामायणावरील (२.६८.१६) टीकेतील पुराव्याशी अधिक चांगला जुळतो. तीमध्ये 'दिव्यम्'चे 'विशिष्टदेवताधिष्ठितम्' असे स्पष्टीकरण केले आहे. स्वर्गीय हत्ती कथासरित्सागरातील (Penzer, VIII, 131) तारावलोक–कथेत ठळकपणे येतो. तसेच, अग्नि–पर्वत (तत्रैव ५०, ५१, ३.६.१७) त्याखेरीज पाहा – जातक ६.३३० मधील 'अग्गि–खंदो' बी.बी.सी.लॉ. भाग १.४६९ मध्ये

कुमारस्वामी, Geiger, महावंस Trans. pp. 85, 110 ह्याठिकाणी उल्लेखिलेले सुत्त लक्षात घ्यावे.

'A Volume of Indian Studies Presented to Professor E. J. Rapson', pp. 546 f ह्या ठिकाणी विमानदसना, हस्तिदसना इत्यादी शब्द असलेल्या उताऱ्याचे वेगळे स्पष्टीकरण दिले आहे. काही लेखकानी मान्य केलेल्या ह्या स्पष्टीकरणानुसार प्रस्तुत देखावे अशोकाने नव्हे, तर पूर्वीच्या राज्यांनी पडघमच्या आवाजाच्या साथीसह दाखविले होते. परंतु अशोकामुळे 'पडघमचा आवाज हा धर्माचा घोष झाला होता' ह्याचा अर्थ असा की, रणसंगीताची जागा धर्मोपदेशाने घेतली होती. ह्या प्रकारचे संगीत पूर्वकाळात बोधप्रद प्रसंगांच्या भव्य प्रदर्शनाच्या वेळी ऐकू येत असे. भडक देखाव्याच्या साहाय्याने पूर्वीच्या राजांना जे साधता आले नाही, हे अशोकाने सत्यतत्त्वाच्या साध्या स्वरूपाच्या शिकवणीने संपादन केले. नीतिधर्मविषयक राजाज्ञा जाहीर करण्यासाठी आता रणनौबतींचा उपयोग करण्यात येऊ लागला. पाहा – गौण शिलालेखाची येर्रगुडि प्रत – 'राजुके आनपितविये मेरिना, जानपदं आनापतिसिति रठीकानंच । 'Indian Culture,' I, p. 310; 'IHQ' 1933, 117'

५४) एका मतानुसार अशोकाने आपल्या शिकवणीच्या प्रचारासाठी 'व्युठ' नावाचे खास प्रचारक पाठविले होते. 'व्युठ'चा प्रचारक असा अर्थ सेनार्तने सुचविला असून स्मिथने तो स्वीकारला आहे. 'Asoka, 3rd, Ed. p. 152'

'व्युठ' किंवा 'वियुथ' ह्याचा 'दौऱ्यावरील अधिकारी' असा अर्थ डॉ. भांडारकर घेतात. 'व्युठ' शब्दाने दौऱ्यावर असलेला स्वतः अशोक असा उल्लेख होतो, असे हुल्ट्झश् मानतो. (p. 169 note 8) त्याखेरीज ह्या शब्दाचा प्रभातकाल, अरुणोदय, दिवस असा अर्थ होतो म्हणजे त्या शब्दाच्या ठिकाणी कालक्रमवाचक वैशिष्ट्य आहे. विद्वानांनी इतरही अर्थ सुचविले आहेत. डॉ. बारूआंनी दिलेला अर्थ मात्र किमान सयुक्तिक आहे. (D. R. Bhandarkar Volume 369) राजधानीतून पाठविलेल्या विशिष्ट जाहीरनाम्याच्या प्रतींचा उल्लेख ह्या शब्दाने होतो, असे ते मानतात.

५५. पाहा – सिगालोवाद – सुत्तंत ('Dialogeus of the Buddha' III, 173 ff.)

५६. काही विद्वान संबोधीचा अर्थ 'सर्वश्रेष्ठ ज्ञान' असा घेतात. परंतु डॉ. भांडारकर संबोधि म्हणजे बोध गया येथील बोधिवृक्ष किंवा महाबोधि–मंदिर होय, असे

मानतात. 'दिव्यवदाना'नुसार (पृ. ३९३) अशोकाने इथविर किंवा ज्येष्ठ उपगुप्तासमवेत बोधीला भेट दिली होती. (हुल्ट्र्श CII, xliii)

५७. ह्या दशवार्षिक यात्रा होत्या काय ?

५८. त्याने कोनाकमन – स्तूप सहा वर्षांपूर्वी वाढविला होता. परंतु ह्याप्रसंगी तो व्यक्तिशः उपस्थित असल्याचे मात्र कोणत्याही प्रकारे स्पष्ट होत नाही.

५९. धम्मानियम, पाहा पतंजलि १.१ व १.

६०. पाहा – ॲंटिओकोस–बरोबरच्या बिंदुसाराच्या पत्रव्यवहारातील अंजिरांचा उल्लेख.

६१. ह्या स्त्रीची महावंसातील असंधिमित्ता व तसेच सुमंगलविलासिनी ह्यांच्याशी एकात्मता असल्याचे डॉ. बरुआ सुचवितात. ('Indian Culture,' Ins. 123) ही सुचना चातुर्यपूर्ण असली तरी विश्वसनीय मानणे कठीण आहे.

६२. ग्रामांचे उल्लेख लुम्मिनि–गाम व गाम–कपोत ह्या सामाजिक शब्दांत आढळतात. (५ वा स्तंभालेख)

६३. Smith, Asoka, 3rd Ed. p. 53

६४. कलेच्या प्रांतातील अशोकाच्या कामगिरीसाठी पाहा – स्मिथ HFAI, 13, 57 ff; 'Asoka', pp. 107ff; CHI 618ff; हॅवेल ARI, 104 ff. etc.

६५. 'The Oxford History of India' p. 116. ह्या परंपरेच्या विश्वसनीयतेबद्दल मला खात्री देता येत नाही.

६६. एक मगधदेशीय नाव ह्यादृष्टीने 'तीवर'साठी पाहा – 'The Book of Kindred Sayings' pp. 128-30.

६७. पृ. ४३३

६८. याकोबी, 'Introduction the Kalpasutra of Bhadrabahu' 1879, p. 9.

६९. Ind. Ant, (1875) p. 362; 'Camb, Hist. Ind. I,p 512

७०. त्याखेरीज पाहा – 'परिशिष्टपर्वन्' ९, ५१–५३.

७१. Ind. Ant. (1875) p. 362.

७२. Bom. Gaz.' I.i, 6-15.

७३. 'परिशिष्टपर्वन' (११.२३) 'इतश्च सम्प्रति नृपौ ययावुजजयिनीं पुरीम्'

७४. आश्चर्याची गोष्ट अशी की, असे असताना व जैन वाङ्मयातील स्पष्ट पुरावा असतानाही की, ''कुनालाच्या मृत्यूनंतर मौर्य साम्राज्याचे त्याच्या दशरथ व संप्रति ह्या दोन मुलांमध्ये विभाजन झाल्याचे इतिहासकार सांगतात. (JBORS,

(1930) 30) प्रा. ध्रुव असे मानतात. प्रा. ध्रुव यांनी 'युगपुराणा'च्या मूलपाठात केलेले बदल मोठ्या प्रमाणात काल्पनिक स्वरूपाचे असून सत्याच्या दृष्टीने त्यांना काहीच किंमत नाही.

७५. Third Ed. p. 70.

७६. केर्नची 'बृहत्संहिता' पृ. ३७ म्हटले आहे. ''शालिशूक हा एक दुष्ट व भांडखोर राजा सत्तेवर येईल. 'गार्गी संहिते'त वाद करणारा, पण अधार्मिक (धर्मवादी अधार्मिकः) (sic) असा तो क्रूरपणे आपल्या देशावर जुलूम करतो.''

७७. शतधनु नावाच्या एका राजाच्या मनोरंजक हकिकतीसाठी पाहा – 'विष्णुपुराण' ३–१८–५१, 'भागवत–पुराण' ११.८.४४; तो कोण होता, हे मात्र अनिश्चित आहे.

७८. 'Ind. Ant.' XIII, 163; 'Bomb. Gaz.' I. Part. p. 284. राजपुतान्यातील कोटा राज्यात कणस्व आहे. धवल हा उज्जैनच्या कोणा कुमार महामात्राचा वंशज असणे अशक्य नाही. त्याखेरीज नवसारिका दानपत्रातील मौर्यांचा उल्लेख पाहा – Fleet, DKD, 375.

७९. 'Ep. Ind.' XII, p. 11 Ep. xx. 122 परंतु पाहा – इतर विद्वानांनी इ.स.७२५ हे वर्ष स्वीकारलेले नाही. ते इ.स.८१३ मान्य करतात.

८०. 'Bomb. Gaz.' I, part 2, pp. 283-284, कोकणामधील हे मौर्यांचे मुख्याधिकारी बहुधा दक्षिणेच्या कुमारमहामात्राचे वंशज असावेत, असे ब्युलर सुचवितो. ('Ep. ind., III, p. 136') मऱ्हाटा देशात, आढळणाऱ्या 'मोरे' ह्या कुलनामाकडे तो आपले लक्ष वेधतो. ते उघडपणे मौर्यचे विकृत रूप आहे.

८१. Cf. Strabot XV.I.27 ''हिपनिसच्या ह्या बाजूकडील व त्याखेरीज इतर भागासह भारताचा पूर्व भाग ह्यांशी आमचा परिचय झाला. अलेक्झँडर नंतर हिप्निसूच्या पलीकडे गंगाच्या व पंलिबोथ पर्यंत पुढे गेलेल्यांनी ह्या भागाचे वर्णन केले आहे.''

८२. केन, 'बृहत्संहिता' पृ. ३७.

८३. 'JASB', 1910, pp. 259 ff.

८४. 1.2.7. 'SBE', The Upanisads, Pt. II, p. 31

८५. ३.१७.४.

८६. 'ततः प्रभृति राजानी भविष्याः शूद्रयोनयः' इतर ग्रंथातील पाठ मात्र असा आहे – 'ततो नृपा भविष्यति शूद्रप्रायास्त्वणधार्मिकाः' (DKA, 25)

८७. खऱ्या (किंवा अंशतः) शूद्र राजांमध्ये नंद, गरूडपुराणात (प्रकरण १४५.४) निर्देशिलेले काही राजे, युआंनच्वांगने उल्लेखलेला (Watters, I. 322; II. 252) Si-yu-ki, पार्गिटरच्या 'DKA', (pp. 54-55)
या ठिकाणी उल्लेखलेल्या पश्चिम भारत व सिंधुखोऱ्यातील काही राजे ह्यांचा समावेश करता येईल.

८८. ह्या नाटकात चंद्रगुप्ताचे 'नंदान्वय' व 'वृषल' असे वर्णन आले आहे. पहिल्या विशेषणाच्या बाबतीत असे की, ह्या नाटकात नंदाचे 'अभिजन' असे वर्णन करण्यात आले आहे. पुढे ह्या नाटकात चंद्रगुप्ताला, 'मौर्यपुत्र' असे संबोधले आहे आणि जरी टीकाकारांनी 'नंदान्वय' व 'मौर्यपुत्र' ह्या विशेषणांची सांगड घालण्याचा प्रयत्न केलेला असला, तरी मौर्य हे चंद्रगुप्ताचे किंवा त्याच्या पित्याचे मातृनाम नसल्याचे, तर एका जुन्या जमातीचे नाव असल्याचे पूर्वकालीन बौद्ध लेखकांकडून समजते. ग्रीकसुद्धा मोरिइर (Moriels) नावाच्या एका जमातीचा उल्लेख करतात. (Weber, IA, ii, (1873), p. 148; Max Mueller, 'Sans. Lit' 280; JASB, XXIII, 680) वृषल' ह्या विशेषणाच्या बाबतीत असे की, एका पुराण - संहितेत हे विशेषण तथाकथित आंध्र घराण्याच्या संस्थापकालाही लावण्यात आले आहे. (Pargiter, DKA,38) परंतु हे घराणे स्वतःला 'ब्राह्मण' मानीत असल्याचे समकालीन शिलालेखांवरून समजते. मननुसार (१०.४३) 'वृषल' हे विशेषण, अधःपतित क्षत्रियांना लावले जाते. (Cf. IHQ, 1930, 271 ff. Cf. Also, Mbh. XII, 90, 15 ff.)'' पवित्र धर्म 'वृष' आहे. त्याचा काहीही उपयोग होऊ नये अशा तऱ्हेने जो कोणी त्याचे आचरण करतो, म्हणजे त्यांचे अतिक्रमण करतो, त्याला 'वृषल' म्हणण्यात येते, 'वृषो हि भगवान् धर्मो यस्तस्य कुरुते ह्यलम् ।' ग्रीकांशी आलेल्या संबंधामुळे, आणि जन व बौद्धधर्म ह्यांविषयीच्या कलामुळे मौर्य राज्यकर्ते थोर ब्राह्मण स्मृतिकारांना अभिप्रेत असलेल्या धर्मापासून खचितच भ्रष्ट झाले होते. ह्या संदर्भात ब्राह्मणांनी खुद्द बुद्धाला लावलेले 'वसलक' (वृषलक) हे विशेषण ध्यानात घ्यावे.(Mookerji, 'Hindu Civilization, 264')

८९. पूर्वीचे पृष्ठ छापून झाल्यावर येथे पृष्ठांक घाला.

९०. Geiger's Trans. p.27.

९१. पृ. ३७०.

९२. पृ. ४०९.

९३. Rice, 'Mysore and Coorge from the Inscriptions' p.10
९४. पाहा – 'अर्थशास्त्र' पृ. ३२६ वरील पानेही पाहा – (चंद्रगुप्ताची कारकीर्द)
९५. हुल्ट्झश्‌: 'अशोक', १६८.
९६. पाहा – आपस्तम्ब धर्मसूत २.७.१६.१; "पूर्वी मानव व देव या पृथ्वीवर एकत्र राहत असत. आपण केलेल्या यज्ञांचे पारितोषिक म्हणून देव स्वर्गात गेले व मानव मात्र मागे राहिले. देवाप्रमाणे जे मानव यज्ञ करतात ते देव ब्रह्मासमवेत स्वर्गात राहतात." ह्या उताऱ्याकडे डॉ. डी.आर.भांडारकरांनी प्रथम माझे लक्ष वेधले होते. त्याखेरीज पाहा – 'हरिवंश' (३.३२.१) "देवताना मनुष्याणां सहवासोऽभवत्तदा।" तसेच, SBE. XXXIV, p. 222-3 (वेदान्तसूत्रावरील शांकरभाष्य.)" प्राचीन काळातील मानव आपल्या थोर धार्मिक पुण्यामुळे देवांशी समोरासमोर संभाषण करीत असत. स्मृतीतही म्हटले आहे. 'वेदपठणाने प्रियदेवतांचा सहवास लाभतो.'
९७. ह्या उताऱ्याचा खरा गर्भितार्थ डॉ. भांडारकरांनी ('Ind. At. (1912) p. 170' येथे) दर्शविला होता.
९८. 'Asoka', 3rd Ed. pp. 168-69.
९९. ह्या सूचनेसाठी मी श्री. एस.एन.मुजुमदारांचा ऋणी आहे.
१००. 'Vedic Index' II, p. 84. The Story of Kutsa and his Chaplain, calland पंचविंश-ब्राह्मण १४.६.८, बृहदारण्यकोपनिषद्, ३.९.२६.
१०१. पृ. २२९.
१०२. 'आदिपर्व' १०७ व शान्तिपर्व, २३.३६
१०३. ब्राह्मण अधिकाऱ्याची नेमणूकही लक्षात घ्यावी. उदा. नंतरच्या मौर्यांनी नेमलेला पुष्यमित्र, कल्हणाने अशोकाची केवळ स्तुतीच केली आहे. बाणाने, 'अनार्य' (क्षुद्र) हे विशेषण मौर्य राजांना नव्हे, तर त्यांच्यापैकी शेवटच्या राजाची सत्ता उलथून टाकणाऱ्या ब्राह्मण सेनापतीला उद्देशून वापरले आहे. विशाखदत्त चंद्रगुप्ताची विष्णूच्या वराह-अवताराशी तुलना करतो. काही महाकाव्यांचे व पुराणांचे लेखक मौर्यांचा उल्लेख 'असुर' असा करतात, हे खरे आहे. तसेच, ह्या कुलातील काही उत्तरकालीन व्यक्तींच्या जुलमी कारभाराकडे 'गार्गी-संहिते'ने आवर्जून लक्ष वेधले आहे. परंतु मौर्य-जुलुमाला खास करून ब्राह्मण बळी पडले, असे मानावयास काहीच आधार नाही. त्याउलट ह्या वर्गातील व्यक्तींना वरिष्ठ पदावर मोठ्या संख्येत घेण्यात आल्याचे पुष्यमित्राच्या उदारणावरून ध्यानात येते. 'बुद्धाने मोहून टाकलेल्या' सर्वच व्यक्तींना 'असुर'

किंवा 'सरद्विष्' हे विशेषण लावण्यात येत असे, केवळ मौर्यांनाच नव्हे ह्या बाबतीतील पुराणातील पुराव्याच्या विरुद्ध पुरावा समकालीन कोरीव लेखात आढळतो. त्यात अशोकाचा व त्याच्या कोरीव लेखांच्या स्वरूपातील नोंद उपलब्ध करून देणाऱ्या त्याच्या केवळ एका वंशजाचा 'देवानां पिय' म्हणजे 'देवांचा लाडका' (शत्रू नव्हे) असा उल्लेख आला आहे.

१०४. पृ. ३७१.

१०५. 'दिव्यावदान' ४०७ व नंतर.

१०६. Smith, 'Asoka', 3rd Ed., pp. 194-96.

१०७. पुष्यमित्राच्या राज्यारोहणाचा ३१३-१०८ इ.स.पू. २०५ हा जैन परंपरेतील काल त्याच्या अवंतीमधील सत्ताग्रहणाचा निदर्शक असावा, तर इ.स.पू. १८७ हा काल मगधाच्या राजघराण्यातील कारकिर्दीच्या क्रांतीचा द्योतक आहे.

१०८. ह्याच्या उलट 'गार्गी-संहिता' ग्राह्य मानली, तर शालिशूक ह्या त्याच्या एका वंशजाने आपल्या जुलमाने खरोखरीच (विभाजनाची) गती अधिकच वाढविली, 'सराष्ट्रं मर्दते घोरं धर्मवादी अधार्मिकः' (sic) असे मानावे लागेल. अशोकाच्या काही वंशजांनी (उदा. जलौक) स्वतंत्र सार्वभौमराज्ये उभारली व अशा प्रकारे साम्राज्याच्या विभाजनास ते प्रत्यक्षरीत्या जबाबदार होते.

१०९. पाहा – पृ. येथे छापून झाल्यावर योग्य तो पृष्ठांक पाहून घालावा. निवेदिलेले प्रसंग व तथाकथित धर्मविजयाच्या धोरणावरील 'गार्गी'चा हल्ला हा धर्मविजय 'धर्माशी जुळणारा विजय' शालिशूकाने सांगितल्याचे म्हटले जाते. हा धर्मविजय प्रस्तुत लेखकाच्या मते अशोकाने सांगितलेल्या व आपल्या 'पुत्रांनी व प्रपौत्रांनीसुद्धाः स्वीकारावा, अशी शिफारस केलेल्या धम्म-विजयापासून वेगळा करणे अवघड आहे. 'स्थापयिष्यति मोहात्मा विजयं नाम धार्मिकम् – हा मूढ धर्माचा तथाकथित विजय प्रस्थापित करील' – 'गार्गी – संहिते'तील ह्या उताऱ्याकडे जायस्वालांनीही लक्ष वेधले होते. (JBOS IV. 261) 'मोहात' हा शब्द 'देवानांप्रिय' च्या एका उत्तरकालीन अर्थाची (मूढ, पशूसारखा मूर्ख, पशू-आपटे संस्कृत-इंग्रजी कोश ५१०) आठवण करून देतो. एका प्रसिद्ध लेखकाने 'विजय' हे विशेषनाम असून ते शालिशूकाच्या वडीलाचे नाव असल्याचे मानले आहे. शालिशूकाने त्याला गादीवर बसविले होते. परंतु एखाद्या धार्मिक व्यक्तीला ('धार्मिक') राज्यारूढ करण्यामुळे ही गोष्ट करणाऱ्या व्यक्तीला 'मोहात्मा' हे निंदापर विशेषण का लावले जावे, हे

स्पष्ट होत नाही. तसेच, 'विजय' हे एखाद्या राजाचे नाव म्हणून परंपरेला ज्ञात असलेल्या उत्तरकालीन मौर्यांच्या कोणत्याही यादीत येत नाही. विविध मतांच्या उल्लेखासाठी पाहा – 'Cal. Rev., (Fe., 1943) p. 123 ff; Feb., 1946 p.79 ff') डॉ. सरकारांनी निर्देश केल्याप्रमाणे एखाद्या विशिष्ट सिद्धान्तांच्या पाठपुराव्यासाठी 'गार्गी-संहिते'च्या मूळ पाठात करण्यात आलेला काल्पनिक फेरबदल विश्वसनीय ठरत नाही. ('Cal. Rev.' (1943, April) 39 ff) राजे लोक करीत असलेली शिकार व 'समाजा'तील सशस्त्र द्वंद्वयुद्धे बंद करण्यात आली. अशोकाच्या कारकिर्दीच्या अखेरीच्या २९ वर्षांमध्ये त्याचे सैन्य अक्षरशः निष्क्रिय झाले असल्याचे दिसते. कारण स्वतः सम्राट हर्षभराने म्हणतो : 'भेरीघोषाची जागा धर्मघोषाने घेतली आहे.' ''भारतीय लोक बौद्ध धर्माचे आचरण करतात; ठार न करणे व युद्ध न करणे हे त्यांच्या अंगवळणी पडले आहे,'' – ह्या वस्तुस्थितीची साक्ष चिनी Hou Hanshu देतो. (Quoted by S. Knonow, CII, Vol. II, p.lxvii) प्रत्यक्ष सैन्याच्या देखत सेनापती पुष्यमित्राने ज्या सहजतेने आपल्या राजाला सत्ताभ्रष्ट केले, त्यावरून शेवटच्या मौर्य राजाला आपल्या लढाऊ सैन्याशी ह्या घराण्यांतील रणांगणावर स्वतः नेतृत्व करणाऱ्या आधीच्या राजांप्रमाणे संपर्क टिकवीता आला नाही व त्यांचा विश्वास संपादन करता आला नाही, हे लक्षात येते. धार्मिक संस्थांना देण्यात आलेल्या सोन्याच्या स्वरूपातील देणग्यांमुळेही साम्राज्याच्या आर्थिक साधनसामग्रीची हानी झाली असली पाहिजे. अशोकाने स्थापन केलेल्या स्वायत्त राजुकांच्या प्रशासनपद्धतीमुळे केन्द्रोत्सारी शक्ती मोकाट सुटल्या असल्या पाहिजेत. अर्थात त्याच्या नंतरच्या राजांना त्यावर नियंत्रण ठेवणे शक्य झाले नाही.

❏

प्रकरण सहावे

बैंबिक – शुंग साम्राज्य व बॅक्ट्रियन ग्रीक

विभाग पहिला : पुष्यमित्राची कारकीर्द

सततं कम्पयामास यवनानैक ऐव यः
बलं पौरूषसंपन्नान् कृतशास्त्रनिमितौजसः
यथासुरान् कालकेयान् देवो वज्रधरस्तथा

– महाभारत[१]

औद्भजिजो मविता कश्चित सैनानीः काश्यपो द्विजः
अश्वमेधं कलियुगे पुनः प्रत्याहारिष्यति

– हरिवंश[२]

भारताच्या ऐक्यासाठी मौर्यांनी खूपच प्रयत्न केले. त्यासाठी देशाचा बराच भाग त्यांनी 'ऐच्छिक' अंमलाखाली आणला. ॲलेक्झांडर व सेल्युकोसच्या सेनापतींच्या आक्रमणापासून देश वाचविला. राज्यकारभाराची समान पद्धती त्यांनी सुरू केली. साम्राज्याच्या सर्व भागांत शासकीय कार्यासाठी 'प्राकृता'चा त्यांनी उपयोग केला व सर्वसामान्य 'धर्मा'च्या भरभक्कम बंधनाच्या आधारे देशातील संमिश्र समाजातील विविध गटांना एकत्रित करण्याचा प्रयत्न केला. ह्याच्या ह्या घराण्याच्या अस्ताबरोबर भारतीय इतिहासाची एकात्मता काही काळापुरती संपुष्टात आली. इतःपर एकचएक सत्ताधाऱ्याचा आदेश हिंदुकुशाच्या बर्फमय शिखरापासून बंगालपर्यंत व कर्नाटकाच्या वरच्या भागातील हिरव्यागार पठारापर्यंत शिरोधार्य मानला जात असे. देशाच्या वायव्येकडील मार्गातून परकीयांच्या टोळ्या घुसू लागल्या व त्यांनी गंधार पश्चिम माळवा व जवळचे प्रदेश येथे आक्रमक राज्ये स्थापन केली. परकीयांनी पंजाब काबीज केला व दक्षिण भाग स्थानिक राजघराण्यांनी बळकाविला. सिंधू व गोदावरी ह्या नद्यांच्या खोऱ्याशी असलेला मध्यदेशाचा राजकीय संबंध तात्पुरता तुटला व शाक्ल, विदिशा, प्रतिष्ठान व इतर शहरे ह्यांच्या वाढत्या ऐश्वर्यामुळे मगध-राजधानीचे तेज म्लान झाले. गंगेच्या खोऱ्यात व दक्षिणेत ब्राह्मणधर्माने पाय रोवले, तर ओरिसात जैन धर्म फोफावला. माहेश्वर व भागवत ह्या पंथाचा प्रभाव विचारात घेण्याइतपत वाढला होता. मध्यदेशातील व्याकरणकारांकडून संस्कृतच्या अभ्यासाला उत्तेजन मिळाले, तर दक्षिण भारतातील प्रतिष्ठान व कुंतल ह्यांच्या दरबारी प्राकृत साहित्याला राजाश्रय मिळाला.

पुराणे व 'हर्षचरित' ह्यांच्यानुसार मगधाचा शेवटाचा सम्राट ब्रहद्रथ ह्याचा त्याचा सेनापती पुष्यमित्र ह्याने खून केला व सत्ता बळकावून नव्या राजवंशाची स्थापना केली.

राज्य बळकाविणाऱ्या ह्या कुलाची उत्पत्ती हे एक गूढ आहे. 'दिव्यावदना'नुसार पुष्यमित्र मौर्यवंशीय होता. ह्या उलट 'मालविकाग्निमित्रात' पुष्यमित्राचा मुलगा अग्निमित्र हा बैंबिक घराण्यातील[३], वंशज असल्याचे म्हटले आहे. तर पुराणे व उघडपणे 'हर्षचरित'[४] हे ग्रंथ प्रस्तुत राजे शुंग घराण्यातील असल्याचे म्हणतात. नावाच्या अंती 'मित्र' येणारे शुंग वंशीय राजे इराणी मित्राचे (सूर्याचे) उपासक असल्याचे एक ग्रंथकार सुचवितो.[५] ते भारतीय ब्राह्मण असल्याचे इतर मानतात. आश्चर्य असे की, पाणिनीने[६] शुंगाचा संबंध भारद्वाजांच्या विख्यात ब्राह्मण कुलाशी जोडला आहे. 'बृहदारण्यक-उपनिषदात'[७] शौंगीपुत्र 'शुंगवंशीय स्त्रीचा पुत्र' हे एका शिक्षकाचे म्हणून नाव आले आहे. शौंगायनि 'शौंग कुलाचा वंशज' हे 'वंश-ब्राह्मणात' एका शिक्षकाचे नाव आहे. 'आश्वालयन-श्रौत- सूत्रात'[८] शुंग हे शिक्षक म्हणून ओळखले जात असल्याचा निर्देश मॅक्डोनेल व कीथ करतात. 'मालविकाग्निमित्र', पुराणे वगैरे ग्रंथातील परस्परविरोधी विधाने लक्षात घेता पुष्यमित्र व (वसुमित्रापर्यंतचे) त्याचे ज्ञात वंशज भारद्वाज-गोत्राचे शुंग होते की, कश्यप वंशातील बैंबिक होते, हे सांगणे अवघड आहे. घनभूतीच्या काळातील ऐतिहासिक 'शुंगांचा' काळ इ.स. पू. १००-७५ असल्याचे अधिकारी विद्वानांनी मानले आहे 'हर्षचरितातील' पुराव्याशी हा काळ जुळतो. त्यामध्ये पुष्यमित्राच्या बाबतीत हे वंश नाम नाकारण्यात आले आहे. परंतु पौराणिक यादीतील अगदी अलीकडच्या राजांना, वसुदेव कण्वापूर्वी लगेच होऊन गेलेल्या पूर्वजांना उद्देशून ते वापरण्यात आले आहे.

पुष्यमित्राच्या घराण्याने उत्तरकालीन कदंबाप्रमाणे लेखणीच्या ऐवजी तलवार केव्हा व का धारण केली हे निश्चतपणे ठाऊक नाही. अशोकाने ब्राह्मणांवर जुलूम केले व त्याच्या पिळवणुकीमुळे त्यांना पौरोहित्येतर गोष्टींत लक्षात घालावे लागले, असे मानावयास काहीच कारण नाही. प्राचीन भारतात ब्राह्मण सेनापती कोणत्याही प्रकारे दुर्लभ नव्हते.[९] ह्या वर्गातील अधिकाऱ्यांना उत्तरकालीन मौर्यांच्या प्रशासनात नोकऱ्या मिळत असत. ह्या वस्तुस्थितीवरून त्यांनी ब्राह्मणविरोधी धोरण अंगीकारले नव्हते, हे निर्णायकपणे सिद्ध होते.

पुष्यमित्राचे राज्य नर्मदा नदीपर्यंत पसरले होते व त्यात पाटलीपुत्र, अयोध्या व विदिशा ह्या शहरांचा समावेश झाला होता. 'दिव्यावदना'चा लेखक व तारानाथ हे विश्वसनीय मानले, तर त्यात जालंधर व शाक्लही समाविष्ट होते, असे मानता येईल.[१०]

स्वत: सम्राट पूर्वीच्या सम्राटाप्रमाणे पाटलीपुत्र इथे राहात असल्याचे 'दिव्यावदाना' वरून [११] दिसते. विदिशा (पूर्व माळव्यातील बेसनगर) येथे युवराज अग्निमित्र आपल्या वडिलांचा प्रतिनिधी म्हणून (गोप्तृ) कारभार पाहात असल्याचे 'मालविकाग्निमित्रात'[१२] आहे. सम्राटाचाच आणखी एक नातेवाईक राजप्रतिनिधी म्हणून कोसलाचे प्रशासन करीत असावा.[१३] अग्निमित्राच्या राणीचा वीरसेन नावाच्या हलक्या जातीतील एक भाऊ होता. नर्मदेच्या तीरावर असलेल्या एका सरहद्दीवरील किल्ल्याचा प्रमुख म्हणून त्याची नेमणूक करण्यात आली होती. (अत्थि देवीचे वण्णवरे भादा वीरसेयो नाम, सौ भट्टिणा अंतवा (पा)लदुग्गे नम्मदातीरे[१४] ठाविदो)

दक्षिणेतील घडामोडी

पुष्यमित्राच्या घराण्याच्या स्थापनेच्या सुमारास दक्षिणेतील म्हणजे विदर्भातील किंवा वऱ्हाडामधील एका नव्या राज्याची स्थापना झाली असल्याचे 'मालविकाग्निमित्रा' वरून दिसते. 'अचिराधिष्ठित' (नुकतेच स्थापण्यात आलेले) असा ह्या राज्याचा उल्लेख अग्निमित्राचा अमात्य करतो व त्याची नव्याने लावलेल्या व म्हणून दृढ नसलेल्या झाडाशी (नवसंरोपण-शिथिलस्तरू:)तुलना करतो. विदर्भराज हा मौर्य अमात्याचा (सचिव) एक नातलग (मेहुणा, बहिणीचा पती) व पुष्यमित्र घराण्याचा नित्य-शत्रू (प्रकृत्यमित्र) असल्याचे त्यात म्हटले आहे. ब्रहद्रथ मौर्यांच्या कारकिर्दीत मगध-साम्राज्यात राज्याच्या सचिवांच्या नेतृत्वाचा एक व त्याच्या सेनापतीच्या नेतृत्वाचा दुसरा असे दोन पक्ष किंवा तट असल्याचे दिसते. सचिवाचा पक्षनिष्ठ यज्ञसेन ह्याला विदर्भाचे सत्तापद मिळाले, तर सेनापतीचा पुत्र अग्निमित्र ह्यास विदिशेचे राजप्रतिनिधीपद मिळाले. सेनापतीने आपली राज्यक्रांती संघटित केली असता त्याने राजाला ठार केले व अमात्याला कैद केले. उघडपणेच यज्ञसेनाने आपले स्वातंत्र्य जाहीर केले व राज्य बळकाविणाऱ्या घराण्यांविरूद्ध वैर आरंभिले. म्हणूनच अग्निमित्राने व अमात्याने त्याला 'अचिराधिष्ठितराज्य' व 'प्रकत्यमित्र' असे संबोधले आहे.

यज्ञसेनाचा चुलतभाऊ व अग्निमित्राचा एक पक्षनिष्ठ कुमार माधवसेन गुप्तपणे विदिशेला जात असता मार्गावर यज्ञसेनाच्या एका अन्तपालाने (सरहद्दीवरील अधिकाऱ्याने) त्याला पकडून तुरूंगात ठेवले, असे 'मालविकाग्निमित्र'त आहे. त्याला आपल्या आधीन करण्याची अग्निमित्राने मागणी केली. आपला मेहुणा मौर्य अमात्य ह्याची सुटका केली पाहिजे, या अटीवर त्याला मुक्त करण्याचे विदर्भराजाने वचन दिले. ह्याचा विदिशाधिपतीला राग येऊन त्याने वीरसेनाला विदर्भावर चाल करून

जाण्याचा हुकुम दिला. यज्ञसेनाचा पराभव झाला. माधवसेनाला मुक्त करण्यात आले व विदर्भाचे राज्य दोघा चुलतभावात वाटून घेण्यात आले. वरदा (वर्धा) नदी ह्या दोन राज्यातील सरहद्द होती. दोन्ही राजांनी पुष्यमित्राच्या घराण्याचे आधिपत्य स्वीकारले असल्याचे दिसते.

अनेक विद्वानांच्या मते, पुष्यमित्राच्या राज्याला यज्ञसेनापेक्षा भयंकर असा एक शत्रू कलिंगा (ओरिसा) मधून भेडसावत होता. आपल्या 'ऑक्सफर्ड हिस्टरी ऑफ इंडीया'[१५] ह्या ग्रंथात कलिंगाचा राजा खारवेल ह्याने पुष्यमित्राचा पराभव केला होता, हे मत स्मिथने मान्य केले आहे. खारवेल म्हणजेच कलिंग राजाच्या हाथीगुंफा शिलालेखात उल्लेखलेला म्हणून मानण्यात आलेला बहपतिमित किंवा महसतिमित होय, असे मानले जाते. खारवेल हा पुष्यमित्राचा एक विरोधक होता व राज मुरियकालापासून (मौर्य राजाच्या वर्षारंभापासून) १६५ वे वर्ष म्हणजेच खारवेलच्या कारकिर्दीचे तेरावे वर्ष हा हाथीगुंफा शिलालेखाचा काल होता, हे मत प्रा. Dubreuil ह्यानेही मान्य केल्याचे दिसते.

परंतु हाथीगुंफा शिलालेखात बहसतिमितम् ह्या स्वरूपात वाचण्यात आलेल्या सहा अक्षरांपैकी दुसऱ्या अक्षराला उकार जोडल्याचे स्पष्ट दिसते व तिसरे व चौथे अक्षर प आणि स यांसारखे दिसते, असे डॉ. आर. सी. मुजुमदारांनी[१६] दृष्टोत्पत्तीस आणून दिले आहे. जरी बहसतिमितम् किंवा बहपतिमितम् हा पाठ बरोबर मानला, तरी बृहस्पती (जीव) हा कर्क राशीतील पुष्य किंवा तिष्य नक्षत्राचा प्रमुख नक्षत्राधिप आहे, केवळ एवढ्याच मुद्यावर बहसति[१७] (बृहस्पती - मित्र) म्हणजेच पुष्यमित्र होय, असे अधिक विश्वसनीय पुराव्या अभावी निर्णायकपणे मानता येत नाही. 'दिव्यावदानात'[१८] 'बृहस्पति' नावाचा एक राजा व राजा पुष्यमित्र[१९] हे वेगळे दर्शविण्यात आल्याचे ह्याबाबतीत आपण ध्यानात घेतले पाहिजे. त्यात पाटलीपुत्र हे पुष्यमित्राचे निवासस्थान असल्याचे तर खारवेलच्या मगधदेशीय विरोधकाला बहुधा 'राजगहनप'[२०] असे संबोधल्याचे व आपाततः तो राजगृह शहरात राहत असल्याचे म्हटले आहे.

'मुरिय-कालपासूनचे १६५-वे वर्ष' ह्या कालाबद्दलचा तर्क हाथीगुंफा शिलालेखातील एका उताऱ्यावरून करण्यात आला असून तो असा आहे[२१]- 'पानंतरियसडि-वससते राज-मुरिय-काले वोच्छिने...' त्याच शिलालेखात दुसरा एक उतारा असून तो असा आहे. 'पंचमे च (किंवा चे) दानी वसे नंद-राज ति-वस-सत (म१) ओघाटितं तनसुलिय-वाटा-पनाडिं नगरं पवेसयति[२२] जर 'पानंतरिय-सठि-वससते' चा अर्थ १६५० या वर्षी असा केला तर 'ति-वस-सत'चा अर्थ

१०३ वर्षे असा घ्यावयास हवा, व त्यावरून खारवेल मौर्यराजानंतर सुमरे १६५ वर्षांनी व नंद राजानंतर फक्त १०३ वर्षांनी होऊन गेला असा निष्कर्ष काढवा लागेल. परंतु नंद मौर्यांच्या आधी होऊन गेल्यामुळे हे अशक्य आहे. उलट 'ति-वस-सत' म्हणजे ३०० वर्ष असा अर्थ घेतल्यास 'पानंतरिय-सडि-वस-सत'चा अर्थ १६५ नव्हे, तर ६५०० वर्षे असा घ्यावा लागेल. दुसऱ्या शब्दांत खारवेलचा काळ मौर्यानंतर ६५०० वर्षे असा मानावा लागेल व हेही अशक्य आहे. परिणामत: स्वत: जायस्वालांनी सोळाव्या ओळीतील 'पानंतरिय-सठि-वस-सते राज-मुरिय-काले वेच्छिने च छै-यठि अर्गसि ति कंतारियमुपादियति' पाठ सोडून दिला व 'पाटालिकी चतरे व वेदुरियगभे थंभे पतिठायति पानंतरिया सह-सहसेहि/मुरिय कालं वोछिनं च चोयठि अगसतिकंतरियमुपादायति' असा पाठ सुचविला. त्यांनी ह्या उताऱ्याचे भाषांतर असे केले आहे. - "बुटके छत असलेल्या गच्चीवर वैडूर्य रत्न बसविलेले ७५,००,००० (पण) किमतीचे खांब तो बसवितो; त्याने (ह्या राजाने) मुरिय-कालगणनेपासून मोजलेला व १०० अधिक ६४ वर्षांचे अंतर असलेला कालावधी पूर्ण केला."[२३] हा नवा पाठ व त्याच्या भाषांतराविषयी श्री. आर. पी. चंद म्हणतात[२४] 'वोछिने'चा मोजलेला '(counted) असा घेतलेला अर्थ 'संपलेला' (expired) ह्या अर्थापेक्षाही अधिक दूरान्वयाचा आहे. 'वोछिने' नंतर आलेल्या 'च' ह्या अव्ययामुळे ते वोछिनं अशा स्वरूपात मुरियकाल ह्या विशेष्याचे विशेषण आहे, असे मानणे अवघड आहे. 'वोछिने'कडे जरी आपण दुर्लक्ष केले, तरी ह्या वाक्यातील कालनिर्देश करण्याची पद्धती अगदी विलक्षणच म्हणावी लागेल. एखाद्या प्रशस्तीमध्ये एक स्वतंत्र कर्तबगारी ह्या स्वरूपात कालनिर्देशाचा केलेला उल्लेख त्याहीपेक्षा विलक्षण आहे. फ्लीटच्या मते खंडित स्वरूपाच्या धार्मिक उताऱ्यांच्या बाबतीत वापरण्यात येणाऱ्या 'वोच्छिन' ह्या संज्ञेमुळे प्रस्तुत उताऱ्यात कालाचा निर्देश आलेला नसल्याचे निश्चितपणे दिसते. तसेच, पहिल्या मौर्याने सुरू केलेल्या एखाद्या कालगणनेच्या अर्थाने राजमुरिय-कालाच्या अस्तित्वाबद्दल कोणताही विश्वसनीय पुरावा नाही, हेही पुढे सांगता येईल. अशोकाने प्रचारात आणलेल्या, राज्यारोहणवर्षावरून हाच निष्कर्ष निघतो.[२५] हाथीगुंफा शिलालेखाच्या[२६] "सोळाव्या ओळीत मौर्य कालगणनेनुसार कोणताही कालनिर्देश आलेला नाही" असे स्वत: जायस्वाल 'एपिग्राफिआ इंडिका'त[२७] मान्य करतात.

एके काळी डॉ. जायस्वालांनी 'ति-वस-सत' ह्याचा अर्थ 'तीनशे वर्षे' असा घेतला होता; व खारवेल व पुष्यमित्र नंदवर्धन ह्यांशी एकात्म मानलेल्या नंदराजानंतर तीन शतकांनी होऊन गेल्याचे मानले होते. परंतु नंदवर्धन किंवा नंदिवर्धन हा शैशुनाग

राजा असल्याचे व शैशुनागांचा कलिंगाशी कसलाही संबंध होता, असे दिसत नसल्याचे आपण ह्यापूर्वी पाहिले आहे. 'नंदिवर्धनाने नव्हे, तर महापद्म नंदाने' आपल्या आधिपत्याखाली आणले असल्याचे व 'सर्व क्षत्रियांचा' किंवा जुन्या सत्ताधारी घराण्यांचा 'मूलोच्छेद केल्याचे' म्हटले जाते. तेव्हा हाथीगुंफा शिलालेखातील कलिंगावर ताबा असणारा 'नंदराज' सर्वविजयी महापद्म नंदाशी किंवा त्याच्या एखाद्या पुत्राशी एकात्म मानावयास हवा'[२८] कलिंगविजेत्या 'नंदराजा'ची अशोकपूर्व नंद-घराण्यातील एका राजाशी एकात्मता मानण्यास बरुआ हरकत घेतात. कारण अशोकापूर्वी कलिंग जिंकण्यात आला नव्हता (अविजित), असा अशोकाच्या शिलालेखात दावा करण्यात आला आहे. परंतु ह्यासारखी प्रतिपादने समुद्रगुप्त अजित-राजजेता, न जिंकलेल्या राजांना जिंकणारा[२९] होता व त्याने अनेक प्रदीर्घ काळाच्या खंडानंतर, अश्वमेधाचे पुनरूज्जीवन केले, ह्या गुप्तांच्या बढाईशी जुळणारी अशीच आहेत. ही प्रतिपादने अगदी अक्षरश: खरी मानली, तर त्यांत काहीही अर्थ नसल्याचे वास्तविक आपण जाणतो. नन्दराज हा कलिंगामधील एक स्थानिक राज्यकर्ता असावा, ही 'केंब्रिज हिस्टरी ऑफ एन्शण्ट इंडिया' मधील सूचना हाथीगुंफा शिलालेखातील अंतर्गत पुराव्यामुळे खोटी ठरते.[३०] मगधाचे अशोकोत्तरकालीन 'नव-नंद' घराणेही विचक्षण इतिहासात ज्ञात नाही.[३१]

महापद्म नंद व त्याचे पुत्र इ.स.पू. चौथ्या शतकात सत्तेवर असल्याने (ति-वस-सत चा अर्थ १०३ असा घेऊन[३२] इ.स.पू. तिसरे शतक किंवा (ति-वस-सत चा अर्थ ३०० असा घेऊन) इ.स.पू. पहिले शतक असा खारवेलचा काळ मानावा लागेल. परंतु कोणत्याही प्रकारे त्याला सुमारे इ.स.पू. १८७ ते १५१ पर्यंत सत्तेवर असलेल्या पुष्यमित्राचा समकालीन मानता येणार नाही.

यवनांचे आक्रमण

पुष्यमित्राच्या काळात इ.स.पू. १८७ मधील राज्यक्रांती, विदर्भ युद्धाखेरीज घडलेल्या पतंजलि किंवा कालिदासाच्या एका पूर्वसूरीने उल्लेखलेले वायव्येकडून झालेले ग्रीक आक्रमण आणि साजरे करण्यात आलेले दोन अश्वमेध ह्याच केवळ खऱ्या अर्थाने ऐतिहासिक घटना आहेत.

सामान्यत: पतंजलि हा पुष्यमित्राचा समकालीन मानण्यात येतो. 'इह पुष्यमित्रं याजयाम:' ('पुष्यमित्रासाठी इथे आम्ही यज्ञ करतो') ह्या महाभाष्यातील उताऱ्याकडे सर आर.जी. भांडारकरांनी आपले लक्ष वेधले आहे. सुरू झालेल्या परंतु पूर्ण न झालेल्या क्रियेचा निदर्शक अशा वर्तमानकाळाचा उपयोग कसा करावा हे सांगणाऱ्या

वार्त्तिकाचे उदाहरण म्हणून वरील वाक्य आले आहे.[३३] लोकप्रसिद्ध असलेली, परंतु वक्त्याने प्रत्यक्ष न पाहिलेली व तरीही त्याने ती पाहिली असण्याची शक्यता असलेली, अशी क्रिया सूचित करणाऱ्या भूतकाळाची पतंजलिने दिलेली उदाहरणे अशी आहेत: ''अरुणद यवन: साकेतम्, अरुणद् यवनो मध्यमिकाम्'' ह्यावरून पतंजलिने हे लिहिले असता कोण्या एका यवन किंवा ग्रीक प्रमुखाने साकेत किंवा अयोध्या आणि मध्यमिका[३४] नावाच्या दुसऱ्या एका ठिकाणाला वेढा घातला असल्याचे दिसते, असे सर आर.जी. भांडारकर म्हणतात. परंतु ह्या थोर वैय्याकरणाने दिलेली उदाहरणे परंपरागत स्वरूपाची (मूर्धाभिषिक्त उदाहरण) असण्याची व त्यांनी ती आधीच्या आधार ग्रंथांतून केवळ उद्धृत केली असण्याची शक्यता आहे. परंतु पुष्यमित्राच्या काळातील ग्रीकांबरोबर झालेल्या एका युद्धाची साक्ष कालिदास देतो. आपल्या 'मालविकाग्निमित्रा'मध्ये पुष्यमित्राचा नातू व सेनापती असलेल्या युवराज, वसुमित्र व एक यवन ह्यांच्यामध्ये सिंधू नदीच्या[३५] दक्षिण (किंवा उजव्या) तीरावर झालेल्या संघर्षाचा ह्या कवीने उल्लेख केला आहे. दुर्दैवाने आक्रमकांच्या नेत्याचे नाव 'महाभाष्या'त किंवा 'मालविकाग्निमित्रा'त दिलेले नाही. तो कोण असावा, ह्याविषयी बरीच मतभिन्नता आहे. परंतु तो बॅक्ट्रियन ग्रीक होता, ह्याबद्दल मात्र सर्वांचे मतैक्य आहे.

बॅक्ट्रियन ग्रीक हे मूळचे सीरिया (व पश्चिम आशिया) मधील सेल्युकिडन साम्राज्याचे नागरिक होते. 'इ.स.पू. तिसऱ्या शतकाच्या मध्याच्या सुमारास सेल्युकिड राजे पश्चिमेकडे गुंतले असता' डायोडोटोस ह्या 'बॅक्ट्रियाच्या एक हजार शहरांच्या (ऑक्सस्च्या दक्षिणेकडील बाल्ख प्रदेश) राज्यपालाने' बंड पुकारून राजा हे बिरुद धारण केले, असे, स्ट्रॅबो, ट्रोगस, जस्टिन् सांगतात. जस्टिनच्या मते त्याच्यानंतर दुसरा डायोडोटोस सत्तेवर आला व त्याने अर्सेकेसबरोबर एक तह केला. त्याने ह्या सुमारास (इ.स.पू. २४७) उत्तर-इराणमधील पार्थिया सेल्युकिडन साम्राज्यापासून विभक्त केला होता.

यूथिडेमॉस हा दुसऱ्या डायोडोटसचा वारस होता. बॅक्ट्रियाना प्रांताजवळ यूथिडेमॉसने व त्याच्या सहकाऱ्यांनी देशव्यापी बंड घडवून आणल्याचे स्ट्रॅबोकडून[३६] समजते. सीरियाच्या तिसऱ्या ॲन्टिओकोसने (इ.स.पू. २२३-१८७) हातून गेलेले प्रांत परत मिळविण्याचा प्रयत्न केला. परंतु नंतर यूथिडेमॉसबरोबर तह केल्याचे पॉलिबिअस म्हणतो. प्रस्तुत इतिहासकार म्हणतो: ''थोर अँटिओकोसने तरुण युवराजांचे (यूथिडेमॉसचा मुलगा डेमेट्रिऑस) स्वागत केले. त्याचे व्यक्तिमत्त्व, संभाषण व त्याच्या वागणुकीतील रुबाब पाहून राजसन्मानास तो पात्र असल्याचे

जाणून त्याला आपली एक मुलगी देण्याचे प्रथमत:त्याने वचन दिले.[३७] आणि नंतर त्याच्या वडिलांना राजा हे बिरुद देण्याचे ठरविले. तसेच, इतर मुद्दयांबद्दलचा लेखी तह करवून घेऊन व त्या तहाच्या अटी शपथपूर्वक निश्चित करवून घेऊन त्यानेआपल्या सैन्यासाठी मुक्तहस्ताने तरतूद केली आणि यूथिडेमॉसच्या हत्तींचा स्वीकार करून तो निघून गेला. कॉकेशस (हिंदुकुश) ओलांडून तो भारतात उतरला. भारतीय राजा सोफॅगॅसेनॉस बरोबर त्याने स्नेहसंबंध दृढ केला. त्याला अधिक हत्ती मिळाले. अशारीतीने त्याच्याकडे एकूण १५० हत्ती झाले. पुन्हा एकदा आपल्या सैन्यासाठी तरतूद करून आपल्या सेनेसह तो स्वत: पुन: बाहेर पडला. सिझिशसच्या अॅन्ड्रोस्थेनेसकडे ह्या राजाने त्याला देऊ केलेली संपत्ती स्वदेशात नेण्याची जबाबदारी सोपविली.''

थोर अँटिओकोसच्या मोहिमेनंतर लवकरच स्वत: बॅक्ट्रियन ग्रीकांनी हिंदुकुशाच्या दक्षिणेकडील प्रदेश जिंकून घेऊन त्याद्वारे आपले राज्य वाढविण्याची योजना आखली. स्ट्रॅबो म्हणतो: ''अर्टमिटाच्या[३८] अपोल्लोडोरोसने म्हटल्याप्रमाणे येथे (बॅक्ट्रियात) बंड घडवून आणणारे ग्रीक इतके सामर्थ्यशाली झाले की, त्यांनी आरिअन (Ariana) व भारत ह्यांवर प्रभुत्व मिळविले. त्याच्या नेत्यांनी, विशेषत: मिनँडरने (खरोखरीच जर पूर्वेकडील हिप्निस[३९] नदी ओलांडून तो इसॅमस[४०] पर्यंत गेला असेल तर) अॅलेक्झांडरपेक्षा अधिक राष्ट्रे जिंकली होती. हे विजय काही प्रमाणात मिनँडरने व काही प्रमाणात बॅक्ट्रिअनांचा राजा यूथिडेमॉस ह्याचा मुलगा डेमेट्रिऑस ह्याने मिळविले होते. त्यांच्या ताब्यात केवळ पॅटॅलेन (सिंधू नदीचा दुआब) नव्हे तर उरलेल्या समुद्र किनाऱ्यावरील सॅरॅओस्टोस (सुराष्ट्र किंवा काठेडवार) व सिगेर्डिस (बहुधा सागरद्वीप)[४१] ही राज्येसुद्धा आली. बॅक्ट्रिआना हे संपूर्ण ॲरिअनचे भूषण आहे, असे अपोल्लोडोरोस थोडक्यात म्हणतो. सेरेज (Seres) व फ्रिनी (Phryni) येथपर्यंतही त्यांनी आपले साम्राज्य वाढविले.''[४२]

अतिपूर्वेकडे भारतात ग्रीक राज्याचा विस्तार करण्याचे श्रेय स्ट्रॅबो अंशत: मिनँडरला व यूथिडेमॉसचा मुलगा व थोर अँटिओकोसचा जावई डेमेस्ट्रिओस ह्याला अंशत: देतो.

मिनँडर म्हणजेच राजा मिलिंद होय. 'मिलिंदपञ्हो' व तसेच क्षेमेंद्राची 'अवदान-कल्पकता'[४३] ह्यांत तो नागसेन ह्या बौद्ध थेराचा (वृद्धाचा) समकालीन असल्याचे म्हटले आहे. अलसंद किंवा ॲलेक्झांड्रिया[४४] ह्या 'बेटा'वरील कल्सिग्राम[४५] येथे हा राजा जन्मला. सागल किंवा शाकल (पंजाबमधील[४६] आधुनिक शियालकोट) येथे त्याची राजधानी होती, डॉ. स्मिथने मानल्याप्रमाणे काबूल येथे

नव्हे.[४७] अतिशय विविध प्रकारांच्या व मोठ्या प्रमाणात फैलावलेल्या त्याच्या नाण्यांवरून त्याने मिळविलेल्या विजयांची व्याप्ती सूचित होते. पश्चिमेकडे काबूलजवळ बेग्राम आणि पूर्वेकडे मथुरा एवढ्या विस्तृत भागात त्याची नाणी सापडलेली आहेत.[४८] ग्रीक अक्षरे कोरलेली व मिनँडरचे[४९] नाव असलेली चांदीची छोटी नाणी बारिगझ (भडोच Broach) बंदरावर आजही आपल्या काळात (इ.स. ६०-८०) प्रचारात असल्याचे पेरिप्लसचा लेखक सांगतो. न्यायप्रिय म्हणून मिनँडर प्रसिद्ध होता व आपल्या प्रजाजनांमध्ये तो इतका लोकप्रिय होता की, छावणीत तो मरण पावला असता त्याची रक्षा मिळावी म्हणून अनेक शहरांनी जोरदार प्रयत्न केले. मिनँडरच्या राज्यात अनेक शहरे समाविष्ट होती, हे दर्शविणारे प्लुटार्कचे प्रस्तुत विधान महत्त्वाचे आहे. नुकत्याच सापडलेल्या बजौर स्तूपातील कलशावरील लेखाने (Bajaur Relic Casket Inscription) ह्या साम्राज्याच्या पश्चिमेकडील विस्ताराबद्दलच्या नाणकशास्त्रीय पुराव्याची निश्चिती होते.[५०]

डिमेट्रिअस म्हणजे महाभारतात[५१] निर्देशिलेला दत्तामित्र होय, असे काहीजण मानतात. चॉसरच्या 'Knightes Tale' मध्ये त्याचा 'भारताचा (Inde) राजा थोर इमेट्रिअस' व बेसनगरच्या एका मुद्रिकेवर[५२] तिमित्र असा उल्लेख येतो. अफगाणिस्तानातील व भारतातील अनेक शहरांची नावे त्याच्या व त्याच्या वडिलांच्या नावावरून आलेली आहेत, त्यांवरून त्याने मिळविलेल्या मोठ्या प्रमाणांवरील विजयांचे स्वरूप सिद्ध होते. उदा. कॅरॅक्स येथील इसिडोर[५३] च्या (Isidore) ग्रंथात अरकोशियामधील डेमेट्रिॲस्पोलिस नावाच्या शहराचा उल्लेख आला आहे. क्रमदीश्वराच्या 'व्याकरणा'त सौवीरामधील दात्तामित्री नावाच्या शहराचा उल्लेख आहे.[५४] यूथिमेडिआ (यूथिडेमिया[५५]?) ह्या शहराचा उल्लेख भूगोलाकार टॉलेमी करतो. हे शहर शाकलाशी[५६] एकात्म असून ते (मिनँडरच्या काळात) एका इंडो-ग्रीक राज्याचे राजधानीचे शहर असल्याचे 'मिलिंद पञ्हो' मध्ये म्हटले आहे.

मिनँडर व डिमेट्रिओस ह्या विजेत्या राजांपैकी एकजण म्हणजेच यवनांचा नेता होय, असा तर्क करण्यास अवसर आहे. त्याने औंध मधील साकेत,चितोड जवळील मध्यमिका व प्राय: मध्यभारतातील सिंधूनदी येथपर्यंत पुष्यमित्राच्या काळात प्रवेश केला होता.हिप्नीस (बियास) नदी पार करून इझमस् (त्रिसामा?)[५७] येथपर्यंत पोहोचलेला मिनँडर व हा आक्रमक एकच असल्याचे गोल्डस्टुकर, स्मिथ व इतर अनेक विद्वान मानतात. ह्याच्या उलट डॉ. भांडारकर आपल्या 'Foreign Elements in the Hindu Population' ह्या ग्रंथात हा आक्रमक म्हणजे

डिमेट्रिओस असल्याचे सुचवितात. तिसऱ्या अँटिओकोस आक्रमणाच्या वेळी (इ.स.पू. २११ व २०६ ह्याच्या दरम्यान) डिमेट्रिओस तरुण असल्याचे पॉलिबिअसकडून कळते. बॅक्ट्रियनांचा युक्रेटाइड्स् हा व पार्थियनांचा मिथॅडेट्स हा राजा असताना डेमेट्रिऑस हा 'भारतीयांचा राजा' असल्याचे जस्टिन म्हणतो. "पार्थियनांच्या राज्यात ज्यावेळी मिथॅडेट्स सत्तेवर आरुढ झाला, जवळ जवळ त्याच वेळी बॅक्ट्रियनांच्या प्रदेशात यूक्रेटाइडस्ने आपली कारकीर्द सुरू केली. दोघेही अर्थात थोर पुरूष होते... यूक्रेटाइडस्ने अनेक युद्धे मोठ्या आवेशाने केली आणि त्यांतील नुकसानीमुळे जरी त्याचा प्रभाव कमी झाला, तरी भारतीयांचा राजा डिमेट्रिऑसने त्याला कोंडीत पकडले असता त्याने केवळ ३०० सुरक्षा सैनिकांच्या साहाय्याने वारंवार छापे घालून ६०,००० शत्रुसैन्याचा प्रतिकार केला." डॉ. स्मिथने मिथॅडेट्सचा काळ इ.स.पू. १७१ ते १३६ असा मानला आहे. (देबेव्हाजच्या मते इ.स.पू. १३८/३७) अर्थात यूक्रेटाइडस् व डिमेट्रिऑस ह्यांचाही तोच म्हणजे इ.स.पू. दुसऱ्या शतकाचा मध्य हा काळ मानला पाहिजे.[५८]

इ.स.पू. २०६ मध्ये किंवा त्या सुमारास डिमेट्रिओस हा तरुण व राजपुत्र असल्याचे आपण पाहिले आहे. भारतीयांचा राजा म्हणून सुमारे इ.स.पू. दुसऱ्या शतकाच्या मध्यावर तो सत्तेवर असल्याचे आता आपल्या लक्षात आले आहे. म्हणून इ.स.पू. १८७ पासून १५१ पर्यंत सत्तेवर असलेल्या पुष्यमित्राचा तो इंडोग्रीक समकालीन होता, असे मानावे लागते. ह्याउलट मिनँडरने इंडोग्रीक राज्यावर बऱ्याच नंतरच्या काळात राज्य केले असले पाहिजे, हे पुढे उल्लेखलेल्या वस्तुस्थितीवरून स्पष्ट होईल. डिमेट्रिओसच्या ताब्यातील भारतीय मुलूख यूक्रेटाइड्सने हिरावून घेतल्याचे जस्टिन् सांगतो.[५९] राज्याचा भागीदार असलेल्या त्याच्या मुलाने यूक्रेटाइडस्ला ठार केले.[६०] हा पितृवध करणारा नेमका कोण होता, हे अनिश्चित असले, तरी तो मिनँडर होता असे कोणीही म्हणत नाही.[६१] यूक्रेटाइडस्चा खून करणारा राजा त्याच्या वडिलांचा सहकारी होता, अशी महत्त्वाची माहिती जस्टिन देतो. संयुक्तपणे कारभार करणारे ग्रीक राज्यकर्ते कधीकधी संयुक्त नाणी काढीत असत, हे आपण जाणतोच. उदाहरणार्थ: लॅसिअस व ॲन्टिअल्किडस् (Antialkidas) ॲगथोक्लेइअ व स्ट्रॅटो, पहिला स्ट्रॅटो व दुसरा स्ट्रॅटो व तसेच हर्मेओस व कल्लिओप (Kalliope) यांची ह्या प्रकारची संयुक्त नाणी उपलब्ध आहेत. नाण्यावर किंवा मोठ्या पदकांवर यूक्रेटाइडस्च्या बरोबरीने ज्यांची नावे व चित्रे आढळतात अशा हेलिओक्टेस व त्याची पत्नी लॅओडाइक (Laodike) ह्याच ग्रीकांचा केवळ उल्लेख करता येईल. हेलिओक्लेस व लॅओडाइक हे यूक्रेटाइडस्चे

पिता व माता असल्याचे कनिंगहॅमने व गार्डनरने सुचविले होते. परंतु प्रस्तुत नाण्यांचा अगदी वेगळा अर्थ व्हॅन सालेटने[६२] (Sallet) सुचविला आहे. यूक्रेटाइडस्‌ने ही नाणी आपल्या आईवडिलांच्या गौरवार्थ नव्हे, तर आपल्या हेलिओक्लेस ह्या मुलाच्या लॅओडाइक बरोबर झालेल्या विवाहाच्या प्रसंगी काढली होती, अशी त्याची कल्पना होती. लॅओडाइक ही डिमेट्रिओसची तिसऱ्या अँटिओकोसच्या कन्येपासून झालेली मुलगी असावी, असा व्हॅन सालेटचा तर्क होता. व्हॅन सालेटचे अनुमान ग्राह्य मानले, तर हेलिओक्लेस हा जस्टिन्‌ने उल्लेखिलेला यूक्रेटाइडसचा सहकारी व त्याच्या वडिलांचा मारेकरी होता, असे मानता येईल.

वर जे काही सांगितले आहे, त्यावरून डिमेट्रिओसनंतर यूक्रेटाइडस् व त्याच्या नंतर बहुधा हेलिओक्लेस सत्तेवर आला असल्याचे स्पष्ट होते. तसे असेल, तर हेलिओक्लेसपूर्वी मिनँडर सत्तेवर आला असणे शक्य नाही. परंतु डिमेट्रिओसनंतर इंडो-ग्रीक राज्याचे दोन भागांत विभाजन झाले होते, असा युक्तिवाद करता येईल. झेलम पलीकडील प्रदेशांचा समावेश असलेल्या एका भागावर यूक्रेटाइडस् व त्याच्या मुलाची सत्ता होती, तर 'यूथिमेडिआ'चा (यूथिडेमिया) किंवा शाकलचा समावेश असलेल्या दुसऱ्या भागावर मिनँडरचे राज्य होते. अशा प्रकारे तो यूक्रेटाइडस्‌चा (इ.स.पू. १७१-१६५) व परिणामतः पुष्यमित्राचा (इ.स.पू. १८७-१५१) तुलनेने तरुण वयाचा समकालीन असला पाहिजे.

म्हणून डिमेट्रिऑस नंतर इंडो-ग्रीक राज्याचे झालेले विभाजन हे एक ऐतिहासिक सत्य मानता येईल. भारतातील दोन प्रतिस्पर्धी ग्रीक राज्यांचे अस्तित्व व त्यांच्यातील परस्पर कलह वाङ्मयीन व नाण्यांच्या पुराव्यावरून सिद्ध होतो.

पुराणे म्हणतात -

भविष्यन्तीह यवना धर्मतः कामतोऽर्थतः ।
नैव मूर्धाभिषिक्तास्ते भविष्यन्ति नराधिपाः ।।
युग-दोष-दुराचारा भविष्यन्ति नृपास्तु ते ।
स्त्रीणां बाल-वधेनैव हत्वा चैव परस्परम ।।

"धार्मिक भावना किंवा महत्त्वाकांक्षा व लूटमारी ह्या हेतूने येथे यवन (सत्ताधारी) बनतील. ते अभिषिक्त राजे असणार नाहीत, तर युग-दोषामुळे दुराचार करणारे असतील. स्त्री-बालकांची[६३] हत्या करून व एकमेकांना ठार करून हे राजे कलियुगाच्या अखेरीस राज्याचा उपभोग घेतील."[६४]

'गार्गीसंहिते'त या प्रकारची माहिती आलेली आहे -

मध्यदेशे न स्थास्यन्ति यवना युद्धदुर्मदाः ।

तेषामन्योन्य संभावा (?) भविष्यन्ति न संशय: ॥
आत्म-चक्रोत्थितं घोरं युद्धं परमदारुणम् ।

"भयंकर युद्धखोर यवन मध्यदेशात (मध्य-भारतात) राहणार नाहीत. त्यांच्या स्वत:च्या राज्यात परस्परांमध्ये क्रूर व विदारक युद्ध होईल."[६५]

यूक्रेटाइडस्‌च्या घराण्यातील व यूथिडेमॉसच्या कुलातील राजांमधील संघर्षाची साक्ष नाणी देतात. परंतु आपणांस उपलब्ध असलेल्या पुराव्यावरून मिनँडर नव्हे, तर अपोल्लोडोटोस ॲगथोक्लेइआ व पहिला स्ट्रॅटो हे यूक्रेटाइडस्‌चे समकालीन व प्रतिस्पर्धी असल्याचे स्पष्टपणे सूचित होते. युक्रॅटाइडस्‌च्या तांब्याच्या एका चौकोनी नाण्याच्या[६६] पुढील बाजूवर राजाचे अर्धचित्र व "Basileus Megalou Eukratidou" हे वचन आढळते. नाण्याच्या दुसऱ्या बाजूवर ग्रीकांच्या मुख्य देवतेची आकृती व कविसिये नगरदेवता हे वचन कोरलेले आढळते. अनेकदा ती नव्याने पाडलेली अपोल्लोडोटोसची नाणी (?) असतात.[६७] त्यावरून अपोल्लोडोटोस हा यूक्रेटाइडस्‌चा प्रतिस्पर्धी असण्याची शक्यता दिसते. युक्रेटाइडस्‌ने काफिरिस्तान व तसेच घोरबंद व पंजूशिरच्या खोऱ्यांशी एकात्म मानलेल्या भागात असलेल्या कापिशच्या सत्तेत त्याच्यावर मात करण्यात आली. संयुक्तपणे राज्यकारभार करणाऱ्या ॲगथोक्लेइआ व पहिल्या स्ट्रॅटोची व तसेच स्वतंत्रपणे कारभार पाहणाऱ्या पहिल्या स्ट्रॅटोची नाणी हेइओक्लेसने वितळवून नव्याने पाडल्याचे पुढे रॅप्सनने[६८] निदर्शनास आणून दिले आहे. शिवाय, नाण्यांचे नूतनीकरण नेहमी हेलिओक्लेसने केलेले दिसते. ॲगथोक्लेइआने व पहिल्या स्ट्रॅटोने हे कधीच केले नव्हते. ह्यावरून इंडो-ग्रीक प्रांतात ॲगथोक्लेआची व पहिल्या स्ट्रॅटोची सत्ता एक तर हेलिओक्लेसच्या पूर्वी किंवा त्याच्या काळात होती; परंतु बहुधा नंतरच्या काळात नव्हती, हे स्पष्ट होते.

यूक्रेटाइडस् दोन प्रतिस्पर्ध्यांविरुद्ध म्हणजे डिमेट्रिऑस व अपोल्लोडोटोस यांच्या विरुद्ध बहुधा लढला होता, हे जस्टिनने दिलेल्या पुराव्यावरून व कापिश नाण्यांवरून स्पष्ट होत असल्याचे आपण पाहिले आहे. त्याचा पुत्र हेलिक्लेस ह्यानेही ॲगथोक्लेइआ व पहिल्या स्ट्रॅटो ह्यांच्या विरुद्ध युद्ध केले होते. डिमेट्रिओसवरील आपल्या विजयाच्या निमित्ताने यूक्रेटाइडस्‌ने पाडलेल्या एका मोठ्या आकाराच्या सुवर्णनाण्याचा सेल्टमन (Greek-coins 235) उल्लेख करतो. काहीजण बॅक्ट्रियन व इंडो-बॅक्ट्रियन हेलिओक्लेस वेगळे असल्याचे मानतात. (JRNS 1950, 211 -12) भारतीय हेलिओक्लेस दोन होते, हे मानण्यासाठी खात्रीच्या पुराव्याची गरज आहे. ज्या अर्थी डिमेट्रिओस व अपोल्लोडोटोस हे दोघेजण यूक्रेटाइडस्‌चे विरोधक होते व ज्या अर्थी त्यांनी सारख्याच प्रकारची नाणी उपयोगात आणली होती, त्या

अर्थी कालदृष्ट्या व तसेच परस्परसंबंधांच्या दृष्टीने ते विशेष जवळचे होते. वस्तुत:, एकानंतर दुसरा लगेच सत्तेवर आला होता, असा निश्चित तर्क काढता येतो. डिमेट्रिओस हा नि:संशय यूथिडेमॉसचा पुत्र व वारस असल्याचे व परिणामत: अपोल्लोडोटोस हा त्याचा वारस असणे क्रमप्राप्तच ठरते.

हेलिओक्लेस हा अपोल्लोडोटोसचा प्रतिस्पर्धी असलेल्या यूक्रेटाइडसूचा प्राय: पुत्र असल्याने तो अपोल्लोडोटोसचा कनिष्ठ समकालीन असला पाहिजे. परिणामत: हेलिओक्लेसचे विरोधक असलेले ॲगथोक्लेइआ व स्ट्रॅटो हे अपोल्लोडोटोसला कालदृष्ट्या अतिशय जवळचे असले पाहिजेत. त्यांची नाणी त्याने नव्याने पाडली होती. नंतरच्या काळात पहिल्या स्ट्रॅटोने आपला नातू दुसरा स्ट्रॅटो ह्याच्या समवेत संयुक्त राज्यकारभार केला. डिमेट्रिऑसपासून दुसऱ्या स्ट्रॅटोपर्यंतच्या कालावधीत मिनँडरची प्रदीर्घ व समृद्ध कारकीर्द झाली असणे शक्य नाही. 'मिलिंद पञ्हो' मधील बौद्ध परंपरेनुसार मिलिंद किंवा मिनँडर परिनिर्वाणापूर्वी '५०० वर्षे', म्हणजे पाचव्या शतकापूर्वी नव्हे,[६९] होऊन गेला. 'परिनिब्बानतो पंचवस्स सते अतिक्कन्ते एते उपज्जिस्सन्ति।[७०]' ह्या परंपरेवरून सिल्लोनी गणतीनुसार इ.स.पू. १४४-४४ किंवा कँटनच्या परंपरेनुसार इ.स.पू. ८६ ते इ.स. १४ ह्या काळापूर्वीचा नसलेल्या मिनँडरचा काळ असल्याचा बोध होतो. अशा प्रकारे नाण्यांच्या पुराव्यावरून व तसेच वाङ्मयीन परंपरेवरूनही मिनँडर हा पुष्यमित्राचा इंडो-ग्रीक समकालीन असणे शक्य नाही.[७१] म्हणून पतंजलीने व कालिदासाने उल्लेखलेला यवन आक्रमक डिमेट्रिओस होता, असेच मानले पाहिजे आणि त्याच्याच एका सैन्याचा युवराज वसुमित्राने पराभव केला होता.[७२]

अश्वमेध-यज्ञ

विदर्भ व यवन ह्यांबरोबरच्या यशस्वी युद्धानंतर पुष्यमित्राने दोन अश्वमेघ यज्ञांचे समारंभ पूर्ण केले. हे यज्ञ ब्राह्मणधर्मीय प्रतिक्रियेच्या प्रारंभिक अवस्थेचे द्योतक असल्याचे काही विद्वानांनी मानले असून पाच शतकांनंतर समुद्रगुप्त व त्याचे वारस ह्यांच्या काळात ती पूर्णांशाने विकसित झाली. शाक्यमुनीच्या धर्माचा क्रूरपणे छळ करणारा अशा स्वरूपात पुष्यमित्राचे बौद्ध ग्रंथकारांनी वर्णन केल्याचे ठामपणे सांगितले जाते. परंतु 'छळवाद करणारा' हा राजा मौर्य स्वत: अशोकाचा वंशज असल्याचे सांगण्यात आल्याने ह्या बाबतीत काही आधुनिक विद्वान ज्याचा मुख्यत: आधार घेतात, त्या 'दिव्यावदना'च्या विश्वासनीयतेला मोठ्या प्रमाणात धक्का बसलाआहे.[७३] तसेच, ज्या मुख्य उद्दिष्टासाठी ह्या राजाने विघातक धोरणाचा अवलंब केल्याचे

म्हटले जाते, ते उद्दिष्ट 'धर्मांधता' नव्हे, तर 'वैयक्तिक ऐश्वर्याची इच्छा' असल्याचे प्रस्तुत बौद्ध ग्रंथात म्हटले आहे. पुष्यमित्राने बौद्धधर्मीय मंत्र्यांना नोकरीवरून दूर केले नव्हते व त्याच्या पुत्राचा दरबार पंडित कौशिकीने भूषविला होता.[७४] बिहार, औंध, माळवा व लगतचे प्रांत ह्यांत सिलोनच्या दुठ्टगामणीच्या काळात (इ.स.पू. १०१-७७) अनेक बौद्धसंघ व त्यात हजारो बौद्ध भिक्षू असल्याचे 'महावंसा'त[७५] मान्य केले आहे. हा काळ काही प्रमाणांत बैंबिक-शुंग काळाशी जुळणारा आहे. भारहुत येथे 'शुंगांच्या आधिपत्याच्या काळात' जी बौद्ध स्मारके उभारण्यात आली, त्यावरून शुंग-राजे हे (पुराणांनी त्यांत पुष्यमित्राचा समावेश केला आहे) आक्रमक कडव्या ब्राह्मणधर्माचे नेते होते, ह्या सिद्धान्ताचे समर्थन होऊ शकत नाही. जरी पुष्यमित्राच्या वंशातील राजे सनातन हिंदू धर्माचे कडवे पुरस्कर्ते होते, तरी काही ग्रंथकार दर्शवितात तितके ते असहिष्णू नव्हते.

पुष्यमित्राच्या काळातील मंत्रिपरिषद

पुष्यमित्राची 'सभा' पतंजलिने उल्लेखलेली आहे. परंतु ह्या संज्ञेने राजदरबार, न्यायनिवाडा मंडळ किंवा प्रतिष्ठितांची परिषद ह्यांपैकी कशाचा बोध होतो, हे अनिश्चितच आहे. मात्र मंत्रिमंडळे किंवा परिषदा अस्तित्वात असल्याचा निर्वाळा कालिदासाने दिला आहे. ह्या कवीचा हा उल्लेख विश्वसनीय मानल्यास शासनयंत्रणेतील एक महत्त्वाचा घटक म्हणून ही परिषद कायम राहिल्याचे मानता येईल. युवराजांनाही 'परिषदां'चे साहाय्य होते असे, अशी मोलाची माहिती त्याने पुरविली आहे.[७६] 'मालविकाग्निमित्रा'मध्ये (पूर्व माळव्यातील) विदिशेचा राजप्रतिनिधी युवराज अग्निमित्र ह्याच्या त्याच्या परिषदेशी असलेल्या व्यवहारांविषयी स्पष्ट स्वरूपात उल्लेख आला आहे :

''देव एवम् अमात्य-परिषदो विज्ञापयामि''[७७]

''मन्त्रिपरिषदोऽप्येतदवे दर्शनम्
द्विधा विभक्तां श्रियम् उद्वहन्तौ
धुरं रथाश्वाविव संग्रहीतुः ।
तौ स्थास्यतस्ते नृपतेर्निदेशे
परस्परावग्रह-निर्विकारौ ।।[७८]

राजाः- तेन हि मन्त्रिपरिषदं ब्रूहि सेनान्ये
वीरसेनाय लिख्यताम् एवं क्रियतामिति।''[७९]

परराष्ट्रधोरणविषयक महत्त्वाच्या बाबीचा निर्णय करण्याच्या वेळी अमात्य

परिषदेचा योग्य प्रकारे सल्ला घेण्यात येत असे, असे दिसते.

अग्निमित्र व त्याचे वारस

प्राय: ३६ वर्षांच्या कारकिर्दीनंतर[८०] पुष्यमित्र इ.स.पू. १५१ मध्ये किंवा त्या सुमारास मरण पावला, व त्याच्यानंतर त्याचा पुत्र अग्निमित्र[८१] सत्तेवर आला. रोहिलखंडात सापडलेल्या तांब्याच्या अनेक नाण्यांवर अग्निमित्र नावाच्या एका राजाचे नाव आढळते. हा राजा म्हणजे पुष्यमित्राचा मुलगा बहुधा नसावा, तर उत्तरपांचाल (रोहिलखंड) मधील एका स्थानिक घराण्यातील तो होता असे कनिंगहॅमचे[८२] मत होते. ह्या निष्कर्षासंबंधीची त्याने दोन कारणे दिलेली आहेत:-

(१) नाण्यांवर, आलेले अग्निमित्राचेच केवळ नाव पौराणिक याद्यांत आढळते. तथाकथित 'पांचाल मालिके'तील नाण्यांवर आलेली इतर 'मित्र' राजांची नावे पुराणांत आढळणाऱ्या नावाशी जुळत नाहीत.

(२) उत्तरपांचालाच्या सरहद्दीबाहेर ही नाणी अत्यंत अल्प प्रमाणात सापडली आहेत.

पहिल्या मुद्दयाच्या संदर्भात नाण्यावर आलेल्या अग्निमित्राच्या नावाखेरीज इतर कित्येक नावे पुराणांतील सूचित आढळणाऱ्या शुंग व काण्व राजांच्या नावांशी एकात्म मानता येतील असे रिव्हेट कारनॅक[८३] (Rivett-Carnac) व जायस्वाल[८४] ह्यांनी दाखवून दिले आहे. उदाहरणार्थ, भद्रघोष हा शुंग-राजांच्या पौराणिक यादीतील घोष ह्या सातव्या राजाबरोबर एकात्म मानता येईल. भूमिमित्र म्हणजे त्याच नावाचा काण्व राजा होय, असे मानता येईल. अग्निमित्राचा वारस म्हणजे वसुज्येष्ठ किंवा सुज्येष्ठ आणि विष्णुपुराणाच्या 'K' ह्या हस्तलिखितात[८५] ज्याला नुसते ज्येष्ठ म्हणतात, त्याच्याशी एकात्म मानण्यात आलेल्या ज्येष्ठमित्राची नि:संशयपणे वेगळ्या मालिकेतील नाणी उपलब्ध आहेत. परंतु त्याचाही एका अग्निमित्राशी घनिष्ठ संबंध होता. अर्थात कित्येक नावांचे स्पष्टीकरण देणे शक्य होणार नाही. परंतु वासुदेव काण्वाने सत्ता बळकावली असता त्या वेळी वाचलेल्या शुंगराजांची ती नावे असण्याची शक्यता आहे. त्यांची उरलीसुरली सत्ता तथाकथित आंध्रांनी व शिशुनंदीने नष्ट केली.[८६]

दुसऱ्या मुद्दयाच्या बाबतीत आपण लक्षात घ्यावयास हवे की, तथाकथित पांचाल मालिकेतील निश्चितपणे असणारी 'मित्र' नाणीसुद्धा औंध बस्ति जिल्हा, पाटलिपुत्र व तसेच पांचाल येथेही सापडली आहेत. ब्रह्ममित्र व इन्द्रमित्र ही दोन 'मित्र' राजांची जी नावे, त्यांपैकी दुसरा निश्चितपणे पांचाल गटातील होता. बोधगया

येथील दोन लोखंडी स्तंभांवर व तसेच मथुरा, पांचाल व कुम्रहर येथे सापडलेल्या नाण्यांवर ती कोरलेली आढळतात.[८७] ही वस्तुस्थिती ध्यानात घेता प्रस्तुत 'मित्रराजे' उत्तरपांचालातील एका स्थानिक घराण्यातील होते, असे म्हणणे अवघड आहे. मात्र ही बाब अनिर्णित अशीच मानली पाहिजे.

पूर्वी पाहिल्याप्रमाणे अग्निमित्राचा वारस ज्येष्ठ (विष्णुपुराणाच्या 'K' ह्या हस्तलिखितातील) हा होता. नाण्यांवर उल्लेखलेल्या ज्येष्ठमित्राशी तो एकात्म असण्याची खूपच शक्यता आहे.[८८]

नंतरचा वसुमित्र राजा अग्निमित्राचा एक पुत्र होता. आपल्या आजोबांच्या हयातीत यवनांविरुद्ध त्याने राजसैन्याचे नेतृत्व करून (प्राय: मध्यभारतातील) सिंधूनदीच्या तीरावर त्यांचा पराभव केला होता. पुष्यमित्राचे साम्राज्य व माळव्यातील इंडो-ग्रीकांचा प्रदेश ह्यांमधील सरहद्द बहुधा हीच असावी.

वसुमित्रांचा वारस म्हणून 'भागवत-पुराणा'त भद्रक, 'विष्णुपुराणा'त आर्द्रक व ओद्रुक, 'वायुपुराणा'त आंध्रक व 'मत्स्य-पुराणा'त अंतक असा उल्लेख आला आहे. तो म्हणजेच उदाक होय, असे जायस्वाल मानतात. प्रभोसा शिलालेखात हे नाव येते. प्रस्तुत कोरीव लेखाचे भाषांतर असे करण्यात आले आहे. ''गोपाली वैहिदरी व गोपालीचा पुत्र असलेल्या राजा बहसतिमित्राचा मामा ह्यांचा पुत्र आसाढसेन ह्याने उदाकाच्या दहाव्या वर्षी कस्सपिय अर्हतांच्या उपयोगासाठी एक गुंफा तयार करवून घेतली.'' दुसऱ्या एका प्रभोसा शिलालेखावरून आसाढसेन हा उत्तर-पांचालांची राजधानी असलेल्या अधिच्छत्रा (अहिच्छत्रा) येथील राजवंशातील असल्याचे समजते. ओद्रक (म्हणजेच उदाक) हा प्रमुख शुंग-अधिपती होता, तर आसाढसेनाचे घराणे मगधसत्तेचे एकतर राज्यपालाचा किंवा मांडलिकाचा दर्जा असणारे होते, असे जायस्वालांनी मानले आहे. ह्याच्या उलट मार्शलने[८९] पाचवा 'शुंग' कासीपुत्र[९०] भागभद्राशी एकात्म मानला होता. विदिशा ह्या जुन्या नगरीत (आताच्या बेसनगरमध्ये) सापडलेल्या एका गरूडस्तंभावरील कोरीव लेखात त्याचा उल्लेख येतो. भागभद्र म्हणजेच भाग शुंग अर्थात पुराणांतील भागवत होय, असे जायस्वाल मानतात. (महाराज भागवत ह्याच्या प्रतिष्ठापनेनंतरच्या बाराव्या वर्षातील) दुसऱ्या एका बेसनगर गरूडस्तंभावरील कोरीव लेखाच्या शोधामुळे ही उपपत्ती सोडून देणे आवश्यक आहे. त्यावरून कासिपुत्र भागभद्र ह्या राजाहून निराळा भागवत नावाचा एक राजा विदिशेस होऊन गेल्याचे सिद्ध होते. उदाक ह्याचा विदिशेशी संबंध दर्शविणारा निश्चित पुरावा नसल्याने तो अग्निमित्र व भागवत ह्यांच्या घराण्यातीलच होता, असे ठामपणे म्हणता येत नाही. मार्शलचे मत अधिक संभाव्य वाटते.[९१]

विदिशा येथील अग्निमित्राच्या वारसांनी पश्चिम पंजाबमधील ग्रीक राज्यकर्त्यांशी मैत्रीचे संबंध जोपासले होते, असे दिसते. ह्या बाबतीत बॅक्ट्रिअन ग्रीकांचे धोरण त्यांच्या आधी आलेल्या सेल्युकोसच्या धोरणासारखेच होते. आपण जाणतोच की, सुरवातीस सेल्युकोसने मगधसाम्राज्य जिंकण्याचा प्रयत्न केला, परंतु आपले प्रयत्न निष्फळ ठरल्यामुळे, मौर्यांशी मैत्री करणे दूरदर्शित्वाचे ठरेल असे त्याने मानले. बॅक्ट्रियनांनीसुद्धा, पुष्यमित्राच्या सेनापतीकडून पीछेहाट पत्करावी लागल्यामुळे व त्याखेरीज अन्तर्गत फाटाफुटीमुळे आलेल्या दौर्बल्यामुळे गंगा-खोऱ्यातील साम्राज्यसत्तेविरूद्ध असलेला आपला वैरभाव, निदान काही काळापुरता, आपातत: सोडून दिला. तक्षशिलेचा रहिवासी व दियचा (डायन) पुत्र हेलिओदोर (हेलिओदोरोस) हा, आपल्या कारकिर्दीच्या चौदाव्या वर्षी भरभराटीस आलेल्या उद्धारक (त्रातार) म्हणून प्रसिद्ध असलेल्या राजन् कासिपुत्र भागभद्राकडे, महाराज अंतलिकिताचा (अन्टीअलकिडस्) राजदूत म्हणून आल्याचे, भागभद्राच्या कारकिर्दीतील बेसनगरच्या शिलालेखावरून समजते. हा राजदूत जरी ग्रीक होता, तरी त्याने भागवतधर्माचा प्रचार केला व देवाधिदेव वासुदेवाच्या (कृष्णाच्या) सन्मानार्थ एक गरूडध्वज उभारला. असे दिसते की, त्याचे महाभारतावर[१२] प्रभुत्व होते. आपल्या मूळच्या तक्षशिला ह्या शहरात त्याने ह्या ग्रंथाचे पठण ऐकले असावे.

भद्रकानंतर लगेच आलेल्या तीन वारसांविषयी खास अशी काहीच माहिती मिळत नाही. भागवत ह्या नवव्या राजाची ३२ वर्षे इतकी प्रदीर्घ कारकीर्द झाली. वर उल्लेखलेल्या एका बेसनगर शिलालेखात आलेल्या महाराज भागवताशी तो एकात्म असल्याचे डॉ. भांडारकर मानतात. भागवताचा वारस देवभूती किंवा देवभूमि हा एक तरुण व दुराचारी राजा होता. दहा वर्षांच्या कारकिर्दीनंतर वसुदेव ह्या त्याच्या अमात्याने त्याला सत्तेवरून दूर केल्याचे पुराणे सांगतात. अत्यंत कामांध अशा ह्या शुंगराजाला त्याच्या वसुदेव ह्या अमात्याने देवभूतीची राणी म्हणून वावरणाऱ्या दासीच्या मुलीच्या मदतीने ठार केले, असे बाणाच्या 'हर्षचरिता'त म्हटले आहे. ठार झालेला शुंग हा देवभूतीच होता, असे बाणाच्या विधानावरून निश्चितपणे सूचित होत नाही. सत्ताधारी शुंगराजाचा (भागवत) पाडाव करून देवभूतीला सत्तेवर बसविण्याच्या उद्देशाने वासुदेवाने देवभूतीच्या गुप्तहेरांबरोबर कारस्थान रचले, असा त्याच्या विधानाचा अर्थ लावता येईल. परंतु पुराणांतील एकमुखी पुराव्याच्या संदर्भात बाणाच्या विधानाचा प्रस्तुत अन्वयार्थ मान्य करता येत नाही.

देवभूतीच्या दु:खद शेवटानंतर शुंगसत्ता पूर्णपणे नष्ट झाली नव्हती. तथाकथिकत आंध्रांचा उदय होईपर्यंत मध्यभारतात[१३] बहुधा ती अस्तित्वात होती.

आन्ध्र, आंध्रभृत्य किंवा सातवाहन ह्यांनी 'शुंगसत्तेचे अवशेष झटकून टाकले' व विदिशाभागाच्या प्रशासनासाठी शिशुनंदीची[१४] बहुधा नेमणूक केली. शिशुनंदीच्या धाकट्या भावाचा शिशुक नावाचा एक नातू (दौहित्र, मुलीचा मुलगा) होता व पुरिकेचा तो सत्ताधारी झाला.[१५]

भारतीय इतिहासातील बैंबिक-शुंग-कालाचे महत्त्व

पुष्यमित्राच्या 'घराण्यातील' राज्यकर्त्यांची कारकीर्द म्हणजे सर्वसाधारणपणे भारताच्या व विशेषकरून मध्यभारताच्या इतिहासातील एक महत्त्वाचे युग होय. एके वेळी सबंध 'मध्यदेश' गिळंकृत करण्याची धमकी देणाऱ्या नव्याने सुरू झालेल्या यवनांच्या आक्रमणांना पायबंद बसला व सरहद्द भागातील ग्रीक राज्यकर्त्यांना (Dynasties) त्यांच्या पूर्वी येऊन गेलेल्या सेल्युसिड आक्रमकांच्या दूरदर्शी धोरणाप्रत मागे यावे लागले. धर्म, वाङ्मय व कला ह्यांच्या क्षेत्रात गुप्तांच्या वैभवशाली कालाशी तुलना होऊ शकेल, अशा कर्तृत्वाचा उद्रेक झाला. ह्या कलाविषयक कार्याच्या इतिहासात विदिशा, गोनर्द व भारहुत ह्या मध्यभारतातील तीन स्थानांची नावे विशेष महत्त्वाची आहेत. फूशेने दाखवून दिल्याप्रमाणे "विदिशेमधील हस्तिदंती कलाकुसरीचे काम करणाऱ्या कारागिरांनीच आपल्या शहराच्या निकटवर्ती परिसरात, सांची येथील एका संस्मरणीय प्रवेशद्वार कोरले होते." विदिशा (व घोसुंडी) येथील किंवा जवळच्या भागातील शिलालेख 'भागवत' धर्माच्या वाढत्या महत्त्वाची व व्यापक प्रचाराची साक्ष देतात. ह्या संप्रदायाच्या प्रसारासाठी कोणी अशोक पुढे आला नसला, तरी त्याच्या अनुयायांचे ध्येयवादी प्रचारकार्य यवन राज्यकर्त्यांच्या प्रदेशातही प्रभावी ठरले असले पाहिजे. ह्या धर्माचा स्वीकार करणाऱ्या सर्वांत प्रसिद्ध व्यक्तींमध्ये एक यवन राजदूत होता. ह्या काळातील वाङ्मयाच्या क्षेत्रातील सर्वश्रेष्ठ बुद्धिमान अशा विख्यात पतंजलीचे परंपरागत जन्मस्थान गोनर्द[१६] हे होते. शुंगराज्याला (सुगनं रज) अमर करणारे प्रसिद्ध 'कठड्याचे बांधकाम भारहुत येथेच झाले.'

स्पष्टीकरणात्मक टीपा

१. २.१.२३.

२. ३.२.४०.

३. 'मालविकाग्निमित्रा'मध्ये (अंक ४, श्लोक १४, टॉनीचे भाषांतर पृ. ६९)
    अग्निमित्राने आपण बैंबिक कुलातील असल्याचा दावा केला आहे. बिंबकि
    नावाच्या राजाचा 'The Ocean of story' ह्यात निर्देश येतो.
    पेन्झर१,११२,११९ बैंबिकांचा बिंबिसाराच्या घराण्याशी संबंध असल्याचे
    श्री. एच्. ए. शहा सुचवितात. ('Proceedings of the Third Oriental
    Conference, madras, p. 379')
    ('दाक्षिण्यं नाम बिम्बोष्ठि बैम्बिकानां कुलव्रतम्' ह्या वाक्यातील) 'बैम्बिक'
    हे विशेषण बिम्बिका ह्या एक प्रकारच्या वनस्पतीशी संबंधित असण्याची
    जास्त शक्यता आहे. (IC,1938,Ja., 365) तसेच, कदाचित भारहुत
    शिलालेखात उल्लेखिलेल्या बिम्बिका नदीशीही ते निगडित असावे. (बारुआ
    व सिन्हा पृ. ८) पाहा – पद्मपुराण, भूमिखण्ड ९०.२४. पतंजलीने
    उल्लेखिलेल्या बैम्बिकि (४.१.९७) कलियुगात अश्वमेधाचे पुनरुज्जीवन
    करणार असलेल्या ब्राह्मण सेनानीचे 'हरिवंशा'त (भविष्य २.४०) एक
    औद्भिज्ज 'वनस्पतीपासून जन्मलेला' व एक काश्यप असे वर्ण आले आहे.
    तो म्हणजेच पुष्यमित्र होय, असे जायस्वाल मानतात. आश्चर्य हे की,
    'बौधायन–श्रौतसूत्रां'त (कलांड संपादित भाग ३, पृ. ४४९) बैम्बकय: हे
    कश्यप असल्याचे म्हटले आहे.

४. मात्र 'हर्षचरित' शुंग हे अभिधान स्वत: पुष्यमित्राला कधीच लावीत नाही,
    तर पौराणिक सूचीतील केवळ एका सर्वांत अलीकडच्या राजाला उद्देशून
    वापरते, हे लक्षात घेणे अगत्याचे आहे. पुराणांनी शुंग ह्या सर्वसाधारण
    नावामध्ये बैम्बिक व शुंग ह्यांचा समावेश केला असावा.

५. JASB, (1912) 287. Cf. (1910) 260.

६. सूत्र ४.१.११७ मध्ये. त्याखेरीज क्रमदीश्वर ७६३.

७. ६.४.३१.

८. १२.१३.५ वगैरे. वंशब्राह्मणामध्ये शुंगांचा मद्रदेशाशी संबंध दर्शविल्याचे
    दिसते. 'Ved. Index', II. p. 123 तारानाथांनी केलेल्या पुष्यमित्राच्या
    उल्लेखासाठी पाहा – JBORS, IV, pt. 3,258. अनियंत्रित राज्यकारभाराचे

व मंत्र्याकडून होणाऱ्या सत्तेवरील आक्रमणाचे कैवारी अशा भारद्वाजांविषयी पाहा – कौटिल्य ३१, ३१६.

९. प्राचीन काळातील महाभारतात उल्लेखलेली द्रोण, कृप व अश्वत्थामा, इंडियन अँटिक्केरी, ८.२० मधील रविदेव यादव राजांचा सेनापती खोलेश्वर व पाल राजांचा ब्राह्मण सेनापती सोमेश्वर ही उदाहरणे पहा.

१०. जैन लेखक (उदा : मेरुतुंग) अवंतीचा पुष्यमित्राच्या राज्यांत समावेश करतात. शातवाहनांना हा प्रांत व ग्रीकांना शाकल गमवावे लागले.

११. पृ. ४३४.

१२. 'मालविकाग्निमित्र' अंक ५, पृ. ३७०-९१ (जी. विद्यानिधींची आवृत्ती) विशेषत: श्लोक २०, 'संपद्यते न खलु गोप्तरि नाऽग्निमित्रे।'

१३. राजप्रतिनिधीच्या सत्तेखालील ह्या मुलखाच्या अस्तित्वाची शक्यता अयोध्येच्या एका मंदिराच्या प्रवेशद्वारावर सापडलेल्या एका शिलालेखावरून स्पष्ट होते. त्यामध्ये कोसलाधिपाने उभारलेल्या 'केतना'चा (निवासस्थानाचा) उल्लेख आला आहे. हा राजा दोन अश्वमेधयज्ञ करणाऱ्या सेनापती पुष्यमित्राचा सहावा (भाऊ किंवा वंशज?) होता. (नागरी प्रचारिणी पत्रिका, वैशाख, संवत् १९८१, JBORS,X (1924) 203; XIII (1927) facing 247, Mod. Review, (1924 October) p. 431, IHQ (1929) 602 f; Eq. Ind. XX. 54 ff.)

'सेनापती' हे बिरुद देव (राजा) पुष्यमित्राला अश्वमेधयज्ञ केल्यानंतरही लावले जात असे, हे लक्षात घेणे मनोरंजक ठरेल. पाहा – महाभारतातील विराटराजाला लावण्यात आलेले 'वाहिनीपती' हे विशेषण आणि तसेच कुशान सम्राटांना इतर विशेषणांखेरीज लावण्यात आलेले 'यवुग' हे बिरुद. पूर्णांशाने राजपदाचा किताब धारण केल्यावरही वापरात असलेले महाराज महासेनापती (CII. Vol.3, p. 252) तसेच बिज्जल व इतर ह्यांना लावण्यात आलेले महामण्डलेश्वर हे बिरुद पहा. (Bom. Gaz. II. ii. 474 ff)

१४. अंक पहिला मंदाकिनी हे नदीचे नाव म्हणून काही हस्तलिखितांत येते (Cf. IHQ. 1925, 214) 'मंदाकिनी' म्हणून ओळखला जाणारा एक प्रवाह तापीच्या दक्षिणेस ५ मैलांवर आहे. ('Ind. Ant.', (1902) 254) चित्रकूटाशेजारी दुसरी एक मंदाकिनी होती. (रामायण, ९२-१०-११) (बाघेलखंडातील) भारहुत येथे शुंगांच्या एका मांडलिकाचे नियंत्रण असल्याचे Luders Ins. Nos. 687-688 ह्यांवरून बहुधा सूचित होते.

पुष्यमित्र हा जर एक शुंगवंशीय राजा असेल, तर बाघेलखंड हा त्याच्या घराण्याच्या साम्राज्याचा एक भाग असला पाहिजे. इ.स.पू. दुसऱ्या शतकाचा मध्य हा ह्या शिलालेखाचा काळ मानण्याच्या बाबतीत ब्युहलरशी 'Monuments of Sanchi' च्या ग्रंथाचे लेखक सहमत नाहीत. (I, iv-271) कौशांबी येथे सापडलेल्या काही नाण्यांमध्ये एका शुंगराजाचा (अगराज?) उल्लेख येतो. (JNSI IV, i. 14) तो नक्की कोण होता, हे मात्र निश्चितपणे समजू शकत नाही. ह्या शिलालेखाचा इ.स.पू. १००-७५ हा काळ 'Monuments of Sanchi' च्या ग्रंथकाराला ग्राह्य वाटतो. प्राच्यशिलालेखशास्त्रानुसार हे कोरीव लेख, इंद्राग्निमित्र, ब्रह्ममित्र व विष्णुमित्र ह्या शिलालेखांच्या वर्गात मोडतात.

१५) 'Additions and Corrections', and p. 58 n. Cf. Also Konow in 'Acta Orientalia', I. 29.
पुष्यमित्र ही जायस्वालांनी मानलेली एकात्मता एस्. कोनोने मान्य केली आहे.

१६. 'Ind. Ant.' (1919) p. 189 cf. Allan CICAI, p. cviii

१७. Cf. Chanda in 'IHQ', (1929) pp. 594 ff.

१८. पृ.४३३-३४.

१९. 'दिव्यावदाना'तील बृहस्पतीची शिलालेखात निर्देशिलेल्या बृहस्पतिमित्र नावाच्या कोणीही राजाशी अपरिहार्यपणे एकात्मता मानावी, असे सुचविण्यात आले नाही. तरीसुद्धा तशी शक्यता पूर्णपणे दृष्टिआड करण्यात आलेली नाही. पुष्यमित्राचे समानार्थी नाव 'बृहस्पती' हे नाव मानू नये असे आम्हांस दृष्टोत्पत्तीस आणून द्यावयाचे आहे. त्याचे साधे कारण असे की, बृहस्पति हा पुष्यनक्षात्राचा प्रतिनिधी आहे व साहित्यात बृहस्पति 'पुष्यधर्मन्' व 'पुष्यमित्र' ही वेगवेगळ्या व्यक्तींची नावे म्हणून येतात. पुष्यमित्राची बृहस्पतिमित्राशी जी एकात्मता सुचविण्यात आली आहे, त्या संदर्भात त्याखेरीज पाहा - 'IHQ', (1930) p. 23.

२०. पाहा - ल्युडर्सचा पाठ, 'Ep. Ind.', X, App. No. 1345.
जायस्वालासमवेत एस्. कोनो ('Acta Orientalia', I. 26) 'राजगहम् उपपीडापयति' असा पाठ घेतो. अर्थात 'राजगहनप(म्) पीडापयति' असाही पाठ असण्याची शक्यता तो मान्य करतो.

२१. पाहा - भगवानलाल इन्द्रजी ëActes du sixieme Congres

international des Orientalistes, Pt. III, Section 2, pp, 133 ff; Jyaswal JBORS (1917) p. 459.

२२. तत्रैव, पृ. ४५५ ह्या उताऱ्याच्या अन्वयार्थासाठी पाहा – पृ. ३३३. त्याचे एस्. कोनोने असे निराळे भाषांतर केले आहे – ''१०३ ह्या वर्षी नंद राजाच्या (कारकीर्दीत) बंद करण्यात आलेला (किंवा उघडलेला) व तनसुलिय वाट-पासून शहरात नेलेला कालवा आता पाचव्या वर्षी त्याच्याकडे होता.''

२३. JBORS, Vol. IV part iv, p. 394 f. डॉ. बारुआच्या सूचनांसाठी पाहा – 'IHQ',(1938) 269.

२४. MASI, No. 1 p. 10. तसेच, पाहा – Konow in 'Acta Orientalia', I. 14.21

फ्लीटप्रमाणे एस्. कोनोलाही ह्या उताऱ्यात कोणत्याही कालाचा निर्देश आढळत नाही पण 'राज मुरिय काल' हा पाठ मात्र निश्चित स्वरूपाचा मानला आहे. त्याच्या मते चंद्रगुप्त मौर्याच्या काळात उपलब्ध नसलेल्या काही संहिता खारवेलने प्रकाशात आणल्या. मुरिय हा पाठ निश्चित स्वरूपाचा असल्याचे डॉ. बारुआंना मान्य नाही.

२५. मात्र अशोकाचा नातू संप्रति ह्याच्या एका शकाचा एका प्राचीन जैन हस्तलिखितात निर्देश आला आहे. ('EHI', 4, p. 202 n) ह्या शकाच्या संदर्भात जर आपण १६४ ह्या वर्षाचा विचार केला, तर खारवेलचा काल (२२४-१६४) इ.स.पू. ६० पर्यंत अलीकडे आणावा लागेल. ''A Note on the Hatigumpha Inscriptions of Kharvela'' ह्यात बार्नेट ह्याने मुरिय-काल हे शब्द ज्यात आले आहेत असे मानले जाते, अशा उताऱ्याचे पुढील भाषांतर सुचविले आहे : ''प्रत्येकी ५ (वर्षे) असलेल्या वर्षकांनी युक्त... (अशी मौर्यांची?) कालगणना बंद पाडली असता, त्याने प्रत्येकी ७ वर्षे असलेल्या वर्षकांनी युक्त अशी (सप्तिकान्तरीयम्) (एक नवी कालगणना) त्याने सुरू केली व ६४ व्या वर्षापर्यंत पोहोचून (चतुःषष्ट्यग्रम्)'' पंचांगात सुधारणा घडवून आणण्यासाठी प्रत्येकी ७ वर्षे असलेल्या ९ युगांनी युक्त अशी ६४ वर्षांची नवी मालिका खारवेलने प्रचारात आणिली. डॉ. एफ्. डब्ल्यू. थॉमसच्या मते (JRAS (1922)84) अन्तर = अन्तर्गृह = एकान्त ठिकाण होय. मौर्य राजांच्या काळात जी अन्तर्गृहे अपुरी राहिली होती, ती खारवेलने उभारली, असा ह्या उताऱ्याचा अर्थ होतो.

२६. ह्या शिलालेखातील उताऱ्यात त्याने स्वीकारलेला अगदी अलीकडचा पाठ असा आहे. "पटलको चतुरा च वेडूरियगमे थंमे पतिठापयति, पानातरीय सतसहसे(हि) मुरिय-काल वोछिनं च चोयठ (इ) अंग सतिक (म्) तुरियम् उपादयति।"

"पटलक (?) ..... (तो) पंच्याहत्तर-शत-सहस्त्र इतका मोबदला देऊन वैदूर्य बसविलेले चार खांब उभारतो. (त्याने) चौसष्ट (अक्षरांच्या) सात प्रकारच्या अंगांची (संहिता) त्वरेने संकलित करवून घेतली." 'Ep. Ind', XX, pp. 80-89.

२७. XX. 74.

२८. MSAI, No. 1, P. 12.

२९. Allan, 'Gupta Coins', p. ex पाहा – "एकाही सामर्थ्यशाली सम्राटाने जिंकले नाही" ही जहांगिराची प्रौढी. कांगडा (ASI, AR, 1905-6 p. 11) कलिंगाचा अशोकाच्या विजित (साम्राज्य) किंवा राजविषयामध्ये (राजसत्तेखालील प्रश्न) समावेश झाला नव्हता; केवळ ह्या वस्तुस्थितीचा बोध 'अविजित' ने घेता येईल.

३०. पुढील उतारा पाहा – 'नंदराज नीतं च कलिंग जिनसंनिवेसम्।' – त्यावरून नंद परका असल्याचे स्पष्ट सिद्ध होते.

३१. वास्तुलेखशास्त्राला (Epigraphy) नंतरच्या काळातील नंद किंवा नंदोद्भव वंश ज्ञात आहे. पण त्याचे राज्य ओरिसात होते. पाहा – आर. डी. बॅनर्जी, ओरिसा. १.२०२; कुमार विद्याधर सिंग देव, नंदपुर १.४६; 'Ep. Ind.' xxi, App. Ins. No. 2034.

३२. Konow ('Acta Orientalia' Vol. I. pp. 22-26)

१०३ हा काल मान्य करतो. (२१ व्या ओळीमध्ये ११३ ह्या कालाचा उल्लेख असल्याचे फ्लीटबरोबर तोही मानतो, ह्या कालासह) वरील काल जैन शकातील असल्याचे तो मानतो. महावीराच्या निर्वाण-शकाशी हा शक एकात्म मानण्याकडे त्याचा कल दिसतो. संप्रति-शक ह्या दुसऱ्या एका जैन कालगणनेच्या अस्तित्वाची त्याला जाणीव नसल्याचे स्पष्टच आहे. आता डॉ. के. पी. जायस्वाल ('Ep. Ind.', XX. 75) १०३ हा काल एका जैन-शकातील मानतात आणि त्या वर्षी तनसुलिय कालवा सर्वप्रथम खोदण्यात आल्याचे सांगतात. आपल्या कारकिर्दीच्या पाचव्या वर्षी खारवेलने हा कालवा राजधानीपर्यंत वाढविला होता.

३३. 'Ind. Ant.' (1827) p. 300.

३४. चितोडजवळील नागरि; पाहा - महाभारत २.३२.८; 'Ind. Ant.' VII. 267.

३५. सिंधू किंवा मध्यभारतातील त्याच नावाचा एक प्रवाह (Cf. IHQ, (1925) 215)

३६. H. and F.'s Translation, Vol. II. p. 251.

३७. ह्या विवाहाबद्दल टार्नने व्यक्त केलेल्या संशयाला ('Greeks in Bactria & India', 82, 201) विश्वसनीय पुराव्याचा आधार नाही. त्याचे युक्तिवाद काही अंशी नकारात्मक स्वरूपाचेआहेत. पॉलिबिअसच्या स्पष्ट पुराव्याच्याऐवजी ॲगथोक्सेलच्या नाण्यांचा त्याने स्वत: लावलेला अर्थ तो ग्राह्य मानतो.

३८. तैग्रिसच्या पूर्वेस अर्टेमिटा होते. अपोल्लोडोरोसच्या ग्रंथांचा काळ इ.स.पू. १३० व इ.स.पू. ८७ ह्यांच्या दरम्यानचा मानला जातो. (Tarn,Greeks, 44 ff)

३९. म्हणजेच हिफासिस् किंवा विपाशा (बियास).

४०. त्रिसामा भागवतपुराणात (५.१९.१७) कौशिकी, मंदाकिनी, यमुना वगैरे नद्यांच्या समवेत ह्या नावाच्या नदीचा निर्देश येतो. सरकार इक्षुमती ग्राह्य मानतात.

४१. महाभारत २.२१.६६, कच्छ? 'Bom. Gaz.' I. i. 16 f; cf. tarn. 'GBI', 2nd Ed. 527.

४२. स्ट्रॅबो Hamilton and Falconer, Vol. II. pp. 252-53 चिनी व टॅरिम (Tarim) ह्या जलयुक्त प्रदेशातील लोक उघडपणे अभिप्रेत आहेत.

४३. स्तूप अवदान (क्रमांक ५७) Smith, 'Catalogue of Coins', Indian Museum, p. 3; SBE, 36, xvii.

४४. Treechner, 'मिलिंदपञ्हो' पृ. ८२. (CHI, 550) ह्या 'ॲलेक्झांड्रिया' चे नक्की स्वरूप निश्चित नाही. काबूल खोऱ्यातील ॲलेक्झांड्रिया टार्नला (पृ. १४१) ग्राह्य असल्याचे दिसते. दुसरे ॲलेक्झांड्रिया अभिप्रेत नसेल तर समुद्रकाठावरील त्याचे स्थान मिलिंदपञ्होमध्ये (६.२१) सूचित झाल्याचे दिसते.

४५. तत्रैव, पृ. ८३.

४६. मिलिंद पृ. ३, १४.

४७. 'EHI', (1914) p. 225.

४८. 'SBE', Vol. XXXC, p. xx, Tarn, 228.

४९. गुजरातमधील अपोल्लोडोटोस व मिनँडरच्या नाण्यांसाठी पाहा - 'Bom. Gaz.' I. i. pp. 16-17. Num. chr. JRNS (1950) 207.

५०. 'Ep. Ind', XXIV, 7 ff. xxvi 318 f, XXVII, ii. 52 f. राजाचे नाव 'मिनऐद्र' असे देण्यात आले आहे.

५१. १.१३९,३३. डॉ. बागची त्याची एकात्मता ज्या क्रिमिस ह्या यक्षांशी दाखवितात त्याचे स्थान (AIU. p. 107) दंतकथेत आहे.

५२. 'EHI', (1914) p. 255 n

५३. 'JRAS', (1915) p. 830. 'Parthian Starions', 19.

५४. 'Ind. Ant.', (1911) 'Foreign Elements in the Hindu Population;' Bom. Gaz., I. ii. 11.176.

क्रमदीश्वर पृ. ७९६ सिंधूच्या खालील खोऱ्यातील एका डिमिट्रिओसविषयी बहुधा हा उल्लेख असावा. 'ह्या दृष्टिकोणाशी जॉन्स्टन सहमत नाही. (JRAS, April (1939); 'IHQ', (1939) मात्र आपण महाभारत १.१३९, श्लोक २१-२३ ह्या मधील पुराव्याकडे दुर्लक्ष करता कामा नये. त्यामध्ये सौवीराच्या संदर्भात एका यवनाधिपाचा व दत्तमित्राचा स्पष्ट उल्लेख आला आहे. दत्तमित्र हा डिमेट्रिओस नसेल व दत्तमित्री ही त्याने वसविलेली नगरी असेल, तर महाकाव्यातील दत्तमित्र व यवनाधिप कोणाबरोबर एकात्म मानता येईल, हे समजणे उद्‌बोधक होईल. एका नाशिक (दक्षिण) शिलालेखात (ल्युडर्सच्या यादीतील क्रमांक ११४०) उत्तरेकडील (ओतराह) एका योणकाचा दात्तामित्रीच्या एका रहिवाशाचा निर्देश येतो. अशा प्रकारे संस्कृत व्याकरणकारांच्या पुराव्यासमवेत महाकाव्यावरून व शिलालेखीय पुराव्यावरून योन किंवा यवन (ग्रीक) दात्तामित्री व सौवीर यांच्यातील संबंध स्पष्टपणे प्रस्थापित होतो.

५५. टार्नने (पृ. २४७) मांडलेल्या मुद्द्यांच्या आधारानेच केवळ 'Euthyde' हा पाठ (टार्न, पृ. ४८६) आपण नाकारणे योग्य होणार नाही. त्याचे मुद्दे समर्पक वाटत नाहीत. तसेच, 'अर्थहीन व चुकीने पुरस्कार केलेला' पाठ स्वीकारणे हेही योग्य होणार नाही. See also Keith in 'D. R. Bhandarkar Volume' 221 f.

५६. 'In. Ant.' (1884) pp. 349-50.

५७. पूर्वी सांगितल्याप्रमाणे त्रिसामाही भागवतपुराणात उल्लेखलेली एक नदी आहे. मिनँडरच्या विजयाबद्दलच्या स्ट्रॅबोच्या इतिवृत्तावरील गंगेचा अनुल्लेख लक्षात घ्यावा.

५८. इ.स.पू. १६३ मध्ये चौथ्या अँटिओकोसच्या मृत्युनंतर पहिल्या मिथ्रॅडेटसच्या कतृत्वाला आरंभ झाला. पाहा – टार्न पृ. १९७ व नंतर देबेव्हाजने म्हटल्याप्रमाणे ('A Political History Parthia', p. 20 ff.) चौथ्या अँटिओकोस एपिफेन्स ह्याने इ.स.पू. १६५ मध्ये यूफ्रोटीस पार केली. पहिला मिथ्रॅडेटस इ.स.पू. १३८/३७ मध्ये मरण पावला. नाणकशास्त्रीय व शिलालेखीय पुराव्यांच्या आधाराने निश्चित करण्यात आलेले हे पहिले पर्थियन संवत्सर आहे.

इ.स.पू. १६२ च्या आधी (Timarchus चा काल) यूक्रेटाइडसने 'महान' (Great) हे बिरुद धारण केले. ('The Cambridge shorter History of India', p. 64) त्याच्या नाण्यांचे अनुकरण प्लेटो (इ.स.पू. १६५) व तसेच Timarchus ह्यांनी केले आहे.

५९. Watson's Tr., p. 277

६०. तत्रैव, पृ. २७७,

६१. कनिंगहॅमच्या व स्मिथच्या मते पितृवध करणारा अपोल्लोडोटोस होता. परंतु अपोल्लोडोटोस हा यूक्रेटाइड्टच्या कुलातील नव्हता, तर त्याच्या उलट तो कापिशचा राज्यकर्ता असून यूक्रेटाइडसने त्याला काढून टाकले होते, असे दर्शविणारे अनेक चांगले मुद्दे रॅप्सन मांडतो. (JRAS, 1905, pp. 784-85) अपोल्लोडोटोस 'Philopator' बिरुद वापरीत असे. जर तो पितृहत्या करणारा असता, तर हे बिरुद काहीसे विसंगत ठरेल, असे रॉलिन्सन निदर्शनास आणून देतो. ('Intercousre between and the Western World', p. 73) अपोल्लोडोटोस फिलोपेटर नव्हे, तर अपोल्लोडोटस सॉटेर (Soter) हा वडिलांचा खुनी होता, असे सांगण्यात येईल. परंतु कधी कधी सॉटेर व फिलोपेटर ही बिरुदे एकाच नाण्यावर येतात, हे लक्षात घ्यावयास हवे. (Whitehead, 'Catalogue of Coins', p. 48) आणि म्हणून अपोल्लोडोटोस सोटेर व अपोल्लोडोटोस फिलोपेटर ह्या दोन वेगवेगळ्या व्यक्ती होत्या, असे मानणे शक्य होणार नाही.

६२. 'Ind. Ant.' (1880) p. 256.

६३. Cf. Cunn. 'AGI', Revised Ed. 274; 'Camb. Hist. India.'

I. 376

"मॅसेडोनियन्स..... रक्तपिपासू वृत्तीच्या आवेगाला बळी पडले, स्त्रियांची किंवा मुलांची त्यांनी गय केली नाही."

६४. पार्गिटर 'Dynasties of the Kali Age', pp. 56,74.

६५. केर्न, 'बृहत्संहिता', पृ. ३८.

६६. CHI, 555, 690; Whitehead, 'Indo-Greek Coins' 26.

६७. रॅप्सन, JRAS, (1905) p. 785. काहींच्या मते 'अतिशय विश्वसनीय असा कोणताही पुरावा विजयाबद्दलचा नसून' केवळ व्यापारी संबंधांबद्दलचा आहे. (JAOS, (1950) p. 210)

६८. JRAS, (1905) pp.165 ff. CHI, p. 553.

६९. पाहा - Franke व फ्लीट यांनी काहीशा त्याच प्रकारच्या कालविषयक साधनांचा लावेला अर्थ (JRAS, (1914) pp. 400-1) व स्मिथ 'EHI', 3rd Ed. p. 328.

७०. Trenckner, 'मिलिंदपञ्हो' पृ. ३; मिनँडर व डिमेट्रिऑस ट्रोगस व अपोल्लोडोटोस व तसेच नाण्यातील काही निर्देश ('CHI'; p. 531) व यूक्रेटाइडस् समकालीन असल्याचे अपोल्लोडोरोस मानतो असे टार्नने जे म्हटले आहे, (१३४ टीप) ते मुळीच बरोबर नाही. भारताच्या अंतर्भागात मोठ्या प्रमाणातील बॅक्ट्रियन विजय 'अंशत: मिनँडर' व 'अंशत:' डिमेट्रिओसने संपादन केले, एवढेच काय ते स्ट्रॅबो, अपोल्लोडोरोस बहुधा इतरांच्या आधाराने सांगतो. हे दोघे विजेते समकालीन असल्याने कोठेही 'स्पष्टपणे' म्हटलेले नाही. दुसऱ्या निष्कर्षाचा आधार असलेल्या ट्रोगसचा ग्रंथ नष्ट झाला आहे. नाण्यांवरील निर्देश पुरेसे स्पष्ट नाहीत. उदा मॉसने (Mause) केलेली डिमेट्रिऑसच्या काही नाण्यांची नक्कल कालदृष्ट्या साहचर्य सिद्ध करीत नाही.

७१. पाहा -

७२. मिनॅण्डरने यमुना पार केली व साकेताला व मध्यमिकाला वेढा घालणारा राजा डिमेट्रिऑस होता, ह्याविषयी कोणताही पुरावा नसल्याचे S. Konow ('Acata Orientalia', I. 35) म्हणतो. स्ट्रॅबोने भारतीय विजयांचे श्रेय डिमेट्रिऑसला जे दिले आहे, ते संशयास्पद असल्याचे श्री. आर. पी. चंद मानतात. (IHQ, (1929) p. 403) परंतु डिमेट्रिऑस व बहुधा त्याच्या वडिलांच्या नावावरून ओळखली जाणारी पंजाब व खालच्या

सिंधूखोऱ्यातील शहरे ही लक्षात घेता स्ट्रॅबोच्या मताविषयी शंका उरत नाही.

७३. 'IHQ', Vol. V, p. 397; 'दिव्यावदान', ४३३-३४

७४. 'मालविकाग्निमित्रम्' अंक १.

७५. गायगर Tras. p. 193

७६. अशोकाच्या प्रत्येक कुमाराच्या साहाय्यासाठी 'महामात्रां'ची समिती असल्याचे ब्युलर (Ep. Ind, III. 137) म्हणतो. गुप्तकालातील कुमारामात्यांसारखेच ते असावेत.

७७. 'हे राजा हा निर्णय मी मंत्रिपरिषदेला कळवीन.'

७८. 'असेच मत (मंत्रिपरिषदेचे)ही आहे. द्विधा विभागलेली राज्यलक्ष्मी धारण करीत ते दोघे राजे धुरा वाहणाऱ्या दोन घोड्यांप्रमाणे परस्पर, भांडण्याच्या भावनेने रहित होऊन लगाम धरणाऱ्या तुझ्या आज्ञेत राहतील.' अंक ५, श्लोक १४.

७९. राजा - तर मग मंत्रिपरिषदेला सांग की, सेनापती वीरसेनाला तसे लिहावे. - (टॉनी, 'मालविकाग्निमित्र' पृ. ८९-९०)

८०. जैनपरंपरेनुसार फक्त ३० वर्षे "अठ्टयसयं मुरियाणं तिसच्चिय पूसमित्तस्स" (IA, 191 118 f. मेरुतुंग)

८१. परंपरागत शूद्रक राजाचा अग्निमित्र हा एक मूळ नमुना असल्याचे अमरकोशावरील टीका सुचविते. (ओक, पृ. १२२, 'Ann. Bhand. Or. Res.', Inst., (1931) 360) ह्याच्या उलट वीरचरितात आलेल्या कनिष्ठ राजशेखराने नोंदविलेल्या एका परंपरेचा कीथ उल्लेख करतो. तीमध्ये शूद्रक हा एका शातवाहन राजाचा मंत्री असल्याचे म्हटले आहे. शूद्रकाने युवराज स्वातीचा पराभव करून बराच काळ राज्य केल्याचे दुसरा एक ग्रंथकार सांगतो. उघडच दक्षिण भारतात असलेल्या चकोराचा राजा चंद्रकेतू ह्याचा शूद्रक शत्रू असल्याचे 'हर्षचरिता'त उल्लेखलेल्या एका कथेवरून समजते. (Keith, 'The Sanskrit Drama' p. 129; 'Sanskrit Literature', p. 292; Ghosh, 'History of Central & Western India', pp. 144 ff.) शूद्रकाची कथा मुख्यत: आख्यायिकावजा असल्याने तीमधून कोणतेही ऐतिहासिक सत्य काढणे अवघड आहे. दक्षिणेच्या वरील भागात दीर्घकाळापर्यंत शातवाहनांची सत्ता अनिर्णीत स्वरूपाची होती, ही वस्तुस्थिती आहे. परंतु परकीय टोळ्यांच्या उत्तरेकडून आलेल्या धाडींमुळे हे घडले. राजद्रोही मंत्र्यांचे आक्रमकांना आत येण्यास साहाय्य झाले असावे.

८२. 'Coins of Ancient India', p. 79. Cf, Allan, CICAI, p cxx

८३. JASB (1880) 21 ff; 87 ff; 'Ind. Ant.' (1880) 311

८४. JBROS, (1917) p. 479, cf, (1934) pp. 7 ff.

८५. 'Dynasties of the kali Age', p. 31, n. 12. Pace, Allan, CICAI, p. xcvi.

८६. 'Dynasties of Kali Age', p. 49.

८७. Cunningham, 'Coins of Ancient India' pp. 84, 88; Allan, CICAI pp. cxix, cxx; Marshall, 'Archaeological Survey Report for for 1007-8' p. 40; Bloch, ASR, (1908-9) p. 147; IHQ, (1930) pp. 1ff.

'इम्.....त्र' हे नाव बोधगया येथील एका कठड्याच्या स्तंभावरील भग्न शिलालेखावर येते. 'रात्रो' हे पद ह्याच्यापूर्वी आले आहे. राजा 'इम्...त्र' म्हणजेच नाण्यावरील इन्द्रमित्र आहे, असे मार्शल, ब्लोक आणि रॅप्सन एकमताने मानतात. तसेच, ब्लोक, तो कौशिंकिपुत्र इंद्राग्निमित्राशी एकात्म असल्याचे मानतो. आर्या कुरंगीचा तो पती असून तिचे नाव वरवंडीच्या काही तुकड्यांवर येते. कौशिकीपुत्र ह्या विशेषणावरून 'मालविकाग्निमित्र' मधील (अंक १) पंडित-कौशिकीची आठवण होणे साहाजिक आहे. कुशिककुलाचा त्या काळातील राज्यकर्त्याशी आपातत: निकटचा संबंध होता. 'मालविकाग्निमित्र' मध्ये निर्देशिलेली कौशिकी वऱ्हाडमधील एका राजाच्या मंत्र्याची बहीण होती. त्या राजाची प्रत्यक्ष बहीणच अग्निमित्राची एक राणी होती. कोरीव लेखात उल्लेखलेला आणखी एक प्रमुख दाता असलेला राजा ब्रह्ममित्र हा नागदेवीचा पती होता.

८८. 'Coins of Ancient India', p. 74. Allan, CICAI, xcvi.

जेठमित्र व अग्निमित्र ह्यांमधील संबंध लक्षात घ्यावा. कोसम येथे नुकत्याच सापडलेल्या अश्मखंडावरील एका ब्राह्मी शिलालेखात ज्येष्ठमित्र हे नाव आले असल्याचे म्हटले जाते. (अमृतझार पत्रिका जुलै ११, १९३६) पृ. ५

८९. 'A Guide to sanchi', p. 11 n.

९०. 'कौत्सीपुत्र' असे सरकार सुचवितात.

९१. ''उदाकसच्या आधी 'राज्ञो' हा शब्द आला नसल्याने उदाक हे एखाद्या राजाचे वैयक्तिक नाव आहे किंवा जेथे गुहा खोदण्यात आली होती, अशा

जागेचे ते स्थानिक नाव आहे, हे एकदम सांगणे अवघड आहे.'' असे डॉ. बारुआंनी निदर्शनास आणले आहे. ('IHQ', (1930) 23)

१२. तीन अमर नीतिनियम, शब्दश: अमरत्वाकडे नेणाऱ्या पायऱ्या 'दम', 'चाग' व 'अप्रमाद', आत्मसंयम, आत्मत्याग व दक्षता. हेलिओडोराच्या शिलालेखाच्या दुसऱ्या भागात उल्लेखिले असून, ते महाभारतात येतात. (५.४३.२२ ११.७.२३ दमस्त्यागोऽप्रमादश्च ते त्रयो ब्रह्मणो हया: । त्याखेरीज पाहा - गीता १६.१-२) See 'JASB' (1922) No. 19, pp-269-271; 'ASI', (1908) (1909) p. 126; 'JRAS', (1909) 1055, 1087 f, 1093 f; (1910) 815; (1914) 1031 f; (1932) 610; 'Annals of the Bhandarkar Institute'; (1918-19) p. 59.

१३. Cf. 'Dynasties of Kali Age', p. 49

१४. तत्रैव, पृ. ४९.

१५. पुंरिकेच्या स्थानासाठी पाहा - JRAS, (1910) 446; Cf. Ep. Ind., xxvi, 151.

१६. See 'IHQ' (1926) 267 सुत्तनिपातानुसार गोनर्द हे उज्जैन व बेसनगर ह्यांच्या (विदिशा) दरम्यान होते. - 'Carm. Lec.', (1918) 4; 'Journal of the Andhra Historical Research Society', (Jan, 1935) pp. 1 ff. (Sirkar's Trans., Cf. S. Levi's note on Gonarda)

❑

प्रकरण सातवे

मगध आणि इंडो-ग्रीक ह्या सत्तांचा ऱ्हास

विभाग पहिला : कण्व, उत्तरकालीन शुंग व उत्तरकालीन मित्र राजे

काण्व किंवा काण्वयान वंश ह्या नावाच्या एका नव्या राजघराण्याची स्थापना वसुदेवाने इ.स.पू. ७५ च्या सुमारास केली. त्याच्याच सूचनेवरून 'अत्यंत कामुक शुंग राजाला ठार करण्यात आले होते.' ह्या घराण्याविषयी पुराणात पुढील माहिती येते. ''तो (वसुदेव) काण्वायन, ९ वर्षे राजा राहील. त्याचा पुत्र भूमिमित्र १४ वर्षे राज्य करील. त्याचा पुत्र नारायण १२ वर्षे राज्यावर असेल. त्याचा पुत्र सुशर्मन् ह्याची १० वर्षांची कारकीर्द होईल. हे राजे शुंग-भृत्य काण्वायन म्हणून ओळखले जातात. हे चार काण्व ब्राह्मण पृथ्वीचा उपभोग घेतील.[१] ते सत्प्रवृत्त असतील. त्यांच्यानंतर ही 'पृथ्वी' आंध्रांच्या हाती जाईल.'' भूमिमित्र हा नाण्यावर आढळणाऱ्या त्या नावाच्या राजाशी एकात्म असावा.[२]

काण्व घराण्याची कालगणना ही एक विवाद्य बाब आहे. आपल्या 'Early History of the Deccan' ह्या ग्रंथात सर आर. जी. भांडारकर म्हणतात- आंध्र-भृत्य घराण्याच्या संस्थापकाने केवळ काण्वांचाच नव्हे, तर 'शुंगांच्या उरल्यासुरल्या सत्तेचाही' उच्छेद केल्याचे सांगण्यात येते. तसेच काण्वांचा शुंग-भृत्य किंवा शुंगांचे सेवक असा स्पष्ट निर्देश येतो. म्हणून शुंग घराण्याचे राजे दुर्बल झाले असताना काण्वांनी संपूर्ण सत्ता बळकावून घेऊन आधुनिक काळातील पेशव्यांप्रमाणे कारभार केला असण्याची शक्यता आहे. आपल्या मूळ राजघराण्याचा नाश न करता त्यांना नाममात्र सत्ताधारी बनविले असावे. अशा प्रकारे त्या वेळी ह्या घराण्यांनी एकाच वेळी राज्य केले आणि म्हणून शुंगांच्या परंपरागत ११२ वर्षांच्या कालावधीत काण्वांची ४५ वर्षे समाविष्ट आहेत.

आता, पौराणिक पुराव्यावरून शुंग घराण्यातील काही राजे तथाकथित 'आंध्र-भृत्य' विजयापर्यंत सत्तेवर राहिले व ते काण्वांचे समकाली होते, एवढेच सिद्ध होते. परंतु हे शुंग घराण्यातील मांडलिक राजे म्हणजेच ११२ वर्षे राज्य करणाऱ्या पौराणिक याद्यांत नावाने उल्लेखिलेल्या दहा 'शुंग' राजांपैकी कोणी होत, हे दर्शविणारा काहीही पुरावा नाही. ह्याच्या उलट पौराणिक याद्यांतील दहावा व शेवटचा 'शुंग' देवभूती ह्यालाच पहिल्या काण्व वसुदेवाने ठार केले होते, हा पुराणातील स्पष्ट पुरावा बहुधा असे दर्शवितो, की, वसुदेवाच्या व त्याच्या वारसांच्या काळात सत्तेवर असणारे

हे 'मांडलिक' राजे देवभूतीच्या नंतरच्या काळातील होते, पण नावाने उल्लेख करण्याइतपत महत्त्वाचे मानले जात नव्हते. परिणामतः पुष्यमित्रापासून देवभूतीपर्यंतच्या दहा 'शुंग' राजांचा म्हणून परंपरेने मानलेल्या ११२ वर्षांच्या कालखंडात काण्वांची ४५ वर्षे समाविष्ट नाहीत. म्हणून ह्या घराण्याच्या कालाविषयी डॉ. स्मिथची मते किंचित फेरबदल करून स्वीकारणे अयोग्य होणार नाही. ह्या ग्रंथात स्वीकारलेल्या कालनगणनेच्या पद्धतीनुसार काण्वसत्तेचा काल इ.स.पू. ७५ ते इ.स.पू. ३० असा आहे.

काण्वानंतरच्या मगधाच्या इतिहासाविषयी काहीही माहिती उपलब्ध नाही. काण्वांच्या ऱ्हासापासून गुप्त घराण्याच्या उदयापर्यंतच्या कालखंडातील ह्या प्रांताच्या इतिहासाची पुनर्रचना करणे हे एक अत्यंत अवघड काम आहे. आपापतः पूर्व माळव्यामध्ये काण्व आधिपत्याचा नाश करणारे म्हणून ओळखले जाणारे आंध्र किंवा शातवाहन प्रत्यक्ष मगधामध्ये[३] सत्तेवर असल्याचे दिसत नाही. त्यांच्यापैकी सर्वश्रेष्ठ राज्यकर्ते 'दक्षिणेचे अधिपती' (दक्षिणापथपति) म्हणून ओळखले जातात. शिलालेखांत व वाङ्मयीन नोंदींमध्ये येणाऱ्या 'तिसमुतोयपीतवाहन' ('ज्यांच्या लढाऊ घोड्यांनी तीन समुद्रांचे पाणी प्राशन केले आहे') व 'त्रिसमुद्राधिपति' ('तीन सागरांचे अधिपति') ह्या विशेषणांवरून त्यांच्या राजकीय व लष्करी कार्याच्या व्याप्तीची अचूक कल्पना येते. ह्याच्या उलट गुप्तांसारख्या राज्यकर्त्यांचा अंमल 'चार' सागरांपर्यंत पोहोचला असल्याचे म्हटले जाते.

'मोखलिणम्[४]' ही अक्षरे असलेल्या एका मातीच्या मुद्रिकेच्या शोधामुळे एके काळी गया हा प्रदेश मौखरिप्रमुखांच्या सत्तेखाली असल्याचे सूचित होते. परंतु ह्या नोंदीचा नक्की काल माहीत नाही. त्याच प्रदेशात असंदिग्ध अशा एका शकाच्या[६४] ह्या वर्षी सत्तेवर असलेल्या महाराजा त्रिकमल ह्याचा कालही तितकाच अनिश्चित स्वरूपाचा आहे. उत्तरकालीन शिलालेखीय पुरावा लिच्छवी व पुष्पपूर (पाटलीपुत्र) ह्यांच्यातील काही एक संबंधाचा निर्देश करतो. परंतु ही परंपरा कितपत विश्वसनीय आहे, हे सांगणे अवघड आहे. तथाकथित 'मित्र-राजे' हेच काय ते ख्रिश्चन शकाच्या लगेच आधीच्या शतकातील महत्त्वपूर्ण राज्यकर्ते होत. मगधाच्या व लगतच्या प्रदेशात त्यांची सत्ता असल्याचे शिलालेखीय पुराव्यावरून समजते. पुष्यमित्राच्या वारसांपैकी बलमित्र व भानुमित्र ह्यांच्या जैन वाङ्मयात आलेल्या उल्लेखावरूनही 'मित्र' सत्तेचे अस्तित्व सूचित होते. उपलब्ध कोरीव लेखांच्या अभ्यासावरून डॉ. बारुआंनी 'मित्रराजां'ची एक सूची संकलित केली आहे. तीमध्ये बृहत्स्वातिमित्र, इन्द्राग्निमित्र, ब्रह्ममित्र, बृहस्पतिमित्र, (धर्) ममित्र व विष्णुमित्र ही नावे समाविष्ट

आहेत. त्यांमध्ये कदाचित वरुणमित्र व गोमित्र[५] ही नावे घालता येतील. ह्यांपैकी केवळ इंद्राग्निमित्र, ब्रह्ममित्र व बहुधा बृहस्पतिमित्र हे इतर प्रदेशांखेरीज मगधशी संबंधित आहेत. इतरांचा कौशांबीशी व मथुरेशी संबंध येतो.

ह्या 'मित्र' राजांपैकी बहुसंख्य राजांचा परस्परांमध्ये किंवा प्रसिद्ध शुंग व काण्व घराण्यांशी कोणत्या प्रकारचा संबंध होता, हे समजू शकत नाही.

पाटलीपुत्रात व मथुरेमध्ये 'मित्रां'च्या जागी सिथियन 'मुरुंड' व सत्रप आल्याचे उघडच आहे. तसेच, त्यांची जागा नागांनी व गुप्तांनी घेतली. गुप्तांच्या लगेच पूर्वी 'कोत' नावाचे एक घराणे होऊन गेल्याचे काही विद्वान मानतात. पाटलीपुत्रावर त्यांची सत्ता असावी.[६]

शातवाहन व चेतराजे

शुंग व काण्व आपल्या क्षुल्लक भांडणांत गर्क असताना विंध्यापलीकडील भारतात नव्या सत्तांचा उदय होत होता. ह्या सत्ता म्हणजे दक्षिणापथाचे शातवाहन (तथाकथित आंध्र किंवा आंध्र भृत्य) राज्य आणि कलिंगाचे चेत किंवा चेति हे राज्य होय.

सिमुक हा शातवाहन[७] घराण्याचा संस्थापक असून पुराणांत त्याचे नाव शिशुक, सिंधुक आणि शिप्रक असे अशुद्ध स्वरूपात येते. ह्या ग्रंथांत म्हटले आहे की, काण्वायन आणि सुशर्मन्वर 'आन्ध्र' सिमुक हल्ला करील आणि शुंग-सत्तेचे अवशेष नष्ट करून ही 'पृथ्वी' संपादन करील. हे विधान खरे असेल, तर काही वर्षापर्यंत सिमुक हा सुशर्मन्चा समकालीन होता (इ.स.पू. ४०-३०) व इ.स.पू. पहिल्या शतकात तो होऊन गेला, हे नाकारता येणार नाही, रॅप्सन, स्मिथ् आणि इतर अनेक विद्वान मात्र पुराणांची 'एकमुखी' साक्ष अमान्य करतात. साडेचार शतके 'आन्ध्रांनी'[८] राज्य केले, ह्या विधानाला ते जास्त महत्त्व देतात. अर्थात त्याविषयी वरीलप्रमाणे एकवाक्यता दिसत नाही. तदनुसार ते इ.स.पू. तिसऱ्या शतकाच्या शेवटी सिमुक होऊन गेल्याचे मानतात व घराण्याचा अंत इ.स. तिसऱ्या शतकात झाल्याचे म्हणतात.

सिमुकाच्या काळाबद्दलच्या चर्चेत खालील प्रश्नांचा विचार करणे अवश्य ठरते :-

(१) सिमुक (किंवा त्याचा भाऊ व वारस कृष्ण) ह्याची सून असलेल्या नायनिकेच्या नानाघाट नोंदीच्या लिपीचा काळ कोणता आहे?

(२) सिमुकाचा आपाततः एक वारस असलेल्या शातकर्णीचा उल्लेख असलेल्या खारवेलच्या हाथीगुंफा शिलालेखाचे नक्की वर्ष कोणते आहे?

(३) तथाकथित आन्ध्र राजांची नक्की संख्या किती? व त्यांच्या राजवटीचा कालखंड किती होता?

श्री. आर. पी. चंद ह्यांच्या मते नायनिकेचा शिलालेख भागवताच्या बेसनगर शिलालेखाच्या नंतरचा आहे, हे आपण पहिल्या मुद्दयाच्या बाबतीत लक्षात घेणे जरूर आहे, भागवत हा पुराणांत उल्लेखिलेल्या पुष्यमित्राच्या 'वंशा'तील बहुधा उपान्त्य राजा असावा.[९] फलतः, सिमुकाला काण्व-कालातील म्हणजे इ.स.पू. पहिल्या शतकातील मानावे लागते. पौराणिक पुराव्यांशी हा कालनिर्देश जुळणारा आहे.[१०]

हाथीगुंफा शिलालेखातील 'पंचमे चे दानि वसे नंदराज ति-वस-सत...' ह्या उताऱ्यात आलेल्या 'ति-वस-सत' ह्या शब्दाचा १०३ नव्हे तर ३०० (वर्षे) असा अर्थ होतो. हे सिद्ध करण्यासाठी श्री. आर. डी. बानर्जी ह्यांनी दुसऱ्या मुद्दयांच्या संदर्भात समर्पक कारणे दिली आहेत.[११] श्री. चंद व एके काळी डॉ. जायस्वाल यांचेही हेच मत होते.[१२] जर 'ति-वस-सत'चा अर्थ ३०० असेल, तर खारवेल व त्याचा समकालीन शातकर्णि नंदराजानंतर ३०० वर्षांनी म्हणजे इ.स.पू. २४ मध्ये किंवा त्या सुमारास होऊन गेला असावा. पुराणांतील पुराव्यांशी हे सुसंगत आहे.. तदनुसार शातकर्णीच्या पित्याने (किंवा चुलत्याने) शेवटचा काण्व राजा सुशर्मन् ह्यावर (इ.स.पू. ४०-३०) हल्ला केला होता.[१३]

आपण आता तिसऱ्या मुद्दयांचा म्हणजे शातवाहन राजांची नक्की संख्या व त्यांच्या सत्तेचा कालावधी ठरविण्याविषयी विचार करू.

ह्या बाबतीतील प्रत्येक मुद्दयांविषयी आपणांस पुराणांत वेगवेगळ्या स्वरूपाच्या खूपच परंपरा आढळतात. पहिल्या मुद्द्याविषयी 'मत्स्यपुराणांत' आहे की, ''एकोनविंशतिर्[१४] हयेते आन्ध्रा भोक्ष्यन्ति वै महीम्'' परंतु त्यात तीस नावे देण्यात आली आहेत.[१५]

हस्तलिखित वगळता 'वायुपुराणा'त आहे की,

''इत्येते वै नृपास् त्रिंशद् आन्ध्रा भोक्ष्यन्ति ये महीम् (हे तीस आंध्र पृथ्वीचा उपभोग घेतील) परंतु वायु-पुराणाची बहुसंख्य हस्तलिखिते सतरा, अठरा किंवा एकोणीस इतक्या राजांची नावे देतात.

आन्ध्र-सत्तेच्या कालावधीतबाबत 'मत्स्य-पुराणां'ची कित्येक हस्तलिखिते त्यांचा काल ४६० वर्षांचा मानतात.

''तेषां वर्ष-शतानि स्युश्चत्वारि षष्टिरेव च''

'मत्स्यपुराणा'चे दुसरे एक हस्तलिखित किंचित वेगळ्या पद्धतीने ह्याबाबत उल्लेख करते -

'द्वादशाधिकम् एतेषां राज्यं शत-चतुष्टयम्' म्हणजे त्यांच्या आधिपत्याचा काळ ४१२ वर्षांचा आहे. ह्याच्या उलट सर आर. जी. भांडारकरांच्या मते 'वायुपुराणा'च्या काही हस्तलिखितात निर्दिष्ट केलेल्या राजांच्या कारकिर्दीचा कालखंड केवळ २७२ $^{१}/_{२}$ वर्षांचा होतो.

हे उघडच आहे की, एका परंपरेनुसार सतरा, अठरा किंवा एकोणीस राजे होते व त्यांची सत्ता सुमारे तीन शतके टिकली, तर दुसऱ्या परंपरेनुसार तीस राजे होते व त्यांची कारकीर्द ४०० वर्षांहून अधिक काळाची झाली. सर आर. जी. भांडारकरांच्या मते मोठ्या यादीत तथाकथित आन्ध्रभृत्य घराण्याच्या सर्व शाखातील राजांची नावे समाविष्ट असून मोठा कालखंड निरनिराळ्या शाखांतील सर्व राजांच्या एकूण कालावधीचा निदर्शक आहे. 'वायुपुराणा'त देण्यात आलेला व 'मत्स्य-पुराणा'त सुचविण्यात आलेला सुमारे तीन शतकांचा कालावधी व तसेच सतरा, अठरा किंवा एकोणीस राजांची नावे ही मुरव्य शाखेची द्योतक आहेत. शातवाहन किंवा शातकर्णीची मुख्य घराण्यापासून निराळी असलेली अनेक कुले होती व मुख्य घराण्याचे 'प्रमुख' केन्द्र गोदावरीच्या वरच्या खोऱ्यात होते, ही गोष्ट नाकारता येणार नाही. राजशेखराची 'काव्यमीमांसा' व इतर अनेक ग्रंथ व कन्नड प्रदेशातील इतर ठिकाणचे कोरीव लेख शातवाहन व शातकर्णींच्या अस्तित्वाची साक्ष देतात. कुंतलावर[१६] (कन्नड जिल्हे) कदंबांपूर्वी त्यांची सत्ता होती. 'मत्स्य-पुराणा'तील सर्वांत परिपूर्ण यादीत 'कुंतल' शातकर्णी ह्या एका नावासह राजांचा एक गट (क्रमांक १०-१४) येतो. 'वायु-पुराणा'त सर्वसाधारणपणे त्यांचा उल्लेख येत नाही.[१७] पूर्ण यादीतील स्कंदस्वाति क्रमांक ११ वरून स्कंदनाग-शातकाचे स्मरण होते. कान्हेरी शिलालेखात निर्देशिलेल्या शातकर्णींच्या एका कन्नड वंशातील तो एक राजा होता.[१८] कुंतल शातकर्णींच्या (क्र. १३) संदर्भात वात्स्यायनाच्या 'कामसूत्रा'वरील टीकेत कुंतल शातकर्णी शातवाहन ह्या नावातील कुंतलचा अर्थ 'कुन्तल-विषये जातत्वात् तत्समाख्य:' असा घेतला आहे.[१९] म्हणून तीस शातवाहन राजांचा निर्देश असलेल्या मत्स्यपुराण हस्तलिखितात केवळ मुख्य गटातीलच राजे नव्हे, तर कुंतलाशी घनिष्ठ संबंध असणारे राजेही समाविष्ट आहेत, असा निष्कर्ष काढणे योग्य ठरेल.

ह्याच्या उलट वायु, ब्रह्माण्ड ह्या पुराणांत, 'मत्स्य-पुराणा'च्या काही हस्तलिखितांत सर्वसाधारणपणे कुंतलाच्या शातवाहन राजांना व पहिल्या रुद्रदामनूच्या नेतृत्वाच्या शक-पुनरूज्जीवनाच्या काळातील राजांना वगळण्याची प्रवृत्ती दिसते. त्यांमध्ये फक्त सुमारे १९ राजांचा निर्देश येतो. त्यांपैकी बहुसंख्य राजे मुख्य वंशातील असून त्यांची सत्ता सुमारे तीन शतकेपर्यंत टिकली असावी.जर शातवाहन राजांच्या

प्रमुख वंशात केवळ सुमारे एकोणीस राजे असतील आणि त्यांच्या सत्तेचा कालावधी जवळजवळ तीन शतकांचा असेल, तर सिमुक हा उत्तरकालीन काण्वांच्या काळात, म्हणजे इ.स.पू. पहिल्या शतकात होऊन गेला व इ.स. च्या तिसऱ्या शतकात उत्तरेकडील दक्षिण भागात त्याचे घराणे सत्तेवर राहिले नाही, है पौराणिक विधान मान्य करण्यात कसलीही अडचण नाही. कुंतलाच्या शातवाहनांचे व शातकर्णींचे आधिपत्य अधिक काळ टिकले आणि इ.स.च्या चौथ्या शतकापूर्वी बहुधा त्यांचा अंत झाला नाही. त्यावेळी कदंबांनी त्यांचा नाश केला. अशा प्रकारे शातकर्णींच्या सर्व वंशांच्या सत्तेचा एकूण कालावधी वास्तविक ४०० हून अधिक वर्षांचा आहे.[२०] कुंतल गटातील राजे (DKA यादीतील क्रमांक १०-१४) नि:संशय नेहमी थोर गौतमीपुत्र व त्याच्या वारसांचे पूर्वकालीन मानले जातात. परंतु 'मत्स्य पुराणाच्या काही हस्तलिखितांत क्र. १०-१५ चे राजे ह्या वंशाच्या उपान्त्य राजा नंतर क्र. २९ आले असल्याचे पार्गिटरने निदर्शनास आणून दिले आहे. [२१] हालाच्या (क्र. १७) बाबतीत असे की, तो जर खरोखरीच 'गाहासत्तसई'चा कर्ता असेल, तर तो इ.स.च्या चौथ्या शतकापूर्वीचा असणे शक्य नाही. 'विक्रमादित्य-चरित' 'अंगारकवार' व राधिका ह्यांच्या उल्लेखामुळे त्याला थोर गौतमीपुत्राच्या आधीचा मानणे अवघड आहे. राजांच्या क्रमाची उलटापालट होण्याची इतर अनेक उदाहरणे आपल्याला पुराणात सापडतात.[२२] उपलब्ध पुराणे राजांचा उल्लेख कशाप्रकारे चुकीच्या जागी करतात ही वस्तुस्थिती 'शिव श्री आपिलक' ह्याच्या एका नाण्याच्या महत्त्वपूर्ण शोधामुळे चांगल्याप्रकारे स्पष्ट होते. पुरांणातील यादीत जरी त्याचे स्थान 'आधीचे' असले, तरी श्री. दीक्षित त्याचा 'उत्तरकालीन' शातवाहनांशी संबंध असल्याचे दर्शवितात.[२३]

शातवाहन घराण्याच्या 'मूळ स्थानां' विषयीही बरेच मतभेद आहेत. शातवाहन हे आंध्र (तेलगू) नव्हेत, तर ते केवळ आंध्रभृत्य, कर्नाटकातील आंध्रांचे सेवक होते, असे काही विद्वान मानितात. साहित्याच्या काही प्रकारात आंध्र व शातवाहन यांच्यातील फरक सूचित करण्यात आला असल्याचे श्री. ओ. सी. गांगोली दर्शवितात. [२४]'Epigraphia Indica'[२५] मध्ये डॉ. सुकथनकरांनी 'शातवाहनांचा राजा' सिरि-पुलुमावि याचा एक शिलालेख संपादित केला असून त्यांत सातवहनिहार ह्या स्थानाचा उल्लेख येतो. [२६] पल्लव राजा सिबस्कंदवर्मन याच्या हीरहदगल्लि ताम्रपट-लेखातही या स्थानाचा निर्देश साताहनि-रठ्ट अशा किंचित वेगळ्या स्वरूपात येतो. सातवहनि:साताहनि ह्या प्रदेशात मद्रास इलाख्यातील बेल्लारी जिल्ह्याचा बराच भाग येत असला पाहिजे व तेच शातवाहन घराण्याचे मूळ स्थान होय, असे डॉ. सुकथनकर

सुचवितात. इतर मतांनुसार शातवाहन शातकर्णींचे मूळस्थान 'मध्यदेशाच्या' दक्षिणेकडील लगतच्या प्रदेशात होते. 'विनयपिटकात'[२७] 'सेतकन्निक' नावाच्या शहराचा उल्लेख येतो. ते मज्झिम देशाच्या दक्षिण सरहद्दीवर होते. शातकर्णींच्या सर्वात प्राचीन नोंदी दक्षिणेच्या उत्तरभागात व मध्य भारतात सापडतात. व तसेच ओरिसाचा राजा खारवेल ह्याच्या हाथीगुंफा शिलालेखात ह्या घराण्याचा उल्लेख 'पश्चिमेचे रक्षण करणारे' असा येतो - हे महत्त्वाचे आहे. उत्तरकालात त्यांच्या हातून उत्तर व पश्चिम भागातील मुलूख गेले असता ते ज्यावेळी केवळ आंध्र सत्ताधारी झाले व कृष्णा नदीच्या मुखाजवळील प्रदेशात राज्य करू लागले, त्यावेळी बहुधा ह्या राजांना 'आंध्र' हे नाव लावण्यात आले असावे. [२८] आपण आंध्रकुलातील आहोत, असा स्वत: शातवाहनांनी कधीही दावा केला नाही.

तथाकथित 'आंध्र' 'आंध्रभृत्यू' किंवा शातवाहन राजे नाग रक्ताचे किंचित मिश्रण असलेले ब्राह्मण होते, असे मानावयास जागा आहे. शालिवाहनांची (शातवाहनांचे प्राकृत रूप) उत्पत्ती ब्राह्मण व नाग अशा संमिश्र स्वरूपाची असल्याचे 'दात्रिंशत्पुत्तलिके'मध्ये म्हटले आहे. [२९] नागांशी असलेला संबंध नाग[३०] निवा व स्कंद नाग शातक ह्यांसारख्या नावांवरून सूचित होतो. तर ब्राह्मण दर्जाविषयीचा दावा प्रत्यक्ष एका शिलालेखातच करण्यात आला आहे. गौतमीपुत्र शातकर्णींच्या नाशिक प्रशस्तीमध्ये राजाला 'एक ब्राह्मण' म्हणजे विख्यात ब्राह्मण असे संबोधले आहे. मात्र ब्राह्मण शब्दाचा अर्थ केवळ ब्राह्मणजातीय हिंदू असा घेण्याकडे काही विद्वानांचा कल दिसतो. पण हा अर्थ मान्य होणे शक्य नाही. कारण गौतमीपुत्राला 'खतिय-दप-मान - मदन' म्हणजे 'क्षत्रियांच्या मानाचा व दर्पाचा विध्वंसक' असेही संबोधण्यात आले आहे. 'एक ब्राह्मण' हे शब्द 'खतिय-दप-मान-मदन' या उताऱ्यांच्या संदर्भात वाचले असता शातवाहन घराण्यातील गौतमीपुत्र ब्राह्मण[३१] असण्याचाच केवळ दावा करीत होता असे नव्हे तर क्षत्रियांचा मानभंग करणाऱ्या परशुरामासारखा ब्राह्मण असल्याचे मानीत होता, ह्याविषयी शंकेस जागा राहत नाही. वस्तुस्थिती अशी आहे की 'प्रशस्तीमध्ये' 'पराक्रमाच्या बाबतीत रामाच्या [३२] बरोबरीचा विख्यात ब्राह्मण' असे ह्या राजाचे वर्णन आले आहे.

पुराणांनुसार सिमुकाने (इ.स.पू. ६०-३७) शुंग-काण्व सत्तेवर शेवटचा घाव घातला. त्याच्यानंतर त्याचा भाऊ कृष्ण (इ.स.पू. ३७-२७) गादीवर आला. हा राजा एका नाशिक शिलालेखात निर्देशिलेल्या 'सादवाहनकुलाचा राजा' कण्ह ह्याच्याशी एकात्म मानला जातो. कण्ह राजाच्या काळात नाशिकच्या एका वरिष्ठ अधिकाऱ्याने (श्रमण महामात्र) एक गुहा खोदवून घेतली असल्याचे ह्या नोंदीत आहे.

पुराणात म्हटल्याप्रमाणे कण्ह कृष्णानंतर शातकर्णी सत्तेवर आला.
(इ.स.पू. २७-१७)

हा शातकर्णी म्हणजे कोण, याविषयी खालील मते देण्यात येतात –

(१) नायनिकेच्या नानाघाट-शिलालेखात निर्देशिलेला सिमुक शातवाहनाचा पुत्र (किंवा पुतण्या) 'दक्षिणापथ-पति' (दक्षिणेचा स्वामी) राजा शातकर्णी[३३]

(२) कलिंगराज खारवेलने ज्याचा प्रतिकार केला (किंवा ज्याला वाचविले) तो पश्चिमेचा अधिपती शातकर्णी

(३) एका सांची शिलालेखातील 'राजन' श्री शातकर्णी

(४) 'परिप्लस'मध्ये निर्दिष्ट केलेला थोरला सॅरगॅनस (Saraganus)

(५) भारतीय वाङ्‌मयात उल्लेखिलेला प्रतिष्ठानचा राजा शक्तीकुमारचा पिता शातकर्णी.

(६) नाण्यावरील सिरिसात[३४]

पहिली, पाचवी व सहावी एकात्मता सर्व विद्वानांना सामान्यत: मान्य आहे. दुसरी एकात्मताही संभाव्य मानता येईल. कारण पुराणे कृष्णाचा वारस असलेला शातकर्णी काण्वाच्या नंतरचा, म्हणजे इ.स.पू. पहिल्या शतकातील असल्याचे मानतात. ह्याच्या उलट हाथीगुंफा शिलालेखात खारवेलचा काल नंदराजानंतर ३०० वर्षांचा म्हणजे प्राय: इ.स.पू. पहिल्या शतकातील मानल्याचे दिसते.

तिसऱ्या एकात्मतेला विरोध करताना मार्शलने हा मुद्दा मांडला आहे. नानाघाट व हाथीगुंफा ह्या शिलालेखांत उल्लेखिलेला श्री शातकर्णी इ.स.पू. दुसऱ्या शतकाच्या मध्यावर सत्तेवर होता, म्हणून मार्शलच्या मते त्याच्या राज्यात पूर्ण माळव्याचा (सांची प्रदेश) समावेश असणे शक्य नाही. तेथे इ.स.पू. दुसऱ्या शतकांत 'आंध्रांची' नव्हे तर शुंगांची सत्ता होती.[३५] परंतु हाथीगुंफा शिलालेखाचा काळ बहुधा इ.स.पू. पहिले शतक (नंदराजानंतर ३०० वर्षे) असल्याचे आपण पाहिले आहे. हे प्रसिद्धच आहे की पुराणेसुद्धा नानाघाट-शिलालेखात उल्लेखिलेले राजे काण्व-पूर्व नसल्याचे, म्हणजे इ.स.पू. पहिल्या शतकातील असल्याचे मानतात. या सुमारास शुंगसत्ता नष्ट झाली असल्याचे शातवाहन घराण्यातील कृष्णाच्या वारसांची सांची शिलालेखातील शातकर्णीशी एकात्मता मानली तर ती इ.स.पू. दुसऱ्या शतकातील पूर्व माळव्याच्या ज्ञात इतिहासाशी विसंगत ठरत नाही. शेवटचा मुद्दा असा की, पहिल्या शातकर्णीला नुसते शातकर्णी किंवा थोरला शातकर्णी (साडगन्न सारख्या प्राकृत रूपापासून सॅरगॅनस) असे संबोधणे स्वाभाविक ठरते. तसेच, नंतरच्या शातकर्णींना कुंतलसारखे भौगोलिक विशेषण किंवा गौतमीपुत्र किंवा वासिष्ठीपुत्र यासारखे मातृनाम लावून

पहिल्या शातकर्णीपेक्षा ते निराळे असल्याचे दर्शविणे तितकेच स्वाभाविक ठरेल.

सिमुकाचा पुत्र (?) शातकर्णी ह्याने सामर्थ्यशाली अंगीय किंवा अंभीय[३६] घराण्याशी वैवाहिक संबंध जोडल्याचे, नानाघाट-शिलालेखावरून समजते. ह्या घराण्याच्या वंशजांना 'महारठी' असे संबोधण्यात येत असे, व ते संपूर्ण दक्षिणपथाचे अधिपती झाले. पूर्व माळव्यावरही त्याचा अंमल असल्याचे दिसते व त्याने नि:संशय अश्वमेध यज्ञ केला होता. शुंगमृत्य काण्वायन राजांच्या नंतरही 'पृथ्वी' 'आंध्राच्या' हाती जाईल, ह्या पौराणिक विधानाच्या संदर्भात नाण्यांचा व सांची शिलालेखाचा विचार केला, तर त्यावरून त्याच्या घराण्याने पूर्व माळव्यावर[३७] विजय मिळविल्याचे प्राय: सूचित होते. ह्या शिलालेखात राजन् सिरि-शातकर्णीच्या कारागिरांचा मुकादम असलेल्या वसिठीच्या कोणा आनंद नावाच्या मुलाने दिलेल्या देणगीची नोंद आली आहे. [३८] शातवाहनांचा विंध्यापलीकडील भारताचे सर्वश्रेष्ठ अधिपती हे स्थान प्राप्त करून देणारा शातकर्णी हा पहिला राजा असल्याचे दिसते. अशा रीतीने गंगेच्या खोऱ्यातील शुंगाच्या व पंचनद्यांच्या भूमीवरील ग्रीकांच्या साम्राज्यांशी विस्ताराच्या व सामर्थ्याच्या बाबतीत स्पर्धा करणारे गोदावरी - खोऱ्यातील पहिले महान साम्राज्य उदयास आले. भारतीय व पाश्चात्य लेखकांच्या [३९] उल्लेखानुसार शातवाहन साम्राज्याची मुख्य राजधानी प्रतिष्ठान म्हणजे 'हैद्राबादच्या (मराठवाड्याच्या) औरंगाबाद जिल्ह्यातील गोदावरीच्या उत्तर किनाऱ्यावरील आधुनिक 'पैठण' ही होती.

अंगीय (१) घराण्याचा वंशज महारठि त्रनकयिरो कललाय ह्याची कन्या व शातकर्णीची पत्नी नायनिका किंवा नागनिका शातकर्णीच्या मृत्यूनंतर वेदश्री (१) (खंडसिरि किंवा स्कंदश्री) आणि शक्तिश्री (सति सिरिमत्) किंवा हुकुसिरि ह्या राजपुत्रांच्या अज्ञानदशेत राजप्रतिनिधी असल्याचे घोषित करण्यात आले. युवराज शक्तिश्री हा जैन वाङ्मयात[४०] उल्लेखिलेल्या शालिवाहन पुत्र शक्तीकुमाराशी एकात्म असण्याची शक्यता आहे.

इ.स.पू. पहिल्या शतकात उतरती कळा लागलेल्या मगध-साम्राज्याचे शातवाहन हेच तेवढे शत्रू नव्हते. हाथीगुंफा-शिलालेखावरून असे समजते की, पश्चिमेला शातकर्णी सत्तेवर असताना कलिंगाच्या खारवेलने आपले सैन्य उत्तर भारतात नेऊन राजगृहाच्या राजाला पराभूत केले.

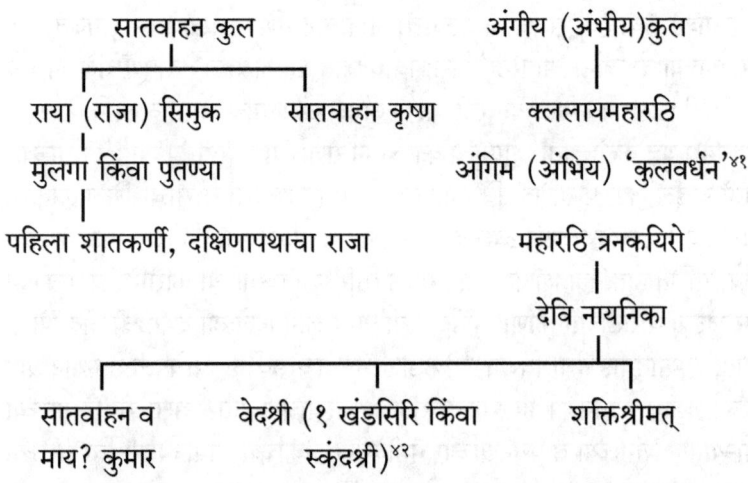

पूर्वकालीन सातवाहन राजे

सातवाहन कुल
- राया (राजा) सिमुक
  - मुलगा किंवा पुतण्या
    - पहिला शातकर्णी, दक्षिणापथाचा राजा
- सातवाहन कृष्ण

अंगीय (अंभीय)कुल
- क्ललायमहारठि
  - अंगिम (अंभिय) 'कुलवर्धन'[४१]
    - महारठि त्रनकयिरो
      - देवि नायनिका
        - सातवाहन व माय? कुमार
        - वेदश्री (१ खंडसिरि किंवा स्कंदश्री)[४२]
        - शक्तिश्रीमत्

खारवेल चेतवंशीय होता. 'वस्संतर-जातकात'[४३] चेतराजांचा निर्देश आला असल्याचे श्री. आर. पी. चंद म्हणतात. 'मिलिंद पन्हो' मध्ये आलेल्या विधानावरून चेतांचा चैतीशी किंवा चेंदीशी संबंध असल्याचे सूचित होते. त्या ग्रंथात चेत राजा सुर परिचराविषयी देण्यात आलेला तपशील चैदिराजा उपरिचराविषयी आपणास ठाऊक असलेल्या माहितीशी जुळणारा आहे.[४४]

अशोकाच्या मृत्युपासून चेत किंवा चेदि ह्या घराण्याच्या उद्यापर्यंतच्या काळातील कलिंगाच्या इतिहासाविषयी काहीही माहिती उपलब्ध नाही. ह्या घराण्याचा उदय बहुधा इ.स.पू. पहिल्या शतकात (नंदानंतर तीनशे वर्षांनी) झाला. हाथीगुंफा-शिलालेखात चेत घराण्याच्या पहिल्या दोन राजांची नावे[४५] स्पष्टपणे देण्यात आलेली नाहीत. वक्रदेव (वकदेपसिरि किंवा कूदेपसिरि?)ह्या नावाच्या एका राजाचा उल्लेख ल्युडरच्या १३४७ क्रमांकाच्या शिलालेखात येतो. पण तो खारवेलचा पूर्वज होता, की वारस, हे निश्चितपणे समजत नाही.

दुसरा राजा सत्तेवर असताना (व त्याची कारकीर्द किमान ९ वर्षांची असली पाहिजे (इ.स.पू. ३७-२८)) खारवेल युवराज झाला होता. वयाची २४ वर्षे पूर्ण झाल्यावर त्याची कलिंगाचा 'महाराज' म्हणून प्रतिष्ठापना करण्यात आली (इ.स.पू. २८). त्याची पट्टराणी ललाक नावाच्या एका राजाची कन्या होती. (काहींच्या मते) हा ललाक हथिसिंहाचा पणतू होता. कारकिर्दीच्या पहिल्या वर्षी त्याने कलिंगनगर

ह्या आपल्या राजधानीच्या प्रवेशद्वारांची व तटबंदीची दुरुस्ती केली. पुढील वर्षी (इ.स.पू. २७) शातकर्णीकडे लक्ष न देता पश्चिमेकडे त्याने मोठे सैन्य पाठविले व त्याच्या मदतीने कृष्णवेणापर्यंत जाऊन मुसिक (असिक?) नगरवासियांच्या[४६] मनात (किंवा त्या नगरात) थरकाप निर्माण केला. दुसऱ्या अन्वयार्थानुसार ''तो शातकर्णीच्या मदतीसाठी गेला आणि आपला हेतू सफल करून परतल्यावर त्या शहरात त्याने आपल्या मित्रांसमवेत आनंदोत्सव केला.'' ह्या यशानंतर पश्चिमेकडे त्याने आणखी युद्धविषयक हालचाली चालू ठेवल्या व आपल्या कारकिर्दीच्या चौथ्या वर्षी 'रठिकां'ना व 'भोजकां'ना त्याने आपणांपुढे वाकविले. पाचव्या वर्षी (इ.स.पू. २४) नंदराजाने ३०० वर्षांपूर्वी खुला केलेला एक कालवा त्याने आपल्या राजधानीपर्यंत आणला.

दक्षिणेतील यशाने उत्तेजित होऊन कलिंगराजाने उत्तरेकडे आपले लक्ष वळविले. आठव्या वर्षी त्याने गोरथगिरिवर (गयेजवळील बराबर टेकड्या) हल्ला करून राजगृहास (तेथील राजास?) जेरीस आणले[४७]. हा राजा म्हणजेच बृहस्पतिमित्र होय, असे डॉ. जायस्वालांचे मत बरोबर असेल, तर काण्व-घराण्यानंतर बृहस्पति राजाचा मगधावर अंमल असला पाहिजे.

पुन:एकदा, कदाचित दहाव्या वर्षी आणि निश्चितपणे बाराव्या वर्षी उत्तर भारतावर हल्ला करण्यात आला. काही विद्वानांच्या मते कलिंगराजाने दहाव्या वर्षी 'भारतवर्षा'तील देश पादाक्रांत केले. ते देश उत्तर-भारतातील असावेत, असा तर्क करण्यात येतो. बाराव्या वर्षी आपण 'उत्तरापथा'च्या राजांना भयभीत केल्याचे किंवा जेरीस आणल्याचे आणि आपल्या हत्तींना गंगेचे पाणी पाजल्याचे तो म्हणतो.[४८] वायव्येकडील चढायांचा आपातत: कोणताही टिकाऊ स्वरूपाचा परिणाम झाला नाही. परंतु ईशान्य भारतात कलिंगराज अधिक यशस्वी ठरला. पुन: पुन: केलेल्या आघातांमुळे खचितच 'मगधांच्या मनात भीती निर्माण झाली' व मगधराजाला (बृहस्पतिमित्राला?) त्याच्या चरणी लीन व्हावे लागले.

मगध जिंकून घेऊन आणि अंगदेशाची लूटमार करून ह्या आक्रमकाने पुन्हा एकदा दक्षिण-भारताकडे लक्ष वळविले. ह्यापूर्वी अकराव्या वर्षी 'त्याने पिथुडवर गाढवाचा नांगर फिरविला होता.'[४९] 'उत्तराध्ययना'तील (२१) पिहुंड शहराशी, तसेच मसुलिपतम् (मैसोलोई) देशाच्या अंतर्भागातील टॉलेमीने उल्लेखिलेल्या 'पितुंद्र राजधानी'शी लेव्हीने[५०] (Levi) ह्या शहराची एकात्मता मानिली आहे. ह्या विजेत्याने दक्षिणेकडे आणखी पुढे जाऊन तमिळ देशातील अनेक राजांना आपल्या सामर्थ्याची जाणीव करून दिल्याचे दिसते. त्या राजांमध्ये पांड्य राजा सर्वांत प्रसिद्ध होता.

तेराव्या वर्षी खारवेलने अर्हतांच्या निवासस्थानाच्या परिसरातील (खंडगिरि?) कुमारी टेकडीवर (ओरिसातील उदयगिरि) स्तंभ उभारले.

वायव्य भारतातील ग्रीक सत्तेचा अन्त

शातवाहनांच्या व चेतांच्या जोरदार हल्ल्यामुळे मगधराज्याचे अवशेष कोसळत असताना वायव्य भारतातील ग्रीकसत्तासुद्धा विनाशाकडे वेगाने वाटचाल करीत होती. डिमेट्रिओस युक्रेटाइडस यांच्यातील भांडणांचा यापूर्वी उल्लेख करण्यात आला आहे. ह्या दोन राजांमधील फाटाफुटीमुळे दुहेरी वारसाहक्क निर्माण झाला. एक वंश डिमेट्रिओसपासून सुरू झाला व त्याच्याकडे काही काळ कापिश व त्यानंतर मोठ्या प्रमाणावरील भारतीय अंतर्भागासह शाकल (सियालकोट) होते, तर दुसरा वंश युक्रेटाइडसपासून सुरू होऊन त्याच्याकडे निसिअ[५१] (Nicaea) तक्षशिला, पुष्करावती व तसेच (अपोल्लोडोटोस कडून जिंकलेली) 'कापिश व बॅक्ट्रिया हे भाग होते. गार्डनरच्या व रॅप्सनच्यामते अपोल्लोडोटोस, ॲटिमॅकोस, पॅटलेओन, ॲगथोक्लेस्, ॲगथोक्लेइआ[५२] स्ट्रॅटोस, मिनँडर, डायोनिसिओस, झोइलोस[५३] हिप्पोस्ट्रॅटोस व अपोल्लो फेनस्[५४] हे सर्वजण बहुधा यूथिडेमॉस व डेमेट्रिओसच्या घराण्यातील होते. ह्यांतील बहुसंख्य राजांची नाणी सारख्याच प्रकारची होती.[५५] विशेषत: वज्र फेकणाऱ्या ॲथेन देवतेची आकृती हे यूथेडेमॉसच्या घराण्याचे वैशिष्ट्य होते. पॅटलेऑन व ॲगथोक्लेस यांनी बव्हंशी एकाच प्रकारची नाणी पाडली.[५६] आपल्या नाण्यांसाठी त्या दोघांनी निकेल धातूचा वापर केला व केवळ त्यांनीच नाण्यावरील अक्षरे कोरताना ब्राह्मी वर्णमालेचा उपयोग केला. यावरून ते दोघेजण निकटवर्तीय-बहुधा भाऊ असावेत. ॲगथोक्लेइआ ही त्यांची बहीण असणे असंभवनीय नाही.[५७] ॲगथोक्लेस (व बहुधा ॲंटिमॅकोस) ह्याने ॲलेक्झांडर ॲन्टिओकोस निकेटर (मललच्या मते तिसरा ॲंटिओकोस मॅगॅस) डायोडोटोस सॉटेर, यूथिडेमॉस व (अजिंक्य) डेमेट्रिऑस ॲजिकेटॉस ह्यांच्या स्मरणार्थ नाण्यांची मालिका[५८] काढली होती.

अपोल्लोडोटोस, स्ट्रॅटोस, मिनँडर व नंतरच्या काही राजांनी ॲथेन-प्रकारची नाणी वापरात आणली. साहित्यात अपोल्लोडोटोस व मिनँडर यांचा एकत्र उल्लेख येतो. 'Periplus of the Erythraean Sea' ह्या ग्रंथाचा कर्ता म्हणतो - ''आजही प्राचीन (१/१६ किंवा १/८ औंसाची) वजने (Drachmae) बॅरिगझ (भंडोच) मध्ये प्रचारात आहेत. त्यांवर ग्रीक अक्षरे कोरलेली असून ॲलेक्झांडर, अपोल्लोडोटोस व मिनँडर ह्यांच्या नंतर सत्तेवर आलेल्या राजांची चिन्हे त्यांवर आहेत.''

तसेच जस्टिनच्या ग्रंथाच्या नष्ट झालेल्या एकेचाळिसाव्या प्रकरणाच्या शीर्षकामध्ये मिनँडर व अपोल्लोडोटोसचा उल्लेख भारतीय राजे म्हणून येतो.[५९] मिनँडरच्या घराण्याची राजधानी शाक्ल किंवा सागल येथे असल्याचे 'मिलिंदपञ्हो' वरून दिसते.[६०] ह्या शहराचे 'यूथिमेडिआ' किंवा 'यूथिडिमेआ' हे दुसरे नाव असल्याचे टॉलेमी हा भूगोलकार सांगतो. बहुधा हे नाव यूथिडेमिया वंशावरून आले असावे. बजपूर भागातील शिंकोट येथे सापडलेल्या एका अभ्रकाच्या पेटीवरील कोरीव लेखामध्ये 'महाराज' मिनद्र (मिनँडर) ह्याच्या पाचव्या राज्यारोहण वर्षाचा उल्लेख येतो. ह्या नोंदीवरून मिनँडरच्या कारकिर्दीच्या पाचव्या वर्षी त्यांच्या राज्यात सिंधुनदीपलीकडील बराच मोठा भाग बहुधा समाविष्ट असल्याचे सिद्ध होते. कापिश व निसिआ (Nicaea) नाण्यांवरून यूथिडेमिअन गटातील काही राजांना हळूहळू भारताच्या अंतर्भागात रेटण्यात आल्याचे सूचित होते. त्यांना आपली राजधानी शाकल येथे हलवावी लागली.

हेलिओक्लेस व बहुधा अँटिअलकिडस् हे युक्रेटाइडसच्या घराण्यातील राजे होत. लिसिअसबरोबर त्यांनी संयुक्तपणे राज्य केले. अँटिअल्किडस्सारखा एक नमुना म्हणजेच डायोस्क्यूरीचा पिलेइ होय. ह्या सारखेपणामुळे त्याचा यूक्रेटाइडस्शी संबंध जोडला जातो. गार्डनरच्या मते त्याचे चित्र हेलिओक्लेसच्या चित्राशी मिळते-जुळते आहे. तो हेलिओक्लेसचा लगतचा वारस असणे असंभवनीय नाही.[६१] बेसनगरच्या एका शिलालेखात तो विदिशेच्या कासी (कोशी-कौत्सी)पुत्र भागभद्राचा समकालीन असल्याचे म्हटले आहे. अग्निमित्रानंतर काहीकाळाने, बहुधा इ.स.पू. दुसऱ्या शतकाच्या उत्तरार्धात किंवा त्या सुमारास तो सत्तेवर होता. बहुधा तक्षशिला येथे अँटिअल्किडसची राजधानी होती. येथूनच त्याचा राजदूत हेलिओडोरोस भागभद्राच्या राज्यात गेला होता. परंतु त्याच्या राज्यात कापिशिचा किंवा कापिशचाही अंतर्भाव असल्याचे दिसते.[६२] त्याच्या मृत्यूनंतर पश्चिमेकडील ग्रीक राज्य तीन भागांत बहुधा विभागले गेले. - (आर्केबिओसच्या[६३] घराण्याची सत्ता असलेला) तक्षशिला, (डायोमेडेस, एपँडर[६४], फिलॉक्सेनॉस, आर्टेमिडोरोस व प्यूकोलओस यांचे नियंत्रण असलेला) पुष्कलावती, व ॲम्यन्तस व हर्मेअस (हर्मेओस) यांच्या क्रमशः ताब्यात असलेला काबूल प्रदेशासह कापिशि. हर्मेओसबरोबर त्याची पत्नी कॅलिओपे सहभागी होती. चिनी पुराव्यानुसार इ.स.पू. दुसऱ्या शतकाच्या उत्तरार्धात कधीतरी कापिशवर बहुधा सै-वांग (राजा शाक) याचा अंमल होता. परंतु ह्या टोळीप्रमुखाने नंतरच्या काळातील कुशान 'यवुगा'प्रमाणे, ग्रीक राज्यकर्त्यांचे (Basileas) नाममात्र आधिपत्य मान्य केले असावे. ह्याचप्रमाणे इ.स.च्या पाचव्या शतकात टिट्यूलर

रोमन सम्राटांच्या नाममात्र अधिकाराखाली 'सरदार' व 'रोमन अधिकारी' हा दर्जा मिळाल्याने युरोपातील ट्यूटॉनिक टोळीप्रमुख काही काळ समाधान मानीत होते.

डेमेट्रिओस व यूक्रेटाइडस् ह्यांच्या प्रतिस्पर्धी घराण्यांतील भांडणामुळे ग्रीक सत्ता मोठ्या प्रमाणात दुबळी झाली असली पाहिजे. परकीय स्वाऱ्यांमुळे अंतर्गत फाटाफुटीचे दुष्परिणाम अधिकच गंभीर झाले. शस्त्रसामर्थ्याच्या जोरावर पार्थियनांनी यूक्रेटॉइड्स (व सिथियन्स) ह्याकडून बॅक्ट्रियनांचा एक भाग हिरावून घेतला, असे स्ट्रॅबो म्हणतो.[६५] त्या भागात ॲस्पिओनस् व तुरिव (मॅकडोनाल्डच्या मते बहुधा ॲरिआ व ॲरॅकोशिआ) यांच्या सत्रपी समाविष्ट होत्या. पर्थियन राजा पहिला मिथ्राडेट्स हा भारतातही आला होता, असे मानण्यास आधार आहे. हिडॅस्पेस[६६] व सिंधू ह्या नद्यांच्या दरम्यानच्या भागात मिथ्राडेट्सने (इ.स.पू. १७१-१३८) एतद्देशीय राजांचा पराभव केला, अशा अर्थाचे ठाम विधान सुमारे इ.स. ४०० मध्ये होऊन गेलेला ओरोसिअस हा रोमन इतिहासकार करतो. अशा प्रकारे त्याच्या विजयामुळे यूक्रेटाइड्स व यूथिडेमॉस ह्या घराण्यातील त्याचा स्पर्धक यांच्या राज्यामध्ये पाचर बसल्याचे दिसते.

बॅक्ट्रियन ग्रीकांच्या अंतिम विनाशाची कारणे जस्टिटनने अशी सांगितली आहेत : ''निरनिराळ्या युद्धांनी संत्रस्त झालेल्या बॅक्ट्रियनांनी केवळ आपले राज्यच नव्हे, तर स्वातंत्र्यही गमावले, सोगॅडीअनूस, ड्रँगिअनूस व भारतीय (?) ह्या बरोबरच्या संघर्षामुळे नुकसान झाल्यावर जणू काही तुलनेने दुबळ्या पार्थियनांनी जेरीस आणल्यामुळे अखेरीस ते पराभूत झाले.''[६७]

सोगडिअन हे आज समरकंद व बुखारा म्हणून ओळखल्या जाणाऱ्या भागांतील लोक होते. त्यांना ऑक्ससने बॅक्ट्रियानापासून आणि जक्झार्टेस किंवा सिर दरिया ह्याने शकांपासून विभक्त केले.[६८] सोगडिअन ह्या शब्दांद्वारे जस्टिन् बहुधा प्रत्यक्ष सोगडिअनाचाच केवळ उल्लेख करीत नाही, तर प्रसिद्ध टोळ्यांचाही उल्लेख त्याला अभिप्रेत आहे. स्ट्रॅबोच्या[६९] मते असी पॅसिअनी, टॉचरी, सॅकॅरोलि व सॅसे किंवा शक ह्या टोळ्यांनी ग्रीकांकडून बॅक्ट्रियाना हिरावून घेतले. इंडो-ग्रीक मुलूख शकांनी कसा व्यापला होता ही हकिकत पुढील प्रकरणात सांगण्यात येईल. डायोडोटोसला सॅरन्से (सॅरोसे) व ॲसिॲनि ह्या सिथियन टोळ्यांशी कसे लढावे लागले आणि अखेरीस त्यांनी सोग्डिअना व बॅक्ट्रिया कसे जिंकले, याचे वर्णन लॅटिन इतिहासकार पॉपेअस ट्रोगोसने केले आहे. त्यांनी सोग्डिअना जिंकल्यामुळे त्यांना जस्टिनने वापरलेले सोगडिअन हे नाव बहुधा मिळाले असावे. पाश्चात्य लेखकांचे टोचरी म्हणजेच चिनी इतिहासकारांनी उल्लेखिलेले तहिअ[७०] होय, असे स्टेन कोनो[७१]

सुचवितो. पुढे त्याने असी, असिआइ, किंवा असिअनी ह्यांची 'युए-ची'शी एकात्मता मानली आहे. टोचरी म्हणजे तुखार होत, असे आम्हांस वाटते. टॉलेमीच्या काळात बॅक्ट्रियन जनतेपैकी ते एक महत्त्वाचा घटक होते व थोर लोक[७२] म्हणून टॉलेमीने त्यांचे वर्णन केले आहे. ते उघडपणे पेरिप्लसच्या काळातील 'बॅक्ट्रियनांपैकी लढवय्ये लोक' आहेत.

जस्टिनने उल्लेखिलेले ड्रॅंगिअन्स हे शब्दश: 'सरोवराकाठ'चे रहिवासी.[७३] हे लोक हमुन सरोवराच्या (झरेह) जवळच्या प्रदेशात राहत असत. हा भाग ॲरिआ (हेरात), गेड्रोसिआ (बलुचिस्तान) व आर्कोशिया (कंदाहार) व तसेच पूर्व पर्शियाचे वाळवंट यांच्या मधोमध असून सध्या सीस्तान किंवा सेइस्तान म्हणून ओळखल्या जाणाऱ्या (शकस्तान) प्रांताच्या जवळ होता. कधीकधी ह्या भागाच्या राजकीय सरहद्दीमध्ये प्रस्तुत शेजारच्या प्रांताचा कदाचित अंतर्भाव होत असावा.[७४] मुख्यत: दक्षिण अफगाणिस्थानमध्ये ज्याचा मुलूख होता, अशा एका घराण्याने म्हणजे तथाकथित व्होनोनेस घराण्याने हेलमंड खोरे, गझनी व कंदाहारचा (ॲरिकोशिआ) बराचसा मुलूख ग्रीकांकडून हिसकावून घेतल्याचे नाणकशास्त्रीय पुराव्यावरून सूचित होते. व्होनोनेस हे एक पार्थियन (सम्राटाचे) नाव आहे. म्हणून अनेक विद्वान त्याच्या घराण्याला पर्थिअन घराणे असे संबोधतात. हा व्होनोनेस म्हणजेच इ.स. ८ ते १४ या काळात सत्तेवर असलेला त्याच नावाचा अर्सकिड राजा होय, असे विधान करण्यापर्यंत काहींची मजल जाते.[७५] परंतु नावावरून निश्चित स्वरूपात राष्ट्रीयत्व ठरविता येत नसते. सर आर. जी. भांडारकर ह्या घराण्याचा शक असा उल्लेख करतात.[७६] ड्रॅंगियन हेच ह्या घराण्याचे सर्वोत्कृष्ट नाव असू शकेल. कारण त्यांच्या सत्तेचे मुख्य केन्द्र बहुधा हेलमुंड खोऱ्यात होते. आर्कोशियावर मात्र एका राजप्रतिनिधीचे नियंत्रण होते.[७७] नाण्यांवर व्होनोनेसचा संबंध दोन राजांशी येतो. ते असे -

(१) महाराजभ्राता (राजाचा भाऊ) म्हणून उल्लेखिलेला श्पलहोर (स्पॅलिरिस)
(२) श्पलहोरचा मुलगा श्पलग-दम

एडवर्ड थॉमस व कनिंगहॅम यांनी व्होनोनेस व पहिल्या एझेसचे म्हणून मानलेले एक नाणे आहे. परंतु खरोखरी ते नाणे मॉएसचे आहे.[७८] स्पॅलिराइझेस नावाच्या राजाचे एक चांदीचे नाणे असून त्याच्या पुढील बाजूवर 'Basileus Adelphoy Spalirisoy' ही अक्षरे असून मागील बाजूवर 'महाराजभ्राता ध्रमिअस स्पालिरिशस' म्हणजे राजाचा बंधू, न्यायप्रिय स्पलिराईझेसचे, ही अक्षरे आढळतात. ह्या राजाची काहींनी व्होनोनेसशी तर काही जणांनी मॉएसशी एकात्मता मानली आहे.[७९]

व्होनोनेसनंतर सर्वश्रेष्ठ राजा म्हणून स्पलिराईझेस सत्तेवर आला.[८०] स्पलिराइझेसच्या नाण्यांचे दोन प्रकार आढळतात ते असे –

(१) दोन्ही प्रकारांच्या अक्षरात केवळ त्याचेच नाव असलेली नाणी

(२) पुढील बाजूवर ग्रीक अक्षरांत त्याचे नाव असणारी व मागील बाजूवर खरोष्ठी अक्षरात एझेरुची नावे असणारी नाणी

स्पलिराइझेसला एझेस नावाचा सहकारी होता व खरोष्ठी लिपी प्रचारात असलेल्या प्रदेशावर त्याचे नियंत्रण होते, हे नाण्यांच्या दुसऱ्या प्रकारावरून सिद्ध होते. हा एझेस म्हणजेच पंजाबमधील राजा एझेस होय, असे मानले जाते. त्याविषयी पुढील प्रकरणात माहिती देणार आहोत.

बॅक्ट्रियन ग्रीकांच्या भारतीय शत्रूंच्या संदर्भात सर्व प्रथम आपणांस पुष्यमित्राच्या घराण्यातील राजाचा उल्लेख करावा लागेल. कालिदासाच्या 'मालविकाग्निमित्रा'मध्ये त्याने सिंधुतीरावर यवनांचा पराभव केल्याचे म्हटले आहे. पूर्व पंजाबच्या ग्रीक राज्याचा नाश करण्यामध्ये भद्रयशस् नावाच्या एका भारतीयाचा काही वाटा असल्याचे दिसते. आपातत: पश्चिम भारतातील त्या राजाचा उल्लेख यवनांचा विनाशक अशा स्वरूपात गौतमीपुत्र शातकर्णीच्या नासिकप्रशस्तीत येतो.

जस्टिन् म्हणतो त्याप्रमाणे ग्रीक सत्तेचा अंतिम विनाश करण्याचे काम पार्थियनांनी केले. काबूल खोऱ्यातील हर्मेओसची अस्तित्वात असलेली अखेरची मांडलिक राज्ये[८१] पार्थियन राजा गोंडोफेर्नेस ह्याने उखडून टाकल्याचे मार्शल[८२] सांगतो.[८३]चिनी इतिहासकार फा-येन हा सुद्धा पार्थियनांनी काबूल जिंकल्याचा उल्लेख करतो.[८४] "ज्या-ज्या वेळी तीन राज्यांपैकी, तिएन्-त्वाऊ (प्रत्यक्ष भारत), कि-पिन (कापिश) किंवा नगन्सी (Ngansi,पर्थिया) प्रभावशाली असे, त्या-त्या वेळी त्यांनी काबूल आपल्या कहयात आणले होते. ही राज्ये दुबळी झाली असताना त्यांना काबूल सोडावे लागले...... नंतर पार्थियाच्या सत्तेखाली काबूल आहे."[८५] इसिडोरच्या काळापावेतो (इ.स.पू. पहिल्या शतकाचे शेवटचे पावशतक)[८६] पर्थियनांनी काबूलवर खरा विजय मिळविला असणे अवघड आहे. कारण त्या भूगोलकाराच्या लेखातील पर्थियन साम्राज्याच्या पूर्वेकडील प्रांतांच्या यादीत काबूल खोऱ्याचा समावेश झालेला नाही. मात्र फिलॉस्ट्रेटोस म्हणतो, त्याप्रमाणे इ.स. ४३-४४ मध्ये ह्या प्रदेशापर्यंत पर्थियन अंमल पोहोचला होता.

स्पष्टीकरणात्मक टीपा

१. विदिशा किंवा बेसनगर ही उत्तरकालीन 'शुंग' राजधानी असलेला फक्त पूर्व माळवा आणि काही लगतचे प्रदेश.

२. काण्व राजांमध्ये सर्वतात ह्या राजाचा समावेश करण्याकडे श्री. जे. सी. घोषांचा कल दिसतो (घोसुंडी शिलालेखावरून 'Ind. Ant.' (1932) Nov, 203 ff. Ep. Ind., xxii, 198 ff.) तो संकर्षण व वासुदेवाचा भक्त असून त्याने अश्वमेध केला असल्याचे समजते. परंतु ह्या राजाच्या गाजायन ह्या घराण्याची गादायन किंवा गोदयनांशी (Cf. IHQ, 1933, 797 ff) एकात्मता मानणे शक्य दिसत नाही. गाजायनांची गाहायनांशी एकात्मता मानण्याच्या दृष्टीने कोणतेही कारण दिसत नाही. (Caland, बौधायन-श्रौतसूत्र ३, ४२३-४५४) 'हरिवंशा'त एका 'कश्यप द्विजा'चा कलियुगातील अश्वमेधाचा उद्धारक म्हणून उल्लेख आहे. हा वस्तुस्थिती लक्षात घेणे महत्त्वाचे ठरेल. नि:संशय गांगायनांवरून म्हैसूरमधील गंगांचीही आठवण होते. ते आपणांस काण्वायनगौत्राचे मानीत असत. ('A new History of India People' Vol. VI. p. 248) परंतु गाजायन = गांगायन हे समीकरण सिद्ध झालेले नाही.

३. नूरूरूवर कन्नरचा (सिलप्पडिकरम्, २६, दिक्षितारांचा अनुवाद, २२९ व नंतर) शातकर्णीशी किंवा मगधाशी संबंध जोडण्याच्या दृष्टीने कोणतेही विश्वसनीय कारण नाही. कधीकधी कन्नवर हा शब्द स्वतंत्रपणे येतो व त्यावरून नुररुवर हे केवळ गुणवाचक विशेषण असल्याचे व नावाचा एक भाग नसल्याचे सिद्ध होते. जरी गंगा नदी ही भागीरथी असली आणि ह्या घराण्याशी निगडित अशी गौतमी गंगा किंवा गोदावरी नसली, तरी ती मगधाखेरीज इतर प्रदेशातून वाहते. त्यावरून त्या प्रदेशाचा प्रस्तुत राजांशी अपरिहार्य संबंध नसल्याचे सिद्ध होते.

४. Fleet, CII, 14. ही अक्षरे मौर्य ब्राह्मी लिपीत लिहिलेली आहेत. प्रस्तुत मौखरींचा मौर्य किंवा शुंग आधिपत्याखाली एखाद्या लहानशा मांडलिक राज्यावर अमल असावा. राजपुतान्यातील कोटाह (Kotah) राज्यात बडवा येथे अलीकडेच तीन शिलालेख सापडले असून त्यांत इ.स. च्या तिसऱ्या शतकात मौखरि महासेनापतींनी (सेनापतींनी किंवा लष्करी राज्यपालांनी) यज्ञीय स्तंभ उभारल्याची नोंद आहे. ('Ep. Ind.', XXIII, 52)

५. अॅलनने ब्रह्ममित्र, दृढमित्र, सूर्यमित्र, व विष्णुमित्र ह्यांचा उल्लेख केला आहे. गोमित्राच्या नाण्याच्या पद्धतीचीच नाणी त्यांनी काढली होती. त्यांच्या नंतर नावाच्या अखेरीस 'दत्त' '-भूति' व '-घोष' हे शब्द असलेले राजे सत्तेवर आले.

६. ह्या विभागातील विधानांसाठी पाहा – 'Ep. Ind.', VIIi, 60 ff; 'हर्षचरित' ८ (पृ. २५१), कनिंगहॅम, महाबोधि, 'ASI', 1908-09, 141; Kielhorn, 'N. I. Inscriptions', No. 541; 'Indian Culture', I, 695; 'EHI', 3rd 227 n; 'JRAS', (1912); Smith, 'Catalogue of Coins in the Indian Museum'; 185,190,194; Allan, 'CICAI', pp. xcviii, cx, 150 ff, 169 f, 173 ff, 195 ff, 202 ff.

७. 'सातिवाहन' हे रूप नारायणपालाच्या भागलपूर दानपत्रात व 'शालिवाहन' हे रूप वाङ्मयात आढळते. तसेच, पाहा Sir R. G. Bhandarkar, 'EHD', Section VII.

८. 'आन्ध्र-जातीय' किंवा 'आन्ध्र' हे विशेषण पुराणांत येते. त्यांमध्ये हा संस्थापक शेवटच्या काण्वराजाचा एक भृत्य किंवा सेवक असल्याचे म्हटले आहे. सर. आर. जी. भांडारकर आपातत: विष्णुपुराणाच्या आधाराने सिमुकाने स्थापन केलेल्या ह्या घराण्याचे 'आन्ध्र-भृत्य' म्हणजे एके काळी सेवक असलेले आन्ध्र असे वर्णन करतात. परंतु हे विशेषण सात आभीरांना योग्य प्रकारे लावले पाहिजे. त्याचा सिमुकाच्या घराण्याचे वारस म्हणून पार्गिटरच्या 'Dynasties of the Kali Age' ह्या ग्रंथाच्या पृ. ४५ वर निर्देश आला आहे. (पहा 'विष्णुपुराण', ४.२४.१३)

९. 'MAST', No. 1. pp. 14-15. 'IHQ', (1929) p. 601 मधे नानाघाट लिपी अँटिअॅल्किडस्च्या काळातील बेसनगर शिलालेखाशी जुळणारी आहे, असे श्री. चंद म्हणतात. परंतु अँटिअल्किडस्चा नक्की काळ अनिश्चित आहे. तो इ.स.पू. दुसऱ्या शतकाच्या उत्तरार्धात किंवा पुढील शतकाच्या पूर्वार्धात होऊन गेला असावा.

श्री. आर. डी. बॅनर्जी काही बाबतीत श्री. चंद यांच्या दृष्टिकोनाविषयी मतभेद व्यक्त करतात आणि काही कोरीव लेखांचे तपशीलवार परीक्षण करून ''नानाघाट-शिलालेख जुन्या रूपांच्या बरोबरीने मोठ्या प्रमाणावरील कसत्रप किंवा पूर्वकालीन कुसण रूपांचा वापर होत असल्याचे दर्शवितात,'' असे मान्य करतात ('Mem, Asiat, Soc', Bengal, Vol, XI, No. 3, p. 145)

रॅप्सनच्या मते (‘Andhra Coins’, 1 xxvii) नानाघाट नोंदीतील ‘द’ ह्या अक्षराचे रुप इ.स.पू. पहिल्या किंवा दुसऱ्या शतकातील मानता येईल,अशा एका नाण्यावरील अक्षरासारखे आहे.

बॅनर्जी किंवा रॅप्सन नानाघाट नोंदीचा काळ इ.स.पू पहिले शतक मानतात असे सुचविण्यात आले नाही. परंतु आपणांपुढे त्यांनी मांडलेल्या काही वास्तव मुद्दयांवरून इ.स.पू. पहिल्या शतकातील एखाद्या कालाची शक्यता नजरेआड करता येणार नाही. ही नोंद इ.स.पू. दुसऱ्या शतकातील आहे, हा सिद्धांत जुन्या पिढीतील विद्वानांनी सूचकतेने स्वीकारलेल्या गृहीतावर काही प्रमाणात आधारित आहे. खारवेलाचे तेरावे वर्ष म्हणजे मौर्य राजांच्या काळातील १६५ हे वर्ष होय, असे त्यांनी गृहीत केले आहे. (‘Biihler, ‘Indian Palaeography’, 39, Rapson, xvii)

१०. नानाघाट-शिलालेखातील अक्षरे गौतमीपुत्र शातकर्णी व त्याचा पुत्र पुलुमायि ह्यांच्या शिलालेखांतील अक्षरांपेक्षा सुमारे १०० वर्षांआधीच्या काळातील असल्याचे बुलरचेही मत आहे. (ASWI, Vol. V, 65) नानाघाट नोंद. इ.स.पू. दुसऱ्या शतकाच्या पूर्वार्धातील आहे व गौतमीपुत्र शातकर्णीच्या काळातील कोरीव लेख इ.स.च्या दुसऱ्या शतकातील आहेत, असे मानणाऱ्या विद्वानांनी सुमारे तीनशे वर्षांच्या कालावधीतील शातवाहनांच्या नोंदीच्या अल्प संख्येविषयी स्पष्टीकरण देणे आवश्यक आहे. (जर नागनिकेच्या पतीचा काल व बलश्रीच्या मुलाची कारकीर्द ह्यामधला कालखंड खरोखरीच तेवढा असेल तर) श्री. एन्.जी. मुजुमदार (‘The Monuments of Sanchi’, Vol. I, pt. iv, p. 277) नानाघाट नोंदीचा काळ इ.स.पू. १००-७५ असा मानतात.

११. ‘JBORS’, (1917) 495-497.

१२. JBORS, (1917) 432; cf. (1918) 377, 385 जुने मत १९२७, २३८, २४४ - मधे बदलण्यात आले. हाथीगुंफा नोंदीतील एका उताऱ्याच्या सामान्यत: स्वीकारण्यात आलेल्या अर्थानुसार खारवेलने आपल्या (कारकिर्दीच्या) पाचव्या वर्षी नंदराजापासून ‘ति-वस-सत’ वापरत नसलेला एक कालवा वाढविला. जर ‘ति-वस-सत’चा अर्थ १०३ वर्षे असा घेतला, तर खारवेलाचे राज्यारोहण नंदराजानंतर १०३-५=९८ वर्षांनी झाले, असे मानले पाहिजे. त्याला युवराजपद ह्या संवत्सरापूर्वी ९ वर्षे म्हणजे नंदराजानंतर ९८-९=८९ वर्षांनी (म्हणजे इ.स.पू. ३२४-८९=इ.स.पू. २३५ नंतर नव्हे)

देण्यात आले. हे उघड आहे की, त्या वेळी त्याचे वडील गादीवर होते व त्यांच्या आधी 'त्यांचे' वडील सत्तेवर असल्याचे दिसते. परंतु कलिंगावर त्या काळी स्वत: अशोकाच्या आधिपत्याने एका मौर्य-कुमाराचे प्रत्यक्ष नियंत्रण असल्याचे अशोकाच्या शिलालेखावरून समजते. म्हणून 'ति-वस-सत'चा अर्थ १०३ नव्हे, तर ३०० वर्षे असा घ्यावयास पाहिजे. 'तीनशे' ही संख्या (ठोकळ संख्या) नंद व पहिली शातकर्णी ह्यांच्यामधील कालावधीबद्दलच्या पौराणिक परंपरेशी पूर्णपणे जुळणारी आहे. १३७ (मौर्यांचा कालखंड)+११२ (शुंग कालखंड)+४५ (कृष्णाचा कालखंड) अधिक २३ (सिमुकांचा कालखंड) अधिक १० (कृष्णाचा कालखंड) =३२७.

१३. (दक्षिणेत) इ.स.पू. ४०-३० पूर्वी कितीतरी वर्षे सिमक गादीवर आला असला पाहिजे. त्या काळात त्याने काण्वायनांवर बहुधा मध्यभारतात हल्ला केला होता. काण्वांच्या पराभवानंतर त्याच्या सत्तेचा कालावधी २३ वर्षांहून कमी असला पाहिजे. अशा प्रकारे नंद व शातकर्णी यांच्या मधील प्रत्यक्ष अंतर खरोखरी ३२७ वर्षांहून थोडे कमी असले पाहिजे.

१४. पाठभेद - 'एकोण-नवतिम्' ('DKA' 43)

१५. मत्स्यपुराणाची तीन हस्तलिखिते तीस राजांची नावे देतात, तर इतर हस्तलिखितांत २८ ते २१ अशी वेगवेगळी संख्या येते. असे पार्गिटरने निदर्शनास आणून दिले आहे (पृ. ३६).

१६. कुंतलच्या एका शातवाहनाचा उल्लेख 'काव्यमीमांसे'त (१९३४, प्रकरण १०, पृ. ५०) आला आहे. आपल्या अंत:पुराणात केवळ प्राकृताचाच वापर करावा, असा त्याने आदेश काढल्याचे त्यात म्हटले आहे. विख्यात हाल राजाशी तो एकात्म असावा. (पहा- 'कुंतल-जनवय-इणेन- हालेन' - तत्रैव, टीपा पृ. १९७)

१७. वायु हस्तलिखितात ('DKA', p. 36) व ब्रह्माण्डपुराणात हालसुद्धा (क्र. १७) वगळण्यात आला आहे. (रॅप्सन, 'Andhra Coin', 1 xvii)

१८. रॅप्सन, 'Andhra Coins', 1 iii. ह्या नोंदीच्या काळात तो राजपुत्र होता, ह्या वस्तुस्थितीवरून तो कधीच गादीवर आला नाही, असे सिद्ध होते, असे मानू नये. प्रत्यक्ष पौराणिक याद्यांत राजपदावर कधीच नसणाऱ्या राजपुत्रांची वारंवार नावे येतात. (उदा: अर्जुन, अभिमन्यू, सिद्धार्थ) 'मत्स्यपुराणा'च्या काही हस्तलिखितांत एका राजसमूहाचा समावेश आला असून त्यात क्र.

२९ नंतर म्हणजे चंडश्रीनंतर स्कंदस्वातीचा उल्लेख येतो. ('DKA', P 36)

१९. कुंतल देशात जन्मल्यामुळे त्याला ते नाव मिळाले. उरुवेल-नदि व गया कस्सप ह्यांसारखी नावे पाहा - ('Dialogues of the Bunddha', I, 194)

२०. '३०० वर्षांचा' कालखंड (वायपुराण) श्रीपर्वतीय आंध्रांच्या सत्तेचा निदर्शक असावा. ('DKA', 46) तसे असले तरी, वरच्या दक्षिण भागांत 'आन्ध्र' सत्तेचा इ.स.च्या तिसऱ्या शतकात अंत होणे ही गोष्ट संस्थापकाचा काल इ.स.पू. पहिल्या शतकातील मानण्याशी विसंगत नाही, हे लक्षात घेणे जरूर आहे. कारम कदंबांचा उदय होईपर्यंत शातकर्णींची सत्ता कुंतलामध्ये अस्तित्वात होती. अशा प्रकारे तीस राजांच्या संपूर्ण घराण्याचा पुराणांनी मानलेल्या सुमारे ४५० वर्षांचा कालावधी योग्यच होय.

२१. 'DKA', p. 36 पुराणांच्या हस्तलिखितांनी राजांचे 'चुकीच्या जागी जे उल्लेख केले आहेत' त्याची इतर उदाहरणे पार्गिटरने पृ. २०, ३५ ह्यांवर दिलेली आहेत.

२२. पाहा - पृ. १०४, ११५ व नंतर...

२३. पाहा - 'Advance', (March 10m 1935) p. 9. हे नाणे रायपूरच्या महाकोसल समाजाचे आहे. त्याच्या पुढील बाजूवर हत्तीची आकृती व ब्राह्मी अक्षरे आहेत. मागली बाजू कोरी आहे. ह्या राज्यकर्त्याचे स्थान पुराणांत सुचविल्याप्रमाणे ह्या घराण्यांतील पूर्वकालीन राजांमध्ये असण्यापेक्षा श्री. के. एन्. दीक्षितांच्या मते नाणकशास्त्रीय पुराव्याच्या आधारे उत्तरकालीन राजांमध्ये आहे. कुंतलदेशाच्या हालाच्या उत्तरकालीन कालाच्या संदर्भात पाहा - R.G. Bhandarkar Com. Vol,' 189 पाहा 'सप्तशतकम्' मधील राधेचा उल्लेख ('Ind. Ant.', III, 25 n)

मत्स्य व वायु ह्या पुराणांतील विसंगत याद्या व शिलालेखीय व नाणकशास्त्रीय पुराव्यावरून श्री. एम्. के. चट्टोपाध्यायांनी पुढील बाबतीत काही सिद्धांत अनुमानिले आहेत.

(१) अनुक्रमे 'पुत्रा'चा व 'पित्या'चा अंमल असणाऱ्या दोन 'समकालीन' सातवाहन राज्यांचे अस्तित्व (२) अगदी जवळच्या नात्यातील विवाह मातृसावर्ण्य वारसाहक्क ह्या विषयी त्यांनी 'JASB', (1927) 503 ff and (1939) 317-330 ह्या ठिकाणी चर्चा केली आहे. त्यांच्या मते पुराण याद्यांतील विसंगती संपादकांच्या कोणत्याही नजरचुकीने किंवा प्रमादाने

निर्माण झाल्या असणे शक्य नाही (१९२७ पृ. ५०४) (मत्स्यपुराणातील) मूळ संहिता व (वायुपुराण व ब्रह्माण्ड पुराण ह्यांतील) 'सुधारित संहिता' विषयक सिद्धांताच्या साहाय्याने वरील विसंगतीचे स्पष्टीकरण देणे आवश्यक आहे. मत्स्य पुराणात गौतमीपुत्राची व तसेच वासिष्ठपुत्राची संपूर्ण यादी देण्यात आली आहे. 'सुधारित संहितेत' गौतमीपुत्रांची नावे कायम ठेवण्यात आली आहेत. परंतु त्यांच्यापैकी काही नावे मुद्दाम वगळण्यात आली आहेत. कारण पुराणांत नावे जतन व्हावी, हा हक्क ह्या राजांना नसल्याचे सुधारित संहिताकारांना वाटले (तत्रैव, पृ. ५०५). वायु आणि ब्रह्मांड ह्या पुराणांच्या 'सुधारित संहिते'मध्ये ज्यांची नावे 'वगळण्यात आलेली' आहेत, असे राजे (उदा : वासिष्ठीपुत्र पुलुमावि) वांशिकदृष्ट्या संबंधित असलेल्या दुसऱ्या एका 'गटातील', म्हणजे गौतमीपुत्र-गटातील आहेत. त्यांची नावे सुधारित संहितेत येतात. पण 'हा वंशानुक्रम वंशपद्धतीला (उतरत्या क्रमाला) जुळणारा नव्हता.' उदाहरणार्थ, सुधारित यादीनुसार गौतमीपुत्र म्हणजे यज्ञश्री सत्तेवर आला. (पृ. ५०९) पुढे असेही सांगण्यात आले आहे की, 'ह्या कुलाच्या तिसऱ्या राजाचा अपवाद वगळल्यास शातवाहन नाण्यांवर राजाच्या नावापूर्वीची उपाधी व मातेचे कुलनाम ही दोन्ही एकत्रित येतात व एकाच वेळी नाहीशी होतात.' (शिवमकसद ह्याचे संशयास्पद उदाहरण वगळल्यास) शिलालेखातही हे साहचर्य नित्य स्वरूपात आढळते. नानाघाट-गुहालेखातील श्री शातकर्णी ह्या तिसऱ्या राजाचा ह्याला अपवाद आहे. म्हणून ह्या घराण्यातील तिसरा राजा वगळून इतरांच्या बाबतीत राज-बिरुद व मातेशी असणारे सावर्ण्य ह्या गोष्टींचा एकत्रित उल्लेख येत असे, असा निष्कर्ष काढता येतो. दुसऱ्या शब्दात 'हा वंशानुक्रम मातृवंशीय पद्धतीचा होता' (पृ. ५१८) ''जित राज्याचा वारस पुत्र झाला व वंशपरंपरागत राज्यावर मुलीचा मुलगा आला.'' (पृ. ५२७)

या तळटीपेत श्री. चट्टोपाध्यायांच्या प्रबंधाची सविस्तर समीक्षा करण्यास अवसर नाही. मातृसत्ताक किंवा पितृसत्ताक, सर्वसाधारण स्वरूपातील जवळच्या नात्यातील. विवाह व राजांची वंशपरंपरा ह्यावर आधारित सामाजिक संघटनेबद्दलच्या सिद्धांताविषयी व विचाराशी प्रस्तुत समीक्षेचा संबंध नाही. शातवाहन घराण्याच्या चर्चेच्या संदर्भात वरील गोष्टी असंबद्ध आहेत. प्रत्यक्ष त्या विख्यात घराण्याच्या अभ्यासाशी खरोखरीच सुसंगत अशा मुद्द्यांविषयीच आपण विचार करू या. पार्गिटरने पृथक्करणात्मक रितीने

दिलेल्या ('Dynasties of the the Kali Age', pp. 35 ff.) पौराणिक याद्यांचा अभ्यास केल्यास असे लक्षात येईल की, पौराणिक याद्यांतील विसंगतीची उकल श्री. चट्टोपाध्यायांनी सुचविलेल्या पद्धतीइतकी सहजपणाने होण्यासारखी नाही. उदाहरणार्थ, गौतमीपुत्राचा (क्र. २३) मत्स्यपुराणाच्या सर्व संहितात निर्देश येतो व वायुपुराणाच्या सर्व हस्तलिखितांत ते नाव कायम राहिले आहे; तसेच, तथाकथित, 'वासिष्ठीपुत्र गटातील' त्याच्या पुलुमावि (क्र. २४) ह्या पुत्राचा मत्स्य पुराणात नेहमीच निर्देश येतो आणि वायुपुराण वगैरेंच्या 'उत्तरकालीन सुधारित संहितात' केवळ त्याचे नाव वगळण्यात आले आहे, असे म्हणता येणार नाही. पार्गिटरने 'e', 'k' व 'l' असा उल्लेख केलेल्या मत्स्य-हस्तलिखितात व तसेच वायुपुराणाच्या 'e' हस्तलिखितात गौतमीपुत्र वगळण्यात आला आहे, तर त्याचा पुत्र पुलुमावि मत्स्यपुराणाच्या 'e', 'f' व 'l' हस्तलिखितांत वगळलेला आहे. परंतु तथाकथित पुराण-सुधारकांचे प्रयत्न असूनही, त्याचा विष्णू व भागवत ह्या पुराणांच्या याद्यांत निर्देश येतो. वायु, ब्रह्मांड वगैरे पुराणांतील तथाकथित सुधारित यादीतील मुलीच्या मुलाच्या वारशाबद्दलचा सिद्धांत कित्येक उताऱ्यांवरून स्पष्टपणे खोटा ठरतो. ह्या प्रकारच्या उताऱ्यांत आणि ह्या पुराणातही वारसाचा आधीच्या राजाचा पुत्र असा स्पष्ट उल्लेख येतो. (पहा – पहिल्या शातकर्णीचेच नव्हे, तर दुसरा शातकर्णी, लंबोदर, एवढेच नव्हे, तर यज्ञश्रीचे उदाहरण ('DKA', p.39, fn. 40, 44; p. 42, fn. 12) मत्स्य-पुराणात आलेला पहिला शातकर्णी व पूर्णोत्संग यांच्यातील संबंध दर्शविणारा 'ततो' हा शब्द ('DKA', 39) 'तस्यापि पूर्णोत्संङ्ग:' (विष्णुपुराण ४.२४.१२) व 'पौराणिक तत्सुत:' (भागवतपुराण १२.१.२१) ह्या शब्दांसमवेत वाचला असता पौराणिक पुराव्यावरून पूर्णोत्संग-पौर्णमास हा पहिल्या शातकर्णीचा पुत्र व लगतचा वारस असल्याचे आणि 'जवळच्या नात्यांतील विवाहातून' जन्मलेली मातृवंशीय वारसाहक्काने सत्ता मिळालेली दूरची सतत किंवा 'वेगळा' वंशज नसल्याचे सिद्ध होते, याविषयी शंका राहत नाही. नानाघाट नोंदीतील वेदिश्रीशी त्याची एकात्मता मानण्यासाठी श्री. चट्टोपाध्यायांनी म्हटल्यानुसार कोणतेही सयुक्तिक कारण नसेल. परंतु के. शास्त्रींनी निदर्शनास आणून दिल्याप्रमाणे वेदिश्री हा पाठ चुकीचा आहे. खंडसिरि-स्कंदश्री हा योग्य पाठ आहे. हा राजा वरकरणी पूर्णोत्संगाच्या वारसाशी पौराणिक यादीतील पाचव्या राजाशी एकात्म मानला जातो. म्हणून प्रस्तुत राजा

(तथाकथित वेदिश्री) 'कधीच सत्तेवर आला नव्हता.', या दृष्टिकोनाशी ('JASB', (1939) 325) सहमत होणे अवघड आहे. पूर्णोत्संग हा दुसरा कोणी एक 'कुमार' असावा. पहा. – 'हकुसिरि' (शक्तिश्री)च्या समवेत नानाघाट नोंदीत उल्लेखिलेला अनामिक (कुमार) 'शातवाहन'. मत्स्यपुराणातील तथाकथित जुनी संहितासुद्धा एका पानात फक्त १९ राजांचा उल्लेख करते, हेही लक्षात घेणे जरूर आहे.

गौतमीपुत्र व वासिष्ठीपुत्रांची वेगवेगळ्या प्रदेशांवर सत्ता नव्हती. गौतमीपुत्र शातकर्णीचे मूलकचा, म्हणजे इतर प्रदेशांसह पैठणभोवतीच्या जिल्ह्याचा राजा असे वर्णन येते. टॉलेमीच्या भूगोलात म्हटल्याप्रमाणे पुलुमावीचीही पैठणवर सत्ता होती. गौतमीपुत्रास लावण्यात आलेली 'विझ... मलय-महिद... पवत पति' व 'तिसमुदतोयपीत-वाहन' या विशेषणांवरून तो आपल्या पुत्राप्रमाणे 'दक्षिणापथपति' ह्या पदास पात्र होता, हे सूचित होते. तिसऱ्या राजाचा अपवाद सोडता राज-बिरुद आणि मातेशी असलेल्या नात्याचां एकत्रित उल्लेख येतो, हे विधान लिखित विश्वसनीय पुराव्याने सिद्ध झालेले नाही. उदा. म्याकदोनी शिलालेखात ('Ep. ind.', XIV, pp. 153 ff) 'रञ्ञो सातवाहनानं स(इ) रि-पुलुम्(आ) विस' असा उतारा येतो. त्यात मातृनामाचा कोणताही उल्लेख नाही. त्याखेरीज पहा. 'रञ्ञो सिरिचड-सातिस(रॅप्सन् 'Andhra Coins', p. 32) जवळच्या नात्यातील विवाहांच्या संदर्भात कित्येक 'लिखित' उदाहरणांवरून उदा. पहिला श्री शातकर्णी व कान्हेरी शिलालेखातील वासिष्ठीपुत्र श्री शातकर्णीच्या पत्नीच्या उदाहरणावरून श्री. चट्टोपाध्यायांनी मांडलेल्या सिद्धांताला पुष्टी मिळत नाही. प्रस्तुत राजे नि:संशय बहुपत्निक असावेत. परंतु त्यांच्या इतर पत्नीपैकी तशा असतील तर काही दूरच्या नात्यातील बहिणी होत्या, हा मात्र केवळ एक 'तर्क' आहे. शातवाहनांच्या शिलालेखीय नोंदीत प्रत्यक्षात सूचित झालेले विवाह 'नात्यातील विवाहांच्या' प्रकारचे नाहीत (इक्ष्वाकूंची गोष्ट निराळी आहे) पितृकुलाइतकाच मातृकुलाविषयी अभिमान बाळगणाऱ्या राणीची किंवा राजवंशातील इतर व्यक्तींची उदाहरणे भारतीय इतिहासात ज्ञात आहेत. (पहा- उभयकुलालंकारभूता प्रभावती- 'JASB' (1924) 58) आपण शातवाहनकुलीन असल्याचा दावा नायनिका करते काय? 'JASB', (1939) p. 325 वरील नात्यातील विवाहाबद्दलच्या तक्त्यानुसार शातकर्णी (यादीतील क्र. ६) हा नायिनिकेचा भाऊ व शातकर्णीचा (यादीतील क्र.

३) मेहुणा आणि महारथि त्रनकयिरोचा पुत्र आहे. नानाघाट कोरीव लेखावरून हे खोटे ठरते. त्यामध्ये महारथीचा उल्लेख अंगिय (किंवा अंभिय) कुलवर्धन असा येतो. ह्याच्या उलट पौराणिक पुराव्यावरून हे दोन्ही शातकर्णी सिमुक शातवाहन-कुलातील आहेत. गौतमी-बलश्रीचा शिवस्वातीची बहीण किंवा कुल-भगिनी म्हणून जो उल्लेख येतो, ('JASB', (1927) 590) त्यावरून तिचे केवळ वधू, माता व पितामही म्हणून स्थान सूचित होते. परंतु ज्या घराण्याच्या वैभवाच्या पुनरुज्जीवनाचे अभिमानाने वर्णन केले जाते, अशा घराण्यात ती स्वत: जन्माला आल्याचे एकदाही सूचित होत नाही.

२४. 'JAHRS', XI, pp. 1 and 2 pp. 14-15. आन्ध्रांनी भारतीय संगीताला एका रागाची देणगी दिली असून भारताच्या संगीतविषयक साहित्यात 'आन्ध्री' म्हणून तो मान्यता पावला आहे. तर बृहद्-देशीमधील उल्लेखानुसार शातवाहनांनी आपल्या नावाशी संबंधित असा 'शातवाहनी' हा राग दिला आहे.

२५. Vol. XIV (1917.

२६. तसेच, पाहा - 'Annals of the Bhand. Inst.' (1918-19) p. 21. 'On the Home of the so-called Andhra-Kings' -V. S. Sukathankar, Cf. JRAS, (1923) 89 f.

२७. 'SBE', XVII, 38.

२८. पाहा -पहिला कोलुत्तुंग चोळ-सत्तेवर आरुढ झाल्यावर पूर्वेकडील चालुक्याचे चोळांमध्ये झालेले परिवर्तन. शातवाहन व शातकर्णी या नावाच्या व्युत्पत्तीसाठी व अर्थासाठी त्याखेरीज पाहा - 'Camb.Hist. Ind.' Vol. I, p. 599 n; 'JBORS', (1917, Dec.) p. 442 n; 'IHQ', (1929) 388; (1933) 88, 256 and 'JRAS', (1929, April); also 'Bulletin of the school of Oriental Studies,' London, (1938) IX. 2. 327 f.

बार्नेट व जायस्वाल दोघेही त्यांचा संबंध सातिय-पुतांशी जोडतात. ही नावे 'अश्वपुत्र' हा अर्थ सूचित करणाऱ्या Austro-Asiatic शब्दांची संस्कृत रूप असावीत असे Przyluski मानतो. इतर अर्थांसाठी पाहा - Aravamuthan, 'The Kaveri, the Maukharis', p. 51 n. (कर्णि = नाव, जहाज, वाहन = वल्हे किंवा शीड); Dikshitar Indian Culture, II 549 FF

२९. Cf. 'EHD' Sec. VII.

३०. ब्युलर, ASWI, Vol. V, p. 64 n 4.

३१. 'Indian Culture', I, pp. 513 ff. and Ep. Ind., XXII, 32 ff. मध्ये कु. भ्रमर घोषांनी व डॉ. भांडारकरांनी 'एक बम्हण' व 'खतिय-दप-मान-मदन' ह्या शब्दांचा सेनार्टने व ब्युलरने सुचविलेला अर्थ नाकारल्याचे दिसते. 'बम्हण' हा शब्द ब्रह्मण्यचा वाचक असावा, खतिय हा शब्द पाश्चात्य विद्वानांनी उल्लेखिलेल्या झथ्रोई (Xathroi. किंवा खत्रिऐओई (Khatriaioi) टोळीचा निदर्शक असावा आणि गौतमी बलश्रीच्या बाबतीत वापरलेला 'राजरिसिवधू' हा शब्द, स्वत: शातवाहन राजांनी आपण ब्रह्मर्षि किंवा ब्राह्मण ऋषी असल्याचा कधीच दावा केला नव्हता, हे दर्शविण्यास पुरेसा असल्याचे सुचविण्यात आले आहे. शातवाहन स्वत:ला केवळ 'ब्राह्मण ऋषी' मानीत असत, असा कोणीच दावा केला नाही. परंतु 'ब्राह्मण' व 'क्षत्रिय' ह्या सर्वज्ञात संज्ञा नेहमीच्या अर्थाने न घेता त्यांचा खरा अर्थ अ- ब्राह्मण व अ-क्षत्रिय होते, अशी कल्पना करणे काहीसे अतिकल्पकतेचे होत नाही काय? 'राजरिसि-वधु' शब्दाच्या उपयोगाबद्दल असे की एखाद्या राज-घराण्याचे जरी ते ब्राह्मण असले तरी 'ब्रह्मर्षि' हे वर्णन अयोग्य होणार नाही काय? 'राजर्षी' हा शब्द अ-ब्राह्मण राजे केवळ ह्याच अर्थाने वापरला जात नाही. उदाहरणार्थ, 'पद्मपुराणा'त (पातालखण्ड ६१,७३) दधीचीचे एक 'राजर्षि' असे वर्णन येते. वायुपुराणात (५७,१२१ व नंतर) 'राजर्षयो महासत्त्वा:' ही विशेषणे 'ब्रह्म क्षत्रमया नृपा:'च्या संदर्भात आली आहेत (मत्स्यपुराण, १४३.३७:४० मधील पाठानुसार ब्रह्मक्षत्रोदयो नृपा:) मत्स्यपुराणात (५०.५.-७) मौद्गल्यांच्या घराण्यात जन्मास आलेल्या एका राजाला उद्देशून 'राजर्षि' हे विशेषण लावण्यात आले आहे. मौद्गल्यांना 'क्षत्रोपेता द्विजातय:' असे संबोधण्यात आले असून त्यांच्यापैकी एकाचे वर्णन ब्रह्मिष्ठ: असे येते. 'अन्नदामंगला' मध्ये कृष्णचंद्राचा उल्लेख 'राज-राजचक्रवर्ती ऋषि-ऋषिराज' असा येतो.

'आन्ध्र' घराण्याचा संस्थापक एक 'वृषल' होता, हे पौराणिक विधान नि:संशय विचारात घ्यावयास हवे ('DKA', 38). परंतु त्याचे स्पष्टीकरण महाभारतात सापडेल. धनुष्याची प्रत्यंचा ओढणे, शत्रूंचा विनाश ... ही ब्राह्मणांची खरी कर्तव्ये नव्हेत (अकार्यं परमम्) असे हे महाकाव्य सांगते. (१२.६३.१ व नंतर) ब्राह्मणाने राजसेवा (राज-प्रेष्य) टाळली पाहिजे.

'वृषाली'शी लग्न करणारा राजसेवा (राज-प्रेष्य) आणि त्यास अयोग्य अशी इतर कामे करणारा ब्राह्मण 'अकर्मा' तथाकथित ब्राह्मण. (ब्राह्मण-बन्धु) असतो. तो शूद्र होतो. शातवाहनांनी प्रत्यक्षात धनुष्याची प्रत्यंचा ओढली होती. मौर्यांनी जसे यवनांशी मिश्रविवाह केले होते, तसेच द्रविडांशी व शकांशी त्यांनी विवाह केले होते.

३२. 'राम' शब्दाचा बलदेव असाही अर्थ सूचित होत असल्याने या ठिकाणी श्लेष अभिप्रेत आहे. 'बल' ऐवजी राम ह्या नावाचा उपयोग ('हरिवंश', 'विष्णुपर्व' ५२.२० मधील बलकेशव) सूचक स्वरूपाचा आहे. ''एक बम्हण'' शब्दाला जोडून तो वाचला असता त्यावरून भृगु-राम किंवा परशु-रामाशीही तुलना निश्चितपणे सूचित होते. ब्राह्मण्याचा दावा करणाऱ्या व क्षत्रियांविरुद्ध लढाई करणाऱ्या लढाऊ वृत्तीच्या राजाची परशुरामाशी तुलना करणे हा प्रशस्ति-लेखकांचा एक आवडता विषय आहे. पहा-भृगुपतिरिव दृप्त क्षत्रसंहारकारिन् हे विशेषण इ.स. १२७४ मधील चितोडगड शिलालेखात अंबाप्रसाद यास लावण्यात आले आहे.

३३. पहिला शातकर्णी सिमुकाचा पुत्र आहे, असे सर्वसाधारणपणे विद्वान मानतात. पुराणांत म्हटल्याप्रमाणे तो जर त्याचा पुतण्या (कृष्णाचा मुलगा, सिमुकाचा भाऊ) असेल तर, नानाघाट नोंदीतील वंशावळीमधून कृष्णाचे नाव का वगळण्यात यावे आणि त्याच्या उलट सिमुकाचे व तसेच शातकर्णीच्या राणीच्या वडिलांचे नाव त्यात ठळकपणे का यावे, ह्याचे स्पष्टीकरण देणे अवघड आहे.

३४. 'Andhra Coins', रॅप्सन् p. vciii (HI, 531)

३५. 'A Guide to Sanchi', p.13

३६. 'ASI', 1923-4, p 88.

३७. म्हणजे पूर्व माळव्यातील विदिशा प्रदेश वगैरे. शुंगांच्या विदिशेशी असलेल्या संबंधासाठी पाहा - पार्गिटर, DKA, rs. आपापत: विदिशा मुलखात 'शुंगांमध्ये' ('शुङ्गेषु' 'DKA', 34) काण्वायन राजपदावर आले. Cf also 'Tewar Coins', 'IHQ' XXVIII, 1952 68 f.

३८. श्री सात ह्याच्या गोल नाण्यांवरून पश्चिम माळव्यावरील विजय बहुधा सूचित होतो (Rapson, 'Andhra Coins', Xcii-xciii)

३९. पाहा - जिनप्रभसूरि, तीर्थकल्प, 'JBBR'AS, X, 123; and ptolemy, Geography, vii-1.82 त्याखेरीज पाहा - आवश्यक सूत्र, JBORS,

1930, 296; Sir. R. G. Bhandarkar, 'EHD', Sec. VII.

४०. वीरचरित्र, 'Ind. Ant.' VIII. 201. ASWI, V, 62 n.

४१. रॅप्सनच्या 'Andhra Coins' ह्या ग्रंथाच्या ५७ पृष्ठावर कललाय महारठीचे 'सदकन' (शातकर्णी) असे नाव आले आहे 'त्रनकयिरो' ह्या त्याच्या दुसऱ्या नावावरून किंवा विशेषणावरून आपणांस 'तनकाची' आठवण होते. 'तनक' हे पार्गिटरच्या सूचीमधील १८ व्या 'आन्ध्र' राजाच्या नावाचा एक पाठभेद म्हणून येते. ('DKA', 36, 41)

४२. 'ASI', AR, (1923-24) p. 88; A. Ghosh, 'History of Central and Western India', 140 श्री. घोष त्याची पौराणिक यादीतील पाचव्या राजाशी एकात्मता मानतात.

४३. क्रमांक ५४७.

४४. ऱ्हीस डेव्हिडस् 'Milinda', SBE XXXV, p. 287; महाभारतात १.६३.१४; हाथीगुंफा शिलालेखात आलेले खारवेलच्या घराण्याचे नाव (चेत नसून) चेति असल्याचे स्टेन कोनो मानतो. ('Acta Orientalia', Vol. I 1923, p. 38)

४५. 'पुरूष-युग' (पिढी)साठी पाहा - हेमचंद्र 'परिशिष्टपर्वन्' ८.३२६ 'गाभी पुरूषयुगानि नव यावत्तावान्वय: ।'

४६. पाहा - 'Ep. Ind.', XX, 79, 87. 'अश्वक' किंवा 'ऋषिक' असा पाठ बारुआंनी घेतला आहे. ('Old Brahmi Ins.', p. 176; असकी, 'IHQ', 1938, 263) डॉ. एफ्. डब्ल्यु. थॉमसलाही ह्या उताऱ्यात मुसिक राजधानीचा एकही उल्लेख आढळत नाही. ('JRAS', 1922, 83) पुढील वाक्यातील पर्यायी अर्थ त्यानेच दिला आहे. पाहा - ब्युलर, 'Indian Palaeography', 39.

४७. हाथीगुंफा शिलालेखाच्या आठव्या ओळीत काही विद्वानांना 'यवन-रज (दि) म (त)' म्हणजे डिमेट्रिओसचा उल्लेख आढळतो. "अडचणीत सापडलेल्या आपल्या सेनापतींची मुक्तता करण्यासाठी तो मथुरेला गेला होता." ('Acta Orientalia', 1.27. Cal. Rev., July. 1926, 153) परंतु हा पाठ संदिग्ध स्वरूपाचा आहे. (पहा - बारुआ 'Old Brahmi Ins. in the Udayagiri and Khandagiri Caves', pp. 17-18; 'IHQ', 1929, 594) जरी 'दिमत' हा पाठ बरोबर असला, तरी 'दियुमेत' किंवा 'डायोमेडेस' (Whitehead, 'Indo-Greek Coins', p. 36) ह्याचा उल्लेख येथे

अभिप्रेत असावा, अपरिहार्यपणे डिमेट्रिओसचा नव्हे.

४८. ह्या ठिकाणी काही विद्वान 'सुगांगीय' (सुगागीय?) राजप्रासादाचा उल्लेख आला असल्याचे मानतात ('Ep. Ind.', XX, 88)

४९. बारुआ ह्या उताऱ्याचा अर्थ निराळा लावतात. परंतु पाहा – नीलकण्ठ शास्त्री, 'The Pandyan Kingdom', p. 26.

५०. 'Ind. Ant.', 1926, 145. समुद्रमार्गाने प्रवास करणाऱ्या व्यापाऱ्यांचे वर्णन महावीर जिनाच्या काळात चंपा ते पिथुंडपर्यंत नावेने जाणारे असे आले आहे. पाहा – महाभारत, १.६५.६७, १८६, ७.५०.

५१. हे ठिकाण झेलम नदीवर, ह्या व चेनाब नदीच्या मधील भागात होते व ते पहिल्या स्ट्रॅटोच्या कारकिर्दीत हेलिओक्लेसने बहुधा जिंकले होते ('CHI', 553, 699)

५२. काही नाणकशास्त्रीय पुराव्यांनुसार ('CHI', 552) मिनँडरची ती बहुधा पत्नी असावी. परंतु हा सिद्धांत मानला, तर गृहीत केलेल्या ह्या संबंधाबाबतचा 'पुरावा' इतका 'मोघम स्वरूपाचा' का आहे, हे स्पष्ट होणे आवश्यक आहे. (ह्याविरूद्ध हेलिओक्लेस व लॅओडाईक, हर्मेओस व कॅल्लिओपे) Cf. Whitehead in 'Numismatic Chronicle', Vol. XX (1940), p. 97, 1950, 2160. ॲगथोक्लेस ही पहिल्या स्ट्रॅटोची 'पत्नी' नव्हे, तर माता होती, ह्या तर्काविषयी व्हाइटहेड संशय व्यक्त करतो. ('JAOS', 1950, 216) तसे असेल तर, तिच्या मिनँडरबरोबरच्या विवाहासंबंधीच्या सिद्धांतासाठी रॅप्सन व टार्न यांनी दिलेल्या पुराव्यापेक्षा अधिक विश्वसनीय पुराव्याची आवश्यकता आहे.

५३. "अपोल्लोडोटोस, फिलोपेटर, डायोनिसिओस व झोइलोस यांच्या नाण्यांवर विशिष्ट प्रकारचा व सारख्याच अक्षरांचा ठसा दिसतो. बहुधा तो एकाच टाकसाळीत एकाच कारागिराने पाडला असावा." सतलजच्या वरच्या भागात ह्या तीन राजांची असंख्य नाणी सापडली आहेत. झोलिओसची नाणी पठाणकोट येथे व शाकलच्या जवळही सापडली आहेत. ('JRAS', (1913) 645 nl; 'JASB', (1897), 8; Taru, 'The Greeks in Bactria and India', 316 f)

५४. झोलिओस व स्ट्रॅटो यांच्या समवेत अपोल्लोफेनेसचा एक ठसा आहे. ('Tarn Greeks', 317) पॉलिक्सेनॉससुद्धा ह्याच गटाचा आहे. (पृ. ३१८) ह्या गटातील नंतरचे राजे पंजाबशी संबंधित आहेत. ('EHI', 4th ed, pp.

257-58) मिनँडरच्या मृत्यूनंतर पूर्वेकडील राजधानी शाकलहून (झेलमच्या पूर्वकिनाऱ्यावरील) भुकेफल इथे हलविण्यात आली, असा तर्क प्लुटार्कच्या विधानाच्या साहाय्याने टार्न करतो. (Tarn, 'Alexander the Great, Sources and Studies', 236)

५५. इंडो-ग्रीक नाण्यांच्या प्रकाराविषयीच्या उद्बोधक माहितीसाठी पाहा – H.K. Deb. 'IHQ', p. 934, 509 ff.

५६. व्हाइटहेडच्या मते पौरस्त्य वेषभूषेतील नृत्यांगना; फूशेच्या मते जन्म देणारी बुद्धाची माता, माया (JRAS, 1919, p. 90), Tarn, Greeks, 2nd ed., 527 n. देवच्या मते भिंतीवरील मुकुट; जे. बॅनर्जी ह्यांच्या मते यक्षी

५७. ॲगथोक्लेइआचा स्ट्रॅटोशीसुद्धा घनिष्ठ संबंध होता. ती बहुधा पहिल्या स्ट्रॅटोची माता किंवा पत्नी व दुसऱ्या स्ट्रॅटोची आजी किंवा पणजी (?) होती. (JRNS, 1950, 216)

५८. टार्नच्या मते (४४७ व नंतर) सेल्यूकिडची कल्पित वंशावळ न्यायप्रिय ॲगथोक्लेसची (वंशावळविषयक) नाण्यांची मालिका समजण्यासाठी असलेली गुरुकिल्ली आहे.

५९. ऱ्हीस डेव्हिडस्, 'Milinda', SBE, 35, p. xix. ff. JASB, (Aug. 1833)

६०. 'अत्थि योनकानं नानापुटभेदनं सागलं नाम नगरं' 'जुम्बुदीपे सागलनगरे मिलिन्दो नाम राजा अहोसि.' 'अत्थि खो नागसेन सागलं नाम नगरं तत्थ मिलिन्दो नाम राजा रज्जं कारेति.' 'योनक' ह्या रूपावरून अलीकडच्या काळात कालक्रमविषयक निष्कर्ष काढण्यात आले असून ह्या रूपाची 'मद्रक वृज्जिक' ह्याशी तुलनाकरता येईल. (पाणिनि, ४.२.१३१) अशोकोत्तर कालातही 'योन' हे रूप आढळते. (पहा – हेलिओडोरोसचा बेसनगर शिलालेख) टार्नने याविषयी शंका प्रकट केली होती. 'Greeks in Bactria and India', 2nd, ed. 538.

६१. गार्डनर, 'Catalogue of Indian Coins' in the British Museum. p. xxxiv.

६२. 'Camb. Hist.', 558.

६३. बहुधा हेलिओक्लेसच्या एका नाण्यावर ह्या राजाचा एक तांब्याच्या तुकडा नव्याने ठोकला आहे. (व्हाइटहेड पृ. ३९)

६४. त्याच्या चांदीच्या नाण्यांपैकी 'Pallas व वज्र' ह्या प्रकारची नाणी त्याचा शाकल-गटाशी बहुधा संबंध दर्शवितात. तत्रैव, पृ. ६४ गंधार प्रदेशाच्या

राज्यकर्त्यांमध्ये आपण कदाचित टेलेफोसचा समावेश करणे आवश्यक आहे. त्याची नाणी मोएसच्या नाण्यांसारखीच आहेत. तत्रैव, ८०. झेलम जिल्ह्यात व कदाचित इतर भागांत ('Num. Chron.', 1940 P. 109) निकिअस नावाचा एक राजा सत्तेवर असल्याचे उघडच आहे. ('EHI', 4th ed., 258) परंतु त्याने मोएसवर मिळविलेल्या सागरी विजयाची हकिकत मात्र चुकीच्या पुराव्यावर आधारलेली आहे.

६५. 'H. and F.' s Vol. II, pp. 251-53.

६६. परंतु 'Camb. Hist. of India', Vol. I, p. 368 मध्ये ही नदी एका पर्शियन प्रवाहाशी, व्हर्जिलच्या मेडस हॅडॅस्पेसशी एकात्म मानली आहे.

६७. जस्टिन्च्या उताऱ्याचे स्टेन कोनो ह्याप्रमाणे भाषांतर करतो :
सोगडिअन्स (ऑक्ससच्या पलीकडे) अर्कोटी (दक्षिण अफगाणिस्तानच्या अर्गन्दाब खोऱ्यातील) ड्रँगे (सरोवरनिवासी, हमुनसरोवराजवळ) व अरेइ (हेरातचे) यांनी जेरीस आणल्यामुळे बॅक्ट्रियनांनी आपले साम्राज्य व स्वातंत्र्यही गमावले आणि अखेरीस पार्थियनांनी त्यांना पराभूत केले. (Corpus, ii, 1, xxi-xxii)

६८. 'Strabo', XI, 8.8-9.

६९. 'H. and F.' s trans.', Vol. II, pp. 245-46. Cf. 'JRAS', (1906) 193 f; Whitehead, 'Indo-Greek Coins', 171, Bachhofer, 70 'JAOS', 61 (1941), 245 (Criticism of Taru).

७०. तहिआ (Tahia) उघडपणेच पाश्चात्य लेखकांनी उल्लेखिलेल्या 'दहे'हून (Dahae) निराळे आहे. ते पश्चिमेकडे दूरवर असल्याचे मॅक्गव्हर्न म्हणतो. ट्रोगोसच्या मते ॲसिअनी, हे टोचरीचे अधिपती होते.
(Reges Thocarorum Asiani, 'JAOS', 61, 246 ff; 65, 71 ff)

७१. 'Modern Review', (April, 1921) p. 464. Corpus, II. 1, xii, 1 vii f.

७२. 'Ind. Ant.', (1884) p. 395-96.

७३. 'Schoff Parthian Stations', 32.

७४. Corpus, XI; whitehead, 'Indo-Greek Coins', 92; MASI, 34-7. ड्रँगिअन (झॅरँगिअन) फ्र(फरह) च्यापलीकडे असल्याचे व शकस्थान त्या प्रदेशाच्या पलीकडे असल्याचे इसिडोर मानतो. (Schoff, 9) परंतु, सिसान हे ॲकेमेनिआमधील 'झँग' असल्याचे हर्झफेल्ड दर्शवितो.

७५. 'Camb. Short. Hist.', 69.

७६. Isidore of Charay ब्राटेसच्याविरुद्ध टिरिडेट्सच्या बंडखोरीचा निर्देश करितो. (इ. स. पू. २६) आणि प्लिनीने त्याचा उल्लेख केला आहे. (Schoff, 'Parthian Stations', pp. 5,13 ff, 17; 'JRAS', (1904) 706; (1906) 180; (1912) 990) इसिडोर उल्लेख करतो. (Parthian Stations, 9, para. 18, ZDMG, (1906) pp. 57-58; JRAS, (1915) p. 831; Tarn, The Greeks in Bactria and India, 53) ह्या ठिकाणी सुमारे ख्रिस्तशकाच्या प्रारंभ सॅकेस्टेनमधील (कंहाहारजवळ?) सिगल ह्या ठिकाणाचा शकांची (पार्थियनांची) नव्हे राजधानी म्हणून उल्लेख करतो. व्होनोनेसच्या (किंवा मोएस) दक्षिण अफगाणिस्तानमध्ये सत्तेवर असलेल्या भावाचे भाऊ (एक किंवा अनेक) व पुतण्या ह्यांची नावे सिथियन असल्याचे दिसते. (Cf. Rapson quoted in corpus. II, 1, xlii) अशा प्रकारे बहुधा शक हेच दक्षिण अफगाणिस्तानचे इ.स.पू. २६ च्या सुमारास किंवा त्यानंतर थोड्या काळात स्थानिक राज्यकर्ते होते. मात्र पार्थियाच्या थोर राजाचे आधिपत्य त्यांनी मान्य केले असण्याची शक्यता आहे.

७७. Corpus, xlii.

७८. Whitehead, 'Catalogue of coins in the Punjab Museum' (Indo-Greek Coins) p. 93 Num. Chron., JRNS (1950), p. व टार्न बहुधा ह्या चुकीच्या पुनरुक्ती करतो. ('Greeks', 344 n 2) 208 n. Smith Catalogue 38 Bachhofer JAOS 61.239

७९. हर्झफेल्डने स्पॅलिराइझेच्या राजभ्रात्याची मोएसशी एकात्मता मानली आहे. ('Camb. Short Hist.', 69)

८०. व्होनोनेसच्या नाण्यांवर (CHI, 574) व स्पॅलिरिस व श्पलगदमच्या एका ताम्रनाण्यावर (Corpus, II, 1. xli) स्पॅलिराइझेसच्या नाण्यांचे काही नमुने उमटविले असल्याचे लक्षात घ्यावे. यावरून स्पॅलिराइझेस हा व्होनोनेस, हस्पॅलिरिस व श्पलगदम यांच्या नंतरच्या काळातील असल्याचे सिद्ध होते. स्पॅलिरिसच्या एका नाण्यावर असलेल्या चौकोनी Omicron वरून, दुसऱ्या ऑरोडेस पूर्वकालीन नसलेला काळ बहुधा सूचित होतो. (इ.स.पू. ५५ ते ३८/७) Tarn, 'Greeks', 326.

८१. काबूल खोऱ्याच्या अगदी अलीकडच्या काळातील ग्रीक राजांमध्ये आपण

थेओडॅमसचा समावेश केला पाहिजे. एका बजौर मुद्रालेखांवरून त्याचे अस्तित्व स्पष्ट होते. (Corpus, II, i. xv, 6)

८२. 'A Guide to Taxila', p. 14

८३. मात्र पार्थियनांनी काबूलच्या ग्रीक राज्यावर मिळविलेल्या विजयाबद्दलची आपली आधीची मते मार्शलने बदलली आहेत. (ASI, AR, (1929-30) pp. 56 ff) काबूल खोरे पार्थियन व कुषान ह्यांच्यातील भांडणाचे मूळ झाले आणि पार्थियन सत्तेला अंतिम ग्रहण लागण्यापूर्वी अनेकदा युद्ध करावे लागले, असे तो सुचवितो.

८४. JRAS, (1912) 676; Journal of the Department of Letters, Calcutta University, Vol. I, p. 81.

८५. Cf. Thomas, 'JRAS', (1906) 194. ग्रीक जगताशी भारताचा संबंध आल्यामुळे धर्म, राज्यकारभार, वाङ्मय शास्त्र व कला ह्यांच्या क्षेत्रात झालेल्या परिणामासाठी पाहा – भांडारकर 'Foreign Elements in the Hindu Population' (Ind. Ant. 1911); Raychaudhuri, 'Early History of the Vaisnava Sect, 1st ed.' p. 106; फूशे 'The Beginnings of the Buddhist Art', pp. 9, 111 f. कुमारस्वामी, 'History of Indian and Indonesian Art', pp. 41 f. Sten Konow, 'Corpus Inscriptionum Indicarum', Vol. II., pt. 1. xv; Hopkins, 'Religion of India', pp. 544 f; Keith, 'The Sanskrit Drama', pp. 57 f; Keith, 'A History of Sanskrit Literature', pp. 352 f, Max Miillter, "India-What can It teach us?" pp. f. Smith, EHI. 4, pp. 251-56; 'A History of Fine Art in 321 India x Ceylon' Chap. XI; Imp. Gar., The Indian Empire, Vol. II, pp. 105 f, 137 f, etc.

८६. Tarn, 'The Greeks in Bactria and India' 53; Schoff, The Parthian Stations of Isidore of Charax, 17.

❏

प्रकरण आठवे

उत्तर – भारतातील सिथियन सत्ता[१]

विभाग १ : शक राज्यकर्ते

इ.स.पू. दुसऱ्या व पहिल्या शतकांत काफिरिस्तान, गंधार व बहुधा हजारा ह्या भागांत असलेल्या ग्रीक सत्तेच्या जागी शकांची सत्ता आली. पर्शियाचा ॲकेमेनिड राजा दारियस ह्याच्या काळात (इ.स.पू. ५२२-४८६) शक लोक सोंगडियानाच्या पलीकडे (पर-सुगृदम्) 'सिरदर्याच्या विशाल पठारावर राहत असत. त्या भागाची आधुनिक राजधानी म्हणजे तुर्केस्तान हे शहर होय.'[२] परंतु ह्यापूर्वी इ.स.पू. पहिल्या शतकाच्या अखेरीस ते आधुनिक सीस्तानमधील सिगल येथे स्थानिक झाले होते.[३] मध्यआशियातून झालेल्या त्यांच्या स्थलांतराची हकिकत चिनी इतिहासकारांनी नोंदविली आहे. 'Annals of the first Han Dynasty' (Tsien Han-Shu) मध्ये म्हटले आहे, की ''पूर्वी ज्या वेळी हिंऊंग-नू ह्यांनी ता-यु-त्वि लोकांना जिंकले, तेव्हा ते पश्चिमेकडे निघून गेले.[४] व त्यांनी तहिअ जिंकले. त्या उलट से-वँग लोकांनी दक्षिणेकडे जाऊन किपिनवर राज्य केले.[५] से-वँग म्हणजेच भारतीय परंपरेला शक-मुरुंड[६] नावाने ज्ञात असलेले लोक होत, असे स्टेन कोनो दर्शवितो. मुरुंड हे एका शक शब्दाचे उत्तरकालीन रूप असून त्याचा अर्थ चिनी 'वँग' शब्दाप्रमाणेच राजा, स्वामी, अधिपती असा आहे. भारतीय शिलालेखात व नाण्यांवर ह्या शब्दाचा अनुवाद अनेक वेळा 'स्वामिन्' ह्या भारतीय शब्दाने करण्यात आला आहे.

किपिन काबीज करणाऱ्या शक राजाचे नाम ज्ञात नाही. चिनी इतिहासात उल्लेखिलेला ह्या भागाचा सर्वात प्राचीन राजा वु-तौ-लॅओ हा असून त्याच्या मुलाला युंग-कू राजाच्या[७] यिन्-मो-फू ह्या मुलाने चिनी मदतीने हुसकावून लावले. सम्राट हसुअन्-ति (Hsiian-ti) च्या कारकिर्दीत यिन्-मो-फो किपिनच्या गादीवर आला. त्याची सत्ता इ.स.पू. ७३ ते ४८-पर्यंत टिकली. सम्राट युआन्-ति ह्याच्या कारकिर्दीत (इ.स.पू. ४८-३३) त्याच्याकडे पाठविण्यात आलेल्या एका राजदूताच्या सेवकांना त्याने ठार केले. चेंग-ति ह्याच्या कारकिर्दीत (इ.स.पू. ३२-७) बहुधा यिन्-मो-फू चा वारस असलेल्या किपिनच्या राजाने चीनचा पाठिंबा मिळविण्याचा प्रयत्न केला होता, पण तो विफल झाला होता. उघड तो युए-चीचा राजा असून त्याचे ह्या काळात चीनशी संबंध असल्याचे इ.स.पू. २- मध्ये चिनी अधिकाऱ्यांकडे पाठविण्यात आलेल्या काही बौद्ध ग्रंथांवरून सिद्ध होते.[८]

किपिन म्हणजेच कश्मिर होय, असे सुरुवातीस एस. लेव्हीने मानले होते. परंतु स्टेन कोनोने[९] त्याचे मत प्रभावी रीतीने खोडून काढले असून किपिनची एकात्मता कापिशशी असल्याचे तो मानतो.[१०] एकेकाळी गंधार हा किपिन राज्याचा पूर्वभाग होता. सै-वँगची (शक-मुरंड) राजधानी लंपाक किंवा लध्मन असल्याचे हेमचंद्राच्या 'अभिधान-चिन्तामणी'मधील एका उताऱ्यावरून सूचित होते, असे वाटते. (लम्पाकास्तु मुरण्डाः स्युः)[११] से (Sai) म्हणजे शक लोकांनी किपिनला जात असता हायेनूतु (Hientu) (उंचावरील मार्ग) म्हणजे स्कर्दूच्या पश्चिमेकडील खिंड पार केली असल्याचे Tsien Han-shi किंवा 'Annals of the first Han Dynasty' वरून स्पष्ट होते असे स्टेन कोनो म्हणतो.[१२] जरी शकांनी किपिनचे भाग (कापिश-गंधार) ग्रीक राज्यपालांच्या (meridarchs) हातून काढून घेतले, तरी त्यांना काबूल कायमचे जिंकता आले नाही.[१३] तिथे राजाचे (Basilens) आसन डळमळीत का असेना, पण होते. भारतात ते अधिक यशस्वी ठरले. शकांनी आपला अंमल पूर्वेकडे यमुनेपर्यंत व दक्षिणेला गोदावरीपर्यंत बसविला होता आणि त्यांनी मथुरेच्या 'मित्रां'ची व पैठणच्या शातवाहनांची सत्ता नष्ट केल्याचे मथुरा व नाशिक येथील शिलालेखांवरून सिद्ध होते.[१४]

किपिनच्या शक-राजांची सुसंगत किंवा तपशीलवार माहिती देणे शक्य नाही. 'रामायण'[१५], 'महाभारत'[१६], 'मनुसंहिता'[१७] व 'महाभाष्य'[१८] ह्यांत यवनांच्या बरोबर शकांचा निर्देश येतो. ते अर्धे मुंडन करीत असत, अशी माहिती 'हरिवंशात'[१९] येते. त्यांच्या राजांना 'शाही' असे संबोधण्यात येत असे, असे 'कालकाचार्य -कथानक' ह्या जैन ग्रंथात आहे.[२०] ह्यापैकी काही 'शाही'नी सुरठ्ठ (सौराष्ट) विषय (देश) व हिंदुकूदेशातील (भारत) उज्जयिनीकडे जावे, असा आग्रह एका जैन, गुरूने धरल्याचे म्हटले जाते. तेथे त्यांनी काही स्थानिक प्रमुखांना उखडून टाकले, व चार वर्षे राज्य केले आणि अखेरीस इ.स.पू. ५८ ह्या शकवर्षाच्या संस्थापकाने खुद्द त्यांनाच हुसकावून लावले.

शकांचा निर्देश गौतमीपुत्र शातकर्णी व समुद्रगुप्त यांच्या 'प्रशस्ती'तही येतो. 'शकस्थान' ह्या त्यांच्या राज्याचा किंवा साम्राज्याचा निर्देश बहुधा 'महामायूरीटमध्ये' (९५), मथुरा सिंह-शीर्ष शिलालेखांत तसेच कदंबल मयूरशर्मन्‌च्या चंद्रवल्लि-शिलालेखात प्रायः येतो. शकस्थान हा शब्द आलेला मथुरा शिलालेखातील उतारा याप्रमाणे आहे -

'सर्वस सकस्तनस पुयए'

'संपूर्ण शकस्थानातील (लोकांच्या) कल्याणासाठी किंवा सन्मानार्थ' असा

हा उताऱ्याचा अर्थ कनिंगहॅमने व ब्युलरने लावला आहे. परंतु ''काठियावाडच्या वरील उत्तर भारताच्या कोणत्याही भागावर आणि आज मालव म्हणून ओळखल्या जाणाऱ्या प्रदेशाच्या पश्चिम व दक्षिण भागावर शकांनी कधी ना कधी आक्रमण केले होते, असे मानावयास कोणतेही विश्वासार्ह पुरावे नाहीत,'' असे डॉ. फ्लीट मानतो. 'सर्व' हे एक विशेषनाम मानून वरील उताऱ्याचे भाषांतर 'आपल्या घराच्या (देशाच्या) सन्मानार्थ 'सर्व' ची एक देणगी' असे त्याने केले आहे.[२१]

पण फ्लीटचा आक्षेप टिकणारा नाही. शकांची किपिन म्हणजे कापिश-गंधार[२२] येथील उपस्थिती चिनी पुराव्यावरून स्पष्टपणे प्रस्थापित होते. शिलालेख जेथे उपलब्ध झाला, त्या मथुरेमधील त्यांच्या अस्तित्वाच्या संदर्भात 'मार्कण्डेय पुराणा'त[२३] मध्य देशातील एका शकवसाहतीचा आलेला उल्लेख लक्षात घ्यावयास हवा. सिंह शीर्ष शिलालेखात शक व पर्शियन नावाचे संमिश्रण दिसत असल्याचे डॉ. थॉमसने[२४] निदर्शनास आणले आहे. उदाहरणार्थ, ह्या शिलालेखातील मेवकि (Mevaki) व हे नाव म्हणजे मौअकेस (Mauakes) ह्या सिथियन नावाचा पाठभेद होय.[२५] कोमुसा व शमूशो ह्या शब्दातील '-ऊस्' हा प्रत्यय सिथियन असल्याचे दिसते. 'शकांच्या संपूर्ण राज्याला' उद्देशून सन्मानवाचक उद्‌गार काढण्यात काहीच अडचण नाही, असे पुढे डॉ. थॉमस म्हणतात. कारण ह्याहीपेक्षा व्यापक स्वरूपाचे उद्‌गार आपणांस वर्दक, सुइ विहार व इतर शिलालेख ह्यात आढळतात. उदा : सर्व सत्त्वं ('सर्व प्राण्यांना उद्देशून') 'स्वक' आणि 'सकट्ठान' ह्यांचा 'एखाद्याची स्वत:ची जागा (घर)' असा जो फ्लीटने अर्थ घेतला आहे, त्याबद्दल एखाद्याच्या स्वत:च्या घराविषयीचा आदर दगडावर कोरण्यात यावा, ही गोष्ट स्वाभाविक वाटत नाही, असे डॉ. थॉमस म्हणतो. एखाद्या देशाच्या संदर्भात 'पूजे' चा उल्लेख विचित्र वाटतो. परंतु सिंह-शीर्षच्या शिलालेखात शकराज्यातील प्रमुख प्रतिनिधींना उद्देशून या प्रकारची 'पूजा' आली आहे.

नि:संशय शकस्थानात 'पेरिप्लस'मध्ये उल्लेखिलेल्या सिथिया जिल्ह्याचा समावेश होत असे. 'तेथून एरिथ्रियन सागराला (भारतीय सागर) मिळणाऱ्या नद्यांपैकी सर्वात मोठी सिंथस (सिंधू) नदी वाहते.' पेरिप्लसच्या काळात 'सिथिया'ची मिन्नगर ही राजधानी होती आणि त्याचे व्यापारी शहर समुद्रकाठावरील बर्बरिकम हे होते.

तक्षशिला, मथुरा व पश्चिम भारत येथे सापडलेल्या अनेक शिलालेखात 'शक' हे नाव धारण करणाऱ्या राजांची नावे आली आहेत. डॉ. थॉमसच्या मते ''पंजाब मध्ये किंवा भारतात जी काही शकघराणी होती, ती सर्व भारतात अफगाणिस्तान किंवा काश्मिर येथून नव्हे, तर कनिंगहॅमने मानल्याप्रमाणे सिंधूमधून

व सिंधूखोऱ्यातून आली[२६]. शक नाण्याद्वारे मिळणारी सिंधची चुकीच्या स्वरूपातील माहिती, किपिनवरील शकांच्या सत्तेविषयीची चिनी माहिती, कापिशि येथील सिथियन सत्रपी व हझारा देशातील शक मांडलिक राज्याचे अस्तित्व दर्शविणारा कोरीव लेखातील पुरावा-हे सर्व ध्यानात घेता वरील सिद्धांत पूर्णांशाने मान्य करता येणार नाही.[२७] आतापर्यंत उजेडात आलेली काही शक नावे सोगडिॲनोइजवळ राहणाऱ्या उत्तरेकडील शकांची आहेत, ह्या वस्तुस्थितीकडे दुर्लक्ष करता येत नाही.[२८] उदाहरणार्थ मोअस्, मोग[२९] व मेवकि[३०] ही नावे मॉअक्से ह्या शक नावाचे पाठभेद आहेत. मॉअक्से किंवा मोव्हसेस नावाच्या एका प्रमुखाने 'आशियात राहणाऱ्या सिथियनांच्या 'सॅसिअन (शक) ह्या एका सिथियन टोळीचे नेतृत्व केले', असे आरिअन सांगतो. बॅक्ट्रिअन व सोगडिनिअन लोकांच्या पर्शियन राज्यपालाच्या अधिकारकक्षेबाहेर ते राहात असत. परंतु पर्शियन राजाशी त्यांचे मैत्रीचे संबंध होते. छहरत, खखरात किंवा क्षहरात हे तक्षशिला, मथुरा, पश्चिम भारत व दक्षिणेकडील अनेक सत्रपींच्या घराण्याचे नाव हे करत ह्या उत्तरेकडील एका शक टोळीच्या नावाशी बहुधा जुळणारे आहे.[३१]

सिंधूनदीचे खालील खोरे, कच्छ व पश्चिम भारताचा काही भाग ह्यांवरील विजय मात्र पश्चिम शकस्थानातील (सीस्तान) शकांनी मिळविलेले असावेत. 'Isidor of Charax' ह्याने त्यांचा निर्देश येतो. 'पेरिप्लस'च्या काळात (सिंधूनदीचे खालील, खोरे व्यापून टाकणाऱ्या) 'सिथिया'च्या व मॅंबरस (नॅंबनस) च्या राज्याच्या, राजधानीचे नाव मिन्नगर होते आणि 'इसिडोर'ने निर्देशिलेल्या शकस्थानातील 'मिन्' ह्या शहरावरून ते आले असल्याचे उघड आहे.[३२] चष्टनाच्या घराण्यातील पश्चिमेकडील क्षत्रपांच्या नावात येणारे 'दामन्' (-दम) हे खास वैशिष्ट्य व्होनोनेसच्या सोगडिनिअन घराण्यातील एका राजाच्या नावातही आढळत असल्याचे रॅप्सनने निदर्शनास आणून दिले आहे. शेवटचा मुद्दा असा की, एका कन्हेरि शिलालेखानुसार महाक्षत्रप रुद्राची कन्या आपण काद्र्दमक घराण्यातील असल्याचे मानीत असे. काद्र्दमक हे नाव पशियेन भागातील काद्र्दम नदीवरून आल्याचे उघड आहे.[३३]

भारतीय शिलालेखात निर्देशिलेले डमिजद[३४] व मॉऐस हेच कदाचित सर्वांत आधीचे शक राजे होत. मोअेस हा तक्षशिला पट्टावर (Plate) उल्लेखिलेल्या मोगशी सामान्यत: एकात्म मानला जातो. बहुधा मैर शिलालेखातही[३५] त्याचा निर्देश आल्याचे दिसते. मोएस मोग हा एक प्रभावशाली अधिपती (महरय) होता. त्याच्या राज्यात तक्षशिलाजवळील चुक्षचा समावेश झाला होता. सत्रप-घराण्याची तेथे सत्ता होती.

कापिशि[३६], पुष्करावती व तसेच तक्षशिलेवर[३७] त्याचा अंमल असल्याचे नाणकशास्त्रीय पुराव्यावरून सूचित होते. बहुधा त्याच्या सत्रपांनी मथुरा, परिसरातील ग्रीक व भारतीय सत्तेचा शेवट केला. पूर्व पंजाबच्या 'काही भागात' व लगतच्या काही पट्ट्यात औदुंबर, त्रिगर्त, कुनिंद, यौधेय, अर्जुनायन ह्यासारख्या स्थानिक टोळ्या बहुधा यूथिडेमियन राजसत्तेच्या अस्तानंतर आपल्या स्वातंत्र्याचे समर्थन करू लागल्या होत्या. युक्रेटाइडस व डमेट्रिआस ह्यांच्या पद्धतीची नाणी मॉएसने पाडली होती. परंतु Athena Ankis ह्या प्रकारच्या नाण्याच्या अभावावरून त्याने मिनंडरचे मूळ राज्य (म्हणजे शाकलभोवतीचा जिल्हा) खालसा केले नव्हते, असा टार्नचा कयास आहे.[३८]

विविध विद्वानांनी 'मोऐसचा सांगितलेला काळ इ.स.पू. १३५- पासून इ.स. १५४ पर्यंत पोहोचतो. त्याची नाणी सामान्यत: पंजाबमध्ये व तक्षशिला ही प्राचीन राजधानी असलेल्या प्रांताच्या पश्चिम भागात मुख्यत: सापडतात. अशा प्रकारे मोऐस हा गंधारचा राजा होता., ह्याविषयी शंका उरत नाही. आता ग्रीक राजा अँटिअल्किड्सपूर्वी पंजाबच्या इतिहासात मोएसला स्थान होते, असे मानता येणार नाही. तक्षशिलेला अँटिअल्किडस्ची सत्ता होती व त्याच वेळी मध्यभारतातील विदिशेच्या गादीवर भागभद्र चौदा वर्षांपर्यंत होता. भागभद्राचा काळ निश्चित नाही. परंतु इ.स.पू. १५१ ते १४३ पर्यंत सत्तेवर असणाऱ्या पुष्यमित्राचा मुलगा जो अग्निमित्र त्याच्या नंतर तो सत्तेवर आला, असे मानावे लागते. म्हणून भागभद्राचे चौदावे वर्ष इ.स.पू. १२९ पूर्वीच्या काळातील असणे शक्य नाही. परिणामत: इ.स.पू. दुसऱ्या शतकाच्या उत्तरार्धापूर्वी ॲन्टिअल्किडस सत्तेवर असणे शक्य नव्हते.[३९] तसेच, त्याची कारकीर्द इ.स.पू. १२९ पूर्वी संपुष्टात येणे शक्य नव्हते. म्हणून गंधारवरील शकांची सत्ता इ.स.पू. १२९ नंतर प्रस्थापित झाली असली पाहिजे. फ्लीटखेरीज इतर सर्व विद्वान मोऐसची 'महरय' मोगशी एकात्मता मानतात. मोगचा उल्लेख तथाकथित सिरसुख किंवा तक्षशिला पट्टावर येतो व ते अनिर्दिष्ट अशा एका कालगणनेच्या ७८ वर्षांतील आहे. ही कालगणना शकांनी आरंभलेली असल्याचे सामान्यत: मानले जाते. ज्या अर्थी ही कालगणना 'फक्त' उत्तर-भारतात व सरहद्द भागात प्रचारात आहे, त्या अर्थी शकांनी ते भाग व्यापल्यावर ती अस्तित्वात आली, असा तर्क करता येईल. हे आक्रमण इ.स.पू. १२९ च्या आधी झाले असणे शक्य नसल्याचे आपण ह्यापूर्वी पाहिले आहे.[४०] म्हणून तक्षशिला पट्टात उल्लेखिलेल्या कालगणनेचा आरंभ इ.स.पू. १२९ पूर्वी झाला असणे शक्य नाही. ह्या कालगणनेतील ७८ हे वर्ष इ.स.पू. (१२९-७८)=५१ आधीचे असणे शक्य नाही. परिणामत:, मोऐस-

मोगाच्या सत्तेचा शेवट इ.स.पू. ५१ च्या आधी झाला असणे शक्य नाही. त्याचा काल त्याहूनही नंतरचा मानला पाहिजे. कारण इ.स.पू. ४८–३३ ह्या सुमारास यिन्-मो–फू चा किपिन किंवा कापिश–गंधारावर ताबा असल्याचे व 'त्याच्यापूर्वी' वु-तोउ–लाओ व त्याचा पुत्र सत्तेवर असल्याचे चिनी नोंदीवरून समजते. मोअेस-मोगची ह्यांपैकी एकाही राजाबरोबर एकात्मता मानण्यास कोणताच ऐतिहासिक आधार नसल्याने त्याचा काळ इ.स.पू ३३ नंतरचाच मानावा लागतो. कदाचित इ.स. च्या पहिल्या शतकाच्या मध्यानंतर तो होऊन गेला, असे मानता येणार नाही. कारण त्या सुमारास किंवा थोड्या नंतरच्या काळात तक्षशिला व सिंधू ह्या खोऱ्यातील सिथिया ह्या शक–राज्याची राजधानी मिन्नगर ही दोन शहरे पार्थियनांच्या हाती गेल्याचे फिलॉस्ट्रेटॉस व 'पेरिप्लस'च्या लेखकाकडून समजते. म्हणून मोअेस–मोग इ.स.पू. ३३ नंतर परंतु इ.स. पहिल्या शतकाच्या पूर्वार्धापूर्वी सत्तेवर असल्याचे दिसते. फ्लीटच्या मते मोग इ.स.२२ मध्ये होऊन गेला. हे वर्ष म्हणजे इ.स.पू. ५८ पासून सुरू झालेल्या कालगणनेचे ७८ वे वर्ष होय. नंतरच्या काळात ही कालगणना 'कृत-मालव–विक्रम' शक ह्या नावाने ओळखली जाऊ लागली. परंतु ह्या बाबीचा निश्चित स्वरूपाचा निर्णय झाला आहे, असे मानू नये. १८७ संवत्सरातील (?) अविम (? वेम कॅडफायसिस) ह्याच्या खालात्से शिलालेखावरून व तसेच जिहोनिक ह्याच्या १९१ वर्षांतील तक्सिला येथील रजतपात्रावरील कोरीव लेखावरून बहुधा असे सूचित होते, की ह्या शिलालेखाची व तसेच बहुधा मोगच्या तथाकथित सिरूसुख् (तक्षशिला) पट्टांची संवत्सरे ज्या शकातील असतील, तो शक इ.स.पू. ५८च्या खूपच आधी सुरू झाला होता.

गंधारच्या गादीवर मोअेसनंतर अेझेस आल्याचे नाणकशास्त्रज्ञ सांगतात.हिप्पोस्ट्रेटोसचे राज्य खालसा करून त्याने पूर्व–पंजाबमधील ग्रीकसत्तेचे अवशेष नष्ट केले. मार्शलच्या मते त्याने यमुना–खोरेही जिंकले होते. तेथे विक्रमशक प्रचारात होता.[४१] अेझेसची नाणी व्होनोनेस गटातील राजांच्या नाण्यांशी अतिशय मिळती–जुळती असून पंजाबचा राजा अेझेस म्हणजेच स्पॅलिराइझेसचा सहकारी अेझेस होय, असे नेहमी गृहीत केले जाते. अेझेस ह्या नावाचे दोन राजे होते. पहिला अेझेस हा मोअेसचा नव्हे, तर स्पॅलिराईझेसचा निकटचा वारस होता केवळ पहिल्या अेझेसनंतरच नव्हे तर दुसऱ्या अेझेसनंतरही मोअेस सत्तेवर आला असे काही विद्वान मानतात. परंतु गोंडाफेर्नेस व दुसरा अेझेस यांची एककालिकता लक्षात घेता वरील सिद्धान्ताचा शेवटचा भाग मान्य करता येणार नाही. या दोन्ही सम्राटांचा स्ट्रॅटेगोस म्हणजे सेनापती किंवा राज्यपाल म्हणून अस्पवर्मन् काम पाहत होता, ही वस्तुस्थिती

त्या दोघांची समकालिकता सिद्ध करते.[४२] ज्या अर्थी गोंडोफेर्नेस १०३ ह्या वर्षी[४३] तर मोअेस-मोग हा ७८ ह्या वर्षी[४४] सत्तेवर होता व ज्या अर्थी हे दोन्ही कालनिर्देश 'सामान्यत:' एकाच शकातील असल्याचे विद्वानांनी मानले आहे, त्या अर्थी गोंडोफेर्नेस व त्याचा समकालीन दुसरा अेझेस हे दोघे मोअेस - मोग नंतरचे असले पाहिजेत. पहिला अेझेस व दुसरा अेझेस यांच्यामध्ये मोअेस-मोगला स्थान असल्याचे दिसत नाही. कारण पहिल्या अेझेसपासून दुसऱ्या अेझेसपर्यंतची वारसपरंपरा नाणकशास्त्रीय पुराव्यावरून स्पष्ट स्वरूपात प्रस्थापित झाल्याचे आपण आता पाहणार आहोत. एक तर पहिल्या अेझेसपूर्वी किंवा दुसऱ्या अेझेसनंतर मोअेस सत्तेवर आला, परंतु दुसऱ्या अेझेसनंतर तो सत्तेवर असणे शक्य नसल्याचे आपण पूर्वी पाहिले आहे. म्हणून त्याचा काळ पहिल्या अेझेसपूर्वीचा मानला पाहिजे. सीस्तानमध्ये व्होनोनेस सत्तेवर असताना त्याचा पंजाबमध्ये अंमल असण्याची शक्यता आहे. व्होनोनेसनंतर स्पॅलिराइझेस जसा सत्तेवर आला, त्याप्रमाणे मोअेसच्या मागोमाग पहिला अेझेस त्याचा वारस झाला. स्पॅलिराइझेस व पहिल्या अेझेसने संयुक्तरीत्या नाणी काढल्याचे यापूर्वी आपण पाहिले आहे.[४५] ह्या दोन राजांमधील संबंधांविषयी माहिती उपलब्ध नाही. त्यांच्यामध्ये रक्ताचे नाते असावे किंवा हर्मेओस व कुजूल कडफायसेस या प्रमाणे ते मित्र असावेत.[४६]

पहिल्या अेझेस राजाने काही नाणी पाडली होती. पुढील बाजूवर ग्रीक लिपीत त्याचे स्वत:चे व मागील बाजूवर खरोष्ठी लिपीत ॲझिलायसेसचे नाव कोरले होते.[४७] तसेच दुसऱ्या प्रकाराचीही नाणी आढळतात. त्यांवर ग्रीकमधील नाव ॲझिलायसेसचे तर खरोष्ठीमधील नाव अय (अेझेस)चे आहे. ह्या दोन प्रकारांच्या संयुक्त नाण्यांचा एकत्रित विचार केला असता त्यावरून स्वतंत्रपणे सत्तेवर येण्यापूर्वी ॲझिलायझेस हा एका अेझेसचा दुय्यम सहकारी असल्याचे व एक अेझेस परिणामतः ॲझिलायझेसचा सहकारी असल्याचे सिद्ध होते, असे डॉ. भांडारकर व स्मिथ् गृहीत धरतात. म्हणून अेझेस ह्या नावाचे दोन राजे एकच असणे शक्य नाही व त्यांच्यात पहिला अेझेस व दुसरा अेझेस असा फरक करावयास हवा. मात्र ॲझिलायझेसची चांदीची नाणी अेझेसच्या नाण्यांपेक्षा अधिक चांगल्या प्रकारे बनविलेली व शैलीच्या दृष्टीने आधीची आहेत, असा अभिप्राय व्हाइटहेडने व्यक्त केला आहे. अेझेसची उत्तमातली उत्तम नाणी (didrachms) पुढील बाजूवर झिअुस (Zeus) व मागील बाजूवर डायोस्काउरोइ (Dioskouroi) असलेल्या ॲझिलायझेसच्या चांदीच्या सुंदर नाण्यांच्या तुलनेने त्याच्याच चांदीच्या इतर दुर्मिळ नाण्यांच्या तुलनेने निकृष्ट दर्जाची आहेत. जर ॲझिलायझेस अेझेसच्या आधी होऊन गेला असेल, तर डॉ.

स्मिथचे म्हणणे मान्य करून पहिल्या अेझेसच्या व दुसऱ्या अेझेसच्या ऐवजी पहिला ॲझिलायझेस व दुसरा ॲझिलायझेस मानावे लागतील. अेझेसच्या विपुल नाण्यांच्या प्रकारांतील व शैलीतील फरक प्रदीर्घ कारकिर्दीतील स्थानविषयक कारणांवरून योग्य प्रकारे स्पष्ट करता येतील, असे आपले निष्कर्ष सांगताना व्हाइटहेड म्हणतो.[४८] मात्र तक्षशिला येथील निरनिराळ्या थरांवरील नाणी पाहिली असता त्यावरून स्मिथचा सिद्धान्त बरोबर असल्याचे स्पष्टपणे सिद्ध होते, असे मार्शल म्हणतो. स्मिथच्या सिद्धान्तानुसार, पहिल्या अेझेसनंतर ॲझिलायझेस, तर त्याच्या नंतर दुसरा अेझेस सत्तेवर आला होता.[४९]

एका लक्षणीय संशोधनामुळे ॲथम नावाच्या एका राजाचे 'सुवर्णनाणे' उजेडात आले आहे. अेझेस व ॲझिलायझेस ह्याच्या घराण्यातील तो असल्याचे व्हाइटहेड नि:संदिग्धपणे मान्य करतो. त्याचा काल मात्र अनिश्चित आहे.

बहुसंख्य इंडोग्रीक राजांच्या बाबतीत न आढळणारे वैशिष्ट्य[५०] शकराजांच्या बाबतीत आढळते. ते म्हणजे आपल्या नाण्यांवर ते स्वत:च मागील बाजूवरील महाराजस राजराजस ह्या प्राकृत उल्लेखांना जुळणारे Basileus, Basileon असे वर्णन करतात. ग्रीक राजांच्या नाण्यावर आढळणाऱ्या ग्रीक Megaloy ह्या विशेषणाशी जुळणाऱ्या महतस ह्या विशेषणाचाही ते उपयोग करून घेतात. राजराज–राजांचा राजा, ही पोकळ, बढाई नव्हती. मोगच्या नियंत्रणाखाली पश्चिम पंजाबमधील चुक्षचे (चच्) लिअक व पतिक हे राजप्रतिनिधी (सत्रप) होते. त्यांपैकी अेझेस नावाच्या एका राजाच्या नियंत्रणाखाली निदान एक दुय्यम राज्यकर्ता होता. उदा. अस्पवर्मन् हा स्ट्रॅटेगोस (राज्यपाल किंवा सेनापती). पार्थियाच्या बेहस्तुन शिलालेखात 'सत्रप' किंवा 'क्षत्रप' हे बिरुद 'क्षत्रपावन' ह्या स्वरूपात येते व त्याचा अर्थ 'राज्याचा संरक्षक' असा होतो.[५१] स्ट्रॅटेगोस (Stratagos) ह्या ग्रीक शब्दाचा 'सेनापती' असा अर्थ आहे. वायव्य भारतात सिथियन लोकांनी पर्शिया–ग्रीकांची (Perso-Hellenic) सत्रप किंवा लष्करी राज्यपालांचे नियंत्रण असलेली राज्यपद्धती चालू ठेवल्याचे उघड आहे. वर उल्लेखल्याखेरीज इतर अनेक सत्रप–घराण्यांचे अस्तित्व नाणी व शिलालेख ह्यांच्यामुळे सिद्ध होते.

उत्तर–भारतातील क्षत्रपांची किंवा सत्रपांची विभागणी तीन मुख्य गटांत करता येईल. ते असे :-

(१) कापिशि, पुस्पपूर व अभिसारप्रस्थ येथील सत्रप

(२) पश्चिम पंजाबमधील सत्रप व

(३) मथुरेचे सत्रप

एका माणिकिआला शिलालेखात कापिशीच्या एका सत्रपाचा केवळ निर्देश येतो. तसेच सत्रप ग्रनव्ह्यकचा मुलगा होता.[५२] काबूल वस्तु संग्रहालयातील एका ८३ व्या वर्षांच्या[५३] शिलालेखावरून तिरव्हर्ण नावाच्या पुस्पपुराच्या एका सत्रपाचे नाव समजते. 'पुस्पपुर' (फुलांचे शहर) ह्याचा संबंध पुष्करावरती (कमळांचे शहर) ह्याशी असावा. पंजाबमध्ये सापडलेल्या एका ताम्रमुद्रिकेवर अभिसारप्रस्थ नगरातील क्षत्रपाचे शिवसेन हे नाव येते.[५४] ह्या तीन सत्रपांचे प्रदेश म्हणजेच अशोकाच्या कोरीव लेखातील योन, गंधार व कंबोज असावेत.

पंजाबमधील सत्रपांची तीन घराणी होती. ती अशी :-

(अ) कुसुलुअ किंवा कुसुलुक गट - ह्यामध्ये लिअक व त्याचा मुलगा पतिक यांचा समावेश होता. ते छहरत किंवा कशहरात घराण्यातील असावेत व चुक्ष जिल्ह्यावर त्यांचा अंमल असल्याचे उघड आहे.[५५] फ्लीटच्या मते पतिक दोन होते.[५६] परंतु मार्शलच्या मते पतिक नावाचा केवळ एकच राजप्रतिनिधी होता.[५७] कुसुलुकच्या सत्रप घराण्याचे मथुरेच्या सत्रपांशी जिव्हाळ्यांचे संबंध होते.[५८] पूर्व - गंधारच्या एका भागावर कुसुलुकांचा अंमल होता. लिअक कुसुलुकाच्या नाण्यावरून ह्या भागाचे युक्रेटाइडसच्या ग्रीक घराण्याकडून शकांकडे झालेले सत्तांतर स्पष्ट होते.[५९] लिअक हा थोर राजांचा, मोगचा सत्रप असल्याचे व त्याचा पुत्र पतिक हा एक थोर दानशूर (महादानपती) असल्याचे ७८ व्या वर्षाच्या तक्षशिला किंवा तथाकथित सिर्सुख पट्टावरून समजते.[६०]

(आ) मनिगुल् व त्याचा पुत्र झेइओनाइझेस किंवा जिहोनिक - दुसऱ्या अेझेसच्या कारकिर्दीतील पुष्कलावतीचे ते सत्रप असल्याचे नाणकशास्त्रज्ञ मानतात. परंतु मार्शलने १९२७ मध्ये[६१] शोधून काढलेल्या १९१ ह्या संवत्सरातील तक्षशिलेच्या रजत पात्रावरील कोरीव लेखावरून जिहोनिक हा शक (किंवा पर्थियन) कालगणनेतील १९१ ह्या वर्षी तक्षशिलेजवळच्या चुखक्ष येथील एक क्षत्रप असल्याचे दिसते. ह्या शकाचा निश्चित वर्षारंभ ज्ञात नाही.[६२] झेइओनाइझेसचा वारस कुयुलकर होता हे स्पष्ट आहे.[६३]

(इ) इंद्रवर्मनूचे घराणे[६४] - ह्यामध्ये इन्द्रवर्मन्, त्याचा पुत्र अस्पवर्मन् व अस्पाचा पुतण्या सस(स्) किंवा सस (न्) ह्यांचा समावेश होता. दुसरा अेझेस व गोंडोफेर्नेस ह्या दोघांचा राज्यपाल म्हणून अस्पवर्मन् काम पाही, तर गोंडोफेर्नेस व पकोरेस ह्यांच्या नियंत्रणाखाली सस (स्) होता.

मथुरेचे सत्रप

हगान व हगामष हे ह्या राजघराण्यातील सर्वांत आधीचे राजे म्हणून एके काळी मानले जात असत. त्यांच्यानंतर राजुवुल सत्तेवर आला व प्रारंभीच्या काळात त्याचा शाकलवर अंमल असावा असे मानले जाते. ॲलनच्या[६५] मते मथुरेच्या सत्तेवर तो बऱ्याच उशिरा आला होता. स्टेन कोनोने[६६] तयार केलेला राजुवुल किंवा राजुल ह्याच्या घराण्याच्या वंशावळीचा तक्ता खाली एका तळटीपेत दिला आहे.

राजुवुल किंवा राजुल ह्या विषयी शिलालेखात व तसेच नाण्यांवरून माहिती मिळते. मथुरेजवळील मोर येथील ब्राह्मी अक्षरांतील एका शिलालेखात त्याला उद्देशून 'महाक्षत्रप' किंवा थोर सत्रप (राजप्रतिनिधी) असे संबोधण्यात आले आहे. परंतु त्याच्या काही नाण्यांवरील ग्रीक मजकुरात त्याचे 'राजाधिराज रक्षणकर्ता', असे वर्णन येते व त्यावरून बहुधा ह्याने आपले स्वातंत्र्य पुकारलेह्वअसावे, असे दिसते.

राजुवुलानंतर त्याचा मुलगा शुडस, सोंडास किंवा शोडास सत्तेवर आल्याचे दिसते. मथुरा सिंह-शीर्षावरील 'B' शिलालेख त्याचा क्षत्रप (सत्रप) व महाक्षत्रप राजुलाचा (राजुवुलचा) पुत्र असा निर्देश करतो. परंतु ब्राह्मी लिपीत लिहिलेले मथुरेचे नंतरच्या काळातील शिलालेख मात्र त्याचा एक महाक्षत्रप असा उल्लेख करतात. अनिश्चित स्वरूपाच्या एका कालगणनेतील ७२ हे वर्ष[६७] त्याचा काळ म्हणून वरीलपैकी एका शिलालेखात देण्यात आले आहे. आपल्या वडिलांच्या हयातीत तो केवळ एक सत्रप होता, हे उघड आहे, परंतु आपल्या वडिलांच्या मृत्यूनंतर ७२ ह्या वर्षापूर्वी केव्हातरी तो एक थोर सत्रप झाला. शोडासने आपल्या शिलालेखावरील काळ तथाकथित विक्रमशकानुसार घातला होता, असे मानण्याच्या दृष्टीने स्टेन कोनोने आधार दिले आहेत.[६८] परिणामतः, त्याच्या मते ७२ हे वर्ष बहुधा इ.स. १५ शी जुळणारे आहे.

उत्तरेकडील (तक्षशिलेच्या व मथुरेच्या) सत्रपांचे कालनिर्देश शककालगणनेतील असल्याचे डॉ. आर. सी. मुजुमदार मानतात आणि ते इ.स. दुसऱ्या शतकाच्या मध्यातील असल्याचे दर्शवितात. परंतु त्या सुमारास होऊन गेलेला टॉलेमी मात्र तक्षशिला आणि मथुरा इंडो-सिथियामध्ये म्हणजे शकराज्यामध्ये असल्याचे दर्शवीत नाही. ह्यावरून इ. सनाच्या दुसऱ्या शतकात तक्षशिला आणि मथुरा हे शकांच्या ताब्यातील मुलूख नसल्याचे स्पष्ट होते. टॉलेमीच्या काळात पॅटॅलेन (सिंधूनदीचा दुआब), अबिरिआ (पश्चिम भारतातील आभीर देश) व सिरॅस्ट्रेन

(काठेवाड) हे प्रमुख इंडो–सिथियन मुलूख होते.^{६९} इ.स. दुसऱ्या शतकाच्या मध्यास होऊन गेलेल्या पहिल्या रुद्रदामन् ह्या शकराजाच्या जुनागड शिलालेखात नेमका असाच उल्लेख येतो. टॉलेमीच्या काळात तक्षशिलेचा अर्स (संस्कृत उर्शा) प्रदेशात अंतर्भाव होता^{७०} व मथुरा कॅस्पेइरेओईमध्ये होती.^{७१} टॉलेमीने 'कॅस्पेइरेओइ' या नावाने ओळखले जाणारे मोएस व त्याच्या वारसांचे शकसाम्राज्य बहुधा पाहिले असावे, असे डॉ. मुजुमदार सुचवितात. (ह्या साम्राज्यात तक्षशिला, मथुरा व उज्जयिनीचा समावेश झाला होता)^{७२} तक्षशिला, मथुरा व पश्चिम भारत ह्यांचा एका साम्राज्यात समावेश करूनच टॉलेमी थांबला नाही; तर तो कॅस्पेइरेओइ प्रदेश इंडो–सिथियाहून वेगळा असल्याचे अचूकपणे दर्शवितो, हे आपण ध्यानात घ्यावयास हवे. इंडो–सिथिया हेच इ.स. दुसऱ्या शतकाच्या मध्यावर खऱ्या अर्थाने शकांचे राज्य होते.^{७३} दुसरे असे की, कॅस्पेइरेओइ प्रदेशात झेलम, चिनाब व रावी ह्या नद्यांच्या उगमाखालील प्रदेश म्हणजे कश्मीर व त्याच्या नजीकचा भाग समाविष्ट असला पाहिजे.^{७४} मोएसच्या घराण्याचा कधी काळी कश्मीरमध्ये अंमल होता, याला पुरावा नाही. कनिष्क–घराण्याच्या राजांच्या सत्तेखालीच काय ते कश्मीर व मथुरा हे एकाच साम्राज्याचे भाग होते. आबे बोयेने सुचविल्याप्रमाणे टॉलेमीचे कॅस्पेइरेओइ म्हणजे उघडपणे कुशान साम्राज्य होय.

सुदस म्हणजे शोडास केवळ क्षत्रप म्हणून सत्तेवर असताना कुसुलुक पतिका हा एक महाक्षत्रप होता, असे मथुरा सिंहशीर्षावरील शिलालेखावरून समजते. ७२ ह्या वर्षी ज्या अर्थी शोडास हा एक महाक्षत्रप म्हणून होता, त्या अर्थी ७२ पूर्वी तो क्षत्रप असला पाहिजे. परिणामत: क्षत्रप शोडासच्या समकालीन असलेला कुसुलुक पतिक ७२ 'पूर्वी' महाक्षत्रप म्हणून सत्तेवर असला पाहिजे. ७८ ह्या वर्षातील तक्षशिला–पट्टात पतिकचा क्षत्रप किंवा महाक्षत्रप म्हणून निर्देश नाही. त्यामध्ये त्याला महादानबति (थोर दानशूर) असे संबोधण्यात आले असून त्याच्या लिअक ह्या पित्याला सत्रप हे बिरुद देण्यात आले आहे.^{७५} आपण दोन वेगवेगळ्या पतिकांचा विचार करणे, आवश्यक आहे, असे डॉ. फ्लीटला वाटते.^{७६} ह्याच्या उलट मार्शल व स्टेन कोनो ह्यांच्या मते तक्सिला–पट्टल प्रसृत करणारा महादानपति पतिक आणि मथुरा सिंह–शीर्षामधील महाक्षत्रप कुसुलुक पतिक हे एकच आहेत. परंतु शिलालेखाचे संवत ७२ ज्या कालगणनेतील आहे, त्याच कालगणनेतील तक्षशिला पट्टलाचे संवत ७८ हे नाही. दुसऱ्या रीतीने सांगावयाचे तर फ्लीटने दोन राजे मानले आहेत, तर फ्लीट व स्टेन कोनो दोन कालगणना मानतात. उपलब्ध असलेल्या अपुऱ्या पुराव्याच्या साहाय्याने अंतिम निर्णयाला येणे अवघड आहे. निदान दोन

लिअकांच्या अस्तित्वाबद्दलचा पुरावा आपणांस उपलब्ध आहे. या वस्तुस्थितीवरून फ्लीटचा सिद्धांत असंभवनीय नाही. परंतु दोन राजे मानणे अत्यावश्यक ठरत नाही. कारण तक्षशिला-पट्टात आलेले 'महादानपति' हे पतिकाचे विशेषण काही वर्षांपूर्वी तो महाक्षत्रपसुद्धा असण्याच्या शक्यतेच्या आड येत नाही. याबाबत पश्चिमेच्या चष्टन-घराण्याच्या क्षत्रपामध्ये घराण्याचे इतर सदस्य उच्च पदावर असताना[७७] महाक्षत्रपांना गौण दर्जा मिळाल्याची उदाहरणे[७८] व तसेच (जयदामन्) ह्या क्षत्रपाचा 'सत्रप' ह्या बिरुदाविना निर्देश आल्याचे उदाहरण पाहावयास मिळते, हे लक्षात घ्यावयास हवे.[७९] म्हणून संवत् ७२ मधील व तसेच संवत् ७८ मधील शिलालेख एकाच शकातील असणे व तरीही दोघे पतिक एकच असणे मुळीच अशक्य नाही.[८०] १३४ ह्या वर्षातील कलवान ताम्रपट लेखातील व तसेच १३६ ह्या वर्षातील तक्षशिला शिलालेखातील अज-अय (अेझेस)हे स्टेन कोनो व सर जॉन मार्शल यांनी वाचलेले नाव बरोबर असेल, तर आपल्याला दर्जाचा निर्देशक अशा बिरुदाविना उल्लेखिलेल्या ह्या काळातील राजाची आणखी उदाहरणे उपलब्ध होतात.

खरओस्त हा राजुवुलचा एस. कोनोच्या मते सासरा, तर फ्लीटच्या मते त्याचा नातू (मुलीचा मुलगा) आणि अर्थात शोडासचा पुतण्या होता. [८१] मथुरेच्या सिंहशीर्षावरील ए व इ हे शिलालेख त्याच्या 'युवरय' खरओस्त असा निर्देश करतात. मोगनंतर 'राजाधिराज' या पदाचा तो उत्तराधिकारी होता, असे स्टेन कोनो मानतो.[८२] त्याची ज्ञात नाणी दोन प्रकारची आहेत. त्यांच्या पुढील बाजूवर ग्रीक अक्षरांतील मजकूर असून मागील बाजूवर खरोष्ठीतील मजकूर आहे. खरोष्ठी मजकूर याप्रमाणे आहे 'क्षत्रपस प्रखरओस्तस अर्टस् पुत्रस'. स्टेन कोनोच्या मते 'प्र' हे 'प्रचक्षस' चे प्रतिरूप असावे.[८३]

राजुवुलच्या घराण्यातील नाणी स्ट्रॅटोसच्या व तसेच मथुरेला सत्तेवर असणाऱ्या हिंदू राजांच्या एका घराण्याच्या नाण्यांचे अनुकरण करणारी आहेत. ह्यावरून यमुनेच्या खोऱ्यात सिथियन सत्तेने ग्रीक व हिंदुराजांच्या सत्तांवर मात केल्याचे दिसते.

मथुरेजवळच्या गणेश्रा ह्या जागी व्होगेलने शोधून काढलेल्या एका खंडित शिलालेखावरून क्षहरात घराण्यातील सत्रपाचे घटक हे नाव उजेडात आले आहे.[८४]

उत्तरेकडील सत्रपांचे राष्ट्रीयत्त्व

मथुरेच्या सिंहशीर्षाच्या P शिलालेखावरील सर्वस सकस्तनस पुयअे ह्या शब्दांवरून राजुवुल किंवा राजुल शोडासच्या व इतर संबंधित सत्रपांच्या शक राष्ट्रीयत्वाचा निर्णायक पुरावा मिळत असल्याचे कनिंगहॅम मानतो. मात्र उत्तर भारतातील सत्रप हे पार्थियन व शक अशा संमिश्र राष्ट्रीयत्वाचे प्रतिनिधी असल्याचे डॉ. थॉमस दर्शवितो. ह्या गोष्टीला स्वतः पर्शियन नाव धारण करणाऱ्या तक्षशिलेच्या पतिकाने आपला अधिपती म्हणून शक हे नाव असलेल्या महाराजा मोगचा निर्देश केला आहे, ह्या वस्तुस्थितीचा बळकट आधार मिळतो. सिंहशीर्षावरील शिलालेख पर्शियन व शक नावांची सरमिसळ दर्शवितात.[८५] मात्र या ठिकाणी हरिवंशातील एका उताऱ्यात [८६] पह्लवाचा किंवा पर्थियनांचा श्मश्रुधारिणः[८७] (दाढी ठेवणारे) असा उल्लेख येतो, ह्या वस्तुस्थितीकडे लक्ष देणे अगत्याचे ठरेल. ह्या कसोटीवर विचार केला, तर नेहमीच पार्थियन म्हणून मानण्यात आलेले राजुवुल व नहपानाच्या घराण्यातील राजे त्या राष्ट्रीयत्वाचे असणे शक्य नाही. कारण नाण्यांवरील त्यांच्या चित्रामध्ये दाढी-मिशा असल्याच्या कसल्याही खाणाखुणा नाहीत. म्हणून ते जवळजवळ निश्चितपणे शक होते.

पह्लव किंवा पार्थियन राजे[८८]

यूक्रेटाईडसच्या काळातच पार्थियाचा राजा पहिला मिथ्राडेटस् (इ. स. पू. १७१-१३८/३७) ह्याने पंजाबचे व सिंधचे भाग बहुधा जिंकले होते. तसेच, मोअेस-मोगच्या घराण्यातील शक सम्राटांच्या काळात शक-पह्लव मिश्र जन्माच्या राजकर्त्यांच्या उत्तर-भारतावर सत्रप म्हणून अंमल होता. इसिडोर ऑफ करॅक्स हा ऑगस्टचा बहुधा तरुण समकालीन असून त्याने इ. स. पू. २६ च्या आधी (चौथ्या फ्राटेसची कारकीर्द व टिरिडोटस्चे बंड) लिखाण केले नव्हते. प्लिनीने त्याच्या ग्रंथातील अवतरणे दिली असून तो पार्थियनांच्या किंवा पह्लवांच्या साम्राज्यात काबूल खोरे सिंध व पश्चिम पंजाब ह्यांचा समावेश करीत नाही, हे लक्षात घेणे महत्त्वाचे ठरेल. ह्या ग्रंथकाराने उल्लेखिलेल्या पार्थियन साम्राज्याच्या अतिपूर्वेकडील प्रांतात हेरात (आरिया), फराह (अनीओई देश, आरिआचा एक भाग म्हणजेच हेरात प्रांत) हमुन् व हेलमुंड सरोवरामधील जिल्हे (ड्रॅगीअन व शकस्थान) व कंदहार (अॅरकोशिया किंवा श्वेत भारत) यांचा समावेश होतो. मात्र इ. स. पहिल्या शतकाच्या मध्यस गंधार मधील शक अधिपत्याची जागा पार्थियनांनी घेतली असली पाहिजे. इ. स.

४३-४४ मध्ये ट्यानाच्या अपोल्लोनिओसने तक्षशिलेला इतिहासप्रसिद्ध भेट दिली असता त्या गादीवर फ्रॅओटेस होता व तो उघडच पार्थियन होता. [८९] मात्र बाबिलोन व पार्थियाचा थोर राजा वर्देनस पासून (इ. स. ३९-४७/४८) तो स्वतंत्र होता[९०] आणि सिंधमधील सत्रपांवर आधिपत्य गाजविण्या इतपत तो स्वतः सामर्थ्यशाली होता. ख्रिश्चन लेखक हे गुंदफर किंवा गूदूनफर नावाच्या एका भारतीय राजाचा आणि त्याचा भाऊ गद् ह्यांचा उल्लेख करतात. धर्मप्रचारक सेंट थॉमसने त्यांचे धर्मांतर केल्याचे म्हटले जाते व म्हणून ते इ. स.च्या पहिल्या शतकातील असले पाहिजेत. [९१] अपोल्लोनिओसच्या चरित्रकाराच्या हकिकतीविषयी स्वतंत्र पुरावा उपलब्ध नाही. (एका अनिश्चित शकाच्या) १०३ ह्या वर्षातील तथाकथित तख्त इ. बाही नोंदीवरून पेशावर जिल्ह्यात गुदुव्हर (गोंडोफेर्नेस) नावाचा राजा प्रत्यक्षात होऊन गेल्याचे समजते. गोंडोफेर्नेस, तसेच काही विद्वानांच्या मते गद् ह्या त्याच्या भावाचे नाव नाण्यांवरही आढळते. [९२] रॅप्सनच्या मते ऑरथॅग्नेसच्या (वेरथ्रग्न) आधिपत्याखाली हे दोन भाऊ उप-राजे म्हणून होते. मात्र स्टेन कोनो ऑरथॅग्नेस व गुरूव्हर हे एकच असल्याचे मानतो; तर तो म्हणजे टॅसिटसने निर्देशिलेल्या वर्देन्सचा अनामिक पुत्र असल्याचे व त्याने इ. स. ५५ मध्ये पहिल्या व्होलॅगेसेसच्या विरुद्ध सत्तेवर अधिकार दाखविल्याचे हर्झफेल्ड सुचवितो.[९३] डॉ. फ्लीटने तख्त-इ-बहई (बाही) शिलालेखाचे वर्ष मालव-विक्रम-कालगणनेतील असल्याचे मानले असून ही नोंद इ. स. ४७ मधील असल्याचे सांगितले आहे[९४] त्याचा अभिप्राय असा आहे : त्याच सुमारास सुरू होणाऱ्या व अन्यथा ज्ञात नसणाऱ्या कालगणनेचा इतरही अनेक बाबतींत ज्याप्रमाणे आधार घेतला जातो, तसा आधार घेण्याऐवजी १०३ ह्या वर्षाच्या संदर्भात इ.स.पू. ५८ मधील प्रस्थापित विक्रमशकाचा विचार करण्यास कसलीही शंका घेण्याचे कारण नाही. ह्यामुळे गोंडोफेर्नेसचा काळ इ. स. ४७ ठरतो आणि हे धर्मप्रचारक सेंट थॉमसशी त्याला समकालीन मानणाऱ्या ख्रिश्चन परंपरेशी अगदी योग्य प्रकारे जुळते.

सुरुवातीस गोंडोफेर्नेसचा अंमल बहुधा गंधार प्रदेशापर्यंत पोहोचला नव्हता. प्रारंभीच्या काळात त्याची सत्ता दक्षिण अफगाणिस्तानापुरती मर्यादित राहिली असल्याचे दिसते. मात्र आपल्या कारकीर्दीच्या २६ व्या वर्षापूर्वी पैशावर जिल्हा खालसा करण्यात तो यशस्वी ठरला. त्याने जरी अेझेस घराण्याकडून काही प्रांत निश्चितपणे तोडू घेतले होते, तरी त्याने पूर्वगंधार (तक्षशिला) जिंकल्याबद्दल कोणताही शिलालेखीय पुरावा मिळत नाही. एका सिथियन प्रांतात दुसऱ्या अेझेसच्या सत्तेला रोखून त्याने धरले होते व त्याची हकिगत ॲस्पवर्मनच्या नाण्यावरून समजते.

ॲस्पवर्मनने सुरुवातीस (दुसऱ्या) अेझेसचे आधिपत्य मान्य केले; परंतु नंतर गोंडोफर्नेसला तो आपला अधिपती मानू लागला. खालच्या सिंधुखोऱ्यातील शक-सत्ता पार्थियनांनी हुसकावून लावल्याबद्दलचा पुरावा पेरिप्लसच्या लेखकाने दिला असून त्याच्या काळात (सुमारे इ.स. ६० ते ८०) भिन्नगर ही सिथिया म्हणजे खालच्या सिंधुखोऱ्यातील शकराज्याची राजधानी पर्थियन राजांच्या अंमलाखाली होती व ते सतत एकमेकांना बाहेर हाकलून देत होते. १३४ ह्या वर्षातील कलवान शिलालेखावरील व १३६ ह्या वर्षातील तक्षशिला शिलालेखावरील अज-अय किंवा अेझेस[९५] हे नाव स्टेन कोनो व सर जॉन मार्शल यांच्या वाचनानुसार बरोबर असेल, तर पूर्वगंधारच्या एका भागात शकसत्ता अस्तित्वात राहिली असणे[९६] व पेशावर व खालील सिंधू खोरे पार्थियनांच्या हाती गेले असणे शक्य आहे. परंतु अज-अय ह्या नावापूर्वी सन्मानदर्शक बिरुद येत नाही. त्याखेरीज वस्तुस्थिती अशी आहे की, १३६ ह्या वर्षातील नोंदीमध्ये तक्षशिलेला बुद्ध-स्मारकाच्या स्थापनेचा उल्लेख येतो. हे स्मारक महाराज राजाधिराज देवपुत्र कुषणला आरोग्य प्राप्त व्हावे म्हणून उभारण्यात आले होते. यावरून १३४ व १३६ ही वर्षे अेझेसच्या प्रवर्धमानविजयराज्यातील (वाढत्या व विजयी कारकीर्दीतील) नसून त्याची कारकीर्द ही एक भूतकालीन घटना झाली (अतीतराज्य) असतानाच्या काळातील आहेत, असे बहुधा सूचित होते. अर्थात ह्याही काळात ही कालगणना त्याच्या आदरणीय नावाशी निगडित राहिली होती. जानीबिघा शिलालेखातील कालनिर्देश (लक्ष्मणसेनस्य = आतीत राज्ये संवत् ८३) बहुधा समान उदाहरण म्हणून देता येईल.[९७] अपोल्लोनिओसचा भारतात प्रवास चालू असता बरच्या काबूल-खोऱ्यातील ग्रीक मांडलिकराज्य अस्तंगत झाल्याचे उघडच आहे. बॅक्ट्रियन ग्रीकांवर पार्थियनांनी शेवटचा आघात केला असल्याचे जस्टिन् सांगतो. काबूल-खोरे हा पार्थियनांमध्ये व कुषानांमध्ये वादाचे मूळ असल्याचे मार्शल सांगतो.[९८] फिलॉसस्ट्रेटोसने दिलेल्या पुराव्याशी हे अगदी जुळणारे आहे. त्याने इ.स. ४३-४४ मधील भारतीय सरहद्दीवरील पार्थियन राजाशी सतत होणाऱ्या लुटारू टोळ्यांच्या भांडणाचा उल्लेख केला आहे.

दुय्यम राज्यकर्ते म्हणून गोंफेर्नेसशी (दक्षिण अफगाणिस्तानमधील) त्याचा पुतण्या ॲबडॅगेसेस त्याचे सेनापती अस्पवर्मन् आणि सस (स्) किंवा सस (न्) आणि (बहुधा तक्षशिलेचे) राज्यपाल सपेदन व सतवस्त्र हे सर्वजण संबंधित होते.

ह्या थोर पार्थियन सम्राटाच्या मृत्यूनंतर त्यांच्या साम्राज्यांचे लहान-लहान मांडलिक राज्यांत विभाजन झाले. त्यांपैकी एकावर (बहुधा सीस्तन) सॅनॅबेर्सची, दुसऱ्या (बहुधा कंदहार व पश्चिम पंजाब व्यापणाऱ्या) राज्यावर पॅकोरेसची सत्ता

होती, तर इतर राज्यांवरील राज्यकर्त्यांची नाणी मार्शलने तक्षशिला येथे सर्वप्रथम शोधून काढली. सस (स्) किंवा सस (न्) त्यांपैकी एक असून त्याने पॅकोरेसची नाममात्र सत्ता मान्य केली होती. ह्या छोट्या राजांमधील परस्पर विघातक झगड्यांचे प्रतिबिंब पेरिप्लस मधील खालील उताऱ्यात प्रायः पाहावयास मिळते.

"त्याच्या (बॅर्बरिकम) पुढील भागात एक छोटे बेट असून त्याच्या मागील अन्तर्भागात भिन्नगर ही सिथियाची राजधानी आहे. ती पर्थियन राजांच्या अमलाखाली असून ते एकमेकांना सतत हुसकावून लावतात."

शिलालेखीय (व काही बाबतींत नाणकशास्त्रीय) पुराव्यावरून अफगाणिस्तान, पंजाब आणि सिंध ह्यांमधील पह्लव किंवा पार्थियन सत्ता कुषण, गुषण, खुषण किंवा कुषान[९९] घराण्याच्या सत्तेने बळकावली असल्याचे सिद्ध होते. १०३ ह्या वर्षी (फ्लीटच्या मते इ. स. ४७, इतरांच्या मते त्याहून काहीसा आधी) गोंडोफेर्नेस पेशावरला सत्तेवर असल्याचे आपण जाणतोच. परंतु १२२ ह्या वर्षी ह्या भागांचे आधिपत्य एका गुषण किंवा कुषान राजाच्या हाती गेल्याचे पंजूतर शिलालेखावरून समजते.[१००] १३६ ह्या वर्षी कुषान-आधिपत्य तक्षशिलेपर्यंत पोहोचले होते. त्या वर्षातील एका शिलालेखात तक्षशिला येथील एका चैत्यामध्ये महाराज, राजातिराज देवपुत्र कुषण ह्यास संपूर्ण आरोग्य प्राप्त व्हावे ह्या हेतूने बुद्धाचे काही अवशेष पुरल्याविषयीचा निर्देश येतो. सुई विहार व मोहेंजो-दारो खरोष्ठी शिलालेखावरून कुषानांनी खालील सिंधुखोरे जिंकल्याचे सिद्ध होते. इ. स. ९२ मध्ये मरण पावलेल्या पॅन-कु ह्या चिनी लेखकाने युअेह-चि काओ-फौ किंवा कॉबूल जिंकल्याचे म्हटले आहे. ह्यावरून कुषान ज्या वंशातील होते, त्याने काबूलवर इ.स. ९२ पूर्वी ताबा घेतल्याचे स्पष्ट होते. तौ-मिच्या ऐवजी चुकीने कौ-फौ आल्याचे नंतरच्या एका लेखकाने म्हटल्याचे वादातीत आहे. मात्र पन-कुच्या काळात युएह-चिंच्या ताब्यात कौ-फौ नसते, तर केनेडीच्या मते वरील चूक झाली नसती.[१०१] इ.स. ९२ मधील एका चिनी लेखकाने आपल्या काळाच्या खूप आधीपासून कौ-फौ हा युएह-चि मुलूख असल्याचे मानीत होता, ही महत्त्वाची बाब ध्यानात घ्यावयास हवी. स्टेन कोनोचे मत ग्राह्य मानले, तर कुशानांनी गोंडोफेर्नेसच्या काळा आधी भारतीय सरहद्द प्रदेशाबरोबर काही एक प्रकारचा संबंध प्रस्थापित केला होता, असे मानावे लागेल. तक्त-इ-बाही शिलालेखाच्या पाचव्या ओळीत एर्झुण कपस पुयए[१०२] म्हणजे कप अर्थात कुजूल कडफायसेसच्या सन्मानार्थ हे शब्द वाचतो. हा कुषान राजा काबूल खोऱ्यात हर्मेओसनंतर सत्तेवर आल्याचे म्हटले जाते. कुजूल कडफायसेस हा कुएई-शुअंग (कुषान) राजा किड-त्सिउ-किओ (Kíiu-tsiu-kíio) ह्याशी

एकात्म मानला जातो. त्याचा काओ-फौ (काबूल) पो-त व कि-पिन् ह्यांवर ताबा होता. नाणकशास्त्रीय पुराव्यावरून हा कुषानप्रमुख [१०३] हर्मेओसचा बहुधा मित्र असावा व त्याच्यासमवेत त्याने संयुक्त नाणी काढली असावी, असे दिसते. [१०४] सुरुवातीस कॅडिफायसिसचे गंधारच्या पार्थियन राज्यकर्त्यांबरोबर प्रथम मैत्रीचे संबंध असल्याचेही दिसते. पण हर्मेओसचे राज्य पार्थियनांनी नष्ट केल्यामुळे [१०५] बहुधा त्याला तेवढे बाह्य निमित्त पुरले, त्याने पार्थियनांशी युद्ध करून अखेरीस भारताच्या वायव्य सीमा आणि भागातील त्यांची सत्ता कायमची नष्ट केली.

थोर कुषाण राजे

कुषाण (कुएइ-शुअंग किंवा कौएइ-च्वांग ह्या मांडलिक-राज्यांचे प्रमुख) हे युएह-चि (किंवा यूए-चि) वंशाचा एक घटक असल्याचे चिनी इतिहासकार सांगतात. किंगस्मिल्लच्या मते ह्या नावाचा आधुनिक उच्चार उए-टि असा असल्याचे सांगण्यात येते. एम. लेव्ही[१०६] व इतर फ्रेंच विद्वान युए-त्चि (Yueteni or Yue-techi) असे लिहितात. इ.स.पू. १७४ व १६५ ह्यांच्या दरम्यान युएह-चि हे लोक त्सेन्न-होअंग (तुन-हुअंग) देशाच्या व कि-लिएन पर्वतांच्या किंवा टाएन्-चँग रांगांच्या मधोमध चिनी तुर्कस्तानच्या इस्सिकुल सरोवराच्या दक्षिणेस व पूर्वेस राहत असत,[१०७] असे स्सू-म-चिएन् ह्याकडून समजते. (ह्या चिनी इतिहासकाराने चँग किएन् ह्या प्रसिद्ध राजदूताची प्रवासवर्णने लिहिली आहेत.) त्या समारास यूएह - चींना हिउंग - नू ह्याने पराभूत करून त्यांच्या देशातून हाकलून लावले होते व त्यांच्या राजाला ठार करून त्याच्या कवटीचे पिण्याचे भांडे केले होते. मृत राजाची विधवा त्याच्यानंतर सत्तेवर आली. तिच्या नेतृत्वाने यूएह-ची पश्चिमेकडे देशांतर करीत असता त्यांनी वु-सुनवर हल्ला करून त्यांच्या राजाला ठार केले.[१०८] हा पराक्रम गाजवून यूएह-चींनी वरील इलि आणि जक्सार्टेस किंवा सिर दर्याच्या सपाट प्रदेशावरील शकांवर हल्ला केला व त्यांच्या राजाला किंवा स्वामीला किपिनमध्ये (कापिश लंपाक-गंधार) आश्रय घेण्यास भाग पाडले.[१०९]

दरम्यानच्या काळात ठार करण्यात आलेल्या वु-सुन राजाचा मुलगा मोठा झाला आणि हिउंग-नूच्या मदतीने त्याने युएह-चीना आणखी पश्चिमेकडे ऑक्ससच्या पाण्याने वाहून गेलेल्या त-हिअ प्रदेशात हाकलले. त-हिअ लोक व्यापारात लक्ष घालणारे व युद्धात अकुशल असून त्यांच्यामध्ये ऐक्य नव्हते. त्यांना युएह-चींनी सहजपणे गुलाम केले व त्यांनी आपली राजधानी किंवा सैन्याचा तळ ऑक्ससच्या (वेई) उत्तरेस सध्या बुखारामध्ये (प्राचीन सोगडिअॅना) असलेल्या

प्रदेशात उभारला. इ.स.पू. १२८-२६ मध्ये किंवा त्या सुमारास चँग-किएन्ने भेट दिली असता त्याही वेळी राजधानी त्याच अवस्थेत होती.[११०]

स्सू-म-चीएन् ने स्से-के किंवा शि-कि मध्ये सांगितलेली (हा ग्रंथ इ.स.पू. ९१ पूर्वी पूर्ण करण्यात आला) चँग-किएन् ची साहसे पॅन् -कुच्या त्सिएन हन् - शु किंवा ॲनलूस ऑफ दि फर्स्ट हॅन् डायनॅस्टि मध्ये पुन्हा सांगण्यात आली असून त्यामध्ये इ.स.पू. २०६ ते इ.स. ९ किंवा २४ पर्यंतचा विचार करण्यात आला आहे. पॅन् - कु - च्या बहिणीने त्याच्या मृत्यूनंतर हा ग्रंथ इ.स. ९२ मध्ये पूर्ण केला. त्यामध्ये खालील तीन महत्त्वपूर्ण बाबी नव्याने आल्या आहेत.

(१) त-यूएह-ची राज्याची राजधानी ऑक्ससच्या उत्तरेकडील काएन्-ची (किएन-शे) ह्या शहरी होती[१११] व त्याच्या दक्षिण सरसीमेवर किपिन होते.

(२) त्या काळात युएह-ची ही भटकी जमात राहिली नव्हती.

(३) युएह-ची राज्य पाच मांडलिक राज्यांत विभागले होते. ती राज्ये अशी हि (एओ) उ-मि (बहुधा पामीर व हिंदुकुश यांमधील बहुधा वखान[११२]), चौअंग्मि किंवा शुअंग-मि (वखान व हिंदुकुश ह्यांच्या दक्षिणेकडील चित्रल्) कौएइ-चौअंग किंवा कुएइ-शुअंग हे बहुधा चित्रल् व पंज्शिर ह्यांच्या मधोमध असलेले कुषान मांडलिक राज्य, हित् (ह्) उम् (पंजशिरवरील परवा) व काओ-फौ (काबूल)[११३].

तसेच, युएह-चींचे ओझरते दर्शन आपणास फॅन-ये.च्या हाऊ, हन् - शु किंवा ॲनल्स ऑफ दि लेटर हॅन् डायनॅस्टी मध्ये घडते. त्यामध्ये इ.स. २५ ते २२० मधील काळाचा विचार आला आहे. फॅन-येचे निवेदन पॅन् - यंगच्या (इ.स. १२५) व इतरांच्या इतिवृत्तावर आधारलेले आहे.[११४] तो इ.स. ४४५ मध्ये मरण पावला. त्याकाळी युअेह-चींची लॅन् - शी (पाठभेद चईन् शी [११५]) मधील जुने त-हिअ (बॅक्टियन) शहर बहुधा असावे. ते ऑक्ससच्या उत्तरेस होते. यूअेह-चींनी मिळविलेल्या विजयांची हकीकत फॅन् - ये खालीलप्रमाणे देतो.

जुन्या काळात युअेनचींना हिउंग-नूंनी जिंकले होते. नंतर ते त-हिअ-ला गेले व त्यांनी आपले राज्य पाच हिस-ह् (अे) औ किंवा यब्गौस-मध्ये[११६] विभागले. ते असे हिसउमि, शुअंग्मि, कुअेइ-शुअंग, हिसतुन व तुमि हे ते विभाग होते. त्यानंतर शंभराहून अधिक वर्षांनंतर क्वि-त्सिउ-किओ नावाच्या कुअेइशुअंग (कुषान) यांच्या हिस-ही किंवा यब्गौने (यबुग) इतर चार हिस-हौ ह्यावर हल्ला करून ते नष्ट केले व तो स्वतः राजा किंवा स्वामी (वंग) झाला. त्याने नगन-सि (अस्किड प्रदेश म्हणजे पार्थिया) ह्यावर आक्रमण करून काओ-फी (काबूल) चा ताबा मिळविला. पो-

त[११७] व कि–पिन् ह्यावर हल्ला करून ह्या राज्यावर त्याने पूर्ण प्रभुत्व स्थापन केले. ऐंशी वर्षाहून अधिक वय असताना क्यु–त्सिउ–किओ मरण पावला. त्याच्यानंतर त्याचा मुलगा येन् – कओ – ल्चेन राज्यावर आला. त्यानेही ताअेन् – त्चौ (शब्दशः भारत, एका महानदीच्या किनाऱ्यावरील फिलॉस्ट्रटॉसने उल्लेखिलेले आपाततः तक्षशिला राज्य) जिंकले व तेथील प्रशासनावर एका प्रमुख अधिकाऱ्याची स्थापना केली. ह्यावेळेपासून युअेची अतिशय सामर्थ्यशाली झाले. त्यांच्या राजाच्या नावावरून त्यांना इतर सर्वदेश कुषान म्हणू लागले. परंतु हॅन मध्ये त्यांचे जुने नाव जतन करण्यात आले असून त्याना त–युअे–चि असे संबोधण्यात आले आहे.

क्यु–त्सिउ–किओ हा (प्रथम) कुजल[११८] कॅडफायसेसशी[११९] किंवा हिंदुकुशाच्या दक्षिण भागात नाणी पाडणाऱ्या कोझोल कॅडफेसशी एकात्म मानला जातो. नाणकशास्त्रीय पुराव्यावरून तो काबूल खोऱ्यातील अखेरचा राजा हर्मेओस ह्याचा सहकारी किंवा दोस्त[१२०] आणि नंतर वारस असल्याचे सूचित होते. कडफायसेस्‌ने हेर्मेओसला जिंकले होते, हे आधीचे मत मार्शलच्या मते चुकीचे आहे. गोंडोफेर्नेसच्या कारकीर्दीतील[१०३] ह्या वर्षातील तख्त–इ–बाही शिलालेखात त्याच्या नावाचा निर्देश स्टेन कोनोस आढळतो.[१२१] कुषानांच्या व पार्थियनांच्या मैत्रीच्या काळातील बहुधा हा शिलालेख असावा. परंतु हर्मेओसच्या राज्यावरील पार्थियन हल्ल्यामुळे उघडपणे त्यांच्यातील संबंध तुटले आणि त्याची परिणती युद्धात झाली. परिणामतः पहिल्या कॅडफायसेसने पार्थियनांना हुसकावून लावले.

मार्शल पहिल्या कॅडफायसेसची एकात्मता (१२२ ह्या वर्षातील) पंजूतर नोंदीमध्ये व १३६ या वर्षातील तक्षशिला दीर्घपट्टामध्ये उल्लेखिलेल्या कुषान राजाशी मानतो.[१२२] १३६ या तक्षशिलालेखात या कुषान राजाला देवपुत्र असे संबोधिण्यात आले आहे, हे आपण लक्षात घ्यावयास हवे. परिला कॅडफायसेस म्हणजेच कुयुल कर कफ्स[१२३] होय असे मानले नाही, तर उपरोक्त बिरुद पहिल्या किंवा दुसऱ्या कॅडफायसेसचे वैशिष्ट्यसूचक नसून कनिष्क गटाचे होते. दीर्घपट्टावरील शिक्का कोणत्याही प्रकारे केवळ कॅडफायसेस गटाच्या नाण्याचे वैशिष्ट्य दर्शविणारा नसून मार्शल व एस. कोनोच्या मते तो झेइओनायझेस व कुयुल कर कफ्सच्या नाण्यांवरही आढळतो. परंतु जर १८४ किंवा १८७ ह्या वर्षातील खॅलेत्स शिलालेखावरील उविम कव्थिस हे नाव एस. कोनोने व मार्शलने अचूकपणे वाचले असेल आणि त्याची विम कॅडफायसेसशी त्यांनी मानलेली एकात्मता जर बरोबर असेल तर १२२ व १३६ ह्या वर्षांतील पंजूतर व तक्षशिला नोंदीमधील राजा हा वेमचा (विम) पूर्वज असण्याची शक्यता आहे, व तो प्राधान्येकरून पहिल्या कॅडफायसेसशी एकात्म

मानला पाहिजे. परंतु उविम कव्थिस हा पाठ व त्याची दुसऱ्या कॅडफायसेसशी मानण्यात आलेली एकात्मता ह्याविषयी कोणत्याही प्रकारची निश्चिती नाही.

पहिल्या कॅडफायसेसने सोन्याची नव्हे, तर केवळ तांब्याचीच नाणी बहुधा पाडली होती. त्याच्या नाण्यांवर रोमचा प्रभाव अपरिहार्यपणे दिसून येतो.[१२४] त्याने ऑगस्टस् व तसेच त्याच्या लगतचे वारस ह्याच्या मुख्यत: क्लॉडिअसच्या (इ.स. ४१-५४) नाण्यांची नक्कल केली.[१२५] आणि 'युवग' (प्रमुख) 'महाराज राजातिराज' (= थोर राजा राजाधिराज) व 'सचध्रम तिथ' ((बुद्धाच्या?) सत्य धर्माच्या बाबतीतील अविचल). ह्या बिरुदांचा त्यावर उपयोग केला.

'किउ-त्सिउ-किओ' किंवा पहिल्या कॅडफायसेसनंतर 'येन-काओ-त्चेन विम, किंवा वेम कॅडफायसेस हा नाण्यांवर उल्लेखिलेला त्याचा मुलगा सत्तेवर आला. त्याचा नेहमी द्वितीय कॅडफायसेस[१२६] असा निर्देश करण्यात येतो. त्याने तिएन्तची किंवा भारतान्तर्गत प्रदेश, बहुधा तक्षशिला जिंकून एका प्रमुख अधिकाऱ्याची नेमणूक केल्याचे यापूर्वी आपण पाहिले आहे. हा अधिकारी युअेह-चींच्या नावाने कारभार पाहात असे. स्टेन कोनो[१२७] व स्मिथ ह्यांच्या मते[१२८] दुसऱ्या कॅडफायसेसनेच इ.स. ८७-मधील शक वर्षगणना सुरू केली. हे मत स्वीकारले, तर तो नहफानचा बहुधा अधिपती असावा, आणि ह्याच कुशान राजाला चिन्यांनी इ.स. ७३ व १०२ ह्याच्या दरम्यान पराभूत करून सम्राट हो-ति ला (इ.स. ८९-१०५) खंडणी देण्यास भाग पाडले होते, असे मानावे लागते. परंतु दुसऱ्या कॅडफायसेसने एखादी वर्षगणना स्थापना केल्याविषयी कोणताही प्रत्यक्ष पुरावा उपलब्ध नाही. ह्या सम्राटांच्या शिलालेखावर किंवा नाण्यावर 'त्याने' प्रस्थापित केलेल्या 'वर्षगणने'शी संबंध दर्शविता येईल, असा एकही कालनिर्देश आलेला नाही. ह्याच्या उलट कनिष्काने निश्चितपणे वर्षगणना सुरू केल्याबद्दलचा पुरावा आपणांस उपलब्ध होतो, म्हणजे असे की, त्याच्या वारसांनी त्याची कालगणना चालू ठेवली व आपल्याला १ ते९९ पर्यंतचे कालनिर्देश पाहावयास मिळतात.[१२९]

कॅडफायसेस राजांच्या विजयामुळे चीन आणि रोमन साम्राज्य व भारत ह्यात व्यापाराचा मार्ग खुला झाला. रेशीम, मसाले व जडजवाहीर या वस्तूंची किंमत म्हणून या देशात रोमन सोने मोठ्या प्रमाणात येऊ लागले. दुसरा कॅडफायसेस सोन्याची नाणी काढू लागला.[१३०] त्याचे एक सोन्याचे व तांब्याचे द्वैभाषिक नाणे होते.[१३१] त्याच्या पुढील बाजूवरील रचनेवरून सम्राटाचे एक नवे हुबेहूब दर्शन घडते. मागील बाजू शिवपूजेबद्दलची असून पतंजलीने [१३२] निर्देशिलेल्या शिव-भागवताच्या काळापासून हे शिवपूजन मूळ धरू लागले होते. खरोष्ठी-शिलालेखात दुसऱ्या

कॅडफायसेसला 'महान राजा, राजाधिराज, अखिल जगाचा स्वामी, महीश्वर रक्षक' असे संबोधिले आहे.[१३३]

युु-हीन याने 'वेइ-लिओ'[१३४] ह्या ग्रंथाची रचना इ.स. २३९-२६५ च्या दरम्यान केली. त्यामध्ये वेइच्या (wei) काळापासून सम्राट मिंगच्या कारकीर्दीपर्यंतची (२२७-२३९)[१३५] हकीकत आली आहे. उशिरात उशिरा म्हणजे इ.स. च्या तिसऱ्या शतकाच्या दुसऱ्या पाच दतकापर्यंत युअेह-चि सत्ता किपिन् (कापिश-गंधार), भरभराटीस आली असल्याचे यु-हौआन सांगतो. परंतु येन्-काऔ-त्चेन च्या (दुसरा कॅडफायसेस) वारसांच्या नावांसबंधी आधीचे चिनी इतिहासकावर काहीही सांगत नाहीत. चिनी ऐतिहासिक साधने मात्र पो-तियओ किंवा पुआदिऐउ (बहुधा वासुदेव) नावाच्या त-युअेह-चिंच्या राजाचा उल्लेख करतात. त्याने २३० ह्यावर्षी चिनी सम्राटाकडे एक वकिलात पाठविली होती.[१३६] भारतात सापडलेल्या शिलालेखामध्ये कॅडफायसेस गटाखेरीज इतर कुषान सम्राटांची नावे कालनिर्देशासह पाहावयास मिळतात. ती अशी - प्रथम कनिष्क (१-२३)[१३७], वासिष्क (२४-२८)[१३८], हुविष्क (२८-६०)[१३९], वा-झेष्कचा पुत्र, द्वितीय कनिष्क (४१) आणि वासुदेव (६९-९८)[१४०] हुविष्क, वा-झेष्क व द्वितीय कनिष्क यांचा कल्हणाने संभवतः हुष्क, जुष्क व कनिष्क असा उल्लेख केला असून त्यांनी संभवतः संयुक्तपणे राज्य केले. दुसरा कनिष्क ४१ ह्या वर्षी सत्तेवर होता. त्यावरून हुविष्काराच्या कारकिर्दीतील (२८-६०) हा कालनिर्देश असल्याचे लक्षात येईल. अशा प्रकारे कल्हणाच्या वृत्तांताचा शिलालेखीय पुराव्याने पाठपुरावा होतो.

नाणकशास्त्रज्ञांनी सामान्यतः मान्य केलेल्या कालक्रमामध्ये कॅडफायसेस गटानंतर कनिष्क-गट येतो. परंतु हे मत अनेक विद्वानांनी ग्राह्य मानलेले नाही. तसेच, कॅडफायसेस राजांच्या नंतर कनिष्क-गट आला, असे मानणाऱ्या विद्वानांमध्येही मतैक्य नाही. कनिष्काच्या कालासंबंधीच्या अधिक महत्त्वाच्या उपपत्तीपुढे दिलेल्या आहेत:

(१) डॉ. फ्लीटच्या मते कॅडफायसेस गटाच्या 'पूर्वी' कनिष्क सत्तेवर आला व इ.स.पू. ५८ पासून सुरू झालेल्या वर्षगणनेचा तो संस्थापक होता. ही कालगणना नंतर विक्रमसंवत म्हणून ओळखली जाऊ लागली.[१४१] (एकेकाळी कनिंगहॅम व डाउसनचे असलेले व फ्रँकने पुरस्कारिलेले) हे मत केनेडीने स्वीकारलेले होते. पण डॉ. थॉमसने ते प्रभावीपणे खोडून काढले होते. मार्शलच्या शोधानंतर आता इतःपर हे मत उचलून धरता येणार नाही.[१४२] शिलालेख, नाणी व तसेच युआन च्वांग ह्यांच्या पुराव्यावरून कनिष्काच्या

साम्राज्यात गंधाराचा समावेश होत असल्याचे स्पष्टपणे सिद्ध होते. परंतु चिनी पुराव्यानुसार इ.स.पू. पहिल्या शतकाच्या उत्तरार्धात किपिन्‌वर (कापिश-गंधार) कुषानांची नव्हे, तर यिन-मो-फू ची सत्ता होती, हे आपण पूर्वी पाहिले आहे. 'रोमन 'solidus' वरून कनिष्काचे सुवर्णचलन आले होते,' आणि हा कुषान सम्राट टिटस (इ.स. ७९-८१) व ट्रॅजन (इ.स. ९८-११७) यांच्या आधीचा क्वचितच मानता येईल, असे ॲलनला वाटते.[१४३]

(२) मार्शल, स्टेन कोनो, स्मिथ व इतर अनेक विद्वान ह्यांच्या मते कनिष्काची कारकीर्द सुमारे इ.स. १२५ किंवा १४४ ह्या मध्ये[१४४] झाली व ती इ.स. च्या दुसऱ्या शतकाच्या उत्तरार्धात संपुष्टात आली.[१४५] सुइ विहार शिलालेखावरून कनिष्काच्या राज्यात निदान खालच्या सिंधुखोऱ्याचा एक भाग समाविष्ट होता, असे समजते. तसेच, रुद्रदामन्‌च्या जुनागड शिलालेखावरून समजते की, ह्या महाक्षत्रपाचे विजय सिंधु व सोवीर येथपर्यंत (त्यामध्ये पुराणे व अल्बेरूणी ह्याच्या 'अ' नुसार मुलतान समाविष्ट होता,) एवढेच नव्हे, तर सतलजच्या दिशेने यौधेयांच्या मुलुखापर्यंत ते पोहोचले होते. रुद्रादामन् निश्चितपणे इ.स. १३० ते इ.स. १५० ह्या काळात होऊन गेला. त्याला महाक्षत्रप हे पद इतर कोणाकडून मिळाले नव्हते. (स्वयमधिगत-महाक्षतप-नाम)[१४६] जर कनिष्क इसवी सनाच्या दुसऱ्या शतकाच्या मध्यावर सत्तेवर असेल, तर त्याच्या खालच्या सिंधूखोऱ्यातील सुइ विहार प्रदेशावरील प्रभुत्वाचा रुद्रदामन् च्या समकालीन आधिपत्याशी आपणांस कसा मेळ घालता येईल?[१४७] तसेच, कनिष्काचे १-२३ वाषिष्काचे २४-२८ हुविष्काचे २८-६० व वासुदेवाचे ६७-९८ ह्या कालनिर्देशावरून एक अखंड कालगणना सूचित होते. म्हणजे दुसऱ्या शब्दांत कनिष्क हा एका शकाचा प्रवर्तक होता. परंतु इ.स. च्या दुसऱ्या शतकात सुरू झालेला व वायव्य भारतात प्रचारात असलेला किंवा त्या भागाला ज्ञात असलेला एकही शक आपल्या ऐकिवात नाही.

(३) डॉ. आर.सी. मुजुमदारांच्या मते इ.स. २४८-मधील त्रैकुटक-कलचुरि-चेदि शक हाच कनिष्काने स्थापलेला शक होय.[१४८] हे शक्य नसल्याचे प्रा. जूव्हो-द्यूब्रूइल ह्याने निदर्शनास आणून दिले आहे.[१४९] "वास्तविक कुषानांपैकी शेवटचा असलेला जो वासुदेव त्याची कारकीर्द कनिष्काच्या कारकीर्दीच्या आरंभानंतर १०० वर्षांनी समाप्त झाली. मथुरेला वासुदेवाचा अंमल असल्याचे अनेक शिलालेख सिद्ध करतात. वासुदेवाचे साम्राज्य असलेला हा देश इ.स.

३५० च्या दरम्यान यौधेयांनी व नागांनी व्यापला होता, हे निश्चित असून शक्यता अशी आहे की, समुद्रगुप्ताने त्यास जिंकण्यापूर्वी जवळजवळ शंभर वर्षे त्यांचा ह्या भागात अंमल होता. मथुरा, कांतिपूर व पद्मावती ह्या नागांच्या राजधान्या होत्या.'' भारतीय सरहद्दीवरील कुषान (१) राज्यावर इ.स. ३६० मध्ये ग्रुम्बेट्सचे नियंत्रण होते.[१५०] तसेच, डॉ. मुजुमदारांची उपपत्ती तिबेटी परंपरेशी जुळणारी नाही. ह्या परंपरेत कनिष्काला खोतानच्या विजयकीर्ती राजाचा समकालीन मानले आहे.[१५१] हुविष्क हा नागार्जुनाचा व म्हणून शातवाहन राजघराण्यातील एका राजाचा समकालीन होता, असे मानणाऱ्या भारतीय परंपरेशी वरील उपपत्ती जुळत नाही. प्रस्तुत शातवाहन राजा इ.स. दुसऱ्या शतकानंतरचा मानता येणे कठीण आहे. कारण 'तीन सागरांचा स्वामी' व (वरच्या दख्खनमधील) (दक्षिण) कोसलाचा अधिपती असे त्याचे वर्णन येते.[१५२] शेवटचा मुद्दा असा की, अन्-शिह-काओने (इ.स. १४८-१७०) संघरक्षाच्या 'मार्गभूमी-सूता'चे भाषांतर केले असल्याचे चिनी 'त्रिपिटका'च्या सूचीमध्ये म्हटले आहे. संघरक्ष हा कनिष्काचा पुरोहित होता.[१५३] यावरून कनिष्क इ.स. १७० पूर्वी होऊन गेल्याचे निर्विवादपणे दिसते.[१५४] डॉ. मुजुमदारांच्या उपपत्तीविरुद्ध करण्यात आलेले युक्तिवाद सर. आर. जी. भांडारकरांच्या अनुमानाच्या बाबतीतही सारख्याच रीतीने लागू पडतात. कनिष्कांचे राज्यारोहण इ.स. २७८ मध्ये झाल्याचे ते मानतात.

(४) फर्गसन, ओल्डेनबर्ग, थॉमस, बानर्जी, रॅप्सन, जे. इ. व्हॅन लोहुइझेन-डे लिऊ, बाकोफेर[१५५] आणि इतर विद्वानांच्या मते इ.स. ७८ पासून सुरू होणाऱ्या व शक ह्या नावाने ओळखल्या जाणाऱ्या वर्षगणनेचा कनिष्क संस्थापक होता.[१५६] खालील कारणांसाठी जूव्हो-द्यूब्रुइलने हे मत स्वीकारले नाही:

(अ) बुजूल-कॅडफायसेस व हर्मेओस इ.स. ५० च्या सुमारास सत्तेवर होते व कनिष्काने इ.स. ७८-मधे शकवर्षगणना स्थापन केली असे आपण मान्य केले, तर पहिल्या कॅडफायसेसच्या कारकिर्दीचा शेवट व दुसऱ्या कॅडफायसेसची संपूर्ण कारकीर्द ह्या कालावधीसाठी आपणांस कशीबशी २८ वर्षे मिळतात.

(परंतु पहिल्या कॅडफायसेसचा इ.स. ५० हा काल निश्चित नाही. जरी तो बरोबर मानला, तरी दुसरा कॅडफायसेस ८० वर्षे वयाच्या व्यक्तीनंतर सत्तेवर आला, ही वस्तुस्थिती लक्षात घेता २८ वर्षांचा काळ अगदीच अत्यल्प नाही. 'ऐंशीहून अधिक वय असताना'

पहिला कॅडफायसेस मरण पावला असता त्याचा मुलगा वयस्कर असला पाहिजे. म्हणून 'त्याची कारकीर्द लांबविण्यात आली होती.' असे म्हणता येणे शक्य नाही.)

(आ) मार्शल म्हणतो - प्रा. जी. जूव्हो-द्यूब्रूइलने तक्षशिला येथे चिर स्तूपातील १३६ ह्या वर्षातील एक दस्तऐवज शोधला असून विक्रमशकातील हा काळ इ.स. ७९ ह्याशी जुळणारा आहे. त्यात उल्लेखिलेला राजा संभवत: पहिला कॅडफायसेस आहे, पण कनिष्क मात्र निश्चितपणे नाही.

(आता असे की, १३६ च्या तक्षशिला पट्टावरील निर्दिष्ट कुषान-राजाला लावण्यात आलेले 'देवपुत' हे विशेषण कॅडफायसेस राजांचे नव्हे, तर कनिष्क गटाचे निदर्शक आहे.[१५७] म्हणून या शोधामुळे इ.स. ७८ चा शक कनिष्काचा आहे, असे मानणाऱ्यांच्या मताला धक्का बसू नये. कुषान-राजांचे वैयक्तिक नाव त्यात आले नाही, एवढ्यावरून तो पहिला कुषानच असला पाहिजे, असे अपरिहार्यपणे सूचित होत नाही. कुमारगुप्त व बुद्धगुप्त ह्यांच्या काळातील अनेक शिलालेखात राजाचा उल्लेख केवळ 'गुप्त नृप' असा येतो.)

(इ) प्रा. द्यूब्रुइल म्हणतो - ''कनिष्क दुसऱ्या शतकात सत्तेवर होता, असे सिद्ध करण्याकडे तिबेटी व चिनी दस्तऐवजांची प्रवृत्ती दिसत असल्याचे स्टेन कोनोने दर्शविले आहे.''

(हा कनिष्क म्हणजे ४१ ह्या वर्षातील आरा शिलालेखातील कनिष्क असावा. शककालगणनेच्या संदर्भात विचार केला, तर त्यावरून इसवी सनाच्या दुसऱ्या शतकातील एखादा काळ निष्पन्न होईल. स्टेन कोनोने[१५८] निर्देशिलेला युएहचींचा राजा पो-टिॲओ ह्याने इ.स. २३० मध्ये चीनला एक राजदूत पाठविला होता. हा राजा पहिल्या वासुदेवाचा एक वारस असावा. 'वासुदेवाचे नाव असणारी नाणी त्याच्या मृत्यूनंतर कितीतरी वर्षे पाडली जात होती.[१५९] डॉ. स्मिथ, श्री. आर.डी. बानर्जी व स्वत: स्टेन कोनो एकाहून अधिक वासुदेव होऊन गेल्याचे स्पष्टपणे मान्य करतात.)[१६०]

(ई) कनिष्क-वर्ष गणनेतील व शक-कालगणनेतील शिलालेखांचे कालनिर्देश सारख्याच पद्धतीने आले नसल्याचे स्टेन कोनोनेही दर्शविले आहे. (परंतु कनिष्कवर्ष गणनेतील सर्वच्या सर्व

शिलालेखांचा कालनिर्देश सारख्याच पद्धतीने आले नसल्याचेही ह्याच विद्वानाने म्हटले आहे.) खरोष्ठी-शिलालेखात कनिष्काने व त्याच्या वारसांनी आपल्या शक-पह्लव पूर्वजांच्या पद्धतीनेच कालनिर्देश दिले आहेत. त्यात महिन्याचे व महिन्यातील दिवसाचे नाव देण्यात येते. ह्याउलट त्यांच्या ब्राह्मी नोंदीमध्ये कनिष्काने व त्याच्या वारसदारांनी 'सामान्यत:' कालनिर्देशाची प्राचीन भारतीय पद्धती अवलंबली आहे.[१६१] ह्यावरून कनिष्काच्या शिलालेखातील खरोष्ठी कालनिर्देश त्याच्या 'ब्राह्मी' नोंदीतील कालनिर्देशांच्या शकाच्या संदर्भात घेऊ नयेत, असा आपण निष्कर्ष काढावा काय? जर कनिष्काने कालनिर्देशाच्या दोन वेगवेगळ्या पद्धती अवलंबविल्या असतील, तर त्याला पश्चिम भारतातील स्थानिक परिस्थितीशी अनुरूप अशी तिसरी पद्धती का स्वीकारता येऊ नये, हे आपणास समजत नाही. शक-कालनिर्देशात खरोष्ठी नोंदीप्रमाणे महिन्याचे नाव व त्याखेरीज 'पक्षा'चे नाव येत असल्याचे स्टेन कोनोने स्वत: दर्शविले आहे. पश्चिमेकडील क्षत्रपांनी 'प्रचारात आणलेली शक-कालगणना ही वायव्येकडे त्यांच्या चुलतभावांनी वापरलेल्या कालगणनेची सरळ-सरळ नक्कल होती. 'पक्षा'चा करण्यात आलेला जादा निर्देश ही ज्या भागात ते सत्तेवर होते, त्या भागातील रूढीला मिळालेली कदाचित सवलत असावी.' कनिष्काने सरहद्द-भागात ज्याप्रमाणे जुनी शक-पह्लव पद्धती उपयोगात आणली, त्याप्रमाणे पश्चिम भारतात त्याच्या अधिकाऱ्याने देशाच्या त्या भागातील प्रथेला जुळेल अशा रीतीने 'पक्षा'ची भर घातली असणे अशक्य नाही.[१६२]

स्टेन कोनोच्या मते कनिष्क खोतानमधून आला[१६३] व तो छोट्या युअेह-ची पैकी होता. (Little Yueh-chi) ह्या उपपत्तीतून अनेक अडचणी निर्माण होतात.[१६४] २३० मधेही त्याचे वारस ता (Ta, महान?) युअेह-ची म्हणून ओळखले जात होते, हे निश्चित आहे. कुमारतालाच्या 'कल्पनामण्डितिके' नुसार ह्या घराण्याचे नाव किउष असे होते.[१६५]

भारताचा वरील भाग जिंकण्याचे कुषानांचे कार्य कनिष्काने पूर्ण केले, व कापिश[१६६], गंधार व कश्मीर येथपासून बनारसपर्यंत पसरलेल्या विस्तृत प्रदेशावर राज्य केले. पूर्व भारतातील सोकेड (साकेत) व पाटलिपुत्र येथील राजांशी ह्याच्या झालेल्या संघर्षाविषयीच्या परंपरा तिबेटी व चिनी लेखकांनी जतन केल्या आहेत.[१६७]

त्याच्या बद्दलचे समकालीन अभिप्राय कालनिर्देशांसह शिलालेखीय नोंदीमध्ये येतात. हे कोरीव लेख केवळ पेशावरमधील व बहुधा युझुफ्झैदेशातील (उंडजवळील) झेदमधीलच नव्हे, तर रावळपिंडीजवळील माणिकिआलमधील, बहावलपूरच्या (सिंधच्या उत्तरेस) नैर्ऋत्येस सुमारे १६ मैलांवर असणाऱ्या सुइ विहारामधील, मथुरा व श्रावस्ती ह्यामधील व तसेच बनारसजवळच्या सारनाथ येथील आहेत.[१६८] पूर्वेकडे गाझीपूर व गोरखपूर येथपर्यंत त्याची नाणी विपुल प्रमाणात सापडतात.[१६९] त्याच्या साम्राज्याच्या पूर्व भागावर महाक्षतप खरपल्लान व क्षतप बनष्पर ह्यांचे नियंत्रण असल्याचे उघडच आहे. उत्तरभागामध्ये सेनापती लल आणि वेस्पसि व लिअक हे सतप होते. त्याचे स्वत:चे निवासस्थान पेशावर (पुरुषपूर) येथे असून बहुधा त्याने कश्मीरमध्ये कनिष्कपुर[१७०] वसविले होते. मात्र आरा शिलालेखातील त्याच नावाच्या उसच्या राजाने कनिष्कपुराची स्थापना केली असण्याची शक्यता जास्त आहे. दक्षिणेवर (म्हणजे भारतावर) वर्चस्व प्रस्थापित केल्यावर कनिष्क पश्चिमेकडे वळला व त्याने पार्थियन राजाचा पराभव केला.[१७१] आपल्या वार्धक्यात त्याने उत्तरेविरुद्ध सैन्याचे नेतृत्व केले आणि पामीरचे पठार व खोतान ह्यांच्या दरम्यान असलेल्या त्सुंग-लिंग पर्वतरांगा (ताघदुंबाझ पामीर) ओलांडण्याच्या प्रयत्नात तो मरण पावला. त्याच्या उत्तरेवरील स्वारीचा उल्लेख आपातत: युआन च्यांगने केला आहे. तसेच, त्सुंग-लिंग पर्वतरांगाच्या पूर्वेकडील प्रदेशातील कनिष्काच्या अमलाचा व त्याच्या दरबारात ओलीस ठेवून घेण्यात आलेल्या एका चिनी राजाचा त्याने उल्लेख केला आहे.

सम्राट हो-ति ह्याच्या कारकिर्दीत (इ.स.८९-१०५) सेनापती पनचाओ ह्याने कुषानांपैकी कनिष्काला परतवून लावले असणे अशक्य नाही. खचित असा युक्तिवाद केला जातो की, कनिष्क 'हा एक काहीसा विख्यात असा राजा होता आणि चिन्यांनी जर त्यावर विजय मिळविला असता, तर त्यांच्या इतिहासकारांनी ह्या गोष्टीचा निर्देश केला असता. परंतु जर आपण पानूचाओचा समकालीन कुशान राजा म्हणजेच दुसरा कॅडफायसेस होय असे मानले, तर चिन्यांचे मौन अधिकच गूढ व अव्याख्येय ठरते; कारण इतिहारकारांना तो निश्चितच ज्ञात होता. ह्याच्या उलट त्यांना कनिष्क ज्ञात नव्हता आणि जर तो पान-चाओचा समकालीन असेल, तर त्याच्या नावाचा अनुल्लेख, त्याच्या पूर्वजाच्या वेमच्या अनुल्लेखाहून अधिक आश्चर्यकारक वाटत नाही. पान्-चाओच्या विरोधकांशी कनिष्काची एकात्मता मानण्याच्या बाजूने आपणास असे म्हणता येईल की, कनिष्काचा चिन्यांशी संघर्ष झाल्याचे म्हटले जाते. परंतु वेमच्या बाबतीत असे म्हणता येणार नाही. चिनी इतिहासकारांनी दखल

घेतल्याचे त्याच्या कारकीर्दीतील घटनांमध्ये चीनबरोबरच्या पहिल्या दर्जाच्या युद्धाचा समावेश झालेला नाही. एस्. लेव्हीने प्रकाशित केलेल्या कनिष्काच्या मृत्यूविषयीच्या आख्यायिकेत एक सूचक उतारा येतो : तो असा : 'मी तीन प्रदेश जिंकले आहेत. सर्व माणसांनी माझा आश्रय घेतला आहे. केवळ उत्तरेकडील प्रदेशच मला शरण आलेला नाही.[१७२] त्याच्या उत्तरेकडील सामर्थ्यशाली शेजाऱ्याबरोबर झालेल्या सामन्यातील अपयशाचा इथे अस्पष्ट उल्लेख आला नाही काय?

कनिष्काची कीर्ती शाक्य मुनीच्या धर्माला दिलेल्या राजाश्रयावर जितकी अवलंबून आहे तितकी त्याने मिळविलेल्या विजयावर नाही. नाणकशास्त्रीय व पेशावर करंडावरील कोरीव लेखातील पुराव्यावरून असे दिसते की, त्याने बौद्धधर्माचा प्रत्यक्षात स्वीकार आपल्या कारकिर्दीच्या पूर्वी जरी नव्हे, तरी बहुधा सुरुवातीस केला होता. पुरुषपुर किंवा पेशावर या ठिकाणी प्रसिद्ध स्तूप व संघाराम बांधून त्याने आपली श्रद्धा व आस्था प्रकट केली. त्यामुळे चिनी व मुसलमानी प्रवासी आश्चर्यचकित झाले.[१७३] कश्मीर किंवा जलंधर येथे भरलेली शेवटची बौद्ध महापरिषद त्याने बोलावली होती.[१७४] परंतु बौद्धधर्मीय असूनही हा कुषानराजा आपल्या दूरवर पसरलेल्या साम्राज्याच्या विविध प्रांतात उपासल्या जाणाऱ्या ग्रीक, सुमेरिअन, अेलॅमाइट (Elamite) मिश्रधर्मीय, शुष्टधर्मीय व हिंदूंच्या देवतांविषयी आदरभाव व्यक्त करीत असे.[१७५] त्याच्या कारकीर्दीमध्ये धार्मिक, वाङ्मयीन, शास्त्रीय, तत्त्वज्ञानविषयक व कलाविषयक कार्यकर्तृत्वामध्ये महत्त्वपूर्ण भूमिका वठविणाऱ्या पार्श्व, वसुमित्र, अश्वघोष[१७६], चरक, नागार्जुन[१७७], संघरक्ष, माठर, एज़्सिलॅओस दि ग्रीक व इतर आदरणीय व्यक्ती ह्यांनी कनिष्काचा दरबार विभूषित केला होता. मथुरेजवळील उत्खननात ह्या थोर राजाचा पूर्णाकृती पुतळा सापडला आहे.[१७८]

कनिष्कानंतर वासिष्क, हुविष्क व आरा शिलालेखातील कनिष्क हे सत्तेवर आले. वासिष्काचे २४ व २८ ह्या वर्षातील शिलालेख उपलब्ध असून त्यावरून त्याचे मथुरेवरील व पूर्व माळव्यातील नियंत्रण बहुधा सिद्ध होते.[१७९] तो आरा शिलालेखातील कनिष्काचा पिता वाझेष्क व 'राजतरंगिणी'तील जुष्क ह्यांच्याशी एकात्म असावा. जुष्कपूर या श्रीनगरच्या उत्तरेस असणाऱ्या आधुनिक झुकुर शहराची जुष्कने स्थापना केली होती.[१८०]

हुविष्काची कालमर्यादा २८ ते ६० पर्यंत आहे. एका मथुरा शिलालेखात[१८१] त्याचा निर्देश 'सच ध्रमथित' हे बिरुद असणाऱ्या एका राजाचा नातू असा येतो. ह्या बिरुदाचा अर्थ सत्य धर्माचे अविचल निष्ठेने पालन करणारा असा असून ते कुयुल कफ्सूच्या नाण्यांवर येते.[१८२] हुषिष्काने जुष्क व कनिष्क म्हणजेच वाझेष्क व ४१

ह्या वर्षातील आरा शिलालेखातील कनिष्क ह्यांच्या समवेत एकसमयावच्छेदेकरून राज्य केले होते, असे कल्हणाच्या निवेदनावरून वाटते. त्याच्या राज्यात काबूलचा समावेश होत असल्याचे वर्दक येथील नक्षीदार पात्रावरील कोरीव लेखावरून प्रायः सिद्ध होते. परंतु खालच्या सिंधू-खोऱ्यावर त्याने नियंत्रण राखले ह्याला कोणताही पुरावा नाही. हा भाग पहिल्या कनिष्काच्या वारसांकडून पहिल्या रुद्रदामनूने बहुधा काढून घेतला असावा. हुविष्काने कश्मीरमध्ये हुष्कपूर नावाचे शहर बांधले.^{१८३} पहिल्या कनिष्काप्रमाणे तोही बौद्धधर्माचा आश्रयदाता होता व त्याने मथुरेला एक भव्य विहार बांधला.^{१८४} तसेच नाण्यांच्या विविधतेबद्दलच्या आवडीच्या बाबतीतही त्याचे कनिष्काशी साम्य होते. ग्रीक, पर्शियन व भारतीय देवतांच्या बहुरंगी संमिश्रणाखेरीज त्याच्या एका नाण्यावर रोमची लक्षणीय आकृती आढळते.^{१८५} एका मथुरेच्या शिलालेखात आपल्या कारकीर्दीत आजोबाच्या एका मोडकळीस आलेल्या 'देवकुला'चा त्याने जीर्णोद्धार केल्याविषयी उल्लेख येतो.

४१ ह्या वर्षातील आरा शिलालेखातील कनिष्क थोर कनिष्काहून निराळा असल्याचे स्मिथला मान्य नाही. ह्याच्या उलट ल्यूडर्स, फ्लीट, केन्नेडी व स्टेन कोनो ह्या दोन कनिष्कांत फरक करतात.^{१८६} ल्यूडर्सच्या मते आरा शिलालेखातील कनिष्क हा वासिष्काचा पुत्र व बहुधा पहिल्या कनिष्काचा नातू होता. दुसऱ्या कनिष्काची 'महाराज', 'राजातिराज', 'देवपुत्र' व बहुधा कैसर (सीझर) ही बिरुदे होती. पहिला कनिष्क नव्हे, तर हाच कनिष्क कश्मीरमधील कनिष्कपूर शहराचा संस्थापक असण्याची शक्यता आहे.

कनिष्काच्या घराण्यातील शेवटचा उल्लेखनीय राजा पहिला वासुदेव हा होय. त्याच्या कालनिर्देशाची मर्यादा ६७ ते९८^{१८७} म्हणजे या ग्रंथात स्वीकारलेल्या कालगणनापद्धतीनुसार इ.स.१४५ ते १७६ इतकी आहे. तो बौद्धधर्मीय असल्याचे दिसत नाही. त्याच्या नाण्यांवर समोर नंदी असलेल्या शिवाची आकृती पाहावयास मिळते. त्याने शैवपंथ स्वीकारला होता, याबद्दल शंका नाही. त्याचा महान पूर्वज दुसरा कॅडफायसेस याने ह्याच पंथाचा पुरस्कार केला होता. काव्यमीमांसेमध्ये वासुदेव नावाच्या एका राजाचा कवींचा आश्रयदाता व सभापती, आपाततः (विद्वानांच्या) परिषदेचा अध्यक्ष म्हणून निर्देश येतो. अश्वघोष, नागार्जुन आणि इतर ह्यांच्या ग्रंथरचनेवरून कुषान-युग म्हणजे ह्या वाङ्मयीन कर्तृत्वाचा एक महान कालखंड होता, हे सिद्ध होते. हा कालखंड धार्मिक क्षोभाचा व प्रचारकी चळवळींचाही एक महान कालखंड होता, हे सिद्ध होते. शैव आणि आनुषंगिक कार्तिक्य पंथ बौद्ध धर्माचा महायान पंथ व तसेच मिहिर व वासुदेव कृष्णांचे पंथ ह्या सर्वांची वाढ आणि

चीनमध्ये काश्यप मातंगाने नेलेला बौद्धधर्म (इ.स. ६१-६८) ह्या सर्वांचा हा कालखंड साक्षी आहे.

कनिष्क घराण्याने भारतीय संस्कृतीला मध्य व पूर्व आशियाची द्वारे उघडून दिली.

वासुदेवाचे शिलालेख फक्त मथुरा-भागातच सापडले आहेत. यावरून कुषान राज्याच्या वायव्य भागावरील त्यांचे नियंत्रण हळूहळू नष्ट होत गेले, असा तर्क करणे असयुक्तिक होणार नाही.

इ.स. तिसऱ्या शतकाच्या मध्याच्या सुमारास किमान चार राज्येच अस्तित्वात असल्याचे आपण ऐकतो. ही सर्व राज्येच युऐह-चींवर अवलंबून असणारी व बहुधा युएची गटातील राजांची सत्ता असलेली होती.[१८८]

त-हिअ (ऑक्सस् प्रदेश म्हणजे पॅक्ट्रिया) कि-पिन (कापिश), काओ-फौ (काबूल व तिअेन् - त्वौ) (शब्दशः भारत, इंडिया, प्रायः अधिक व्यापक प्रदेशावर मोघम आधिपत्य असणारा सिंधूनदीच्या दोन्ही बाजूवरील प्रदेश) ही ती राज्ये होत. २३० ह्या वर्षी त युअैह-चि म्हणजे महान (?) युअेहचि राजा पो-तिआओ याने चिनी सम्राटाकडे एक वकिलात पाठविली. तिअेन्त्चौ चे युअहै-चि राज्य ह्या वर्षानंतर काही काळाने विभक्त झाले. एक प्रभावशाली सत्ता म्हणून इ.स. च्या चौथ्या शतकात ते बहुधा अस्तंगत झाले. अर्थात त्याआधी त्याचे दूरवरचे प्रांत नागांच्या हाती गेले होते. सिंधुनदीच्या अधिक जवळ असलेले प्रांत छोटी राज्ये म्हणून उदयास आले. शकस्थान व वायव्य भारताचे भाग दुसऱ्या वऱ्हानच्या काळात (इ.स. २७६-९३) सस्सॅनिअनांनी जिंकले. दुसऱ्या शापूरच्या कारकिर्दीच्या आधीच्या काळातसुद्धा (इ.स. ३०९-७९) त्या प्रदेशात सस्सॅनिअन आधिपत्य मानले जात असे.

नाग व नंतरचे कुषाण राज्यकर्ते

मथुरा व तिच्या लगतच्या प्रदेशात थोर कुषाणानंतर नाग सत्तेवर आले[१८९] इ.स. च्या तिसऱ्या व चौथ्या शतकात उत्तर व मध्य भारताच्या मोठ्या भागावर नागसत्तेचे अस्तित्व शिलालेखीय पुराव्यावरून चांगल्या प्रकारे सिद्ध होते. इसवी सनाच्या चौथ्या शतकातील एका लाहोर ताम्रमुद्रालेखात नागभट्टाचा पुत्र महेश्वर ह्या नावाच्या एका राजाचा उल्लेख येतो.[१९०] अलाहाबाद स्तंभालेखात राजा गणपति नागाचा उल्लेख येतो, तर कित्येक वाकाटक नोंदीमध्ये भारशिवांच्या भव नागाचा निर्देश येतो. त्याच्या नातवाचा नातू दुसरा रुद्रसेन हा दुसऱ्या चंद्रगुप्ताचा समकालीन होता आणि तो अर्थात गुप्त साम्राज्याच्या उदयापूर्वी होऊन गेला असावा. ह्या

घराण्यातील राजांनी दहा अश्वमेध यज्ञ केले होते व आपल्या पराक्रमाने संपादन केलेल्या भागीरथीच्या (गंगेच्या) पवित्र जलाचे सिंचन त्यांच्या ललाटावर करण्यात आले होते. ही वस्तुस्थिती लक्षात घेता भव नागाच्या घराण्यातील राजांच्या महान सामर्थ्याची व त्यांच्या ताब्यात असलेल्या प्रदेशाची थोडीफार कल्पना येऊ शकते.[१९१] दहा अश्वमेध यज्ञ करण्याइतपत पराकाष्ठेचे सामर्थ्य असणाऱ्या त्यांच्या शौर्याच्या कृत्यांवरून कुषाणांशी राजनिष्ठ असलेले हे मांडलिक राजघराणे नव्हते, हे सूचित होते. विदिशा (भिलसाजवळील बेसनगर), पद्मावती (पद्मपवाया, सिंधू व पार ह्या नद्यांच्या संगमावर टोकावर)[१९२] कांतिपुरी (समाधानकारकरीत्या ओळखण्यात न आलेले)[१९३] आणि कनिष्क व त्याच्या वारसांची दक्षिण - राजधानी[१९४] असलेली मथुरा ह्याही ठिकाणी नाग सुस्थिर झाले असल्याचे पुराणांवरून समजते. नागांपैकी सर्वश्रेष्ठ राजा कदाचित चंद्रांश[१९५] दुसरा नखवन्त् हा होय. त्याच्या नावावरून आपणास दिल्लीच्या लोहस्तंभालेखातील चंद्राची आठवण होते. मात्र हे दोघेजण एकच असल्याचे कोणत्याही प्रकारे स्पष्ट झालेले नाही.[१९६] परंतु चंद्र हा जर गुप्त साम्राज्याच्या आधीचा असेल तर गुप्त वाकाटक कालापर्यंत संकलित करण्यात न आलेल्या पुराणांत त्याचा संदर्भ शोधणे स्वाभाविक ठरते.

चौथ्या शतकात दुसऱ्या चंद्रगुप्ताने एका नाग राजकन्येला मागणी घातली होती आणि एका नाग अधिकाऱ्याचे गंगेच्या दुआबावर स्कंदगुप्ताच्या कालापर्यंत नियंत्रण होते.[१९७] परंतु क्षानांचा अंमल मात्र काबूल खोऱ्यात व भारताच्या काही सरहद्द प्रदेशात चालू राहिला. त्यापैकी एकाने आपली मुलगी दुसऱ्या हार्मिस्डस (किंवा हॉर्मझ्ड) ह्या पर्शियाच्या सस्सनिअन राजाला (इ.स. ३०१-९) दिली होती. यापूर्वी सांगितल्याप्रमाणे दुसरा वऱ्हान (इ.स. २७६-९३) आणि दुसरा शापूर येथे पर्यंत त्याच्या वारसांचे त्यांच्या सिथिक (Scythic) शेजाऱ्यांवर आधिपत्य असल्याचे दिसतो. दुसऱ्या शापूरने इ.स. ३५० मध्ये अमिद ह्यास वेढा घातला असता त्याच्या सेवेला भारतीय हत्ती होते.[१९८] त्यानंतर लवकरच सस्सनिअन वर्चस्व संपून गुप्तांचे वर्चस्व प्रस्थापित झाले आणि देवपुत्र षाहि षाहानुषाहि म्हणजे कुषाण राजाने किंवा वायव्येकडील राजांनी समुद्रगुप्ताकडे मूल्यवान नजराणे पाठविले.[१९९] पाचव्या शतकात[२००] किदार कुषाणांनी [२०१] गंधारावर व कश्मीरवर आपला अंमल प्रस्थापित केला. सहाव्या शतकात कुषाणांना हुणांच्या विरुद्ध आणि नंतरच्या शतकात मुसलमानांविरुद्ध जोरदार लढा द्यावा लागला. इसवी सनाच्या नवव्या शतकात सफारिडांचे एक मुसलमान घराणे सीस्तानमध्ये (सेईस्तान) स्थापन झाले आणि लवकरच त्यांची सत्ता गझली, झाबुलिस्तान, हेरात, बल्ख व बमियन येथपर्यंत

पोहोचली.[२०२] कनिष्कवंशातील नंतरच्या राजांचे एक निवासस्थान गंधारामधील सिंधूनदीवरील उंड, ओहिंद, वैहंद किंवा उभ्दांड ह्या शहरी होते. दुसरी राजधानी काबूलच्या खोऱ्यात होती. इ.स. नवव्या शतकाच्या अखेरीस हिंदूशाहिय घराणे स्थापन करणाऱ्या कल्लर किंवा लल्लिय या ब्राह्मणाने ह्या घराण्याचा पूर्णपणे शेवट केला. काबूल राज्याचा एक भाग दहाव्या शतकात अल्पिगीनच्या हाती पडला. [२०३]

स्पष्टीकरणात्मक टीपा

१. सिथियन कालखंडासाठी Johanna Englebert non Lohuizen de Leeuw ह्याचा शोधनिबंध पाहा.

२. E. Herzfeld, MASI, 34, 3

३. Schoff, Isidore, Stathmoi, Parthikoi, 17.

४. काही विद्वानांच्या मते इ.स.पू. १७४-१६०

५. JRAS, (1903), p.22; (1932) 958; Modern Review, (April 1921) p. 464 कि-पिनवर शकांची सत्ता युक्रेटाईडस व त्याच्या लगतच्या (ग्रीक) वारसांच्या नंतरच्या काळात प्रस्थापित झाली असली पाहिजे.

६. प्राध्यापक हर्मन सै-वँगची एकात्मता स्ट्रॅटी व इतर पाश्चात्य विद्वानांनी उल्लेखिलेल्या सकरालाई किंवा सकरौकोई ह्यांच्याशी मानतो. Corpur, II.I xxf. मुरुंडसाठी पाहा पृ. २०

७. युंग-कूची (Yung-Ku) येनकक्षी (टार्न, २९७) व यिन-मो-फूची हर्मेओसशी (टार्न ३४६) मानण्यात येणारी एकात्मता केवळ काल्पनिक स्वरूपाची आहे. या बाबतीत तिबतमधील झोकहचा निर्देश करता येईल (JASB, (1895)

८. Cal. Rev. (Fe 1924) pp.251, 252, Smith EHI, 3rd ED.p.258 n. JRAS, (1913), 647;Ind,Ant., (1905).
    ëKashgar And the Kharoshthrí

९. Ep.Ind. XIV, p.291

१०. काबूल नदीच्या उत्तरेकडील उपनद्यांखाली भिजणारा देश, तत्रैव पृ. २९० पाहा Watters Yuan Chwang, Vol.I, pp.259-60
    बहुधा कापिशि हे शहर घोरबंद व पंजशिरच्या सांध्यावर असावे (Foucher Indian Studies Presented to Prof. Rapson, 343) Kipin According to the Tsien Han-Shu joined wu-i-shan-li (Arachosia and Persia according to Schoff, ëParthian Stationsí, 41) on the South-West, Corpus. II I xxiv; JRAS (1912) 684 n. पाहा - Dr. Hermann (JRAS, 1913) 1058 n) हर्मनच्या मते कि-पिन हेच गंधार होय. किपिनमधील सुवर्ण किंवा रजत चलनाचा उल्लेख नोंद घेण्यासारखा आहे. (Corpus II, I.xxiv पाहा

पुष्कलावती शहरातील सुवर्णनाणे (CHI, 587) व अठमचे नाणे. (442. infra)

११. लंपाक (लघ्मन) कपिसेनेच्या (Kapisene) पूर्वेस १०० मैलांवर आहे (AGI 49)

१२. Ep.Ind. XVI, 291, Corpus, II.1 xxiii संभाव्य पर्यायी विजयमार्गासाठी पहा. JRAS, (1923), 929, 959, 1008, 1023.

१३. 'Journal of the Deptt. of Letters', Vol. I, p; 81

१४. काही शक भारताच्या अतिदक्षिणेकडे गेल्याचे दिसतात. एका नागार्जुनीकोण्ड शिलालेखात मोद नावाच्या एका शकाचा व बुधि ह्या त्याच्या भगिनीचा उल्लेख येतो. EP. Ind. XX.37

१५. १.५४.२२, ४.४३.१२

१६. २.३२.१७

१७. १०.४४

१८. Ind.Ant. (1875) 244

१९. अध्याय १६-१६, JRAS, (1960), 204

२०. ëZDMGí 34 pp.247 ff, 262, Ind. Ant., X,222

२१. JRAS, 1904, 703f; 1905, 133, 643 f. श्री. एन. जी. मुजुमदार शकस्तानचा अर्थ शक्रस्थान म्हणजे इंद्राची जागा असा करतात. (JASB (1924) 17) Cf. Feel in JRAS, (1904) 705)

२२. मोएस व स्पॅरिलाइझेस यांची कापिश-प्रकारची नाणी (CHIí, 560n, 562, 591) व तसेच एका कापिश सत्रपीची स्थापना ह्याही गोष्टी लक्षात घ्याव्यात. (Corpus, ii.1.150f)

२३. अध्याय ५८.

२४. 'Ep.Ind.' IX pp 138 ff; 'JRAS' (1906), 207 f, 251 f.

२५. त्याखेरीज पाहा - मोएस, मोग व तसेच डॅरिअस कौडौमेन्नसच्या मदतीला धावून गेलेला शक सेनापती मेव्हॅसेस (Chinnock, Arrian, 142) त्याखेरीज पाहा मेवकु हे नाण्याचे नाव (S. Know, Corpus, xxxiii n)
इ.स.पू. १०६ ते १०१ ह्या काळात फर्घानच्या राजाने मुकुअ (Mu-kua) हे नाव धारण केले होते (टार्न Greeks, 308 f)

२६. 'JRAS', (1906) p. 216

२७. 'CHI', 569n, JASB, (1924), p. 14; S. Konow, Corpus II.i.13f

किपिनवर शकांनी विजय मिळविला, ह्याचा अर्थ काबूल प्रदेशातील ग्रीक मांडलिक राज्याचा पूर्ण अस्त झाला असा नव्हे, The History of the Later Han Dynasty (ख्रिस्तशक २५-२२०)
ह्या ग्रंथात काबूल राज्यावरील पर्थियनांच्या विजयापूर्वी ते व कि-पिन राज्य एकाच वेळी अस्तित्वात असल्याचे म्हटले आहे. शातवाहनांप्रमाणे काबूल प्रदेशातील ग्रीकांनी लुटारू आक्रमणाच्या पहिल्या जोराच्या वेळी त्यांची शक्ती खर्ची पडल्यावर आले नष्ट झालेले वैभव काही प्रमाणात नव्याने संपादन केले असावे. सिथियन प्रमुखांनी ग्रीक राजांचे नाममात्र स्वरूपाचे आधिपत्य काही काळापुरते मानले असण्याचीही शक्यता आहे.

२८. 'Ind. Ant.' (1884), pp. 399-400.

२९. तक्षशिला - पट्टिका.

३०. Mathura Lion Capital

३१. 'Ind. Ant.' (1884), p. 400; Cr. 'Corpus.' II.I.xxxvi. 'खरओस्त व मोएस हे कि-पिनच्या वायव्य भागातील शकपिंकी असावेत सेइस्तामधून भारतात असलेल्या शाखेपैकी नसावेत' Cf.xx.xiii, Case of Liaka

३२. 'JRAS,' (1915), p. 830

३३. 'अर्थशास्त्रा'चा शामशास्त्रभंचा अनुवाद, पृ. ८४ टीप ६, Cf. Artemis (Ptolemy, 324) Gordomaris Leob, Marcheelinus (ii, 389) दुसऱ्या मतासाठी पाहा - 'Ind. Ant.' XXII, 273, n कार्दमिक हा शब्द महाभाष्यात येतो (४.२.१ Word Index p. 275) क्रमदीश्वर ७४७, तसेच कर्दमिल हा शब्द महाभारतात येतो (३.१३५.१) कार्दद्म नदी बक्ट्रिया किंवा बाल्ख ह्याच्या जुन्या ॲकेनिअन सत्रपीमधून वाहणाऱ्या झरफंशन-नदीशी एकात्म मानता येईल. रामायणाच्या उत्तरकांडात (सर्ग १०० व १०२) कादर्दम राजांच्या एका घराण्याचा बाह्लिशी किंवा बाह्लिकशी संबंध दर्शविला आहे. ('IHK' (1933) pp.37 ff.)

३४. किंवा नमिजद शाहदौर शिलालेख, Corpus II; i.16.14

३५. समुद्रकाठावरील मैर ह्या ठिकाणी एका विहिरीत एक खरोष्टी-शिलालेख सापडला असून तो ५८ व्या वर्षातील असल्याचे दिसते. त्यावर संभवतः मोअस (Moasa) 'मोअ किंवा मोगचा' हा शब्द येतो.

३६. 'Camb. Hist.' (India) I. 590 f.

३७. ibid. 701

३८. Tarn, 'The Greeks in Bactria and India,' 322-330. ह्या राज्यावर, पहिल्या एझेसने विजय मिळविला असावा. Whitehead, 'Indo-Greek Coins, 112; Tarn, 'GBI,' 349; or by राजुवुल Allan CICAI, 185.

३९. पाहा आता Marshall 'Menuments of Sanchi,' I. 268 n.

४०. इ.स.पू. १२९ – मधील बॅक्ट्रियावरील यू-चीच्या विजयापासून जुन्या शक-शिलालेखांची कालगणना सुरू झाल्याचे लिऊ (Leeuw) सुचवितो.

४१. 'JRAS', (1947) 22

४२. Whitehead, 'Catalogue of Coins in the Punjab Museum p. 150

४३. त्याखेरीज पाहा – तख्त-इ-बाही शिलालेख

४४. त्याखेरीज पाहा – पतिकची तक्षशिला पट्टिका (Plate)

४५. स्पॅलिराइझेसचा सहकारी असलेला पहिला अेझेस हा दुसऱ्या अेझेसशी एकात्म असल्याचे व तो स्पलिराइझेसचा मुलगा असल्याचे रॅप्सन मानतो. ('CHI,' pp. 573-574) मात्र पृ. ५७२ – वर दुसरा अेझेस हा ॲझिलायझेसचा मुलगा व वारस असल्याचे सुचविण्यात आले आहे. ह्या दोन मतांची सांगड कशी घालता येईल, हे सांगणे अवघड आहे. एझेसच्या एका शिलालेखासाठी पहा. 'Corpus' II.i.17. (शिवरक्षिताचा शहदौर-शिलालेख) १३४ ह्या वर्षातील कलवान-शिलालेखात व १३६ ह्या वर्षातील तक्षशिलाच्या रजत-पट्टावरील नोंदीत (Silver Scroll Record) अज किंवा अय (एझेस) हे नाव आले असल्याचेही काही विद्वानांनी मान्य केले आहे. ह्या नावापूर्वी कोणतेही सन्मानदर्शक बिरुद नसल्याने हे नाव एखाद्या राजाचे आहे की कसे, व जर ते राजाचा निर्देश करणारे असेलच तर संबंधित राजा म्हणजे पहिला एझेस की दुसरा एझेस, हे सांगणे अवघड झाले आहे. शिवाय, दुसरे असे की, जर अज किंवा अय हे राजाचे नाव असेल, तर १३४ व १३६ ही वर्ष खरोखरीच त्याच्या कारकिर्दीतील असून त्याने 'स्थापन केलेल्या' कालगणनेतील व त्याने 'उपयोगात आणलेल्या' कालगणनेतील आहेत असे 'पूर्वकालीन' भारतीय कोरीव लेखांच्या सादृश्यावरून मानावे लागते. सन्मानदर्शक बिरुदांच्या अभावामुळे मात्र काही ग्रंथकार असे सुचवू लागले की अज-अय हा १३४ व १३६ ह्या वर्षात 'सत्तेवर असणारा' अधिपती नव्हता. तर ह्या कोरीव लेखात उल्लेखिलेल्या कालगणनेचा तो संस्थापक होता. या कालगणनेची इ.स.पू.

५८ मधील युगारंभाशी मानली जाणारी एकात्मता निश्चित स्वरूपाची मानता येत नाही. अर्थात ह्या सिद्धांताचा पुरस्कार अनेकजण करतात. ह्या कालगणनेचा भोग व गोंडोफेर्नेस त्यांनी उपयोगात आणलेल्या कालगणनेशी किंवा कालगणनांशी कशा प्रकारचा संबंध होता, हा दुसरा गुंतागुंतीचा प्रश्न आहे. कलवान-शिलालेखासाठी पाहा - 'Ep. Ind.' XXI, 251 ff; 'IHQ.' (1932) 825; (1933) 141; India in 1932-33 p. 182.

४६. पाहा Whitehead p. 178; Marshall, 'Taxila'. p. 16

४७. ॲझिलायझेसच्या नाण्यांची महादेव धरघोष औदुंबर यांनी नक्कल केली आहे. (CHI, 529) तक्षशिलामध्ये सापडलेल्या काही जडजवाहिराच्या पेट्यांसमवेत (ASI, AI, 1934-35 pp. 29-30) ॲझिलायझेसचे 'डायोस्कारी' प्रकारचे एक चांदीचे नाणे व ऑगस्टस्‌ने काढलेले एक रोमन नाणे मिळाले आहे. बहुधा ही नाणी इसवी सनाच्या पहिल्या शतकाच्या प्रारंभी ठेवण्यात आली असावीत. ह्याप्रकारे माजेस-एझेस गटातील राजांचा कालानुक्रम ठरविण्यासाठी नवी साधनसामग्री आपणास उपलब्ध झाली आहे. प्रथम कॅडफाइसेसने आपल्या नाण्यावर ऑगस्ट किंवा त्याच्या लगतच्या वारसाच्या अर्धपुतळ्याची नक्कल केली होती, हे ध्यानात घ्यावे. ॲटिलाइझेस हा जूलियन सम्राटापासून किंवा कुशान-आक्रमणाच्या काळापासून कालदृष्ट्या फार दूरचा नसला पाहिजे.

४८. कारागिरीतील निकृष्टपणा काहींच्या मते नंतरच्या काळामुळे नव्हे, तर (गंधारापासून) असलेल्या दूरच्या अंतरामुळे निर्माण झाला आहे. (Cf. CHI, 569 f.) जी होफ्आन व स्टेन कोनो, अेझेस दोन असल्याचे नाकारतात. एवढेच नव्हे, तर एझेसची ॲझिलायझेसशी एकात्मता सुचवितात. मार्शलच्या मते ॲझेलायझेसची सत्ता वायव्येकडे कापिशीपर्यंत होती. (JRAS, 1947, 25 ff.)

४९. पहिल्या एझेसच्या नाण्यांपेक्षा स्मिथ्‌ने दुसऱ्या एझेसची म्हणून मानलेली नाणी 'सामान्यतः' पृष्ठभागाच्या अधिक जवळ सापडतात. (JRAS, (1914) 979) कोनोच्या मतासाठी पाहा - 'Ed. Ind. (1926), 274 and 'Corpus,' II.i.xxxix-xl.xl....... 'एझेस' हे नाव विविध काळातील राजांच्या साहचर्याने येते, तर अझिलाइझेसचे नाव केवळ एकाच समवेत (म्हणजे - अेझेसच्या) येते.

५०. ह्या बाबतीत खालील अपवाद आहेत : यूक्रेटाइडस ह्याच्या एका नाण्यावर

'महरजस रजतिरस' ही अक्षरे येतात एवुक्रतिदस ('Corpus,' II.i.xxian) व हेर्मेओससह इतर काही राजे (Whitehead p. 85)

५१. त्याखेरीज पाहा – 'क्ष-पावन' ह ऋग्वेदातील निर्देश ('Videc Index'1.208) अर्थशास्त्रातील 'राष्ट्र-पाल' व 'मानविकाग्निमित्र' आणि 'गुप्त-शिलालेख' ह्यातील 'गोप्तृ' किंवा देश-गोप्तृ.

५२. रॅप्सन Andhra Coins, ci; 'Ancient India. 141; JASB (1924) 14; 'Corpurs' II. i. 150-51

५३. 'Acta Orientalia, xvi, pars iii, (1937), pp. 234 ff.

५४. 'Corpus,' Ii, i. 103

५५. ब्युलर 'Ep. Ind.' IV, p.54; Konow, 'Corpus,' II-i-25-28. स्टेनच्या मते चुक्षु म्हणजे अटोक (Attock) जिल्ह्याच्या उत्तरेस असलेले सध्याचे चच् होय. त्याखेरीज पहा. AGI². 63, 126, 303 ह्या वर्षातील चर्सद्द शिलालेख एका 'ग्रामस्वामिन्' व 'अवखझाद' नावाच्या एका (चुख्स्च्या) सत्रपाचा उल्लेख करतात. (Konow, 'Acta Orientalia,' XX.p. 108.ff)

५६. 'JRAS' (1907) p. 1035. तक्षशिला पटल व झेद ह्या शिलालेखावरून किमान दोन लिअकांचे अस्तित्व सिद्ध झाले आहे. (Corpus II.i.145) ६८ ह्या वर्षातील मानूसेह्रा शिलालेखातही लिअ(क) ह्याचा उल्लेख आलेला दिसतो. तो पतिकाच्या वडिलांशी एकात्म असावा. 'Ep. Ind.' XXI 257.

५७. 'JRAS', (1914), pp. 979 ff

५८. त्याखेरीज पाहा – मथुरा सिंह – शीर्षावरील 'G' शिलालेख.

५९. रॅप्सम 'Ancient India p. 154

६०. 'Ed. Ind.' XXI, 257; 'JRAS', (1932) 953 n.

६१. 'JRAS', (1928) Jan. 137, 'Corpus,' II-i 81f.

६२. 'Ep. Ind.', XXI, 255 f.

६३. 'CHI,' 582 n, 588

६४. काही विद्वानांनी इंदवर्मनची विजयचित्राचा मुलगा इतकर्म ह्याच्याशी एकात्मता मानली आहे. काही नाण्यांवरून त्याची माहिती मिळते. तसेच विजयमित्र हा वियकमित्राशी एकात्म असल्याचे किंवा त्याचा वारस असल्याचे मानले जाते. वियकमित्र हा मिनेद्र (मिनॅडर) चा एक मांडलिक होता. इंडो-ग्रीक व शक ह्यांमधील कालक्रमाविषयीचा संबंध, ठरविण्याच्या दृष्टीने ह्या एकात्मतांचे महत्त्व उघड आहे. Mujumdar, 'Ep. Ind.' xxiv, 1 ff; Sircar, 'Select inscriptions,' 102 f; 'Ep. Ind.' xxvi, 321; Mookarje, 'CI', XIV, 4 (1948) 205 f. तसेच Whitehead, 'Numismatic Chronicle' (1944) pp. 19-104.

बजौर शिलालेखातील 'अपचरज' चा अर्थ काहींनी 'पश्चिमेचा राजा' असा घेतला.

६५. 'CIC. AI, CXV'

६६. 'Cropus', II. i. 47

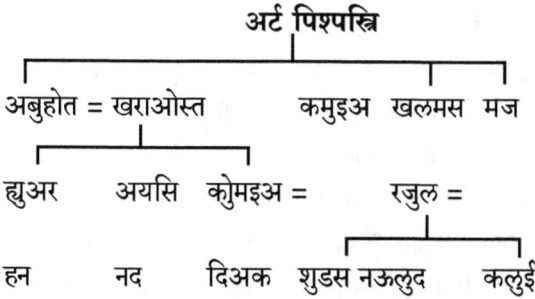

स्टेन कोनोने फेरमांडणी केलेली वंशावळ अनेक विद्वानांनी मान्य केली नाही. एका जुन्या मतानुसार खरओस्त हा राजुवुलच्या मुलीचा मुलगा होता. राजुवुलाच्या मध्य-पंजाबशी असलेल्या संबंधासाठी पाहा – 'CCAI', 185, 438 Ante.

६७. रॅप्सनचे मते ४२; परंतु बहुसंख्य विद्वान ७२ गाह्य मानतात.

६८. 'Ep. Ind.', ol. XIV pp. 139-141.

६९. 'Ind. Ant.' (1884) p. 354

७०. 'Ind. Ant.' (1884) p. 348

७१. 'Ind. Ant.' (1884) p. 350

७२. Journal of the Dept. of Letters, University of Calcutta Vol. I p. 98 n.

७३. पाहा – Ptolemy, 'Ind. Ant.' (1884) p. 354

शकराजा रुद्रदामन् ह्याचा जुनागढ-शिलालेख.

७४. हा कश्यपाचा देश असेल काय ? राजतरंगिणी १.२७ IA, IV, 227

कस्पेइरैओइचा प्रदेश म्हणजेच काश्मीर हे स्टेन मान्य करतो. परंतु कश्यप पुन पासून काश्मीरची विल्सनने मानलेली व्युत्पत्ती तो नाकारतो. (JASB, 1889,

Extra 2, pp. 9-13) कॅस्पेइर हे शहर मुलतानजवळ असावे, असे टॉलेमीच्या पुराव्यावरून सूचित होते. कश्यपपूर हे मुलतानेचच नाव असल्याचे पुढील काळात अल्बेरूणी (१.२९८) म्हणतो.

७५. Sten Konow, 'Corpus', Vol. II. i. 28; 'Ep. Ind.' XIX, 257

७६. 'JRAS' (1913) 1001 n.

७७. रॅप्सन, 'Coins of Andhra Dynasty', etc.,cxxivii.

७८. पाहा – Majumdar, 'The Date of Kanishka', Ind. Ant.' (1917)

७९. अंधौ शिलालेख

८०. मुलाच्या गादीवर राजा म्हणून पिता असल्याचे (त्याखेरीज पाहा – पार्थाचे उदाहरण) व मुलासाठी राज्यावरील हक्क सोडून देऊन पुन्हा सत्तेवर नियंत्रण ठेवणाऱ्या राजाचे उदाहरण राजतरंगिणीत आले आहे. त्याखेरीज पहा, आपल्या वडिलांनी सत्तेवरील नियंत्रण मिळविल्यावर सह-राज्यकर्ता म्हणून राहणाऱ्या क्लसाचे उदाहरण व जोधपूरच्या राजा मानसिंगाचे उदाहरण (१८०४-४३), ह्या संदर्भात सातवा विजयादित्य ('Eastern Chalukya', D. C. Ganguly. p. 104) व गुजरातचा जाफरखान (Camb. Hist. India, III, 295) यांचीही उदाहरणे देता येतील.

८१. 'JRAS', (1913) 919 (1009)

८२. 'Corpus', 36

८३. 'Corpus'. xxxv. 'प्रचक्षस', (= epiphanous) 'वैभवाने तळपणाऱ्याचे' हा शब्द पहिला स्टॅटो व पॉलिक्सॅनोसच्या नाण्यावर येतो. परंतु ह्या सत्रपाच्या नावाचा संस्कृत पर्याय 'प्रखर-ओजस' म्हणजे 'प्रखर तेजस्वी' असण्याची शक्यता आहे.

८४. 'JRAS', (1912) p. 121

८५. 'Ep. Ind.' IX pp. 138 ff. 'JRAS'. (1906) 215 f.
स्टेन कोनोच्या मतासाठी पाहा – 'Corpus' II, i.xxxvii.

८६. १.१४.१७

८७. हा उतारा वायुपुराण अध्याय ८.८, १४१ येथेही येतो.

८८. पार्थियन (पार्थिव पह्लव) हे इराणी लोक असून ते आजच्या मझदारान व खुरासान ह्या जिल्ह्याच्या सरहद्दीवर स्थायिक झाले होते. इ.स.पू. २४९-८ च्या सुमारास सिथियाचा नेता अर्षकच्या (अर्ससेस) नेतृत्वाने त्यांनी सेल्यूकिडांच्या विरुद्ध बंड पुकारले. (Pope and Ackerman, 'A Survey of Persian Art' p. 71)

८९. हर्झफेल्डल्या व टार्नच्या मते (Greeks', 341) 'अप्रतिहात' (गोंडोफेर्नेस)

९०. देबेव्हाज 'A Political History of Parthiu, 270'

९१. सेंट थॉमसच्या आख्यायिकेची मूळ सिरिॲक (Syriac) संहिता बहुधा, तिसऱ्या शतकातील आहे. ('JRAS', (1913) 'Ind. Ant.' 3.309)

९२. Whitehead, pp. 95, 155 गोंडोफेर्नेस = विंदफर्न, 'ऐश्वर्याचा विजेता' (Whitehead, p. 146 Rapson & Allan) ह्या राजाने देवव्रत हे बिरुद धारण केले होते. फ्लीटला अनुसरून एस. कोनो नाण्यावरील गुडन ह्या शब्दाचा संबंध गोंडोफेनेसच्या 'जमाती'कडे घेतो. (Corpus', II. i. xlvi)

९३. 'Corpus, xlvi; 'The Cambrige Shorter History of India.

९४. 'JRAS', (1905) pp. 223-235, (1906) pp. 706-710; (1907) pp. 169-172; 1013-1040; (1913) pp. 999-1003.
कनिंगहॅमचे व डाउसनचे विचार पाहा ('IA' 4, 307) शक-पहलव कालगणना अनेक आहेत असे मानले नाही, तर खलत्से व तक्षशिला रजतपात्रावरील कोरीव लेखांच्या शोधामुळे फ्लीटचा सिद्धांत अल्प प्रमाणात सयुक्तिक ठरतो. गोंडोफेर्नेसचा काळ इ.स.पू. २० मधील मानण्याकडे डॉ. जयस्वालांचा कल होता. परंतु ख्रिश्चन परंपरेला जुळण्याच्या दृष्टीने हा काल फारच आधीचा आहे.

९५. JRAS, (1913) 1003, 1010.

९६. 'स १३६ अयस अषडस मसस' इत्यादीच्या फ्लीटने लावलेल्या अर्थासाठी पाहा - JRAS, (1914) 995 ff.; also 'Cal. Rev.', (1922) December, 493-494.
अयस-आद्यस्य (पहिला, होय असे एकेकाळी एस.कोनो मानीत असे. 'अषडस'चे हे विशेषण असल्याचे त्याचे मत होते. परंतु १३४ ह्या, वर्षातील कलवान शिलालेखाच्या शोधानंतर त्याने आपली मते बदलली, 'अयस,' 'अजस' ह्या अधिक शब्दाने ही कालगणना एसेसने सुरू केली असा होत नाही, तर त्यामुळे केवळ 'पार्थियन राजांशी संबंधित' एवढाच अर्थ सूचित होतो, असे आता त्याला वाटते.('Ep. Ind.' xxi; 255 f.) १३४, १३६ हे कालनिर्देश त्याने इ.स.पू. ५८ च्या कालगणनेतील असल;याचे मानले आहे.

९७. रायचौधुरी, 'Studies Indian Antiquities', pp. 156 f

९८. 'ASI', 'AR' (1929-30) 56 ff.

९९. ह्या घराण्याच्या नावासंबंधीच्या टिप्पणीसाठी पाहा – R. Schafer, 'JAOS', 67.4 p. 296 ff; पाहा – 'AOS' 65.71 ff.

१००. ह्यापूर्वी अपोल्लोनिओसच्या काळात (इ.स. ४३–४४) तक्षशिलेच्या पार्थियन राज्याच्या सरहद्दभागात राहणारे रानटी लोक (कुषान १) फ्रॅओटेस्शी सतत झगडत होते व त्याच्या प्रदेशात हल्ले करीत होते, असे फिलॉस्ट्रटोस सांगतो. 'The life of Apollonius', Loeb Classical Library, pp. 183 ff.

१०१. 'JRAS', (1912) pp. 676-678. तसेच किपिन्च्या नाण्यांवरील मानवी मस्तकाचा पॅन्–क्ने ह्याने केलेला उल्लेख लक्षात घ्या. ('JRAS', (1921)p.68n) त्यावरून कदाचित कुयुल कफ्सच्या (किंवा कस ?) नाण्यांची असलेला परिचय सूचित होतो.

१०२. 'Ep. Ind.', XIV, p. 294 f (1926) p. 282, 'Corpus', II, i.62 काहीजण हा 'कप' काल्पनिक (Phantom) असल्याचे मानतात. या संदर्भात फिलास्ट्रेटॉसचे पुढील विधान लक्षात घेणे उद्‌बोधक ठरेल. (The life Apollonius of Tyana', Loeb Classical Library, p. 185) इ.स.४३–४४ मध्ये तक्षशिलेच्या पार्थियन राजाने आपल्या देशात गस्त घालण्यासाठी काही 'रानटी लोकांची' भरती केली होती. हेतू हा की, आपल्या राज्यावर त्यांनी हल्ले करण्याऐवजी सरहद्दीच्या दुसऱ्या बाजूला असलेल्या आणि काबूत आणण्यास कठीण असलेल्या 'रानटी लोकांना' स्वतः त्यांनी दूर ठेवावे. राज 'कप' (जर हा पाठ आणि त्याचा अर्थ बरोबर असेल, तर) हा सुरुवातीस ह्या दोस्त रानटी लोकांच्या प्रमुखांपैकी एक असावा. त्याने (?) केलेल्या एका रोमन सम्राटाच्या मस्तकाच्या अनुकरणावरून त्याचा काल सूचित होतो. ही पद्धती सुमारे इ.स. ६० नंतरची नाही. (JRAS, (1913) 918)

१०३. किंवा त्याचा एक पूर्वज (?) पाहा – Tarn, The Greeks'. pp 339.343

१०४. टार्नच्या मते वंशपरंपरागत नाणी,

१०५. पार्थियावरील विजयापूर्वी कापिशीला काही काळ मोएस व स्पॅलिराईझेसची सत्ता मान्य करणे आपततः भाग होते. ('CHI', 590 f) कुशानांचा – 'फ्रॅओटेस'च्या 'रानटी' शत्रूंचा, ग्रीकसत्ता काबूल–खोऱ्यात पूर्णपणे अस्तंगत होण्यापूर्वी पुनः प्रस्थापित करण्यात हात असावा.

१०६. यु–अेचींच्या स्थलांतराच्या कालखंडाविषयी अनेक विद्वानांनी चर्चा केली आहे. कंषूपासून वरच्या लि–पर्यंत पोहोचण्याचा पहिला कालखंड, इ.स.पू.

१७२-१६१. वरच्या लि-पासून ऑक्सस-पर्यंतचा दुसरा टप्पा, इ.स.पू. १३३-१२९ च्या दरम्यान. बॅक्ट्रियावरील विजयापासून तिसरा कालखंड सुरू झाला. (इ.स.पू. १२९) Leeuw, 'The Scythian Period.' pp. 31-33

१०७. त्यांनी वायव्य चीनमधील कंसुह प्रांत व्यापल्याचे स्मिथ् (EHI[4], p. 263) म्हणतो. तसेच पाहा - 'CHI', 565 Halfen, J. Am. Or. Soc., 65 pp 71, ff.) हिउंग-नू-अेह समस्येसाठी त्याखेरीज पाहा - (Stein 'IA' 1905, 73 f. 84.)

१०८. यु-अेह चींचा मुख्य गट पश्चिमेकडे इस्सिकूलच्या पलीकडे गेला. उरलेला गट दक्षिणेकडे वळला व तिबेटच्या सरहद्दीवर स्थायिक झाला. हा दुसरा गट 'छोटे युएह-चि' म्हणून ओळखला जाऊ लागला. परिणामतः, त्यांनी आपली राजधानी गंधारामधील पुरूषपूर येथे स्थापली. (Smith, 'EHI[4]', 264; S. Konow, 'Corpus' II, i. I xxvi.)

१०९. शक-टोळीच्या एका गटाने आपाततः फर्धन (त युआन्) काबीज केले. इ.स.पू. १२८ (Tarn, 'Greeks', 278 n, 4, 279)

११०. 'JRAS', (1903) pp. 19-23; (1912) pp. 668 ff; 'PAOS', (1917) p. 89 ff; Whitehead, 171; 'CHI', 459, 566, 701; Tarn, 'Greeks', 84-274n, 277; S. Konow, 'Corpus,' II, i, xxii-xxiii, 1 iv, I xii.

१११. 'Corpus', II i. liv.

११२. 'महाराज राजातिराज देवपुत्र कुषानपुत्र षाहि वमतक्ष (म?'), ह्याच्या शिलालेखात एक 'बकनपति' येतो. उघडपणे तो वखानांचा स्वामी असून तो नेमका कोण होता, हे अनिश्चित आहे. 'देवपुत्र' हे बिरुद तो कॅडफायसेस गटाशी नव्हे, तर कनिष्क गटातील कुषान राजांशी संबंधित असल्याचे दर्शविते. ASI, (1911-12) Pt. I. 15; (1930-34) Pt. 2.288.

११३. काओ-फौ हे तौ-मि चे चुकीचे रनूप असल्याचे एका उत्तरकालीन इतिहासकाराचे मत आहे. मात्र हे ठिकाण काबूलपासून फार दूर नसावे. 'JRAS' (1912) 699. सुचविण्यात आलेल्या एकात्मतांसाठी पाहा - 'JRAS' (1912) 669. कुएइ - शुअंगची एकात्मता गंधार किंवा त्याच्या लगत उत्तरेकडे असलेल्या देशाशी एस. कोनो सुचविते. 'Ep. Ind' XXI, 258.

११४. पाहा - S. Konow, 'Corpus' liv. "फॅन - ये याने इ.स. २५ - १२५ या काळातील घटनाच सांगितल्या आहेत. अर्थात सम्राट न्गन्च्या

कारकीर्दीनंतरच्या चीनशी संपर्क असण्याच्या दृष्टीने पुरेसे लगत असलेल्या देशांच्या बाबतीतील काहीशा नंतरच्या काळाशी निगडित असे अधिक उल्लेख त्यांत आले आहेत.'' (१०७ - २५) तसेच, पाहा - 'Ep. Ind', XXI, 258.

११५. अॅलेक्झांड्रिया = झॅरिअॅस्प किंवा बॅक्ट्रिया (Tarn, 'Greeks', 115. 298)' JAOS', 61 (1941), 242n.

११६. एका मतानुसार युएह - चीनी बॅक्ट्रियावर आक्रमण केले असता आधीपासूनच त - हिअ - मध्ये पाच ह्सि - हौ अस्तित्वात होते.

११७. कदाचित् हा देश पो - तै - शी एकात्म असावा. ह्या देशाने सुंग् - युन्- च्या काळात गंधाराच्या राजाकडे दोन तरूण सिंह भेटीदाखल पाठविले होते. (Beal, 'Records of Western world', Vol. I, ci) एस. कोनोने (Ep. Ind,', XXI, 258) काबूलच्या पूर्वेस दहा मैलांवरील बुत्खाकशी त्याची एकात्मता सुचविली आहे.

११८. त्याखेरीज पाहा - 'कुसुलुक' या शब्दाचा अर्थ बहुधा 'सामर्थ्यशाली' किंवा 'सुंदर' असा असावा.(S.Konow, ' Corpus',1) बरोच्या मते (The Language of the Kharoshthi Documents', 82, 87) कुजुल = गुशुर = वझिर. 'कुजुल' शब्दाचा 'रक्षणकर्ता' असा अर्थ होत असल्याचे डॉ. थॉमस्ला (बहुधा) वाटते.

११९. पह्लवी कड् = प्रमुख + पिसेस् किंवा पेस् = रुप, आकार, 'JRAS' (1913) 632 n.

१२०. Fleet & Thomas, ' JRAS' (1913) 967, 1034;
काही विद्वानांच्या मते कुषान - विजयाच्या वेळी हर्मेओस मरण पावला. ह्या मतानुसार त्याचे नाव असलेली नाणी त्याच्या मृत्यूनंतर कितीतरी काळ पाडली जात होती. हर्मेओस - कॅडफायसेस नाणी 'वंशपरंपरागत नाणी' असल्याचे टार्न मानतो. त्याचे मत बाशहोफेरला मान्य नाही. ('JAOS', 61.240n) मैत्रीसंबंध (Alliance) उपपत्तीचा पाठपुरावा करणाऱ्यांना चुंगकिंगमध्ये प्रचारात असलेल्या व मार्शल चँग कै शेक व अमेरिकेचे अध्यक्ष रुझवेल्ट यांचे उठावदार चित्र असलेल्या सोन्याच्या डॉलर्सचा निर्देश करता येईल. ('अमृतबझार पत्रिका' २९- ३ १९४५).

१२१. एस. कोनोने लावलेला अर्थ प्रा. रॅप्सनला मान्य नाही. ('JRAS', (1930) p. 189)

१२२. 'JRAS', (1914) pp. 977 - 78; RapSon, " CHI', 582.
रॅप्सनने १६३ ह्या वर्षातील कुषान राजा विम (म्हणजे दुसरा कॅडफायसेस) याच्याशी एकात्म मानला आहे.

१२३. आर. डी. बानर्जींनी निर्देशिलेला ('प्राचीन मुद्रा', पृ. ८५) हा पाठ बरोबर असल्याची मी खात्री देऊ शकत नाही.

१२४. त्याच्या तांब्याच्या नाण्यांच्या एका प्रकारात एक रोमन शीर्ष आढळते व ते ऑगस्टस् (इ.स. पू. २७ – इ.स. १४),तिबेरिअसच्या (इ.स. १४– २७) किंवा क्लॉडिअसच्या (इ.स. ४१–५४) शीर्षाचे धडधडीत अनुकरण होते.JRAS, (1912) 679; (1913) 912; Smith, 'Catalogue', 66; 'Camb. Short Hist', 74.
रोम व तेथील लोक रोमक हे सुरूवातीस महाभारतात उल्लेखिले असून (२.५१.१७) नंतरच्या वाङ्मयात त्यांचे उल्लेख वारंवार येतात. ऑगस्टच्या काळाइतक्या प्राचीन काळापासून रोम व भारत ह्यांत राजनैतिक संबंध प्रस्थापित झाले होते. त्याच्याकडे राजा 'पंडिओन?' (JRAS, (1860) 309 ff, 'Camb. Hist Ind.', 1-597) ह्याने इ.स.पू. २७–२० च्या सुमारास एक वकिलात पाठविली होती. इ.स. ९९ नंतर लवकरच त्रजनकडेही (इ.स. ९८–११७) एक भारतीय वकिलात गेली होती. इसवी सनाच्या पहिल्या शतकात भारत व रोमन ह्या साम्राज्यात विपुल व्यापार होत असल्याचा उल्लेख स्ट्रॅबो, प्लिनी व पेरिप्लस करतात. पाहा – 'JRAS', (1904) 591; IA, 5,281; (1923) 50 सोनेनाणे बाहेर जात असल्याबद्दल प्लिनी खेद व्यक्त करतो.(JRAS (1912) 986; (1913) 644-1031)

१२५. 'The Cambridge Shorter History', 74-75.

१२६. Smith, 'Catalugue', 67 n; S. Konow, 'Corpus', II, i, 1 xiv f; withhead, 181.

१२७. 'Ep. Ind', XIV, p. 141.

१२८. 'The Oxford History of India', p. 128.

१२९. "वगळण्यात आलेल्या शंभरांविषयीच्या उपपत्ती" वरील (Omitted Hundreds Theory) टीकेसाठी पाहा – 'JRAS', (1913) 980 f.

१३०. विम किंवा व्हिम (Vima) ह्याच्या सुवर्णनाण्यावर ('NC', (1934) 232) त्याचे 'Basileus Basilewn Soter Megas' हे बिरुद येते. (Tarn, Greeks, 334 n; 5) ह्यामुळे 'अनामिक राजा' Soter Megas ह्याच्या

एकात्मते विषयीच्या समस्येवर स्वागतार्ह प्रकाश पडतो.

१३१. विम कॅडफायसेसूच्या साधारण छोट्या ताम्रनाण्यासारखे एक रजतनाणेही ज्ञात आहे. (Whitehead, 'Indo-Greek Coins's', 174) ह्या राजाच्या इतर रजतनाण्यांचा उल्लेख आपातत: मार्शलने केला आहे. (Guide to Taxila' (1918) 81) कनिष्काचे एक रजतनाणेही पहावयास मिळते. ('ASI', 'AR' (1925-26) pl;. 1 xf) स्मिथ ('EHI[4]', p. 270) व इतर हुविष्काच्या रजतनाण्यांचा उल्लेख करतात.

१३२. ५.२.७६च त्याखेरीज पाहा – शैव, पाणिनि, ४.१.११२.

१३३. पूर्वी सांगितल्याप्रमाणे १८७ (?) या वर्षातील खॅलेत्स (लडाख) शिलालेखात विम (उविम) कवृथिस (कॅडफायसेस्?) हे नाव आले असल्याचे स्टेन होनो म्हणतो. 'Corpus', II. i. 81 ह्या विवाद्य राजाची एकात्मता मात्र अनिश्चित आहे.

१३४. 'A History of the Wei Dynasty' (A.D. 220-264).

१३५. Corpus II. i. 1v.

१३६. Corpus, II. i. 1xxvii.

१३७. पाहा JRAS (1913) 980; (1924) p. 400. 'Three Mathura Inscriptions and their Bearing on the Kushana Dynasty' दयाराम साहनीकृत; and 'IHQ' Vol. II (1927) p. 853. 'Further Kanishka Notes' by Sten Konow, 'Ep. India', XXIV. 210.

१३८. जर वासिष्क हा एका सांची कोरीव लेखातील वस् कुषाणाशी एकात्म असेल, तर (एक उपराजा म्हणून) त्याची कारकीर्द २२ ह्या वर्षानंतर सुरू झाली असली पाहिजे. कारण तशी माहिती आपणांस एका बुद्धमूर्तीच्या चबुतऱ्यावरील त्या वर्षीच्या एका शिलालेखारून समजते. (Pro. of the Seventh Session of the I.H. Congress, Madras p. 135).

१३९. पाहा 'Ep. Ind.', XXI, 55 ff.Mathura Brahmi Inscription of the Year 28. पाहा 'Ep. Ind.' xxiii, 35-Hidda Inscription of 28.

१४०. 'Hyd. Hist. Congress,' 164.

१४१. तथाकथित विक्रमशकाच्या उद्गमाविषयीच्या चर्चेसाठी पाहा – 'JRAS,' (1913) pp 637, 994 ff; Kielhorn in 'Ind. Ant.' XX (1891), 124 ff; 397ff; 'Bhand. Com. Vol.' pp. 184 ff. 'CHI' pp. 168, 533, 571, 'ZDMG', (1922) pp. 250ff. 'Ep. Ind.' xxiii. 48 ff;

xxvi 119 ff.

ह्या शकाचा प्रारंभिक काळात उपयोग मुख्यत: दक्षिण व पूर्व राजपुताना, मध्य भारत व वरचे गंगेचे खोरे यापुरताच मर्यादित होता, याबद्दल या शकाशी संबंधित असलेले कालनिर्देश समाविष्ट असणाऱ्या नोंदीवरून अनुमान करता येते. या संदर्भात कीलहॉर्न (व आता अळतेकर) पुरावा देतात व त्यावरून वरील बाब स्पष्ट व्हावी. सर्वात प्राचीन शिलालेखात येणाऱ्या ह्या शकाच्या नावावरून पेन्झरच्या 'कृत' राजाच्या किताबासारख्या किताबांचे स्मरण होते. The Ocean of Story, III.19 कृत्रिय (क्रितिय?) राजांचा निर्देश फ्लीटने केला आहे. 'JRAS', (1913) 998 n परिश्रमाचा कालखंडानंतरच्या सुवर्णयुगाच्या शुभारंभाशी 'कृत' चा संबंध असावा. पाचव्या शतकापासून नवव्या शतकापर्यंत हा शक विशेषकरून 'मालवा' मधील राजे व लोक वापरीत असत, असे मानण्यात येते. ह्या शकाशी 'विक्रम' ह्या नावाचा संबंध हळूहळू वाढू लागला आणि इ.स.नाच्या नवव्या शतकातही त्याला 'सर्वसाधारण मान्यता' मिळालेली नव्हती. पुढील शतकाच्या काव्यात आणि शिलालेखात वापरण्यात आलेल्या परिभाषेवरून साध्या 'संतव' पासून 'विक्रम-संवत' 'श्रीनृप-विक्रम संवत्' अशा प्रकारे हळूहळू प्रगती झालेली दिसते. गुराजाच्या राजांनी व लोकांनी नावातील बदल बहुधा घडवून आणला असावा. त्यांचे मालवांशी असलेले वैर प्रसिद्ध आहे. शातवाहनांनी ह्या किंवा इतर शकाची स्थापना केली असणे शक्य नाही, कारण ते नेहमी राज्यारोहणवर्षांचा वापर करीत असत. तसेच, भारतीय वाङ्मयात 'विक्रम' व 'शालिवाहन' ह्या शकांत फरक केला आहे. ह्याबद्दलच्या ऐझेसच्या हक्कासाठी पाहा Calcutta Review. (1922), December, pp. 493-494. वर्षांचा निर्देश करीत असताना ज्यावेळी तत्पूर्वी एखाद्या ऐतिहासिक राजाचे नाव येते, त्या वेळीही त्या विधानाचे भाषांतर याप्रमाणे केले जाते. 'अमुक-एका राजाच्या वर्षी' पण अशा वेळी तो राजा त्या विशिष्ट कालगणनेचा अपरिहार्यपणे प्रत्यक्ष 'संस्थापक' असल्याचे मानू नये, फ्लीट सुचवितो. (JRAS (1914) 995 ff) तुलनेने नंतरच्या काळात शंकारभापासून शंभर वर्षांहून अधिक काळानंतर प्रचारात असलेले कालगणनेचे नाव हे तिच्या उत्पत्तीचा पुरावा होऊ शकत नाही. म्हणून कलवन व तक्षशिलालेखात १३४ व १३६ या कालनिर्देशांच्या संदर्भात आलेल्या अयस किंवा अजस या नावांवरून प्रचारात असलेल्या विशिष्ट कालगणनेचा

ऐझेस 'संस्थापक' असल्याचे सिद्ध होत नाही. ज्याप्रमाणे वलमि घराण्याचे नाव गुप्तकाशी निगडित झाले, शातवाहनाचे नाव जसे शककालगणनेशी संबंधित मानले जाऊ लागले आणि ज्याप्रमाणे विक्रमाचे नाव इ.स.पू. ५८ मध्ये सुरू झालेल्या खुद्द 'कृत'-मालव कालगणनेशी जोडले गेले, त्याप्रमाणे पुढील पिढ्यांनी ऐझेसच्या नावाचा संबंध कालगणनेशी जोडला असावा. ह्याबद्दलच्या विक्रमाच्या हक्कासाठी पाहा वर उल्लेखित 'Bhand Com. Vol.' आणि 'Ind. Ant.' गर्दमिल्लाचा निर्देश करीत असताना पुराणांत विक्रमादित्याचा उल्लेख नाही. जैन परंपरेत विक्रमादित्य हा 'नहवाहन' किंवा 'नहपान' ह्याच्या नंतरचा असल्याचे मानले आहे. विक्रम-शक ही 'उत्तरेकडील' कालगणना असल्याचे फ्लीट जे मानतो, त्या बाबतीत कीलहॉर्नच्या निरीक्षणांकडे व `The Young Men of India', (July 1926) ह्यामध्ये प्रा. सी. एस. श्रीनिवासचारी यांनी लिहिलेल्या ` Chola - Pandya. Instititutions' या विषयावरील टिप्पणीकडे लक्ष वेधणे आवश्यक आहे. ही कालगणना मदुरेमध्ये इसवी सनाच्या पाचव्या शतकात प्रचारात असल्याचे ह्या प्राध्यापकांनी निदर्शनास आणून दिले आहे. इ.स. पू. ५८ - ची कालगणना प्राचीन काळी ज्या भागात वापरात होती, अशा भागात अतिवायव्य भारताचा समावेश होत नसल्याचे कीलहॉर्नने निर्णायकपणे सिद्ध केले आहे.

१४२. Thomas, `JRAS' (1913); Marshall, `JRAS', (1914).

१४३. `Cam. Short Histor, p. 77.

१४४. अलीकडे गिर्ष्मन्ने कनिष्काचा काळ इ.स. १४४ – ७२ असा सुचविला आहे. Begram, Recherches Archaeologique et Historigues sur Les Kouchans' भारतावर इ.स. १२५ मध्येही एका राजप्रतिनिधीचे (आणि म्हणून कनिष्काचे किंवा हुविष्काचे नव्हे) नियंत्रण होते, हा युक्तिवाद थॉमसने परिणामकारक रीतीने खोडून काढला आहे. (`JRAS', (1913), 1024) 'उत्तरकालीन' हन् चा इतिहासकार इ. स. १२५ - मधील परिस्थितीचा नव्हे, तर विम कॅडफायसेस्च्या आक्रमणाच्या वेळच्या परिस्थितीचा उल्लेख करीत असल्याचे उघड असल्याचे त्याने निदर्शनास आणून दिले आहे.

१४५. डॉ. स्टेन कोनोच्या मतांची शहानिशा करणे अवघड आहे. `Indian Studies in Honour of C.R. Lanman' (Harvard Univery press p. 65) ह्या मध्ये इ.स. १३४ हा कनिष्क कालगणनेचा आरंभबिंदू असल्याचे तो म्हणतो. आणि ही गोष्ट त्याने व डॉ. व्हॅन विटक यांनी 'प्रस्थापित करण्याचा प्रयत्न केला आहे.' (Cf. `Acta Orientalia', III, 54 ff) परंतु `IHQ' III (1927), p. 851 ह्यामध्ये डॉ. व्हॅन विटकासमवेत त्याचा इ.स. १२८ – २९ मानण्याकडे कल दिसतो. (पहा `Corpus,' lxxvii; `Acta Orientalia' v 168 ff) ह्या दोन डॉक्टरांच्या गणिताचे स्वरूप काल्पनिक व अनिर्णायक असल्याचे प्रा. रॅप्सनने दर्शविले आहे. (`JRAS, (1930) 186ff) तो म्हणतो, '७९ हे वर्ष' विचारात घेण्यासारखे नसून १२८ – ९ हे वर्ष खात्रीलायक आहे.

१४६. `Ep. Ind.' VIII.44

१४७. पाहा – `IHQ', (March, 1930), 149.

१४८. ह्या कालगणेसाठी पाहा – `JRAS' (1905) pp. 566 - 68.

१४९. `Ancient History of Deccan', p. 31.

१५०. `EH14', p. 290 कनिंगहॅमने चिओनितै ह्यास कुषानांशी एकात्म मानले आहे.

१५१. `Ep. Ind,' XIV, p. xx 142.

१५२. 'राजतरंगिणी' ए १.१७३, 'हर्षचरित (कॉवेल) पृ. २५२, Watters, Yuan Chwang,' II, p. 200 'हर्षचरित' (भाग ८) मध्ये नागार्जुनाच्या शातवाहनमित्राला लावण्यात आलेल्या 'त्रिसमुद्राधिपति' बिरुदावरून कोणासही 'ज्यांच्या घोड्यांनी तीन समुद्रांचे पाणी प्राशन केले होते.' अशा ('तिमसुदतोयपितवाहन') गौतमीपुत्र शातकर्णी किंवा त्याच्या लगतचा एक वारस ह्यांची आठवण झाल्याविना राहणार नाही.

१५३. `Eliot, Hindiism, and Buddihim, II. p. 64 n. Bunyi u Nanjio's `Catalogue', App. II,4.

१५४. डॉ. मुजुमदारांच्या सिद्धांतानुसार पहिला वासुदेव (२७९ अधिक ७४) इ.स. ३२३ ते (२४९ अधिक ९८) ३४७ येथपर्यंत सत्तेवर होता. परंतु चिनी पुराव्यामध्ये कोणी एक पो – टिअॅओ (वासुदेव१) इ.स. २३० मधील मानला आहे. खॅलेत्स शिलालेखातही अडचणी आहेत.

१५५. बाशाहोफेर, `JAOS, 61, 242.

१५६. शककालगणनेच्या उत्पत्तीसाठी पाहा – Fleet, `CII', preface 56; `JRAS', (1913) pp. 635, 650, 987 ff; Dubreuil, `AHD', 26;

Rapson, `Andhra Coins', p. cv; S. Konow, `Corpus', II.i. xvi f. ४२– ४५ ह्या कालात महाक्षत्रपसुद्धा नसलेला आणि कधीच सर्वोच्च अधिपती नसलेला नहपान कालगणनेचा संस्थापक असणे प्रायः शक्य नाही. त्याच्या शिलालेखात (४२ - ४६ ह्या कालातील) वापण्यात आलेल्या कालगणनेचा तो संस्थापक असल्याचे मानणाऱ्या उपपत्तीलासुद्धा एका जैन परंपरेचा विरोधच आहे. (ह्या परंपरेचा आधार स्टेन कोनो घेतो. `Corpus', II. i. xxxviii) ह्या परंपरेने त्याचा (नहपानाचा) काळ फक्त ४० वर्षांचा दिला आहे. चष्टनालाही अधिक चांगल्या प्रकारे हक्क दाखविता येत नाही. इ.स. ७८ – मध्ये उज्जैनला तो सत्तेवर आलेला असणे शक्य नाही असे 'पेरिप्लस' मधील पुराव्यावरून दिसते. दुसऱ्या कॅडफायसेस्‌ने प्रस्तुत कालगणना प्रवर्तित केली, असे मानणाऱ्या सिद्धातांच्या संदर्भात असे दर्शविता येईल की, त्याच्या एकाही शिलालेखावर किंवा नाण्यावर त्याने सुरू केलेल्या कालगणनेशी संबंधित असा एकही कालनिर्देश आलेला नाही. कालगणनेचा खरोखरी आरंभ करणारा एकमेव सिथियन राजा कनिष्क हाच होय. याचा अर्थ त्याने उपयोगात आणलेली राज्यारोहण – कालगणना त्याच्या वारसांनी चालू ठेवली. तसेच, प्रारंभिक चालुक्यांच्या कालापासून भारतीय लेखकांनी सिथियन राजाची म्हणून मानलेली एकमेव कालगणना म्हणजे इ.स.७८ – ची शक कालगणना हीच होय.

उत्तरेला शक कालगणना नवखी होती, असा आक्षेप घेण्यात येतो. त्याबद्दल असे म्हणता येईल की, इ. स. पू. ५८ – ची कालगणनाही अतिवायव्य भारताला तितकीच परकी होती. वायव्य भागात शक कालगणना कधीच प्रचारात नव्हती, असे विधान करणे म्हणजे केवळ सिद्ध करावयाची गोष्टच गृहित करण्यासारखे आहे. याचा अर्थ असा की, कनिष्काच्या घराण्याने वापरलेली कालगणना ही शक कालगणना नव्हे. प्रत्यक्ष शक हे नावच ह्या कालगणनेच्या परकीय आणि संभवतः वायव्येकडील उत्पत्तीचे निदर्शक आहे कारण राज्यकर्ते शक त्याच भागात राहत होते. त्यांचे राजप्रतिनिधीच तेवढे मालव , काठियावाड व दक्षिणेत राहात असत. प्रत्येक विख्यात भारतीय – राज्यारोहण – कालगणनेच्या सादृश्यावरुन शक – कालगणानासुद्धा साध्या राजप्रतिनिधीपासून नव्हे, तर अधिपतीपासून सुरू झाली होती, असे ठामपणे म्हणता येईल.

१५७. `Dr. B. C. Law Vol.II.' (312) ह्यामध्ये आता डॉ. थॉमसने काहीशी

याच प्रकारची सूचना केली आहे, याचा उल्लेख करताना मला आनंद वाटतो, मात्र, देवपुत्राची कनिष्काशी एकात्मता मानण्याची शक्यता 'उपेक्षिली' आहे असे का म्हटले आहे, मुळीच स्पष्ट होत नाही. या ठिकाणी अभिप्रेत असलेले कॅडफायसेस् राजे म्हणजे कुजुल (पहिला कॅडफायसेस्) आणि विम (वेम) हे होत. कुयुल तर कफ्स हा नव्हे. त्याची पहिल्या कॅडफायसेस्शी मानली जाणारी एकात्मता हा केवळ एक तर्क आहे. कर किंवा कल याचा अर्थ बहुधा महाराजपुत्र युवराज असा होतो. (Burrow, `The Language of the Kharoshthi Documents' 82) जरी कुयुल कर हा कुजुलशी (Cf. Corpus, II, i. lx v) आणि १३६ – च्या तक्षशिला शिलालेखातील कुषान राजाशी एकात्म असला, तरी त्यावरून १३६ हा कालनिर्देश विक्रमशकाशी संबंधित असल्याचे कोणत्याही प्रकारे निश्चित नाही, असे निदर्शनास आणून देता येईल.

१५८. वासुदेव (?) `Ep.Ind.' XIV. p. 141, `Corpus.' II. i. lxxviii, Cf. `Acta', II, 133.

१५९. `EHI,' 3rd ed. p. 272.

१६०. Ibid, pp. 272 - 78; ` Corpus', II, I. lxxvii.

१६१. `Ep. Ind.,' XIV, p. 141 अपवादासाठी पाहा – तत्रैव २१, ६०

१६२. उत्तरभारताला शककालगणना परकी होती, ह्या एस. कोनोने मान्य केलेल्या फ्लीटच्या विधानाच्या संदर्भात (`Corpus,' lxxxvii) कीलहॉर्नच्या List of Ins. of Northern India,' No. s351. 352, 362, 364, 365, 359, 369 इत्यादींकडे लक्ष देण्याची आवश्कता आहे. वायव्य भारताच्या बाबतीत सांगावयाचे, तर तिथे इ.स. ७८ च्या कालगणनेप्रमाणेच विक्रमशकाच्या प्राचीन उपयोगाविषयी कसलाही पुरावा मिळत नाही. वरच्या गंगेच्या व तिच्या उपनद्यांच्या खोऱ्यात शककालनिर्देशयुक्त नोंदींची अल्पता तेथे आधीपासून वस्तुतः प्रचारात असलेल्या इ.स.पू. ५८ च्या कालगणनेमुळे बहुधा निर्माण झाली असावी. गुप्त व हर्ष कालगणनांसारख्या नंतरच्या काळातील निश्चितपणे उत्तरेत निर्माण झालेल्या कालगणना अद्यापि प्रचारात आहेत. दक्षिण भारताची गोष्ट निराळी आहे. (मौर्यांच्या नोंदीमधील त्यापैकी अनेक दक्षिण भारतात आहेत) व तसेच शातवाहन, चेत आणि इतर प्राचीन घराणी यांच्या नोंदीमधील राज्यारोहण कालगणनेच्या उपयोगावरून शकसत्रपांनी सुरू केलेल्या नव्या कालगणनेशी स्पर्धा करू शकेल, अशी

एकही प्राचीन कालगणना नव्हती, हे निःसंशय सिद्ध होते. चालुक्य - विक्रम कालगणनेच्या स्थापनेच्या हकिकतीवरून कधीकधी शककालगणना तिच्या परकीय साहचर्यामुळे बुद्ध्याच खंडित करण्यात आली असल्याचे सूचित होते. ते उत्तरेत, तसेच दक्षिणेतही घडले असावे.

१६३. `Corpus', II i. lxxvi; Cf. lxi; `JRAS',) (1903), 334

१६४. Ibid, p. lxxvii.

१६५. त्याखेरीज पाहा - 'कनिक लेखमधील कुश व पुराणांतील कुशद्वीप' पाहा आता Shafer, 'Linguistics in History', ASO', 67., No. 4 pp. 296 ff.

१६६. त्याखेरीज पाहा- एच त्संगने निर्देशिलेली ओलीस ठेवलेल्या चिनी व्यक्तीची कथा.

१६७. `Ep. Ind.' xiv, p. 142; `Ind. Ant', (1903) p.382; `Corpus', II. i. pp. lxxii and lxxv. द्वितीय कनिष्काविषयी हा संदर्भ असावा.

१६८. अलीकडच्या काळात श्री. के. जी. गोस्वामी यांनी वर्ष २ (१) ह्याची नोंद असलेल्या कनिष्काच्या ब्राह्मी शिलालेखाकडे लक्ष वेधले आहे. त्यांना तो अलाहाबाद नगरपालिका वस्तुसंग्रहालयात आढळला. (Cal. Reviw, (July, 134) page 83)

१६९. महास्थान (बोग्रा) येथील एका सोन्याच्या नाण्यावर कनिष्काचे दाढी असलेले उभे चित्र आढळते. बहुधा थोर कुषान- राजाच्या नाण्याचे ते अनुकरण असावे.

१७०. कनिंगहॅमने (`AGI^{2}',114) त्याचे स्थान श्रीनगरजवळ दर्शविले आहे. स्टेन व स्मिथ् त्याची कानिस्पोरशी एकात्मता मानतात. ते 'वितस्ता नदी आणि वराहमूलपासून श्रीनगरकडे जाणाऱ्या उंच मार्गाच्या मधोमध वसले आहे.' (EHI^{4},' p. 275)

१७१. `Ind. Ant.' (1903), p. 382.

१७२. `EHI4, p. 285; `JRAS', (1912) 674.

१७३. बंगालच्या पाल राजांच्या काळापर्यंत 'कनिष्क महाविहारा' चा नावलौकिक टिकून राहिला होता. देवापालाच्या काळातील घोष्रावन शिलालेखावरुन ही गोष्ट स्पष्ट होते. अल्बेरुनीने कनिष्काच्या चैत्याचा उल्लेख केला आहे.

१७४. एका वृत्तांतानुसार गंधा येते परिषद भरली होती. सर्व प्राचीन आधार तिची जागा कश्मीरमध्ये असल्याचे मानताना दिसतात. त्या विहाराचे नाव 'कुंडलवन विहार' असल्याचे दिसते. तेथे बहुधा वसुमित्राच्या अध्यक्षतेखाली विचारवंत

जमा झाले होते. धर्मग्रंथांचा संग्रह करून त्यांवर टीका लिहवून घेणे हे प्रस्तुत धर्मपरिषदेपुढील महत्त्वाचे कामकाज असावे. Smith, `EHI[4]', pp. 283 ff; Law, `Buddhist Studies', 71

१७५. पाहा - `JRAS', (1912) pp. 1003, 1004 एलॅमाईट (सुमेरियन ?) (हेस्टिंगूज ५.८२७) देवता नन हिच्यावरून विख्यात 'नाणक' नाण्यांना बहुधा नाव मिळाले असावे. (पहा `Bhand. Carm. Lec'., (1912) p.161)

मिथ्र (मिहर, मिहिर, मिरो) संप्रदायाच्या कुषानकालीन भारतावरील प्रभावासाठी पाहा – सर आर. डी. भांडारकर `Vaisnavism, Saivism and Minor Religious stytems, 154. प्रा. रॅपसनच्या मते .(Andhra Coins', xii) नाणांच्या प्रकारांच्या विविधतेवरून धार्मिक सर्वसंग्राहकता नव्हे, तर थोर कुषानांच्या विशाल साम्राज्याच्या विविध भागांत प्रचारात असलेल्या धर्मांचे विविध प्रकार प्रकट होतात. त्याखेरीज पाहा – इल्तुत्मिष व हैदर अली ह्यांच्या काळातील असावरि व बेदूनूर प्रकराची नाणी.

१७६. कनिष्क व अश्वघोष ह्यांबद्दलच्या आख्यायिकेसाठी एच. डब्ल्यू. बेले याचा अलीकडील लेख पाहा (`JRAS', (1942) pt. I) एका खोतान हस्तलिखिताच्या भागाचा टीपासह अनुवाद राजाचे नाव कद्दर (Cadrra, Chanda) कनिष्क असे लिहिले आहे.

१७७. नागार्जुन हा पहिल्या कनिष्काचा नव्हे, तर दुसरा कनिष्क व हुविष्क ह्यांचा समकालीन असण्याची शक्यता आहे.

१७८. 'EHI[4]', Page २७२, पाहा Coin Portrait, `JRAS', (1912) 670.

१७९. सांची येथील पुतळे मथुरेहून आणले असण्याची शक्यता असल्यामुळे चबुऱ्यावर उल्लेखिलेल्या राजाच्या साम्राज्यामध्ये ती शोध – स्थळे अपरिहार्यपणे होती, असे मानू नये.

१८०. `EHI[4]' p. 275.

१८१. `JRAS'. (1924) p. 402.

१८२. खरोष्ठी दस्तऐवजात हे विशेषण अंगोक यालाही लावण्यात आले आहे. (Burrow, p. 128)

१८३. त्याची एकात्मता बारामुला खिंडीतील उष्कुरशी मानण्यात आली आहे. `EHI[4]', p. 287.

१८४. पाहा – `Luders, list' no. 62.

१८५. Camb. Short Hist.' 79 आपल्या गुप्त वारसांच्या 'गरुडध्वज'

प्रतीकासारखेच काही थोर कुषानांनी 'सिंह' हे प्रतीक स्वीकारले होते, असे नाणकशास्त्रीय पुराव्यावरून प्रायः सूचित होते पाहा – Whitehead, 196.

१८६. पाहा – `Corpus', II. i. lxxx; 163. `Ep. Ind.' XIV, p. 143. `JRAS', (1913) 98. ह्या वर्षातील नोंदीमध्ये व्यवच्छेक पितृनामाचा निर्देश व (कुषानांच्या गादीवर वासिष्क व प्रायः हुविष्क हे कनिष्ठ सहकारी म्हणून असताना) या घराण्याच्या वापरात असलेल्या कालगणनेतील २० ते २४ या वर्षातील मानता येतील असे कनिष्काचे शिलालेख ज्ञात नाहीत. ह्या वस्तुस्थितीवरून ४१ ह्या वर्षातील कनिष्क हा १–२३ वर्षांतील कनिष्काशी एकात्म मानू नये, असे सूचित होते.

१८७. पालिखेरा इथे सापडलेल्या (मथुरा म्युझियम् क्र. २९०७) एका बुद्ध – पुतळ्याच्या चौथऱ्यावर कोरलेल्या शिलालेखाचा श्री. एम. नागोर निर्देश करतात. त्यामध्ये वासुदेवाच्या कारकिर्दीत ६७ह्या वर्षी प्रतिमा उभारल्याची नोंद करण्यात आली आहे.

१८८. पाहा – केनेडी `JRAS', (1913) 1060 f. पहिल्या वासुदेवाचे वारस म्हणून पुढील राजांचा उल्लेख करता येईल. (तिसरा) कनिष्क वसु (Whitehead, ` Indo -Greek Coins', pp. 211 - 12; Cf. RDB, `JASB', Vol. IV(1908) 1 81 ff Altekar, NHIP, VI. 14n) किंवा दुसरा वासुदेव आपाततः ती पो – टिॲओ – शी एकात्म मानता येईल. इ.स . २३० (Corpus, II,. i. lxxvii) व ग्रुम्बेत्स (?) इ.स.३६० Smith, `EHI[4]', p. 290. कनिष्काच्या मृत्यूनंतर अनेक वर्षापर्यंत स्वतःला त्याच्या घराण्यातील मानणारे राजे कि – पिन व गांधार येथे राज्य करीत होते. `Itinerary of Oukong', Cal. Rev., (1922 , Aug. - Spet) pp. 193, 489) परंपरेप्रमाणे कनिष्क वंशाचा अखेरचा राजा लगतूर्मान हा होता. कल्लर ह्या त्याच्या ब्राह्म अमात्याने त्याला पराभूत केले (अल्बेरुणी २.१३) सस्सॅनिअन घराण्याचा संस्थापक अर्देषिर बाबगाने (इ.स. २२६ – ४१) उत्तरकालीन कुषान कालखंडात भारतावर निश्चितपणे केलेल्या आक्रमणाच्या संदर्भात पाहा – Ferishta (Elliot and Dowson, VI, p. 557) दुसऱ्या वर्ऱ्हानने (इ.स. २७६ – ९३) संपूर्ण शकस्थान जिंकले व आपला पुत्र तिसरा वर्ऱ्हाने ह्यास जिंकलेल्या मुलुखाचा राज्यपाल म्हणून नेमले.दुसऱ्या शापूरच्या काळापर्यंत शकस्थान हा सस्सॅनिअन साम्राज्याचा भाग होता. दुसऱ्या शापूरच्या (३०९ – ७९) कारकिर्दीतील व बहुधा इ.स. ३१० – ११ ह्या काळातील

१९२३ मध्ये हर्झफेल्डने अर्थ लावलेल्या पर्सपोलिसच्या एका पह्लवी शिलालेखात शकस्थानाच्या सस्सॅनिअन राजाचा 'शकानूसाह हिंद शकस्थान व तुर्कस्थान ह्यांच्या अमात्यांचा अमात्य (दबीरान दबिर)'' असा उल्लेख येतो. (`MASI', 38, 36) इ. स.नाच्या तिसऱ्या शतकाच्या शेवटचा पावशतकात शकस्थानाचा राज्यपाल असलेल्या तिसऱ्या वर्‍हानचे आश्रित असणाऱ्यांपैकी वायव्य भारतातील शक – प्रमुखांचा पैकुलि शिलालेखात उल्लेख आला आहे. (JRAS' (1933) 219) पश्चिम भारतातील आभीरांनी सुद्धा सस्सॅनिअन लोकांचे वर्चस्व मान्य केल्याचे दिसते. (Rapson. `Andhra Coins', Cxxxiv.) कॉस्मस इंडिको – प्ल्यूस्टेसच्या (इ.स. ५००) काळात सिंधु दुआबाची उजवी बाजू पार्शियाच्या ताब्यात असल्याचे जे. शापीन्तिये दर्शवितो. (`Aiyangar Com. Vol, 16) प्राचीन चालुक्य कोरीव लेखात व तसेच कालिदासाच्या रघुवंशातही पर्शियनांचा उल्लेख येतो.

१८९. (जयपूर राज्यातील) बर्नाल येथील एका यूप – शिलालेखामध्ये एका राजघराण्याचा निर्देश येतो. त्यापैकी एका राजाच्या नावाचा शेवट 'वर्धूदमान' ने होतो. हे राजे सोहर्त किंवा सोहर्तृ गोत्राचे होते. मात्र राजघराण्याचे नाव ज्ञात नाही. (`Ep. Ind.' xxvi. 120) ह्या नोंदीचा काल इ.स. २२७ – २८ ला अनुसरून कृत २८४ हा आहे.

१९०. Fleet,'CII, p.283.

१९१. `CII', p. 241; `AHD', p. 72.

१९२. ह्या ठिकाणी भवनाग नावाच्या एका महाराजाची किंवा अधिराजाची नाणी सापडली आहेत. वाकाटक कोरीव लेखातील भवनागाशी डॉ. अळतेकरांनी सुचविलेल्या त्याच्या एकात्मतेसाठी (J. Num. S.I.V. pt. II) अधिक संशोधनाची आवश्यकता आहे.

१९३. एका कांतिपुरीचा निर्देश स्कंदपुराणात (नागखंड अ. ४७ व ४ व त्यानंतर) येतो. पुराणांत सांगण्यात आलेल्या कथेत कांतिपुरीच्या एका तरुण युवराजाने 'दशोर्णाच्या राजकन्येशी विवाह केल्याचे' म्हटले आहे. दशार्ण म्हणजे घसनूचे खोरे होय. ते पूर्व माळव्यात असून मेघदूताच्या काळात त्यात विदिशेचा समावेश होता. कान्तिपुरी विदिशेपासून बहुधा फार दूर नसावी.

१९४. `JRAS', (1905) p. 233.

१९५. *'नृपान् विदिशकांश्चापि भविष्यांस्तु निबोधत।*
शेषस्य नागराजस्य पुत्रः परपुरंजयः ॥

भोगी भविष्यते (?) राजा नृपो नागकुलाद्भवः ।
चदाचन्द्रस्तु चन्द्रांशो द्वितीयो नखवांस्तथा ॥'
`Dynasties of the kail Age', p. 49.

१९६. विष्णुभक्तीवरून पहिल्या चंद्रगुप्ताशी किंवा प्राधान्येकरुन दुसऱ्या चंद्राशी एकात्मता सूचित व्हावी. पण तसे असले, तर ह्या संस्मरणीय 'प्रशस्ती' मधील गुप्त ह्या प्रत्ययाचा महत्त्वपूर्ण अनुल्लेख व 'धाव' ह्या विशेषणाचे स्पष्टीकरण द्यावे लागेल. कारण विशेषतः दुसरा चंद्रगुप्त हा 'धाव' म्हणून नव्हे, तर देवगुप्त किंवा देवराज म्हणून ओळखला जातो. थोर पूर्वजांच्या घराण्याने संपादन केलेल्या सामर्थ्याचा व प्रतिष्ठेचा परिणाम म्हणून नव्हे, तर स्वसामर्थ्यावर आपण सिंधूनदी पलीकडील प्रदेशांवर अधिराज्य व विजय मिळविल्याचा त्याने जो दावा केला आहे, तोही लक्षात घेणे आवश्यक आहे. ह्या थोर राजाच्या वैष्णवपंथाशी असलेल्या साहचर्यामुळे त्याची चंद्र कनिष्काशी एकात्मता मानणे हास्यास्पद होईल. त्याच्या कामगिरीमध्ये नंदांचा उच्छेद व यवनांशी झालेला संघर्ष समाविष्ट नाही.

१९७. नागसत्तेच्या उत्तरकालीन उल्लेखासाठी – पाहा – `Bom. Gaz.' 1.2; pp. 281, 292 313, , 574; `Ep. Ind.' X.25.

१९८. `JRAS', (1913) p. 1062. Smith (EHI⁴, p. 290) And Herzfeld (`MASI 38, 36) ह्यांनी इ.स. ३६० हा काळ दिला आहे.

१९९. तसेच, पाहा – `JASB', (1908) 93.

२००. किंवा, बहुधा त्यापूर्वी (अळतेकरांच्या मते चौथ्या शतकाच्या मध्याच्या सुमारास) `NHIP', VI. 21.

२०१. `JRAS' (1913) p. 1064, Smith, ` Catalogue', 64, 89. R.D. Banarji, ` JASB' (1908) 91.

२०२. Nazim, `The life and Times of Sultan Mahmud', 186.

२०३. `Nazi', op. Cit,., p. 26.

❑

प्रकरण नववे

दक्षिण व पश्चिम भारतातील सिथियन सत्ता

विभाग पहिला : क्षहरात राज्यकर्ते

इ.स.पू. पहिल्या व दुसऱ्या शतकात सिथियनांच्या ताब्यात कि–पिन (कापिशा–गंधार) व शकस्थान (सेइस्तान) असल्याचे व लवकरच त्यांचा अमल उत्तर–भारताच्या मोठ्या भागावर पसरल्याचे आपण पाहिले. उत्तरेस मुख्य सिथिक घराण्यांचा राज्यकारभार चालू राहिला. परंतु क्षहरातांच्या एका सत्रप घराण्याने आपली सत्ता पश्चिम भारतात व दक्षिणेस वाढविली व शातवाहनांकडून महाराष्ट्राचे भाग तोडून घेतले. आपाततः, शातवाहन राजा आपल्या राज्याच्या दक्षिण भागात निघून गेला. बहुधा तो बेल्लारी जिल्ह्यातील 'जनपदा'कडे गेला असावा. हा भाग शातवाहनिहार म्हणून ओळखला जाऊ लागला आणि तो एके काळी स्कंद–नाग नावाच्या एका लष्करी राज्यपालाच्या ('महासेनापती') साक्षात प्रशासनाखाली होता.[१] दक्षिणेच्या स्थानिक राज्याकर्त्यांची क्षय पावणारी सत्ता व आक्रमकांचे वाढते सामर्थ्य 'पेरिप्लस'च्या खालील ओळीत सूचित झाल्याचे दिसते :

"ज्येष्ठ सरगनुसूच्या (बहुधा पहिला शातकर्णी) काळात कल्लिन (कल्याण) हे शहर अधिकृत बाजारपेठ झाली होती. परंतु संदनेसच्या (बहुधा सुनंदन शातकर्णी)[२] ते ताब्यात आल्यापासून ह्या बंदरात अनेक अडथळे निर्माण झाले असून तेथे लागणारी ग्रीक जहाजे कदाचित बरिगझकडे (भडोच) संरक्षणाखाली न्यावी लागतील."

भडोच भाग व महाराष्ट्र जिंकणाऱ्या सिथियनांच्या क्षहराचे हे नाव 'करतै' या नावाशी एकात्म असल्याचे दिसते. करतै हे भूगोलकार टॉलेमीने निर्देशिलेल्या उत्तरेकडील प्रसिद्ध शकटोळीचे नाव आहे.[३]

क्षहरात, खखरात किंवा छहरत घराण्याचे ज्ञात राज्यकर्ते लिअक, पतिक, घटाक, भूमक आणि नहपान हे होत. ह्यापैकी लिअक, पतिक व तसेच घटाक हे अनुक्रमे तक्षशिला व मथुरा भागांतील होते. भूमक हा काठेवाडचा क्षत्रप होता. नहपानापूर्वी तो आल्याचे रॅप्सन म्हणतो. त्याच्या नाण्यांवर 'बाण, चक्र आणि वज्र' ही चिन्हे येतात. ह्या चिन्हांची स्पॅलिराइझेस व (प्रथम) अेझेसने संयुक्तपणे पाडलेल्या काही ताम्रनाण्यांवरील 'चक्र धनुष्य व बाण' अशा उलट प्रकारच्या चिन्हांशी तुलना करण्यात आली आहे.

क्षहरात सत्रपांपैकी नहपान हा सर्वश्रेष्ठ सत्रप होय. नाशिकजवळचे पंडुलेन

(पांडवलेणे) (पुणे जिल्ह्यातील) जुन्नर व कार्ले येथे सापडलेल्या आठ गुहाशिलालेखांवरून त्यांच्या राज्यात महाराष्ट्राचा बराच भाग समाविष्ट असल्याचे सिद्ध होते. त्यांपैकी सात त्याच्या शक उषवदात्त (ऋषभदत्त) ह्या जावयाच्या दानधर्माचे वर्णन करतात, तर आठवा शिलालेख त्याच्या अयम, अमात्य (मंत्री अथवा जिल्हाधिकारी) याच्या धर्मार्थकार्याचा उल्लेख करतो. नहपानाचा राजकीय प्रभाव (महाराष्ट्रातील) पुणे आणि (उत्तर कोकणातील) सूर्पाकरपासून काठेवाडमधील प्रभास माळव्यातील मंदसोर (दशपूर) व उज्जैन व तसेच पुष्करासह अजमेर जिल्ह्यापर्यंत बहुधा पोहोचला असल्याचे उषवदाताच्या शिलालेखावरून सूचित होते. पुष्कर हे एक तीर्थक्षेत्र असून मालय व मालव ह्यांवरील आपल्या विजयानंतर धार्मिक विधी करण्यासाठी उषवदात तेथे गेला होता.

नाशिक नोंदीमध्ये अनिश्चित कालगणनेतील ४१, ४२ व ४५ हे कालनिर्देश आले असून नहपानास क्षत्रप म्हटले आहे; तर अयम ह्याच्या जुन्नर कोरीव लेखात ४६ व्या वर्षाचा निर्देश आहे व नहपानाचा महाक्षत्रप असा उल्लेख आहे. हे कालनिर्देश इ.स. ७८ च्या कालगणनेतील मानावेत, असे सर्वसाधारणपणे मानले जाते. नहपान हे नाव निःसंशयपणे पर्शियन आहे. परंतु नहपानाची क्षहरात जमात ही शकवंशातून बहुधा आलेली असून नहपानाचा जावई उषवदात स्वतःला स्पष्टपणे शक म्हणवितो. म्हणून नहपान घराण्याच्या शकराजांवरून इ.स. ७८ च्या कालगणनेला शककालगणना हे नाव मिळाले असणे शक्य आहे. इ.स. ७८ मध्ये सुरू झालेल्या शक कालगणनेनुसार नहपानाचे कालनिर्देश देण्यात आले असल्याचे रॅप्सन मान्य करतो व म्हणून नहपानाचा काळ तो इ.स. ११९ ते १२४ असा मानतो.[४] अनेक विद्वान[५] नहपानाची एकात्मता मँबरूस (मँबनुस् हे शुद्ध रूप)[६] ह्याच्याशी मानतात. 'पेरिप्लस'मध्ये त्याचा निर्देश येतो. अरिएकमधील मिन्नगर ही त्याची राजधानी होय. एका उपपत्तीनुसार मिन्नगर हे आधुनिक मंदसोर[७] असून अरिएक म्हणजे अपरांतिक होय.[८]

नहपानाचे कालनिर्देश शक-कालगणनेशी संबंधित नाहीत, असे आर.डी. बानर्जी व जी. जूव्हो-द्यूब्रुइल यांचे मत आहे. नहपानाच्या शिलालेखांचे[९] कालनिर्देश शक-कालगणनेनुसार आहेत असे मानले, तर ह्या राजाचा ४६ संवत्सरातील शिलालेख रुद्रदामनूचे ५२ संवत्सरातील शिलालेख ह्यांमध्ये केवळ पाच वर्षांचे अंतर राहील, असे ते म्हणतात. ह्या वर्षाच्या अवधीत

(१) नहपानाच्या कारकिर्दीचा शेवट

(२) क्षहरातांचा विनाश

(३) क्षत्रप म्हणून चष्टनाचे राज्यारोहण, क्षत्रप म्हणून त्याची कारकीर्द महाक्षत्रप म्हणून त्याचे राज्यारोहण व महाक्षत्रप म्हणून त्याची कारकीर्द

(४) क्षत्रप म्हणून जयदामन्चे राज्यारोहण, क्षत्रप म्हणून त्याची कारकीर्द व कदाचित महाक्षत्रप म्हणूनही त्याची कारकीर्द

(५) रुद्रदामन्चे राज्यारोहण व त्याच्या कारकिर्दीची सुरुवात एवढ्या घटना घडल्या असल्या पाहिजेत.

मात्र वरील पाच वर्षांच्या अवधीमध्ये (नहपानाचे शेवटचे ज्ञात वर्ष ४६ व रुद्रदामन्चे ज्ञात पहिले वर्ष ५२ यांमध्ये) वर उल्लेखलेल्या घटनांची गर्दी करण्याची गरज दिसत नाही. क्षहरातांच्या विनाशानंतर चष्टन-घराणे सत्तेवर आले, हे दर्शविणारा कोणताही पुरावा उपलब्ध नाही. मालव व महाराष्ट्र ह्याच्या भागात क्षहरात सत्तेवर असताना ५२ ह्या वर्षातील अंधौ शिलालेख दर्शवितात, त्याप्रमाणे चष्टनचे घराणे कच्छ व कदाचित् काही लगतचा प्रदेश ह्यांत राज्यावर असण्याची शक्यता आहे. तसेच, चष्टनाच्या राज्यारोहणापासून रुद्रदामन्च्या राज्यारोहणापर्यंत बराच कालावधी होऊन गेला होता, असे मानण्यासाठी कोणताही चांगला मुद्दा देता येत नाही. चष्टन व रुद्रदामन ५२ ह्या वर्षी संयुक्तपणे सत्तेवर असल्याचे अंधौ शिलालेखावरून स्पष्टपणे सिद्ध होते, हे डॉ. भांडारकर व डॉ. आर. सी. मुजुमदारांनी दर्शविले आहे. शिलालेखाच्या संहितेत रुद्रदामन् ह्या शब्दानंतर 'च' येत नाही या मुद्द्यावर प्रा. जे. द्यूब्रुइलने त्यांचे मत अमान्य केले आहे. 'राज्ञ चष्टनसयूसामोतिक-पुत्रस राज्ञ रुद्रदामस जयदाम-पुत्रस वर्षे द्विपचासे' ५०, २ प्रा. द्यूब्रुइल ह्या उताऱ्याचे असे भाषांतर करतो:

'५२ व्या वर्षी रुद्रदामन्च्या कारकिर्दीत जयदामन्चा पुत्र चष्टनचा नातू व यूशामोतिकचा पणतू'

'च' ला हरकत घेणारा हा प्राध्यापक स्वतः मात्र मूळ संहितेत मागमूस नसलेल्या केवळ 'आणि ' चाच नव्हे, तर 'नातू' व 'पणतू' या शब्दांचाही उपयोग करतो. अंधौ शिलालेखांच्या लेखकाला अभिप्रेत असल्याप्रमाणे त्याचे भाषांतर असते, तर पहिल्या प्रथम यूसामोतिकाचे नाव, त्यानंतर चष्टनाचे नाव, त्या मागोमाग जयदामन् व रुद्रदामन् ह्यांची नावे त्यांत यावीत, अशी आपण अपेक्षा केली असती, 'य्सामोतिक प्रपौत्रस चष्टन पौत्रस जयदाम-पुत्रस रुद्रदामस' शिवाय, ह्या शिलालेखाच्या संहितेत द्यूब्रुइसच्या मते चष्टन व रुद्रदामन् यांच्या दरम्यान सत्तेवर असणाऱ्या जयदामन्च्या नावापूर्वी कोणतेही राजबिरुद लावण्यात आलेले नाही, हे लक्षणीय आहे. ह्याच्या उलट चष्टन व रुद्रदामन् ह्या दोघांनाही 'राजा' म्हटले आहे. दोघांचा निर्देश अगदी सारख्याच पद्धतीने, म्हणजे सन्मानदर्शक 'राजा' व पितृनाम

ह्यांसह करण्यात आला आहे. शिलालेखांतील उताऱ्यांचे शब्दशः भाषांतर असे आहेः 'यूसामोतिकचा पुत्र राजा चष्टन ह्याच्या जयदामन्चा पुत्र राजा रुद्रदामन् याच्या ५२ ह्या वर्षी' ह्यावरून ५२ हे वर्ष चष्टन व रुद्रदामन् ह्या दोघांच्या कारकिर्दीचे असल्याचे निश्चितपणे दिसते.[१०] राज्यशास्त्राच्या प्राचीन हिंदू ग्रंथकारांना दोन राजांचे संयुक्त प्रशासन ज्ञात होते.[११] जयदामन् हा महाक्षत्रप होईपर्यंत जगला नाही व आपले वडील चष्टन यांच्यापूर्वी मरण पावला असला पाहिजे. ह्या वस्तुस्थितीने चष्टन व त्याचा नातू ह्यांच्या संयुक्त प्रशासनविषयक उपपत्तीला पुष्टी मिळते. जयदामन्च्या वंशजांच्या शिलालेखांतही त्याला नुसते क्षत्रप (महाक्षत्रप आणि भद्रमुख असे नव्हे) असे संबोधिण्यात आले आहे.[१२] मात्र चष्टनाची व रुद्रदामनाची गोष्ट निराळी आहे. अंधौ शिलालेखात चष्टनाला व रुद्रदामनाला लावण्यात आलेले 'राजा' हे बिरुद जयदामनाला लावण्यात आले नसल्याचे यापूर्वी आपण पाहिले आहे.

चष्टन-घराण्याच्या नाण्यांवर व शिलालेखांवर वापरण्यात आलेल्या कालगणनेशी नहपानाच्या शिलालेखांचा संबंध दर्शविता येणार नाही, असे श्री. आर. डी. बानर्जी म्हणतात. कारण जर शक ४६ मध्ये नहपान राज्यभ्रष्ट झाला असे मानले, तर गौतमीपुत्राचा शक ५२ पर्यंत (त्याच्या १८ ते २४ वर्षांपर्यंत) नासिकवर ताबा असला पाहिजे; त्यानंतर आपल्या कारकिर्दीच्या २२ व्या वर्षापर्यंत म्हणजे निदान शक ७४ पर्यंत पुलुमायीचा ह्या शहरावर ताबा होता. परंतु त्या काळापूर्वी रुद्रदामन्ने पुलुमायींचा पराभव करून नासिक घेतल्याचे प्रसिद्ध आहे. शक ७३ पूर्वी रुद्रदामन्ने दोन वेळा नासिक जिंकले होते, असे सूचकतेने गृहीत धरण्यात बानर्जींची चूक झाली आहे. शातवाहनांना पुणे व नाशिक त्या थोर सत्रपाच्या स्वाधीन करावे लागले, असे सूचित करणारा कोणताही स्पष्ट पुरावा नाही. अर्थात त्यांना मालव व कोकण गमवावे लागले असण्याची शक्यता आहे. ५२ ह्या वर्षापूर्वी किंवा इ.स. १३० पूर्वी रुद्रदामन्ने आपले विजय पूर्ण केले, हे बानर्जींचे न टिकणारे दुसरे गृहीत आहे. ह्याच्या उलट चष्टन-घराण्याचा कच्छावर व कदाचित लगतच्या प्रदेशावर ताबा असल्याचे अंधौ शिलालेखात केवळ सूचित करण्यात आले आहे.

नहपानाचे कालनिर्देश शककालगणनेतील मानणाऱ्यांच्या सिद्धांताला प्रा. रॅप्सनने व त्यानंतर डॉ. भांडारकरांनी दर्शविलेल्या वस्तुस्थितीमुळे दुजोरा मिळतो. ती वस्तुस्थिती म्हणजे नहपानाचा एक नाशिक शिलालेख एका सुवर्णनाण्याचा उल्लेख करतो ही. हे नाणे निश्चितपणे कुषानांचे होते.[१३] इ. सनाच्या पहिल्या शतकापूर्वी त्यांची भारतात सत्ता असणे शक्य नव्हते.

नहपान व त्याचे दोस्त उत्तमभद्रस[१४] ह्यांच्या सत्तेला उत्तरेकडून मालय (मालव)

व दक्षिणेकडून शातवाहन ह्यांचा धाक होता. मालवांचा हल्ला उषवदाताने परतवून लावला. परंतु शातवाहनांचा हल्ला मात्र महाराष्ट्रातील शकसत्तेला प्राणघातक ठरला.

चकोर व शिवस्वाती ह्यांविषयी विशेष माहिती उपलब्ध नाही. 'पुराणां'त सुनंदनाचे लगतचे वारस म्हणून त्यांचा निर्देश येतो. सुनंदनाच्या कारकिर्दीत शातवाहनांची प्रतिष्ठा अतिशय घसरली होती आणि एके काळी ज्येष्ठ शातकर्णीचे बहुधा पहिल्या शातकर्णीचे संरक्षण लाभलेल्या बंदरांची लूटमार बरिगझचे पेंढारी करीत असत. परंतु सूचीत यानंतर नाव येत असलेल्या राजाने म्हणजे गौतमीपुत्राने घराण्याची गेलेली सत्ता पुनः मिळविली आणि उत्तरेकडील आक्रमकांच्या सामर्थ्याला जोरदार तडाखा दिला. नासिक 'प्रशस्ती'त त्याला 'क्षहरात वंशाचा उच्छेदक' व 'शातवाहन कुलाच्या वैभवाचा उद्धारक' असे संबोधले आहे. (नाशिक जिल्ह्यातील) जोगलथेंबि साठ्याच्या पुराव्यावरून गौतमीपुत्राने स्वतः नहपानाला पराभूत केल्याचे सिद्ध होते. या साठ्यामध्ये खुद्द नहपानाची चांदीची नाणी व गौतमीपुत्राने पुन्हा पाडलेली नाणी होती. पुनः पाडलेल्या नाण्यांत नहपानाखेरीज इतर दुसऱ्या कोणत्याही राजाचे एकही नाणे नव्हते. नहपान व गौतमीपुत्र ह्यांच्यामध्ये एखादा राजा असता, तर तसे खचित घडले असते.

सातवाहन साम्राज्याचे पुनरुज्जीवन

गौतमीपुत्राने क्षहरातांवर मिळविलेल्या विजयामुळे सातवाहन-सत्तेचे महाराष्ट्रात व लगतच्या काही प्रांतांत पुनरुज्जीवन झाले. १८ व्या वर्षातील[१५] नाशिक-शिलालेखावरून व तसेच मामालच्या (कार्ल्याच्या भोवतीचा प्रदेश, पुणे जिल्ह्यातील आजचे मावळ) अमात्याच्या किंवा राजाच्या खास अधिकाऱ्याच्या नावाने काढण्यात आलेल्या कार्ले कोरीव लेखावरून महाराष्ट्राचे पुनरुज्जीवन सिद्ध होते. परंतु गौतमीपुत्राचे केवळ हेच कर्तृत्व नव्हते. राणी बलश्रीच्या नासिक-लेखावरून तिच्या पुत्राने शक (सिथियन), यवन (ग्रीक) व पह्लव (पार्थियन) ह्यांचा विनाश केल्याचे व त्याचे राज्य केवळ असिक, असक, कृष्णवेणा[१६] (गोदावरीवरील अश्मक, महाराष्ट्राचा एक भाग)[१७] व मूलक (पैठणच्या सभोवतालचा जिल्हा) या भागांवरच पसरले होते असे नाही, तर ते त्याखेरीज सुरथ (दक्षिण काठेवाड), कुरूक (पश्चिम किंवा मध्य भारतात बहुधा पारियात्र किंवा पश्चिम विंध्याजवळ),[१८] अपरान्त (उत्तर कोंकण), अनूप (नर्मदेवरील महिष्मतीभोवतीचा जिल्हा), विदर्भ (बृहत् वऱ्हाड) व आकरअवंति (पूर्व[१९] व पश्चिम माळवा) येथपर्यंत पोहोचले असल्याचे समजते. पुढे त्याचे वर्णन विंध्यापासून मलय किंवा त्रावणकोर टेकड्या व पूर्वघाटापासून (महेन्द्र)

पश्चिम (सूहय) घाटापर्यंत सर्व पर्वतांचा राजा असे वर्णन केले आहे. १८ ह्या वर्षातील नासिक-शिलालेखांत त्याचा कन्नड देशातील वैजयंतीवरील ताबा बहुधा सूचित होतो. मात्र आंध्र प्रदेश (अंध्रापथ) व दक्षिण कोसल ह्या नावांची अनुपस्थिती सहज लक्षात येते. केव्हा ना केव्हा तरी हे दोन प्रदेश शातवाहन साम्राज्यात समाविष्ट असल्याचे शिलालेख, नाणी व युआन-च्वांगची साक्ष ह्यांवरून सिद्ध होते. गौतमीपुत्राचा मुलगा पुलुमायी हाच शातवाहनांचा असा सर्व प्राचीन राजा होय की, ज्याचे आंध्रभागात शिलालेख सापडले आहेत. गौतमीपुत्र हा विंध्य व पूर्वघाट (महेन्द्र) पर्वत ह्यांचा स्वामी होता. मात्र त्याच्या घोड्यांनी 'तीन समुद्रांचे जल प्राशन केले होते.' ('तिसमुदतोयपितवाहन') अशी प्रौढी मिरवीत असताना प्रस्तुत भागावरील अधिपत्त्याबद्दलचा काहीसा मोघम स्वरूपाचा दावा सूचित झाला असण्याची शक्यता आहे. तसेच, 'असिक'मध्ये कृष्णा खोऱ्याचा बराचसा भाग समाविष्ट असल्याचे दिसते.

नाशिक-प्रशस्तीमध्ये गौतमीपुत्राचे केवळ विजेता म्हणूनच नव्हे, तर एक समाज-सुधारक म्हणूनही चित्रण करण्यात आले आहे. 'त्याने क्षत्रियांचा गर्व, अहंभाव चिरडून टाकला, द्विजांच्या म्हणजे आपाततः ब्राह्मणांच्या व हलक्या वर्णातील लोकांच्या हिताला साहाय्य केले. ('द्विजावरकुटुंबविवधन')[२०] व चार वर्णातील दोष थोपविले.'

सर आर. जी. भांडारकर व डॉ. डी. आर. भांडारकर ह्यांच्या मते गौतमीपुत्राने आपला पुत्र पुलुयायी याच्या समवेत संयुक्त प्रशासन केले :-

(१) गौतमीच्या शिलालेखात (तिचा नातू पुलुमायी ह्याच्या १८ व्या वर्षातील) तिला थोर राजाची माता व थोर राजाची आजी असं संबोधले आहे. एकाच वेळी ती दोन्ही (माता व आजी) नसेल, तर प्रस्तुत विधान निरर्थक होईल.

(२) ज्या वेळी राजमातेचा शिलालेख लिहिण्यात आला, त्या वेळी गौतमीपुत्र मरण पावला होता व एकटा पुलुमायि जिवंत होता हे सत्य असेल, तर पुलुमायीच्याही पराक्रमाचे वर्णन ह्या शिलालेखात यावयाला हवे, अशीच आपली अपेक्षा असणार. परंतु त्याच्या स्तुतीपर एकही शब्द आलेला नाही. १९ वर्षांपूर्वी मरण पावलेल्या राजाची स्तुती आहे, परंतु सत्तेवरील राजाचा मात्र अनुल्लेख दिसतो.

(३) नाशिक येथील गुहा क्र. ३ च्या ओसरीच्या पूर्व-भिंतीवर कोरलेल्या २४ ह्या वर्षीच्या शिलालेखात गौतमीपुत्र व 'पुत्र ह्यात असलेल्या राजमातेने' दिलेल्या दानाचा उल्लेख येतो. हे दान 'ह्यांनी दिलेले पवित्र दान अशा स्वरूपातील त्या

गुहेत राहणाऱ्या' काही बौद्ध भिक्षूंसाठी देण्यात आले होते. पुलुमायीच्या १९ व्या वर्षी 'नाशिक गुहा क्र. ३ चे दान' गृहीत असल्याचे या शिलालेखावरून दिसते. परिणामतः, गौतमीपुत्र आपल्या मुलाच्या १९ व्या वर्षानंतर हयात असला पाहिजे.

पहिल्या मुद्द्याच्या बाबतीत असे म्हणता येईल की, सामान्यतः एखादी राणी आपल्या पतीलाच केवळ आणि कधीकधी आपल्या मुलाला गादीवर असल्याचे पाहते. ह्याच्या उलट आपल्या नातवंडांना गादीवर पाहणारी राणी गौतमी बलश्री ही फार थोड्या सुदैवी (किंवा दुर्दैवी) राण्यांपैकी एक होती आणि म्हणून आपण एका थोर राजाची माता असल्याचा व एका थोर राजाची आजी असल्याचा तिने हक्क सांगितला.

दुसऱ्या मुद्द्याच्या बाबतीत असे म्हणता येईल की, संयुक्त प्रशासनाच्या उपपत्तीने अनुल्लेखाचे समाधानकारक स्पष्टीकरण मिळते काय ? ह्या विरुद्ध मताचे लोक म्हणू शकतील की, जरी सामान्य व्यक्तीच्या दृष्टीने मृत राजाची स्तुती व सत्तेवरील राजाचा अनुल्लेख करणे ही गोष्ट रूढ नसली, तरी एखाद्या राजमातेने पूर्वीच्या एका दानाच्या वेळी संबंधित असलेल्या आपल्या पुत्राच्या वैभवाचे आपल्या वार्धक्यात सविस्तर वर्णन करणे पूर्णपणे स्वाभाविक म्हणावे लागेल.

तिसऱ्या मुद्द्याच्या संदर्भात असे की, २४ ह्या वर्षातील पुरवणीलेखातील देणगी आणि पुलुमायीच्या १९ व्या वर्षातील दान एकच असल्याचे स्पष्ट नाही. गौतमीपुत्र व राजमाता, म्हणजे उघडच बलश्री, ही राजाची माता हे पुरवणीलेखातील दाते होत. तर पुलुमायीच्या १९ व्या वर्षातील दान देणारी व्यक्ती 'एकटी' राजमाता होती. २४ ह्या वर्षीच्या शिलालेखात राजमातेला महादेवी जीवसुता राजमाता जिचा पुत्र हयात आहे अशी राजमाता, महाराणी–असे संबोधण्यात आले आहे. (पुलुमायीच्या शिलालेखात महादेवी व राजमाता ही विशेषणे येतात, परंतु 'जीवसुता' ('जिचा पुत्र हयात आहे') हे विशेषण मात्र अर्थपूर्ण रीतीने वगळण्यात आले आहे. (सर्वसाधारण 'तेकिरसि' किंवा 'त्रिरश्मि' तपस्वी हे आधीच्या दानपत्रातील दान स्वीकारणारे होते, तर भदवानीय शाखेचे भिक्षू हे नंतरच्या दानपत्रातील दान घेणारे होते. आधीच्या दानपत्रातील दानाची गुहा क्र. ३ ची केवळ ओसरी असावी. त्यामध्ये २४ ह्या वर्षातील पुरवणीलेख असून गौतमीपुत्राचा १८ ह्या वर्षीच्या कोरीव लेखावरून तो पुलुमायीच्या १९ व्या वर्षापूर्वी अस्तित्वात होता, याची साक्ष मिळते. ह्याउलट भदवानीय भिक्षूंना देऊन टाकिलेली गुहा ही संपूर्ण गुहा क्र. ३ होती.

जर गौतमीपुत्र व त्याचा मुलगा हे एकाच वेळी सत्तेवर असतील आणि जर

आपल्या वडिलांचा सहकारी म्हणून मुलाने, महाराष्ट्रात राज्य केले असेल, तर गौतमीपुत्राचे 'गोवधनस बेनाकटकस्वामि' ('गोवर्धन (नाशिक)२१ मधील बेनाकटकांचा राजा') असा उल्लेख का करण्यात आला आणि महाराष्ट्रावर राज्य करणारा म्हणून म्हटल्या गेलेल्या मुलाची उपेक्षा करून त्याने सरळ गोवर्धनाच्या अधिकाऱ्याला उद्देशून का लिहिले, हे स्पष्ट करणे अवघड आहे. ह्याच्याउलट १९ ह्या वर्षीच्या लेखात पुलुमायी इतका महत्त्वपूर्ण मानला गेला होता की, त्याच्याच कारकिर्दीच्या वर्षात काल निर्देश करण्यात आला होता, ज्येष्ठ राज्यकर्ता असलेल्या त्याच्या वडिलांच्या कारकिर्दीच्या वर्षात नव्हे.[२२]

गौतमीपुत्रानंतर पुलुमायी सत्तेवर आला, हे सर्वसाधारणपणे मान्य असलेले मत आहे.

गौतमीपुत्र शातकर्णीचा काल ही एक अतिशय मतभेदाची बाब आहे. 'वरवारणविक्रम चारूविक्रम' (= 'उत्कृष्ट हत्तीच्या चालीसारखी चाल असणारा') व 'शकनिषूदन' (='शकांचा संहारक') ह्या विशेषणांवरून आख्यायिकेतील इ.स.पू. ५८ च्या कालगणनेची स्थापना करणाऱ्या राजा विक्रमादित्याचे तो मूळ असल्याचे सूचित होते, असे मानणारे अनेक विद्वान आहेत. परंतु ह्यापूर्वी दर्शविल्याप्रमाणे गौतमीपुत्राने व त्याच्या वंशजांनी राज्यारोहणवर्षाचा उपयोग केल्याने कोणतीही कालगणना ह्या घराण्यापासून सुरू झाली नसल्याचे सूचित होते. दुसरे असे की, भारतीय वाङ्मयात उज्जैनचा विक्रमादित्य व प्रतिष्ठानचा शालीवाहन किंवा शातवाहन राजे यांच्यात स्पष्ट फरक केला आहे. गौतमीपुत्र हा नहपानाचा विजेता होता व त्याचे १८ वे वर्ष हे शककालगणनेच्या ४६ ह्या वर्षानंतरचे आहे, असे मत प्रस्तुत पृष्ठांत मान्य करण्यात आले आहे. शक ४६ हा त्याने जिंकलेल्या विरोधकाचा नोंदविण्यात आलेला शेवटचा कालनिर्देश आहे. दुसऱ्या शब्दांत असे म्हणता येईल की, इ.स. ७८ अधिक ४६ = १२४ ह्यानंतर केव्हातरी गौतमीपुत्राने नाशिक जिंकले व त्याचे राज्यारोहण इ.स. १२४ - १८ = १०६ नंतर झाले. ज्या अर्थी तो निदान २४ वर्षे राज्यावर होता, त्या अर्थी त्याची कारकीर्द इ.स. १३० नंतर समाप्त झाली असली पाहिजे.

पार्गिटरने संकलित केलेल्या पौराणिक सूचींमध्ये गौतमीपुत्राचे लगतचे वारस म्हणून त्याचा पुत्र पुलोमा व शातकर्णी हे येतात. पुलोमा हा निःसंशय टॉलेमीने निर्देशिलेल्या बैठनच्या सिरोप्(त्) ऑलेमेओसशी व शिलालेख व नाण्यांवरील वासिष्ठीपुत्र स्वामी श्री पुलुमायी ह्याच्याशी एकात्म आले. शातकर्णी हा कदाचित कान्हेरी गुहालेखातील वासिष्ठीपुत्र श्री शातकर्णीशी किंवा एका नानाघाट नोंदीतील

वासिष्ठी पुत्र चतरपन शातकर्णीशी एकात्म मानावा लागेल. वंशावळीतील त्याचे नक्की स्थान अचूकपणे ठरविता येत नाही. वासिष्ठीपुत्र श्री शातकर्णी हा महाक्षत्रप रु(द्र) ह्याच्या एका मुलीचा पती असल्याचे कान्हेरी शिलालेखात आहे. हा रुद्र व पहिला रुद्रदामन् एकच असल्याचे रॅप्सन मानतो. कान्हेरी नोंदीत उल्लेखिलेला शातवाहन राजा किंवा तसेच नाव असणारा त्याचा एखादा जवळचा नातलग दक्षिणेचा स्वामी शातकर्णी ह्याशी एकात्म होता, ह्याविषयी क्वचितच शंका घेता येईल. ह्या शातकर्णीला रुद्रदामनने 'बरोबरची युद्धात दोन वेळा पूर्णपणे पराभूत केले होते. परंतु त्यांच्या जवळच्या संबंधामुळे त्याचा विनाश केला नाही.' डॉ. भांडारकरांनी मानलेली कान्हेरीच्या वासिष्ठीपुत्र श्री शातकर्णीची नाण्यांवरील वासिष्ठीपुत्र शिव श्री शातकर्णी ह्याच्याशी किंवा 'मत्स्य पुराणा'तील शिवश्रीशी एकात्मता म्हणजे एक केवळ तर्क होय. कान्हेरी शिलालेखात उल्लेखलेला राजा हा पुलुमायीचा भाऊ असण्याची शक्यता आहे.

पुलामायी ह्याची राजधानी बैठन म्हणजे गोदावरीवरील पैठण किंवा प्रतिष्ठान असल्याचे व त्याची एकात्मता डॉ. भांडारकरांनी नवनर किंवा नवनगर, म्हणजे नवे शहर ह्याच्याशी एकात्म मानल्याचे आपण पाहिले आहे. ह्या राजाच्या राज्यात कृष्णा–गोदावरींचा प्रदेश व महाराष्ट्र समाविष्ट असल्याचे शिलालेखावरून व नाण्यांवरून सिद्ध होते. गौतमीपुत्राचा अंमल असलेल्या प्रदेशाच्या यादीत आंध्रप्रदेशाचा स्पष्ट निर्देश नसल्याचे ह्यापूर्वीच दर्शविले आहे. त्या भागात सर्वप्रथम वासिष्ठीपुत्र पुलुमायीने शातवाहन सत्ता बळकट पायावर स्थापन केली असणे मुळीच अशक्य नाही. सुकठनकर त्याची एकात्मता बेल्लारी जिल्ह्याच्या अदौनि तालुक्यात सापडलेल्या एका शिलालेखात निर्देशिलेल्या शातवाहन राजा सिरिपुलुमायी ह्याशी मानतात. परंतु व्यवच्छेक मातृनामाच्या अभावामुळे ही एकात्मता अनिश्चित ठरते व शिलालेखात उल्लेखलेला राजा बहुधा पुराणातील पहिला पुलुमायी किंवा ह्या घराण्यातील त्याच नावाचा दुसरा कोणी राजा असावा, असे सूचित होते. डी.सी. सरकार त्याची एकात्मता पार्गिटरच्या यादीतील शेवटच्या राजाशी मानतात. एका पुलुमायीचा राजकीय प्रभाव कॉरोमांडेल किनाऱ्यापर्यंत व बहुधा मध्यप्रांतातील चांदा जिल्ह्यापर्यंत पोहोचला असल्याचे नाणकशास्त्रीय पुराव्यावरून सूचित होते. परंतु शिलालेखीय पुष्टी मिळत नसल्याने ही बाब निश्चितपणे सिद्ध झाली आहे, असे मानता येणार नाही. तसेच वासिष्ठीपुत्र ह्या मातृनामाच्या अभावी काही बाबतीत थोर गौतमीपुत्राचा मुलगा अभिप्रेत आहे की काय, हे संदिग्ध राहते.

वासिष्ठीपुत्र पुलुमायी हा सत्तेवर इ.स. १३० नंतर काही काळाने आला असला

पाहिजे. एका कार्लेशिलालेखावरून त्याची कारकीर्द निदान २४ वर्षांची असली पाहिजे, असे समजते. परिणामतः त्याची कारकीर्द इ.स. १५४ नंतर संपुष्टात आली.

पार्गिटरने संकलित केलेल्या पौराणिक याद्यानुसार पुलोमाचे वारस शिव, श्री[२३] पुलोमा व शिवस्कंद (किंवा शिवस्कंध)[२४] शातकर्णी हे आहेत.

यज्ञश्री शातकर्णी[२५]

पार्गिटरने तौलनिक अभ्यासाने सिद्ध केलेल्या संहितेनुसार यज्ञश्री हा शिवस्कंदाचा लगतचा वारस होता. पुराणे विश्वसनीय मानल्यास गौतमीपुत्राच्या कारकिर्दीच्या अखेरीनंतर ३५ वर्षांहून अधिक काळाने, म्हणजे १६५-नंतर त्याचे राज्यारोहण झाले व त्याची कारकीर्द इ.स. १९४ नंतर समाप्त झाली, असे मानता येईल. यज्ञश्रीच्या शिलालेखांवरून त्याने निदान २७ वर्षे राज्य केल्याचे सिद्ध होते. ते शिलालेख खालील ठिकाणी सापडले आहेत : महाराष्ट्रातील नाशिक अपरन्तामधील कान्हेरी, कृष्णा जिल्ह्यांतील चिन, गुजरात, काठेवाड अपरन्त मध्यप्रांतातील चांदा जिल्हा व मद्रास राज्याचा कृष्णा जिल्हा येथे त्याची नाणी सापडली आहेत. त्याची सत्ता महाराष्ट्र व आंध्र देश यांवर होती व त्याने पहिल्या रुद्रदामनूच्या वारसाकडून अपरान्त (उत्तरकोकण) मुक्त केले, ह्याविषयी शंका नाही. उज्जैनच्या शक राज्यकर्त्यांच्या चलनांचे अनुकरण करणारी त्याची चांदीची नाणी बहुधा त्या भागावरील त्याचे विजय दर्शवितात, तसेच, जहाजाची आकृती असणाऱ्या त्याच्या नाण्यांवरून सागरावर ह्या राजाची सत्ता पोहोचली होती, असे अनुमान सूचित होत असल्याचे स्मिथ म्हणतो. अशा प्रकारे त्याने सागरी साहसांच्या बाबतीत गोव्याचे कदंब, शिवाजी व आंग्रे ह्यांच्यावर आघाडी मारली होती.[२६]

आपल्या घराण्याचा यशश्री हा शेवटचा महान राजा होय. त्याच्या मृत्यूनंतर शातवाहनांना वायव्य महाराष्ट्र आमीर-राजा ईश्वरसेन ह्याच्या हवाली बहुधा करावा लागला.[२७] नंतरचे शातवाहन राजे-विजय, खंचश्री (पाठभेद चंद्रश्री) व पुराणांतील पुलोमायी हे वऱ्हाड, पूर्व डेक्कन व कर्नाटक देशात सत्तेवर असल्याचे दिसते.[२८] नाणकशास्त्रीय पुराव्यांवरून विजयच्या अस्तित्वाला आता दुजोरा मिळत असल्याचे दिसते.[२९] चंडश्री हा गोदावरीच्या परिसरातील पिठापुरम्नजीक सापडलेल्या कोदवली येथील खडकांत खोदलेल्या विहिरीमधील शिलालेखात (Rock-Cut-well Inscription) उल्लेखिलेल्या वासिष्ठीपुत्र 'सामि-सिरि चंड सात' यांच्याशी एकात्म असण्याची शक्यता आहे. तर डॉ. डी.सी.सरकारांच्या मते पुलोमायीची एकात्मता बेल्लारी जिल्ह्यातील म्यकदोनि-शिलालेखात निर्देशिलेल्या त्याच नावाच्या राजाशी

मानावयास हवी. अगदी अलीकडच्या शातवाहनकालात होऊन गेलेल्या इतर काही राजांचे अस्तित्व नाण्यांवरून स्पष्ट होते. परिणामतः कृष्णा, गुंटूर व बेल्लारी ह्या जिल्ह्यांतील शातवाहन-सत्तेची जागा इक्ष्वाकूंनी[३०] व पल्लवांनी[३१] घेतली.

शातवाहनकाळातील प्रांतीय प्रशासन

शातवाहन-साम्राज्याच्या अंतर्गत संघटनेविषयी थोडे विवेचन करणे येथे आवश्यक आहे. स्वतः सम्राट प्रतिष्ठान किंवा गोवर्धन येथील (नासिक जिल्हा) 'विजय शिबिर', (उत्तर कॅनरामधील) वैजयंती आणि इतर ठिकाणी राहत असला पाहिजे[३२] साम्राज्यप्रदेश हे 'आहार' व 'जनपद' ह्या नावांच्या प्रशासकीय गटांत विभागले होते व त्याचे नियंत्रण दोन प्रकारचे अधिकारी करीत असत. ते असे (अ) सामान्य मुलकी अधिकारी असणारे 'अमात्य' व (ब) 'महासेनापती', 'महारठि', 'महाभोज', एवढेच नव्हे, तर 'राजन्' म्हणून ओळखले जाणारे लष्करी राज्यपाल व सामंत, अमात्य ह्यांचा निर्देश अपरान्त (उत्तरकोकण), गोवर्धन (नाशिक), मामाड्(ल्) अ (पुणे), बनवासी (उत्तर कॅनरा) व खड्डवलि (गोदावरी प्रदेश) या भागांच्या संदर्भात येतो. 'महारठि' हे चितलद्रुग, नानाहट्ट, कार्ले व (उत्तरकोकणातील) कान्हेरीशी संबंधित होते. ह्या राजघराण्यांशी त्यानी संमिश्र विवाह केले. (व काही वेळा त्यांचे नाव स्वीकारले) त्याखेरीज चुटु, कौशिक व वासिष्ठ[३३] जमातींशीही त्यांनी संमिश्र विवाह केले होते. 'महाभोजा'चे बनवासीच्या चुटु राज्यकर्त्यांशी घनिष्ठ संबंध होते. यज्ञश्रीच्या काळात नाशिक येथे व पुलुमायीच्या काळात बेल्लारी येथे महासेनापती असल्याचे दिसते. शातवाहन-साम्राज्याच्या अखेरच्या दिवसात या लष्करी राज्यपालांचा कारभार अतिशय वैशिष्ट्यपूर्ण होता. यांपैकी काही जण कुशित-घराण्यातील[३४] होते किंवा त्या घराण्याशी त्यांचा वैवाहिक संबंध होता. कोल्हापूर भागात 'राजा' हे बिरुद धारण करणारे अधिकारी कारभार करीत असत. वासिष्ठीपुत्र विलियायकुर, माठरीपुत्र शिवलकुर व दुसरा गौतमीपुत्र विलीयायकुर हे त्यांपैकी सर्वांत प्रसिद्ध होते. विलियायकुर गटावरून ग्रीक भूगोलकार टॉलेमीने उल्लेखिलेल्या (इ.स. १५०) हिप्पोकौरच्या बॅलेओ कौरोसची आठवण झाल्याविना राहात नाही. शातवाहन-साम्राज्याच्या विघटनानंतर राज्यकर्त्यांनी स्थापन केलेली स्वतंत्र मांडलिक राज्ये ह्याच लष्करी राज्यपालांच्या व मांडलिकांच्या वर्गातून उघडपणे उदयास आली. उदा. आंध्रदेशात एक मांडलिक घराणे म्हणून बहुधा असलेल्या शालंकायनांनी (सदकेनोई) उत्तरकाळात एक स्वतंत्र अधिराज्य स्थापन केले. पल्लव हे बेल्लारी जिल्ह्यातील लष्करी राज्यपालांशी निश्चितपणे संबंधित होते.

कुंतलचे शातकर्णी राज्यकर्ते

बलश्रीचा थोर पुत्र गौतमीपुत्र ह्याच्या काळात बनवासी किंवा वैजयंती (कॅनरा) ही शिवगुप्त नावाच्या एका 'अमात्या'च्या नियंत्रणाखाली एका साम्राज्यान्तर्गत प्रांताची राजधानी असल्याचे दिसते. एका गूढ प्रकारच्या संक्रमणामुळे ह्या प्रदेशांची अधिसत्ता एका घराण्याच्या हाती गेली. शिलालेखात[३५] त्या घराण्याचा उल्लेख प्रायः चुटु असा येतो. शातवाहन-शातकर्णींशी त्यांचा कोणता संबंध होता, हे ज्ञात नाही. म्यकदोनि-शिलालेखातील पुरावा व वात्सायनाचे 'कामसूत्र' 'गाथासप्तशती' व 'काव्यमीमांसा' ह्यांतील उल्लेखांवरून शातवाहनांच्या एका गटाने तथाकथित चुटु 'कुला'ला कुंतल किंवा कर्नाटक देशात परतवून लावले, असे बहुधा सूचित होते. त्यांपैकी काहीजण प्राकृत विद्येचे मोठे पुरस्कर्ते होते. त्यांपैकी सर्वांत प्रसिद्ध हाल हा होय. कुंतल शातकर्णी हा प्रस्तुत गटातील आणखी एक राजा असून त्याचा निर्देश 'कामसूत्रां'त येतो व तो होलाचा पूर्वज असल्याचे पुराणे मानतात. चुटु-घराण्यात वैजयंतीपुराचा राजा हारितीपुत्र विष्णुकड-चुटु कुलानंद शातकर्णी आणि त्याच्या मुलीचा मुलगा शिवस्कंदनाग श्री हे राजे होऊन गेले. रॅप्सन त्याची एकात्मता एका कान्हेरी-शिलालेखातील स्कंदनाग शातकाशी व त्याखेरीज (म्हैसूरच्या शिमोगा जिल्ह्यातील) मल्लवल्लि नोंदीत उल्लेखिलेल्या वैजयंतीचा अधिपती हारितीपुत्र शिव(स्कंद) वर्मन् ह्याच्याशीही मानतो. ही दुसरी एकात्मता संदिग्ध स्वरूपाची दिसते. कारण विष्णुकडाची आई व मुलगी एकाच गौत्रातील असणे शक्य नाही. हारितीपुत्र शिववर्मन् नंतर कदंब सत्तेवर आल्याचे उघडच आहे.[३६]

उज्जैन व काठेवाडचे शक

सुरुवातीस पुनरुज्जीवित शातवाहन साम्राज्याचे सर्वांत मोठे प्रतिस्पर्धी उज्जैनचे शक'क्षत्रप' हे होते. उज्जैनच्या राजांचा पूर्वज यसमोतिक हा असून ह्या घराण्याचा पहिला महाक्षत्रप चष्टन याचा तो पिता होता. यसमोतिक हे नाव सिथिक (Scythic) आहे.[३७] दुसऱ्या चंद्रगुप्ताने ठार केलेल्या त्याच्या वंशजाचा उल्लेख बाण आपल्या 'हर्षचरिता'त एक शकराजा असा करतो. म्हणून उज्जैनच्या शकघराण्याचे राष्ट्रीयत्व शक असल्याचे विद्वान मानतात.

ह्या घराण्याचे विशेषनाम ज्ञात नाही. ते कार्द्दमक असावे, असे रॅप्सन म्हणतो. रुद्रदामन्ची कन्या आपण कार्दद्मक राजांचे वंशज असल्याची प्रौढी मिरवते. परंतु ही प्रतिष्ठा तिला आपल्या आईमुळे मिळाली असावी. कार्दद्मक राजांना आपले

नाव कार्दम ह्या पर्शियातील एका नदीवरून आपाततः मिळाले असावे.[३८]

ड्युब्रुइलच्या मते इ.स.७८ मध्ये चष्टन राज्यावर आरुढ झाला आणि शककालगणनेचा तो संस्थापक होता. चष्टनची (तिॲस्टेन्स) राजधानी उज्जैन (टॉलेमीचे ओझेन) होती, ही वस्तुस्थिती लक्षात घेता वरील गोष्ट शक्य नाही. ह्याच्या उलट इ. सनाच्या पहिल्या शतकाच्या ६९ ते ८० या कालखंडात ओझेन ही राजधानी नसल्याचे 'पेरिप्लस'वरून समजते.[३९] ओझेनचा एक जुनी राजधानी म्हणून 'पेरिप्लस'मध्ये उल्लेख येतो. याचा अर्थ पेरिप्लसच्या काळात ती राजधानी नसल्याचे त्यावरून सूचित होते. चष्टनाचा सर्वांत प्राचीन ज्ञात कालनिर्देश शक ५२ म्हणजे इ. स. १३० आहे. इ. स. १३० मध्ये आपला नातू रुद्रदामन् ह्याच्या समवेत चष्टन सत्तेवर असल्याचे अंधौ शिलालेखावरून समजते. त्याचे क्षत्रप हे परकीय बिरुद आणि त्याच्या नाण्यावरील खरोष्ठी अक्षरांचा वापर ह्यांवरून तो एखाद्या उत्तरेकडील सत्तेचाच-बहुधा कुषानांचा राजप्रतिनिधी होता, असे स्पष्टपणे सूचित होत असल्याचे प्राध्यापक रॅप्सन व डॉ. भांडारकर दर्शवितात. चष्टनाचा पुत्र जयदामन् हा केवळ क्षत्रप म्हणून सत्तेवर असल्याचे व तो आपल्या वडिलांपूर्वी मरण पावला असल्याचे दिसते. चष्टनानंतर महाक्षत्रप म्हणून रुद्रदामन सत्तेवर आला.

५२ व ७२ ह्यांच्या दरम्यान (इ.स. १३० व १५०) केव्हा तरी रुद्रदामन्[४०] एक स्वतंत्र महाक्षत्रप झाला. सर्व जातींतील लोक आपला संरक्षक म्हणून त्याचा आधार घेत असत व 'महाक्षत्रप' हे बिरुद त्याने स्वतः संपादन केल्याचे ७२ ह्या वर्षातील जुनागढ-शिलालेखावरून समजते. ह्यावरून त्याच्या घराण्याची सत्ता एखाद्या शत्रूमुळे (बहुधा गौतमीपुत्र) विचलित झाली होती व त्याला स्वसामर्थ्याने सर्वोच्च सत्रप हा मान नव्याने मिळवावा लागला असावा, असे बहुधा सूचित होते.

शिलालेखात असलेल्या स्थलनामावरून रुद्रदामन्चा अंमल पूर्वापराकर आवंति (पूर्व व पश्चिम मालव), अनूप-निवृत् किंवा माहिष्मती प्रदेश (निमाड्मधील मांधता किंवा महेश्वर)[४१] आनर्त[४२] (द्वारकेभोवतीचा प्रदेश), सुराष्ट (जुनागढ सभोवतीचा जिल्हा), स्वभ्र (साबरमतीच्या काठावरील देश), मरू (मारवाड), कच्छ, सिंधू-सौवीर[४३] (खालचे सिंधुखोरे), कुकुर (बहुधा सिंध व पारियात्र पर्वतांमधील भाग), अपरान्त (उत्तर कोकण), निषाद (सरस्वती नदी व पश्चिम-विन्ध्याचा भाग) वगैरे भागांवर पसरला होता. ह्यांपैकी सुराष्ट, कुकुर उपरान्त, अनूप व आकरावंति हे गौतमीपुत्राच्या राज्याचे भाग होते व ते त्याच्याकडून अथवा त्याच्या एखाद्या लगतच्या वारसांकडून जिंकून घेण्यात आले असावेत.[४४] रुद्रदामन्ने शातकर्णीचा दोनदा पराभव केला होता. परंतु त्यांच्या जवळच्या संबंधामुळे त्याचा त्याने विनाश केला नाही,

अशी माहिती जुनागढ शिलालेखावरून[४५] मिळते. डॉ. भांडारकरांच्या मते हा शातकर्णी म्हणजे स्वतः गौतमीपुत्र असून त्याचा पुत्र वासिष्ठीपुत्र शातकर्णी हा रुद्रादामन्‌चा जावई होता. रॅप्सनच्या मते शकराजाने पराभूत केलेला दक्षिणेचा अधिपती पुलुमायी हा होता. वासिष्ठीपुत्र शातकर्णी हा स्वतःच पराभूत राजा असण्याची व तो पुलुमायीचा भाऊ व पूर्वाधिकारी असण्याची जास्त शक्यता आहे.

ह्या महासत्रपाने यौद्धे-यांनाही जिंकले होते.[४६] ते बहुधा सतलजवरील जोहियबार येथील असून एका शिलालेखावरून त्यांनी भरतपूर राज्यातील विजयगढ प्रदेशही व्यापला असल्याचे समजते. आपण स्वीकारलेली कुषान-कालगणना बरोबर असेल, तर त्याने पहिल्या कनिष्काच्या एका वारसाकडून सिंधू-सौवीर घेतले असले पाहिजे.

रुद्रदामन् आपला दरबार उज्जैनला भरवीत होता, हे उघडच आहे. उज्जैन ही चष्टन ह्या त्याच्या आजोबाची राजधानी असल्याचा टॉलेमी निर्देश करतो. आनर्त व सुराष्ट्र हे प्रांत त्याने सुविशाख ह्या आपल्या पह्लव (पर्थियन) 'अमात्या'च्या[४७] नियंत्रणाखाली ठेवले होते. ह्या अमात्याने प्रसिद्ध सुदर्शन तलावावर एक नवे धरण बांधले. 'अतिदूरवरच्या प्रांतांनाही पाणीपुरवठा करण्याच्या प्रश्नाबाबत मौर्य प्रशासनाने काळजी घेतली होती,' या वस्तुस्थितीवरून या तलावाच्या उत्पत्तीविषयी कल्पना येते.

व्याकरण ('शब्द'), राज्यशास्त्र ('अर्थ'), संगीत ('गांधर्व'), तर्कशास्त्र ('न्याय') ह्यांच्या अध्ययनामुळे ह्या महाक्षत्रपाला विशेष नावलौकिक मिळाल्याचे म्हटले जाते. त्याच्या राज्यकारभाराच्या सुसंस्कृतपणाचे गमक म्हणून त्याने स्वीकारलेले आणि अखेरपर्यंत पाळलेले युद्धाखेरीज एरव्ही मानवहत्या न करण्याचे व्रत लक्षात घ्यावयास हवे. 'स्वतःच्या खजिन्यातून मोठी रक्कम खर्च करून आणि शहरांतील व प्रांतांतील लोकांकडून कर, वेठबिगार ('विष्टी') व देणग्या ('प्रणय') वगैरे वसूल करून त्यांना त्रास न देता' सुदर्शन तलावाची पुनर्रचना करण्यात येऊन बंधाऱ्याचे नव्याने बांधकाम करण्यात आले.[४८] प्रशासनाच्या कामात राजाला कार्यक्षम अधिकाऱ्यांची मदत होत असे. हे सर्व अधिकारी 'अमात्यांची, गुणवत्ता पूर्णांशाने असलेले' ('अमात्या-गुण-समुद्युक्तैः') असे होते व त्यांचे 'मतिसचिव' (सल्लागार) व 'कर्म-सचिव' (कार्यकारी अधिकारी) असे दोन प्रकार होते.

रुद्रदामन्‌ला किमान दोन मुले व एक मुलगी होती. ह्या राजकन्येचा दक्षिणेचा शातवाहन-घराण्यातील वासिष्ठीपुत्र श्री शातकर्णीशी विवाह झाला होता. एका नागार्जुनिकोंडात शिलालेखात[४९] रुद्रधर भट्टारिका नावाच्या उज्जैनच्या एका

राजकन्येचा उल्लेख होतो. गुंटूर जिल्हा व खालच्या कृष्णा खोऱ्यामधील जवळचा काही प्रदेश ह्यांवर नियंत्रण असणाऱ्या एका इक्ष्वाकुराजाची ती राणी ('महादेवी') होती. ती चष्टनच्या घराण्यातील असावी, असा व्होगेलचा तर्क आहे. तिच्या वडिलांचा उल्लेख 'महाराज' असा येतो. पहिल्या रुद्रदामनूच्या अगदी अलीकडच्या वारसाने, म्हणजे तिसऱ्या स्वामी-रुद्रसेनाने हे बिरुद रीतसर ग्रहण केल्याचे दिसते. तो इ.स. ३४८ ते ३७८ पर्यंत सत्तेवर होता व उघडच समुद्रगुप्ताचा समकालीन होता. मात्र प्रस्तुत इक्ष्वाकु राणी तिसऱ्या रुद्रसेनाची की कोणा आधीच्या राजाची मुलगी होती, हे सांगणे अवघड आहे.

पहिल्या रुद्रदामनूनंतर त्याचा ज्येष्ठ पुत्र प्रथम दामघ्सद गादीवर आला. रॅप्समच्या मते दामघ्सदानंतर वारसासाठी हक्क सांगणारे दोघेजण होते : त्याचा मुलगा जीवदामन् व भाऊ पहिला रुद्रसिंह. ह्या झगड्याचा निर्णय पहिल्या रुद्रसिंहाच्या बाजूने लागला, हे उघड आहे. १०३ ह्या वर्षातील (इ.स. १८१) गुंड शिलालेख रुद्रसिंहाच्या कारकिर्दीतील होय. ह्या शिलालेखांत सेनापती बापक किंवा बाहक याचा पुत्र असलेल्या रुद्रधूति नावाच्या आभीर सेनापतीने एक तलाव खोदल्याचा उल्लेख येतो. आभीरांनी त्यानंतर 'महाक्षत्रप' हे पद बळकावले असावे. डॉ. भांडारकरांच्या मते इ.स. १८८-९० ह्या काळात ईश्वरदत्त नावाचा एक आभीर महाक्षत्रप होता. परंतु रॅप्सन ईश्वरदत्ताचा काळ इ. स. २३६ नंतरचा मानतो.

पहिल्या रुद्रसिंहानंतर पहिला रुद्रसेन[५०], संघदामन् व दामसेन हे त्याचे पुत्र सत्तेवर आले. दामसेनाचे यशोदामन् विजयसेन व दामजदश्री हे तीन पुत्र महाक्षत्रप झाले. दामजदश्रीनंतर त्याचा पुतण्या दुसरा रुद्रसेन व त्याच्यानंतर विश्वसिंह व भर्तृदामन् हे त्याचे पुत्र सत्तेवर आले. भर्तृदामनूच्या कारकिर्दीत त्याचा मुलगा विश्वसेन क्षत्रप म्हणून काम पाहत असे.

भर्तृदामन् व विश्वसेन ह्यांचा नंतरचा महाक्षत्रप दुसरा रुद्रदामन् व त्याच्या वारसांशी असणारा संबंध निश्चित स्वरूपात सांगता येत नाही. ह्या घराण्याचा शेवटचा ज्ञात राजा तिसरा रुद्रसिंह असून तो निदान इ.स. ३८८ पर्यंत सत्तेवर होता.

इ.स. २९५ पासून इ.स. ३४० पर्यंत एकही महाक्षत्रप नसल्याचे रॅप्सनने दर्शविले आहे. ह्या घराण्याच्या ज्येष्ठ शाखेचा शेवट ३०५ नंतर झाला व एका गूढ संक्रमणाने तिची सत्ता सत्रपांच्या व महासत्रपांच्या एका नव्या घराण्याकडे गेली. इ.स. २९५ ते ३३२ ह्या कालातील राज्यकर्त्यांनी सत्रप हे केवळ गौण बिरुद धारण केले होते आणि इ.स. ३४८ पूर्वी काही वर्षांपर्यंत वरच्या दर्जाच्या बिरुदाचे पुनरुज्जीवन झाले नव्हते. इ.स. ३४८ मध्ये मात्र 'तिसरा रुद्रसेन'स्वतःस 'राजा महाक्षत्रप' व

'महाराज क्षत्रप' असे म्हणवितो. आता जुन्या घराण्याचे अस्तित्व अस्पष्ट होत असताना व महाक्षत्रप हे पद अनिर्णित अवस्थेत असताना नेमक्या ह्याच काळात शकस्थान व हिंदचे भाग सस्सॅनिअन साम्राज्याशी जोडले गेल्याचे व त्यावर सस्सॅनिअन राजप्रतिनिधींचे वर्चस्व निर्माण झाल्याचे आपणांस दिसते. दुसऱ्या वऱ्हानूच्या (बह्‌रान) कारकीर्दीच्या अखेरीपूर्वी (इ.स. २९३) सस्सॅनिअनांची विजयदौड सुरू झाली व सस्सॅनिअन आधिपत्य दुसऱ्या शापूरच्या कारकिर्दीच्या प्रारंभिक काळापर्यंत टिकून राहिले. इ. स. चौथ्या शतकाच्या मध्यावर दूरवरच्या भारतीय प्रांतावरील पर्शियनांचे नियंत्रण दुबळे झाले. त्या सुमारास तिसऱ्या रुद्रसेनाने महाराज हे बिरुद धारण केले आणि कालिदासाच्या रघूची प्रतिकृती असलेल्या समुद्रगुप्ताने वायव्य सरहद्दप्रदेशातील परकीय अधिकाऱ्यांना खंडणी भरण्यास भाग पाडले.

पश्चिम भारतातील शकांची पुनरुज्जीवित सत्ता फार काळ टिकली नाही. गुप्तांनी तिचा पूर्ण नाश केला. ह्यापूर्वी समुद्रगुप्ताच्या काळात स्त्रिया देऊ करून आणि सन्माननीय शरणागतीच्या इतर कृत्यांद्वारे शांतता विकत घेऊ पाहणाऱ्या लोकांमध्ये शक असल्याचे दिसते. दुसऱ्या चंद्रगुप्ताचे उदयगिरी-शिलालेख त्या सम्राटाच्या पूर्व माळव्यावरील विजयाची साक्ष देतात. त्यांपैकी एका शिलालेखात चंद्रगुप्ताच्या एका अमात्याने एका गुहेचे बांधकाम केल्याचा गौरवपूर्ण उल्लेख येतो. 'संपूर्ण जग जिंकण्याची अभिलाषा बाळणाऱ्या राजा समवेत तो इकडे आला,' असे त्यात म्हटले आहे. मंदसौरच्या नरवर्मन्‌ला उद्देशून लावण्यात आलेल्या सिंह-विक्रांत-गामिनि' (एक सामंत म्हणून) सिंहविक्रमाचा म्हणजे दुसऱ्या चंद्रगुप्ताचा आश्रय घेणारा, ह्या विशेषणावरून माळवा जिंकल्याचे बहुधा सूचित होते.[५१] सुराष्ट्रावरील विजयाचा पुरावा चंद्रगुप्ताच्या चांदीच्या नाण्यांवरून उपलब्ध होतो. शक-सत्रपांच्या नाण्यांच्या अनुकरणाने ही नाणी निर्माण करण्यात आली होती. आपल्या 'हर्षचरिता'त बाणभट्ट हा चंद्रगुप्ताने शकराजाची हत्या केल्याचा उल्लेख करतो : 'अरि(लि?)' पुरे व पर-कलत्र-कामुकं कामिनी-वेश-गुप्तश्च चन्द्रगुप्तः शक-पतिम् अशातयद् इति ।[५२]'

उज्जैनच्या शकांची वंशावळ

यूसमोतिक

चष्टन् इ.स. १३०

जयदामन्

पहिला रुद्रदामन् इ.स. १३० – १५०

पहिला दाम(ध्)जद श्री | पहिला रुद्रसिंह | कन्या =

सत्यदामन् | जीवदामन् इ.स. १७८(?) १९७-९८ | सत्रप् इ.स. १८०, १८८ महासत्रप इ.स. १८१-८८ इ.स. १९१-९६ | वासिष्ठीपुत्र श्री शातकर्णी

पहिला रुद्रसेन (इ.स. २००-२२२) | संघदामन् (इ.स. २२२-२३) | दामसेन (इ.स. २२२-२६) | प्रभुदमा

पृथिवीषेन सत्रप इ.स. २२२ | दुसरा दामजदश्री सत्रप इ.स. (२३२-३३)

वीरदामन् सत्रप (इ.स. २३४-३८) | पहिलायसोदामन् (इ.स. २३९) | विजयसेन इ.स. २४०-५० | ३ रा दामजदश्री इ.स. २५१-५४

दुसरा रुद्रसेन (इ.स. २५६ (?) – २७४)

विश्वसिंह (इ.स. २७७-७८) | भर्तुदामन् (इ.स. २८९-९५)

स्वामी जीवदामन् | विश्वशेन सत्रप (इ.स. २९४ – ३०१)

दुसरा रुद्रसिंह सत्रप इ.स. ३०५ | दुसरा रुद्रदामन्

दुसरा यशोदामन् सत्रप इ.स. ३१७-३२

तिसरा रुद्रसेन इ.स. ३४८-३७८ | कन्या

सिंहसेन (इ.स. ३८२) | सत्यसिंह

चौथा रुद्रसेन | तिसरा रुद्रसिंह इ.स. ३८८+ X

सिथियन कालखंडातील[५३] शासन-यंत्रणा

सिथियन कालातील राज्यकारभाराविषयी जी अल्प माहिती उपलब्ध आहे, तीवरून ह्या काळातील संस्थांचे स्वरूप भूतकाळाशी संबंध नसलेल्या व लष्करी उपटसुंभांनी सहजासहजी निर्माण केलेल्या ऐन वेळच्या तयारीसारखे नव्हते; तर त्यावरून राजकीय विचारवंत व व्यवहारचतुर मुत्सद्यांच्या (वक्तृ-प्रयोक्तृ') पिढ्यांच्या परिश्रमांचे फलित या स्वरूपातील अतिशय प्रगत व सुसंघटित पद्धतीचा बोध होतो, ह्या विषयी शंका नाही.

इंडोसिथियन राजनीतीवर राजकीय विचारवंतांचा ('अर्थचिंतक') पडलेला प्रभाव उघड आहे. या काळातील प्रभावी राज्यकर्त्यांचा राज्यशास्त्रांचा ('अर्थविद्या')[५४] चांगला व्यासंग होता. तसेच, सत्तेवरील व्यक्तीला प्रशिक्षण देण्याविषयी घेण्यात येणारी काळजी, अमात्यांची गुणवत्ता असणाऱ्या ('अमात्यगुण') अधिकाऱ्यांची नेमणूक, अमात्य व इतर वरिष्ठ अधिकाऱ्यांची ('सचिव') वर्गवारी, वर्ज्य करण्यात आलेल्या सक्तीच्या देणग्या ('प्रणय'), वेठबिगार इत्यादी त्रासदायक गोष्टी, 'पौर' व 'जानपद', शहरी व ग्रामीण भागांतील लोकांच्या हिताबद्दलची आस्था हे सर्व लक्षात घेता राज्यशास्त्राच्या ('अर्थशास्त्र') लेखकांची शिकवण भारताच्या सिथियन विजेत्यांच्या नजरेतून सुटली नसल्याचे स्पष्ट होते. भूतकाळाशी विशेष प्रकारचा दुरावा निर्माण झाला नव्हता आणि 'महा मात्र'[५५] 'रज्जुक'[५६] व 'संचरंतक' किंवा 'संचारिन्'[५७] हे हेरांचे जे उल्लेख येतात, त्यांवरून निदान दक्षिण भारतातील तरी मौर्यकाळातील प्रशासन यंत्रणा बंद पडली नव्हती, हे सूचित होते.

मात्र या काळातील संपूर्ण प्रशासकीय चौकट मौर्यराज्यघटनेची हुबेहुब नक्कल होती, असे मानता येणार नाही. वायव्य भारतातील परकीय ज्यांनी आपणांबरोबर अनेक संस्था आणल्या होत्या व ज्या भागांशी त्यांचा संबंध आला, त्या भागात शतकानुशतके त्या प्रचलित होत्या. उदाहरणार्थ, सत्रपांच्या नियंत्रणाखालील पर्शियन प्रशासनपद्धती भारताच्या उत्तर, पश्चिम व दक्षिण येथील अनेक प्रांतांत सुरू करण्यात आली होती. तसेच,

Meridarch[५८] (बहुधा जिल्हाधिकारी) व strategos ('सेनापती' किंवा 'राज्यपाल') ह्या ग्रीक संज्ञा असणारे अधिकारी 'अमात्य' (मंत्री किंवा जिल्ह्याचा मुलकी अधिकारी) व 'महासेनापती' (महासेनापती किंवा लष्करी राज्यपाल) ह्या भारतीय संज्ञा असणाऱ्या अधिकाऱ्यांच्या बरोबरीने प्रशासन करीत असत.

सिथियन आक्रमणाच्या भरती-ओहोटीमुळे टोळ्यांची गणराज्ये नष्ट होऊ शकली नाही. बुद्ध व ॲलेक्झांडर ह्यांच्या काळाप्रमाणे ती टिकून राहिली. अशा अनेक जमातींच्या अस्तित्वाबद्दलचा पुरावा शिलालेखांवरून व नाण्यांवरून मिळतो.[५९] जुन्याकाळातील लिच्छवींप्रमाणे व शाक्यांप्रमाणे त्यांच्यापैकी अतिशय सामर्थ्यशाली जमाती अनेक वेळा आपल्या शेजारच्या आक्रमक राजाविरुद्ध व ह्या काळात बव्हंशी सिथियन राज्यकर्त्यांविरुद्ध उभे राहिलेल्या दिसतात. दुर्दैवाने समकालीन नोंदीवरून त्यांच्या अंतर्गत संघटनेविषयी विशेष माहिती मिळू शकत नाही आणि खरोखरी त्यांच्या पूर्वजांच्या किंवा वंशजांच्या असलेल्या संस्था त्यांच्या आहेत, असे मानण्याने काहीही लाभ होणार नाहीत.

जरी सिथियनांना लोकशाहीप्रधान जमातींचा विनाश करता आला नाही, तरी त्यांनी उत्तर व पश्चिम भारतातील अनेक राजसत्ताक राज्ये निश्चित नष्ट केली व तेथे अधिक उच्च प्रकारचे राजपद प्रचारात आणले. राजेशाहीचे उन्नत स्वरूप दोन गोष्टींवरून स्पष्ट होते. त्या अशा : सत्ताधारी राजांनी धारण केलेली अर्थदैवी स्वरूपाची पदलालित्ययुक्त बिरुदे व मृत राजांना देण्यात आलेले देवतास्वरुप. राजांचे दैवतीकरण व लांबलचक बिरुदांचा वापर ह्या गोष्टी प्राचीन भारतीय वाङ्मयाला अज्ञात नाहीत. परंतु भारताच्या व बहुधा अफगाणिस्तानाच्या मोठ्या भागावर ज्याचे राज्य पसरले होते, अशा अशोकासारख्या श्रेष्ठ राजाने 'राजा' व 'देवानां' पिय पियदसि'[६०] या बिरुदावर समाधान मानले होते, ही गोष्ट लक्षणीय आहे. ह्याच्या उलट सिथियन काळातील थोर राज्यकर्ते इतःपर त्या माफक स्वरूपाच्या बिरुदांवर संतुष्ट नव्हते व त्यांनी अधिक सन्मान्य व 'चक्रवर्तिन्' (राज्यमंडळाला सम्राट) व 'देवपुत्र' (देवांचा केवळ लाडकाच नव्हे, तर पुत्र) 'अधिराज', (श्रेष्ठ राजा) 'राजाधिराज' (श्रेष्ठ राजाधिराज) ह्या प्रकारची अधिक सन्मान्य बिरुदे धारण केली.

दक्षिण भारतात 'क्षेमराज'[६१] 'धर्म-महाराजाधिराज' व 'धर्म-युवमहाराज'[६२] ह्यांसारखी अर्ध-धार्मिक स्वरूपाची बिरुदे भारतीय धर्मपंथांच्या पुरस्कर्त्यांनी धारण केलेली दिसतात. प्राचीन धर्मसंस्थापकांनी व स्मृतिकारांनी आचरलेल्या धर्माचा पाठपुरावा करून त्यातील कलियुगाचे दोष ते दूर करीत असत. बहुधा वायव्येकडील अश्रद्ध परकीय लोकांपेक्षा व रानटी भटक्या जमातींपेक्षा आपण निराळे असल्याचे दर्शविण्यासाठी त्यांनी हे केले असावे.

राजांनी व सम्राटांनी धारण केलेल्या मोठमोठ्या बिरुदांप्रमाणेच[६३] त्यांच्या पत्नींच्या संदर्भातही तितकीच सन्मान्य बिरुदे वापरात होती. अशोकाच्या राण्यांचा उल्लेख केवळ 'देवी' असा करण्यात आलेला दिसतो. उदाहरणार्थ, तीवराच्या मातेला

'दुतीआ देवी' (द्वितीय राणी) असे संबोधण्यात आले आहे. त्यावरून ज्येष्ठ राणी 'प्रथमा देवी' असल्याचे सूचित होते. मात्र सिथियन काळामध्ये 'अग्रमहिषी' व 'महादेवी' ही बिरुदे आढळतात. त्यांवरून पट्टराणी ही बरोबरीच्या राण्यांहून निराळी असल्याचे समजत असे. ह्या प्रकारच्या प्रमुख प्रतिस्पर्धी राण्यांमध्ये अयसि-कामुइअ, नागनिका व बलश्री ह्यांचा निर्देश करता येईल.

'देवकुले' किंवा 'राजांचे अर्धाकृती पुतळे असलेले सज्जे' उभारण्याच्या पद्धतीवरून मृतांचे दैवतीकरण लक्षणीय रीतीने स्पष्ट होते. त्यांपैकी सर्वात प्रसिद्ध रचना म्हणून एका मथुरा शिलालेखात उल्लेखिलेल्या हुविष्काच्या पितामहाच्या (आजोबा) 'देवकुला'चा निर्देश करता येईल.[६४] राज'देवकुले' व तसेच इतर सर्वसाधारण मंदिरे ह्यांचे अस्तित्व व प्रत्यक्ष 'देवपुत्रा'ची उपस्थिती यांमुळे मथुरेला 'देवांचे शहर(?)' हे दुय्यम नाव मिळाले असावे.[६५]

समीक्षेचा विषय असलेल्या प्रस्तुत कालखंडातील राजपदाच्या उदात्तीकरणाला राजाच्या कर्तव्याविषयी (राजधर्म) लेखन करणाऱ्या काही लेखकांची मान्यता होती. मानवी रूपातील 'महती देवता', (थोर देवता) असे ते राजाचे वर्णन करतात. परंतु सुरुवातीस हे सिथियन राज्यकर्त्यांमुळे[६६] बहुधा घडले असावे. राजपदाविषयीच्या पर्शियन, चिनी व रोमन कल्पना त्यांनी येथे आणल्या. राजातिराज व इतर राजांवर वचक असणारा श्रेष्ठ राजा हे बिरुद रॅप्सनने दर्शविल्याप्रमाणे 'स्पष्टपणे पर्शियन' आहे. 'डॅरियसच्या शिलालेखातील क्षायथियानां' 'क्षायथिय[६७]'पासून आजच्या काळातील 'शाहान शाह'पर्यंतचा मोठा इतिहास त्याच्या मागे आहे.' कुषानांचे 'देवपुत्र' हे बिरुद उघडपणे चीनमधून आले आहे. कारण ते 'स्वर्गाचा पुत्र' (Tien - tze' tien tzu)[६८] ह्या चिनी सम्राटांच्या बिरुदाचे शब्दशः भाषांतर आहे. ल्युडर्सचे मत ग्राह्य मानले, तर निदान इंडो-सिथियन सम्राटांपैकी एकाने (आरा शिलालेखांतील कनिष्काने) 'केसर' हे रोमन बिरुद धारण केले होते. तसेच, तिबेर नदीच्या तीरांवर सम्राटांच्या गौरवार्थ अर्पण करण्यात आलेल्या मंदिरांचा, यमुनेच्या तीरावर मंदिरे उभारण्याच्या पद्धतीचा काहीतरी संबंध असला पाहिजे.

उत्तर व पश्चिम भारतात प्रचलित असलेली द्विराज्य-पद्धती व तसेच वायव्य व अतिदक्षिण भागातील 'यौवराज्य-पद्धती'(युवराजाची सत्ता) हे सिथियन युगाचे खास वैशिष्ट्य आहे. ह्या दोनही राज्यप्रकारांत सम्राटांचा भाऊ, मुलगा, नातू किंवा पुतण्या ह्याचा प्रशासनामध्ये सह-प्रशासक किंवा दुय्यम सहकारी म्हणून महत्त्वाचा सहभाग असे. द्वैराज्यामधील राज्यकर्ते समान दर्जाचे असलेले दिसतात. परंतु यौवराज्यामध्ये (युवराजाची सत्ता) सत्ताधारी राज्यकर्ता उघडपणे एक प्रतिनिधी

असे. द्वैराज्याची उदाहरणे म्हणून लसिअस व अँटिअलकिडस्, अॅगथोक्लेइअ व पहिला स्ट्रॅटो, पहिला स्ट्रॅटो व दुसरा स्ट्रॅटो, स्पॅलिराईझेस व एझेस, हगान व हगामष, गोदोफेर्नेस व गोदोफेर्नेस व गोदोफेर्नेस व गदगोन्दाफेर्नेस व अॅब्दॅगॅसेस, चष्टन व रुद्रदामन्,दुसरा कनिष्क व हुविष्क वगैरे-वगैरे नावांचा निर्देश करता येईल. सत्ताधारी युवराजांपैकी खरओस्त व शिवस्कंदवर्मन्, विजय-बुद्ध-वर्मन्,[६९] पलक्कदचा विष्णुगोष ह्या पल्लव युव-महाराजांचा निर्देश करता येईल.

राजा किंवा राजप्रतिनिधी 'अधिष्ठान' नावाच्या शहरात राहत असे. ह्या प्रकारच्या अधिष्ठानांची व इतर अनेक प्रकारच्या शहरांची (नगर, नगरी) संख्या बरीच मोठी होती. परंतु त्यांच्या प्रशासनाविषयी मिळणारी माहिती अगदीच अल्प आहे. 'निगम-सभा' किंवा नगर परिषदा आणि एका 'नगराक्षदर्श'[७०] नावाचा शहरावरील अधिकारी ह्यांचा उल्लेख येतो. त्याची कर्तव्ये शिलालेखात कोठेही स्पष्टपणे सांगण्यात आलेली नाहीत, परंतु त्याची कर्तव्ये मौर्यकालातील 'नगरव्यावहारिकां'प्रमाणेच (नगर-न्यायाधीश) असल्याचे दिसते.

सर्वसाधारण राज्य कारभार व प्रांत, जिल्हे व खेड्यांचे प्रशासन ह्यांविषयी आपणांस अधिक तपशीलवार माहिती मिळते. राज्याच्या काही वरिष्ठ अधिकाऱ्यांची नावे मौर्यकालात प्रचलित असलेल्या नावांहून भिन्न नव्हती. अशोकाच्या कालाप्रमाणेच शातवाहन व सिथियांनाच्या कालातही महामात्र व रज्जुक हे अधिकारी महत्त्वाची भूमिका वठवीत असत. परंतु ह्या अधिकाऱ्यांच्या बरोबरीने इतर अधिकाऱ्यांचीही आपणांस माहिती मिळते. त्यांच्या उल्लेख मौर्यकालीन शिलालेखात येत नाही, परंतु त्यापैकी काहींचा निर्देश कौटिल्याच्या 'अर्थशास्त्रा'त येतो.

सम्राटाशी सर्वांत अधिक घनिष्ठ संबंध असणारे अधिकारी म्हणजे त्याचे खाजगी सल्लागार-जुनागढ शिलालेखातील उल्लेखलेले 'मतिसचिव' व पल्लव-दानपत्रातील 'रहस्याधिकृत' हे होत. दरबारातील इतर प्रमुख अधिकाऱ्यांमध्ये 'राजवैद्य'[७१] व राज लिपिकर (राजाचा लेखनिक[७२]) ह्यांचा निर्देश करावा लागेल.

'महासेनापती'[७३]'दण्डनायक' व महादंडनायक[७४]' ह्या लष्करी वरिष्ठ अधिकाऱ्यांचे महत्त्व खासगी सल्लागारांपेक्षा कमी नव्हते. हे लष्करी अधिकारी प्रायः 'कोटिलीय अर्थशास्त्रा'तील 'सेनापती' व 'नायक' ह्यांसारखेच[७५] होते. 'सेनागोप' (कप्तान) 'गौल्मिक[७६]' (पलटणीचे नेते), 'आरक्षकाधिकृत[७७]' (आरक्षक), 'अश्ववारक[७८]'(घोडेस्वार), 'भटमनुष्य[७९]' (भाडोत्री शिपाई) हे बहुधा वरील प्रमुख अधिकाऱ्यांच्या हाताखालील सहायक असावेत.

मुलकी अधिकाऱ्यांच्या एका वर्गाचा ('अमात्य' किंवा 'सचिव') म्हणजे 'मतिसचिवां'चा (सल्लागार) यापूर्वी उल्लेख केलाच आहे. अमात्यांचा कार्यकारी अधिकारी (कर्मसचिव) असा आणखी एक वर्ग होता. मेगॅस्थिनीसच्या काळाप्रमाणे त्यांच्यातून 'राज्यपाल[८०]' 'कोषाध्यक्ष[८१]' 'निरीक्षक[८२]' व चिटणीस[८३] ह्यांची निवड करण्यात येत असे.

कोषविषयक अधिकाऱ्यांमध्ये 'गंजवर[८४]', 'कोष्ठागारिक[८५]' व 'भांडागारिक[८६]' ह्यांचा निर्देश येतो. 'भांडागारिक' हा प्रमुख राज्यमंत्र्यांपैकी ('राजामात्य') एक असे. परंतु विंध्य परिसरातील 'शैल राजांच्या व कोसलांच्या सोमवंशी राजांच्या काळापर्यंत 'संनिधातृ' (शब्दशः भरणा करणारा अधिकारी, Piler) व 'समाहर्तृ' (वसुली अधिकारी) यांच्याविषयी शिलालेखीय उल्लेख मिळत नाही. जुनागढ-शिलालेखात सांगितल्याप्रमाणे 'बलि' (जादा खंडणी), 'शुल्क' (कर) व 'भाग' (राजाचा रुढ हिस्सा) ह्या भांडागारात किंवा कोशात (खजिना) जमा होणाऱ्या महसुलाच्या प्रमुख बाबी होत्या. हा महसूल रुद्रदामनूसारख्या परोपकारी राजांच्या खासगी खजिन्यात 'कनक' (सुवर्ण), 'रजत' (चांदी), 'वज्र' (हिरे), 'वैदूर्यरत्न' (माणिक ? beryl) वगैरेंची भर पडण्यास पुरेसा असे. महाक्षत्रपापेक्षा कमी तारतम्य असणारे राज्यकर्ते वाटेल तेवढे कर लादून व वेठबिगार व सक्तीच्या देणग्या घेणे ('कर-विष्टिप्रणयक्रियाभिः') या मार्गांनी निःसंशय लोकांची पिळवणूक करीत असत.

'भांडागारां'खेरीज कोठार, 'कोष्ठागारा'चे[८७] अस्तित्व ल्युडर्सच्या शिलालेख क्रमांक ११४१ मध्ये आलेल्या उल्लेखावरून सूचित होते. त्याचे वर्णन कोटिलीय अर्थशास्त्राच्या पुस्तक २, प्रकरण १२ यात येते. महसूल कशा प्रकारे खर्ची टाकण्यात येत असे, याचे ओझरते दर्शन शिलालेखावरून घडते. 'पानीया'ची किंवा पिण्यायोग्य पाण्याची तरतूद करण्यासाठी करण्यात आलेले प्रयत्न, विशेष लक्षात घेण्यासारखे आहेत. 'स्वतःच्या खजिनातून प्रचंड रक्कम खर्च करून' एका सिथियन राजाने व त्याच्या अमात्याने सुदर्शन तलावाचा कसा जीर्णोद्धार केला, ह्याचे वर्णन जुनागढ-शिलालेखात आहे. तलाव, विहिरी, सरोवरे आणि पाण्याचे इतर साठे, पुष्करिणी, उदपान, ऱ्हद किंवा तडाग यांच्या बांधकामाविषयी व दुरूस्तीविषयी वारंवार उल्लेख येतात. ल्युडर्सच्या शिलालेख क्रमांक ११३७ मध्ये जलशक्तीवर चालणाऱ्या यंत्रांच्या निर्मात्यांचा ('औद्यंत्रिक') निर्देश येतो, तर दुसऱ्या एका कोरीव लेखात[८८] 'पानीयघरिक' नावाच्या जलसंचयावर देखरेख करणाऱ्या सरकारी अधिकाऱ्याचा उल्लेख आहे. एक तडाग (सरोवर), नाग (एका सर्पदेवतेचा पुतळा) व विहार

(क्रीडास्थान, मठ) यांची देणगी दिल्याचा उल्लेख असलेला शिलालेख क्र. ११८६ 'कर्मातिक' (योजनांवरील निरीक्षक) असलेल्या अमात्य स्कंदस्वातीचा निर्देश करतो. ही शासकीय संज्ञा 'अर्थशास्त्रा'त ज्ञात आहे.[८९]

परराष्ट्र व्यवहाराविषयक खात्यात 'दूता'चा (राजदूत किंवा दूत) उल्लेख येतो, परंतु 'सांधिविग्रहिक (शांतता व युद्ध ह्यांचा अधिकारी) व 'कुमारामात्य[९०]' ह्यांसारख्या वरिष्ठ अधिकाऱ्यांचे अद्यापि उल्लेख आढळत नाहीत. त्यांचे ठळक उल्लेख गुप्तकालीन व गुप्तोत्तरकालीन शिलालेखात येतात.

प्रस्तुत कालखंडातील शिलालेखांत दस्तऐवजांचे जतन करणाऱ्या 'महासामियां' सारख्या अधिकाऱ्यांचाही [९१] उल्लेख आहे. त्याखेरीज इतर अधिकाऱ्यांचेही निर्देश येतात. परंतु त्यांची नक्की कर्तव्ये व दर्जा ह्याविषयी कोठेही काही सूचित करण्यात आले नाही. त्यामध्ये 'अमेयंतरोपस्थायिक' ('अंतर्भागातील (अंतःपुराचा १) सेवक') 'माडविक'[९२], 'तूथिक' व 'नेयिक[९३]' ह्या अधिकाऱ्यांचा निर्देश करता येईल. वायव्य भारतातील मोठ्या साम्राज्याचे विशाल सत्रपीत व छोट्या प्रांतात विभाजन झाले होते व त्यावर अनुक्रमे महाक्षत्रपांचा व क्षत्रपांचा अंमल असे. सिथियन साम्राज्याच्या सीमेबाहेरील सत्रपी आणि राज्ये 'राष्ट्र', 'आहार', 'जनपद', 'देश' किंवा 'विषय' या नावाच्या भागात विभागली होती. सिथियन काळानंतर अतिशय व्यापक प्रमाणात प्रचारात असलेली 'मुक्तीची' रचना ('मुक्ती' म्हणजे शब्दशः विभागणी, प्रशासकीय विभाग) अद्यापि आढळत नाही. ह्या काळात 'राष्ट्र', 'आहार' (किंवा 'हार') व 'जनपद' ह्या संज्ञा समानार्थी असल्याचे दिसते. 'सातहाने-रठ्ट' (राष्ट्र) किंवा 'सातवाहनि-हार' ह्याचा एक 'जनपद' असा जो म्यकदोनि-शिलालेखात उल्लेख आला आहे, त्यावरून वरील गोष्ट सिद्ध होते. 'राष्ट्रपती' 'राष्ट्रिक' ('रठिक') किंवा 'अमात्य हा राष्ट्र किंवा आहार ह्यांचा प्रमुख अधिकारी असे. उदाहरणार्थ, महाक्षत्रप रुद्रदामनच्या सत्तेखालील सुराष्ट्राचे नियंत्रण 'अमात्य' सुविशाख करीत असे. गौतमीपुत्र शातकर्णी व पुलुमायी ह्याच्या काळात गोवर्धन (नाशिक) जिल्हा किंवा 'आहारा'चे प्रशासन विष्णुपालित, श्यामक व शिव-स्कंद-दत्त या अमात्यांनी क्रमशः केले. तर शेजारच्या मामाल आहारावर (पुणे जिल्हा) नावाचा शेवट गुप्त शब्दाने होणाऱ्या एका अमात्याचे नियंत्रण होते. अतिदक्षिणेकडे 'आहारा'च्या मुख्य अधिकाऱ्याला 'व्यापृत' असे म्हणत असल्याचे दिसते.[९४] विशेषतः धोक्याच्या सरहद्द भागातील जनपदांचे नियंत्रण कधीकधी लष्करी राज्यपालांकडे (स्ट्रॅटेगोस', 'महासेनापति,' 'महादंडनायक' वगैरे) देण्यात येत असे. उदा. शातवाहीन-हारांचे 'जनपद' महासेनापति स्कंद - नागाच्या नियंत्रणाखाली

होते.[९५] पूर्व माळव्याचा काही भाग साम्राज्यवादी गुप्तांनी खालासा करण्यापूर्वी थोडा काळ एका शक महादंडनायकाच्या अंमलाखाली असल्याचे दिसते. तसेच भारतीय सरहद्दभागाचे नियंत्रण ऐझेस व गोहोफेर्नेसच्या कारकिर्दीत स्ट्रॅटेगोईच्या एका मालिकेकडे (अस्पवर्मन्, सस)[९६] होते.

'देश' हा शब्दही अनेकदा 'राष्ट्र' किंवा 'जनपद' ह्या अर्थाने वापरला जातो. 'देशाधिकृत' किंवा मध्ययुगीन कालातील 'देशमुख' यांच्या नियंत्रणाखाली हा विभाग असे. शिव - स्कंद - वर्मनच्या हरिहडगल्लि दानपत्रात ह्या अधिकाऱ्यांचा उल्लेख येतो. ह्यापुढील छोटा विभाग म्हणजे 'विषय' चे नियंत्रण असणारा आपाततः 'विषय' हा होय [९७]परंतु कधीकधी 'विषय' शब्दाचाही उपयोग 'देश' किंवा 'राष्ट्र' ह्या अर्थाने केला जाई व गुप्तोत्तरकालात राष्ट्रापेक्षा अधिक व्यापक प्रदेशाचा निदर्शक म्हणून ह्या शब्दांचा वापर करण्यात आल्याची उदाहरणे आढळतात.[९८] ग्राम किंवा ग्रामाहार [९९] म्हणून ओळखली जाणारी खेडी व 'निगम' [१००] नावाने ओळखली जाणारी छोटी शहरे किंवा लहान व्यापारपेठा हे सर्वात लहान प्रशासकीय विभाग होते. गावातील कारभाराचे नियंत्रण 'ग्रामेयिक आयुत्त[१०१]' नावाचे अधिकारी करीत असत. त्यांचे प्रमुखपद उघडपणे 'ग्रामणी'[१०२], ग्रामिक[१०३]' 'ग्रामभोजक[१०४]' किंवा (ग्राम) महत्तरक' ह्यांच्याकडे असे. ल्युडर्सच्या (मथुरा) शिलालेख क्रमांक ४८ - मध्ये जयदेव व जयनाग ही अशी दोन प्रकारच्या 'ग्रामिकां'ची नावे येतात. दक्षिण भारतात ग्राम - प्रमुखाला लावण्यात येणारी 'मुलुंड' ही कुतूहलपूर्ण संज्ञा पाहावयास मिळते.[१०५] खेड्यातील 'ग्रामवृद्धाप्रमाणे निगमा' मध्ये 'गहपति' [१०६] ह्या ठळक व्यक्ती असत. ल्युडर्सच्या शिलालेख क्र. ११५३ मध्ये, गहपतीच्या नेतृत्वाने एका 'धम्म - निगमा' ने केलेल्या सामुदायिक कार्याविषयी पुरावा मिळतो. प्राचीन भारतीय प्रशासान पद्धतीचा 'ग्राम' व 'निगम' ह्या संघटना सर्वात टिकाऊ स्वरुपाचा भाग असून अनेक शतकांची ही सिथियन सत्ता त्यांचे अस्तित्व नष्ट करू शकली नाही. खेडी व निगम ही सहजीवनाबद्दलच्या कल्पनांची शिशुमंदीरे होती. ह्या कल्पनांचा समाज, समित्या, परिषदा, महामंडळे ह्यासारख्या संघटनांद्वारे आविष्कार झाला. या संघटनांचा निर्देश 'गोष्ठी [१०७]' 'निकाय' [१०८], 'परिषद[१०९]', संघ [११०]' वगैरे शब्दांनी केला असून त्याविषयी ह्या काळातील शिलालेख खूप माहिती देतात. राजेलोक व खेडुतांमध्ये सहकार्याचे क्षेत्र उपलब्ध करून देणाऱ्या वरील संस्थांपैकी 'गोष्ठी' हीही पुष्कळ उद्‌बोधक होती. ल्युडर्सच्या शिलालेख क्र. १३३२ ते १३३८ मध्ये प्रमुख पदावर राजा असलेल्या व अधिकाऱ्यांमध्ये एका ग्रामप्रमुखाचा मुलगा असलेल्या एका 'गोष्ठी' चा उल्लेख येतो.

इतर काळाप्रमाणे सिथियन काळातही प्राचीन भारतीय राजनीतीमधील कमी मनोरंजक भाग कोणता असेल, तर तो गुप्तहेरांच्या, विशेषतः 'संचरंतक' किंवा फिरत्या गुप्तहेरांच्या सेवेबद्दलचा होय. 'अर्थशास्त्रा' मध्ये त्यांची कर्तव्ये कमालीच्या तपशिलासह वर्णिली आहेत. मात्र 'अर्थशास्त्रा' च्या अभ्यासाने जाणवते, तितक्या प्रमाणात राजकीय नीति खरोखरीच इतक्या खालच्या थराला गेलेली नव्हती, असे मौर्य व गुप्त ह्या काळातील परकीयांच्या साक्षीवरून सूचित होते. बहुधा वात्सायनाने आपल्या लोकांच्या वास्तव भावना शब्दबद्ध केलेल्या आहेत. वैचारिक प्रबंधात आलेले प्रत्येक नीतिवचन प्रत्यक्ष आचरणात आणण्याची गरज नाही. कारण वैचारिक प्रबंधांचा आवाका मोठा असावा हे जरी खरे, तरी व्यवहारातील उपयोगाला मर्यादा असणे आवश्यक असते. वैद्यकशास्त्रात कुत्र्याच्या मांसाची चव, शक्तिवर्धकता ते शिजविण्याची प्रक्रिया वगैरेची चर्चा आली आहे. केवळ एवढ्याचसाठी कोणीही समंजस माणूस ते खाण्याचा विचार करणारा नाही.

न शास्त्रमस्तीत्येतावत् प्रयोगे कारणं भवेत्।
शास्त्रार्थान् व्यापिनो विद्यात् प्रयोगांसत्वेक - देशिकान्।।
रसवीर्यविपाका हि श्वमांसस्यापि वैद्यके।
कीर्तिता इति तत् किं स्याद् भक्षणीयांविचक्षणैः।।

स्पष्टीकरणात्मक टीपा

1 `Ep. Ind.', XIV, 155.

2 Wilson in `JASB', (1904) 272; Smith `ZDMG', (Sept. 1903), `IHQ', (1932) 234 `JBORS', (1932) 7 f. ह्या उताऱ्यात एका कनिष्ठ सॅरॅगनुसचा निर्देश नसाताना 'ज्येष्ठ' हे विशेषण निरर्थक ठरते आणि ही व्यक्ती, केवळ संदेनेस असू शकते .त्याच्याहून ज्येष्ठ राजा वेगळा मानण्यात आला आहे.

३. यखपव. अर्पी', (१८८४) f. ४०० दक्षिणेतील मेंढपाळामध्ये 'खराते' हे आडनाव आढळते, असे श्री. वाय्. आर. गुप्ते यांना दाखवून दिले आहे. (Ind. Ant.' (1926) 178) खराते हे खखरातचे (क्षहरात) संक्षिप्त रूप असल्याचे ते मानतात.

४. नहपानाची नाणी इ. सनाच्या दुसऱ्या शतकाइतक्या नंतरच्या काळातील मानता येणार नाहीत, असे ॲलनला वाटते. इतर गोष्टींबरोबरच नहपानाच्या रजत-नाण्यांच्या पुढील बाजूवरील व राजुवुलच्या नाण्यांवरील अर्धचित्रातील सारखेपणाचा त्याने निर्देश केला आहे. परंतु पहिल्या स्ट्रॅटोच्या नाण्यांसारख्या सर्वसाधारण नमुन्यावरून ही नाणी आली असल्याने कदाचित असे झाले असावे, हे तो मान्य करतो. `Camb. Short Hist......80 f.

5 E.G. M. Boyer in `Journal Asiatique,' (1897); `JASB', (1904) 272 ह्या नावाच्या अखेरीस 'बोनस' नव्हे, तर निश्चितपणे 'बरेस', 'बरोस' येत असल्याचे केनेडी दर्शवितो (`JRAS', (1918) 108)

6 `JRAS', (1912) p. 785.

7. डॉ. डी. आर. भांडारकरांचे हे मत असून उघडपणे ते बॉंबे गॅझेटियर १.१.१५ येथील टीपेनुसार आहे. मात्र त्याखेरीज पाहा – `Ind. Ant.' (1926) p. 143. `Capital of Nahapana' (= Juunar) फ्लीट मिन्नगरची एकात्मता पंचमहालमधील दोहदशी मानतो. (JRAS,' (1912) p. 788; (1913) 993 n) प्राच्यविद्याविशारदांच्या पटना येथील सहाव्या अधिवेशनात वाचलेल्या एका शोधनिबंधात डॉ. जायस्वालांनी एका जैन ग्रंथाचा उल्लेख केला असून त्यात नहपानाची राजधानी म्हणून भडोचचा निर्देश येतो. (आता पाहा – 'आवश्यक – सूत्र' `JBORS', (1930 Sept - Dec) 290) एका वेगळ्या परंपरेसाठी पाहा – `IHQ', (1929) 356 वसुधर (?) 'नगरी'.

८. Cf. also `IA', 7.259, 263 अरिअके म्हणजे वराहमिहिराच्या बृहत्संहितेतील आर्यकसुद्धा असू शकेल.

९. त्याखेरीज पाहा – जुनागढ, गुंड व जसूधन शिलालेख.

१०. त्याखेरीज ही नाण्यांवरील अक्षरे पाहा – 'हेरमयस कलियपय' 'गुदुफरस ससस' खतपान हगानस हगामषस' इत्यादी. येथेही दुसऱ्या नावानंतर 'च' येत नाही. Whitehead, Indo - Greek Coins, '86, 147 ; `CHI', 538.

११. त्याखेरीज पाहा – अथर्ववेदातील (५.२०.९) 'द्विराज', 'कौटिलीय अर्थशास्त्रातील (पृ.३२५) 'द्वैराज्य', 'आयारंग- सुत्ता'तील 'दोरज्ज', पाश्चात्य लेखकांनी दिलेली पॅटॅलेनची हकीकत पृ. २५९ Ante. महाभारतातील धृतराष्ट्राचे व दुर्योधनाचे उदाहरण जस्टिनच्या ग्रंथातील युक्रेटाइडस व त्याच्या मुलाचे उदाहरण, पहिल्या व दुसऱ्या स्ट्रॅटोचे उदाहरण, एझेस, व ॲझिलायझेसचे उदाहरण , वगैरे – वगैरे 'महावस्तूमध्ये' (३.४३२) तीन भावांच्या संयुक्त प्रशासनाचा उल्लेख येतोः– 'कलिङ्गेषु सिंहपुरं नाम नगरं तत्र त्रयो भ्रातरो एकामातृका रज्यं कारयन्ति।' त्याशिवाय पाहा – `IA,' 6.29. तसेच , पाहा – नीलकंठ शास्त्री `Pandyan Kingdom,' 120, 122, 180...

१२. त्याखेरीज पाहा – गुंड व जसूधन शिलालेख .

13. Rapson, `Coins of the Andhra Dynasty', etc., pp. 1 viii, Clxxxv; Bhandarkar, `Ind. Ant', (1918 - 19) `Deccan of the Satavahana Period'

१४. रोहितकांच्यासमवेत उल्लेखलेल्या 'गणां'च्या सूचीतील मद्र टोळीचा उत्तमभद्र हा एक गट असावा. (Cf. Rohtak in South - East Punjab) आग्रेयस् (अग्रचे?) व मालव (महाभारत ३.२५३.२०) महाभारतामध्ये (६.५०.४७) भद्रांचा संबंध दासेरकांच्या गणांशी किंवा संघांशी दर्शविला आहे. आपाततः दासेरक हे राजपुतान्याच्या वालुकामय प्रदेशातील होते. (Monier Williams, Dic. 405)

१५. नासिक – शिलालेख वैजयंती सेनेच्या विजय– छावणीतून काढण्यात आला होता.'Ep. Ind', VIII - 72; आणि तो गोवर्धनाच्या – (नाशिक) अमात्याच्या किंवा राजाच्या खास अधिकाऱ्याच्या नावाने होता. सरकारांच्या मते 'वैजयंती' हे शहर नसून सेनेचे एक नाव आहे.

१६. कृष्णवेणा म्हणजे कृष्णा नदीवर (Kharvela's Ins. `IHQ,' (1938)

275 त्याखेरीज पाहा – आर्षिक, पतंजलि ४.२.२.

१७. अर्थशास्त्राचा शामशास्त्रींचा अनुवाद, पृ. १४३ टीप २ त्याची पोतन ही राजधानी निझामराज्यातील बोधनशी बहुधा जुळते.

१८. 'बृहत्संहिता' १४.४

१९. कुशान – कालगणनेच्या २९ व्या वर्षी म्हणजे या ग्रंथात स्वीकारलेल्या कालगणनापद्धतीनुसार इ.स. १०६ मध्ये पूर्वमाळवा कनिष्काचा वारस वासिष्क याच्या अमलाखाली बहुधा होता. आकर म्हणजेच उज्जैनच्या इशान्येस ३५ मैलांवर असलेले आगर होय. Bom. Gujarat. 540; `Ep. Ind.' xxiii. 102.

२०. 'कुटुंब' म्हणजे 'घरदार', 'कुल' होय आणि 'अवर – कुटुंब' म्हणजे 'हलक्या जातीच्या लोकांचे घर किंवा कुल' असा अर्थ घेता येईल. 'कुटुंब' ह्या शब्दाच्या उपयोगावरून ज्यांच्या कुलाचा किंवा घरांचा उल्लेख करण्यात आला आहे असा 'हलका' वर्ग म्हणजे व्यापारी किंवा शेतकरी (कुटुंबिक) होत, असे सूचित होते.

२१. 'गोवधनस' हा शब्द वापरला असल्याने बेनाकटक नावाची इतर स्थळे असल्याचे सूचित होते. त्या विशिष्ट स्थलांहून ही विशिष्ट जागा वेगळी असल्याचे दर्शविले आहे. दुसऱ्या (तिसऱ्या?) प्रवरसेनाच्या तिरोडि पटांमध्ये वाकाटकराज्याच्या पूर्वभागात असलेल्या एका बेन्नाकटकाचा निर्देश येतो.(`IHQ', (1935) 293; `Ep. Ind' XXII, 167 ff.) ह्यांत प्रत्येक बाबतीत बेणा किंवा बेन्ना हे एका छोट्या नदीचे नाव आहे.

२२. त्याखेरीज पाहा – आर. डी. बानर्जी यगठअड,' (१९१७) pp. 281 etc. तसेच, १९ ह्या वर्षातील प्रशस्तीमध्ये पुलुमायीला लावलेले '(दक्षिणा) पथेश्वर' (दक्षिणेचा स्वामी') हे 'विशेषण लक्षात घ्यावे

२३. `Journal of the Num. Soc.' 11 (1940) p. 88 मध्ये तरहाल साठ्यामधील 'शिवश्री तिसऱ्या पुलुमायी' ची नाणी त्याची असल्याचे मिराशी मानतात. (एक पुलुमायी असलेला) हा राजा व रॅप्सनच्या सूचीत आलेला 'वासिठिपुत' सिवसिरी' सातकंणि ह्या दोहोंत ते फरक करतात. 'विष्णुपुराणा'त मात्र शिवश्रीचा (पुलमायी असा नव्हे, तर) शातकर्णी म्हणून उल्लेख आहे. म्हणून ही बाब अनिर्णीत अशी मानली पाहिजे.

२४०. मिराशी (तत्रैव पृ. ८९) त्याची एकात्मता तर्हाल साठ्यातील (अकोला जिल्हा) व इतर नाण्यांवरील सिरिखदाशी किंवा स्कंद शातकर्णीशी मानतात.

त्याचे नाव स्मिथूने 'चड शातकर्णी,' व रॅप्सनने 'रुद्र शातकर्णी' असे चुकीच्या पद्धतीने वाचले होते. आंध्र प्रदेशांचा एक राजा असे ह्या 'रुद्रा' चे वर्णन करण्यात आले होते.

२५. ह्या राजाचे नाव (पुराणांत म्टहल्याप्रमाणे) 'यज्ञश्री' असे नसून शिलालेखात म्हटल्याप्रमाणे 'श्री यज्ञ शातकर्णी' असल्याचे डॉ. डी. सी. सरकार सुचवितात. (`JRAS', July. (1934) 560 ff.) मात्र ह्याठिकाणी 'श्री' चा उपयोग आदर व्यक्त करण्यासाठी आला असून अनेक वेळा शातवाहन राजघराण्याच्या राजांच्या नावाच्या अखेरीस तो येत असतो., हे ध्यानात घ्यावे. (त्याखेरीज पाहा – वेद किंवा स्कंद – सिरि, हकु – सिरि, बल – श्री शिव – श्री वगैरे. Rapson, `Andha Coins' pp. x 11vi, 1, 1ii) काही कागदपत्रांत एखाद्या राजाच्या नावाआधी श्री आले आहे, एवढ्याच वस्तुस्थितीमुळे त्याचा उत्तरपद प्रद म्हणून कधीच उपयोग केला गेला नाही, असे निर्णायकपणे सिद्ध होत नाही. खारवेलच्या प्रसिद्ध शिलालेखात राजाचा उल्लेख सिरि खारवेल व खारवेलसिरि अशा दोन्ही प्रकारांनी येतो. 'मुद्राराक्षसा'त श्रीमत् चंद्रगुप्ताचा चंदसीरि असाही निर्देश येतो. त्याखेरीज पाहा – 'परिशिष्टपर्वन्,' ९.१४ मधील 'अशोक श्री.'

२६. मात्र (कॉरोमांडेल किनाऱ्यावरील) काही शिशाच्या नाण्यांच्या संदर्भात रॅप्सन म्हणतो : 'पुढील बाजूवर दोन शिडांचे जहाज.' शिलालेख पूर्णतया वाचलेला नाही. परंतु उघडपणे सिरि – पु (लुमा) विस' (Coins of the Andhra Dynasty' p. 22)

२७. आभीरांबद्दलचा अंदाजी काळ देता येण्याजोगा सर्वात जुना उल्लेख पतंजलीच्या 'महाभाष्या'त येतो. 'महाभाष्या'त व तसेच 'महाभारता'त त्यांचा संबंध शूद्रांशी अॅलेक्झांडरच्या इतिहासकारांनी उल्लेखिलेल्या सोद्रइंशी दर्शविला आहे. अबिरिअ ह्या त्याच्या देशाचा निर्देश पेरिप्लसच्या व टॉलेमीच्या भूगोलात येतो. इ. सनाच्या पहिल्या शतकाच्या तिसऱ्या पादात आभीरप्रमुखांचा पश्चिम – भारतातील शकराजांचे सेनापती म्हणून उल्लेख येतो. त्यानंतर लवकरच ईश्वरदत्त नावाचा बहुधा एक आभीरप्रमुख महाक्षत्रप झाला. शिव दत्ताचा पुत्र, माढरीपुत्र, ईश्वरसेन ह्या आभीर राजांशी त्याचा कोणत्या प्रकारचा संबंध होता, हे निश्चित सांगता येत नाही. परंतु ह्या दोन प्रमुखांची एकात्मता मानण्याकडे काही विद्वानांचा कल आहे. ईश्वरसेनाचे हे राजघराणे अपरान्तच्या त्रैकुटक घराण्याशी एकात्म असल्याचे, तसेच इ.स. २४८ मध्ये त्रैकुटक

कालगणनेची स्थापना झाली असता त्याच वेळी उत्तर- महाराष्ट्राच्या व लगतच्या प्रदेशातील राज्यकारभार शातवाहनांनंतर आभीरांच्या हाती आला असल्याचेही सुचविण्यात येते. त्रिकुटक – घराण्याचे अखेरचे ज्ञात राज्यकर्ते इंद्रदत्त, त्याचा पुत्र दहसेन (इ.स. ४५५ – ५६) आणि त्याचा पुत्र व्याघ्रसेन (इ.स. ४८९ – ९०) हे होत. त्यांच्यानंतर हे राज्य वाकाटकराजा हरिषेण ह्याने जिंकल्याचे दिसते.

२८. वऱ्हाड (अकोला) गटामध्ये पौराणिक याद्यांत समाविष्ट नसलेले काही राजे येतात. उदा. श्री कुंभ शातकर्णी, श्री. कर्णशातकर्णी (जर तो पार्गिटरच्या यादीतील चौदावा राजा तथाकथित स्वातिकर्ण याच्याशी एकात्म मानला नाही तर) व श्री शक शातकर्णि (मिराशी `J. Num. Soc.', II, 1940) चांदा – साठ्यातील तथाकथित (दुसऱ्या) कृष्णाचे खरे नाव 'कर्ण' होते, असे मिराशी मानतात. एकात्मता अनिश्चित असणाऱ्या राजांमध्ये अमरावती – शिलालेखातील श्री शिवमक सात व कान्हेरीच्या माठरिपुत्र श्री सात ह्यांचा निर्देश करता येईल.

२९. मिराशी `J. of the Nums. Soc. of Indian', II (1940) p. 90 'य – शातकणि' हीच अक्षरे तेवढी स्पष्ट आहेत. विजयशी दर्शविण्यात आलेला संबंध तात्पुरता मानला पाहिजे.

३०. इक्ष्वाकूंची माहिती कृष्णा जिल्ह्यातील जगय्यपेत स्तूपाच्या अवशेषांवर सापडलेल्या शिलालेखावरून तसेच गुंटुर जिल्ह्यातील नागर्जुनीकोंड व गुर्झल येथील शिलालेखावरून मिळते. (Ep. Ind' (1929)if; (1941) 123 f.) प्राचीन म्हैसूरमधील एक सत्ताधारी घराणे असलेल्या कैकयांशी त्यांचा वैवाहिक संबंध होता. (द्यूब्रुइल, `AHD', pp. 88, 101)पूर्व डेक्कनच्या इक्ष्वाकुघराण्यातील सर्वात प्रसिद्ध राजे चांतमूल, श्री – वीर – पुरुष – दत्त, दुसरा एहुवल चांत – मूल व बहुधा 'रुलुपुरिसदात' हे होते (`Ep. Ind.' xxvi, 125) इक्ष्वाकूंच्या नंतर गुंटूरचे 'आनंद' (कुदुराहारचे (मसुलिपतूजवळ) बृहत्फलायन वेंगीचे शालंकायन Cf. `IA.' 5.175 and sakakenoi of ptoleny) आणि वेंगीजवळ लेंडुलुरचे विष्णुकुंडिन् हे राज्यकर्ते सत्तेवर आले.

३१. ज्यांची मूळ उत्पत्ती ज्ञात नाही व ज्यांनी अश्वत्थामन् व नाग राजकन्यांपासून आपला वंश सुरु झाल्याचा दावा केला आहे, असे पल्लव हे अतिदक्षिणेतील शातवाहनानंतर आलेल्या घराण्यांपैकी सर्वात महत्त्वाचे घराणे आहे. भारद्वाजगोत्रीय ब्राह्मणांपासून कुलोत्पत्ती मानणे, अश्वमेध करणे व संस्कृत

अध्यनाला राजाश्रय देणे ह्या बाबींमुळे ह्या घराण्याचा शुंगांशी संबंध येतो, तर ब्राह्मण नागांशी असलेला संबंध (त्याखेरीज पाहा – संकीर्ण – जाति, ब्रह्म – क्षत्र, SII, Vol - xii, Nos. 7,48), अश्वमेधासह वैदिक यज्ञांचा आचार, बेल्लारी जिल्ह्यातील शातवाहन जनपदाशी असलेला पूर्वीपासूनचा संबंध व पूर्वीच्या लेखात करण्यात आलेला प्राकृताचा वापर – ह्यांमुळे ह्या घराण्याचा संबंध शातवाहनांशी असल्याचे दिसते. ह्या घराण्याच्या वंशावळीमध्ये पार्थियन नावाचा पूर्णपणे अभाव असल्याने त्यांच्या पार्थियनांच्या संबंधांविषयी प्रश्न उपस्थित होत नाही. मुकुट म्हणून हत्तीच्या मस्तकाचा केलेला उपयोग हे वंश ठरविण्याचे गमक असू शकत नाही. ह्या घराण्याचे चोलांशी असलेले सुप्रसिद्ध वैर व त्यांच्या संस्कृतीचे निश्चित प्रकारचे उत्तरेकडील स्वरूप लक्षात घेता ते शुद्ध तमिळकुलीन आहेत, असे मानता येत नाही. पल्लवांचा पहिला थोर राजा शिव – स्कंद – वर्मन् ह्याची अतिशय विशाल साम्राज्यावर सत्ता होती व त्यामध्ये कांची, अंध्रापथ व शांतबनि रठ्ट ह्यांचा समावेश होता. तसाच त्याने अश्वमेध यज्ञ केला होता असे (गुंटूरमधील मयिदवोलु आणि (बेल्लारीमधील) हिरहडगल्लि येथील शिलालेखांवरून समजते. इ . स. चौथ्या शतकाच्या मध्यास सम्राट समुद्रगुप्ताने दक्षिण – भारतावर आक्रमण केले, सत्तेवर असलेला पल्लवराजाचा विष्णुगोप ह्याचा पराभव केला आणि कांची – साम्राज्याच्या सामर्थ्यावर व प्रतिष्ठेवर तीव्र आघात केला. त्यामुळेच बहुधा दूरच्या काळात हे साम्राज्य भग्न झाले. पेनुकेंड पट्ट, तालगुंड शिलालेख व हेब्बट दानपत्र (`IHQ', 1927, 434) ह्यांतील पुराव्यांवरून पल्लवांचे वर्चस्व अनंतपुर व पूर्वम्हैसूरच्या प्रारंभिक गंगांनी व तसेच वैजयंती (बनवासि) व महिषविषयामधील (म्हैसूर) प्रारंभिक कदंबांनी काही काळ मान्य केले असल्याचे सूचित होईलसे दिसते. पल्लवांचा पाचव्या व सहाव्या शतकांतील इतिहास अस्पष्ट स्वरूपाचा आहे. खालील राजांची नावे काही शिलालेखावरून समजतात. परंतु त्यांच्याविषयी फारच थोडी माहिती उपलब्ध आहेः–

तारांकित खूण असलेले राजे एकात्म असावेत. परंतु हे कोणत्याही प्रकारे निश्चित नाही. पूर्वकालीन पल्लवांची वंशावळी व कालसंगती निश्चित करण्यासाठी अधिक संशोधनाची अपेक्षा आहे.

(अ) पल्नाड शिलालेखात एका सिंहवर्मनचा निर्देश येतो. परंतु त्याची एकात्मता व काल अनिश्चित आहे.

(ब) तांब्राप हा चेंब्रोलूशी एकात्म मानण्यात आला आहे.

३२. उदा. नवनर – कदाचित खरोखरीच उरश्रश्रळशपर ह्या बंदराशी एकात्म असावे. (कल्याण, बाँबे गॅझेटियर, १४.११४ ह्याच्या अनुसार त्याचे प्राचीन नाव 'नवानगर' आहे)

३३. नंतरच्या काळात कलिंगाचे राजे म्हणून वसिष्ठांचा उल्लेख येतो.

३४. एका नाण्यावर एका कौशिकीपुत्र शातकर्णीचा निर्देश येतो. Bibliography of Indian Coins', Part I, (1950) p. 36.

३५. चुटु हे एक घराण्याचे नाव आहे, ही उपपत्ती काही विद्वानांना मान्य नाही. ते एक व्यक्तिनाम असल्याचे ते मानतात. 'Prog. Rep. of the ASI, W. Circle', (1911 -12) p.5)

३६. मयूरशर्मन् नावाच्या एका ब्राह्मणांने कदंब घराण्याची स्थापना केली. तो पल्लवांच्या विरुद्ध उभा ठाकला व 'वृहद् – बाण' व इतर राजे ह्यांच्या मदतीने त्याने कांचीच्या राजाला आपणांस लष्करी राज्यपालपदाचा 'पट्टबंध' अर्पण करण्यास भाग पाडले. लवकरच त्याने पश्चिम – सागराकडे आपले विजयी मोर्चे वळविले. त्याचा पणतू काकुस्थवर्मन् ह्याने आपल्या मुली गुप्त व इतर राजे ह्यांना दिल्या होत्या. पहिल्या कृष्णवर्मन्‌ने अश्वमेध केला होता. मृगसेनवर्मन्‌ने गंग व पल्लव ह्यांचा पराभव केला. त्याची राजधानी वैजयंती येथे होती. ह्या घराण्याच्या कनिष्ठ शाखांचा अंमल पलाशिका, उच्छशृंगी व त्रिपर्वत येथे होत्या. अखेरीस कदंबांचा पराभव चालुक्यांनी केला. see Moraes, Kadamba - kula'; Sirkar, `JIH', (1936) 301 ff.

कृष्णा – गुंटूर व नेल्लोरे जिल्ह्यातील राजे	कांचीचे राजे
	पहिला विष्णुगुप्त
	स्कंदमूल
	काणगोप

	दुसरा वीरकूर्च पहिला स्कंदवर्मन् (स्कंदशिष्य) पहिला कुमारविष्णू (कांची मुक्त केली.) बुद्धवर्मन् (चोलांचा पराभव केला)		वायलूर वेलूर्पलेयम् दर्शि व चेंदलूर दानपत्र
	दुसरा स्कंद,	दुसरा कुमारविष्णू	
	कुमारविष्णू	बुद्धवर्मन्	
	पहिला स्कंदवर्मन्	तिसरा स्कंदवर्मन्	
	वीरवर्मन्*	दुसरा विष्णुगोप	
	(१) विजय दुसरा स्कंद - वर्मन्	विष्णुदास	
पहिला व दुसरा ओंगोडून उरुवुपल्लि मांगलूर	(तांब्राप) (ब) (२) युव - महाराज विष्णुगोप (पलक्कद) (३) सिंहवर्मन् (दशनपूर) मेनमातुर व वेंगोराष्ट्र	चौथा स्कंदवर्मन् पहिला सिंहवर्मन् (अ) वीरवर्मन्* पाचवा स्कंदवर्मन् दुसरा सिंहवर्मन् इ.स. ४३६	
पिकिर विलवत्ति व चूर दानपत्रे	(४) विजय - विष्णुगोप- वर्मन् (विजयपलोत्कट)	सहावा स्कंदवर्मन् पहिला नंदवर्मन् तिसरा, चौथा सिंहवर्मन् (ह्या नावाचे दोनरकजे) तिसरा विष्णुगोप पाचवा सिंहवर्मन् सिंहविष्णू पहिला महेन्द्रवर्मन् पहिला नरसिंहवर्मन् दुसऱ्या पुलकेशिन्चा समकालीन	उदयेदिरम् दान पत्रे लोकविभाग इ.स. ४५८ व पेनुकोंड पट्ट?

३७. यगठअड', (१९०६) िं. २११. 'यूसम' ह्या शकशब्दाचा अर्थ 'पृथ्वी' असल्याने यूसमोतिकाची एकात्मता भूमकाशी असल्याचे लेव्ही व कोनो (`Corpus' II i.1xx) मानतात. परंतु नावांच्या अर्थांच्या एकात्मामुळे व्यक्तींची एकात्मता अपरिहार्यतेने सिद्ध होतेच, असे नाही. त्याखेरीज पाहा – कुमारगुप्ताचे व स्कंदगुप्ताचे उदाहरण.

३८. पारसिक, शामशास्त्रींनी केलेला 'कौटिलीय अर्थशास्त्रा'चा अनुवाद पृ. ८६ त्याखेरीज पाहा – `IHK', (1933) 37 ff. त्याखेरीज पाहा – `The Artamis of Ptolemy' VI. ii - 2, ऑक्ससची एक उपनदी.

३९. 'पेरिप्लस' मध्ये नेबेटिअन्सचा राजा मॅलिकोस (मॅलिकु) याचा निर्देश येतो. तो इ.स. ७५ मध्ये मरण पावला. तसेच इ.स. ७६ ते ८० पर्यंत सत्तेवर असणाऱ्या ऑक्सुमाइटसचा राजा झोस्केलस (झा हॅकेल) याचाही निर्देश येतो. (`JRAS', 1917) 827 - 830)

४०. रुद्रदामनूच्या वाङ्मयातील उल्लेखासाठी पाहा – चतर्जी `Buddhistic Studies' (ed Law), pp. 384 f.

४१. `IA,' 4, 346.

४२. मात्र काहींच्या मते आनर्त म्हणजे वडनगराभोवतीचा जिल्हा असावा. (Bom. Gaz., 1 i.6) तसे असेल, तर कुकुर हे द्वारकाभागातील मानावे लागेल, 'भागवत – पुराणा'त द्वारकेचा 'कुकुर – आन्धक – वृष्णिभिः गुप्ता' (१.११.१०)असा उल्लेख येतो. 'वायुपुराणा'त (९६.१३४).यादव राजा उग्रसेनाचे वर्णन कुकुरोद्भव, कुकुरकुलातील असे आहे. 'महाभारता' मध्ये सुद्धा (३.१८३.३२) कुकुरांचा दशार्ह व अन्धक ह्या यादव जमातींशी घनिष्ठ संबंध असल्याचे म्हटले आहे. २.५२.१५ मध्ये त्यांचा अम्बष्ठांशी व पह्लवांशी संबंध असल्याचे दिसते. ह्या लोकांची एक शाखा चेनाबच्या व सिंधूच्या खालच्या खोऱ्यात स्थायिक झाली असावी व दुसऱ्या शाखेने काठेवाडचा भाग व्यापिला असावा,

४३. सिंधू हा सिंधूनदीच्या पश्चिमेस असणारा अन्तर्गत भाग होय. (Watters, `Yuan Chwang', II. 252, 253, read with 256) 'वास्त्यायनाचे कामसूत्र', बनारस आवृत्ती २९५) सौवीर – मध्ये समुद्रकाठचा (मिलिंद पञ्हो 'SBE'. XXXVI, 269) व मुलतानपर्यंतचा सिंधुनदीच्या पूर्वेकडील अन्तर्गत भाग समाविष्ट आहे. (Alberuni, I, 302 - IA, 7,259) जैन 'प्रवचनसारोद्धारा'मध्ये राजधानी म्हणून वितभय हे नाव येते.

४४. ‘बृहत्संहिता’, ५.७१. १४.४.

४५. व्यापक अर्थाने अपरान्तामध्ये (`Cf. `Asoka', RE. V) निःसंशय नाशिक, भरुकच्छ, महीचे खोरे, कच्छ, सुराष्ट्र, आनर्त, अबु इत्यादींचा समावेश होतो, केवळ शूर्पाकाचाच नव्हे. (वायु ४५.४२९ व नंतर,मत्स्य ११४ – ५० – ५१, मार्कण्डेय ५७.४९ व नंतर – पुराणांतील पाठ विकृत असून ‘शूर्यारकाः’, ‘काश्मीराः,’ व ‘आवन्त्याः’ यांच्याऐवजी ‘शूर्परकाः’, ‘कच्छीयाः’ व ‘आनर्त्ताः’ असे असावयास पाहिजे) परंतु जुनागढ – शिलालेखात ज्या अर्थी ‘अपरान्त’ हा भाग सुराष्ट्र’ ‘अनार्त’ इत्यादीहून निराळा दर्शविला आहे, त्या अर्थी तो येथे संकुचित अर्थाने वापरण्यात आला आहे.

४६. त्याखेरीज पाहा – निषाद – राष्ट्र, महाभारत, ३.१३०.४ (सरस्वतीनदी जेथे गुप्त ‘विनशन’ होते, त्या जागेचे ‘निषादराष्ट्राचे द्वार’ असे वर्णन येते) त्याखेरीज ‘पारियात्रचरः’, महाभारत १२.१३५.३–५ हेही लक्षात घ्या. महाभारत २.३१.४,७ मध्ये ‘निषादभूमि’ (जयपूर) मत्स्य व चंबळ यांच्या मधोमध असल्याचे म्हटले आहे, वैदिक टीकाकार महीधर ‘निषाद’ शब्दाचा ‘भिल्ल’असा अर्थ देतो. (`Vedic Index - I - 454) ब्युलरच्या मते (`IA', 7.263) ‘निषाद’ बहुधा हिस्सार व भन्तीर ह्यांशी संवादी असावा.

४७. तुषास्फ याला लावण्यात आलेले ‘राजा’ हे विशेषण (अमात्य) ह्या नोकरशाहीतील संज्ञेपेक्षा वेगळे मानिले पाहिजे. अशोकाच्या काळात सुराष्ट्रात तो एक स्थानिक राज्यकर्ता असून, तो केवळ अधिकारी नव्हे, तर त्याहून अधिक (महत्त्वाचा) होता (`IA', 7.257n) काही शक प्रांतांचे किंवा जिल्ह्यांचे नियंत्रण हे मुख्यतः मुलकी स्वरुपाची कर्तव्ये असणाऱ्या अमात्याकडे होते, तर इतरांवर सेनापतींची (‘महादण्डनायक’) सत्ता असे. ह्या प्रकारच्या एका लष्करी राज्यपालाचे नाव एका सांची शिलालेखावरून समजते. (JASB, (1923) 343)

४८. Bomb. Gaz', I. 1.39,

४९. `Ep. Ind', xx. I ff.

५०. मुल्वसर् तलाव शिलालेख व इ.स. २०५ मधील जस्धन स्तंभालेख रुद्रसेनाच्या कारकीर्दीतील होत. जस्धन स्तंभालेखात ‘भद्रमुख’ हे विशेषण रुद्रसेनाच्या जयदामाखेरीज इतर सर्व पूर्वजांना लावलेले दिसते.

५१. 'Ind. Ant.' (1913) p. 162. नक्षीदार भांडे हे चिन्ह असलेली दुसऱ्या चंद्रगुप्ताची लहान आकाराची तांब्याची नाणी बहुधा त्याने मालवप्रदेशात

पाडली असावीत. इ. सनाच्या दुसऱ्या शतकात ह्या भागावर शकांचा अंमल असावा. (Allan `CICAI', cvi)

५२. शंकर ह्या टीकाकाराने म्हटल्याप्रमाणे वर उल्लेखिलेली 'परकलत्र' व 'कामिनी' म्हणजे ध्रुवदेवी होय. तसेच, शकांच्या राजाला तो प्रेमाची याचना करण्यासाठी पुढे सरसावला असता ध्रुवदेवीच्या वेषातील चंद्रगुप्ताने त्याला गुप्तपणे ठार केले. ह्या बाबतीत 'देवीचंद्रगुप्तम्' मधील उतारे देऊन, भोजाच्या 'शृंगारप्रकाशा'त अधिक माहिती मिळते. (See `Ayiangar Com . Vol'; 359 ff.; तसेच, लेव्ही, `JA', (1923) 201 ff ए. रंगस्वामी सरस्वती, 'देवीचंद्रगुप्तम्'; `Ind. Ant.' (1923) p. 181 ff.) 'देवीचंद्रगुप्तम्' हे मुद्राराक्षसाचा कर्ता विशाखदत्त ह्याचे नाटक आहे. रामचंद्र व गुणचंद्र यांच्या 'नाट्यदर्पणात'ही 'देवीचंद्रगुप्तम्' मधील अवतरणे येतात.

५३. प्रस्तुत विभागात सिथियन कालखंड हा शब्द व्यापक अर्थाने योजला आहे. त्याद्वारे ख्रिश्चन शकाच्या लगेच आधी व नंतर भारतात सत्तेवर असणाऱ्या मौर्योत्तरकालीन सर्व घराण्यांचा कालखंड अभिप्रेत आहे. ह्या कालखंडाच्या बऱ्याच मोठ्या अवधीमध्ये भारतात सिथियनांचा 'राजाधिराज' हाच सर्वात प्रभावशाली सत्ताधीश होता. त्याची राजधानी वायव्येकडे होती. पण त्याचे आदेश गंगेच्या व गोदावरीच्या तीरांवर नेहमीच मानले जात असत. See `Cal. Rev.', (Sept. 1925)

५४. रुद्रदामन्‌चा जुनागढ शिलालेख (`Ind. Ant'. (1878) p. 261; `Ep. Ind,' VIII, 36 ff.

५५. Luders' Ins. No. s 937, 1144. एका शातवाहन-राजाने महामात्र (वरिष्ठ अधिकारी) म्हणून एका श्रमणाची केलेली नेमणूक लक्षणीय आहे.

५६. Ins. No. s416, 1195.

५७. Ins. No. 1200; cf. `IA', 5.52, 155

५८. एका स्वात् खरोष्ठी कोरीव लेखात एका मेरिदर्ख थेडदोरचा निर्देश येतो. दुसऱ्या मेरिदर्खचा निर्देश एका तक्षशिला खरोष्ठी-शिलालेखात आला आहे. बौद्ध स्तुपांची व विहारांची स्थापना करणाऱ्या दोन 'मेरिदर्खा'चा निर्देश येतो (`Corpus', II. i. xv)

५९. उदाहरणार्थ, मालव (मालय), यौधेय, आर्जुनायन व बहुधा औदुंबर कुलूत, कुनिंद (पहा - `Camb. Hist. 528, 529) व उत्तमभद्र त्याखेरीज पाहा `Catalogue of Coins' Sec. VII.

६०. 'सुंदर रुप असणारा देवांचा लाडका'

६१. Ludern' Ins. No. 1345 'परोपकारी किंवा दयाळू राजा' 'शांतिदूत'.

६२. 'धर्मप्रवण राजाधिराज', 'धर्मप्रवण युवराज' Luders' Ins. No. 1196, 1200 ह्या बिरुदांच्या वैशिष्ट्यांसाठी त्याखेरीज पाहा - `IA', 5.51 'कलियुगदोषावसन्त-धर्मोद्धरण-नित्य-सन्नद्ध' त्याखेरीज पुढील बिरुदे पाहा - 'मन्वादिप्रणोत-विधि-विधानधर्मा धर्मराज इव', 'प्रक्षालित-कलिकलङ्कः' ही बिरुदे वलभीच्या मैत्रक राजांना लावण्यात आली आहेत. (भवनगर शिलालेख ३१) काही वेळा शकराजे व सेनापती स्वतःला 'धर्मविजयी' म्हणवीत असत (JASB, 1923 343)

६३. एका काळातील राजबिरुदे पुढील काळातील सामंतांची बिरुदे होणे हे भारतीय इतिहासाचे एक वैशिष्ट्य आहे. उदा. अशोकाने वापरलेले 'राजा' हे बिरुद सिथियन व गुप्त काळात सामंतबिरुद म्हणून वापरात आले व अशा रीतीने 'राजराजा', 'राजाधिराज', 'महाराजधिराज', 'परम-भट्टारक' व 'परम-राजाधिराज' (ॲलन ६३) ही बिरुदे नित्याच्या वापरात आली. परंतु 'महाराजाधिराज' हे बिरुदसुद्धा प्रतिहारांच्या काळात सामंत-बिरुद (Feudatory Title) झाले. त्या वेळी 'परमभट्टारक', 'महाराजाधिराज', 'परमेश्वर' या प्रकारची भव्य स्वरूपाची बिरुदे सार्वभौम राज्यकर्त्यांनी अंगिकारिली होती.

६४. `JRAS', (1924), p.402. नंतरच्या राजांच्या प्रतिमांसाठी त्याखेरीज पाहा - `Beginnings of South Indian History', 144, 153; Raverty, `Tabaqat', I, 622 (Effigy of Bikramaji); C.S.Shrinivaschari, `The Evolution of Political Institutions of South India', Sec. IV (`The Young Men of India'. June and July, 1924) p.5.
सुंदर चोल व त्याची एक राणी ह्यांचे पुतळे तंजावूर मंदिरात बसवून त्यांना देवतास्वरूप देण्यात आले होते. राजांच्या मृत देहांचे ज्या ठिकाणी दहन केले जाई, त्या ठिकाणी काही मंदिरे उभारण्याची रुढी प्रचारात असल्याचा उल्लेख चिं.वि.वैद्य करतात. (`Medieval Hindu India' I, 98)
परंतु त्या मंदिरात मृत राजाच्या व त्याच्या राण्यांच्या प्रतिमा होत्या की कसे, हे मात्र स्पष्ट नाही. मृत राजांच्या दैवतीकरणाची व त्यांच्या पूजेची 'कौटिलीय अर्थशास्त्रा'त उल्लेखलेल्या 'देवपितृपूजे'शी (२.६) तुलना होऊ शकेल.

६५. -एका निराळ्या अभिप्रायासाठी पाहा - Tarn, `The Greeks in Bactria

And India' p. 252. टॉलेमीच्या वाक्याचे 'देवांची कन्या' असे भाषांतर करणे टार्न पसंत करतो. परंतु पाहा – लेव्ही, `JA', (1915) p. 91.

६६. 'थेओस' व 'थेओट्रोपोस' ही बिरुदे काही इंडो – ग्रीक राजांनी वापरली होती. परंतु त्याचे अनुकरण मोठ्या प्रमाणात झालेले दिसत नाही. हे खरे की, गोडोफेनेस स्वतःला 'देवव्रत' म्हणवतो. परंतु अद्यापि 'देव' किंवा 'देवपुत्र' असे तो म्हणवीत नाही. 'देवपुत्र' म्हणवतो. ह्या बिरुदाच्या संदर्भात कुषान हे चिन्यापेक्षा हिउंग्नूंशी स्पर्धा करीत होते ह्या उपपत्तीच्या बाबतीत हे बिरूद प्राचीन काली चिन्यांकडून घेण्यात आले नव्हते, तर ते मूळचे हिऊंग्नेंनी निर्माण केले, असे दर्शविणारा निश्चित पुरावा उपलब्ध नाही, हे मान्य करावयास हवे. तुलनेसाठी पाहा – `B. C. Law Volume, ` II. 305 ff. पंचाओच्या काळात कुषानांचा चिन्यांशी साक्षात् संपर्क होता.

६७. त्याखेरीज पाहा – शुंग आधिपत्याच्या सिमुकाने केलेल्या नाशाच्या संदर्भात आलेला 'क्षपयित्वा' हा शब्द . 'क्षत्रस्य क्षत्र' (बृहदारण्यकोपनिषद् १.४.१४) 'अधिराज', 'चक्रवतिन्' वगैरे ह्या संज्ञान आपल्या प्राचीन परंपरेस निःसंशय ज्ञात आहेत. परंतु शेवटच्या दोन संज्ञा मौर्य पूर्वकालापर्यंत अधिपतींना उद्देशून रीतसर वापरण्यात आल्या होत्या, ह्याला पुरावा नाही. पहिली संज्ञा तर कधीच वापरात नव्हती.

६८. `JRAS,' (1897) 903, 1912, 671,682; Allan, `Coins of the Gupta Dynasties xxvii अर्तबनुस (पहिला किंवा दुसरा) स्वतःला 'देवपुत्र' म्हणवीत असे. (Tarn, `The Greeks' p. 92) ह्यावरून ग्रीकांचाही प्रभाव सूचित व्हावा. खुद्द राजांच्या काळातील वाङ्मयात येणाऱ्या व समकालीन कोरीव – लेखात औपचारिकरीत्या वापरण्यात येणाऱ्या समान राजबिरुदांतील फरक काही लेखकांच्या ध्यानात येत नाही. (`B. C. Law Vol. II pp. 305 ff.)

६९. IHQ', (1933) 211

७०. `EHI', 226; Luders' Ins. No.s 1351 (उदयगिरी गुहालेख) त्याखेरीज पहा– अक्षदर्श, पतंजलि, `Index of Words' ओक 'अमरकोश' १२३, 'अग्रिपुरण', ३६३.३, 'विनयपिटक' ३- ४७; 'विनयपिटका' नुसार 'अक्खदस्स' हा एक महामत्तां'चा वर्ग होता. त्यासारखेच अधिकारी अशोकाच्या काळात होते. नंतरच्या काळात अक्षदर्शाकडे महसूलविषयक कामे असावीत. त्याखेरीज पहा– वर उल्लेखलेल्या अमरकोशातील

उताऱ्यावरील क्षीराची टीका. या संदर्भात गुप्तकालीन अक्षपटलिकांच्या कर्तव्याचा निर्देश करता येईल.

७१. 'INS', 1190 - 93

७२. Ins, 271.

७३. ११२४, ११४६,

७४. १३२८, त्याखेरीज पाहा – Majumdar's List of Kharoshthi' Ins. No. 36. दंडनायकाच्या कर्तव्यांसाठी त्याखेरीज पाहा – `IA,' 4, 106, 275 n; 5, 49; Fleet `CII,' 16.
काही वेळा दंडनायकांनी स्वतःसाठी मांडलीक राज्ये तोडून घेतली होती. (`JASB', (1923), 343)

७५. 'कौटिलीय अर्थशास्त्र', पुस्तक १०, प्रकरण १, २.५.

७६. Luders' Ins. 1200; Ep. Ind. XIV, 155. त्याखेरीज पाहा : मनुस्मृति ७.१९०

७७. Luder's, 1200.

७८. Luder's, 138, 728.

७९. Luder's, 1200

८०. Luder's, Ins., 965.

८१. ११४१.

८२. ११८६

८३. ११२५

८४. Luder's, 82 'राजतरंगिणी', ५.१७७ एका सिथियन राजाने एका ब्राह्मण कोषाध्यक्षाची केलेली नेमणूक लक्षात घ्यावी.

८५. `Ep. Indie xx.28

८६. Luder's1141

८७. In Ins. No. 937

८८. Luder's, 1279

८९. पुस्तक १, प्रकरण १२.

९०. कुमार म्हणजे 'एक युवक', 'एक राजपुत्र. म्हणून 'कुमारामात्य' ह्याचा अर्थ 'कनिष्ठ अमात्य' किंवा 'युवराजाचा अमात्य' असा होईल. प्रौढ' ह्यांच्या उलट अर्थाचा 'कुमार' हा शब्द दक्षिणेतील 'चिक्क', 'चेन्न' किंवा 'इम्माडि' या शब्दांसारखा असावा. आणखीही एक अर्थ असणे शक्य आहे.

'कुमारामात्य' म्हणजे 'एखाद्या तरुण वयापासून असणारा अमात्य' असा अर्थ असू शकेल. 'कुमारसेवक' ह्या शब्दाचा 'आकौमारपरिचारकः' असा अर्थ त्याचप्रमाणे होतो.

९१. दुसऱ्या अर्थासाठी पहा – ëJBBRAS,í N.S.IV.(1928) pp. 64, 72; ëIHQí (1933) 221. व्ही. एस. वखले ह्यांच्या मते 'महासमिय' ह्याचा संदर्भ शहराच्या संयुक्त परिषदेच्या ठरावाकडे किंवा प्रत्यक्ष त्या संस्थेकडे असावा.'

९२. 'माडबिक' ह्या शब्दाचा संबंध जैन कल्पसूत्र ८९ मधील 'माडंब' ह्या शब्दाकडे कदाचित घेता येईल.परिच्छेद ६२ मध्ये 'माडंबिय' नावाच्या एका अधिकाऱ्याचा उल्लेख येतो. (नगराध्यक्ष) मंडपिका ह्या करासाठी पहा – ëEp. Ind.í XXIII.13

९३. सरकार 'नेयिक' – 'नैयोगिक' एकच मानतात.

९४. Lunders', 1327, 28

९५. त्याखेरीज पाहा – म्यकदोनि शिलालेख.

९६. सस नावाच्या एका अमात्यासाठी पाहा – शातवाहन राजा सिरि चंड साति किंवा सात ह्याचा कोडवलि शिलालेख ('Ep.Ind. XVIII, 318)

९७. ९२९ टीप (ल्युडर्स).

९८. Fleet CII, 32n.

९९. Lunders' Ins. No. 1195

१००. पलिवाङ्मयात निगम हे ग्राम–खेड्याहून, तसेच बळकट तटबंदी व प्रवेशद्वार असणाऱ्या ('दृढप्रकारतोरणे') नगराहून वेगळे मानण्यात आले आहेत.

१०१. १३२७

१०२. १३३३

१०३. ४८, ६९ अ

१०४. १२००.

१०५. शिलालेख ११९४; त्याखेरीज पाहा – मुरुंड = अधिपति (शक) अतिदक्षिणेतील शकांच्या उपस्थितीसाठी पाहा – 'Ep. Ind.' xx. 37.

१०६. गहपति, गृहपति ही मध्यमवर्गातील, श्रीमंत मध्यमवर्गातील पुढारलेल्या व्यक्तींना लावण्यात येणारी संज्ञा आहे. 'कल्याण–भत्तिको' म्हणजे चांगल्या आहाराची सवय असणारे लोक. अनेकदा ते पुरोहितांहून व सरदारांहून निराळे मानण्यात येतात.

१०७. Lunders' Ins. 275, 1332, 1335, 1338
१०८. ११३३.
१०९. १२५, १२५.
११०. ५, ११३७.

❑

प्रकरण दहावे

गुप्त साम्राज्य : गुप्त सत्तेचा उदय

इमां सागरपर्यन्तां हिमवान्ध्यकुण्डलाम्।
महीमेकातपत्राङ्कां राजसिंहः[१] प्रशास्तु नः दूतवाक्यम्।

विभाग १ : गुप्त राजवंशाची स्थापना

सिथियनांच्या आक्रमणांची लाट काही काळपर्यंत शातवाहनांनी मागे परतविली आणि शेवटी गुप्तांनी ती पुरती दबविली, हे आपण पाहिले आहे. नासिक शिलालेखात उल्लेखिलेल्या संवत् १८ चा शिवगुप्त कार्ले शिलालेखातील (पूर किंवा पुरू) गुप्त आणि त्याच लेखातील आणखी शिवस्कंदगुप्त असे कित्येक गुप्तच शकांवर विजय मिळविणाऱ्या शातवाहनांकडे अधिकारी होते, ही ही एक कौतुकास्पद गोष्ट आहे. आता ज्यांच्यापैकी दोघांची नावेही स्कंदगुप्त आणि पुरूगुप्त[२] अशी होती, त्या उत्तर भारतातील गुप्त सम्राट वंशांचा आणि दत्त शातवाहनाच्या सेवेतील गुप्तांचा काही संबंध लागतो की काय, हे सांगणे कठीण आहे.

जुन्या ब्राह्मी कोरीव लेखातून गुप्त वंशजांचे उल्लेख काही थोडे-थोडके नाहीत. इच्छावरच्या[३] बौद्ध शिलालेखात (मूर्तिलेख)[४] गुप्तवंशोदित अशा हरिदासाच्या महादेवीनामक राणीच्या पुण्यकृत्यांचा निर्देश आहे. भारतहूतच्या[५] शुंगकालीन बौद्ध स्तंभालेखात 'एका गोप्ती'चा राजा विसदेवाची राणी असा उल्लेख होतो. तिला धनभूतीची आजी म्हटले आहे. हा धनभूती बहुधा शुंगांचा एक मांडलिक असावा. खुद्द मगधामध्ये आणि आसपासच्या गंगातटाच्या प्रदेशातील[६] गुप्तसत्तेच्या खाणाखुणा इ.सनाच्या दुसऱ्या शतकाइतक्या जुन्या आहेत. इत्सिंग ह्या चिनी यात्रेकरूने इ.सनाच्या सातव्या शतकात भारतात प्रवास केला होता. तो एका महाराज श्रीगुप्ताचा उल्लेख करतो. इत्सिंगच्या हकीकतीप्रमाणे गंगेच्या प्रवाहाच्या मार्गावर नालंदापासून सुमारे ४० योजने पूर्वेस असलेल्या मृगशिखावनाजवळ ह्या महाराजाने एक देऊळ बांधले होते. इत्सिंगच्या मते हा इ.स. १७५ च्या सुमारास[७] होऊन गेला असावा. ॲलन हा काळ अमान्य करतो. त्याच्यामते श्रीगुप्त हा समुद्रगुप्ताचा पणजा होय. अगदी अल्प कालावधीत एकाच प्रदेशात, एकाच नावाचे दोन सत्ताधीश असणे असंभवनीय आहे, असे ॲलनचे म्हणणे आहे. पण अल्प कालावधीत दोन चंद्रगुप्त आणि दोन कुमारगुप्त होऊन गेलेच की नाही? तेव्हा पारंपरिक हकीकतीप्रमाणे इ.स. सुमारे १७५ मध्ये

होऊन गेलेला श्रीगुप्त म्हणजेच जवळ जवळ एक शतकानंतरचा समुद्रगुप्ताचा पणजा श्रीगुप्त असे म्हणायला काही सयुक्तिक कारण दिसत नाही.

श्रीगुप्तानंतर लगेच होऊन गेलेल्या त्याच्या वंशजांची नावे अज्ञात आहेत. मगधातील गुप्तवंशीयांपैकी शिलालेखात आढळणारे सर्वांत प्राचीन नाव म्हणजे महाराज गुप्त हे होय. ह्याच्यामागून ह्याचा पुत्र महाराज घटोत्कच होऊन गेला.

विभाग २ : प्रथम चंद्रगुप्त

गुप्तवंशातील पहिला स्वतंत्र सार्वभौम ('महाराजाधिराज')[८] म्हणजे घटोत्कचपुत्र प्रथम चंद्रगुप्त हा होय. हा गुप्तशकाचे प्रथम वर्ष[९] म्हणजे इ.स.३२० मध्ये गादीवर आला असावा. बिंबिसार ह्या श्रेष्ठ पूर्वसूरीप्रमाणेच ह्यानेही आपल्या जीवनात केव्हातरी वैशालीच्या किंवा नेपाळच्या लिच्छवींशी[१०] विवाहसंबंध जमवून आपले आसन मजबूत करून दुसऱ्या मगध साम्राज्याचा पाया घातला. प्रथम चंद्रगुप्त आणि लिच्छवी घराणे ह्यांच्या ह्या संयोगाची स्मृती नाण्यांच्याद्वारा[११] जतन केलेली आहे. एका बाजूला चंद्रगुप्त आणि त्याची राणी लिच्छवी राजकन्या कुमारदेवी ह्यांच्या उभ्या आकृती, तर एका बाजूला 'लिच्छवय:' ह्या अक्षरांसहित भाग्यदेवता लक्ष्मीची आकृती अशी ही नाणी आहेत. चंद्रगुप्ताचा उत्कर्ष हा त्याचा लिच्छवींशी झालेल्या संयोगामुळेच आहे, असा अर्थ बहुधा हे सर्व सांगत असावे. स्मिथ् असे सुचवतो की, लिच्छवी हे पाटलीपुत्र येथे कुषाणांचे मांडलिक किंवा सामंत म्हणून राज्य करीत असावेत आणि लग्नसंबंधांमुळे चंद्रगुप्ताकडे त्याच्या पत्नीच्या घराण्याकडील सत्तेचा वारसा आला असावा. पण श्रीगुप्ताच्या काळातसुद्धा पाटलीपुत्र गुप्तांच्या ताब्यात होते, असे ॲलनचे म्हणणे आहे.[१२]

समुद्रगुप्ताच्या विजयांच्या जंत्रीवरून असा तर्क होतो की, त्याच्या पित्याची सत्ता मगध आणि जवळपासचा प्रदेश यांपुरतीच मर्यादित असावी. ॲलनच्या मते पुराणात गुप्तांकित प्रदेशांचे नामनिर्देश करणारे जे श्लोक आहेत, ते चंद्रगुप्ताच्या कारकीर्दीच्या संदर्भातीलच आहेत. –

अनुगंगा-प्रायगंच साकेत मगधास्तथा।
ऐतान्जनपदान् सर्वान् भोक्ष्यन्ते गुप्तवंशजा:

"गंगातटीचे प्रयाग (अलाहाबाद)[१३], साकेत (अयोध्या) आणि मगध (दक्षिण बिहार) या सर्व प्रदेशांचे राज्य गुप्त वंशातील राजे भोगतील"

गुप्तांकित प्रदेशांच्या ह्या यादीत वैशाली (उत्तर-बिहार) समाविष्ट नाही, हे दिसतेच आहे. म्हणून वैशाली ही चंद्रगुप्ताच्या प्रारंभीच्या विजयप्राप्तीपैकी एक आहे,

या ॲलनच्या दृष्टीकोनाशी सहमत होणे अवघड आहे. सुप्रसिद्ध अलाहाबाद शिलालेखात नेपाळचा समुद्रगुप्ताच्या साम्राज्याच्या सीमेवरील एक देश म्हणून उल्लेख येतो. त्यावरून उत्तर बिहार त्याच्या प्रदेशात मोडत असावा असे सूचित होते खरे; पण समुद्रगुप्ताच्या विजयांच्या यादीत मात्र वैशालीचा समावेश नाही. गुप्तांच्या अमलाखालील प्रदेश म्हणून ती निश्चितपणे प्रथम आढळते ती द्वितीय चंद्रगुप्ताच्या काळी. त्यावेळी वैशाली म्हणजे एका गुप्त युवराजाकडे सुपूर्द करण्यात आलेला एक साम्राज्यातील सुभाच होता. भीटा[१४] येथील शिलालेखांवरून ज्याच्या अस्तित्वाचा पुरावा मिळाला आहे, अशा एका राजवंशाकडून प्रयाग (अलाहाबाद) जिंकून घेण्यात आले असावे. त्या राजवंशांपैकी महाराज गौमतीपुत्र श्री. शिवमघ आणि राजन् वासिष्ठीपुत्र भीमसेन हे दोन राजे इ.सनाच्या दुसऱ्या किंवा तिसऱ्या शतकातले होते, असे मार्शल मानतो. शिवमेघ (किंवा शिवामघ) ह्या नावावरून आपल्याला इ.सनाच्या तिसऱ्या शतकात कोसलामध्ये राज्य करणाऱ्या 'मेघां'चे (मघांचे) स्मरण होते.[१५]

महाराज गौतमीपुत्र वृषध्वज हा आणखी एक राजा इ.स. तिसऱ्या किंवा चौथ्या शतकात होऊन गेला, असे धरण्यात आलेले आहे.

सभासदांच्या (सभ्य) आणि स्वुकलजांच्या मेळाव्यात समुद्रगुप्ताची आपला वारस म्हणून निवड करणे ही प्रथम चंद्रगुप्ताने केलेली अत्यंत संस्मरणीय अशी एक गोष्ट होय.

समुद्रगुप्त पराक्रमांक[१६]

प्रथम चंद्रगुप्तानंतर त्याचा पुत्र समुद्रगुप्त निश्चित कोणत्या वर्षी गादीवर आला, हे ज्ञात नाही. बनावट नालंदा पट्टाला (नृपूरमध्ये काढलेला) जर काही किंमत द्यावयाची असेल, तर ही घटना गुप्त शक पाचमध्ये म्हणजेच इ.स. ३२५ मध्ये घडली असली पाहिजे, पण हे संशयास्पद आहे. अलाहाबाद प्रशस्तीवरूनच नव्हे तर ऋद्धपूरच्या शिलालेखात समुद्रगुप्ताला लावलेल्या 'तत्पादपरिगृहित' ह्या उपाधीवरूनही हे स्पष्ट होते की, प्रथम चंद्रगुप्ताच्या पुत्रांमधून सर्वांत लायक वारस म्हणून समुद्रगुप्त निवडला गेला होता. हा नवीन राजा कदाचित कच[१७] म्हणूनही ओळखला जात असावा.

भारताचे राजकीय ऐक्य घडवून आणणे (धरणीबंध) आणि स्वत:ला महापद्माप्रमाणे त्याचा एकमेव शास्ता 'एकराट्' बनविणे हे समुद्रगुप्ताचे ध्येय होते, पण आर्यावर्तात गंगा आणि तिला मिळणाऱ्या नद्या ह्याच्या वरच्या खोऱ्याचा भाग आणि त्याबरोबर मध्य आणि पूर्व भारतातील काही जिल्हे, एवढेच काय ते त्याने कायमचे खालसा केलेले प्रदेश होते. आपल्या 'सर्वक्षत्रांतक'[१८] पूर्वसूरींप्रमाणे ह्या

'सर्वराजोच्छेत्या' नेही रूद्रदेव, मतिल, नागदत्त, चंद्रवर्मन्, गणपतिनाग, नागसेन, अच्युत, नन्दी, बलवर्मन् आणि आर्यावर्तातील कित्येक राजे[१९] ह्यांना नि:शेष केले. कोटकुलाच्या वंशजाला बंदी केले आणि वन्य प्रदेशातील राजांना ('आटविक - राज') आपले चाकर बनविले. दीक्षितांच्या मते रूद्रदेव म्हणजे रूद्रसेन वाकाटक होय. पण वाकाटकांना आर्यावर्ताचे राजे धरता येणे अवघड आहे. शिवाय, समुद्रगुप्ताच्या काळी ते तसे नि:शेष होण्याच्या अवस्थेत नव्हते.[२०] बलवर्मन्ला आसामचा एक राजा समजणेही टिकणारे नाही. कारण आसाम हे त्यावेळी सीमेवरचे एक राज्य ('प्रत्यन्त') म्हणून पाहिले जात होते, तो आर्यावर्ताचा भाग नव्हता. मध्य दुआबातील बुलंदशहर येथे सापडलेल्या एका मुद्रेवर मत्तिल नावाच्या एका व्यक्तीचा उल्लेख आहे. हाच तो मतिल म्हणून ओळखण्यात आला आहे. मुद्रेवर कोणतीही सन्मानदर्शक पदवी नाही ह्यावरून ती कोणातरी सामान्य माणसाची खाजगी मुद्रा असावी, असे ॲलन सुचवितो. पण कसलीही सन्मानदर्शक पदवी न लावता राजांचे उल्लेख केले गेल्याची कितीतरी उदाहरणे आहेत. चंद्रवर्मन् हा सुसुनिआ[२१] शिलालेखात उल्लेखिलेला त्याच नावाचा राजा असावा. हा पुष्कर्णचा राजा असून घुग्रहाती सनदेत आढळणारा चंद्रवर्मन कोटाचा संस्थापकही हाच असावा. काही विद्वानांच्या मते पुष्करण म्हणजेच मारवाडातील पोक्रण किंवा पोकुर्न होय, तसेच चंद्रवर्मन्चा बाप सिंहवर्मन म्हणजेच मंदसौर वंशातील सिंहवर्मन् असेही ते समजतात. पण ह्या तर्काला पुष्टी देण्यासारखे असे फारच थोडे काही म्हणता येईल. पश्चिम माळव्याच्या वर्मन्कुळासंबंधी माहिती देणाऱ्या कोरीव लेखात कोठेही चंद्रवर्मन्चा आणि त्याच्या पराक्रमांचा निर्देश नाही. आणि पुष्करण म्हणजे खरोखरी बंकुरा जिल्ह्यातील सुसुनिआ टेकड्यांच्या ईशान्येस २५ मैलावर असलेले दामोदर नदीच्या काठचे पोखरण नावाचे खेडे होय.[२२]

गणपतिनाग, नागसेन आणि नन्दी हे नागराजे असावेत. पैकी गणपतिनाग नागवंशीयच होता हे उघड आहे. मथुरा[२३] नरवरजवळचे पवाया आणि बेसनगर[२४] येथे सापडलेल्या नाण्यांवरूनही या राजाचा पत्ता लागतो. ग्वाल्हेर आणि झांशी ह्यांच्यामध्ये सिंधूनदीच्या तीरावरील पद्मावती[२५] येथे ज्याची अखेर झाली, तो नागसेन 'हर्षचरिता'त नागकुलोत्पन्न म्हणूनच उल्लेखिलेला आहे. ('नागकुलजन्मन: सारिकाश्रावित मन्त्रस्या=सीदनाशो नागसेनस्य पद्मावत्याम्।[२६]') नन्दी हाही बहुधा नागराजाच असावा. पुराणांतील शिशुनाग आणि नंदियशस् हे मध्यभारतातील नागवंशाशी संबंधित आहेत. आपल्याला शिवनंदी[२७] नावाचा एक नागराजाही माहीत आहे. अच्युत हा बहुधा बरेली जिल्ह्यातील अहिच्छत्राचा (सध्याचे रामनगर) राजा असावा. अहिच्छत्र येथे

सापडलेली व 'अच्यु' अशा अक्षरांनी अंकित असलेली लहान तांब्यांची नाणी ह्याचीच समजण्यात येतात.[२८] 'कोतकुला'च्या संदर्भात ज्यावर 'कोत' अशी अक्षरे कोरलेली आहेत, अशा काही नाण्यांकडे रॅप्सन आपले लक्ष वेधतात.[२९] ही श्रावस्तीच्या एका राजाच्या 'श्रुत' नाण्यासारखीच असून गंगानदीच्या वरच्या भागातील प्रदेशाशी संबंधित असावीत.[३०]

जिंकलेल्या प्रदेशांचे साम्राज्यातील अंतर्गत प्रांत ह्या अर्थाने 'विषय' तयार करण्यात आले. गुप्तांच्या पुढील काळातील कोरीव लेखांवरून अंतर्वेदी (गंगेचा दुआब) 'ऐरिकिण' (पूर्व माळव्यातील) ह्या दोन 'विषयां'चा पत्ता लागतो. स्कंदगुप्ताइतक्या उशिराच्या काळापर्यंत विषयपति म्हणून शर्व नाग नावाचा एक नागवंशीय अन्तर्वेदीचा सत्ताधीश असल्याचे आढळते, हे अर्थपूर्ण आहे.

उपर्युक्त उत्तरेकडील विजय हा एवढाच काही समुद्रगुप्ताचा पराक्रम नव्हता. आटविक राज्यांच्या प्रमुखांनाही त्याने आपले दास बनविले. परंतु त्याची अत्यंत धाडसी मोहिम म्हणजे त्याचे दक्षिणेकडील कूच ही होय. त्यामुळे दख्खनच्या पूर्व भागातील राजांना त्याची सत्ता जाणवली. तथापि त्याच्या उत्तरेकडील आणि दक्षिणेकडील स्वाऱ्यांत आम्हाला एक फरक दिसतो. उत्तरेत प्राचीन मगधसाम्राज्याच्या[३१] प्रकारे तो जय मिळवून 'दिग्विजयी' झाला. दक्षिणेत मात्र तो महाकाव्यप्रणीत आणि कौटिलीय आदर्श अनुसरून 'धर्मविजयी' राहिला. म्हणजे त्याने राजांचे पराभव केले, पण त्यांचे प्रदेश खालसा केले नाहीत. आपल्या दूरच्या ईशान्य भारतातील सत्ताकेन्द्राहून दक्षिणेकडील दूरच्या प्रदेशावर परिणामकारक नियंत्रण ठेवण्याचे प्रयत्न निष्फळ होतील, हेही त्याच्या लक्षात आले असावे. त्याच्या वारसाने लग्नसंबंधांद्वारे दक्षिणेवर ताबा ठेवण्याचा यत्न केला.

आटविक राज्यांमध्ये आलवकचा (गाझीपूर) प्रदेश आणि डंभाला किंवा जबलपूर[३२] भागाशी संबंधित बनराज्ये समाविष्ट होती, ह्यात शंका नाही. समुद्रगुप्ताने हा मुलूख जिंकला होता, हे ऐरणच्या कोरीव लेखानेही सूचित होते.

दक्षिणपथातील ज्या राजाशी त्या थोर गुप्तसम्राटाचा संघर्ष झाला, ते म्हणजे कोसलाचा महेन्द्र, महाकांतारचा व्याघ्रराज, कौरालचा मण्टराज, कोट्टरचा स्वामिदत्त, ज्याचे नाव निश्चित सांगता येणार नाही अशा पिष्टपूरचा प्रमुख[३३] एरंडपल्लचा दमन, कांचीचा विष्णुगोप, अवमुक्तचा नीलराज, वेंगीचा हस्तीवर्मन्, पलक्कचा उग्रसेन, देवराष्ट्राचा कुबेर, कुस्थलपूरचा धनंजय हे व आणखी काही होत.

'दक्षिणापथा'तील कोसल म्हणजेच दक्षिण कोसलात सध्याचे बिलासपूर, रायपूर आणि संबळपूर ह्या जिल्ह्यांचा आणि कधी क्वचित गंजमच्या[३४] एका भागाचाही

समवेश होत असे. रायपूरच्या ईशान्येस सुमारे चाळीस मैलांवर असलेले श्रीपूर[३५] सध्याचे सिरपूर ही त्याची राजधानी होती. महाकांतार म्हणजे मध्यप्रांतातील (मध्यप्रदेश) एक जंगलाचा पट्टा दिसतो. त्यात बहुधा कांतार मोडत असावे. महाभारताप्रमाणे कांतार म्हणजे वेण्वातट (वैनगंगेचे खोरे) आणि प्राक्कोसल (उपर्युक्त कोसलाचा पूर्व भाग) ह्यांच्या मध्ये येते.[३६]

कौराल म्हणजे कोल्लेरु किंवा कोरोल नव्हे हे कौराल ज्याचा वेगळा निर्देश केला जातो, त्या वेंगीच्या हस्तिवर्मन्‌च्या मुलखातच मोडत असले पाहिजे. दक्षिण भारतात सध्या कोराड म्हणून माहित असलेले गाव म्हणजेच कौराल असले पाहिजे, असे डॉ. बार्नेट सुचवितात.[३७] गंजम जिल्ह्यात रुस्सेलकोंडाजवळ कोलाड नावाचे एक स्थान आहे.

गंजममधील महेन्द्रगिरीच्या आग्नेयेस बारा मैलांवर जे कोथूर आहे, तेच कोट्टूर म्हणून ओळखण्यात आले आहे.[३८] गोदावरी जिल्ह्यातील पिठापुरम हेच पिष्टपूर होय. फ्लीटच्या मते एरंडपल्ल हे सध्याचे खानदेशातील एरंडोल असले पाहिजे, तर द्यूब्रुइलच्या मते ते गंजम जिल्ह्यातील 'बहुधा चिकाकोलेजवळचे' एरंडपली असावे.[३९] जी. रामदास[४०] मात्र एरंडपल्ल म्हणजे विझगपट्टममधील येण्डिपल्ली किंवा एल्लोरे तालुक्यातील येंडिपल्ली असावे, असे सुचवितात. कांची म्हणजे मद्रासजवळचे कांजीवरम् होय. अवमुक्ताची समाधानकारक ओळख पटत नाही. पण नीलराज ह्या त्याच्या राजाच्या नावावरून गोदावरी जिल्ह्यातील 'यनम'जवळच्या नीलपल्ली ह्या जुन्या बंदराचे स्मरण होते.[४१] वेंगी हे कृष्णा आणि गोदावरी ह्यामधील एल्लोरेपासून उत्तरेस सात मैलावर असलेले वेगी किंवा पेद्द-वेगी असावे. हुल्ट्झ्शच्या (Hultzsch) मते वेंगीचा राजा हस्तिवर्मन् म्हणजे आनंदकुलातील 'अत्तिवर्मन्'[४२] होय. पण तो शालंकायन वंशातील असावा, हे अधिक संभवनीय दिसते.[४३] पलक्क हे बहुधा दक्षिण भारतातील नेलोर किंवा गुंटूरमधील पल्लवांचे राजनिवासाचे किंवा प्रांताधिपतीच्या निवासाचे पलक्कड (किंवा पालत्कट) नावाचे स्थळ असावे. ॲलन आणि जी. रामदास ह्यांच्या मते ते नेलोर जिल्ह्यात पडते.[४४] देवराष्ट्र म्हणजे विझगपट्टम जिल्ह्यातील येल्लमचिली तालुका होय.[४५] कुस्थलपूर हे डॉ. बार्नेटच्या मते बहुधा उत्तर -अर्काटमधील पोलूरजवळचे कुट्टापूर असावे.[४६]

दाक्षिणात्य राजांच्या कैदी व सुटका, त्यातही विशेषत: महेन्द्रगिरीजवळच्या कोट्टुराच्या अधिपतीच्या बाबतीतील त्या घटना आपल्याला कालिदासाच्या 'रघुवंशा'तील खालील पंक्तींची आठवण करून देतात -

गृहीतप्रतिमुक्तस्य स धर्मविजयी नृपः।
श्रियं महेन्द्रनाथस्य जहार न तु मेदिनीम्॥ ४.४३

(''त्या धर्मविजजी राजाने (रघुने) बंदी करून मुक्त करण्यात 'आलेल्या महेन्द्रगिरीच्या स्वामीचा प्रदेश नव्हे' तर त्याचे फक्त वैभव हरण केले.'') इ.सनाच्या पाचव्या शतकात ज्यांनी बुंदेलखंड आणि पैनगंगा ह्यांमधील काही भागावर वर्चस्व ठेवले होते. त्या 'वाकाटकां'चा अलाहाबाद - प्रशस्तीत स्पष्ट निर्देश नसावा, हे काही लहान-सहान आश्चर्य नव्हे. वाकाटकांचा सर्वांत जुना निर्देश अमरावतीच्या शिलालेखात होतो.[४७] प्रथम विंध्यशक्ती आणि त्याचा पुत्र प्रथम प्रवरसेन यांच्या कारकीर्दीत ह्या वंशाची सत्ता वृद्धिंगत झाली. प्रवरसेनानंतर त्याच्या उत्तरेकडील प्रदेशाचा वारस म्हणून त्याचा पुत्र प्रथम रुद्रसेन आलेला दिसतो. प्रथम रुद्रसेनाचा पुत्र आणि वारस प्रथम पृथिविषेण हा समुद्रगुप्त आणि कदाचित त्याचा पुत्र द्वितीय चंद्रगुप्त ह्यांचा समकालीन असावा. कारण की, पृथिविषेणपुत्र द्वितीय रूद्रसेनाने द्वितीय चंद्रगुप्ताच्या मुलीशी लग्न केले होते. पृथिविषेणाचा राजकीय प्रभाव चांगला बऱ्याच विस्तृत प्रदेशावर पसरलेला होता. नच-ने-कि-तलाई आणि गंज या भागांवर[४८] बहुधा त्याचा मांडलिक व्याघ्रदेव ह्याची सत्ता असावी. तथापि द्युब्रुईलच्या मते मात्र नाचूना आणि गंजमध्ये व्याघ्राचे उल्लेख करणारे जे कोरीव लेख आहेत, ते प्रथम पृथिविषेणाचे नसून त्याचा पणतु द्वितीय पृथिविषेण याचे आहेत. परंतु द्वितीय पृथिविषेणाच्या पणज्यापासून किंवा कदाचित त्याच्या आधीपासून निदान इ.स. ५२८ पर्यंत नाचूना आणि गंज ह्यांच्यामध्ये पडणारा मुलुख आणि खुद्द वाकाटकांचा प्रदेश[४९] ह्यांत गुप्तांचे स्वामित्व मान्य झाले होते, ही वस्तुस्थिती लक्षात घेतली तर हे द्युब्रुईलचे मत टिकणारे नाही, हे दिसून येईल. नाचूना आणि गंज यांच्या लेखामधील व्याघ्र वाकाटक पृथिविषेणाची अधिसत्ता मान्य करतो. हा पृथिविषेण म्हणजे समुद्रगुप्त आणि द्वितीय चंद्रगुप्त यांनी मध्य भारतात आपले सार्वभौमत्व स्थापण्यापूर्वीचा प्रथम पृथिविषेणच असला पाहिजे.[५०] ज्याच्या सत्ताकाळात मध्यप्रदेशाचे सार्वभौम वाकाटक नव्हे, तर गुप्त होते, (परिव्राजक महाराजांच्या लेखावरून हे आपल्याला चांगले कळते.) तो द्वितीय पृथिविषेण असणे शक्य नाही.[५१]

हरिषेणाच्या प्रशस्तीत प्रथम पृथिविषेणाचा काहीही स्पष्ट निर्देश नाही. समुद्रगुप्ताच्या हालचाली विंध्यापलीकडील प्रदेशाच्या पूर्व भागापुरत्याच मर्यादित होत्या, हे याचे स्पष्टीकरण होय. दख्खनच्या मध्य आणि पश्चिम भागापर्यंत, म्हणजे प्रथम पृथिविषेण[५२] स्वतः राज्य करीत होता. त्या प्रदेशापर्यंत (आक्रमक गुप्तसम्राटाने)

आपली शस्त्रे चालविली असतील, ह्याला खात्रीलायक असा पुरावा नाही. देवराष्ट्र म्हणजे महाराष्ट्र आणि एरंडपल्ल म्हणजे खानदेशातील एरंडोल समजणे चुकीचे ठरण्याची शक्यता आहे, असे प्राध्यापक ह्युब्रूईल यांनी दाखवून दिले आहे.

समुद्रगुप्ताने पश्चिम दख्खनवर स्वारी केली नसली, तरी वाकाटकांचा मध्य भारतातील मुलुख त्याने हिरावून घेतला, हे मात्र एरण शिलालेखावरून स्पष्ट आहे. तथापि हे प्रदेश वाकाटकाच्या प्रत्यक्ष अमलाखाली नव्हते, तर ते एका मांडलिकाच्या ताब्यात होते. पृथिविषेणाच्या काळात तेथे जो मांडलिक होता, त्याचे नाव व्याघ्र होते. आक्रमक गुप्तनृपती आणि वाकाटकांचा हा मांडलिक ह्यांच्यात संघर्ष येणे स्वाभाविकच होते. 'अलाहाबादच्या प्रशस्ती'त समुद्रगुप्ताने महाकांताराच्या व्याघ्रराजावर विजय मिळविल्याचा निर्देश आहे.[५३] नाचूना शिलालेखात उल्लेखिलेला पृथिविषेणाचा मध्य भारतातील मांडलिक व्याघ्र आणि हा व्याघ्रराज एकच असणे संभवनीय आहे. समुद्रगुप्ताच्या विजयामुळे मध्य भारताच्या मुलखात वाकाटकांनंतर गुप्त हे सर्वसत्ताधीश झाले. ह्यापुढे वाकाटकांची सत्ता ही पूर्णपणे केवळ दक्षिणेतील सत्ता झालेली दिसते.

प्रत्यन्त[५४] नृपती म्हणजे सीमावरचे म्हणजे ईशान्य भारतीय आणि हिमालयीन राजे तसेच पंजाब, पश्चिम भारत, माळवा आणि मध्य प्रांत ह्या भागांतील सर्वच गणसत्तांवर समुद्रगुप्ताच्या विजयी व्यक्तिमत्त्वाचा खोल ठसा उमटला असला पाहिजे. 'ते त्याला सर्व प्रकारचे कर-भार देत. त्याच्या आज्ञा पाळीत आणि त्याच्यापुढे मुजऱ्यासाठी जात.' असे जे म्हटले आहे, त्यावरून ते त्याच्या 'प्रचंड शासना'पुढे नतमस्तक होते; हे स्पष्ट दिसते. ह्या समर्थ गुप्तसम्राटाला शरण आलेली सर्वांत महत्त्वाची पौरस्त्य राज्ये म्हणजे समतट (कोमिल्लाजवळ बहुधा करम्मान्त किंवा बड-कम्ता[५५] येथे ज्याची राजधानी होती, तो समुद्राला भिडणारा पूर्व बंगालचा भाग.) दवाक् (याची अजून समाधानकारकपणे ओळख पटलेली नाही.)[५६] आणि कामरूप (असमच्या खालच्या भागात) ही होत. त्या काळात पुंडवर्धन् - भुक्ती म्हणून ओळखला जाणारा बहुतेक सगळा उत्तर बंगालचा प्रदेश इ.स. ४४३ पासून इ.स. ५४३ पर्यंत गुप्त साम्राज्याचा अविभाज्य भाग होता आणि त्यावर गुप्तांचे मांडलिक म्हणून 'उपरिका'च्या एका शाखेची सत्ता चालत होती, हे आपणास दामोदरपुराच्या पटलेखावरून समजते. म्हणूनच दवाक् म्हणजे उत्तर-बंगालमधले काही जिल्हे असे जे ठरविण्यात येते, ते बहुधा चूक ठरेल. नेपाळ आणि कर्तृपूर हे उत्तरेकडील 'प्रत्येन्त' होते. जलधर जिल्ह्यातील कटारपूर आणि कुमाऊन, गढवाल आणि रोहिलखंड

व्यापणारा कटुरिया किंवा 'कत्यूर' राज्याचा प्रदेश मिळून कर्तृपूरचे राज्य होत असावे.[५७] (गुप्तांना) खंडणी देणारी गणसत्ताक राज्ये आर्यावर्ताच्या पश्चिम आणि नैऋत्य पट्ट्यावर वसलेली होती. ह्यांपैकी मालव, अर्जुनायन, यौधेय, मद्रक, आंभीर, प्रार्जुन, सनकानीक, काक आणि खर्परिक ही फार महत्त्वाची होती.

अॅलेक्झांडरच्या वेळी मालवांनी पंजाबचा काही भाग व्यापलेला होता. उशवदाताशी संघर्ष आला, तेव्हा ते बहुधा पूर्व राजपुतान्यात असावेत.[५८] समुद्रगुप्ताच्या वेळचा त्यांच्या वास्तव्याचा निश्चित प्रदेश ठरवता येत नाही. समुद्रगुप्ताच्या वारसांच्या काळात मात्र त्यांचा मंदसौर प्रदेशाशी संबंध असणे संभवते. मंदसौरचे राजे परंपरेने मालवगणांकडून आलेली इ.स.पू. ५८ मध्ये सुरू होणारी 'मालवगणाम्नात' कालगणना वापरीत असलेले आढळतात.

'बृहत्संहिता'-कर्त्याने अर्जुनायन आणि यौधेय भारताच्या उत्तर भागातील असल्याचे सांगितले आहे. पंजाबात स्थायिक झालेली पांडौई किंवा पांडव नावाच्या ज्या जमातीचा टॉलेमीने उल्लेख केला आहे, तिच्याशी ह्यांचा संबंध असावा.[५९] अर्जुनायन आणि पांडव असलेला अर्जुन ह्यांच्यातील संबंध उघड दिसणारा असा आहे.[६०] यौधेय हे महाभारतात युधिष्ठिराच्या एका पुत्राचे नाव म्हणून आलेले आहे.[६१] पुढच्या काळातील 'हरिवंश' ह्या ग्रंथात यौधेयांचा उशीनरांशी संबंध जोडलेला आहे.[६२] विजयगड शिलालेखात[६३] ह्या जमातीच्या वस्तीच्या स्थानाविषयी एक खूण मिळते. विजयगडचा डोंगरी किल्ला राजपुतान्यातील भरतपूर संस्थानातील बयानाच्या नैऋत्येस तेथून सुमारे दोन मैलांवर आहे. परंतु यौध्येयांचा प्रदेश ह्या क्षेत्राच्या सीमेपलीकडे बराच पसरलेला असावा. बहावलपूर संस्थानच्या हद्दीवर सतलजच्या दोन्ही किनाऱ्यांवरचा अजूनही जोहियबार म्हणून जो ओळखला जातो, तो सर्व पट्टा त्यात मोडत असला पाहिजे.[६४]

मद्रकांची राजधानी पंजाबात शाकल किंवा सियालकोट येथे होती. 'पेरिप्लस[६५]' आणि टॉलेमी ह्यांच्या भूवर्णनात अबिरिया म्हणून उल्लेखिलेल्या विनशनाजवळील[६६] सिंधूच्या खोऱ्याचा खालचा भाग आणि राजपुताना ह्यांतून जाणारा जमिनीचा पट्टा आभीरांनी व्यापला होता. एका आभीराने इसवी सनाच्या तिसऱ्या शतकाच्या मध्यापूर्वीच महाक्षत्रप होऊन पश्चिम भारत व्यापून महाराष्ट्राच्या एका भागातील शातवाहनांना हुसकावून लावले असले पाहिजे, हे आपण मागेच पाहिले आहे. ह्या जमातीतील एका गटाने (जथ्याने) मध्यभारतात बस्तान बांधून झाशी आणि भिलसामधील अहिरवार या मुलखाला आपले नावही दिले होते, हे उघड दिसत आहे.[६७]

प्रार्जुन, सनकानिक, काक आणि खर्परिय ह्यांचे प्रदेश बहुधा माळव्यांत आणि मध्यप्रांतात असावेत. कौटिल्याच्या[६८] म्हणून म्हटल्या जाणाऱ्या 'अर्थशास्त्रा'त प्रार्जुनकांचा उल्लेख आहे. मध्यप्रांतातील नरसिंहपूर जिल्हा हे त्यांचे स्थान असल्याचे स्मिथ्[६९] सांगतो. पूर्व माळव्यात सापडलेल्या द्वितीय चंद्रगुप्ताच्या एका उदयगिरि शिलालेखावरून सनकानीकांच्या स्थानाचा थोडासा पत्ता लागतो. महाभारतात[७०] काकांचा उल्लेख आहे. ('ऋषिका विदभाः काकास्तङ्गनाः परतङ्नाः') बाँबे गॅझेटियरप्रमाणे काक म्हणजे बिथुरजवळचे काकपूर होय. स्मिथ्शी (सांची) संबंध सुचवितो. खर्परीकांचे बस्तान मध्यप्रांतातील दमोह जिल्हा हे असावे.[७१]

एका नव्या एतद्देशीय साम्राज्यसत्तेचा उदय होत असताना वायव्य सीमेवरील माळव्यातील आणि सुराष्ट्रातील (काठेवाड) परकीय सत्ताधीश त्या विषयी उदासीन राहणे शक्य नव्हते. वैयक्तिक साहाय्य देऊ करणे, तरुण मुलींचे नजराणे आणणे,[७२] गरूडचिह्नासाठी ('गुरूत्मदङ्क') विनवणी करणे आणि स्वतःच्या ताब्यातील प्रदेशांवर सत्ताही गाजवू देणे ('स्वविषयभुक्ती')[७३] अशा अनेक प्रकारे आपली अधीनता दाखवून मैत्रीच्या तहांसाठी त्यानी धावपळी केल्या. 'देवपुत्र-षाहि-षाहा[७४] नुषाहि शक-मुरुण्ड'[७५] सिहलस्थ आणि इतर सर्व द्वीपांवरील लोक[७६] एवढ्या परकीयांनी अशा रीतीने समुद्रगुप्ताशी राजनैतिक संबंध जोडले होते.

देवपुत्र-षाहि-षाहानुषाहि हा वायव्येकडील कुषान राजवंशाचा असल्याचे दिसते. ह्या वंशाची उत्पत्ती देवपुत्र कनिष्कापासूनची आहे.[७७] शक-मुरुण्डामध्ये Ardochsho नाणी काढणारे सिथिअन राष्ट्रीयत्वाचे उत्तरेकडील प्रमुख तसेच एकेकाळी गंगेच्या खोऱ्यावर प्रभुत्व ठेवलेल्या राज्यकर्त्यांचे असे सुराष्ट्र आणि भारतीय शक-सत्ताधीशही अंतर्भूत असावेत. स्टेन कानोच्या मते 'मुरुण्ड' ही एक शकसंज्ञा असून तिचा अर्थ संस्कृतामधील 'स्वामिन्' प्रमाणे आहे. सुराष्ट्राच्या आणि उज्जैयिनीच्या क्षत्रपांनी 'स्वामिन्' हे बिरूद वापरले होते. मार्शलने शोधलेल्या सांची-शिलालेखावरून नन्दपुत्र 'महादंडनायक' श्रीधरवर्मन् ह्याच्या सत्तेखालील इ.स. ३१९ च्या सुमाराच्या एक शकराज्याचे वा प्रांतांचे अस्तित्व उजेडात आले आहे.[७८] मध्य-भारतातील खोह शिलालेखात एका मुरुंड 'स्वामिनी'चा उल्लेख आहे. विंध्याच्या पूर्वेच्या रांगांच्या आजूबाजूच्या प्रदेशांतून विपुल प्रमाणात सापडलेली तथाकथित 'पुरि-कुशान' नाणी ही कदाचित विंध्यप्रदेशातील सिथिअन सत्ताधीशांचीच मानावी लागतील. समुद्रगुप्ताच्या दोन शतके आधी गंगेच्या खोऱ्यात एक मुरुंड सत्ता होती, अशी टॉलेमीही ग्वाही देतो.[७९] एका मुरुंड - कुलाचे एकेकाळी पाटलीपुत्र ह्या महानगरावर

नियंत्रण होते, ह्याचा पुरावा 'प्रभावक-चरित' ह्या जैन ग्रंथावरूनही मिळतो.[८०]

समुद्रगुप्ताच्या समकालीन सिलोनचा राजा मेघवर्म हा होता. वँग ह्यू एन त्से हा एक चिनी लेखक सांगतो की, चि-मि-किआ-फे-मो (म्हणजे मेघवर्मन् किंवा मेघवर्ण) ह्याने नजराण्यासहित एक शिष्टमंडळ समुद्रगुप्ताकडे पाठविले होते आणि आपल्या द्वीपावरून जाणाऱ्या यात्रेकरूंच्या उपयोगाकरीता बोधगयेच्या पवित्र वृक्षाच्या (बोधिवृक्ष) उत्तरेला एक सुंदर विहार उभारण्याची परवानगी मिळविली होती.[८१]

समुद्रगुप्ताने सर्व मोहिमा पार पाडल्यानंतर अश्वमेध-यज्ञ केला, असे ॲलनचे मत आहे.[८२] हा अश्वमेध बराच काळ स्थगित ठेवलेला होता, असे शिलालेखांतही म्हटलेले आहे. परंतु हे लक्षात घेतले पाहिजे की, पुष्यमित्रापासून समुद्रगुप्तापर्यंतच्या काळात पाराशरी पुत्र सर्वतात, नायनिकेचा पती शातकर्णी, वासिष्ठीपुत्र इक्ष्वाकु श्रीचांतमूल, देववर्मन् शालंकायन, प्रथम प्रवरसेन वाकाटक, शिवस्कंदवर्मन पल्लव आणि भारशिव घराण्यातील नागनृपती अशा कित्येक राजांनी अश्वमेध केले होते. तथापि गुप्तांच्या राजकवींची ह्या राजांविषयीची माहिती अगदीच अल्प असणे संभवनीय आहे. समुद्रगुप्ताने 'अश्वमेध-पराक्रम' (अश्वमेधाने ज्याचे सामर्थ्य दाखविले जात आहे तो) अशी अक्षरे असलेली नाणी पाडली, ती उघडच या यज्ञानंतरची दिसतात.[८३]

अलाहाबादच्या 'प्रशस्ती'चा लेखक हरिषेण ह्याचा पुरावा विश्वसनीय धरल्यास थोर सम्राट समुद्रगुप्त हा अनेक कलागुणांनी संपन्न असा प्रतिभाशाली असावा असे दिसते. 'आपल्या तीव्र व तरल बुद्धिमत्तेने, वृन्द गानातील कौशल्याने आणि संगीतातील नैपुण्याने त्याने देवेन्द्राचा गुरू तुंबरू[८४] आणि नारद व इतर कित्येक ह्यांना लाजविले.' विविध काव्यरचनांमुळे तो 'कविराज'ही झाला.[८५] पंडितांचे विचार श्रवण करायला तोच एक पात्र आहे. .... अभ्यसनीय काव्यशैली असेल, तर ती त्याचीच आणि त्याच्याच काव्यांनी कवींचा आत्मानंद शतगुणित होत असतो.' दुर्दैवाने ह्यांपैकी कोणत्याही काव्यरचना मागे राहिलेल्या नाहीत.[८६] पण त्याच्या संगीतनैपुण्याबद्दलच्या हरिषेणाच्या शिफारशीला वीणाप्रकाराच्या[८७] नाण्यांमुळे दुजोरा मिळतो. हर्ष महेन्द्रवर्मन् वगैरे पुढील काळातील काही राजांप्रमाणेच स्वतः कवी असलेल्या या गुप्तनृपतीने प्रतिभाशाली लेखकांशी सख्य जोडले व 'सरस्वती आणि लक्ष्मी यांच्यातील संघर्ष' ('सत्काव्यश्रीविरोध') संपविला.' परिणामी 'विद्वानांच्या जगातही त्याला फार मोठे सत्तास्थान प्राप्त झाले. कित्येक कवितांतून ते वैभव टिकून राहिलेले आहे.'

अशोकाने फक्त धर्मसूत्रांच्या अध्ययनात पारंगतता मिळविली होती. समुद्रगुप्ताने

मात्र काव्य आणि 'शास्त्र' ह्या दोहोंचाही एकदमच आदर केला. अशोकाने कलिंगयुद्धानंतर सैनिकी आक्रमणे बंद केली आणि तीन खंडांत धर्मविजयासाठी, माणसांची हृदये जिंकण्यासाठी धर्मप्रचारकांच्या संघटना उभ्या केल्या होत्या. समुद्रगुप्ताने मात्र सगळे जग जिंकण्याच्या हेतूनेच ('सर्व-पृथिवी-जय') स्वाऱ्या आरंभिल्या होत्या. तथापि हे भेद असूनही उठावदार व्यक्तिमत्त्वाच्या ह्या दोन पुरुषांमध्ये समान असेही पुष्कळ काही होते. दोघांचाही 'पराक्रमा'वर आणि तसेच अंगीकृत कार्यासाठी अविश्रांत परिश्रम करण्यावर भर होता. त्यांच्या आश्रयाच्या लोकांविषयी दोघांनाही करूणा होती आणि दोघांचीही पराभूत शत्रूच्या ठिकाणीही दयाबुद्धी होती. दोघांनीही धर्मतत्त्व आग्रहाने प्रतिपादले. सद्धर्माच्या रक्षणाची व्यवस्था लावण्यात धर्माशोकापेक्षा समुद्रगुप्त मुळीच कमी नव्हता. ('धर्मप्राचीरबंध:')

काच असे नामांकन असलेली नाणी समुद्रगुप्ताचीच ठरविली गेली आहेत, आणि ते मान्य व्हावे. परंतु ह्या सम्राटाला फरीदपूर-सनदेतील 'धर्मादित्य' (सद्धर्माचा सूर्य) समजणे मात्र अगदी चूक होईल. ह्या नृपतीने 'अप्रतिरथ' (= ज्याला प्रतिस्पर्धी नाही असा रथयोद्धा), 'अप्रतिवार्यवीर्य'(= ज्याला प्रतिकार करता येणार नाही अशा पौरुषाचा), 'कृतान्त-परशु' (= मरणरुपी कुऱ्हाड), 'सर्वराजोच्छेत्ता'[८८](= सर्व राजांचा समूळ नाश करणारा), 'व्याघ्रपराक्रम' (= वाघासारखा पराक्रमी), 'अश्वमेधपराक्रम' (= अश्वमेधाने ज्याचा पराक्रम सिद्ध केला जातो तो) आणि 'पराक्रमाङ्क' (= पराक्रम हेच चिह्न धारण करणारा) अशी बिरूदे घेतली होती. पण त्यांत 'धर्मादित्य' हे बिरूद नव्हते. त्या सम्राटाने काढलेल्या विविध नाण्यांशी ह्यातल्या बहुतेक बिरूदांचा संबंध दिसतो. सर्वसाधारण प्रकारच्या नाण्याच्या मागच्या बाजूस 'पराक्रम' धनुर्धारी - प्रकारच्या नाण्यांवर 'अप्रतिरथ', परशु प्रकारच्या नाण्यांवर 'कृतान्तपरशु'[८९], काच प्रकारच्या नाण्यांवर 'सर्वराजोच्छेत्तृ', व्याघ्र प्रकारच्या नाण्यांवर 'व्याघ्रपराक्रम (राज)' आणि अश्वमेध प्रकारावर 'अश्वमेध-पराक्रम'[९०] अशी अक्षरे आढळतात. सिंहावर बसलेली दुर्गा किंवा पार्वती ('सिंह-वाहिनी') गुप्तांचा प्रदेश विंध्यापर्यंत किंवा हिमवतापर्यंत[९१] पसरल्याचे दर्शवतो. वाघ आणि नदी ('मकरवाहिनी') प्रकारची नाणी समुद्रगुप्ताची सत्ता गंगेच्या खोऱ्यापासून महाकान्तारमधील व्याघ्रराजाच्या मुलखापर्यंत चालत होती, ह्याची निदर्शक आहेत. गुप्तकालीन द्वारांवर गंगा आणि यमुना ह्यांची चित्रे सर्रास दिसतात. गंगेच्या दुआबाशी ह्याचा संबंध असावा, असा निष्कर्ष काढण्यात आला आहे. समुद्रगुप्ताच्या 'गुणवती आणि पतिव्रता' अशा पत्नीचा (बहुधा दत्तदेवी) एरणच्या शिलालेखात उल्लेख होतो

आणि हा बहुधा समुद्रगुप्ताच्या सत्ताकाळातीलच असावा. ह्या थोर समाटाचा निश्चित काळ सांगणारी अस्सल ऐतिहासिक साधने आपल्यापाशी नाहीत. नालंदा[९२] आणि गया येथील सनदा अनुक्रमे ५ व ९ ह्या वर्षी काढल्या गेल्याचे त्यांत म्हटलेले आहे. पण त्यावर भरवसा टाकता येत नाही. शिवाय, गया-सनदेतील अंकाचे वाचनही शंकास्पद आहे. इ.स. ३३० ते इ.स. ३७५ हा स्मिथूने दिलेला काळ म्हणजे एक अंदाजच आहे. पुढच्या सत्ताधीशाचे सर्वांत जुने ज्ञात वर्ष इ.स. ३८०-८१ असे आहे.[९३] तेव्हा त्याचा पिता आणि त्याच्या पूर्वीचा राज्यकर्ता (म्हणजे समुद्रगुप्त) इ.स. ३७५ नंतर केव्हातरी मृत्यू पावला असणे[९४] असंभवनीय नाही. समुद्रगुप्ताच्या अखेरच्या कार्यांपैकी आपल्या वारसाची निवड हे एक होते. दत्तदेवीपासून झालेला त्याचा मुलगा चंद्रगुप्त हाच निवडला गेला.

स्पष्टीकरणार्थ टीपा व संदर्भ

१. 'राजासिंह' आणि द्वितीय चंद्रगुप्ताच्या नाण्यांवर येणारी 'नरेन्द्रसिंह' ही उपाधी ह्यांतील साम्य लक्षात घेण्यासारखे आहे. (ॲलन, 'गुप्त कॉइन्स' पृ. ४३) सर्वच अक्षरे स्पष्ट वाचता येण्यासारखी नाहीत (कित्ता, cxiii), पण पुष्कळ नाण्यांवर तशाच अर्थाची 'सिंहविक्रम' (पृ. ३८) ही उपाधीही आढळते. तेव्हा 'दूतावाक्या'तील उल्लेख हा ज्या त्या राज्याच्या सीमा समुद्राला आणि हिमालयाच्या आणि विंध्याच्या रांगांना भिडल्या आहेत, अशा उत्तर भारतातील 'सिंहोपम' अशा सार्वभौम राजाचाच असला पाहिजे, हे वर्णन ज्याच्याशी सर्वांत उत्तम जुळेल, असा राजा म्हणजे द्वितीय चंद्रगुप्त होय. 'दूतवाक्या'च्या कर्त्याने ह्याच राजाचा निर्देश केलेला असला पाहिजे. हा कर्ता म्हणजे जर भास (कालिदासापूर्वीचा एक असामान्य कवी) असेल, तर कवी म्हणून त्याचे जीवन द्वितीय चंद्रगुप्त, विक्रमादित्य, 'नरेन्द्रसिंह' ह्यांच्या राज्यारोहणापूर्वीच म्हणजेच कवींचा थोर आश्रयदाता कविराज समुद्रगुप्त ह्याच्या काळातच सुरू झाले असावे.

२. 'मॉडर्न रिव्ह्यू'मध्ये (नोव्हेंबर १९२९, पृ. ४९९) गुप्त हे मुळात 'कारस्कर' (karaskara) असावेत, असे मत मांडण्यात आले आहे. ज्याच्या कुळाची पाळेमुळे खणली गेली, तो 'कौमुदी महोत्सवा'तील शापित चण्डसेन (सुंदरवर्मन्‌चा दत्तक-पुत्र) (पृ. ५००) आणि ज्याच्या वंशाने शतकानुशतके वैभवशाली कारकिर्दी केल्या, तो महाराज श्री घटोत्कचाचा पुत्र प्रथम चंद्रगुप्त ह्यांना एकच समजणे हे मुळीच टिकणारे नाही. लिच्छवींनी चण्डसेनाला मदत केली होती, एवढी एकमेव घटना तो राजा म्हणजेच प्रथम चंद्रगुप्त असा सिद्धांत काढावयाला पुरेशी नाही. इ.स.पूर्व पाचवे शतक इतक्या जुन्या काळी लिच्छवी हे मगधाचे शत्रू असल्याचे दिसते. काहींच्या मते एका स्त्री-लेखिकेने लिहिलेल्या त्या नाटकाच्या कथानकाच्या सारांशासाठी 'अय्यंगार कॉमेमोरेशन व्हॉल्यूम' (पृ. ३६१) पाहावा. सुंदरवर्मन आणि त्याचा पुत्र कल्याणवर्मन ह्या जर खऱ्या ऐतिहासिक व्यक्ति असतील आणि त्यांनी खरोखरी मगधावर राज्य केले असेल, तर त्यांना एकतर महाराज श्री गुप्तांचे पूर्वीचे किंवा बालादित्यानंतरचे (इ.स.चे सहावे शतक) धरावे लागेल. महाशिवगुप्तांच्या शिरपूर शिलालेखाच्या ('Ep. Ind', XI. 191) वेळी मगधावरील वर्मनांच्या आधिपत्याची स्मृती ताजी होती. चिनी लेखकाने उल्लेखिलेले पूर्णवर्मन आणि

देववर्मन आणि तसेच मौखरि घराण्यातील राजेही ह्या ठिकाणी लक्षात घ्यावेत. सम्राट गुप्तांच्या कुळाची पूर्वपीठिका हे गूढच आहे. ते कदाचित 'धारण' गोत्री असावेत, एवढेच आपल्याला ठाऊक आहे. ('IHQ' (1930) 565) अग्निमित्राची पट्टराणी धारिणी हिच्याशीही त्यांचा नातेसंबंध असेल. इक्ष्वाकु कुळातील महाराज ऐश्वर्यपाल हा समुद्रगुप्तापर्यंत आपल्या वंशाचे मूळ नेतो, असे जावामधील एका ग्रंथात ('तान्त्रिकामन्दक') येते हे डॉ. आर. सी. मुजुमदार ह्यांनी दाखवून दिले आहे. ('IHQ' (1933) p. 930) तथापि पुढील काळातील ग्रंथकारांच्या, ज्यांना दुजोरा नाही, अशा विधानांवर फारसा भरवसा टाकता येणार नाही. भविष्योत्तर पुराणासारख्या ग्रंथाचा पुरावा तर अधिकच बेभरवशाचा. कारण काही टीकाकारांच्या मते ते पुराण म्हणजे उघड दिसणारे एक आधुनिक भ्रष्टीकरण आहे. (NHIP 6. १३३ टीप) शिवाय पाहा – प्रोसिडिंग्ज ऑफ् द इंडियन हिस्टॉरिकल काँग्रेस, १९४४, पृ. १९९

३. बाँदा जिल्हा.

४. ल्युडर्स क्र. ११

५. ल्युडर्स क्र. ६८७

६. डॉ. मुजुमदार, 'ए न्यू हिस्टरी ऑफ द इंडियन पीपल' – ६- १२९; डॉ. सी. गांगुली, 'IHQ' XIV (१९३८) ३३२

७. ॲलन 'Gupta Coins', Introduction p. XV शिवाय पाहा – 'Ind. Ant' X (1881) 110

८. ऋद्धपूर पट्टात मात्र ('JRAS' (1924) 58) प्रथम चंद्रगुप्त आणि समुद्रगुप्त यांना (निष्काळजीपणे) नुसते महाराजे म्हटले आहे.

९. 'JRAS', (1893) 80\ Cunningham 'Arch. Sur. Rep.' Vo. IX, p. 21.
ज्याच्या पासून इ.स. ३२० चा गुप्त शक (गुप्तप्रकाल, गुप्तनामकाल सुरू होतो) त्या राजाचीही स्पष्ट ओळख पटत नाही. त्या बाबतीत महाराजगुप्ताचा ('IHQ', (१९४२) २७३ टीप) किंवा थोड्या कमी टिकाऊ स्वरूपातील समुद्रगुप्ताचासुद्धा दावा एकदम अमान्य करता येणार नाही.

१०. हा विवाह इ.स. ३२० नंतर झाला असे सुचवायचे नाही. गुप्तांची इ.स. ३८० पूर्वीची कालगणना अजूनही अनिश्चिततेच्या अवस्थेत आहे. प्रथम चंद्रगुप्ताची कारकीर्द किती झाली, तो आणि त्याचा पुत्र व वारस समुद्रगुप्त हे गादीवर

निश्चित कोणत्या वर्षी आले, ह्यांविषयी अधिक काही काळपर्यंत ह्या विवाहाच्या वर्षासंबंधी कमी–अधिक स्वरूपात निश्चित असे काहीही सांगता येणार नाही. काही विद्वानांच्या मते प्रथम चंद्रगुप्ताचा जो तहनामा होता, तो नेपाळवर राज्य करणाऱ्या वंशाशी ('JRAS' (१८९९) पृ. ५५) असेल किंवा पाटलीपुत्रावर राज्य करणाऱ्या घराण्याशीही ('JRAS'(१८९३) पृ. ८१) असेल.

११. ही नाणी कुणाची समजावयाची, याबाबत विद्वानात मतभेद आहेत. 'Num. Suppl. No. XLVII' मध्ये अळतेकरांचे मत पाहा – 'JRASB' III (१९३७) नं. २३४६. जी निःसंशय प्रथम चंद्रगुप्ताचीच आहेत, अशी नाणी मिळपर्यंत कोणत्याही निर्णयाप्रत येणे अवघड आहे.

१२. कीलहॉर्नचा उत्तरभारतीय शिलालेख क्रमांक ५४१ ह्यावरून मात्र लिच्छवी आणि पुष्पपूर (पाटलीपुत्र) ह्यांच्यातील काही संबंध सूचित होतो.

१३. 'अनुकङ्गम हास्तिनूपुरम' 'अनुगंङ्ग वाराणसी' 'अनुगङ्ग पाटलिपुत्रम्' हे पतंजली २–१–२ मधील उल्लेख ताडून पहा.

१४. शिवाय, बंधोगड (रीवा) 'अमृतबझार पत्रिका' ११–१०–३८ पृ. २; 'NHIP' VI 41. 'मघ' राजे नाण्यांवरूनही ज्ञात होतात. (फत्तेपूर भांडार)

१५. 'JRAS', (१९११) १३२; पार्गिटर, 'DKA', पृ. ५१ शिवाय, ए. घोष ह्यांचे 'कोसमस्टोन इन्स्क्रिप्शनस् ऑफ महाराज भीमवर्मन्' हे टिपणही पहा. ('इंडियन कल्चर' II (१९३६) १७७ शिवाय, पाहा – 'IC', I, ६९४, ७१५)

१६. 'पराक्रम', 'व्याघ्र पराक्रम' आणि 'परक्रमांक' ही बिरुदे जशी नाण्यांवर आढळतात (अॅलन 'कॅटॅलॉग' पृ. CXI), तशीच ती अलाहाबाद – प्रशस्तीतही आहेत. ('CII' p. 6) एका बाजूला 'श्रीविक्रमः' अशी अक्षरे असलेले एक नाणेही नुकतेच सापडले आहे. (बमनाला भांडार, निमर जिल्हा) 'J. Num. Soc.' Vo. V. pt. 2, p. 140

१७. कचाच्या नाण्यांवरील 'सर्वराजोच्छेत्ता' ही पदवी म्हणजे बहुधा तो समुद्रगुप्तच असावा असे दर्शविते. पहा, स्मिथ् 'कॅटॅलॉग' ९६. 'IA' (१९०२), २५९. निराळ्या मतासाठी पाहा – स्मिथ् 'JRAS' (१८९७) १९; रॅप्सन 'JRAS' (१८९३) ८१; हेरास, 'अॅनल्स् ऑफ द भांडारकर ओरिएन्टल रिसर्च इन्स्टिट्यूट' Vol. IX पृ. ८३ f. 'सर्व राजांचे निर्मूलन करणारा' हे विशेषण ज्याला एका तत्कालीन शिलालेखाने त्या कर्तृत्वाचे प्रत्यक्ष श्रेय देण्यात आले

आहे, त्याच्या खेरीज दुसऱ्या एखाद्या गुप्त राजाने स्वत:ला लावून घेतले असेल, (– आणि ते सुद्धा त्या विशेषणात गृहित केलेल्या घटना प्रत्यक्ष घडण्यापूर्वीचे) हे आम्हाला तरी विचारात घेण्यासारखे वाटत नाही. पुण्याच्या पटलेखांत समुद्रगुप्ताचा पुत्र द्वितीय चंद्रगुप्त ह्याला इतर अनेक बिरुदांबरोबरच हेही लावलेले आढळते. परंतु प्रस्तुत पटलेख हे गुप्तांचे अधिकृत वृत्तान्त नाहीत, हेही लक्षात ठेवले पाहिजे. गुप्तसम्राटांच्या कोणत्याही अधिकृत कोरीव लेखात 'सर्वराजोच्छेत्ता' हे पद समुद्रगुप्ताखेरीज दुसऱ्या कोणत्याही राजाला दिलेले नाही. ज्या निष्काळजीपणामुळे लेखक प्रथम चंद्रगुप्ताचे ('महाराजाधिराज'च्या ऐवजी) 'महाराज' असे वर्णन करतो, त्याचमुळे पुण्याच्या पटलेखांतून द्वितीय चंद्रगुप्ताच्या बाबतीत ते विशेषण (सर्वराजोच्छेता) लावले जाते. पूर्वी होऊन गेलेल्या सत्ताधीशांच्या बाबतीत लागू होणारा गुणानुवाद पुढील राजाच्या बाबतीत उपयोजिण्याचा निष्काळजीपणा प्रशस्तीलेखक काही थोड्याथोडक्या वेळा करीत नाहीत, हे आंगाच्छी आणि बाणगडच्या लेखांची तुलना करून दाखविता येईल.

१८. 'सर्व क्षत्रियांचा अंत करणारा' महापद्माचे एक विशेषण.

१९. समुद्रगुप्ताने आर्यावर्तात दोन मोहिमा केल्या, असे फादर हेरास ह्यांचे मत आहे. ('Ann. Bhan. Ins.' I p. 88) पण ह्या सिद्धांतानुसार अच्युत आणि नागसेन ह्यांचे पहिल्या मोहिमेत 'निर्मूलन' झाले आणि दुसऱ्या मोहिमेत त्याची हकालपट्टी झाली, असे काहीतरी गृहित धरावे लागेल. ही अडचण दूर करण्यासाठी फादर हेरास 'निर्मूलन' ह्याचा अर्थ 'पराभव' असा करतात. आणखी काही म्हटले नाही, तरी हे न पटणारे आहेच.

२०. शिवाय, पाहा – 'IHQ' 1.2.254 रूद्रसेनाचा मध्यप्रांतातील चांदा जिल्ह्यातील देवटेकशी संबंध होता. (एटीन्थ ओरिएंटल कॉन्फरन्स ६१३. 'Ep. Ind.' XXVI, 147,150)

२१. 'बंकुराच्या वायव्येस बारा मैलांवरील एक वालुकाश्म टेकडी.'

२२. पाहा – दीक्षित, 'ASI' AR (1927-28) p. 188;
एस्. के. चॅटर्जी 'द ओरिजिन अँड डेव्हलपमेंट ऑफ द बेंगॉली लिटरेचर' २.१०६१; 'IHQ' 1.2.255; पंडित एच. पी. शास्त्री असे मानतात की, 'महाराज' अशी छोटी पदवी घेणारा हा स्थानिक सत्ताधीश म्हणजे मेहरौलीच्या लोहस्तंभ शिलालेखातील प्रतापी सम्राट चंद्र हाच होय. ('भूमिपतिप्राप्तैकाधिराज्य') त्याने (त्या शिलालेखात आल्याप्रमाणे-)

वंगमध्ये झालेल्या लढाईत एकजूट करून त्याच्याविरुद्ध पुढे आलेल्या शत्रूंना छातीचा कोट करून हिमतीने मागे परतविले आणि सिंधूची सात मुखे पार करून बाल्हीकांनाही जिंकले. काहीजण असे सुचवितात की, हा थोर चंद्र म्हणजे गुप्तसम्राटांपैकी प्रसिद्ध असा प्रथम किंवा द्वितीय चंद्रगुप्त समजावा. पण ह्या चंद्राचा चंद्रवर्मन् किंवा चंद्रगुप्त असा कधीच उल्लेख होत नाही. भारताच्या दूरदूरच्या कोपऱ्यापर्यंत आपली शस्त्रे पाजळीत जाणाऱ्या ह्या प्रतापी चंद्राचा प्रशस्तिकारही जसे वर्मनांचे किंवा गुप्तांचे दरबारी कवी सांगतात त्या पद्धतीने त्याच्या कुळाविषयी कधीही काही अवाक्षरही बोलत नाहीत. तो त्या राजाच्या जनकाचे नावही उल्लेखीत नाही. इ.सनाच्या चौथ्या शतकाच्या प्रारंभी नाग यमुनेच्या खोऱ्याच्या आणि मध्य-भारताच्या प्रदेशात राज्य करीत होते, ह्या 'पुराणां'तील हकीकतीचीही येथे दखल घेतली पाहिजे. पद्मावती आणि मथुरा येथे नजवंशीय राजे होते, असे 'विष्णुपुराणा'वरून दिसते. एक नागशाखा विदिशेसही राज्य करीत असावी. (Pargiter, 'Kali Age' p.49) सदाचंद्र आणि चंद्रांश ('दुसरा नखवंत') अशा दोन आंध्रोत्तर नागवंशीय राजांचेही उल्लेख होतात. ह्यांपैकी एक आणि त्यातल्या त्यात दखल घेण्यायोग्य असा जो आहे, तो दुसरा हाच मेहरौली शिलालेखातील चंद्र असावा. 'सप्तसिंधू' पलीकडील बाल्हीक हे भूगोलवेत्ता टॉलेमी ह्याच्या काळातील ॲरकोशियाजवळचा प्रदेश व्यापून राहणारे बॅक्ट्रिओइ दिसतात ('Ind. Ant.' (1884) p. 408) वैभार टेकडीवर एका जैन मूर्तीवर 'महाराजाधिराज श्रीचंद्रा' चा एक शिलालेख सापडला आहे.('ASI', 'AR', (1925 - I.26) ह्या चंद्राची स्पष्ट ओळख पटत नाही.

२३. आळतेकर, 'NHIP', vi - 37.

२४. 'IHQ'; 1,2,255. धार्मिक इतिहासाच्या दृष्टीने ह्या राजाच्या नावाचे महत्व लक्षात घ्यावे. 'बृहत्संहिते' तील 'गजमुख' हा ही उल्लेख पाहा (५८ – ५८). 'भावशतक' ह्या पुढच्या काळातील एका ग्रंथात गणपति नाग ह्या राजाचा निर्देश होता, ह्यात संशय नाही. त्याच ग्रंथातील 'गजवक्त्र' हे 'गतवक्रश्री' च्या ऐवजी झालेले चुकीचे वाचन आहे.('IHQ' (1936) १३५ काव्यमाला ४, पृ. ४६.....६०)

२५. पद्मावती – 'पद्म पवाया (नरवरच्या ईशान्येस २५ मैल) हे सिंधू आणि पारा ह्यांच्या संगमावरील टोकाचे स्थळ, येथे नागांची नाणी सापडली आहेत. इ.स. पूर्व पहिल्या व दुसऱ्या शतकातील ताडपत्रावरील लेखही येथे सापडले

आहेत. 'EHI[4]' p. 300, 'ASI', 'AR, (1915) 16 pp. 101ff.

२६. 'जेथे एका सारिका पक्षिणीने नागवंशज नागसेनाच्या गुप्त मसलती फोडल्या, त्या पद्मावतीतच त्याची अखेर झाली.'

२७. ड्यूब्र्युईल 'एनशंट हिस्टरी ऑफ द डेक्कन' पृ. ३१. ज्यांनी नागसत्ता बरीच कमजोर केली, त्या गुप्तराजांचे चिन्ह गरुड हे होते, हेही महत्त्वपूर्ण वाटते. स्कंदगुप्ताच्या जुनागड - शिलालेखातील उतारा पाहा -

नरपतिभुजगानां मानदर्पोत्फणानाम

प्रतिकृतिगरुडाज्ञाम् निर्विणी चावकर्ता।

गुप्तांना पुज्य असलेल्या कृष्णाने कालियनागाला चिरडल्याची कथा पुराणात आहेच.

२८. ॲलन, 'गुप्त कॉइन्स', XXII, 'CCAI,' lxxix

२९. 'JRAS,' (1898), 449 f.

३०. स्मिथ् (कॉइन्स इन द इंडियन म्युझियम', २५८) पूर्व - पंजाबात आणि दिल्लीच्या बाजारातही कोता नाणी सहजगत्या मिळतात असे सांगतो. निलगिरीमध्ये एक कोता जमात राहत असल्याचेही म्हटले जाते. ('JRAS' 1897), 863; 'Ind. Ant.' iii 36, 96, 205) अलाहाबादच्या लेखात 'समुद्रगुप्ताने आपल्या सेनेकडून कोतवंशीय राजाला बंदी करून पुष्पाह्वय येथे आराम केला, असा मजकूर आहे. ह्याचा अर्थ त्या वेळी कोत - राजे पाटलीपुत्र येथे राज्य करीत होते, असे काही विद्वानांना वाटते. (पहा- जायस्वाल; 'हिस्टरी ऑफ इंडिया' इ.स. १५० ते इ.स. ३५०, पृ. ११३) कोतकुल म्हणजेच 'कौमुदी महोत्सवा'तील मागधकुल असेही जे मानले गेले आहे, त्याला मात्र पुरावा नाही.

३१. अशा प्रकारच्या विजयाला 'अर्थशास्त्रा'त (पृ.३८२) 'असुरविजय' असे संबोधले आहे. निर्दय अशा युद्धपद्धतीबद्दल जे सुज्ञात आहेत, त्या असीरियनांवरुन हा शब्द ('असुरविजय') आला असण्याची शक्यता आहे. 'अस्सुर' वरुन 'असुर' आले असण्याच्या संभाव्यतेच्या चर्चेसाठी पाहा - 'JRAS', (1916) 355; (1924), 265 ff. भारतात अशा प्रकारच्या विजयाचा आरंभ इ. स. पू. सहाव्या शतकातला म्हणजे ॲसीरिया आणि भारत ह्यामध्ये जेव्हा इराण हा दुवा होता, तेव्हाचा आहे. (अजातशत्रूने केलेला लिच्छवींचा पाडाव आणि विडुडभाचा शाक्यांवरील विजय पहा)

३२. फ्लीट ('CII' p. 114; 'Ep. Ind.' VIII, 284 - 87) इ. स. नाच्या पाचव्या

शतकाच्या उत्तरार्धात आणि सहाव्या शतकाच्या प्रारंभीच्या काळात दंमाला देशावर गुप्तांचे मांडलिक म्हणून 'परिव्राजक महाराजे' राज्य करीत होते. अलाहाबाद प्रशस्तीप्रमाणेच महाभारतातही (२.३१, १३.१५) आटविक हे कान्तावरकांपासून वेगळे दाखविले आहेत. सध्याकार नंदीच्या 'रामचरिता' वरील टीकेत उल्लेखिलेले (पृ. ३६) 'कोटाटवी' हे एक आटविक राज्य असावे. एका शिलालेखात आपल्याला 'वाटाटवी' हे एक स्थान आढळते. ('Ep. Ind.' VII. p.126) तर दुसऱ्यात 'सहलाटवी' चा उल्लेख होतो. (Luders' List No. 1195)

३३. 'पौष्टपुरक महेन्द्रगिरि कौटुरक स्वामिदत्त' ह्या उताऱ्याच्या भिन्नभिन्न अर्थासाठी पाहा – Fleet 'CII' Vol 3. p.7; 'JRAS,' (1897) pp. 420, 868 - 870. IHQ' (1925). 252 बारुआ : 'ओल्ड ब्राह्मी इन्क्रिप्शन्स' २२४, ह्या उताऱ्यातील महेन्द्रगिरी हे व्यक्तिनाम असणे असंभवनीय नाही. गोदावरी जिल्ह्याच्या काही थोड्या भागासकटच्या प्रदेशावर राज्य करणाऱ्या कोडविडूच्या कुमार – गिरीचे नाव ह्या संदर्भात पाहा – (Kielhorn, 'S. Ins.' 596). 'JRAS', (1897) 970 ह्यामध्ये आपल्याला सिंधियाचा एक दोस्त, कमूतगीर ह्याचा उल्लेख मिळतो.

३४. रत्नपुरचा अंतर्भाव ('Ep. Ind.' x, 26) आणि तोसलऐवजी कोसल असे चुकीचे वाचन झालेले नसेल, तर कोगोडचा अंतर्भाव ('Ep. Ind.' VI, 141)

३५. Fleet, 'CII' p. 293 शिवाय 'Ep. Ind.' XXIII, 118 f.

३६. महाभारत २. ३११२– १३ जी; रामदास ह्यांच्या मते महाकांतार म्हणजे गंजम आणि विझगपट्टम यामधील 'झाडखंड' परगण्याचा पट्टा होय. महाकांतारच्या राजाची सत्ता उत्तरेकडे अजयगड संस्थानातील ('जसो' नव्हे) नाचनापर्यंतही पसरलेली असण्याचा संभव आहे. (Smith, 'JRAS',(1914), 320) श्री सत्यनाथन् अय्यर ह्यांनी आपल्या 'स्टडीज इन द एन्शन्ट हिस्टरी ऑफ तोण्डमण्डलम्' ह्या प्रबंधात दक्षिणेकडील राज्यांच्या ज्या ओळखी पटविण्यासारख्या काही सूचना केल्या आहेत, त्यांनी खात्री पटत नाही. येथे आला, पण 'समुद्रगुप्त प्रथम पूर्वकिनाऱ्यावर पिठापुरम् येथे आला, आणि मग त्याने पश्चिम दख्खन जिंकले'' हा त्यांचा निष्कर्ष तर अगदी तुटपुंज्या पुराव्यावर आधारलेला आहे.

३७. 'Cal. Rev.,' (Feb 1924) 253n. शिवाय, पाहा – 'कुरलिम्' Tj.590

('ए टोपॉग्राफिकल लिस्ट ऑफ इन्स्क्रिप्शन्स ऑफ द मद्रास प्रेसिडेन्सी,' व्ही. रंगाचार्य) ह्या ग्रंथाच्या काही प्रतीतून हे स्थान म्हणजे धोयी ज्याचा केरळीच्या क्रीडाशी संबंध जोडतो, ती ययातिनगरी असावी, असेही सुचविण्यात आले आहे. परंतु 'पवनदूता' तील 'केरळी' हा पाठभेद संशयातील नाही. ('Ep. Ind.' XI, 189) कोलडसाठी पाहा – 'Ep. Ind.' XIX.42.

३८. विझगापट्टम जिल्ह्यात टेकडीच्या पायथ्याशी आणखी एक कोट्टूर आहे. ('विझगापट्टम डिस्ट्रिक्ट गझेटिअर' १.१५७) शिवाय, पाहा – कोट्टूर (IA 4.329) आणि कोट्टूर्नाडू, M.S. 353 रंगाचार्यांची यादी.

३९. द्यूब्रुइल, 'तृतीय गोविंदाच्या एका कोरीव लेखात, 'ऐरंडवल्ली' नावाच्या एका स्थळाचा उल्लेख आहे. (भारत इतिहास संशोधक मंडळ' AR XVI)

४०. 'IHQ', I,4, P.638. 'पद्मपुराणा' च्या स्वर्गखंडात (45, 57, 61) एक ऐरंडी तीर्थ आहे.

४१. गोदावरी जिल्ह्यांचे गॅझेटिअर खंड १, पृ.२१३. एक विलक्षण गोष्ट म्हणजे 'ब्रह्म पुराणा'त (११३, २२) गौतमीच्या म्हणजे गोदावरीच्या काठच्या एका 'अविमुक्त क्षेत्रा' चा उल्लेख आलेला आहे. रंगाचार्याच्या लिस्टमधील (१६४) अविमुक्तेश्वर, अनंतपुर हेही पहा.

४२. अत्तिवर्मन्, हा चुकीने पल्लववंशीय धरला गेला होता. पहा– 'IHQ' 12 P.253; 'Ind. Ant' IX, 102, परंतु खरोखरी महान संत आनंद ह्याच्या कुलातच त्याचा जन्म झाल्याचे वर्णन आहे. (मुंबई गॅझेटिअर १.२.३५४) Kielhorn, S.Ins,' 1015 'IA.' 102; 'ASI,' (1924 - 25) p.118

४३. एका शालंकायन वंशावळीत हस्तिवर्मन् हे नाव प्रत्यक्षात सापडले आहे. 'IHQ', (1927), 429; 1933, 212 द्वितीय नंदिवर्मनचे पेदगेवी पटलेख.

४४. IHQ,I, 2, 666. पाहा 'Ep. Ind,' XXIV, 140.

४५. द्यूब्रुइल, 'AHD' p. 160; 'ASR' (1908 - 09) p. 123; (1934 - 35),43, 65.

४६. 'Cal, Rev', (1924), p. 253 n. पाहा – रंगाचार्याच्या लिस्टमधील कुंतलपरू. – हस्तलिखित १७९

४७. 'Ep. Ind,' XV, pp 261, 267

४८. Fleet, 'CII', p.233; 'Ep. Ind. XVII, 12 शिवाय पाहा – 'Ind. Ant' (June, 1926).

४९. हा वऱ्हाड आणि आसपासच्या मुलूख होय. (पहा – गुप्तकालात नाचना

आणि गंज दक्षिणापथात अंतर्भूत केले जात. हे बृहत्संहितेवरुन (१४.१३) (१४.१३) सूचित होते. ह्या ग्रंथात चित्रकूटही दक्षिणेतच दाखविलेले आहे. अलीकडेच सापडलेल्या द्रुग जिल्ह्यातील एका वाकाटकीय शिलालेखात पद्मपुराचा निर्देश आहे. मध्यप्रांतातील भंडारा जिल्ह्यांतील आमगावजवळचे सध्याचे पदमपूर ते हेच आणि हीच भवभूतीची वाडवडिलांपासूनची भूमी, अशी प्रा. मिराशी ओळख पटवितात. 'IHQ' (1935) 299; 'Ep. Ind.' XXII, 207. ह्या (वाकाटक) घराण्याच्या एका शाखेची अजंटा पर्वतश्रेणीच्या दक्षिणेकडील वऱ्हाडच्या भागावर सत्ता असावी, असे वाशिमच्या सनदेत अभिप्रेत आहे.

५०. ऐरण आणि उदयगिरी शिलालेख लिपीप्रकाराच्या पुराव्यासाठी पाहा - 'JRASB' xii. 2. (1946).73.

५१. पाहा - 'मॉर्डन रिव्ह्यू' (एप्रिल१९२१) पृ. ४७५, द्यूब्रुइलच्या मतांसाठी पाहा - Ind. Ant (June, 1926)

५२. पाहा - 'मॉडर्न रिव्हयू' (१९२१) पृ. ४५७.

५३. समुद्रगुप्ताच्या एका प्रकारच्या नाण्यांवर 'व्याघप्रराक्रम' हे बिरुद येते, त्याचा ह्या सम्राटाच्या व्याघ्रराजावरील विजयाशी काही संबंध आहे काय? (समुद्रगुप्ता) नंतरच्या सार्वभौमाने शेवटचा क्षत्रप तृतीय रुद्रसिंह ह्यावर विजय मिळविला आणि 'सिंहविक्रम' असे बिरुद घेतले, हे काही कमी लक्षणीय नाही.

५४. ह्या शब्दाचा अर्थ उलगडण्यासाठी पाहा - 'दिव्यावदारुन' पृ२२.

५५. मत्तसली 'इकॉनाग्राफी' पृ.४ 'JASB' (1914) 85. इ.स. नाच्या सहाव्या शतकाच्या सुरुवातीचे वैन्यगुप्ताच्या कारकिर्दीतील महाराज रुद्रदत्ताचे स्थानही लक्षात घ्यावे. (गुनैघर लेख)

५६. पाहा - देकक (डाक्का), हॉयलंड, 'द एम्पायर ऑफ द ग्रेट मोगल,' १४ श्री. के. एल. बारुआ देवाक म्हणजे मध्य - आसाम मधील कोपली खोरे समजतात. ('अर्लि हिस्टरी ऑफ कामरुप', ४२ टीप) दबोका प्रदेशातील गुप्तशकाच्या संभाव्य उपयोजनासाठी पाहा - Ep. xxvii, 18 f.

५७. 'EHI4' 302n; 'JRAS', (1898) 198; 'Ep. Ind.' XIII, 114; शिवाय पाहा -'J.U.P. Hist. Soc.' (July - Dec. 1945) pp 217f येथे पॉवेल - प्राइस ह्याने कुविंद आणि कायुर ह्यांत काही एक प्रकारचा संबंध सूचित केला आहे.

५८. पाहा – 'स्मिथ, कॅटलॉग' १६१, ॲलन 'CCAI, p.cv जयपूर संस्थानात मालवांची विपुल नाणी सापडली आहेत. ('JRAS', (1897), 883)

५९. Ind, Ant. XIII 331, 349.

६०. मथुरा भागात त्याची नाणी सापडतात. (स्मिथ् 'कॅटलाग' १६०) 'अभिधानचिंतामणी' प्रमामे (पृ.४३४) अर्जुनी नदी हीच बाहुदा (रामगंगा) होय.

६१. आदि.९५, ७६; पाणिनीला योध्ये ठाऊक होते. (५.३.११७).

६२. पार्गिटर, 'मार्कंडेयपुराण' पृ. ३८०.

६३. Fleet,'CII', p. 251 लुधियाना जिल्ह्यांत यौधेयांच्या धर्ममुद्रा सापडल्या आहेत. ('JRAS,' (1897) 887) सहाराणपूरपासून मुलतानपर्यंतच्या भागात त्यांची नाणी सापडली आहेत. (Allam, 'CCAT cli)

६४. स्मिथ् 'JRAS', (1897), p. 30; Cunningham 'ACI', (1924) 281.

६५. पाहा – Ind. Ant.' III, 226 f.

६६. 'शुद्राभिरान् प्रति. द्वेषाद यत्र नष्टा सरस्वती।' महाभारत ९.३७.१

६७. 'JRAS', (1897) 891. पाहा – ऐन – इ– अकबरी, २, १६५ माल्कम, (I.I. 20)

६८. पृ.१९४

६९. 'JRAS,' (1897),p. 892.

७०. महाभारत ६.९.६४

७१. भांडारकर 'IHQ', (1925), 258; 'Ep.' 'XII; 46 H.C.Ray 'DHNI'I, 586,(खर्पर 'पद्रका' चा उल्लेख पाहा – हे माळव्यातील दिसते.) शिवनीच्या पटलेखात एका 'बेण्णाकारपरभागा' चा उल्लेख येतो.

७२. चंद्रगुप्त मौर्याचा सेल्युकसशी झालेला तह आणि एका शातकर्णिचे एका महाक्षत्रपाच्या मुलीशी झालेले लग्न हा ज्ञात इतिहास पाहता हिंदूच्या शाही जनानखान्यातील सिथिअन युवतींच्या हजेरीचे आश्चर्य वाटू नये. पाहा – Penzer II, 47; III - 170

७३. पाहा – नीलकंठ शास्त्री, 'द पांड्य किंगूडम,' १४५. 'जेत्याने चोळराजाचा प्रदेश व मुकुट एक धार्मिक दान म्हणून परत केला आणि पांड्यचा मुद्रेनिशी काढलेल्या एका राजाज्ञेने ते पक्के करण्यात आले.'

७४. 'दैव' वगैरे रूपांच्या संदर्भात झर्क्सिसचे ॲकॅमेनियन शिलालेख आणि भीमरथीऐवजी येणारी भेमरथीसारखी रूपे पहा.

७५. Ardochshor reverse अशा कुशान नाण्यांची समुद्रगुप्ताने काढलेली प्रतिकृती लक्षात घ्या. (Allan XXVIII, xxxiv, 1 xvi) विद्वानांच्या मते वायव्येकडील सिथियनांनी अशी नाणी काढलेली होती.

७६. 'धनद – वरुणेन्द्रान्त तकसम' (संपत्तीचा स्वामी आणि उत्तर – दिशेचा पालक कुबेर – धनदा सारखा, तसेच भारतीय समुद्रदेव आणि पश्चिम दिशेचा पालक वरूण, स्वर्गाचा राजा आणि पूर्वदिशेचा पालक इंद्र आणि दक्षिणेचा रक्षणकर्ता मृत्यूदेव इंद्रदेव ह्यांच्यासारख्या) समुद्रगुप्ताची ह्या देवतांशी केलेली तुलना समर्पक आहे. तीत फक्त त्याच्या सर्व दिशांना केलेल्या स्वाऱ्यांचाच उल्लेख होतो असे नाही, तर त्याची अफाट संपत्ती, त्याचे समुद्रावरील स्वामित्व, स्वर्गापर्यंत पसरलेली त्याची कीर्ती आणि त्याने केलेल्या अनेक राजांच्या हत्या ह्यांचेही निर्देश आहेत. गंगेच्या पलीकडच्या पठारात आणि मलाया द्वीपसमूहात सापडलेल्या शिलालेखांतून गुप्तकालीन भारतीय नाविकांच्या (उदा. मलायातील कोरीव लेखात उल्लेखिलेल्या रक्तमृत्तिकेचा महानाविक) उद्योगांचे आणि इतर लष्करी धाडसांचे पुरावे मिळतात.

७७. स्मिथ् त्याची ग्रंबेटेस् म्हणून ओळख पटवितो. 'JRAS', (1897) 32. काही विद्वानांच्या मते येथे निरनिराळ्या अनेक राजांचा व प्रमुखांचा निर्देश आहे. पाहा Allan, XXVII कदाचित सस्सानिदांचाही निर्देश असावा.

७८. 'Ep.Ind.' xvi, p. 232; JRAS (1923(337) f.

७९. 'Ind. Ant.' (1884) 377; Allan xxix; पाहा – 'India Antiqua' (Vogel Vol. 1947) 171 f.) चिन्यांनी उल्लेखिलेले गंगेच्या खोऱ्यातील इ.स. २४५ चे मुरुण्ड.

८०. सी. जे. शहा 'जैनिझम इन नॉर्थ इंडिया' पृ. १९४. 'Indian Culture' III 49.

८१. नायगर, 'महावंस' (भाषान्तर)p. XXXIX लेव्ही 'Journ. As, (1900) pp. 316 ff. 401 ff; 'Ind. Ant.' (1902) 194

८२. पाहा – दिवेकर 'Annals of the Bhandarkar Institute' VII pp. 164 - 65, ' Allahabad prashasti and Asvamedha'
पुण्यातील पटलेखात समुद्रगुप्ताला 'अनेकश्वमेधयाजिन्' असे बिरुद मिळाले आहे. त्याने पुष्कळ अश्वमेध केले, असे मानले जात होते. अलाहाबाद 'प्रशस्ती' त वर्णिलेल्या काही स्वाऱ्या प्रत्यक्षात मोकळ्या सोडलेल्या अश्वमेधाच्या घोड्याचे रक्षण करणाऱ्या राजपुत्रांनी किंवा सेनाधिकाऱ्यांनी

केलेल्या असतील. हरिषेणाच्या लेखात काही पराभूत नायकांना पकडण्याचे श्रेय सेनेलाच दिलेले आहे. मोठ्या सेनानायकांमध्ये तिलमटूक आणि स्वतः ध्रुवभूतिपुत्र हरिषेण ह्यांच्यासारखी माणसे होती.

८३. घोड्याची आकृती आणि 'पराक्रम' ही अक्षरे असलेल्या एका मुद्रेचा आणि सध्या लखनऊमध्ये असलेल्या एका दगडी अश्वमूर्तीचा रॅप्सन आणि ॲलन निर्देश करतात, ही बहुधा समुद्रगुप्ताच्या अश्वमेधाची स्मृतिचिन्हे असावीत. 'JRAS', (1901) 012 ; 'Gupta Coins' , xxxi.

८४. तुंबरुसाठी पाहा – 'अद्‌भूत – रामायण' VI, 7; 'EI', I 236

८५. 'काव्यमीमांसे'नुसार (3rd Ed. GOS pp. XV, XXXII, 19)
''कविराज ही 'महाकवी' च्या पुढची तयारी आहे. विविध भाषांत विविध प्रकारच्या रचनांत आणि विविध रसांत ज्याचा संचार अप्रतिहत असतो, तो कविराज'' अशी त्याची व्याख्या केली आहे. गुप्तकालीन बौद्धिक प्रगतीसाठी पाहा – Bhandarkar,'A peep into the Early History of India', pp. 61 - 74,ब्युलर 'IA', (1913)
समुद्रगुप्ताचा पुत्र आणि वारस 'रुपकृति' (नाट्यनिर्माता) म्हणून ख्यात झाला होता.

८६. 'कृष्णचरितम्' नावाचे एक काव्य विक्रमांक महाराजाधिराज परमभागवत श्रीसमुद्रगुप्त ह्याचे म्हटले जाते. ('IC', x. 79 etc) पण मान्यवर समर्थ समीक्षकांनी ह्याविषयी शंका व्यक्त केल्या आहेत.
पहा – Jagannath in Annals', BORI and others)

८७. अश्वमेधात वीणा – वादकाला ('वीणा – गाथिन्') एक महत्त्वाचा भाग असतो.

८८. 'सर्वक्षत्रान्तक' हे त्याचा थोर पूर्वसूरी महापद्मनंद ह्याला लावलेले बिरुद लक्षात घ्यावे.

८९. उदुंबरांच्या नाण्यांवरही समर परशु आढळतो. ('CHI' 539; and Jayadaman', Rapson ('Andhra' etc., 76)

९०. 'युपमुख अश्व' ह्या गुप्तांनी ज्याच्या वंशाची सत्ता उलथविली, त्या चष्टनाच्या (Rapson, ibid 75) एका चौकोनी नाण्यावरही हे चिन्ह आढळते.

९१. हुविष्काच्या नाण्यावरील सिंहावरील Nana वरुन ह्या नाण्याची कल्पना सुचली असावी. (Whitehead, 207)

९२. 'ASI', 'AR', (1927 - 28) p. 138.

९३. वर्ष ६१ चा (म्हणजे इ.स. ३८० – ८१चा) द्वितीय चंद्रगुप्ताचा एक शिलालेख मथुरा जिल्ह्यांत सापडला आहे. ('Ep. Ind.' XXI i ff.)

९४. वर्ष ६१ च्या शिलालेखाच्या काळाचा उल्लेख असलेला भाग सरकार ('IHQ', (1942) 272) 'श्री चंद्रगुप्तस्य विजय – राज्य – संवत्सरे पंचमे' – द्वितीय चंद्रगुप्ताच्या कारकिर्दीचे पाचवे वर्ष – असा वाचतात. तेव्हा त्याचे पहिले वर्ष इ.स. ३७६ – ७७ असे धरता येईल.

❑

प्रकरण अकरावे

गुप्त साम्राज्य (पुढे चालू) : विक्रमादित्याचा काल

कामं नृपाः सन्तु सहस्त्रयशोः न्ये राजन्वतीमाहुरनेन भूमिम्।
नक्षत्रताराग्रहसंकुलापि ज्योतिष्मती चंद्रसैव रात्रिः ।।

– रघुवंश ६.२२

(नक्षत्र, तारे आणि ग्रह यांनी भरलेली रात्र जशी केवळ चंद्रामुळेच उजळून निघते, तशी पृथ्वीदेखील इतर हजारो राजे असले तरी ह्याच्यामुळेच (ह्या एका राजामुळेच) राजयुक्ता अशी होते. – रघुवंश ६.)

विभाग पहिला : द्वितीय चंद्रगुप्त विक्रमादित्य

समुद्रगुप्तानंतर त्याचा दत्तदेवीपासूनचा पुत्र द्वितीय चंद्रगुप्त विक्रमादित्य सत्तेवर आला, असे शिलालेखीय पुराव्यावरुन दिसते. ह्या चंद्रगुप्ताला नरेन्द्रचंद्र, सिंहचंद्र, नरेन्द्रसिंह आणि सिंहविक्रम [१] असेही म्हटले गेले आहे. सर्वात योग्य वारस म्हणून पित्याने आपल्या अनेक पुत्रातून चंद्रगुप्ताची निवड केलेली होती. [२] काही वाकाटक शिलालेख कित्येक प्रकारची नाणी आणि इ.स. ४१२ – १३ चा सांचीचा शिलालेख ह्यातून नवीन भूपतीचे देवगुप्त, देवश्री किंवा देवराज असे आणखी एक नाव आढळते. [३]

द्वितीय चंद्रगुप्ताच्या कारकिर्दीतील सनांचे निर्देश असलेले असे कित्येक लेख आपल्याला उपलब्ध आहेत. त्यामुळे त्याच्या पूर्वजांच्या बाबतीत होऊ शकेल, त्यापेक्षा त्याच्या बाबतीत त्याच्या सत्ताकालांचे प्रारंभ आणि अखेर कितीतरी अधिक अचूकपणे सांगता येईल. त्याचे राज्यारोहण इ. स. ३८१ पूर्वीचे धरावे लागेल. तर मृत्यू इ. स. ४१३ –१४ मध्ये झाला, असे मानावे लागेल.

वाकाटकनृपती प्रथम पृथिवीसेन ह्याचा पुत्र द्वितीय रुद्रसेन ह्याच्याशी झालेली सोयरीक आणि गुप्तसाम्राज्यात पश्चिम मालव आणि सुराष्ट्र (काठेवाड) ह्यांची भर घालणारे शकक्षत्रपांविरुद्धचे युद्ध ह्या या सम्राटाच्या कारकिर्दीतील बाह्य राजकारणातील अत्यंत महत्त्वाच्या घटना होत.

गुप्तांच्या परराष्ट्रनीतीत विवाहसंबंधांना काही विशेष स्थान आहे. लिच्छवींशी झालेल्या विवाहसंबंधांनी त्यांचे बिहारमधील स्थान बळकट झालेले होते. उत्तरेकडील प्रदेश जिंकल्यानंतर गुप्तसत्ताधीश नव्याने घेतलेल्या प्रदेशावरील आपला ताबा पक्का करण्यासाठी आणि आणखी पुढच्या आक्रमणांची तयारी म्हणून ज्या राजकुलांचे

साहाय्य आवश्यक होते, त्यांच्याशी संबंध जोडण्याच्या उद्योगाला लागले. शक - कुशान आणि अन्य परकी राजे ह्यांकडून समुद्रगुप्ताने कन्यांचे नजराणे ('कन्योपाय'न) स्वीकारले होते. द्वितीय चंद्रगुप्ताने कुबेरनागा ह्या नागवंशीय[४] राजकन्येशी लग्न केले आणि तिच्यापासून झालेली आपली कन्या प्रभावती ही त्याने वऱ्हाडवर व आसपासच्या प्रदेशावर राज्य करणाऱ्या द्वितीय रुद्रसेन ह्या वाकाटक राजाला दिली. डॉ. स्मिथच्या मते ''वाकाटक 'महाराज' भौगोलिकदृष्ट्या अशी काही जागा धरून बसले होते की, तेथून ते उत्तरेकडून गुजरात आणि सुराष्ट्र त्यांच्या शकक्षत्रपांवर स्वाऱ्या करणाऱ्या आक्रमकाला पुष्कळ साहाय्यही देऊ शकले असते, किंवा त्यांचे नुकसानही करू शकले असते. वाकाटक राजपुत्राला आपली कन्या देण्यातील आणि त्यांचेशी मैत्रीचे संबंध पक्के करण्यातील चंद्रगुप्ताचे धोरण मोठे हुशारीचे आणि सावधगिरीचे असे होते.''

वीरसेन - शाबाच्या उदयगिरी गुंफेतील शिलालेखातील पुढील उताऱ्यात पश्चिमी क्षत्रपाविरुद्धच्या आक्रमणाचा उल्लेख दिसतो.[५] - ''तो (शाब) (जो जग जिंकू पाहत होता) अशा त्या खुद्द राजा (बरोबरच) (चंद्रगुप्त) येथे (पूर्व मालव) आला'' शाब हा पाटलिपुत्राचा रहिवासी होता. द्वितीय - चंद्रगुप्ताचा तो मंत्री किंवा सचिव असून ती जागा त्याला आनुवंशिक अधिकाराने मिळालेली होती. सम्राटाने त्याच्याकडे युद्ध तहनामे हे खाते सोपविले होते. तेव्हा पश्चिमेकडील ह्या मोठ्या स्वारीच्या वेळी तो आपल्या स्वामीच्या समवेत असणे स्वाभाविकच होते. समुद्रगुप्ताच्या सामर्थ्याचा प्रत्यय जेथे आधीच येऊन चुकला होता, त्या पूर्व माळव्यात शंकाविरुद्धच्या मोहीमेची छावणी टाकली होती. उदयगिरी व सांची येथील शिलालेखावरून असे दिसते की, द्वितीय चंद्रगुप्ताने पूर्व माळव्यातील विदिशानगरीत किंवा तिच्या जवळपासच आपल्या पुष्कळ मंत्र्यांना, सेनानींना आणि सामंताना एकत्र आणले होते. इ. स. ४०२ ते ४१३ ह्या काळातील लेखांतून त्यापैकी काहींचे उल्लेख आहेत. शकांविरुद्धच्या ह्या स्वारीत चंद्रगुप्ताला घवघवीत यश मिळाले. शकक्षत्रपांच्या पराभवाचा बाणाने निर्देश केलेला आहे. नाण्यांवरून त्याचा मुलूख खालसा केल्याचेही सिद्ध होते.[६]

साम्राज्यातील मुख्य शहरे : गुप्तांची पहिली महत्त्वाची राजधानी पाटलीपुत्र दिसते. ह्याच 'पुष्पनामक नगरात' समुद्रगुप्त आपल्या 'यशस्वी' मोहिमानंतर विश्रांती घेत असे आणि येथूनच गुप्तांचा एक युद्धशांतिसचिव आपल्या स्वामीबरोबर पूर्वमाळव्यात गेला होता. इ. स. ४०२ पासून चंद्रगुप्ताचे माळव्यातही एक निवासस्थान झाले असावे, असे दिसते. प्रथम ते विदिशा येथे असावे, व पश्चिमविजयानंतर उज्जयिनीस गेले असावे. चंद्रगुप्ताचे (विक्रमादित्य) कूळ सांगणारे कर्नाटकातील काही

नायक आपल्या थोर पूर्वजाचे 'उज्जयिनीपुरवराधीश्वर' आणि 'पाटलिपुरवराधीश्वर' असे दोन्ही निर्देश करतात. सर आर. जी. भांडारकरांच्या मते पारंपरिक इतिहासातील उज्जयिनीचा 'विक्रमादित्य शकारि' (पराक्रमाचा सूर्यच असा शकांचा उच्छेदक) म्हणजे द्वितीय चंद्रगुप्तच होय. [७] 'श्री – विक्रम' 'सिंहविक्रम' 'अजितविक्रम' 'विक्रमांक' आणि 'विक्रमादित्य' ही बिरुदे प्रत्यक्षात चंद्रगुप्ताच्या नाण्यांवर अवतरलेली आहेत.[८]

चन्द्रगुप्ताच्या काळातील उज्जयिनी विषयी (विशाला, पद्मावती, भोगवती, हिरण्यवती म्हणून ओळखली जाणारी) तपशीलवार माहिती देणारी तत्कालीन साधने आपल्याला उपलब्ध नाहीत. मात्र इ.स. ४०५ ते ४११ ह्या काळात मध्य भारताची सफर केलेल्या फहिआनने पाटलीपुत्राविषयीची मनोरंजक माहिती लिहून ठेवली आहे. हा यात्रेकरू अशोकाच्या राजवाड्याचा आणि शहराच्या मध्यभागी असलेल्या सभागृहांचा निर्देश करतो. त्याच्या हकिकतीप्रमाणे त्याचवेळी त्या इमारती 'जुन्या म्हणून ओळखल्या जात होत्या.' आणि 'त्या इमारतींचे काम मानवी हातांनी होण्यासारखे नव्हते. अशोकाने सेवेला लावलेल्या उपदेवांनी दगड रचण्याचे, भिंती व दरवाजे उभारण्याचे आणि सुंदर नक्षीचे व शिल्यांचे काम केलेले होते.'' तो पुढे म्हणतो. 'येथील (सध्याचे – त्याच्या काळातील रहिवासी) श्रीमंत आणि वैभवसंपन्न असून चढाओढीने दानधर्म करीत असतात. दरवर्षी दुसऱ्या महिन्याच्या आठव्या दिवशी मूर्तींची मिरवणूक काढतात. वैश्य गृहस्थ दानधर्म आणि औषधपाणी पुरविण्यासाठी (स्वतंत्र) निवासच उभे करतात. पश्चिम बंगालमधील ताम्रलिप्ती किंवा तामलुक हे साम्राज्याचे पूर्व किनाऱ्यावरील प्रमुख बंद होते. येथून सिलॉन, जावा (त्यावेळचे ब्राह्मणधर्माचे एक केन्द्र) आणि चीन येथे गलबते सोडली जात.'[९]

फाहिएनने लिहिलेली हकीकत आणि आतापर्यंत सापडलेले शिलालेख ह्यावरून चंद्रगुप्त विक्रमादित्याच्या प्रशासनाची पुष्कळ माहिती मिळते. मध्यराज्याविषयी, म्हणजे गंगेच्या वरच्या खोऱ्यातील चंद्रगुप्ताच्या अमलाखाली प्रदेशाविषयी माहिती देताना हा चिनी यात्रेकरु म्हणतोः ''लोक संख्येने विपुल असून सुखी आहेत. लोकांना आपली निवासस्थाने नोंदवावी लागत नाहीत. कुणा न्याशाधीशापुढे उभे राहून कायदेकानू ऐकावे लागत नाहीत. फक्त सरकारी जमीन कसणाऱ्यांना तेवढा आपल्याला त्यातून मिळणाऱ्या प्राप्तीतला काही भाग द्यावा लागतो. त्यांना एके ठिकाणी राहायचे असेल तर राहता येते. स्थलांतर करावयाचे असेल तर तेही करता येते. शिरच्छेद किंवा अन्य कोणत्याही शारीरिक शिक्षा न ठोठावता राजा कारभार करतो. प्रत्येक प्रकरणी परिस्थितीप्रमाणे गुन्हेगारांवर अल्प

आणि किंवा जबर दंड बसविला जातो. पुन्हा पुन्हा दंगेधोपे करणाऱ्या दुष्टांचेसुद्धा फक्त उजवे हात छाटण्यात येतात. राजाच्या शरीरक्षकांना व अन्य सेवकांना पगार दिले जातात. सर्व देशभर कुणी जिवंत प्राण्याची हत्या करीत नाहीत, मादक पेयांचे सेवन करीत नाहीत की कांदा व लसूणही खात नाहीत. ह्याला फक्त 'चांडाळां' चाच काय तो अपवाद आहे. वस्तूंच्या खरेदीविक्रीसाठी ते कवड्यांचा उपयोग करतात.[१०]" शेवटचे विधान जे आहे, ते उघडच जे लहानसहान व्यवहार फा – हिएनच्या दृष्टीला पडले त्या संदर्भातलेच आहे. [११] फक्त मोठ्या देवघेवींनाच लागणारी सोन्याची नाणी त्याने पाहिलेली दिसत नाहीत. मात्र शिलालेखातील 'दीनार' आणि 'सुवर्ण' ह्यांच्या निर्देशावरुन ती प्रत्यक्ष चलनात असल्याचे समजू शकते.[१२]

द्वितीय चंद्रगुप्त हा एक चांगला राजा होता, हेही शिलालेखावरून निष्पन्न होते. स्वतः निष्ठावान वैष्णव (परम – भागवत) असूनही तो अन्यपंथीयांना मोठ्या जागांवर नेमत असे. शेकडो लढाया जिंकणारा ('अनेक समराव्याप्त – विजययशस्पताकः') त्याचा सेनापती आम्रकार्ददन हा बौद्ध किंवा निदान बौद्धांचा चाहता असावा, असे दिसते. तर त्याचा युद्धशांतिसचिव शाब वीरसेन आणि कदाचित त्याचा मंत्री किंवा एक महत्त्वाचा सल्लागार शिखरस्वामिन् है शैव होते.

शासनयंत्रणेविषयी तपशीलवार माहिती उपलब्ध नाही. तथापि शिलालेखावरून खालील काही गोष्टी स्पष्ट दिसू शकतील. मौर्यकाळातल्याप्रमाणेच राजा हा राज्याचा स्वामी असे आणि तो काही वेळा त्याच्या आधीच्या राजाकडून नेमला जात असे. 'अचिन्त्य – पुरुष' (ज्याचा थांग लागत नाही असा पुरुष) 'धनद – वरुणेन्द्रान्तकसम' (कुबेर, वरूण, इंद्र व यम ह्यांच्यासारखा), 'लोकघामदेव' (पृथ्वीवर राहणारा देव), 'परमदैवत' (सर्वश्रेष्ठ दैवत) ह्या विशेषणांवरुन राजाला आता देव मानले जाऊ लागले होते, हे दिसते. शाबाच्या उदगिरि – शिलालेखातील 'अन्वयप्राप्तसचिव्य' ह्या शब्दावरुन अनुवंशिक हक्काने मंत्रिपदे मिळविलेल्या एका मंडळाचे त्याला साहाय्य होत असे, असे सूचित होते.[१३] उच्चाधिकारी मंत्र्यांपैकी 'मंत्रिन' (श्रेष्ठ सल्लागार), 'संधिविग्रहिक' (युद्ध व तह ह्यासंबंधांतील सचिव) आणि 'अक्षपटलाधिकृत' (आज्ञापत्रांचा संरक्षक) हे फार महत्त्वाचे असत. कौटिलीय मंत्र्याप्रमाणे गुप्तांचा 'संधिविग्रहिक' ही धन्याबरोबर युद्धस्थळी जात असे. शिवाजीच्या बहुतेक प्रधानांच्या बाबतीत होते, त्याचप्रमाणे गुप्तांच्या मंत्र्याच्या बाबतीतही नागरी आणि सैनिकी अधिकारी अशी सरळसरळ विभागणी नव्हती. एकच व्यक्ती 'संधिविग्रहिक' 'कुमारामात्य' (अमात्यपदाचे प्रशिक्षण घेत असलेला) आणि 'महादण्डनायक' (श्रेष्ठसेनानायक) असू शके आणि मंत्रिन हा 'महाबलाधिकृत' ही

(सरसेनापती) होई.

गुप्तांची मध्यवर्ती 'मंत्रिपरिषद'[१४] होती किंवा काय, हे स्पष्ट नाही. परंतु स्थानिक परिषदा (उदाहरणार्थ 'उदानकूप' परिषद) असत, हे लोक यांनी संशोधिलेल्या बसार मुद्रेवरुन सिद्ध होते.

साम्राज्याचे 'देश', 'मुक्ती' इत्यादी कित्येक प्रांत आणि 'प्रदेश' किंवा 'विषय' असे १५ त्या प्रांतांचे कित्येक विभाग काठेवाड पाडलेले होते. गुप्तकालीन शिलालेखात 'शुकलि – देशा'चा उल्लेख होतो. सुराष्ट्र (काठेवाड) दमाला (=जबलपूर प्रदेश) पुढच्या काळातील डाहल किंवा चैदि) आणि 'कालिन्दीनर्मद्र्येर्मध्य' (यमुना आणि नर्मदा ह्यांच्या मधला प्रदेश ह्यांत पूर्व माळवा निःसंशय अंतर्भूत होता) हेही कदाचित ह्याच वर्गात ('देश') घालावे लागतील.

'भुक्ती'मध्ये (शब्दशः अर्थभाग किंवा वाटा) आपल्याला गुप्तकालिन व गुप्तोत्तरकालातील लगेचचे गंगेच्या खोऱ्यातील पुण्डवर्धनभुक्ती (उत्तरबंगाल) वर्धमानभुक्ती (पश्चिमबंगाल), तीरभुक्ती (उत्तर – बिहार), नगरभुक्ति (उत्तर – बिहार), श्रावस्ती – भुक्ती (अयोध्या) आणि अहिच्छत्रभुक्ती (रोहिलखंड) एवढे निर्देश मिळतात. 'प्रदेश' आणि 'विषय' ह्यांच्या बाबतीत लाट 'विषय' (गुजराथची मुख्यभूमी,) त्रिपुरी 'विषय' (जबलपूरभाग) , पूर्व – माळव्यातील 'ऐरिकिण (समुद्रगुप्ताच्या ऐरण शिलालेखात ह्याला 'प्रदेश' म्हटले आहे. तर तोरमाणाच्या शिलोखात 'विषय' म्हटले आहे.) अतंर्वेदी (गंगेचा दुआब), बालवी(?), गया, कोटिवर्ष (उत्तरबंगालमधील दिनाजपूरभाग), महाखुशापार (?) खाडाटापार (?) आणि कुण्डधाणी एवढे उल्लेख आहेत.[१६]

'सर्वेषु देशेषु विधाय गोप्तृन' ह्या उल्लेखावरून 'देश'ह्या विभागावर देशाधिकारी 'गोप्तृ' किंवा विभागमालक ह्यांचा अधिकार असे, हे सूचित होते. 'भुक्ती' वर बहुधा 'उपरिक' किंवा 'उपरिक महाराज' ह्यांची सत्ता असे. हे कधी राजकुलातील राजकुमारही उदा. 'रजपुत्रदेवभट्टारक' असत, असे दिसते. उदाहरणार्थ : दामोदरपुर – पटलेखात उल्लेखिलेल्या पुण्डवर्धनभुक्तीचा अधिपती बसार – मुद्रेतून[१७] उल्लेखिलेल्या तीरभुक्तीचा अधिपती आणि कदाचित मध्यभारतातील तुमैनचा घटोत्कचगुप्त हे सर्व राजकुमार असावेत. 'विषयपति'[१८] किंवा जिल्हाधिकाऱ्यांच्या जागा ह्या 'कुमारामात्य' किंवा 'आयुक्तक' अशा अधिकाऱ्याकडे किंवा ऐरणच्या मातृविष्णूसारख्या मांडलिक 'महाराजांकडे' असत. अंतर्वेदीच्या शर्वनागासारखे[१९] काही विषयपती सरळ सम्राटांच्या हुकुमाखाली असत. तर ऐरिकिणच्या आणि त्रिपुरीच्या स्थळींचे कोटिवर्षासारखे विषयपती बहुधा प्रांतिक राज्यपालांच्या हुकुमतीखाली राहत. राज्यपाल आणि

जिल्हाधिकारी ह्यांना 'दाण्डिक' 'चौरोद्धारणिक' आणि 'दण्डपाशिक'[२०] (हे कायदा आणि सुव्यवस्था ह्यांचे अधिकारी दिसतात.) 'नगरश्रेष्ठी' (नगरश्रेणीचा प्रमुख) 'सार्थपद' (शब्दशः अर्थ, तांड्याचा म्होरक्या किंवा व्यापारी) 'प्रथमकुलिक' (कारागिरांचा प्रमुख) 'प्रथम कायस्थ' (प्रमुख लेखनिक) 'पुस्तपाल' (दफ्तरदार) ह्यांचे आणि कित्येकांचे साहाय्य होई, ह्यात संशय नाही. प्रत्येक 'विषयात' अनेक 'ग्रामे' समाविष्ट असत. ग्रामांचे कारभार 'ग्रामिक' 'महत्तर' आणि 'भोजक'[२१] म्हणून ओळखले जाणारे व इतर कित्येक अधिकारी पाहत.

साम्राज्यांतर्गत प्रांताच्या सीमापलीकडे अलाहाबाद 'प्रशस्ती' मध्ये व अन्यत्र उल्लेखिलेली मांडलिक राज्येच व गणराज्ये होती.

बसासमुद्रांवरून उत्तर – बिहारमधील तीरभुक्ती (तिरहुत) सम्राटाला महादेवी श्री ध्रुवस्वामिनीपासून झालेला राजपुत्र गोविंदगुप्त हा ह्या प्रांताचा कारभार पाही. वैशाली ही त्याची राजधानी होती. 'उपरिक' (राज्यपाल), 'कुमारात्य' (शिकाऊमंत्री)[२२] 'महाप्रतिहार' (श्रेष्ठ गृहपालक) 'तलवर' (सर्वसामान्य स्थानिक प्रमुख)[२३] 'महादण्डनायक' (सरसेनापती), 'विनयस्थिती'[२४] 'स्थापक'[२५] (परिक्षक) आणि 'भाटाश्वपती' (पायदळाचा आणि घोडदळाचा प्रमुख) व त्याचप्रमाणे (युवराज पादीय कुमारामात्याधिकरण' (वोगेलच्या मते कुमारामात्याचे कार्यालय) 'रणभाण्डागाराधिकरण'[२६] (युद्धविभागातील प्रमुख खजिनदाराचे कार्यालय), (युद्धकार्यालय), 'बलाधिकरण' 'दण्डपाशाधिकरण' (पोलीस प्रमुखाचे कार्यालय), 'तीरभुक्ति उपारिकाधिकरण' (तिराहुतच्या राजपालांचे कार्यालय), 'तीरभुक्तौविनयस्थिती – स्थापका' (तिराहुतच्या परीक्षकांचे ? कार्यालय?), 'वैशाल्य अधिष्ठानाधिकरण' (वैशालीच्या राज्यपालाचे कार्यालय) 'श्री परमभट्टारकपादीय कुमारामात्याधिकरण'[२७] (सम्राटाच्या तैनातीतील शिकाऊ मंत्र्यांचे कार्यालय) अशा अनेक अधिकाऱ्यांचा व कार्यालयांचा उल्लेख मुद्रांतून होतो.

उदानकूपाच्या 'परिषदे'च्या (सभा किंवा समिति) निर्देशावरुन स्थानिक कारभाराच्या यंत्रणेत तिला अजून बरेच स्थान होते असे दिसते. श्रेणींच्या, सार्थवाहांच्या (तांड्यांच्या) आणि कारागिरांच्या प्रमुखांच्या सभेचा उल्लेख (श्रेष्ठी – सार्थवाहक – कुलिकनिगम) हा अर्थशास्त्राच्या अभ्यासकांना महत्त्वपूर्ण वाटेल.

द्वितीय चंद्रगुप्ताला ध्रुवदेवी आणि कुबेरनागा अशा निदान दोन राण्या असाव्यात. पहिली राणी ही गोविंदगुप्त आणि प्रथमकुमारगुप्त ह्यांची माता होय.[२८] दुसऱ्या राणीला प्रभावतीनामक कन्या होती. ती पुढे वाकाटकांची राणी झाली. ही प्रभावती दिवाकरसेन, दामोदरसेन आणि द्वितीय (की तृतीय?) प्रवसेन ह्यांची आई

होय. कन्नड देशातील काही मध्ययुगीन नायक चंद्रगुप्तापासूनचा वारशाचा दावा सांगतात. बहुधा ज्याचे पुरावे ठेवले गेले नाहीत, अशी काही साहसे विक्रमादित्याने दक्षिणेत केली असावीत.[२९] त्यांतूनच ह्या वारसा प्रकरणांचा तलास लागू शकेल.

प्रथम कुमारगुप्त महेन्द्रादित्य

प्रथम कुमारगुप्त हा द्वितीय चंद्रगुप्ताचा वारस.[३०] ह्याचे उपनाम महेन्द्रादित्य[३१] असे असून इ. स. ४१५ ते इ.स. ४५५ असा ह्याचा काळ जवळजवळ निश्चित आहे.[३२] तो आपल्या पित्याचे मध्य आणि पश्चिमेकडील सर्व प्रांत धरून सर्व साम्राज्य टिकवू शकला होता, हे त्याच्या विपुल नाण्यांवरून आणि इतस्ततः सर्वत्र विखुरलेल्या शिलालेखांवरून दिसून येते.[३३] त्याचा एक उपराज चिरातदत्त पुण्डधर्मन् 'भुक्ती' येथे म्हणजे स्थूलमानाने उत्तरबंगालमध्ये[३४] दुसरा उपराज राजपुत्र घटोत्कच गुप्त ऐरण (पूर्वमाळव्यात) ह्यांत तुंबवनाचाही [३५] समावेश होता आणि तिसरा उपराज किंवा मांडलिक बंधुवर्मन् पश्चिम – माळव्यात[३६] दशपुर येथे कारभार पाहत. प्रथम 'मंत्रिन' आणि 'कुमारामात्य' असलेल्या आणि नंतर बहुधा अयोध्येस कुमारगुप्तांचा 'महाबलाधिकृत' म्हणून नेमल्या गेलेल्या पृथिविशेषणाचा उल्लेख इ.स.४३६ च्या करमदाण्डेलेखात झालेला आहे. माळव्याच्या राज्यपालाचा एक प्रशस्तिकार चारण कुमारगुप्ताच्या सार्वभौमत्त्वाचे पुढीलप्रमाणे वर्णन करतो. 'उसळत्या सागरांनी वेष्टिलेल्या सर्व पृथ्वीचा तो स्वामी आहे. त्या पृथ्वीवरील पर्वतांच्या छातीच्या कोटातून जिवंत जलप्रवाह उसळत असतात आणि अरण्यातील दऱ्याखोरी फुलांच्या रूपाने स्मित करीत असतात.'

आपल्या पित्याप्रमाणेच कुमारसुद्धा सहिष्णु राज्यकर्ता होता. त्याच्या कारकिर्दीत एकाच वेळी 'स्वामी' महासेन (कार्तिकेय), बुद्ध, लिंगस्वरुपातील शिव, सूर्य आणि विष्णू ह्यांच्या पूजांचे सोहळे शांतपणे चालत.[३७]

कुमारच्या कारकिर्दीतील महत्त्वाच्या घटना दोन होत्या. एक म्हणजे त्याचा अश्वमेधयज्ञ. ह्याला त्या प्रकारच्या सुवर्णाच्या नाण्यांचा पुरावा आहे आणि दुसरी म्हणजे पुष्यमित्रांनी गुप्तांच्या सत्तेला लावलेले अल्पकालिक ग्रहण. तथापि भितरी शिलालेखातील दुसरे अक्षर खराब झालेले असल्यामुळे काही विद्वान त्याचे 'पुष्यमित्र' हे वाचन मान्य करीत नाहीत. [३८] डॉ. फ्लीट जे 'पुष्यमित्रांश – च' असे धरतात, [३९] त्याचे श्री. एच. आर. दिवाकर आपल्या 'Pushyamitras in the Gupta Period [४०] ह्या लेखात 'युद्ध = अमित्रांशूच' असे संभवनीय पाठ आकलन करतात.

ते अधिक पटण्यासारखे आहे. कुमाराच्या कारकिर्दीच्या अखेरीस

गुप्तसाम्राज्याची शकले पडू लागली, हे सर्वांनाच मान्य आहे. फक्त शिलालेखातील संदर्भ 'अमित्रां' (शत्रू) संबंधी आहे, की 'पुष्यमित्रां' संबंधी आहे, ह्याचाच काय तो समाधानकारक निर्णय होऊ शकत नाही. तथापि ह्या संबंधात पुष्यमित्र नावाच्या एका जमातीचा 'विष्णु - पुराणा'त उल्लेख आहे आणि जैन 'कल्पसूत्रा'तही[४१] एका 'पुष्यमित्रतुलाचा' उल्लेख आहे हे लक्षात ठेवले पाहिजे. पुराणे पुष्यमित्र, पटुमित्र, दुर्मित्र आणि इतर ह्यांचा नर्मदेच्या उगमाजवळील मेकल प्रदेशाशी संबंध लावतात.[४२] वाकाटक आणि कुमारगुप्त ह्यांच्यातील नाते दाखविणाऱ्या शिलालेखांतून कुमारगुप्ताच्या पितामहाने मेकलच्या आणि कोसलच्या आसपासच्या प्रदेशातील दंगलीचा बंदोबस्त केला होता, असे निर्देश आढळतात. मेकलाधिपतीच्या मंत्र्यांनी मगधाच्या एका राजाला पडकून नेल्याची कथा बाणही सांगतो. संवत्सर १२९च्या (इ.स.४४९) मानकुवरच्या मूर्तीवरील कोरीव लेखात सम्राट प्रथम कुमारगुप्ताचा महाराजाधिराज श्रीच्या ऐवजी नुसता 'महाराजश्री' असा उल्लेख होतो. ह्यावरून बहुधा त्याच्या शत्रूंनी त्याचे चक्रवर्तीपद हिरावून घेतले असावे, असा काही विद्वानांनी अर्थ लावला आहे. पण त्याच वेळच्या दामोदरपुर लेखात कुमारगुप्ताला त्याची सर्व सम्राटपदाची चिन्हे दिलेली आहेत. ह्यावरून तो निष्कर्ष असंभाव्य होतो. त्याच्या लगेच आधीच्या पूर्वजांच्या बाबतीतही अनेक शिलालेखांतून व नाण्यांवर नुसते 'राजा' किंवा 'महाराजा' म्हटलेले आहे, हेही ह्या संदर्भात लक्षात घेतले पाहिजे.

कुमारगुप्ताने कदाचित आपल्या पितामहाकडे नर्मदेपलीकडील वाघांच्या जंगलात मुसंडी मारण्याचाही पुन्हा प्रयत्न केला असावा, असे त्यांच्या 'व्याघ्र' प्रकराच्या नाण्यांवरील 'व्याघ्रबलपराक्रम' ह्या पदवीवरून वाटते. सातारा जिल्ह्यात सापडलेल्या १३९५ नाण्यांवरूनही हा दक्षिणेकडचा विस्तार सूचित होतो.[४३] पण येथे शाही सैन्याचा धुव्वा उडाला असावा. प्राचीन काळी अटवी किंवा वनप्रदेश म्हणून ओळखल्या जाणाऱ्या गाझीपूर प्रदेशात नेमणूक झालेल्या राजपुत्र स्कंदगुप्ताने गुप्त घराण्याचे गेलेले वैभव पुन्हा प्रस्थापित केले.[४४]

अवशिष्ट शिलालेखात जेवढा वंशावळीचा भाग येतो, त्यावरून प्रथम कुमारगुप्ताला अनंतदेवी ही एकच राणी असलेली दिसते. त्याला किमान दोन मुलगे असावेत. एक अनंतदेवीचा मुलगा पुरुगुप्त होय. दुसऱ्या म्हणजे स्कंदगुप्ताच्या आईचे नाव कोणत्याही शिलालेखात नाही, असे काही विद्वानांचे मत आहे. तथापि ते देवकी असे असावे, असे सेवेल सुचवितो. [४५] हे काही असंभवनीय नाही. अन्यथा भितरी स्तंभलेखाच्या सहाव्या श्लोकातील ह्या गतधवा गुप्तसम्राज्ञीची आणि कृष्णाच्या मातेची तुलना तेवढीशी स्पष्ट झाली नसती. युआनच्वांग 'बुद्धगुप्ताला' (फोटोकिओटो)

किंवा 'बुध'गुप्ताला[४६] शक्रादित्याचा मुलगा[४७] (की वारस?) म्हणतो. महेन्द्र म्हणजेच शक्र होय. तेव्हा ज्याला नाण्यांवर महेन्द्रादित्य म्हटले आहे, असा प्रथम कुमारगुप्त हा बुद्धगुप्ताचा एकमेव पूर्वज असा आहे की, ज्याला समानार्थक असे बिरूद होते. समानार्थी पदव्यांचा किंवा बिरुदांचा उपयोग गुप्तकाळात प्रचारात नव्हता, असे नाही. 'विक्रमादित्याला' 'विक्रमांक' ही म्हटले जाई. स्कंदगुप्ताला 'विक्रमादित्या' प्रमाणेच 'क्रमादित्य' ही म्हटले आहे. दोहोंचाही अर्थ सूर्याप्रमाणे तेजस्वी किंवा पराक्रमी. पुआन श्वांगने उल्लेखिलेला शकादित्य हा महेन्द्रादित्य किंवा प्रथम कुमारगुप्तच असेल, तर बुद्धगुप्ताशी[४८] त्याचे जवळचे नाते जुळते. घटोत्कच गुप्त[४९] हीही कुमाराच्या कुलातील आणखी एक संभवनीय व्यक्ती दिसते.

स्कंदगुप्त विक्रमादित्य

'आर्य - मंजुश्री - मूलकल्प' आणि त्याला मिळालेला शिलालेखीय दुजोरा ह्यांवरून महेंद्राचा म्हणजे प्रथम कुमारगुप्ताचा पाठोपाठचा वारस स्कंदगुप्त होता, असे दिसते. 'एशियाटिक सोसायटी ऑफ बेंगाल' च्या एका सभेत डॉ. आर. सी. मुजुमदार ह्यांनी एक चित्तवेधक निबंध वाचला. त्यांच्या म्हणण्याप्रमाणे जेव्हा पुष्यमित्रांशी युद्ध चाललेले होते, त्याच काळात साम्राज्यांतर्गत भाऊबंदकीचा संघर्ष होऊन त्यात कायदेशीर वारस पुरुगुप्त ह्यासह सर्व बंधूंचा पराभव करून स्कंदगुप्ताने विजयी होऊन ज्याप्रमाणे कृष्णाने देवकीला मुक्त केले, त्याप्रमाणे आपल्या मातेला बंधनातून मोकळे केले होते. बिहार आणि भितरी शिलालेखात जी वंशावळ दिली आहे, तीत स्कंदगुप्ताच्या मातेचे नाव वगळलेले आहे. तेव्हा ती पट्टराणी नसावी व स्कंदगुप्ताला गादीवर येण्याचा 'नैसर्गिक अधिकार' नसावा, असा डॉ. मुजुमदार यांचा अभिप्राय आहे.[५०] महादेवी अनंतदेवीचा मुलगा पुरुगुप्त हाच कुमाराचा कायदेशीर वारस होता.

तथापि शिलालेखातून दुय्यम राण्यांचे उल्लेख येऊच नयेत, असा काही नियम नव्हता, हे आपण लक्षात घेतले पाहिजे. राजकन्या प्रभावतीची माता कुबेरनागा ही द्वितीय चंद्रगुप्ताची पट्टराणी नव्हती. तिच्या मुलीच्या पुणे - पट्टलेखात संवत्सर १३ मध्ये तिला एकता 'महादेवी' ही पदवी दिली आहे, हे खरेच. पण संवत्सर १९ च्या ऋद्धिपूर लेखात 'महादेवी' हे विशेषण न घालता तिला फक्त कुबेरनागा 'देवी' एवढेच म्हटलेले दिसते.[५१] उलट, कुमारदेवी, दत्तदेवी आणि खुद्द तिची कन्या प्रभावती ह्यांनादेखील 'महादेवी' म्हटलेले आहे. हा विरोधाभास अर्थपूर्ण आहे. शिवाय द्वितीय चंद्रगुप्ताची खरी 'महादेवी' (अग्रमहिषी) ध्रुवदेवी किंवा ध्रुवस्वामिनी ही होती, हेही आपण जाणतो. कुबेरनागा ही आपल्या पतीची 'अग्रमहिषी' नसली, तरी तिच्या

कन्येच्या शिलालेखातून मात्र तिचा उल्लेख होतो. तर ह्याउलट राजांच्या माता असलेल्या महाराण्यांचे उल्लेख कधीकधी वगळले गेलेले दिसतात.[५२] बासखेरा आणि मधुबन पटलेखांतून हर्षाची माता म्हणून यशोमतीचे उल्लेख नाहीत, पण सोनपत आणि नालंदा[५३] मुद्रांवर तिला राज्यवर्धन आणि हर्ष ह्या दोघांचीही माता असल्याचे म्हटले गेलेले आहे. म्हणून 'मुद्रा' आणि सामान्य 'प्रशस्ती' ह्यामधून दिलेल्या वंशावळीच्या तुलना करून काढलेले निष्कर्ष खात्रीचे ठरणार नाहीत. मुद्रा आणि उपर्युक्त पटलेख ह्यांच्या तौलनिक निरीक्षणातून आणि प्रशस्तीपर कोरीव लेखांतून पुढील गोष्टी निघतात. (अ) पहिल्या वर्गातील साधनातून दिलेल्या वंशावळी दुसऱ्या वर्गातील साधनांतून मिळतात त्यापेक्षा अधिक पूर्ण स्वरूपातल्या आहेत. (आ) पहिल्या वर्गातील साधनात सिंहासनस्थ राजांच्या मातांची नावे न चुकता दिली जातात. (पुनरावृत्ती करुनसुद्धा). पण प्रशस्तिकार मात्र कित्येकदा ती अग्रमहिषींची नावे असली, तरी वगळताना आढळतात. भितरी मुद्रा आणि 'स्तंभ' लेख ह्यांत तशी काहीही समानता दिसत नाही. तेव्हा तुलनाच करावयाची असेल, तर एका मुद्रेची दुसऱ्या मुद्रेशी व एका सामान्य प्रशस्तीलेखाची दुसऱ्या तशाच प्रकारच्या लेखाशी व्हावयास पाहिजे.[५४]

कायदेशीर वारसा – हक्काविषयी बोलायचे, तर आपण हे लक्षात घेतले पाहिजे की, समुद्रगुप्त आणि द्वितीय चंद्रगुप्त ह्यांच्या प्रकरणावरून असे दिसते की, जन्माचे ज्येष्ठत्व लक्षात न घेता सर्वात समर्थ अशा राजकुमाराचीच निवड केली जात असे.

भितरी स्तंभशिलालेखात निर्देशिलेला कुमाराच्या कारकिर्दीच्या अखेरीचा संघर्ष हा भाऊबंदकीचा तंटा होता, असे दाखविता येण्याजोगे आपल्यापाशी काहीही साधन नाही. शिलालेखातील संबंधित भाग असा आहेः–

पितरि दिवमुपेते विप्लुतां वंशलभ्षमीम्
भुजबलविजितारिर्यः प्रतिष्ठाप्य भूयः ।
जितमिति परितोषां मातरं सास्त्रनेत्रां
हतरिपुरिवकृष्णो देवकीमभ्युपेतः ।।

'ज्याने (आपला) पिता स्वर्गवासी झाल्यानंतर (आपल्या) बाहुबलाने शत्रूंचे निर्दालन करून आपल्या कुळाची प्रतिष्ठा पुन्हा स्थापित करून 'जिंकले' म्हणून उद्गार काढले, तो शत्रू ठार झाल्यानंतर अश्रू ढाळीत असलेल्या आपल्या देवकी मातेकडे गेलेल्या कृष्णाप्रमाणेच आईकडे गेला.'[५५]

स्कंदगुप्ताच्या ज्या शत्रूंनी त्याच्या पित्याच्या मृत्यूनंतर वंशलक्ष्मी' ला (कुळाची भाग्यदेवता) विप्लुत केले, ते गुप्तकालीन नसून त्या घराण्यांचे बाह्य शत्रू असावेत, असे उघडपणे दिसते. वस्तुतः हे वैरी म्हणजे पुष्यमित्र[५६] आणि हूण होते, असा भितरी

स्तंभालेखात स्पष्ट उल्लेखच आहे. मातृयुद्धांचा तेथे जरासासुद्धा निर्देश नाही., जुनागढ शिलालेखात इतर सर्व राजपुत्रांना ('मनुजेन्द्र - पुत्र') झिडकारून लक्ष्मीने आपण होऊन स्कंदगुप्ताला आपला पती म्हणून निवडले. (स्वयंवरयाचकार) असा मजकूर आहे, हे निःसंशय. पण 'स्वयमेवश्रियागृहित' ('श्रीने किंवा लक्ष्मीने स्वतः निवडलेला) हे बिरुद प्रभाकरवर्धनाने आपल्या मृत्यूपूर्वी थोडे आधी हर्षाच्या बाबतीतही वापरले होते आणि हर्षाचा आपल्या वडील भावाविषयीचा भक्तिभाव तर सुविख्यात आहे. तेव्हा स्कंदगुप्त हा हर्षाप्रमाणे भाग्यलक्ष्मीचा लाडका होता, हे सुप्रसिद्धच होते. त्याच्या लक्ष्मीमुद्रित[५७] नाण्यांकडे आणि जुनागढ शिलालेखातील 'श्री-परिक्षिप्तवक्षाः' ('ज्याच्या हृदयाला श्रीने म्हणजे लक्ष्मीने आलिंगन दिले आहे असा') ह्या त्याच्या पदवीकडेही लक्ष देणे आवश्यक आहे. सम्राटाचा प्रशस्तिकार एका पारंपरिक पद्धतीच्या 'स्वयंवरा' चाही उल्लेख करतो.[५८] 'स्वयंवरा' त एक सोडून बाकी सर्व स्पर्धक बाद होत असतात. परंतु 'स्वयंवरा' ला अभिप्रेत असलेला मेळावा हा काही फक्त एकाच कुळातील राजपुत्रांचा नसतो. तथापि स्वयंवर आणि संघर्ष ह्यामध्ये काही निरपवाद असा संबंध आहे, असे नाही. आणि जेव्हा केव्हा स्वयंवरानंतर युद्धप्रसंग होतो, तेव्हा ती लढाई एकाच राजाच्या पुत्रांमध्ये होणे ही तर फारच क्वचित घडणारी गोष्ट आहे. तेव्हा शिलालेखातील लक्ष्मीच्या स्वयंवराविषयीच्या उताऱ्यावरुन कुमाराच्या पुत्रांत युद्ध झाले आणि त्यात स्कंदगुप्त विजयी झाला असे निघतेच, असे नाही. ह्याचा अर्थ एवढाच की, त्याने आपल्या साम्राज्याच्या आणि घराण्याच्या शत्रूविरुद्ध जी झुंज दिली, तीत तो विशेष भाग्यवान ठरला आणि राज्य करण्यास सर्वात अधिक लायकही मानला गेला. अलाहाबादच्या 'प्रशस्ती'त असाच एक भाग येतो. 'ज्यांना राजपद नाकारले गेले अशा त्या दुःखित सहौदरांकडून द्वेषाने पाहिला जात असलेला तो (समुद्रगुप्त) 'पृथ्वीचे राज्य करायला निश्चितपणे हाच एक पात्र आहे,' असे उद्‌गार काढणाऱ्या आपल्या पित्याकडून आलिंगिला गेला' ह्यावरून स्कंदाला कुमाराने निवडले होते ह्याला पुरावा नाही, असे म्हणता येईल. उलट लक्ष्मीने त्याला आपण होऊन निवडले असे म्हटले गेले आहे. पण हर्षाचीही कहाणी अशीच होती. हर्षाप्रमाणेच स्कंदाला सुद्धा साम्राज्याच्या वैभवाला जेव्हा ओहोटी लागली, अशाच वेळी त्यांच्या रक्षणासाठी उभे ठाकावे लागले आणि ह्या दोन्ही प्रसिद्ध व्यक्तींचे विजय हे त्यांच्या स्वतःचेच पराक्रम होते. महत्त्वाची बाब लक्षात घ्यावयाची आहे ती अशी की स्कंदगुप्ताच्या शिलालेखांतून उल्लेखिलेले त्याचे शत्रू हे पुष्यमित्र हूण[५९] आणि म्लैंच्छ[६०] असे बाह्य रिपू आहेत. जुनागढ शिलालेखांतील 'मनुजेन्द्रपुत्र' हे प्रथम चंद्रगुप्ताचा मुलगा समुद्रगुप्त ह्याच्या चंद्रगुप्ताने बाद केलेल्या भावासारखेच निराश

झालेले इच्छुक म्हणून उल्लेखिलेले आहेत, पराभूत शत्रू म्हणून नव्हेत. म्हणूच कोसळत चाललेल्या साम्राज्याचे त्याच्या शत्रूंपासून (उदा. पुष्यमित्र) संरक्षण केले, म्हणूनच स्कंदगुप्त राज्य चालवायला सर्वात अधिक योग्य मानला गेला असे मानण्याकडे आमचा कल आहे. त्याच्या भावांनी त्याच्या अधिकाराविषयी वाद केला आणि गादीसाठी प्रत्यक्ष युद्ध केले, असाही पुरावा नाही. स्कंदगुप्ताने आपल्या भावांचे रक्त सांडले आणि 'अमलात्मा' आणि 'परहितकारी' ह्या भितरी शिलालेखात आणि नाण्यांवर[६१] त्याला बहाल केलेल्या पदव्यांना तो अपात्र आहे, असे दाखविण्याजोगे आपणाकडे काहीही नाही. प्रथम कुमारगुप्ताचा लगेचचा वारस स्कंदगुप्त हाच होता, ह्याला 'आर्य - मंजूश्री - मूलकल्पा'[६२] तील खालील श्लोकाने दुजोरा मिळत असल्यासारखे दिसते.

समुद्राख्यनृपश्चैव विक्रमश्चैव कीर्तितः
महेन्द्रनृपरो मुख्यः सकाराद्द्यम् अतःपरम्
देवराजाख्य नामासौ युगाधमे.

श्लोकात उल्लेखिलेले समुद्र, विक्रम, महेन्द्र आणि सकाराद्य म्हणजेच समुद्रगुप्त, द्वितीय चंद्रगुप्त, विक्रमादित्य, प्रथम कुमारगुप्त, महेन्द्रादित्य आणि स्कंदगुप्त हे श्रेष्ठ गुप्तसम्राट होत, हे सहज ओळखता येण्यासारखे आहे.[६३]

स्कंदगुप्ताने 'क्रमादित्य' आणि 'विक्रमादित्य'[६४] ह्या पदव्या धारण केल्या. 'मंजूश्री - मूल - कल्पा'तील वर उल्लेखिलेल्या उताऱ्यामध्ये त्याच्या 'देवराज' ह्या बिरुदाचा निर्देश आहे. विक्रमादित्य आणि देवराज ह्या पदव्या घेण्यात उघडच आपल्या पितामहाचे उदाहरण त्याच्या डोळ्यांसमोर होते. ह्यापैकी दुसरे विशेषण त्याच्या पित्याला लावलेल्या 'महेन्द्र' ह्या नावाचेही स्मरण करुन देते. अलाहाबाद - स्तंभालेखात समुद्रगुप्ताला इंद्र व इतर देवांशी तुल्य म्हटले आहे आणि कऱ्हाडच्या लेखात स्कंदगुप्तालाही 'शक्रोपम' म्हटले आहे.

नाणी आणि कोरीव लेख ह्यांच्या पुराव्यांवरून स्कंदगुप्ताने इ.स. ४५५ पासून इ.स. ४६७ पर्यंत राज्य केले, हे आपण जाणतो. गुप्त साम्राज्य पुनरुत्थापित करून त्याचे गेलेले प्रदेश पुन्हा मिळविणे हेच ह्या नृपतीचे पहिले कर्तृत्व होय. आपल्या कुळाचे गतवैभव परत मिळविण्याची तयारी करत असताना त्याला एवढा ताण पडला की, त्याला क्वचित संबंध रात्र उघड्या जमिनीवरही झोपून काढावी लागली, असे एका शिलालेखातील उताऱ्यावरून आपण जाणू शकतो. प्रथम कुमारगुप्ताच्या मृत्यूनंतर स्कंदाने आपल्या स्वतःच्या बाहुबलावर शत्रूंना जिंकले, असे भितरी शिलालेखातील बाराव्या ओळीत आहे. संदर्भावरून असे दिसते की, हे शत्रू म्हणजे

जे सत्तेने आणि वैभवाने (एकाएकी) वर चढले होते, ते पुष्यमित्र असावेत.

पुष्यमित्रां पाठोपाठ हुणांशी[६५] आणि संभवतः वाकाटकांशीही संघर्ष झाले व त्यांत शेवटी हा सम्राट विजयी ठरला. जुनागढ शिलालेखात उल्लेखिलेले म्लेन्च्छ किंवा परकी रानटी लोक म्हणजेच हूण असे जर धरले, तर त्यांची स्वारी इ.स.४५८ नंतरची नाही. म्लेच्छांवरील विजयाची स्मृती सोमदेवाच्या 'कथा – सरित्– सागरा'[६६] तील उज्जैयिनीच्या महेन्द्रादित्याचा पुत्र राजा विक्रमादित्य ह्याच्या गोष्टीत जनत केलेली आहे. मध्यभारत आणि सुराष्ट्र हे गुप्त साम्राज्याचे असुरक्षित असे प्रदेश झाले होते, असे दिसते. बालाघाट पटलेखात[६७] स्कंदगुप्ताच्या मातेसंबंधी द्वितीय (तृतीय?) प्रवरसेन ह्याचा मुलगा नरेन्द्रसेन वाकाटक ह्याचा 'कोसला मेकला – मालवाधिप्रत्यभ्यर्चित – शासन' (कोसल – महानदी खोऱ्याचा वरचा भाग) – मेकला (नर्मदा आणि शौण नद्यांच्या खोऱ्यांचा वरचा भाग) आणि मालव (बहुधा पूर्वमाळवा) ह्यांचे अधिपती (ज्याच्या आज्ञा आदराने मानतात असा) असा निर्देश आहे. सुराष्ट्राच्या महत्त्वाच्या प्रदेशाच्या संरक्षणाची कामगिरी कोणावर सोपवावी, हे पक्के ठरविण्यापूर्वी स्कंद बराच काळ रात्रंदिवस विचार करीत होता, असे जुनागढ शिलालेखात आहे. भविष्यातील आकम्रणांपासून आपले प्रदेश वाचविण्यासाठी संरक्षकांच्या नेमणुका करण्यात ह्या सम्राटाने विशेष परिश्रम घेतले, असे ॲलन नाण्यांवरून आणि 'सर्वेषु देशेषु विधाय गौप्तृन' (सर्व प्रदेशात संरक्षक नेमताना) ह्या वचनावरून आपले मत बनवितो. सुराष्ट्राचा राज्यपाल 'पर्णदत्त' [६८] हा असाच एक रक्षक होता. तथापि एवढी तोशीश घेऊनही स्कंदगुप्त आपल्या साम्राज्याचा अगदी पश्चिमेकडील भाग पुढील संकटापासून वाचवू शकला नाही. स्वतःच्या आयुष्यकाळात त्याने सुराष्ट्र खंभातचा किनारा आणि गुजरात व माळव्याचा प्रदेश ह्यांवर आपली हुकमत ठेवली होती, ह्यात संशय नाही.[६९] पण त्याच्या वारसांना तेवढे भाग्य लाभलेले दिसत नाही. स्कंदगुप्ताच्या मृत्यूनंतर सुराष्ट्र किंवा पश्चिम माळवा गुप्तसाम्राज्याचे भाग होते, हे दर्शविणारा एखादाही शिलालेख किंवा नाणे अद्याप मिळालेले नाही. उलट, नरेन्द्रसेनाचा चुलतभाऊ हरिषेण वाकाटक हा कोकणातील तिकूट, कुंतल (कर्नाटक), आंध्र (तेलगू प्रदेश), कलिंग (दक्षिण ओरिसा आणि आसपासची काही प्रदेशपट्टी) आणि कौसल (महानदीचे वरचे खोरे) ह्यांखेरीज लाट (दक्षिण गुजरात) आणि अवंती (उज्जैयिनी भोवतालचा प्रदेश) ह्यांवरही विजय मिळविल्याचा दावा करतो. ह्याचवेळी वलमीचे (गुजरातच्या पठारी प्रदेशातील वाल) मैत्रक हळूहळू स्वतंत्र होऊ लागलेले दिसतात.

स्कंदाची अखेरची वर्षे शांततापूर्ण दिसतात.[७०] पश्चिमेकडच्या प्रदेशांचा

राज्यपाल पूर्णदत्त अंतर्वेदीचा (गंगेचा दुआब) 'विषयपति' सर्वनाग आणि कौसम् प्रदेशाचा प्रमुख[७१] भीमवर्मन अशा अनेक समर्थ प्रशासकांनी सम्राटाला शासनाच्या कामी साहाय्य केलेले दिसते. इ.स. ४५७ –५८ मध्ये पर्णदत्ताचा मुलगा चक्रपालित ह्याने दोन वर्षापूर्वी फुटलेला गिरनारच्या सुदर्शन – तलावाचा बंधारा पुन्हा बांधला.

सम्राटाने आपल्या पूर्वजांचे सहिष्णुतेचे धोरण पुढे चालविले. तो स्वतः 'भागवत' किंवा कृष्ण – विष्णूंचा पूजक असला, तरी त्याने किंवा त्याच्या अधिकाऱ्यांनी जैन किंवा सूर्यपूजक यांसारख्या अन्य पंथियांना निरुत्साहित केले नाही. लोकही सहिष्णु होते. ब्राह्मणांच्या एका चाहत्याने जैन मूर्तींच्या प्रतिष्ठापना केल्याचे काहाउमच्या शिलालेखात नमूद आहे.[७२] एका ब्राह्मणाने एका सूर्यमंदिरासाठी एक दीपदान केल्याचे इंदूरच्या लेखात नमूद आहे.

स्पष्टीकरणार्थ टीपा

१. पाहा : उज्जैयिनीच्या विक्रमसिंहाचे नाव Penzer, III, 11. 'विषमशील लंबका'तील कथेचा नायक, महेन्द्रादित्याचा पुत्र विक्रमादित्य हा असून तो स्कंदगुप्तच असावा, असे उघड दिसते. पण स्त्रीवेष (कथा – सरित्सागर XVIII.3.42) वेताळाला बरोबर घेऊन थेट शत्रूच्या तळाला भेट देणे. (5-40f) अशी काही आयोजने बहुधा महेन्द्राचा पिता द्वितीय चंद्रगुप्त ह्याच्याशी निगडित असलेल्या कथामालेतूनच घेतल्या असाव्यात.

२. समुद्रगुप्ताला पुष्कळ मुलगे आणि नातू होते. हे ऐरणच्या शिलालेखातून स्पष्ट दिसते. कोणी एक राम (शर्म? सेन?) गुप्त नावाचा राजा समुद्रगुप्त आणि द्वितीय चंद्रगुप्त ह्यांच्यामध्ये होऊन गेला असावा, ह्या डॉ. अळतेकरांचा सिद्धांताला ('JBOR', XIV, pp. 223 - 53; XV, part. i - ii, p.134f) तत्कालीन शिलालेखीय पुराव्याची पुष्टी मिळत नाही. एका गुप्त राजाने आपल्या भावाला मारून त्याच्या पत्नीचे आणि राजमुकुटाचेही हरण केले, ही दंतकथा नवव्या शतकातील एका कोरीव लेखापासून सुरू होते. ह्याबाबतचा वाङ्मयीन पुरावा निर्णायक मानता येणे कठीण आहे. सातव्या शतकात बाणाने सांगितलेली कथा 'काव्यमीमांसा' कर्त्याला (इ.स.९०० चा सुमार) माहिती असलेल्या हकिकतीहून कित्येक महत्त्वाच्या मुद्यांवर वेगळी आहे. (पहा – 'Ind.Ant'. (Nov. 1933) 201ff. 'JBORS' XVIIVL, (1932) 17ff.) स्त्रीवेषधारी चंद्रगुप्ताने परस्त्रीवर नजर ठेवणाऱ्या एका शक (खश नव्हे) राजाला खुद्द त्याच्या नगरात जाऊन ठार केले, अशी सरळ कथा हर्ष चरितात सांगितलेली आहे. ती पुढील कवींनी आणि नाटककारांनी खूप सजवून सांगितली, ह्यात संशय नाही. पूर्वीच्या हकिकतीतून नसलेल्या भातृहत्या, पिशाच्चांचे साहाय्य वगैरे तपशिलांची भर घालण्याचा हा प्रकार प्रथम अमोघवर्ष (इ.स. ८१५ – ७८) आणि चतुर्थ गोविंद ह्यांच्यापर्यंत चालू होता, ह्याकडे डॉ. वा. वि. मिराशी ह्यांनी आपले लक्ष वेधले आहे.('IHQ', (March, 1934) 48 ff.) श्रेष्ठ मौर्यनृपतींच्या कार्याचा आढावा घेण्यासाठी जसे 'मुद्राराक्षस' आणि 'अशोकावदान' हे ग्रंथ आधारभूत होऊ शकत नाहीत, तसेच द्वितीय चंद्रगुप्ताच्या बाबतीतही 'देवी चंद्रगुप्त' आणि तत्सम साहित्यकृतींवर विसंबता येत नाही. 'सिंदिया ओरिएंटल इन्स्टिट्यूट' च्या विक्रम विशेषांकात (१९४८ पृ. ४८३ – ५११) 'विक्रमादित्य इन हिस्टरी

ॲन्ड लेजंड' ह्या शीर्षकाच्या आपल्या निबंधात प्रस्तुत लेखकाने ह्या प्रश्नाची संपूर्ण चर्चा केली आहे. चंद्रगुप्ताच्या धाडसाच्या गोष्टींचे जे विकसित रूपांतर आहे,त्यात पिशाचकथासारखे पुष्कळ लोकसाहित्य समाविष्ट आहे. दुर्बल पतीला सोडून जाणाऱ्या पत्नींचे कल्पनाचित्र कथासरित्सागरातही (III-290 पेन्झर) आढळते.

३. पाहा – Bhandarkar. 'Ind. Ant.' (1913)p. 160.

४. 'नागकुलोत्पन्न' पहा– 'JRSB,'(1924), p.58 पुष्कळ ग्रंथकार सांगतात, त्याप्रमाणे चंद्रगुप्त विक्रमादित्याने कुंतल म्हणजे कर्नाटकातील वैजयंती किंवा वनवासीच्या कदंबांशीही विवाहसंबंध केले असणे शक्य आहे. विक्रमादित्याने कुंतल येथे दूत धाडले होते, ह्याचा निर्वाळा, भौज आणि क्षेमेन्द्र देतात. (Proceeding of the Third Oriental Conf. p.6) कदंबवंशीय काकुस्थवर्मनने पाचव्या शतकात किंवा त्या सुमारास आपल्या कन्यांचे गुप्त व अन्य राजांशी विवाह लावून दिले. (Talgunda Inscription Ep. Ind. VII. 33 ff. IHQ, 1933, 197ff.)

५. 'JRAS,'(1914), p.324

६. 'परम – भागवत' अशी अक्षरे असलेली बहुधा सुराष्ट्रात पाडलेली गरुड प्रकाराची चांदीची नाणी (Allan p. xciv) काही नाण्यांवर ९० हे संवत्सर आहे. (इ.स. ४०९,'EHI' 4th Ed.p.345) आपल्या पित्याप्रमाणे चंद्रगुप्तानेही अश्वमेध यज्ञ केला असावा व ('IHQ', (1927), p.725) बनारसजवळील नगवा नामक ग्रामातील एक दगडी घोडा आणि त्यावर कोरलेली 'चंद्रगु' ही अक्षरे हे त्याचेच स्मारक होय असे सुचविण्यात आले आहे. पण आतापावेतो उजेडात आलेल्या शिलालेखात किंवा नाण्यांवर अशा यज्ञाचा स्पष्ट निर्देश नाही.

७. साहित्यात विक्रमादित्य हा पाटलीपुत्राप्रमाणेच ('कथासरित्सागर' VII. 4.3 : विक्रमादित्य इति आसीतराजा पाटलीपुत्रके) उज्जैयिनीहून व इतर स्थानांहून राज्य करणारा असा दाखविलेला आहे. उज्जैयिनीच्या साहसकाने आपल्या जनानखान्यात फक्त संस्कृतच बोलले जावे असा हुकूम केल्याचे म्हटले गेलेले आहे. (काव्यमीमांसा तिसरी आवृत्ती पृ.५०) अशा तऱ्हेने त्याने कुंतलाच्या आढ्यराजाहून किंवा शातवाहनाहून आपले धोरण उलट नेलेले दिसते. 'सरस्वती' कंठाभरनातील हा श्लोक (II.15) पहाः

केऽभून्नाढ्यराजस्य राज्ये प्राकृतभाषिणः।
काले श्रीसाहसङ्कस्य के न संस्कृत वारिदनः॥

उज्जैयिनीत परीक्षा घेतल्या गेलेल्या 'काव्यकारां' मध्ये कालिदास, अमर, भारवी आणि इतरांबरोबर एका चंद्रगुप्ताचाही उल्लेख आहे. (काव्यमीमांसा पृ. ५५) वसुबंधूचा चरित्रकार परमार्थ हा अयोध्या ही एका विक्रमादित्याची राजधानी असल्याचा निदेश करतो, तर युआनतच्वांग हा श्रावस्ती ही एका प्रसिद्ध राजाची राजधानी असल्याचे सांगतो. ('EHI',3rd Ed. pp. 332 - 33) सुबंधू विक्रमादित्याच्या किर्तीचा उल्लेख करतो, पण त्याच्या राजधानीविषयी बोलत नाही. विक्रमादित्याने हे जग सोडले आहे, मात्र कीर्ती मागे ठेवली आहे. Keith, Hist Sans, Lit. p.312 शिवाय पाहा – हाल

८.

नाव विरुद्ध किंवा विशेषण	नाण्याचा प्रकार
श्री विक्रम	धर्नुधारी मुद्रा (सुवर्ण)
पंचमुद्रा (सुवर्ण)	
विक्रमादित्य	छत्रछाप (सुवर्ण)
रुपकृती	मंचछाप (सुवर्ण)
सिंहविक्रम नरेंद्रचंद्र	सिंहविक्रमछाप (सुवर्ण)
नरेन्द्रसिंह सिंहचंद्र	
अजित विक्रम परमभागवता	अश्वारुढछाप (सुवर्ण)
परमभागवत	गरुडछापाची रौप्यनाणी
विक्रमादित्य	
विक्रमांक	
विक्रमादित्य महाराज चंद्र	तांब्याची नाणी (गरुड, छत्र आणि पात्र ह्या छापाची)

९. 'मेघदूत' (१.३१) आणि 'कथासरित्सागर' Tawney चे भाषांतर (II.p.275) इ.स. नाच्या सातव्या शतकातील उज्जैयिनीच्या वर्णनासाठी पहा. Beal, H. Tsang II. p. 270 आणि Ridding कादंबरी (pp. 210ff.)

१०. Legge.

११. Allan.

१२. द्वितीय चंद्रगुप्ताने चांदीची व तांब्याची नाणीही काढली होती. चांदीची नाणी ही मुख्यतः शकक्षपत्रांकडून जिंकलेल्या पश्चिमेकडील प्रदेशासाठी म्हणून

पाडली होती, पण त्याच्या पुत्रांच्या काळात त्यांचे उत्तर बंगालमधील शिलालेखांतूनही उल्लेख दिसतात. उदाहरणार्थ, संवत्सर १२८ च्या (इ.स. ४४८) वैग्रामच्या शिलालेखात 'दिनारां' बरोबर रुपकांचेही निर्देश आहेत. (Allan, p. xxvii) द्वितीय चंद्रगुप्ताने काढलेली तांब्याची नाणी अयोध्येच्या आसपास सर्रास सापडतात. (Allan, p. c. xxxi)

१३. 'महादण्डनायक हरिषेण' हा 'महादण्डनायक' ध्रुवभूति ह्याचा मुलगा होता. 'मंत्रिन' पृथिविषेण हा 'मंत्रिन' शिखरस्वामिन् ह्याचा मुलगा होता. आनुवंशिक हक्काने अधिकारपदी आलेले मंदसाहर, सुराष्ट्र वगैरेचे प्रांताधिपती (गौप्तृ) सुद्धा ह्या संदर्भात लक्षात घ्यावेत. मौर्यकाळी थोडी निराळी व्यवस्था होती. चंद्रगुप्तकालीन सुराष्ट्राचा 'राष्ट्रीय पुष्यगुप्त' आणि तेथलाच अशोककालीन प्रांताधिपती किंवा सामंत तुषास्फ ह्यांच्यात कोणतेही रक्ताचे नाते नव्हते.

१४. बिलसडच्या शिलालेखात ('CII,44) (प) र्षदचा निर्देश आहे. पण ती मध्यवर्ती राजसभा होती, असे दाखवायला काहीही पुरावा नाही. तथापि अलाहाबाद स्तंभालेखात (द्वितीय चंद्रगुप्ताच्या) निवडीच्या संदर्भात जे 'सभ्य' उल्लेखिले आहेत, ते एखाद्या मध्यवर्ती राजसभेचे सभासद असतीलही .

१५. 'विथी' ह्या संज्ञेचा एका प्रादेशिक विभागाचा प्रकारही ज्ञात आहे.

१६. पहा. Book of the Gradual Sayings मध्ये उल्लेखिलेले कुण्डधान लक्षात घ्यावे. 1.18n

१७. विक्रमसंवत ५२४ च्या मालवविक्रमाच्या मंदसौर येथे नव्याने सापडलेल्या शिलालेखांवरूनही गोविंदगुप्ताचा पत्ता लागतो. गर्दे ह्यांनी दाखवून दिलेला. 'ASI', Annual Report, (1922 -23), p. 187, 'Cal. Rev.' (1926), (July, 155) Ep. Ind', XIX App. No. 7, XXVII 12 ff.) त्यात त्यांच्या 'सेनाधिप' वायुरक्षित आणि प्रभाकर ह्या राजाचा (इ.स. ६७ – ६८) सेनापती वायुपुत्र दत्तभट ह्यांचेही उल्लेख होतात.

१८. 'विथ' किंवा छोटे प्रादेशिक विभाग ह्यांचे अधिकारी म्हणूनही हे ज्ञात होतात.

१९. शिवाय पंचनगरीतील कुलवृद्धि (उत्तर बंगाल) Ep. Ind.xxi.81

२०. पाहा – दंडोआसी, खेडे रखवालदार 'JASB', (1916) 30

२१. ज्याला शूद्रक नावाचा राजा माहीत होता, पण कवी ठाऊक नव्हता, असा बाण आणि आठव्या शतकातील वामन ह्यांच्या मधील काळात रचल्या गेलेल्या 'मृच्छकटिका'त (चौथा अंक) न्यायाधीशासमवेत 'अधिकरण' 'श्रेष्ठित्न' आणि 'कायस्थ'आहेत. 'नगरक्षाधिकृतांना (पोलीस) 'हव्या

असलेल्या' 'व्यवहार मंडपात' (न्यायसभागृह') जी बाकडी ठेवण्याची व्यवस्था केलेली आहे, त्या संदर्भात अधिकार मोजके आणि 'महत्तरक' हेही उल्लेख सापडतात. विशाखदत्ताचे 'मुद्राराक्षस' हे बहुधा राजशेखर दशरुप आणि भोज व कदाचित वामन ह्यांच्याही पूर्वीचे ठरविता येईल; परंतु 'भरतवाक्या' त ज्यांचा उल्लेख होतो तो 'अवंतिवर्मा' (मौखरी आणि उत्पल राजवंशापैकी) किंवा दंपिवर्मन (राष्ट्रकूल किंवा पल्लव) ह्यांच्या आधीचे म्हणता येणार नाही. 'मुद्राराक्षसा'त 'कायस्थ' 'दण्डपाशिक' इत्यादी उल्लेख होतात. 'बिरुदां' च्या किंवा जिल्ह्याच्या अधिकाऱ्यांकडेच बहुधा खेड्यातील घडामोडी सोपविलेल्या असत. अपवादात्मक अशी एखादी बाब सरळ 'मुक्ती' चा राज्यपाल किंवा 'उपरिक' देखील पाहत असे. (Ep. Ind.XV, 136)

२२. ह्याचे असे अर्थ लावण्यात आले आहेत – १) राजाच्या अमात्याहून '(राजामात्य) वेगळा असा राजपुत्राचा अमात्य (कुमारामात्य) २) राजपुत्राची देखभाल करणारा मंत्री (C.V.Vaidya, Med. Hind. Ind.I. 138) ३) ज्याचा पिता जिवंत आहे असा शिकाऊ मंत्री ४) जो आपल्या तरुणपणापासूनच मंत्री आहे तो. पण 'Ep. Ind.' X.49; Xv, 312f. सुद्धा पाहावे. त्यावरून असे दिसेल की, एका जुन्या लेखकाच्या म्हणण्याप्रमाणे कुमारामात्यांचे दोन प्रकार होते. १) 'युवराजपादीय' (युवराज्याच्या सेवेत असलेले) आणि २) 'परमभट्टारकपादीय' (प्रत्यक्ष सम्राटाच्याच सेवेत असलेले). ह्यावरून बहुधा युवराजाचा सल्लागार किंवा देखभाल करणारा हा जो अर्थ आहे, तो टिकणारा नाही. तथापि Penzer, I, 32; III 136 पहा. सर्वात संभाव्य वाटते ते हे की, 'कुमार' ही संज्ञा दक्षिणेतील 'पिन', 'चिक्क', 'इम्मादि', 'इलय' ह्यांशी समानार्थी आणि 'पेद' (प्रौढ) 'पिरिय' ह्यांशी विरुद्धार्थक असावी. गुप्तकाळात कुमारामात्य कित्येकदा जिल्हाधिकारीही असत. हे पद सेनानायकाचा सल्लागार किंवा परराष्ट्रीय व्यवहारांचा सचिव ह्यांच्या कामांशीही जोडलेले असे.

२३. पाहा – समरसिंहच्या चीखा शिलालेखातील 'तलार'.

२४. डॉ. बसिक 'विनयस्थिती' म्हणजे कायदा व सुव्यवस्था असे धरतात. (The History of North - Eastern India, p.312)

२५. नाटकाचा परिचय करून देणारास 'नाट्यशास्त्रात' 'स्थापक' अशी संज्ञा आहे. (Keith, 'Sanskrit Drama p. 340) येथे मात्र निराळा कार्यकर्ता अभिप्रेत दिसतो.

२६. ‘रण – माण्डागार’ ह्या उल्लेखावरून सैनिकी वित्तव्यवहार नागरी व्यवहारापासून वेगळा केला जात होता, असे सूचित होते.

२७. प्रत्यक्ष सम्राटाचे अधिकारी आणि प्रांताधिपतीच्या कारभाराशी संबंधित असलेले अधिकारी ह्यांत फरक केला जात असे. दुसऱ्या प्रकारातही तीरभुक्तीचे सार्वजनिक अधिकारी वैशालीचा ‘अधिष्टान’ च्या दुय्यम अधिकाऱ्याहून वेगळे धरण्यात आले आहेत.

२८. वामनाने आपल्या ‘काव्यालंकारसूत्रवृत्ति’ (JASB', Vol. I.No. 10 (N. S.) (1905) 253ff.) मध्ये उद्धृत केलेल्या एका कवितेत ‘भूपति’ (राजा) म्हणून म्हटलेल्या ‘चंदप्रकाश’ नावाच्या चंद्रगुप्ताच्या पुत्राचा उल्लेख आहे. पण ह्या चंद्रगुप्ताची ओळख पटत नाही. तो विक्रमादित्य (द्वितीय चंद्रगुप्त) असावा की काय, हे वामन ज्याचा उल्लेख करतो असे म्हटले जाते, त्या वसुबंधूच्या (की सुबंधूच्या) काळावर आणि त्याचप्रमाणे परमार्थ (इ.स. ५०० – ५६९) हा ज्याचा चरित्रकार होता, तो बौद्ध विद्वान वसुबंधू हाच ही काय, ह्यावर ते अवलंबून राहील. परमार्थ हा उज्जयिनीचा भारद्वाज गोत्रातील एक ब्राह्मण होता. काही काळ मगधात राहून तो पुढे चीनमध्ये गेला. (इ.स.५४६ – ६९) त्याच्या हकिकतीप्रमाणे वसुबंधू हा कौशिक ब्राह्मण असून त्याचा जन्म पुरुषपुर किंवा पेशावर येथे झाला होता. विक्रमादित्यपुत्र बालादित्य ह्याच्या आमंत्रणावरून तो अयोध्येस गेला होता. (JRAS, 1905, 33ff.)

वसुबंधूच्या काळासंबंधातील अलीकडील काही मतासाठी पहा. - (Indlan Studies in Honour of U.R. Lanman 79ff.)

२९. विक्रमादित्याने कालिदासाला कुंतलाच्या राजाकडे आपला वकील म्हणून पाठविले होते, असा राजशेखराने आपल्या ‘काव्यमीमांसे’ त आणि मौजाने आपल्या ‘शृंगारप्रकाशिके’त उल्लेख केला आहे. ‘औचित्यविचारचर्चे’त क्षेमेंद्र कालिदासाच्या ‘कुंतलेश्वर – दौत्या’चा उल्लेख करतो. ('Proceedings of the Third Oriental Conference (1924), p.6) कर्नाटकातील एका कदंब राजाने आपल्या मुलींचे विवाह गुप्तांशी व इतर राजांशी लावून दिले होते, हे ह्या तालगुंड– शिलालेखावरून गुप्तांनी कुंतलाशी प्रत्यक्षात संबंध प्रस्थापित केलेले होते, हे स्पष्ट आहे. सातारा जिल्ह्यात मिळालेल्या प्रथम कुमारगुप्ताच्या नाण्यावरून (Allan, p. xxx) ही नैऋत्य दखखनमध्ये गुप्तांनी आपला प्रभाव पाडला होता, ह्याची एक महत्त्वाची खूण होय.

परंपरेप्रमाणे कालिदास गुप्ताच्या पूर्वकालातलाच मानला गेला आहे. तेव्हा राजशेखर, मोज आणि क्षेमेंद्र ह्यांनी कालिदासाच्या नावे टाकलेली 'कामगिरी' काही अगदीच विचारात घेण्यासारखी नाही असे नाही. महाराजाधिराज विक्रमादित्य (शाकाराति) दिङ्नाग आणि (मा) महाराष्ट्री प्राकृता'त लिहिल्याप्रमाणे लिहिल्या गेलेल्या 'सेतुबंधा'चा कर्ता प्रवरसेन (कदाचित हेच नाव धारण करणारा वाकाटक - नृपति - अभिनंदाच्या 'रामचरिता'त उल्लेखिलेला (प्रकरण ३२) हाल 'गाथासप्तशती' भूमिका पृ.८ आणि इतर ग्रंथाशिवाय, पाहा - 'proceedings of the 7th Oriental Conf. 99 ff.मेघदूधावरील मल्लिनाथी टीका (1.14 'Ind.Ant, (1912), 267, 'JRAS,' (1918)181. ff.) ह्यांच्या समकालीनत्वाच्या संदर्भात द्वितीय प्रवरसेनाच्या (संवत्सर २७) पट्टणलेखात त्याचा लेखक एक कालिदास म्हणून नमूद असल्याचे श्री. वा. वि. मिराशी ह्यांनी नुकतेच दुष्टोत्पत्तीस आणून दिले आहे.('Ep. Ind.' xxiii (1935)pp. 81. ff.) तथापि तो लेखनिक तो महाकवि एकच की काय, ह्याविषयी संशय राहतोच.

विष्णुवृद्धगोत्रीय वाकाटकांची वंशावळ

प्रथम विंध्यशक्ती (द्विज)

	महाराज प्रथम प्रवरसेन[१]	भवनाग,	भारशिवनृपति (पद्मवती)[२]
सर्वसेन	गौमतीपुत्र कन्या	महाराज प्रथम रुद्रसेन (देवटेक)	
द्वितीय विंध्यशक्ती	समुद्रगुप्त	महाराज प्रथम पृथिविषेष[३]	
धर्ममहाराज	महाराजाधिराज		
(वस्तगुल्म किंवा	द्वितीय चंद्रगुप्त	महाराज द्वितीय रुद्रसेन	
दक्षिण वऱ्हाडमधील		प्रभावती	
वाशीम	अग्रमहिषी		
द्वितीय प्रवरसेन	युवराज दिवाकरसेन	दामोदेरसेन	द्वितीय प्रवरसेन
पुत्र	नंदीविर्धन[४]	रामगिरी	(की तृतीय?)[५]
देवसेन	सुपतिष्ठाहार	अजिझतभट्टारिका	नरेन्द्रसेन६
हरिषेण[७]		कुंतलाची राजकन्या	द्विपृथिवीषेण
त्याचा मंत्री हस्तिभोज			(वेंबारा)
			नलविध्वंसित कुलोधूदारक

या टीपा वरील वंशावळीच्या आहेत लक्ष द्यावे.

दोन भावांपैकी सर्वसेनच थोरला होता, असे मानू नये. अधिक पुरावा उपलब्ध झाल्यावरच ते निश्चत करता येईल.

(१) ह्याने चार 'अश्वमेध केले. ह्याला 'महाराज' आणि 'साम्राज्य' म्हटलेले आहे. कांचनपूर ही त्याची राजधानी असल्याचे पंरपरेत आहे. तिच्यावरून दुडियापटलेखातील हिरण्यपुराची (हिरपूर १ सागराच्या – SSE ला) आठवण होते ('Ep.Ind.'III 258 ff.) पुरिका आणि चनका ही त्याच्या नावाची फोड, मात्र समर्थनीय वाटत नाही.

(२) 'J. Num. Soc. V, part II, p.2, 'Coins & Indentity of Bhavanage (Altekar.)

(३) ज्याचे 'कोश – दण्ड – साधन' शंभर वर्षे समृद्ध होत चालले होते असे म्हटले जाते, असा एक 'धर्म – विजयी'.

(४) काहीच्या मते रामटेकजवळचे नगर्धन (Hilralal Ins. No.4; 'Tenth Or. Conf.' p; 458 आणि इतरांच्या मते रामटेकच्या वायव्येकडील घुघुसगडाजवळचे नंदपुर (Wellsted, 'notes on the Vakatakaa, 'JASB' (1933) 160f.)

(५) प्रवरपुर, चरम्मांक आणि खालील प्रदेशांचा राजा; भोजकट (उत्तर – वऱ्हाड) आरंम्मी (वऱ्हाडाच्या पूर्वेस) आणि वर्धा प्रदेशातील आणखी काही काही प्रवरपुर म्हणजे वर्धा जिल्ह्यातील पवनार अशी ओळख पटवितात. ('JASB' (1933), 159)

(६) कोसला, मेकला (नर्मदेच्या उगमापाशी) आणि मालव येथील राजे ह्याच्या आज्ञांचा आदर करीत.

(७) ज्याला कुंतल, अवंती, कलिंग, कोसल, आंध्र, त्रिकूट आणि लाट ह्यांच्या विजयाचे श्रेय देण्यात येते असा.

३०. मालवसंवत्सर ५२४ च्या मंदसौर शिलालेखावरून असे दिसते की, कुमारगुप्ताला कदाचित त्याचा भाऊ राजपुत्र गोविन्दपुत्र हा प्रतिस्पर्धी असावा. लेखातील इंद्र हे (विवुधाधिप कुमार?, नाण्यांवर त्याला श्रीमहेन्द्र आणि महेन्द्रकर्मा असेही म्हटलेले आहे,) गोविंदाच्या सामर्थ्याचे निदर्शक असावे, अशीही शंका येते. 'E. Ind, XIX, App. No.7 and n5 Ep xxvii.15)

३१. ह्याला श्रीमहेन्द्र (धनुर्धारी' प्रकाराच्या नाण्यांवर), अश्वमेध महेन्द्र (अश्वमेध प्रकाराच्या नाण्यांवर) , महेन्द्रकर्मा अजितमहेन्द्र (अश्वारुढ प्रकाराच्या आणि

क्वचित् 'सिंहविक्रम' प्रकाराच्या नाण्यांवर) श्रीमहेन्द्रसिंह ('सिंहविक्रम' प्रकाराच्या नाण्यांवर), महेन्द्रकुमार ('मयूर' प्रकाराच्या नाण्यावर), महेन्द्रकल्प (तुमाईन शिलालेख),सिंहविक्रम (सिंहविक्रम प्रकाराच्या नाण्यावर Allan, 'Gupta Coins,' p.80) व्याघ्रबलपराक्रम ('व्याघ्रविक्रम' प्रकाराच्या नाण्यावर) आणि श्रीप्रताप असेही म्हटले गेले आहे. शस्त्रधारी छाप सुवर्णनाण्यावर, गरुडछाप तांब्याच्या नाण्यांवर आणि बहुधा सिंहवाहिनी - छाप नाण्यांवरही त्याला नुसते. 'कुमारगुप्त' म्हटले आहे, जी सुराष्ट्रात पाडली असावीत असे दिसते, अशा ह्या उपाधिसह 'महेन्द्रादित्य' ही पदवीही आढळते.

३२. बिलसरच्या शिलालेखात संवत्सर ९६ (इ.स. ४१५) आणि चांदीच्या नाण्यांवर ('EHI', 4th Ed. pp. 345 - 46) संवत्स १३६ (इ.स.४५५) आढळते. ऐरण शिलालेखात समुद्रगुप्त आपला 'गुणवती आणि एकनिष्ठ' पत्नीचा आणि त्या राजदांपत्यांच्या मुलांचा आणि मुलांच्या मुलांचा निर्देश करतो. ह्यावरून असे संभवनीय वाटते की, कुमारगुप्त आणि त्याचे बंधू यांचे जन्म त्यांच्या पितामहाच्या हयातीतच झाले होते, त्याने चाळीस वर्षे राज्य केले, तेव्हा मरणसमयी तो साधारणतः पाऊणशे वर्षांपेक्षा कमी असणे शक्य नाही.

३३. ॲलनच्या मते मयूरछाप रौप्यनाण्यांमुळे (शिवाय, पाहा - आर्यमित्राची अयोद्ध्यानाणी 'CHI,' 1.538 'मेघदूत' १.४५) गंगेच्या खोऱ्यातील मध्यवर्ती प्रदेशावरच तर गरुडछाप नाण्यामुळे पश्चिमेकडील प्रांतावरचा ताबा निश्चित सिद्ध होतो, वलभीच्या क्षेत्रासाठी चांदीचा मुलामा दिलेली तांब्याची नाणी, तर उत्तर- गुजरातसाठी त्रैकुटक नाण्यांसारखी छोटी पण जाड पोताची नाणी पाडली गेली असावीत, असे दिसते. (Allan, pp.xciii ff.)

३४. पाहा - दामोदरपुराचे संवत्सर १२४ व १२८ चे पटलेख (Ep. xvii. 193) करतोयाच्या किनाऱ्यावरील पंचबिबी किंवा पंचगड हेच बहुधा संवत्सर १२८च्या (इ.स.४४७ - ४८) वेग्रामच्या शिलालेखातील पंचनगरी असावे. हे एका विषयाचे 'मुख्य केंद्र असून त्या विषयावर कुलवृद्धी नावाच्या एका कुमारामात्याची सत्ता होती, असा ह्या लेखात निर्देश आहे. ('H. Standard' 14 - 10- 47 in N. Bengal; 'Ep. Ind', XXI, 78 ff. 'Year Book ASB' (1950).200) सवंत्सर १२०= इ.स. ४२९ चा ब्रोगा जिल्ह्यातील सुलतानपूर किंवा कलकुडी शिलालेखात (Bangsri,, 1350, B.S.

Baisakha, pp 415 - 451, आणि भ्राद्र; IHQ. XIX. 12) शृंवेखांथि पूर्णकोशिकाच्या उच्युतदास नावाच्या 'आयुक्ता' चा उल्लेख आहे. इ.स. ४३८ चा नाटोर - शिलालेखही कुमारगुप्ताची उत्तरबंगालध्ये सत्ता वसली होती, हेच दाखवितो.

३५. ग्वाल्हेर संस्थानाच्या गुणा जिल्ह्यातील, ऐरणच्या वायव्येस सुमारे पन्नास मैलांवर असलेले तुमाईन (एम.बी. गद्रे 'Ind, Ant.' xlix, (1920) p. 114; 'Ep. Ind.' xxvi, 1914, pp. 115 ff.) संवस्तर ११६ म्हणजे इ.स. ४३५ चा तुमाईन शिलालेख) मुद्रांवर उल्लेखिलेला राजा आणि नाण्यांवरचा घटो कुमादित्य हा घटोत्कच गुप्त ठरविता येईल की काय, हे अनिश्चित वाटते. (Allan, xvi,xi, liv) तुंबवन हे जंबुद्विपातील 'पश्चिम भारताचा जणू अलंकारच' अशा अवंतिदेशात असल्याचे हेमचंद्र सांगतो. (परिशिष्टपर्वन् xii. 2-3)

इहैब जम्बद्वीपे ऽपाग् भारतार्धविभूषणम्।
अवन्तिरिति देशोऽस्ति स्वर्गदेशीय क्रदि्धमिः ।।
तत्र तुंम्बवनमि विद्यते सन्निवेशनम्।

३६. इ.स. ४३७ - ३८ चा मंदसौर शिलालेख. भिडे असे सुचवितात (JBORS' VII. (March,1921),pp.31f) की,१७ क्रमांकाच्या गुप्तशिलालेखातील विश्ववर्मन् हा शिलालेख क्र.१८ मध्ये उल्लेखिलेल्या गुप्तांच्या त्याच नावाच्या राज्यपालापूर्वी (गोप्तृ) होऊन गेलेला एक स्वतंत्र राजा होता. एस. मुजुमदरांच्या मते क्र. १७ मधील विश्ववर्मन् हा विक्रमसंवमु ४६१ मधील (इ.स. ४०१-४०५) नरवर्मन्च्या नंतरचा असावा. संवत् ४७४ च्या (इ.स. ४१७ - १८) महाराज नरवर्मन्च्या (माळव्यातील राज्गढ संस्थान) बिहार - कोत्राशिलालेखात (`Ep. Ind.' XXVI. 130 ff.) त्या राजाला 'औलिकर' म्हटले आहे. यावरून त्याचा मालव - संवत्सर ५८९ मधील (इ.स. ५३२ - ३३) विष्णुवर्धनाशी संबंध प्रस्थापित होतो.

३७. बिल्सड, मानकुवार, करमदांडे आणि मंदौसरचे शिलालेखही पाहा - गुप्तांच्या प्रारंभीच्या काळात अनेक महामंत्र्यांची शिव, समर्थ सम्राटांची विष्णू तर व्यापारी आणि कारागीर ह्यांची सूर्य ही आवडती देवता असावी, असे दिसते. पेनुकोंडा पटलेखातील (Ep. Ind', XIV. 334 ff.) माधव गंग, हेब्बत सनदेतील (`MYS. A.S.A.R.' (1925)98) प्रथम विष्णुवर्धन कदंब, उदयेंदिरमचा

(Ep.Ind,' III 145) नन्दिवर्मन् पल्लव आणि दक्षिणेतील इतर राजे ह्यांनी त्याचे अनुकरण केले होते, असे दिसते. कार्तिकेयाच्या भक्तीची लोकप्रियता ही फक्त त्या देवतेच्या नावाने बांधलेल्या पवित्र वास्तूंनीच नव्हे,तर सम्राटकुलातील राजांनी घेतलेल्या 'कुमार' व 'स्कंद' ह्या नावांनी व प्रथम कुमारगुप्ताने काढलेल्या 'मयूर' छाप नाण्यांनीही चांगली सिद्ध होते. 'मयूर' नाण्यांच्या जनकाच्या काळातील पतनापूर्वी गुप्तसाम्राज्य वैभवाच्या कळसास पोहोचले होते. पुढील काळातील एका साम्राज्याच्या बाबतीत मयूरसिंहासन बांधणाराच्या बाबतीतही असे घडले.

३८. पाहा Fleet, `CII', p. 55n.

३९. `CII', iii p. 55.

४०. `Annals of the Bhandarkar Institute', (1919- 20) 99 ff.

४१. `SBE', XXII, 29 भीटा मुद्रावरील 'पुसमिनस' ही अक्षरे कुषानकालीन किंवा थोडी त्या अगोदरच्या काळातील आहेत, हेही लक्षात घ्यावे. (`JRAS' (1911) 138)

४२. Vish. IV. 24,17; Wilson IX.123 'पुष्यमित्र, पटुमित्र आणि इतर मिळून १३ मेकलेवर राज्य करतील' मात्र टीकाकार १३ पुष्यमित्र पटुमित्र हे ७ मेकलांहून वेगळे दाखवितो. पण संदर्भावरुन असे दिसते की, पुष्यमित्राचे सत्ताक्षेत्र जरी अगदी खुद्द मेकलांच्या भूमीत नसले, तरी ते माहिष्य (महिष्मतीचे लोक?) आणि नर्मदा – शोण खोऱ्यातील मेकल ह्यांच्या मध्ये होते. (पहा. – Fleet, `JRAS' (1889) 228. शिवाय भीटा – मुद्राही पाहा – मेकलांचे संदर्भात `Ep. Ind.' xxvii. 138 f. पहा)

४३. Allan, P. CXXX. पाचव्या शतकातील कदंब आणि गुप्त ह्यांच्यातील सामाजिक संबंध निर्देशित करणारे कदंबाचे शिलालेखही पहा.

४४. पाहा – भितरी शिलालेख.

४५. `Historical Inscriptions of Southern India', p.349.

४६. फो – टो – किओ – टो हे नाव बुद्धगुप्त असे धरण्यात आले आहे. परंतु ह्या काळात होऊन गेलेल्या बुद्धगुप्त नावाच्या राजाचा स्वतंत्र पुरावा आपणांपाशी नाही. त्याच्या वारसाचा वारस बालादित्य आणि मिहिरकुल त्यांचे काळ मिळते असल्यामुळे तो बुद्धगुप्त असावा, असे दिसते. (पहा- `Ind. Ant.' (1886) 251n.)

४७. शक्रादित्य खरोखर होऊन गेला, हे नालंदा - मुद्रेवरुन सिद्ध झाले आहे. (H.Sastri `MASI' No. 36 p. 38) इ. सनाच्या सातव्या शतकात जे एका प्रख्यात विद्यापीठाचे स्थान झाले, ती नालंदा ह्याचे बस्तान असल्याचे सांगितले जाते. ह्या यात्रेकरून बाबत नालंदावरील एका प्रबंधात श्री. एन्. शास्त्री म्हणतात तसा हा यात्री नुसता कल्पनाविलास करीत होता, असे मानणे बरोबर नाही.

४८. आधुनिक संधोननाने असे दिसते की, बुधगुप्त हा प्रथम कुमार गुप्ताचा नातू (मुलगा नव्हे) होता. चिनी यात्रेकरूने मुलगा आणि नातू ह्यांत घोटाळा केला असल्याचा संभव आहे. कोप्परम् पटलेख पहा. त्यांत द्वितीय पुलकेशिन् हा प्रथम कीर्तिवर्मन्चा नातू म्हणून दाखविण्यात आला आहे. पण खरोखरी तो त्याचा मुलगा होता. शक्रादित्य हे बुधगुप्ताचा पिता पुरुगुप्त ह्याचे एक बिरूद असण्याचीही शक्यता आहे.

४९. श्री. गर्दे यांनी निर्देशिलेला तुमाईन शिलालेख, श्री घटोत्कच गुप्ताचा उल्लेख असलेली बसार मुद्राही पहा. तथापि त्याचे कुमारशी निश्चित नाते काय होते, हे मात्र त्या शिलालेखात सांगितलेले नाही.

५०. भितरी शिलालेख, `JASB', (1921) (NS. XVII) 253 ff. `IC' (1944) 171, डॉ. मुजुमदार ह्यांनी बिहार शिलालेखात राजमातेचे नाव नसल्याचे व महादेवी अनंतदेवी आणि तिचा पुत्र पुरुगुप्त ह्यांची नावे असल्याचे प्रथम मांडलेले आपले मत बदलले.

५१. `JASB' (1924) 58.

५२. कधी सिंहासनस्थ राजाच्या पित्याचे नावही वगळले जाते. (पहा - Keilhorn, `N. Ins.' `Nos. 464, 468.)

५३. A. R. of the A.S.I.Eastern Circle 1917 - 18, p. 44; `Ep. Ind', XXI, 74 ff. ` MASI' No 66, 68f.

५४. सेवेलच्या मते एका कोरीव लेखात स्कंदगुप्ताच्या आईचे नाव प्रत्यक्ष उल्लेखिलेले आहे, हे आपण पाहिले आहे. त्या विद्वानाच्या मते तिचे नाव 'देवकी' होते. भितरी - शिलालेखातील कृष्णाची आई देवकी (कितीही दुदैवी असली, तरी तिने वैधव्याचे दुःख अनुभवले नव्हते) आणि स्कंदगुप्ताची आई ह्यांच्यातील तुलना स्कंदगुप्ताच्या आईचे नाव देवकी नसेल, तर अगदी निरर्थक नाही, तरी कमी समर्पक होईल. ज्याची विष्णूशी ('श्रीपरिक्षितवक्षाः'

जुनागढ – शिलालेख) व शक्राशी तुलना करण्यात आली आहे. (शक्रोपम' काहाउम शिलालेख) त्या स्कंदगुप्ताच्या विरोधकांवरील विजयाचे संदर्भात स्कंद (कार्तिकेय) आणि पार्वती किंवा इंद्र अथवा विष्णू आणि आदिती ह्यांच्या ऐवजी कृष्ण आणि देवकी ह्यांचेच उदाहरण का देण्यात आले? राजकवीला त्याच्या आईची दैवदशा कृष्णमाता देवकीच्या परिस्थितीसारखी वाटली, हे ह्याचे एक संभाव्य स्पष्टीकरण दिसते. पाहा – `Ep. Ind.' 1.364; xiii 126, 131 कृष्णदेवरायाचे हंपी आणि कांजीवरम् शिलालेख ह्या शिलालेखांतून देवकी ह्या नावाचे असे उपयोजन केलेले आढळते.

तद्वंशे देवकीजानिर्दिदीपे तिम्मभूपतिः ।
यशस्वी तुलुवेन्द्रेषु यदोः कृष्ण इवान्वये.....
सरसादुद्भूत्तस्मान् नरसावनिपालकः
देवकीनन्दनात् (नन्दनः) कामो देवकीनन्दनादिव ।।

अर्थात ही समस्या अडचणीची आहे आणि अंतिम निर्णयासाठी अधिक पुराव्याचा शोध लागेपर्यंत वाट पाहणे प्राप्त आहे.

५५. देवकीच्या निर्देशासाठी पाहा – 'विष्णुपुराण', ५–७९.

५६. 'क्षितिपचरण पीठे स्थापितवामपाद :' (शत्रू असलेला राजा हीच जणू पायरी तीवर त्याने आपला डावा पाय ठेवला) ह्या वचनावरून 'अभित्रां' चा (Antae p. 568 जरी निर्देश असला, तरी ह्या 'अंभित्रां' त वडील भाऊ असणे शक्य दिसत नाही. 'समुदितबलको' (ज्याची संपत्ती आणि सत्ता वाढली होती) हे वचन गुप्त सिंहासनाच्या कायदेशीर वारसाच्या बाबतीत अगदीच अनुचित होईल. कारण त्यांचे वैभव कित्येक पिढ्यांपासून अस्तित्वात होते. ह्या वचनावरून एकाएकी नावारुपास आलेल्या एखाद्या परकीय ('परवेनु') सत्तेचाच बोध होतो.

५७. Allan, p. xcix.

५८. पाहा – `Ep.Ind.'1.25 'गुर्जरेश्वर – राज्य – श्री – र्यस्य जज्ञे स्वयंम्वरा' लक्ष्मीचे स्वयंवर हा उर्वशीने आपल्या सख्या अप्सरांसह इंद्रासमोर केलेल्या नाटकाचा विषय आहे. (`JASB', 59, 32)

५९. भितरी शिलालेख

६०. जुनागढ शिलालेख

६१. Allan,' Gupta Coins', cxxi

६२. Vol. I ed. गणपति – शास्त्री, p. 628 f. the Rewa Insc. of 141 A.D. 460/461. ह्यांच्याकडे श्री. बी. सी. छाब्रा ह्यांनी 'ओरिएंटल कॉन्फरन्स' मध्ये (Benaras Session, Summaries of papers, part II, p. 39) आणि नंतर डॉ. मुजुमदार आणि डॉ. सरकार ह्यांनी लक्ष वेधले आहे.

६३. `IHQ', (1932) p. 352

६४. Allan. Catalogue pp. 117, 122 of Fleet CII p. 53 f.

विनयबलसुनीतैर्विक्रमेण क्रमेण

प्रतिदिनमामियोगादिंस्पित येन लब्धवा

'क्रमादित्य' हे विशेषण काही जड धनुर्धारीछाप सुवर्णनाण्यांवर, तसेच गरूड, वृषभ आणि वेदी ह्या छापांच्या चांदीच्या नाण्यांवरही आढळले आहे. विक्रमादित्य हे अधिक प्रसिद्ध असे विशेषण वेदीछाप चांदीच्या नाण्यांवर आढळते.

६५. हूण हे शिलालेखांतूनच नव्हे, तर 'महाभारत', 'पुराणे', 'रघुवंश' आणि पुढील काळातील 'हर्षचरित' आणि सोमदेवाचे 'नीतिवाक्यामृत' ह्या ग्रंथांतूनही उल्लेखिलेले आहेत. ललितविस्तरा' मध्ये (धर्मरक्षकृत (मृत्यू इ.स. ३१३) भाषांतर) 'हूणलिपी' चा उल्लेख होतो. (Ind. Ant.' (1913) p. 266) शिवाय, पहा- W.M.McGovern, The Early Empirs of Central Asia 399 ff. 455 ff. 485 f.

६६. Allan, `Gupta Coins, ` Introduction p, x1ix.

६७. 'Ep. Ind.' IX. p. 271.

६८. (`JRAS' (1931) 140 Aiyangar, Com Vol. 15) यार्ल शार्पान्तिये ह्याच्या मते पर्शियनमधील 'फर्नदात' मध्ये मूळ 'पर्णदत्त' हेच नाव आहे.

६९. त्याच्या साम्राज्यातील सुराष्ट्राचा समावेश जुनागढ – शिलालेखात आणि खंभात किनाऱ्याचा समावेश वृषभछाप चांदीच्या नाण्यांनी सिद्ध होतो. ह्या छापाची कृष्णराजाने (कटच्चुरी कुळातील ह्या नावाचा राजा) नक्कल केलेली होती (Allan,' CI); कृष्णाचा मुलगा आणि वारस शंकरगण श्रेष्ठ समुद्रगुप्ताची बिरुदे घेताना दिसतो. त्याचा पुत्र बुद्धराज ह्याने इ. सनाच्या सातव्या शतकाच्या प्रारंभीच्या काळात पूर्वमाळवा जिंकले. (C.608 A.D.; Vadner Plates `Ep. Ind.' xxii, 31ff. शिवाय, पाहा – Marshall, A guide to Sanchi', p.21n) ह्या कुलाची सत्ता पूर्वकालीन चालुक्यांनी संपुष्टात

आणली आणि पुढे कैरा सनदेत (Fleet, CII, 14) चालुक्य विजयराजाला समुद्रगुप्ताची तीन वैशिष्टपूर्ण बिरुदे लावलेली आढळतात, हे लक्षात घेण्यासारखे आहे.

७०. संवत्सर १४१ = इ.स. ४६० – ६१ चा कहाडम शिलालेखही पहा.

७१. स्कंदाच्या साम्राज्यात आणखी बरेच पूर्वेकडे पसरलेले प्रदेशही समाविष्ट होते, हे भितरी आणि बिहार शिलालेखांवरुन आणि कदाचित १४४.६ ग्रेन ह्या प्रमाणात पाडलेल्या धनुर्धारीछाप सोन्याचा नाण्यांवरूनही सिद्ध होते. (Allan, p.xcviii,118).

७२. दैवी अर्हतांसाठी (म्हणजे जैनांसाठी) एका ब्राह्मणदंपतीने दान दिल्याचा उल्लेख असलेला संवत्सर १५९ चा (इ.स. ४७९) पहाडपूर शिलालेख पहा.

❑

प्रकरण बारावे

गुप्त साम्राज्य (पुढे चालू) : उत्तरकालीन गुप्त राजे

वस्वौकसाराभिभूय साहं सौराज्यबद्धोत्सव या विभूत्या।
समग्रशक्तौ त्वयि सूर्यवंश्ये सति प्रपन्ना करूणामवस्थाम्।।

– रघुवंश १६.१०

विभाग पहिला : स्कंदगुप्तानंतरचे गुप्तसत्तेचे अवशेष

स्कंदगुप्ताची कारकीर्द इ.स. ४६७ च्या सुमारास समाप्त झाली, हे आता सर्वमान्य झाले आहे.[१] तो मरण पावल्यावर विशेषतः पश्चिम भागात साम्राज्याचा ऱ्हास झाला.[२] परंतु त्याचा पूर्ण नाश झाला नाही. इसवी सनाच्या पाचव्या शतकाच्या उत्तरार्धात व तसेच सहाव्या व सातव्या शतकात मध्य व पूर्व भारतात गुप्तसाम्राज्य चालू असल्याविषयी शिलालेखीय व तसेच वाङ्मयीन पुरावा मिळतो. दामोदरपूर पटलेख (plates) सारनाथ शिलालेख[३] व बुद्धगुप्ताच्या एरण शिलालेखावरून इ.स. ४७७ ते ४९६ पर्य्रंत गुप्तसाम्राज्य बंगालपासून पूर्व मालवापर्यंत पसरले असल्याचे सिद्ध होते. परिव्राजक महाराज संक्षोभ याच्या गुप्तशक १९९ म्हणजे इ.स. ५१८ हा कालनिर्देश असलेल्या व 'गुप्त राजा सार्वभौमत्वाचा उपभोग घेत असताना'[४] असा निर्देश असलेल्या बैतुल पटलावरून ह्या काळात डभालामध्ये गुप्तसत्ता मान्यता पावली होती, या वस्तुस्थितीची साक्ष मिळते. डभालामध्ये त्रिपुरी विषयाचा (जबलपूरभाग) समावेश होत असे.[५] इ.स.५२८ मधील बाघेलखंडामधील खोह् या खेड्याजवळच्या दरीत सापडलेल्या संक्षोभाच्या दुसऱ्या एका शिलालेखावरून गुप्तसाम्राज्यात इ.स. ५२८ मधेही काही मध्यभागातील जिल्हे समाविष्ट असल्याचे सिद्ध होते.[६] ''परमदैवत (श्रेष्ठ देवता), परम – भट्टारक (श्रेष्ठ स्वामी),महाराजाधिराज (राजांचा राजा) श्री .... गुप्ताच्या कारकिर्दीत''[७] त्यानंतर पंधरा वर्षांनी पुंड्रवर्धन – भुक्ति (साधारणपणे उत्तरबंगाल) मधील कोटिवर्ष विषय (दिनाजपूर जिल्हा) येथील दानपत्रावरून ह्या काळात गुप्तराज्यात पूर्वेकडील व मध्यवर्ती प्रांत समाविष्ट असल्याचे दिसते. सहाव्या शतकाच्या अखेरीस श्रीकंड (ठानेसर) च्या पुष्यभूती[८] घराण्यातील प्रभाकरवर्धनाशी समकालीन असलेला एक गुप्तराजा 'मालवा[९]' मध्ये सत्तेवर होता. ह्या राजाच्या कुमारगुप्त व माधवगुप्त ह्या दोन पुत्रांची ठानेसरच्या राज्यवर्धन व हर्ष या राजपुत्रांची व्यवस्था पाहण्यासाठी नेमणूक करण्यात आली होती. हर्षाचा सहकारी असलेल्या[१०] माधवगुप्ताच्या वडिलांच्या शुस्थितवर्मन्‌बरोबर झालेल्या युद्धातील विजयाच्या

गौरवाची कीर्ती लोहित्य किंवा ब्रह्मपुत्र नदीच्या तीरावर सतत गायली जात होती, असे आदित्यसेनाच्या अफ्सड् शिलालेखावरून समजते. शुस्थितवर्मन् हा निश्चितपणे कामरूपचा राजा होता. यावरून इ.स. ६०० मध्ये किंवा त्या सुमारासही (प्रभाकरवर्धनाचा काळ) गुप्त नाव धारण करणाऱ्या राजांचा अंमल 'मालवा' पासून ब्रह्मपुत्रेपर्यंत पसरला असल्याचे सूचित होते.[११]

सहाव्या शतकात गुप्त आधिपत्याला क्रमशः हूणांनी व मंदसौर व मौखरी घराण्यातील त्यांच्या विजेत्यांनी निःसंशय आव्हान दिले होते. सातव्या शतकाच्या पूर्वार्धात गुप्तांना विदिशा कटच्छुरीच्या स्वाधीन करावी लागली व गंगेच्या खोऱ्यातील त्यांच्या सत्तेवर हर्षाच्या सत्तेची छाप पडली होती. परंतु कनौजच्या थोर राजाच्या मृत्यूनंतर माधवगुप्ताचा पुत्र आदित्यसेन याने 'गुप्त' साम्राज्याचे पुनरुज्जीवन करण्याचा प्रयत्न केला. त्यांने 'समुद्रकिनाऱ्यापर्यंत पसरलेल्या पृथ्वीचे राज्य केले' अश्वमेध व इतर मोठे यज्ञ केले आणि 'परमभट्टारक' व 'महाराधिराज' ही बिरूदे धारण केली.

पुरुगुप्त व नरसिंहगुप्त बालादित्य

स्कंदगुप्ताच्या वारसाविषयी आपण आता माहिती पाहू या. ह्या थोर सम्राटाचा लगतचा वारस त्याचा भाऊ पुरुगुप्त असल्याचे दिसते. दुसऱ्या कुमारगुप्ताची भितरी मुद्रा इ.स. १८८९ मध्ये उजेडात येईपर्यंत व स्मिथ् आणि होर्नलने ती प्रकाशित करीपर्यंत ह्या राजाचे अस्तित्व अज्ञात होते. [१२] ह्या मुद्रिकेमध्ये पहिला कुमारगुप्त व त्याची राणी अनंतदेवी ह्यांचा पुत्र , असे पुरुगुप्ताचे वर्णन आले असून स्कंदगुप्ताचा त्यांत निर्देश आलेला नाही. कुमारानंतर लगेच पुरुगुप्ताच्या 'तत्पदानुध्यात' (कुमाराच्या) 'पदांचे ध्यान करणारा किंवा सेवा करणारा' ह्या उपाधीसह आलेल्या निर्देशावरून पुरु कुमार हा आपल्या वडिलांचा लगतचा वारस होता किंवा आपला भाऊ किंवा सावत्र भाऊ स्कंदगुप्त ह्याचा समकालीन व प्रतिस्पर्धी होता, हे अपरिहार्यपणे सिद्ध होत नाही.[१३] जरी मदनपालापूर्वी त्याचा थोरला भाऊ कुमारपाल सत्तेवर आला होता, तरी मनहलि – दानपत्रात त्याचे वर्णन 'श्री – रामपाल – देव पादानुध्यात असे येते. विजयपालाआधी त्याचा भाऊ देवपाल सत्तेवर आला होता, तरी कीलहॉर्नच्या उत्तरेकडील शिलालेख क्र.३९ मध्ये त्याचे वर्णन क्षितिपालाचा वारस म्हणून येते. [१४] स्कंदाचा अंमल पूर्व मध्य व पश्चिम भागांतील अनेक प्रांत समाविष्ट असलेल्या संपूर्ण साम्राज्यावर असल्याचे स्मिथ् व ॲलन् ह्यांनी दाखवून दिले आहे. अति – पश्चिमेकडील काही जिल्हे त्याला गमवावे लागले असतील, कुमारगुप्ताच्या वारसांच्या नाण्यांच्या प्रकारांवरून त्यांच्यापैकी एकालाही पश्चिम भारतातील गमावलेल्या

प्रदेशांवर प्रभाव गाजविता आला नाही, हे स्पष्ट होते. अर्थात ह्याला स्कंदगुप्ताचा व बुद्धगुप्ताचा अपवाद आहे. स्कंदगुप्ताच्या कारकिर्दीत बिहार व बंगालसह उत्तर - भारतात प्रतिस्पर्धी 'महाराजाधिराज' निर्माण होण्यास कसलाही वाव नव्हता, हे शिलालेखीय व नाणकशास्त्रीय पुराव्यावरून स्पष्टपणे सूचित होते. इ.स. ४६७ मध्ये त्याच्या मृत्यूसमयी तो खूप वयस्क होता.[१५] त्या वेळी त्याचा भाऊ व वारस असलेला पुरुगुप्तसुद्धा वृद्ध असला पाहिजे. म्हणून त्याची कारकीर्द अगदी अल्प होती व त्याचा नातू दुसरा कुमारगुप्त सत्तेवर असताना इ.स. ४७३ च्या आधी केव्हातरी तो मरण पावला, ह्यात आश्चर्य नाही. पुरुगुप्ताच्या राणीचे नाव श्री वत्सदेवी, वैन्य देवी किंवा श्री चंद्रदेवी असल्याचे विविध विद्वान मानतात.[१६] नरसिंह गुप्त बालादित्याची ती माता होय.

पुरुगुप्ताची नाणी जड धनुर्धारी- प्रकाराची असून ती उघडपणे त्याच्या पूर्वजांच्या साम्राज्याच्या पूर्वेकडील प्रांतातील आहेत.[१७] इतःपर त्याच्या म्हणून मानलेल्या काही नाण्यांवर[१८] 'श्रीविक्रमः'ही उलटी अक्षरे आली आहेत; आणि 'विक्रमादित्य' ह्या संपूर्ण बिरुदाच्या ह्या संभाव्य खुणा असाव्यात. ॲलन् त्याची एकात्मता अयोध्येच्या विक्रमादित्याशी मानतो. तो बालादित्याचा पिता असून वसुबंधूच्या प्रभावामुळे त्याने बौद्ध धर्माला राजाश्रय दिला होता. ह्या एकात्मतेचे महत्त्व असे आहे की, त्यावरून स्कंदगुप्ताच्या लगतच्या वारसांची राजधानी बहुधा मौखरींच्या उदयापर्यंत अयोध्या येथे असल्याचे सिद्ध होते. जर प्रक्षिप्त स्वरूपाचे गया - पटल ग्राह्य मानले, तर समुद्रगुप्ताइतक्या आधीच्या काळात अयोध्या हे गुप्तांच्या 'जय - स्कंधावारा' चे किंवा 'विजयी छावणी' चे स्थान होते, असे मानता येईल. बालादित्य व त्याच्या वारसांची मुख्य राजधानी काशी असल्याचे दिसते.[१९]

पुरुगुप्त इ.स. ४७२ हून बऱ्याच नंतरच्या काळात होऊन गेला असणे शक्य नाही, असेही ॲलनने सुचविलेल्या एकात्मतेवरून दिसते. कारण ह्या संवत्सरातील भारतीय मूळ पुरुषांचा (Patriarch) इतिहास सांगणाऱ्या एका चिनी ग्रंथात 'ब - सु - बन्- दचा निर्देश येतो.'[२०]

स्कंदगुप्तानंतर लवकर प्रकाशादित्य नावाचा राजा सत्तेवर आल्याचे भर्सरसाठ्याच्या पुराव्यावरुन दिसते. बहुधा 'प्रकाशादित्य' हे पुरुगुप्ताचे किंवा त्याच्या एखाद्या लगतच्या वारसाचे एक 'बिरुद' मानता येईल. जरी आपण ॲलन्च्या म्हणण्यानुसार विक्रमादित्य हे पुरुचे बिरुद होते असे मानले, तरी त्याला आदित्य हे जास्त बिरुद असण्यात कसलीही अंतर्गत असंभवनीयता नाही. स्कंदगुप्त (विक्रमादित्य व क्रमादित्य) व वलभीचा शीलादित्य, धर्मादित्य ह्या उदाहरणांवरून एकाच राजाला

दोन 'आदित्य' नामे असू शकतात, हे सिद्ध होते. परंतु प्रकाशादित्याची एकात्मता मात्र अद्यापि अनिर्णात अशीच आहे. घोडेस्वार व सिंहांतक अशी संयुक्त प्रकारची त्याची नाणी आहेत. 'घोडेस्वार – प्रकारची' नाणी गुप्तसाम्राज्याच्या[२१] दक्षिण प्रांतांशी, तर 'सिंहांतक प्रकारची' नाणी उत्तरेशी संबंधित आहेत.[२२]

पुरुगुप्तानंतर त्याचा पुत्र नरसिंहगुप्त बालादित्य सत्तेवर आल्याचे दिसते. ह्या राजाची बालादित्य नावाच्या राजाशी एकात्मता मानली जाते. त्याच्या सैनिकांनी जुलमी मिहिरकुलाला अटकेत टाकले होते, असे युआन च्वांग वर्णन करतो. युआन च्वांगने निर्देशिलेला बालादित्य हा तथागत गुप्ताचा[२३] लगतचा वारस होता, ह्या गोष्टीकडे दुर्लक्ष झाले आहे. स्वतः तथागत गुप्त हा बुध (बुद्ध) गुप्ताचा[२४] लगतचा वारस होता. ह्याच्या उलट नरसिंहगुप्त बालादित्य हा पुरुगुप्ताचा पुत्र स्कंदगुप्त ह्याचा वारस होता, तर स्वतः पुरुगुप्त हा पहिल्या कुमारगुप्ताचा पुत्र व लगतचा वारस होता. युआन च्वांगच्या बालादित्याचा पुत्र व वारस वज्र[२५] हा होता, तर नरसिंहाचा पुत्र व वारस दुसरा कुमारगुप्त होता. तेव्हा पुरुगुप्ताचा पुत्र नव्हे, तर आणखी दुसरा कोणीतरी मिहिरकुलाचा विजेता होता, हे उघड आहे.[२६] प्रकटादित्याच्या सारनाथ – शिलालेखावरून बालादित्य हे बिरुद असलेल्या मध्यदेशाच्या पूर्वभागातील अनेक राजांचे अस्तित्व सिद्ध होते.[२७] इ.स. ७७३ मध्ये किंवा त्या सुमारास नरसिंहगुप्त मरण पावला असला पाहिजे. भित्र देवीपासून झालेला दुसरा कुमारगुप्त क्रमादित्य हा त्याचा पुत्र त्याच्यानंतर गादीवर आला.[२८]

नरसिंह व त्याच्या वारसांच्या 'धनुर्धर' नाण्यांचे दोन प्रकार आहेत. ॲलनच्या मते, ह्यांपैकी एक प्रकारची नाणी खालच्या गंगेच्या खोऱ्यातील वापरासाठी उघडपणे होती, तर इतर नाणी वरच्या प्रांतात वापरात असावीत. बालादित्य (बालाख्य) व (दुसरा) कुमार यांच्या राज्यात पूर्व – भारताचा समावेश होता, या विषयी 'आर्य – मंजुश्री – मूल – कल्पा' ची साक्ष मिळते.[२९]

दुसरा कुमारगुप्त व विष्णुगुप्त

भितरी मुद्रेवरील नरसिंहगुप्ताचा पुत्र दुसरा कुमारगुप्त हा धनुर्धारी प्रकारच्या काही नाण्यांवर उल्लेख असणाऱ्या क्रमादित्याशी एकात्म मानला जातो. नरसिंह बालादित्याच्या नाण्यांशी ह्या नाण्यांचा निकटचा संबंध आहे. नरसिंहगुप्तही गुप्त शक १५४ म्हणजे इ.स. ४७३ – ७४ मधील सारनाथ बौद्ध प्रतिमा शिलालेखातील कुमारगुप्त ह्या वेगवेगळ्या व्यक्ती असल्याचे डॉ. भट्टसाली, डॉ. बसाक व इतर विद्वान मानतात.[३०] नरसिंहाचा पुत्र कुमार ह्याचा काल इ.स. ५०० हून खूप नंतरचा असल्याचे

डॉ. भट्टसाली मानतात.[३१] परंतु त्याची उपपत्ती नरसिंह व मिहिरकुलाचा विजेता ह्यांच्या संशयास्पद एकात्मतेवर आधारित आहे. डॉ. बसाक ह्यांच्या मते सारनाथ शिलालेखातील कुमार हा स्कंदाचा लगतचा वारस होता. त्यांच्यामते एकाच वेळी सत्तेवर असणारी दोन प्रतिस्पर्धी घराणी होती. एका घराण्यात स्कंद, सारनाथचा कुमार व बुध हे राजे होते, तर दुसऱ्या घराण्यात पुरु, नरसिंह व भितरी मुद्रेवरील त्याचा पुत्र कुमार हे राजे होते. परंतु इ.स. पाचव्या शतकाच्या उत्तरार्धात गुप्त साम्राज्याचे विभाजन झाल्याविषयी किंचितसुद्धा पुरावा मिळत नाही. ह्याच्या उलट स्कंद व बुध ह्या दोघांचाही बंगालपासून पश्चिमेपर्यंत संपूर्ण साम्राज्यावर अंमल असल्याचे शिलालेख व नाणी ह्यांवरून सिद्ध होते. 'आर्य – मंजुश्री – मूलकल्पातील' परंपरागत माहितीनुसार बालाख्य म्हणजे बालादित्य व त्याचा वारस कुमार ह्यांच्या राज्यांत गोडासह (पश्चिम बंगाल व उत्तर बंगालाचा काही भाग) 'पूर्व – देश' (पूर्व – भारत)समाविष्ट होता, हे आपण पूर्वी पाहिले.[३२] ह्या राजांच्या अमलाचा स्कंद व बुध हे राजे असलेल्या प्रतिस्पर्धी घराण्याच्या समकालीन आधिपत्याशी आपणास कसा मेळ घातला येईल?[३३] भितरी मुद्रेवरील कुमाराच्या सारनाथ – शिलालेखावरील त्याच नावाच्या राजाशी मानण्यात येणाऱ्या एकात्मतेविषयी शंका घेण्याच्या दृष्टीने कोणतेही सयुक्तिक कारण नाही.

दुसऱ्या कुमाराची कारकीर्द इ.स. ७७६ –७७ मध्ये किंवा त्या सुमारास संपली असावी. बुधगुप्ताचा हाच पहिला ज्ञात कालनिर्देश होय.[३४] पुरु, नरसिंह व दुसरा कुमार यांच्या कारकिर्दी विलक्षण अल्पावधीच्या म्हणजे सर्व मिळून दहा वर्षांच्या झालेल्या दिसतात (इ.स. ४६७ –७७). हे काही केवळ एकच उदाहरण नव्हे. वेंगीमध्ये चौथा विजयादित्य, त्याचा पुत्र पहिला अमरराज व त्याचा पुत्र आणखी एक विजयादित्य हे पूर्वेकडील चालुक्य राजे केवळ सात वर्षे आणि साडेसहा महिने सत्तेवर होते.[३५] कश्मीरमध्ये पहिला सूरवर्मन्, पार्थ शंभुवर्धन्, चक्रवर्मन्, उन्मत्तावंति व दुसरा सूरवर्मन् ह्या सहा राजांनी सहा वर्षांच्या कालावधीत राज्य केले. (इ.स. ९३३– ३९) तसेच यशस्कर, त्याचा चुलता वर्णट व त्याचा पुत्र संग्रामदेव ह्या तीन पिढ्यांतील राजांचा अंमल दहा वर्षांचा होता. (इ.स ३३९ – ४९) नालंदा येथे सापडलेल्या एका फुटक्या मुद्रेमध्ये कुमाराचा पुत्र विष्णुगुप्त ह्याचा उल्लेख येतो. नाण्यावरील चंद्रादित्याशी बहुधा त्याची एकात्मता मानता येईल.

बुधगुप्त

पुरुगुप्ताचा पुत्र [३६] म्हणून आता ज्ञात असलेल्या बुधगुप्ताच्या बाबतीत अनेक

कालनिर्देशयुक्त शिलालेख व नाणी उपलब्ध असून त्यांवरून तो सुमारे वीस वर्षे सत्तेवर असल्याचे सिद्ध होते. (इ.स. ४७७- ४९५)

दिनाजपूर जिल्ह्यातील दामोदरपूर खेड्यात सापडलेल्या दोन ताम्रपटांवरून बुधगुप्ताच्या साम्राज्यात पुंड्रवर्धन भुक्ति (साधारणतः उत्तर बंगाल) समाविष्ट असल्याची साक्ष मिळते. ह्या भागांवर ब्रह्मदत्त व जयदत्त ह्या त्याच्या राजप्रतिनिधींचे ('उपरिक- महाराज') नियंत्रण होते. [३७] इ.स. ४७६-७७ मधील सारनाथ शिलालेख १५९ ह्या वर्षातील बनारस स्तंभलेख (१५९ - इ.स. ४७८ - ७९) व त्याबरोबर डॉ. डी. सी. सरकारांनी दर्शविला. (ASB, 6- 12-48 व T R A S B, 1949, 5 ff.) व ४७९ ह्या वर्षातील बनारस शिलालेख ह्यांवरून[३८] त्याचा काशी देशावर ताबा असल्याचे सिद्ध होते. 'भूपति' (राजा) बुधगुप्त सत्तेवर असताना व महाराज सुरश्मिचंद्राचे कालिंदी (यमुना) व नर्मदा या नद्यांच्या मधील भागावर नियंत्रण असताना इ.स.४८४ - ८५ मध्ये जनार्दनाच्या म्हणजे विष्णूच्या गौरवार्थ एरणचा राजा महाराज मातृविष्णू व त्याचा भाऊ धन्यविष्णू ह्यांनी एक ध्वज - स्तंभ उभारला होता. त्यावरून बुधगुप्ताच्या राज्यात मध्यभारताचा काही भाग, काशी व उत्तर बंगाल ह्यांचा समावेश असल्याचे सूचित होते.

ह्या सम्राटाची नाणी इ.स. ४९५ ह्या वर्षातील आहेत. गुप्तांची चांदीची मयूरनाणी त्याने चालू ठेवली. ॲलन्च्या मते ही नाणी साम्राज्याच्या मध्यभागातील उपयोगासाठी होती.[३९] पहिला कुमारगुप्त व स्कंदगुप्त ह्यांच्या नाण्यांवरील अक्षरे त्याच्या नाण्यांवर येतात. तद्नुसार विश्वाचा स्वामी होणे व स्वर्ग जिंकणे ह्या अभिलाषा प्रकट होतात.

बुधगुप्ताचे वारस

'Life of Hiue Tsang' ह्या ग्रंथानुसार बुधगुप्तानंतर तथागतगुप्त सत्तेवर आला व त्याच्यानंतर बालादित्य साम्राज्याचा वारस झाला.[४०] या काळात मध्यभारतातील गुप्त वर्चस्वाला हूण राजा तोरमाणने आव्हान दिले होते. बुधगुप्ताचा एक सामंत म्हणून मातृविष्णू नावाचा एक 'महाराज' इ.स.४८४ -८५ मध्ये ऐरिकिण विषयावर (पूर्व - मालवमधील एरण, सध्या मध्यप्रांताच्या सोगोर जिल्ह्यात असलेले) राज्य करीत असल्याचे आपण पाहिले. परंतु त्याच्या मृत्यूनंतर धन्यविष्णू हा त्याच्या धाकटा भाऊ तोरमाणाविषयी राजनिष्ठा व्यक्त करू लागला. भारतातील हुणांचे यश मात्र अल्पकालीन ठरले. ५१० - ११ मध्ये एरण येथे एका गुप्तराजाच्या बाजूने गोपराज नावाचा एक सेनापती लढत असल्याचे व एरणच्या आग्नेयेस असणाऱ्या डभाला या

शेजारच्या प्रांताचा राजा हस्तिन् गुप्तांचे सार्वभौमत्व मान्य करीत असल्याचे आपण पाहतो. इ .स. ५१८ – १९ मध्ये त्रिपुरी विषयात (जबलपूर जिल्हा) गुप्तांचे आधिपत्य मान्य करण्यात आले होते. ५२८ – २९ ह्या वर्षीही डभालाच्या, पारिव्राजक, महाराजाने गुप्तांचे वर्चस्व मान्य केले होते. हस्तिन व संक्षोभ हे दोन 'परिव्राजक' म्हणजे गुप्तसाम्राज्याचे सध्याच्या मध्यप्रदेशाच्या उत्तरेकडील भागातील संरक्षक – बुरुज असल्याचे दिसते. प्रभाकरवर्धनाच्या काळातही (इ.स. ६००) मालव, प्रायः पूर्व मालव गुप्तांच्या ताब्यात असल्याचे बाणाच्या 'हर्षचरिता'त मान्य करण्यात आले आहे. मध्यभारतातून हूणांची करण्यात आलेली हकालपट्टी कायमची होती, ह्यात कसलीही शंका नाही.[४१] बहुधा बालादित्याच्या काळात मध्यप्रांतांचा ताबा पुन्हा मिळाला असावा. त्याच्या सैनिकांनी मिहिरकुलाला अटक केल्याचे युआन च्वांग सांगतो. मिहिरकुल हा तोरमाणाचा पुत्र व वारस होता व राजमातेच्या विनंतीवरून त्याला मुक्त करण्यात आले. ह्या हूण राजाला उत्तरेकडील एका लहान राज्यावर समाधान मानावे लागले.[४२] 'बालादित्य' हे 'पृथ्वीवरील सर्वात पराक्रमी , पार्थाच्या बरोबरीचा सामर्थ्यशाली राजा, वैभवशाली भामु – गुप्त' ह्याचे बिरुद असणे अशक्य नाही. त्याच्याबरोबर गोपराज एरणला गेला. 'अतिशय प्रसिद्ध अशा युद्धांत' लढून इ.स. ५१० –११ नंतर लवकरच मरण पावला.[४३]

मंदशोरच्या जनेन्द्र[४४] यशोधर्मन्ने इ.स.५३३ पूर्वी कधीतरी मिहिरकुलचा पूर्ण पराभव केला. यशोधर्मन्च्या काळात मिहिरकुल हा एका हिमालयीन देशाचा ('उत्तरेतील एक छोटे राज्य') म्हणजे कश्मीर व जवळच्या प्रदेश ह्याचा राजा असल्याचे मंदशोर स्तंभलेखातील[४५] सहाव्या ओळीवरून दिसते. तसेच, मिहिरकुलाने आपले सैन्य 'ज्याची पठारे गंगेने व्यापली आहेत अशा हिमालयाकडे' नेले असता बहुधा त्याला विजयी जनेंद्राच्या 'चरणयुग्मापुढे' नत होणे, भाग पडले होते, असेही वरील शिलालेखावरून सूचित होते.

पूर्वेकडील लौहित्य किंवा ब्रह्मपुत्र येथपर्यंत अंमल पोहोचला असल्याचा यशोधर्मन् दावा करतो. त्याने बालादित्याचा पुत्र[४६] वज्र ह्याचा पराभव करून त्याला ठार केले असणे व तसेच पुंड्रवर्धनचे दत्तांचे मांडलिक घराणे नष्ट केले असणे असंभवनीय नाही. वज्राचा वारस म्हणून मध्यभारतातील एका राजाचा युआन च्वांग निर्देश करतो. ह्या सुमारास पहिल्या कुमारगुप्तापासून पुंड्र– वर्धनाचे शासन करणारे दत्त निष्प्रभ झाले. परंतु यशोधर्मन्चे यश अल्पजीवी ठरले असले पाहिजे. कारण इ.स. ५४३ – ४४ मध्ये म्हणजे मंदशोर शिलालेखानंतर दहा वर्षांनी जनेंद्र यशोधर्मन् पुंड्र– वर्धन – मुक्तीचे , भारतीय अन्तर्माग व लौहित्य यांच्या मधील एका प्रांतांचे नियंत्रण

करीत होता. मंदशोर शिलालेखात जनेन्द्र यशोधर्मनूचा मध्यभारतातील जनेन्द्राचा कोणी अधिकारी म्हणून नव्हे, तर विजयशाली 'परमभट्टारक, महाराजाधिराज, पृथ्विपति' 'सर्वश्रेष्ठ सम्राट', 'राजांचा राजा', 'पृथ्विपती' अशा एका गुप्ताचा पुत्र(?) राजप्रतिनिधी म्हणून निर्देश येतो.

पूर्वकालीन सार्वभौम गुप्त राज्यकर्ते

गुप्त

घटोत्कच   लिच्छवी घराणे

पहिला चंद्रगुप्त= कुमार देवकी
(?) इ.स.३२०

समद्रगुप्त= दत्तदेवी

ध्रुव देवी = पहिला देवगुप्त (दुसरा चंद्रगुप्त.   वक्रमादित्य = कुबेरनाग
इ.स. ३७६- ४१३

गोविंदगुप्त   पहिला कुमारगुप्त   महेन्द्रादित्य (१) देवकी?
(२) अनंतदेवी

युवराज?   इ.स.४१५ - ४५५   गुत्तलचे गुप्त   प्रभावती

स्कंद गुप्त   पुरुगुप्त   घटोत्कच गुप्त,   दक्षिणेतील भोजकटचे
२रा   = श्रीचंद्र देवी (?)   (मध्यभारत)   वाकाटक राजे,
इ.
विक्रमादित्य
इ.स. ४५५-४६७

नरसिंहगुप्त   बुधगुप्त
(बालादित्य)   इ.स. ४७७ -४९५
= श्री मित्रदेवी   तथागत गुप्त,   बहुधा विनयगुप्ताशी
संबंधित इ.स. ५०७

दुसरा कुमारगुप्त, क्रमदत्या,
(?) इ.स. ४७३ - ४७४   दुसरा बालादित्य (मानु गुप्त ?)

विष्णुगुप्त   इ.स. ५१०

प्रकटादित्य   वज्र(?)

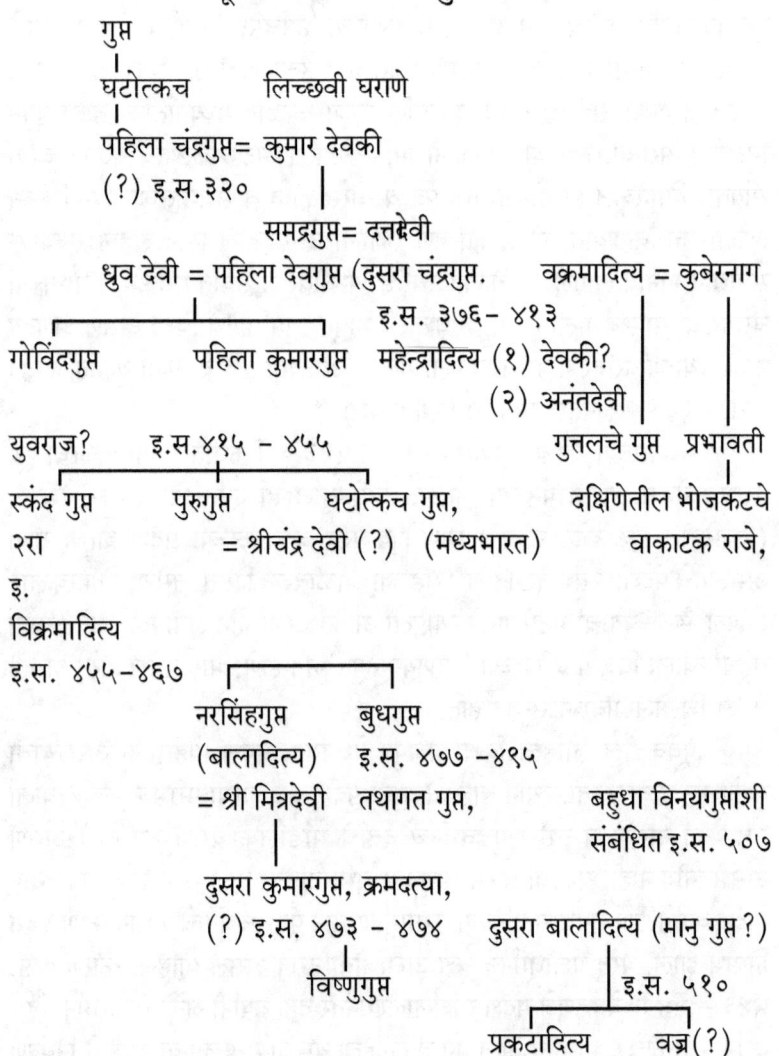

कृष्णगुप्ताचे घराणे

इ.स. ५४३ – ४४ मधील दामोदरपूर – पटलातील गुप्तसम्राटाचे नाव दुर्दैवाने नष्ट झाले आहे. अफ्सड् शिलालेखावरून मात्र अनेक 'गुप्त' राजांची[४७] नावे समजतात. त्यांपैकी चौथ्या क्रमांकाचा राजा (तिसरा) कुमारगुप्त हा ईशानवर्मन् मोखरीचा समकालीन होता व तो इ.स. ५५४ मध्ये सत्तेवर असल्याचे हराहा शिलालेखावरून समजते.[४८] तिसरा कुमारगुप्त व त्याचे तीन पूर्वज म्हणजे कृष्ण, हर्ष व जीवित ह्यांचा काळ भानुगुप्ताचे संवस्तर इ.स. ५१० व ईशानवर्मनूचे संवस्तर ५५४ यांच्या दरम्यानचा बहुधा मानला पाहिजे. ह्यांपैकी एक राजा इ.स. ५४३ – ४४ च्या दामोदरपूर – पटलात उल्लेखलिलेल्या एका गुप्तसम्राटाशी एकात्म असण्याची शक्यता आहे. पण ही गोष्ट कोणत्याही प्रकारे निश्चित मानता येणार नाही.[४९] अफ्सड् शिलालेखातील श्लोकांमध्ये 'महाराजाधिराज' किंवा 'परम– भट्टारक' यांसारखी भारदस्त बिरुदे आली नाहीत, यावरून त्यात निर्देशिलेले राजे छोटे अधिकारी होते, असे अपरिहार्यपणे सिद्ध होत नाही. मंदशोर शिलालेखात पहिल्या कुमार गुप्ताच्या नावाला किंवा एरण शिलालेखात बुधगुप्ताच्या नावाला या प्रकारची बिरुदे जोडण्यात आलेली नाहीत. ह्याच्या उलट अफ्सड् शिलालेखात उल्लेखिलेल्या माधवगुप्त ह्या अगदी अल्प सामर्थ्यशाली राजाच्या राणीला 'देओ बरणार्क' कोरीव लेखात 'परमभट्टारिका' व 'महादेवी' असे संबोधले आहे.

कृष्णगुप्ताबाबत आपणास अगदीच अल्प माहिती उपलब्ध आहे. अफ्सड् शिलालेख त्याचे एक योद्धा म्हणून वर्णन करतो. त्याचा बाहू, (त्याच्या) उद्धट शत्रूच्या ('दृप्ताराति') मदोन्मत्त हत्तींच्या रांगांची गंडस्थळे फोडून काढण्यात व आपल्या पराक्रमाने असंख्य शत्रूंवर विजय मिळविण्याच्या बाबतीत एखाद्या सिंहाची भूमिका बजावीत असल्याचे त्यात म्हटले आहे. ज्या 'दृप्तारातिन' विरुद्ध त्यास लढावे लागले, तो यशोवर्मन् असावा. नंतरचा राजा देव श्री हर्षगुप्त ह्याला '(आपल्या) स्वतःच्या स्वामीसमवेत असलेल्या भाग्यदेवतेच्या निवासस्थानापासून परांङ्मुख असणाऱ्या' शत्रूंविरुद्ध भयंकर संघर्ष करावे लागले. त्याच्या छातीवर अनेक शस्त्रांच्या जखमा झाल्या होत्या. त्याची न्याय्य मालमत्ता हिरावून घेण्याचा प्रयत्न करणाऱ्या शत्रूंची नावे देण्यात आलेली नाहीत. हर्षाचा पुत्र पहिला जीवितगुप्त आपल्या घराण्याची सत्ता हिमालयातील व सागरतीरावरील प्रदेशात उघडपणे पूर्व भारतात, पुनः एकदा प्रस्थापित करण्यात बहुधा यशस्वी ठरला. 'जरी (त्याचे) शत्रू वाहत्या व ओहोटीच्या दिशेने जाणाऱ्या जलप्रवाहांनी थंड झालेल्या सागर – किनाऱ्यावर उभे ठाकलेले

होते, (आणि) जरी त्यांच्यावर ताडांच्या उत्तुंग वनराईतून भटकणाऱ्या हत्तींच्या सोंडांनी तोडून टाकलेल्या केळीच्या पानांची सावली होती, (किंवा) जोराने पुढे जाणाऱ्या व उसळणाऱ्या बर्फाच्या लोंढ्यातील जलामुळे शीतल झालेल्या (त्या) पर्वतावर (=हिमालयावर) ते उभे होते– तरी (भीतीच्या) अत्यंत भयंकर व होरपळून टाकणाऱ्या तापातून (त्याचे) आढ्यताखोर शत्रू सुटले नाहीत.' समुद्र – किनाऱ्यावरील हे 'आढ्यताखोर शत्रू' बहुधा गौड असावेत. त्यांनी ह्याच सुमारास विजयाची घोडदौड आरंभली होती. हे समुद्रकिनाऱ्यावर राहत असल्याचे (समुद्राश्रय) वर्णन इ.स. ५५४ मधील हराहा शिलालेखात येते.[५०] इतर शत्रूंमध्ये अमौन – पटलातील नंदनासारख्या महत्त्वाकांक्षी 'कुमारामात्यांचा' अंतर्भाव असावा.

पुढचा राजा तृतीय कुमारगुप्त ह्याला अडचणींच्या सागराला तोंड द्यावे लागले. पश्चिम – बंगालमधील 'स्वतःच्या राज्यातून' गौड बाहेर पडत होते. हे राज्य समुद्रकाठावर असून त्यात 'कर्ण – सुवर्ण'[५१] व राढापुरी[५२] ह्यांचा समावेश होत असे. तीन प्रकारचे हजारो मदोन्मत्त हत्ती असणारे आन्ध्र व चौखुर धावणाऱ्या असंख्य घोड्यांनी युक्त सैन्य असणारे शूलिक ह्या सत्ता विचारात घेण्यासारख्या होत्या. विष्णुकुण्डिन् घराण्याच्या पोलमुरु – पटलात उल्लेखिलेला माधववर्मन् ('पहिला जनाश्रय') हाच बहुधा तो आंध्र राजा असावा. त्याने 'पूर्वप्रदेश जिंकण्याच्या अभिलाषेने गोदावरी पार केली.'[५३] व अकरा अश्वमेध यज्ञ केले. 'शूलिक' म्हणजे बहुधा चालुक्य असावेत.[५४] महाकूट स्तंभलेखात चलिक्य असे नाव येते. गुजराट् – नोंदीमध्ये 'सोलकि' किंवा 'सोलंकि' अशी रूपे आढळतात. 'शूलिक' हा बोलीभाषेतील दुसरा एक पाठभेद असावा. इ. सनाच्या सहाव्या शतकात 'चलिक्य' घराण्याच्या पहिल्या कीर्तिवर्मन्‌ने वंग, अंग, मगध वगैरे देशांच्या राजांवर विजय मिळविले, असे महाकूट स्तंभलेखात आहे. त्याच्या पित्याने अश्वमेध केल्याचे प्रसिद्ध आहे. अश्वमेध म्हणजे 'विश्वविजेत्या योध्याच्या सामर्थ्याचा कस पाहणारा सर्वश्रेष्ठ निकष व सर्व योध्यांवरील विजयाचा निदर्शक होय.' यजमानाने आव्हान दिलेल्या राजांच्या प्रदेशात सुमारे एक वर्षभर संचार करणाऱ्या यज्ञीय अश्वाच्या रक्षणाची जबाबदारी युवराज कीर्तिवर्मन्‌वर सोपविण्यात आली असावी.

गंगेच्या वरच्या खोऱ्यात एक नवी सत्ता उदयास येत होती व ती उत्तर भारतावरील प्रभुत्वासाठी गुप्तांशी आमरण झुंज देण्याचे योजीत होती. ती मुखर किंवा मौखरि[५५] सत्ता होय. वैवस्वत म्हणजे यम[५६] (मनु नव्हे) ह्याच्याकडून राजा अश्वपतीला मिळालेल्या शंभर पुत्रांपासून आपला वंश निर्माण झाल्याचे मौखरी मानीत असत. ह्या घराण्यात अनेक वेगवेगळे गट होते. एका गटाचे शिलालेख उत्तरप्रदेशाच्या जौनपूर

व बाराबंकी जिल्ह्यात, तर दुसऱ्या गटाचे नरम दगडावरील लेख (lithic records) बिहारच्या गया जिल्ह्यात सापडले आहेत. तिसऱ्या एका घराण्याचे शिलालेख राजपुतानामधील कोटाह राज्यातील बड्वा येथे आहेत. गयेच्या मौखरींचे, म्हणजे यज्ञवर्मन्, शार्दूलवर्मन् व अनंतवर्मन् यांचे, मांडलिक घराणे होते. शार्दूलाला 'सामन्त – चूडामणि', 'मांडलिकांच्या मस्तकावरील रत्न' असे त्याच्या मुलाच्या 'बराबर टेकडी' वरील गुहालेखात स्पष्टपणे म्हटले आहे.[५७] इसवी सनाच्या तिसऱ्या शतकात पश्चिम- भारतातील कोणा एका राजाच्या सेनापतिपदावर किंवा लष्करी राज्यपालपदावर मौखरी होते. उत्तर – प्रदेशाचे मौखरी[५८] सुद्धा प्रारंभी बहुधा दुय्यम दर्जाच्या पदावर होते. ह्या घराण्याचे अगदी प्रारंभीचे राजे म्हणजे हरिवर्मन्, आदित्यवर्मन् व ईश्वरवर्मन् हे केवळ 'महाराजे' होते. हर्षगुप्ता ही आदित्यवर्मन्ची पत्नी असून ती राजा हर्षगुप्ताची बहीण असावी. त्याचा पुत्र व वारस ईश्वरवर्मन् ह्याची पत्नीसुद्धा उप–गुप्ता नावाची गुप्तराजकन्या असावी. हराहा शिलालेखात ईश्वरवर्मन व उप- गुप्तेचा पुत्र [५९] ईशानवर्मन् ह्याने आन्ध्र[६०], शूलिक व गौड ह्यांवर विजय मिळविल्याचा दावा केला असून 'महाराजाधिराज' हे साम्राज्यवाचक बिरुद धारण करणारा तो पहिला राजा होय. ह्याच कारणामुळे बहुधा त्याला राजा तृतीय कुमारगुप्ताशी संघर्ष करावा लागला.[६१] अशा प्रकारे मौखरीमध्ये व गुप्तांमध्ये द्वंद्वयुद्धास तोंड फुटले व गौडांच्या मदतीने गुप्तांनी मौखरींना निपटून काढल्यावरच त्याचा शेवट झाला आणि हे हर्षवर्धनाचा मेहुणा ग्रहवर्मन् याच्या काळात घडले.[६२]

ईशानवर्मन्ची आई व आजी ह्या बहुधा गुप्तराजकन्या असल्याचे आपण पाहिले. सहाव्या शतकाच्या उत्तरार्धातील दुसरा साम्राज्य संस्थापक प्रभाकरवर्धन् याची माताही गुप्त राजकन्या असल्याचे दिसते. अधिक प्राचीन काळातील लिच्छवींच्या विवाहांप्रमाणे ह्या काळातील गुप्तांचे विवाह साम्राज्यवाढीच्या महत्वाकांक्षेला प्रेरणा[६३] देणारे म्हणून उपकारक ठरल्याचे दिसते.

तिसरा कुमारगुप्त 'राजांमधील प्रत्यक्ष चंद्र अशा वैभवशाली ईशानवर्मन्च्या सैन्याच्या स्वरूपातील अगाध क्षीर – सागराचे आपण लक्ष्मीच्या प्राप्तीसाठी मंथन केले असल्याचा'[६४] दावा करतो. ही बढाई पोकळी नव्हती, कारण गुप्तांवर कोणताही विजय मिळविल्याचे मौखरीच्या नोंदीत म्हटलेले नाही.[६५] तिसऱ्या कुमारगुप्तांचे अंत्यसंस्कार प्रयागला झाले. अर्थात प्रयाग हा त्याच्या राज्याचा एक भाग असला पाहिजे.

ह्या राजाचा पुत्र व वारस दामोदरगुप्त हा होय. त्याने मौखरींशी संघर्ष चालू ठेवला. परंतु त्यांच्याशी लढताना तो मरण पावला. 'हूणांच्या सैन्याला (पायी चिरडून

ठार मारण्यासाठी) रणांगणावर उंच फेकून देणाऱ्या, रुबाबात पुढे येणाऱ्या, मौखरींच्या सामर्थ्यशाली हत्तींच्या रांगांना फोडून काढीत असता तो बेशुद्ध पडला (व ह्या लढ्यात मरण पावला)[६६]'

दामोदरगुप्तानंतर त्याचा पुत्र महासेनगुप्त सत्तेवर आला. 'हर्षचरिता'त निर्देशिलेला बहुधा तो मालवाचा किंवा संभवतः पूर्ण मालवाचा राजा होय. कुमारगुप्त व माधवगुप्त ह्या त्याच्या पुत्रांची राज्यवर्धन व हर्षवर्धन यांची काळजी घेण्यासाठी त्यांच्या पित्याने - श्रीकंठाच्या (ठानेसर) पुष्यभूती - घराण्यातील प्रभाकरवर्धनाने नेमणूक केली होती. मधुबन दानपत्र व हर्षाच्या सोनपत ताम्रमुद्रा लेखांवरून महासेन गुप्ताच्या आणि प्रभाकरवर्धनाच्या घराण्यातील जिव्हाळ्यांचा संबंध सिद्ध होतो. त्यामध्ये महासेन गुप्ता देवी ही प्रभाकराची माता असल्याचे म्हटले आहे. तसेच, आदित्यसेनाच्या अफ्सड् - शिलालेखात महासेनगुप्ताचा मुलगा माधवगुप्त ह्याच्या हर्षाशी असलेल्या संबंधाविषयी उल्लेख येतो.

पुष्यभूती - घराण्याशी महासेनगुप्ताचा असलेला मैत्रीसंबंध बहुधा मौखरींच्या वाढत्या प्रभावामुळे निर्माण झाला असावा.[६७] हे धोरण अतिशय यशस्वी ठरले आणि त्याच्या कारकिर्दीत त्या घराण्याशी एकही संघर्ष झाल्याचे आपल्यास दिसत नाही. परंतु पूर्वेकडे एका नव्या धोक्याची भीती निर्माण झाली होती. भगदत्तापासून आपली उत्पत्ती मानणाऱ्या एका राजघराण्याने कामरुपमध्ये ह्या काळात एक सामर्थ्यशाली राजसत्ता स्थापन केली होती. ह्या घराण्याच्या सुस्थितवर्मन्[६८] राजांचा महासेनगुप्ताशी संघर्ष होऊन त्यात त्याचा पराभव झाला. अफसड् शिलालेखात म्हटले आहे. 'विख्यात सुस्थितवर्मन्‌वरील विजयामुळे प्राप्त झालेल्या ...... महासेन गुप्ताच्या उज्ज्वल यशाचे गुणगान अद्यापही लौहित्य नदीच्या तीरांवर केले जाते.''

प्रभाकरवर्धनाचा समकालीन असलेला महासेनगुप्त व हर्ष - वर्धनाचा समकालीन असलेला त्याचा धाकटा किंवा सर्वात धाकटा मुलगा माधवगुप्त ह्यांच्यामध्ये द्वितीय देवगुप्त नावाचा राजा मानला पाहिजे.[६९] हर्षाच्या मधुबन व बन्सखेर शिलालेखात त्याचा 'नाठाळ घोड्यांप्रमाणे असणाऱ्या' राजांपैकी सर्वात मुख्य म्हणून नावानिशी उल्लेख आला आहे. त्यांची आक्रमक वाटचाल चालू असता त्या सर्वांना राज्यवर्धनाने धडा शिकवून काबूत ठेवले. 'हर्ष चरिता' त गुप्तराजांचा सारख्याच रीतीने मालवांशी संबंध असल्याचे दर्शविल्यामुळे दुष्ट देवगुप्त व मालवाचा दुष्ट राजा एकच आहेत, ह्याबद्दल शंका उरत नाही. त्याने ग्रहमवर्मन् मौखरीला ठार केले आणि त्याला स्वतःला राज्यवर्धनाने 'विलक्षण सहजतेने' पराभूत केले.[७०] गुप्तांच्या वंशावळीत देवगुप्ताचे स्थान निश्चित करणे अवघड आहे. तो महासेनगुप्ताचा ज्येष्ठ पुत्र व

कुमारगुप्ताचा आणि माधवगुप्ताचा जेष्ठ भाऊ असावा.[७१] भितरी यादीत जसे स्कंदगुप्ताचे नाव वगळण्यात आले आहे, त्याचप्रमाणे राजांच्या अफ्सड् यादीत त्याचे नाव वगळण्यात आले आहे.

त्याच्या मृत्यूपूर्वी काही काळ प्रभाकर - वर्धनाने आपली मुलगी राज्यश्री हिचा मौखरि - राजा अवंतिवर्मन् ह्याच्या ग्रहवर्मन् ह्या थोरल्या मुलाशी विवाह केला. देवगुप्ताच्या घराण्याच्या उघड शत्रूशी झालेल्या पुष्यभूतींच्या सख्यामुळे देवगुप्ताचे मन पालटले असले पाहिजे. त्याने गौडांशी उलट - तह केला. त्यांचे मौखरींशी असलेले वैर ईशानवर्मनूच्या कारकीर्दीइतके जुने होते. प्रभाकर मरण पावल्यावर लगेच हा गुप्त राजा व गौड राजा शशांक[७२] ह्यांनी मौखरि - राज्यावर एकत्रितपणे हल्ला केल्याचे दिसते. 'ग्रहवर्मन्ला त्याच्या सत्कृत्यासह जीवितापासून मालवाच्या दुष्ट राजाने वंचित केले. राजकन्या राज्यश्रीलाही एखाद्या लुटारूच्या बायकोप्रमाणे अटक करण्यात आली व तिच्या पायांत लोखंडी बेड्या घालण्यात येऊन कान्यकुब्ज येथे तिला तुरुंगात टाकण्यात आले.' 'ह्या दुष्टाने सैन्याला नेता नाही, असे पाहून ह्या देशावरही (थानेसर) आक्रमण करून तो घेण्याचे ठरविले.'[७३] राज्यवर्धनाने जरी 'विलक्षण सहजतेने' मालवसैन्याला निपटून काढले होते, तरी तो 'गौड अधिपतीच्या खोट्या सौजन्याला बळी पडला व त्यानंतर निःशस्त्र, विश्वास बाळगणाऱ्या व एकाकी अशा त्याला स्वस्थानीच ठार करण्यात आले.'

गुप्त व गौड ह्यांमधील अभेद्य एकजुटीला तोंड देण्यासाठी राज्यवर्धनानंतर आलेल्या हर्षाने कामरुपचा राजा भास्करवर्मन् ह्याच्याशी तह केला. त्याचा पिता सुस्थितवर्मन् मृगांक महासेन गुप्ताविरुद्ध लढला होता. हा तह गौडांना अनर्थकारी ठरल्याचे भास्कराच्या निधनपुर - पटलावरून समजते. ही पटले (Plates) प्रसृत करण्याच्या वेळी भास्करवर्मनूच्या ताब्यात कर्णसुवर्ण शहर होते. गौडराज शशांक याची हे शहर एके काळी राजधानी होते. इ.स. ६१९ ते ६३७ ह्यांच्या दरम्यान कधीतरी शशांकाचे निधन झाले. भास्करवर्मन्ने उखडून टाकलेला राजा जयनाग असावा. ('नागराजसमाह्वयो गौड राज', नाग नावाचा गौडराजा सोमाख्य किंवा शशांकाचा वारस) वधघोषवाट शिलालेखावरून त्याचे नावे उजेडात आले आहे.[७४] गौड लोकांनी मात्र आपल्या स्वातंत्र्यनाशाला निमूटपणे संमती दिली नाही. कनौजच्या व कामरुपच्या बाजूने ते एक सलता काटा ठरले व त्या दोन सत्तांच्या विरुद्ध असलेले त्यांचे वैर शशांकाच्या पाल व सेन वारसांमध्ये उतरले.

इ.स. ६०८ मध्ये किंवा त्या सुमारास गुप्तांना विदिशा कटच्छुरींच्या हवाली करावी लागल्याचे दिसते. इ.स.६३७ च्या थोड्या आधी मगधावर पूर्णवर्मन्ने ताबा

मिळविला होता. महासेनगुप्ताचा धाकटा किंवा सर्वात धाकटा मुलगा माधवगुप्त थानेसर – कनौजच्या हर्षाचा एक दुय्यम मित्र म्हणून उघडपणे त्याच्या दरबारात राहिला. ६१८ – २७ ह्या काळात हर्षाने 'भारताच्या चार भागांतील राजांना शिक्षा केली' व ६४१ मध्ये मगधराज हे बिरुद धारण केले.[७५] त्याच्या मृत्यूनंतर मगधामधील गुप्तांच्या सार्वभौमत्वाचे पुनरुज्जीवन आदित्यसेनाने केले. हा राजा विलक्षण उत्साही व सामर्थ्यशाली होता. अर्जुनाने (?) हर्षाची गादी बळकाविल्यावर निर्माण झालेल्या क्षोभामुळे त्याला संधी मिळाली. ह्या 'उत्तरकालीन गुप्त' राजाच्या बाबतीत अनेक शिलालेख उपलब्ध आहेत. त्यांवरून समुद्रकिनाऱ्यापर्यंत पसरलेल्या विशाल प्रदेशावर त्याचा अंमल असल्याचे सिद्ध होते. अफ्सड्, शाहपूर व मंदार शिलालेख त्याचा ताबा दक्षिणेवर व पूर्व – बिहारच्या काही भागांवर निर्विवादपणे असल्याचे मान्य करतात. फ्लीटला[७६] आढळलेला एक देवघर शिलालेख त्याचे वर्णन समुद्रान्त संपूर्ण पृथ्वीचा राजा आणि अश्वमेध व इतर मोठे यज्ञ करणारा असे करतो. गौडांशी व त्याचप्रमाणे मौखरींशी त्याने नव्याने संपर्क प्रस्थापित केला आणि सूक्ष्मशिव नावाचा एक गौडदेशीय अधिकारी त्याच्या सेवेत आला. भोगवर्मन् नावाच्या एका मौखरीप्रमुखाने त्याच्या कन्येचे पाणिग्रहण केले.[७७] व तो संभवतः त्याचा दुय्यम मित्र म्हणून राहिला. देव – वरणार्क शिलालेखात दुसरा जीवितगुप्त ह्या त्याच्या पणतवाच्या गोमतीकोट्टक येथील 'जयस्कंधावारा' चा उल्लेख येतो. यावरून मध्यप्रदेशातील गोमतीखोऱ्यावर मौखरींचे नव्हे, तर तथाकथित उत्तरकालीन गुप्तांचे वर्चस्व ह्या सुमारास असल्याचे स्पष्टपणे सूचित होते. मंदार – शिलालेखात आदित्यसेनाला 'परमभट्टारक' व 'महाराजाधिराज' ही सम्राटवाचक बिरुदे लावण्यात आली आहेत. इ.स. ६७२ – ७३ मध्ये तो सत्तेवर असल्याचे शाहपुर अश्मप्रतिमा शिलालेखावरून समजते. तो किंवा त्याचा पुत्र (तिसरा) देवगुप्त 'सकलोत्तरापथ – नाथ' संपूर्ण उत्तरभारताचा स्वामी असणे शक्य नाही. विनयादित्य (इ.स. ६८० – ९६) व विजयादित्य या चलुक्यराजांनी त्याचा पराभव केला.[७८]

देव – वरणार्क शिलालेखावरून आदित्यसेनानंतर त्याचा पुत्र (तृतीय) देवगुप्त व त्याच्यानंतर त्याचा पुत्र (द्वितीय) विष्णुगुप्त सत्तेवर आल्याचे समजते.[७९] विष्णूचा पुत्र द्वितीय जीवितगुप्त हा शेवटचा राजा होय. हे सर्व राजे सम्राटवाचक बिरुदे धारण करीत असत. ही बिरुदे म्हणजे पोकळ शिष्टाचार नव्हते, ही गोष्ट वातापीच्या पश्चिम तालुक्यांच्या नोंदीवरून दिसते. सातव्या शतकाच्या अखेरच्या पावशतकात संपूर्ण उत्तरभारतातील साम्राज्याच्या अस्तित्वाची त्यांत साक्ष मिळते. साम्राज्याच्या प्रतिष्ठेचा ह्या काळात दावा करणारे व अफ्सड् व देव – वरणार्क शिलालेखांवरून सिद्ध

झाल्याप्रमाणे मगधावर प्रभुत्व असणारे आदित्यसेन व त्याचे वारस हेच तेवढे उत्तर - भारतीय सार्वभौम राज्यकर्ते 'उत्तरापथ - नाथ' होत.[८०]

गुप्तसाम्राज्याचा अंतिम विनाश बहुधा गौडांनी केला असावा. माधवगुप्ताने त्यांची बाजू सोडली. ह्याबद्दल ते त्याची गय करणे शक्य नव्हते आणि आदित्यसेनाच्या सेवेत असताना त्यांचे सामर्थ्य वाढले असावे. कनौजच्या यशोववर्मनूच्या काळात, म्हणजे इ.स. आठव्या शतकाच्या पूर्वार्धात, एक गौंड राजा मगधाच्या गादीवर स्थानापन्न झाला.[८१]

आपाततः साम्राज्यवादी घराण्याशी संबंधित असलेले छोटे गुप्तराजे कन्नड जिल्ह्यात इसवी सनाच्या बाराव्या व तेराव्या शतकात राज्य करीत होते. त्यांचा शिलालेखात वारंवार उल्लेख येतो. गुप्तांच्या कन्नड देशाशी असलेल्या ह्याच्या आधीच्या संबंधाविषयी तालगुंड - शिलालेखात पुरावा मिळतो. कदंब घराण्याच्या काकुत्स्थवर्मनूने आपल्या मुली गुप्त व इतर राजे ह्यांना दिल्याचे त्यात म्हटले आहे. इसवी सनाच्या पाचव्या किंवा सहाव्या शतकात दुसरा चंद्रगुप्त विक्रमादित्याच्या त्याच्या प्रभावतीगुप्ता ह्या मुलीकडून असलेल्या वंशजाने वाकाटक राजा नरेन्द्रसेन ह्याने - कुंतलच्या म्हणजे कन्नड मुलुखातील एका राजकन्येशी विवाह केल्याचे सांगितले जाते.[८२] आश्चर्य असे की, कन्नड मुलुखातील गुप्तांनी किंवा गुप्तप्रमुखांनी आपला वंश उज्जयिनीचा राजा चंद्रगुप्त विक्रमादित्य[८३] याच्यापासून सुरू झाल्याचा दावा केला आहे.[८४]

❑

अगदी अलीकडचे गुप्त राजे

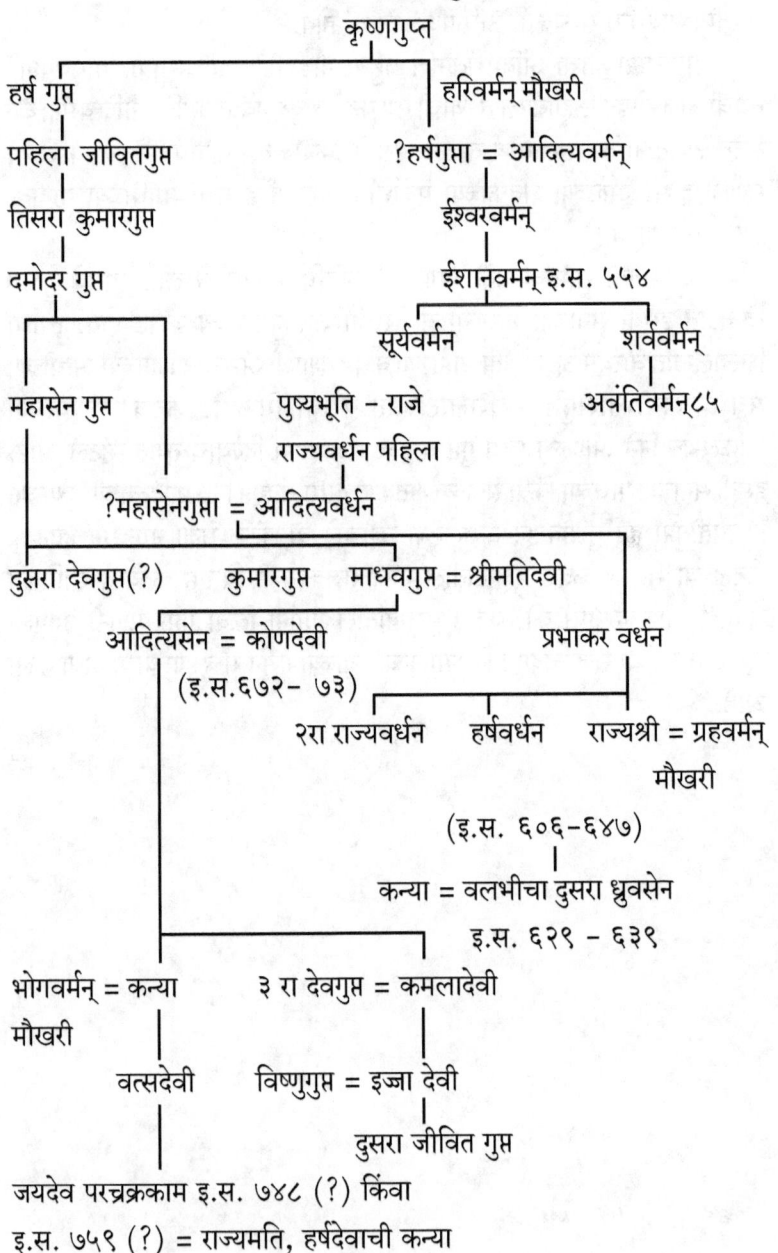

कृष्णगुप्त

हर्ष गुप्त — हरिवर्मन् मौखरी

पहिला जीवितगुप्त — ?हर्षगुप्ता = आदित्यवर्मन्

तिसरा कुमारगुप्त — ईश्वरवर्मन्

दमोदर गुप्त — ईशानवर्मन् इ.स. ५५४

सूर्यवर्मन — शर्ववर्मन्

महासेन गुप्त — पुष्यभूति – राजे — अवंतिवर्मन्८५

राज्यवर्धन पहिला

?महासेनगुप्ता = आदित्यवर्धन

दुसरा देवगुप्त(?) — कुमारगुप्त — माधवगुप्त = श्रीमतिदेवी

आदित्यसेन = कोणदेवी (इ.स.६७२– ७३) — प्रभाकर वर्धन

२रा राज्यवर्धन — हर्षवर्धन — राज्यश्री = ग्रहवर्मन् मौखरी

(इ.स. ६०६–६४७)

कन्या = वलभीचा दुसरा ध्रुवसेन इ.स. ६२९ – ६३९

भोगवर्मन् = कन्या मौखरी — ३ रा देवगुप्त = कमलादेवी

वत्सदेवी — विष्णुगुप्त = इज्जा देवी

दुसरा जीवित गुप्त

जयदेव परचक्रकाम इ.स. ७४८ (?) किंवा इ.स. ७५९ (?) = राज्यमति, हर्षदेवाची कन्या

स्पष्टीकरणात्मक टीपा

१. Smith, `The Oxford History of India Additions & Corrections', p. 171. end.

२. ऱ्हासाच्या संभाव्य कारणासाठी पाहा - `Calcutta Review,' (April, 1930) p. 36 ff; also post 626 ff.

३. A.S.I Report, (1914.15) ;' Hindusthan Review. (Jan,(1918); `JBROS', IV, 344 f.

४. 'श्रीमती प्रवर्धमान विजय – राज्ये संवत्सर – शते – नवे नवत्युत्तरे गुप्त – नृप – राज्य – भुक्ती,' (= 'वैभवशाली, वर्धिष्णु व विजयी कारकिर्दीत १९९ ह्या वर्षात गुप्त राजा सार्वभौमत्वाचा उपभोग घेत असताना').

५. `Ep. Ind'; VIII, pp. 284 - 87 डभाला = नंतरचे डाहल

६. Fleet, CII, III pp. 113 - 16, Hoernle in "JASB', 1889, p. 95.

७. `Ep. Ind'; XV, p. 113 ff. Corrected in `Ep. In'., XVII (Jan, 1924) p. 193)

८. पुष्पभूती नव्हे तर पुष्यभूती हाच योग्य शब्द असल्याचे दिसते. (`Ep. Ind.' I.68)

९. पाचव्या शतकाइतक्या प्राचीन काळापासून गुप्तांचे वास्तव्य 'मालवा' मध्ये होते. दुसऱ्या चंद्रगुप्ताचे उदयगिरी – शिलालेख व घटोत्कच गुप्ताच्या तुमैन शिलालेख ह्यांवरून हे सिद्ध होते. सहाव्या शतकाच्या अखेरीस व सातव्या शतकाच्या प्रारंभी ह्या भागावर एका गुप्तघराण्याचा साक्षात अंमल असल्याचे दिसते. ह्या घराण्याचा थोर गुप्तांशी नेमका कसा संबंध होता, हे स्पष्ट नाही. मगधाचे प्रशासन बहुधा कुमारामात्य महाराज नंदन (इ.स. ५५१ – २) व वर्मन् ह्यांच्यासारखे स्थानिक राज्यकर्ते करीत असावेत. कुमारामात्य महाराज नंदनाचा निर्देश गया जिल्ह्यातील अमौन – पटलात येतो. (Ep. Ind.', x. 49) (वर्मन् रजायकर्त्यासाठी पाहा – नागर्जुनि टेकडीवरील गुहालेख, CII; 226; युआन च्वांगने उल्लेखिलेला पूर्णवर्मन् व तसेच देववर्मन् IA, X,110) सविस्तर चर्चेसाठी पाहा – राय चौधुरी, `JBORS', XV, parts iii and iv (1929) pp. 652f. 'उत्तरकालीन गुप्तां'च्या 'मालवा' चे नेमके स्थान व त्याची व्याप्ती निश्चित करता येत नाही. एप्रिग्राफिआ इंडिकामध्ये (५.२२९) सहाव्या विक्रमादित्याचा सामंत, 'दंडूनायक' अनंतपाल ह्याने हिमालयपर्वता पर्यंतचे 'सप्त' मालव देश जिंकल्याचे म्हटले जाते. यावरुन मालव नावाचे

सात देश असल्याचे सूचित होते. (Cf. Also Rice, `Mysore and Coorg',46) ते बहुधा खालीलप्रमाणे असावेतः १) पश्चिम घाटावरील 'मालव' नावाचे देश (Kanarese Districts', p.569)२) वलभी दानपत्रातील महीनदीवरील मैत्रकांचे नियंत्रण असणारा मो - लपो मालवक आहार, ३) अमौन - पटलात (सहावे शतक) उल्लेखिलेल्या कटच्छुरीचे किंवा कलचुरींचे नियंत्रण असलेल्या व युआन च्वांग ह्या चिनी यात्रेकरूच्या काळात एका ब्राह्मण घराण्याची सत्ता असलेला व्यापक अर्थाने जाणला जाणारा अवंतिदेश, ४) (मिलासाच्या भोवतालचा) पूर्वमालव, ५) उत्तर प्रदेशातील प्रयाग, कौशांबी व फतेहपूर भोवतीचा जिल्हा (Smith `EHI', 4th Ed., p. 350 n' `IHQ' (1931) 150 f; Cf., `JRAS',(1903) 561, ६) पूर्व राजपुतान्याचा भाग, ७) काही हिमालयीन प्रदेशांसह पंजाबचे सिस् - सतलज जिल्हें उत्तरकालीन गुप्तांच्या ताब्यात बहुधा ४) व ५) असावेत व काही वेळा मगधही असावा. 'भागवतपुराणा'चा काळ उत्तरकालीन गुप्तांपेक्षा फारसा वेगळा नसावा. ह्या पुराणात (१२.१.३६) मालवाचा अर्बुदशी (अब्रु) संबंध दर्शविला असून हा भाग अवंतीहून निराळा मानला आहे. मालवाचे व अवंतीचे राज्यकर्ते परस्परांहून वेगळे असल्याचे राजशेखरने आपल्या 'विद्धशालमंजिके' मध्ये दर्शविले आहे. (अंक ४), (जिवानंद विद्यासागरांच्या आवृत्तीतील पृ. १२१) पूर्वी सातव्या शतकात गुप्तांच्या हातून सर्व मालव कटच्छुरींच्या हाती गेल्याचे दिसते. इ.स. ६०८ मध्ये किंवा त्या सुमारास विदिशेहून (बेसनगर) काढण्यात आलेल्या वड्नेर पटलांवरून शंकरगण ह्या कटच्छुरी राजाला समुद्रगुप्ताच्या अलाहाबाद प्रशस्तीमधून उघडपणे घेण्यात आलेली बिरुदे प्राप्त झाल्याचे दिसते. बादामी व दक्षिण गुजरात यांमधील पूर्वकालीन चालुक्यांनी कटच्छुरींना उखडून टाकले. ३९४ ह्या वर्षातील कैर - दानपत्रात (IA', VII 248) चालुक्यांचा प्रमुख विजयराज ह्याला समुद्रगुप्ताची तीने बिरुदे लावण्यात आल्याचे फ्लीट दर्शवितो. (CII, 14) इसवी सनाच्या सातव्या शतकाच्या उत्तरार्धात सत्तेवर असणाऱ्या नंतरच्या गुप्त घराण्यातील आदित्यसेनाचा नेपाळी शिलालेखात 'मगधाचा राजा' म्हणून उल्लेख आल्याचे दिसते. आता गुप्तसत्तेचे प्रमुख केंद्र म्हणून पूर्व मालवाच्या जागी मगध आले.

१०. Cf, Honernle in `JRAS', (1903) 561

११. बाणाच्या कादंबरीमधील प्रास्ताविक दहाव्या श्लोकात उत्तरकालीन गुप्तांचा

उल्लेख आल्याचे दिसते. अनेक गुप्त कुबेराच्या - कवीच्या पणजोबाच्या - चरणकमलांची पूजा करीत असतः-

बभूब वात्सायन - वंश - संभवो
द्विजो जगद्गीतगुणोऽग्रणी : सताम्।
अनेकदगुप्तार्चितपादपङ्कजः
कुबेरनामांश इव स्वयंभुवः ।।

१२. JASB,' (1889) pp. 84 - 105

१३. स्कंदाचे नाव त्याच्या भावाच्या नातवाच्या भितरी मुद्रेत जे वगळण्यात आले आहे, त्याचा अर्थ त्याचे पुरुच्या घराण्याशी मैत्रीचे संबंध नव्हते, असा अपरिहार्यपणे होत नाही. तसे श्री. आर. डी. बानर्जी सुचविताता. (cf. Annals of the Bhand. Ins.' (1918) - 19) pp. 74 - 75) दुसऱ्या पुलेकेशिनचे नाव त्याचा भाऊ व युवराज विष्णुवर्धन ह्याच्या एका शिलालेखात येत नाही. (सातारा दानपत्र `Ind. Ant.' 1890 pp. 227 ff) साम्राज्यवादी प्रतिहार - घराण्यातील दुसऱ्या भोजाचे नाव त्याचा पुतण्या दुसरा महेन्द्रपाल याच्या पर्तबगड शिलालेखात येत नाही. मात्र महेंद्रपालाचा पिता विनायक पाल ह्या त्याच्या भावाच्या शिलालेखात त्याच्या नावाचा निर्देश येतो. तसेच, प्रतिस्पर्धी चुलत्याच्या किंवा भावाच्या नावाचा निर्देश करून नये अशा प्रकाराची रूढी प्रचारात नव्हती. मंगलेश व दुसरा गोविंद ह्यांची नावे प्रसिस्पर्ध्यांच्या व त्यांच्या वंशजांच्या शिलालेखात येतात. ह्याच्या उलट कधीकधी सत्तेवरील राजाचा एखादा पूर्वजही वगळण्यात येत असे. उदा.: धरपट्टाला त्याच्या मुलाच्या शिलालेखात वगळले आहे. (Kielhorn, `N. Ins.' No.464)

१४. Kielhorn, `N. Ins.' No. 31

१५. पित्याच्या किंवा मातेच्या प्रदीर्घ कारकिर्दीनंतर सत्तेवर येणारी मुले सामान्यतः वयाने जास्त असतात. स्कंदगुप्ताच्या बाबतीत इ.स. ४५५ मध्येही तो आपल्या घराण्याच्या साम्राज्याच्या सर्व शत्रूंविरुद्ध क्रमशः झालेल्या संघर्षाचे नेतृत्त्व करण्याइतपत प्रौढ असल्याचे आपण जाणतो. CF. 566 n. 3 ante

१६. `Ep. Ind.' XXI. 77; ` ASI', `AR', (1934 - 35) 63

१७. `Allan'. pp.LXXX, XCviii.

१८. ही नाणी बहुधा बुधगुप्ताची असल्याचे श्री. एस. के. सरस्वती मानतात. (Indian Culture. I 692) . पण हे मत प्रा. जगन्नाथ ह्यांना मात्र मान्य

नाही. (Summaries of papers Submitted to the 13th All - Indian Oriental Conference, Nagpur', (1946) Sec. IX p.11) श्री. जगन्नाथांच्या मते यातील पाठ बुध नसून निश्चितपणे पुरु हाच आहे. विक्रमादित्य या बिरुदाच्या संदर्भात पहा. – Allan , p. Cxxii श्री सरस्वतींच्या मताचा पाठपुरावा करणारा पुरावा डॉ. आर. सी. मुजुमदार देतात. (ASB' 4 -4 -49)

१९. `CII', 285.

२०. `JRAS', (1905) 40. पुरु हा बुधाचा पुत्र आहे असे दर्शविणाऱ्या मुद्रेवरून ह्या मताची आता निश्चिती झाली आहे.. (४७६– ९५)

२१. Allan, p. lxxxvi

२२. Ibid, xci

२३. 'Life of Hiuen Tsang' p. 111 `Si - yu - ki, II, p, 168.

२४. फो – तो – किओ – तो, बील, फ्लीट व वाटर्स ह्या संज्ञेचा अर्थ बुद्धगुप्त असा देतात. हे नाव साम्राज्यवादी गुप्तांच्या कोरीव लेखांत येत नाही. त्याचा दुसरा वारस बालादित्य ह्याच्या मिहिरकुलाशी असलेल्या एककालिकतेने बुधगुप्त अभिप्रेत असल्याचे सूचित होते. विकृत झालेल्या नावाची इतर उदाहरणे आढळतात. उदा : तथाकथित आंध्र – घराण्याच्या पौराणिक याद्यांत स्कंद यांचे स्कंध असे रूप येते.

२५. 'Yunan Chwang', II p. 165.

२६. युआन –च्वांगच्या बालादित्याची पुरुगुप्ताच्या मुलाशी मानण्यात येणारी एकात्मता डॉ. भट्टसली व डॉ. बसाक उचलून धरतात, पण ते ` Life of Hiuen Tsang', (p.111) ह्यातील पुराव्याला आपाततः योग्य महत्त्व देत नाहीत. ह्या पुराव्याला प्रकटादित्याचा सारनाथ शिलालेख व 'आर्य– मंजुश्री – मूल – कल्पा' च्या संयुक्त साक्षीने पुष्टी मिळत असल्याचे आपण पुढे पाहणार आहोत. ह्या ऐतिहासिक नांदीवरून युआन च्वांगचा बालादित्य भानुगुप्ताशी एकात्म असल्याचे व तो प्रकटादित्य व वज्र ह्याचा पिता असल्याचे सूचित होते.

२७. CII' p. 285. यशोवर्मनूच्या नालंदा शिलालेखात (Ep. Ind., (1929 Jan), 38) व एका मुद्रेतही)श्री नालन्दायां श्री बादालित्य गन्धकुडी, MASI, 66, 38) एका बालादित्याचा निर्देश येतो.

२८. कुमारगुप्ताच्या मातेचे नाव श्रीमती देवी किंवा लक्ष्मीदेवी असे नव्हे, तर मित्रदेवी

असे वाचले पाहिजे, असे Ep. Ind,' xxi, 77 (नालंदाच्या मृत्तिका - मुद्रामध्ये व) `ASI', `AR', (1934 - 35) 63 मध्ये सुचविले आहे.

२९. गणपति शास्त्रींची आवृत्ती, पृ. ६३० (CF/ जायस्वाल Imperial History' 35)

बालाख्यनामासौ नृपतिर्भविता पूर्वदेशकः।
तस्यापरेण नृपतिः गौडानां प्रभविष्णवः।
कुमाराख्यो नामतः प्रोक्तः सोऽपिरत्यन्तधर्मवान्।

३०. `ASI', `AR', (1914 - 15) 124, `Hindustan Review', (Jan, 1918) `Ann. Bhand. Inst, (1918-19) 67 ff and ` JBORS', iv, 344, 412)
हे संदर्भ व्हेनिस, पाठक, पांडे, पन्नालाल व इतर ह्यांच्या मतांसाठी पहा.

३१. `Dacca Review,' (May and June, 1920) pp. 54- 57.

३२. 'आर्य - मंजु - श्री - मूल - कल्प', गणपतिशास्त्रींची आवृत्ती, पृ. ६३० व नंतर.

३३. बुधगुप्ताच्या मुद्रेवरून (MASB', No. 66,p.64) बुध हा प्रतिस्पर्धी घराण्याचा तर नव्हताच, तर खरोखर् पुरुगुप्ताचा मुलगा होता, हे निर्णायकपणे सिद्ध होते. डॉ. भट्टसालींनी पुरुगुप्ताचा सुचविलेला अलीकडचा काळही त्यावरून खोटा ठरतो.

३४. 'आर्य - मुंज - श्री - मूल - कल्पा' नुसार (द्वितीय) कुमाराचा एक वारस व बालादित्याचा पुत्र उकाराख्य नावाचा एक राजपुत्र आहे. जायस्वालांच्या मते ही संज्ञा प्रकाशादित्याला लावता येईल, कारण त्याच्या नाण्यावर रु किंवा उ ही अक्षरे ॲलन्‌ला आढळली आहेत. परंतु उ (उकाराख्य) हे विशेषण असलेल्या राजाची बुधगुप्ताशी मानण्यात येणारी एकात्मता (Jayaswal, An Imperial History of India, 38) योग्य वाटत नाही. 'आर्य - मंजुश्री - मूल - कल्पा' तील उताऱ्यावरून उपगुप्त, उपेन्द्र यांसारखे एखादे नाव सूचित होते. उपगुप्त ह्या नावासाठी साक्षात शिलालेखीय पुरावा नसला, तरी ईशानवर्मनची माता म्हणून (आशीरगढ (Fleet CII p. 220) व नालंदा (Ep. Ind., xxi p. 74 मुद्रा) एका उपगुप्तेचा मोखरी नोंदीत निर्देश येतो ; व ह्या वस्तुस्थितीवरून ह्या नावाच्या राजाचे अस्तित्व असंभवनीय वाटत नाही. त्याखेरीज पाहा - भानुगुप्त व भानुगुप्ता,हर्षगुप्त, व हर्षगुप्ता, महासेन गुप्त व महासेन गुप्ता - या उदाहरणांवरून व सादृश्यांवरून उपगुप्त नावाचा एक राजा

असणे व आपाततः ते उपगुप्तेचा भाऊ असणे शक्य दिसते. हा तर्क बरोबर असेल तर उपगुप्ताचा आणि ईशावर्मनच्या मातेचा काल एकच, म्हणजे बुधगुप्तानंतर थोडासा म्हणजे इ.स. सहाव्या शतकाच्या पूर्वीर्धातील मानावयास हवा. ज्याप्रमाणे सोमाख्याचा संदर्भ गौड राजा शशांकाकडे घेतला जातो, त्याप्रमाणे जर उ हे आद्याक्षर उपगुप्ताचे न घेता उपेन्द्राचे (विष्णू किंवा कृष्ण) मानले, तर ह्या नावाचा संबंध विष्णुगुप्ताकडे किंवा कृष्णगुप्ताकडे घेता येईल. 'महाराजाधिराज' श्री विष्णुगुप्त नावाच्या द्वितीय कुमारगुप्ताच्या मुलाचे असित्व अलीकडे नालंदा येथील एका अंशतः उपलब्ध असलेल्या मुद्रेवरून समजते. (`Ep. Ind, xxvi, 235; `IHQ', XIX, 19)

सध्या आपणास उपलब्ध असलेल्या माहितीवरून आपल्या वडिलांचा तो लगतचा वारस होता की आपल्या थोर चुलता बुधगुप्त ह्याच्या मृत्यूपर्यंत त्याला थांबावे लागले, हे सांगणे अवघड आहे. तो आणि त्याचा पिता बुधगुप्तानंतरचे आहेत, असे मानणाऱ्यांना भितरी व नालंदा मुद्रांवरील कुमार व सारनाथचा त्याच नावाचा राजा ह्या दोहोंत फरक करावा लागेल. हे अशक्य नाही. परंतु निश्चितीसाठी पुढील संशोधनाची अपेक्षा आहे.

३५. Hultzsch, `SII' Vol. I.p.46.

३६. बुधगुप्ताची मुद्रा ('MASB', No. 66p. 64)

३७. ह्या गुप्त राजाच्या कारकिर्दीतीलच इ.स. ४७८ – ७९ मधील पहाडपूर (प्राचीन सोमपूर) (राजशाही जिल्हा) पटल (Mod. Rev', (1931) 150; Prabasu, 1338 , 671' ` Ep. Ind', XX, 59 ff) इ.स. ४८८ – ९ मधील एक ताम्रपटही बहुधा असावा. हा ताम्रपट मुळात नंदपूर (मोंघीर जिल्हा) येथे सापडला. पौराणिक वाङ्‌मयातील बुधगुप्ताच्या संभाव्य उल्लेखासाठी पाहा – Pro . of the Seventh Or. Conf. 576.

३८) JRASB', (1949) 5 ff.

३९. त्याखेरीज पाहा – महाभारत २.३२.४; कालिदास, 'मेघदूत' १.४५.

४०. Beal, Si - Yu - ki' II p. 168; the life p. 111.

४१. मालवप्रदेशातील हूणांच्या अस्तित्वाच्या संदर्भात पहा. – Ep. Ind.' xxiii, 102.

४२. Beal, `si - yu- ki - I,p. 171.

४३. एका नालंदा शिलालेखात ('Ep. Ind', XX, 43-45) बालादित्याचे 'अनिवार्य पराक्रमी व सर्व शत्रूंचा जेता' असे वर्णन आले आहे. एका सारनाथ

शिलालेखात उल्लेखिलेल्या (Fleet 'CII', 285 F.) सर्वांत शेवटच्या बालादित्याला त्याची पत्नी धवला हिच्यापासून झालेला प्रकटादित्य नावाचा मुलगा होता. 'आर्य - मंजुश्री - मूल - कल्पा'मध्ये (गणपतिशास्त्रींची आवृत्ती, पृ. ६३७ व नंतर) पकाराख्य (प्रकटादित्य) हा भकाराख्यचा (भानुगुप्त) मुलगा असल्याचे म्हटले आहे. या ग्रंथात 'सर्वप्रथम' सुचविण्यात आलेल्या बालादित्याच्या भानुगुप्ताबरोबरच्या एकात्मतेला अशा प्रकारे बौद्ध परंपरेकडून पुष्टी मिळते. आता, त्याखेरीज पाहा - Jayaswal, 'An imperial History of India'(pp.47-53) कोमिल्लाजवळच्या गुणाईघर येथे सापडलेल्या एका शिलालेखावरून व तसेच नालंदा येथील काही मुद्रांवरून (वै) न्यगु (प्त) नावाच्या एका राजाचे अस्तित्व समजते. तो इ.स. ५०७ मध्ये किंवा त्या सुमारास सत्तेवर होता व तो मिहिरकुलाचा किंवा त्याच्या पित्याचा समकालीनही असला पाहिजे. (Prabasu, 1338, 675; 'IHQ', 1930, 53, 561) प्रस्तुत मुद्रांमध्ये त्याचे वर्णन 'महाराजाधिराज' असे येते. ('ASI', 'AR', (1930-34) Pt. I, 230, 249; 'MASI' 66,67; 'IHQ', XIX, 275) त्यावरून त्याचा गुप्त सम्राटांशी असलेला संबंध सुचित होतो. डॉ. डी. सी. गांगुली त्याची एकात्मता नाण्यांवरील द्वादशादित्याशी मानतात. ('IHQ', (1933) 784, 989) परंतु नालंदा मुद्रेच्या भग्न अवस्थेमुळे त्याचे कुल निश्चित करता येत नाही.

४४. मंदशोरच्या यशोधर्मनला 'विक्रमादित्य' हे बिरुद लावणे व हा मुख्य उज्जैनचा एक राज्यकर्ता मो-ल-पो ह्याच्या शीलादित्याचा पिता आणि प्रभाकरवर्धनचा सासरा असल्याचे मानणे, या गोष्टी पूर्णतया अनिर्णित स्वरूपाच्या आहेत. फादर हेरासच्या मते ('JBORS', (1927) March 8-9) बालादित्याच्या हातून मिहिर कुलाचा पराभव या हूण राजाच्या यशोधर्मनूबरोबरच्या संघर्षानंतर झाला. बालादित्याबरोबरच्या युद्धाच्या वेळी मिहिरकुल एक सर्वश्रेष्ठ सम्राट होता, हे मात्र ध्यानात घ्यावयास हवे. मगधाचा राजा ज्याचा मांडलिक होता व आपले 'केविलवाणे व्यक्तिमत्त्व लपविण्यासाठी' तो उत्सुक असल्यानेच केवळ त्याच्याशी तो लढण्यास धजला नाही. (Beal, 'Si-Yu-Ki', Vol.I.p. 168) मंदशोरच्या बालादित्याने या हूण राजाला 'आपल्या चरणयुग्मावर नतमस्तक होण्यास' भाग पाडले असताना ही गोष्ट क्वचितच शक्य वाटणारी आहे. बालादित्याने मिहिरकुलावर मिळविलेला विजय खचितच निर्णायक स्वरूपाचा नव्हता. 'राजपदाची झालेली हानी' केवळ तात्पुरत्या स्वरूपाची

होती व हा जुलमी राजा लवकरच कश्मीरच्या गादीवर स्वत: स्थानापन्न झाला व त्याने गंधार जिंकून घेतला. (Beal, 'Si-Yu-Ki', I.p. 171) यशोधर्मन्च्या दरबारकवीच्या दृष्टीने मिहिरकुल हा हिमालयीन प्रदेशातील एक सर्वश्रेष्ठ राजा होता, ही गोष्ट खालील उताऱ्यावरून स्पष्ट होते. फ्लीटने त्याचा चुकीचा अर्थ लावला असून फादर हेरासने तो मान्य केला आहे. (पृ. ८ टीप) :-

''त्या (विख्यात) मिहिरकुल राजानेही त्याच्या (यशोधर्मन्) चरणांना वंदन केले होते. त्याच्या (मिहिरकुलाच्या) मस्तकाला स्थाणू (देवा) खेरीज कोणापुढेही मुजरा करण्याचा अपमानकारक प्रसंग कधीच आला नव्हता, (व) त्याच्या बाहूंनी आलिंगिलेला हिमालय आपणास अभेद्य किल्ला म्हटले जात असल्याची स्वत: व्यर्थ प्रौढी मिरवित असतो.'' (Kielhorn in 'Ind Ant', (1885) p. 219) कीलहॉनने लावलेला अर्थ फ्लीटने मान्य केलेला होता. (मिहिरकुलाच्या) मस्तकाला 'देव (स्थाणू) खेरीज कोणापुढेही मुजरा करण्याचा प्रसंग कधीच आला नव्हता.' या विधानावरून त्याने बालादित्यापुढे वाकण्यास नकार दिल्याचे दिसते व त्यावरून त्या राजाने त्याला ठार करण्याविषयी दिलेल्या हुकमाचे बहुधा स्पष्टीकरण मिळते.

४५. 'CII', pp. 146-147; Jayaswal, The Historical Position of Kalki', p. 9

४६. बालादित्याची भानुगुप्ताशी या ग्रंथात सर्वांत प्रथम सुचविण्यात आलेली एकात्मता बरोबर असेल, तर त्याचा पुत्र वज्र हा वकाराख्याशी एकात्म मानता येईल. वकाराख्य हा सारनाथ शिलालेखातील (Fleet, 'CII', 284 ff.) प्रकटादित्याचा 'आर्य-मंजुश्री-मूल-कल्पा'तील प्रकाराख्याचा धाकटा भाऊ (अनुज) होता. पकाराख्य हा भकाराख्य म्हणजे भानुगुप्ताचा पुत्र असल्याचे मानण्यात येते (गणपति शास्त्रींची आवृत्ती, पृ. ६३७-४४) वर उल्लेखिलेल्या शिलालेखात प्रकटादित्य हा बालादित्याचा धवलेपासून झालेला मुलगा असल्याचे म्हटले आहे. Cf. now Jayaswal, 'An imperrial History of India', pp. 47, 53, 56, 63.

४७. जरी अफ्सड् व संबंधित समकालीन शिलालेख ह्यात उल्लेखिलेले, नावाच्या शेवटी गुप्त शब्द येणारे व पूर्वकालीन गुप्त साम्राज्याच्या अंतर्भागातील प्रांतात राज्य करणारे बहुसंख्य राज्यकर्ते सोयीसाठी 'गुप्त' या नावाने ओळखले जात असले, तरी त्यांचा पूर्वकालीन गुप्त-कुलाशी किंवा गुप्त वंशाशी असणारा संबंध अज्ञात आहे. मात्र त्यांच्यापैकी काहींची नावे (उदा: कुमारगुप्त व देवगुप्त)

आधीच्या घराण्यात आढळणारीच आहेत. तसेच, घराण्याचा संस्थापक कृष्णगुप्त याची काहींनी द्वितीय चंद्रगुप्ताचा मुलगा गोविंदगुप्त ह्याच्याशी एकात्मता मानली आहे. परंतु प्रस्तुत सूचना क्वचितच मान्य करता येईल, कारण गोविंद हा कृष्णगुप्ताच्या अर्ध्या शतकाहून जास्त कालाआधी होऊन गेला असला पाहिजे. कृष्णगुप्ताच्या वंशजांच्या भाटांनी पूर्वकालीन गुप्तांविषयीचे सर्व उल्लेख वगळले आहेत. जर त्यांच्या आश्रय-दात्यांनी ह्या प्रकारच्या विख्यात कुलपरंपरेचा खरोखर दावा केला असेल, तर वरील गोष्ट विचित्र वाटते. अफ्सड् शिलालेखात ह्या घराण्याचे वर्णन केवळ 'सद्-वंश' (चांगल्या कुलातील) एवढेच आले आहे. 'पूर्वकालीन सम्राट गुप्त' ही जरी नव्हे, तरी 'गुप्त' ही पदवी बाणाने दिलेल्या पुराव्यामुळे संभवत: समर्थनीय ठरते. बाणाच्या 'कादंबरी'त व 'हर्षचरिता'त उल्लेखिलेल्या गुप्तांचा व गुप्त 'कुलपुत्रां'चा संबंध जरी पूर्वकालीन घराण्याच्या आतापर्यंत अज्ञात असलेल्या काही वंशजांकडे नव्हे, तरी कृष्णाच्या घराण्याकडे घेता येईल. पूर्वकालीन गुप्त घराण्यातील एक राजा तुमैन शिलालेखातील घटोत्कच गुप्त ह्याचा पूर्ण मालवावर अंमल असल्याचे प्रसिद्ध आहे; आणि काही - एका प्रकारे कृष्ण गुप्ताचा त्याच्याशी संबंध असणे अशक्य नाही. मात्र हा मुद्दा स्पष्ट होण्यासाठी आपणास पुढील संशोधनाची वाट पाहणे आवश्यक आहे.

४८. एच. शास्त्री. ('Ep. Ind', XIV, pp.110 ff.)

४९. श्री. वाय. आर. गुप्ते 'कुमार' हे नाव इ.स. ५४३-४४ च्या शिलालेखात वाचतात. परंतु त्याची एकात्मता नरसिंह गुप्ताच्या मुलाशी मानतात. ('Ind Hist. Journal') नावाचा उल्लेख नसलेला राजा विद्वानांना यापूर्वी ज्ञात असलेल्या 'गुप्त' घराण्यापैकी कोणत्या तरी एका घराण्यातील किंवा एखाद्या नव्या घराण्यातील असावा. त्याखेरीज पाहा - वैन्यगुप्त आणि 'एपिग्राफिआ इंडिका' २० पुरवणी पृ. २१४-१५ वर उल्लेखिलेल्या राजांची उदाहरणे.

५०. 'Ep. Ind'. XIV, p. 110 et aeq.

५१. M. Chakavarti, 'JASB' (1908) p. 274.

५२. 'प्रबोध-चंद्रोदय' अंक दुसरा.

५३. Dubreuil, 'AHD', p. 92 and D. C. Sircar, 'IHQ', (1933) 276 ff.

५४. 'बृहत्संहिता' ९.१५, १४.८ मध्ये शूलिक व शौलिकांचा संबंध अपरान्त (उ. कोकण), बनवासी (कॅनरा) व विदर्भ (वऱ्हाड) ह्यांशी दर्शविण्यात

आलेला आहे. 'बृहत्संहिता' ९.२१, १०.७, १६.३५ मध्ये मात्र त्यांचा संबंध गंधार व वोक्काणशी (वखन) दिसतो. ह्या लोकांची एक शाखा वायव्य भागात राहिली असावी. 'JRAS', (1912) 128 मध्ये शुल्कि घराण्यातील कुलस्तंभाचा एक उल्लेख येतो. 'शुलिक्' राज्य 'तोगर'च्या (दख्खनमधील तेर?) पलीकडे असल्याचे तारानाथ मानतात. ('Ind. Ant', IV, 364)

५५. या घराण्याला मुखर व मौखरी ही दोन्ही नावे होती. 'सोम-सूर्य-वंशाविव-पुष्पभूति-(Sci) मुखर- वंशो' 'सकलभुवन-नमस्कृतो मौखरि - वंश:' ('हर्षचरित', परबांची आवृत्ती, पृ. १४१,१४६) त्या खेरीज पाहा - 'CII', p. 229

५६. महाभारत ३.२९६.३८ व नंतर आपल्या सावित्री या मुलीने मध्यस्थी केल्यावर यमाकडून अश्वपतीला वर म्हणून मिळालेल्या शंभर मुलांचाच येथे नि:संशय उल्लेख आला आहे. काही लेखक अजूनही मौखरी नोंदीतील विवस्वताची एकात्मता मनुशी मानतात, हे आश्चर्य आहे.

५७. 'CII', p, 223 मौखरींचा गयेशी असलेला संबंध फार जुना आहे. 'मोखलीश' किंवा 'मोखलिणं' ही अक्षरे कोरलेल्या मृत्तिकामुद्रेवरून हे सिद्ध होते. (Fleet, 'CII', 14) ह्यापूर्वी ह्या मुद्रेचा उल्लेख करण्यात आला आहे. कदंबराजा मयुरशर्मन् ह्याच्या चंद्रवल्लि-शिलालेखातही 'मोकरीं'चा उल्लेख आल्याचे दिसते. ('Arch. Survey of Mysore', A.R. (1929) pp. 50 ff) 'महाभाष्या'मध्ये डॉ.त्रिपाठींना एक संभाव्य उल्लेख आढळला आहे.('JBORS' (1934) March) बड्वा शिलालेखासाठी पहा- 'Ind. Ant.', XXIII, 42 ff (Altekar).

५८. साहित्यात उ.प्र.चे मौखरी-घराणे कनौज शहराशी संबंधित असल्याचे दाखविण्यात येते. एके काळी ते राजधानीचे शहर असावे. त्याखेरीज पाहा - चिं.वि.वैद्य 'Medieval Hindu India', I, pp. 9,33; Aravamuthan, 'The Kaveri the Maukharis and the Sangam Age', p. 101) मात्र हर्षापूर्वीही कनौजचा समावेश पुष्यभूती-घराण्याच्या राज्यात असल्याचे युआन च्वांग म्हणतो. राज्यवर्धनाच्या मृत्यूनंतर व हर्षाच्या उदयापूर्वी काही काळ एका गुप्त सरदाराच्या ताब्यात कुशस्थल (कनौज) होते. ('हर्षचरित', परब आवृत्ती, पृ. २२६,२४९)

५९. Fleet, 'CII', 220.

६०. जौनपूर शिलालेखातही ('CII', p. 230) आंध्रावरील विजयाचा उल्लेख येतो.

फ्लीटच्या मते त्यात पश्चिम मालवाच्या (?) धारा या राजधानीशी झालेल्या संघर्षाचाही उल्लेख आल्याचे दिसते. ह्या उताऱ्यातील 'धारा' शब्दाचा अर्थ 'तलवारीची धार' असा असल्याचे डॉ. बसाक यांना वाटते. ('HIST. N. E. India', 109)

६१. पहिला, दुसरा, तिसरा वगैरे क्रमाने उल्लेखिलेले राजे एकाच घराण्यातील असतात, असे नव्हे. ही गोष्ट युरोपच्या इतिहासाच्या कोणाही अभ्यासकाला ज्ञात आहे.

६२. गृहवर्मन्‌चे वारस छोटे सरदार म्हणून टिकून राहिले असावेत. इ. सनाच्या सातव्या शतकात त्यांच्याशी एका 'उत्तरकालीन गुप्त' राजाने वैवाहिक संबंध प्रस्थापित केला होता.

६३. Cf. Hoernle, 'JRAS', (1903) p. 557.

६४. अफ्सड् शिलालेख

६५. दामोदर गुप्ताचा मौखरी विरोधक ईशान्‌वर्मन् स्वत: नसला, तरी सूर्यवर्मन् किंवा शर्ववर्मन् होता. (दोघेही ईशान्‌वर्मन्‌चे पुत्र होत.) महाशिवगुप्ताच्या सिरपूर शिलालेखात एका सूर्यवर्मन्‌चे वर्णन 'वर्मांच्या कलंकरहित घराण्यात जन्मलेला, त्यांच्या मगधावरील अधिपत्यामुळे (वर्चस्वामुळे) थोर' असे आले आहे. जर हा सूर्यवर्मन् ईशानवर्मन्‌चा पुत्र सूर्यवर्मन् ह्याच्याशी एकात्म असेल, किंवा त्याचा एक वंशज असेल तर एकेकाळी मगधाचे प्रभुत्व गुप्तांच्या हातून मौखरींच्या हाती निश्चितपणे गेले असले पाहिजे. दुसऱ्या जीवितगुप्ताचा देव-वरणार्क शिलालेखही (शाहाबाद जिल्हा) शर्ववर्मन् व अवंतीवर्मन् ह्या मौखरींच्या ताब्यात मगधाचा बराचसा भाग बालादित्य-देवानंतर काही काळ असल्याचे सूचित करतो. ('CII', p. 216-18) मगध हातून गेल्यावर महासेन गुप्ताने पुन्हा एकदा विजयाची दौड लौहित्यापर्यंत नेईपर्यंतच्या काळात उत्तरकालीन गुप्तांना उघडपणे मालवाच्या मर्यादेत राहावे लागले.

६६. 'महाभारत', १२.९८, ४६-४७; 'रघुवंश', ७.५३; 'काव्यादर्श', २.११९; 'राजतरंगिणी' १.६८-ह्यातील संदर्भावरून फ्लीटने लावलेल्या अर्थावर घेतलेले आक्षेप चुकीचे आहेत, असे स्पष्ट होते. मानवी स्पर्शापेक्षा सुरवधूंच्या स्पर्शाच्या वेगळेपणाचे वैशिष्ट्य 'Bhand. Com. Vol. 181' मधील लेखकाला व डॉ. त्रिपाठींच्या 'History of Ancient India' या ग्रंथांच्या समीक्षकाला मुळीच समजले नाही.

६७. आणि कदाचित हर्षचरिताच्या चौथ्या उच्छ्वासाच्या प्रारंभी उल्लेखिलेल्या

इतर आक्रमक राज्यांच्या (वाढत्या सत्तेमुळे, भीतीमुळे) त्या उताऱ्यातील लाटांचा संदर्भ कटच्छुरींकडे घेता येईल. त्यांनी गुप्तांना इ.स. ६०८ मध्ये किंवा त्यासुमारास विदिशेतून कायमचे काढून लावले. कटच्छुरी (कलचुरी) राज्यामध्ये इ. सनाच्या सहाव्या शतकाच्या अखेरच्या भागात व सातव्या शतकाच्या पहिल्या दशकात लाट देश समाविष्ट होता. (Dureuil, 'AHD', 92)

६८. निधनपूर - पटले पहा. सुस्थितवर्मा हा कामरूपचा राजा नसून तो मौखरी घराण्यातील होता, ह्या उपपत्तीचे पुनरूज्जीवन 'JRAS', (1928) मधील एका लेखकाने केले आहे. परंतु त्या नावाचा एकही मौखरी राजा आढळत नाही. सुस्थितवर्म्याच्या लौहित्य किंवा ब्रह्मपुत्र नदीच्या साहचर्यावरून निधनपूर-पटलात उल्लेखिलेला त्या नावाचा राजा अभिप्रेत असल्याचे स्पष्ट दिसते.

६९. सम्राट दुसरा चंद्रगुप्त हा पहिला देवगुप्त होता.

७०. एका लेखकाने मानल्याप्रमाणे गृहवर्मन् व राज्यवर्धन् याचा मालव विरोधक कलचुरी (कटच्छुरी) घराण्यातील बुद्धराज होता, असे मानता येणे अवघड आहे. तसे असते तर हर्षाच्या काळातील कोरीव लेखात 'नाठाळ घोड्यांप्रमाणे असणाऱ्या राजांपैकी' ठळक उदाहरण म्हणून बुद्ध-राज नव्हे तर देवगुप्तासारखी धूसर व्यक्ती मुद्दाम निवडली जावी, हे काहीसे आश्चर्यावह आहे. ह्या सर्व राजांना राज्यवर्धनाच्या हातून शासन मिळाले. राज्यश्रीच्या मुक्ततेपर्यंत घडलेल्या घटनांचा मुख्यत: परामर्श घेणाऱ्या हर्षचरितात गुप्तांचेच मालवांशी साहचर्य दर्शविण्यात आले आहे. मौखरीच्या अखेरच्या राजाची शोकांतिका, राज्यश्रीला सहन करावी लागलेली स्थित्यंतरे व राज्यवर्धनाला करावे लागलेले संघर्ष या सर्व बाबींशी संबंधित म्हणून उल्लेखिलेल्या राजांमध्ये कटच्छुरी राजाचा नव्हे तर गुप्तांचा व गौडांचा समावेश होतो.

७१. Hoernle, 'JRAS' (1903) p. 562; मात्र प्रस्तुत सूचना प्रस्थापित सत्य म्हणून मानता येणार नाही. देवगुप्त हा मालव कुलाच्या अनुषंगिक घराण्यातील असावा. त्याने पुष्यभूतींची व मौखरींशी वैराचे धोरण चालू ठेवले होते. ह्या उलट राज्यश्रीच्या कुशस्थल (कनौज) येथून सुटकेकडे कानाडोळा करणारे कुमार, माधव व गुप्त, कुलपुत्र व एका मौखरीला आपली मुलगी देणारा माधवाचा पुत्र आदित्यसेन हे एखाद्या मित्रतापूर्ण संबध असलेल्या शाखेतील असावेत.

७२. शशांक हा गुप्त घराण्यातील होता, असे मानावयास कोणताही आधार नाही.

(Pace Allan, 'Gupta Coins', 1xiv) त्याला नरेंद्रगुप्त हे अनुषंगिक नाव होते, असे जरी सिद्ध झाले, तरी त्यावरून गुप्त घराण्याशी संबंध प्रस्थापित करता येणार नाहीत कारण अ) त्याच्या स्वत:च्या मुद्रालेखातील व त्याच्या मांडलिकांच्या नोंदीतील त्याच्या गृहित गुप्तकुलोत्पत्तीबद्दलच्या उल्लेखाचा अभाव, आ) गरुडध्वजाऐवजी नंदीध्वजाचा वापर आणि इ) त्याचा गौडांशी असलेला संबंध. इ.स. सहाव्या शतकातील गौंडांना लावण्यात आलेले समुद्राश्रय हे बिरुद म्हणजे मगध, प्रयाग किंवा मालव ह्यांच्या गुप्तांचे समर्पक वर्णन आहे, असे क्वचितच मानता येईल.

७३. 'हर्षचरित', उच्छवास ६, पृ. १८३

७४. 'Ep. Ind', XVIII, pp. 60 ff; 'आर्य-मंजुश्री-मूल-कल्प', गणपतिशास्त्री ह्यांची आवृत्ती, पृ. ६३६; बौद्ध ग्रंथात 'जय' हे सुद्धा नाव येते.

७५. 'Ind. Ant.', IX. 19.

७६. 'CII.' p. 213 n.; आदित्याने तीन अश्वमेध यज्ञ केल्याचे म्हटले जाते.

७७. Kielhorn, 'INI', 541.

७८. 'Bom. Gaz.' Vol. I, Part II, pp. 189,368,371 व कैंदूरपटले

७९. बक्सर उपविभागातील मंग्राव येथे सापडलेल्या एका शिलालेखातही ह्या राजाचा निर्देश आल्याचे दिसते.

८०. चालुक्य व राजा जिह-क्न् ('सूर्य-सेना' 'Sun-Army' म्हणजे आदित्यसेन) ह्यांच्या चमत्कारिक उल्लेखासाठी पाहा - 'IA', X, p. 110.

८१. त्याखेरीज पाहा - वाक्पतिराजाचे गौडवहो; बानर्जींनी गौडांची उत्तरकालीन गुप्तांशी गल्लत केली आहे. हराहा शिलालेखात गौडांचा समुद्र किनाऱ्याशी संबंध दर्शविला आहे. (समुद्राश्रय) ह्याच्या उलट हे प्रसिद्ध आहे की, उत्तरकालीन गुप्तांची केंद्रे मगध व मालव यांचा समावेश असलेल्या (किनाऱ्यापासून) दूरच्या भागात होती. अफ्सड् शिलालेखातील पुराव्यानुसार समुद्रकिनाऱ्यावरील लोक पहिल्या जीवितगुप्ताशी शत्रुत्व करणारे होते. अफ्सड् नोंदीच्या प्रशस्तीकाराचा गौड असा स्पष्ट शब्दांत निर्देश आला असून ही संज्ञा त्याच्या आश्रयदात्यांना कधीच लावलेली नाही. कृष्णगुप्ताच्या घराण्याचे वर्णन केवळ सद्वंश असे आले असून ह्या घराण्यातील राजे व त्यांचे भाट त्याच राष्ट्रीयत्वाचे असल्याबद्दल अल्प प्रमाणातही सूचित करण्यात आले नाही. आठव्या शतकाच्या इतक्या आधीच्या यशोवर्मनूच्या काळात मगधांच्या एका राजाचे नाव गौड आहे, ह्या वस्तुस्थितीने गौड व उत्तरकालीन गुप्त ह्या संज्ञा परस्परानुगामी

असल्याचे सिद्ध होते, असे मानता येणार नाही. ह्या काळात मगधाचे स्वामीत्व केवळ उत्तरकालीन गुप्तवंशाशी अतुटपणे संबंधित नव्हते. त्या खेरीज 'मगधाधिपत्यमहतां जातकुले वर्मणाम्' हा उतारा पाहा – त्यावरून ह्या काळातील मगधांच्या राज्यकर्त्यांमध्ये असलेले गुप्तेतर घराण्यांचे अस्तित्व सिद्ध होते.

८२. Jouveau-Dubreuil, 'AHD' p. 76.

८३. 'Bom. Gaz.' Vol. I. Part II, pp. 578-80. Sir R. G. Bhandarkar, 'A Peep into the early History of India' p. 60.
ह्या संदर्भासाठी डॉ. भांडारकरांचा मी ऋणी आहे.

८४. उत्तरकालीन गुप्तांचा इतिहास सर्वप्रथम 'JASB' (1920) No. 7 मध्ये प्रकाशित करण्यात आला होता.

८५. A, Ghosh, 'Two Maukhari seals from Nalanda', 'Ep.' XXIV, 285. अवंतीवर्मन्च्या 'सुव किंवा सुच' ह्या नावाच्या दुसऱ्या एका मुलाचा उल्लेख येतो. आपल्या वडीलानंतर तो सत्तेवर आल्याचे दिसते. हर्षचरितात (पृ. १४९-१८३) गृहवर्मनलाही राजबिरुदे लावण्यात आली आहेत, मात्र उपलब्ध पुराव्यावरून वारसाचा क्रम स्पष्ट होत नाही.

❏

परिशिष्ट 'अ'

अशोकाच्या प्रचाराचे पश्चिम आशियात झालेले परिणाम[१]

'बावेरू जातक' किंवा कदाचित 'सुस्सौंदी जातक' जेव्हा लिहिले गेले, त्याच काळात बौद्ध लेखकांच्या भौगोलिक क्षितिजात भारताच्या पश्चिम सीमांपलिकडचा विस्तीर्ण भू-प्रदेश समाविष्ट झालेला दिसतो. इ.सनाच्या पूर्वीच्या तिसऱ्या शतकाच्या बौद्ध शिलालेखांतून झालेले त्या प्रदेशातील राजांचे नामोल्लेख काही लक्षातही येऊ नयेत, इतके जुजबी नाहीत. अशोकासंबंधीची जी इतिहास साधने आहेत, ती मगधांच्या दरबारी धर्मप्रचारकांची दृष्टी पूर्वेपेक्षा पश्चिमेकडे अधिक वळली होती, असेच दर्शवितात. सिलॉन पुराणकथांतून[२] आरंभीच्या काळातील बौद्धांच्या धर्मांतरे घडवून आणण्याच्या उद्योगांच्या हकिकती आहेत. त्या पारंपरिक वृत्तांतातूनही यवनांच्या देशाचा उल्लेख सुटत नाही. ह्याच हकीकतीवरून असे दिसते की, ह्याच देशात महारक्खिताने लोकांच्या मेळाव्यात 'कालकाराम सुत्तन्ता'चे प्रवचन केले आणि परिणाम एक लाख सत्तर हजार मानवी प्राण्यांना (निर्वाण) मार्गाचा लाभ झाला. तर दहा हजारांना पब्बज्जा प्राप्त झाली. आता पुराणकथांतून उल्लेखलेला तो यवनदेश म्हणजे काबूलच्या खोऱ्यातील एखादा भूभाग समजावा. अशोकाच्या दुसऱ्या व तेराव्या शिलालेखात आढळणारा यवन राजा ॲटिओक्स[३] आणि त्याच्या शेजारचे राजे टॉलेमी अँटिगोनस, मगस आणि ॲलेक्झांडर ह्याच्याशी त्याची गल्लत करू नये असे येथे कदाचित म्हणता येईल. खरोखरी शिलालेखातून पुकारलेले यवनराजांच्या प्रदेशातील अशोकाचे धर्मप्रचाराचे यश म्हणजे निव्वळ एक 'राजेशाही थाटातला गाजावाजाच' आहे, असे मानण्याकडे ऱ्हिस डेव्हिडस्‌चा कल आहे. तो म्हणतो, ''बरेच अधिक संभवनीय दिसते ते असे की, फक्त शोभा (किंवा वजन) वाढविण्यासाठी हे राजे (शिलालेखातून) बसविलेले असावेत. प्रत्यक्षात अशोकाचे राजदूत तिकडे मुळी कधी पाठविले गेलेच नाहीत.'[४] तथापि, सर फ्लिंडर्स पेट्रीच्या मते मात्र बौद्धांची शिकवण आणि त्यांचे सण समारंभही टॉलेमीच्या काळातच इजिप्तच्या किनाऱ्यापर्यंत पोहोचलेले होते. मैफिस येथे सापडलेल्या काही भारतीय मूर्तींवरून त्याने असे अनुमान केले आहे. थिबाईडच्या एका कोरीव लेखात एका मुनींचा 'भारतीय सोफान' असा उल्लेख होता.[५]

इ.सनाच्या ११व्या शतकात लिहित असलेला अल्बेरूनी[६] म्हणतो, ''पूर्वी खुरासान, पेर्सिस, इराक, मोसूल, सिरियाची सीमा येथपर्यंतचा प्रदेश हे सर्व बौद्धानुयायी होते. पण नंतर झरथुष्ट्र आधरबैजनपासून पुढे गेला आणि बाल्खमध्ये (बख्त) त्याने

मगधतत्त्व उपदेशिले. गुश्टास्प राजाला त्याची शिकवण रूचली आणि त्याचा मुलगा इस्फेदियाद ह्याने तहनामे आणि बलप्रयोग ह्या दोन्ही मार्गांनी पूर्व आणि पश्चिम ह्या दोन्ही दिशांना त्या नव्या पंथाचा प्रसार केला. चीनच्या सरहद्दीपासून ग्रीक साम्राज्याच्या सीमापर्यंतच्या आपल्या सर्व साम्राज्यभर त्याने अग्निमंदिरे स्थापिली. नंतरच्या राजांनी आपल्या स्वतःच्या धर्माची (म्हणजेच झरथुष्ट्रपंथाची) पेर्सिसमध्ये आणि इराकमध्ये राज्यधर्म म्हणून सक्तीच केली. परिणामी बौद्धांना त्या भागातून उठावे लागून बाल्खच्या पूर्वेकडील प्रदेशात स्थलांतर करावे लागले. नंतर इस्लामचे आगमन झाले. वरील वृत्तांत सर्व तपशिलांत बिनचूक नसेलही. पश्चिम आशियातील देशात बौद्ध पंथ झरथुष्ट्रापूर्वी सुस्थापित होता, हे विधान उघडच चूक आहे. परंतु अल्बेरुनीहून बऱ्याच पूर्वीच्या काळात पश्चिम आशियात शाक्यमुनींचा धर्म पसरला होता आणि तो झरथुष्ट्र पंथ आणि इस्लाम यांच्याकडून दडपला गेला, ही हकीकत मात्र बरीचशी सत्याधिष्ठित वाटते. 'भूरिदत्त जातकात'[७] बौद्ध अग्निपूजक आणि ह्यांच्यातील संघर्ष सूचित झालेला आहे. झरथुष्ट्र पंथीयांच्या धर्मसूत्रात त्यांच्या बौद्धांशी झालेल्या वादांचे उल्लेख आहेत, असेही सुचविण्यात आलेले आहे.[८]

पर्शियाच्या अंकित लँग की-(का)-लो ह्या देशात १०० हून जास्त मठ होते आणि महायान आणि हीनयान पंथांच्या अध्ययनात गढलेले ६००० हून अधिक भिक्षुक होते, अशी अल्बेरुनीपूर्वी चार शतके होऊन गेलेल्या युआन च्वांगची साक्ष आहे. खुद्द पर्शियात (पो-ला-स्से) मुख्यतः सर्वास्तिवादी हीनयानाचे अध्ययन करणाऱ्या शेकडो धर्मोपदेशकांना आश्रय देणारे दोन किंवा तीन 'संघाराम' होते. ह्याच देशात राजप्रासादात शाक्य बुद्धाचे पात्रही होते.[९]

उपयुक्त चीनी यात्रेकरू बहुधा स्वतः पर्शियात गेला नसावा. परंतु तरीही इराणमधील बौद्धजन आणि संघाराम किंवा मठ ह्यांच्या अस्तित्वाबद्दल शंका घेण्याचे कारण नाही. सिस्तानमध्ये 'हेलमुंडच्या टोकाच्या दलदलीच्या प्रदेशात' स्टिनला एक बौद्ध मठ आढळला.[१०] बॅबिलोनियात स्टिसिफॉन येथे इ.स. २१५-१६ मध्ये जन्मलेला आणि इ.स. २४२ मध्ये धर्मोपदेश करू लागलेला मनीशी पंथाचा संस्थापक मानी ह्यांवर बौद्धांचा प्रभाव होता, ह्याच्या अगदी स्पष्ट खुणा आहेत.[११] आपल्या शाबुरकान (शापुरखान) ह्या पुस्तकात तो बुद्धाला 'देवदूत' म्हणतो. बौद्धसूत्रांच्या पद्धतीची रचना असलेल्या एका मानीशी प्रबंधाचा लेग आणि ईलिअट ह्यांनी उल्लेख केलेला आहे. त्या प्रबंधात मानीला 'तथागत' म्हटले आहे आणि त्यात बुद्ध आणि बोधीसत्व यांचे उल्लेख आहेत. बुनयिऊ, नान्जिओच्या कॅटॅलॉग ऑफ द चायनीज ट्रान्सलेशन ऑफ द बुद्धिस्ट त्रिपिटक, परिशिष्ट २ क्रमांक ४ मध्ये इ.स. १४८ पूर्वी श्रमण झालेल्या

एका पार्थियाच्या राजाचा उल्लेख येतो. आपल्या 'हिस्टरी ऑफ फाईन आर्ट इन इंडिया अँड सिलोन'मध्ये[१२] डॉ. व्हिन्सेन्ट स्मिथ तुर्कीस्थानातील दंदान-उइलिक येथे सापडलेल्या एका चित्राचा उल्लेख करतो. हे चित्र काळी दाढी आणि कल्ले असलेल्या पर्शियनाच्या वेशातील एका चतुर्भुज अशा बौद्ध भिक्षुचे किंवा बौद्धिसत्वाचे आहे. त्याच्या एका डाव्या हातात वज्र आहे, अशा चित्राकृती म्हणजे इराणमध्ये हळूहळू विकसित होऊन इ.सनाच्या आठव्या शतकापर्यंत बरीच लोकप्रियता लाभलेल्या काही एका स्वरूपातल्या बौद्ध धर्माचाच परिणाम दर्शवतात. इ.स.चे आठवे शतक म्हणण्याचे कारण असे की, व्हिन्सेन्ट स्मिथच्या मते दंदान-उइलिक येथे सापडलेल्या लाकडावरील आणि गिलाव्यावरील कोरीव किंवा रंगीत चित्रांचा हाच काळ आहे.

पश्चिम आशियात बौद्ध साहित्याने कितीसा प्रभाव पाडला असावा, हे सांगणे कठीण आहे. समार चार्लस् इलिअट काही मानीशी साहित्यकृती आणि बौद्धसूत्रे आणि पातिमाक्ख ह्यातले साम्य दाखवून पुढे मानीशी सूत्र कुणा सिथिआनुअसाने लिहिली, त्याचा शिष्य तेरेविंथुस याने त्याची सुधारित आवृत्ती काढली आणि आपले स्वतःचे त्याने बौद्धास असे नामांतर केले, ही येरुसलेमच्या सिरिलने दिलेली माहिती उद्धृत करतो.[१३] इलिअटच्या त्या सर्व जंजाळात बुद्धाचे आणि बौधिवृक्षाचे उल्लेख दिसतात. काही जातककथा आणि अरेबियन नाईटस्मधील काही गोष्टी ह्यात आश्चर्यकारक साम्य असल्याचेही दाखविता येईल. उदा: 'समुग्गजातकात'[१४] एका राक्षसाने आपल्या सुंदर पत्नीने दुर्वर्तन करू नये म्हणून तिला ऐका पेटीत घालून ठेवले. परंतु तरीही परपुरुषसंगाची मौज ती करू शकलीच, अशी एक गोष्ट आहे. यातील सर्व महत्त्वाच्या आशयासह हीच गोष्ट 'अरेबियन नाईटस्'मध्ये अवतरलेली दिसते.[१५]

जातकातील श्लोकाचा आशय असा आहे; 'ज्याला आपल्याला खरोखरीच सुख मिळावे असे वाटत असेल, त्याला ते स्त्रीपासून आणि तिच्या विश्वासघातकी कृत्यापासून दूर अगदी दूर एकान्तात राहिल्यानेच सापडू शकेल.' अरेबियन नाईटस्मधल्या कवीच्या म्हणण्याचा भावार्थ असा, स्त्रियांवर कधी विश्वास ठेवू नका, त्यांच्या आणाभाका खऱ्या मानू नका, कारण त्यांची सुखदुःखे त्यांच्या कामवासनेने ठरत असतात. त्या प्रेम दाखवतील पण ते खोटे कारण त्यांच्या वस्त्राच्या आत विश्वासघात दडून बसलेला असतो. जातकातील कवीवचनाशी अरेबियन नाईटस्मधील कवींच्या उद्गारांची चांगली बोलकी अशी तुलना होऊ शकते.

आजची स्थिती काहीही असो, पण गतकाळात मात्र पश्चिम आशिया बौद्ध धर्माच्या बौद्धिक आणि आध्यात्मिक प्रभावकक्षेच्या पूर्णपणे बाहेर नव्हता, हे अगदी स्वच्छ आहे.

स्पष्टीकरणात्मक टीपा

१. बव्हंशी 'बुद्धिस्टिक स्टडीज्'मध्ये (संपादक बी. सी. लॉ) प्रसिद्ध झालेल्या लेखातील एक भाग.

२. 'महावंश', प्रकरण १२

३. डॉ. यार्ल शार्पान्तिये ह्याने 'ए. व्हॉल्युम ऑफ इंडियन स्टडीज् प्रेझेंटेड टू प्रो. इ. जे. रॅपसन' ह्या ग्रंथातील आपल्या निबंधात अशोकाने उल्लेखिलेला 'अंतियक' हा अन्टिओक्स सौतेर (सी–२८१ - ६१) असावा; त्याचा मुलगा ॲन्टिकोअस थिऑस (२६१–४६) नसावा, असे जे प्रिन्सेपने (Hultzschy, अशोक XXXI) सुचविले आहे, त्याचा पुनरुच्चार केला आहे. परंतु हे मत स्वीकारावयाचे, तर चंद्रगुप्त इ.स.पू. ३२७–३२५ ह्या काळात गादीवर बसला, तो म्हणजेच क्सँड्रमेस (Xandrames) होय. आणि ॲलेक्झांडरशी झालेल्या त्याच्या भेटीची हकिकत (जस्टिन आणि प्लुटार्क ह्यांनी नमूद करून ठेवलेली) ही निव्वळ कल्पित कथा आहे, एवढ्या गोष्टींवरून मान्य करावे लागते. तथापि हे मत जस्टिन आणि प्लुटार्क यांच्या हकिकतीशी विरोधी तर आहेच, शिवाय चंद्रगुप्ताच्या घराण्याविषयी जी ज्ञात अशी सत्ये आहेत, त्यांच्याशी जुळणारे नाही. क्सँड्रमेस (Xandrames) नापीक कुलोत्पन्न असा दाखविलेला आहे. पण चंद्रगुप्ताबद्दल तसे कुठेही म्हटलेले नाही. ब्राह्मणी आणि बौद्ध या दोन्ही पंथातील लेखकांनी चंद्रगुप्ताची पैतृक परंपरा राजांचीच होती, अशी वर्णने केली आहेत.

४. 'बुद्धिस्ट इंडिया' पृ. २९८

५. महफी 'ए हिस्टरी ऑफ इजिप्त अंडर द टॉलेमिक डायनास्टी' पृ. १५५

६. 'साँचौ, अल्बेरुनिज इंडिया' भाग १, पृ. २१

७. क्र. ५४३

८. सर चार्ल्स इलिअट, हिंदुइझम अँड बुद्धिझम ३.४५०

९. बील रेकॉर्डस् ऑफ द वेस्टर्न वर्ल्ड, भाग २, पृ. २७७–७८ वाटर्स, युआन च्वांग २.२५७

१०. सर चार्ल्स इलिअट, हिंदुइझम अँड बुद्धिझम ३.३

११. कित्ता पृ. ४४६, 'द डाक्का युनिव्हर्सिटी जर्नल' (फेब्रुवारी १९२६) पृ. १०८, १११ 'JRAS', (१९१३), ६९, ७६, ८१

१२. पृ. ३१०

१३. पाहा – मॅक्क्रिंडल, एन्शंट इंडिया अॅज डिस्क्राईब्ड इन क्लासिकल लिटरेचर, पृ. १८५, तेरेबिन्थुसने इजिप्शियनांना असलेले सर्व ज्ञान आपण मिळविलेले असून आपण नवा बुद्धा (बुद्दास) आहोत, यापुढे तेरेबिन्थुस हे आपले नाव नाही, असे जाहीर केले. आपण कुमारीपुत्र असल्याचेही त्याने जाहीर केले. तेरेबिन्थुस हा पॅलेस्टाईनमध्ये जन्मलेल्या आणि भारताशी व्यापार करणाऱ्या सॅरॅसिन सिथिआनुसचा शिष्य होता.

१४. क्र. ४३६

१५. बर्टन 'द बुक ऑफ द थाऊजंड नाईटस्' १-१२, ओल्कॉट, 'स्टोरीज् फ्रॉम द अरेबियन नाईटस्' पृ. ३; लेन, 'अरेबियन नाईटस्' पृ. ८-९ कथासरित्सागरातही (लंबक १०, तरंग ८) अशीच एक कथा सापडते. पेझर, 'द ओशन ऑफ स्टोरीज्' खंड ५, पृ. १५१-१५२. 'सर्व पुरुषांच्या बाबतीत स्त्रीसंग आणि स्त्री मोह दुःखच निर्माण करतात पण त्यांच्यापासून दूर राहिल्याने मात्र जीवनाच्या सर्व पाशांतून मुक्त होता येते.'

❑

परिशिष्ट 'ब'

कनिष्क आणि प्रथम रूद्रदामन ह्यांच्यातील कालात्मक संबंधांवरील एक टिप्पणी[१]

श्री. हरिचरण घोष आणि प्रा. जयचंद्र विद्यालंकार ह्यांनी काही वर्षांपूर्वी[२] कनिष्काच्या कालासंबंधी दोन महत्त्वपूर्ण निबंध सादर केले. पैकी प्रा.विद्यालंकार हे डॉ. व्हॅन विक ह्यांनी गणिताने बांधून दिलेला आणि डॉ. स्टेन कोनो ह्यांनी मांडलेला सिद्धांत उचलून धरून त्या श्रेष्ठ कुशान-सम्राटाची कारकीर्द इ.स.१२८-२९ मध्ये सुरू झाली असे प्रतिपादतात आणि पुढे ते 'खालच्या सैंधव खोऱ्यावरील' (प्रत्यक्षात 'सिंध' असे म्हटलेले नाही) प्रथम कनिष्काची सत्ता आणि महाक्षत्रप आपले पद ज्याने दुसऱ्या या कोणाकडूनही घेतले नाही तो रूद्रादामन् ह्यांची सांगड बसू शकत नाही, ह्या प्रस्तुत ग्रंथातील आमच्या मतावर टीका करतात. प्रा. कोनो आणि डॉ. व्हॅन विक ह्यांचे निष्कर्ष म्हणजे निव्वळ गृहिते आहेत हे सर्वमान्य झालेले आहे आणि जर्नल ऑफ रॉयल एशियाटिक सोसायटीच्या जानेवारी १९३० च्या अंकातील (पृ. १८६-२०२) प्रा. रॅप्सन ह्यांच्या लखलखीत अशा विवेचनानंतर तर त्या दोन विद्वानांच्या मताविषयी फारसे काही बोलण्याची गरजही उरलेली नाही. ह्या टिप्पणीत आम्ही फक्त प्रा. जयचंद्र विद्यालंकार आणि श्री. हरिचरण घोष ह्यांनी ह्या ग्रंथात मागे आम्ही मांडलेल्या मतावर जी टीका केली आहे, तेवढ्याचेच परीक्षण करणार आहोत.

१ ते २३ हा कनिष्काचा काळ, २४ ते २८ हा वासिष्काचा काळ, ३१ ते ६० हा हुविष्काचा काळ[३] आणि ६७ ते ९८ वासुदेवाचा काल ह्यातून एक सलग अशी गणना सूचित होते, ह्या विषयी प्रा. महाशयांना काहीही म्हणावयाचे नाही, असे दिसते. म्हणजेच कनिष्क हा एका युगाचा जनक होता. परंतु वायव्य भारतात इ.स. दुसऱ्या शतकात सुरू होणारा कोणताही शक आपल्याला ठाऊक नाही. अतोनात परिश्रम घेऊन ते सिद्ध करतात, ते एवढेच की इ.स. १३० ते इ.स. १५० ह्यांच्यादरम्यान रूद्रदामनची सिंधु-सौवीरावर (हा म्हणजे जे सध्याचा सिंध समजतात) सत्ता होती. पण ह्यावरून सुइ विहार आणि मुलतान ह्यांवरही त्याचा ताबा होता असे निघत नाही. आणि म्हणून इ.स. १२८-१२९ पासून सुरू होणाऱ्या शकांच्या ११०व्या वर्षी म्हणजे इ.स. १४० च्या सुमारास कनिष्काची सुइ विहार आणि मुलतान ह्यांवर अधिसत्ता असेल, तर हे त्याच काळी महाक्षत्रपाची सिंधु-सौवीरावर सत्ता असण्याशी कुठेच विसंगत होत नाही. प्राध्यापक महाशयांच्या मताप्रमाणे कनिष्काच्या राज्यात मोडणारा

जो सुइ विहार प्रदेश त्याच्या उत्तरेस यौधेय ह्या एका समर्थ जमातीचे राज्य होते. महाक्षत्रप ते समूळ उखडल्याचा दावा करतो. महाक्षत्रपाने ह्या यौधेयांवर स्वारी केली होती, हे ज्ञातच आहे. प्राध्यापक महाशय रूद्रदामनच्या सत्तेच्या ज्या मर्यादा धरतात त्यांची आणि ह्या सर्व तपशिलांची सांगड घालण्यात किती अडचण आहे, ह्याची जाणीव त्यांना नाही. 'उत्तरेकडून येणाऱ्या कौशान सैन्याच्या रेट्याने यौधय हे मारवाडच्या वाळवंटाकडे रेटले गेले', असं सांगून ते ही अडचण संपवितात. गैरसोयीचे तपशील झटकून टाकण्यासाठी केलेली असली अनुमाने, बाकी काही नाही तरी (विशेषत: जेव्हा रूद्रदामनूच्या एका शिलालेखात त्या प्रभावी महाक्षत्रपाच्या सत्तेखाली एक प्रदेश म्हणून 'मरू'चा वेगळा उल्लेख होतो तेव्हा) निदान समाधानकारक तरी होऊ शकत नाहीतच.

परंतु सिंधु-सौवीरात मुलतानपर्यंतचा प्रदेश अंतर्भूत नव्हता, हे प्राध्यापक महाशयांचे म्हणणे बरोबर आहे काय? पुराणे आणि बृहत्संहिता ह्यातील भौगोलिक तपशिलावर विसंबून आपले अभिप्राय देणाऱ्या अल्बेरुनीने सौवीर म्हणजेच मुलतान आणि जहारावार असे स्पष्ट विधान केले आहे.[४] ह्या विरुद्ध प्रा. विद्यालंकार युआन च्वांगचा पुरावा उद्धृत करतात. युआन च्वांग म्हणतो की, त्यांच्या काळी 'माऊली-सान-पु-लु' म्हणजे मूलस्थान-पूर किंवा मुलतान ही एक मध्य पंजाबातील 'चेका' किंवा टक्का ह्या देशाची मांडलिक सत्ता होती. तथापि ह्या ठिकाणी तो चिनी यात्रेकरू भौगोलिक अंतर्भावाविषयी बोलत असून राजकीय मांडलिकत्वाचा उल्लेख करतो आहे, ह्याची दखल घेतली पाहिजे. हिंदुस्थान हे ग्रेट ब्रिटनचे मांडलिक होते, पण म्हणून हे काही भौगोलिक दृष्ट्या ब्रिटिश बेटात मोडत नव्हते. उलटपक्षी, अल्बेरूनी जेव्हा सौवीर म्हणजेच मुलतान आणि जहारावार असे समीकरण मांडतो, तेव्हा तो मुलतान सिंधच्या आधिपत्याखाली होते असे समजावे, अशा अर्थाच्या जरासुद्धा सूचना देत नाही. त्याचा आढावा शुद्ध भौगोलिक स्वरूपाचा असून तो फक्त वराहमिहिराच्या संहितेवरून घेतलेली देशनामे देतो व त्यावर आपले भाष्य करतो. तो मुलतानला सिंधचे मांडलिक तर बनवित नाहीच. पण उलट स्वतंत्रपणे उल्लेखिलेला 'सिंधु' आणि सौवीर म्हणजेच मुलतान आणि जहारावार हे तो अगदी काळजीपूर्वक वेगळे दाखवितो.

प्राचीन सौवीर दक्षिण सिंधमध्ये येत होते आणि एकत्रितपणे सिंधु आणि सौवीर म्हणजे सध्याचा सिंध, दुसरे-तिसरे काही नाही, ह्या मताचा कोणत्याही जुन्या पुराव्याने पाठपुरावा होत नाही. युआन च्वांग सिन-टु-हून पूर्वेकडे ९०० लीहून अधिक अंतरावर गेला, आणि सिंधू ओलांडून तिच्या पूर्व किनाऱ्यावर माऊली-सान-पु-लु

देशाला आला.[५] ह्यावरून हे सिद्ध होते की, सिन-टु-माऊली-सान-पु-लु च्या (मुलतानच्या) पूर्वेस असून ते सिंधुच्या पश्चिमेकडे वसलेले होते. 'सैन्ध वानामिति / सिन्धुनामा नदस्तस्य पश्चिमेन सिन्धदेशस्तत्र भवानाम्' असे वात्स्यायनाच्या कामसूत्राच्या[६] टीकाकाराचे स्पष्ट विधान आहे. तेव्हा हे स्पष्टच आहे की सध्याच्या सिंधचा बराचसा भाग प्राचीन 'सिन-टु' किंवा सिंधुच्या भौगोलिक (राजकीय नव्हे) मर्यादा ह्यांच्या बाहेर होता. युआन च्वांगच्या काळात तो आ-टिन-पो-चिह-लो, पिन्टो-शिह-लो आणि आ-फान-टु ह्या देशांत समाविष्ट होता. 'मिलिंदपन्हो' मध्ये जिथे जहाजे एकत्र होतात, अशा देशांच्या यादीत सिंधूचे नाव येते. तेव्हा ज्याच्या दक्षिण सीमा नि:संशयपणे समुद्राला भिडत होत्या, त्या सौवीरामध्ये सध्याच्या सिंधच्या भूमीचा काही भाग येत असेलही. बार्बारिकम येथे (सिंधू नदीच्या मुखाशी) जहाजे नांगरून पडतात, अशी माहिती आपल्याला 'पेरिप्लस'चा कर्ताही देतो. परंतु अल्बेरूनीचा पुरावा पाहाता सौवीराच्या उत्तर सीमा मुलतानला भिडत होत्या, ह्या विषयी शंकेला काही जागाच उरत नाही. पौराणिक साहित्यात पुरता मुरलेला असा अल्बेरूनीसारखा पंडित एखादे निराधार असे विधान करणे संभवनीय नाही. वस्तुत: सौवीरात मुलतान समाविष्ट होते, ह्याला काही पुराणातून ठसठशीत दुजोरा मिळतो. उदा: मूलस्थान किंवा मुलतान येथील सूर्यमंदिराविषयीच्या उल्लेखात ते देविका नदीच्या काठी, 'देविकातटे' उभे होते, असे स्कंद पुराणा[७]त आहे.

ततौ गच्छैन्महादेवी मूलस्थानमितिश्रुतम् ।
देविकायास्तटे रम्ये भास्करं वारितस्करम् ।।

'अग्निपुराणात'[८] देविकेचा आणि सौवीरभूमीचा विशेष संबंध आणलेला आहे.

सौवीरराजस्य पुरा मैत्रेयोऽभूत पुरोहित: ।
तैनचायतनं विष्णौ: कारितं देविकातटे ।।

युआन च्वांगच्या माहितीप्रमाणे सिन-तु आणि मुलतान हे सिंधूच्या उभयतटांवर वसलेले शेजारी देश होते. प्राचीन वाङमयातील सिंधू आणि सौवीर ह्यांचा जो निकटचा संबंध आलेला दिसतो, त्याला हे अगदी धरूनच आहे.

पति: सौवीरसिन्धूनां दुष्टभावो जयद्रथ: ।[९]
कच्चिदैक: शिवीनाढ्यान् सौवीरान् सहसिन्धूभि:[१०]
शिवसौवीरसिन्धूनां विषादस्वाप्यजायत ।[११]

रूद्रदामनूच्या सिंधू आणि सौवीर ह्यांवरील स्वामित्वाचा म्हणजे ज्या अर्थाने पुराणे, वात्स्यायनाच्या कामशास्त्राचा टीकाकार, युआन च्वांग आणि अल्बेरूनी ह्यांना त्या संज्ञा अभिप्रेत आहेत, तदूनुसार त्याच काळातील कनिष्काच्या 'सुइ

विहार'वरील सार्वभौमत्वाशी मेळ घालता येणार नाही, हे स्पष्टच आहे. सौवीर म्हणजेच मुलतान आणि जहारावार असे ओळखता येते. परंतु ते जरी थोडे बाजूला ठेवले तरी ज्या सत्तेने प्राचीन सिंधु व मरू ह्यांवर अंमल बसविला होता, जोहियवारच्या यौधेयांशी लढा दिला होता, तिने सुइ विहाराचा प्रदेशही आपल्या नियंत्रणाखाली आणला होता असे धरले, तर ते काय विपर्यस्त होईल की काय?

श्री.एच.सी.घोष असे ठाम सांगतात [१२] की, निदान इ.स.१३६ पासून केव्हा तरी रूद्रदामनने सिंधु आणि सौविर ह्यांत बस्तान मांडले होते, हे सिद्ध करता येणे शक्य नाही. कनिष्काने शक सुरू केला, हा मुद्दा तर त्यांना जे सिद्ध करावयाचे तेच गृहीत केले, अशा प्रकारचा वाटतो. आता, आपण जाणतो की, इ.स.१५० च्या मानाने रूद्रदामन् हा स्वपराक्रमाने पूर्वपश्चिमेकडील आकरावंती, अनुपनीवृद, आनर्त्त, सुराष्ट्र, स्वभ्र, मरू, कच्छ, सिंधु, सौवीर, कुकुर, अपरान्त, निषाद आणि आणखी कित्येक प्रदेश ह्यांचा स्वामी झाला होता. एवढे देश जिंकण्यासाठी बराच दीर्घ काळ गेलेला असणार. अन्धौ शिलालेखांवरून असे दिसते की, वरीलपैकी निदान एक कच्छ हा देश तरी इ.स.१३० इतक्या पूर्वी महाक्षत्रपाच्या अमलाखाली आलेला होता. 'पेरिप्लसच्या काळात सिथियाच्या (म्हणजे खालचे सैंधव खोरे') राजधानीचे नाव 'मिन्नगर' असे होते आणि ते इसिडोरने नमूद केलेल्या शकस्थानातील 'मिन' ह्या शहराच्या नावावरून घेतलेले होते, हे उघडच दिसणारे आहे. चष्टनाच्या शाखेतील पश्चिमी शत्रपांच्या व्यक्तिनामांमध्ये दिसणारे एक वैशिष्ट्य म्हणजे 'दामन्' (दम) हे व्होनोनेसच्या इंजिआनियन घराण्यातील एका राजाच्या नावातही आढळते, हे रॅप्सन आपल्या नजरेस आणतो आणि शेवटी महाक्षत्रपाची कन्या आपण ज्या कुटुंबातील असल्याचा दावा करते, त्याचे कार्दमक हे नावही पर्शियातील कर्दम ह्या नदीच्या नावावरून आल्यासारखे दिसते. हे सर्व (Political History of Ancient India) च्या (दुसरी आवृत्ती) २७७ व्या पृष्ठावर दाखवून दिलेले आहे.

वर नमूद केलेल्या ऐतिहासिक सत्यावरून हेच दर्शविले जाते की, चष्टन आणि रूद्रदामन् ज्या शाखेचे होते, ती इराणमधील शकस्थानाहून खालच्या सैंधव खोऱ्याच्या मार्गे कच्छ आणि पश्चिम भारतातील इतर स्थळी आली. हा मुद्दा आणि कच्छ आणि खालचे सैंधव खोरे ह्यांची सलगता लक्षात घेता जेव्हा सिंधू आणि सौवीर जिंकले, तो काळ कच्छवरील विजयाच्या काळापेक्षा फार दूरचा नसावा, कदाचित तो त्याच्या आधीचाही असू शकेल, असे धरण्यास प्रत्यवाय नसावा. ह्या प्रांतावर त्या महाक्षत्रपाने ज्या अर्थी इ.स. १५० पर्यंत आपला अंमल टिकवून धरला होता, त्या अर्थी तो त्यांच्यावर इ.स. १३६ पासूनच राज्य करीत असावा.

श्री. घोष ह्यांच्या दुसऱ्या मुद्द्यांविषयी सांगावयाचे म्हणजे, कनिष्क १-२३, वासिष्क २४-२८, हुविष्क २८-६० आणि वासुदेव ६७-९८ ह्या त्यांच्या कारकीर्दींच्या सनांवरून एक अखण्ड कालखंड निश्चितच सूचित होतो. कनिष्काने एक शक सुरू केला हे नाकारले तर त्यांचे वंशज वासिष्क, हुविष्क ह्यांच्या कारकीर्दींची वर्षें ही शकसंवत्सरे नसून केवळ त्यांच्या-त्यांच्या सत्ताकालाची वर्षें आहेत, असे मानावे लागेल. परंतु इतिहासाचा कोणीही दक्ष अभ्यासक वासुदेवाच्या ६७-९८ ह्या कालखंडाबाबत तरी ते मान्य करणार नाहीत.

स्पष्टीकरणात्मक टीपा

१. 'IHQ' (मार्च १९३०) पृ. १४९

२. 'IHQ', Vol. I, (मार्च १९२९) पृ. ४९-८० व 'JBORS' भाग १ व २ (मार्च ते जून १९२९) पृ. ४७-६३

३. हुविष्कांचे सर्वांत जुने नोंदलेले संवत्सर २८ असल्याचे आता माहीत झाले आहे.

४. १.३०२

५. Watters. २.२५४

६. बनारस प्रत पृ. २९५

७. प्रभास – क्षेत्रमाहात्म्य, अध्याय २७८.

८. अध्याय २००

९. महाभारत ३.२६६

१०. तत्रैव

११. महाभारत ३.२७०

१२. 'IHQ' (१९२९) पृ. ७९

❏

परिशिष्ट क

उत्तरकालीन गुप्तांसंबंधीची एक टिप्पणी[१]

अफ्सड् शिलालेखात उल्लेखिलेला माधवगुप्ताचा पिता आणि हर्षाचा सहकारी महासेनगुप्त हा पूर्व माळव्याचा राजा असणे शक्य नाही आणि त्याच शिलालेखातील लोहित किंवा लौहित्य प्रदेशात जो महासेनगुप्ताकडून पराभूत झाला तो सुस्थितवर्मन् हा एक मौखरी नृपती नसून कामरूपचा राजा असला पाहिजे, असे दोन सिद्धांत प्रा. आर. डी. बॅनर्जी ह्यांनी नुकतेच प्रतिपादिले आहेत.

का कोण जाणे, पण काही पाश्चात्त्य पंडित अजूनही वेगळे मत प्रदर्शित करीत असले[२] तरी अफ्सड् आणि निधनपूरच्या कोरीव लेखांची काळजीपूर्वक चिकित्सा करणाऱ्या कोणालाही वरीलपैकी दुसरे तत्काळ मान्य होईल. महासेनगुप्त हा पूर्व मालवाचा राजा की मगधाचा ह्या पहिल्या सिद्धांताच्या बाबतीत मात्र अभ्यासकाला खालील वस्तुस्थिती निदर्शक गोष्टींची दखल घ्यावी लागेल.

(१) एका ग्रामाचे इनाम पुढे चालू ठेवल्याची नोंद असलेला द्वितीय जीवितगुप्ताच्या देववर्णाच्या शिलालेखात[३] बालादित्यदेव आणि त्यानंतर सर्ववर्मन् आणि अवंतीवर्मन या मौखरींचे निर्देश आहेत. त्याच ग्रामाच्या पूर्वीच्या इनामांच्या संदर्भात त्यांच्या समकालीन अशा उत्तरकालीन गुप्तांविषयी मात्र ह्या लेखात अवाक्षरही येत नाही. ह्या शिलालेखाची फूट-तूट झालेली आहे, ह्यात शंका नाही. परंतु सर्ववर्मन् आणि अवंतीवर्मन् ह्यांची अधिसत्ता लक्षात घेता त्यांचे समकालीन जे उत्तरकालीन गुप्त त्यांचे (पूर्व-मालवावर) राज्य असणे अशक्यच होऊन बसते, ह्यात शंका नाही.

(२) उत्तरकालीन गुप्तांच्या काळात गया प्रदेशात 'सामंत' म्हणून नांदणारा मौखरीकुलीन 'वर्मन्' ह्यांची आणखी एक शाखा होती, हे बराबर आणि नागार्जुनी टेकडीवरील गुहा ह्या ठिकाणी सापडलेल्या शिलालेखांवरून उजेडात आलेले आहे.

(३) हर्षाच्या काळी मगधाला भेट देणारा युआन च्वांग मगधाचा सिंहासनाधीश म्हणून पूर्णवर्मन्चा उल्लेख करतो.[४] मगधाच्या संदर्भात तो माधवगुप्ताविषयी किंवा त्याच्या पित्याविषयी एक शब्दसुद्धा लिहित नाही.

(४) हर्षाचा सहकारी म्हणून बाण माधवगुप्ताचा निर्देश करतो, पण माधवगुप्ताच्या पित्याला तो स्पष्टपणे मालवाधिपतीच म्हणतो, मगधाधिपती नव्हे. त्या महान

सम्राटाच्या (हर्षाच्या) चरित्रकाराला हर्षाचे माधवगुप्त ह्याच नावाचे दोन सहकारी असल्याचे आणि त्यापैकी एक मगधाधिपतीचा पुत्र असल्याचे माहित नाही.

वरील पुराव्यातून दोन गोष्टी निघतात. एक म्हणजे आपल्या आश्रयदात्याचा सहकारी म्हणून ज्या एकमेव माधवगुप्ताला बाण ओळखीत होता, त्याचा पिता मालवाचा राजा होता. दुसरी म्हणजे हर्षाने मगध देश जिंकला त्यापूर्वी इ.स. ६४१ पूर्वी[५] त्यावर गुप्तांचे नियंत्रण नव्हते, तर वर्मनांचेच होते. महाशिवगुप्ताच्या सिरपूर शिलालेखाच्या काळातसुद्धा वर्मनांच्या मगधावरील अधिपत्याचे विस्मरण झालेले नव्हते.

मालवाच्या राजाला वाटेतल्या सर्व राजांच्या चिवट प्रतिकाराला तोंड देऊन लोहित्याच्या किनाऱ्यापर्यंत पोहोचणे अशक्य होते, असा एक मुद्दा प्रा. बॅनर्जींनी मांडला आहे. आणि हर्षाचा सहकारी माधवगुप्ताचा पिता महासेनगुप्त मालवांचा राजा असण्याचा संभव[६] आहे, ह्या मताला त्यांचा जो विरोध आहे, त्यातला एवढाच भाग समर्पक असा आहे. पण हा प्रश्न प्रा. बॅनर्जी सोडवतात कसा, तर महासेनगुप्ताला मगधाधिपती बनवून आणि शिवाय आसाम बहुधा त्याच्या राज्याच्या सीमेला भिडला होता आणि वंग, मिथिला आणि वरेंद्र त्याच्या राज्यात समाविष्ट होते, असे मानून प्रमाण म्हणता येईल अशा स्वरूपाचे ते काहीच देऊ शकलेले नाहीत, पण अशा स्थितीत महासेनगुप्ताला आसामच्या सुस्थितवर्मनूशी लढा देणे शक्य दिसते काय? ह्या त्यांनी उपस्थित केलेल्या प्रश्नावरच ते आपल्याला त्यांचे अनुमान स्वीकारायला सांगतात.

मालवाच्या राजाने आपली सेना लौहित्याच्या किनाऱ्यापर्यंत नेली असण्याची कितपत शक्यता होती, ह्याचा विचार यशोवर्मनूचा मंदसौर शिलालेख लक्षात घेऊन करावा लागेल. महासेनगुप्ताच्या बाबतीत त्याच्या लगेचच्या आधीच्या राजांनी त्याच्यासाठी मार्ग तयार करून ठेवलेला होता, हे अफ्सड् शिलालेखाचा काळजीपूर्वक अभ्यास करणाऱ्या कोणाच्याही लक्षात आल्यावाचून राहणार नाही. महासेनगुप्ताचा पितामह कुमारगुप्त ह्याने प्रयागपर्यंत मजल मारली होती; तर पिता दामोदरगुप्त हा हर्षाच्या विजयाच्या आधी थोडा काळ मगधावर नियंत्रण बसविलेल्या उपर्युक्त 'मौखरींच्या उन्मत्तपणे पुढे घुसणाऱ्या बलशाली हस्तीदलाची फळी फोडल्याचा' दावा करतो. ईशानवर्मन् मौखरींच्या विजयी स्वाऱ्यांमुळे गोंडांचा प्रदेशविस्तार आधीच थांबविण्यात आला होता. तेव्हा दामोदरगुप्ताचा पुत्र महासेनगुप्त ह्याला (पित्याचा युद्धभूमीवर[७] मृत्यू झाल्यानंतर ह्याने सर्व आधिपत्य हाती घेतले असावे.) लोहित्यांपर्यंत मजल मारायला आता कसली अडचण होती?

स्पष्टीकरणात्मक टीपा

१. मुख्यत्वे 'JBORS' मध्ये (सप्टेंबर-डिसेंबर १९२९, पृ. ५६१) आलेल्या लेखाचा भाग.

२. 'JRAS' (१९२८) जुलै. पृ. ६८९.

३. प्रस्तुत ग्राम उत्तर-प्रदेशात असावे, ह्या डॉ. आर. सी. मुजुमदारांच्या सूचनेवर डॉ. सरकार ह्यांनी टीका केलेली आहे, डॉ. सरकार असे दाखवून देतात की, ज्यावरून डॉ. मुजुमदारांनी आपला निष्कर्ष बसविला आहे, ते मुळातील फ्लीटचे त्या ग्रामनामाचे वाचनच जुजबी असल्याने स्वीकारार्ह नाही.

४. Watters, III. 115.

५. 'Ind Ant.' IX 19

६. Political History of Ancient India, 2nd ed. p. 373.

७. पाहा – Fleet, 'Corpus', III, pp.-203,206 आणि वीरशय्या, पृ. ६०६, टीप १.

❑

परिशिष्ट 'ड'

पूर्वकालीन गुप्त साम्राज्याची अवनती[१]

समुद्रगुप्त आणि विक्रमादित्य ह्यांच्या प्रतिभेतून बांधल्या गेलेल्या गुप्तसाम्राज्याचे इ.स. पाचव्या शतकाच्या अखेरीच्या सुमारास झपाट्याने विघटन होऊ लागले होते. ज्याने अगदी पश्चिमेकडच्या प्रांतावर नियंत्रण ठेवले होते, असा पूर्वकालीन गुप्त घराण्यातील स्कंदगुप्त (इ.स. ४५५ ते इ.स. ४६७) हाच शेवटचा राजा होय, हे ज्ञात आहे. इ.स. ४६७ नंतर मात्र गुप्त सम्राटांचा सुराष्ट्र किंवा पश्चिम माळव्याचा बराचसा भाग ह्यांच्याशी काही संबंध येत होता, असा पुरावा नाही.[२] खालच्या भागातील गंगेच्या आणि नर्मदेच्या काठांवरच्या प्रदेशात गृहीत केल्यासारखेच ज्याच्या हुकुमांचे पालन होत होते, असा बुधगुप्त (इ.स. ४७६-७७ ते इ.स. ४९५) हा ह्या वंशातील बहुधा शेवटचा राज्यकर्ता असावा. त्याच्या नंतरच्या राजांनी पूर्व-माळवा आणि उत्तर बंगाल ह्यांवर काही काळ कसाबसा अंमल ठेवला होता, पण त्यांना सर्व बाजूंनी शत्रूंशी मुकाबला करावा लागला होता. जिनसेनाने[३] नोंदविलेली परंपरा मान्य केली, तर त्यांची सत्ता इ.स. ५५१ (३२० अधिक २३१) मध्ये कोसळली असावी.

गुप्तानां च शतद्वयम्
एकत्रिंशच्च वर्षाणि
कालविद्भिरुदाहृतम्[४] ।

नंतर आर्यावर्ताचे स्वामित्व मुखर (सुमारे इ.स. ५५४) आणि पुष्यभूति (हर्षकुल इ.स. ६०६-६४७) ह्यांच्या घराण्याकडे गेले.[५] त्यांच्या सत्ताकाळात राजकीय स्थित्यंतराचा केंद्रबिंदू मगधाहून सरकून कनौज आणि त्याचा परिसर येथे गेला. उत्तरकालीन गुप्त म्हणून ओळखल्या जाणाऱ्या एका घराण्यातील राजांनी आपल्या कुळाचे गेलेले वैभव पुन्हा प्राप्त करून घेण्यासाठी प्रयत्न केले, ह्यात शंका नाही. पण हर्षाच्या मृत्यूनंतरच्या काळापर्यंत त्यात त्यांना यश लाभू शकले नाही.

तत्कालीन लिखित पुराव्याच्या अभावी ऐतिहासिक सत्यांचे तपशीलवार वर्णन देणे अशक्य असले, तरी पूर्वकालीन गुप्त साम्राज्याच्या अवनतीची कारणे शोधणे काही फारसे अवघड नाही. त्या कथेचा स्थूल असा आराखडा आपल्यापुढे अगदी स्पष्ट आहे. चौदाव्या शतकात दिल्लीच्या तुर्की सुलतानशाहीला किंवा अठराव्या शतकात तथाकथित मोगल साम्राज्याला जी कारणे विघातक ठरली ती सर्व येथेही आपले काम करीत होती. अंतर्गत बंडांचे उठाव, विद्ध्वंसक अशी बाह्य आक्रमणे

'महाराज' आणि 'महाराजाधिराज' अशा पदव्या घेण्याबाबत गाठलेल्या मजला, अतिशय प्रभावी झालेल्या अशा अनुवंशिक हक्काने प्रांताधिपती व अन्य प्रकारचे अधिकारी होणाऱ्या एका वर्गाची वाढ आणि खुद्द राजघराण्यातील बखेडे, ही ती कारणे होत.

प्रथम कुमारगुप्ताच्या वेळीच पुष्यमित्र ह्या नावाने ओळखल्या जाणाऱ्या एका उपद्रवी जमातीने गुप्त साम्राज्याच्या स्थैर्याला गंभीर स्वरूपाचा धोका निर्माण केला होता. युवराज स्कंदगुप्ताने हा धोका परतविला होता. तथापि अधिक भयानक असा शत्रू अवतरला, तो मध्य आशियातील माळव्याच्या प्रदेशातून. प्रथम कुमारगुप्ताच्या मृत्यूनंतर लवकरच क्रूर हूणांनी साम्राज्याच्या वायव्येकडील प्रांतावर झडप घातली आणि यथावकाश ते पंजाबचे आणि पूर्व माळव्याचे स्वामीही झाले, हे भितरी जकूर, ग्वाल्हेर आणि ऐरण येथे सापडलेल्या शिलालेखांवरून आणि कित्येक चिनी यात्रेकरूंच्या वृत्तांवरून सिद्धच होते.

ह्या नवागतांना भारतीय लोक बराच काळ चिन्यांशी निकट संबंध असणारी एक जमात म्हणून ओळखीत होते. महावस्तूत[६] त्यांचा चिन्यांबरोबर उल्लेख केलेला आहे. तर महाभारतातील शांतिपर्वातही जिच्या अग्रभागी 'चीन' आहेत, अशा परकीय टोळ्यांच्या एका यादीत ते समाविष्ट आहेत :

चीनान शकांस्तथा च ओड्रान[७] (?) वर्वरान् वनवासिन:[८] ।
वांर्ष्णोयान् (?) हाऱ्हूणांश्च कृष्णान् हैमवतांस्तथा ॥

भीष्मपर्वतावरील एक श्लोक[९] हूणांचा पारसीकांशी किंवा पर्शियनांशी संबंध दर्शवितो.

यवनांश्चीन काम्बोजा दारूणा म्लेंच्छजाताय: ।
सकृदग्रहा: कुलत्थाश्च हूणा: पारसीकै:सह ॥

हा श्लोक म्हणजे हूणांचा पर्शियाचा सस्सॅनियन राजवंशाशी संपर्क आला होता, त्या काळची स्मृती होय.[१०] कालिदाससुद्धा हूणांना वंक्षु (म्हणजे सध्याची ऑक्सस्) नदीच्या जलाने भिजणाऱ्या आणि केशर पिकविणाऱ्या देशाच्या म्हणजे पर्शियाच्या लगत नेऊन ठेवतो.[११] सम्राट स्कंदगुप्ताच्या कारकीर्दीच्या प्रारंभीच्या दिवसांतच हूणांचा लोंढा गुप्तसाम्राज्यातच लोटला होता, पण त्यावेळी त्यांना मागे रेटण्यात आले होते, हूणांची ही पिछेहाट भितरीच्या शिलालेखात नमूद आहे आणि कदाचित तिचा तत्कालीन म्हणता येईल अशा चंद्रगोपिन् ह्या वैय्याकरणानेही उल्लेख केला आहे.[१२] तथापि स्कंदगुप्ताच्या मृत्यूबरोबरच ह्या आक्रमकांची आगेकूच रोखणारे सर्व अडथळे दूर झाले आणि राष्ट्रकूट-नृपती तृतीय कृष्णाचा समकालीन जो जैन

ग्रंथकार सोमदेव याचा पुरावा ग्राह्य मानला तर ते भारताच्या अगदी अंतर्भागात चित्रकुटांपर्यंत[१३] घुसले असे दिसून येईल. सध्याच्या मध्य प्रदेशाच्या उत्तरेकडच्या भागातील ऐरण जिल्हा (ऐरिकिन प्रदेश) त्यांनी निश्चितच जिंकला होता. ह्यांचे राजे तोरमाण आणि मिहिरकुल ह्यांच्या काळात पव्वैय आणि शाक्त ही त्यांची भारतातील सत्तेची केंद्रे होती. पव्वैय चेनाबच्या[१४] काठावर होते. शाक्ल (सध्याचे सियालकोट) पंजाबच्या वरच्या भागात चेनाब आणि देघ ह्यांच्यामध्ये होते.

हूणांनंतर महत्त्वाकांक्षी सेनानायक आणि सामंत यांच्या उद्योगांची दखल घ्यावी लागेल. सम्राट स्कंदगुप्तच्या काळात स्वत: सम्राटाने अति-पश्चिमेकडील भागाचा राजप्रतिनिधी म्हणून नेमलेला पर्णदत्तनामक अधिकारी 'गोप्तृ' म्हणून (इंग्लंडमधील मारग्रेव्हसारखा) सुराष्ट्राचा कारभार करीत होता. नंतर लवकरच भटारक नावाच्या मैत्रक जमातीतील एका नायकाने सेनापती किंवा सेनाधिकारी म्हणून ह्या प्रांतात आपले बस्तान बसवून बहुधा वलभी ही आपली राजधानी केली हा आणि त्याच्यानंतर ताबडतोब सत्तेवर आलेला प्रथम धारसेन हे 'सेनापती' ह्या पदावर संतुष्ट होते. त्यानंतरचा सत्ताधीश द्रोणसिंह (भटारकाचा दुसरा मुलगा - इ.स. ५०२-०३) ह्याला मात्र 'महाराज' म्हणून स्थानापन्न करणे सम्राटास भाग पडले होते. ह्या राजवंशाच्या एका शाखेने सहाव्या शतकाच्या उत्तरार्धात मो-ला-पो (मालवक)[१५] म्हणजे माळव्याच्या अगदी पश्चिमेकडच्या भाग येथे स्वत:ची प्रतिष्ठापना करून सह्य आणि विंध्य पर्वतराजींच्या दिशेने खूप प्रदेशविस्तार [१६] केला. दुसरी एक धाकटी शाखा वलभी येथे राज्य करीत राहिली. सातव्या शतकात वलभीच्या द्वितीय ध्रुवसेनाने हर्षाच्या कन्येशी लग्न केले होते, त्याचा पुत्र चतुर्थ धरसेन (इ.स.६४५-४९) ह्याने परमभट्टारक परमेश्वर चक्रवर्तिन् अशा सम्राटाला शोभणाऱ्या पदव्या धारण केल्या होत्या.

पण मोला-पो आणि वलभीचे मैत्रक हे काही हळूहळू स्वतंत्र झालेले एकटेच मांडलिक नव्हते. मंदसोरचे राज्यकर्ते ह्याच मार्गाने गेले, आणि मध्यदेशचे मौखरी आणि बंगालमधील नव्यावकाशिका वर्धमान आणि कर्णसुवर्ण येथील राजे यांनीही तेच कित्ते गिरविले.

मंदशोर, प्राचीन दशपूर हे पूर्वकालीन गुप्त साम्राज्यातील अत्यंत महत्त्वाच्या प्रांताधिपतींच्या स्थानांपैकी एक होते. सम्राट द्वितीय चंद्रगुप्त, विक्रमादित्य आणि त्याचा पुत्र प्रथम कुमारगुप्त महेंद्रादित्य ह्यांच्या वतीने पश्चिम माळव्यातील काही भागाचा कारभार पाहणाऱ्या औलिकर-कुलातील[१७] सामंतांमागून सामंताच्या राजधानीची ती जागा होती तथापि इ. सनाच्या सहाव्या शतकात हे चित्र बदलले. इ.स. ५३३ च्या मानाने मंदसोरचा सत्ताधीश असलेल्या आणि आपल्या हूणांवरील विजयाने धीट

झालेल्या यशोवर्मनने स्वामी असलेल्या गुप्ताची (गुप्तनाथ) सत्ता धुडकावून आपल्या स्वत:च्या पराक्रमांच्या स्मरणार्थ विजयस्तंभ उभारले. त्याच्या दरबारी बखरकारांच्या शब्दांत लौहित्य किंवा ब्रह्मपुत्र नदीपासून पश्चिम समुद्रापर्यंत आणि हिमालयापासून महेंद्रपर्यंत किंवा पूर्व घाट येथपर्यंत सबंध हिंदुस्थान त्याच्या युद्धविजयांच्या कक्षेत आलेला दिसतो. यशोवर्मनच्या मृत्यूनंतर साहित्यातून आणि कदाचित हर्षकालीन शिलालेखांतूनही गुप्त पुन्हा मालवाचे (पूर्व माळवा) स्वामी म्हणून अवतरलेले दिसतात. परंतु गुप्तांना पश्चिम माळवा पुन्हा काही मिळू शकला नाही, त्याचा एक भाग मैत्रकांच्या प्रदेशात अंतर्भूत झाला होता, हे आपण पाहिलेच आहे. दुसरा भाग म्हणजे अवंती (उज्जैनचा परिसर) इ.सनाच्या पाचव्या शतकात विक्रमादित्य आणि महेंद्रादित्य ह्यांचे अभिमानस्थान असलेली ही राजधानी[१८] पुढच्याच शतकात कटच्चुरी किंवा क्लुचरी वंशातील शंकर गणाच्या ताब्यात असलेली दिसते.[१९] त्यानंतर ती मैत्रक घराण्यातील प्रथम खरग्रहाकडे, त्याच्याकडून युआन च्वांगच्या काळात एका ब्राह्मण वंशांकडे[२०] आणि पुढे राष्ट्रकूट, गुर्जर, प्रतिहार आणि अन्य काही राजवंश अशी सत्तांतरे झालेली दिसतात.

मुखर किंवा मौखरी हा इ.स. सहाव्या शतकात पुढे सरसावलेला दुसरा एक राजवंश होय. ह्यातील राजांच्या शिलालेखांवरून ह्यांचा उत्तरप्रदेश आणि बिहार ह्यांपैकी बाराबंकी , जौनपूर आणि गया ह्या जिल्ह्यांवर ताबा बसला असल्याचे सिद्ध होते. इ.स. चौथ्या आणि पाचव्या शतकात हे सर्व प्रदेश गुप्त साम्राज्याचे अंगभूत असे भाग होते. पुढच्या शतकात ते मौखरीच्या हाती पडले असावेत. आरंभीच्या मुखरांची मांडलिकत्व निदर्शक बिरूदे पाहता इ.स. सहाव्या शतकाच्या पहिल्या काही दशकांत त्यांचे स्थान दुय्यमच होते, ह्या विषयी शंका राहत नाही. इ.स. ५५४ किंवा त्याच्या थोडे आगेमागे मात्र ईशानवर्मन् मौखरी ह्याने गुप्तांच्या आणि कदाचित हूणांच्याही खड्गांना खड्ग भिडविण्याचे धाडस केले, आणि त्याने ‘महाराजाधिराज’ हे बिरूद घेतले. जवळजवळ पाव शतक (इ.स. ५५४- सुमारे ५८०) मौखरी ही गंगेच्या खोऱ्याच्या वरच्या भागातील सर्वांत समर्थ अशी राजकीय सत्ता होती, हे शंकातीत आहे. ह्या वंशातील शेवटचा उल्लेखनीय असा राजा गृहवर्मन ह्याचा मेव्हणा आणि वारस (कनौजच्या सिंहासनावरचाच?) हर्ष ह्याच्या देदिप्यमान यशाची काही अंशी ही पूर्वसूचनाच होती.

इ.स. सहाव्या शतकाच्या उत्तरार्धात मौखरींप्रमाणेच बंगालच्या राज्यकर्त्यांनीही गुप्तांचे जू झुगारून दिलेले दिसते. चौथ्या आणि पाचव्या शतकात बंगालने नि:संशय गुप्त साम्राज्याचे सार्वभौमत्व मानलेले होते. समुद्रगुप्ताच्या अलाहाबाद येथे स्तंभलेखात

पूर्वबंगालमध्ये समतटाचा जो प्रत्यंत किंवा जे सीमेवरील राज्य असा निर्देश आहे, त्यावरून त्याच्या साम्राज्यात संपूर्ण पश्चिम आणि मध्य बंगाल अंतर्भूत होता, हे सिद्ध होते. तसेच साम्राज्यात प्रथम कुमारगुप्तापासून (इ.स.४४३-४४) इ.स.५४३-४४[२२] पर्यंत त्यात उत्तर बंगालचाही (पौंड्रवर्धन भुक्ति) अंतर्भाव होता, हे दामोदरपूरच्या पटलेखावरून चांगले दिसून येते. समतट मुळात साम्राज्यांच्या सीमाबाहेर होते खरे, पण गुप्तांच्या शस्त्रसामर्थ्यापुढे त्याला झुकावयाला लागले होते. तथापि इसवीसनाच्या सहाव्या शतकाच्या मध्यास राजकीय परिस्थिती पूर्णपणे बदलली होती, असे ईशानवर्मनूच्या हराहा शिलालेखावरून दृष्टोत्पत्तीस येते. गंगेच्या खालच्या खोऱ्यात एक नवी सत्ता म्हणजे गोंडांची सत्ता महत्त्व पावत होती. पाणिनी[२३] आणि कौटिलीय अर्थशास्त्राचा[२४] कर्ता ह्यांना गौड आधीपासूनच माहिती होते. व्याकरणकार पाणिनी त्याचा पूर्वेशी संबंध जोडताना दिसतो.[२५] मात्र मत्स्य, कूर्म आणि लिंग या पुराणातील[२६] एका उताऱ्यावरून श्रावस्ती ही गोंडांची मूळ भूमी होती, असा अर्थ लावण्यात आलेला आहे. पण प्रस्तुत उतारा वायू आणि ब्रह्म ही पुराणे आणि महाभारत ह्यांत दिसत नाही.[२७] अधिक प्राचीन वाङमयात श्रावस्तीच्या प्रदेशातील लोकांना देहमीकौसल असे म्हटलेले आहे. बहुधा इ.स.च्या तिसऱ्या किंवा चौथ्या शतकातला कामसूत्राचा कर्ता वात्स्यायन गौड आणि कौसल ह्यांना भिन्न भिन्न देश म्हणून उल्लेखितो.[२८] काही आधुनिक प्राच्यविद्यापंडित आणि प्राचीन भारतीय भूवर्णनात अनभिज्ञ असे इतर अनेक विद्वान आणि पत्रपंडित जसे मद्रास इलाख्यासाठी मद्र-मंडळ अशी संज्ञा उपयोजितात, तसाच मत्स्य, कूर्म आणि लिंग ह्या पुराणांच्या हस्तलिखित प्रतींत गोंड शब्दाचे संस्कृतीकरण करून 'गोड' घुसडलेले असावे.[२९] मध्य प्रांतात पुष्कळदा 'गोंड' ह्या नावाचे 'गौड' असे संस्कृतीकरण केले जाते.[३०] इ.स.च्या सहाव्या शतकात लिहिणारा वराहमिहिर भारताच्या पूर्वभागात गौडकाला स्थान देतो. मध्य देशात मोडणाऱ्या देशांच्या यादीत तो गौडाचा अंतर्भाव करीत नाही. 'गुड' म्हणून एका स्थलनामांचा उल्लेख झाला आहे ह्यात शंका नाही. पण अल्बेरूनी[३१] जर विश्वासार्ह धरला तर गौड म्हणजे थानेसर होय, अयोध्या नव्हे. कनौज आणि सरस्वती नदीपर्यंतचा उत्तर भारतातील प्रदेश यांसाठी 'पंचगौड' म्हणून जी संज्ञा उपयोजिली आहे, ती स्पष्टपणे उशिराची म्हणजे इ.स.च्या बाराव्या शतकापासून पुढच्या काळातील आहे. ही संज्ञा धर्मपाल आणि देवपाल ह्यांच्या साम्राज्याचे स्मृतिचिन्ह असू शकेल. परंतु ती इ.स.च्या प्रारंभीच्या शतकातील प्राचीन गौड प्रदेशाबद्दलची असू शकणार नाही. गौड समुद्रकिनारी होते अशा हराहा शिलालेखातील निःसंदिग्ध उल्लेखावरून स्पष्ट दिसते की, इ.स.च्या सहाव्या शतकात बंगालची

किनारपट्टी हा गौड प्रदेश होता, अयोध्या नव्हे. पुढच्या शतकात मुर्शिदाबादजवळचे कर्ण-सुवर्ण हे त्यांचा राजा शशांक ह्याच्या ताब्यात असलेले दिसते. त्याच्या पुढच्या शतकात वाक्पति राजाच्या 'गोड-वहो'वरून एक गौड मगधाच्या सिंहासनावर बसला होता, असे दिसते. नवव्या शतकात जेव्हा गौड प्रदेश गंगेच्या दुआबापर्यंत आणि कनौजपर्यंत पसरला होता, तेव्हा त्यांच्या सत्तेचा परमोच्च बिंदू गाठला गेला. गोडांच्या प्राचीन राजांविषयीची आपली माहिती तुटपुंजी आहे. फरीदपूर - बरद्वान जिल्ह्यातून सापडलेल्या काही ताम्रपटां[३२]मुळे तीन राज्यांच्या अस्तित्वावर प्रकाश पडतो. तेथे धर्मादित्य, गोपचंद[३३] आणि समाचारदेव हे ते तीन राजे नवयावकाशिका आणि वारक मंडलाचे स्वामी म्हणून वर्णिलेले आहेत. एकाच्या बाबतीत वर्धमान-भुक्तीचाही (बरद्वान विभाग) निर्देश आहे. वप्पघोषवाट शिलालेखावरून आपल्याला चौथ्या एका राजाची ओळख होते. तो म्हणजे कर्ण-सुवर्ण येथे राज्य करणारा जयनाग होय. 'गोड' ही उपाधी ज्याला लावली गेली आहे, असा सर्वांत पहिला राजा म्हणजे शशांक होय. थानेसरचा राज्यवर्धन आणि त्याचा भाऊ हर्ष ह्यांचा सामर्थ्यवान प्रतिस्पर्धी म्हणून प्रसिद्ध असलेला शशांक तो हाच. उपयुक्त वंगीय नृपतींनी घेतलेली 'महाराजाधिराज' ही पदवी पाहाता ते गुप्तांची अधिसत्ता मानीत नव्हते. आणि स्वतंत्र सार्वभौम सत्ताधीश म्हणून ते सुस्थित झाले होते, ह्यांविषयी काही शंका राहात नाही.

गुप्त-अधिसत्तेच्या अखेरच्या दिवसात पुष्यमित्राचे उठाव, हूणांच्या स्वाऱ्या आणि प्रांताधिकारी आणि मांडलिक ह्यांची बंडे एवढ्याच काय त्या त्रासदायक गोष्टी होत्या असे नाही. परकीयांचे हल्ले आणि प्रांताप्रांतांतील दंगे लक्षात घ्यायलाच पाहिजेत. परंतु याबरोबरच खुद्द राजघराण्यातील दुफळ्याही दुर्लक्षिता येणार नाहीत. प्रथम कुमारगुप्तांच्या पुत्रांमधील कलहासंबंधीचा तर्क खरा ठरेल न ठरेल, परंतु द्वितीय चंद्रगुप्तांच्या अपत्यांमध्ये एकोपा नव्हता, हे दाखविण्याइतपत पुरावा आहे. तसेच उत्तरकालीन गुप्त नाव लावणारे दोन राजे, त्या काळातील काही संघर्ष प्रसंगी उघड उघड एकमेकांच्या विरुद्धही उभे राहिलेले दिसतात. उत्तरकालीन गुप्तांचे आपल्या वाकाटक वंशीय नातलगांशी मित्रत्वाचे संबंध राहिलेले दिसत नाहीत. द्वितीय चंद्रगुप्ताची कन्या प्रभावती हिच्याकडून पणतू असलेला जो नरेंद्रसेन वाकाटक त्याचा मालवाधिपतीशी संघर्ष आला होता, असे दिसते. नरेंद्रसेनाचा एक बंधू हरिषेन ह्याने अवंतीवर विजय मिळविला होता. हर्षकालातील गुप्तांचे मालवाशी असलेले अल्प-स्वल्प संबंध लक्षात घेता वाकाटकांचे काही विजय हे त्यांनी आपल्या गुप्त आप्तांविरुद्ध लढून मिळविले असले पाहिजेत. इ.स.च्या सातव्या शतकात देवगुप्त हा हर्षकुलाचा शत्रू आहे, तर माधवगुप्त हा मित्र आहे, असेही दिसते. शेवटी आणखी एका गोष्टीची

दखल घ्यावी लागेल. पूर्वकालीन गुप्तराजे कट्टर ब्राह्मणधर्मानुयायी होते. त्यांच्यापैकी काहीनी ज्यात जीवहत्या आवश्यक होती, असे यज्ञ घडवून आणण्यात काहीही संकोच वाटला नाही. उत्तरकालीन गुप्तराजे किंवा निदान बुध (बुद्ध) गुप्त, तथागतगुप्त आणि बालादित्यगुप्त असे त्यांच्यातील काही राजे तरी बौद्ध पंथाकडे झुकले होते. कलिंग युद्धानंतर अशोकाच्या बाबतीत आणि चिनी धर्मवेत्त्यांशी घनिष्ठ संबंध आल्यानंतर हर्षाच्या बाबतीत घडले, त्याप्रमाणे येथेही धर्मांतराप्रमाणे गुप्तसाम्राज्यात युद्धकारणात आणि राजकारणात बदल झाले असावेत. ह्या संदर्भात युआन च्वांगने नमूद करून ठेवलेली एक घटना लक्षात घेण्यासारखी आहे. हूण सुलतान शाक्लाधिपती 'मिहिरकुल' जेव्हा बालादित्याच्या प्रदेशावर चाल करून येऊ लागला तेव्हा बालादित्य आपल्या मंत्र्यांना म्हणाला; 'हे चोर येत आहेत, असे ऐकतो आहे आणि मी तर त्यांच्याविरुद्ध (त्यांच्या सैन्याविरुद्ध) लढू शकत नाही. माझ्या मंत्र्यांच्या अनुज्ञेने हा माझा दुबळा जीव मी दलदलीतील झुडुपांत लपवित आहे' एवढे म्हणून तो आपल्या अनेक प्रजाजनांसह एका बेटावर गेला. मिहिरकुल पाठलाग करीत आला, पण त्याला जिवंत धरून कैदी म्हणून बालादित्याकडे नेण्यात आले, तथापि राजमातेच्या तरफदारीमुळे त्याला मोकळे सोडून जाऊ देण्यात आले[३४] ही गोष्ट कितीशी खरी, हे आपल्याला ठाऊक नाही, पण असे दिसते की, इ.स. सातव्या शतकातील ज्या भारतीयांकडून युआन च्वांगने माहिती मिळविली, ते उत्तरकालीन बौद्धपंथीय गुप्त राज्यकर्त्यांना दयाळू आणि कृपाळू मानीत असले, तरी धाडसी लढवय्ये म्हणून मात्र ओळखित नव्हते. बालादित्य आणि त्याची माता ह्यांची दयाबुद्धी अस्थानी होती. तिच्यामुळे मिहिरकुलाची सुलतानी राजवट अधिक लांबायला मात्र मदत झाली. गुप्तसाम्राज्याच्या प्रदेशावर लक्ष ठेवून असलेला यशोवर्मन आणि त्याच्या पाठोपाठ ईशानवर्मन आणि प्रभाकरवर्धन हे काही स्वस्थ पाहात राहून अशी संधी दवडणारे नव्हते. फक्त हूणांचाच (येथे) नव्हे, तर उत्तर भारतातील गुप्त अधिसत्तेचाही अंत पाहण्यास ते आतूर होते.

❑

स्पष्टीकरणात्मक टीपा

१. मुख्यत्वे 'JBORS' मध्ये (सप्टेंबर-डिसेंबर १९२९, पृ. ५६१) आलेल्या लेखाचा भाग.

२. 'JRAS' (१९२८) जुलै. पृ. ६८९

स्पष्टीकरणात्मक टीपा : १) प्रथम प्रसिद्धी, 'कलकत्ता रिव्ह्यू' १९३० एप्रिल. २) पूर्वकालातील वलभी – राजा द्रौणसिंह ह्याच्या प्रतिष्ठापनेच्या संदर्भात उल्लेखिलेला 'परमस्वामिन' कोण हे अज्ञात आहे. तो एक गुप्त सम्राट असला पाहिजे हा तर्क सयुक्तिक असला तरी तसा खात्रीलायक पुरावा नाही. काही विद्वान गुप्तशक उपयोजीला आहे, ह्यावर भर देतात. ('IC', 5-409) परंतु दुसऱ्या राजवंशाने सुरू केलेला शक एखाद्या राजवंशाने वापरला, तर त्यामुळे नेहमीच काही पहिल्याने दुसऱ्याची राजकीय अधीनता मान्य केली होती, असे दर्शविले जात नाही. एखाद्या भागातील रूढपद्धती तशीच पुढे चालू राहिली, एवढाच त्याचा साधा भौगोलिक अर्थही असू शकेल. अगदी नि:संशयपणे गुप्तांचे मांडलिक असलेले सुद्धा मंदशोरमधील मालव विक्रमसंवत् चालवीत होते. उलट, गुप्तांच्या साम्राज्याच्या सीमांपलीकडील शोरकोट आणि गंजमयांसारख्या प्रदेशांतून गुप्त शकाचा वापर आढळतो. तेजपूरसुद्धा कदाचित ह्याच वर्गात मोडेल. कारण इ.स.च्या चौथ्या शतकात तो कामरूप राज्याच्या एक भाग होता की नाही, हे आपण निश्चित सांगू शकत नाही. तो 'परमस्वामिन्' म्हणजे एखादा हूण राजा किंवा मंदशोर–नृपती असावा, असे ठरविणे म्हणजे सुद्धा निव्वळ तर्कच होय. स्पष्ट पुराव्यांचा अभाव असताना नुसते अंदाज बांधण्याने काहीही लाभ होणार नाही. यशोधर्मन्च्या मंदशोर प्रशस्तीत 'गुप्तनाथै:' (म्हणजे गुप्तस्वामींनी) असा जो भाषाप्रयोग येतो, त्यावरून इ.स. सहाव्या शतकाच्या पहिल्या चरणात उत्तरकालीन गुप्तांचा आणि पश्चिम माळव्यातील मंदशोर शाखेतील राजांचा काही संबंध सूचित होतो. 'नाथ' ह्या शब्दाने गुप्त हे एकदा मंदशोरचे स्वामी होते, असा संदर्भ लागू शकेल. परंतु त्याच लेखात 'हूणाधिप' शब्द येतो. त्यावरून 'नाथ' ह्याचा अधिपती किंवा राजा असा साधा अर्थही सूचित होतो. त्यातून इ.स. ५३३ मध्ये किंवा त्या सुमारास गुप्तसम्राट आणि मंदशोरचे राजे ह्यांच्यातला काही विशेष संबंध निघेल, असे मुळीच नाही.

३. 'हरिवंश' ६०.

४. 'Ind. Ant.', (1886), 142 Bhand, Com. Vol. 195

५. 'Ep. Ind', १४, पृ. ११०-१२०, 'JRAS' (१९०६) पृ. ८४३ डॉ. भट्टसाली आणि डॉ. सरकार ह्यांनी दाखवून दिले आहे की, आसामचा राजा भूतिवर्मन् हा ह्या सुमारास (इ.स. ५५४ किंवा इ.स. ५६४) अश्वमेध यज्ञ करून स्वत:स सार्वभौमत्व निदर्शक पदव्या बहाल करीत होता. पाहा – 'भारतवर्ष', (आषाढ १३४८) पृ. ८३. इ.(Ind. Ant. 27 - 18) साधनसाहित्यात आपल्याला गुप्तशक न आढळल्याचेही सरकार ह्यांनी प्रदर्शित करून ठेवले आहे.

६. १.१३५

७. ह्या संदर्भातील ओड्रानचा उल्लेख विलक्षणच आहे. महाकाव्यातील श्लोकातील 'तथा चौद्रान'च्या ऐवजी 'चडोतांच' असे वाचण्याचा मोह होतो. चडोत् हे मध्य आशियातील खवतानजवळच्या एका प्रदेशाचे नाव आहे.

८. २.५१ २३-२४

९. ९.६५-६६

१०. स्मिथ 'EHI' चौथी आवृत्ती, पृ. ३३९; शिवाय पाहा – डब्ल्यू. एम. मॅकूगव्हर्न 'द अर्लि एम्पायर्स ऑफ सेंट्रल एशिया'

११. 'Ind. Ant.', (1912) 265.

१२. 'Ind. Ant.', (1896) 105.

१३. 'Bhand. Com. Vol.', 216 चित्रकूट म्हणजे राजपुतान्यातील चितौड असेल, किंवा राम वनवासात असताना अल्पकाळ जेथे राहिला होता, ते मध्य भारतातील मंदाकिनीच्या तीरावरचे तितकेच प्रसिद्ध असलेले चित्रकूट असण्याचीही बरीच शक्यता आहे. माळव्यात एक हूण मंडळ असल्याचा एका शिलालेखात उल्लेख आहे. (Ep. Ind.,23-102)

१४. 'JBORS', (१९२८ मार्च) पृ. ३३, सी. जे. शाह, जैनिझम इन नॉर्दन इंडिया यातील कुवलयमालातील अवतरण २१० (इ.स.चे ८ वे शतक)

१५. स्मिथ (EHI) चौथी आवृत्ती, पृ. ३४३

१६. वलभीच्या द्वितीय धरसेनाला द्वितीय शिलादित्य धर्मादित्य आणि प्रथम खरग्रह हे दोन पुत्र होते. युआन च्वांगच्या हकिकतीवरून असे दिसते की, त्याच्या काळी (म्हणजे शिलादित्यानंतरच्या नजीकच्या काळातच) मैत्रकांच्या प्रदेशांची दोन शकले झाली होती. मो-ला-पो आणि तदंकित राज्यांचा एक भाग आणि वलभी अंतर्भूत असलेला दुसरा भाग. पहिला शिलादित्य –

धर्मादित्याच्या घराण्याचा, तर दुसरा खरग्रह आणि त्याचे पुत्र ह्यांच्या अंकित होता. खरग्रहाचा एक पुत्र द्वितीय ध्रुवसेन बालादित्य किंवा ध्रुवभट ह्याने कनौजच्या हर्षाच्या मुलीशी लग्न केले होते. चिनी यात्रेकरूंच्या वृत्तान्ताला सप्तम शिलादित्याच्या अलिना पटलेखाने पुष्टी मिळते. (फ्लीट, 'CII' १७१ F विशेषत: १८२ ऐन) हा पटलेख प्रथम शिलादित्य - धर्मादित्याचा पुत्र देरभट याचा सह्य आणि विंध्य पर्वतांच्या प्रदेशाशी तर प्रथम खरग्रहाच्या वंशजांचा वलभीशी संबंध दाखवितो. नवलाखी आणि नोगावा येथील लेखांवरून मात्र असे सूचित होते की, कधी कधी एकच सत्ताधीश हा मालव आणि वलभी ह्या दोहोंवरही राज्य करीत असावा. इ.स. सातव्या शतकाच्या उत्तरार्धात प्रथम खरग्रहाचे घराणे नामशेष झाले आणि मैत्रकांचे प्रदेश पुन्हा एकदा एकत्रित झाले. वलभी- घराण्याचा आणि कर्नाटकचा संबंध होता की काय, ह्याच्या शोधासाठी मौराएसचे 'कदम्बकुल' (पृ.६४) पाहा. प्रथम खरग्रहाचे नुकतेच सापडलेले २९७ ह्या वर्षीचे (म्हणजे इ.स. ६१६-१७) विर्दी येथील ताम्रपटावरील दानपत्र असे दर्शविते की, काही काळ उज्जैयिनी ही ह्या राज्याच्या ताब्यात असावी. (Prof. of the 7th Or Conf. 659 ff) उज्जैयिनीच्या मुक्कामाहून ते दानपत्र काढलेले आहे.

१७. 'Ep. Ind', 26.130, Fleet 'CII'. 153.

१८. सोमदेव, 'कथासरित्सागर' १८, ॲलन, 'गुप्त कॉइन्स' xlix n; Bomb. Gaz. I, ii, 578

१९. (जी.जूव्हो.ड्युब्रुइल) 'ऐनशंट हिस्टरी ऑफ द डेक्कन' ८२

२०. वाटर्स, 'युआन च्वांग' ii 250. यशोधर्मन आणि विष्णूवर्धन ह्यांच्या काळातील मालव शक ५८९ मधील मंदशोर शिलालेखावरून दिसते की, ह्या वंशाचा नैगम ह्या राजप्रतिनिधीच्या घराण्याशी संबंध असावा. ह्या वंशातील अभयदत्त हा विंध्यपारीयात्र (अरवली पर्वत श्रेणीसहचा विंध्यच्या पश्चिम रांगा) आणि सिंधू (म्हणजे समुद्र किंवा मध्य भारतातील ह्या नावाचा एक जलौघ) ह्यांनी वेष्टिलेल्या भूप्रदेशाचा प्रांताधिप राजप्रतिनिधी (राजस्थानीय सचिव) होता. ह्याचा धाकटा भाऊ दक्ष ह्याने ५८९ ह्या वर्षी (इ.स. ५३३-३४) एक विहीर खोदविली होती.

२१. 'Ind. Ant.', (1886) 142, 'Ep. Ind.' 18, (1926) 239 (संजम दानपत्रातील नवा श्लोक) शिवाय पाहा - 'Ep. Ind.' १४ पृ. १७७ (प्रतिहारनृपती द्वितीय महेंद्रपाल ह्याच्या उज्जैयिनीच्या एका प्रांताधिपाचा उल्लेख) उज्जैयिनीमध्ये एका पूर्वकालीन राष्ट्रकूट राजाने गुर्जर आणि इतर भूपतींना

आपले द्वारपाल (प्रतिहार) केले, असा संजम दानपत्रात दावा केला आहे. गुर्जरांची लक्ष्मणापासून उत्पत्ती असल्याची एक कथा पुढील काळात प्रसृत करण्यात आली. पण त्यापूर्वी परमारांप्रमाणेच तेही दीर्घकाळपर्यंत उज्जैयिनीच्या राष्ट्रकूटांचे मांडलिक असणे असंभवनीय नाही. प्रतिहार ही संज्ञा राष्ट्रकूटाच्या सत्तेखाली त्यांचे जे स्थान होते, त्यावरूनच पडली असावी. नागभट्टाच्या घराण्याची स्वत:ची भूमी ('स्वविषय') मारवाडात होती, हे जैन कुवलयमाला आणि बुचकल् शिलालेख ह्यांवरून स्पष्ट आहे, हे ही जाता जाता दाखवून देता येईल.

२२. कालनिश्चितीसाठी पाहा – 'Ep. Ind.' (17 Oct 1924) p. 345

२३. ६–२–१००

२४. २–१३

२५. शिवाय पाहा – ६–२–९९

२६. 'निर्मिता येन श्रावस्ती गौडदेशे द्विजोत्तरम: ।'
'मत्स्य' १२–३०, शिवाय पाहा – लिंग, १.६५ 'निर्मिता येन श्रावस्ती गौडदेशे महापुरी' ('कूर्म' १.२०.१९)

२७. 'यज्ञे श्रावस्तको राजा श्रावस्ती येन निर्मिता ।' (वायु ८८.२७, ब्रह्म ७.५३)
'तस्य श्रावस्तके ज्ञेय: श्रावस्ती येन निर्मिता ।' (महाभारत ३.२०१.४)

२८. कोसलाच्या संदर्भात पाहा – 'दशनच्छेद्य – प्रकरणम्' गौडच्या संदर्भात पाहा – 'नखच्छेद्य: प्रकरणम्' आणि 'दारारक्षिक प्रकरणम्'

२९. शिवाय, पाहा – गायगरचे महावंशाचे भाषांतर पृ. ६२ टीप.

३०. शिवाय, पाहा – 'इंपिरिअल गॅझेटिअर ऑफ इंडिया', 'प्रॉव्हिन्शिअल सिरिज, सेंट्रल प्रॉव्हिन्सेस' पृ. १५८

३१. १–३००

३२. मल्लसारूल पटलेख (एस. पी. पत्रिका १३४४.१७)

३३. गोपचंद्र हाच गोपाख्य नृपती असावा आणि तो भानुगुप्ताचा पुत्र प्रकटादित्य ह्याचा समकालीन असून प्रतिस्पर्धीही असावा असे दिसते. (आर्यमंजुश्रीमूलकल्प, संपादक – जी. शास्त्री. पृ. ६३७) 'धकाराख्य' (कित्ता पृ. ६४४) म्हणजेच धर्मादित्य हे ही काही अगदीच असंभाव्य नाही. 'वाकाराख्य', (वज्र) आणि 'पकाराख्य' (प्रकटादित्य) ह्यांचा हा धाकटा भाऊ (अनुज) तर नसेल? हा तर्क बरोबर असेल, तर तो गुप्तकालीनच ठरेल.

३४. बील, 'सि–यु–कि', १,६६८; वाटर्स १.२८८–८९.

❑

परिशिष्ट 'ई'

विन्ध्यापलीकडील राज्ये, जमाती आणि राजवंश ह्यांची कालानुक्रमणिका

ब्राह्मणकाल :

(१) निषाद (राजधानी गिरिप्रस्थ, महाभारत, ३.३२४.१२)

(२) विदर्भ (राजधानी कुण्डिन) आणि इतर भोज

(३) दस्यु टोळ्या – आंध्र, शबर, पुलिंद व मूतिब

सूत्रकाल :

(१) माहिष्मती (मांधाता किंवा महेश्वर 'IA', ४.३४६)

(२) भृगुकच्छ (भडोच)

(३) शूर्परिक (कोकणातील सौपारा)

(४) अश्मक (राजधानी पौदन्य, बौधन)

(५) मूलग (राजधानी प्रतिष्ठान)

(६) कलिंग (राजधानी दंतपूर)

(७) (१) उत्कल (उत्तर ओरिसा)

रामायणकाल : गोदावरीच्या पलीकडे आर्यांचा प्रदेश विस्तार; पंपा येथे वसाहत; मलय, महेंद्र आणि लंका यांचा शोध

मौर्यकाल :

(१) अपरान्त्व (राजधानी शूरपार)

(२) भोज (राजधानी कुण्डिन)

(३) राष्ट्रीक (राजधानी नासिक ?)

(४) पेतेनिक (प्रतिष्ठानचे ?)

(५) पुलिंद (राजधानी पुलिंदनगर)

(६) आंध्र (राजधानी बैझवाडा इ. ?)

मौर्यसाम्राज्य :

(७) अटवी

(८) कलिंग (तौसिली व समापाधरून)

(९) सुवर्णगिरीचे सामंत

(१०) इसिलचे आहार

(११) चोल

(१२) पाण्ड्य
(१३) केरलपुत्र
(१४) सतीयपुत्र (केरलोपत्तीचे सत्यभूमि)
(१५) ताम्रपर्णी (सिलॉन)

मौर्योत्तर कालाचा पूर्वभाग :

(१) विदर्भाचे राज्य
(२) दक्षिणापथाचे शातवाहन
(३) कलिंगाचे चेट
(४) मसुलिपटम्‌जवळचे पिथुडचे राज्य
(५) चौल राज्य
(६) पाण्ड्य राज्य
(७) केरळ राज्य
(८) सिलॉनचे राज्य (कधी कधी चोलांकित)

पेरिप्लसचा काळ :

(१) मम्बरूंच्या (की नंबतूच्या ?) अमलाखालील अरिआकेचा दक्षिण भाग
(२) सॅरॅगॅनस आणि त्याच्या वंशज ह्यांचे दचिनाबेडस् (म्हणजे शातवाहन शातकर्णीचे दख्खन)
(३) दामिरिका (तामिलकम् द्रविड) तदंतर्भूत
 (अ) केरोबोथ्रा (केरलपुत्र)
 (ब) पाण्ड्य राज्य
 (क) अर्गस (त्यांचे राज्य) (उरगपूर)
(४) मसालिया (मसुलिपटम्)
(५) दौसारिनी (तौसाली)

टॉलेमीचा काळ :

(१) पुलुमायीच्या (शातवाहन) सत्तेखाली बैथन (प्रतिष्ठानचे राज्य)
(२) बलिओकौरासच्या (विलिवायुकर) सत्तेखालील हिप्पाकौरचे (कोल्हापूर राज्य)
(३) मौसोपल्लेचे राज्य (कर्नाटकातील)
(४) कैरोबोथ्रोसच्या (केरलपुत्र) सत्तेखालील करौराचे राज्य
(५) पौन्नाटा (नैऋत्य म्हैसूर)
(६) अईओइचे राज्य (राजधानी कोत्तिआरा – दक्षिण त्रावणकोरमध्ये)
(७) करेओइचे राज्य (ताम्रपर्णी खोरे)

(८) पॅडिऑनच्या (पाण्ड्य) सत्तेखालील मोदौराचे (मदुरा) राज्य
(९) बेटोईचे राज्य (राजधानी निकम)
१०) सोनगॉसच्या (चोल-नाग) सत्तेखालील ऑर्थोराचे राज्य
११) अर्कटॉसच्या सत्तेखालील सौर (चोल) राज्य
१२) बसरोनगसच्या (नाग) सत्तेखालील मलंगचे (कांची ?) मविलंगई राज्य
१३) पितुंद्रचे (पिथुड) राज्य

इ.स. १५०-३५० :

(१) आभीर (उत्तर महाराष्ट्र व पश्चिम भारत)
(२) वाकाटक (वऱ्हाड आणि आसपासचा मुलूख) आणि महाकांतारचे नायक
(३) दक्षिण कौसल, कौसल, कोट्टूर एरंडपल्ल, देवराष्ट्र (वसिष्ठ कुलांकित?) पिष्टपूर, (माठर - कुलांकित), अवमुक्त पल्लक्क, कुस्थलपूर)
(४) आंध्रापथची (आणि वेंगी) राज्ये
(अ) इक्ष्वाकु
(ब) आनंदगोत्राचे राजे (कंदरपूर)
(क) कुदुरचे बृहत्फलायन इ.
(ड) वेंगीपूरचे शालंकायन (टॉलेमीचा सलॅकेनोई ?) वेंगीचा हस्तीवर्मन ह्यांच्यापैकी एक.
(५) कांचीचे पल्लव
(६) कुंतलचे शातकर्णी

इ.स. ३५० - ६००

(१) कोकणचे तैकुटक आणि मौर्य आणि दक्षिण गुजरातचे लाट, नाग व गुर्जर.
(२) वाकाटक (दख्खनचा मध्यभाग)
(३) कटच्चुरी (उत्तर महाराष्ट्र आणि माळवा)
(४) शरमेपूरचे राजे (दक्षिण कोसल ?)
(५) मेकलेचे पांडव
(६) उड्र कोंगोद कलिंग वसिष्ठ, माठर, मुद्‌गल (Ep. Ind. 23-199 -3) आणि (पूर्वस्थ गांग ह्या कुलांचे अंकित) आणि पूर्व दख्खनमधील लेंडुलुर (विष्णुकुंडिनाचे अंकित)
(७) कांचीचे (द्रमिल किंवा द्रविडमधील) पल्लव.
(८) अतिदक्षिणेचे चौल, पाण्ड्य, मूषक आणि केरल.
(९) दक्षिण म्हैसूर, शिमोगा आणि दक्षिण कर्नाटकचे गांग आणि आलूप.

(१०) उत्तर–म्हैसूर आणि पूर्व अर्काटचे बाण, दावणगेरे तालुक्याचे केक्य, वैजयंतीचे कदंब इ. आणि नागरखंड (वायव्य म्हैसूर) किंवा तुमकूर प्रदेशाचे सेंद्रक.

(११) (अ) पोडागढ प्रदेश (जयपूर संस्थान)

(ब) वऱ्हाडातील यवतमाळ आणि कदाचित

(क) बेल्लारी जिल्हा ह्यावर राज्य करणारे पुष्करीचे नल

(१२) वातापीचे पूर्वकालीन चालुक्य

इ.स. ६०० नंतर :

(१) कोकणचे शिलाहार

(२) मानदेशाच्या शाखांसह पूर्वकालीन चालुक्य, राष्ट्रकूट इत्यादी उत्तरकालीन चालुक्य. कलचूर्य आणि पश्चिम दख्खनचे यादव

(३) त्रिपुरीचे आणि रत्नपूरचे हैहय, कलचुरी किंवा चेदी आणि चक्रकूटचे (मध्य प्रांत) नाग

(४) तेलगु प्रदेशातील पूर्वस्थ चालुक्य, वेलनाण्डुचे नायक आणि काकतीय, कलिंगाचे आणि ओरिसाचे पूर्वस्थ गांग, महानदीच्या खोऱ्यातले (ईशान्य दख्खन) कर, (शबर ? शशधर आणि पाण्डुकुल आणि सोमवंशी गुप्त)

(५) पश्चिमस्थ गांग; सांतर आणि होयसळ (म्हैसूर)

(६) कांचीचे पल्लव, रेनाण्डुचे वैदुम्ब, तिनेवेल्ली जिल्ह्याचे कलभ्र, तंजावरचे चोल, केरळ आणि कोलंबचे वर्मन् आणि मदुरेचे (अतिदक्षिण) पाण्डय.

❑

www.ingramcontent.com/pod-product-compliance
Lightning Source LLC
LaVergne TN
LVHW022353220825
819400LV00033B/784